അറിയപ്പെടാത്ത
പൗരസ്ത്യലോകം

മറച്ചുവയ്ക്കപ്പെട്ട സത്യങ്ങൾ

Ariyappedatha Paurasthyalokam
Marachuvekkapetta Sathyangal
Study

Dr. Arif Ali Kolathekkattu

CHINTHA PUBLISHERS
Thiruvananthapuram

First Edition
September 2010

Second Edition
August 2012

Third Edition
April 2025

Published
Chintha Publishers, Thiruvananthapuram

Printed at
Repro India Ltd, Mumbai

Cover Design
Vinod Mangoes

ISBN : 978-81-26205-42-4

CR - 3679 / 7448

Email: chinthapublishers@gmail.com
Website: www.chinthapublishers.com

A version is available at National Libraries
Kolkata, Mumbai, Chennai and Delhi

Distribution
DESHABHIMANI BOOK HOUSE
H O Thiruvananthapuram 695035

Branches & Agencies
Head Office Kunnukuzhi • Statue Thiruvananthapuram
Saphalyam Complex Thiruvananthapuram
Machingal Lane Thrissur • IG Road Kozhikode
Mavoor Road Kozhikode • NGO Union Building Kannur
Central Bus Terminal Complex Thavakkara Kannur
Revenue Tower Ernakulam • Sulthanpetta Palakkad
Postoffice Road Kottaym • Hospital Road Nilamboor
Old Municipal Bus Stand Kalpatta

അറിയപ്പെടാത്ത പൗരസ്ത്യലോകം

മറച്ചുവയ്ക്കപ്പെട്ട സത്യങ്ങൾ

ഡോ. ആരിഫ് അലി കൊളത്തെക്കാട്ട്

ചിന്ത പബ്ലിഷേഴ്സ്
തിരുവനന്തപുരം-695 035

ഡോ. ആരിഫ് അലി കൊളത്തെക്കാട്ട്

കൊളത്തെക്കാട്ടിൽ ആലിക്കുട്ടി ഹാജിയുടെയും പി ആർ ഫാത്തിമയുടെയും ഇളയമകനായി തൃശൂരിലെ കാളത്തോട്ട് ജനിച്ചു. 1988 ൽ തൃശൂർ മെഡിക്കൽ കോളേജിൽ എം ബി ബി എസിനു ചേർന്നു. എം ബി ബി എസ് പൂർത്തിയാക്കിയ ശേഷം വെല്ലൂർ സി എം സിയിൽ ENT യിലും ഹെഡ് ആന്റ് നെക്ക് സർജറിയിലും ഉപരിപഠനത്തിനു ചേർന്നു. അവിടെ നിന്ന് DLO, MS, DNB ആന്റ് MNAMS എന്നിവ കരസ്ഥമാക്കി. അവിടെ 2007 വരെ സേവനമനുഷ്ഠിച്ച ശേഷം ഒമാനിലെ ബദർ അൽ സാമാ ഗ്രൂപ്പ് ആശുപത്രിയിൽ ജോലിയിൽ പ്രവേശിച്ചു. സിഡ്നിയിലെ റോയൽ പ്രിൻസ് ആൽഫ്രഡ് ഹോസ്പിറ്റലിലും ജനീവയിലെ ലുസാൻ സെന്റ് യൂണിവേഴ്സിറ്റി ഹോസ്പിറ്റലിലും ഫെലോഷിപ്പ് ട്രെയിനിങ് പൂർത്തിയാക്കിയ ആരിഫ് അലി നിരവധി അന്താരാഷ്ട്ര മെഡിക്കൽ കോൺഫറൻസുകളിൽ പ്രഭാഷണങ്ങൾ നടത്തിയിട്ടുണ്ട്. 2008 ൽ ഒമാനിൽ ആദ്യ അന്താരാഷ്ട്ര ENT കോൺഗ്രസ് സംഘടിപ്പിക്കുന്നതിൽ മുന്നിൽനിന്നു പ്രവർത്തിച്ചു.

വൈദ്യശാസ്ത്രത്തിന്റെ ചരിത്രത്തിൽ തൽപ്പരനായിരുന്ന ആരിഫ് അലി തുടർന്ന് ചരിത്രപഠനത്തിൽ സവിശേഷതാൽപ്പര്യമെടുത്തു. യൂറോകേന്ദ്രിതമായ ചരിത്രവീക്ഷണങ്ങൾക്കെതിരെ കൃത്യമായ നിലപാടെടുക്കുന്ന അദ്ദേഹം മലയാളത്തിൽ *മാതൃഭൂമി ആഴ്ചപ്പതിപ്പ്, മാധ്യമം വാരിക, ദേശാഭിമാനി* എന്നിവയിൽ ഈ വിഷയത്തിൽ ലേഖനങ്ങൾ പ്രസിദ്ധീകരിച്ചിട്ടുണ്ട്. *ഒമാൻ ട്രിബ്യൂണൽ* പോലുള്ള ഒമാനിലെ പ്രസിദ്ധീകരണങ്ങളിലും നിരവധി ലേഖനങ്ങൾ എഴുതിയിട്ടുണ്ട്. നിരന്തര ഗവേഷണപഠനങ്ങളിലൂടെ വസ്തുനിഷ്ഠമായി സമാഹരിച്ച ചരിത്രസാമഗ്രികളുടെ സഹായത്തോടെ നിലനിൽക്കുന്ന ചരിത്രമുൻവിധികളെ വെല്ലുവിളിക്കുന്ന അദ്ദേഹത്തിന്റെ സമഗ്രമായ ആദ്യ ചരിത്രഗ്രന്ഥമാണിത്. ഇപ്പോൾ മസ്കറ്റിൽ ജോലി ചെയ്യുന്നു.

ഭാര്യ : രജത

മക്കൾ : അഖില, അബിയ

ഉള്ളടക്കം

ണ്ടെന്ന് ഗ്രന്ഥകാരൻ ആധികാരികമായി സമർഥിക്കുന്നു. ഡോ. ജോർജ് ഗാർവിൽ മോണോജയിംസിന്റെ *മോഷ്ടിക്കപ്പെട്ട പൈതൃകം* (1954) ഡോ. നെയോഫിലേ ഒബെൻഗ്വായുടെ *ഒരു നഷ്ടപ്പെട്ട പാരമ്പര്യം: ലോകചരിത്രത്തിൽ ആഫ്രിക്കൻ തത്വചിന്ത* എന്ന ഗ്രന്ഥങ്ങൾ പരാമർശിച്ചുകൊണ്ട് തത്വചിന്തയിലെ ഈജിപ്ഷ്യൻ പാരമ്പര്യത്തിന്റെ നേർക്കും ഗ്രന്ഥകാരൻ വിരൽചൂണ്ടുന്നുണ്ട്. ഈജിപ്ഷ്യൻ പുരോഹിതൻ പൈതഗോറസിന് ഗണിതത്തിലും സംഗീതത്തിലും പരിശീലനം നൽകിയിരുന്നുവെന്നും ഗ്രന്ഥകാരൻ ചൂണ്ടിക്കാണിക്കുന്നു. പൈതഗോറസിന്റെ സ്കൂൾ അയോണിയൻ, ഈജിപ്ഷ്യൻ, പേർഷ്യൻ ഇന്ത്യൻ ഉറവിടങ്ങളുടെ സ്വാധീനത്തിനു വിധേയമായിട്ടാണ് ചിന്താവ്യവസ്ഥ ആദ്യമായി വികസിപ്പിച്ചെടുത്തത്. ഗ്രീക്കുതത്വചിന്തയുടെയും പ്രാകൃതശാസ്ത്രങ്ങളുടെയും ആധുനികശാസ്ത്ര വിശ്വാസങ്ങളുടെയും ഉറവിടം മൈംഫൈറ്റ് ദൈവശാസ്ത്രമാണെന്ന് ഗ്രന്ഥകാരൻ സമർഥിക്കുന്നു. അലക്സാണ്ടറുടെ ആക്രമണങ്ങളാണ് ഗ്രീസിന് ഈജിപ്ഷ്യൻ സംസ്കാരത്തിന്റെ ലോകം തുറന്നുകൊടുത്തത്.

7-ാം നൂറ്റാണ്ടോടെ പ്രാചീന ഗ്രീസിന്റെ സംസ്കാരം അറബികൾ പിന്തുടർച്ചാവകാശമായി സ്വന്തമാക്കി. ഗ്രീക്ക് ശാസ്ത്രീയ ചിന്ത ക്രിസ്ത്യൻ-സിറിയക് എഴുത്തുകാരിലൂടെയും പണ്ഡിതന്മാരിലൂടെയും ശാസ്ത്രജ്ഞന്മാരിലൂടെയും അറബികളിലേക്കെത്തിച്ചേർന്നു. അതിനൊപ്പം ഗണിതശാസ്ത്രപരവും ജ്യോതിശാസ്ത്രപരവുമായ ഇന്ത്യൻ വിജ്ഞാനവും അറബികളെ സ്വാധീനിച്ചു. ഇന്ത്യൻ ശാസ്ത്രജ്ഞരുടെ പ്രവർത്തനങ്ങൾ അവർ ഏകോപിപ്പിക്കുകയും അങ്ങനെ ശരിക്കും ഒരു മുന്നേറ്റം സാധ്യമാക്കുകയും ചെയ്തു. വൈദ്യത്തിലും അറബികൾ വളരെ ശ്രദ്ധയുള്ള നിരീക്ഷകരായിരുന്നു. അലക്സാണ്ട്രിയയിലെ സഭയും നെസ്റ്റോറിയൻ സഭയുമായി നടന്ന ദൈവശാസ്ത്രയുദ്ധത്തിന്റെ ഫലമായി ഗ്രീക്ക് തത്വശാസ്ത്രപാഠശാലകൾ അടച്ചുപൂട്ടപ്പെടുകയും ജൂൺഡി-ഷാപ്പൂർ ഒരു വിജ്ഞാനകേന്ദ്രമായി വളരുകയും ചെയ്തു. അവിടെ അത് അക്കാദമി സ്ഥാപിക്കപ്പെടുകയും ചെയ്തു. ജൂൺ ഡി-ഷാപ്പൂരിലെ അക്കാദമിയും മെഡിക്കൽ സ്കൂളും കോസ്മോപ്പൊളിറ്റൻ സ്ഥാപനങ്ങളായി ഉയർന്നു. അതിൽ ഇറാനിയൻ, ഇന്ത്യൻ, റോമൻ, ഗ്രീക്ക് വൈദ്യന്മാർ സൈദ്ധാന്തികവും ക്ലിനിക്കലുമായ വശങ്ങളിൽ വളരെ സജീവമായി പ്രവർത്തിച്ചിരുന്നു. ബാഗ്ദാദ് സ്കൂളിലെ ആദ്യതലമുറ ജൂൺ-ഡിഷാപ്പൂരിൽനിന്നുള്ള ബിരുദധാരികളും പണ്ഡിതന്മാരുമായിരുന്നു.

അബാസിഡ് കാലിഫേറ്റ് സ്ഥാപിക്കപ്പെട്ടതോടെ തത്വചിന്താപരവും ശാസ്ത്രീയവുമായ വിഷയങ്ങളിൽ വളരെ വിപുലമായ തോതിൽ അറബി ഭാഷാന്തരങ്ങളുണ്ടായി. കടലാസുനിർമാണവിദ്യ ചൈനയിൽനിന്നും ലഭ്യമായതോടെ ബൗദ്ധിക സംരംഭങ്ങൾക്ക് അളവറ്റ പ്രോത്സാഹനം ലഭിച്ചു. ഖലീഫാ അൽ മൈമൂൺ (786-833 എ ഡി) ബാഗ്ദാദിൽ 'വിജ്ഞാനത്തിന്റെ വീട്' സ്ഥാപിച്ചു. അദ്ദേഹത്തിന്റെ രക്ഷാധികാരത്തിൽ തത്വ ചിന്ത,

പ്രസാധകക്കുറിപ്പ്

ആധുനിക ചരിത്ര രചനയുടെ പാശ്ചാത്യ രീതിശാസ്ത്രം, ലോകത്തെയാകെ പടിഞ്ഞാറെന്നും കിഴക്കെന്നും രണ്ടു വ്യത്യസ്ത സ്വത്വങ്ങളായി ഏകപക്ഷീയമായി പരികൽപ്പിച്ചുവെന്നും, 5 മുതൽ 15 വരെയുള്ള സഹസ്രാബ്ദങ്ങളിൽ ലോക പുരോഗതിക്കും ആധുനികതയുടെ ആവിർഭാവത്തിനും പൗരസ്ത്യസംസ്കാരങ്ങൾ നൽകിയ വിലപ്പെട്ട സംഭാവനകളെ തമസ്കരിച്ചുകൊണ്ട് അക്കാലത്തെ അന്ധകാരയുഗമെന്ന് വിശേഷിപ്പിച്ചുവെന്നും ഉള്ള ഓറിയന്റലിസ്റ്റു സമീപനത്തിൽനിന്നുകൊണ്ട്, തമസ്കരിക്കപ്പെട്ട സംസ്കാരങ്ങളെ നോക്കിക്കാണുകയാണ് ഗ്രന്ഥകാരൻ.

ഇരുണ്ട ഭൂഖണ്ഡമെന്നു പേർ ചേർക്കപ്പെട്ട ആഫ്രിക്കയുടെ ചരിത്രം പരിശോധിച്ചുകൊണ്ട് യൂറോപ്പിന്റെ ഉദയത്തിനും സഹസ്രാബ്ദങ്ങൾക്കപ്പുറത്തേക്കുനോക്കി ഈജിപ്ഷ്യൻ രാജവംശങ്ങളുടെ കാലഘട്ടത്തിൽ വൈദ്യരംഗത്തിനുണ്ടായ പുരോഗതി ഒന്നാം അധ്യായത്തിൽ ഗ്രന്ഥകാരൻ വരച്ചുകാട്ടുന്നു. മരുന്നുകളുടെ നിർമാണത്തിലും സർജറിയിലും ഈജിപ്തുകാർ പ്രാവീണ്യം നേടിയിരുന്നു. ഈജിപ്ഷ്യൻ വൈദ്യവിജ്ഞാനത്തിന്റെ ഏറ്റവും മികച്ച രേഖയും ഉറവിടങ്ങളും പാപ്പിറസ് രേഖകളാണ്. ക്ലിനിക്കൽ സർജറിയുടെ ഉദാഹരണങ്ങളും ഈജിപ്തുകാരുടെ ആരോഗ്യശുചിത്വ കാഴ്ചപ്പാടുകളും പാപ്പിറസ് രേഖകളിൽ ദൃശ്യമാണ്. ഏറ്റവും പഴക്കംചെന്ന പാപ്പിറസ് രേഖ ബി സി 2500 കാലത്തോളം പഴക്കമുള്ളതാണ്. ബഹുമുഖപ്രതിഭയായ പുരോഹിതനും വൈദ്യശാസ്ത്രവിശാരദനുമായ ഇംഹോട്ടെപ്പ് നിരവധി വൈദ്യശാസ്ത്രപാഠങ്ങൾ രചിച്ചിട്ടുള്ളയാളാണ്. പ്രാചീനഗ്രീക്കുകാർ പൊതുവിലും ഹിപ്പോക്രാറ്റസ് പ്രത്യേകിച്ചും ഈജിപ്ഷ്യൻ സംസ്കാരത്തിൽനിന്നും കടംകൊണ്ടിട്ടു

ഭൗതികശാസ്ത്രം, ജ്യോതിഷം എന്നിവയുമായി ബന്ധപ്പെട്ട പുതിയ പ്രവർത്തനങ്ങൾ ഏറ്റെടുത്തു. അൽണമാമൂൺ ഒരുപറ്റം പണ്ഡിതരെ ഒന്നിച്ചുചേർത്ത് ഒരു ഭൂപടം നിർമിച്ചു. ഇതാണ് കൃത്യമായി സ്കെയിലുകൾ രേഖപ്പെടുത്തിക്കൊണ്ടുള്ള ലോകത്തെ ആദ്യത്തെ ഭൂപടങ്ങൾ. അഞ്ചും പതിനഞ്ചും നൂറ്റാണ്ടുകൾക്കിടയിലുള്ള അറേബ്യൻ യുഗത്തിലാണ് മധ്യപൂർവദേശത്ത് നിർണായകമായ കണ്ടുപിടിത്തങ്ങൾ നടന്നതും ആധുനികശാസ്ത്രത്തിന്റെ അടിത്തറ പാകപ്പെട്ടതും.

ബി സി 331 മുതൽക്കുതന്നെ ഈജിപ്ഷ്യൻ മനോഭാവത്തെ ഇന്ത്യൻ മിസ്റ്റിസിസം ഗാഢമായി സ്വാധീനിച്ചിരുന്നുവെന്ന് കരുതപ്പെടുന്നു. മധ്യധരണ്യാഴിയെ അഭിമുഖീകരിച്ചുനിൽക്കുന്ന രാജ്യങ്ങളും ഇന്ത്യയും ചൈനയുംപോലുള്ള രാജ്യങ്ങളും തമ്മിലുള്ള വ്യാപാരബന്ധങ്ങളിൽ ഒരു കേന്ദ്രബിന്ദുവായും ഇടനിലക്കാരനായും അലക്സാണ്ട്രിയ നഗരം പ്രവർത്തിച്ചു. പ്രാചീന ഈജിപ്ഷ്യൻ സംസ്കാരത്തിന്റെ ഉറവിടം പ്രാചീന ഇന്ത്യയായിരിക്കാം എന്ന് പുരാവസ്തു, നരവംശശാസ്ത്രത്തെളിവുകൾ കാണിക്കുന്നു. ഈജിപ്ത് അതിന്റെ നാഗരികത സ്വീകരിച്ചതും ഇന്ത്യയിൽ നിന്നായിരിക്കാം. വൈദ്യം, ജ്യോതിശാസ്ത്രം, ഗണിതം എന്നിവയ്ക്ക് വേദകാലഘട്ടത്തിൽ വലിയ ശ്രദ്ധ നൽകപ്പെട്ടിരുന്നു. ഭാഷാശാസ്ത്രപരവും മറ്റുള്ളതുമായ തെളിവുകൾ വച്ചുനോക്കിയാൽ ഇന്ത്യയും അറേബ്യയും തമ്മിൽ വളരെ പ്രാചീനകാലത്ത് ആരംഭിച്ച സാംസ്കാരികബന്ധം മധ്യകാലഘട്ടത്തിൽ വളർന്നു പുഷ്പിച്ചതോടെ ആയുർവേദമടക്കമുള്ള ഇന്ത്യൻ വൈദ്യം ലോകവ്യാപകമായി അറിയപ്പെട്ടു.

ആയിരം വർഷം നീണ്ടുനിന്ന അറേബ്യൻയുഗം തികച്ചും മുന്നേറിയതും അതിശയകരമാംവിധം ആധുനികവുമായ ഒന്നായിരുന്നുവെന്ന് ഗ്രന്ഥകാരൻ സ്ഥാപിക്കുന്നു. മുസ്ലിം തത്വചിന്തകരെന്നു വിളിക്കപ്പെട്ട കിഴക്കൻ തത്വചിന്തകർ പടിഞ്ഞാറൻ ലോകത്തിനു നൽകിയ ഏറ്റവും നല്ല സംഭാവന ഒരു ഹ്യൂമനിസ്റ്റുപ്രസ്ഥാനത്തിന്റെ തുടക്കമാണെന്ന് ഈ ഗ്രന്ഥം ചൂണ്ടിക്കാണിക്കുന്നു.

1500-ാം ആണ്ടോടുകൂടി യൂറോപ്പിൽ ഒരു മുന്നേറിയ സംസ്കാരം ഉയർന്നു വന്നതോടെയാണ് പ്രധാന സംസ്കാരങ്ങളെ വേർതിരിച്ചിരുന്ന മതിലുകൾ തകർത്തുകളയപ്പെട്ടതും, കണ്ടുപിടിത്തങ്ങളുടേതായ ഒരു യൂറോപ്യൻ യുഗം ആരംഭിച്ചതെന്നുമുള്ള പാശ്ചാത്യനിഗമനങ്ങളെ ഗ്രന്ഥകാരൻ തെളിവുകൾ നിരത്തി നിരാകരിക്കുന്നു. മറിച്ച്, 6-ാം നൂറ്റാണ്ടിൽതന്നെ സംസ്കാരപരമായ ഒറ്റപ്പെടലിന്റെ അതിർവരമ്പുകളെ തകർത്തുകളഞ്ഞ ഒരു ആഗോളസമ്പദ്ഘടന ആരംഭിച്ചു. 15-ാം നൂറ്റാണ്ടുവരെ മധ്യപൂർവദേശങ്ങൾക്കും വടക്കനാഫ്രിക്കൻ ദേശങ്ങൾക്കും വിപുലവും തീവ്രവുമായ ഉന്നത നിലവാരങ്ങളുണ്ടായിരുന്നു. അപ്പോൾ ചൈന അതേറ്റെടുക്കുകയും തീവ്രവും വിപുലവുമായ അധികാരത്തിന്റെ

ഉയർന്നനിലവാരം ഏതാണ്ട് 18-ാം നൂറ്റാണ്ടുവരെ പുലർത്തുകയും ചെയ്തു എന്ന നിഗമനത്തിലാണദ്ദേഹം എത്തിച്ചേർന്നിരിക്കുന്നത്. 19-ാം നൂറ്റാണ്ടു മുതൽക്ക് വെനീസും പോർച്ചുഗലും തുടർന്ന് സ്പെയിൻ, നെതർലൻസ്, ബ്രിട്ടൻ എന്നീ രാജ്യങ്ങളും നേതൃത്വമേറ്റെടുത്ത ആഗോളശക്തികളായി.

സാമ്പ്രദായികമായ ചരിത്രവീക്ഷണത്തിൽനിന്നും ഈ ഗ്രന്ഥം വ്യത്യസ്തത പുലർത്തുന്നു.

ആമുഖം

'എന്റെ അധ്യാപകൻ പഠിപ്പിച്ച നുണകൾ'

ഓർമിച്ചെടുക്കാൻ കഴിയുന്നതിനുമപ്പുറമുള്ള ഒരു ഭൂതകാലം മുതൽ നാം പഠിക്കാനും സങ്കൽപ്പിക്കാനും നിർബന്ധിതരായത് കിഴക്കും പടിഞ്ഞാറും വ്യത്യസ്ത സ്വത്വങ്ങളാണെന്നും പ്രാചീനവും അകളങ്കിതവുമായ പടിഞ്ഞാറ് സ്വയമായാണ് ആധുനിക ലോകത്തെ സൃഷ്ടിച്ചതെന്നുമാണ്. നമ്മുടെ അധ്യാപകൻ നമ്മെ ഇതുകൂടി പഠിപ്പിച്ചു; പാശ്ചാത്യർ മുതലാളിത്തശക്തിയായി മാറുന്നതിൽ ചരിത്രപശ്ചാത്തലവും സാമ്പത്തികാവസ്ഥയും പൗരസ്ത്യ-പാശ്ചാത്യ ദ്വന്ദത്തെ കേന്ദ്രീകരിക്കുന്നതല്ല. പാശ്ചാത്യ/പൗരസ്ത്യ ഭേദയുക്തിതന്നെ ഒരു പാശ്ചാത്യ നിർമിതിയായിരിക്കെ അതിനുപകരം പൗരസ്ത്യ/പാശ്ചാത്യയുക്തിയെന്നത് പാശ്ചാത്യയുക്തിയുടെ inversion ആണ്. അതിലൂടെ യാത്രചെയ്ത് ലോകം ദാരിദ്ര്യത്തിന്റെയും ദുരിതത്തിന്റെയുമായ നിലയില്ലാക്കയത്തിൽനിന്ന് ആധുനികതയുടെ ഉജ്വലപ്രകാശത്തിലേക്ക് വീണ്ടെടുക്കപ്പെട്ടു. ഇക്കഥയ്ക്കനുസരിച്ച്, ലോകത്തിന്റെ ഈ ചരിത്രപരമായ വികാസത്തിന്റെ വീരഗാഥയിൽ ഒരു നിഷ്ക്രിയനായ കാഴ്ചക്കാരൻ മാത്രമായി കിഴക്ക് മാറിനിൽക്കുകയും, ഒപ്പം തന്നെ, പടിഞ്ഞാറൻ ശക്തിയുടെ ഒരിരയോ ഒരു വാഹകനോ മാത്രമായിത്തീരുകയും ചെയ്തു. അതിൻപ്രകാരം, ലോകത്തിന്റെ പുരോഗമനചരിത്രത്തിൽനിന്ന് കിഴക്കിനെ ഓരങ്ങളിലേക്ക് തള്ളിവിടുന്നത് തികച്ചും ന്യായയുക്തവുമാണ്.

ഈ കാലഘട്ടത്തിനുശേഷം പാശ്ചാത്യർ മുതലാളിവർഗവും തൊഴിലാളിവർഗവും എന്ന രണ്ടു വിരുദ്ധവർഗങ്ങളെയും സൃഷ്ടിച്ചിട്ടുണ്ട്; കിഴക്കും പടിഞ്ഞാറുമെന്ന നിലയിൽ. ആ കാലഘട്ടത്തിൽ പടിഞ്ഞാറൻ സ്വത്വം ശക്തവും പിതൃആധിപത്യപരവുമായ ഒന്നായി നിർമിച്ചെടുക്കപ്പെട്ടു. അതോടെ, നിസ്സഹായയായി ഒരു ബോണപ്പാർട്ടിനെ കാത്തു

കിടക്കുന്ന ഒരുവളായി ഏഷ്യയെ ചിത്രീകരിക്കുകയെന്നത് ഓറിയെന്റ ലിസത്തിന് സാധ്യമായി; കാരണം, ബോണപ്പാർട്ടിനു മാത്രമേ അവളുടെ അടിമയാക്കപ്പെട്ട അസ്തിത്വത്തിൽ നിന്നവളെ വിമോചിപ്പിക്കാനാവൂ. ആ ചുമതലയെ, പിന്നീട്, വെള്ളക്കാരന്റെ ചുമലിലെ ഭാരവും കടമയുമായി ചിത്രീകരിക്കുകയും ചെയ്തു. ഇത്തരമൊരു വിഭജനവും വിഭാവനവും വഴി ഒരുതരം ബൗദ്ധിക വർണവിവേചനം അരങ്ങുവാഴുന്ന സ്ഥിതിയായി. കാരണം, അധമമായ കിഴക്കിൽനിന്നും, സ്ഥിരമായി, ഒരനന്തരഫലമെന്ന നിലയിൽ, ഉന്നതമായ പടിഞ്ഞാറിനെ വേർതിരിച്ചു സംരക്ഷിക്കേണ്ടതുണ്ട്. റുഡ്യാർഡ് കിപ്ലിങ്ങിന്റെ പ്രസിദ്ധമായ "ഓ, കിഴക്ക് കിഴക്കാണ്, പടിഞ്ഞാറ് പടിഞ്ഞാറും, രണ്ടും ഒരിക്കലും കണ്ടുമുട്ടിക്കൂടാ" എന്ന പ്രയോഗത്തിൽ ചിത്രീകരിക്കപ്പെടുന്നതുപോലെ ഇത് നിർണായകമാണ്; നിരവധി നൂറ്റാണ്ടുകളിൽ കിഴക്ക് പടിഞ്ഞാറിൽ ചെലുത്തിയ ക്രിയാത്മകമായ സ്വാധീനത്തിൽനിന്നും അത് പടിഞ്ഞാറിനെ പ്രതിരോധശേഷിയുള്ളതാക്കിത്തീർത്തു. അതിലൂടെ, പ്രാചീനഗ്രീസിന്റെ കാലത്തിനുശേഷം കിഴക്കിന്റെ യാതൊരു തരത്തിലുമുള്ള സഹായമില്ലാതെയാണ് പടിഞ്ഞാറ് അതിന്റെ സ്വന്തം വികാസം സ്വയം വഴിവെട്ടിത്തെളിച്ച് നേടിയെടുത്തതെന്ന ധാരണയുറപ്പിക്കാനുമായി. വീണ്ടും, അധ്യാപകൻ നമ്മെ പഠിപ്പിച്ചത് മനുഷ്യചരിത്രം ആരംഭിക്കുന്നത് പ്രാചീനഗ്രീസിൽ നിന്നാണെന്നും പിന്നീടത് മധ്യകാലത്തെ യൂറോപ്യൻ വിപ്ലവത്തിലേക്കും സഹസ്രാബ്ദത്തിന്റെ ആരംഭത്തിൽ ഇറ്റലിയുടെ നേതൃത്വത്തിലുള്ള വാണിജ്യത്തിന്റെ ഉദയത്തിലേക്കും പുരോഗമിച്ചെത്തിയെന്നുമാണ്. കഥ മധ്യകാലഘട്ടത്തിലൂടെ തുടരുകയും നവോത്ഥാനത്തിലൂടെ യൂറോപ്പ് ശുദ്ധമായ ഗ്രീക്ക് ആശയങ്ങളെ വീണ്ടും കണ്ടെത്തിയതിനോടൊപ്പം ശാസ്ത്രീയവിപ്ലവവും ജ്ഞാനോദയവും ജനാധിപത്യത്തിന്റെ ഉദയവും കൂടിച്ചേർന്ന് യൂറോപ്പിനെ വ്യവസായവൽക്കരണത്തിലേക്കും മുതലാളിത്ത ആധുനികതയിലേക്കും വിക്ഷേപിക്കുന്നതിലെത്തുകയും ചെയ്യുന്നു.

നിസ്സംശയമായും, നമ്മളെ ക്ലാസ്സ് മുറികളിലും യൂണിവേഴ്സിറ്റികളിലും പഠിപ്പിച്ചത് പടിഞ്ഞാറിനെ മഹത്വീകരിക്കാനാണ്; മറ്റെല്ലാ പരിഷ്കൃതികളിൽനിന്നും തികച്ചും സ്വതന്ത്രവും അവക്കെതിർ നിൽക്കുന്നതുമായ ഒന്നെന്ന നിലയിൽ. മറ്റെല്ലാറ്റിൽനിന്നും തികച്ചും വേറിട്ടു നിൽക്കുന്ന ഒരു വംശാവലിയുള്ള ഒന്നാണ് പടിഞ്ഞാറെന്നു വിശ്വസിച്ചുകൊണ്ടാണ് നാം വളർന്നുവന്നത്. അടിസ്ഥാനപരമായി, ആധുനിക ശാസ്ത്രമെന്നു വിളിക്കപ്പെടുന്നത് എന്തിനുമെല്ലാറ്റിനും കടപ്പെട്ടിരിക്കുന്നത് പടിഞ്ഞാറൻ നാഗരികതയോടാണെന്ന അടിത്തട്ടിലുള്ള ധാരണയാണ് നമ്മെ പഠിപ്പിച്ചത്. മറ്റു വാക്കുകളിൽപ്പറഞ്ഞാൽ, ശാസ്ത്രം ഏത് ക്ലാസിക്കൽ ഗ്രീക്ക് പഠനത്തിന്മേൽനിന്നാണോ ഉയർന്നുവന്നത്, ആ വിജ്ഞാനം അന്ധകാരയുഗത്തിന്റെ പത്തു നൂറ്റാണ്ടുകാലം ഉറങ്ങിക്കിടക്കുകയും, പിന്നീട് നവോത്ഥാന കാലത്ത് പ്രത്യേക കാരണമൊന്നുമില്ലാതെ, ഏതോ ഒരത്ഭുതത്തിൽ നിന്നെന്ന പോലെ വീണ്ടും പുറത്തെടു

ക്കപ്പെടുകയും അത് പുനരുജ്ജീവനം നേടുകയും ചെയ്തുവെന്ന്. വസ്തുതാപരമായ സത്യങ്ങളൊന്നുമില്ലാത്ത ഒരുതരം അശാസ്ത്രീയവും അയുക്തികവുമായ ചരിത്രനിർമാണത്തിന്റെ ഒരു രൂപമാണത്. അതേസമയം, അനുഭവപരമായ ചരിത്രരേഖകൾ വെളിവാക്കുന്നത് കഴിഞ്ഞ ആയിരം വർഷത്തിലേറെക്കാലത്തും ലോകവികാസത്തിന്റെ പ്രധാന ചാലകശക്തി കിഴക്കായിരുന്നുവെന്നാണ്. കിഴക്കിന്റെ മുന്നണിപ്പോരാളികൾ അടിത്തറയിടുകയും അതിന്മേൽ ലോകം ഉയരുകയും പുരോഗതിയിലേക്ക് മുന്നേറുകയും ചെയ്തു.

5 ാം നൂറ്റാണ്ടുമുതൽ 15 ാം നൂറ്റാണ്ടുവരെ ശാസ്ത്രത്തിന് അന്ധകാരയുഗമായിരുന്നുവെന്ന കാര്യം എന്റെ അധ്യാപകൻ എല്ലായ്പ്പോഴും എന്നോട് ചൂണ്ടിക്കാട്ടിയിരുന്നു. അത് ശരിയാണോ? ചരിത്രത്തെ പക്ഷപാതമില്ലാതെ ഒരാൾ അപഗ്രഥിച്ചാൽ അയാൾക്ക് കാണാനാവുക കിഴക്കാണ്(ജൂതന്മാർ, പേർഷ്യക്കാർ, ക്രിസ്ത്യാനികൾ, കുടിയേറിയ ഹിന്ദുക്കൾ, ഗ്രീക്കുകാർ, ചൈനാക്കാർ, മുഹമ്മദീയർ എന്നിവരെല്ലാമുൾപ്പെട്ട ഒരു ബഹുസംസ്കാരയുഗത്തെയാണതു പ്രതിനിധീകരിച്ചത്). ഗ്രീക്ക് കൃതികൾ സിറിയക്കിലേക്കും തുടർന്ന് അറബിയിലേക്കും പരിഭാഷപ്പെടുത്തിക്കൊണ്ട് ശാസ്ത്രത്തിന്റെ മരിച്ചുകൊണ്ടിരിക്കുന്ന സംസ്കാരത്തെ പുനരുജ്ജീവിപ്പിക്കുകയും—അതിലൂടെ നാഗരികതയെത്തന്നെ പുനരുജ്ജീവിപ്പിക്കുകയും—മികച്ചനിരീക്ഷണങ്ങളും, ഒന്നാന്തരം പാണ്ഡിത്യവും പരീക്ഷണങ്ങളും വിപ്ലവപരമായ കണ്ടുപിടുത്തങ്ങളും വഴി അതിനെ കോട്ട കെട്ടി സംരക്ഷിക്കുകയും ചെയ്തതെന്നാണ്. ശാസ്ത്രവിരോധവും ഫ്യൂഡലിസവും അശുഭാപ്തിദർശനവും കാരണം യൂറോപ്പിൽ ഇക്കാലത്ത് അന്ധകാരമാണ് നിലനിന്നിരുന്നത്. പതിനൊന്നു മുതൽ പതിനാറുവരെയുള്ള നൂറ്റാണ്ടുകളിൽ നാഗരികത യൂറോപ്പിൽ പരിചയപ്പെടുത്തപ്പെടുന്നതിനു മുമ്പ്, യൂറോപ്പിലെ ഗോത്രങ്ങൾ അവരുടെ വസ്ത്രധാരണരീതിയിലും ഭക്ഷണരീതിയിലും ഒരു പ്രാകൃതരീതിയാണ് പിന്തുടർന്നിരുന്നത്. മഹത്തായ മധ്യകാലയുഗത്തിലും തുടർന്നുവന്ന കുരിശുയുദ്ധക്കാലത്തും നടന്ന വിദ്യാഭ്യാസപരവും സാംസ്കാരികവുമായ കൈമാറ്റങ്ങളാണ് യൂറോപ്പിനെ അന്ധകാരയുഗത്തിൽനിന്ന് പുറത്തേക്ക് കൊണ്ടുവന്നത്. കിഴക്കൻ സംസ്കാരത്തിൽനിന്ന് തങ്ങൾക്ക് കിട്ടിയ നേട്ടങ്ങളുടെ പേരിൽ യൂറോപ്പൊരിക്കലും നന്ദി രേഖപ്പെടുത്തുകയോ പകരമെന്തെങ്കിലും നൽകുകയോ ചെയ്തില്ല. നേരെമറിച്ച്, 1885 ൽ ലിയോ പതിമൂന്നാമൻ മാർപ്പാപ്പ "ക്രിസ്ത്യാനികൾ ഒരു കാടൻ രാജ്യത്തെ മെരുക്കിയെടുത്തതിനും അവരെ പ്രാകൃതത്വത്തിൽനിന്നും പൗരജീവിതത്തിലേക്ക് കൊണ്ടുവന്നതിന്റെ നേതാവും അധ്യാപകനുമായി പ്രവർത്തിച്ചതിനും" യൂറോപ്പിനെ അഭിനന്ദിക്കുകയാണ് ചെയ്തത്. അതിനും മുമ്പ്, 1842 ൽ, ഇംഗ്ലീഷ് കവിയായ ടെന്നിസൻ 'കാത്തേയുടെ ഒരു കാലചക്രത്തേക്കാളും മികച്ചത് യൂറോപ്പിന്റെ 50 വർഷങ്ങളാണ്' എന്ന കവിത രചിച്ചു. കാത്തേ എന്നതിവിടെ ചൈനക്ക് പകരമുപയോഗിച്ച വാക്കാണ്. അതിലൂടെയ

ദ്ദേഹം ഉദ്ദേശിച്ചത് ചൈനയുടെ നീണ്ടതും വിരസവും ബോറടിപ്പിക്കുന്നതുമായ ചരിത്രത്തെക്കാളും വളരെ പ്രധാനപ്പെട്ടത് ഒട്ടേറെക്കാര്യങ്ങൾ വളരെപ്പെട്ടെന്നു സംഭവിക്കുന്ന യൂറോപ്പിന്റെ ചരിത്രമാണെന്നാണ്. വിരോധാഭാസമെന്താണെന്നുവച്ചാൽ, യൂറോപ്യന്മാർ മറ്റു ദേശങ്ങളെ അവജ്ഞയോടെ നോക്കിക്കാണുകയും അവരെ കാടന്മാർ, പിന്നോക്കക്കാർ, പരിഷ്കാരമില്ലാത്തവർ എന്നെല്ലാം വിളിക്കുകയും ചെയ്തപ്പോൾത്തന്നെ, അവർക്കാ നാടിന്റെ ഉർവരമായ മണ്ണിലും അതിൽ നിന്നുണ്ടായ ഉൽപ്പന്നങ്ങളിലും ഒരു കണ്ണുണ്ടായിരുന്നുവെന്നതാണ്. സുഗന്ധവ്യഞ്ജനങ്ങൾ, റബ്ബർ, പരുത്തി, കറുപ്പ്, സ്വർണം, വെള്ളി എന്നിവയുടെ കച്ചവടത്തിൽനിന്നുള്ള ലാഭത്തിലുള്ള പ്രതീക്ഷകളാൽ പ്രചോദിതരായാണ് അവരവരുടെ സാമ്രാജ്യവിപുലനങ്ങൾ നടത്തിയത്. ഇക്കാലത്തെ എണ്ണയ്ക്കുവേണ്ടിയുള്ള യുദ്ധങ്ങളുടെ സ്ഥാനത്ത്, അക്കാലത്ത് യുദ്ധങ്ങൾ നടത്തപ്പെട്ടത് സുഗന്ധവ്യഞ്ജനങ്ങൾ, മരത്തടി, വജ്രങ്ങൾ, കറുപ്പ് എന്നിവയുടെയും മറ്റുൽപ്പന്നങ്ങളുടെയും കച്ചവടത്തിനു വേണ്ടിയാണ്. ആ രാജ്യങ്ങളെയെല്ലാം കോളനികളാക്കിയ ശേഷം, അവർ കിട്ടിയതെല്ലാം കൊള്ളയടിക്കുകയും പറ്റാവുന്നതെല്ലാം സ്വന്തം നാട്ടിലേക്ക് കടത്തുകയും ചെയ്തു. സാമ്രാജ്യത്വ വിപുലനത്തിന് മൂടിവയ്ക്കപ്പെട്ട മറ്റു ലക്ഷ്യങ്ങളുമുണ്ടായിരുന്നു. ഒരു രാജകുമാരിയെ ചികിത്സിക്കുന്നതിനോ അത്തരം മറ്റെന്തെങ്കിലും കാര്യങ്ങൾക്കോ ആയുള്ള പ്രതിഫലമെന്ന നിലയിലവർ ഒരു പര്യവേക്ഷണ സംഘത്തെയും, തൊട്ടുപിന്നാലെ ഈസ്റ്റിന്ത്യാ കമ്പനി പോലുള്ള കച്ചവടസംഘത്തെയും അയച്ചിരുന്നു. തുടർന്നവർ മിഷനറിമാരെയും അവർക്കു പിന്നാലെ പട്ടാളത്തെയും അയക്കുകയും ചെയ്തു. അവരവരുടെ നൂറ്റാണ്ടുകൾ നീണ്ട കോളനി ഭരണകാലത്ത് ചെയ്ത ഏറ്റവും വൃത്തികെട്ട കാര്യം ആ രാജ്യങ്ങളുടെ ഭാഷയെയും അവയുടെ സാംസ്കാരിക പൈതൃകത്തെയും എടുത്തുകൊണ്ടുപോയിയെന്നതാണ്. അവരുടെ മേലെ തങ്ങളുടെ ഭാഷയവർ അടിച്ചേൽപ്പിച്ചു, പിന്നീട് തങ്ങളുടെ കൊളോണിയൽ വാഴ്ചയ്ക്കനുസൃതമായ വിദ്യാഭ്യാസവ്യവസ്ഥകളെ നിർബന്ധപൂർവം നടപ്പിൽ വരുത്തി. ഉദാഹരണത്തിന്, 1871 ൽ വില്യം ഹണ്ടർ ബ്രിട്ടീഷ് സർക്കാരിനയച്ച ഒരു കത്തിൽ എഴുതിയത് ഇന്ത്യയിലെ മുസ്ലിം യുവാക്കളെ ഇംഗ്ലീഷ് പഠിപ്പിക്കണമെന്നും, അതിലൂടെയവരുടെ ചെറുത്തുനിൽപ്പിനെ തകർക്കാനും ഇംഗ്ലീഷ് ഭരണത്തോട് അവർ കൂടുതൽ സഹിഷ്ണുത കാട്ടുന്ന സ്ഥിതിയുണ്ടാക്കാനും സാധിക്കുമെന്നും, അന്തിമമായി അതിലൂടെ കീഴൊതുക്കൽ സാധ്യമാകുമെന്നുമാണ്. ഈ വിധത്തിലാണവരവരുടെ ഓറിയന്റലിസമെന്ന വീക്ഷണം—അതായത് കിഴക്കൻ ജനതകളെയും അവരുടെ സംസ്കാരത്തെയും മനസിലാക്കിക്കൊണ്ട് അവരുടെ കീഴൊതുക്കലും അടിമപ്പെടുത്തലും സാധ്യമാക്കുന്ന വീക്ഷണം—വികസിപ്പിച്ചെടുത്തത്. നാമിന്ന് അറിഞ്ഞോ; അറിയാതെയോ ഒരുതരം രാഷ്ട്രീയാടിമത്തത്തിലൂടെ കടന്നുപോകുകയാണ്. അതിനെ സാംസ്കാ

രികാടിമത്തത്തിൽ നിന്ന് വേർതിരിച്ചറിയുക ബുദ്ധിമുട്ടായിരുന്നു. കോളനികളിലെ പരാജയപ്പെടുത്തപ്പെട്ട ജനത തങ്ങളുടെ യജമാനന്മാരുടെ വേഷഭൂഷകളെയും ഭാഷയെയും അവരുടെ രീതികളെയും പകർത്താൻ ശ്രമിക്കുന്നു. ആ യജമാനന്മാരുടെ വിദ്യാഭ്യാസം ലഭിച്ചതോടെ തങ്ങളുടെ യജമാനന്മാരെപ്പോലെ പെരുമാറാനാണവർ ശ്രമിച്ചത്. അതുകൊണ്ട്, കോളോണിയൽ യജമാനന്മാർ രാജ്യം വിട്ടെങ്കിലും, അവർ അതിനകം ഒരു ആഢ്യപ്രമാണിവർഗത്തെ സൃഷ്ടിച്ചിരുന്നു. ആ ആഢ്യവർഗം തങ്ങളുടെ യജമാനന്മാരെപ്പോലെ പെരുമാറുകയും താന്താങ്ങളുടെ രാജ്യങ്ങളിലെ ജനതകളെ അടിച്ചമർത്തുന്നത് തുടരുകയും ചെയ്യുന്നു.

യൂറോ കേന്ദ്രിത ചരിത്രകാരന്മാർ തങ്ങളുടെ ആവശ്യകതകൾക്കനുസരിച്ച് ലോകത്തെ 'പടിഞ്ഞാറ്', 'കിഴക്ക്', 'മധ്യപൂർവദേശം', 'വിദൂരപൂർവദേശം' എന്നെല്ലാം മനപ്പൂർവം വിഭജനം നടത്തിയപ്പോഴാണ് ലോകത്തിന്റെ ഇതരഭാഗങ്ങളെ നിന്ദിക്കുന്ന പടിഞ്ഞാറിന്റെ 'ഒബ്സഷൻ' അതിന്റെ പാരമ്യത്തിലെത്തിയത്. ദൂരമളക്കുന്നതിന്റെ കേന്ദ്രം യൂറോപ്പായതുകൊണ്ട്, അവർ തങ്ങളുടെ ഉദ്ദേശ്യങ്ങൾക്കു ചേർന്ന രീതിയിൽ മറ്റു ജനതകൾക്ക് പേരിട്ടു. അതുകൊണ്ടുതന്നെ, അവർക്കൊപ്പം ചേർന്നവർ മാത്രമാണ് ആധുനികർ. അവരെ എതിർക്കുന്നവരെ അവർ 'മതഭ്രാന്തന്മാർ', 'മതമൗലികവാദികൾ', 'സാമ്രാജ്യത്വ വിരോധികൾ' എന്നെല്ലാം മുദ്രകുത്തി. അത്തരം ഉദ്ദേശ്യങ്ങളാണ് 50 കോടി ജനങ്ങളുടെ നേതാവായിരുന്ന എം കെ ഗാന്ധിയെ 'അർധനഗ്നനായ ഒരു ഫക്കീർ' എന്നു വിളിക്കാൻ മി: വിൻസ്റ്റൻ ചർച്ചിലിനെ പ്രേരിപ്പിച്ചത്. അതുപോലെ, സർ വില്യം മുയിറിനെപ്പോലുള്ള (Sir William Muir-1819-1905) യൂറോപ്യൻ ഓറിയന്റലിസ്റ്റുകൾ പ്രവാചകനായ മുഹമ്മദിനെ ഒരു അപസ്മാര രോഗിയെന്നും ഒരു മാനസിക സമനില തെറ്റിയവനെന്നും വിളിച്ചാക്ഷേപിച്ചതും. ശാസ്ത്രീയവും വസ്തുനിഷ്ഠവുമായ ഗവേഷണമെന്ന പേരിൽ നടത്തുന്ന വസ്തുതകളുടെ ഈ വളച്ചൊടിക്കലുകളെയും വെറുപ്പിന്റെ പ്രകടനത്തെയും എങ്ങനെ നമുക്കവഗണിക്കാൻ കഴിയും? പടിഞ്ഞാറിന്റെ മഹിമയ്ക്കടിയിൽ സൗകര്യപ്രദമായി മൂടമറച്ച് നമ്മുടെ അധ്യാപകരെങ്ങനെയാണ് നമ്മോടൊരിക്കലും കിഴക്കൻ ലോകത്തെക്കുറിച്ച് മിണ്ടാതിരുന്നത്? ലോകത്തിന്റെ ചരിത്രമെഴുതുന്ന മഹാന്മാരായ എഴുത്തുകാരെന്നു പറയപ്പെടുന്നവർ നടത്തുന്ന ഈ വളച്ചൊടിക്കലുകൾ വായിക്കുന്നത് കടുത്ത വേദനയുളവാക്കുന്നതാണ്.

ചരിത്രത്തെ തിരുത്തിയെഴുതുകയെന്നത് വളരെ ബുദ്ധിമുട്ടേറിയ കാര്യമാണ്. പക്ഷേ ചരിത്രത്തെ തിരുത്തേണ്ട കാര്യമുണ്ട്. ജാതി-മതം-ഭാഷ-വംശ വ്യത്യാസങ്ങളൊഴിവാക്കി ചരിത്രവസ്തുതകളെയും മറഞ്ഞുകിടക്കുന്ന സത്യങ്ങളെയും പുറത്തുകൊണ്ടുവരുന്ന കാര്യത്തിൽ ഇന്നത്തെ ചരിത്രകാരന്മാർക്ക് നിർണായകമായ പങ്കുണ്ട്. പഴയ തെറ്റുകൾ തിരുത്തുന്നതിന്റേതായ ഒരു ക്ഷമാപണപൂർവമായ സമീപനത്തോടെ ചരിത്രത്തെ പുനരവലോകനം നടത്തുകയും കിഴക്കൻ ജനതകളുടെ

നേട്ടങ്ങളെ അംഗീകരിക്കുകയും ചെയ്യുന്ന ഒരു രചനാരീതി ആധുനിക ചരിത്രകാരന്മാർ സ്വീകരിക്കണം. അവരുടെ സംസ്കാരത്തെയും നേട്ടങ്ങളെയും മനസിലാക്കാൻ അവരുടെ ഹൃദയങ്ങളെയും പുസ്തകങ്ങളെയും തുറന്നുനോക്കുന്ന ഒരു സമീപനം സ്വീകരിക്കണം.

കിഴക്കൻ ജനത എത്ര വലിയ അത്ഭുതകരങ്ങളായ നേട്ടങ്ങളാണ് നേടിയതെന്നും 15 ാം നൂറ്റാണ്ടിൽ ഒരാധുനിക ലോകത്തിന്റെ രൂപപ്പെടുത്തലിലെത്ര വലിയ സംഭാവനകളാണു നൽകിയതെന്നും തുറന്നുകാട്ടണ്ടത് നമ്മുടെ ധാർമിക കടമയാണ്. മധ്യകാലത്തിലെ അന്ധകാരയുഗത്തെ പ്രഭാപൂരിതമാക്കുന്നതിൽ ആ അതിശയിപ്പിക്കുന്ന കാലഘട്ടം വഹിച്ച പങ്കിനെപ്പറ്റി, മനുഷ്യരാശിയുടെ ചരിത്രത്തിലെ ആ വിവാദപരമായ അധ്യായത്തെപ്പറ്റി, വളരെ വിശദമായിത്തന്നെ അന്വേഷണം നടത്തണ്ടതുണ്ട്. വേണ്ടത്ര ഗവേഷണത്തിന്റെയും വായനയുടെയും സഹായത്തോടെ ആ സത്യങ്ങളെ അനാവൃതമാക്കാനുള്ള ശ്രമമാണിവിടെ നടത്തുന്നത്. ഇക്കാര്യങ്ങളിൽ അൽപ്പമെങ്കിലും വെളിച്ചം വീശാനും, വായനക്കാരുടെ കാര്യകാരണബുദ്ധിയുള്ള മനസുകളെ സത്യത്തെ അംഗീകരിക്കുന്നതിലേക്ക് നയിക്കാനും എന്റെ പരിശ്രമത്തിനൽപ്പമെങ്കിലും കഴിഞ്ഞാൽ, എന്റെ പരിശ്രമം അതിന്റെ അന്തിമലക്ഷ്യത്തിലെത്തിച്ചേരും.

സ്നേഹത്തോടെ,
ഡോ. ആരിഫ് അലി കൊളത്തെക്കാട്ട്

1

പടിഞ്ഞാറിന് ഇരുണ്ട ഭൂഖണ്ഡം പക്ഷേ മനുഷ്യരാശിക്ക് തിളക്കമാർന്ന നാഗരികത

പടിഞ്ഞാറൻ തത്വചിന്തയുടെ ആധികാരിക രചയിതാക്കളിലൊരാളായ ബർട്രാൻഡ് റസ്സൽ (1872-1970) തന്റെ *പടിഞ്ഞാറൻ തത്വചിന്തയുടെ ചരിത്ര*ത്തിന്റെ ആദ്യ അധ്യായം ആരംഭിക്കുന്നതുതന്നെ ഗ്രീക്ക് തത്ത്വചിന്തയുടെ ആവിർഭാവം പോലെ അത്രമാത്രം വിശദീകരിക്കാനാകാത്തതും അമ്പരപ്പിക്കുന്നതുമായ മറ്റൊരു കാര്യമില്ലെന്നു പറഞ്ഞുകൊണ്ടാണ്. ആ പോയകാല നാഗരികതകളുടെയെല്ലാം പൈതൃകത്തെ ഒരു "പരിപൂർണമായ" രീതിയിൽ ക്രമീകരിച്ചിരിക്കുന്നത് ഗ്രീക്കുകാരാണെന്ന ദ്ദേഹം വാദിക്കുന്നു.

തത്വചിന്തയുടെ ചരിത്രമെഴുതുന്ന പടിഞ്ഞാറൻ ചരിത്രകാരന്മാർക്കെല്ലാമിടയിൽ അത്തരം ധാരണകൾ സാധാരണമാണ്. മനുഷ്യവംശത്തിന്റെ ചരിത്രത്തെ വിപ്ലവപരമായി മാറ്റിമറിച്ച ചിലതിനെ ഗ്രീക്കുകാർ പരിചയപ്പെടുത്തിയെന്ന് അവർ ഊന്നിപ്പറയുന്നു. സ്പാനിഷ് തത്വചിന്തകനായ ജൂലിയൻ മരിയാസ് (1914-2005) ചൂണ്ടിക്കാട്ടിയത് ലോകത്തെക്കുറിച്ചുള്ള പുതിയൊരു കാഴ്ചപ്പാട് ചരിത്രത്തിലാദ്യമായി ഗ്രീസിലുയർന്നുവന്നുവെന്നും, അതവരുടെ അസാധാരണമായ ബുദ്ധിശക്തിയിൽനിന്നാണെന്നുമാണ്. അവരുടെ ആന്തരികമായ ഔന്നത്യത്തിലൂന്നുന്ന ഒരു കാഴ്ചപ്പാട് പണ്ഡിതലോകത്തും ആ ശാസ്ത്രലോകത്തെ വ്യവഹാരങ്ങളിലും വ്യാപകമായ സ്വാധീനം ചെലുത്തുന്നുണ്ട്. അതിന്റെ സ്വാഭാവിക അനന്തരഫലമിതാണ്: പടിഞ്ഞാറൻ ജനതയുടെ മഹത്വവും ഔന്നത്യവും വെളിവാക്കപ്പെടുന്നു.

പടിഞ്ഞാറൻ ചരിത്രരചയിതാക്കളുടെ പരികൽപ്പനകളിൽ ഏറ്റവും വിമർശനവിധേയമായിട്ടുള്ള ഒന്ന് "ഇരുണ്ട ഭൂഖണ്ഡ"ത്തിന്റെ സിദ്ധാന്തമാണ്. ആഫ്രിക്കക്കൊരു ചരിത്രമുണ്ടെന്നതുതന്നെ സമ്മതിക്കാൻ അവ

രിലേറെപ്പേരും തയാറല്ല. ആ ചരിത്രം യൂറോപ്പിന്റെ ഉദയത്തിനും സഹസ്രാബ്ദങ്ങൾക്കും നൂറ്റാണ്ടുകൾക്കുമപ്പുറത്തേക്ക് നീണ്ടെത്തുന്നുവെന്നു സമ്മതിക്കാൻ, അത്രപോലും അവർ തയാറല്ല. ലോകത്തു മുഴുവനും കലയും ശാസ്ത്രവും പ്രചരിപ്പിച്ചതിന്റെ മഹത്വം യൂറോപ്പ് അഭിലഷിക്കുന്നുവെന്ന് തെളിയിക്കാൻ പറ്റിയവിധം അവർ ആഫ്രിക്കാ വൻകരയെ ഇരുണ്ട ഭൂഖണ്ഡമെന്നു വിളിച്ചു. പക്ഷേ, ആ ആദ്യകാലനൂറ്റാണ്ടുകളിലെ ബുദ്ധിപരവും സാങ്കേതികവുമായ കണ്ടുപിടിത്തങ്ങളുടെ രൂപത്തിൽ ഈജിപ്ഷ്യൻ രാജവംശങ്ങളെക്കുറിച്ചുള്ള അമ്പരപ്പിക്കുന്ന തെളിവുകൾ നമുക്കുവേണ്ടി കാത്തുവയ്ക്കപ്പെട്ടു. പഴയ രാജവംശത്തിന്റെ കാലം മുതൽ (ബി സി 3400–2440) ഈജിപ്ഷ്യൻ വൈദ്യന്മാരുടെ ഒരു വിഭാഗം നിലനിന്നിരുന്നുവെന്നു മാത്രമല്ല, വൈദ്യരംഗത്തിന്റെ സ്പെഷ്യലൈസേഷനും അവിടെ നിലനിന്നിരുന്നു. അഞ്ചാം നൂറ്റാണ്ടിലെ ഏറ്റവും മഹാനായ ഗ്രീക്ക് ചരിത്രകാരനായ ഹെറഡോട്ടസ് തന്റെ ഈജിപ്തിലെ യാത്രകളെക്കുറിച്ചെഴുതുമ്പോൾ രേഖപ്പെടുത്തിയത് ഈജിപ്ഷ്യന്മാർക്കിടയിൽ വൈദ്യം പ്രയോഗിച്ചിരുന്നത് വേർതിരിവിന്റേതായ ഒരു പദ്ധതിയുടെ അടിസ്ഥാനത്തിലാണെന്നാണ്. ഓരോ വൈദ്യനും ചികിത്സിക്കുന്നത് ഓരോ രോഗത്തിനാണ്; മറ്റൊരു രോഗത്തിനും ചികിത്സിക്കില്ല. അങ്ങനെ രാജ്യം മുഴുവൻ വൈദ്യന്മാരെക്കൊണ്ടു നിറഞ്ഞിരിക്കുന്നു. ചിലർ കണ്ണിന്റെ ചികിത്സയേറ്റെടുക്കുമ്പോൾ, ചിലർ തലയുടെയും, ചിലർ പല്ലിന്റെയും, ചിലർ കുടലിന്റെയും ചികിത്സ ഏറ്റെടുക്കുന്നു. ചില വൈദ്യന്മാർ പ്രാദേശികരല്ലതാനും. അദ്ദേഹം നേരിൽക്കണ്ടു നടത്തിയ ഈ നിരീക്ഷണങ്ങളെ വിവിധ പുരാവസ്തു കണ്ടുപിടിത്തങ്ങൾ ശരിവയ്ക്കുന്നുണ്ട്. പ്രാചീന ലോകജനതകൾക്കിടയിൽ ഈജിപ്തുകാർക്ക് ഏറ്റവും വിദഗ്ധന്മാരായ ചികിത്സകരെന്ന പ്രശസ്തിയുണ്ടായിരുന്നു. ബി സി എട്ടാം നൂറ്റാണ്ടുകാരനും *ഇലിയഡ്, ഒഡീസ്സി* എന്നീ അനശ്വര ഇതിഹാസങ്ങളുടെ കർത്താവുമായ ഗ്രീക്കുകവി ഹോമർ ഈജിപ്ഷ്യൻ രീതിയെ പുകഴ്ത്തിക്കൊണ്ട് പറയുന്നു: “എല്ലാ മനുഷ്യർക്കുമറിയാവുന്നതിലുമധികമറിയുന്ന വൈദ്യന്മാരാണ് ഓരോരുത്തരും”. ബാക്കിയാവുന്ന ഒരേയൊരു ചോദ്യം, ഹെറഡോട്ടസും (484–425ബി.സി) ഹോമറുമൊക്കെ വിവരിക്കുന്ന ഈജിപ്ഷ്യൻ വൈദ്യശാസ്ത്ര വൈദഗ്ധ്യം അവരുടെ കാലത്തിനും 2000 കൊല്ലം പിന്നിലേക്ക് വരെ നീണ്ടെത്തുന്ന ഒരു വൈദ്യശാസ്ത്രചരിത്രത്തിന് ബാധകമാണോ എന്നതാണ്. ഉത്തരം അതെ, എന്നു തന്നെ! അവരുടെ നിരീക്ഷണങ്ങൾ ശരിയായിരുന്നു. 4000 കൊല്ലം മുമ്പും വൈദ്യശാസ്ത്രം സവിശേഷവൽക്കരിക്കപ്പെട്ടതും, വളരെയേറെ പുരോഗമിച്ചതുമായ ഒരു കർമമായിരുന്നു.

പടിഞ്ഞാറൻ ചരിത്രകാരന്മാരുടെ പരികൽപ്പനകളിൽ ഏറ്റവുമധികം വിമർശനവിധേയമായിട്ടുള്ള ഒന്ന് “ഗ്രീക്ക് അത്ഭുത”മാണ്. അവരെല്ലാം ആയിരത്താണ്ടുകൾക്കും പിന്നിലുള്ള ആഫ്രിക്കൻ ചരിത്രത്തെക്കുറിച്ചൊന്നും എഴുതാനില്ലെന്ന അഭിപ്രായക്കാരുമാണ്. ‘ഹെല്ലനോ

സെൻട്രിസം (ഗ്രീക്ക് കേന്ദ്രവാദം) എന്നറിയപ്പെടുന്ന നിലപാട് വരച്ചു കാട്ടുന്നത് ഗ്രീക്കുകാരുടെ ബൗദ്ധികമായ മേൽക്കോയ്മയെയാണ്. അതുകൊണ്ടുതന്നെ മറ്റെല്ലാ സാംസ്കാരങ്ങളെയും (അലക്സാണ്ട്രിയൻ ജൂത മതത്തേയും കിഴക്കൻ ക്രിസ്തുമതത്തേയും ഹാരനിൽ*നിന്നുള്ള പരിഭാഷകരിലൂടെ ഇസ്ലാമിനെപ്പോലും) പെട്ടെന്നു തന്നെ ഈ ഗ്രീക്കോ-റോമൻ പരാമ്പര്യവുമായി കൂട്ടിക്കൊളുത്തി.

പ്രാചീന വൈദ്യശാസ്ത്ര രേഖകൾ - സത്യത്തിന്റെ മറനീക്കപ്പെടുന്നു

പ്രാചീന ഗ്രീസിലെ ചികിത്സയുടെ ചരിത്രം (തത്വചിന്തയുടെ ഒരു ശാഖയായാണ് ഗ്രീക്കു വൈദ്യശാസ്ത്രമുയർന്നുവന്നത്) 776 ബി സി മുതൽ 156 ബി സി വരെയുള്ള ഒരു കാലഘട്ടത്തെയാണ് പ്രതിനിധീകരിക്കുന്നത്. ഗ്രീക്കു ചികിത്സയുടെ ശാസ്ത്രീയ മുന്നേറ്റം ഹിപ്പോക്രാറ്റസിനെ (ബി സി 460-370) കേന്ദ്രീകരിച്ചാണ് നടന്നത്. അദ്ദേഹമാണ് ഗ്രീക്ക് വൈദ്യത്തിനതിന്റെ ശാസ്ത്രീയസ്പിരിറ്റും ധാർമികാശയങ്ങളും നൽകിയതെന്ന് കരുതപ്പെടുന്നു. പരമ്പരാഗത ജീവചരിത്രമനുസരിച്ച്, ഹിപ്പോക്രാറ്റസ് നിരീക്ഷണപരമായ വൈദ്യശാസ്ത്രത്തിന്റെ (ക്ലിനിക്കൽ നിരീക്ഷണം) സ്രഷ്ടാവെന്നും കേസ് ചരിത്രങ്ങളെ സംബന്ധിച്ച റെക്കാർഡുകൾ സൂക്ഷിച്ചയാളെന്നുമുള്ള ബഹുമതികൾക്കർഹനാണ്. അതുകൊണ്ട് പലപ്പോഴും അദ്ദേഹത്തെ വൈദ്യശാസ്ത്രത്തിന്റെ പിതാവെന്ന് കരുതാറുമുണ്ട്. അതുപോലെ, മൊത്തം രോഗിയിലും അദ്ദേഹത്തിനുള്ള താൽപ്പര്യവും അദ്ദേഹത്തിന്റെ ആശയങ്ങളുമാണ് നൂറുകണക്കിന് വർഷങ്ങളിലേക്ക് തുടർന്നങ്ങോട്ടുള്ള വൈദ്യശാസ്ത്രത്തിന്റെ അടിസ്ഥാനമായിത്തീർന്നത്. ഒട്ടേറെപ്പേർ ചിന്തിക്കുന്നത് വൈദ്യശാസ്ത്രത്തിന്റെ ജന്മഗേഹം ഗ്രീസാണെന്നാണ്; ചികിത്സകർ അന്ധവിശ്വാസങ്ങളിലും വൈദിക ചികിത്സകളിലുമാശ്രയിക്കുന്നത് നിർത്തുകയും, രോഗത്തെക്കുറിച്ചുള്ള യുക്തിപരമായ കൗതുകത്തെ അതിനുപകരംവച്ചുകൊണ്ട് ചികിത്സ തുടങ്ങിയതുമായ ആദ്യസ്ഥലമെന്ന്. നിരീക്ഷണത്തിന്റേതായ ഈ മനോഭാവത്തിന്റെ വഴിവെട്ടിത്തെളിച്ച മുൻനിരപ്പോരാളി ഹിപ്പോക്രാറ്റസാണെന്നും അവർ കരുതുന്നു. വൈദ്യശാസ്ത്രത്തിന്റെ ഈ മണ്ഡലത്തിലും ഒരിക്കൽക്കൂടി ശാസ്ത്രീയവൈദ്യത്തിന്റെ കാര്യത്തിൽ ഗ്രീസിനുള്ള ആധികാരികതയും ഹിപ്പോക്രാറ്റസ് ഗ്രീക്ക് വൈദ്യശാസ്ത്രത്തിന്റെ പിതാവെന്ന നിലയ്ക്കുള്ള ആധികാരികതയും തെളിവുകളുടെ വെളിച്ചത്തിൽ ചോദ്യം ചെയ്യപ്പെട്ടുതുടങ്ങുകയാണ്. ഈജിപ്ഷ്യന്മാർ ആധുനിക വൈദ്യശാസ്ത്രത്തിന് സംഭാവനയൊന്നും നൽകിയിട്ടില്ലെന്നും ഹിപ്പോക്രാറ്റസാണ് വൈദ്യശാസ്ത്രത്തിന്റെ പിതാവെന്ന വിശേഷണത്തി

* ഹാരൻ-ഒരു പുരാതന നഗരം, ഇപ്പോൾ ആധുനിക തുർക്കിയിൽ പെടുന്നു. ഗ്രീക്കോ-അറബ് പരിഭാഷകരിലേറെയും ഹാരൻ നിവാസികളായിരുന്നു.

നർഹനെന്നുമുള്ള പടിഞ്ഞാറൻ ധാരണകൾ വില്യം ഓസ്ലർ, ഗാരിസൻ തുടങ്ങിയ മഹാന്മാരായ ചരിത്രകാരന്മാരുടെ പാണ്ഡിത്യം തുളുമ്പുന്ന രചനകളുടെ ഫലമായി ഇന്ന് തകർക്കപ്പെട്ടിരിക്കുന്നു.

ഗ്രീക്ക് വൈദ്യത്തിന്മേലുള്ള പ്രധാന താൽപ്പര്യം കുടികൊള്ളുന്നത് അതിന്റെ ഈജിപ്ഷ്യൻ വൈദ്യവുമായുള്ള സാമീപ്യത്തിലും ബന്ധത്തിലുമാണ്. ഒട്ടേറെ മരുന്നുകൾ ഈജിപ്തിൽ ഉരുത്തിരിച്ചെടുക്കുകയും ഈജിപ്ഷ്യൻ വൈദ്യന്മാർ നിർദേശിക്കുകയും ചെയ്തിരുന്നു. മരുന്നുകൾ കൂട്ടിച്ചേർത്തുണ്ടാക്കുന്നതിൽ ഈജിപ്ഷ്യൻ ചികിത്സകർക്കുള്ള വൈദഗ്ധ്യത്തെപ്പറ്റി ഹോമറിൽ നാം കാണുന്ന പരാമർശങ്ങൾ പെട്ടെന്ന് നമ്മുടെ മനസിലേക്കു കൊണ്ടുവരുന്നത്, 'കെമിസ്ട്രി' (രസതന്ത്രം) എന്ന വാക്കു തന്നെ ഉരുത്തിരിഞ്ഞുവന്നത് 'കെമി' (കറുത്ത ഭൂമി) യെന്ന വാക്കിൽ നിന്നാണെന്ന കാര്യമാണ്. കെമി എന്നത് ഈജിപ്തിന്റെ പ്രാചീന കാലത്തെ പേരായിരുന്നു. അക്കാലത്ത് ശാസ്ത്രത്തെ വിളിച്ചിരുന്നത് "കറുത്ത കല"യെന്നാണ്. കടലിനക്കരെയുള്ള ഈ ബുദ്ധിമാന്മാരായ മുതിർന്നവരിൽനിന്നും ഗ്രീക്കുകാർ എത്ര രസതന്ത്രം പഠിച്ചു

കോം ഓംബോ ക്ഷേത്രം

വോ, അത്രതന്നെ വൈദ്യവും പഠിച്ചിരുന്നുവെന്നത് സംശയരഹിതമായ കാര്യമാണ്. തന്റെ കാലഘട്ടത്തിലെ ഏഥൻസിലെ ആർക്കോൺ ആയിരുന്ന സോളനോട് (ബി സി 638–559– ഏഥൻസിൽ ജനാധിപത്യം സ്ഥാപിച്ചവരിലൊരാളും സോളനാണ്) ഈജിപ്ഷ്യൻ പുരോഹിതനായ

സോൻകിസ് നിങ്ങളുടെയാളുകൾ "ഭൂതകാലത്തെക്കുറിച്ചൊന്നുമറിയാത്തവരും വാചകമടിക്കാരും പൊങ്ങച്ചക്കാരുമായ വെറും കുട്ടികൾമാത്രമാണ്" എന്നു പറഞ്ഞതിൽ ഒരതിശയവുമില്ല. ലോഹവിദ്യ, ചായംമുക്കൽ, ഗ്ലാസ്സ് നിർമാണം, സോപ്പുനിർമാണം രസലോഹമിശ്രങ്ങൾ എന്നിവയിലൊക്കെ വൈദഗ്ധ്യം നേടിയ ഈജിപ്തുകാർക്ക് ഹോമറുടെ കാലത്ത് വൈദ്യത്തിലും ശരീരശാസ്ത്രത്തിലും ഗ്രീസുകാരെക്കാൾ വളരെക്കൂടുതൽ അറിവുണ്ടായിരുന്നു. അങ്ങനെയുള്ള ഈജിപ്തുകാരെ അപേക്ഷിച്ച് വളരെക്കുറച്ച് ചരിത്രപരമായ ഓർമകളേ ഗ്രീക്കുകാർക്കുള്ളു എന്ന വിമർശനമാണ് സോൻകിസിന്റെ ഈ വാക്കുകളിൽ വ്യക്തമായും പ്രതിഫലിച്ചത്.

നൈൽ നദീതട നാഗരികത ലോകത്തിനു നൽകിയ ഏറ്റവും വലിയ സംഭാവനകളിലൊന്ന് വൈദ്യശാസ്ത്രമായിരുന്നു. അസ്വാന് 20 മൈൽ വടക്കായി നൈൽ നദിക്കരയിൽ സ്ഥിതിചെയ്യുന്ന കോം ഓംബോ ക്ഷേത്രത്തിന്റെ ചുവരുകളിലെ വ്യക്തമായ തെളിവുകളും വൈദ്യശാസ്ത്രവുമായി ബന്ധപ്പെട്ട് കണ്ടെടുക്കപ്പെട്ട പാപ്പിറസ് ലിഖിതങ്ങളും തെളിയിക്കുന്നത് കെമൈറ്റുകൾ സ്വന്തമായ വൈദ്യവിജ്ഞാനത്തിന്റെയും ഓപ്പറേഷനുകൾക്കുപയോഗിച്ച അവരുടെ ഉപകരണങ്ങളുടെയും ഒരു വലിയ അളവ് രേഖകളും ശേഖരവും ബാക്കിവെച്ചിട്ടുണ്ടെന്നാണ്. ഈ ഉപകരണങ്ങളിൽ കൊടിലുകൾ, വായു കപ്പുകൾ (air cups), കത്തികൾ, സ്പോഞ്ച്, കത്രികകൾ, ഫ്രൈസെപ്സ്, മരുന്നുകളുടെ തൂക്കമളക്കാനുള്ള ത്രാസ്, തൊലി വേർപെടുത്തിയെടുക്കാനുള്ള റിട്രാക്റ്റർ, പ്രസവത്തിനുള്ള കസേര, ആധുനികകാല RX പ്രിസ്ക്രിപ്ഷന്റെ ചിഹ്നത്തിന്റെ തുടക്കം എന്നിവയൊക്കെയാണ്. ഈ ഉപകരണങ്ങളെല്ലാം ചുവരുകളിൽ കൊത്തിവച്ചിരിക്കുന്നു. 47 ബി സിയിൽ പ്രാചീന കെമൈറ്റിലെ മെഡിക്കൽ ഡോക്ടർമാർ ഏഴാം ക്ലിയോപാട്രയുടെ സിസേറിയൻ (കുട്ടിസീസർ) എന്ന കുട്ടിയെ പ്രസവിപ്പിച്ചു. ആഫ്രിക്കൻ ഡോക്ടർമാർ ഈ ആൺകുട്ടിയെ ജനിപ്പിക്കാൻ ബി സി കാലഘട്ടത്തിലുപയോഗിച്ച വൈദ്യശാസ്ത്രരീതി നമ്മുടെ എ ഡി കാലഘട്ടത്തിൽ സിസേറിയൻ വിഭാഗം എന്നറിയപ്പെടുന്നു. ആഫ്രിക്കക്കാരുടെ അഥവാ കെമൈറ്റുകളുടെ വൈദ്യശാസ്ത്രരംഗത്തെ സ്വന്തമായ വിജ്ഞാനത്തെ ഉറപ്പിച്ചുസ്ഥാപിച്ചുകൊണ്ട് ഒഹായോയിലെ ഏറ്റവും വലിയ പത്രമായ 'പ്ലെയിൻ ഡീലർ' 2004 ൽ റിപ്പോർട്ട് ചെയ്തു: "പ്രാചീന ഈജിപ്തിലെ വൈദ്യന്മാർ ഓർത്തോപ്പീഡിക് സർജറി നടത്തിയിരുന്നുവെന്നുമാത്രമല്ല, അവർ തങ്ങളുടെ ചില രോഗികളിൽ കൃത്രിമാവയവങ്ങളും വച്ചുപിടിപ്പിച്ചിരുന്നു." 50നും 60നും ഇടയ്ക്ക് പ്രായം വരുന്ന ഒരു സ്ത്രീയിൽ (മമ്മിയാക്കപ്പെട്ട നിലയിലുള്ള ശരീരത്തിൽ) പെരുവിരലിനു പകരം കൃത്രിമ പെരുവിരൽ ഘടിപ്പിച്ചിരുന്നതിനെ ജർമൻ ഫിസിഷ്യന്മാർ വിവരിക്കുന്നു. മരത്തിൽനിന്നുണ്ടാക്കിയതും നെയ്തെടുത്ത രണ്ട് പ്ലേറ്റുകൾ ഘടിപ്പിച്ചതുമായ ആ സംവിധാനം മുൻകാലിൽ ഒരു ചരടുപയോഗിച്ച് കെട്ടിവച്ചിരിക്കുകയായിരുന്നു.

ഈജിപ്ഷ്യൻ വൈദ്യവിജ്ഞാനത്തിന്റെ ഏറ്റവും മികച്ച രേഖയും ഉറവിടങ്ങളും മെഡിക്കൽ പാപ്പിറസ് രേഖകളാണ്. പാപ്പിറസ് ചെടിയുടെ കാമ്പിൽ നിന്നും (അഞ്ചു മീറ്ററുയരം വരെ വളരുന്ന ഒരു ചതുപ്പുനില ഞാങ്ങണച്ചെടിയായ ഇതിന്റെ ശാസ്ത്രീയ നാമം സൈപ്പറസ് പാപ്പിറസ് എന്നാണ്. അത് ഈജിപ്തിലെ നൈൽനദീതടത്തിൽ വളരെ വ്യാപകമായി വളരുന്നുണ്ട്) ഉണ്ടാക്കിയിരുന്ന ആദ്യകാല കടലാസായിരുന്നു പാപ്പിറസ്. പാപ്പിറസ് ആദ്യമായി ഉപയോഗിച്ചു തുടങ്ങിയത് ഈജിപ്തുകാരാണെന്നു കരുതപ്പെടുന്നു. ഈജിപ്തിലെ ഒന്നാം രാജവംശത്തിന്റെ കാലത്തുതന്നെ അതുപയോഗത്തിൽ വന്നിരുന്നു. മധ്യധരണ്യാഴി പ്രദേശത്തും യൂറോപ്പിനുള്ളിലും തെക്കു പടിഞ്ഞാറനേഷ്യയിലും അത് വ്യാപകമായി ഉപയോഗിക്കപ്പെട്ടിരുന്നു. ലോകത്തിന്നറിയപ്പെടുന്ന ഏറ്റവും പഴക്കം ചെന്ന വൈദ്യശാസ്ത്രരേഖ എഡ്വിൻ സ്മിത്ത് പാപ്പിറസാണ്. അത് ഏറക്കുറെ 2500 ബി സി ക്കാലത്തോളം പഴക്കമുള്ളതാണ്. ഒരു പ്രമുഖ ഈജിപ്തോളജിസ്റ്റ് (ഈജിപ്തിനെക്കുറിച്ചു പഠിക്കുന്നയാൾ) ആയിരുന്ന എഡ്വിൻ സ്മിത്ത് അത് തീബ്സിൽനിന്ന് കരസ്ഥമാക്കി. ആ പ്രാചീന കൈയെഴുത്ത് പ്രതിയുടെ ഭാഗങ്ങൾ അദ്ദേഹം ഈജിപ്തിലെ ലുക്സോറിൽനിന്നും വില കൊടുത്ത് വാങ്ങി. 1822 ൽ ജനിച്ച അദ്ദേഹം 1906ൽ മരിച്ചു. മരണസമയത്ത് പാപ്പിറസ് അദ്ദേഹം മകൾക്കായി നൽകിയിരുന്നു. 1920 ൽ ന്യൂയോർക്ക് ഹിസ്റ്റോറിക്കൽ സൊസൈറ്റി അത് തർജമ ചെയ്യാൻ ജെയിംസ് ബ്രെസ്റ്റെഡിനെ (1865-1935) നിയോഗിച്ചു. അമേരിക്കൻ ഈജിപ്തോളജിസ്റ്റായ അദ്ദേഹം ആ ജോലി 1930 ൽ പൂർത്തിയാക്കി. അതിൽ നിന്നു കിട്ടിയ അറിവുകൾ വൈദ്യശാസ്ത്രത്തിന്റെ ചരിത്രത്തെക്കുറിച്ചുള്ള നമ്മുടെ ധാരണകളെത്തന്നെ മാറ്റിമറിച്ചു. യുദ്ധരംഗങ്ങളിൽ സംഭവിക്കുന്ന പരിക്കുകളെ ചികിത്സിക്കുന്ന ഈജിപ്ഷ്യൻ രീതി, മറ്റ് ഈജിപ്ഷ്യൻ വൈദ്യ ഉറവിടങ്ങളിൽനിന്നു ലഭിക്കുന്ന മിക്കപ്പോഴും ഏറക്കുറെ മാന്ത്രികമായ രീതികളിൽ നിന്ന് തികച്ചും വ്യത്യസ്തമായി, നിരീക്ഷണ ശരീരശാസ്ത്രത്തെയും അനുഭവപരിചയത്തെയും അടിസ്ഥാനമാക്കിയതാണെന്ന് വ്യക്തമായി. 1938 ൽ സ്മിത്ത് പാപ്പിറസ് ബ്രൂക്ക്‌ലിൻ മ്യൂസിയത്തിലേക്ക് കൊണ്ടു പോയി. 1948 ൽ അതിനെ

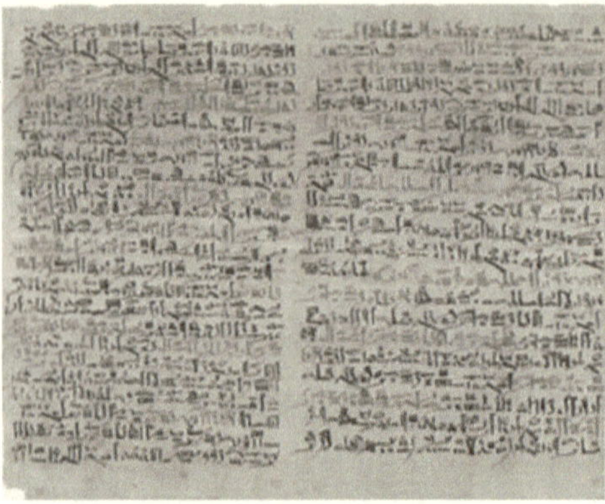
എഡ്വിൻ സ്മിത്ത് പാപ്പിറസ്

ന്യൂയോർക്ക് അക്കാദമി ഓഫ് മെഡിസിന് കൈമാറി. അവിടെയാണിന്നുമതുള്ളത്. 1948നു ശേഷം ആദ്യമായി 2005 സെപ്റ്റംബർ 13 മുതൽ 2006 ജനുവരി 15 വരെ മെട്രോപൊളിറ്റൻ മ്യൂസിയത്തിൽ അത് പ്രദർശിപ്പിച്ചു. അത് ക്ഷതങ്ങൾക്കും മുറിവുകൾക്കും സർജറി നടത്തുന്നതിനുള്ള ഒരു പ്രാചീന പഠനഗ്രന്ഥമാണ്. ശരീരഘടനാപരമായ (anatomical) നിരീക്ഷണങ്ങളുള്ളതും രോഗ നിർണയങ്ങളും ചികിത്സയും ക്ഷതങ്ങളുടെയും മുറിവുകളുടെയും നിരവധി ലക്ഷണങ്ങളുമെല്ലാം വിശദമായി ചർച്ച ചെയ്യുന്നതുമായ ഒന്നാണത്. തലയോട്ടിയിലെ അസ്ഥികളുടെ ചേർച്ച (sutures) കളെപ്പറ്റിയും, തലച്ചോറിനെ ആവരണം ചെയ്യുന്ന സുതാര്യ പാളികളെ (Meninges)ക്കുറിച്ചും, തലയോട്ടിക്കകത്തെ സ്പന്ദനങ്ങളെക്കുറിച്ചുമെല്ലാമുള്ള ആദ്യത്തെ വിവരണങ്ങൾ അതിലുൾക്കൊള്ളുന്നു.

യഥാർഥ ഉള്ളടക്കംവച്ചുനോക്കിയാൽ വൈദ്യസംബന്ധമായ പാപ്പിറസുകളിലെ ഏറ്റവും വിലപിടിപ്പുള്ളതായ എഡ്വിൻ സ്മിത്ത് പാപ്പിറസ് ക്ലിനിക്കൽ സർജറിയുടെ 48 കേസുകൾ ഉൾക്കൊള്ളുന്നതാണ്. ഓരോ കേസിലും യുക്തിപരവും കൃത്യവുമായ ഒരു രീതിയിൽ ശരീരത്തിലെ മുറിവുകളെയും ക്ഷതങ്ങളെയും കൈകാര്യം ചെയ്യുന്നു. ഒട്ടേറെ പരിഹാരമാർഗങ്ങളും രോഗശമനത്തിനുള്ള പ്രിസ്ക്രിപ്ഷനുകളും (കുറിപ്പടികളും) ഔഷധവിധികളും രോഗ നിർണയത്തിന്റെ കേസ്രേഖകളും ഉദാഹരിച്ചിരിക്കുന്നു. അതുകഴിഞ്ഞാൽ ഏറ്റവും പ്രധാന അടുത്ത പാപ്പിറസ് ലഭ്യമായത് തീബ്സിൽ നിന്ന് ജോർജ് എബേഴ്സിനാണ്. എബേഴ്സ് പാപ്പിറി എന്നറിയപ്പെടുന്ന അത് ഏതാണ്ട് ബി സി 1550 കാലത്തേതാണ്. ബി സി പതിനാറാം നൂറ്റാണ്ടിലും ഉയർന്ന തോതിൽ സ്പെഷ്യലൈസ് ചെയ്യപ്പെട്ട രോഗശമനപരവും ക്ലിനിക്കലുമായ (Therapeutic & Clinical) നിരീക്ഷണങ്ങളുണ്ടായിരുന്നുവെന്ന് അത് കാണിക്കുന്നു. ബി സി അഞ്ചാം നൂറ്റാണ്ടിലെ ഹെറഡോട്ടസിൽനിന്നും ഈജിപ്തുകാരുടെ ആരോഗ്യ ശുചിത്വ കാഴ്ചപ്പാടുകളെക്കുറിച്ചും മരുന്നുകളും ചികിത്സയുമായി ബന്ധപ്പെട്ട ആശയങ്ങളെക്കുറിച്ചും, അവരുടെ ശരീരം എംബാം ചെയ്യുന്ന രീതികളെക്കുറിച്ചുമെല്ലാം നാം മനസിലാക്കുന്നു. ഈജിപ്തുകാരുടെ എംബാമിങ്ങിനെപ്പറ്റി ഹെറഡോട്ടസ് നൽകിയ വിവരണം ആധികാരികവും കൃത്യവുമാണെന്ന് ആധുനിക ഗവേഷണങ്ങളുടെ വെളിച്ചത്തിൽ ഇന്ന് നമുക്കറിയാം. അതനുസരിച്ച് ഈജിപ്തുകാർക്ക് പരിപൂർണമായി ഉണങ്ങുന്നതിലൂടെ ഉണ്ടാകുന്ന ആന്റിസെപ്റ്റിക് ഗുണങ്ങളെക്കുറിച്ചും, ഉപ്പും നൈട്രേ (nitre)യും പോലുള്ള രാസപദാർഥങ്ങളുടെ ആന്റിസെപ്റ്റിക് ഗുണങ്ങളെക്കുറിച്ചും അതിനകം തന്നെ അറിവുണ്ടായിരുന്നുവെന്നും വ്യക്തമാകുന്നു.

എഡ്വിൻ സ്മിത്ത് പാപ്പിറസെന്ന പോലെ എബേഴ്സ് പാപ്പിറസും ഈജിപ്തോളജിസ്റ്റ് ആയ ജോർജ് എബേഴ്സ് 1872 ൽ വിലയ്ക്ക് വാങ്ങിയതാണ്. എബേഴ്സ് പാപ്പിറസാണ് എല്ലാ മെഡിക്കൽ പാപ്പിറസുകളിലും വച്ചേറ്റവും ദൈർഘ്യമേറിയത്. അത് 110 പേജുകളുള്ളതാണ്. അതിന

കത്തെ ഒരു വിവരണപ്രകാരം അമെൻഹോട്ടെപ് ഭരണം നടത്തിയതിന്റെ 9 ാം വർഷത്തിലാണ് അത് രചിക്കപ്പെട്ടതെന്ന് കണക്കാക്കാം. (ബി സി 1534ലാണ് അദ്ദേഹം ഭരണമാരംഭിച്ചത്) ഇന്ന് നിലനിൽക്കുന്ന എഡ്വിൻ സ്മിത്ത് പാപ്പിറസിന്റെ കോപ്പിയുമായി അടുത്തുവരുന്ന ഒരു തീയതിയാണിത്. എബേഴ്സ് പാപ്പിറസിലുള്ളത് അസംഖ്യം വൈദ്യശാസ്ത്ര പാഠങ്ങൾ അടുക്കും ചിട്ടയുമില്ലാതെ ക്രോഡീകരിച്ച ഒരു ശേഖരമാണ്. പാപ്പിറസിന്റെ ഘടന ഖണ്ഡികകളായി തിരിച്ച തരത്തിലാണ്. അത്തരം ഖണ്ഡികകൾ പ്രത്യേക വൈദ്യശാസ്ത്ര വിഷമതകളുമായി ബന്ധപ്പെട്ട ബ്ലോക്കുകളായി ക്രമീകരിച്ചിരിക്കുന്നു. ചികിത്സയിലും രോഗനിർണയത്തിലും അഭൗമശക്തികൾ ഇടപെടാതിരിക്കാൻ വേണ്ടിയുള്ള മാന്ത്രിക വിധികളാണ് ഒന്നുമുതൽ മൂന്നുവരെ ഖണ്ഡികകളിൽ. അതിനുതൊട്ടുപിന്നാലെ വയറുസംബന്ധമായ ഒട്ടേറെ രോഗങ്ങളുടെ ഭാഗം വരുന്നു. അതിൽ കുടലിലെ പരാന്നഭുക്കുകൾക്കും, തൊലിയിന്മേലുള്ള രോഗങ്ങൾക്കും കൂടുതൽ ഊന്നൽ നൽകിയിരിക്കുന്നു. രോഗങ്ങളുടെ പരിഹാരമാർഗങ്ങളെ മൂന്നു ഗണങ്ങളായി തരംതിരിച്ചിരിക്കുന്നു. ചൊറിച്ചിലുണ്ടാക്കുന്നത്, ഉരിഞ്ഞുപോകുന്നത്, വ്രണമുണ്ടാക്കുന്നത് (irritative exfoliative and ulcerative) എന്നിങ്ങനെ. മലദ്വാരത്തിന്റെ രോഗം (പചനവ്യവസ്ഥയെക്കുറിച്ചുള്ള ഒരു ഭാഗത്തിലാണതിനെ ഉൾപ്പെടുത്തിയിരിക്കുന്നത്) താരതമ്യേന സാധാരണമായ ഒരു ഫോർമാറ്റിലാണുള്ളത്; വിവിധ വിഷമതകളെ മാറ്റാനുള്ള ഔഷധപ്രയോഗങ്ങളുടെ കുറിപ്പടികളുടെ പട്ടികരൂപത്തിൽ. 188 മുതൽ 207 വരെയുള്ള ഖണ്ഡികകൾ "വയറിനെക്കുറിച്ചുള്ള പുസ്തക"മാണ്. തുടർന്നുള്ള ഭാഗം തലയുടെ അസുഖങ്ങൾ കൈകാര്യം ചെയ്യുന്നു. അതിൽ മൈഗ്രേയിനുകളുടെ(ഒരു തരം തലവേദന) ചികിത്സയെ സംബന്ധിച്ച ഒരു പ്രസിദ്ധമായ ഭാഗമുണ്ട്. തുടർന്ന് *ഫാർമക്കോപ്പിയ* (ഔഷധനിർമാണക്രമങ്ങളും പ്രയോഗമുറകളും സംബന്ധിച്ച ഗ്രന്ഥം) യിൽനിന്നുള്ള ഒരു ഭാഗവുമുണ്ട് (അതിൽ മൂത്രത്തിന്റെ ക്രമീകൃതമായ ഒഴുക്കിനെ സംബന്ധിച്ച കാര്യങ്ങൾ പ്രതിപാദിക്കുന്നു.) തുടർന്ന് ഹൃദയത്തിന് പരിപോഷണം നൽകാൻ ഉതകുന്ന പരിഹാരമാർഗങ്ങളും, വിവിധ തരം ചുമകളുടെ പ്രശ്നവും, ജനി

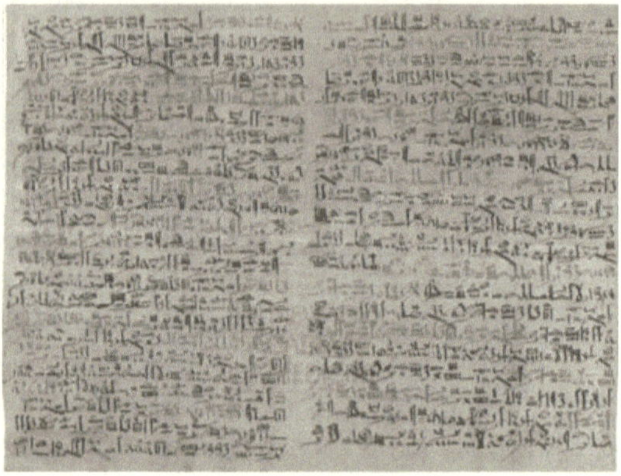

എബേഴ്സ് പാപ്പിറസ്

തക രോഗങ്ങളും കൈകാര്യം ചെയ്യുന്നു. അതിന്റെ ബാക്കിഭാഗത്ത് തല മുടി സംബന്ധമായ വൈദ്യശാസ്ത്ര അവസ്ഥകളും, പൊള്ളലുകളും മാംസത്തിലെ മുറിവുകളും പോലുള്ള അപകടങ്ങളിൽനിന്നുള്ള ക്ഷത ങ്ങളുടെ പ്രശ്നങ്ങളും, തുടർന്ന് ശരീരത്തിന്റെ ഏറ്റവുമറ്റത്ത്, അതായ ത്, പെരുവിരലുകൾ, വിരലുകൾ, കാലുകൾ എന്നിവയുടെ പ്രശ്നങ്ങളും ചർച്ച ചെയ്യുന്നു. 627-696 വരെ ഖണ്ഡികകൾ റിലാക്സേഷനെ സംബ ന്ധിച്ച് അഥവാ 'മെറ്റു'വിനെ (അതിനർഥം ഒന്നുകിൽ പൊള്ളയായ ഞര മ്പുകൾ അല്ലെങ്കിൽ പേശികളുടെ ടിഷ്യൂ എന്നാണ്) ശക്തിപ്പെടുത്തുന്ന തിനെ സംബന്ധിച്ചാണ്. ആ പാപ്പിറസ് നാവിനെയും പല്ലുകളുടെ അവ സ്ഥകളെയും ചെവിയുടെയും മൂക്കിന്റെയും തൊണ്ടയുടെയും രോഗങ്ങ ളെയും ഗർഭസംബന്ധമായ വിവിധ അവസ്ഥകളെയും കുറിച്ച് മികച്ച വിവരണങ്ങൾ നൽകുന്നുമുണ്ട്.

കാഹുനിലെ ഫായും സൈറ്റിൽ നിന്ന് 1889 ഏപ്രിൽ മാസത്തിൽ ഫ്ളിൻഡേഴ്സ് പെട്രിയാണ് കാഹുൻ പാപ്പിറസ് (Kahun papyrus)കണ്ടെ ടുത്തത്. ലാഹുൻ നഗരം മധ്യരാജവംശകാലത്താണ് അഭിവൃദ്ധി നേടി യത്. പ്രധാനമായും അമെനെൻ ഹാറ്റ് രണ്ടാമന്റെയും അദ്ദേഹത്തിന്റെ തൊട്ടടുത്ത പിൻഗാമിയുടെയും കാലഘട്ടത്തിൽ. അമെനെൻഹാറ്റ് മൂന്നാ മന്റെ 29 ാം ഭരണവർഷത്തിൽ (1825 ബി സി) എന്നൊരു കുറിപ്പതിലുള്ള തുകൊണ്ട് അക്കാലത്തേതാണ് പാപ്പിറസ് എന്നു കണക്കാക്കിയിരിക്കു ന്നു. 1898 ൽ ഗ്രിഫിത്ത് അതിന്റെ ശരിപ്പകർപ്പുരൂപത്തിലത് പ്രസിദ്ധീക രിച്ചു. ശിലാലേഖനങ്ങളും അതിന്റെ ഇംഗ്ലീഷ് പരിഭാഷയുമെന്ന രൂപ ത്തിൽ ഇന്നത് ലണ്ടനിലെ യൂണിവേഴ്സിറ്റി കോളേജിലാണുള്ളത്. 34 ഖണ്ഡികകളായി തിരിച്ചിരിക്കുന്നതും പ്രധാനമായും ഗൈനക്കോളജി സംബന്ധവുമായ ഒരു പാഠമാണ് അത്. അവയിൽ പതിനേഴെണ്ണത്തിനും പ്രത്യുൽപ്പാദന അവയവങ്ങളുടെ രോഗങ്ങളുടെ ലക്ഷണങ്ങളുടെ വിവ രണങ്ങളുമായി ഒരു പൊതുവായ ഫോർമാറ്റാണുള്ളത്. പത്തൊമ്പതാം ഖണ്ഡികയിൽ ആരാണ് പ്രസവിക്കുകയെന്ന് തിരിച്ചറിയുന്നു. 20 ാം ഖണ്ഡിക ഗർഭധാരണം നടക്കുന്നതിന് കാരണമാകുന്ന സുഗന്ധം പുക യ്ക്കൽ പ്രക്രിയയുടെ നടപടിക്രമങ്ങൾ സംബന്ധിച്ചതാണ്. 20 മുതൽ 22 വരെ ഖണ്ഡികകൾ ഗർഭനിരോധനം സംബന്ധിച്ചവയും. ഗർഭം തട യാൻ വേണ്ടി നൽകിയിരിക്കുന്ന മരുന്നുകളുടെ കുറിപ്പടിയിൽ മുതലച്ചാ ണകവും, 45 മില്ലിലിറ്റർ തേനും, പിരിഞ്ഞ പാലുമെല്ലാമുണ്ട്. ഖണ്ഡിക 26 മുതൽ 32 വരെയുള്ള മൂന്നാംഭാഗത്ത് ഗർഭം പരിശോധിക്കുന്നതുമായി ബന്ധപ്പെട്ട കാര്യങ്ങളാണുള്ളത്. ഗർഭകാലഘട്ടത്തിലെ പല്ലുവേദനയുടെ ചികിത്സയെക്കുറിച്ചതിൽ പറയുന്നുണ്ട്. മൂത്രം നിയന്ത്രിക്കാൻ പറ്റാതി രിക്കുന്ന സ്ഥിതിക്കൊപ്പം മൂത്രാശയത്തിനും യോനിക്കുമിടയിൽ "അസ്വ സ്ഥതയുണ്ടാക്കുന്ന ഒരു സ്ഥലത്ത്" ഫിസ്റ്റുല പോലെ തോന്നിക്കുന്ന ഒന്നിനെക്കുറിച്ചും ആ ഭാഗത്ത് വിവരിക്കുന്നുണ്ട്. അതുപോലെ ഹേഴ്സ്റ്റ് പാപ്പിറസിൽ (അതിനെ ഹേഴ്സ്റ്റ് മെഡിക്കൽ പാപ്പിറസ് എന്ന് വിളിക്കും.)

ഉള്ളത് പതിനെട്ട് പട്ടികകളിലുള്ള മെഡിക്കൽ പ്രിസ്ക്രിപ്ഷനുകളെക്കുറിച്ചുള്ള 260 ഖണ്ഡികകളാണ്. ഹീറാറ്റിക് ഈജിപ്ഷ്യൻ (ഈജിപ്ഷ്യൻ നിഗൂഢഭാഷ) ഭാഷയിൽ എഴുതപ്പെട്ടിരിക്കുന്ന അത് കൈകാര്യം ചെയ്യുന്നത് മുടി, രക്തം, യൂറിനറി സിസ്റ്റം, അരക്കെട്ടുകൾ എന്നിവയെയൊക്കെയാണ്. അതിന്റെ കാലം ഈജിപ്തിലെ 18 ാം രാജവംശത്തിലെ ടൂത്ത്മോസിസ് (Tuthmosis III) മൂന്നാമൻ ഫറവോയുടേതാണ്. ബ്രൂക്ക്ലിൻ പാപ്പിറസ് (ബ്രൂക്ക്ലിൻ മെഡിക്കൽ പാപ്പിറസ്) സൃഷ്ടിക്കപ്പെട്ടത് ഈജിപ്തിലെ 30-ാം രാജവംശത്തിന്റെ കാലത്താണ്. ആ പാപ്പിറസിൽ പാമ്പുകൾ, തേളുകൾ, ഊറാമ്പുലികൾ എന്നിവയുടെ കടികളിൽ നിന്നുണ്ടാകുന്ന വിഷത്തിന്റെ ഭാഗമായി വരുന്ന രോഗങ്ങളും ചികിത്സകളുമാണ് പ്രതിപാദ്യം. ഇപ്പോൾ ബ്രൂക്ക്ലിൻ മ്യൂസിയത്തിലുള്ള അത് കണ്ടെടുക്കപ്പെട്ടത് 1900 ങ്ങളുടെ ആരംഭവർഷങ്ങളിലാണ്. വളരെമുമ്പേ മൺമറഞ്ഞുപോയ ഒരു നാഗരികത എങ്ങനെയാണ് പുരോഗമനപരമായരീതിയിൽ ശാസ്ത്രത്തെ നോക്കിക്കണ്ടതെന്നതിനെ ശരിയായി പ്രതിഫലിപ്പിക്കുന്ന രേഖകളാണ് അവയും മറ്റു നിരവധി പാപ്പിറസുകളും.

ആരാണ് വൈദ്യശാസ്ത്രത്തിന്റെ യഥാർഥ പിതാവ്?

ഗ്രീസിലെ വൈദ്യത്തിന് വമ്പിച്ച സംഭാവനകൾ നൽകിയ ഒരു തത്വചിന്തകനായ ഭിഷഗ്വരൻ എന്ന നിലയിലും ഒരു ഭിഷഗ്വരന്റെ ജീവിതത്തുറയ്ക്കുവേണ്ട ഉയർന്ന അന്തസ്സും സുതാര്യമായ സത്യസന്ധതയും സംബന്ധിച്ച സങ്കൽപ്പങ്ങൾ മുന്നോട്ടുവച്ചയാളെന്ന നിലയിലും ഹിപ്പോക്രാറ്റസിന്റെ ആധികാരികതയെ ഗൗരവപൂർവം ചോദ്യം ചെയ്യാനാകില്ല. എന്നാൽ വൈദ്യശാസ്ത്രത്തിന്റെ പിതാവ് എന്നനിലയ്ക്കുള്ള അദ്ദേഹത്തിന്റെ ആധികാരികതയും *ഹിപ്പോക്രാറ്റിക് കോർപ്പസ്* (കളക്ഷൻ) എന്ന പേരിലുള്ള അദ്ദേഹത്തിന്റെ രചനാസമാഹാരവും *എഡ്വിൻ സ്മിത്ത് പാപ്പിറസി*നെപ്പോലുള്ള സമീപകാലത്ത് കണ്ടെത്തിയ പ്രാചീന വൈദ്യശാസ്ത്ര രേഖകളുടെയും, ചരിത്രപരമായ രചനകളുടെയും അടിസ്ഥാനത്തിൽ ഗണ്യമായ രീതിയിൽ ചോദ്യം ചെയ്യപ്പെടുകയും ചർച്ചകൾക്ക് വിധേയമാക്കപ്പെടുകയും ചെയ്യുന്നുണ്ട്. ഗ്രീക്ക് ശാസ്ത്രം തന്നെ ഈജിപ്ഷ്യൻ വൈദ്യവുമായി ശ്രദ്ധേയമായ സാമ്യം പ്രദർശിപ്പിക്കുകയും ഹിപ്പോക്രാറ്റസ് ഈജിപ്തിൽ വിദ്യാഭ്യാസം നേടിയെന്നുള്ള വസ്തുത കണക്കിലെടുക്കുകയും ചെയ്യുമ്പോൾ, നമുക്കെത്തിച്ചേരാവുന്ന നിഗമനം, അദ്ദേഹം

ഹിപ്പോക്രാറ്റസ്

പ്രചോദനം കണ്ടെത്തിയതും പഠിച്ചതും ഈജിപ്ഷ്യൻ വൈദ്യശാസ്ത്രജ്ഞന്മാരിൽ നിന്നായിരുന്നുവെന്നാണ്. ഹിപ്പോക്രാറ്റസ് എന്തെങ്കിലും പരീക്ഷണങ്ങളുമായി പരിചയപ്പെട്ടിരുന്നില്ല. അദ്ദേഹം ഒബ്സർവേഷണൽ മെഡിസിനാണ് (നിരീക്ഷണാടിസ്ഥാനത്തിലുള്ള വൈദ്യം) പ്രയോഗിച്ചിരുന്നത്. ക്ലാസിക്കൽ ഭാഷാതത്വശാസ്ത്രജ്ഞന്മാരുടെ അഭിപ്രായത്തിൽ ഹിപ്പോക്രാറ്റസ് എഴുത്തുകളൊന്നുമില്ലാത്ത ഒരു പേര് മാത്രമാണ്. ഹിപ്പോക്രാറ്റസിന്റെ കൃതികൾ എന്നു കരുതപ്പെടുന്നവ അഥവാ, അദ്ദേഹത്തിന്റെ സമാഹാരം (*കോർപ്പസ് ഹിപ്പോക്രാറ്റിക്കും*) യഥാർഥത്തിൽ തത്വങ്ങളുടെയും കൽപ്പനകളുടെയും ഒരു സമാഹാരം, അഥവാ, ഒരു കാനോൻ മാത്രമാണ്. വൈദ്യസാഹിത്യത്തിന്റെ ഈ കാനോൻ (അരുതുകളും അരുതായ്മകളും വ്യവസ്ഥകളുമൊക്കെ പ്രാമാണികമായി ചിട്ടപ്പെടുത്തുന്ന നിയമഗ്രന്ഥം) 70 വാല്യങ്ങളുള്ളതാണ്. അപ്പോൾ ഒരു ചോദ്യം സ്വഭാവികമാണ്. ഇതിലെ ഏതേതു ഭാഗങ്ങളാണ് അതറിയപ്പെടുന്നതാരുടെ പേരിലാണോ ആ മനുഷ്യന്റെ രചനയായിട്ടുള്ളത്? ആ ചോദ്യത്തിന് കൃത്യമായ ഒരുത്തരവുമില്ല. ആ സമാഹാരത്തിലുള്ളത് ഒട്ടേറെപ്പേരുടെ രചനകളാണ്; വിവിധ ചിന്താധാരകളിൽപ്പെട്ടവരുടെ, പലപ്പോഴും വളരെ വ്യത്യസ്തവും, ചിലപ്പോൾ പരസ്പര വിരുദ്ധം പോലുമായ വീക്ഷണങ്ങളാണതിലുള്ളത്. വിവിധ കാലങ്ങളിലെഴുതപ്പെട്ടവയാണവ. അങ്ങേയറ്റത്തെ ചില കേസുകളിൽ അവർ തമ്മിലുള്ള കാലഘട്ട വ്യത്യാസം അഞ്ച് മുതൽ ആറ് നൂറ്റാണ്ടുകൾ വരെയാണ്. ഒരു ചെറുദ്വീപായ കോസിൽ 460 ബി സിയിൽ പിറന്ന ഹിപ്പോക്രാറ്റസ് വൈദ്യശാസ്ത്രത്തിൽ നിരീക്ഷണതത്വം (വളരെ ശ്രദ്ധാപൂർവവും സൂക്ഷ്മവുമായ നിരീക്ഷണത്തിലൂടെ രോഗത്തെ വിവരിക്കുന്ന ഒരു രീതിയാണത്. ഇന്ന് ആന്തരിക രോഗങ്ങളെ സംബന്ധിച്ച സിദ്ധാന്തങ്ങളുടെ നട്ടെല്ലായി പ്രവർത്തിക്കുന്നതതാണ്) കൊണ്ടുവന്ന ഏറ്റവുമുന്നതനായ ഗ്രീക്ക് വൈദ്യശാസ്ത്രജ്ഞനായി കണക്കാക്കപ്പെടുന്നു. ഹിപ്പോക്രാറ്റസിന്റെ സമാഹാരമനുസരിച്ച് അദ്ദേഹത്തിന്റെ ജീവിതകാലത്ത് 42 ക്ലിനിക്കൽ കേസുകൾ അദ്ദേഹം റിപ്പോർട്ട് ചെയ്തതായിക്കാണാം. സോക്രട്ടീസിന്റെയും പ്ലേറ്റോയുടെയും ഹെറഡോട്ടസിന്റെയും സമകാലീനനായ ഹിപ്പോക്രാറ്റസ് 20 വർഷം ഈജിപ്തിൽ താമസിച്ച് ഈജിപ്തിലെ വൈദ്യശാസ്ത്രജ്ഞന്മാരുടെയടുത്തുനിന്ന് വൈദ്യശാസ്ത്ര സങ്കൽപ്പങ്ങൾ ഹൃദിസ്ഥമാക്കി. അനുഭവങ്ങളിൽനിന്നും പരിചയത്തിൽനിന്നും ഇതിലേറെ നേട്ടങ്ങൾ കൊയ്ത മറ്റൊരു ഭിഷഗ്വരനുണ്ടാവില്ലെങ്കിലും ഹിപ്പോക്രാറ്റസിനെ വൈദ്യശാസ്ത്രത്തിന്റെ പിതാവെന്നു വിളിക്കുന്നത് അദ്ദേഹത്തിന്റെ നിരീക്ഷണരീതിയുടെ പേരിലാണ്.

ഹിപ്പോക്രാറ്റസിനു മുമ്പുള്ള പ്രാചീന ഗ്രീക്കുകാലഘട്ടത്തിൽനിന്നു ഭിന്നമായി മതത്തിൽനിന്നും വൈദ്യത്തെ വിമുക്തമാക്കിയ ആദ്യത്തെ ഗ്രീക്കു വൈദ്യശാസ്ത്രജ്ഞൻ ഹിപ്പോക്രാറ്റസാണെന്നതും, അദ്ദേഹമാണ് വൈദ്യത്തിലേക്ക് ശാസ്ത്രീയരീതിയും ധാർമികാശയങ്ങളും

കൊണ്ടുവന്നതെന്നതും സത്യമാണ്. പക്ഷേ അദ്ദേഹമാണ് ഒബ്സർവേഷണൽ (നിരീക്ഷണപരമായ) മെഡിസിന്റെ സ്രഷ്ടാവ് എന്നു പറയുന്നത് ചരിത്രവസ്തുതകളുടെ നഗ്നമായ നിഷേധമായിരിക്കും. പഴയകാല ഈജിപ്തിന്റെ വൈദ്യശാസ്ത്ര രേഖകളിൽ ഏറ്റവും വിലപ്പെട്ട മെഡിക്കൽ പാപ്പിറസായ *എഡ്വിൻ സ്മിത്ത് പാപ്പിറസി*ന്റെ ഭാഷാന്തരം ചെയ്ത ഭാഗങ്ങൾ-1930 ൽ ബ്രെസ്റ്റെഡ് വിവരിച്ചതുപ്രകാരം-തെളിയിക്കുന്നത് ഒബ്സർവേഷൻ മെഡിസിൻ ഈജിപ്തുകാർക്ക് ഒരിക്കലുമൊരു പുതിയ സങ്കൽപ്പമായിരുന്നില്ലെന്നും, മറിച്ച്, ഹിപ്പോക്രാറ്റസും ഗ്രീക്ക് വൈദ്യവും ജനിക്കുന്നതിനും 2000 വർഷം മുമ്പു മുതൽ തന്നെ ഈജിപ്തിലെ വൈദ്യന്മാരത് പ്രയോഗിച്ചുകൊണ്ടിരുന്നതാണെന്നുമാണ്. *എഡ്വിൻ സ്മിത്ത് പാപ്പിറസും എബേഴ്സ് പാപ്പിറസും* പോലുള്ള പാപ്പിറസുകളിൽ ക്കാണുന്ന കേസ് ഹിസ്റ്ററികളുടെ വിവരണങ്ങളും ഹിപ്പോക്രാറ്റസ് സമാഹാരത്തിലെ വിവരണങ്ങളും തമ്മിലുള്ള സമാനതകൾ വ്യക്തമായി ചൂണ്ടിക്കാട്ടുന്നത് ബ്രിട്ടീഷ് ചരിത്രകാരനായ ചാൾസ് സിംഗർ (1876–1960) പറഞ്ഞതുപോലുള്ള എന്തെങ്കിലും വൈദ്യവിജ്ഞാനം ഹിപ്പോക്രാറ്റസ് സ്വയം സൃഷ്ടിച്ചില്ലെന്നാണ്. വളരെ മുമ്പേതന്നെ ഈജിപ്തുകാർ ലക്ഷണങ്ങൾ നിരീക്ഷിക്കുകയും പ്രായോഗിക പരിഹാരമാർഗങ്ങൾ നിർദേശിക്കുകയും ചെയ്തിരുന്നു. കോം ഓമ്പോം ക്ഷേത്രത്തിന്റെ ചുവരുകളിലും ശിലാഫലകങ്ങളിലും ഒറ്റപ്പെട്ട വസ്തുതകളായി ചിത്രീകരിക്കപ്പെട്ടിരുന്ന വൈദ്യശാസ്ത്ര അറിവുകൾ പലപ്പോഴും ഹിപ്പോക്രാറ്റസിനുണ്ടായിരുന്ന അറിവുകൾക്കൊപ്പം തന്നെ മഹത്തായതായി തോന്നിക്കുന്നുണ്ട്. ഹിപ്പോക്രാറ്റസ് ഈ ഒറ്റപ്പെട്ട വസ്തുതകളെ, ഈ അനുഭവജ്ഞാനപരമായ അറിവിനെ, ഏറ്റെടുക്കുകയും ഏകീകരിക്കുകയും ചെയ്ത് അതിനെ ഒരയവേറിയ ശാസ്ത്രമാക്കുകയായിരുന്നു.

ഇംഹോട്ടെപ്പ്

അങ്ങനെ, യഥാർഥത്തിൽ ഏതെങ്കിലുമൊരു പരിഷ്കൃതിക്ക് നിങ്ങളുടെ തത്വചിന്തയുടെ ഒരു ബഹിർസ്ഫുരണമെന്ന നിലയിൽ വൈദ്യശാസ്ത്രം സ്ഥാപിച്ചുവെന്നതിന്റെയും അതിനെ സ്വന്തം പൈതൃകത്തിന്റെ അവിഭാജ്യ ഭാഗമാക്കിയെന്നതിന്റെയും ബഹുമതി അവകാശപ്പെടാമെങ്കിൽ, അതിന് കൃത്യമായും അർഹതയുള്ളത് പുരാതന ഈജിപ്തുകാർക്കാണ്, അല്ലാതെ തങ്ങളുടെ പ്രാചീനകാലത്ത് ഈ മുതിർന്നവരിൽനിന്ന് അത് കടമെ

ടുത്ത ഗ്രീക്കുകാർക്കല്ല. ചരിത്രരേഖകൾ കെട്ടിച്ചമച്ചുണ്ടാക്കുന്നതിൽ സവിശേഷ വൈദഗ്ധ്യം നേടിയ "പ്രാമാണിക ചരിത്രകാരന്മാരായ" ആധുനിക യൂറോപ്യന്മാരാണ്, അല്ലാതെ ഗ്രീക്ക് തത്വചിന്തകരല്ല, ഈ ചരിത്രവസ്തുതയെ നിഷേധിച്ചിട്ടുള്ളത്. ആഫ്രിക്കക്കാർ/കെമൈറ്റുകൾ ഒബ്സർവേഷണൽ മെഡിസിൻ പ്രയോഗിച്ചുകൊണ്ടേയിരിക്കുകയും, വൈദ്യശാസ്ത്ര അറിവുകൾ എഴുതിവച്ചുകൊണ്ടേയിരിക്കുകയും ചെയ്തത് ബി സി 460നു മുമ്പ് ജനിക്കുകപോലും ചെയ്യാതിരുന്ന ഹിപ്പോക്രാറ്റസിനേക്കാളും സഹസ്രാബ്ദങ്ങൾക്കും മുമ്പുതന്നെയാണെങ്കിൽ, വൈദ്യത്തിന്റെ ആഫ്രിക്കനുദയത്തിനും എത്രയോ കാലത്തിനുശേഷമാണ് ഹിപ്പോക്രാറ്റസിലെത്തിയതെങ്കിൽ, ഈജിപ്തെന്ന ആ പ്രാചീന ഭൂമിയിൽനിന്ന് താൻ സ്വായത്തമാക്കുകയും പ്രയോഗിക്കുകയും ചെയ്ത ഈജിപ്തിന്റേതന്നെ വൈദ്യത്തിന്റെ പേരിൽ ഹിപ്പോക്രാറ്റസിന് വൈദ്യശാസ്ത്രത്തിന്റെ പിതാവെന്ന പദവി കൽപ്പിച്ചുകൊടുക്കുന്നതെത്രമാത്രം ശരിയാണ്? ആർക്കെങ്കിലും വൈദ്യശാസ്ത്രത്തിന്റെ പിതാവ് എന്ന പദവി കൽപ്പിച്ചുകൊടുക്കാമെങ്കിൽ അത് ആഫ്രിക്കൻ 'ദൈവത'മായ ഇംഹോട്ടെപ്പിനാണ്. ലോകത്തെ ആദ്യത്തെ രേഖപ്പെടുത്തപ്പെട്ട ബഹുമുഖപ്രതിഭയായ പുരോഹിതനും/വൈദ്യശാസ്ത്രവിശാരദനുമായിരുന്നു അദ്ദേഹം. ഫറവോ സോസറിന്റെ (മൂന്നാം രാജവംശം, ബി സി 2980–2900) ഉന്നത കാര്യനിർവാഹകനായിരുന്ന (വസീർ) അദ്ദേഹത്തെ ഗ്രീക്കുകാർ എസ്കുലാപ്പിയൂസ് എന്ന പേരിൽ "വൈദ്യശാസ്ത്രത്തിന്റെ ദൈവ"മായി ഹിപ്പോക്രാറ്റസ് ജനിക്കുന്നതിനും 2000 വർഷം മുമ്പു മുതലേ ആരാധിച്ചുപോന്നു.

വൈദ്യശാസ്ത്രഅർദ്ധദൈവമായ (medical demigod) ഇംഹോട്ടെപ്പ് ലോകത്തിലെ ആദ്യത്തെ ഡോക്ടറായി അംഗീകരിക്കപ്പെടുന്നു. അതുപോലെ ആദ്യത്തെ പുരോഹിതനും എഴുത്തുകാരനും സന്യാസിയും കവിയും ജ്യോതിശാസ്ത്രജ്ഞനും ആദ്യത്തെ വസീറുമായും അദ്ദേഹം കണക്കാക്കപ്പെടുന്നു. ഒരു കെട്ടിടനിർമാതാവെന്ന നിലയിൽ നമുക്കു പേരറിയാവുന്നവരിൽ ആദ്യത്തെ മാസ്റ്റർ ആർക്കിടെക്ടാണദ്ദേഹം. ഫറവോയുടെ വസീർ (പ്രധാനമന്ത്രി) എന്ന നിലയിൽ അദ്ദേഹമാണ് മൂന്നാം രാജവംശകാലത്ത് ഈജിപ്തിലെ സക്കാറയിൽ ബോസർ പിരമിഡ് (സ്റ്റെപ്പ് പിരമിഡ്) രൂപകൽപ്പന ചെയ്തത്. അദ്ദേഹത്തിന് ആദ്യത്തെ പിരമിഡ് ഡിസൈനർ എന്ന ഖ്യാതി മാത്രമല്ല ഉള്ളത്, മറിച്ച് സെഖെംഖെട്ടിന്റെ കെട്ടിടത്തിലും (മൂന്നാം രാജവംശത്തിലെ മൂന്നാം ഫറവോയുടെ പൂർത്തിയാകാത്ത പിരമിഡിലും) അദ്ദേഹത്തിന്റെ കയ്യുണ്ടെന്ന് കരുതപ്പെടുന്നു. പ്രാചീനകാലത്തെ വാസ്തുശിൽപ്പ അത്ഭുതങ്ങളിലെ ഏറ്റവും ഗംഭീരമായ ഒന്നായി സ്റ്റെപ്പ് പിരമിഡ് ഇന്നും നിലനിൽക്കുന്നു. അതുപോലെ, അത് ആദ്യത്തെ സ്മാരക ശിലാനിർമിതിയായും അംഗീകരിക്കപ്പെടുന്നു.

ഇംഹോട്ടെപ്പിന്റെ ഏറ്റവുമറിയപ്പെടുന്ന രചനകൾ *വൈദ്യശാസ്ത്ര*

*പാഠ*ങ്ങളായിരുന്നു. ഒരു വൈദ്യശാസ്ത്രജ്ഞൻ എന്ന നിലയിൽ, ഇംഹോട്ടെപ്പ് ഈജിപ്ഷ്യൻ വൈദ്യത്തിന്റെ സ്ഥാപകനായും *എഡ്വിൻ സ്മിത്ത് പാപ്പിറസി*ന്റെ രചയിതാവായും കണക്കാക്കപ്പെടുന്നു. 1930 ൽ *എഡ്വിൻ സ്മിത്ത് പാപ്പിറസി*ന്റെ തർജമ നടന്നപ്പോഴാണ് ഇംഹോട്ടെപ്പിന്റെ നിരീക്ഷണ പാടവം വെളിവാക്കപ്പെട്ടത്. ബ്രെസ്റ്റെഡിന്റെ വിവരണപ്രകാരം *എഡ്വിൻ സ്മിത്ത് പാപ്പിറസ്* 15 അടിയിലേറെ നീളമുള്ളതും രണ്ടു വശങ്ങളിലും എഴുതിയിട്ടുള്ളതുമായ ഒരു ചുരുളാണ്. അതിൽ 22 കോളങ്ങൾ അഥവാ പേജുകളുണ്ട്. കേഴ്സീവ് (ഉരുണ്ടതും പരസ്പരം യോജിപ്പിച്ചതുമായ കയ്യെഴുത്ത് രീതി) ലിപികളിലാണ് അതെഴുതപ്പെട്ടത്. തലയും നെഞ്ചും മുതൽ നട്ടെല്ല് വരെയുള്ളിടങ്ങളിലെ പരിക്കുകളെ സംബന്ധിക്കുന്ന ക്ലിനിക്കൽ സർജറിയുടെ 48 കേസുകൾ യുക്തിപരവും ക്രമീകൃതവുമായി അവയിൽ ക്രമീകരിച്ചിരിക്കുന്നു. ഓരോ കേസിനും ഒരു തലക്കെട്ട്, അതിന്റെ വിവരണം, പ്രാഥമികരോഗനിർണയം, പരിശോധന, ലക്ഷണങ്ങളുടെ രേഖപ്പെടുത്തൽ, രോഗനിർണയം, ചികിത്സ, പഴഞ്ചൻ പദങ്ങളുടെ വ്യാഖ്യാനം എന്നിവ ക്രമാനുഗതമായി നൽകിയിട്ടുണ്ട്. പ്രധാനമായും മുറിവുകളെയാണ് കൈകാര്യം ചെയ്യുന്നതെങ്കിലും വിവരിച്ചിരിക്കുന്ന കേസ് ഹിസ്റ്ററികൾ പ്രദർശിപ്പിക്കുന്ന രോഗനിർണയപരമായ സൂക്ഷ്മഗ്രഹണ വൈദഗ്ധ്യത്തിന്റെ പേരിൽ അത് ആദരത്തിന് പാത്രമാകുന്നു. അതിനകത്ത് ശക്തികുറഞ്ഞ നാഡീസ്പന്ദനം (ഗ്രീക്ക് വൈദ്യകൃതികളിൽ നാഡീസ്പന്ദനത്തെക്കുറിച്ചുള്ള പരാമർശങ്ങൾ വരുന്നതിനും 2500 വർഷങ്ങൾക്കുമുമ്പേ), ശരീരത്തിന്റെ തളർച്ച, ബധിരത എന്നിവയെല്ലാം രേഖപ്പെടുത്തുകയും അവയെല്ലാം ഒരു പൊതുവായ കാരണം - അതായത് തലക്കേറ്റ ഒരു ക്ഷതം - കൊണ്ടാണെന്ന് നിരീക്ഷിക്കുകയും ചെയ്തിരിക്കുന്നു. നിരവധി സർജിക്കൽ അവസ്ഥകൾക്ക് പുറമേ, തിരിച്ചറിയാവുന്ന ഒട്ടേറെ ആന്തരിക വ്യാധികളും പാപ്പിറസിൽ റിപ്പോർട്ട് ചെയ്തിട്ടുണ്ട്; വിരകൾ, കണ്ണുരോഗങ്ങൾ, പ്രമേഹം, വാതം, സ്കിസ്റ്റോസോമിയാസിസ് (Schistosomiasis) എന്നിങ്ങനെ. *എഡ്വിൻ സ്മിത്ത് പാപ്പിറസ്* കാണിക്കുന്നത് ഹൃദയം, രക്തക്കുഴലുകൾ, കരൾ, പ്ലീഹ, വൃക്കകൾ, മൂത്രനാളികൾ (Ureters), മൂത്രാശയം എന്നിവയെല്ലാം തിരിച്ചറിഞ്ഞിരുന്നുവെന്നും രക്തക്കുഴലുകൾ ഹൃദയത്തിൽനിന്നാണ് വരുന്നതെന്നറിയാമായിരുന്നുവെന്നുമാണ്. *എഡ്വിൻ സ്മിത്ത് പാപ്പിറസി*ലെ കേസുകൾ വളരെ വ്യവസ്ഥാപിതമായി, ഓരോന്നും അതിൽത്തന്നെ പൂർണമാകുംവിധം, നിർമിച്ചെടുത്തിരിക്കുന്നുവെന്നു മാത്രമല്ല, അവയുടെ ഉടനീളമുള്ള ക്രമീകരണവും വളരെ ക്രമബദ്ധമായിട്ടാണ്. ആദ്യം വരുന്നത് തലക്കെട്ടാണ്. അതിൽ രോഗത്തിന്റെ പേര് നൽകിയിരിക്കും, തുടർന്ന് ശ്രദ്ധാപൂർവമായ ഒരു വിവരണം വരുന്നു. തുടർന്ന് ഒരു രോഗനിർണയവും തുടർന്ന് മൂന്നു സാധ്യതകളിലൊന്നും (തികച്ചും പ്രതീക്ഷയില്ലാത്ത കേസുകളിലൊഴികെ) നൽകുന്നു, തുടർന്ന് ചികിത്സയുടെ രീതിയും ഭേദമാകാൻ വേണ്ടി നൽകുന്ന മരുന്നുകളും നൽകിയിരിക്കുന്നു.

മെംഫിസിലെ സ്കൂൾ ഓഫ് മെഡിസിൻ അദ്ദേഹം സ്ഥാപിച്ചതായിരിക്കാം, അദ്ദേഹത്തിന്റെ കൾട്ടിന്റെ കേന്ദ്രം അസ്ക്ളെപ്പിയോൺ എന്നറിയപ്പെടുകയും ചെയ്തിരിക്കാം. അത് തുടർന്നങ്ങോട്ട് രണ്ടായിരം വർഷക്കാലം പ്രസിദ്ധമായിത്തന്നെ നിലനിന്നു. നിരീക്ഷണപരമായ വൈദ്യശാസ്ത്രം ഈജിപ്തിലുറവെടുത്തതാണ്; ഗ്രീക്കുകാരിൽ നിന്നല്ല എന്നത് തെളിയിക്കാനായി ഈ വിവരണങ്ങൾക്കിനിയൊരു വിശദീകരണത്തിന്റെ ആവശ്യമില്ല. പടിഞ്ഞാറുകാരുടെ വൈദ്യശാസ്ത്രത്തിന്റെ പിതാവ് ഹിപ്പോക്രാറ്റസ് ജനിക്കുന്നതിന് 2200 കൊല്ലം മുമ്പായിരുന്നു ഇതെല്ലാം നടന്നത് എന്നത് രസകരമായ വസ്തുതയാണ്. ഈജിപ്തുകാർ മധ്യധരണ്യാഴി കടന്ന് ഗ്രീക്ക് സംസ്കാരത്തിന്റെ അടിത്തറയായി മാറിയതോടെ, ഇംഹോട്ടെപ്പിന്റെ പഠിപ്പിക്കലുകൾ അവിടെ ആഗിരണം ചെയ്യപ്പെടുകയായിരുന്നു. ആധുനിക ഗ്രീക്കുകാർ ഏറെക്കുറെ എല്ലാത്തിന്റെയും ഉത്ഭവം തങ്ങളിൽ നിന്നാണെന്ന് സ്ഥാപിച്ചുറപ്പിക്കാൻ ദൃഢനിശ്ചയം ചെയ്തിരുന്നതിനാൽ ഇംഹോട്ടെപ്പ് ആയിരക്കണക്കിനു വർഷക്കാലം വിസ്മൃതിയിലേക്ക് തള്ളപ്പെട്ടു. അദ്ദേഹത്തിന്റെ സ്ഥാനത്ത്, അദ്ദേഹത്തിനുശേഷം രണ്ട് സഹസ്രാബ്ദം കഴിഞ്ഞുവന്ന, ഇതിഹാസമായിമാറിയ, ഹിപ്പോക്രാറ്റസ് വൈദ്യശാസ്ത്രത്തിന്റെ പിതാവ് എന്ന് "തെറ്റായി" വിളിക്കപ്പെട്ടു. യൂറോപ്പിലെ വൈദ്യശാസ്ത്രമേഖലയിലെ "ഹിപ്പോക്രാറ്റസ് പ്രതിജ്ഞ"യിൽ ബഹുമാനിക്കപ്പെടുന്ന റോമൻ-ഗ്രീക്ക് ദൈവങ്ങളായ അപ്പോളോയും എസ്കുലാപ്പിയൂസും ആഫ്രിക്കൻ ദൈവങ്ങളായ ഹെറുവിന്റെയും ഇംഹോട്ടെപ്പിന്റെയും ഡ്യൂപ്ലിക്കേറ്റുകളായാണ് കടന്നുവന്നിട്ടുള്ളത് എന്ന സത്യത്തെക്കുറിച്ചൊരു പരാമർശവുമില്ല. അതിനുമപ്പുറം, 'കെമെറ്റിക് പേരുകളും വ്യക്തികളും' ഇതൊക്കെയായി ബന്ധപ്പെട്ടിരിക്കുന്നുവെന്നതിന്റെ തെളിവുകൾ പോലും ഒഴിവാക്കിക്കൊണ്ട് ആ പ്രതിജ്ഞയെ ഒരു യൂറോകേന്ദ്രിത പ്രതിജ്ഞയാക്കി മാറ്റിയിരിക്കുന്നു. വിമർശകർ പറയുന്നത് ഹിപ്പോക്രാറ്റസിന്റെ പ്രതിജ്ഞ ഏറ്റുപറയുന്നതിനു പകരം വൈദ്യശാസ്ത്ര സ്കൂളുകളിൽ ബിരുദം നേടുന്നവർ യഥാർഥവും ചരിത്രപരവുമായ "ഇംഹോട്ടെപ്പ്" പ്രതിജ്ഞയാണെടുക്കേണ്ടത് എന്നാണ്.

പ്രാചീനകാലങ്ങളിലെ വൈദ്യന്മാർ അജ്ഞരോ പഴഞ്ചന്മാരോ ആയിരുന്നില്ല. പാപ്പിറസുകളിൽത്തെളിയുന്ന രോഗനിർണയത്തിന്റെയും, രോഗഗതിയുടെയും രോഗശമനത്തിന്റെയുമെല്ലാം നീതിശാസ്ത്രം വ്യക്തമായും വെളിവാക്കുന്നത്, നൈൽനദീതടത്തിലെ പുരോഹിത-വൈദ്യന്മാരുടെ ഗ്രഹണവൈദഗ്ധ്യത്തെ മറികടക്കാൻ നമ്മുടെ ഇക്കാലഘട്ടത്തിലെ ഫിസിഷ്യന്മാർക്കു കഴിഞ്ഞിട്ടില്ലെന്നും, അന്നത്തെ ചികിത്സകരിലെ ഉന്നതഗോപുരമായി ഉയർന്നു നിന്നത് ഇംഹോട്ടെപ്പ് ആണെന്നുമാണ്. പ്രസിദ്ധ ചരിത്രകാരനായ സർ വില്യം ഓസ്ലർ പറയുന്നത്, "പ്രാചീനതയുടെ മൂടൽമഞ്ഞിനു മുകളിൽ തെളിഞ്ഞുനിന്ന ആദ്യത്തെ ഒരു ഫിസിഷ്യന്റെ രൂപം" ഇംഹോട്ടെപ്പിന്റേതാണെന്നാണ്. ഇംഹോട്ടെപ്പ് ഇരുന്നൂറിലേറെ രോഗങ്ങൾ തിരിച്ചറിയുകയും ചികിത്സിക്കുകയും ചെയ്തു. ഉദരത്തിന്റെ

പതിനഞ്ചും ബ്ലാഡറിന്റെ പതിനൊന്നും മലദ്വാരത്തിന്റെ പത്തും കണ്ണുകളുടെ ഇരുപത്തിയൊമ്പതും തൊലിയുടെയും മുടിയുടെയും നഖങ്ങളുടെയും നാവിന്റെയും പതിനെട്ടും രോഗങ്ങൾക്കുമദ്ദേഹം ചികിത്സ നടത്തി. ക്ഷയരോഗം, ഗാൾ ബ്ലാഡറിലെ കല്ല്, അപ്പൻഡിസൈറ്റിസ്, ഗൗട്ട്, വാതം എന്നീ രോഗങ്ങളും ഇംഹോട്ടെപ്പ് ചികിത്സിച്ചു. അദ്ദേഹം ശസ്ത്രക്രിയ നടത്തുകയും കുറച്ചൊക്കെ പല്ല് ചികിത്സ നടത്തുകയും ചെയ്തു. ചെടികളിൽനിന്നും അദ്ദേഹം മരുന്നുകളുണ്ടാക്കി. അദ്ദേഹത്തിന് സുപ്രധാന അവയവങ്ങളുടെ സ്ഥാനവും ധർമവുമറിയാമായിരുന്നു. രക്തചംക്രമണ വ്യവസ്ഥയെക്കുറിച്ചും അദ്ദേഹത്തിനറിയാമായിരുന്നു. *എൻസൈക്ലോപ്പീഡിയ ബ്രിട്ടാനിക്ക* പറയുന്നു,

> ഗ്രീക്ക്, ഈജിപ്ഷ്യൻ പാഠങ്ങളിൽനിന്നു ലഭിക്കുന്ന തെളിവുകൾ കാണിക്കുന്നത് പ്രാചീനകാലത്ത് ഇംഹോട്ടെപ്പിന്റെ പ്രസിദ്ധിയും അദ്ദേഹത്തോടുള്ള ബഹുമാനവും വളരെ വലുതായിരുന്നുവെന്നാണ്. നൂറ്റാണ്ടുകൾ കഴിയുന്തോറും അദ്ദേഹത്തിന്റെ അന്തസ്സ് വർദ്ധിച്ചുവന്നു. അദ്ദേഹത്തിന്റെ പേരിൽ ഗ്രീക്ക് കാലഘട്ടത്തിലുണ്ടായിരുന്ന ക്ഷേത്രങ്ങൾ വൈദ്യശാസ്ത്രപഠനത്തിന്റെ കേന്ദ്രങ്ങളായിരുന്നു. ഗ്രീസിൽപ്പോലും അദ്ദേഹം ആരാധിക്കപ്പെടുകയും അദ്ദേഹം അവരുടെ വൈദ്യത്തിന്റെ ദേവനായ ഏസ്കുലാപ്പിയുസായി (Aesculapius)തിരിച്ചറിയപ്പെടുകയും ചെയ്തു.

റോമക്കാരും അദ്ദേഹത്തെ ബഹുമാനിച്ചിരുന്നു. റോമൻ ചക്രവർത്തിമാരായ ക്ലോഡിയസും ടൈബീരിയസും തങ്ങളുടെ ഈജിപ്ഷ്യൻ ക്ഷേത്രങ്ങളുടെ ചുവരുകളിൽ ഇംഹോട്ടെപ്പിനെ പ്രകീർത്തിക്കുന്ന ലിഖിതങ്ങൾ കൊത്തിവച്ചു. അറബ് പാരമ്പര്യങ്ങളിലേക്കുവരെ അദ്ദേഹം കടന്നുചെന്നു, പ്രത്യേകിച്ചും അദ്ദേഹത്തിന്റെ ശവകുടീരം നിലനിൽക്കുന്നതായി കരുതപ്പെടുന്ന സക്കാറയിൽ.

പുരാതന ഈജിപ്തിലെ ഫിസിഷ്യന്മാർ ക്ഷേത്രങ്ങളിൽ പരിശീലിപ്പിക്കപ്പെട്ടിരിക്കാനാണ് എല്ലാ സാധ്യതയും. പുരോഹിത–മാന്ത്രികന്മാരെയും പുരോഹിത മന്ത്രവാദികളെയും പോലെ തന്നെ. പക്ഷേ, അവർ ഒരു വ്യതിരിക്ത തൊഴിൽത്തുറയിൽപ്പെട്ടവരായിരുന്നു. കർക്കശമായ ഒരു ശ്രേണീക്രമമാണവർക്കിടയിലുണ്ടായിരുന്നത്. ഏറ്റവും മുകളിൽ നിന്നത് രാജകീയ വൈദ്യന്മാരായിരുന്നു. പാപ്പിറസുകളിൽ നിരവധി യുക്തിപരമായ ചികിത്സാരീതികൾ നിർദേശിക്കപ്പെട്ടിരുന്നു, ഭക്ഷണക്രമീകരണവും ഫിസിയോതെറാപ്പിയും മരുന്നുകളും പോലുള്ളവ, ടാനിക് ആസിഡ്, ടർപ്പെന്റയിൻ, ജെൻഷ്യൻ (gentian), സെന്ന, കറുത്തീയം, ചെമ്പിന്റെ ലവണങ്ങൾ എന്നിവയൊക്കെ ഇന്നും വൈദ്യചികിത്സയിൽ ഉപയോഗിക്കപ്പെടുന്നുണ്ട്. മരുന്നുകളുടെ കുറിപ്പടിയെഴുതുന്ന രീതി ഇന്നും ഏറെക്കുറെ അന്നത്തേതുതന്നെ. പ്രാചീനലോകത്ത് സഹസ്രാബ്ദങ്ങളോളം ഈജിപ്ഷ്യൻ വൈദ്യന്മാർ വളരെ ഉയർന്ന നിലയിൽ ബഹുമാനിക്കപ്പെട്ടി

രുന്നു. പേർഷ്യൻ ചക്രവർത്തിമാരും മറ്റ് കിഴക്കൻ ഭരണകർത്താക്കളും തങ്ങളുടെ രാജസദസുകളിലേക്ക് ഈജിപ്ഷ്യൻ ഫിസിഷ്യന്മാരെ ക്ഷണിച്ചുവരുത്തിയിരുന്നു. ബി സി ആറാം നൂറ്റാണ്ടിൽ മാത്രമാണ് അവർക്ക് പകരമായി ഗ്രീക്ക് ഫിസിഷ്യന്മാർ വന്നു തുടങ്ങിയത്. മതത്തിന്റെയും മാന്ത്രികവിദ്യയുടെയും മനോചികിത്സാപരമായ മൂല്യങ്ങൾക്കപ്പുറം (Psychotherapeutic values) ഈജിപ്ഷ്യൻ വൈദ്യചികിത്സകർ നിരീക്ഷണത്തിലും യുക്തിപരമായ ചികിത്സയിലും വമ്പിച്ച മുന്നേറ്റങ്ങൾ നടത്തിയിരുന്നു. ഈജിപ്ഷ്യൻ വൈദ്യം 2500 വർഷങ്ങളോളം കയ്യടക്കിയ മേധാവിത്വസ്ഥാനം പൂർണമായും ന്യായീകരണമുള്ള ഒന്നായിരുന്നു. യൂറോകേന്ദ്രീകൃത ഗവേഷണത്തിനൊരിക്കലും ഈ ഈജിപ്ഷ്യൻ ചരിത്രസംഭവങ്ങളുടെ യാഥാർഥ്യത്തെ തുടച്ചുമാറ്റിക്കളയുക സാധ്യമാകില്ല.

എല്ലാ സംസ്കാരങ്ങളും മറ്റു സംസ്കാരങ്ങളിൽനിന്നും കടം കൊള്ളുകയും നിരന്തരമായ പുതുക്കലുകൾ വരുത്തുകയും ചെയ്യുമെന്ന കാര്യം നമുക്കറിയാം. പക്ഷേ പ്രാചീന ഗ്രീക്കുകാർ കടംകൊണ്ടവരോടെന്തെങ്കിലും കടപ്പാട് രേഖപ്പെടുത്തിയത്, വൈദ്യവിജ്ഞാനത്തിന്റെ കാര്യത്തിലെങ്കിലും, വളരെ അപൂർവമായാണ്. പ്രാചീനഗ്രീക്കുകാർ പൊതുവിലും, ഹിപ്പോക്രാറ്റസ് പ്രത്യേകിച്ചും ഈജിപ്ഷ്യൻ സംസ്കാരത്തിൽ നിന്ന് കടംകൊണ്ടിരുന്നു. പ്രാചീന ലോകത്തെ ഏറ്റവും മുന്നേറിയതും പരിഷ്കാരസമ്പന്നവുമായതായിരുന്നു ഈജിപ്ഷ്യൻ സംസ്കാരം. പക്ഷേ ഈ ചരിത്രപരമായ വിട്ടുകളയലുകൾക്ക്, തമസ്കരണത്തിന്, നാം ഗ്രീക്കുകാരെയല്ല കുറ്റപ്പെടുത്തേണ്ടത്; മറിച്ച്, വർത്തമാനകാല എഴുത്തുകാരെയാണ്. അവരിന്നും ബോധപൂർവമായോ അല്ലാതെയോ ശാസ്ത്രീയമോ വൈദ്യവിജ്ഞാനപരമായതോ ആയ ഒരു വിജ്ഞാനവും ആഫ്രിക്കയിൽനിന്നു വന്നിട്ടില്ല എന്ന തെറ്റായ മിത്തിനെ വീണ്ടും വീണ്ടും ആവർത്തിച്ചുകൊണ്ടേയിരിക്കുന്നു. ജീവിച്ചിരുന്നത് എന്നേ മൺമറഞ്ഞുപോയ ഒരു കാലയളവിലായിരുന്നെങ്കിലും പ്രാചീന ലോകത്തെ വൈദ്യചികിത്സകൻ തന്റെ കർമത്തിൽ ആത്മവിശ്വാസമുള്ളവനായിരുന്നുവെന്നുമാത്രമല്ല, 'ആധുനിക' ഫിസിഷ്യന്മാരിൽ ഭൂരിപക്ഷത്തെയും പോലെ തന്റെ രോഗികളുടെ പ്രശ്നങ്ങൾ പരിഹരിക്കാൻ കഴിവുള്ളവനുമായിരുന്നു.

ഗ്രീക്ക് തത്വചിന്ത: ഒരു ചിരസമ്മതതത്വം?

ലോകത്തെ ഒരൊറ്റ സംസ്കൃതിയും ആശയങ്ങളുടെ കൊള്ളക്കൊടുക്കലുകളുടെ പ്രക്രിയയിൽനിന്ന് വേറിട്ടുനിന്നിട്ടില്ല. പുസ്തകങ്ങളിലൂടെ പക്ഷപാതരഹിതമായി തത്വചിന്തയുടെ മണ്ഡലത്തിലന്വേഷണം നടത്തിയതിലൂടെ ലഭ്യമായ അറിവുകളിൽ നിന്ന് ഡോ. ക്വാമെ നൻടാംബു, ലിയോൺ റോബിൻ, മാർട്ടിൻ ബെർണാൽ, ജെ എച്ച് ബ്രെസ്റ്റഡ്, ഡോ. തിയോഫിലെ ഒബെൻഗ്വ, ജോർജ്ജ് ജി എം ജെയിംസ് എന്നീ ചരിത്രചിന്തകർ (വിമർശകർ) ഗ്രീക്കുകാർ ലോകത്തിന്റെയാകെ അധ്യാപകരായിരുന്നു

വെന്നുള്ള ചിരസമ്മതമായ ഐതിഹ്യത്തിന്റെ അസ്തിവാരങ്ങളെ പിടിച്ചുകുലുക്കുകയും, ഏറെ കൊട്ടിഘോഷിക്കപ്പെട്ട ഗ്രീക്ക് തത്വചിന്തയാണ് ശാസ്ത്രത്തിന്റെ യഥാർഥ ഉറവിടമെന്നും അതിന് ബൗദ്ധികമായി വലിയ മേൽക്കോയ്മയുണ്ടെന്നുമുള്ള ധാരണ ആധുനിക യൂറോപ്യൻ ചിന്തകർ വളരെ ശ്രദ്ധാപൂർവം കരുപ്പിടിപ്പിച്ചെടുത്ത ഒരു ശാസ്ത്ര ഐതിഹ്യം മാത്രമായിരുന്നുവെന്ന് സ്ഥാപിക്കുകയും ചെയ്തു.

ഡോ. ജോർജ് ഗ്രാൻവിൽ മോണാ ജെയിംസ് ഒരു ദക്ഷിണ അമേരിക്കനായിരുന്നു. നോർത്ത് കരോലിനയിലെ ലിവിംഗ്സ്റ്റൻ കോളേജിൽ ലോജിക്കിന്റേയും ഗ്രീക്കുഭാഷയുടെയും പ്രൊഫസറായിരുന്ന അദ്ദേഹം വളരെ വിവാദമുയർത്തിയ ഒരു പാഠമായിത്തീർന്ന *മോഷ്ടിക്കപ്പെട്ട പൈതൃകം* (*Stolen Legacy*)എന്ന ഒരു പുസ്തകമെഴുതി. അത് 1954ലാണ് ആദ്യമായി പ്രസിദ്ധീകരിക്കപ്പെട്ടത്. ആ കൃതിയിലൂടെ പ്രൊഫസർ ജെയിംസ് വെല്ലുവിളിക്കാൻ ധൈര്യം കാണിച്ചതും കഠിനമായി അദ്ധ്വാനിച്ചതും "ഗ്രീക്ക് തത്വചിന്ത"യെന്നു വിളിക്കപ്പെട്ടതിനെയാണ്. അത് പുരാതന ഈജിപ്തുകാരിൽനിന്ന് കടപ്പാടൊന്നും രേഖപ്പെടുത്താതെ ഗ്രീക്കുകാർ കൈക്കലാക്കിയ ആശയങ്ങളുടെയും സങ്കൽപ്പങ്ങളുടെയും അടിത്തറയിലാണുയർന്നു വന്നതെന്ന് അദ്ദേഹം സമർഥിച്ചു. അതിന്റെ ഫലമായി, ആ പുസ്തകം ഗ്രീക്ക് തത്വചിന്തയുടെ യഥാർഥ രചയിതാക്കൾ ഗ്രീക്കുകാരല്ലെന്നും, മറിച്ച് അത് വടക്കേ ആഫ്രിക്കയിലെ ജനവിഭാഗങ്ങളുടെ സമ്പത്തും പൈതൃകവുമാണെന്നും, എത്രയോ നൂറ്റാണ്ടുകളായി വടക്കേ ആഫ്രിക്കക്കാർക്കവകാശപ്പെട്ട ബഹുമതിയും അംഗീകാരവും തെറ്റായി ഗ്രീക്കുകാർക്ക് നൽകപ്പെടുകയാണുണ്ടായതെന്നും കാട്ടിത്തരാൻ ശ്രമിച്ചു; ഒപ്പം ഈ തെറ്റായ ലോകാഭിപ്രായത്തിന്റെ ഭാഗമായി ആഫ്രിക്കക്കാർ മനുഷ്യസംസ്കൃതിക്കൊരു സംഭാവനയും ചെയ്തിട്ടില്ലെന്നും, അവർ സ്വാഭാവികമായിത്തന്നെ പിന്നോക്കം നിൽക്കുന്നവരാണെന്നുമുള്ള ധാരണയുടെ പൊള്ളത്തരത്തെ തുറന്നുകാട്ടാനും ശ്രമിച്ചു.നിരവധി നൂറ്റാണ്ടുകളായി സോക്രട്ടീസ്, പ്ലേറ്റോ, അരിസ്റ്റോട്ടിൽ എന്നിവരെ ബൗദ്ധിക മേൽക്കോയ്മയുടെയും ഔന്നത്യത്തിന്റെയും പ്രതീകങ്ങളായി തെറ്റായി അവരോധിക്കുകയായിരുന്നുവെന്നും നൂറ്റാണ്ടുകളോളം ആഫ്രിക്കാ വൻകരയെ ഇരുണ്ട ഭൂഖണ്ഡമെന്നു വിളിക്കുകയായിരുന്നുവെന്നും അദ്ദേഹം പറയുന്നു.

തന്റെ വിവാദമുയർത്തിയ *കറുത്ത അഥീന* (*Black Athena*-1987) എന്ന കൃതിയിൽ മാർട്ടിൻ ബെർണാൽ പറഞ്ഞു,

> ഒന്നാമതായി ഈജിപ്ഷ്യൻ മതം ക്രിസ്ത്യാനിറ്റിക്കകത്തും അതിന് പുറത്ത് ജ്ഞേയവാദികളുടെയും ഹെർമെറ്റുകളുടെയും ഉപസമൂഹങ്ങളിലും (ക്രിസ്ത്യാനികൾ ശീശ്മയെന്നൊക്കെ വിളിച്ച ഹെർമെറ്റിക് പാരമ്പര്യം, തുറന്നു പറഞ്ഞാൽ, ശരിക്കും പേഗനായിരുന്നു) അതിജീവിച്ചുവെന്നതാണ് നാം കാണുന്നത്. എന്നാൽ നേരിട്ടുള്ള ഈ തുടർച്ചകൾക്ക് പുറത്ത്, അക്കാലത്തെ

വിദ്യാഭ്യാസം നേടിയ ഉപരിവിഭാഗങ്ങളിലെല്ലാം തന്നെ പുരാതന ഈജിപ്തിനോടുള്ള പൊതുവായ ആദരവ് കൂടുതൽ വിപുലമായിരുന്നു. മതത്തെയും, സദാചാരത്തെയും സംബന്ധിച്ച കാര്യങ്ങളിൽ ഈജിപ്ത് ക്രിസ്ത്യനും ബിബ്ലിക്കലുമായ പാരമ്പര്യങ്ങൾക്ക് കീഴ്പ്പെട്ടുപോയിരുന്നെങ്കിലും, എല്ലാ 'യഹൂദേതരമായ' അഥവാ മതേതരമായ വിജ്ഞാനത്തിന്റെയും ഉറവിടമായി അന്നും അതു കണക്കാക്കപ്പെട്ടിരുന്നു.

അങ്ങനെ, 1600ന് മുമ്പ് ഒരാളും ഗ്രീക്കു സംസ്കാരവും തത്വചിന്തയും ഈജിപ്തിൽ നിന്നാണുത്ഭൂതമായതെന്ന വിശ്വാസത്തെയോ അവ പ്രസരിപ്പിക്കപ്പെട്ടത് മുഖ്യമായും ഗ്രീസിലെ ഈജിപ്ഷ്യൻ കോളനികളിലൂടെയും പിന്നീട് ഗ്രീക്ക് പഠനങ്ങളിലൂടെയോ ആണെന്ന വിശ്വാസത്തെയോ ഗൗരവതരമായി ചോദ്യം ചെയ്തിരുന്നില്ല. അടുത്തിടെ ബെർണാൽ ഒരു "തിരുത്തപ്പെട്ട പ്രാചീന മാതൃക" (Revised Ancient model)മുന്നോട്ടുവച്ചു. അതിൻപ്രകാരം "ഗ്രീസ് എന്ന മഹത്വ"വും "ഗ്രീക്ക് അത്ഭുതവും" ഒരു സമ്പന്നമായ മിശ്രത്തിന്റെ ഉൽപ്പന്നമാണ്. ഈ "തിരുത്തപ്പെട്ട പ്രാചീനമാതൃക" പ്രകാരം ഗ്രീസിന് കിഴക്കൻ മെഡിറ്ററേനിയൻ പ്രദേശങ്ങളിൽനിന്നും ബാൾക്കൻ പ്രദേശങ്ങളിൽനിന്നും തുടർച്ചയായി പുറത്തുനിന്നുള്ള സ്വാധീനങ്ങൾ അനുഭവപ്പെട്ടുകൊണ്ടേയിരുന്നു. ഈ സമ്പന്നമായ മിശ്രത്തിൽനിന്നാണ് ആകർഷവും ഫലദായകമായിത്തീർന്നതുമായ ഈ സംസ്കാരം അഥവാ ഗ്രീസ് എന്ന മഹത്വം സൃഷ്ടിക്കപ്പെട്ടത്. വസ്തുക്കളുടെയും ചരക്കുകളുടെയും വളരെ പ്രകടമായ കൈമാറ്റങ്ങൾക്കൊപ്പം തന്നെ, സോളന്റെ (പ്രാചീന ഏഥൻസിലെ നിയമജ്ഞനും അറിയപ്പെടുന്ന കവിയുമായിരുന്നു സോളൻ, ജീവിതകാലം 638-558 ബിസി) കാലം മുതൽ ഒരുതരം അമൂർത്തമായ ബൗദ്ധികബന്ധവും പ്രത്യക്ഷപ്പെടുന്നുണ്ട്. ഈജിപ്ഷ്യൻ ചിന്തയുമായോ ഈജിപ്തുമായോ സാദൃശ്യം പ്രകടമാക്കുന്നതോ അല്ലെങ്കിൽ ഈജിപ്തിന്റെ സ്വാധീനം അവകാശപ്പെടുന്നതോ ആയ ഒട്ടനവധി പുസ്തകങ്ങൾ അതിജീവിക്കുന്നുണ്ട്. അത്തരം കൃതികളുടെ കർത്താക്കൾ വളരെ ശ്രദ്ധേയരായവരാണ്. സോളൻ, മിലെത്തൂസിലെ ഹെക്കാറ്റെയൂസ്, ഹെറഡോട്ടസ്, യൂറിപ്പിഡീസ്, പ്ലേറ്റോ എന്നിവർ അവരിലെ ഏറ്റവും അറിയപ്പെടുന്നവരായ ചിലർ മാത്രം. മറുവശത്ത് ഗ്രീക്കുകാർക്ക് ഒരെഴുതപ്പെട്ട പാരമ്പര്യമോ യുക്തിയെ വളർത്തുന്നതും ഫലപ്രദവുമായ അറിവിന്റെ ഒരു വിപുലമായ നിധിശേഖരമോ ഇല്ല (എഴുതപ്പെട്ട ചരിത്രമില്ല). അവർക്ക് ഈജിപ്തുകാരുടേതു പോലുള്ള ലൈബ്രറികളുണ്ടായിരുന്നില്ല. അവരുടെ ഇരുണ്ടകാലത്ത് സാക്ഷരത നാടകീയമാം വിധം വളരെത്താണുപോയിരുന്നു. അയോണിയയിലും ഏഥൻസിലും മാത്രമാണ് മൈസീനിയൻ സംസ്കാരത്തിന്റെ അവശിഷ്ടങ്ങൾ കണ്ടുപിടിക്കാൻ കഴിഞ്ഞിരുന്നത്. പഴയ ഭാഷ (ലീനിയർ B) നഷ്ടപ്പെട്ടുകഴിഞ്ഞിരുന്നു. അർക്കായിക് (പഴ

യ)കാലഘട്ടമെന്നു വിളിക്കപ്പെട്ട കാലത്തിന്റെ തുടക്കത്തിൽ (ബി സി 700നടുപ്പിച്ച്) ഗ്രീക്കുകാർക്ക് ക്ഷേത്രങ്ങളുയർത്താനായിരുന്നില്ല. അവർക്ക് ഫിനീഷ്യക്കാരിൽനിന്നും സ്വായത്തമാക്കിയെടുത്ത ഒരു പുതിയ അക്ഷരമാലയാണുണ്ടായിരുന്നത്. ഒരു സാഹിത്യവുമുണ്ടായിരുന്നില്ല; അതല്ലെങ്കിൽ ഒരു വാചിക സംസ്കാരമേ ഉണ്ടായിരുന്നുള്ളു; ഹോമറും ഹെസിയോഡും ഏതാണ്ട് ബി സി 750 കാലഘട്ടത്തിൽ രേഖപ്പെടുത്തിയ തരത്തിലുള്ള ഗംഭീരമായ വീരകൃത്യങ്ങളുടെയും ദൈവങ്ങളുടെയും കഥകളും ഐതിഹ്യങ്ങളുമെല്ലാം നിറഞ്ഞിരുന്ന ഒരു വാചിക സംസ്കാരം. അവരുടെ അമൂർത്തീകരണത്തിനുശേഷിയുള്ളവയും ആകാംക്ഷയുള്ളതുമായ യുവമനസുകൾ ഈജിപ്തുകാരുടെ കാലങ്ങൾ പഴക്കം ചെന്ന സാംസ്കാരിക പ്രവർത്തനങ്ങളുമായി ബന്ധപ്പെട്ടപ്പോൾ, ആ അഭിമുഖീകരണം വളരെ ഫലദായകമായിത്തീർന്നു. അത് ഗ്രീക്കുകാരെ തങ്ങളുടെ തന്നെ ബുദ്ധിപരവും സാങ്കേതികവുമായ വൈദഗ്ധ്യങ്ങൾ വികസിപ്പിക്കാനും ഈജിപ്ഷ്യൻ ഉറവിടങ്ങളുടെ വിവിധ മാതൃകകൾക്കപ്പുറത്തേക്ക് നീങ്ങാനും കഴിവുള്ളവരാക്കി. അവർ അമൂർത്തനിയമങ്ങൾ ഉരുത്തിരിച്ചെടുക്കുന്നതിനും (deduce ചെയ്യുന്നതിനും), പശ്ചാത്തലങ്ങളുടെയും പ്രവർത്തനങ്ങളുടെയും അതിരുകൾക്കപ്പുറത്ത് ബന്ധിപ്പിക്കലുകൾ നടത്താനവയെ അനുവദിക്കാനും, പൊതുവായത് പ്രത്യേകമായതിലേക്ക് പ്രയോഗിച്ച് അനുമാനങ്ങളിലെത്താനും കഴിവുള്ളവരായിരുന്നു. അതിനപ്പുറം, ഈജിപ്ഷ്യൻ മിത്തുകളിലെ സമ്പന്നമായ പ്രപഞ്ചോൽപ്പത്തിയെ സംബന്ധിച്ച കാഴ്ചപ്പാടുകളും, ഫറവോയുടെ സർവാതിശായിയായി നിൽക്കുന്ന ഗുണങ്ങളും, ഈജിപ്തിന്റെ വൈജ്ഞാനിക വ്യവഹാരങ്ങളിലെ ധാർമികമായ ആഴവും, മെംഫൈറ്റ്, ഹെർമോപൊളിറ്റൻ സ്കൂളുകളിലെ വാചികമാക്കലിന്റെ പ്രാധാന്യവുമെല്ലാം തന്നെ കൂട്ടിച്ചേർക്കുകയും കാലാനുകൂലനത്തിന് വിധേയമാക്കുകയും ചെയ്തുകൊണ്ട് ഗ്രീക്ക് തത്വചിന്ത രൂപപ്പെടുത്തപ്പെട്ടു. മറ്റൊട്ടേറെ വിഷയങ്ങളും ഉപവിഷയങ്ങളുമെല്ലാം തങ്ങളുടെ ഗ്രീക്ക് അഭിരുചികൾക്ക് (ഹെല്ലാഡിക് ടേസ്റ്റ്) അനുസൃതമായവിധം ഗ്രീക്ക് രചയിതാക്കൾ പരുവപ്പെടുത്തിയെടുത്തതുപോലെ തന്നെ. അറിയപ്പെടുന്നവരും സ്കൂൾ പാഠ്യപദ്ധതികളിൽ വളരെയേറെ ബഹുമാനാദരവുകളോടെ അവതരിപ്പിക്കപ്പെടുന്നവരുമായ ഗ്രീക്ക് (യൂറോപ്യൻ) തത്വചിന്തകരെല്ലാം തന്നെ പ്രാചീന ഈജിപ്തുകാരുടെ കാലടികളിൽ പഠനം നടത്തിയവരാണെന്ന ചരിത്രസത്യത്തെ ഒരാൾക്കും നിഷേധിക്കാനാവില്ല. നൈൽ നദീതടത്തിലെ ആഫ്രിക്കക്കാരിൽനിന്ന്, വാസെറ്റിലെ ക്ഷേത്രത്തിലെ കെമെറ്റിൽ നിന്ന് പഠിച്ചവരാണവർ. ലോകത്തിലെ ആദ്യ സർവകലാശാലയായ കെമെറ്റ് നിർമിക്കപ്പെട്ടത് പതിനേഴാം രാജവംശത്തിലെ അമെൻഹോട്ടെപ് മൂന്നാമൻ ഫറവോയുടെ ഭരണകാലത്താണ് (1550 ബി സിക്കും 1295 ബി സിക്കുമിടയിലായി) അതതിന്റെ ഏറ്റവുമുന്നതി പ്രാപിച്ച കാലത്ത്, അവിടെ 80,000 വിദ്യാർഥികൾ വിദ്യാഭ്യാസം ചെയ്തിരുന്നു. ഒട്ടേറെപ്പേർ, നിരവധി വർഷ

ക്കാലം ഈജിപ്ഷ്യൻ സ്കൂളുകളിൽ പഠിച്ചശേഷമാണ് "ആദ്യ" തത്വ ചിന്തകരായി ഗ്രീസിലേക്ക് തിരിച്ചുവന്നത്. ഉദാഹരണത്തിന്, മിലെത്തൂസിലെ തെയിൽസ് (ബി സി 639-544- അദ്ദേഹം ഗ്രീസിലെ ഏറ്റവും പ്രസിദ്ധനും പ്രകീർത്തിക്കപ്പെട്ടവനുമായ തത്വചിന്തകനും ഏഷ്യാമൈനറിലെ പ്രിസോക്രാറ്റിക് അയോണിയൻ സ്കൂളിന്റെ സ്ഥാപകനുമാണ്) നൈൽനദീതടത്തിലെ ഈജിപ്ഷ്യൻ പുരോഹിതരിൽനിന്നും പരിശീലനം നേടിയ ആദ്യത്തെയാളാണ്. വർത്തമാനകാലത്ത് ആദ്യ "ഗ്രീക്കു തത്വ ചിന്തകനായി" അറിയപ്പെടുന്ന പൈതഗോറസ് (ബി സി 580-489) 22 വർഷവും, പ്ലേറ്റോ (ബി സി 427-347)11-13 വർഷക്കാലവും വാസെറ്റിലെ ക്ഷേത്രത്തിൽ പഠിച്ചിരുന്നു. ലോകത്തിലെ കൂടുതൽ വിജ്ഞനായ തത്വ ചിന്തകനെന്നറിയപ്പെടുന്ന അരിസ്റ്റോട്ടിൽ (ബി സി 384-322) 11-13 വർഷക്കാലവും, സോക്രട്ടീസ് (428-348) 15 വർഷവും, യൂക്ലിഡ് 10-11 വർഷക്കാലവും, വൈദ്യത്തിന്റെ പിതാവായി ഉയർത്തിക്കാട്ടപ്പെടുന്ന ഹിപ്പോക്രാറ്റസ് (ബി സി 460-370) ഏതാണ്ടിരുപതു വർഷക്കാലവും അവിടെ പഠനം നടത്തി. വാസെറ്റിൽ നിന്നും പഠനം പൂർത്തിയാക്കിയ മറ്റ് ഗ്രീക്കുകാരിൽ ഡിയോഡോറസ്, സോളൻ ആർക്കിമെഡീസ്, യൂറിപ്പിഡീസ് തുടങ്ങിയവരുമുണ്ട്. അലക്സാണ്ട്രിയയിലെ വിശുദ്ധ ക്ലെമന്റ് (ടിറ്റൂസ് ഫ്ളാവിയൂസ് ക്ളെമെൻസ് - എ ഡി 150-215) ഒരിക്കൽപ്പറഞ്ഞത് നിങ്ങൾ ആയിരം പേജുള്ള ഒരു പുസ്തകമെഴുതിയാലും നിങ്ങൾക്ക് കെമെറ്റിൽപ്പോയി വിദ്യാഭ്യാസം നേടിയ ഗ്രീക്കുകാരുടെയും, അവിടെപ്പോയിട്ടില്ലെങ്കിൽത്തന്നെയും പോയിട്ടുണ്ടെന്നു പറയുന്നത് വലിയ അന്തസ്സായതുകൊണ്ട് തങ്ങളവിടെ വിദ്യാഭ്യാസം ചെയ്തുവെന്ന് തെറ്റായി അവകാശപ്പെട്ടവരായ ഗ്രീക്കുകാരുടെയും പേരുകളെഴുതിത്തീർക്കാനാവില്ലെന്നാണ്.

തന്റെ മാസ്റ്റർപീസായ *ഒരു നഷ്ടപ്പെട്ട പാരമ്പര്യം: ലോകചരിത്രത്തിൽ ആഫ്രിക്കൻ തത്വചിന്ത* (*A lost tradition: African philosophy in the world history-1975*) എന്ന കൃതിയിൽ ഡോ.തെയോഫിലേ ഒബെൻഗ്വ (അദ്ദേഹം പ്രസിദ്ധ ഈജിപ്തോളജിസ്റ്റാണ്) പ്രാചീന കെമറ്റിലെ (ഈജിപ്തിലെ) വാസറ്റിലെ ക്ഷേത്രത്തിൽ തങ്ങളെല്ലാം വിദ്യാഭ്യാസം നേടിയിരുന്നുവെന്നും തങ്ങളുടെ അധ്യാപകർ നൈൽനദീതടത്തിലെ ഉന്നത പുരോഹിതരും ഉന്നതചിന്തകരുമായിരുന്നുവെന്നും തങ്ങളുടെ തന്നെ ഗ്രീക്ക് ഹെല്ലെനിക് ഭാഷയിൽ പ്രസിദ്ധരും പ്രകീർത്തിക്കപ്പെടുന്നവരുമായ ഗ്രീക്കുകാർ ഏറ്റുപറഞ്ഞിട്ടുള്ളത് രേഖപ്പെടുത്തിയിരിക്കുന്നു. ഹെറഡോട്ടസും മറ്റു ഗ്രീക്കുകാരും ഈജിപ്ത് ഇതര "പ്രാകൃത" രാജ്യങ്ങളിൽനിന്ന് തീർത്തും വ്യത്യസ്തമാണെന്നറിയാവുന്നവരായിരുന്നു. അക്കാലത്ത് ഗ്രീക്കുകാർക്കിഷ്ടമില്ലാത്ത രൂപഭാവങ്ങളുള്ളവരെയും ഗ്രീക്കു ഭാഷ സംസാരിക്കാത്തവരെയുമൊന്നടങ്കം ഗ്രീക്കുകാർ വിളിച്ചിരുന്നത് പ്രാകൃതർ എന്നായിരന്നു. അവരെല്ലാം ഭീകരന്മാരായ സ്വേച്ഛാധിപതികളും കൗശലക്കാരായ മായാജാലക്കാരും വിരസരും ആണത്ത

മില്ലാത്തവരും സുഖം മാത്രം തേടുന്നവരുമായ വ്യക്തികളായും അപല പിക്കപ്പെട്ടു. എന്നാൽ ഈജിപ്തിന്, ഇന്ത്യയെന്ന പോലെ, മറ്റു പലതും നൽകാനുണ്ടായിരുന്നു; അതു നിറയെ പഴയതും ബഹുമാന്യവുമായ വിജ്ഞാനമായിരുന്നു. ഗ്രീക്കുകാർ ഈജിപ്ത് സന്ദർശിക്കുമ്പോൾ യഥാർഥത്തിൽ കൈക്കലാക്കിയിരുന്നതെന്താണ്? വളരെ വളരെ മുമ്പ്, ബി സി 570 ൽത്തന്നെ, നൗക്രാറ്റിസ് (ഈജിപ്തിലെ ഒരു പ്രാചീന ഗ്രീക്ക് അധിവാസകേന്ദ്രം) എല്ലാ ഗ്രീക്കുകച്ചവടവും കടന്നു പോകേണ്ട ഒരു ചാനലായി നിയമപരമായി തീരുമാനിക്കപ്പെട്ടതിന്റെ ഭാഗമായി, ഗ്രീക്കു കാർ അങ്ങേയറ്റം സമ്പന്നമായ ഈജിപ്ഷ്യൻ ഭരണകൂടത്തിന്റെ പ്രവർത്തനങ്ങൾ കാണുകയും, അവർക്ക് സഞ്ചാര സ്വാതന്ത്ര്യമനുവദി ച്ചിരുന്ന പ്രദേശങ്ങളിലെ ഈജിപ്ഷ്യൻ ആഘോഷങ്ങളിലും സദ്യക ളിലുമെല്ലാം പങ്കെടുക്കുകയും ചെയ്തിരിക്കണം (ഓരോ അഞ്ചു ദിവസ ങ്ങളിലൊന്നിലും ഓരോ സദ്യയും ആഘോഷവും നടത്താൻ മാത്രം മത പരമായ നല്ല നല്ല കാരണങ്ങൾ ഈജിപ്തുകാർ കണ്ടെത്തിയിട്ടുണ്ടായി രുന്നു).

തെയിൽസിന് നൈൽ തടത്തിലെ ഈജിപ്ഷ്യൻ പുരോഹിതന്മാ രിൽനിന്ന് പരിശീലനം ലഭിച്ചിരുന്നുവെന്ന കാര്യം ഗ്രീക്കുകാർ സ്വയം തന്നെ രേഖപ്പെടുത്തിയിട്ടുണ്ട്. പ്ലേറ്റോയും അയേറ്റിയൂസും (ഇരുവരും ഗ്രീക്ക് തത്വചിന്തകർ) രേഖപ്പെടുത്തിയിട്ടുള്ളത്, തെയിൽസ് ഈജിപ്തിൽ പുരോഹിതർക്ക് കീഴിൽ പരിശീലനം നേടിയിട്ടുണ്ടെന്നും, അദ്ദേഹം തന്റെ വിദ്യാഭ്യാസത്തിന് ഈജിപ്തിനോട് കടപ്പെട്ടിരിക്കുന്നുവെന്നും, തെയിൽസാണ് ജ്യാമിതിയെന്ന സങ്കൽപ്പനപരമായ ശാസ്ത്രത്തെ ഗ്രീസിന് സംഭാവന ചെയ്തതെന്നുമാണ്. തെയിൽസ് ഈജിപ്തിലേക്ക് പോകുന്നതിന് മുമ്പ് ജ്യാമിതി (ജ്യോമട്രി) പോലൊരു സൈദ്ധാന്തിക അന്വേഷണരീതി ഗ്രീസിലുണ്ടായിരുന്നില്ല. തീർച്ചയായും, തെയിൽസ് ജനിക്കുന്നതിനും ആയിരം വർഷം മുമ്പുതന്നെ ഈജിപ്തുകാർ ചതുര ങ്ങളുടെയും ത്രികോണങ്ങളുടെയും സമാന്തര ചതുഷ്കോണങ്ങളുടെയും വിസ്തൃതിയൊക്കെ കൃത്യമായി കണക്കാക്കാൻ പഠിച്ചിരുന്നു. ഗ്രീക്ക് ഹെല്ലനിക് രേഖകൾ ചൂണ്ടിക്കാട്ടുന്നത് പൈതഗോറസും തന്റെ യുവ ത്വത്തിൽ ഈജിപ്തിലേക്കു പോകുകയും അവിടെ പുരോഹിതന്മാരുടെ ശിക്ഷണത്തിനു കീഴിൽ ദൈവശാസ്ത്രവും ക്ഷേത്രഗണിതവും ജ്യോതി ശാസ്ത്രവും ഒട്ടേറെവർഷക്കാലം പഠിക്കുകയും ചെയ്തുവെന്നാണ്. മറ്റെ ല്ലാവർക്കുമുപരിയായി തെയിൽസാണ് പൈതഗോറസിനോട് മെംഫിസി ലെയും തീബ്സിലെയും മതപുരോഹിതന്മാരെ കാണണമെന്നും അവ രിൽനിന്ന് ഉന്നതനിലവാരത്തിലുള്ള അറിവ് നേടണമെന്നും ശുപാർശ ചെയ്തത്. അരിസ്റ്റോട്ടിൽ തന്റെ തന്നെ വാക്കുകളിൽ പൗരാണിക ഈജി പ്തുകാരുടെ മൗലികത്വത്തെയും കഴിവുകളെയും അംഗീകരിക്കുകയും, ഈജിപ്തിനെ "ലോകത്തിലെ ഏറ്റവും പുരാതനമായ പുരാവസ്തുശേ ഖര"മെന്ന് കണക്കാക്കുകയും, "അങ്ങനെയാണ് ഈജിപ്തുകാർ, മനു

ഷ്യവംശത്തിലെ ഏറ്റവും പ്രാചീനരായ ആളുകളെന്ന് നാം കണക്കാക്കുന്നവർ" എന്ന് ചൂണ്ടിക്കാട്ടുകയും ചെയ്തതായും ഡോ.തെയോഫിലെ ഒബെൻഗ്വ പറയുന്നു. മേരിലെഫ്റ്റ്കോവിക്സിനെപ്പോലുള്ള (*Not out of Africa: How Africa centrism became an excuse to teach Mith and History* എന്ന കൃതിയുടെ രചയിതാവ്) ചില പണ്ഡിതർ വാദിക്കുന്നത് അരിസ്റ്റോട്ടിൽ ഒരിക്കലും ഈജിപ്ത് സന്ദർശിച്ചിരുന്നില്ലെന്നും കാര്യമായ എന്തെങ്കിലും ഈജിപ്ഷ്യൻ ബൗദ്ധിക സ്വാധീനം അദ്ദേഹത്തിനുമേലുണ്ടായിരുന്നില്ലെന്നുമാണ്. ലെഫ്ക്കോവിറ്റ്സിന്റെ വീക്ഷണങ്ങളെ തന്റെ *അരിസ്റ്റോട്ടിൽ ആന്റ് ഏൻഷ്യന്റ് ഈജിപ്ത്* (*Aristotle and ancient Egypt*) എന്ന കൃതിയിൽ ഒബെൻഗ്വ വിമർശിക്കുകയും അതൊരു തെറ്റായ വിലയിരുത്തലാണെന്ന് തെളിയിക്കാനായി അരിസ്റ്റോട്ടിലിന്റെ തന്നെ വാക്കുകൾ ഉദ്ധരിക്കുകയും(topology)വിശദീകരിക്കുന്നത് താൻ വിവരിക്കുന്ന കാര്യങ്ങൾ നേരിട്ടു കണ്ടിട്ടുണ്ടെന്ന കാര്യത്തിൽ തെല്ലും സംശയമവശേഷിപ്പിക്കാതെയാണ്. അതിനുമപ്പുറം, തന്റെ *മെറ്റാഫിസിക്സിൽ* ഗ്രീക്ക് ഹെല്ലനിക് ഭാഷയിൽ അദ്ദേഹം തുറന്നു പറയുന്നു: "അങ്ങനെ ഗണിതപരമായ ശാസ്ത്രങ്ങൾ ആദ്യമായി (proton) ഈജിപ്തിൽ ഉത്ഭവിച്ചു". അദ്ദേഹത്തിന്റെ *ഓൺ ദ ഹെവൻസിൽ* അരിസ്റ്റോട്ടിൽ പറയുന്നത് ജ്യോതിശ്ശാസ്ത്രത്തിന്റെ സ്ഥാപകർ ഈജിപ്തുകാരും ബാബിലോണിയന്മാരുമാണെന്നാണ്. അതുകൊണ്ട് അരിസ്റ്റോട്ടിലിന്റെ അഭിപ്രായത്തിൽ, "ഗണിതശാസ്ത്ര കലകളും ജ്യോതിശ്ശാസ്ത്രവും രൂപംകൊണ്ടതും വിപുലീകരിക്കപ്പെട്ടതും മറ്റൊരിടത്തുമല്ല, ഈജിപ്തിൽ ഉറവെടുത്തുകൊണ്ട് അവിടെത്തന്നെയാണ്". പിന്നെയും, ഈജിപ്ഷ്യന്മാർ ആർജിച്ചെടുത്ത ജ്യോതിശ്ശാസ്ത്രവിജ്ഞാനത്തെ വിലയിരുത്തിക്കൊണ്ട് ഇങ്ങനെയൊരു നിഗമനത്തിലെത്താൻ അരിസ്റ്റോട്ടിൽ നിർബ്ബന്ധിതനായി: "ഓരോ നക്ഷത്രങ്ങളെപ്പറ്റിയുമുള്ള മാറ്റം വരുത്താനാവാത്ത ഒട്ടേറെ വസ്തുതകൾക്ക് നാം ഈജിപ്തുകാരോട് കടപ്പെട്ടിരിക്കുന്നു." അരിസ്റ്റോട്ടിൽ പ്രത്യേകിച്ചും, വാൽനക്ഷത്രങ്ങളുടെ സ്വഭാവത്തെയും ഗോളങ്ങളുടെ ബന്ധങ്ങളെക്കുറിച്ചുമുള്ള ഈജിപ്തുകാരുടെ ഉജ്ജ്വലമായ അറിവിനെ പ്രകീർത്തിച്ചു. ആഫ്രിക്കയിലെ ഏറ്റവും മഹാന്മാരായ തത്വചിന്തകരിലെയും നരവംശശാസ്ത്രജ്ഞരിലെയും ഒരാളായ ചെയ്ക്ക് ആന്റാ ഡിയോപ് പറഞ്ഞത് "വിജ്ഞാനസ്നേഹി" എന്നർഥമുള്ള "ഫിലോസഫർ" എന്ന പദം തന്നെ തന്റെ 22 വർഷത്തെ ഈജിപ്തിലെ പഠനത്തിന്റെ അനന്തരഫലമെന്നോണം പൈതഗോറസാണ് കൊണ്ടുവന്നതെന്നാണ്. തെയോഫിലെ ഒബെൻഗ്വ (*പുരാതന ഈജിപ്തും കറുത്ത ആഫ്രിക്ക*യും എന്ന 1992ലെ രചനയിൽ)യുടെ അഭിപ്രായത്തിൽ 'ഫിലോസഫി' എന്ന പദം തന്നെ ഈജിപ്ഷ്യൻ ഉറവിടമുള്ളതാണ്; ഗ്രീക്കു ഭാഷയുയർന്നുവന്ന ഇൻഡോ-യൂറോപ്യൻ ഭാഷാകുടുംബത്തിൽ യാതൊരു വേരുകളുമില്ലാത്തതാണ് അറിവ് അഥവാ വിവേകബുദ്ധി എന്നർഥമുള്ള സോഫോസ് (sophos) എന്ന വാക്ക്. അത്

ഉദ്ഭവിച്ചത് "പഠിപ്പിക്കുക", "നിർദേശിക്കുക" എന്നർഥമുള്ള ഈജിപ്ഷ്യൻ വാക്കായ സ്ബാ (sba) യിൽ നിന്നാണ്. സ്ബായെന്ന ഈജിപ്ഷ്യൻ വാക്ക് സോഫോസ് എന്ന ഗ്രീക്ക് വാക്കായിത്തീരുകയും അതിൽനിന്ന് ഫിലോസഫി എന്ന പദം ഉരുത്തിരിഞ്ഞു വരികയും ചെയ്തു.

അമാസിസിന്റെ ഭരണകാലത്ത് (അഹ്മോസ് II B C 570-526) തെയിൽസ് ഈജിപ്ത് സന്ദർശിച്ചുവെന്നും അദ്ദേഹത്തെ ഈജിപ്തിന്റെ വിദ്യാഭ്യാസവ്യവസ്ഥയിലേക്കും ശാസ്ത്രത്തിലേക്കും ഈജിപ്ഷ്യൻ പുരോഹിതന്മാർ പ്രവേശിപ്പിച്ചുവെന്നും കരുതപ്പെടുന്നു. തന്റെ ഈജിപ്തിലെ പഠനകാലത്ത് അദ്ദേഹം ജ്യോതിശ്ശാസ്ത്രം, ഭൂമിസർവേ ചെയ്യൽ, അളവുശാസ്ത്രം (measuration), എഞ്ചിനീയറിംഗ്, ഈജിപ്ഷ്യൻ ദൈവശാസ്ത്രം എന്നിവ പഠിച്ചുവെന്നു കരുതപ്പെടുന്നു. സാമോസുകാരനായ പൈതഗോറസ് പഠനാവശ്യത്തിനായി ഇടക്കിടെ ഈജിപ്തിലേക്ക് സന്ദർശനം നടത്തിയിരുന്നുവെന്നു പറയപ്പെടുന്നു. മറ്റേത് അർഥികളെയും പോലെ, അദ്ദേഹത്തിനും പുരോഹിതന്മാരുടെ സമ്മതവും പ്രീതിയും നേടിയെടുക്കേണ്ടിവന്നിരുന്നു. ഗ്രീക്ക് തത്വചിന്തകനായ ഡയോജനിസ് നമ്മോട് പറയുന്നത് സാമോസിലെ (ഏജിയൻ കടലിന്റെ തെക്കുള്ള ഒരു പുരാതന ഗ്രീക്ക് നഗരം) ഭരണാധികാരിയായ പോളിക്രാറ്റസും അമാസിസ് രണ്ടാമനും തമ്മിൽ സൗഹൃദം നിലനിന്നിരുന്നുവെന്നും, പോളിക്രാറ്റസ് പൈതഗോറസിന്റെ കയ്യിൽ രാജാവിന് കൊടുക്കാനായി പരിചയപ്പെടുത്തിക്കൊണ്ടുള്ള ഒരു കത്ത് നൽകിയിരുന്നുവെന്നും, അദ്ദേഹം (രാജാവ്) പുരോഹിതരുടെയടുത്ത് പൈതഗോറസിനെ പരിചയപ്പെടുത്തിയെന്നും (ആദ്യം ഹെലിയോ പോളിസിലെ പുരോഹിതന്റെയടുത്തും, തുടർന്ന് മൊംഫിസിലെ പുരോഹിതന്റെയടുത്തും, ഒടുവിൽ തീബ്സിലെ പുരോഹിതന്റെയടുത്തും) അവർക്കെല്ലാം പൈതഗോറസ് ഓരോ വെള്ളിക്കാസകൾ നൽകിയെന്നുമാണ്. ഹെറഡോട്ടസും പ്ലിനിയും നമുക്ക് കൂടുതൽ വിവരങ്ങൾ നൽകുന്നു. അതനുസരിച്ച് കഠിനമായ പരീക്ഷണങ്ങൾക്ക് (അഗ്രചർമഛേദനമടക്കം) വിധേയനാക്കിയ ശേഷം ഈജിപ്ഷ്യൻ പുരോഹിതന്മാരദ്ദേഹത്തെ അവരുടെ എല്ലാ രഹസ്യങ്ങളിലേക്കും ഇനിഷ്യേറ്റ് ചെയ്തു (പഠനത്തിനായി പ്രവേശിപ്പിച്ചു). അദ്ദേഹം പുനർജന്മതത്വം (ആത്മാവ് കൂടുവിട്ട് കൂടുമാറുന്നതിന്റെ വിദ്യ) പഠിച്ചുവെന്നും (അക്കാര്യവുമായി അതേവരെ ഗ്രീക്കു മതത്തിനൊരു ബന്ധവുമുണ്ടായിരുന്നില്ല) അദ്ദേഹത്തിന്റെ വൈദ്യത്തിലുള്ള അറിവും ഭക്ഷണക്രമീകരണവുമായി ബന്ധപ്പെട്ട കർക്കശസമ്പ്രദായത്തെക്കുറിച്ചുള്ള അറിവും അദ്ദേഹത്തെ ഈജിപ്തിന്റെ ഒരുൽപ്പന്നമെന്ന നിലയിൽ വേർതിരിച്ചറിയുന്നതിനിടയാക്കിയെന്നും അവർ നമുക്കു വിവരം തരുന്നു. അദ്ദേഹത്തിന്റെ ജ്യാമിതിയിലെ ഉന്നത നേട്ടങ്ങൾ ആ ശാസ്ത്രശാഖയുടെ ജന്മഗേഹം ഈജിപ്തായിരുന്നുവെന്ന അംഗീകൃത സത്യത്തിനനുസൃതവുമാണ്.

അതിനൊപ്പം, ഗ്രീക്കുകാർക്കിടയിൽ പൈതഗോറസാണ് ഗണിതം സ്ഥാപിച്ചതെന്ന പ്ലൂട്ടാർക്കിന്റെയും ഡെമെട്രിയൂസിന്റെയും ആന്റിസ്തെനിസിന്റെയും പ്രസ്താവനകളും നമ്മുടെ പക്കലുണ്ട്. ഈജിപ്ഷ്യൻ പുരോഹിതർ പൈതഗോറസിന് സംഗീതത്തിലും പരിശീലനം നൽകിയിരുന്നു. നാം ഡയോജനിസിൽനിന്നും ഹെറഡോട്ടസിൽ നിന്നും മനസ്സിലാക്കുന്നത് അദ്ദേഹം അഞ്ചു വർഷക്കാലം ഈജിപ്ഷ്യൻ പുരോഹിതന്മാർക്കു കീഴിൽ പഠനം നടത്തുകയും അതിന്റെയൊടുവിൽ അദ്ദേഹം മെറോയിലെ വിശുദ്ധ കഥാപാത്രങ്ങളെപ്പറ്റി ഒരു പ്രബന്ധം രചിച്ചുവെന്നുമാണ്. ഡയോജനിസ് ലേർട്ടിയുസ് (മൂന്നാം നൂറ്റാണ്ടുകാരനായ ഗ്രീക്ക് ജീവചരിത്രകാരൻ)നമ്മോട് ഇതു കൂടി പറയുന്നു. പൈതഗോറസ് ഈജിപ്ഷ്യൻ ക്ഷേത്രങ്ങളിൽ പ്രവേശിക്കുകയും അവരുടെ ദൈവങ്ങളുടെ രഹസ്യങ്ങൾ പഠിക്കുകയും ചെയ്തു. അതൊരു ശ്രദ്ധേയമായ സാക്ഷ്യമാണ്. ഈജിപ്ഷ്യൻ ദൈവങ്ങൾ കാഴ്ചയിൽനിന്നു മറഞ്ഞാണിരുന്നത്. ഫറവോക്കും അദ്ദേഹം നിയോഗിക്കുന്ന പുരോഹിതർക്കു മൊഴികെ ആർക്കും "വിശുദ്ധിയിൽ വിശുദ്ധമായ സ്ഥലത്ത്" (പരമപവിത്രമായ)പ്രവേശിക്കാനോ ദൈവത്തെ നേരിൽ ദർശിക്കാനോ കഴിയുമായിരുന്നില്ല. ദൈവങ്ങളും മനുഷ്യരും തമ്മിൽ യാതൊരാശയവിനിമയവുമുണ്ടായിരുന്നില്ല, കാരണം ദൈവങ്ങൾ ദൈവങ്ങളുമായി മാത്രമേ സംവദിക്കുകയുള്ളു. പൈതഗോറസ് ക്ഷേത്രങ്ങളുടെ ഉൾഭാഗങ്ങളിൽ (എല്ലാ ദൈവങ്ങളുടെയും മഹാകഥകൊണ്ടവിടം അലങ്കരിച്ചിരുന്നു) പ്രവേശിച്ചുവെന്ന പരാമർശം അദ്ദേഹം ഈജിപ്ഷ്യൻ നിഗൂഢ ശിലാലിഖിത ഭാഷ വായിക്കാൻ പഠിച്ചിരുന്നുവെന്നും ഒരു ഈജിപ്ഷ്യൻ പുരോഹിതനു വേണ്ട എല്ലാ നിബന്ധനകളും പൂർത്തിയാക്കിയിരുന്നുവെന്നുമുള്ള കാര്യങ്ങൾ ഒരു സാധ്യതയാക്കി തീർക്കുന്നുണ്ട്. ലാംബ്ലിക്കസ് എഴുതുന്നത്, പൈതഗോറസ് ഈജിപ്തിൽ 22 വർഷം താമസിക്കുന്നതിനു മുമ്പ് തെയിൽസിനെ മറവുചെയ്തിരുന്നുവെന്നും അനാക്സിമാൻഡറുമായി പരിചയപ്പെട്ടിരുന്നുവെന്നുമാണ്. ഈജിപ്തിൽ തീബ്സിലെ പുരോഹിതന്മാരുടെ പഠനങ്ങളിലേക്ക് (ദൈവങ്ങളുടെ ബഹുത്വവും ഏകത്വവും) അദ്ദേഹം പ്രവേശിപ്പിക്കപ്പെട്ടുവെന്നും തുടർന്ന് ഒസീറിസിന്റെ പുനരുത്ഥാനതത്വത്തിലേക്ക് (ആത്മാവിന്റെ അനശ്വരതയെ സംബന്ധിച്ച തത്വം) അദ്ദേഹം പ്രവേശിപ്പിക്കപ്പെട്ടുവെന്നും കൂടി ലാംബ്ലിക്കസ് പറയുന്നു. പേഴ്സ്യക്കാരനായ കാംബിസസ് 525 ബി സിയിൽ ഈജിപ്ത് കീഴടക്കിയപ്പോൾ പൈതഗോറസ് തടവുകാരനാക്കപ്പെടുകയും കാൽദിയയിലേക്ക് കൊണ്ടുവരപ്പെടുകയും ചെയ്തു. അവിടെയദ്ദേഹം 12 വർഷക്കാലം പഠിച്ചു. സംഗീതവും സംഖ്യകളും വശമാക്കി. മറ്റു ചില ഗ്രന്ഥകർത്താക്കൾ പറയുന്നത് അദ്ദേഹം സാരതുഷ്ട്രമതക്കാരനായെന്നും (യൂഫ്രട്ടീസ് നദിയിൽ വെച്ച് ജ്ഞാനസ്നാനം ചെയ്തുകൊണ്ട്) ഇന്ത്യയിലേക്ക് സഞ്ചരിച്ച് ഗൗതമബുദ്ധനെ കണ്ടുമുട്ടിയെന്നും അദ്ദേഹത്തിൽനിന്ന് ആത്മാവിന്റെ കൂടുമാറ്റതത്വം, അതായത്, പുനരവതാരതത്വം പഠിച്ചുവെന്നുമാണ്.

പിന്നീടദ്ദേഹം ചെന്നെത്തി ജീവിച്ച ക്രോട്ടണിൽ (ദക്ഷിണ ഇറ്റലിയിലുള്ള ഗ്രീക്കുകോളനിയാണ് ക്രോട്ടൺ) അദ്ദേഹത്തിന്റെ പഠനങ്ങൾക്ക് വമ്പിച്ചൊരു അനുയായിവൃന്ദമുണ്ടായി. ആഭിജാതവർഗങ്ങൾക്കിടയിൽ ഒരുതരം ഫ്രീമേസൻ പ്രസ്ഥാനം ഉയർന്നുവന്നു(ഫ്രീമേസണി: ചില അടിസ്ഥാനധാർമികതത്വങ്ങൾ പാലിക്കാനും നിലനിർത്താനുമായി ഉണ്ടാക്കപ്പെട്ടതും ആയിരത്താണ്ടുകളിലൂടെ നിലനിന്നുപോന്നതുമായ ഒരു രഹസ്യസംഘടന-അഥവാ, സെക്ട്) അത് പൈതഗോറസ് അതിന്റെ 'മാസ്റ്റർ' ആയിട്ടുള്ള ഒരു കൂട്ടായ്മയായിരുന്നു. അതിന്റെയംഗങ്ങൾക്ക് വളരെ വലിയ രാഷ്ട്രീയാധികാരങ്ങളുണ്ടായിരുന്നു, പക്ഷേ, പൈതഗോറസ് മരിച്ച് ഏറെക്കാലത്തിനുശേഷം അവരെല്ലാം ഒരു കലാപത്തിൽ കൂട്ടക്കൊല ചെയ്യപ്പെട്ടു. അദ്ദേഹത്തിന്റെ അനുയായികൾ അദ്ദേഹത്തിന്റെ തത്വങ്ങൾ പ്രചരിപ്പിക്കുകയും പൈതഗോറിസം (അഥവാ പൈതഗോറിയനിസം) ഗ്രീക്ക് ബൗദ്ധിക ലോകത്തിന്റെ ഭാഗമാകുന്നതിന് കാരണക്കാരാകുകയും ചെയ്തു.

ദൈവീകമായതിന്റെ ഏകത്വം, സത്യത്തിന്റെയും നീതിയുടെയും ഭരണം, സൃഷ്ടിയുടെ ക്രമം, "പത്തി"ന്റെ വിശുദ്ധത, ചിന്തയുടെയും വചനത്തിന്റെയും സൃഷ്ടിപരത, പ്രായോഗികപ്രശ്നങ്ങൾക്ക് ജ്യാമിതീയമായ പരിഹാരം, പ്രതീകങ്ങളുടെ മാന്ത്രികത, ശാസ്ത്രത്തിന്റെ വാഴ്ച, വിപരീതങ്ങളുടെ ഐക്യവും സ്വരച്ചേർച്ചയും, സംഖ്യകളുടെ പ്രതീകവൽക്കരണം എന്നിവയൊക്കെയാണ് പൈതഗോറിസത്തിന്റെ സുപ്രധാനസിദ്ധാന്തങ്ങൾ. അദ്ദേഹം മെംഫിസിലെയും തീബ്സിലെയും പുരോഹിതന്മാരിൽനിന്ന് പഠിച്ചെടുത്തവയാണവ.

പൈതഗോറസും അദ്ദേഹത്തിന്റെ സ്കൂളുമാണ് ഒട്ടേറെ വ്യത്യസ്ത ഉറവിടങ്ങളിൽനിന്നുള്ള സ്വാധീനത്തിനു വിധേയമായ ചിന്താവ്യവസ്ഥ ആദ്യമായി വികസിപ്പിച്ചെടുത്തത് (അയോണിയൻ, ഈജിപ്ഷ്യൻ, പേഴ്സ്യൻ, ഇന്ത്യൻ ഉറവിടങ്ങളിൽനിന്ന്) ആ സ്കൂൾ വിദേശ ഉറവിടങ്ങളിൽനിന്നുള്ളവയെ ഒരു ഗ്രീക്ക് ചിന്താരീതിയുപയോഗിച്ച് ഒന്നിച്ചു ചേർക്കുകയും ആ ഉറവിടങ്ങൾക്കതീതമായ ഒരു പുതിയ മാനം അതിന് നൽകുകയും ചെയ്തു. പക്ഷേ, പൈതഗോറസിന്റെ ചിന്ത പാണ്ഡിത്യസ്വഭാവത്തിലുള്ളതാണ്; അതായത്, ഒരു ചിന്താധാര വികസിപ്പിച്ചെടുക്കുന്നതിൽ ഊന്നിയ ഒന്ന്. അതേ പ്രക്രിയ തന്നെയാണ് *കോർപ്പസ് ഹെർമെറ്റിക്ക*ത്തിലും പ്രവർത്തനക്ഷമമാകുന്നത്- അതെഴുതപ്പെട്ടത് എഡി ഒന്നുമുതൽ മൂന്നുവരെ നൂറ്റാണ്ടുകളിലാണെങ്കിലും അതിന്റെ യഥാർഥ ഉറവിടം അലക്സാണ്ട്രിയൻ ഉറവിടങ്ങളോളം പിന്നോട്ട് നീണ്ടെത്തുന്നു. താൽപ്പര്യജനകമായ കാര്യങ്ങളുടെ അരികും മുറിയുമെല്ലാം സമാഹരിച്ചും കൂട്ടിച്ചേർത്തും യുക്തിപരമായ ഒരു മൊത്തത്തെ രൂപപ്പെടുത്തിയെടുക്കുന്നതിൽ ഗ്രീക്കു ചിന്ത വൈദഗ്ധ്യം കാട്ടിയിരുന്നുവെന്നതാണ് പ്രത്യക്ഷത്തിൽത്തന്നെ കാണാവുന്ന ഒരു കാര്യം. അയോ

ണിയൻ ചിന്തയും, പൈതഗോറിസവും ഹെർമെറ്റിസവും ഇതിനുദാഹരണങ്ങൾ നൽകുന്നു.

ഗ്രീക്ക് നവോത്ഥാനമെന്നു പറയപ്പെടുന്നതിന്റെ ഒരൊറ്റക്കാരണമായിത്തീർന്ന ഘടകങ്ങൾ വിവിധ ഹെല്ലാഡിക് ജനതകളുടെ "വേറിട്ടു വേറിട്ടുനിന്ന പരിതസ്ഥിതി" കളാണ്. "ഗ്രീക്ക് നവോത്ഥാനം (വിപ്ലവത്തിന്റെ കാലഘട്ടത്തിൽ) മൊത്തത്തിലും, "ഗ്രീക്ക് അത്ഭുതം" പ്രത്യേകിച്ചും, ആദിമകാലപ്രാചീന ഗ്രീക്കുകാരുടെയും ഡോറിയൻ ജനതകളുടെയും "ശരീര"ത്തിനുള്ളിൽ നിന്നുതന്നെ ഉയർന്നുവന്ന സാംസ്കാരിക പ്രക്രിയകളുടെ ഉൽപ്പന്നമായി മാത്രമായിരുന്നില്ല. അവരുടെ പുതിയ എഴുത്തുരീതി, അവർ പങ്കുവച്ച എഴുത്തുരീതി, ഗ്രീക്കേതരമായിരുന്നു; അതായത് അത് ഫിനീഷ്യന്മാരുടേതായിരുന്നു. അതേസമയം ഡോറിയൻ വാസ്തുശിൽപ്പകല ഈജിപ്ഷ്യൻ തന്നെയുമായിരുന്നു. മികച്ച ഈജിപ്ഷ്യൻ പാപ്പിറസ് പ്രാകൃതമായ തോലിന് പകരംവയ്ക്കപ്പെട്ടു. മിലെത്തൂസും നൗക്രാറ്റിസും തമ്മിൽ നിലനിന്ന ഒന്നാന്തരം സാംസ്കാരിക കെട്ടുപാടുകൾ കാരണം പ്രാചീന അയോണിയൻ തത്വചിന്തകന്മാർ (അവരുടെ മുന്നിൽനിന്നത് പൈതഗോറസായിരുന്നു) ഈജിപ്തിലെ ലൈബ്രറികളിലും ക്ഷേത്രങ്ങളിലുള്ള നിഗൂഢഭാഷയിലും ചിഹ്നങ്ങളുടെ രൂപത്തിലും സംഭരിച്ചുവച്ചിരുന്ന അവിശ്വസനീയമായ തോതിലുള്ള അറിവുകളിൽനിന്നും (അക്കാര്യം ഗ്രീക്കുകാർ തന്നെ അഭിമാനത്തോടെ ശരിവച്ചിട്ടുണ്ട്), ഒപ്പം, തീബ്സിലെയും മെംഫിസിലെയും പുരോഹിതന്മാർ നൽകിയ വാചിക പാഠങ്ങളിൽനിന്നും, തങ്ങളുടെ വിഷയങ്ങൾ സ്വായത്തമാക്കി. മറ്റു സ്വാധീനങ്ങൾക്കും പങ്കുണ്ടായിരുന്നു. എങ്കിലും ഏറ്റവും ബഹുമാന്യമായ സാംസ്കാരമെന്നതിന് സമ്മാനം നേടിയത് ഈജിപ്ത് തന്നെയായിരുന്നു.

തന്റെ *മോഷ്ടിക്കപ്പെട്ട പൈതൃക*ത്തിൽ ജെയിംസ്, നിരവധിവർഷക്കാലം തങ്ങൾക്ക് പ്രവേശനം നിരോധിക്കപ്പെട്ടിരുന്ന ഈജിപ്തിലേക്ക് എങ്ങനെയാണ് ഗ്രീക്കുകാർ അനുവദിക്കപ്പെട്ടതെന്ന് വിവരിക്കുന്നു. കൊള്ളയടിയുടെ പേരിൽ (ഗ്രീസുകാരും അയോണിയന്മാരും* വളരെ സജീവമായിരുന്നു) ഈജിപ്തുകാർ ഗ്രീക്കുകാർക്കെതിരെ കർക്കശമായ കുടിയേറ്റനിയമങ്ങൾ കൊണ്ടുവരാൻ നിർബന്ധിതരായി. ആ നിയമങ്ങൾ ലംഘിച്ചാൽ മരണശിക്ഷതന്നെ നൽകുകയും ചെയ്തു. അതായത് ഇരയെ ബലികൊടുത്തു. പക്ഷേ, പിന്നീട് ഫറവോ പ്സാമ്മെറ്റിക്കൂസ് (ബി സി 664–610) അസീറിയക്കാർക്കെതിരെ തന്റെ ശക്തി വർദ്ധിപ്പിക്കാനായി അയോണിയൻ-കാരിയൻ(ഗ്രീക്ക് ഗോത്ര വംശം) കൂലിപ്പടയാളികളെ സൈന്യത്തിൽ നിയമിച്ചു. ഗ്രീക്കുകാരെ കൈകാര്യം ചെയ്യാൻ ചില കുട്ടികളെയും നിയോഗിച്ചു. അവർ ഗ്രീക്കു ഭാഷ സ്വായത്തമാക്കിയിടത്തുനിന്നാണ് ദ്വിഭാഷികളുടേതായ ഒരു ഈജിപ്ഷ്യൻ വർഗം രൂപപ്പെട്ടത്.

---

* അയോണിയൻ തീരത്തെ ഒരു പുരാതന ഗ്രീക്ക് ഗോത്രവംശം

അതോടെ ഈജിപ്തുകാരുമായി ഗ്രീക്കുകാരുടെ നിരന്തര സംസർഗം ആരംഭിച്ചു. അദ്ദേഹം മിലേസ്യന്മാരെ അപ്പർ ഈജിപ്തിൽ (തലസ്ഥാന മായിരുന്ന സായിസിൽ നിന്നുമധികമകലെയല്ലാതെ) പാർപ്പുറപ്പിക്കാൻ അനുവദിച്ചു. ആദ്യമായി ഗ്രീക്കുകാർ ഈജിപ്തിൽ താമസിക്കാനായി അനുവദിക്കപ്പെട്ടതപ്പോഴാണ്. അദ്ദേഹം തന്റെ സൈന്യത്തിൽ ഗ്രീക്ക് കൂലിപ്പടയാളികളെ ഉൾപ്പെടുത്തിയതോടെ ഗ്രീക്കുകാരുടെ കാഴ്ചപ്പാടിൽ നിന്നു നോക്കുമ്പോൾ സിറിയയുടെ തകർന്ന നഗരങ്ങളെയപേക്ഷിച്ച് ഈജിപ്ത് കൂടുതൽ പ്രാധാന്യമുള്ളതായി മാറി.

ഹെറഡോട്ടസാണ് തന്റെ *ഹിസ്റ്ററീസ്* എന്ന ഗ്രന്ഥത്തിലൂടെ, ഗ്രീക്ക് കൂലിപ്പടയാളികൾ ബൂബാസ്റ്റിസിനും നൈലിന്റെ പെലൂസിയാക് ശാഖ കടലിൽച്ചേരുന്നതിനും ഇടയിലുള്ള പ്രദേശത്ത് ക്യാമ്പുകൾ സ്ട്രാറ്റോ പേഡ (Strotopeda) സ്ഥാപിച്ച കാര്യം നമ്മെ അറിയിക്കുന്നത്. ഫറവോ അമാസിസിന്റെ (അഹ്മോസ്II, ബി സി 570-526) ഭരണകാലത്തിന്റെ തുടക്കത്തിൽ ഈ ഗ്രീക്കു കൂലിപ്പടയാളികളെ മെംഫിസിലേക്ക് മാറ്റു ന്നതു വരെ ഒരു നൂറ്റാണ്ടു കാലം യാതൊരിടവേളയുമില്ലാതെ അവര വിടെക്കഴിഞ്ഞു. അബു സിംബെലിലെ കൊളോസ്സി (കൽപ്രതിമ)യുടെ ഒരു കാലിൽക്കാണാവുന്ന ഗ്രീക്ക് ലിഖിതം, തീർച്ചയായും, ചൂണ്ടിക്കാ ണിക്കുന്നത് ഈജിപ്ഷ്യൻ കമാൻഡിനുകീഴിൽ ഗ്രീക്കുകൂലിപ്പടയാളി കൾ പട്ടാളത്തിലെ രണ്ടു വിഭാഗങ്ങളിലൊന്നായിത്തീർന്നിരുന്നുവെ ന്നാണ്. അവരുടെ സുപ്രീം കമാൻഡർ ഒരു ഈജിപ്തുകാരനായിരുന്നു. അമാസിസ് ഫറവോയുടെ കാലത്ത് ഈജിപ്ത് അതിന്റെ സമൃദ്ധിയുടെ പരമോന്നതാവസ്ഥയിലെത്തിയിരുന്നുവെന്ന് (വിളകളുടെയും ഉൽപ്പാദന ത്തിന്റെയും കാര്യത്തിലും നഗരങ്ങളുടെ എണ്ണത്തിന്റെ കാര്യത്തിലും) ഹെറഡോട്ടസ് തന്നെ നിരീക്ഷണം നടത്തുന്നുണ്ട്. (തീർച്ചയായും, ഏറക്കുറെ 30 ലക്ഷം ജനങ്ങൾ ഈജിപ്തിൽ ജീവിച്ചിരുന്നുവെന്നു കണ ക്കാക്കപ്പെടുന്നു) ഈ ഫറവോയുടെ കാലത്താണ് ലോവർ ഈജിപ്തിന്റെ തീരങ്ങൾക്കപ്പുറത്തേക്കു കടക്കാൻ ഗ്രീക്കുകാർ അനുവദിക്കപ്പെട്ടത്. കച്ച വടം പ്രോത്സാഹിപ്പിക്കപ്പെട്ടു. വിവിധ ഉറവിടങ്ങൾ-മിക്കവയും ഗ്രീക്ക് -നൽകുന്നവിവരമനുസരിച്ച് കച്ചവടകേന്ദ്രങ്ങൾ "മിലേഷ്യന്മാരുടെ ഭിത്തി കൾ", "ദ്വീപുകൾ" എന്നിങ്ങനെ പരാമർശിക്കപ്പെടുകയും അവയ്ക്ക് എഫേസൂസ്, ചിയോസ്, ലെസ്ബോസ്, സൈപ്രസ്, സാമോസ് എന്നൊക്കെ പേരു നൽകുകയും ചെയ്തു. ഏതാണ്ടിതേകാലത്ത്, അമാ സിസിന്റെ ഭരണകാലത്ത്, പേർഷ്യക്കാർ കാംബിസസിന്റെ നേതൃത്വ ത്തിൽ ഈജിപ്തിനെ ആക്രമിച്ചു (ബി സി 525ൽ). അതോടെ മൊത്തം രാജ്യവും ഗ്രീക്കുകാരുടെ ഗവേഷണങ്ങൾക്കായി തുറന്നിടപ്പെടുന്ന സ്ഥിതി വന്നുചേർന്നു. പേർഷ്യൻ കടന്നാക്രമണം ഗ്രീക്കുകാർക്ക് വേണ്ട ഗവേഷണത്തിനുള്ള സൗകര്യമൊരുക്കിയെന്നു മാത്രമല്ല, അയോണിയ യുടെ ഒരു ഗദ്യചരിത്രമെഴുതുന്നതിനും അവർക്ക് പ്രചോദനമേകി. ഇതേ വരെ ഗ്രീക്കുകാർക്ക് ഈജിപ്ഷ്യൻ സംസ്കാരത്തെപ്പറ്റി ഒട്ടും തന്നെ

അറിവുണ്ടായിരുന്നില്ല; അല്ലെങ്കിൽ വളരെക്കുറച്ചുമാത്രം അറിവേ ഉണ്ടായിരുന്നുള്ളു. പക്ഷേ, അവരുടെ ഈജിപ്തുമായിട്ടുണ്ടായ ബന്ധമാണ് അവരുടെ നവോത്ഥാനത്തിന്റെ ഉൽപ്പത്തിക്ക് കാരണമായത്. അലക്സാണ്ടർ രാജാവിന്റെ കീഴടക്കലിലൂടെ ആ പ്രദേശം കയ്യിലാകുകയും റോയൽ ലൈബ്രറിയിൽ പ്രവേശനം കിട്ടുകയും ചെയ്യുന്നതുവരെ ആ നില തുടർന്നു. അലക്സാണ്ട്രിയ അതോടെ ഒരു ഗ്രീക്കു നഗരമായി പരിവർത്തിക്കപ്പെട്ടു. ഒരു ഗവേഷണകേന്ദ്രവും, ടോളമിമാരുടെ ഭരണത്തിൽ കീഴിൽ ഗ്രീക്കു സാമ്രാജ്യത്തിന്റെ തലസ്ഥാനവുമായി അത് മാറി. ഗ്രീക്കുകാരുടെ പേരിനും നിയന്ത്രണത്തിനും കീഴിൽ, ഈജിപ്ഷ്യൻ സംസ്കാരം അതിജീവിക്കുകയും എ ഡി 4-ാം നൂറ്റാണ്ടിൽ തിയോഡേഷ്യസിന്റെ കൽപ്പനകൾക്കു കീഴിലും തുടർന്ന് 6-ാം നൂറ്റാണ്ടിൽ ജസ്റ്റീനിയന്റെ കീഴിലും മിസ്റ്ററി ക്ഷേത്രങ്ങളും സ്കൂളുകളും അടച്ചുപൂട്ടപ്പെടുന്നതുവരെ തളിർത്തു കൊഴുക്കുകയും ചെയ്തു.

പുരാതന ഈജിപ്തുകാർ വളരെ സങ്കീർണമായ ഒരു മതവ്യവസ്ഥയാണ് വളർത്തിക്കൊണ്ടുവന്നത്. അതിനെ ഈജിപ്ഷ്യൻ ആത്മീയവ്യവസ്ഥയെന്നു വിളിച്ചു. ഒരു രഹസ്യസമ്പ്രദായമായിരുന്നു അത്. അതിലംഗത്വം നേടണമെങ്കിൽ ഒരു ഇനിഷ്യേഷൻ (തുടക്കം) ചടങ്ങിനു വിധേയമാവുകയും രഹസ്യം സൂക്ഷിച്ചുകൊള്ളാമെന്ന് പ്രതിജ്ഞ ചെയ്യുകയും വേണമായിരുന്നു. പഠനം പല നിലവാരത്തിലുള്ളതായി ഗ്രേഡു ചെയ്യപ്പെട്ടിരുന്നു. തുടക്കക്കാരനായ വിദ്യാർഥിയെ 'നിയോഫൈറ്റ്' എന്നു വിളിച്ചു. രഹസ്യത്തിന്റേതായ ഈ പരിതഃസ്ഥിതികൾക്കകത്ത് ഈജിപ്തുകാർ എഴുത്തിന്റെയും പഠനത്തിന്റെയും രഹസ്യ (നിഗൂഢ) സമ്പ്രദായങ്ങൾ വളർത്തിക്കൊണ്ടുവന്നു. തങ്ങൾ പഠിച്ചവ ഒരിക്കലും എഴുതരുതെന്ന് തുടക്കക്കാരെ വിലക്കുകയും ചെയ്തു. ആ മതവ്യവസ്ഥ, അഥവാ, തത്വചിന്ത മനുഷ്യശരീരത്തെ ആത്മാവിന്റെ ഒരു തടവറയാണെന്ന് കണ്ടെത്തി. ഈ ആത്മാവിനെ അതിന്റെ ശാരീരികമായ പരിമിതികളിൽ നിന്ന് (കലകളുടെയും ശാസ്ത്രങ്ങളുടെയും വിവിധ രീതികളിലൂടെ) മോചിപ്പിക്കാനും നശ്വരമായ ഒന്നെന്നതിൽനിന്ന് ദൈവത്തിന്റെ നിലവാരത്തിലെത്തിക്കാനുമാകും. ആദിമകാല ഈജിപ്ഷ്യൻ രക്ഷാ(വിമോചന) സിദ്ധാന്തത്തിൽ നിത്യസന്തോഷത്തിന്റെ ഒരു വ്യവസ്ഥയായി (condition) പത്തു നന്മകളെ പോഷിപ്പിക്കുകയെന്നതിനൊപ്പം, ആത്മാവിനെ വിമോചിപ്പിക്കാനുദ്ദേശിക്കപ്പെട്ടിട്ടുള്ള ഏഴ് ഉദാരകലകളുമുൾക്കൊള്ളുന്നുണ്ട്. തങ്ങളുടെ കഴിവുതെളിയിച്ചവർക്ക് നിഗൂഢമായ തത്വചിന്ത പഠിപ്പിച്ചുകൊടുക്കുന്നു. ആ നിഗൂഢസമ്പ്രദായത്തിൽ (മിസ്റ്ററിസിസ്റ്റം) വ്യാകരണം, തർക്കം, ലോജിക് എന്നിവ ധാർമിക സ്വഭാവത്തിലുള്ള പഠനശാഖകളാണ്. അവ പഠിക്കുന്നതിലൂടെ മനുഷ്യന്റെ അയുക്തികമായ പ്രവണതകൾ ശുദ്ധീകരിക്കപ്പെടുന്നു. അതീതസ്ഥലത്തിന്റെയും സംഖ്യകളുടെയും ശാസ്ത്രങ്ങളാണ് ജ്യാമിതിയും അങ്കഗണിതവും. അവയെ സമഗ്രമായി ഗ്രഹിക്കുന്നതിലൂടെ ഒരുവന്റെ ഉണ്മയുടെ പ്രശ്നങ്ങൾ പരിഹ

രിക്കാനുള്ള താക്കോൽ കിട്ടുന്നുവെന്നുമാത്രമല്ല, മറിച്ച്, ശാരീരികമായ പ്രശ്നങ്ങളും പരിഹരിക്കപ്പെടുന്നു. ജ്യോതിശ്ശാസ്ത്രം മനുഷ്യനിൽ അന്തർലീനമായിരിക്കുന്ന ശക്തികൾ, അവയുടെ വിന്യാസം, വ്യക്തികളുടെയും വംശങ്ങളുടെയും രാജ്യങ്ങളുടെയും വിധി(ലക്ഷ്യം) എന്നിവയെ കൈകാര്യം ചെയ്യുന്നു. സംഗീതം (സ്വരച്ചേർച്ച അഥവാ ലയം) തത്വചിന്തയുടെ ജീവനുള്ള പ്രയോഗമാണ്; അതായത് മനുഷ്യജീവിതത്തെ ദൈവവുമായി ഒരു സ്വരച്ചേർച്ചയിൽ (ലയത്തിൽ) എത്തിക്കുന്നതിനുള്ള ക്രമീകരണമാണത്; വ്യക്തിയാത്മാവ് ദൈവവുമായി സാത്മ്യം പ്രാപിക്കുന്നതുവരെ, ഗോളങ്ങളുടെ സംഗീതം അത് കേട്ടുതുടങ്ങുകയും അതിൽ പങ്കെടുക്കുകയും ചെയ്യുന്നതു വരെ, അത് പരിശീലിക്കണം. അത് രോഗശമനകാരിയാണ്, അതുകൊണ്ട് രോഗശമനത്തിനായി അതിനെ ഈജിപ്ഷ്യൻ പുരോഹിതർ ഉപയോഗിച്ചിരുന്നു. അത്തരത്തിലായിരുന്നു ഈജിപ്ഷ്യൻ രക്ഷാ (വിമോചന) സിദ്ധാന്തം. അതിലൂടെ ഭൂമിയിലായിരിക്കെതന്നെ ദൈവസമാനമായിത്തീരാൻ വ്യക്തി പരിശീലിപ്പിക്കപ്പെടുന്നു; ഒപ്പം എന്നേക്കും നിലനിൽക്കുന്ന നിത്യസന്തോഷത്തിനർഹമായിത്തീരുകയും ചെയ്യുന്നു. ഒരുവശത്ത്, കലകളും ശാസ്ത്രവും പരിശീലിച്ചും, മറുവശത്ത് പുണ്യജീവിതം നയിച്ചുകൊണ്ടും, വ്യക്തിയുടെ പരിശ്രമങ്ങളിലൂടെയാണിത് നേടിയെടുക്കേണ്ടത്. ക്രിസ്ത്യൻ സിദ്ധാന്തത്തിൽ നാം കാണുന്നതുപോലെ മനുഷ്യനും അവന്റെ രക്ഷക്കുമിടയിൽ ഒരു മധ്യസ്ഥനും ഇവിടെയില്ല. തെയിൽസും അദ്ദേഹത്തിന്റെ കൂട്ടാളികളും (അനാക്സിമാൻഡർ, അനക്സിമെനെസ്, എംപിഡോക്ലിസ്, അനക്സഗോറസ്, ഡെമോക്രിറ്റസ് എന്നിവർ) ഏഷ്യാമൈനറിലെ അയോണിയ ദേശക്കാരായിരുന്നു. അക്കാലത്ത് ഈജിപ്ഷ്യൻ മിസ്റ്ററിസ്കൂളുകളുടെ ഒരു ശക്തികേന്ദ്രമായിരുന്നു. അതവർ തുടർന്നുകൊണ്ടുപോകുകയും ചെയ്തു. ഈജിപ്ഷ്യൻ പുരോഹിതരിൽനിന്നും തങ്ങളുടെ വിദ്യാഭ്യാസം നേടിയശേഷം അവരവരുടെ സ്വദേശത്തേക്കു മടങ്ങുകയാണ് ചെയ്തത്. അവരിൽ ചിലർ ഇറ്റലിയുടെ പലപ്രദേശങ്ങളിലേക്കും കുടിയേറി, അവിടെ അവർ സ്വയം സ്ഥാപിക്കുകയും പ്രമുഖരായിത്തീരുകയും ചെയ്തു.

അമൂർത്തീകരണസ്വഭാവവും ആകാംക്ഷയുമുള്ള ഗ്രീസിലെ യുവമനസുകൾ ഈജിപ്ഷ്യന്മാരുടെ കാലങ്ങളേറെച്ചെന്ന സാംസ്കാരികപ്രവർത്തനവുമായി ബന്ധത്തിൽ വന്നപ്പോൾ, ആ കണ്ടുമുട്ടലുകൾ വളരെ ഫലദായകമായിരുന്നു. അത് ഗ്രീക്കുകാരെ തങ്ങളുടെ തന്നെ ബൗദ്ധികവും സാങ്കേതികവുമായ കഴിവുകൾ വികസിപ്പിക്കാൻ കഴിവുറ്റവരാക്കുകയും ഈജിപ്തിന്റെ വൈഭവത്തിന്റെ വിവിധ ഉദാഹരണങ്ങൾക്കുമപ്പുറത്തേക്കവർ നീങ്ങുകയും ചെയ്തു. പശ്ചാത്തലത്തിന്റെയും പ്രയോഗത്തിന്റെയും അതിരുകൾക്കപ്പുറത്ത് ബന്ധങ്ങളുണ്ടാക്കാനനുവദിക്കുന്ന അമൂർത്തനിയമങ്ങൾ ഉരുത്തിരിച്ചെടുക്കാനും പൊതുവായത് പ്രത്യേകമായതിന്മേൽ പ്രയോഗിച്ച് അനുമാനങ്ങളിലെത്താനും അവർ

കഴിവാർജിച്ചു. അതിനപ്പുറം, ഈജിപ്ഷ്യൻ മിത്തുകളിലെ സമ്പന്നമായ പ്രപഞ്ചോൽപ്പത്തി സിദ്ധാന്തങ്ങളും, ഫറവോമാരുടെ അതീതഗുണങ്ങളും, ഈജിപ്തിന്റെ ആഴമേറിയ വിജ്ഞാനത്തിൽ നിന്നുകൊണ്ടുള്ള വ്യവഹാരങ്ങളുടെ ധാർമികമായ ആഴവും, മെംഫൈറ്റ്-ഹെർമോ പൊളിറ്റൻ സ്കൂളുകളുടെ വാചികതയുടെ പ്രാധാന്യവുമെല്ലാം തന്നെ ഗ്രീക്കു തത്വചിന്തയിൽ ഉൾച്ചേർക്കുകയും അതിനനുസൃതമായ ഒരനുകൂലത്തിന് വിധേയമാക്കപ്പെടുകയും ചെയ്തു. അതുപോലെ മറ്റു വിഷയങ്ങളും സിദ്ധാന്തങ്ങളുമെല്ലാം ഗ്രീക്ക് രചയിതാക്കൾ അവരുടെ ഹെല്ലാഡിക് അഭിരുചികൾക്കനുസൃതമായ അനുകൂലനത്തിന് വിധേയമാക്കി. ഈജിപ്തുകാരും ഗ്രീക്കുകാരും തമ്മിൽ ടോളമിമാർക്ക് മുമ്പും ടോളമിമാരുടെ കീഴിലും നടത്തിയ സങ്കീർണമായ കൊള്ളക്കൊടുക്കലുകളിലൂടെ അലക്സാണ്ട്രിയയെ ഒരു പ്രധാന ബൗദ്ധിക കേന്ദ്രമാകാൻ സഹായിച്ചു. തദ്ദേശീയ ഈജിപ്തുകാരുടെയും ഗ്രീക്കു പുരോഹിതന്മാരുടെയും ശാസ്ത്രജ്ഞന്മാരുടെയും, ജൂതപണ്ഡിതന്മാരുടെയും എസ്സീനുകളുടെയും ഹെർമെറ്റിക്സുകളുടെയുമെല്ലാം ഒരേപോലുള്ള ഒരു കേന്ദ്രമായി അതു മാറി.

പേർഷ്യക്കാരെയും കാൽദിയന്മാരെയും (വിജ്ഞാനത്തിന്റെ ഉറവിടം ഈജിപ്താണെന്നവർക്കും നല്ല ധാരണയുണ്ടായിരുന്നു) പുരാതന മിസ്റ്ററി സമ്പ്രദായത്തിലേക്കു പരിചയപ്പെടുത്തിയിരുന്നു. പക്ഷേ വിരോധാഭാസമെന്താണെന്നു വച്ചാൽ, ഈ ആഫ്രിക്കൻ പൈതൃകം കയ്യടക്കിയത് ഏഥൻസുകാരായ അരിസ്റ്റോട്ടിലും പ്ലേറ്റോയുമാണ് എന്നതാണ്. അവർ അതിന്റെ കർതൃത്വം അവകാശപ്പെടുകയും മനുഷ്യചരിത്രത്തിന്റെ യാഥാർഥ്യത്തെ വളച്ചൊടിക്കുകയുമാണ് ചെയ്തത്. ജെയിംസ് നമ്മെ വീണ്ടും വീണ്ടും ഓർമിപ്പിക്കുന്നതു പോലെ, വിദ്യാർഥികൾ തങ്ങൾക്കു കിട്ടിയ വിജ്ഞാനം എഴുതിവച്ചുകൂടെന്ന നിരോധനം ഏഥൻസുകാരൊഴികെ മറ്റെല്ലാവരും അനുസരിച്ചു. അരിസ്റ്റോട്ടിലിന്റെ മരണത്തെത്തുടർന്ന്, അദ്ദേഹത്തിന്റെ എഥൻസുകാരായ ശിഷ്യന്മാർ തത്വശാസ്ത്രത്തിന്റെ ചരിത്രം സമാഹരിക്കുന്ന ജോലിയേറ്റെടുത്തു. അക്കാലത്തതറിയപ്പെട്ടിരുന്നത് ഈജിപ്തുകാരുടെ വിജ്ഞാനം അഥവാ സോഫിയ എന്ന പേരിലാണ്. അത് പ്രാചീന ലോകത്ത് സമകാലികവും പരമ്പരാഗതവുമായിരുന്നു. അരിസ്റ്റോട്ടിലിന്റെ സ്കൂളിൽപ്പെട്ട ശിഷ്യന്മാരാണ് ആ സമാഹരിക്കൽ ഏറ്റെടുത്തിരുന്നതെന്നതുകൊണ്ട്, പിൽക്കാലത്ത് ചരിത്രമതിനെ ഗ്രീക്കുതത്വചിന്തയുടെ ചരിത്രമെന്നു വിളിച്ചു; യഥാർഥത്തിൽ ആ തത്വചിന്തയുടെ ഏറ്റവും വലിയ ശത്രുക്കളും വേട്ടക്കാരും ഗ്രീക്കുകാരായിരുന്നുവെങ്കിലും, അതിനെയവർ ഒരു വൈദേശിക കണ്ടുപിടിത്തമായാണ് നിരന്തരം കണക്കാക്കിയിരുന്നതെങ്കിലും. ഇക്കാരണത്താൽ, ഗ്രീക്കു തത്വചിന്തയെന്നു പറയുന്നത് ഈജിപ്തിൽനിന്ന് കൈവശമായിക്കിട്ടിയതും, ആദ്യമായി അയോണിയയിൽ പ്രചരിച്ചതും അവിടെനിന്ന് ഇറ്റലിയിലേക്കും, പിന്നീട് ഏഥൻസിലേക്കും വന്നതുമാണ്. ഗ്രീക്ക് ചരിത്രത്തിന്റെ ഈ ഇരുൾമൂടിയ കാലയളവിൽ, അതായത് തെയിൽസ് മുതൽ അരി

സ്റ്റോട്ടിൽ വരെയുള്ള കാലഘട്ടത്തിൽ (640 ബി സി-322 ബി സി) അയോണിയന്മാർ ഗ്രീക്കു പൗരന്മാരായിരുന്നില്ല എന്ന കാര്യം നാമോർമിക്കേണ്ടതുണ്ട്. അവരാദ്യം ഈജിപ്ഷ്യൻ പ്രജകളും പിൽക്കാലത്ത് പേർഷ്യൻ പ്രജകളുമായിരുന്നു.

തന്റെ *ടിമേയൂ*സിൽ (Timaeus) പ്ലേറ്റോ സാക്ഷ്യപ്പെടുത്തുന്നത് അമാസിസ് ഫറവോയുടെ കാലത്ത് (ബി.സി.640-526) സായിസിലെ ഈജിപ്ഷ്യൻ പുരോഹിതർ ഗ്രീക്കുകാരെക്കണ്ടത് പ്രായം കുറഞ്ഞ ആത്മാക്കളായും, തങ്ങളുടെ എന്തെങ്കിലും വാമൊഴിപ്പാരമ്പര്യങ്ങൾ എഴുതിവക്കാത്തവരും അടുത്തിടെ മാത്രം ഭാഷ കിട്ടിയവരുമായ കുട്ടികളായിട്ടായിരുന്നുവെന്നുമാണ്. *ടിമേയൂ*സിന്റെ അതേ ഭാഗത്തുതന്നെ പ്ലേറ്റോ പറയുന്നത് ഈജിപ്തുകാർ മിത്തുകളായിട്ടാണ് സംസാരിക്കുന്നതെന്നാണ്; അതിനകത്ത് സത്യമുണ്ടുതാനും. പ്ലേറ്റോ സിസിലി സന്ദർശിച്ചപ്പോൾ 40 അലക്സാണ്ട്രിയൻ വെള്ളി മിനേഘ (നാണയം) കൊടുത്ത് പൈതഗോറിയനായ ഫിലോലാവൂഡിന്റെ കയ്യിൽനിന്നും ഒരു പുസ്തകം വാങ്ങി. അതിൽ നിന്നാണദ്ദേഹം *ടിമേയൂസി*ന്റെ ഉള്ളടക്കം പകർത്തിയെടുത്തത്. അതിനകത്തെ 28 ഡയലോഗുകളിൽ പന്ത്രണ്ടും കൈകാര്യം ചെയ്യുന്നത് വിപുലമായതോതിൽത്തന്നെ ഈജിപ്തിനെയും ഈജിപ്ഷ്യൻ ചിന്തയെയുമാണ്. *ലോസ് (നിയമങ്ങൾ), റിപ്പബ്ലിക്, ടിമേയൂസ്* എന്നീ മൂന്നു രചനകളും ഈജിപ്തിനോടുള്ള അളക്കാനാകാത്ത കടത്തിന്റെ നിദർശനമാണ്; പ്ലേറ്റോ 13 വർഷക്കാലം അവിടെ ചെലവഴിച്ചതിന്റെ ഒരു പ്രതിഫലനം. അതുപോലെ, വചന(ലോഗോസ്)മെന്ന അഥവാ "സൃഷ്ടിക്കുന്നവാക്ക്" എന്ന പരികൽപ്പന (അതാണ് പ്ലേറ്റോയുടെ തത്വചിന്തയുടെ നെടുംതൂൺ) ഈജിപ്ഷ്യൻ ചിന്തയിൽനിന്ന് അതേമട്ടിൽത്തന്നെ എടുത്തിട്ടുള്ളതാണ്. നൈൽതടത്തിലെ വിദ്യാഭ്യാസത്തിന്റെ ഭാഗമായി നിയോഫൈറ്റുകൾ ആർജ്ജിച്ചെടുക്കേണ്ട ഈജിപ്ഷ്യൻ മിസ്റ്ററി സമ്പ്രദായത്തിലെ പത്തു നന്മകളിൽ നിന്നാണ് പ്ലേറ്റോ അദ്ദേഹത്തിന്റെ വിവേകബുദ്ധി, നീതി, ധൈര്യം, ആത്മനിയന്ത്രണം (ആശയടക്കം) എന്നിവയെടുത്തിട്ടുള്ളതെന്ന് വ്യക്തമാണ്. (പത്ത് നന്മകൾ: ചിന്തയുടെ നിയന്ത്രണം, പ്രവൃത്തിയുടെ നിയന്ത്രണം, ലക്ഷ്യത്തിൽ ഉറച്ചുനിൽക്കൽ, ആത്മീയജീവിതവുമായി ഒന്നുചേരൽ അഥവാ ഉന്നതാദർശങ്ങൾ, ജീവിതത്തിലൊരു ലക്ഷ്യമുണ്ടെന്നതിന്റെ തെളിവ്, ആത്മീയക്രമങ്ങളിലേക്ക് ഒരു വിളി കിട്ടിയിട്ടുണ്ടെന്നതിന്റെ തെളിവ്, നിരാശയിൽനിന്നും കോപത്തിൽനിന്നുമുള്ള സ്വാതന്ത്ര്യം, തന്നെ പഠിപ്പിക്കാനുള്ള അധ്യാപകന്റെ കഴിവിലുള്ള വിശ്വാസം, പഠിക്കാനുള്ള അവനവന്റെതന്നെ കഴിവിലും മിസ്റ്ററി സമ്പ്രദായത്തിൽ തുടക്കക്കാരനുള്ള അവനവന്റെ തന്നെ തയാറിലുമുള്ള വിശ്വാസം). മരിച്ചവരുടെ ഒട്ടേറെ ആത്മാക്കൾ പുനരുത്ഥാനം നേടിയതായി പ്ലേറ്റോ പറയുന്നുണ്ട്, മൃഗങ്ങളിലും മനുഷ്യരിലും. അത്തരമൊരു സങ്കൽപ്പം ഗ്രീസിലില്ലാത്തതാണ്. ഈജിപ്തുകാരാണ് മരണമെന്നത് ഒരു രൂപമാറ്റം മാത്രമാണെന്നും ആ സംഭവത്തിനു ശേഷവും

ആത്മാവ് ജീവിച്ചിരിക്കുമെന്നും പറഞ്ഞത്. *ഈജിപ്ത് ആൻഡ് ആഫ്രോസെൻട്രിക് ജിയോപൊളിറ്റിക്സ്: എസേയ്സ് ഓൺ യൂറോപ്യൻ സുപ്രീമസി* എന്ന തന്റെ പുസ്തകത്തിൽ ഡോ: ക്വാമെ നൻടാൻബു (യു എസ് എയിലെ കെന്റ് സ്റ്റേറ്റ് യൂണിവേഴ്സിറ്റിയിൽ ഡിപ്പാർട്ട്മെന്റ് ഓഫ് പാൻ-ആഫ്രിക്കൻ സ്റ്റഡീസിൽ അസോസിയേറ്റ് പ്രൊഫസർ) തുറന്നു കാട്ടുന്ന വസ്തുത "മനുഷ്യാ, നിന്നെത്തന്നെ അറിയുക" (ഗ്രീക്ക് ഹെല്ലനിക് ഭാഷയിൽ ക്നോത്തിസെയാവുട്ടോൺ) എന്ന വാക്കുകൾ പറഞ്ഞത് ഗ്രീക്ക് "തത്വചിന്തയുടെ പിതാവ്" സോക്രട്ടീസാണെന്ന് പടിഞ്ഞാറൻ തത്വചിന്താ പണ്ഡിതന്മാർ പറയുന്നുണ്ടെങ്കിലും, ആ വാക്കുകൾ വിദ്യാർഥികളെ (നിയോഫൈറ്റുകളെ) അഭിസംബോധന ചെയ്ത് ഈജിപ്ഷ്യൻ ക്ഷേത്രങ്ങളുടെ പുറം ചുവരുകളിൽ പ്രാചീന ആഫ്രിക്കക്കാരാണ്/കെമൈറ്റുകളാണ് കൊത്തിവച്ചതെന്നാണ്. സോക്രട്ടീസ് ഈജിപ്തിൽനിന്ന്, അവിടത്തെ തന്റെ പഠനകാലത്ത് നേടിയെടുത്തത് മാത്രമാണത്. പ്ലേറ്റോയുടെ ഒറിജിനൽ അധ്യാപകനായ സോക്രട്ടീസ് ഗണിതപരവും ജ്യോതിശ്ശാസ്ത്രപരവുമായ ശാസ്ത്രങ്ങൾ കണ്ടുപിടിച്ചതിന്റെ ബഹുമതി ഈജിപ്തിനു നല്കിയിരുന്നുവെന്ന കാര്യം ഇവിടെ ചൂണ്ടിക്കാട്ടേണ്ടതുണ്ട്. *ഫേഡ്രൂസിലെ ഡയലോഗിൽ* (*Dialogue of Phaedrus*) ഇത് സൂചിപ്പിച്ചിട്ടുണ്ട്. ഈജിപ്തുകാർക്ക്, അഥവാ വടക്കേ ആഫ്രിക്കയിലെ ജനങ്ങൾക്ക്, സംശയരഹിതമായും അവകാശപ്പെട്ട ബൗദ്ധിക നേട്ടങ്ങളുടെ പേരിൽ പടിഞ്ഞാറൻ ലോകം നൂറ്റാണ്ടുകളായി ഗ്രീക്കുകാരെ പ്രശംസിച്ചു പോന്നുവെന്നത് തീർച്ചയായും അമ്പരപ്പിക്കുന്നതാണ്.

ലോകം അഗ്നികൊണ്ടാണ് സൃഷ്ടിക്കപ്പെട്ടിരിക്കുന്നതെന്നും എല്ലാ കാര്യങ്ങളും അഗ്നിയിൽനിന്നും ദ്രവ്യത്തിന്റെ രൂപാന്തരീകരണത്തിലൂടെയാണുണ്ടായതെന്നും ലോകത്തെ പഠിപ്പിച്ചുവെന്നു പറയപ്പെടുന്ന ഹെറാക്ലിറ്റസിന്റെ (ബി സി 535-475) കാഴ്ചപ്പാട് ഈജിപ്തുകാരുടെ *അഗ്നിതത്വശാസ്ത്ര*ത്തിൽനിന്ന് നേരിട്ട് സ്വീകരിച്ചിട്ടുള്ളതാണ്. ഈജിപ്തുകാർ അവരുടെ പിരമിഡുകളിൽ അഗ്നി ദൈവത്തെയാണാരാധിച്ചിരുന്നത്. പിരമിഡ് എന്നതൊരു ഗ്രീക്ക് വാക്കാണ്. അതിന്റെ പിർ എന്ന വാക്കിനർഥം അഗ്നിയെന്നാണ്. ഈ തത്വം നമ്മെ ബി സി 3300 കാലത്തെ പിരമിഡ് യുഗത്തിലേക്ക് മടക്കിക്കൊണ്ടുപോകുന്നു. അക്കാലത്ത് ഗ്രീക്കുകാർ ചിത്രത്തിലേയില്ല. എല്ലാഭൗതികവസ്തുക്കളിലുമുള്ളടങ്ങിയത് പരമാണു (ആറ്റം)ക്കളാണെന്നും ജീവനും മരണവും ഈ അണുക്കളുടെ മിശ്രത്തിൽ വരുന്ന ചില മാറ്റങ്ങൾ മാത്രമാണെന്നും, അണുക്കൾ അനശ്വരമാകയാൽ അവയൊരിക്കലും മരിക്കുകയോ നശിക്കുകയോ ചെയ്യില്ലെന്നും നമ്മെ പഠിപ്പിച്ചത് ഡെമോക്രിറ്റസാണ്. മനസിന്റെ തത്വം അഥവാ നൗസിന്റെ തത്വം അനക്സ ഗോറസിന്റെയും പ്രപഞ്ചം മുഴുവൻ ചിതറിക്കിടക്കുന്ന അഗ്നികണങ്ങളാലാണ് നൗസ് ഉണ്ടാക്കപ്പെട്ടിരിക്കുന്നത്

* Summum Bonnum: അനശ്വരനായ ദൈവത്തിൽനിന്നും മറ്റുള്ളവയെല്ലാം ഉൽപ്പാദിപ്പിക്കപ്പെടുന്നു എന്ന തത്വം.

എന്നത് ഡെമോക്രിറ്റസിന്റെയും പേരിൽ നൽകപ്പെട്ടിരിക്കുന്നു. 'പൈതഗോറസ് നമ്മെ ആത്മാവിന്റെ അനശ്വരത്വവും സുമ്മും ബോണും*' (പരമോന്നതനന്മ), അതായത് ആത്മാവിന്റെ കൂടുവിട്ട് കൂടുമാറലിന്റെ ഒരു രൂപം, എന്നതും പഠിപ്പിച്ചു. അതും രൂപമെടുത്തത് ഈജിപ്ഷ്യൻ മിസ്റ്ററി സമ്പ്രദായത്തിലാണ്. സംഖ്യ വിരുദ്ധ ഘടകങ്ങളുൾക്കൊള്ളുന്നതാണെന്നുള്ള തത്വവും വിപരീതങ്ങളുടെ സിദ്ധാന്തവും ഉടലെടുക്കുന്നത് ഈജിപ്ഷ്യൻ മിസ്റ്ററി സമ്പ്രദായത്തിൽനിന്നാണ്. അവിടെയത് സ്ത്രീ/പുരുഷ ദൈവങ്ങളാൽ പ്രതിനിധീകരിക്കപ്പെടുന്നു. തത്വചിന്തയുടെ ഉദ്ദേശ്യം ഗ്രീക്ക് സങ്കൽപ്പനപ്രകാരം ആത്മാവിന്റെ രക്ഷ(മോചനം)യാണ്. അത് ഈജിപ്ഷ്യൻ മിസ്റ്ററി മതത്തിന്റെ, അഥവാ, സമ്പ്രദായത്തിന്റെ കാഴ്ചപ്പാടാണ്. ആ കാഴ്ചപ്പാടനുസരിച്ച് ഈജിപ്ഷ്യൻ മിസ്റ്ററികൾ മുന്നോട്ടുവയ്ക്കുന്ന ശുദ്ധീകരണ പ്രക്രിയയിലൂടെയാണ് ആ രക്ഷ നേടിയെടുക്കപ്പെടുന്നത്. അതിലൂടെ മനുഷ്യൻ നശ്വരമായ അവസ്ഥയിൽ നിന്ന് അനശ്വരമായ നിലയിലേക്കെത്തുന്നു. അതാണ് പൈതഗോറസിന്റെ സുമ്മും ബോണും, അഥവാ പരമോന്നത നന്മ.

അരിസ്റ്റോട്ടിലിന്റെ എന്ന പേരിലറിയപ്പെടുന്ന അത്രയധികം കൃതികൾ എങ്ങനെ അദ്ദേഹത്തിനു കിട്ടിയെന്ന ചോദ്യത്തിന്റെ ലളിതമായ ഉത്തരം കിട്ടുന്നത് അദ്ദേഹം അലക്സാണ്ട്രിയ ആക്രമിക്കാനും കയ്യടക്കാനുമായി അലക്സാണ്ടർ നടത്തിയ പടയോട്ടത്തിനൊപ്പം പോയിയെന്നതിൽനിന്നാണ്. അരിസ്റ്റോട്ടിലിന്റെ ജീവിതചരിത്രം അദ്ദേഹം ഈജിപ്തിൽ (സ്വന്തം നിലയ്ക്കോ അലക്സാണ്ടർക്കൊപ്പമോ) പോയിരുന്നുവെന്ന എല്ലാ സൂചനകളെയും അതീവശ്രദ്ധയോടെ ഒഴിവാക്കുന്നുണ്ട്. ചരിത്രത്തിന്റെ ഈ മൗനം, അരിസ്റ്റോട്ടിലിന്റെ ജീവിതത്തിലും നേട്ടങ്ങളിലും, കെമെറ്റിക് തത്വചിന്തയുടെ പ്രണേതാവ് അരിസ്റ്റോട്ടിലാണെന്ന ചരിത്രപ്രസ്താവനയിലും, ഉടനടിതന്നെ സംശയം ജനിപ്പിക്കുന്നുണ്ട്. സ്വയം തന്നെ ഒരു തത്വചിന്തകനായ പ്ലേറ്റോവിനുകീഴിൽ അരിസ്റ്റോട്ടിൽ 20 കൊല്ലം പഠനം നടത്തിയെന്ന് പറയുന്നു; എന്നിട്ടുമദ്ദേഹം ആദിമകാലത്തെ ഏറ്റവും വലിയ ശാസ്ത്രജ്ഞനായി ഉന്നതസ്ഥാനമലങ്കരിക്കുന്നു. അപ്പോഴെങ്ങനെയാണ് പ്ലേറ്റോക്ക് അരിസ്റ്റോട്ടിലിനെ പഠിപ്പിക്കാനായത്, തനിക്കൊന്നും തന്നെ പഠിപ്പിച്ചുതരാനില്ലാത്ത ഒരു തത്വചിന്തകന്റെ കീഴിൽ അദ്ദേഹമെന്തിന് 20

അരിസ്റ്റോട്ടിൽ

കൊല്ലക്കാലം പഠിച്ചു, എന്നൊക്കെയുള്ള ചോദ്യങ്ങൾ ഉയർന്നുവരുന്നു. ചരിത്രത്തിന്റെ ഈ ഭാഗം അവിശ്വസനീയമാണ്. അരിസ്റ്റോട്ടിൽ അസാധാരണമായവിധം അത്രയധികം പുസ്തകങ്ങൾ രചിച്ചുവെന്നതിൽ ന്യായമായുണ്ടാകുന്ന സംശയമൊഴിവാക്കാൻ ചരിത്രം നമ്മോട് പറയുന്നത് ആ പുസ്തകങ്ങളെല്ലാം കരസ്ഥമാക്കാൻ അലക്സാണ്ടർ അദ്ദേഹത്തിന് ഒരു വലിയ അളവ് പണം നൽകിയെന്നാണ്. ഇവിടെയും ചരിത്രം അവിശ്വസനീയമാകുന്നുവെന്നു മാത്രമല്ല മൂന്ന് അടിസ്ഥാനപരമായ കാര്യങ്ങൾ വ്യക്തമാകുകയും ചെയ്യുന്നു. (a) ശാസ്ത്രത്തെ സംബന്ധിച്ച പുസ്തകങ്ങൾ വാങ്ങാൻ അരിസ്റ്റോട്ടിലിന് കഴിയണമെങ്കിൽ അവ മുമ്പേതന്നെ വാങ്ങാൻ പാകത്തിൽ പ്രചാരത്തിലുണ്ടാകണം. (b) അരിസ്റ്റോട്ടിൽ അവ കരസ്ഥമാക്കുന്നതിനുമുമ്പവ പ്രചാരത്തിലുണ്ടാകുകയും, എന്നാൽ അരിസ്റ്റോട്ടിൽ ഈജിപ്തിൽ സന്ദർശനം നടത്താതിരിക്കുകയും ചെയ്ത നിലയ്ക്ക്, അവ ഗ്രീക്കുതത്വചിന്തകർക്കിടയിൽ ഉണ്ടായിരുന്നിരിക്കണം. (c) ഗ്രീക്കുതത്വചിന്തകർക്കിടയിൽ അവ പ്രചാരത്തിലുണ്ടായിരുന്നുവെങ്കിൽ, അവയുടെ വിഷയങ്ങളും മുമ്പേതന്നെ അറിഞ്ഞിരുന്നിരിക്കണം. അങ്ങനെയാണ് കാര്യങ്ങളെങ്കിൽ, ഈ പുസ്തകങ്ങൾ രചിച്ചതിന്റെയോ ശാസ്ത്രത്തിന്റെ പുതിയ ആശയങ്ങൾ കൊണ്ടുവന്നതിന്റെയോ ബഹുമതി അരിസ്റ്റോട്ടിലിനവകാശപ്പെട്ടതല്ല. മറ്റൊരു പൊരുത്തക്കേട് അദ്ദേഹത്തിന്റെ പുസ്തകങ്ങളുടെ വ്യത്യസ്തങ്ങളായ മൂന്നു ലിസ്റ്റുകളുമായി ബന്ധപ്പെട്ടതാണ്. അവ എണ്ണത്തിന്റെ കാര്യത്തിലും തിയതിയുടെ കാര്യത്തിലും ഉറവിടത്തിന്റെ കാര്യത്തിലും തികച്ചും വ്യത്യാസപ്പെട്ടിരിക്കുന്നു. (a) അദ്ദേഹത്തിന്റെ തന്നെ ലിസ്റ്റ്, അതു സ്വാഭാവികമായും അദ്ദേഹം ജീവിച്ചിരുന്ന ബി സി 4 ാം നൂറ്റാണ്ടിലേതാകണം; അതിനകത്ത് ഏറ്റവും കുറച്ചു മാത്രം പുസ്തകങ്ങളാണുള്ളത്. (b) അലക്സാണ്ട്രിയയിലെ ഹെർമിപ്പസിന്റെ (3 ാം നൂറ്റാണ്ടിൽ ജീവിച്ചിരുന്ന ഒറ്റക്കണ്ണനായ ഏഥൻസുകാരൻ എഴുത്തുകാരൻ) ലിസ്റ്റ്. അതു രണ്ടു നൂറ്റാണ്ടിനു ശേഷമുള്ളതും 400 പുസ്തകങ്ങളുള്ളതുമാണ്, (c) അറേബ്യൻ ഉറവിടങ്ങളിൽ നിന്നുള്ള ഒരു ലിസ്റ്റ്. അത് അലക്സാണ്ട്രിയയിൽ സമാഹരിച്ചതും മൂന്നു നൂറ്റാണ്ടുകൾക്കു ശേഷമുള്ളതുമാണ്. അതായത് എ ഡി ഒന്നാം നൂറ്റാണ്ടിൽ. അതിൽ ആയിരം പുസ്തകങ്ങളുണ്ട്. ഒരാൾ ഇവിടെ ചില ചോദ്യങ്ങൾ ചോദിക്കാൻ നിർബന്ധിതനാകുന്നു. അരിസ്റ്റോട്ടിൽ തന്റെ ജീവിതകാലത്ത് ആയിരം പുസ്തകങ്ങൾ രചിച്ചിട്ടുണ്ടോ? അദ്ദേഹത്തിന്റെ തന്നെ ചെറിയ ലിസ്റ്റ് രണ്ടു നൂറ്റാണ്ടുകൊണ്ട് 400 പുസ്തകത്തിന്റെ ഒരു ലിസ്റ്റായി വികസിച്ചതെങ്ങനെയാണ്; അഞ്ചു നൂറ്റാണ്ടുകൾ കഴിഞ്ഞതോടെ വീണ്ടുമത് ആയിരം പുസ്തകങ്ങളായി വളർന്നതെങ്ങനെ? ഈ സാഹചര്യങ്ങൾ അരിസ്റ്റോട്ടിലിന്റെ രചനയെന്നതിനെ സംശയാസ്പദമാക്കുന്നു. കാരണം, ഒരു വ്യക്തിക്കൊരു ജീവിതകാലംകൊണ്ട് വ്യത്യസ്തശാസ്ത്രശാഖകളിൽ ആയിരം പുസ്തകങ്ങൾ രചിക്കാനായി എന്നതസാധ്യമാണ്; അവിശ്വസനീയമാണ്.

യഥാർഥ കഥ, അലക്സാണ്ടർ 332 ബി സി യിൽ അലക്സാണ്ട്രിയയിലെ റോയൽ ലൈബ്രറി പിടിച്ചെടുത്തതോടെ അരിസ്റ്റോട്ടിലിന് വാസെറ്റ് ലൈബ്രറിയിൽ സ്വതന്ത്രമായി പ്രവേശിക്കാനവസരം കിട്ടുകയും, അതിലൂടെ ഒട്ടേറെ കെമെറ്റിക് തത്വശാസ്ത്ര പാപ്പിറസുകളിൽ (കയ്യെഴുത്തു പ്രതികൾ) അവയുടെ രചയിതാവ് എന്ന നിലയിൽ സ്വന്തം പേര് രേഖപ്പെടുത്താനും അതുവഴി താൻ ജനിക്കുന്നതിനും ആയിരക്കണക്കിനു വർഷങ്ങൾക്കു മുമ്പേ രചിക്കപ്പെട്ടവയുടെയെല്ലാം പിതൃത്വം അവകാശപ്പെടാനുമായി എന്നതാണ്. താൻ കൊള്ളയടിച്ച പുസ്തകങ്ങൾകൊണ്ട് അരിസ്റ്റോട്ടിൽ സ്വന്തമൊരു ലൈബ്രറിയുണ്ടാക്കി, അതേ സമയം അദ്ദേഹത്തിന്റെ സ്കൂൾ ആ കെട്ടിടം കയ്യടക്കുകയും ഒരു ഗവേഷണകേന്ദ്രമായി ഉപയോഗിക്കുകയും ചെയ്തു. ഒടുവിലായി ജസ്റ്റീനിയൻ ചക്രവർത്തി ക്ഷേത്രങ്ങളും മിസ്റ്ററി സ്കൂളുകളും ഉച്ചാടനം ചെയ്തു. അതോടെ ഗ്രീക്കുതത്വചിന്തകർ ലോകത്തെ ഏറ്റവും വലിയ ചിന്തകരും തത്വശാസ്ത്രജ്ഞരുമായി തെറ്റായ രീതിയിൽ ലോകത്തുമുഴുവൻ പ്രകീർത്തിക്കപ്പെടുന്നതിനവസരമൊരുക്കി. മനുഷ്യ സംസ്കാരത്തിനു കിട്ടിയ ഈ സംഭാവനകൾ യഥാർഥത്തിൽ ഈജിപ്തുകാരും ആഫ്രിക്കാവൻകരയും നൽകിയതാണ്. അല്ലാതെ യൂറോപ്യന്മാരും ഗ്രീക്കുകാരും നൽകിയതല്ല. ബി സി 323ൽ അലക്സാണ്ടർ മരണമടഞ്ഞതോടെ അദ്ദേഹത്തിന്റെ വിപുലമായ സാമ്രാജ്യം അദ്ദേഹത്തിന്റെ ജനറൽമാർ പങ്കിട്ടെടുത്തു. അതോടെ പുതിയ ഈജിപ്ഷ്യൻ തലസ്ഥാനം ടോളമിയുടെ കയ്യിലെത്തി. വെറും പത്തു വർഷത്തിനടുത്തുമാത്രം പ്രായമുണ്ടായിരുന്ന ആ നഗരം അതോടെ വൈജ്ഞാനിക ലോകത്തിന്റെ കേന്ദ്രമായി. ബി സി 300 ാമാണ്ടോടെ മ്യൂസിയം (അതായത് മൂസസിന്റെ ഇരിപ്പിടം) സ്ഥാപിക്കപ്പെട്ടു. അത് ഗ്രീക്ക് പഠനത്തിന്റെ യഥാർഥത്തിലുള്ള സർവകലാശാലയായി മാറി. ഈജിപ്ഷ്യൻ വിജ്ഞാനത്തിന്റെ, അഥവാ മിസ്റ്ററി സമ്പ്രദായത്തിന്റെ രഹസ്യങ്ങൾ സ്വായത്തമാക്കാനായി, ലോവർ ഈജിപ്തിലെ സെബന്നിറ്റുസ്(Sebennytus) നഗരത്തിലെ ഐസിസിന്റെ ക്ഷേത്രത്തിലെ (Temple of Isis) ഉന്നതപുരോഹിതനും ചരിത്രകാരനുമായ മനെത്തോ(Manetho)യോട് ടോളമി ഒന്നാമൻ സോട്ടർ തത്വചിന്തയും, ഈജിപ്ഷ്യൻ മതത്തിന്റെ ചരിത്രവുമെഴുതാൻ ആജ്ഞാപിച്ചുവെന്ന് നമ്മോട് പറയപ്പെട്ടിരിക്കുന്നു. ഈ മണ്ഡലങ്ങളുമായി ബന്ധപ്പെട്ട് മനെത്തോ ഒട്ടനവധി വാല്യങ്ങൾ പ്രസിദ്ധീകരിക്കുകയും ലൈബ്രറിയിൽ സുരക്ഷിതമായി സൂക്ഷിക്കേണ്ടതായ ഇവയൊന്നും തർജമചെയ്യാൻ പാടില്ലെന്ന് ടോളമി കൽപ്പന പുറപ്പെടുവിക്കുകയും ചെയ്തു. അവയൊക്കെ ഈജിപ്ഷ്യൻ പുരോഹിതർക്ക് ഗ്രീക്കു വിദ്യാർഥികളെ പഠിപ്പിക്കാൻ വേണ്ടിയുള്ളവയായിരുന്നു. ഇവിടെ വളരെ വ്യക്തമായിക്കാണാനാകുന്നത് അലക്സാണ്ട്രിയൻ സർവകലാശാലയിലെ ആദ്യ പ്രൊഫസർമാർ ഈജിപ്ഷ്യൻ പുരോഹിതരായിരുന്നുവെന്നാണ്; ഒപ്പം തന്നെ, അരിസ്റ്റോട്ടിലിന്റെ മാറ്റി സ്ഥാപിക്കപ്പെട്ട സ്കൂളിലെ പണ്ഡിതനും ശിഷ്യന്മാർക്കും ഈജി

പ്ഷ്യൻ പുരോഹിതന്മാരിൽനിന്ന് നേരിട്ടുതന്നെ പരിശീലനം കിട്ടിയിരുന്നുവെന്നുമാണ്. അതുപോലെ തന്നെ ശ്രദ്ധിക്കപ്പെടേണ്ട ഒരു സംഗതിയാണ് അലക്സാണ്ട്രിയൻ സ്കൂളിലെ പ്രധാന പാഠ്യഗ്രന്ഥങ്ങൾ മനെത്തോയുടെ പുസ്തകങ്ങളായിരുന്നുവെന്നതും. ആരിൽ നിന്നാണോ സിൻബെല്ലസ് (ബൈസാന്റീയനും സഭാചരിത്രത്തിന്റെ സംഭവഗതികളും വിവരങ്ങളും രേഖപ്പെടുത്തിയയാളും) അദ്ദേഹത്തിന്റെ വിവരങ്ങൾ ശേഖരിച്ചത്, ആ ഗ്രീക്കു പണ്ഡിതനായ അപ്പോളോഡോറസ് (ബി.സി 180-120) നമ്മോട് പറയുന്നത് ടോളമി രണ്ടാമൻ സിറേനിയനും (അതായത് സിറേൻ സ്വദേശിയായ കറുത്തവൻ) അലക്സാണ്ട്രിയൻ ലൈബ്രറിയിലെ ലൈബ്രേറിയനുമായ ഇറാസ്തോസ്തനീസിനോട്, തീബ്സിലെ രാജാക്കന്മാരുടെ കാലഗണനാക്രമത്തിനനുസൃതമായ ഒരു പട്ടികയുണ്ടാക്കാനാവശ്യപ്പെട്ടുവെന്നും ഇറാസ്തോസ്തനീസ് അതു തീബ്സിലെ ഈജിപ്ഷ്യൻ ഹീറോഫാന്റുകളുടെ (മിസ്റ്ററി സമ്പ്രദായത്തിലെ ശിലാലേഖന വിദ്യ അറിയുന്നവർ) സഹായത്തോടെ നിർവഹിച്ചുവെന്നുമാണ്. അതിനുമപ്പുറം, ഗ്രീക്ക്-റോമൻ അധിനിവേശകാലഘട്ടത്തിൽ അലക്സാണ്ട്രിയൻ സ്കൂളിൽ ഈജിപ്ഷ്യൻ പുരോഹിതരുടെയും പണ്ഡിതരുടെയും സേവനം ഉപയോഗപ്പെടുത്തുന്നത് ഒരാചാരമായി മാറിക്കഴിഞ്ഞിരുന്നു. തിയോഡോഷ്യസിന്റെ (എ ഡി 378-395) ഭരണകാലത്ത് ഈജിപ്ഷ്യൻ പ്രൊഫസറായ ഹോറപ്പോളോ ഈജിപ്ഷ്യൻ ശിലാലേഖന വ്യവസ്ഥയെക്കുറിച്ച് *ഹോറപ്പോള്ളോയുടെ ഹീറോഗ്ലിഫിക്ക* എന്ന കൃതി രചിച്ചതായും ആധുനിക കാലത്തിന് ലഭ്യമായതിൽ ഏറ്റവും മികച്ചതായി കണക്കാക്കപ്പെടുന്നതാണതെന്നും നമ്മോട് പറയപ്പെട്ടിരിക്കുന്നു. ഈ പ്രൊഫസർ അലക്സാണ്ട്രിയൻ സ്കൂളിൽ മാത്രമല്ല കോൺസ്റ്റാന്റിനോപ്പിളിലും പഠിപ്പിച്ചിരുന്നതായി കരുതപ്പെടുന്നു. ഇവയിൽ നിന്നെല്ലാം വ്യക്തമാകുന്നത് മിത്തുകളുടെ രൂപത്തിൽ മതതത്വങ്ങൾ ജനങ്ങൾക്കു പഠിപ്പിച്ചു കൊടുക്കുന്ന രീതി ഈജിപ്തുകാരിൽനിന്ന് ഉറവെടുക്കുകയും ഫിനിഷ്യക്കാരും ത്രേസുകാരും അത് സ്വായത്തമാക്കുകയും, തുടർന്ന് ഗ്രീസുകാർക്ക് പരിചയപ്പെടുത്തുകയും ചെയ്തുവെന്നാണ്. അതിന്റെ കൂടെ വരുന്ന ഒരു കാര്യം, അക്കാലങ്ങളിലെ ഗ്രീക്കു പ്രദേശങ്ങളിലെ ഭൗമ-രാഷ്ട്രീയസാഹചര്യങ്ങൾ ഒരു തത്വചിന്തയുടെ ഉരുത്തിരിഞ്ഞുവരലിന് ഒരുതരത്തിലും അനുകൂലമായ ഒന്നായിരുന്നില്ലെന്നതാണ്. പടിഞ്ഞാറൻ മിത്ത് വിദഗ്ധന്മാരുടെ അഭിപ്രായത്തിൽ "ഗ്രീക്ക് തത്വചിന്തയുടെ" കാലം 640 ബി സി മുതൽ 322 ബി സി വരെയാണ്. ഇക്കാലഘട്ടം ഒട്ടേറെ ആഭ്യന്തരയുദ്ധങ്ങളുടെയും വിദേശികളുമായുള്ള യുദ്ധങ്ങളുടെയും ഒരു കാലഘട്ടമാണ്; അതുകൊണ്ടുതന്നെ തത്ത്വശാസ്ത്രജ്ഞന്മാരുടെ ഉൽപ്പാദനത്തിനും നിലനിൽപ്പിനും വളർച്ചക്കും പറ്റിയ ഒന്നല്ല. തെയിൽസിന്റെ കാലം മുതൽ അരിസ്റ്റോട്ടിലിന്റെ കാലം വരെയുള്ള കാലയളവിൽ ഗ്രീക്കുകാർ ആന്തരിക ഛിദ്രത്തിന്റെ ഇരകളായിരുന്നുവെന്നുമാത്രമല്ല, മറുവശത്ത് ആ നഗരരാഷ്ട്രങ്ങളുടെയെല്ലാം പൊതുശത്രുവായ പേർഷ്യക്കാ

രിൽനിന്നുള്ള ആക്രമണ ഭീഷണിയിലാണവർ കഴിഞ്ഞുപോന്നതെന്നു മുള്ള വസ്തുതയെ ചരിത്രം ശരിവയ്ക്കുന്നു.

മറ്റൊരു പരിഗണനീയമായ വസ്തുത ഈ ഗ്രീക്കുതത്വചിന്തയെന്ന തിനെ സ്വീകരിക്കാൻ ഏഥൻസിലെ സർക്കാർ കാട്ടിയ അറച്ചുനിൽക്ക ലാണ്. ആ തത്വചിന്തയെ സർക്കാർ വിദേശിയായി കണക്കാക്കുകയും അതിനനുസൃതമായ വിധം കൈകാര്യം ചെയ്യുകയും ചെയ്തു. യഥാർഥ ത്തിൽ ഗ്രീസിലെ തത്വചിന്തകർ ആഭികാമ്യരല്ലാത്ത വ്യക്തികളായിരു ന്നു. അവരുടെ അന്വേഷണ കാലയളവിലെല്ലാം അവർ ഏഥൻസിലെ സർക്കാരിന്റെ നിരന്തരമായ വേട്ടയാടലുകളുടെ ഇരകളുമായിരുന്നു. ഒരു വൈദേശിക സിദ്ധാന്തം പഠിപ്പിച്ചതിന്റെ പേരിൽ അവർ അവരുടെ മണ്ണിൽ വിചാരണ ചെയ്യപ്പെടുകയോ നാടുകടത്തപ്പെടുകയോ ചെയ്തു. അന ക്സഗോറസ് തടവിലാക്കപ്പെടുകയും നാടുകടത്തപ്പെടുകയും ചെയ്യപ്പെ ട്ടപ്പോൾ, സോക്രട്ടീസ് വധശിക്ഷയ്ക്കു വിധേയനാക്കപ്പെട്ടു. അദ്ദേഹത്തി നെതിരായ കുറ്റപത്രത്തിൽ പറഞ്ഞിരുന്നത്, "നഗരദേവന്മാരിൽ വിശ്വ സിക്കാതെയും പുതിയ ദൈവങ്ങളെ അവതരിപ്പിച്ചുകൊണ്ടും സോക്ര ട്ടീസ് ഒരു കുറ്റകൃത്യം ചെയ്തിരിക്കുന്നു"വെന്നാണ്. പ്ലേറ്റോയെ പിടി കൂടി അടിമയാക്കി വിറ്റു. അരിസ്റ്റോട്ടിലിൽ കുറ്റം ചാർത്തപ്പെടുകയും നാടുകടത്തപ്പെടുകയും ചെയ്തു. അവരിലെല്ലാം മുമ്പേയുള്ളവനായി രുന്ന പൈതഗോറസാകട്ടെ ഇറ്റലിയിലെ ക്രോട്ടണിൽനിന്നും നാടുകട ത്തപ്പെട്ടു. ഈജിപ്ഷ്യൻ സ്കൂളുകളിൽ പഠിച്ചിരിക്കേണ്ട ഒന്നാണ് ജ്യോതിശ്ശാസ്ത്രമെന്ന് അരിസ്റ്റോട്ടിൽ പറഞ്ഞപ്പോൾ, അത്തരം പഠന ങ്ങളുടെ പേരിൽ ഏഥൻസിലെ സർക്കാർ അതിന്റെ പൗരന്മാരെ വേട്ടയാ ടുകയായിരുന്നു. ആദ്യം തങ്ങൾ വേട്ടയാടുകയും തുറന്നുതന്നെ നിരാക രിക്കുകയും ചെയ്ത പാഠങ്ങൾ തങ്ങളുടെ തന്നെ സ്വന്തം പാഠങ്ങളാ ണെന്ന് പ്രഖ്യാപിക്കാൻ വേണ്ടി ഗ്രീക്കുകാർ ഒരു മലക്കം മറിച്ചിൽ നട ത്തിയെന്ന് നമുക്ക് വിഭാവനം ചെയ്യാൻ കഴിയുമോ? തത്വചിന്തയുടെ കാര്യത്തിൽ സാമാന്യം പുരോഗമിച്ച ഒരു സമൂഹത്തിൽ ആദിമ ഗ്രീക്കു കാർ വേട്ടയാടപ്പെട്ടിരുന്നുവെന്ന് വിശ്വസിക്കാനാണ് പടിഞ്ഞാറൻ പണ്ഡി തന്മാർ നമ്മോടാവശ്യപ്പെടുന്നത്. ഏറക്കുറെ ഇവിടെ വ്യക്തമായും കാണാവുന്നത്, ഏഥൻസിൽ മിസ്റ്ററികൾ പഠിപ്പിച്ചിരുന്നവരെ അവരുടെ തന്നെ ഏഥൻസ് സർക്കാർ വൈദേശിക തത്വങ്ങൾ പഠിപ്പിക്കുകയും വൈദേശിക ദൈവങ്ങളെ നഗരത്തിൽ പ്രചരിപ്പിക്കുകയും ചെയ്തതിന്റെ പേരിൽ വേട്ടയാടുകയായിരുന്നുവെന്നതാണ്. ഈ ചിന്തകളെല്ലാം ഗ്രീസിൽത്തന്നെ ഉറവെടുത്തതാണെങ്കിൽ, എങ്ങനെയാണ് സ്വദേശത്തെ ജനങ്ങൾക്ക് വൈദേശിക ആശയങ്ങളും പ്രത്യയശാസ്ത്രവും പഠിപ്പിച്ചു കൊടുത്തതിന്റെ പേരിൽ ഗ്രീക്ക് തത്വചിന്തകരെല്ലാം വേട്ടയാടപ്പെട്ടത്? ഒട്ടേറെ അതിമാനുഷികമായ കഴിവുകൾ ചാർത്തിക്കൊടുത്തിരിക്കുന്ന ഈ തത്വചിന്തകർക്ക് യാതൊരു വിദ്യാഭ്യാസവും പരിശീലനവും കിട്ടി യിരുന്നില്ലെന്നും, അവരിലേക്ക് തത്വചിന്തയും, ഗണിതവും ശാസ്ത്രങ്ങ

ളുമൊക്കെ തനിയെ എത്തിച്ചേരുകയായിരുന്നുവെന്നും വിശ്വസിച്ചുകൊള്ളണമെന്നാണ് ലോകത്തോട് കൽപ്പിക്കപ്പെടുന്നത്. ഇക്കാര്യത്തിൽ തെറ്റായ ഒരു ഗ്രീക്കു ചരിത്രം ലോകത്തിനുമേൽ കെട്ടിവയ്ക്കപ്പെടുകയായിരുന്നു.

പ്രാചീനലോകത്തെ വിശുദ്ധഭൂമിയായിരുന്നു ഈജിപ്ത്. പ്രാചീന ജനതകൾക്ക് അതുനൽകിയ ആത്മീയ അനുഗ്രഹങ്ങളുടെയും അത്ഭുതകരമായ വെളിപാടുകളുടെയും പേരിൽ അവിടേക്ക് തീർഥയാത്രകൾ നടന്നു. അതിനുകാരണമായത് പ്രാചീന ജനതകൾക്കിടയിൽ ഈജിപ്ത് ദൈവങ്ങളുടെ നാടാണെന്ന സാർവത്രികമായ ഒരു ബോധ്യം നിലനിന്നതാണ്. എ ഡി നാലാം നൂറ്റാണ്ടിലെ തിയൊഡോഷ്യസിന്റെ (ബിസി 347-395)യും എ ഡി ആറാം നൂറ്റാണ്ടിലെ ജസ്റ്റീനിയന്റെയും കൽപ്പനകൾ ഈജിപ്തിലെ മിസ്റ്ററി സമ്പ്രദായത്തെ മാത്രമല്ല അതിന്റെ തത്വചിന്താസ്കൂളുകളെയും ഉച്ചാടനം ചെയ്തു. ലോകം മുഴുവൻ ക്രിസ്തുമതം സ്വീകരിക്കണമെന്നും അതിന്റെ വിശ്വാസപ്രമാണങ്ങൾക്ക് വിരുദ്ധമായയാതൊന്നും ഉണ്ടായിക്കൂടെന്നുമുള്ള താൽപ്പര്യമായിരുന്നു ആ കല്പനകൾക്കു പിന്നിൽ. പ്രാചീനലോകത്തിന്റെ മനസിൽ സുസ്ഥാപിതമായിരുന്ന മിസ്റ്ററികളെ തുടച്ചുമാറ്റാതെ അതു സാധ്യമാകില്ലെന്ന് റോമൻ സർക്കാർ കരുതി. തിയൊഡോഷ്യസിന്റെയും ജസ്റ്റീനിയന്റെയും കൽപ്പനകൾ ഈജിപ്ഷ്യൻ മിസ്റ്ററി വ്യവസ്ഥയെയും ഗ്രീക്ക് തത്ത്വചിന്തയെയും ഒരേപോലെ നിരോധിച്ചതിൽ നിന്ന് നമുക്കു മനസിലാക്കാവുന്നത്, ഉള്ളടക്കത്തിൽ അവ സമാനമായിരുന്നുവെന്നും, ഗ്രീക്ക് തത്വചിന്ത വളർന്നുവന്നത് ഈജിപ്ഷ്യൻ മിസ്റ്ററികളിൽ നിന്നാണെന്നുമാണ്. അതിന്റെ അനന്തരഫലം, ക്രിസ്ത്യൻ യൂറോപ്പിലും ഗ്രീക്കോ-റോമൻലോകത്തും ബൗദ്ധികമായ അന്ധകാരം തുടർന്നുള്ള പത്തു നൂറ്റാണ്ടുകാലത്തേക്ക് വ്യാപിച്ച് ഘനീഭവിച്ചുവെന്നതും, യൂറോപ്പിൽനിന്ന് വിജ്ഞാനം അപ്രത്യക്ഷമായ അക്കാലത്ത് മധ്യപൂർവദേശത്ത് അതിനനുസൃതമായ ഒരിസ്ലാമിക ശാസ്ത്രീയ നാഗരികത വളർന്നുവിടർന്നു പരിലസിച്ചുവെന്നതുമാണ്. ഇതുവരെ നാം കണ്ടതുപോലെ, ഗ്രീക്കുകാർ വലിയ സൃഷ്ട്യുന്മുഖമായ കഴിവുകളൊന്നും പ്രദർശിപ്പിച്ചില്ല. ഈജിപ്തുകാരിൽ നിന്നു കിട്ടിയ വിജ്ഞാനത്തെ മെച്ചപ്പെടുത്തുന്ന കാര്യത്തിൽ അവർ കഴിവറ്റവരായിരുന്നു.

മെംഫെറ്റ് ദൈവശാസ്ത്രം: ആഗോളതത്വചിന്തയുടെ നട്ടെല്ല്

ഈജിപ്ഷ്യൻ *മെഫൈറ്റ് ദൈവശാസ്ത്രം* ഷബാക്കാ (ഒരുതരം ഗ്രാനൈറ്റ് ശില)കല്ലിൽ എഴുതിവയ്ക്കപ്പെട്ടിരിക്കുന്നു. അതിൽ ഈജിപ്തുകാരുടെ ദൈവശാസ്ത്രം, തത്വചിന്ത, പ്രപഞ്ചശാസ്ത്രം എന്നിവയെല്ലാം ഉള്ളടങ്ങിയിരിക്കുന്നു. തത്വചിന്തകന്മാരുടെ വേറെ വേറെ സിദ്ധാന്തങ്ങളെല്ലാം തന്നെ അതിന്റെ പഠനങ്ങളുടെ വിവിധ ഭാഗങ്ങൾ മാത്രമാണെന്ന് കാട്ടിത്തരുന്നതിലൂടെ, ഗ്രീക്ക് തത്വചിന്തയുടെ അടിസ്ഥാ

നഘടകവും ഈജിപ്ഷ്യൻ ചിന്തയുടെ ഏറ്റവും ഉജ്വലമായ നിദർശന വുമായി ആ ചരിത്രസ്മാരകം നിലനിൽക്കുന്നു. ഇന്ന് ബ്രിട്ടീഷ് മ്യൂസിയത്തിലുള്ള ഷബാക്കാശില ഭാരമേറിയതും ഏറെക്കുറെ കറുത്തതുമായ ഒരു ശിലാഫലകമാണ്. അതിന്റെ സാന്ദ്രത 2.7 gkm^3 ആണ്; തൂക്കം 430 കിലോയും. 137 സെ മി വീതിയുള്ള അത് വാദി ഹമ്മാമത്തിൽ(കിഴക്കൻ ഈജിപ്തിലെ മരുഭൂമിയിൽ സ്ഥിതിചെയ്യുന്ന വരണ്ടുണങ്ങിയ ഒരു നദി) നിന്നുള്ള 'പച്ച ബ്രെക്കിയ' (പച്ച നിറത്തിലുള്ള ഗ്രാനൈറ്റ് ശില) യുടെ ഒരു സ്ലാബാണ്. ഷബാക്ക കല്ലിന്റെ വലതുവശത്താണ് മെഫിസ് ദൈവ ശാസ്ത്രം കൊത്തിവച്ചിരിക്കുന്നത്. അതുയർത്തിയത് എത്യോപ്യക്കാര നായ കറുത്ത ഫറവോ ഷബാക്കയാണെന്ന് കരുതപ്പെടുന്നു. ഷബാക്ക യുടെ കാലം ബി സി 712-698 വരെയാണ്. ഈ ഫലകമുയർത്തിയത് ബി സി 710ലാണെന്ന് കരുതപ്പെടുന്നു. പഴയരാജവംശത്തിന്റെ സ്റ്റൈലിൽ പേരിനു മുന്നിലൊരു നാമം സ്വീകരിച്ചിരുന്ന ഈ ഫറവോയുടെ "നെഫർക്കാരെ" എന്ന ആ ആദ്യനാമം ഒരുപക്ഷേ റമേസസിനടിയിലാ

irregular slab of basalt of 138,5 by 93 cm with
a written area of 132 by 69 cm
given by Earl Spencer to the British Museum in 1805
used as a mill-stone by farmers in post-Pharaonic times

ഷബാക്കാ ശില

യി, ഒന്നാമത്തെ വരിയിൽ രണ്ടുതവണ എഴുതപ്പെട്ടിട്ടുണ്ട്. റമേസസ്സ് 19-ാമത്തെയോ 20 ാംമത്തെയോ രാജവംശത്തിൽപ്പെട്ട ഫറവോയാണ് (കാലം ബി സി 1295നും 1075നുമിടയിൽ). ബ്രിട്ടീഷ് നാവികവകുപ്പിലെ

ഫസ്റ്റ് ലോർഡായിരുന്ന ജോർജ് ജോൺ രണ്ടാമൻ (സ്പെൻസറിലെ ഏൾ അഥവാ പ്രഭു) 1805 ൽ അത് ബ്രിട്ടീഷ് മ്യൂസിയത്തിനു നൽകി. ആ വർഷം തന്നെ ജൂലൈ 13ന് അത് മ്യൂസിയത്തിൽ രജിസ്റ്റർ ചെയ്യപ്പെട്ടു. ഇന്നുവരെയും ഇതെങ്ങനെ ലഭ്യമായിയെന്നത് വ്യക്തമല്ല. അതിന് 132 സെ മീ നീളവും 68.8 സെ മീ വീതിയുമുള്ള എഴുത്തുഭാഗമാണുള്ളത്. അതിൽ 3 തിരശ്ചീനമായ വരികളും (ഒന്നും രണ്ടും 48ഉം വരികൾ) 61 കോളങ്ങളുമുണ്ട്. ദൃഢമായ കല്ലിൽ ചെമ്പുളികൾ കൊണ്ടാണവ കൊത്തിയിരിക്കുന്നത്. ഷബാക്കാശിലയിലുള്ള ശിലാലേഖനങ്ങളുടെ കോപ്പി ആദ്യമായി കൈകൊണ്ട് തയാറാക്കിയയാൾ ജെയിംസ് ഹെന്റി ബ്രെസ്റ്റെഡായിരുന്നു (അമേരിക്കൻ പുരാവസ്തു ഗവേഷകനും ചരിത്രകാരനും, 1865–1935). അദ്ദേഹം എഴുതി: "ഈജിപ്ഷ്യൻ ചിന്തയുടെ നമുക്കിന്നു കൈവശമുള്ള ഏറ്റവും ഗംഭീരമായ സ്മാരകം."

പ്രാചീന ഈജിപ്ഷ്യൻ സാഹിത്യത്തിന്റെ നമുക്ക് ലഭ്യമായ ഏറ്റവും ശ്രദ്ധേയമായ രചനയാണ്, ഒരുപക്ഷേയിത്. അതിനുപല കാരണങ്ങളുണ്ട്. തത്വചിന്താപരമായ കാരണങ്ങൾ, പക്ഷേ, അവയിൽ ഏറ്റവും കുറഞ്ഞത് മാത്രമാണ്. നിലവിലുള്ള എല്ലാ വസ്തുക്കളുടെയും ആകെത്തുകയിൽ അവയെല്ലാം സൃഷ്ടിക്കപ്പെട്ടതാണെന്ന് *മെംഫൈറ്റ് ദൈവശാസ്ത്രം* പറയുന്നു. അതിൽ ഈജിപ്തുകാരുടെ ദൈവശാസ്ത്രപരവും പ്രപഞ്ചസൃഷ്ടിയുമായി ബന്ധപ്പെട്ടതും തത്വചിന്താപരവുമായ കാഴ്ചപ്പാടുകൾ അടങ്ങിയിരിക്കുന്നു. സൃഷ്ടിക്ക് ബൗദ്ധികവും സ്വയം തെരഞ്ഞെടുത്ത ഒരുദ്ദേശ്യത്തിന്റേതുമായ കാരണങ്ങളുണ്ടെന്ന് അത് വ്യക്തമാക്കുന്നു; സ്രഷ്ടാവിന്റെ ഹൃദയത്തിലും(അഥവാ, മനസിൽ), ചിന്ത (അഥവാ വചനം) ഭാഷയായും ഭൗതിക യാഥാർഥ്യമായും പ്രകടിതമായതിലും ഊന്നൽ നൽകിക്കൊണ്ടുതന്നെ. ഗ്രീക്ക് തത്വചിന്തയുടെയും പ്രാകൃതശാസ്ത്രങ്ങളുടെയും ഉറവിടം *മെംഫൈറ്റ് ദൈവശാസ്ത്ര*മായിരിക്കുന്നതു പോലെതന്നെ, ആധുനിക ശാസ്ത്രവിശ്വാസങ്ങൾക്കും അടിസ്ഥാനം പ്രദാനം ചെയ്യുന്നത് അതുതന്നെയാണ്. അതുകൊണ്ട് തന്നെ *മെംഫൈറ്റ് ദൈവശാസ്ത്രം* അടുത്തിടെ ക്ലാസിക്കൽ പണ്ഡിതന്മാർക്കും ചരിത്രകാരന്മാർക്കുമിടയിൽ ഗൗരവതരമായ സംവാദത്തിന്റെ വിഷയമായിത്തീരുകയുണ്ടായി. *മെംഫൈറ്റ് ദൈവശാസ്ത്രപാഠ*ത്തിന് ഒന്നാന്തരമായ സമന്വയശേഷിയുണ്ട്. തീർച്ചയായും, ഈജിപ്തിന്റെ രാഷ്ട്രീയമായ-ആചാരപരമായ-ദൈവശാസ്ത്രപരമായ-തത്വചിന്താപരമായ (വാചിക) ചിന്തകളെല്ലാം വളരെ സംഗ്രഹിച്ച നിലയിലും ഒന്നാന്തരമായി രൂപകൽപ്പന ചെയ്ത ഫോർമാറ്റിലും അതിൽ മുന്നോട്ടുവച്ചിരിക്കുന്നു. ദൈവമായ 'പ്ടാ'യുടെ മേൽക്കോയ്മ, വാചികതത്വചിന്ത, മിസ്റ്ററി, ദൈവശാസ്ത്രചിന്തകൾ, രാജാവിന്റെ വാസസ്ഥലം, ചിഹ്നസൂചനകൾ, സ്വാഭാവിക തത്വചിന്ത, സർവദേവതാ സങ്കൽപ്പം തുടങ്ങിയവയുടെയെല്ലാം ഒരു വിശദ വിവരണമതിലുൾക്കൊള്ളുന്നു.

*മെംഫൈറ്റ് ദൈവശാസ്ത്ര*ത്തിന്റെ അടിസ്ഥാനസംവർഗങ്ങൾ

ദൈവിക പ്രാപഞ്ചിക ശാസ്ത്രത്തെയും ചിഹ്ന ശാസ്ത്രത്തെയും, മാന്ത്രികത്തെയും സംബന്ധിച്ചിടത്തോളം ഹൃദയം/നാവ്/ഹൃദയം എന്ന തത്വരൂപീകരണവും, ധാർമിക, നരവംശശാസ്ത്ര, രാഷ്ട്രീയ അനുമാനങ്ങൾ ഉരുത്തിരിച്ചെടുക്കൽ (deductical) കാര്യങ്ങളിൽ കേൾവി/ശ്രദ്ധിക്കൽ/കേൾവി എന്നിവയുമാണ്.* *മെംഫൈറ്റ് ദൈവശാസ്ത്ര*ത്തിലെ ഉൽപ്പത്തി സിദ്ധാന്തമനുസരിച്ച് ദൈവങ്ങളിലെ പ്രധാനിയായ പ്ടാ, തന്റെ ഹൃദയത്തിൽ നിലവിലുള്ള എല്ലാത്തിനെയും ഗർഭം ധരിക്കുകയും തന്റെ വചനത്തിലൂടെ (ഉച്ചരിക്കലിലൂടെ) അവയെയെല്ലാം സൃഷ്ടിക്കുകയും ചെയ്തു. നുൺ എന്ന ആദിമ ജലത്തിൽനിന്നും ആദ്യം ഉയർന്നുവന്നത് പ്ടാ ആണ്, ഒരാദിമ മലയുടെ രൂപത്തിൽ. ആ മലയുടെ തൊട്ടുപിന്നാലെ ദൈവമായ ആറ്റം ജലത്തിൽ നിന്നുയർന്നുവരികയും പ്ടാ (മല)യുടെ മുകളിൽ ഉപവിഷ്ടനാകുകയും ചെയ്തു. തുടർന്ന് ആറ്റം ഒരിടത്തട്ടിലുള്ള ദൈവമായി സൃഷ്ടിയുടെ കർമം നടത്തുന്നു. മെംഫൈറ്റ് പ്രാപഞ്ചിക - ദൈവശാസ്ത്രത്തിന്റെ അത്തരമൊരു ക്രമീകരണത്തിൽ നിന്നുരുത്തിരിച്ചെടുക്കാവുന്ന ചില പ്രമാണങ്ങളുണ്ട്. ജലമാണ് എല്ലാത്തിന്റെയും ഉറവിടം, പ്ടാ, ആറ്റം എന്നീ രണ്ട് സൃഷ്ടിപരമായ തത്വങ്ങളുടെ സംയോഗത്തിൽനിന്നാണ് സൃഷ്ടി നടപ്പിലാകുന്നത് (അതായത് നൗസിന്റെയും ലോഗോസിന്റെയും സംയോഗത്തിൽനിന്ന് - മനസിന്റെയും സൃഷ്ടിപരമായ വചനത്തിന്റെയും ഐക്യത്തിൽനിന്ന്); സൃഷ്ടിയിലെ ഇടത്തട്ടുകാരൻ ദൈവം അഥവാ ഡെമിയൂർഗ് ആറ്റമാണ്, അദ്ദേഹംതന്നെയാണ് സൂര്യദൈവം അഥവാ അഗ്നിദൈവവും; പ്രപഞ്ചത്തിന്റെ ജീവിതത്തെ നിയന്ത്രിക്കുന്നത് വിപരീതതത്വങ്ങളാണ്, സൃഷ്ടിയിലുള്ള മൂലകങ്ങളായ അഗ്നി(ആറ്റം), ജലം (നുൺ), ഭൂമി (പ്ടാ അഥവാ ടാ-ട്ജെനെൻ) വായു എന്നിവ. *മെംഫൈറ്റ് ദൈവശാസ്ത്ര*ത്തിൽ, പ്രപഞ്ചത്തിലെ ക്രമത്തെ അഥവാ ക്രമീകരണത്തെ പ്രതിനിധീകരിക്കുന്നത് ഒമ്പത് ദൈവങ്ങളാണ്. അവയെല്ലാം ചേർന്ന് ഒരൊറ്റ ദൈവശിരസ്സായിത്തീരുന്നു (അഥവാ ദൈവകുടുംബം), അതിനെ എന്നീഡ് (Ennead)എന്ന് വിളിക്കുന്നു. ഇവിടെ ആറ്റു (ആറ്റം) അഥവാ ഓഗ്ഡോഡിന്റെ (എട്ടുദൈവങ്ങളുടെ) ഉറവിടം ക്രമത്തിന്റെയും ക്രമീകരണങ്ങളുടെയും ദൈവങ്ങളുടെ ഉറവിടമായി നിലനിർത്തപ്പെടുന്നു. ആറ്റു (ആറ്റം)അദ്ദേഹത്തിന്റെ നാല് ഇരട്ട ശരീരഭാഗങ്ങളെ പേരുചൊല്ലി വിളിക്കുന്നതോടെ എട്ട് ദൈവങ്ങൾ സൃഷ്ടിക്കപ്പെടുന്നു. ഈ എട്ടു ദൈവങ്ങളാണ് സൃഷ്ടിക്കപ്പെട്ട ദൈവങ്ങൾ. ഈ എട്ടു ദൈവങ്ങളും താനും ചേർന്ന് ഒമ്പതാകുന്നു. ലോകത്തിലെ ആദ്യത്തെ

---

* The fundamental categories of *Memphite theology* include Truth and Justice as cosmic logos which include a divine thought in the heart and tongue which produce as physical manifestation of what is conceived by the heart. (heart/tongue/heart). The truth and justice as social order include the meterial entrance of well formed sound (language) in hearty ear and listening which is to grasp the intent of what has perfectly heard (hearing/listening/hearing)

സൃഷ്ടികൾ ഈ എട്ട് ദൈവങ്ങളാണ്. ആറ്റു സ്വന്തം ശരീരത്തിൽ നിന്നും രൂപപ്പെടുത്തിയ ആ എട്ട് ദൈവങ്ങൾ (1) ഷു (വായു) (2) ടെഫ്നട്ട് (ഈർപ്പം) (3) ഗെബ് (ഭൂമി) (4) നുട്ട് (ആകാശം) (5) ഒസിറിസ് (സർവ ശക്തിയുടെയും സർവവ്യാപകത്വത്തിന്റെയും ദൈവം) (6)ഐസിസ് (ഒ സിറിസിന്റെ ഭാര്യയും സ്ത്രീതത്വവും) (7) സെത്ത് (നന്മയുടെ വിപരീ തം) (8)നെഫ്ത്തിസ്(അദൃശ്യലോകത്തിലുള്ള സ്ത്രീതത്വം) എന്നിവയാ ണ്. ഈ ഘട്ടത്തിൽ ആറ്റു (ആറ്റം) ദൈവങ്ങളുടെ ദൈവമായ പ്ടാ ഒഴികെ എല്ലാ ദൈവങ്ങളുടെയും സ്രഷ്ടാവ് എന്ന പദവിയും കൈക്കൊള്ളുന്നു. താഴെപ്പറയുന്ന രീതിയിൽ തന്റെ പ്രത്യേകതരം സൃഷ്ടി നടത്താനായി അദ്ദേഹം അടുത്തതായി മുന്നോട്ടുപോകുന്നു. ആ എട്ടു ഭാഗങ്ങളുടെ പേരിനനുസരിച്ച് തന്റെ എട്ടു ശരീര ഭാഗങ്ങളോടും പുറത്ത് വരാനദ്ദേഹം ആജ്ഞാപിക്കുന്നു. ഈ സൃഷ്ടിയുടെ ഭാഗമായി നമുക്ക് ലഭ്യമാകുന്നത്, (a) എന്നീഡ് അഥവാ "ഒരൊറ്റ ദൈവശിരസ്സായി ഒമ്പതു ദൈവങ്ങളു ടെയും ഐക്യം" (b) ഡെമിയൂർഗിന്റെ തത്വം (c) സൃഷ്ടിക്കപ്പെട്ട ദൈവ ങ്ങളുടെ തത്വം (d)ചലിക്കാത്ത ചലിപ്പിക്കുന്നവന്റെ തത്വം (e) വിപരീത ങ്ങളുടെ തത്വം (f) സർവവ്യാപകത്വത്തിന്റെയും സർവശക്തിയുടെയും തത്വം എന്നിവയാണ്.

ഈ തത്വങ്ങളിൽ "ജലമാണ് എല്ലാറ്റിന്റെയും ഉറവിടം" എന്നത് തെയിൽസിന്റെ (ലോകത്തിന്റെ ഉത്ഭവത്തിന് തികച്ചും പ്രകൃതിപരമായ ഒരു വിശദീകരണം നൽകിയവനും ജലം ഒരവശ്യവസ്തുവാണെന്ന് ആദ്യം ചൂണ്ടിക്കാട്ടിയവനുമായി അദ്ദേഹത്തെ കണക്കാക്കുന്നു.) പേരിലും "അളവില്ലാത്തത് അഥവാ പരിധിയില്ലാത്തത്" എന്നത് അനാക്സിമാൻഡ റുടെ പേരിലും, "ജീവന്റെ ആധാരം വായുവാണ്" എന്നത് അനക്സിമെ നെസിന്റെ പേരിലും കൽപ്പിച്ചു നൽകിയിരിക്കുന്നു. അതിനപ്പുറം "പ്രപ ഞ്ചത്തിന്റെ ജീവന്റെ അടിയിലുള്ളത് അഗ്നിയാണ്" എന്നത് പൈതഗോ റസിന്റെയും ഹെറാക്ലിറ്റസിന്റെയും (അഗ്നി മറ്റു ഘടകങ്ങളായി രൂപമാറ്റ ത്തിന് വിധേയമായിക്കൊണ്ടേയിരിക്കുന്നുവെന്നദ്ദേഹം പറഞ്ഞു), ഒപ്പം, ഡെമോക്രിറ്റസിന്റെയും പ്ലേറ്റോയുടെയും (അഗ്നിയുടെ അണുക്കളെപ്പറ്റി അദ്ദേഹം പറഞ്ഞു) പേരിൽ കൽപ്പിക്കപ്പെട്ടിരിക്കുന്നു. അതുപോലെ വിപ രീതങ്ങളുടെ തത്വം പൈതഗോറസിനും (അദ്ദേഹം ഘടകത്തിന്റെ മൂല കങ്ങൾ ഒറ്റയും ഇരട്ടയുമാണെന്നു പറഞ്ഞു), ഹെറാക്ലിറ്റസിനും (പര സ്പരം ഏറ്റുമുട്ടുന്ന വിപരീതങ്ങളുടെ ഐക്യത്തെപ്പറ്റി അദ്ദേഹം പറ ഞ്ഞു), സോക്രട്ടീസിനും (വസ്തുക്കൾ അവയുടെ വിപരീതങ്ങളിൽ നിന്നാ ണു ഉത്ഭൂതമാകുന്നതെന്നദ്ദേഹം പറഞ്ഞു) പ്ലേറ്റോക്കുമായി (അദ്ദേഹം ആശയങ്ങളും നൊമേനയും വചനവും യഥാർഥവും പൂർണവുമാണെ ന്നും, എന്നാൽ ഫെനോമെ (പ്രതിഭാസം) അയഥാർഥവും അപൂർണ്ണവു മാണെന്നും പറഞ്ഞു) കല്പിച്ചുനല്കപ്പെട്ടു. നൗസിന്റെ (മനസിന്റെ) തത്വം, അഥവാ ഒരു ബുദ്ധിയുള്ള ഏജൻസിയാണ് സൃഷ്ടിക്കുത്തരവാ ദിയെന്ന തത്വം, അനക്സഗോറസിനു മാത്രമായിട്ടില്ല, മറിച്ച്, സോക്രട്ടീ

സിനും (ഉപയോഗമുള്ള വസ്തുക്കൾ ഒരു ബുദ്ധിയുടെ പ്രവൃത്തിയാണെന്നദ്ദേഹം പറഞ്ഞു) പ്ലേറ്റോക്കും (അദ്ദേഹം ഒരു ലോകാത്മാവാണ് അഥവാ മനസാണ് പ്രപഞ്ചത്തിലെ ജീവന്റെയും അറിവിന്റെയും കാരണമെന്നു പറഞ്ഞു)കൂടി കൽപ്പിച്ചു കൊടുക്കപ്പെട്ടു. ഡെമിയൂർഗിന്റെ തത്വം അഥവാ ലോകത്തെ സൃഷ്ടിച്ച ഒരിടത്തട്ടുകാരൻ ദൈവത്തിന്റെ തത്വം പ്ലേറ്റോയുടെ മേൽ ചാർത്തപ്പെട്ടു. ഈജിപ്തുകാരുടെ *മൈംഫൈറ്റ് ദൈവശാസ്ത്ര* പ്രകാരം ആറ്റും എട്ട് ദൈവങ്ങളെ സൃഷ്ടിക്കുകയും തന്റെ തന്നെ ശരീര ഭാഗങ്ങളിൽ നിന്നാദൈവങ്ങൾ കടന്നു വരികയും ചെയ്തു. അദ്ദേഹം പ്ടാ എന്ന മലയുടെ മുകളിൽ ചലിക്കാതെ ഇരുന്നു. ഈ സൃഷ്ടിയുടെ കർമത്തിൽ ആറ്റും (ആറ്റം) "ചലിക്കാത്ത ചലിപ്പിക്കുന്നവൻ" ആയിത്തീർന്നു. ഈ തത്വങ്ങളുടെയെല്ലാം നേരിട്ടുള്ള ഉറവിടം *മൈംഫൈറ്റ് ദൈവശാസ്ത്ര*മാണെങ്കിലും സൃഷ്ടിക്കപ്പെട്ട ദൈവങ്ങളുടെ തത്വത്തിന്റെ ബഹുമതി നൽകപ്പെട്ടിരിക്കുന്നത് പ്ലേറ്റോക്കാണ്. "ചലിക്കാത്ത ചലിപ്പിക്കുന്നവൻ" എന്ന തത്വത്തിന്റെ ബഹുമതി അരിസ്റ്റോട്ടിലിന് നൽകിയിരിക്കുന്നു. അരിസ്റ്റോട്ടിലിന്റെ അതിഭൗതിക മണ്ഡലത്തിൽ ഉണ്മയുടെ തത്വം വിശദീകരിക്കപ്പെടുന്നത് പൊട്ടൻഷ്യാലിറ്റി (കഴിവ്, ശേഷി)യുടെയും ആക്ചാലിറ്റി (യഥാർഥത്തിലായിരിക്കൽ) യുടെയും ഒരു ബന്ധമായിട്ടാണ്; അത് പ്രവർത്തിക്കുന്നത് വിപരീതങ്ങളുടെ തത്വപ്രകാരമാണ്. പ്രകൃതിയുടെ ദ്വന്ദാത്മകതയുടെ തത്വം കണ്ടെത്തിയ ആദ്യ ശാസ്ത്രജ്ഞന്മാർ ഈജിപ്തുകാരായിരുന്നു; അതുകൊണ്ട് അവരതിനെ പുരുഷ സ്ത്രീ ദൈവങ്ങളായും അവരുടെ ക്ഷേത്രങ്ങൾക്കുമുന്നിലുള്ള ഇരട്ടത്തൂണുകളായും പ്രതിനിധാനം ചെയ്തു. ഈ സിദ്ധാന്തത്തിന്റെ ഉറവിടം അവിടെയാണ്. ദൈവത്തിന്റെ നിലനിൽപ്പിനുള്ള തെളിവായി അരിസ്റ്റോട്ടിൽ കൊണ്ടുവരുന്ന സിദ്ധാന്തങ്ങളും അദ്ദേഹത്തിന്റെ കാരണവാദവും ഈജിപ്തുകാരുടെ മെംഫൈറ്റ് ദൈവശാസ്ത്രത്തിലെ സൃഷ്ടികഥയിൽ കണ്ടെടുത്തിട്ടുണ്ട്. അതനുസരിച്ച് സൃഷ്ടി അവ്യവസ്ഥയിൽനിന്ന് ക്രമത്തിലേക്കുള്ള ഒരു നീക്കമാണ്; അതിൽ ഒരു ബുദ്ധിയുടെ പ്രവർത്തനം സൂചിപ്പിക്കപ്പെടുകയും ചെയ്യുന്നു. ലോകത്തിന്റെ ഉത്ഭവത്തെക്കുറിച്ചുള്ള അദ്ദേഹത്തിന്റെ സിദ്ധാന്തം പറയുന്നത് ലോകം നിത്യമാണ്, കാരണം പദാർഥവും കാലവും ചലനവും നിത്യമാണ് എന്നാണ്. അതേ വീക്ഷണം തന്നെയാണ് ഈജിപ്തുകാരുടെ *മെംഫൈറ്റ് ദൈവശാസ്ത്ര*ത്തിലെ സൃഷ്ടികഥയിലുമുള്ളത്. അതിനകത്ത് അവ്യവസ്ഥ അഥവാ ആദിമ പദാർഥത്തെ ആദിമ സാഗരമായ നുൺ പ്രതിനിധാനം ചെയ്യുന്നു. അതിൽനിന്നാണ് ആദിമ മല ഉയർന്നുവരുന്നത്. ആത്മാവിന്റെ തത്വം, അരിസ്റ്റോട്ടിലിന്റെ അഭിപ്രായത്തിൽ, ശരീരവുമായി ഐക്യത്തിൽ (അനന്യത) വർത്തിക്കുന്ന ഒരു ചലനാത്മകമായ ജീവതത്വമാണ് ആത്മാവെന്ന് പ്രഖ്യാപിക്കുന്നു; അതിന് അഞ്ച് ഗുണങ്ങളുണ്ടെന്നും. അവ (a) സംവേദനക്ഷമമായിരിക്കുക (b) യുക്തിപരമായിരിക്കുക(c) പോഷണത്തോട് പ്രതികരിക്കുക (d) വിശപ്പുള്ളതായിരിക്കുക (e) ചലനാത്മകമാ

യിരിക്കുക എന്നിവയാണ്. അരിസ്റ്റോട്ടിലിന്റെ ആത്മാവിന്റെ തത്വത്തിന്റെ യഥാർഥ ഉറവിടം *Book of dead* അഥവാ, മരണത്തെകുറിച്ചു പ്രതിപാദിക്കുന്ന പുരാതന ഈജിപ്ഷ്യൻ പുസ്തകത്തിൽ കണ്ടെത്താവുന്ന തത്വചിന്തയാണ്. അതിൽ നാം കാണുന്നത് ആത്മാവ് എന്നത് ഒമ്പത് വേർപെടുത്താനാവാത്ത ആത്മാവുകളുടെ ഒരു ഏകത്വമാണ്, ഒരൊറ്റ ദൈവശിരസ്സായ എന്നീഡിൽ (Ennead) ഒമ്പതു ദൈവങ്ങൾ ഒന്നാകുന്നതുപോലെ; അവക്കൊക്കെ അവശ്യമായും ശരീരവുമുണ്ട് എന്നതാണ്. ഈ ഈജിപ്ഷ്യൻ തത്വചിന്തയിൽ, ഭൗതികശരീരത്തിന്റെ ആത്മാവിന്റെ ഗുണങ്ങൾ അരിസ്റ്റോട്ടിൽ വിവരിച്ചതുമായി ഒത്തു പോകുന്നതായി കാണപ്പെടുന്നു.

എല്ലാം ജലത്തിൽനിന്നും, ആദിമ അവ്യവസ്ഥയിൽനിന്നും അഥവാ അളവില്ലാത്തതിൽനിന്നും, അഥവാ ആകാശത്തുനിന്നും ഉത്ഭവിച്ചുവെന്ന് പറഞ്ഞത് ആദ്യകാല അയോണിയൻ തത്വചിന്തകരാണ്. എന്നാലിന്ന് അതേ ആശയങ്ങൾ *ഉൽപ്പത്തി പുസ്തക*ത്തിന്റെ (*Book of Genesis*) ആദ്യ അധ്യായത്തിലും നമുക്കു കാണാം. അതിൽപ്പറയുന്നത് ആദിയിൽ ലോകം അവ്യവസ്ഥയിലായിരുന്നുവെന്നും രൂപമോ അളവോ ഇല്ലായിരുന്നുവെന്നും (അളവില്ലാത്തത്); ദൈവത്തിന്റെ ആത്മാവ് (വായു) ജലത്തിനുമേൽ ചലിച്ചപ്പോൾ ഭൂമിയും ജലവും എങ്ങനെയാണ് വേർതിരിഞ്ഞതെന്നും; ഭൂമിയെങ്ങനെയാണാകാശത്തിൽനിന്നു വേർതിരിഞ്ഞതെന്നും, എങ്ങനെയാണ് പടിപടിയായി ജീവനുള്ള വസ്തുക്കൾ ജലത്തിൽനിന്ന് പുറത്തുവന്നതെന്നും; ഒടുവിലായി ജീവവായുവൂതി മനുഷ്യനെ സൃഷ്ടിച്ചതെങ്ങനെയെന്നുമാണ്. പെന്റാട്യൂക്കിലെ (മോശരചിച്ചതെന്നു കരുതുന്ന ബൈബിളിലെ ആദ്യ അഞ്ച് പുസ്തകങ്ങൾ) ആദ്യ പുസ്തകം ഉൽപ്പത്തിയെകുറിച്ചാണ്. അതിന്റെ കാലമായി നിർണയിക്കപ്പെടുന്നത് ബി സി 800 ാമാണ്ടാണ്. 4000-5000 ബി സി കാലഘട്ടത്തിലെ *മെംഫൈറ്റ് ദൈവശാസ്ത്ര*ത്തിൽ നിന്ന് ഉരുത്തിരിഞ്ഞു വന്നതാണത്. അക്കാലത്ത് ആദികാല അയോണിയൻ തത്വചിന്തകർ ജനിച്ചിട്ടുപോലുമില്ല. അതുകൊണ്ടുതന്നെ അവരാകില്ല ആ സിദ്ധാന്തങ്ങളുടെ രചയിതാക്കളെന്ന് വ്യക്തമാണ്. അത് കൃത്യമായി വിരൽ ചൂണ്ടുന്നത് ഈജിപ്ഷ്യൻ ഉറവിടത്തിലേക്കാണ്.

ഗ്രീക്ക് തത്വചിന്തയുടെ അഥവാ പ്രാചീന ശാസ്ത്രത്തിന്റെ ഉറവിടം *മെംഫൈറ്റ് ദൈവശാസ്ത്ര*മാണെന്നതുപോലെ തന്നെ, *മെംഫൈറ്റ് ദൈവശാസ്ത്ര*ത്തിന് ആധുനിക ശാസ്ത്രീയ വിശ്വാസത്തിന്റെ അടിത്തറയോടും പ്രകടമായ സാമ്യങ്ങളുണ്ട്. ഈജിപ്ഷ്യൻ പ്രപഞ്ച ശാസ്ത്രത്തിൽ ക്രമത്തിന്റെയും ക്രമീകരണത്തിന്റെയും ദൈവങ്ങളെ ഒമ്പത് ദൈവങ്ങളായിക്കണക്കാക്കുന്നു. അതിന് ലാപ്ലേസിന്റെ ശൂന്യാകാശ സങ്കൽപ്പവുമായി അടുത്ത ബന്ധമുണ്ട്. അത് പഠിപ്പിക്കുന്നത് ഒമ്പത് പ്രധാന ഗ്രഹങ്ങളെക്കുറിച്ചാണ്. ഇതിൽനിന്നു വ്യക്തമാകുന്നത് ലാപ്ലേസിന് ഈയൊരനുമാനം ലഭ്യമായത് *മെംഫൈറ്റ് ദൈവശാസ്ത്ര*ത്തിൽനിന്നോ മറ്റിതര ഈജിപ്ഷ്യൻ ഉറവിടങ്ങളിൽനിന്നോ ആണെന്നാണ്. ഈജിപ്ഷൻ ദൈവമായ ആറ്റും (ആറ്റം) എന്നതിനർഥം സ്വയം സൃഷ്ടമായത്,

എല്ലാമും ഒന്നുമില്ലായ്മയും, ധനാത്മകവും നിഷേധാത്മകവുമായ ഒരുപറ്റം തത്വങ്ങളുടെ ചേരുവ എന്നൊക്കെയാണ്. ധനാത്മകവും (positive) നിഷേധാത്മകവുമായ (negative) തത്വങ്ങൾ ഇവയാണ്:- സർവത്തിനെയും ഉൾക്കൊള്ളൽ, ഒന്നുമുൾക്കൊള്ളുന്നില്ലാത്ത ശുദ്ധശൂന്യത; സൃഷ്ടിപരമായ കഴിവുകൾ ഉള്ള ഒരിടത്തട്ടുകാരൻ ദൈവം. ഒരു ദൈവമെന്ന നിലയിൽ വിപരീതങ്ങളെ പ്രതിനിധീകരിക്കുന്ന ഒന്നാണ് ആറ്റും. ആറ്റത്തെ, അണുവിനെ നിർവചിക്കുന്നത് "പൂർണവും ശൂന്യവും, ഉണ്മയും ഇല്ലായ്മയും" എന്നാണ്. ആ നിർവചനങ്ങൾ ഈജിപ്ഷ്യൻ സൂര്യദൈവത്തിന്റെ എല്ലാമും ഒന്നുമില്ലായ്മയും, സർവത്തിന്റെയും ഉൾക്കൊള്ളൽ, ഒന്നുമുൾക്കൊള്ളുന്നില്ലാത്ത ശുദ്ധശൂന്യത എന്നീ ഗുണങ്ങളുമായി ഒത്തുപോകുന്നുണ്ട്. സമാനമായ ഈ ഗുണവിശേഷങ്ങൾ കാണിക്കുന്നത് ശാസ്ത്രത്തിലെ ആറ്റം (അണു) ഈജിപ്ഷ്യൻ സൂര്യദൈവത്തിന്റെ പേരുമായി സമാനമാണെന്നാണ്. *മെംഫൈറ്റ് ദൈവശാസ്ത്ര*ത്തിന്റെ തത്വം പ്രപഞ്ചത്തിലെ അവ്യവസ്ഥയിൽ (cosmic chaos) നിന്ന്, ആദിജലത്തിൽ നിന്ന്, ഒരിരട്ട ദൈവങ്ങൾ, ആദിമലയും ആറ്റും എന്ന സൂര്യദൈവവും, ഉയർന്നുവന്നുവെന്നും, ആറ്റവും മലയും തമ്മിലുള്ള ബന്ധത്തിൽ (സ്പർശനത്തിൽ)നിന്നും സൂര്യദൈവത്തിന് മറ്റ് എട്ട് പ്രധാന ഗ്രഹങ്ങളെ സൃഷ്ടിക്കാൻ ശക്തി ലഭിച്ചുവെന്നുമാണ്. ആണവോർജം ഭൂമിയിൽനിന്നും ജലത്തിൽനിന്നുമുണ്ടാകുന്നു എന്നൊരർത്ഥം ഇതിനുണ്ടാകാമെന്നു തോന്നുന്നു. കാരണം H_2O (ജലം)യുറേനിയം എന്നിവ ആണവോർജത്തിന്റെ പ്രധാന ഘടകങ്ങളാണ്. അവ ഭൂഗർഭത്തിലാണുള്ളത്. നാല് ദൈവദ്വന്ദങ്ങൾ, ധനാത്മകവും നിഷേധാത്മകവുമായ തത്വങ്ങളെ പ്രതിനിധീകരിക്കുന്നവ, അപ്പോഴും ജലത്തിലാണ് നിലകൊള്ളുന്നത്, ആൺ-പെൺ തവളകളുടെ രൂപത്തിൽ; അതെല്ലാം ചേർന്ന് സൃഷ്ടിയുടെ രഹസ്യമായിത്തീരുന്നു. ജെയിംസ് ചൂണ്ടിക്കാട്ടുന്നതുപോലെ പ്രകൃതിയുടെ രഹസ്യങ്ങളിലും തത്വങ്ങളിലും വിജയകരമായ ശാസ്ത്രീയ ഗവേഷണം നടത്തുകയെന്നത് *മെംഫൈറ്റ് ദൈവശാസ്ത്ര*ത്തിന്റെ പഠനത്തിൽ അടങ്ങിയിരിക്കുന്നു. അതിന്റെ പ്രതീകാത്മകത അതിനെ വ്യാഖ്യാനിക്കുന്നതിന് മാന്ത്രിക തത്വങ്ങളുടെ താക്കോൽ ആവശ്യമാക്കിത്തീർക്കുന്നു.

ഈജിപ്തിന്റെ അറിവ് സ്വായത്തമാക്കാൻ ഗ്രീക്കുകാരെ പ്രേരിപ്പിച്ചതെന്താണ്? ഗ്രീക്കുകാർ ആകാംക്ഷയും കൗതുകവുമുള്ള ഒരു ജനതയായിരുന്നുവെന്നത് വ്യക്തമാണ്. പക്ഷേ സ്വീകർത്താക്കൾ എന്ന നിലയിൽ, അവരൊരു സവിശേഷസ്ഥാനത്തായിരുന്നു. സ്വന്തം വേരുകളുമായി ബന്ധം മുറിഞ്ഞുപോയതും ഉരുത്തിരിഞ്ഞുവരുന്നതുമായ ഒരു ദേശത്തിന്റെ പഠിക്കാനുള്ള ആർത്തിയായിരുന്നു അവർക്കുണ്ടായിരുന്നത്. ഇരുണ്ട കാലഘട്ടം അവർക്ക് ബാക്കിയാക്കിയത് ഹോമറിന്റെ കാവ്യസ്വപ്നങ്ങൾ മാത്രമായിരുന്നു; അതാകട്ടെ, മിനോവൻ, മൈസീനിയൻ അനുഭവങ്ങളും ഡോറിയന്മാരുടെ ദൃഢതയും കൂടി കെട്ടുപിണഞ്ഞ ഒരു മിശ്ര

മെന്നതിൽക്കവിഞ്ഞൊന്നുമായിരുന്നില്ല. കൃത്യമായ ഒരു മുൻചരിത്രവും അവർക്കുണ്ടായിരുന്നില്ല. ബി സി 800നു മുമ്പ് ഗ്രീക്കുകാർ വിവിധ പ്രാദേശിക ഭാഷാഭേദങ്ങൾ സംസാരിച്ചിരുന്നു. അവർക്കെഴുത്തോ വായനയോ വശമായിരുന്നില്ല! അതുകൊണ്ട്, ഗ്രീക്ക് നവോത്ഥാനത്തിനുമുമ്പുള്ള ഡോറിയൻ ദുരന്തം ഒരു സുപ്രധാന സാംസ്കാരിക പ്രതിസന്ധി സംജാതമാക്കി. അത് പര്യവസാനിച്ചത് ഗ്രീക്കുകാർ "പുതിയ" മാതൃകകളും "നല്ല" ഉദാഹരണങ്ങളും തേടുന്നതിലാണ്. അവരെ സംബന്ധിച്ച് ഈജിപ്ഷ്യൻ സംസ്കാരം അംഗീകാരവും ഓർമയുമായിത്തീർന്നു. കാരണം യാത്രപോയവർ തിരികെ നാട്ടിൽ വന്നപ്പോൾ അവർ ഈജിപ്തിലെ രാജാക്കന്മാരെക്കുറിച്ചും മഹാസ്മാരകങ്ങളെക്കുറിച്ചും പ്രകൃതിമതത്തിൽ വേരൂന്നിനിന്നിരുന്ന ആഘോഷങ്ങളെയും ഉത്സവങ്ങളെയുമെല്ലാം കുറിച്ച് വർണിച്ചു. ഈ പ്രകൃതിമതം മിനോവൻ ക്രീറ്റിന്റെ മതവുമായി ശക്തമായ സാമ്യമുള്ളതുമായിരുന്നു. ഗ്രീക്കുകാർ ഈജിപ്തിന്റെ ഫലപ്രദമായ വിവരസ്രോതസുകളായിത്തീർന്നുവെന്നത് വ്യക്തമാണ്. അതാണ് അലക്സാണ്ട്രിയൻ ഹെർമെറ്റിസം തെളിയിക്കുന്നത്.

ഈജിപ്ഷ്യൻ ചിന്തയിൽക്കാണാവുന്ന മാനസിക (സത്യത്തിന്റെയും നീതിയുടെയും ഹൃദയം), വാചിക (വലിയ സംസ്കാരം, സൃഷ്ടിപരമായ കൽപ്പന, പുനരുത്ഥാനമുണ്ടാക്കുന്ന ആജ്ഞ), ആചാരപര (നല്ല പ്രവൃത്തിയുടെ മാജിക്), പ്രമാണപര (വാക്കുകളുടെ മാജിക്), സംവാദ (നിർവഹിക്കപ്പെടുന്ന വ്യവഹാരം) കാര്യങ്ങളിന്മേലുള്ള ഊന്നൽ ശരിക്കും സമാനതകളില്ലാത്തതും സൃഷ്ടിയെ മനസിലാക്കാനും അതുവഴി മനുഷ്യവംശത്തിന്റെ സ്ഥാനമെന്തെന്നറിയാനുമുള്ള ദാർശനിക ആവശ്യത്തോടടുത്തുവന്നതുമാണ്. അതതിനുവേണ്ടി ദൈവശാസ്ത്രപരവും പ്രകൃതിവാദപരവും ആഴമേറിയ അറിവിന്റെ തലത്തിലുള്ളതും, അർദ്ധപ്രാതിഭാസ വിജ്ഞാനീയപരവുമായ ഉത്തരങ്ങൾ വികസിപ്പിച്ചെടുക്കുകയും ചെയ്തു. സഹസ്രാബ്ദങ്ങൾക്കിടയിൽ ആദിമ-യുക്തിയുടേതായ ആദ്യകാല ചിന്തകളുടെ പ്രായോഗിക ഫലങ്ങൾ വിവിധ ലൈബ്രറികളിലെ സ്മാരകങ്ങളിൽ സംരക്ഷിച്ചു വച്ചു; പുതിയ ക്ഷേത്രനിർമാണം പോലുള്ള ഒരു പ്രമുഖമായ കടമ ഏറ്റെടുക്കുമ്പോഴോ മുൻകൂട്ടി കാണാതിരുന്ന ഒരു പ്രശ്നം ഉടലെടുക്കുമ്പോൾ മുൻഗാമികൾ എന്തു ചെയ്തിരുന്നുവെന്ന് നോക്കാനോ ആയി, ഫറവോമാർക്കും അവരുടെ പ്രതിനിധികൾക്കും പരിശോധിക്കാനും പഠിക്കാനുമായി ഈജിപ്തുകാരുടെ എഴുത്തിനോടുള്ള യാഥാസ്ഥിതികമായ സ്നേഹം കണക്കിലെടുക്കുമ്പോൾ, ആദ്യഗ്രീക്കുകാരെത്തിച്ചേരുന്ന സമയത്ത് ഈജിപ്തിലെ ചെറുതും വലുതുമായ ലൈബ്രറികളിൽ ശ്രദ്ധാപൂർവം സൂക്ഷിച്ചുവച്ചിരുന്ന പാപ്പിറസുകളെത്രയെണ്ണമുണ്ടായിരിക്കാമെന്നതിനെപ്പറ്റി നമുക്ക് ഊഹാപോഹം നടത്താനേ ആവൂ. തത്വചിന്താപരമായ വീക്ഷണകോണിലൂടെ നോക്കുമ്പോൾ, ഗ്രീക്ക് വാക്കായ നൗസ് (മനസ്സ്, ചിന്ത, മനസിൽ ദർശിക്കൽ) ഈജിപ്ഷ്യനായ "nw" (കാണുക, നോക്കുക, മനസിൽക്കാണുക, നിരീ

ക്ഷിക്കുക) യിൽ നിന്ന് ഉരുത്തിരിഞ്ഞുവന്നതായി തോന്നിക്കുന്നത് ശ്രദ്ധിക്കപ്പെടേണ്ടതാണ്. ഗ്രീക്ക് തത്വചിന്തയുടെ ലോഗോയിക് (വചന)സ്വഭാവവും, "അലിത്തീയ" (aletheia) അഥവാ സത്യവുമായി അതിനുള്ള കടുത്ത ആഭിമുഖ്യവും, അത് *മെംഫൈറ്റ് ദൈവശാസ്ത്ര*ത്തിന്റെ രേഖീയവൽക്കരണമാണെന്ന് (linearization) കാണിക്കുന്നു. 600 ബി സി ക്കാലത്ത് അയോണിയയിൽ ഗ്രീക്ക് തത്വചിന്ത ഉയർന്നുവരുന്നതിന് നിർണായകമായ ഒരു രാസത്വരകമായി ഈജിപ്ഷ്യൻ ചിന്ത പ്രവർത്തിച്ചു. ഗ്രീക്ക് നവോത്ഥാനത്തിനും അതൊരു മുഖ്യകാരണമാകുകയും അതിലൂടെ ക്ലാസിക്കൽ ഗ്രീസിനും അതിന്റെ തത്വചിന്തയ്ക്കും വഴിയൊരുക്കുകയും ചെയ്തു. നാം തെറ്റായി ഗ്രീക്കു തത്വചിന്തയെന്നു വിളിക്കുന്നത്, യഥാർഥത്തിൽ അമ്മയായ ഈജിപ്തിനു പിറന്ന ഒരു കുട്ടിയായിരുന്നു. ലോകരാജ്യങ്ങൾക്കും അതിന്റെ ആധുനിക സാംസ്കാരിക പുരോഗതിയുടെ അടിസ്ഥാനങ്ങൾക്കും ഇത്തരമൊരു പൈതൃകം പിൻതുടർച്ചാവകാശമായി നൽകിയ ആഫ്രിക്കാ വൻകരയ്ക്കാണ് ഗ്രീക്കുകാർക്ക് നൂറ്റാണ്ടുകളായി തെറ്റായി ചാർത്തിക്കിട്ടിയ പ്രശംസയ്ക്കും ബഹുമതിക്കും ശരിക്കും അർഹതയുള്ളത്.

2

യൂറോപ്പിന്റെ അന്ധകാരത്തിനുമേൽ ശാസ്ത്രത്തിന്റെ സുവർണയുഗത്തിന്റെ ഉദയം

ഏജിനയിലെ പോളിനു ശേഷം (7 ാം നൂറ്റാണ്ടിൽ ജീവിച്ചിരുന്ന ഫിസിഷ്യൻ) ഗ്രീക്കുശാസ്ത്രത്തിനും വൈദ്യത്തിനും യൂറോപ്പിലെ അനുകൂലമായ മണ്ണ് നഷ്ടമായി. പ്രാചീന ഗ്രീസിന്റെ സംസ്കാരം അറബികൾ പിന്തുടർച്ചാവകാശമായി സ്വായത്തമാക്കിയപ്പോൾ-ഗ്രീക്ക് ചിന്തയ്ക്ക് പ്രധാനമായി ശാസ്ത്രത്തിൽ മാത്രമായിരുന്നു താൽപ്പര്യം-ഏഥൻസിനു പകരമായി അലക്സാണ്ട്രിയ ഉയർന്നുവന്നു, ഹെല്ലെനിസത്തിന് തികച്ചും പുതിയ ഒരു വീക്ഷണമുണ്ടായിത്തീരുകയും ചെയ്തു. ഇതേക്കുറിച്ചുള്ള അന്വേഷണത്തിലേക്ക് കടക്കുന്നതിന് മുമ്പ്, ചുരുങ്ങിയത് മൂന്നിഴകളെങ്കിലും വളരെ ഇഴുകിച്ചേർന്ന് കെട്ടുപിണഞ്ഞ് കിടന്നിരുന്നുവെന്നത് ആദ്യമേ തന്നെ ചൂണ്ടിക്കാട്ടേണ്ടതുണ്ട്. ഒന്നാമതായി, ഗ്രീക്ക് ശാസ്ത്രീയ എഴുത്തുകാരുടെ പുസ്തകങ്ങൾ അറബി ഭാഷയിലേക്ക് ഭാഷാന്തരം ചെയ്യപ്പെടുകയും, അറബ് പണ്ഡിതർ അവ പഠിക്കുകയും ചെയ്തു. അവരതിന്മേൽ സംഗ്രഹങ്ങളും ചില അഭിപ്രായങ്ങളും എഴുതി: ഒരു ഗ്രീക്ക് ഉറവിടത്തിൽനിന്ന് (അലക്സാണ്ട്രിയൻ) റഫറൻസ് നടത്തിക്കൊണ്ട് അറബ് എഴുത്തുകാർ ശാസ്ത്രീയതത്വങ്ങൾ സ്വായത്തമാക്കുകയും വികസിപ്പിക്കുകയും, നിഗമനങ്ങൾ നടത്തുകയും ചെയ്തു. ഗ്രീക്ക് ശാസ്ത്രീയ ചിന്ത ഒന്നിലേറെ വഴികളിലൂടെ അറബികളിലെത്തിയെന്നതിലതൃുതമില്ല. അത് ആദ്യമായും ഏറ്റവും പച്ചയായ രൂപത്തിലും എത്തിച്ചേർന്നത് ക്രിസ്ത്യൻ സിറിയക് എഴുത്തുകാരിലൂടെയും പണ്ഡിതന്മാരിലൂടെയും ശാസ്ത്രജ്ഞന്മാരിലൂടെയുമാണ്. പിന്നീട്, അറബികൾ ഒറിജിനൽ ഗ്രീക്ക് സ്രോതസുകൾ തേടിച്ചെല്ലുകയും തങ്ങൾ അതിനകം പഠിച്ചുകഴിഞ്ഞവ തന്നെ വീണ്ടും പഠിക്കുകയും, മുമ്പു പഠിച്ചവയിലെ തെറ്റുകൾ തിരുത്തുകയും അവ ശരിയാണോയെന്ന് ഒത്തുനോക്കുകയും

ചെയ്തു. അതിനൊപ്പം രണ്ടാമതൊരു വിനിമയത്തിന്റെ ചാനൽ ഇന്ത്യയിലൂടെ പരോക്ഷമായി തുറന്നുവന്നു: ഗണിതശാസ്ത്രപരവും ജ്യോതിശ്ശാസ്ത്രപരവുമായ പഠനങ്ങളുടെ രൂപത്തിൽ. അവയെ ഒരു വലിയ പരിധിവരെ ഇന്ത്യൻ പണ്ഡിതർ വികസിപ്പിക്കുകയും ചെയ്തിരുന്നു. ഗ്രീക്കുരാജ്യമായ ബാക്ട്രിയയിൽ തുടക്കം കുറിക്കുന്നുവെന്നു തോന്നിക്കുന്ന മൂന്നാമത്തെ ധാര ഇന്ത്യയിലൂടെ കടന്നുവന്നു. അലക്സാണ്ടർ സ്ഥാപിച്ച ഏഷ്യൻ രാജ്യങ്ങളിലൊന്നായിരുന്നു ബാക്ട്രിയ. ഗ്രീക്ക് ലോകവും മധ്യേഷ്യയും തമ്മിൽ ഒരു കരമാർഗം ദീർഘകാലമായി തുറന്നുകിടന്നു. പ്രത്യേകിച്ചും മർവ്* നഗരത്തിലേക്ക്. ഒരുകാലത്ത് കിഴക്കുംപടിഞ്ഞാറും തമ്മിലുള്ള ഒരു ബാന്ധവത്തെ പ്രോത്സാഹിപ്പിച്ചിരുന്ന ഒരു ബുദ്ധമത മാധ്യമവുമായി അതിനെ ഇതൊരുപക്ഷേ ബന്ധിപ്പിച്ചു. അറബികൾ മധ്യേഷ്യയിലെത്തിയിരുന്ന കാലത്ത് ബുദ്ധമതം വിദൂരപൂർവദേശത്തേക്ക് പിൻമാറുകയായിരുന്നെങ്കിൽത്തന്നെയും.

രാഷ്ട്രീയവും വംശപരവും മതപരവുമായ ഐക്യത്തേക്കാളും കൂടുതൽ പ്രാധാന്യമുള്ളത് അറബികളെന്ന് ഇവിടെ വിവക്ഷിക്കുന്നവർ ഒരേ സാംസ്കാരികചരിത്രം പങ്കിട്ടിരുന്നുവെന്നതും ഗ്രീക്കു ലോകത്തുനിന്നുരുത്തിരിച്ചെടുത്ത ശാസ്ത്രീയ പൈതൃകത്തിൽ പങ്കാളികളായിയെന്നതുമായ വസ്തുതയ്ക്കാണ്. ആദ്യകാലത്ത് ബാഗ്ദാദ് നഗരം വിവിധ പ്രദേശങ്ങളിൽ നിന്ന്- സിറിയ, ബാക്ട്രിയ, ഇന്ത്യ, പേർഷ്യ, എന്നിവിടങ്ങളിൽ നിന്നും മറ്റിടങ്ങളിൽ നിന്നും- വന്നിരുന്ന ഗ്രീക്ക് സാമഗ്രികൾ വിതരണം ചെയ്യുന്ന ഒരു നഗരമായിരുന്നു. ബാഗ്ദാദിൽനിന്നും ഈ സാമഗ്രികൾ അറബിരൂപത്തിൽ ഇസ്ലാംമതം ഒന്നിച്ചുചേർത്തിരുന്ന എല്ലാ സാമൂഹ്യഗ്രൂപ്പുകളിലേക്കും കടന്നു ചെന്നു. പിൽക്കാലത്ത്, രാഷ്ട്രീയവും സാമ്പത്തികവുമായ അസ്വസ്ഥതകൾ ബാഗ്ദാദിന്റെ സാംസ്കാരിക ജീവിതത്തെ ബാധിച്ചുതുടങ്ങുകയും ഖലീഫമാരുടെ സാമ്രാജ്യം ഒരു ശിഥിലീകരണത്തിലേക്കും വിഭജനത്തിലേക്കും നീങ്ങുകയും ചെയ്തപ്പോൾ ബാഗ്ദാദിൽനിന്നും നേതൃത്വം അലപ്പൊ, ഡമാസ്കസ്, കെയ്റോ, കോർഡോവ എന്നിവിടങ്ങളിലേക്കും സമർഖണ്ഡിലേക്കും നീങ്ങി. പക്ഷേ, അത് സംഭവിക്കുന്നതിനുമുമ്പേ, അറബികൾക്കിടയിൽ ഗ്രീക്ക് ശാസ്ത്രസാഹിത്യം സ്വന്തം വീട് കണ്ടെത്തുകയും അറബി അന്തരീക്ഷത്തിൽ പുതിയതും സ്വതന്ത്രവുമായ ഒരു ജീവിതമാരംഭിക്കുകയും ചെയ്തിരുന്നു.

ഗണിതത്തിലും ജ്യോതിശ്ശാസ്ത്രത്തിലും ഗ്രീക്ക്-ഇന്ത്യൻ ശാസ്ത്രജ്ഞന്മാരുടെ പ്രവർത്തനങ്ങൾ അവർ ഏകോപിപ്പിക്കുകയും, അങ്ങനെ ശരിക്കും ഒരു യഥാർഥ മുന്നേറ്റം സാധ്യമാക്കുകയും ചെയ്തു. ജ്യോതിശ്ശാസ്ത്രപരമായ നിരീക്ഷണങ്ങൾ നടത്തുന്നതിലും അവ രേഖപ്പെടു

* മർവ് (Merv): പന്ത്രണ്ടാം നൂറ്റാണ്ടിലെ മധ്യേഷ്യയിലെ ഏറ്റവും വലിയ നഗരമായിരുന്നു. ഇപ്പോഴത് തുർക്ക്മിനിസ്ഥാനിൽ സ്ഥിതിചെയ്യുന്നു.

ത്തുന്നതിലും അറബികൾ തൽപ്പരരായിരുന്നു. അതവരെ ഗ്രീക്കുകാരിൽ നിന്നും പഠിച്ചത് വിപുലീകരിക്കാൻ കഴിവുറ്റവരാക്കിയെന്നു മാത്രമല്ല, പഴയ കാല രേഖകൾ പരിശോധിക്കാനും തിരുത്താനും കൂടി കഴിവുള്ള വരാക്കി. ടോളമിയുടെ പ്രപഞ്ചശാസ്ത്രത്തിന്റെ ദൗർബല്യങ്ങൾ അറ ബികൾ കണ്ടെത്തുകയും അതു തിരുത്താൻ ശ്രമിക്കുകയും ചെയ്തു. വൈദ്യത്തിലും അറബ് ഫിസിഷ്യന്മാർ വളരെ ശ്രദ്ധയുള്ള നിരീക്ഷക രായിരുന്നു. അവരുടെ ക്ലിനിക്കൽ റിക്കാർഡുകളിലൂടെ അവർ ഗ്രീക്കു കാരിൽ നിന്നു പഠിച്ചവയിലേക്ക് പലതും കൂട്ടിച്ചേർത്തു. അവർ പുതിയ ഉപകരണങ്ങൾ കണ്ടുപിടിക്കുകയും എല്ലാ മേഖലകളിലും വൈദ്യവി ജ്ഞാനത്തെ മുന്നോട്ടുപോകുകയും ചെയ്തു. രാജകീയ സദസിന്റെ അന്തരീക്ഷത്തിൽ അറബിശാസ്ത്രം തഴച്ചുവളർന്നു. പ്രത്യേകിച്ചും തത്വ ശാസ്ത്രപരമായ അനുമാനങ്ങൾ സ്വതന്ത്രചിന്തയുടെ പക്ഷത്തേക്ക് ചാഞ്ഞ് വളർന്നു. മതത്തിന്റെ കാര്യത്തിൽ എഴുതപ്പെട്ട വാക്കുകൾക്കടി യിൽ ആന്തരിക സത്യം തേടുന്നതിലേക്ക് അന്വേഷണം നീങ്ങി. അതേ സമയം ഇസ്ലാമിന് അതിന്റെ തന്നെ വിജ്ഞന്മാരുണ്ടായി. നിയമ-നീതി വ്യവഹാരത്തിലും, പാരമ്പര്യത്തിലും *ഖുറാനിലു*മെല്ലാം നിഷ്ണാതരായ ആളുകൾ, അത്തരമാളുകൾ അസൂയാരഹിതമായ ബഹുമാനത്തോടെ എല്ലായിടത്തും ആദരിക്കപ്പെട്ടു. അതേ സമയം ശാസ്ത്രജ്ഞന്മാരെ, അവർക്ക് ഭരണകൂടസംരക്ഷണമുണ്ടായിരുന്നതുകൊണ്ടു തന്നെ ജനത സഹിഷ്ണുതയോടെ കാണുകയും ചെയ്തു.

ജുൺഡിഷാപ്പൂർ: അറേബ്യൻ ശാസ്ത്രത്തിന്റെ ജന്മഭൂമി

കിഴക്കൻ റോമാസാമ്രാജ്യം 313 ൽ ക്രിസ്തുമതത്തിലേക്ക് പരി വർത്തിക്കപ്പെട്ടതോടെ, പേർഷ്യയിലെ ക്രിസ്ത്യാനികൾ റോമൻ ശത്രു വുമായി ഗൂഢാലോചന നടത്തുന്നുവെന്ന ആരോപണത്തിനും നിരന്തര മായ മർദ്ദനത്തിനുമിരയായി. അത് 424 ൽ പേർഷ്യൻ സഭ ലോകത്തിലെ മറ്റെല്ലാ ക്രൈസ്തവ സഭകളിൽനിന്നും ഔപചാരികമായിത്തന്നെ സ്വാതന്ത്ര്യം പ്രാപിക്കുന്നതുവരെ തുടർന്നു. അതോടെ അവർ വിദേശ കണ്ണികളുമായി ബന്ധപ്പെടുന്നുവെന്ന സംശയത്തിൽനിന്നു വിമുക്തരായി.

തിയോടോക്കോസ് (ദൈവത്തെ വഹിച്ചവൾ) എന്ന പദപ്രയോഗം കന്യകാമറിയത്തിന് നൽകിക്കൊണ്ട് അതിനെ ക്രിസ്തുമതത്തിലവരോ ധിച്ചത് ക്രിസ്തുമത്തിനകത്ത് നെസ്തോറിയൻ വിഭാഗം ഉണ്ടാകുന്നതിന് കാരണമായി. കോൺസ്റ്റാൻറിനോപ്പിളിലെ ബിഷപ്പായിരുന്ന നെസ്തോ റിയസ് (386-451) മുന്നോട്ടുവച്ച സിദ്ധാന്തപ്രകാരം തിയോടോക്കോസ് എന്ന പദം ഉപയോഗിക്കാൻ പാടില്ല. അദ്ദേഹം ആ പദത്തെ നിരാകരി ച്ചു. കാരണം, ദൈവം നിത്യമായ ഒന്നെന്നനിലയിൽ ഒരിക്കലും ജനി ക്കുക സാധ്യമല്ല. അതുപോലെ ദൈവികവും മാനുഷികവുമായതും തമ്മിൽ ഒരു കൂടിച്ചേരലും സാധ്യമല്ല. അത്തരമൊരു കൂടിച്ചേരൽ നട ന്നിട്ടുണ്ടെങ്കിൽ ക്രിസ്തുവിന് ശരിക്കും സത്തയിൽ ദൈവമാകുക സാധ്യ

മല്ലെന്ന് നെസ്തോറിയസ് വിശ്വസിച്ചു. ക്രിസ്തുവിന് നമ്മോടൊപ്പവും സാരാംശത്തിൽ ഒന്നുചേരുക സാധ്യമല്ല. കാരണം അദ്ദേഹം വളരുകയും പ്രായപൂർത്തിയെത്തുകയും സഹനങ്ങളുണ്ടാകുകയും മരിക്കുകയും ചെയ്യുമ്പോൾത്തന്നെ, ദൈവികശക്തിയും അദ്ദേഹത്തിനുണ്ടാകുകയും അതദ്ദേഹത്തെ മനുഷ്യർക്ക് തുല്യരാകുന്നതിൽനിന്ന് തടയുകയും ചെയ്യും. ഈയവസരം സമർഥമായി മുതലെടുക്കാൻ അലക്സാണ്ട്രിയയിലെ പാത്രിയാർക്കീസായിരുന്ന സിറിൽ മുന്നോട്ടുവന്നു. തനിക്കെതിരെ ഉയർന്നുനിൽക്കുന്ന കോൺസ്റ്റാന്റിനോപ്പിളിനെ തകർക്കാൻ അവിടത്തെ ബിഷപ്പിനെ പാഷാണ്ഡതക്കടിപ്പെട്ടവൻ (വിശ്വാസസത്യങ്ങളെ വളച്ചൊടിച്ച് സാത്താനെ സേവിക്കുന്നവൻ) എന്നു പ്രഖ്യാപിക്കുന്നതിലേറെ മികച്ച ഒരു മാർഗമില്ല. ആ വിവാദം പെട്ടെന്ന് കത്തിപ്പടർന്നു. ഒടുവിൽ എഫേസൂസിൽ 431 ൽ ഒരു കൗൺസിൽ (സൂനഹദോസ്) വിളിച്ചുകൂട്ടി മറിയം ദൈവമാതാവ് തന്നെയാണെന്ന്-തിയോടോക്കോസ് തന്നെയെന്ന് - പ്രഖ്യാപിച്ചു. നെസ്തോറിയസിനെ സിറിയന്മാരടക്കമുള്ള സഭ അപലപിച്ചുവെങ്കിലും അദ്ദേഹത്തിന്റേതിനോട് സാമ്യമുള്ള ആശയങ്ങൾ പൗരസ്ത്യദേശത്ത് ശക്തമായിത്തന്നെ നിലനിന്നു. ഒടുവിലത് പ്രത്യേക നെസ്തോറിയൻ പള്ളികളും സഭകളും സ്ഥാപിക്കപ്പെടുന്നതിലെത്തി; നെസ്തോറിയസിനെ ഒരു പുണ്യവാനായി ഉയർത്തിയ കിഴക്കിന്റെ അസീറിയൻ സഭപോലുള്ള സഭകൾ. ഔദ്യോഗികമായി നെസ്തോറിയനിസത്തിന് ഭ്രഷ്ട് കൽപ്പിക്കപ്പെട്ടു. ആ തീരുമാനത്തെ 451 ൽ കാൽസിഡോണിൽ ചേർന്ന കൗൺസിൽ ശരിവയ്ക്കുകയും ചെയ്തു. പക്ഷേ ഒട്ടേറെ പള്ളികൾ, പ്രത്യേകിച്ചും എഡേസ്സാ സ്കൂളുമായി ബന്ധപ്പെട്ടുനിന്നവ, നെസ്തോറിയസിനെ പിന്താങ്ങി (അവർ അദ്ദേഹത്തിന്റെ സിദ്ധാന്തത്തെ പൂർണമായി ശരിവച്ചുവെന്നതിനർഥമില്ല)അതോടെ പടിഞ്ഞാറൻ സഭകളുമായി അവ വേർപിരിയുകയും ചെയ്തു.

ദൈവശാസ്ത്ര യുദ്ധത്തിനിടയിൽ കിഴക്കൻ റോമാ സാമ്രാജ്യത്തിലെ ഭരണാധിപനായ സിനോ ഇസോറിക്കസ് (425-491) സിറിയൻ നഗരമായ എദേസ്സയിലെ സ്കൂളടച്ചു പൂട്ടി. അവിടത്തെ പണ്ഡിതന്മാർ നെസ്തോറിയന്മാരായിത്തീർന്നുവെന്ന് നഗരത്തിലെ ബിഷപ്പ് പ്രഖ്യാപിക്കുകയും അവരെ ശപിക്കുകയും ചെയ്തതിനെത്തുടർന്നായിരുന്നു അത്. ജസ്റ്റീനിയൻ ചക്രവർത്തി (482-565) യുടെ കാലമായപ്പോഴേക്കും ക്രിസ്ത്യൻ മതാന്ധത വർദ്ധിക്കുകയും അതിന്റെ ഫലമായി അദ്ദേഹം തന്റെ സാമ്രാജ്യത്തിലെ ഗ്രീക്ക് തത്വശാസ്ത്ര പാഠശാലകൾ അടച്ചുപൂട്ടാനുത്തരവിടുകയും ചെയ്തു. ബി.സി. 4-ാം നൂറ്റാണ്ടുമുതൽ ഏഥൻസിൽ നിലനിന്നിരുന്ന പ്ലേറ്റോണിക് അക്കാദമി അടച്ചുപൂട്ടാനും (529-532 കാലത്ത്) അദ്ദേഹം ഉത്തരവിട്ടു. അങ്ങനെ, എ ഡി 489 ൽ പുറത്താക്കപ്പെട്ട തത്വചിന്തകരും നെസ്തോറിയന്മാരും മധ്യപൂർവദേശത്തെ അറബ്, ആര്യൻനാടുകളിൽ അലഞ്ഞുനടക്കാൻ തുടങ്ങി. ഒടുവിലവർ ജുൺഡിഷാപൂരിൽ അഭയം തേടി. രാജാവായ ഖുസ്രോ അനുഷർവാൻ (ക്രിസ്

അനുഷിരാവൻ-എ ഡി 531-579) അവരെ സ്വീകരിക്കുകയും അവർക്കായി ഒരക്കാദമി ജുൺഡി-ഷാപ്പൂരിൽ തുറക്കുകയും ചെയ്തു. അങ്ങനെ പുറത്താക്കപ്പെട്ട തത്വചിന്തകന്മാരും നെസ്തോറിയന്മാരും അപരിചിതരായ പണ്ഡിതന്മാരിൽനിന്ന് പഠിക്കുന്നതിൽ തൽപ്പരരായ ഒട്ടേറെ സിറിയക്കാരും ജുൺഡിഷാപ്പൂരിൽ ഒത്തുചേർന്നു. അത്തരമൊരു കൂടിച്ചേരൽ ഒരുയർന്ന ബൗദ്ധിക നിലവാരം കൈവരിക്കാൻ ജുൺഡിഷാപ്പൂരിനെ പ്രാപ്തമാക്കി. അതൊടുവിൽ എത്തിച്ചേർന്നത് പ്രാചീനകാലത്തെ ഏറ്റവും പ്രസിദ്ധമായ വിജ്ഞാനകേന്ദ്രങ്ങളിലൊന്നായി "ജുൺഡിഷാപ്പൂരിലെ അക്കാദമി" അറിയപ്പെടുന്നതിലേക്കാണ്.

സസ്സാനിഡ് ചക്രവർത്തിയായ ഷാപ്പൂർ ഒന്നാമൻ 260 ൽ സ്ഥാപിച്ച നഗരമാണ് ആലം (ആധുനിക ഖുസിസ്താൻ) പ്രദേശത്ത് സ്ഥിതിചെയ്യുന്ന ജുൺഡിഷാപ്പൂർ. ജുൺഡിഷാപ്പൂരിലെ നിവാസികൾ മിക്കവരും നിരവധി ഭാഷകളറിയുന്നവരായിരുന്നു. പഹ്ലവി, ഗ്രീക്ക്, സിറിയക്ക് എന്നീ ഭാഷകൾക്കു പുറമേ ലൂറിയൻ, ഹീബ്രു, ഖുസി എന്നീ ഭാഷകളും ചന്തകളിൽ സംസാരിച്ചിരുന്നു. നിരവധി ഭാഷകൾ സംസാരിക്കുന്നവരും വ്യത്യസ്ത വംശപരവും മതപരവുമായ പശ്ചാത്തലങ്ങളിൽ നിന്നുള്ളവരുമായ ആളുകൾ സമാധാനപരമായി സഹവർത്തിക്കുകയും, പരസ്പരം നല്ലബന്ധം വളർത്തിയെടുക്കുകയും, ചരിത്രത്തിന് സമാധാനപരമായതും സഹിഷ്ണുതാപരവുമായ സാമൂഹ്യ ഇടപെടലുകളുടെ കാര്യത്തിൽ ഒരു അസൂയാവഹമായ മാതൃക നൽകുകയും ചെയ്തു.

ഖുസ്രാ തന്റെ പണ്ഡിതരോടും വൈദ്യന്മാരോടും ഇന്ത്യയിലേക്കു പോയി സംസ്കൃതത്തിലെഴുതിയ വൈദ്യഗ്രന്ഥങ്ങൾ കണ്ടെത്തിക്കൊണ്ടുവരാനും അവയെ പേർഷ്യനിലേക്കും സിറിയക്കിലേക്കും പരിഭാഷപ്പെടുത്താനുമാജ്ഞാപിച്ചു. അവ ഗ്രീക്കുപുസ്തകങ്ങൾക്കൊപ്പം പരിഭാഷ ചെയ്യപ്പെട്ടു. അത്തരം മാർഗങ്ങളിലൂടെ ജുൺഡിഷാപ്പൂർ അധികം വൈകാതെ ഒരു വലിയ ലൈബ്രറി സ്വന്തമാക്കി. അലക്സാണ്ഡ്രിയായിലെ ഗ്രീക്ക് അക്കാദമിപോലൊന്ന് ഉണ്ടാക്കിയെടുക്കണമെന്നായിരുന്നു ഖുസ്രാ രാജാവിന്റെ അഭിലാഷം. അതിന്റെ ഫലമായി, ആദ്യം അലക്സാണ്ഡ്രിയൻ പാഠ്യപദ്ധതി പഠിപ്പിച്ചു. അലക്സാണ്ഡ്രിയയിൽ പുസ്തകങ്ങളെയും കയ്യെഴുത്തുപ്രതികളെയും വിഷയമാക്കി പഠനങ്ങളും പ്രഭാഷണങ്ങളും നടത്തപ്പെട്ടിരുന്നു. ഗാലെന്റെ ലോകത്തിലെ വിജ്ഞാനം, ഹിപ്പോക്രാറ്റസ്, എംഫേസൂസിലെ റൂഫസിന്റെ വിജ്ഞാനം, ഒറിബാസിയൂസ്, ഡിസ്കോറിഡെസ്, ഏജിനയിലെ പോൾ എന്നിവരുടെ വിജ്ഞാനങ്ങൾ എന്നിവയെല്ലാം വിദ്യാർഥികൾ ആർത്തിയോടെ ആഗിരണം ചെയ്തു. അങ്ങനെ ഖുസ്രാരാജാവിന്റെയും പദ്ധതിയിൽ പങ്കാളികളായ മറ്റുള്ളവരുടെയും ആവേശം മൂലം പ്രാചീന ഗ്രീക്ക് തത്വചിന്ത (പ്രത്യേകിച്ചും അരിസ്റ്റോട്ടിലിന്റെ കൃതികൾ-അതിൽ നഷ്ടപ്പെട്ടുപോയ ആൽക്കെമിയെ സംബന്ധിച്ച കൃതിയും ഉണ്ടായിരുന്നുവെന്ന് കരുതപ്പെടുന്നു.) ജുൺഡിഷാപ്പൂർ അക്കാദമിയിൽ എത്തിച്ചേർന്നു. അങ്ങനെ സിനോ ഇസൗരിക്കസ്

അരിസ്റ്റോട്ടിലിന്റെ കൃതികൾ സിറിയക്കിലേക്ക് തർജമ ചെയ്തിരുന്നവരെ എഡേസ്സയിൽനിന്നു പുറത്താക്കിയപ്പോൾ, അതേ ആളുകൾ തന്നെ ജുൺഡിഷാപ്പൂരിൽ അവ അറബിയിലേക്ക് തർജമചെയ്തുവെന്നത് ചരിത്രത്തിലെ ഒരു വിരോധാഭാസമായിത്തീർന്നു. ഈ അക്കാദമികൾ ഗ്രീക്കുകാരുടെ കൃതികൾ അറബിയിലേക്ക് ഭാഷാന്തരം ചെയ്തിരുന്നില്ലെങ്കിൽ ആ കൃതികൾ ക്ലാസിക്കൽ നാഗരികതയുടെ തകർച്ചയോടെ ചരിത്രത്തിന് എന്നെന്നേക്കുമായി നഷ്ടപ്പെടുമായിരുന്നു. ശാസ്ത്രീയ സങ്കൽപ്പനങ്ങൾ വിസ്മൃതിയിലേക്ക് മറഞ്ഞു പോകുന്നതിൽനിന്ന് രക്ഷിക്കപ്പെട്ടുവെന്നു മാത്രമല്ല, അക്കാലത്തെ അറബിപണ്ഡിതർ അതിന് പുതുരൂപം നൽകുകയും അതിലേക്ക് ഒരു പ്രത്യേക മനസിലാക്കൽ രീതിയെ സന്നിവേശിപ്പിക്കുകയും ചെയ്തു. യുക്തിവാദത്തെ പ്രത്യേകതരം വീക്ഷണപരമായ ശേഷിയുമായി കൂട്ടിയിണക്കിക്കൊണ്ട് കൃത്യമായ ലോജിക്കൽ രീതികളിലൂടെ അവിടെ മുന്നോട്ടുകൊണ്ടുപോയി. അത് ജുൺഡിഷാപ്പൂർ പണ്ഡിതരുടെ ആത്മാവുകളിൽ സൂക്ഷ്മസംവേദനത്തിന്റെയും ഗ്രഹണത്തിന്റേയും ശരിയായ സ്പിരിറ്റ് ആളിക്കത്തിച്ചു. ജുൺഡിഷാപ്പൂരിലെ ബൗദ്ധികാന്തരീക്ഷത്തിൽ നിന്നുയർന്നുവന്നത് ഒരു സവിശേഷമായ ലോകവീക്ഷണവും, ഭൗതികവസ്തുക്കളെ മനസിലാക്കാനും നിയന്ത്രിക്കാനും ഉപകാരപ്രദമാക്കാനും വേണ്ട വളരെ പ്രധാനപ്പെട്ടതും ശക്തവുമായ ഉപാധികളുമായിരുന്നു. സംഘടിതക്രിസ്തുമതത്തിന്റെ മതാന്ധത നെസ്തോറിയൻ പുരോഹിതരെയും നവപ്ലേറ്റോവാദ തത്വചിന്തകരെയും വേട്ടയാടിയെന്നത് തികച്ചും മനസിലാക്കാവുന്നതാണ്. അതുപോലെതന്നെ, അത്തരമൊരു പ്രാവീണ്യത്തിന്റെയും ബൗദ്ധികഗരിമയുടെയും കേന്ദ്രം അത്രവേഗം തന്നെ സ്ഥാപിക്കപ്പെട്ടുവെന്നതും, ധനസഹായം നൽകപ്പെട്ടുവെന്നതും, നിലനിർത്തപ്പെട്ടുവെന്നുമുള്ളതും ഉടനടി തന്നെ ആദരിക്കപ്പെടണം. അതിനുമപ്പുറം, പരിഷ്കൃത ലോകത്തെ ഏറ്റവും ഉന്നതമായ ചില മനസ്സുകളെ ആകർഷിക്കാനും അക്കാദമിക്കു കഴിഞ്ഞു.

ഖുസ്രോ അനുഷർവാന്റെ ഭരണത്തിൻകീഴിലാണ് ജുൺഡിഷാപ്പൂർ പ്രസിദ്ധിയിലേക്കുയർന്നത്. രാജാവിനു തന്നെ ശാസ്ത്രങ്ങളിൽ വലിയ താൽപ്പര്യമുണ്ടായിരുന്നുവെന്നും അദ്ദേഹം ഒരു വലിയ പറ്റം പണ്ഡിതരെ നഗരത്തിൽ ഒന്നിച്ചുചേർത്തുവെന്നും എഴുതപ്പെട്ടിരിക്കുന്നു. ഖുസ്രോ ഒന്നാമന്റെ തത്വചിന്തയിലുള്ള താൽപ്പര്യം അദ്ദേഹത്തെ പടിഞ്ഞാറും പ്രസിദ്ധനാക്കി. ഖുസ്രോ ഡമാസ്കിയൂസ്, സിപ്ലിസിയൂസ്, എയുലാമിയൂസ്, പ്രിഷിയാനൂസ്, ഇസിഡോർ, ഹെർമിയാസ്, ഡയോജനീസ് തുടങ്ങിയ പേരു കേട്ട പണ്ഡിതരേയും തത്വചിന്തകരേയും സ്വാഗതം ചെയ്തു. അവരെയെല്ലാം ജുൺഡിഷാപ്പൂരിലെത്തിച്ച ശേഷം തങ്ങളുടെ ബൗദ്ധികാന്വേഷണങ്ങളും പഠിപ്പിക്കലുകളും തുടരാൻ അവർക്കു വേണ്ടതെല്ലാം ചെയ്തു കൊടുത്തു. ആ പണ്ഡിതർ നഗരത്തിലെ സ്കൂളുകൾ പുനർനിർമിക്കുകയും, ഒരിക്കൽക്കൂടി സജീവമാക്കുകയും, തങ്ങളുടെ

അന്വേഷണപഠനങ്ങളിൽ വലിയ സ്വാതന്ത്ര്യമനുഭവിക്കുകയും ചെയ്തു. പണ്ഡിതന്മാരുടെ ഒരു ചാമ്പ്യനായിരുന്ന ചക്രവർത്തിതന്നെ അവരുടെ പ്രവർത്തനങ്ങളിൽ വലിയ താൽപ്പര്യമെടുക്കുകയും അവരുമായി സംവാദങ്ങളിലും താത്വിക-ദാർശനിക ചർച്ചകളിലും മുഴുകുകയും ചെയ്തു. അതിനുമപ്പുറം, ഈ ചർച്ചകളും, വിവിധ പ്രശ്നങ്ങൾക്ക് തത്വചിന്തകർ നൽകിയ മറുപടികളും പല പുസ്തകങ്ങളിലായി ശേഖരിച്ചുവയ്ക്കുകയും ചെയ്തു. അവയിലൊന്ന് ലത്തീൻ ഭാഷയിലേക്ക് തർജമ ചെയ്യപ്പെട്ടു. അതിന്റെ അപൂർണമായൊരു തർജമ അതിജീവിച്ചിട്ടുണ്ട്. പഠിപ്പിക്കുന്ന ആശുപത്രി (ബീമാരിസ്ഥാൻ) എന്ന സ്ഥാപനം ചരിത്രത്തിലാദ്യമായി സ്ഥാപിച്ചു എന്ന ഖ്യാതി പ്രത്യേകിച്ചും ജുൺഡിഷാപ്പൂരിനവകാശപ്പെട്ടതാണെന്ന് കരുതപ്പെടുന്നു. ചില കേന്ദ്രങ്ങളിൽനിന്നു ലഭിക്കുന്ന വിവരങ്ങൾ പ്രകാരം ഖുസ്രോ രാജാവ് തന്റെ വസീറായിരുന്ന (മുഖ്യ ഉദ്യോഗസ്ഥൻ - പ്രധാനമന്ത്രി) ബർസാവയിയെ ഇന്ത്യയിലേക്കയക്കുകയും അദ്ദേഹം കുറെ പുസ്തകങ്ങളെയും ചില കുടുംബങ്ങളെയും ഇന്ത്യയിൽനിന്നും കൊണ്ടുവരികയും ചെയ്തു. ഈ അനുമാനത്തെ ബലപ്പെടുത്തുന്നതാണ് ജുൺഡിഷാപ്പൂരിൽ ഇന്ത്യൻ പണ്ഡിതന്മാരുണ്ടായിരുന്നുവെന്നത്. അതിലൊരാളായ മങ്ക (Manka) സംസ്കൃത ഗ്രന്ഥങ്ങൾ പഹ്ലവിയിലേക്ക് മൊഴിമാറ്റം നടത്തുകയും വിഷങ്ങളെക്കുറിച്ച് ഗവേഷണം നടത്തുകയും ചെയ്തു. അദ്ദേഹത്തിന്റെ *കിത്താബ് അൽസുമും* (വിഷങ്ങളെക്കുറിച്ചുള്ള പുസ്തകം) ജുൺഡിഷാപ്പൂർ മെഡിക്കൽ സ്കൂളിൽ തുടർന്നുള്ള ഒട്ടേറെ വർഷങ്ങളിൽ പാഠപുസ്തകമായി ഉപയോഗിച്ചിരുന്നു. മങ്കയുടെ തർജമകളും പണ്ഡിതരചനകളും പിന്നീട് അറബിയിലേക്ക് തർജമ ചെയ്യപ്പെട്ടു. ലെബനോനിലെ ക്രിസ്ത്യൻ എഴുത്തുകാരനായ ജോർജി സൈദാന്റെ (Georgy Zaidan) അഭിപ്രായത്തിൽ, ഖുസ്രോ അനുഷർവാന്റെ കൽപ്പനപ്രകാരം രോഗികളെ കൃത്യമായി പരിചരിക്കാനും അതേ സമയം തന്നെ വൈദ്യവിദ്യാർഥികളെ പഠിപ്പിക്കാനുമായി ഗ്രീസിൽനിന്നും ഇന്ത്യയിൽനിന്നും പണ്ഡിതന്മാരെയും വൈദ്യന്മാരെയും വാടകക്കെടുത്തിരുന്നു. ജുൺഡിഷാപ്പൂർ സ്കൂൾ കിഴക്കും പടിഞ്ഞാറും വളരെയേറെ അറിയപ്പെട്ടിരുന്നു; ഒപ്പം അക്കാലത്തേറെയും അലഞ്ഞുതിരിഞ്ഞു നടന്നിരുന്ന അറബികൾക്കിടയിലും. ജുൺഡിഷാപ്പൂരിൽ വൈദ്യവിദ്യാഭ്യാസത്തിനായി ഹിജാസിൽനിന്നും വിദ്യാർഥികൾ വരികയും തുടർന്നവർ തങ്ങളുടെ ജനങ്ങളെ സേവിക്കാനായി സ്വന്തം നാടുകളിലേക്കു തന്നെ മടങ്ങുകയും ചെയ്തിരുന്നു. അവരിലൊരാളാണ്, ഇസ്ലാമിക പൂർവകാലഘട്ടത്തിൽ ആ നാട്ടിൽ ഏറ്റവുമധികം പുകൾപെറ്റ വൈദ്യനും തത്വചിന്തകനുമായ ഹരിത് ബിൻ കലാഡ. അദ്ദേഹം പ്രവാചകനായ മുഹമ്മദിന്റെ സമകാലികനായിരുന്നു.

ജുൺഡിഷാപ്പൂരിലെ അക്കാദമിയും മെഡിക്കൽ സ്കൂളും വളരെയേറെ പ്രസിദ്ധിനേടിയ കോസ്മോ പൊളിറ്റൻ (എല്ലാത്തരം ജനവിഭാഗങ്ങളും ഉൾപ്പെട്ടത്) സ്ഥാപനങ്ങളായിരുന്നു. തുടർന്നുള്ള ഇസ്ലാമികവൈ

ദ്യത്തിന്റെ വികാസത്തിൽ അത് നിർണായകമായ ഒരു സ്വാധീനം ചെലുത്തുകയും ചെയ്തു. യഥാർഥത്തിൽ, ഈ സ്കൂളിൽ ഗ്രീക്ക്, പേർഷ്യൻ, ഇന്ത്യൻ വൈദ്യങ്ങൾ സംരക്ഷിക്കപ്പെടുകയും വികസിപ്പിക്കപ്പെടുകയും ചെയ്തു. പിൽക്കാലത്ത് ഇസ്ലാമിക ലോകത്തിനും തുടർന്ന് പടിഞ്ഞാറിനും പകർന്നുകൊടുക്കപ്പെടുകയും ചെയ്തു. ജുൺഡിഷാപൂരിലെ ആശുപത്രി പിൽക്കാല ആശുപത്രികളുടെ സ്ഥാപനത്തിന് - പ്രത്യേകിച്ചും അറബി രാജ്യങ്ങളിലെ ആശുപത്രികൾ- ഒരൊന്നാന്തരം മാതൃക പ്രദാനം ചെയ്തു. അതതിന്റെ ഔന്നത്യം പ്രാപിച്ച കാലത്ത്, ജുൺഡിഷാപ്പൂരിലെ അക്കാദമി ഒരു ബീമാരിസ്ഥാൻ, ഒരു ഫാർമക്കോളജി ലാബറട്ടറി, ഒരു തർജമ കേന്ദ്രം, ഒരു ഒബ്സർവേറ്ററി എന്നിവയെല്ലാം സൃഷ്ടിച്ച് പരിപാലിച്ചിരുന്നു. അതിന്റെ ആദ്യകാലം മുതൽ ആ സ്ഥാപനം പ്രവർത്തിച്ചുപോന്നത് അതിന്റെ പ്രവേശനകവാടത്തിൽ കൊത്തിവച്ചിരുന്ന പ്രസ്താവനക്കനുസൃതമായിട്ടാണ്- "അറിവും നന്മയും വാളിനെക്കാളും മസിൽക്കരുത്തിനെക്കാളും ഉന്നതമാണ്". ലോകത്തിന്റെ പഠന സംസ്കാരത്തെത്തന്നെ വിപ്ലവകരമായി മാറ്റിമറിക്കുകയും ആധുനിക ശാസ്ത്രത്തിന്റെ വേരുകൾ സംഭാവന ചെയ്യുകയും ചെയ്തതും അബ്ബാസിഡ് ഭരണത്തിന്റെ ആദ്യകാലഘട്ടങ്ങളിൽ മുതൽ വളർന്നുതുടങ്ങുകയും ചെയ്ത പിൽക്കാല അറബ് ശാസ്ത്രത്തിന്റെ ജന്മഗേഹം ഇവിടെയാണ്. പിന്നീടത് ബാഗ്ദാദിൽ സ്ഥിരവാസമുറപ്പിക്കുകയായിരുന്നു. ജുൺഡിഷാപ്പൂരിന്റെ അതേ മാതൃകയിൽ അവിടെ ഒരു സ്കൂൾ സ്ഥാപിക്കുന്നതിലേക്കും അത് പിന്നീട് എത്തിച്ചേർന്നു.

ഇസ്ലാമിന്റെ ആരംഭനാളുകളിൽ ജുൺഡിഷാപ്പൂരിലെ മെഡിക്കൽ സ്കൂളുകളും ആശുപത്രിയും ശാസ്ത്രത്തിന്റെ, പ്രത്യേകിച്ച് വൈദ്യത്തിന്റെ, ഒരു പ്രധാനകേന്ദ്രമായിരുന്നു. അതിൽ ഇറാനിയൻ, ഇന്ത്യൻ, റോമൻ, ഗ്രീക്ക് വൈദ്യന്മാർ സൈദ്ധാന്തികവും ക്ലിനിക്കലുമായ വശങ്ങളിൽ വളരെ സജീവമായി പ്രവർത്തിച്ചിരുന്നു. 638 ൽ പേർഷ്യൻ സാമ്രാജ്യം മുസ്ലീം അറബ് ശക്തികൾക്കു കീഴടങ്ങുകയും അതോടെ അറബികൾക്ക് ജുൺഡിഷാപ്പൂർ അക്കാദമിയിൽ പ്രവേശനം ലഭ്യമാകുകയും ചെയ്തു. കിഴക്കൻ പ്രദേശങ്ങളിലെ വിജ്ഞാനദാഹികളായിരുന്ന അറബ് പണ്ഡിതന്മാർ അക്കാദമിയെയും അതിലെ പണ്ഡിതന്മാരെയും നിലനിർത്തി. ഇന്തോ-ഗ്രീക്ക് വിജ്ഞാനം സ്വായത്തമാക്കാനും അതിനെ പരിപോഷിപ്പിക്കാനുമായി അവരതിനെ കിഴക്കിന്റെ ഒരു പ്രധാനകേന്ദ്രമാക്കിത്തീർത്തു. അതിൽനിന്നാണ് മധ്യകാല ശാസ്ത്രീയ മുന്നേറ്റത്തിന്റെ ഒരു ഉജ്ജ്വലമായ യുഗം പിറവിയെടുത്തത്. ബാഗ്ദാദ് സ്കൂളിലെ ആദ്യതലമുറ യഥാർഥത്തിൽ ജുൺഡിഷാപ്പൂരിൽനിന്നുള്ള ബിരുദധാരികളും പണ്ഡിതന്മാരുമായിരുന്നു.

അങ്ങനെ, അറബി ശാസ്ത്രത്തിന്റെ ചരിത്രം അതിന്റെ തുടക്കം കുറിച്ചത് നെസ്തോറിയൻ പണ്ഡിതന്മാരിലൂടെ, മുഖ്യമായും ക്രിസ്ത്യൻ സ്രോതസുകളിൽ നിന്നാണെന്നത് ചരിത്രത്തിലെ ഒരു വിരോധാഭാസ

മാണ്. അറബ് സംസ്കാരത്തിന്റെ രൂപീകരണത്തിൽ ആ പണ്ഡിതന്മാർ പ്രമുഖ പങ്ക് വഹിച്ചു. അക്കാലത്ത് പലപ്പോഴും പാത്രിയാർക്കീസുമാർക്ക് ഭരണാധികാരികളിൽ സ്വാധീനം ചെലുത്താൻ കഴിഞ്ഞിരുന്നു. ഏതാണ്ട് മൂന്നു നൂറ്റാണ്ടുകളിലുമേറെക്കാലം ഖലീഫ ഭരണത്തിനു കീഴിൽ ക്രിസ്ത്യൻ സഭകൾ വളർന്നു വികസിച്ചു. പക്ഷേ അതിനകം അത് ലൗകികകാര്യങ്ങളിൽ തൽപ്പരരായിത്തീരുകയും, സാംസ്കാരികരംഗത്തുള്ള നേതൃത്വമതിന് നഷ്ടമാവുകയും ചെയ്തു. നെസ്തോറിയന്മാർ ഈജിപ്തിലേക്കും വ്യാപിച്ചു. അവിടെയുണ്ടായിരുന്ന മോണോഫൈസൈറ്റ് ക്രിസ്ത്യൻ വിഭാഗം ക്രിസ്തുവിൽ ഒരൊറ്റ സ്വഭാവമേയുള്ളുവെന്ന് സിദ്ധാന്തിച്ചു. ചൈനയിൽ 7 ാം നൂറ്റാണ്ടുമുതൽ 10 ാം നൂറ്റാണ്ടുവരെ ഒരു നെസ്തോറിയൻ സമുദായം തഴച്ചുവളർന്നു. മധ്യേഷ്യയിൽ ചില താർത്താർ ഗോത്രങ്ങൾ മുഴുവനായും മതം മാറുകയുണ്ടായെന്ന കാര്യം മംഗോൾ ഭരണ കേന്ദ്രങ്ങളിലേക്ക് സന്ദർശനം നടത്തിയിരുന്ന പടിഞ്ഞാറൻ സഞ്ചാരികൾ ആ പ്രദേശങ്ങളിൽ സ്ഥിരവാസമുറപ്പിച്ചിരുന്ന നെസ്തോറിയൻ ക്രിസ്ത്യാനികളെ കണ്ടുമുട്ടിയിരുന്നുവെന്ന വസ്തുതയിൽ നിന്നുതന്നെ വ്യക്തമാണ്. മഹാനായ ഖാനിന്റെ രാജസദസിൽപ്പോലും നെസ്തോറിയന്മാരുണ്ടായിരുന്നു. 14 ാം നൂറ്റാണ്ടിൽ തുർക്കികളുടെ നേതാവ് ടിമൂറിന്റെ ആക്രമണങ്ങളിൽ കിഴക്കിന്റെ ക്രിസ്ത്യൻ സഭ ഏറെക്കുറെ പൂർണമായിത്തന്നെ തുടച്ചുനീക്കപ്പെട്ടുവെങ്കിലും ഇറാക്കിലെ ചില നഗരങ്ങളിൽ പിന്നെയും നെസ്തോറിയൻ വിഭാഗങ്ങൾ നിലനിന്നു. അവർ പ്രധാനമായും കുർദ്ദിസ്ഥാൻ, ഉർമിയ, എന്നിവിടങ്ങളിലും ഭാഗികമായി തുർക്കിയിലും ഇറാനിലുമാണ് ബാക്കിയായത്. 1551 ൽ ഒട്ടേറെ നെസ്തോറിയന്മാർ റോമുമായി പുനരൈക്യപ്പെട്ടു. അന്നവരെ വിളിച്ചിരുന്നത് കാൽദിയന്മാരെന്നായിരുന്നു. എന്നാൽ ആരംഭകാലത്തെ നെസ്തോറിയന്മാരെ വിളിച്ചിരുന്നത് അസീറിയന്മാരെന്നാണ്. ഇന്ത്യയിലെ നെസ്തോറിയൻ സഭ (അവരെ സെന്റ് തോമസ് ക്രിസ്ത്യാനികളെന്ന് വിളിച്ചിരുന്നു) 1599 ൽ റോമിനു കീഴിൽച്ചേർന്നു. അവരിൽ പകുതിപ്പേർ വീണ്ടും വിട്ടുമാറുകയും (1653ൽ) പിന്നീട് അന്തോക്യായിലെ സിറിയൻ ജാക്കോബൈറ്റ് (മോണോഫൈസൈറ്റ്) പാത്രിയാർക്കീസിനു കീഴിലേക്ക് തങ്ങളുടെ വിശ്വാസവിധേയത്വം മാറ്റുകയും ചെയ്തു. 1898 ൽ ഉർമിയയിൽ (ഇറാൻ) ഒരുപറ്റം നെസ്തോറിയന്മാർ ഒരു ബിഷപ്പിന്റെ നേതൃത്വത്തിൽ റഷ്യൻ ഓർത്തഡോക്സ് സഭയുമായി ഐക്യപ്പെടുകയുണ്ടായി.

641 ഓടെ പഴയ പേർഷ്യാ സാമ്രാജ്യമടക്കം സമീപപൂർവദേശം ഇസ്ലാമിക നിയന്ത്രണത്തിൽ വന്നു. 661 ൽ ഇമാം അലിയുടെ മരണശേഷം ഖലീഫമാരുടെ ഉമൈയ്യാദ് വംശത്തിന്റെ തലസ്ഥാനമായി ഡമാസ്കസ് സ്ഥാപിക്കപ്പെട്ടു. അക്കാലത്ത് അലക്സാണ്ട്രിയയും നിസിബിസും ജുൺഡിഷാപ്പൂരും അറബികളുടെ കീഴിലായിരുന്നു. അവരാകട്ടെ ബൈസാന്റിയൻ സാമ്രാജ്യവുമായി ദൂരംകൊണ്ട് വളരെ അടുത്തുമായി

രുന്നു. എന്നിട്ടുമവർ ശാസ്ത്രകാര്യങ്ങളിൽ തൽപ്പരരായില്ല; ഗ്രീക്ക് കവിതകളും കലകളും കുറച്ചൊക്കെ അവരെ സ്വാധീനിച്ചുവെങ്കിലും. 707 വരെ ഡമാസ്കസിൽ ഒരാശുപത്രി സ്ഥാപിതമായില്ല. ഉമൈയ്യാദ് സാമ്രാജ്യത്തിനുകീഴിൽ അറബിയിലേക്ക് ഭാഷാന്തരം ചെയ്യപ്പെട്ട ആദ്യ ശാസ്ത്രകൃതികളായി അലക്സാണ്ട്രിയയിലെ അഹ്റോൻ പാൻഡെക്ടിന്റെ (പുരാതന ഗ്രീക്ക് വൈദ്യശാസ്ത്ര ചരിത്രകാരൻ) വൈദ്യശാസ്ത്രരചനകൾ മാറിയെങ്കിലും, അതെന്നാണ് നടന്നതെന്ന കാര്യത്തിൽ വ്യക്തതയില്ല. ഉമൈയ്യാദ് രാജസദസിലെ പണ്ഡിതന്മാർ ഗ്രീക്ക് വിജ്ഞാനത്തെക്കുറിച്ച് അറിവുള്ളവരായിരിക്കാമെങ്കിലും, അവർക്കതിന്റെ കാര്യത്തിൽ താൽപ്പര്യമൊന്നുമുണ്ടായിരുന്നില്ല. ഉമൈയ്യാദ് ഖലീഫമാരുടെ രാജസദസിലെ അംഗങ്ങളുടെ ശാസ്ത്രത്തോടുള്ള സമീപനത്തെക്കുറിച്ച് ചരിത്രം മൗനംപാലിക്കുകയാണ് ചെയ്യുന്നത്. 740 കളിൽ ഉമൈയ്യാദ് രാജവംശം തകർന്നടിയുകയും ഖലീഫയുടെ ആസ്ഥാനം അബു-'ഇ' - അബ്ബാസ് കയ്യടക്കുകയും ചെയ്തു. അദ്ദേഹം 749 ൽ അബ്ബാസിഡ് സാമ്രാജ്യം സ്ഥാപിച്ചു. ഉമൈയ്യാദുകളുടെ കീഴിൽ അറബികൾക്കുണ്ടായിരുന്ന ആധിപത്യത്തോട് പ്രതിഷേധമുണ്ടായിരുന്ന പേർഷ്യക്കാരിൽ നിന്ന് അബ്ബാസിഡുകൾക്ക് വളരെയേറെ പിന്തുണ ലഭിച്ചു. പക്ഷേ അവരും, സ്വയം തന്നെ, ഒരറബി കുടുംബപരമ്പരയിൽപ്പെട്ടവരായിരുന്നു. സർക്കാരിന്റെ ഭാഷ അറബിയായിത്തന്നെ തുടർന്നു.മതത്തിന്റെ ഭാഷയും അറബിയായിത്തുടർന്നു. വലിയ പേർഷ്യൻ സ്വാധീനമുണ്ടായിരുന്നെങ്കിലും അബ്ബാസിഡ് ഭരണത്തെ അറബ് ഭരണമായിത്തന്നെ കാണുന്നതായിരിക്കും ശരി.

അബ്ബാസിഡ് വിപ്ലവം: സമ്പന്നമായ സാംസ്കാരിക പൈതൃകം

അബ്ബാസിഡ് കാലിഫേറ്റ് സ്ഥാപിക്കപ്പെട്ടതോടെ ശാസ്ത്രീയ ചിന്തക്ക് ഒരു പുതിയ ദിശാബോധം പകർന്നുകിട്ടി. തത്വചിന്താപരവും ശാസ്ത്രീയവുമായ വിഷയങ്ങളിൽ വളരെ വിപുലമായതോതിൽ അറബി ഭാഷാന്തരങ്ങളുണ്ടായി. അതിന്റെ ഫലം ഉമൈയ്യാദ് ഭരണം നിലംപതിച്ച് എൺപത് വർഷങ്ങൾ കഴിഞ്ഞപ്പോഴേക്കും അറബി സംസാരിക്കുന്ന ലോകത്തിന് ഗ്രീക്കുകാരുടെ വലിയൊരു ഭാഗം കൃതികളും, പ്രമുഖ നവപ്ലേറ്റോവാദികളുടെ കൃതികളും, പ്ലേറ്റോയുടെ തന്നെ ചില കൃതികളും, ഗാലെന്റെ കൃതികളുടെ സിംഹഭാഗവും, അവയ്ക്ക് ഭാഷ്യങ്ങളെഴുതിയവരുടെ കൃതികളും, അവയ്ക്കൊപ്പം, മറ്റ് ഗ്രീക്ക് കൃതികളും ഇന്ത്യനും പേർഷ്യനുമായ കൃതികളും അറബിയിൽ ലഭ്യമായിയെന്നതാണ്.

അറേബ്യൻ മധ്യകാല സുവർണ യുഗം ഉദ്ഘാടനം ചെയ്യപ്പെട്ടത് ക്രിസ്ത്വാബ്ദം 8 ാം നൂറ്റാണ്ടിന്റെ മധ്യത്തോടെ അബ്ബാസിഡ് ഖലിഫമാർ അധികാരത്തിലേറുകയും തലസ്ഥാനം ബാഗ്ദാദിലേക്ക് മാറുകയും ചെയ്തതോടെയാണ്. രണ്ടാമത്തെ അബ്ബാസിഡ് ഖലീഫയായ ഖാലിദ് അബു ജഫാർ-അൽ-മൽസൂർ (712-775) ഇസ്ലാമിക സാമ്രാജ്യത്തിന്റെ തലസ്ഥാനം സിറിയയിലെ ഡമാസ്കസിൽനിന്നും മെസൊപ്പൊട്ടേമിയ

യിലെ ബാഗ്ദാദിലേക്ക് മാറ്റി. പ്രസിദ്ധനായ അഞ്ചാം ഖലീഫ ഹാറൂൺ -അൽ-റഷീദിന്റെയും (786-809) അദ്ദേഹത്തിന്റെ പിൻഗാമികളുടെയും ഭരണം വമ്പിച്ച ബൗദ്ധികമുന്നേറ്റത്തിന്റെ യുഗത്തെ വളർത്തിയെടുത്തു. "രക്തസാക്ഷികളുടെ രക്തത്തേക്കാൾ കൂടുതൽ വിശുദ്ധമായത് ശാസ്ത്രജ്ഞന്മാരുടെ മഷിയാണ്" എന്ന അറിവിന്റെ മൂല്യത്തിനൂന്നൽ നൽകുന്ന ഈരടിയാൽ സ്വാധീനിക്കപ്പെട്ടവരായിരുന്നു അബ്ബാസിഡുകൾ. ആ കാലഘട്ടത്തിൽ ലോകം തന്നെ പുരാതന റോമൻ, ചൈനീസ്, ഇന്ത്യൻ, പേർഷ്യൻ, ഈജിപ്ഷ്യൻ, വടക്കനാഫ്രിക്കൻ, ഗ്രീക്ക്, ബൈസാന്റിയൻ പരിഷ്കൃതികളിൽനിന്ന് ശേഖരിക്കപ്പെട്ടതും, സമന്വയത്തിനു വിധേയമായതും, വലിയൊരു പരിധിവരെ മുന്നേറിയതുമായ അറിവുകൾ നിറഞ്ഞിരിക്കുന്ന ഒരു കുട്ടകമായിരുന്നു. അവരുടെ വമ്പിച്ച ധനസമ്പത്ത് അറിവിനെയും കലകളെയും പോഷിപ്പിക്കാൻ അബ്ബാസിഡുകളെ കഴിവുറ്റവരാക്കി.

750 ൽ അബ്ബാസിഡുകൾ വിജയം നേടുന്നതിന് മുമ്പുതന്നെ അറബ് സേനകൾ ആയിരം വർഷം മുമ്പ് അലക്സാണ്ടർ പടയോട്ടം നടത്തിയ പാതകളിലൂടെ പേർഷ്യയെ കീഴടക്കിയശേഷം ഓക്സഡസ് നദി മുറിച്ചുകടന്ന് അഫ്ഗാനിസ്ഥാനിലും അതിലൂടെ ഇന്ത്യയിലും കിഴക്കൻ ചൈനയിലുമെത്തിക്കഴിഞ്ഞിരുന്നു. കിഴക്കോട്ട് വടക്കനാഫ്രിക്കയിലൂടെ സ്പെയിൻ വരെയുമെത്തി. ബൈസാന്റിയക്കാരിൽനിന്നും പിടിച്ചെടുത്ത ഭൂപ്രദേശങ്ങൾ ജാക്കോബൈറ്റുകൾക്ക് സ്വാഗതമോതുന്ന ഒരു അഭയകേന്ദ്രം സൃഷ്ടിച്ചുകൊടുത്തു. ഏഴും എട്ടും നൂറ്റാണ്ടുകളിൽ കോൺസ്റ്റാന്റിനോപ്പിളിൽ കൂടുതൽ കൂടുതൽ കഠിനമായി അടിച്ചേൽപ്പിക്കപ്പെട്ട ക്രിസ്ത്യൻ മത യാഥാസ്ഥിതികതയുടെയും പ്രാചീന അറിവുകളോടുള്ള കഠിന വിദ്വേഷത്തിന്റെയും സാഹചര്യത്തിൽ, നെസ്തോറിയന്മാരും മറ്റു ക്രിസ്ത്യാനികളും അവിടെനിന്നും പലായനം ചെയ്യുകയായിരുന്നു. മുസ്ലീങ്ങളുടെ സംരക്ഷണത്തിനു കീഴിൽ തങ്ങളുടെ ക്ലാസിക്കൽ വിജ്ഞാനം വികസിപ്പിക്കാനും അതിൽ അന്വേഷണങ്ങൾ നടത്താനും ക്രിസ്ത്യാനികൾക്ക് പൊടുന്നനെ അവസരം ലഭിച്ചു. സാധാരണഗതിയിൽ "ഗ്രന്ഥങ്ങളുടെ ജനങ്ങൾ" എന്നു വിളിക്കപ്പെട്ടിരുന്ന ക്രിസ്ത്യാനികൾക്കും യഹൂദന്മാർക്കും മേൽ മുസ്ലീങ്ങൾ സംരക്ഷണ നികുതി ചുമത്തിയിരുന്നു; ഒപ്പം സൊരാഷ്ട്രിയന്മാരുടെ മേലും. അവരും അറബ് ഭരണകർത്താക്കളുടെ കീഴിൽ സംരക്ഷണം അനുഭവിച്ചിരുന്നവരാണ്. ആ മേഖലയിലുടനീളം ബൗദ്ധികകേന്ദ്രങ്ങൾ തഴച്ചുവളർന്നു- എഡേസ മുതൽ ഇറാനിയൻ നഗരമായ ജുൺഡിഷാപ്പൂർ വരെയും ഇന്നത്തെ തുർക്കിയിലുള്ള ഹാരൻ മുതൽ മധ്യേഷ്യയിലെ മരുപ്പച്ച നഗരമായ മാർവ് വരെയുമുള്ളിടങ്ങളിൽ. അത് അബ്ബാസിഡുകൾക്ക് ഭാഷാപരമായ ജ്ഞാനവും ശാസ്ത്രീയകഴിവുകളും സാംസ്കാരികവിജ്ഞാനവും അതുല്യമായ തോതിൽ സംഭാവന ചെയ്തു. രാഷ്ട്രീയ വിഭജനങ്ങളുടെ പേരിൽ നൂറ്റാണ്ടുകളായി പരസ്പരം മാറ്റിനിർത്തപ്പെട്ടിരുന്ന വിവിധ സാംസ്കാരിക/

പാരമ്പര്യ ധാരകൾ ഒരൊറ്റ പാത്രത്തിനകത്ത് കിടന്ന് തിളച്ചുമറിയുന്നതുപോലുള്ള സാംസ്കാരിക സമ്മേളനത്തിനാണത് വഴിയൊരുക്കിയത്. മുസ്ലീങ്ങൾ, ക്രിസ്ത്യാനികൾ, യഹൂദർ, സൊരാഷ്ട്രിയന്മാർ, നക്ഷത്രങ്ങളെ ആരാധിച്ചിരുന്ന സാബിയന്മാർ, പേഗൻ മതവിഭാഗങ്ങൾ എന്നിവർക്കെല്ലാം ആശയങ്ങളും വിജ്ഞാനങ്ങളും പങ്കുവയ്ക്കാനവസരമൊരുങ്ങി. അതിജീവിച്ചിരുന്ന ഉമൈയ്യാദ് രാജകുമാരനായ അബ്ദ്-അൽ-റഹ്മാന്റെ കീഴിലും അദ്ദേഹത്തിന്റെ പിൻഗാമികളുടെ കീഴിലും അതേ സാംസ്കാരിക പാരമ്പര്യം മുസ്ലീം സ്പെയിനിലും ആഴത്തിൽ വേരുകളിറക്കി.

അറബാധിപത്യത്തിലുള്ള ഡമാസ്കസ് ഒഴിവാക്കാനും മെസൊപ്പൊട്ടേമിയയിലെ ഒരു പുതിയ സ്ഥലത്തേക്ക് തലസ്ഥാനം മാറ്റാനും ഖലീഫ അൽ മൻസൂർ എടുത്ത തീരുമാനം അറബ് ലോകത്താകെ മൗലികമായ മാറ്റങ്ങൾക്ക് വഴിയൊരുക്കി. ലോകത്തിന്റെ ബൗദ്ധികവും തത്വചിന്താപരവുമായ അന്വേഷണങ്ങൾക്ക് ഒരു വിപ്ലവകരമായ പുതിയ തുടക്കമാണ് മൻസൂറിന്റെ മനോഹരമായ ചുറ്റുമതിലുകളുള്ള ബാഗ്ദാദ് നഗരം നൽകിയത്. ഇന്ത്യൻ മഹാസമുദ്രത്തിലെ കച്ചവട പാതകളുമായുള്ള സാമീപ്യവും ജീവസ്സുറ്റ ബഹുവംശീയ സംസ്കാരവും ബൈസാന്റിയൻ ഗ്രീക്കുകാരുയർത്തുന്ന സൈനിക ഭീഷണിയിൽനിന്നുള്ള സുരക്ഷിതമായ അകലവും, ബാഗ്ദാദിനെ തുടർന്നുവന്ന നിരവധി നൂറ്റാണ്ടുകളിൽ കച്ചവടം, വാണിജ്യം, ബൗദ്ധികവും ശാസ്ത്രീയവുമായ കൊടുക്കൽ വാങ്ങലുകൾ, എന്നിവയുടെ ലോകത്തിലെ തന്നെ ഏറ്റവും ഐശ്വര്യ പൂർണമായ ഒരു കേന്ദ്രമാക്കിത്തീർത്തു. സിറിയൻ ഗ്ലാസ്സ് ഉൽപ്പന്നങ്ങൾ, ഇന്ത്യൻ ചായങ്ങളും സുഗന്ധ വ്യഞ്ജനങ്ങളും, ചൈനയിൽനിന്നും പേർഷ്യയിൽനിന്നുമുള്ള സിൽക്കും മറ്റാഡംബരവസ്തുക്കളും, ആഫ്രിക്കയിൽനിന്നുള്ള സ്വർണം, മധ്യേഷ്യയിൽനിന്നുള്ള അടിമകൾ.... എല്ലാം അതിന്റെ മാർക്കറ്റുകളിലൂടെ കടന്നുപോയി, അതിന്റെ കച്ചവടത്തെ പോഷിപ്പിച്ചു. ചരിത്രപരമായി അബ്ബാസിഡ് രാജവംശം ഗ്രീക്ക്, പേർഷ്യൻ, ഏഷ്യൻ പൈതൃകങ്ങളെ ഒന്നാന്തരമായി ഒട്ടിച്ചുചേർക്കുകയും അവയുടെ ഒരു പരിപൂർണതയുള്ള മിശ്രത്തെ സൃഷ്ടിക്കുകയും ചെയ്തു. അതോടെ രൂപമെടുത്ത കിഴക്കൻ ബൗദ്ധികലോകം ചരിത്രത്തിലെ തന്നെ നിർണായകസംഭവമായി എന്നുമാത്രമല്ല, തൊട്ടടുത്ത യുഗത്തിലെ ആധുനിക ലോകസൃഷ്ടിക്ക് വീഥിയൊരുക്കുകയും ചെയ്തു. പേർഷ്യൻ ബൗദ്ധികശാസ്ത്രം, ഗ്രീക്ക് താത്വികചിന്തകൾ, ഇന്ത്യയുടെ ജ്യോതിശ്ശാസ്ത്രപരവും ഗണിതശാസ്ത്രപരവുമായ പാണ്ഡിത്യങ്ങൾ എന്നിവയെല്ലാം ചേർന്ന് അറബ് ശാസ്ത്രീയലോകത്തിന് ദിശാബോധം പകർന്നു. തുടർന്ന് അത് പത്തു നൂറ്റാണ്ടുകൾ തുടരുകയും ചെയ്തു.

കടലാസു നിർമാണത്തിന്റെ അത്ഭുതകരമായ ചൈനീസ് വിദ്യ ലഭ്യമായത് അബ്ബാസിഡ് രാജസദസിൽ ബൗദ്ധിക സംരംഭങ്ങൾക്ക് അളവറ്റ സംഭാവനയാണ് നൽകിയത്. പടിഞ്ഞാറൻ ചൈനയിലെ ടർക്കിഷ് ജന

വിഭാഗങ്ങളധിവസിക്കുന്ന പ്രദേശത്തിന്റെ നിയന്ത്രണം കൈക്കലാക്കാനായി അറബ് സേനകൾ ടാംഗ് രാജവംശഭരണത്തെ ടലാസിൽ വച്ച് 751 ൽ പരാജയപ്പെടുത്തിയതോടെയാണ് അറബികൾക്ക് കടലാസ് നിർമാണവിദ്യ കരഗതമാകുന്നത്. ലിനനിൽനിന്നും ചണത്തിൽനിന്നും എങ്ങനെ കടലാസുണ്ടാക്കാമെന്ന് ചൈനീസ് തടവുകാർ അവരുടെ പ്രതിയോഗികളെ പഠിപ്പിച്ചു. അതോടെ ചെലവു കുറഞ്ഞതും സൗകര്യപ്രദവും ഈടുനിൽക്കുന്നതുമായ ഒരു മാധ്യമം എല്ലാത്തരം വിവരങ്ങളും രേഖപ്പെടുത്തിവയ്ക്കാനാവുംവിധം ലഭ്യമായി. സമർഖണ്ഡ് പെട്ടെന്നുതന്നെ കടലാസ് നിർമാണത്തിന്റെ പ്രമുഖ അറബ് കേന്ദ്രമായി മാറി. തുടർന്ന് ആകല സിറിയ, യെമൻ, വടക്കേ ആഫ്രിക്ക എന്നിവിടങ്ങളിലേക്കും സ്പെയിനിലേക്കും പടർന്നു. സ്പെയിനിലെ ജറ്റീവ നഗരം കട്ടികൂടിയ തിളങ്ങുന്ന കടലാസിന്റെ പേരിൽ പ്രസിദ്ധമായി. 795 ൽ ബാഗ്ദാദിൽ ഒരു കടലാസ് ഫാക്ടറി ഉയർന്നുവന്നു. തലസ്ഥാനത്തിന് തിലകക്കുറികളായി ഒന്നാന്തരം സ്റ്റേഷനറിക്കടകളുയർന്നുവന്നു; കടലാസുകളും ഗ്ലാസുകളും പാത്രസാമാനങ്ങളും വിൽക്കുന്ന നൂറുകണക്കിനു കടകൾ. ബാഗ്ദാദ് കടലാസ് അത്രയേറെ വിലപിടിപ്പുള്ളതായിത്തീർന്നതിനാൽ ചില ബൈസാന്റയിൻ ഗ്രീക്ക് സ്രോതസുകൾ കടലാസിനെപ്പറ്റി പരാമർശിച്ചിരുന്നത് "ബാഗ്ദാറ്റിക്സൺ" എന്നാണ്; കടലാസിനെ ആ ടൈഗ്രീസ് തീരത്തുള്ള നഗരവുമായി ബന്ധപ്പെടുത്തിക്കൊണ്ട്. അക്കാലത്തെ സമകാലീന യൂറോപ്പ് അപ്പോഴും മൃഗത്തോലുമായി ഗുസ്തിപിടിക്കുകയായിരുന്നു. അത് മിനുക്കി പാകപ്പെടുത്തിയെടുക്കൽ വളരെ ബുദ്ധിമുട്ട് പിടിച്ചതും, അതുകൊണ്ടുതന്നെ, അതുണ്ടാക്കൽ വളരെ ചെലവേറിയതുമായിരുന്നു. അതിന്റെയെല്ലാം ഫലം ഗവേഷണങ്ങളും എഴുത്തുകളുമായി വിജ്ഞാനത്തിന്റെ ഒരു കവിഞ്ഞൊഴുകലായിരുന്നു. ബഹുവംശീയ അറബ് സമുദായത്തിൽ ഒരു വ്യക്തമായ പുസ്തക സംസ്കാരവും അത് സൃഷ്ടിച്ചു. നഗരജീവിതത്തിന്റെ ഒരവിഭാജ്യഭാഗമായി പുസ്തകങ്ങളും പബ്ലിക് ലൈബ്രറികളും മാറി. പ്രഭാഷണങ്ങൾ, ചർച്ചകൾ, വാദപ്രതിവാദങ്ങൾ എന്നിവ വളരെ വിപുലമായ തോതിൽ അക്കാലത്ത് മതപരവും ശാസ്ത്രീയവുമായ തത്വചിന്താപരവുമായ വിഷയങ്ങളെ കേന്ദ്രീകരിച്ച് ഉയർന്നുവന്നു. ആരാധനകേന്ദ്രങ്ങളിൽ (അവ തന്നെയായിരുന്ന നിയമവ്യവഹാരകേന്ദ്രങ്ങളും) ഇവയെല്ലാം സാധാരണമായിരുന്നു.

വിവിധ സ്രോതസുകളിൽനിന്നു ലഭിക്കുന്ന വിവരമനുസരിച്ച്, തനിക്കൊരു ഉദരവ്യാധി പിടിപ്പെട്ടപ്പോൾ അബ്ബാസിഡ് ഖലീഫ അൽ മൻസൂർ കുറച്ചുകൂടി വിദഗ്ധനായ ഒരു വൈദ്യനെക്കൊണ്ടുവരാനാവശ്യപ്പെട്ടു. ജുൺഡിഷാപ്പൂർ മെഡിക്കൽ സ്കൂളിന്റെ തലവനായ വൈദ്യൻ കേർസിസ് (Cursis) ആണ് അക്കാലത്തെ ഏറ്റവും വിദഗ്ധനായ വൈദ്യൻ എന്നറിയിച്ചതനുസരിച്ച് അൽ മൻസൂർ അദ്ദേഹത്തെ ബാഗ്ദാദിലേക്ക് വിളിപ്പിച്ചു. അദ്ദേഹം ശിഷ്യരായ ഇബ്രാഹിം, ഇസ ബിൻ ഷഹ്‌ല എന്നിവർക്കൊപ്പം ബാഗ്ദാദിലെത്തിയതോടെ, അത് ബാഗ്ദാദും ജുൺഡിഷാ

പ്പൂരും തമ്മിൽ ഒരു ദൃഢമായ ബന്ധം രൂപപ്പെടുന്നതിനിടയാക്കി. ഒപ്പം ജുൺഡിഷാപ്പൂരിന്റെ നൂറ്റാണ്ടുകൾ നീണ്ട വൈദ്യപാരമ്പര്യം ബാഗ്ദാദിന് കൈമാറുന്നതിനുമതിടയാക്കി. ജുൺഡിഷാപ്പൂരിലെ പണ്ഡിതന്മാരുടെ നേട്ടങ്ങൾ അതിന്റെ പ്രസിദ്ധി ബാഗ്ദാദിലും പരക്കുന്നതിനിടയാക്കി. ഇന്ത്യയിലെ ഒരു പ്രാചീന ഗണിതശാസ്ത്രഗ്രന്ഥമായ *ബ്രഹ്മഗുപ്ത സിദ്ധാന്തം* (*Brahma guptha Siddhanda*)അറബിയിലേക്ക് തർജമ ചെയ്തത് അൽ-മൻസൂറിന്റെ കൈവശമുണ്ടായിരന്നു. പ്രാചീന ദേവ ഭാഷയായ സംസ്കൃതം, ജ്യോതിശ്ശാസ്ത്രം എന്നുതുടങ്ങിയ വിവിധ

ഹുനായ്ൻ ബിൻ ഇഷാക്

വിജ്ഞാന ശാഖകളിലെ പുസ്തകങ്ങൾ വാങ്ങാനും അവയുടെ കയ്യെഴുത്തുപ്രതികൾ തർജമ ചെയ്യാനുമുള്ള ശ്രമങ്ങൾ ഗൗരവത്തോടെ ആരംഭിച്ചു. വിദേശ നാടുകളിൽ നിന്നുള്ള പുസ്തകങ്ങളോ കയ്യെഴുത്തുപ്രതികളോ വളരെ വേഗത്തിൽത്തന്നെ തർജമചെയ്യപ്പെടുകയും റഫറൻസിനു മാത്രമായി അൽ- മൻസൂറിന്റെ ലൈബ്രറിയിൽ അവ പ്രതിഷ്ഠിക്കുകയും ചെയ്തു. ഖലീഫ ഹാറൂൺ അൽ-റഷീദ് (763-809 എ ഡി) ജുൺഡിഷാപ്പൂരിന്റെ മാതൃകയിൽ ബാഗ്ദാദിൽ ഒരാശുപത്രി സ്ഥാപിക്കാൻ തീരു

മാനിച്ചു. ജുൺഡിഷാപ്പൂരിൽ നിന്നുള്ള നെസ്തോറിയൻ ക്രിസ്ത്യാനിയായ "ജബ്രയിൽ ബിൻ ബുഹ്തിഷു" വിനെയാണ് (അദ്ദേഹമന്ന് ജുൺഡിഷാപ്പൂർ ആശുപത്രിയുടെ തലവനായ ഡോക്ടറാണ്) ആ ചുമതലയേൽപ്പിച്ചത്. പുതിയൊരു ആശുപത്രി സ്ഥാപിച്ചതിനൊപ്പം ജബ്രയിൽ ജുൺഡിഷാപ്പൂരിൽനിന്ന് ഡോക്ടർമാരെയും അധ്യാപകരെയും ഫാർമക്കോളജിസ്റ്റുകളെയും കൊണ്ടുവന്ന് അവരെ പ്രവർത്തനനിരതരാക്കി. ജുൺഡിഷാപ്പൂർ മെഡിക്കൽ സ്കൂളിലെ ഒരു പ്രൊഫസറായ 'ദഹിഷ്ടകി' (Dahishtak) നെ അദ്ദേഹം ബാഗ്ദാദ് മെഡിക്കൽ സ്കൂളിന്റെ മാനേജരായി നിയമിച്ചു. തുടർന്ന് പ്രസിദ്ധ തത്വചിന്തകനായ യുഹാന്ന ബിൻ മസാവായ്ഹിന്റെ (മൊസ്യൂ സീനിയർ 777-857) അച്ഛനായിരുന്ന മസാവയ്ഹിനെ ഹെഡ് ഡോക്ടറായി (ഡോക്ടർമാരുടെ തലവൻ) നിയമിച്ചു. ജുൺഡിഷാപ്പൂരിലെ പണ്ഡിതന്മാർ അറബ് കിഴക്കൻ ലോകത്ത് സാങ്കേതികവും തത്വചിന്താപരവുമായ ശാസ്ത്രങ്ങൾ വളർന്നു വികസിക്കുന്നതിൽ നിർണായകമായ സംഭാവന നൽകിയിട്ടുണ്ടെന്ന കാര്യം നിസ്സംശയമാണ്. ഈ സ്ഥാപനത്തിൽ ഒട്ടേറെ പണ്ഡിതർ, ജുൺഡിഷാപ്പൂരിലെ പ്രൊഫസർമാരും അവരുടെ വിദ്യാർഥികളും, വിവിധ കൃതികൾ അറബിക്കിലേക്ക് തർജമ ചെയ്തു. അൽ-മൻസൂറിന്റെ രാജകീയ സദസിലെ വൈദ്യനായിരുന്ന കേർസിസ് പഹ്ലവി, സിറിയക്, ഗ്രീക്ക് പുസ്തകങ്ങൾ അറബിയിലേക്ക് തർജമ ചെയ്തു. എണ്ണമറ്റ പുസ്തകങ്ങൾ തർജ്ജമ ചെയ്യുന്നതിനൊപ്പം ഈ പണ്ഡിതന്മാർ വിദ്യാർഥികളെ പഠിപ്പിക്കുകയും അവർക്ക് പരിശീലനം നൽകുകയും ചെയ്തു. ജുൺഡിഷാപ്പൂരിലെ പണ്ഡിതന്മാർ നടത്തിയവയിൽ ഏറ്റവും ദീർഘവും പ്രധാനപ്പെട്ടതുമായ പഠനപ്രഭാഷണങ്ങൾ യുഹിന്നബിൻ മസാവയ്ഹിന്റേതായിരുന്നു. അദ്ദേഹത്തിന്റെ ചില വിദ്യാർഥികൾ-താബിത് ബിൻഖുറാ, കുസ്തബിൻ ലുക്കാ, ഹുനായ്ൻ ബിൻ ഇഷാക്, ഇസ്ഹാക്ക് ബിൻ ഹുനായ്ൻ, ഹജ്ജാജ് ബിൻ യൂസഫ് ബിൻ മത്തർ എന്നിവർ അവരിൽപ്പെടുന്നു. പിൽക്കാലത്ത് ഇവർ വലിയ പണ്ഡിതന്മാരും തത്വചിന്തകന്മാരുമായി. ഹാരനിൽനിന്നുള്ളവരായിരുന്നു ഇവരിൽ ഒട്ടുമിക്കവരും. അവരാദ്യം ഗ്രീക്ക്, സിറിയക് ഭാഷകളിൽ പ്രാവീണ്യം നേടിയശേഷം ഹിപ്പോക്രാറ്റസിന്റെയും ഗാലെനോസിന്റെയും(ഗാലെന്റെ) കൃതികൾ അറബിയിലേക്ക് തർജമ ചെയ്യാനാരംഭിച്ചു. അറേബ്യൻ തത്വചിന്തയുടെയും ശാസ്ത്രത്തിന്റെയും വികാസത്തിന്റെ അടിത്തറ പ്രദാനം ചെയ്തത് ഈ തർജമകളാണെന്നത് നിസ്തർക്കമാണ്.

ജുൺഡിഷാപ്പൂർ സ്കൂളിലെ പണ്ഡിതശ്രേഷ്ഠന്മാർ പ്രസിദ്ധമായ ബായ്ത്-അൽ-ഹിക്മ (വിജ്ഞാനത്തിന്റെ വീട്) സ്ഥാപിക്കുകയും, തർജമചെയ്യേണ്ട പുസ്തകങ്ങൾ പറ്റിയവർക്ക് എൽപ്പിച്ചു കൊടുക്കുകയും, സ്വയം തന്നെ ഒട്ടുവളരെക്കാര്യങ്ങൾ നിർവഹിക്കുകയും ചെയ്തു. പേർഷ്യൻ ചക്രവർത്തി ഖുസ്രാ ഒന്നാമന്റെ നേതൃത്വത്തിൽ നടന്ന തർജമ പ്രവർത്തനങ്ങളാണ് ബായ്ത്-അൽ-ഹിക്മയിൽ അത്രയേറെ

പഹ്‌ലവി പുസ്തകങ്ങൾ ഉണ്ടായിരുന്നുവെന്നതിനെ വിശദീകരിക്കുന്നത്. കേർസിസിന്റെ *കിത്താബ്-അൽ-ഖുനാഷ്,* ഇസാബിൻ ചഹർബക്തിന്റെ *ഖുവാ അൽ-അദ്‌വിയാ അൽ-മുഫ്രദാ,* ഷാപ്പൂർ ബിൻ സാഹ്‌ൽ-ന്റെ *അൽ-അക്രബാസിൻ* എന്നിവ മുസ്ലീം ലോകത്തെ മെഡിക്കൽ സ്കൂളുകളിലും ഫാർമസികളിലും നീണ്ടകാലം റഫറൻസ് ഗ്രന്ഥങ്ങളായി ഉപയോഗിക്കപ്പെട്ടിരുന്നു. യുഹാന്ന ബിൻ മസാവയ്ഹിന്റെ *നവാദിർ അൽ-ടിബ്ബിയാഹ്* നൂറ്റാണ്ടുകളോളം ഒരു പാഠപുസ്തകമായി ഉപയോഗിച്ചിരുന്നു. അതിനുമപ്പുറം, അദ്ദേഹത്തിന്റെ *ദാഘാഅൽ-അയ്ൻ* (അത് കണ്ണിന്റെ രോഗങ്ങളെയാണ് കൈകാര്യം ചെയ്യുന്നത്) ഒരു ഉപരിപഠന ഗ്രന്ഥമായി ദീർഘകാലം ഉപയോഗിക്കപ്പെട്ടു. സജീവമായി തർജമയേറ്റെടുക്കുകയും അവയുടെ സ്പോൺസർമാരാകുകയും ചെയ്തവരിൽ, *ഹുനായ്ൻ ബിൻ ഇഷാക്, ഫി അൽ-ഇസാം, ഫി നാദ്ബ്, ഫി അൽബുഹ്റാൻ, കിത്താബ് ഫി മാ വക്വാ മിൻ അൽ-ഇക്ത്തിലാഫ് ഫി അൽ-തഷ്റിഫ്, കിത്താബ് ഫി തഷ്റിഹ് അലാത്ത് അൽ-സാവത്; കിത്താബ് ഫി തഷ്റിക് അൽ-ന്നുയൻ, കിത്താബ് ഫി ഹരാകാത്ത് അൽ -സദർ, കിത്താബ് ഫി അൽ-സാവ്ത്, കിത്താബ് ഫി അൽ-അദ്‌വിയാഹ് അൽ-മുഫ്രാദാ, കിത്താബ് ഫി അൽ-അഖ്‌ലാഖ്* എന്നീ ഗ്രീക്ക് ഗ്രന്ഥങ്ങൾ സിറിയക്കിലേക്ക് തർജമചെയ്തു. *യഹ്യാ ബിൻ മസാവയ്ഹ് കിത്താബ് ഫി തർത്തിബ് അൽ-അദ്‌വിയാ ഹ്-ഉം, ജബ്രയിൽ ബിൻ ബുഹ്തിഷു ഫി അൽ-നദ്ബ്യും, ഫി അസ്നഫ് അൽഹമിയാത്ത്, ഫി ഇലാജ് അൽ-തഷ്റിഹ്* എന്നീ ഗ്രന്ഥങ്ങളും ഇതേ മട്ടിൽ ഗ്രീക്കിൽനിന്ന് സിറിയക്കിലേക്ക് തർജമ ചെയ്തു. അവരെല്ലാം തുടർച്ചയായി ബാഗ്ദാദിലേക്ക് കുടിയേറിയത് ജുൺഡിഷാപ്പൂരിന്റെ തകർച്ചയ്ക്കും ക്രമേണ അതിന്റെ ചരിത്രത്തിൽനിന്നുള്ള നിഷ്ക്രമണത്തിനും കാരണമായെങ്കിലും അതിന്റെ ആർജിതമായ അറിവുശേഖരം ബാഗ്ദാദിന് മുതൽക്കൂട്ടായി. അതിന്റെ മസ്തിഷ്കച്ചോർച്ചയും അനുഭവച്ചോർച്ചയും ബാഗ്ദാദിന്റെ വളർന്നുവിടർന്ന് പരിലസിക്കലിന് വേണ്ട വളമായിത്തീർന്നു. അങ്ങനെ രണ്ട് നെസ്തോറിയൻ ക്രിസ്ത്യൻ കുടുംബങ്ങൾ - 'ബക്തിഷു', 'മസാവയ്ഹ്' കുടുംബങ്ങൾ-അഞ്ചു തലമുറകളിലൂടെ തർജമ പ്രസ്ഥാനത്തിൽ വലിയ പങ്കുവഹിച്ചുകൊണ്ട് പിൽക്കാലത്ത് വളർന്ന് പുഷ്കലമായ മധ്യകാല അറബ് സംസ്കാരത്തിനും സയൻസിനും അടിത്തറ പാകി.

പേർഷ്യയിൽനിന്ന് കുടിയേറിയ ബർമാകിഡ്കൾക്ക് (Burmakids*) അറേബ്യൻ ശാസ്ത്രീയ വിജ്ഞാനത്തെ രൂപപ്പെടുത്തുന്നതിൽ പ്രധാനമായൊരു പങ്കുണ്ട്. പേർഷ്യക്കും ബാഗ്ദാദിനുമിടയിൽ വിജ്ഞാനത്തിന്റെ ഒഴുക്കിനാവശ്യമായ ഒരിടനാഴിക്ക് രൂപംകൊടുത്തുകൊണ്ടവർ അബ്ബാ

---

* Burmakids: Noble Persian family that came to great political power under Abbacid Caliphs, came from Khorasan, but their roots were Buddhist.

സിഡ് വിപ്ലവത്തെ സഹായിച്ചു. ജുൺഡിഷാപ്പൂരിൽനിന്നാണ് ആ പേർഷ്യൻ വിജ്ഞാനം ഒഴുകിയത്. ബർമാകിഡുകൾ ഏറ്റവും ശ്രദ്ധപിടിച്ചുപറ്റിയതും സമ്പന്നവുമായ ഒരു കുടുംബമായിരുന്നു. ആരംഭത്തിലവർ ബാക്ട്രിയയിലെ ബാൽഖ് ദേശക്കാരായിരുന്നു. പിന്നീടവർ മർവിൽ സ്ഥിരതാമസമാക്കി. പ്രാചീന പേർഷ്യൻ നഗരമായിരുന്ന ബാൽഖിലെ നവ്ബഹാർ ബുദ്ധമത ആശ്രമത്തിൽ പിന്തുടർച്ചാവകാശക്രമത്തിൽ ആശ്രമാധിപസ്ഥാനത്ത് വന്നുകൊണ്ടിരുന്നവരുടെ പിന്മുറക്കാരാണീ കുടുംബം. മുസ്ലീം അധിവേശത്തിൽനിന്ന് ഏറെയൊന്നും പിന്നിലല്ലാത്ത ഒരു കാലത്ത് ബുദ്ധമതത്തിൽനിന്നും മസ്ദേയൻ മതത്തിലേക്കവർ മാറിയിരുന്നു. പിന്നീടവർ ഇസ്ലാംമതം സ്വീകരിച്ചു. ഖാലിദ് ഇബ്ൻ ബർമാക്ക് (705–782)-അദ്ദേഹം കുടുംബത്തലവനായിരുന്നു- അബ്ബാസിഡ് ഭരണത്തിൽ ധനകാര്യമന്ത്രിയായി. അദ്ദേഹത്തിന്റെ മകൻ യഹ്യാ ആദ്യം അർമീനിയയുടെ ഗവർണറായി. പിന്നീട് ഖലീഫാ അൽ-മഹ്ദി തന്റെ മകന്റെ (ഹാറൂൺ അൽ-റഷീദ്) വിദ്യാഭ്യാസച്ചുമതല അദ്ദേഹത്തെ ഏൽപ്പിച്ചു. താൻ ഖലീഫയായപ്പോൾ ഹാറൂൺ അൽ-റഷീദ് യഹ്യായെ തന്റെ മൊത്തം സാമ്രാജ്യത്തിന്റെയും വസീറാക്കുകയും അനിയന്ത്രിതമായ അധികാരം അദ്ദേഹത്തിന് നൽകുകയും ചെയ്തു. ബർമാക്കിഡുകൾ ഗ്രീക്ക് ശാസ്ത്രത്തിൽ അതീവ താൽപ്പര്യമുള്ളവരുമായിരുന്നു. മർവിൽ ഗ്രീക്ക് സയൻസിനിക്കാലത്ത് വമ്പിച്ച സ്വീകരണം കിട്ടിയിരുന്നതുകൊണ്ട് ബർമാക്കിഡുകൾ തങ്ങളോടൊപ്പം ആ അഭിരുചിയും ബാഗ്ദാദിലേക്ക് കൊണ്ടുവന്നു. ബാഗ്ദാദിലെത്തിയപ്പോൾ ജുൺഡിഷാപ്പൂരിലെ നെസ്തോറിയൻ അക്കാദമിയിൽ സമാനമായൊരു താൽപ്പര്യവും അന്തരീക്ഷവും നിലനിൽക്കുന്നതായി അവർ കണ്ടെത്തി.

അബ്ബാസിഡ് രാജവംശത്തിന്റെ ശാസ്ത്രീയ സാംസ്കാരിക പൈതൃകം രൂപപ്പെടുത്തുന്നതിനു വേണ്ടി തങ്ങളുടെ ജീവിതത്തിലെ സൃഷ്ട്യുന്മുഖമായ മുഴുവൻ ഊർജവും വൈദഗ്ധ്യവും ഉഴിഞ്ഞുവച്ച രണ്ടു ക്രിസ്ത്യൻ കുടുംബങ്ങളിലെ 4–5 തലമുറകളെക്കുറിച്ച് നാം മുമ്പു തന്നെ സൂചിപ്പിച്ചു. ആ കുടുംബങ്ങൾ 'ബക്തിഷു' 'മാസവായ്ഹ' കുടുംബങ്ങളാണ്. അവരിലേറെപ്പേരും ജുൺഡിഷാപ്പൂർ സ്കൂളിന്റെ ഉൽപ്പന്നങ്ങളാണ്. 765 ൽ അൽമൻസൂർ നെസ്തോറിയൻ വൈദ്യനായ "ജിർജിസ് ഇബ്നു ബുക്തിയിഷ്" വിനെക്കൊണ്ടുവരാൻ ഉപദേഷ്ടാക്കളെ അയച്ചു. അന്നദ്ദേഹം ജുൺഡിഷാപ്പൂർ ആശുപത്രിയുടെ തലവനായിരുന്നു. 'ബുക്തിയിഷു' കുടുംബവുമായി ബാഗ്ദാദ് രാജസദസ്സ് ആദ്യമായി ബന്ധപ്പെടുന്നതങ്ങനെയാണ്. പിൽക്കാലത്ത് ആ കുടുംബം അറബികളുടെ സാംസ്കാരിക വിദ്യാഭ്യാസത്തിൽ സുപ്രധാന പങ്കുവഹിച്ചു. ജിർജിസ് ഇബ്ൻ ബുക്തിയിഷു അൽമൻസൂറിനെ ചികിത്സിക്കാൻ ജുൺഡിഷപ്പൂരിൽനിന്ന് ബാഗ്ദാദിൽ വന്ന ശേഷം രാജകീയ വൈദ്യനായി ജീവിത സായാഹ്നത്തിൽ വരെ ബാഗ്ദാദിൽ ചെലവഴിക്കുകയും, ആ ഘട്ടത്തിൽ ജോലിയിൽനിന്ന് വിടുതൽ വാങ്ങി പൂർണ ബഹുമതികളോടെ ജുൺഡി

ഷാപ്പൂരിൽ തിരിച്ചുചെല്ലുകയും അവിടെ വച്ച് 769 ൽ മരിക്കുകയും ചെയ്തു. 785 ൽ ഖലീഫാ അൽ-ഹാദി, ജിർജിസിന്റെ ഉജ്ജ്വലമായ സേവനങ്ങൾ ഓർമിച്ചുകൊണ്ട്, അദ്ദേഹത്തിന്റെ മകൻ ബുക്തിയിഷു രണ്ടാമനെ രാജസദസിലേക്ക് വിളിച്ചു. അന്നദ്ദേഹം ജുൺഡിഷാപ്പൂർ അക്കാദമിയിലും ആശുപത്രിയിലും പിതാവിന്റെ പിൻഗാമിയായി വൈദ്യവിഭാഗത്തിന്റെ തലവനായി ജോലി ചെയ്യുകയായിരുന്നു. ബാഗ്ദാദിൽ ഹാറൂൺ അൽ റഷീദിന്റെ കീഴിൽ അദ്ദേഹം സേവനമനുഷ്ഠിച്ചു. പിന്നീടദ്ദേഹത്തിന്റെ പുത്രൻ ജിബ്രയിലും ബാഗ്ദാദിലേക്ക് ക്ഷണിക്കപ്പെടുകയും രാജകീയ വൈദ്യനായി 829 ൽ മരണംവരെ സേവനമനുഷ്ഠിക്കുകയും ചെയ്തു. അദ്ദേഹമവിടെ ജോലി ചെയ്തുകൊണ്ടിരിക്കുമ്പോൾ ബർമാക്കിഡ് വസീറിന്റെ സ്വാധീനം അനുഭവപ്പെട്ടുതുടങ്ങിയിരുന്നു. ഗ്രീക്ക് ഉറവിടങ്ങളിൽ നിന്ന് പുനരുജ്ജീവിപ്പിക്കപ്പെട്ട ശാസ്ത്രീയ പഠനം അറബികൾക്കിടയിൽ പരിചയപ്പെടുത്താനുള്ള ശ്രമം നടന്നുകൊണ്ടിരുന്നു. (അക്കാലത്തത് സിറിയക്ക് സംസാരിച്ചിരുന്ന ക്രിസ്ത്യാനികൾക്കിടയിൽ അതിവേഗം പടർന്നുകൊണ്ടിരിക്കുകയായിരുന്നു) താൻ മർവിൽ വച്ച് പരിചയപ്പെട്ട ഈ ശാസ്ത്രീയ വിജ്ഞാനത്തെ പുനരുജ്ജീവിപ്പിക്കാൻ അതിന്റെ ആവേശഭരിതനായ പിന്താങ്ങിയായ ബർമാക്കിഡ് യഹ്യാ ശ്രമിക്കുകയും അതിന് ജുൺഡിഷാപ്പൂർ പണ്ഡിതന്മാർ എല്ലാവിധ പിന്തുണയും നൽകുകയും ചെയ്തു. യുഹന്നാ ഇബ്ൻ മസാവയ്ഹ് ജുൺഡിഷാപ്പൂർ അക്കാദമിയിൽനിന്നുള്ള ഒരസ്സീറിയൻ ഫിസിഷ്യനായിരുന്നു. അവിസെന്നയുടെ *കാനോൻ ഓഫ് മെഡിസിൻ* പ്രകാരവും മധ്യകാല അറബ് ചരിത്രകാരനായ ഇബ്ൻ അബി ഉസായ്ബിയയുടെ *ഉയൂൻ അൽ-അൻബ* പ്രകാരവും മസാവയ്ഹിന്റെ അച്ഛൻ ഒരസീറിയനും അമ്മ ഒരു സ്ലാവുകാരിയുമായിരുന്നു. 777 ൽ ജുൺഡിഷാപ്പൂരിലെ ഫാർമസിസ്റ്റും ഫിസിഷ്യനുമായിരുന്നയാളുടെ മകനായി ജനിച്ച മന്നാവയഫ് ബാഗ്ദാദിൽ വന്ന് ജബ്രിൽ ഇബ്ൻ ബുക്തിഷുവിന്റെ കീഴിൽ പഠനം നടത്തി. അദ്ദേഹം ബാഗ്ദാദിലെ ഒരാശുപത്രിയുടെ തലവനായി. ഒട്ടേറെ വിഷയങ്ങളിൽ അദ്ദേഹം വൈദ്യശാസ്ത്ര പ്രബന്ധങ്ങൾ രചിച്ചു; ഓഫ്ത്താൽമോളജി, പനികൾ, തലവേദന, മെലങ്കോളിയ, ഡയറ്ററ്റിക്സ്, വൈദ്യന്മാരെ പരീക്ഷിക്കൽ, വൈദ്യശാസ്ത്രനീതിസാരം എന്നിങ്ങനെയുള്ള പലവിധവിഷയങ്ങളിൽ യുഹാന്ന ഇബ്ൻ മസാവയ്ഹ് ഇടയ്ക്കിടെ ഒരുതരം സഭ വിളിച്ചു ചേർത്തിരുന്നുവെന്നും, അതിൽ വച്ച് അദ്ദേഹം വിദ്യാർഥികളും രോഗികളുമായി ചർച്ചനടത്തിയിരുന്നുവെന്നും റിപ്പോർട്ട് ചെയ്യപ്പെട്ടിട്ടുണ്ട്. പ്രസിദ്ധനായ ഹുനായ്ൻ ഇബ്ൻ ഇഷാകിന്റെ ഗുരുവുമായിരുന്നു അദ്ദേഹം. അദ്ദേഹത്തിന് കീറിപ്പഠിക്കാനായി ഖലീഫ അൽമുത്താസിം മനുഷ്യക്കുരങ്ങുകളെ എത്തിച്ചു കൊടുത്തിരുന്നു. ഒട്ടേറെ ശരീരശാസ്ത്ര (Anatomy), വൈദ്യശാസ്ത്ര പുസ്തകങ്ങൾ രചിച്ചതിന്റെ ബഹുമതി അദ്ദേഹത്തിനുണ്ട്. അതിലേറ്റവും പ്രധാനം *കണ്ണിന്റെ കുഴപ്പം* (*ഭഗാൽ അൽ-എയ്ൻ*)ആണ്. അത് അറബിയിൽ ഏറ്റവുമാദ്യകാലത്ത്

നിലവിൽ വന്ന ഓഫ്ത്താൽമോളജിയിലുള്ള ക്രമബദ്ധമായ പ്രബന്ധമാണ്. അതിന്റെ ലത്തീൻ തർജമ മധ്യകാലഘട്ടത്തിൽ വളരെ പ്രസിദ്ധി നേടിയിരുന്നു.

ഗ്രീക്കിൽനിന്ന് നേരിട്ട് ആദ്യകാലത്തു നടന്ന തർജമകളിലേറെയും ജോതിശ്ശാസ്ത്രവുമായും ഗണിതവുമായും ബന്ധപ്പെട്ടതാണെന്ന് സങ്കൽപ്പിക്കുന്നതിൽ യുക്തിയുണ്ട്. ആദ്യകാലത്തുതന്നെ *സിന്ധ്ഹിന്ദ്* (Sindhind - ജ്യോതിശ്ശാസ്ത്രത്തെയും അതുമായി ബന്ധപ്പെട്ട ഗണിതശാസ്ത്രത്തെയും കുറിച്ചുള്ള, അലക്സാണ്ട്രിയൻ പഠനങ്ങളെ അടിസ്ഥാനമാക്കിയ, ഒരു ഇന്ത്യൻ പ്രബന്ധമായിരുന്നു അത്) അറബിയിലേക്ക് തർജമ ചെയ്യപ്പെട്ടിരുന്നു. ഒരുപക്ഷേ ഒരു പേർഷ്യൻ പാഠത്തിൽ നിന്നാകാം അത് നടന്നത്. അത് അറബിയിലേക്ക് തർജമ ചെയ്തവർ 6 ാം നൂറ്റാണ്ടിലെ ഗണിതശാസ്ത്രജ്ഞനായ ഇബ്രാഹിം അൽ-ഫസരിയും യാക്കൂബ് ഇബ്ൻ താരിഖും ആണെന്ന് കരുതപ്പെടുന്നു. നക്ഷത്രങ്ങളെക്കുറിച്ചുള്ള പ്രസിദ്ധ കവിതയായ *ആസ്ട്രോളജിയും വാനപഠനവും* എന്ന കൃതിയുടെ കർത്താവായ അൽ-ഫസരിയാണ് ആസ്ട്രോലാബ് ആദ്യമായി ഉണ്ടാക്കിയ അറബി എന്ന് കരുതപ്പെടുന്നു. സിദിന്ത് തർജമ ചെയ്യുകയും മനസിലാക്കുകയും ചെയ്യണമെങ്കിൽ ടോളമിയുടെ *അൽമജെസ്റ്റ്* (*Almagest*) ഉം, യൂക്ലിഡിന്റെ *എലിമെന്റ്സ്* (*Elements*)ഉം തർജമ ചെയ്യേണ്ടതും മനസിലാക്കണ്ടതുമാവശ്യമാണ്. അതുകൊണ്ടവ ഗ്രീക്കുഭാഷയിൽനിന്നും നേരിട്ടു തർജമ ചെയ്തുവെന്നു കരുതപ്പെടുന്നു. അങ്ങനെ വരുമ്പോൾ ഏറ്റവുമാദ്യത്തെ തർജമയാണത്. അറബി പാഠം ഗ്രീക്ക് പാഠവുമായി താരതമ്യം ചെയ്ത് നിരവധിതവണ പുതുക്കലിനും തിരുത്തലിനും വിധേയമാക്കി. അതുകൊണ്ട് ഏറ്റവുമാദ്യത്തെ തർജമ ഹാറൂൺ അൽ റഷീദിനും മുമ്പ് നടന്നിരിക്കണം. അതല്ലെങ്കിൽ അദ്ദേഹത്തിന്റെ ഭരണകാലത്തിന്റെ തുടക്കത്തിലത് നടന്നിരിക്കാനും മതി. ബർമാകിഡ് ആയ ജാഫറിന്റെ നിർദേശപ്രകാരമാണ് യുക്ലിഡിന്റെയും *അൽമജെസ്റ്റി*ന്റെയും തർജമ നടന്നതെന്ന ഒരു പാരമ്പര്യമുണ്ട്. അങ്ങനെയെങ്കിൽ ബർമാകിഡുകൾ ഖലീഫയുടെ അപ്രീതിക്കിരയായ 803 നും മുമ്പായിരിക്കാം അത് നടന്നത്. വൈദ്യശാസ്ത്രസാമഗ്രികൾ ഒരു സിറിയക് മാധ്യമത്തിലൂടെയാണ് കടന്നുവന്നത്. ഗ്രീക്കിൽ നിന്ന് നേരിട്ടുള്ള തർജമകൾ വന്നത് പിൽക്കാലത്താണ്. ഇതു തന്നെയായിരിക്കാം ജ്യോതിശ്ശാസ്ത്ര-ഗണിതശാസ്ത്രസാമഗ്രികളുടെ കാര്യത്തിലും നടന്നത്. ഇന്നു നിലവിലുള്ള സിറിയക് തർജമകൾ അറബി വകഭേദങ്ങളുടെ അതേ കാലത്തുതന്നെയാണ് എന്ന് തോന്നിക്കുന്നു. അഥവാ, അതിനുമുമ്പല്ലെന്നു തോന്നിക്കുന്നു. അവയിലേറെയും തീർച്ചയായും, ഹുനായ്ൻ ഇബ്ൻ ഇഷാകിന്റെയും അദ്ദേഹത്തിന്റെ സ്കൂളിന്റെയും പ്രവർത്തനങ്ങളാണ്. ഗണിതശ്ശാസ്ത്രവും ജ്യോതിശ്ശാസ്ത്രവും ഇന്ത്യൻ അധികൃതരിലൂടെയാണ് കടന്നുവന്നിട്ടുള്ളത്. ഗ്രീക്കുകൃതികളുടെ തർജമയല്ല, എന്നാൽ ഗ്രീക്കു പഠനങ്ങളെ അടിസ്ഥാനപ്പെടുത്തിയതാണവ. ലഭ്യമായ സാമഗ്രികൾ പരിശോധിച്ച്

തിരുത്താൻ ശ്രമം നടന്ന പിൽക്കാലത്താണ് ഗ്രീക്കിൽനിന്ന് സിറിയക്കി ലേക്കും അറബിയിലേക്കും തർജമ നടന്നിട്ടുള്ളത്. ഏറ്റവുമാദ്യകാല അറബ് ഗണിതശ്ശാസ്ത്രജ്ഞന്മാർക്ക് -അൽക്വാവാരിസ്മിയെപ്പോ ലുള്ളവർക്ക്- ഗ്രീക്ക് രചയിതാക്കൾക്കറിയാവുന്നതിലും വളരെ യേറെക്കാര്യങ്ങളറിയാമായിരുന്നു; അതിലേറെയും ഗണിതശാസ്ത്ര ത്തിന്റെ പഠനം നടത്തിയ ഇന്ത്യക്കാരിൽ നിന്നും വന്നതാണെന്നാണ് കരുതാനാവുക.

ബാഗ്ദാദിന്റെ സ്ഥാപനത്തിനും ഹാറൂൺ അർ-റഷീദ് അധികാര മേൽക്കുന്നതിനുമിടക്കുള്ള 24 വർഷക്കാലത്ത് മർവിലെ ബർമാകിഡ് കുടുംബമാണ് ഭരണത്തിന് വേണ്ട ശക്തരായ മന്ത്രിമാരെ സംഭാവന ചെയ്തത്. അവർ സർക്കാരിനെ നയിക്കുകമാത്രമല്ല, ഒരു പരിധിവരെ നിയന്ത്രിക്കുകയും ചെയ്തു. ഒട്ടേറെ പേർഷ്യക്കാർ, പ്രത്യേകിച്ചും ഖുറാ സാനിൽനിന്നുള്ളവർ വിപ്ലവത്തിന്റെ വിജയത്തെത്തുടർന്ന് പടിഞ്ഞാറു ഭാഗത്തേക്കൊഴുകുകയും അതിന്റെ ഗുണഫലങ്ങളിൽ പങ്കു പറ്റുകയും ചെയ്തു. അബ്ബാസിഡ് രാജസദസിൽ പേർഷ്യൻ സ്വാധീനം അതിശ ക്തമാകുകയും അറബ് ഘടകങ്ങളെ പിന്നണിയിലേക്ക് തള്ളുകയും ചെയ്തു. അക്കാലത്തെ ഒരു മാതൃകാ പുരുഷനായിരുന്നു അബുമുഹ മ്മദ് ഇബ്ൻ അൽ-മുഖാഫ. അദ്ദേഹം പഴയ പേർഷ്യൻ അഥവാ പഹ്ലവി ഭാഷയിൽ നിന്ന് *കലീല വാ ദിംനാ* (*Khalila wa Dhimna*) എന്ന കൃതി തർജമ ചെയ്തു. ആ കൃതി തന്നെ ഇന്ത്യയിൽനിന്നു കൊണ്ടുവന്ന ഒരു ബുദ്ധമതഗ്രന്ഥത്തിന്റെ തർജമയാണ്. ഇന്ത്യയിലേക്ക് മരുന്നുകൾ ശേഖ രിക്കാനായി അയക്കപ്പെട്ട ബുദ്ധമത പാരമ്പര്യത്തിന്റെ പിന്തുടർച്ചക്കാര നായ ക്രിസ്ത്യാനി മരുന്നുകളോടൊപ്പം ഈ പുസ്തകവും ചെസ്സുക ളിയും കൊണ്ടുവരികയാണുണ്ടായത്. ഇബ്ൻ അൽ-മുഖാഫയുടെ തർജമ ക്ലാസിക്കൽ അറബി ഭാഷയുടെ മാതൃകയായിത്തീരുകയും, ആ രീതിയിലിന്നും സ്കൂളുകളിൽ പഠിപ്പിക്കപ്പെടുകയും ചെയ്യുന്നു. പേർഷ്യൻ ഭാഷയിൽനിന്ന് *ഖുദയ് നാമ*യും (*Khudai Nama*)അദ്ദേഹം തർജമ ചെയ്തു. പേർഷ്യൻ രാജാക്കന്മാരുടെ ഒരു ജീവചരിത്രപരമായ ചരിത്ര ഗ്രന്ഥമാണത്. അതിന്റെ അറബി പരിഭാഷയ്ക്കദ്ദേഹം *സിജ്യാർ മുലുക്ക് അൽ-അലം* (*Sijyar Muluk Al-Alam*)എന്ന് പേരിട്ടു.

പേർഷ്യയിലെ സസ്സാനിഡ് രാജാക്കന്മാരുടെ കീഴിൽ സൂക്ഷിച്ചിരുന്ന ജ്യോതിശ്ശാസ്ത്ര രേഖപ്പെടുത്തലുകൾ അറബികൾക്കു കീഴിലും തുടർന്നു; വളരെക്കാലം കഴിയുന്നതുവരെ പേർഷ്യൻ ഭാഷയിൽത്തന്നെ. മർവിൽനിന്നാണ് ഏറ്റവുമാദ്യകാലത്തെ ജ്യോതിശ്ശാസ്ത്രകൃതികളുടെ തർജമക്കാർ വന്നത്. ബാഗ്ദാദിലേക്ക് ജ്യോതിശ്ശാത്ര-ഗണിതശ്ശാസ്ത്ര സാമഗ്രികൾ വന്നത് ഖുറാസാനിലൂടെയാണെന്നും അതിന് മിക്കവാറും കാരണക്കാരായത് മർവ് നിവാസികളായ ബർമാകിഡ് മന്ത്രിമാരെന്ന ഏജന്റന്മാരാണെന്നുമാണ് തോന്നുന്നത്. ജുൺഡിഷാപ്പൂരിൽ ഒരു വാന നിരീക്ഷണ കേന്ദ്രമുണ്ടായിരുന്നെങ്കിലും ജ്യോതിശ്ശാസ്ത്രപണ്ഡിതനായ

അഹമ്മദ് അൻ-നഹാവൻഡി (813-833)യുടെ കാലത്തിന്റെ മുമ്പത്തെ അതിന്റെ പ്രവർത്തനങ്ങളെക്കുറിച്ച് നമുക്കറിയില്ല. ഹാറൂണിന്റെ മരണം കഴിഞ്ഞ് കുറച്ചുകാലം കൂടി അദ്ദേഹമവിടെ നിരീക്ഷണം തുടർന്നു. അബ്ബാസിഡ് ഖലീഫമാർക്ക് കീഴിൽ ജുൺഡിഷാപ്പൂരിലെ പേരുകേട്ട വൈദ്യന്മാരെ കൊട്ടാരത്തിലേക്ക് വിളിപ്പിച്ചിരുന്നു. തങ്ങളുടെ തൊഴിൽപ്രവർത്തനത്തിൽ വൻവിജയം നേടിയ അവർ ബാഗ്ദാദിൽ രാജകീയവൈദ്യന്മാരായിത്തുടരുകയും ധനവും സ്വാധീനവും നേടുകയും ചെയ്തു. അവരുടെ വിജയം മറ്റു വൈദ്യന്മാർക്കും ബാഗ്ദാദിലേക്ക് കുടിയേറാൻ പ്രേരണ നൽകി. അങ്ങനെ മർവിൽനിന്നു വന്നവർ രാജകീയ സംരക്ഷണത്തിനുകീഴിൽ ഒരു ഗ്രൂപ്പായിത്തീർന്നു. അതൊരു അക്കാദമി പോലെയായിത്തീർന്നു, ഒരു അധ്യാപക സംഘടനയ്ക്കപ്പുറം. ജുൺഡിഷാപ്പൂരിലെയാളുകൾ ഗ്രീക്കുശാസ്ത്രം പഠിച്ചിരുന്നത് സിറിയക് തർജമകളിലൂടെയാണ്. ക്രമേണ ഈ സിറിയക് വകഭേദങ്ങൾക്കൊപ്പം അറബി പരിഭാഷകളും ലഭ്യമായി. പിന്നെ അറബി പരിഭാഷകളതിനെ പകരംവയ്ക്കുകയും ചെയ്തു. അറബികൾക്ക്, സിറിയക് ഉറവിടങ്ങളിൽനിന്ന് ആദ്യമായി അരിസ്റ്റോട്ടിലിനെക്കുറിച്ച് കിട്ടിയ വിവരങ്ങൾ സിറിയക്കിലേക്ക് തർജമയും പുനർതർജമയും ചെയ്യപ്പെട്ട അദ്ദേഹത്തിന്റെ ലോജിക്കിന്റെ കൃതികളിലൊതുങ്ങിനിന്നു. അതിന്റെ ഒട്ടനവധിഭാഷ്യങ്ങളും അതിന്മേലുള്ള അഭിപ്രായപ്രകടനങ്ങളും ലഭ്യമായിരുന്നു. അരിസ്റ്റോട്ടിലിന്റെ ലോജിക്കിന്റെ ശേഖരത്തിൽ, *ദ കാറ്റഗറീസ്, ദഹെർമന്യൂട്ടിക്സ്, ദ പ്രിയോർ അനലിറ്റിക്സ്, ദ പ്രോസ്റ്റീരിയർ അനാലിസിസ്, ദ ടോപിക്സ്, ദ സോഫിസ്റ്റിക്ക, ദ റെട്ടറിക്, ദ് പൊളിറ്റിക്സ്* എന്നവയുൾപ്പെട്ടിരുന്നു. ഇവയ്ക്കൊപ്പം തുഹാന്ന അഥവാ ഇബ്ൻ ബത്രിഖിന്റെ *സിർ-അൽ-അസ്രാർ* (*Sirr Al Asrar- രഹസ്യങ്ങളുടെ രഹസ്യം- Secrets of secrets*) എന്ന കൃതിയും കൂട്ടിച്ചേർത്തു. അതും അരിസ്റ്റോട്ടിലിന്റെ ഒരു രചനയായി അംഗീകരിക്കപ്പെട്ടു.

തന്റെ എല്ലാ മുൻഗാമികളെയുമപേക്ഷിച്ച് സയൻസിലും സാഹിത്യത്തിലും ഹാറൂൺ അൽ റഷീദ് (763-809) ഏറ്റവുമധികം താൽപ്പര്യമെടുത്തു. അദ്ദേഹത്തിന്റെ ആശീർവാദത്തിനു കീഴിൽ ഇസ്ലാമിലെ ഹെല്ലനിസ്റ്റിക് പ്രസ്ഥാനം (ഗ്രീക്ക് സ്വാധീനം) പക്വത നേടി. തന്റെ ബാർമാക്കിഡ് മന്ത്രിയുടെ സ്വാധീനം മൂലം ഹാറൂൺ പണ്ഡിതന്മാർക്ക് ശക്തമായ പിന്തുണ നൽകി. ആ പണ്ഡിതന്മാർ ഗ്രീക്ക് ശാസ്ത്രകൃതികൾ തർജമ ചെയ്യുകയും ഗ്രീക്ക് കയ്യെഴുത്തുപ്രതികൾ വാങ്ങാൻ റോമാസാമ്രാജ്യത്തിലേക്ക് ഏജന്റുന്മാരെ അയക്കുകയും ചെയ്തു. ആ ഉദാരസമീപനം മൂലം വളരെയേറെ സുപ്രധാന സാമഗ്രികൾ ബാഗ്ദാദിലെത്തിച്ചേരുകയും ചെയ്തു. രാജാവിന്റെ ഈ മഹാമനസ്കതയെ സ്വകാര്യ വ്യക്തികളുമനുകരിച്ചു. അവരും വളരെയേറെ ധനം കയ്യെഴുത്തുപ്രതികൾക്കും തർജമകൾക്കുമായി ചെലവാക്കി. അങ്ങനെ ലഭ്യമായ സാമഗ്രികളിൽ ഏറെയും വൈദ്യവുമായി ബന്ധപ്പെട്ടതായിരുന്നു. നീണ്ട അറബി

പാഠങ്ങൾ വരുന്നതിനു മുമ്പ് അവയെല്ലാം സിറിയക്കിൽ പ്രത്യക്ഷപ്പെട്ടു കഴിഞ്ഞിരുന്നു. ആദ്യമവ സിറിയക്കിൽനിന്ന് തർജമ ചെയ്തു, പിന്നീട് നേരിട്ട് ഗ്രീക്ക് മൂലകൃതികളിൽനിന്നും. അവയ്ക്കൊപ്പം അവയെക്കുറിച്ചുള്ള അഭിപ്രായങ്ങളും അവയുടെ സംഗ്രഹങ്ങളുമുണ്ടായിരുന്നു. അവയിൽ ചിലതൊക്കെ സിറിയക്കിൽ എഴുതപ്പെട്ടവയും, ബാക്കി ഗ്രീക്കിൽ നിന്നുള്ള തർജമകളുമായിരുന്നു. ഹാറൂൺ അൽറഷീദിന്റെ മരണം കഴിഞ്ഞ് കുറച്ചു കാലത്തിനുശേഷമാണ് അറബ് പണ്ഡിതന്മാർ അരിസ്റ്റോട്ടിലിന്റെ തത്വചിന്തയുടെ ഗൗരവമുള്ളതും നേരിട്ടുള്ളതുമായ ഒരു പരിശോധന എറ്റെടുത്തത്. സിറിയക് ഭാഷയിലും സിറിയക് ഭാഷക്കാരുടെ അഭിപ്രായപ്രകടനങ്ങളുമായി അരിസ്റ്റോട്ടിലിന്റെ പഠിപ്പിക്കലുകൾ എത്തിച്ചേർന്നതിനാൽ അവയിൽ നവപ്ലേറ്റോ വാദത്തിന്റെ ശക്തമായ ഒരു നിറമുണ്ടായിരുന്നു. അതുകൊണ്ടുതന്നെ, പിൽക്കാലത്തും അറബി തത്വചിന്തയിൽ അത്തരമൊരു നിറം തെളിഞ്ഞുതന്നെ കിടന്നു.

ഖലീഫാ അൽ മൈമൂൺ- ഒരു പണ്ഡിതനേതൃത്വം

ബാഗ്ദാദിൽ "വിജ്ഞാനത്തിന്റെ വീട്" (ഹൗസ് ഓഫ് വിസ്ഡം- ബായ്ത്ത് അൽ-ഹിക്മ) സ്ഥാപിച്ച അൽ മൈമൂൺ ഖലീഫായുടെ (786-833 എ ഡി, ഭരണകാലം 813-833 എ ഡി, ഏഴാമത്തെ ഖലീഫാഭരണം) ഭരണകാലത്താണ് ആദ്യകാല അബ്ബാസിഡ് ഭരണത്തിന്റെ വൈജ്ഞാനിക അഭിലാഷത്തിന്റെ സ്ഥാപനപരവും സാമ്രാജ്യപരവുമായ പ്രകടിതരൂപം അതിന്റെ ഉച്ചാവസ്ഥയിലെത്തിയത്. അതു പോലെ അതിനനുസൃതമായ ഔദ്യോഗിക ഭരണകൂടനയം അതിന്റെ ഉച്ചാവസ്ഥയിലെത്തിയതും. അതിനുശേഷം കിഴക്കൻ ലോകം അതിന്റെ ബൗദ്ധിക സ്വാധീനത്തിന്റെയും ഉന്നതങ്ങളിലെത്തി; അതോടെ മുൻഗാമികളായ അൽ മൻസൂറിന്റെയും ഹാറൂൺ അൽ റഷീദിന്റെയും സ്വപ്നവും (ലോകത്തിന്റെ ഒരു യഥാർഥ തലസ്ഥാനമായി എല്ലാത്തരത്തിലും ബാഗ്ദാദിനെ മാറ്റുകയെന്ന സ്വപ്നം) പൂർത്തീകരിക്കപ്പെട്ടു. അറബ് ലോകം ശാസ്ത്രത്തിന്റെയും തത്വചിന്തയുടെയും, വൈദ്യത്തിന്റെയും വിദ്യാഭ്യാസത്തിന്റെയും കാര്യത്തിൽ എതിരറ്റ ബൗദ്ധികകേന്ദ്രമായി. അവിടെ ലോകത്തിന്റെ വിവിധ പ്രദേശങ്ങളിൽ നിന്നുള്ള മുസ്ലീം പണ്ഡിതന്മാരും അമുസ്ലീം പണ്ഡിതന്മാരും ലോകത്തിലെ എല്ലാ വിജ്ഞാനവും സമാഹരിക്കാനും തർജമചെയ്യാനുമായി ഒത്തുകൂടി. ഗണിതശാസ്ത്രം, മെറ്റീരിയോളജി, ഒപ്ടിക്സ്, മെക്കാനിക്സ്, ജ്യോതിശ്ശാസ്ത്രം, തത്വചിന്ത, വൈദ്യം എന്നിവയെ സംബന്ധിച്ച പുസ്തകങ്ങൾ ഹീബ്രൂ, ഗ്രീക്ക്, പേർഷ്യൻ, സിറിയക് ഭാഷകളിൽനിന്നും മറ്റു ഭാഷകളിൽനിന്നും തർജമ ചെയ്യപ്പെട്ടു. അലക്സാണ്ട്രിയ സ്കൂളിന്റെ രചനകളും പുരാതനഗ്രീസിന്റെ ഏറ്റവും മികച്ച തത്വശാസ്ത്രരചനകളും അറബികൾ ശേഖരിച്ചു. പ്രാചീന കാലഘട്ടത്തിന്റെ ക്ലാസിക് കൃതികളായിരുന്നവയും, ലോകത്തിന് മറ്റൊരു രീതിയിലായിരുന്നെങ്കിൽ നഷ്ടപ്പെട്ടുപോകുമായിരുന്നതു

മായ, ഒട്ടേറെ കൃതികൾ അറബിയിലേക്കും പിന്നീട് ടർക്കിഷ്, ഹീബ്രു, പേർഷ്യൻ, ലത്തീൻ ഭാഷകളിലേക്കും ഇക്കാലത്ത് തർജമ ചെയ്യപ്പെട്ടു.

മധ്യകാല ശാസ്ത്രലോകത്ത് ഒരു ഉജ്വല വ്യക്തിത്വമായിരുന്നു ഖലീഫാ അൽ മൈമൂൺ. ബൗദ്ധികലോകത്ത് "ഹൗസ് ഓഫ് വിസ്ഡ"ത്തിന്റെ സ്ഥാപകനെന്ന നിലയ്ക്ക് പ്രസിദ്ധനായ ഈ ബൗദ്ധികരംഗത്തെ ഇതിഹാസത്തെ ഓർമിക്കാതെ ആധുനിക ശാസ്ത്രീയ പരിണാമത്തിന്റെ ചരിത്രരചനാശാസ്ത്രം ഒരിക്കലും പൂർണമാകില്ല. പിൽക്കാലത്ത് പടിഞ്ഞാറൻ പണ്ഡിതലോകത്ത് വ്യക്തമായ സ്വാധീനം ചെലുത്തിയതും യുക്തിചിന്തയിലധിഷ്ഠിതവുമായ പുതിയൊരു ദൈവശാസ്ത്ര സ്കൂളിന് അത് തിരികൊളുത്തി. തന്റെ പിതാവായ ഹാറൂൺ അൽ റഷീദിന്റെ നിർദേശ പ്രകാരം ഒരു ചെറിയ കുട്ടിയായിരുന്നപ്പോൾ ദൈവികമായ ഖുറാനടക്കമുള്ള ദൈവശാസ്ത്രകൃതികൾ കാണാപ്പാഠമാക്കിയ അദ്ദേഹത്തിന്റെ ബൗദ്ധികശേഷികളും അന്വേഷണബുദ്ധിയും അസാധാരണമായിരുന്നു. 813-833 കാലത്തെ തന്റെ ഭരണകാലത്ത് മധ്യകാല അറബ് പണ്ഡിതലോകം നേടിയെടുത്തതിലെ ഏറ്റവും ഉജ്വലമായ നേട്ടങ്ങളുടെയെല്ലാം ചാലകശക്തിയായി മൈമൂൻ മാറിത്തീർന്നു. ഖലീഫയുമായി ദൈവശാസ്ത്ര ചർച്ചയിലേർപ്പെട്ട ഒരു ക്രിസ്ത്യൻ ബിഷപ്പ് അദ്ദേഹത്തെ പ്രശംസിച്ചുകൊണ്ട് പറഞ്ഞത്, "ഒരു പ്രസിദ്ധ തത്വചിന്തകൻ മൈമൂണുമായി സംസാരിക്കുമ്പോൾ, സംസാരിക്കാനുള്ള കഴിവുകേടയാളുടെ നാവിനെ ഉണക്കിക്കളയും" എന്നാണ്. ഒരു ആർത്തിപെരുത്ത വായനക്കാരനായിരുന്ന അദ്ദേഹം റോമിനും അലക്സാണ്ട്രിയക്കും ശേഷമുണ്ടായ ഏറ്റവും വലിയ പബ്ലിക് ലൈബ്രറിയുടെയും സ്വകാര്യലൈബ്രറിയുടെയും കേന്ദ്രമായി ബാഗ്ദാദിനെ മാറ്റി. തീർച്ചയായും ബാഗ്ദാദ് അതിന്റെ മഹത്വത്തിന്റെ ഉച്ചകോടിയിൽ പ്രദർശിപ്പിച്ചിരുന്ന ബൗദ്ധിക തീക്ഷ്ണത ഒരൊറ്റ പ്രതീകത്തിലൂടെ തന്നെ പ്രകടമായിരുന്നു. അതിന്റെ ലൈബ്രറിയിലൂടെ. പതിമൂന്നാം നൂറ്റാണ്ടിൽ, 1258 ൽ മംഗോളുകൾ നഗരത്തെ നാമാവശേഷമാക്കുന്നതിന് മുമ്പ് ബാഗ്ദാദിൽ 36 പബ്ലിക് ലൈബ്രറികളുണ്ടായിരുന്നു; നൂറിലേറെ പുസ്തകക്കച്ചവടക്കാരും. ആ കച്ചവടക്കാരിൽ പലരും ഒരുപറ്റം പകർപ്പെഴുത്തുകാരെ നിയമിച്ചിരുന്ന പ്രസാധകന്മാർ കൂടിയായിരുന്നു. അത്തരം ലൈബ്രറികളിൽ മൈമൂന്റെ 8 ാം നൂറ്റാണ്ടിലെ ഹൗസ് ഓഫ് വിസ്ഡം (ബായ്ത് അൽ ഹിക്മ) അൽ നിസാമിയ്യാ കോളജ് ലൈബ്രറി (1092 ൽ കൊലചെയ്യപ്പെട്ട സെൽജുക്ക് മന്ത്രി നിസാം അൽ മുൽക്കായിരുന്നു അത് സ്ഥാപിച്ചത്), മുസ്താൻസിറിയ സ്കൂൾ ലൈബ്രറി, ഹാദിതയിലെ മുഹമ്മദ് ഇബ്ൻ അൽ ഹുസൈന്റെ ലൈബ്രറി (അതിൽ ഒട്ടേറെ അപൂർവമായ കയ്യെഴുത്തുപ്രതികളുടെ ഒരു ശേഖരം താഴിട്ടുപൂട്ടി സൂക്ഷിച്ചിരുന്നു)എന്നിവയുൾപ്പെട്ടിരുന്നു. 9 ാം നൂറ്റാണ്ടു മുതൽ ബാഗ്ദാദിലുണ്ടായിരുന്ന ഒരു സ്വകാര്യ ലൈബ്രറിയെപ്പറ്റി നാം കേൾക്കാറുണ്ട്. അതിലെ പുസ്തകങ്ങൾ ഒരിടത്തുനിന്ന് മറ്റൊരിടത്തേക്ക് നീക്കാൻ 120 ഒട്ടകങ്ങൾ വേണമായിരുന്നു.

മറ്റൊരു പണ്ഡിതൻ ബാഗ്ദാദിലൊഴികെ മറ്റൊരിടത്തും ജോലി സ്വീകരിക്കാതിരുന്നതിന്റെ കാരണം അദ്ദേഹത്തിന്റെ ലൈബ്രറി മാറ്റാൻ 400 ഒട്ടകങ്ങൾ വേണ്ടിവരുമെന്നതായിരുന്നു. ആ ലൈബ്രറിയുടെ കാറ്റലോഗ് തന്നെ പത്ത് വാല്യം വരുമായിരുന്നു. അത് തികച്ചും അമ്പരപ്പിക്കുന്ന ഒരു കാര്യമായി അനുഭവപ്പെടുന്നത് 1300 ൽ ഫ്രാൻസിലെ രാജാവിന്റെ കൈവശം നാനൂറ് വ്യത്യസ്ത പുസ്തകങ്ങളേ ഉണ്ടായിരുന്നുള്ളുവെന്നത് അറിയുമ്പോഴാണ്. പുസ്തകങ്ങളുടെ നീണ്ട നിരയാൽ വലയം ചെയ്യപ്പെട്ട ബാഗ്ദാദിലെ മുസ്ലീം പണ്ഡിതന്മാർക്കിടയിൽ നീണ്ട ബൗദ്ധിക കൈമാറ്റങ്ങൾ നടന്നുപോന്നിരുന്നു; ശാസ്ത്രത്തിന്റെയും തത്വചിന്തയുടെയും മണ്ഡലത്തിൽ അൽ മൈമൂനും അദ്ദേഹത്തിന്റെ ഹൗസ് ഓഫ് വിസ്ഡവും തിരികൊളുത്തിയ വിജ്ഞാന ദീപശിഖ, തുടർന്നുവന്ന നാലു നൂറ്റാണ്ടുകളിൽ, ആഗോള സർവ്വകലാശാലകൾ ലോകത്തിന്റെ പല ഭാഗങ്ങളിലും ഉയർന്നുവരുന്നത് ദർശിച്ചു. അവയിൽ എടുത്തു പറയാവുന്ന ചിലത് 8 ാം നൂറ്റാണ്ടിലെ കെയ്റോയിലെ അൽ അസർ സർവകലാശാലയും 11 ാം നൂറ്റാണ്ടിലെ നിസാമിയ്യാ സർവകലാശാലയും 13 ാം നൂറ്റാണ്ടിലെ മുസ്താൻ സിറിയ കോളേജുമാണ്.

അദ്ദേഹത്തിന്റെ ഒരു ജീവചരിത്രകാരനെഴുതി: "അദ്ദേഹത്തിനു നന്ദി. അദ്ദേഹം കാരണം ആളുകൾ എങ്ങനെ ചർച്ച ചെയ്യണമെന്നും എങ്ങനെ തർക്കിക്കണമെന്നും പഠിച്ചു. ഓരോ വിഭാഗവും തങ്ങളുടെ വീക്ഷണങ്ങളെ പ്രതിരോധിക്കാൻ പുസ്തകങ്ങൾ രചിച്ചു" പക്ഷേ നിരവധി ദൈവശാസ്ത്രാധികാരികൾ, പ്രത്യേകിച്ച് പാരമ്പര്യവാദികൾ, അദ്ദേഹത്തിന്റെ അനുമാനത്തിനും ഊഹത്തിനുമുള്ള താൽപ്പര്യം മതത്തിൽ വളരെ അപകടകരമായ ഒരു രീതിയായിത്തീരുമെന്ന് ഭയപ്പെട്ടു. "അദ്ദേഹമൊരു മഹാനായ അബ്ബാസിയനാണെന്നും, ഒട്ടുമൊത്തത്തിൽ ഒട്ടേറെ സദ്ഗുണങ്ങളുള്ള ഒരുവനായിരുന്നു"വെന്നും സമ്മതിച്ചുകൊണ്ടുതന്നെ അവർ വാദിച്ചത്, "അദ്ദേഹത്തിന്റെ തത്വചിന്തയിലും പ്രാചീന ശാസ്ത്രങ്ങളിലുമുള്ള താൽപ്പര്യം സമുദായത്തിന്റെ മതപരമായ ലക്ഷ്യത്തെ വിശ്വാസവിരുദ്ധമായ പുതുക്കലുകളുമായി ഒത്തുതീർപ്പിലെത്തിച്ചുവെന്നും അത് ദുരന്തത്തിന്റേയും വിശ്വാസത്തിന്റെയും നാശത്തിന്റേതുമായ ഒരു പൈതൃകത്തെ അവശേഷിപ്പിച്ചുവെന്നു"മാണ്. പക്ഷേ, ആധുനിക വിവരണങ്ങളിൽ "ശാസ്ത്രങ്ങളുടെ ഒരു രക്ഷാധികാരി എന്ന നിലയിലുള്ള മൈമൂന്റെ ആദർശവൽക്കരിക്കപ്പെട്ട പ്രതിച്ഛായക്കു മുന്നിൽ ദുരന്തത്തിന്റെയും നാശത്തിന്റെയും പൈതൃകമെന്നൊക്കെയുള്ള കാഴ്ചപ്പാടുകളെ അവഗണിച്ചുതള്ളുന്ന" ഒരു രീതിയാണ് കാണാനാവുക. 19 ാം നൂറ്റാണ്ടിലെ അറബ് പഠനങ്ങളുടെ പുനരുജ്ജീവനകാലത്ത്, വിശ്വാസത്തെയും യുക്തിയെയും അനുരഞ്ജിപ്പിക്കാൻ ശ്രമിച്ച ബുദ്ധിജീവികൾ, ഇസ്ലാമിന് യുക്തിപരമായ അന്വേഷണങ്ങളെയും സാങ്കേതിക പുരോഗതിയെയും സഹിഷ്ണുതയോടെ പരിചരിച്ചു വളർത്താനാവും എന്നതിന്റെ തെളിവായി, മൈമൂന്റെ ഭരണകാലത്തെ എടുത്തുകാട്ടുകയുണ്ടായി. ഉദാഹരണത്തിന്, ഈജി

പ്ഷ്യൻ പരിഷ്കർത്താവായ അൽ തഹ്ത്താവ (1801–1873) തന്റെ സഹ മുസ്ലീങ്ങളോട് അഭ്യർഥിച്ചത് "ബാഗ്ദാദിലെ മൈമൂന്റെ രക്ഷാധികാരിത്വത്തിനു കീഴിൽ ഇസ്ലാമിൽ വിജ്ഞാനവും പഠനവും തഴച്ചുവളർന്ന ആ മഹത്തായ നാളുകളെ" പുനരുജ്ജീവിപ്പിക്കാനാണ്. ഇന്ന് "മധ്യകാലഅറബികളുടെ സുവർണയുഗ"ത്തെക്കുറിച്ചുള്ള ഏതു ദേശീയവാദവിവരണവും അൽ മൈമൂനെപ്പറ്റിയും അദ്ദേഹം പ്രോത്സാഹിപ്പിച്ച ശാസ്ത്രജ്ഞന്മാരെപ്പറ്റിയുമുള്ള പരാമർശങ്ങൾകൊണ്ട് നിറഞ്ഞിരിക്കും. ഈ ആദർശവൽക്കരണത്തിന് യഥാർഥത്തിൽ ഒരു അടിസ്ഥാനമുണ്ടെന്ന കാര്യത്തിൽ യാതൊരു തർക്കവുമില്ല: അൾജിബ്രയുടെ വികസനം, ഭൂമിയെ അളക്കൽ, ലോകഭൂപടത്തിന്റെ നിർമിതി, എന്നിവയും 9–ാം നൂറ്റാണ്ടിന്റെ ആരംഭത്തിലെ അറബ് ശാസ്ത്രത്തിന്റെ മറ്റ് നേട്ടങ്ങളും തികച്ചും ആകർഷകം തന്നെയാണ്. തന്റെ ചുറ്റും നടന്ന ആ ബൗദ്ധിക ഉറകൂടലിൽ മൈമൂന്റെ വ്യക്തിപരമായ പങ്കാളിത്തം എത്രവരെയെന്നത് അതിനൊപ്പം തന്നെ ആകർഷകമായ കാര്യമാണ്. പക്ഷേ, മിക്കപ്പോഴും മറന്നുപോകുന്നത്, ഖലീഫ ഇസ്ലാമിക ദൈവശാസ്ത്രത്തിന്റെ ഒരു കടുത്ത വിമർശകനായിരുന്നെന്ന കാര്യമാണ്. പക്ഷേ, യഥാർഥ അർഥത്തിൽ, അദ്ദേഹത്തെ സംബന്ധിച്ചിടത്തോളമെങ്കിലും, സൃഷ്ടികളെക്കുറിച്ചുള്ള ഏതു യുക്തിപരമായ അന്വേഷണവും അനിവാര്യമായും നയിക്കുന്നത് സ്രഷ്ടാവിനെ എല്ലാ മാർഗങ്ങളിലൂടെയും അറിയാനുള്ള അവന്റെ അവകാശത്തിന്റെ അംഗീകരണത്തിലേക്കാണ്. അൽ മാമൂന്റെ ഭരണം തത്വചിന്തകരുടെയും ശാസ്ത്രജ്ഞന്മാരുടെയും പ്രവർത്തനങ്ങളിൽ പ്രത്യേകിച്ചും താൽപ്പര്യം കാട്ടിയ ഒന്നായിരുന്നു; അദ്ദേഹത്തിന് അറിവിലും പഠനത്തിലും ജീവിതകാലം മുഴുവൻ നീണ്ടുനിന്ന ഒരു താല്പര്യമുണ്ടായിരുന്നു; അത്, നേരെ തിരിച്ച്, അദ്ദേഹത്തിന്റെ ശാസ്ത്രത്തെയും പഠനങ്ങളെയും സംബന്ധിച്ച പൊതുവായ നയങ്ങളെ പോഷിപ്പിക്കുകയും ചെയ്തു. അതുപോലെ, അദ്ദേഹത്തിന്റെ ചില മേഖലകളിലെ പുരോഗമന ചിന്തയുടെ ഒരു പ്രതിഫലനമായി ചൂണ്ടിക്കാട്ടപ്പെടുന്നത്, അദ്ദേഹത്തിന്റെ കാലത്തിനു ശേഷം മാത്രമാണ്, അബ്ബാസിഡ് ഭരണത്തിന്റെ അവസാന ഘട്ടങ്ങളിൽ മാത്രമാണ്, സ്ത്രീകളെ പൊതുജീവിതത്തിന്റെ മുൻനിരയിൽനിന്ന് മാറ്റിനിർത്തിയതെന്നാണ്. പ്രൊഫ. അക്ബർ അഹമ്മദിന്റെ (വാഷിങ്ങ്ടണിലെ അമേരിക്കൻ യൂണിവേഴ്സിറ്റിയിലെ ഇബ്ൻ ഖാൽദൂൻ ഇസ്ലാമിക് പഠനവിഭാഗത്തിന്റെ ചെയർമാനും സമകാലീന ഇസ്ലാമിന്റെ കാര്യത്തിൽ ഒരു അധികാരിക പണ്ഡിതനുമാണദ്ദേഹം) അഭിപ്രായത്തിൽ, "അറബ് കന്യകകൾ രാഷ്ട്രീയക്കാരികളെന്ന നിലയിലും, പട്ടാളക്കമൊണ്ടർമാരെന്ന നിലയിലും, കവയിത്രികളും സംഗീതജ്ഞരുമെന്ന നിലയിലും, അൽ മൈമൂന്റെ കാലത്ത് വളരെ പ്രമുഖമായ സ്ഥാനം വഹിച്ചിരുന്നു." ശാസ്ത്രത്തെയും അറിവിനെയും പോഷിപ്പിക്കാനുള്ള അൽ മൈമൂന്റെ ശ്രമം രാഷ്ട്രത്തിനുള്ളിൽ വളർച്ചയ്ക്കും വികസനത്തിനും വഴിവച്ചു. അബ്ബാസിഡ് സാമ്രാജ്യം അതിന്റെ അതിർത്തികൾ

കൂടുതൽ വിശാലമാക്കാൻ നിരന്തരം ശ്രമിച്ചിരുന്നു. അത് പുതിയ ആശയങ്ങളെയും സ്വാധീനങ്ങളെയും കേന്ദ്രത്തിലേക്കു കൊണ്ടുവരികയും ചെയ്തു.

ഏറ്റവും ചുരുങ്ങിയത് അദ്ദേഹം കേന്ദ്രത്തിലെങ്കിലും ശാസ്ത്രത്തിനും കലയ്ക്കുമായി ഒരു മാതൃക സൃഷ്ടിച്ചു. അതനുകരിച്ചുകൊണ്ട് അതിരുകളിലുള്ളവർക്കും വീണ്ടും വീണ്ടും സമാനപരിതഃസ്ഥിതികൾ സൃഷ്ടിക്കാനവസരം ലഭിച്ചു. കൂടെ, വളർന്നുവരുന്ന സമൂഹം, മനുഷ്യവംശം സൃഷ്ടിച്ച മഹത്തായ സംസ്കാരങ്ങളുടെ ഒരു നേരവകാശിയാണ് തങ്ങളെന്നബോധം സമാർജിക്കുകയുമായിരുന്നു. അതിനെ ഉപയോഗപ്പെടുത്തിക്കൊണ്ട് അൽ മൈമൂൺ ചരിത്രത്തിന്റെ പ്രധാന ആശയങ്ങളെ ചർച്ചകൾക്കും സംവാദങ്ങൾക്കുമായി തന്റെ നാട്ടിലേക്ക് കൊണ്ടുവന്നു. അതിന്റെ ആദ്യപടിയെന്ന നിലയിൽ, കണ്ടുപിടിത്തങ്ങളും പരീക്ഷണങ്ങളും അനാവരണങ്ങളും പൂർണമായും പിന്തുണയ്ക്കപ്പെടുന്ന ഒരന്തരീക്ഷം സൃഷ്ടിച്ചുകൊണ്ട്, പുതുക്കലുകളെയും നവീകരണങ്ങളെയും കാലത്തിന്റെ മുഖമുദ്രയാക്കാൻ അൽ മൈമൂൺ കഠിനശ്രമം നടത്തി. ഖലീഫയുടെ ആസ്ഥാനമെന്ന നിലയിൽ ബാഗ്ദാദ് ഇസ്ലാമിക ലോകത്തിന്റെ സാംസ്കാരിക തലസ്ഥാനമായിത്തീർന്നുകൊണ്ടിരുന്നു. അദ്ദേഹം ഖലീഫയുടെ ലൈബ്രറിയെ രൂപാന്തരപ്പെടുത്തി; തന്റെ പിതാവ് സ്ഥാപിച്ച അതിനെ ഒരു യഥാർഥ സർവകലാശാലയാക്കിമാറ്റി.

തന്റെ അതിവിസ്തൃതമായ സാമ്രാജ്യത്തെ നോക്കിനടത്തുന്നതിനൊപ്പം ഏറ്റവും മികച്ച പ്രതിഭകളെ റിക്രൂട്ട് ചെയ്യാൻ അദ്ദേഹം ശ്രമിക്കുക മാത്രമല്ല, സൃഷ്ടിപരമായ കഴിവുകളുള്ള പണ്ഡിതന്മാരുടെയും ശാസ്ത്രജ്ഞന്മാരുടെയും ഒരു വൻനിരയെത്തന്നെ തനിക്കു ചുറ്റും അണിനിരത്തുകയും ചെയ്തു. അദ്ദേഹം മധ്യകാല ലോകത്തിനു നൽകിയ ഏറ്റവും മികച്ച സംഭാവന ബായ്ത് ഉൽ ഹിക്മ (ഹൗസ് ഓഫ് വിസ്ഡം) തന്നെയായിരുന്നു. അക്കാലത്തെ ഏറ്റവും വലിയ "തിങ്ക് ടാങ്ക്" (ചിന്താസംഭരണി) ആയി അത് മാറി; ഒപ്പം ശാസ്ത്രത്തിന്റെ ആഗോള ഭാഷയായി അറബി അദ്ദേഹത്തിന്റെ ഭരണകാലത്തുതന്നെ മാറ്റത്തിനു വിധേയമാകുകയും ചെയ്തു. ലോകത്തിന്റെ നാനാഭാഗങ്ങളിൽനിന്നുമുള്ള ആയിരക്കണക്കായ പണ്ഡിതർ, പ്രത്യേകിച്ചും ഗ്രീസ്, ഈജിപ്ത്, പേർഷ്യ, സിറിയ, ഇന്ത്യ, ചൈന എന്നിവിടങ്ങളിൽനിന്നുള്ളവർ, ബായ്ത് ഉൽ ഹിക്മയിലേക്കൊഴുകിയെത്തുകയും ഗ്രീക്കിൽനിന്നും സിറിയക്കിൽ (കിഴക്കൻ ക്രിസ്ത്യൻ പണ്ഡിതന്മാരുടെ ഭാഷയായിരുന്നു അത്) നിന്നും, പഹ്ലവിയിൽ (ഇസ്ലാമിനുമുമ്പുള്ള ഇറാന്റെ ബൗദ്ധിക ഭാഷ) നിന്നും, ചൈനീസിൽനിന്നും, സംസ്കൃതത്തിൽനിന്നും അറബിയിലേക്ക് എണ്ണമറ്റ ഉജ്ജ്വലമായ ശാസ്ത്ര-തത്വചിന്താകൃതികൾ പരിഭാഷപ്പെടുത്തുകയും ചെയ്തു. പഴയ സംസ്കാരങ്ങളെ പഠിക്കുകയും അവയിൽനിന്ന് തർജമ ചെയ്യുകയും ചെയ്തുകൊണ്ട് മനുഷ്യവിജ്ഞാനത്തിന്റെ നൈരന്തര്യം കാത്തുസൂക്ഷിക്കുകയെന്ന മഹത്തായ കടമയാണ് മനുഷ്യരാശിക്കു

വേണ്ടി 'ബായ്ത് ഉൽ ഹിക്മ' നിർവ്വഹിച്ചത്; റോമിന്റെ പതനത്തോടെ ആ നൈരന്തര്യത്തിനു വന്നുചേർന്ന ഇടർച്ചയെ പരിഹരിക്കൽ. തർജമകളിൽ പങ്കെടുത്ത ഉന്നതശീർഷരായ വൈദ്യകുലപതികളിൽ ജിബ്രിൽ ഇബ്ൻ ബക്തിഷു, യുഹാന്ന ഇബ്ൻ മസാവയ്ഹ് (മെസ്യൂ-സീനിയർ), ഹുനായ്ൻ ഇബ്ൻ ഇഷാക് (ജൊഹാനിറ്റസ്) എന്നിവരുണ്ട്. ആ തർജമക്കാരിലേറെയും ക്രിസ്ത്യാനികളായിരുന്നുവെങ്കിലും, അവരെ അറബികൾ ബഹുമാനിക്കുകയും അവരോട് നന്നായി പെരുമാറുകയും ചെയ്തു. ലോകത്തിന്റെ എല്ലാ ഭാഗങ്ങളിൽനിന്നും ജാതി, മതം, വിശ്വാസപ്രമാണം എന്നിവയൊന്നും നോക്കാതെ പണ്ഡിതന്മാരെ വിളിച്ചുകൊണ്ടുവരികയും ഓരോ തർജമക്കാരനും അയാൾ തർജമ ചെയ്ത പുസ്തകത്തിന്റെ അത്രയും തൂക്കം സ്വർണം പ്രതിഫലം നൽകുകയും ചെയ്ത അൽ മൈമൂന്റെ നടപടിയിലെ സഹിഷ്ണുതാമനോഭാവം എടുത്തുപറയേണ്ടതാണ്. അതേസമയം, അക്കാലത്തെ റോമൻ/ബൈസാന്റിയൻ ചക്രവർത്തിമാർ ഗ്രീക്കുവിജ്ഞാനത്തെ അതിന്റെ പേഗനിസത്തിന്റെ പേരിൽ (ബഹുദൈവവിശ്വാസവും ക്രിസ്തുമതത്തിനു നിരക്കാത്ത കാഴ്ചപ്പാടുകളും) വേട്ടയാടിയ നടപടിയുമായാണതിനെ താരതമ്യപ്പെടുത്തി നോക്കേണ്ടത്. മഹാനായ അലക്സാണ്ടർ തന്റെ ഈജിപ്ഷ്യൻ പടയോട്ടത്തിൽ അലക്സാണ്ട്രിയയിലെ ലൈബ്രറി തകർത്തു (ബി സി 322). (കിഴക്കിന്റെ റോമാചക്രവർത്തിയായ തിയോഡോഷ്യസ് രണ്ടാമൻ (എ ഡി 408-450) വടക്കനാഫ്രിക്കൻ സ്കൂളുകളെ നശിപ്പിക്കുകയും അലക്സാണ്ട്രിയായിലെ പ്രസിദ്ധമായ ലൈബ്രറി നശിപ്പിക്കാനുത്തരവിടുകയും ചെയ്തു. ബൈസാന്റിയൻ ചക്രവർത്തിയായ സെനോ എ ഡി 489ൽ എഡേസ സ്കൂൾ അടച്ചുപൂട്ടിയതും ജസ്റ്റീനിയൻ ചക്രവർത്തി ഏഥൻസിലെ പ്ലേറ്റോയുടെ സ്കൂൾ എ ഡി 529 ൽ അടച്ചുപൂട്ടിയതും മുൻപ് സൂചിപ്പിച്ചുവല്ലോ! ഇതെല്ലാം മതാന്ധതയുടെയും സഹിഷ്ണുതാരാഹിത്യത്തിന്റെയും കറുത്ത ഉദാഹരണങ്ങളാണ്.)

വിജ്ഞാനത്തിന്റെ വീടിനായി നീക്കിവച്ച വമ്പിച്ച പൊതുമുതലും എതിരാളികളായ ബൈസാന്റിയൻ ചക്രവർത്തിയുടെ രാജകീയ സദസിൽ വിലയേറിയ പുസ്തകങ്ങൾക്കായി നിരന്തരം അപേക്ഷയുമായെത്തിയ അബ്ബാസിഡ് പ്രതിനിധിസംഘങ്ങളുടെ പ്രവർത്തനങ്ങളും വഴി പ്ലേറ്റോ, അരിസ്റ്റോട്ടിൽ, ഹിപ്പോക്രാറ്റസ്, ഗാലെൻ, യൂക്ലിഡ് എന്നിവരുടെ കൃതികൾ വിജയകരമായി കരസ്ഥമാക്കാനായി. ആ രണ്ടുവൻശക്തികളും തമ്മിൽ സമാധാനത്തിന് തയാറായപ്പോൾ ടോളമിയുടെ മാസ്റ്റർ പീസായ *അൽമാജെസ്റ്റ്* (*Almagest*)നൽകണമെന്ന് ഒരു വ്യവസ്ഥ അതിലുണ്ടായിരുന്നുവെന്ന് പറയപ്പെടുന്നു. വ്യത്യസ്ത പാരമ്പര്യങ്ങളിൽനിന്നുള്ള പണ്ഡിതന്മാരുടെ, പ്രത്യേകിച്ചും അറബ്, പേർഷ്യൻ പണ്ഡിതരുടെ, രക്ഷാധികാരിത്വത്തിനായി അറബികൾ ഒരു മത്സരം വളർത്തിക്കൊണ്ടുവന്നു. ആ പ്രതിഭാസം ഉന്നതനിലവാരത്തിലുള്ള ശാസ്ത്രീയവും സാഹിത്യപരവുമായ പ്രവർത്തനം നൂറ്റാണ്ടുകളോളം നീണ്ടുപോകുമെന്നതുറപ്പാക്കി.

ബായ്ത്ത് ഉൽ ഹിക്മയിൽ നിരന്തരം ഗവേഷണ/പഠനപ്രവർത്തനങ്ങൾ തടസം കൂടാതെ നടന്നതിന്റെ ഭാഗമായി ഗണിതശാസ്ത്രം, തത്വചിന്ത, ജ്യോതിശ്ശാസ്ത്രം, വൈദ്യം, ഒപ്ടിക്സ് എന്നിവയിലും മറ്റു മണ്ഡലങ്ങളിലും ഒരു ഗണ്യമായ അളവിൽ വൈജ്ഞാനിക മുന്നേറ്റം നടത്താനായി. അതുകൊണ്ടുതന്നെ അറബ് ശാസ്ത്രത്തെ ശരിയായിത്തന്നെ പുതിയ ശാസ്ത്രം എന്നു വിളിക്കാമെന്നായി. അതിന് പൊതുവേ പേരിട്ടത് "ഫൽസാഫ"(Falsafa) അഥവാ സ്വാഭാവിക തത്വചിന്ത എന്നായിരുന്നു. ഭൗതികശാസ്ത്രങ്ങളെയും, അതിഭൗതികതയുടെ മണ്ഡലത്തെയും ഒരുപോലെ ഉൾക്കൊണ്ട ഒരു പൂർണമായ ജ്ഞാന വ്യവസ്ഥയായിരുന്നു അത്. അരിസ്റ്റോട്ടിലിന്റെ ആശയങ്ങളും പരമ്പരാഗത മതപരമായ പഠനങ്ങളോട് അതിനുള്ള വൈരുധ്യവും അധികം വൈകാതെ അറബ് ചിന്തയെ സംബന്ധിച്ച് കേന്ദ്രസ്വഭാവമുള്ളതായി. മധ്യകാല ഏകദൈവ സങ്കൽപ്പനവും പുതിയ ശാസ്ത്രത്തിന്റെ പ്രമാണങ്ങളും തമ്മിൽ സമരം നടക്കുന്ന ലോകത്തിലെ ആദ്യത്തെ വലിയൊരു യുദ്ധരംഗമായി ബായ്ത്ത് അൽ ഹിക്മ ഉയർന്നുവന്നു. സ്വന്തം ചുറ്റുപാടുകളെ അറിയാനും അതിനെ നിയന്ത്രിക്കാനും മനുഷ്യന്റെ ഭാഗത്തു നിന്നുണ്ടാകുന്ന അഭിലാഷങ്ങൾ ദൈവത്തിന്റെ സർവശക്തിത്വത്തെ സംബന്ധിച്ച പരമ്പരാഗത ധാരണകളുമായി ഏറ്റുമുട്ടുന്നതിലേക്ക് നയിക്കുമെന്ന പരമ്പരാഗത ദൈവശാസ്ത്രചിന്തയെ തകർക്കുന്നതിലൂടെയാണ് അതിന്റെ മുന്നേറ്റം സാധ്യമായത്. നൂറ്റാണ്ടുകൾ ഏറെക്കഴിഞ്ഞ്, ക്രിസ്ത്യൻ യൂറോപ്പിലും ഇതേ സമരം ഉയർന്നുവരുന്നതിനും അതടിത്തറയിട്ടു. അതായിരുന്നു ഇസ്ലാമിക സംസ്കാരത്തിന്റെ ഏറ്റവുമുയർന്ന തലം. പേർഷ്യൻ-ഇന്ത്യൻ -ഗ്രീക്ക് പാഠങ്ങളിൽനിന്ന്-അരിസ്റ്റോട്ടിൽ, പ്ലേറ്റോ, ഹിപ്പോക്രാറ്റസ്, യൂക്ലിഡ് എന്നിവരുടെയും മറ്റുള്ളവരുടെയും- വിജ്ഞാനമുൾക്കൊണ്ടുകൊണ്ട് പണ്ഡിതർ ലോകത്തിലെ ഏറ്റവും വലിയ വിജ്ഞാനശേഖരം സംഘടിപ്പിക്കുകയും അതിന്മേൽ തങ്ങളുടെ തന്നെ കണ്ടുപിടിത്തങ്ങളും മുന്നേറ്റങ്ങളും സാധ്യമാക്കുകയും ചെയ്തു. ബായ്ത്ത് ഉൽ ഹിക്മ ഒരു മ്യൂസിയം, ലൈബ്രറി, തർജമകേന്ദ്രം, സ്കൂൾ, സമ്മേളന കേന്ദ്രം എന്നീ രൂപങ്ങളിൽ സേവനമനുഷ്ടിച്ചു. ഓരോ പ്രത്യേക വിജ്ഞാനശാഖകളുടെയും പ്രോത്സാഹനത്തിനും വളർച്ചയ്ക്കുമായി യോഗ്യതയുള്ളവരായ പ്രൊഫസർമാരുടെ കീഴിൽ പ്രത്യേകം പ്രത്യേകം ഡിപ്പാർട്ട്മെന്റുകൾ അവിടെയുണ്ടായിരുന്നു.

ഖലീഫാ അൽ മൈമൂണിന്റെ രക്ഷാധികാരിത്വത്തിൻ കീഴിൽ ബായ്ത്ത് ഉൽ ഹിക്മ പ്രത്യേകിച്ചും ഗണിതശാസ്ത്രം, തത്വചിന്ത, ഭൗതികശാസ്ത്രം, ജ്യോതിഷം എന്നിവയുമായി ബന്ധപ്പെട്ട പുതിയ പ്രവർത്തനങ്ങളേറ്റെടുത്തു. അക്കാലത്ത് ലൈബ്രറിയുടെ നേതൃത്വം കവിയും ജ്യോതിഷിയുമായ സാഹ്ൽ ഇബ്ൻ ഹാരുണിനായിരുന്നു. ഇതിഹാസ മാനമുണ്ടായിരുന്ന ഗണിതശാസ്ത്രജ്ഞനായ മൊഹമ്മദ് ഇബ്ൻ മൂസാ അൽ-ഖവാരിസ്മി (780-850), ജ്യോതിശ്ശാസ്ത്രത്തിലെ അതികാ

യന്മാരായ ബാനുമൂസ സഹോദരന്മാർ (മൊഹമ്മദ് ജഫാർ ഇബ്ൻ മൂസ, അഹ്മദ് ഇബ്ൻ മൂസ, അൽഹസ്സൻ ഇബ്ൻ മൂസ), അൽകിണ്ടി (801-873) എന്നിവരെല്ലാം മൈമൂന്റെ ഹൗസ് ഓഫ് വിസ്ഡത്തിൽ വളർന്നുവന്നവരാണ്. ഇവരിലെ "മൂസയുടെ മക്കളിൽ" ഏറ്റവും മൂത്തവനായ മുഹമ്മദ് ഖലീഫാ അൽ മൊത്താദിദിന്റെ (Al Motadid892-932) കീഴിൽ ഏറ്റവും ഉന്നത ഉദ്യോഗസ്ഥ പദവിയിലെത്തി. അദ്ദേഹം ജ്യോതിശ്ശാസ്ത്രത്തിലും ജ്യാമിതിയിലും സ്വന്തം വ്യക്തിമുദ്ര സ്ഥാപിച്ചു. രണ്ടാമനായ അഹ്മദ് മെക്കാനിക്സിൽ പ്രഗത്ഭനായി. മൂന്നാമൻ ജ്യാമിതിയിലെ ഏറ്റവും വലിയ പണ്ഡിതനായിത്തീർന്നു. സാധാരണ ജ്യാമിതിയിലും ഖഗോള (spherical) ജ്യാമിതിയിലുള്ള ഒരു പ്രബന്ധത്തിന് നാമവരോട് കടപ്പെട്ടിരിക്കുന്നു. ജാമിതീയ പ്രശ്നങ്ങളുടെ ഒരു സമാഹരണവും ജ്യാമിതിയുടെ ഒരു മാന്വലുമാണത്. ഇറ്റലിയിലെ ക്രിമോണയിലെ ജെർഹാർഡ് (Gerhard of Cremona, മരണം 1187. ഇറ്റാലിയൻ നവോത്ഥാന കാലഘട്ടത്തിലെ ലാറ്റിൻ അറബ് തർജമക്കാരൻ) അത് *ലിബെർട്രിയും ഹാട്രും ഡി ജ്യോമട്രിക്ക* എന്ന പേരിൽ ലത്തീനിലേക്ക് തർജമ ചെയ്യുകയും ദീർഘകാലമത് ജ്യാമിതിയിലേക്കുള്ള ഒരു പ്രവേശികയെന്ന നിലയിൽ അതിന്റെ സ്ഥാനം നിലനിർത്തുകയും ചെയ്തു. മുസ്ലീം ശാസ്ത്രീയ പണ്ഡിതരെ വാർത്തെടുക്കാൻ അൽ മൈമൂൺ കാട്ടിയ ആഴമേറിയ വ്യക്തിപരമായ താൽപ്പര്യമുണ്ടായിരുന്നില്ലെങ്കിൽ, ഏറ്റവുമുന്നതനായ നവ പ്ലേറ്റോവാദ അറബ് തത്വചിന്തകനായ അൽ-കിണ്ടിയെപ്പറ്റി നാം കേൾക്കുമായിരുന്നില്ല. അൽകിണ്ടിയാണ് അൽ-മൈമൂന്റെ മകനും അനന്തരാവകാശിയുമായ അൽമുത്താസിമിന്റെ അധ്യാപകനായിരുന്നത്. അൽ ക്വവാരിസ്മിയും അൽ മൈമൂന്റെ വ്യക്തിപരമായ കണ്ടുപിടിത്തമായിരുന്നു. അദ്ദേഹത്തെ പിന്നീട് ഔദ്യോഗിക ജ്യോതിശ്ശാസ്ത്രജ്ഞനായി മൈമൂൻ നിയമിച്ചു. 829 ൽത്തന്നെ മൈമൂൻ പണം മുടക്കിയുണ്ടാക്കിയ ആദ്യത്തെ വാനനിരീക്ഷണകേന്ദ്രത്തിന്റെ നിർമിതി പൂർത്തിയായിക്കഴിഞ്ഞിരുന്നു. അത് നിലനിന്നിരുന്നത് ബാഗ്ദാദിലെ ഷമ്മാസിയായിലാണ്; ബായ്ത് അൽഹിക്മയുടെ ശാസ്ത്രീയ അക്കാദമിയുമായി ബന്ധപ്പെട്ട്-ഒരു ഭരണകൂടം ശാസ്ത്രീയ നിരീക്ഷണത്തിനായി ഒരു സ്ഥാപനം സ്ഥാപിച്ചുവെന്ന നിലയിൽ ആ വാനനിരീക്ഷണ കേന്ദ്രം ശാസ്ത്രത്തിന്റെയും ജ്യോതിശ്ശാസ്ത്രത്തിന്റെയും ചരിത്രത്തിൽ ഒരു നാഴികക്കല്ലായിത്തീർന്നു. ആ വാനനിരീക്ഷണകേന്ദ്രത്തിൽനിന്ന് 830 ാമാണ്ടിൽ, സോളാർ അപ്പോജി (Apogee)യുടെ സ്ഥാനം '82039' ആയി നിർണയിച്ചു. അൽ മൈമൂന്റെ സദസിലെ ജ്യോതിശ്ശാസ്ത്രജ്ഞന്മാർ അയനത്തിന്റെ ചായ്വ് 23° 33' ആണെന്ന് കണ്ടുപിടിക്കുകയും ഭൂഗോളചലനത്തിന്റെ പട്ടികകൾ നിർമിക്കുകയും ചെയ്തു. ഭൂമിയുടെ വലുപ്പം നിർണയിക്കാനായി രണ്ട് ഡിഗ്രി-അളവുകൾ നടത്താനും അദ്ദേഹം ആജ്ഞാപിച്ചു. മറ്റു സമമൂല്യങ്ങളിൽ (equialent) പ്രകടിപ്പിക്കപ്പെടുന്ന രീതിയിൽ, ഒരു ഭൗമ ഡിഗ്രിയുടെ ദൂരമളന്നുകൊണ്ട് ഭൂമിയുടെ ചുറ്റളവ് കണ്ടുപിടിക്കാമെന്നതിനനു

സരിച്ച് ഒരു ഭൗമ ഡിഗ്രിയെന്നത് 111.812 കിലോമീറ്ററാണെന്നും അതിലൂടെ ഭൂമിയുടെ ചുറ്റളവ് 40253.4 കിലോമീറ്ററാണെന്നും കണ്ടുപിടിച്ചു. (യഥാർഥ ചുറ്റളവ് ഭൂമധ്യരേഖയിലൂടെ അളന്നാൽ 40253.4 കിലോമീറ്ററും, ധ്രുവങ്ങളിലൂടെ അളന്നാൽ 40068.6 കിലോമീറ്ററുമാണ്.) അൽ മൈമൂന്റെ ജ്യോതിശ്ശാസ്ത്ര നിരീക്ഷണങ്ങളുടെ പ്രഖ്യാപിതലക്ഷ്യം ടോളമിയുടെ മാതൃകകൾ വച്ചു കണക്കുകൂട്ടലിലൂടെ കിട്ടുന്ന ഫലങ്ങളുമായി താരതമ്യപ്പെടുത്തി നോക്കി ടോളമിയൻ നിരീക്ഷണങ്ങൾ ശരിയാണോയെന്നു കണ്ടെത്തുകയായിരുന്നു. ടോളമിക്കു ശേഷം ഏതാണ്ടെഴുന്നൂറ് വർഷങ്ങൾ കഴിഞ്ഞ് ബാഗ്ദാദിലും ഡമാസ്കസിലുമാണ് യഥാർഥ നിരീക്ഷണങ്ങൾ നടത്തപ്പെട്ടത്. കിട്ടിയ ഫലങ്ങൾ അൽ-സിജ് അൽ-മുംതിഹാനിൽ (പരിശോധിച്ച പട്ടികകൾ) പ്രസിദ്ധീകരിച്ചിരിക്കുന്നു.

ഒരുപറ്റം പണ്ഡിതരെ ഒന്നിച്ചു ചേർത്ത്, അൽ മൈമൂൻ അവരോട് ലോകത്തിന്റെ ഒരു ഭൂപടം തയാറാക്കാനാവശ്യപ്പെട്ടു. അൽ-മൈമൂനൈറ്റ് പിക്ചർ (അൽ-മൈമൂണിന്റെ ചിത്രം) എന്ന പേരിൽ അവരത് നിർവഹിച്ചു. ടോളമിയുടെ ജീവിതകാലത്തും മറ്റ് ഗ്രീക്ക് ഭൗമശാസ്ത്രജ്ഞരുടെ കാലത്തും ഉണ്ടാക്കിയതിനേക്കാൾ വളരെ മികച്ച ഒന്നായിരുന്നു അത്. അൽ മൈമൂന്റെ മാപ്പുകളാണ് (ഭൂപടങ്ങൾ) കൃത്യമായ സ്കെയിലുകൾ രേഖപ്പെടുത്തിക്കൊണ്ട് നിർമിച്ച ലോകത്തിലെ ആദ്യ ഭൂപടങ്ങൾ. അതു മൂലം മാപ്പിൽ നോക്കിത്തന്നെ രണ്ടു പോയിന്റുകൾക്കിടയിലെ അകലം കണ്ടുപിടിക്കാം. അത് പ്രസിദ്ധവും അത്ഭുതകരവുമായ കാര്യങ്ങളാണ്, ലോകത്തിന്റെ പ്രത്യേകഭാഗങ്ങളെ സംബന്ധിച്ചിടത്തോളം, നിർവഹിച്ചത്. അതിലൊന്നായിരുന്നു ചൈനയിലെ വൻമതിലിന്റെ സ്ഥാനം ഭൂമിശാസ്ത്രപരമായി കൃത്യമായി രേഖപ്പെടുത്തിയെന്ന ശ്രദ്ധേയമായ നേട്ടം. *അൽമൈമൂന്റെ ഭൂമിശാസ്ത്രം* എന്ന പൂർത്തീകരിക്കപ്പെട്ട കൃതി ഏതു തരത്തിൽ നോക്കിയാലും വളരെ ആകർഷകമായ ഒരു രേഖയായിരുന്നു. അദ്ദേഹത്തിന്റെ ഭൂമിശാസ്ത്രത്തിൽ, ആ തത്വചിന്തകൻ ഭൂമിയുടെ ഒരു വിവരണം നൽകുന്നു. നഗരങ്ങളും മലകളും കടലുകളും ദ്വീപുകളും നദികളും ഉറവകളുമെല്ലാം സംബന്ധിച്ച വിവരണങ്ങൾ. അതോടൊപ്പം ജനവാസമുള്ള നഗരങ്ങളും കൃഷിചെയ്യുന്ന കൃഷി ഭൂമികളും സൂചിപ്പിക്കുകയും ചെയ്യുന്നു. അക്കാലത്ത് നഗരങ്ങളുടെ എണ്ണം 4530 ആയിരുന്നു. ഒന്നിനു പുറകെ മറ്റൊന്നായി ഓരോ പ്രദേശങ്ങളിലേതുമെന്നനിലയിൽ അവ ലിസ്റ്റിൽ കാണിച്ചിരിക്കുന്നു. അറിയപ്പെടുന്ന ലോകത്തിലെ മലകൾ (അവ ഏറെക്കുറെ 200 ആയിരുന്നു) ചുവപ്പ്, മഞ്ഞ, പച്ച, മറ്റു നിറങ്ങൾ എന്നിവയുപയോഗിച്ച് പെയ്ന്റ് ചെയ്തിരുന്നു. അവയുടെ ഉയരങ്ങൾ, അവയിലെ നിക്ഷേപങ്ങൾ, ലോഹങ്ങൾ, വിലയേറിയ കല്ലുകൾ എന്നിവയും പട്ടികയിൽ കാണിച്ചിരുന്നു. 230 പ്രധാന ഉറവകളുടെയും 290 നദികളുടെയും ലിസ്റ്റുമുണ്ടായിരുന്നു. ഈ എല്ലാ ജലശേഖരങ്ങളും, അവയുടെ വലുപ്പത്തിനും രൂപത്തിനുമനുസരിച്ച്, വ്യത്യസ്ത നിറങ്ങളിൽ ചിത്രീകരിക്കപ്പെട്ടിരുന്നു.

അൽ മൈമൂന്റെ ശാസ്ത്രീയ വിജയം അതിന്റെ ഏറ്റവും ഉന്നതമാനത്തിലെത്തിയത് ബായ്ത്ത് അൽ ഇക്മയിലെ അദ്ദേഹത്തിന്റെ ജ്യാമിതീയ വിദഗ്ധർ ഭൂഗോളത്തിന്റെ പ്രാദേശിക തെക്ക് - വടക്ക് ധ്രുവരേഖകളിൽനിന്ന് ഗണ്യമായ കൃത്യതയോടെ ക്വിബ്‌ലയുടെ സ്ഥാനം നിർണയിച്ചപ്പോഴാണ്. പരമ്പരാഗത വിശുദ്ധ ഭൂമിശാസ്ത്രം ക്വിബ്‌ലയുടെ സ്ഥാനം നിർവചിക്കുന്നത് വിശ്വാസിയും മെക്കയും തമ്മിലുള്ള സാമാന്യബുദ്ധിപ്രകാരമുള്ള ഒരു നേർവരവരച്ചാണ്. പക്ഷേ യഥാർഥത്തിൽ ബായ്ത്ത് ഉൽ ഹിക്മയിലെ ജ്യോതിശ്ശാസ്ത്രജ്ഞർക്കും ഗണിതശാസ്ത്രജ്ഞർക്കും ഭൂമിയുടെ ഗോളാകൃതിയെക്കുറിച്ചറിയാമായിരുന്നതുകൊണ്ട് ശരിയായ ക്വിബ്‌ല (അറബിക്കിലെ അൽ സുമുത്ത് എന്ന വാക്കിൽ നിന്നാണ് "അസിമുത്ത്" എന്ന പദം രൂപപ്പെടുന്നത്) എന്നിന്നേവരെ അറിയപ്പെടുന്ന പ്രാർഥനയുടെ സ്ഥാനത്തുനിന്ന് കൃത്യമായൊരു ആംഗിളിലുള്ള വളഞ്ഞ രേഖയായിരിക്കുമെന്നറിയാമായിരുന്നു. വലിയ വൃത്ത അളവുകളെടുക്കുന്ന അത്തരമൊരു സമ്പ്രദായമാണ് ഭൂമിശാസ്ത്രപരമായ ദൂരങ്ങളും ദിശകളും നിർണയിക്കുന്നതിന്റെ ആധുനികകാല കണക്കുകൂട്ടലുകളുടെ അടിസ്ഥാനമിട്ടത്. അതിനെക്കാളെല്ലാം പ്രധാനപ്പെട്ട മറ്റൊരു കാര്യം ഇന്ത്യൻ മഹാസമുദ്രത്തെ കരയാൽ ചുറ്റപ്പെട്ട ഒരു സമുദ്രമായി അവതരിപ്പിച്ചിരുന്ന ടോളമിയുടെ പരമ്പരാഗത രീതിയെ തള്ളിക്കളഞ്ഞുകൊണ്ട് വാസയോഗ്യമായ ലോകത്തെ മുഴുവൻ ചുറ്റി ഒരു ആഗോള ജലശരീരം നിലനിൽക്കുന്നുണ്ടെന്ന് ആദ്യമായി ഖലീഫയുടെ പണ്ഡിതന്മാർ വ്യക്തമാക്കിയതാണ്. ഭൂപടനിർമാണവിദ്യയിൽ ഒരു നിർണായക കുതിച്ചുചാട്ടമായിരുന്നു അത്. 15 ാം നൂറ്റാണ്ടിന്റെ മധ്യത്തിൽ, കണ്ടുപിടിത്തങ്ങളുടെ യുഗമെന്നു വിളിക്കപ്പെട്ട കാലത്തെ അപേക്ഷിച്ച് അറുനൂറ് കൊല്ലം മുമ്പേ തന്നെ. അദ്ദേഹത്തിന്റെ ജ്യോതിശ്ശാസ്ത്ര സംഭാവനകളുടെ പേരിൽ, ലോകം പിന്നീട് ചന്ദ്രനിലെ ഒരു ഗർത്തം അദ്ദേഹത്തിന്റെ പേരിൽ, 'മൈമൂൺ ഗർത്തം" എന്ന് നാമകരണം ചെയ്തു.

അൽ-മൈമൂന്റെ തർജമ ജോലിക്കാരിൽ പ്രമുഖ തർജമക്കാരനായ ബഹുഭാഷാപണ്ഡിതനായ ഹുനായ്ൻ ഇബ്ൻ ഇഷാക്കും അദ്ദേഹത്തിന്റെ 90 തർജമക്കാരുടെ ടീമും ഉൾപ്പെടുന്നു. അദ്ദേഹമാണ് അക്ഷരാർഥത്തിലുള്ള തർജമയ്ക്കു പകരം ആശയങ്ങളും പരികൽപ്പനകളും തർജമ ചെയ്യുന്ന രീതി പുതുതായി കൊണ്ടുവന്നത്. തർജമ പ്രസ്ഥാനത്തിലെ ഒരു പുതു രീതിയായിരുന്നു അത്. അദ്ദേഹം അറബിയിലേക്ക് തർജമ ചെയ്ത പുസ്തകത്തിന്റെ അതേ തൂക്കം സ്വർണമാണ് ഖലീഫ അദ്ദേഹത്തിന് നൽകിയിരുന്നത്. അത് തെളിയിക്കുന്നത് മുസ്ലീം സംസ്കാരത്തിൽ വിജ്ഞാനത്തിനും വിജ്ഞാന പ്രചരണത്തിനും എത്രമാത്രം വില കൽപ്പിക്കപ്പെട്ടിരുന്നുവെന്നതാണ്. ഗ്രീക്ക്, ശാസ്ത്രീയ ഗ്രന്ഥങ്ങൾ അറബിയിലേക്ക് തർജമ ചെയ്തിരുന്നവരിൽ ഏറ്റവും ഉന്നതനായി പരിഗണിക്കപ്പെടുന്നയാളാണ് ഒരു നെസ്തോറിയൻ ക്രിസ്ത്യാനിയായ ഹുനായ്ൻ ഇബ്ൻ ഇഷാക് (809-873) അദ്ദേഹത്തിന് ഗ്രീക്ക് ഭാഷയിൽ ആഴ

മേറിയ വൈദഗ്ധ്യവും അലക്സാണ്ട്രിയയിൽ വികസിച്ചുവന്ന പാഠവിമർശവുമായി പരിചയവും ഉണ്ടായിരുന്നു. മൊത്തത്തിൽ ഹുനായ്ൻ ഗാലെന്റെ 20 പുസ്തകങ്ങൾ സിറിയക്കിലേക്ക് തർജമ ചെയ്തു. പതിനാല് പ്രബന്ധങ്ങൾ അറബിയിലേക്കും. അടുത്ത തലമുറ തർജമക്കാർക്ക് ഹുനായ്നിൽനിന്നും അദ്ദേഹത്തിന്റെ ശിഷ്യന്മാരിൽ നിന്നും പരിശീലനം ലഭിച്ചു. ഹുനായ്ന്റെ പ്രവർത്തനത്തിന്റെ രീതിയും നിലവാരവും നമുക്കദ്ദേഹത്തിന്റെ ആത്മകഥയായ *രിസാലത്ത് ഹുനാൻ ഇബ്ൻ ഇഷാക്*ൽ നിന്നും 865 ൽ അലിഇബ്ൻ യഹ്യായ*ക്കയച്ച കത്തുകളിൽനിന്നും അറിയാനാവും. ആ കത്തുകളുടെ പാഠവും അതിന്റെ തർജമയും ഇസ്താംബൂളിലെ അയസോഫിയ മുസ്ലീം പള്ളിയിൽനിന്നു ലഭ്യമായ രണ്ട് കയ്യെഴുത്തു പ്രതികളിൽനിന്ന് ജി ബർഗെസ്ട്രസർ (*G Bargestrasser-1886-1933 -German Linguist specialising in Semientology*) 1925 ൽ ലീപ്സിഗിൽ (ജർമനിയിലെ ഒരു വലിയ നഗരം) പ്രസിദ്ധീകരിച്ചു. ഹുനായ്ന്റെ കൂടെ പ്രവർത്തിച്ചിരുന്നവരിൽ പ്രമുഖനായ ഒരാൾ അദ്ദേഹത്തിന്റെ മകൻ ഇഷാകും, മറ്റൊരാൾ മരുമകനായ ഗുബായ്ഷ് ഇബ്ൻ അൽ-ഹസനുമായിരുന്നു. അവർ മൂത്താവക്കീലിന്റെ കാലത്ത് പ്രവർത്തനനിരതരായിരുന്നു. ഹുബായ്ഷ് ഹിപ്പോക്രാറ്റസിന്റെ ഗ്രീക്ക് പാഠങ്ങളും ഡിയോസ്കോറിഡെസിന്റെ സസ്യശാസ്ത്ര രചനകളും തർജമ ചെയ്തു. അവയാണ് പിൽക്കാലത്ത് അറബ് ഫാർമക്കോപ്പിയയുടെ (ഔഷധനിർമാണ-പ്രയോഗശാസ്ത്രം) അടിസ്ഥാനമായിത്തീർന്നത്.

ബൈസാന്റിയൻ സാമ്രാജ്യത്തിലുണ്ടായിരുന്ന ഏറ്റവും പ്രസിദ്ധമായ കയ്യെഴുത്തുപ്രതികൾ ശേഖരിക്കാനായി അൽ മൈമൂൻ ഒരു പ്രതിനിധിയെ അയച്ചിരുന്നുവെന്നും അങ്ങനെ കിട്ടിയവ അറബിയിലേക്ക് തർജമ ചെയ്തുവെന്നും വിശ്വസിക്കപ്പെടുന്നു. ബൈസാന്റിയൻ ചക്രവർത്തിയായ അർമീനിയക്കാരൻ ലിയോണിന്റെമേൽ വിജയം നേടിക്കഴിഞ്ഞപ്പോൾ സമാധാന സ്ഥാപനത്തിനുള്ള വ്യവസ്ഥയായി അൽ മൈമൂൻ മുന്നോട്ടുവച്ചത് *അൽമാജെസ്റ്റ്*ന്റെ ഒരു കോപ്പി തനിക്ക് കൈമാറണമെന്നതായിരുന്നുവെന്ന് പറയപ്പെടുന്നു. തന്റെ ലൈബ്രറിയിൽ ഉൾപ്പെടുത്തുന്നതിനായി കൈകൊണ്ടെഴുതിയ പുസ്തകങ്ങളുടെയും കയ്യെഴുത്തുപ്രതികളുടെയും ഒരു വൻശേഖരം ഖുറാസാനിൽ നിന്നും നൂറ് ഒട്ടകങ്ങളുടെ പുറത്തു കയറ്റി അൽ മൈമൂൻ ബാഗ്ദാദിലേക്ക് കൊണ്ടുവന്നുവെന്ന് പറയപ്പെടുന്നുണ്ട്. ഈ വിഷയത്തിൽ ഏറ്റവുമടുത്തിടെ പ്രസിദ്ധീകരിക്കപ്പെട്ട ഒരു പഠനമായ *ഗ്രീക്ക് ചിന്ത, അറബിസംസ്കാരം* എന്ന തന്റെ പുസ്തകത്തിൽ ഡിമിട്രി ഗുത്സാവ് (Dimitri Gutsav-Professor of Greeko - Arab studies in Yale University-1998) പറയുന്നു:

---

* അൽ അന്തലൂസ്, ഹമൂദിദ് രാജവംശത്തിലെ കോർഡബായിലെ ഖലീഫയായിരുന്നു അലു ഇബ്ൻ യഹ്യായ, മരണം 1035.

കൃത്യമായിപ്പറഞ്ഞാൽ അബാസിഡ് ഭരണത്തിന്റെ രണ്ടാമത്തെ നൂറ്റാണ്ടിലാണ്, ഗവേഷണത്തിന്റെയും അപഗ്രഥനത്തിന്റെയും സ്പിരിറ്റ് ഗ്രീക്ക് ചിന്തകൾ ഉദ്ദീപിപ്പിച്ചതിന്റെ ഫലമായി, തർജമയുമായി ബന്ധമില്ലാത്തതും വിവിധ വിഷയങ്ങളിൽ പണ്ഡിതോചിതവുമായ പരിശ്രമങ്ങൾ, സൂക്ഷ്മതയും ഗഹനതയും കൈവരിച്ചത്. ഒരു വലിയ പറ്റം ആശയങ്ങൾ ഉടനടി സ്വീകരിക്കപ്പെടാനാവുന്ന വിധത്തിൽ ലഭ്യമായി. തർജമ സാഹിത്യത്തിൽ കൈകാര്യം ചെയ്യപ്പെട്ടിരുന്ന വിഷയങ്ങൾ മാത്രമല്ല കഴിവുറ്റ മനസുകളെ സ്വാധീനിച്ചവ. എല്ലാത്തരത്തിലുമുള്ള ബൗദ്ധിക വ്യവഹാരങ്ങൾ അക്കാലത്തിന്റെ സാമാന്യ രീതിയായി മാറി. രക്ഷാധികാരികൾ ഗ്രീക്കുകാരിൽനിന്നും കൈമാറിക്കിട്ടിയ വിജ്ഞാനത്തിൽ മാത്രമല്ല തൽപ്പരരായിരുന്നത്. മറിച്ച് അവർ ഈ വിജ്ഞാനമുയർത്തിക്കൊണ്ടുവന്ന പ്രധാന പ്രശ്നങ്ങളിലും അതുയർത്തിയ പ്രധാന പ്രത്യയശാസ്ത്രവെല്ലുവിളികളിലും കൂടി തൽപ്പരരായി.

ആധുനിക പണ്ഡിതർ മൈമൂന്റെ 832ലെ പ്രസിദ്ധമായ ഈജിപ്ഷ്യൻ പിരമിഡ് സന്ദർശനവേളയിലെ സാഹസികയാത്രയുടെ കഥയിൽ സംശയം പ്രകടിപ്പിക്കുന്നുണ്ടെങ്കിലും അക്കാര്യത്തിൽ മധ്യകാല അറബ് ക്രോണിക്ലർമാർക്ക് (സംഭവങ്ങൾ കാലഗണനപ്രകാരം രേഖപ്പെടുത്തുന്നവർക്ക്) സംശയമൊന്നുമുണ്ടായിരുന്നില്ല. അവരെ സംബന്ധിച്ച്, വിജ്ഞാനത്തോടുള്ള ഒരിക്കലും ശമിക്കാത്ത ആർത്തിയുണ്ടായിരുന്ന ഖലീഫയുടെ പെരുമാറ്റം അദ്ദേഹത്തിന്റെ സ്വഭാവത്തിന് തികച്ചും ചേർന്നതു തന്നെയാണ്. അൽ മൈമൂനെ ഈജിപ്തിലേക്കുള്ള അദ്ദേഹത്തിന്റെ യാത്രയിൽ ഒരു പണ്ഡിതനായ ക്രിസ്ത്യാനി അനുഗമിച്ചു. അന്ത്യോഖ്യായിലെ (Antioch in Turkey)ആർച്ച് ബിഷപ്പായ ഡയനീഷ്യസിന്റെ മാർഗദർശനത്തിൻ കീഴിൽ അദ്ദേഹം ഗുഹാമാർഗത്തിൽ പ്രവേശിക്കുകയും ഒരു ചെറിയ ദൂരം അതിലൂടെ മുന്നോട്ടു നീങ്ങുകയും ചെയ്തപ്പോൾ മുന്നോട്ടൊരു വഴിയുമില്ലാത്ത ഒരടഞ്ഞ സ്ഥലത്തെത്തി. തനിക്കുചുറ്റുമുള്ള നിർമാണങ്ങളെല്ലാം കടുപ്പമേറിയതായിരുന്നുവെന്നതിനാൽ പിരമിഡ് "ജോസഫിന്റെ ധാന്യപ്പുര"കളല്ലെന്ന് (*ബൈബിളി*ലെ ജോസഫ് ഫറവോയുടെ മന്ത്രിയായിരുന്നപ്പോളുണ്ടാക്കിയ ധാന്യപ്പുരകൾ) അദ്ദേഹം തീരുമാനിച്ചു. അവ പുരാതന രാജാക്കന്മാരുടെ കല്ലറകൾക്കു മുകളിൽ നിർമിക്കപ്പെട്ടിട്ടുള്ള ക്ഷേത്രങ്ങളായിരിക്കാനാണ് കൂടുതൽ സാധ്യതയെന്നും അദ്ദേഹമനുമാനിച്ചു. 13 ാം നൂറ്റാണ്ടിലെ ഈജിപ്ഷ്യൻ എഴുത്തുകാരൻ വിവരിക്കുന്നത് മൈമൂനും അദ്ദേഹത്തിന്റെയാളുകൾക്കും ഉള്ളിലെ വഴികൾക്കുള്ളിൽ ഭീതിജനകമായ അനുഭവങ്ങളുണ്ടായെന്നും അതിനകത്തവർ ക്യൂബുകളുടെ രൂപത്തിലുള്ള മുറികളും മാർബിൾ പാകിയ അടിത്തറകളും ജീർണിച്ച മനുഷ്യാവശിഷ്ടങ്ങളും കണ്ടുവെന്നുമാണ്. ഒരു പാറക്കല്ല് തകർത്ത് അദ്ദേഹം സൃഷ്ടിച്ച പ്രവേശന ദ്വാര

ത്തിലൂടെയാണ് എല്ലാവർഷവും ദശലക്ഷക്കണക്കായ ടൂറിസ്റ്റുകൾ യാത്ര ചെയ്യുന്നത്. ഗ്രീക്ക്-ഈജിപ്ഷ്യൻ ക്ഷേത്രങ്ങളിൽനിന്ന് തനിക്കു കിട്ടിയ അനുഭവങ്ങളിൽനിന്ന്, പിരമിഡുകൾക്കുള്ളിൽ ആലേഖനം ചെയ്യപ്പെട്ട ശിലാഫലകങ്ങളും പുസ്തകങ്ങളും കല്ലിൽ കൊത്തിവച്ച രൂപത്തിലുള്ള കാര്യങ്ങളുമെല്ലാം കിട്ടുമെന്ന് സംശയലേശമെന്യേ മൈമൂൻ കരുതിയിരുന്നു. അതിൽനിന്നെല്ലാം പിതാമഹന്മാരെയും പൂർവപിതാക്കന്മാരെയും കുറിച്ച് പഠിക്കാനാവുമെന്ന് മൈമൂനിൽ ആളിക്കത്തിയിരുന്ന വിജ്ഞാന ദാഹം അദ്ദേഹത്തോട് പറഞ്ഞിരുന്നു.

മുൻകാല ഖലീഫമാരിൽനിന്ന് വ്യത്യസ്തമായി, മതപരമായ ആധികാരികതയ്ക്കും ന്യായയുക്തതയ്ക്കും മുന്നിലുയർന്നുവന്ന പ്രശ്നങ്ങൾക്ക് വിപ്ലവകരമായ പുതിയ പരിഹാരങ്ങൾ നിർദേശിക്കാൻ തന്റെ അധികാരശക്തിയെ അദ്ദേഹം ഉപയോഗിച്ചു. ദൈവം ഒരുതരത്തിലും മനുഷ്യനുമായി സാദൃശ്യമുള്ളവനല്ലെന്ന് അദ്ദേഹം വിശ്വസിച്ചു. അദ്ദേഹത്തെ സംബന്ധിച്ച്, ദൈവം സംസാരിക്കില്ല; ഏറ്റവും ചുരുങ്ങിയത് മനുഷ്യൻ സംസാരിക്കുന്ന രീതിയിലെങ്കിലും. മറിച്ച്, ലോകത്തിലെ വിവിധ വസ്തുക്കളെ സൃഷ്ടിക്കാനായി ഉപയോഗിച്ച അതേ രീതിയിൽ അദ്ദേഹം കൊണ്ടുവരുന്ന എന്തോ ഉണ്മയായിരിക്കും അദ്ദേഹത്തിന്റെ സംസാരം. പിൽക്കാലജീവിതത്തിൽ, ഒരു കടുത്ത ദൈവവിശ്വാസിയായിരുന്ന മാമൂൻ കൃത്യമായ ഈ തത്വത്തെ പൊതുവായി അംഗീകാരമുള്ളതാക്കി മാറ്റാൻ വലിയ തോതിൽ ശ്രമം നടത്തി. അദ്ദഹം യഥാർഥത്തിൽ ജാഹ്മി ചിന്താധാരയുടെ അനുയായിയായിരുന്നു. എല്ലാ മാനുഷിക പ്രവർത്തനങ്ങളെയും നിർണയിക്കുന്നത് ദൈവമാണ്; ദൈവം, ശരീരവും മാനുഷിക ഗുണങ്ങളുമുള്ള ഒരാളെന്നതിൽ നിന്നേറെ ഭിന്നമായി "തന്റെ സൃഷ്ടിയുമായി മിശ്രിതപ്പെട്ടിരിക്കുന്നു;" (അതുമായി പ്രത്യക്ഷമായി വൈരുധ്യമുണ്ടാകും വിധം) ദൈവമല്ലാത്ത എല്ലാം (*ഖുറാന*ടക്കം) സൃഷ്ടിക്കപ്പെട്ടവയുമാണ് എന്നതാണ് ജാഹ്മി ചിന്താധാര. ദൈവത്തിന്റെ വചനം സൃഷ്ടിക്കപ്പെട്ടതാണെന്ന കാര്യം നിഷേധിക്കുന്നതിലൂടെ, ലിറ്ററലിസ്റ്റുകൾ (എഴുതപ്പെട്ടതതേവിധം തന്നെ വാച്യാർഥത്തിൽക്കാണണമെന്ന്-*ഖുറാനെ* അതേപടി വാച്യാർഥത്തിൽക്കാണണമെന്ന്-വാദിക്കുന്നവർ) ക്രിസ്ത്യാനികളുടെ അതേ തെറ്റ് ആവർത്തിക്കുകയാണ് (അദ്ദേഹത്തിന്റെ അഭിപ്രായത്തിൽ). ക്രിസ്ത്യാനികൾ വചനം മാംസമായ ക്രിസ്തു ദൈവത്തിനൊപ്പം നിത്യമായ ഒന്നായി നിൽക്കുന്നുവെന്ന് വിശ്വസിച്ചു. ഈ വിശ്വാസത്തിന്റെ തുടർച്ചയായി, 833 ൽ, അഭൂതപൂർവമായ ഒരു നടപടി സ്വീകരിച്ചുകൊണ്ട് മൈമൂൻ വേദപ്രമാണത്തിന്റെ കാര്യത്തിൽ തന്റെ നിലപാടുകളംഗീകരിക്കുന്നതായി പ്രഖ്യാപിക്കാൻ എല്ലാ മതപണ്ഡിതന്മാരോടുമാജ്ഞാപിച്ചു. ചരിത്രത്തിൽ "മിഹ്ന" എന്നറിയപ്പെട്ട ആ മതശാസനം തുടർന്ന് 15 വർഷം കൂടി നീണ്ടുനിന്നു. നിയമങ്ങളിലൂന്നുന്ന (ഖുറാന്റെ നിയമങ്ങളിലൂന്നുന്ന) ഒരു സംസ്കാരത്തിനുമേലെ, പ്രത്യേകിച്ചും ധിക്കാരികളായ പാരമ്പര്യവാദികൾക്കും ആചാരവാദികൾക്കുമെ

തിരെ, തന്റെ ദൈവശാസ്ത്രപരവും നിയമപരവുമായ അധികാരം സ്ഥാപിക്കാനുള്ള ഒരു ശ്രമമായിരുന്നു മിഹ്ന. ദൈവമൊഴികെ നിലനില്ക്കുന്നതെല്ലാം അവനാൽ സൃഷ്ടിക്കപ്പെട്ടവയും ഉണ്മയിലേക്ക് കൊണ്ടുവരപ്പെട്ടവയുമാണെന്ന കാര്യത്തിനൂന്നൽ നല്കാൻ അദ്ദേഹം ബാഗ്ദാദ് പണ്ഡിതന്മാരോട് കല്പിച്ചു. വേദപ്രമാണം സൃഷ്ടിക്കപ്പെട്ടതാണെന്നു പറയുമ്പോൾ, അവർ ബോധപൂർവ്വമായല്ലാതെ, തന്റെ സ്വന്തം സൃഷ്ടികളിൽ നിന്ന് തന്നെ വേറിട്ട് നിർത്തുന്ന ആ ശക്തിയെ ദൈവത്തിന് നിഷേധിക്കുകയാണ്; അതാണ് അദ്ദേഹത്തെ മറ്റൊന്നുമായി സമാനതകളില്ലാത്ത 'ഹിസ് മെജസ്റ്റി'യാക്കുന്നത്, അതായത്, സ്വന്തം ബുദ്ധികൊണ്ട് എല്ലാറ്റിനെയും സൃഷ്ടിക്കാനും സ്വന്തം ശക്തിയിലൂടെ അവയെയെല്ലാം ഉണ്മയിലേക്ക് കൊണ്ടുവരാനുമുള്ള ശക്തിയെയും അതിനൊപ്പം, തന്റെ അനന്തമായ വൈപുല്യമെന്ന ഗുണം മൂലം അവക്കെല്ലാം മുമ്പുള്ളതായിരിക്കുകയെന്ന ആ പ്രത്യേകതയെയും നിഷേധിക്കുകയാണ്. വേദപ്രമാണം സൃഷ്ടിക്കപ്പെട്ടത് എന്ന മിഹ്ന ദൈവശാസ്ത്ര-ബൗദ്ധികവൃത്തങ്ങളിൽ ഒരു വിവാദപരമായ അദ്ധ്യായമായിമാറി. അഹമദ് ഇബ്ൻ ഹൻബാൽ നേതൃത്വം നല്കിയ ലിറ്ററലിസ്റ്റുകളും തുമാമയും അഹ്മദ് ഇബ്ൻ അബിദുവാദും നേതൃത്വം നൽകിയ മുത്താസിലൈറ്റുകളും തമ്മിലുള്ള ചൂടേറിയ തർക്കവിതർക്കങ്ങൾക്കതിടയാക്കി. ഇത് വെറും ദൈവശാസ്ത്രപരമായ തലനാരിഴകീറലായിരുന്നില്ല, മറിച്ച് വിരുദ്ധ ശക്തികൾക്കിടയിൽ ഐക്യപ്രതീക്ഷയോടെ കൊണ്ടുവന്ന ഒരു ഒത്തുതീർപ്പായിരുന്നു. ഖലീഫാ അൽ മുത്താവക്കീലിന്റെ ഭരണകാലം വരെ ഇൻക്വിസിഷൻ (മിഹ്നയുടെ പേരിലുള്ള മതകുറ്റവിചാരണ) നിലനിൽക്കുകയും പിന്നീടതവസാനിക്കുകയും ചെയ്തു. പാണ്ഡിത്യപരമായ മധ്യകാലലോകത്തിലെ ചലനാത്മകമായ ഒരു കാലഘട്ടമായിരുന്നു മൈമൂന്റെ ജീവിത-ഭരണ കാലഘട്ടം. ആ ലോകത്ത് പിന്നീട് വന്ന തലമുറകൾ തങ്ങളുടെ മുൻഗാമികളുടെ പ്രവർത്തനത്തിന്മേൽ വീണ്ടും പടുത്തുയർത്തുകയും അങ്ങനെ എല്ലാവരും ഒരൊറ്റ മഹാസംരംഭത്തിൽ ഒത്തുചേരുകയും ചെയ്തു.

അഞ്ചും പതിനഞ്ചും നൂറ്റാണ്ടുകൾക്കിടയിലുള്ള അറേബ്യൻ യുഗത്തിലാണ് മധ്യപൂർവദേശത്തിന്റെ മണ്ണിൽ നിർണായകമായ ശാസ്ത്രീയ കണ്ടുപിടിത്തങ്ങൾ നടന്നതും, ആധുനികശാസ്ത്രത്തിന്റെ അടിത്തറ പാകപ്പെട്ടതും. കഴിവിന്റെയും യോഗ്യതയുടെയും അടിസ്ഥാനത്തിലുണ്ടായ നേതൃത്വമാണ്, അല്ലാതെ പിന്തുടർച്ചാക്രമത്തിലൂടെ മാത്രമുണ്ടായ നേതൃത്വമല്ല, വളരെ വിഭിന്നമായ സാംസ്കാരിക ഉറവിടങ്ങളിൽനിന്നുള്ള ജനതകളെ-ക്രിസ്ത്യൻ, ഇസ്ലാമിക്, ജൂതജനവിഭാഗങ്ങളെ-സഹിഷ്ണുതയോടെ കണ്ടതും പ്രോത്സാഹിപ്പിച്ചതും. വ്യത്യസ്ത വംശീയ ഉറവിടങ്ങളിൽനിന്നുവന്ന നൂറുകണക്കായ ശാസ്ത്രജ്ഞന്മാർ-ഇബ്ൻസിന, അൽ-റാസി, അൽ-ബിറൂണി, അൽ-ഖ്വാവാരിസ്മി, അൽ-കിണ്ടി, അൽ-ഇദ്രിസി, ഇബ്ൻ ഖാൽദൂൻ, അൽ-ഖാസിൻ, ഇബ്ൻ അൽ-ഹായ്താം,

അൽ-ഫറാബി, അൽ-ഗസാലി, അൽ-ജസാരി തുടങ്ങിയവർ. ആധുനികശാസ്ത്രത്തെ രൂപപ്പെടുത്തിയതിന്റെ സവിശേഷരീതിയെ മനസിൽക്കണ്ടുകൊണ്ട് 19 ാം നൂറ്റാണ്ടിലെ നരവംശശാസ്ത്രജ്ഞനായ ബ്രിഫോൾട്ട് പറഞ്ഞു: "ശാസ്ത്രം അറബ് സംസ്കാരത്തോട് വളരെയേറെ കടപ്പെട്ടിരിക്കുന്നു. അതതിന്റെ നിലനിൽപ്പിനു തന്നെ കടപ്പെട്ടിരിക്കുന്നു." ഈ കാലഘട്ടത്തിലാണ് ബാഗ്ദാദ്, ഡമാസ്കസ്, കെയ്റോ, കോർഡോബ തുടങ്ങിയവ ലോകനാഗരികതയുടെ കേന്ദ്രങ്ങളായി അഭിവൃദ്ധിനേടിയതും പണ്ഡിതന്മാർ ശാസ്ത്രത്തിന്റെയും സാങ്കേതികവിദ്യയുടെയും സൈദ്ധാന്തിക മണ്ഡലത്തിലും, ഒപ്പം അതിന്റെ പ്രായോഗിക മേഖലകളിലും വമ്പിച്ച പുരോഗതി നേടിയതും. മുൻധാരണകളുടെ തടവറകളിൽക്കിടന്ന ചില പടിഞ്ഞാറൻ ചരിത്രകാരന്മാർ പറഞ്ഞതുപോലെ അറബികൾ ഗ്രീക്ക് വൈദ്യത്തിന്റെ വെറും തർജമക്കാരോ പകർപ്പെടുപ്പുകാരോ മാത്രമായിരുന്നില്ല. മറിച്ച്, അവർ ഗാലെന്റെയും ഹിപ്പോക്രാറ്റസിന്റെയും കൃതികൾ സൂക്ഷ്മതയോടെ പഠിക്കുകയും മുൻഗാമികളുടെ പല മണ്ടത്തരങ്ങളും തിരുത്തുകയും ചരിത്രപ്രാധാന്യമുള്ള ഒട്ടേറെ മെഡിക്കൽക്കേസുകൾ വിവരിക്കുകയും വിവിധ മെഡിക്കൽ പ്രശ്നങ്ങളിൽ ആയിരക്കണക്കായ പ്രബന്ധങ്ങൾ രചിക്കുകയും പരീക്ഷണങ്ങൾ നടത്തുകയും ചെയ്തു. ഒട്ടേറെ പാഠപുസ്തക ഗ്രന്ഥങ്ങൾ രചിച്ചു. അവയിൽപ്പലതും ചരിത്രത്തിലെ ആദ്യസംരംഭങ്ങളായിരുന്നു. അങ്ങനെ ശാസ്ത്രീയമേഖലയുടെ വികാസത്തിന് അതുല്യമായ സംഭാവനകൾ നൽകി.

3

ഇന്ത്യ: പ്രാചീന നാഗരികത, വലിയ പഠിതാക്കൾ, ശാസ്ത്രത്തിന് വളക്കൂറുള്ള മണ്ണ്

ഒരിക്കൽ ജർമൻ ഓറിയന്റലിസ്റ്റായ മാക്സ് മുള്ളർ (1823-1900) പറഞ്ഞു:

> നാമെല്ലാം വരുന്നത് കിഴക്കു നിന്നാണ്. നാം വിലമതിക്കുന്നതെല്ലാം കിഴക്കുനിന്നു വന്നവയാണ്. കിഴക്കോട്ട് പോകുമ്പോൾ ഒരുവന് തോന്നേണ്ടത് ഓർമകൾ നിറഞ്ഞ നമ്മുടെ പഴയ വീട്ടിലേക്കു പോകുന്നതുപോലെയാണ്; അവനാ ഓർമകളെ വായിക്കാൻ കഴിവുണ്ടെങ്കിൽ.

കിഴക്കിന്റെ ഉന്മാദം സൃഷ്ടിക്കുന്ന പ്രലോഭനങ്ങളിൽ അകപ്പെട്ടുപോയവരായ പടിഞ്ഞാറുകാരെ സംബന്ധിച്ച് മുള്ളറുടെ വാക്കുകൾ തീർച്ചയായും വളരെ പ്രധാനപ്പെട്ടവയാണ്. അവിടെ, ഭൂമിയിലെ മറ്റേതു പ്രദേശങ്ങളെയുമപേക്ഷിച്ച്, നമുക്ക് നമ്മുടെ വിദൂരഭൂതകാലങ്ങളുടെ ശേഷിപ്പുകളും സ്പിരിറ്റും അബോധപൂർവമായി അനുഭവപ്പെടാൻ സാധ്യത നിലനിൽക്കുന്നു; സ്വത്വവും ലക്ഷ്യവും അർഥവുമെല്ലാം മങ്ങിമറയുന്ന മുൻഗണനകളായിത്തീരുന്ന ഒരു കാലഘട്ടത്തിൽ, മുങ്ങിക്കിടക്കുന്നതും എന്നാൽ സാരവത്തായതുമായ എന്തോ ഒരു ഘടകം ഭൂതകാലത്തിൽ നിന്നും പുനരുജ്ജീവനം നേടണമെന്ന് നാമെല്ലാം നമ്മുടെ ഉള്ളിന്റെയുള്ളിൽ ആഗ്രഹിച്ചുപോകും. നിർവ്യക്തീകരിക്കപ്പെട്ട ഹൈടെക് യുഗത്തിന്റെ വർദ്ധിച്ചുവരുന്ന സങ്കീർണതകളും ആവശ്യങ്ങളും അവയുടേതായ നിർമാനവീകരണഫലങ്ങൾ ഉളവാക്കാതിരിക്കുന്നില്ല.

പ്രാചീനകാലം മുതൽ ഇന്ത്യ അറിവിന്റെ മണ്ഡലത്തിൽ അഭൗമമായ ഒരു പ്രഭാവലയം എന്നും നിലനിർത്തിയിരുന്നു. അത് കിഴക്കൻ നാഗരികതക്ക് വമ്പിച്ച സംഭാവനകൾ നൽകിയിട്ടുണ്ട്. ഉപനിഷ

ത്തുകളിലെ 'വസുധൈവകുടുംബകം' എന്ന സങ്കൽപ്പം (മുഴുവൻ ലോകവും ഒരൊറ്റ കുടുംബവും നാമെല്ലാം ആ മഹാകുടുംബത്തിലെ അംഗങ്ങളുമാണ്) ഈ മണ്ണിൽ അതിന്റെ അക്ഷരത്തിലും അന്തസ്സത്തയിലും പാലിച്ചുപോന്നിട്ടുണ്ട്. സഹിഷ്ണുതയുടേതായ ഇന്ത്യൻ തത്വചിന്തയും അതിന്റെ സാംസ്കാരികാന്തരീക്ഷവും ബാക്കി ലോകത്തെ എന്നും ആകർഷിച്ചുപോന്നിട്ടുണ്ട്. വിദേശികൾ ഇടയ്ക്കിടെ സിന്ധുഗംഗാ തടങ്ങളിലേക്ക് കുടിയേറുകയും അവിടെനിന്ന് രാജ്യത്തിന്റെ മറ്റു ഭാഗങ്ങളിലേക്ക് ക്രമേണ വ്യാപിക്കുകയും ചെയ്തു. ആര്യന്മാർ, സെമൈറ്റുകൾ, മംഗോളുകൾ, ശാകന്മാർ, കുഷാനന്മാർ, ബാക്ട്രിയന്മാർ, സ്കൈത്തിയന്മാർ, ഹൂണന്മാർ എന്നീ ജനവിഭാഗങ്ങൾ പ്രാചീനകാലത്തും ഉസ്ബെക്കുകൾ, തുർക്ക്മെനുകൾ, ഇറാനിയന്മാർ, അഫ്ഗാൻകാർ എന്നിവർ മധ്യകാലഘട്ടങ്ങളിലും ഇന്ത്യയിലേക്ക് കുടിയേറി. ഓരോരുത്തരും അവർക്കൊപ്പം അവരുടെ വിശ്വാസങ്ങളും സാമൂഹ്യാചാരമര്യാദകളും കൊണ്ടുവന്നു.

ഇംഗ്ലീഷ് പുരാവസ്തു ഗവേഷകനായ സർ ജോൺ മാർഷലിന്റെ (1876-1958) അഭിപ്രായത്തിൽ ഇതേവരെ കണ്ടുപിടിക്കപ്പെട്ടിട്ടുള്ള നാഗരികതകളിൽ ഏറ്റവും പഴക്കംചെന്നത് സിന്ധുനദീതട സംസ്കാരമാണ് (4000 ബി സി). മിക്കവാറുമത്, ഈജിപ്തിനേക്കാളും സുമേറിയൻ നാഗരികതയെക്കാളും പഴക്കമുള്ളതാണ്. സിന്ധുനദീതടനാഗരികത അതിന്റെ ചരിത്രപരമായ തുടക്കംകുറിച്ചത് മെഹ്ർഗാർ (Mehrgarh- ബലൂചിസ്ഥാനിലെ കാച്ചി മേഖലയിലെ പ്രധാനപ്പെട്ട Neolithic പ്രദേശം) സംസ്കാരമായാണ്. മെഹ്ർഗാർ നിവാസികൾ (ബി സി 7000-3300) ജീവിച്ചത് മൺകട്ടകൊണ്ടു നിർമിച്ച വീടുകളിലാണ്. അവർ ധാന്യം ധാന്യപ്പുരകളിൽ സംഭരിച്ചു. പ്രാദേശിക ചെമ്പുപയോഗിച്ച് ആയുധങ്ങളും ഉപകരണങ്ങളുമുണ്ടാക്കി. അവരുടെ വലിയ സംഭരണക്കുട്ടകളെ ടാർകൊണ്ട് ബലപ്പെടുത്തി. ഡ്രില്ലുകൾ (തുരക്കുന്ന ഉപകരണം) ഉപയോഗിച്ച് പല്ലുമായി ബന്ധപ്പെട്ട തകരാറുകൾ പരിഹരിക്കുന്ന രീതിയും അവർ വികസിപ്പിച്ചു; ഒരുപക്ഷേ, അതിൽ വിദഗ്ധരായവർ ഓപ്പറേഷനുകൾ വരെ നടത്തി. പ്രാചീന രൂപത്തിലുള്ള ഈ പല്ല് ചികിത്സ (ഡെന്റിസ്ട്രി)യെ ആധുനിക കാലത്ത് പുനരാവിഷ്കരിച്ചപ്പോൾ കണ്ടെത്താനായത് അത് ഫലപ്രദവും ആശ്രയിക്കാവുന്നതുമായിരുന്നെന്നാണ്.

പ്രാചീന വേരുകളും ബന്ധങ്ങളും

ഭൂരിപക്ഷമാളുകളെ സംബന്ധിച്ചും ഇന്തോ-ഈജിപ്ഷ്യൻ ബന്ധങ്ങളെക്കുറിച്ചുള്ള ആശയം, അത് 20 ാം നൂറ്റാണ്ടിന്റെ ഗർഭപാത്രത്തിൽ നിന്ന് മാത്രം പുറത്തു വന്നതാണെന്ന മട്ടിലാണ്; തങ്ങളുടെ പൊതുശത്രുവായിരുന്ന ബ്രിട്ടീഷുകാർക്കെതിരായ സമരത്തിലൂടെ. പക്ഷേ ചരിത്രം തരുന്ന തെളിവുകൾ പറയുന്നത് അത് സഹസ്രാബ്ദങ്ങൾക്കുമുമ്പു

തന്നെ ആരംഭിക്കുകയും ഫറോവാമാരുടെ കാലത്തുതന്നെ ശക്തിപ്പെടുകയും ചെയ്തിരുന്നുവെന്നാണ്.

ചരിത്രം രേഖപ്പെടുത്തുന്നത് ചരിത്രത്തിലെ ആദ്യകാല നാഗരികതകൾ മൂന്നു നദികളുടെ കരകളിലാണ് ഉയർന്നുവന്നതെന്നാണ്: നൈൽ (Nile), സിന്ധു(Indus), ഡെഗെലയും ഫുറേട്ടസും(Deggle and Phurates). മുൻകാലത്ത് അക്കാഡയും സോമ്മറുമെന്ന രണ്ടു നഗരങ്ങളായി അറിയപ്പെട്ടിരുന്ന ബാബീൽ നഗരം(City of Babil) മധ്യധരണ്യാഴി (ഈജിപ്തടക്കം) യിൽനിന്ന് ഇറാൻമുതൽ ഇന്ത്യവരെ നീളുന്ന ഒരു സുപ്രധാന കരമാർഗത്തിലാണ് കിടന്നിരുന്നത്. ആ നഗരം ഈ മൂന്നു സംസ്കാരങ്ങളുടെയും സമ്മേളനകേന്ദ്രമായി പ്രവർത്തിച്ചു. ഇന്ത്യ അതിന്റെ ഗണിതശാസ്ത്ര-ജ്യോതിഷ വിജ്ഞാനത്തിൽ ഭൂരിഭാഗത്തിനും കടപ്പെട്ടിരിക്കുന്നത് രണ്ടു നദികൾക്കിടയിൽക്കിടക്കുന്ന ആ നാഗരികതയോടാണ്. അശോര്യൻ (Ashoryan) രാഷ്ട്രത്തിന്റെ തലസ്ഥാനമായ നിഫിഫ്യ ആ നാഗരികതയുടെ ദീപസ്തംഭമായി. നാലോ അഞ്ചോ നൂറ്റാണ്ടുകൾക്കു ശേഷം അലക്സാണ്ട്രിയ കൈവശപ്പെടുത്തിയ അതേ പദവി അത് കരസ്ഥമാക്കിയിരുന്നു. ഗണിതശാസ്ത്രം, കൃഷി, ജ്യോതിശ്ശാസ്ത്രം എന്നീ മേഖലകളിൽ അത് വിജ്ഞാനം കൈമാറി. ഈജിപ്തിലെ ഫറവോമാരുടെ ശവകുടീരത്തിൽനിന്ന് 'ദപാനിയ" (Dapania) ചെടി കണ്ടെത്തിയത് തെളിയിക്കുന്നത് അക്കാലത്തെ ഇന്തോ-ഈജിപ്ഷ്യൻ ബന്ധങ്ങളിൽ ചെടികൾക്ക് ഒരു നിർണായക പങ്കുണ്ടായിരുന്നെന്നാണ്. ഇന്നു നാം മല്ലി എന്നറിയപ്പെടുന്ന ഈ ചെടി ആരംഭത്തിൽ പ്രാചീന ഈജിപ്തുകാർ ഇന്ത്യയിൽ നിന്നിറക്കുമതി ചെയ്തതാണ്. ഈജിപ്ഷ്യൻ മമ്മികളെ പൊതിഞ്ഞിരുന്ന മസ്ളിൻ തുണികളുടെ നിലവാരത്തിൽനിന്ന് വെളിവാകുന്നതുപോലെ, ഇന്ത്യയിൽനിന്ന് മസ്ലിനും ഈജിപ്ത് ഇറക്കുമതി ചെയ്തിരുന്നു. പ്രാചീന സിന്ധു നദീതട സംസ്കാരകാലത്തെ ലോതൽ (ഇന്നത് ഗുജറാത്തിൽപ്പെടുന്ന പ്രദേശമാണ്) എന്ന പ്രമുഖ നഗരത്തിൽനിന്നും കണ്ടുകിട്ടിയ ഒരു കരിങ്കൽ മമ്മി ഒരീജിപ്ഷ്യൻ മമ്മിയുമായി വിദൂരസാമ്യം പുലർത്തുന്നതാണ്. സമാനമായൊരു കരിങ്കൽ മമ്മി മോഹൻജദാരോയിൽനിന്നും കണ്ടെടുക്കപ്പെട്ടിട്ടുണ്ട്. പ്രസിദ്ധ ഗ്രീക്ക് ചരിത്രകാരനായ ഹെറുദെത്ത് (Hurudat)സൂചിപ്പിച്ചിട്ടുള്ളത് പേർഷ്യൻ ചക്രവർത്തിയായ ഡാരിയസ് (ബി സി 550-486)തന്റെ ആളുകളിലൊരാളെ സിന്ധുനദീതടത്തിലേക്ക് പര്യവേഷക്ഷണയാത്രക്കായി പറഞ്ഞുവിട്ട് വിവരം ശേഖരിച്ചശേഷമാണ് ബി സി ആറാം നൂറ്റാണ്ടിലെ തന്റെ ഇന്ത്യാആക്രമണം നടത്തിയതെന്നാണ്. അങ്ങനെ ബി.സി. ആറും അഞ്ചും നൂറ്റാണ്ടുകളിൽ പേർഷ്യൻ സംസ്കാരം അതിന്റെ ആഘാതങ്ങൾ ഇരുരാജ്യങ്ങളിലും സൃഷ്ടിച്ചിരുന്നു. ബി സി 4 ാം നൂറ്റാണ്ടിൽ അലക്സാണ്ടർ ഇന്ത്യയും ഈജിപ്തും ആക്രമിക്കാനായി പടയുമായി ഇറങ്ങിത്തിരിച്ചപ്പോൾ ഈജിപ്തിന് ഏഷ്യയുടെ പ്രാധാന്യം ശരിക്കും വ്യക്തമായിരുന്നു. അത് ഈജിപ്തും ഇന്ത്യയുമായി കൂടുതലടുത്ത ബന്ധ

ത്തിനും നേരിട്ടുള്ള ഇടപെടലുകൾക്കും കാരണമായി. ഇന്ത്യൻ ചക്രവർത്തിയായ അശോകൻ (ബി സി 304-232) തന്റെ ബുദ്ധമതപ്രചരണത്തിന്റെ തീവ്രാവേശത്തിനടിപ്പെട്ടപ്പോൾ, അടുത്ത നൂറ്റാണ്ടിൽ, ആ ഇടപെടലുകൾ ഒന്നുകൂടി വർദ്ധമാനമായി. അദ്ദേഹം തന്റെ സന്ദേശവാഹകരെ പഴയലോകത്തിലെ എല്ലാ ഭരണകർത്താക്കൾക്കുമടുത്തേക്കയച്ചു; ഈജിപ്തിൽ ഭരണം നടത്തിയിരുന്ന ടോളമി രണ്ടാമന്റെ അടുത്തേക്കടക്കം. അദ്ദേഹം, തിരിച്ച്, ഇന്ത്യൻ ചക്രവർത്തിയുടെ കൊട്ടാരത്തിലേക്ക് തന്റെ ദൂതനെ അയക്കുകയും ചെയ്തു. രസകരമെന്നു പറയട്ടെ, ഈജിപ്ഷ്യൻ ഭരണാധികാരിയായ ടോളമി നാലാമൻ-ഫിലോപ്പേറ്റർ തന്റെ പായ്വഞ്ചിയുടെ ഒരുഭാഗത്ത് ഇന്ത്യൻ കല്ലുകൾകൊണ്ടൊരു ലൈനിങ് ഉണ്ടാക്കി എന്നു പറയപ്പെടുന്നു. മൂന്നാം നൂറ്റാണ്ടിൽ ഇന്ത്യക്കാരുടെ സാന്നിധ്യം ഈജിപ്തിലുണ്ടായിരുന്നുവെന്ന കാര്യം അത്തനേയിയസ്* ശരിവക്കുന്നു. അദ്ദേഹം നിരീക്ഷിക്കുന്നത് ടോളമി രണ്ടാമൻ ഫിലാഡെൽഫസിന്റെ പ്രകടനങ്ങളിൽ ഇന്ത്യയിൽനിന്നുള്ള സ്ത്രീകളും പശുക്കളും വേട്ടനായ്ക്കളുമുണ്ടായിരുന്നുവെന്നാണ്.

ബി സി 331 മുതൽ അലക്സാണ്ട്രിയ നഗരത്തിൽ നരവംശശാസ്ത്രത്തിലും മറ്റുതരം ശാസ്ത്രശാഖകളിലും അതിനുള്ള അറിവിന്റെ നിധിശേഖരം പരിശോധിക്കാനായി ലോകത്തിന്റെ നാനാഭാഗങ്ങളിൽനിന്നുമുള്ള പണ്ഡിതരും ശാസ്ത്രജ്ഞന്മാരുമെത്തിച്ചേർന്നുതുടങ്ങി. അക്കാലത്തെ ഈജിപ്ഷ്യൻ മനോഭാവത്തെ ഇന്ത്യൻ മിസ്റ്റിസിസം ഗാഢമായി സ്വാധീനിച്ചുവെന്ന് കരുതപ്പെടുന്നു, പ്രത്യേകിച്ചും പുനർജ്ജന്മ വിശ്വാസത്തിന്റെ കാര്യത്തിൽ ചെങ്കടൽ കടൽക്കൊള്ളക്കാരുടെ ആക്രമണങ്ങളിൽനിന്ന് വിമുക്തമായ റോമൻ ഭരണകാലത്ത് രണ്ടു രാജ്യങ്ങളും തമ്മിലുള്ള ബന്ധം കുറേക്കൂടി ആഴത്തിലായി. അറേബ്യൻ ഉപദ്വീപിൽനിന്നും ചെങ്കടലിലെ സെക്കോത്ര (യെമനിലെ ഒരു പുരാതന ദ്വീപ്). ദ്വീപിൽനിന്നും യാത്രികർ ചെങ്കടലിലൂടെ സുരക്ഷിതമായി ഈജിപ്ഷ്യൻ തുറമുഖങ്ങളിലേക്ക് യാത്ര ചെയ്തു. അക്കാലം വരെ ഇന്ത്യൻ കപ്പലുകൾ അറേബ്യൻ ഉപദ്വീപിലെ തുറമുഖങ്ങളിൽ ചരക്കിറക്കുകയും അറബികൾ അത് ഈജിപ്തിലേക്ക് കരമാർഗം കൊണ്ടുപോകുകയുമായിരുന്നു. 44 ബി സി യിൽ രണ്ടു രാജ്യങ്ങളും തമ്മിലുള്ള ബന്ധം ഒരു പുതിയ രൂപം കൈവരിച്ചു. സമുദ്രയാത്രകളിലുൾപ്പെട്ടിരുന്ന അപകടങ്ങൾ മറികടക്കാൻ സഹായിക്കും വിധം കാലവർഷക്കാറ്റുകളെ ഉപയോഗിച്ചു തുടങ്ങിയതോടെയായിരുന്നു അത്. ഇന്ത്യയും ഈജിപ്തും തമ്മിലുള്ള വാണിജ്യപരമായ കൊള്ളക്കൊടുക്കലുകളുടെ അളവ് വൻതോതിൽ വർദ്ധിക്കുന്നതിനതിടയാക്കി. ആനക്കൊമ്പും വിലപിടിപ്പുള്ള കല്ലുകളും, ചെടികളും കൊണ്ടുവരാനായി ഇന്ത്യയിലേക്ക് സഞ്ചരിച്ചുകൊണ്ടിരുന്ന കപ്പ

* അത്തനേയിയസ് (Athenaeus): ഈജിപ്തിലെ ഗ്രീക്ക് നഗരമായ നുക്രാട്ടിസിൽ മൂന്നാം നൂറ്റാണ്ടിൽ ജീവിച്ചിരുന്ന ഭാഷാപണ്ഡിതനും വ്യാകരണകർത്താവുമായിരുന്നു അദ്ദേഹം.

ലുകളുടെ എണ്ണം പാരമ്യത്തിലെത്തി. അടുത്ത രണ്ടു നൂറ്റാണ്ടുകളിലും ഇത്തരം വ്യാപാരം വളരെ ഉയർന്ന നിലയിൽ അഭിവൃദ്ധി പ്രാപിച്ച് നില നിന്നു. മധ്യധരണ്യാഴിയെ അഭിമുഖീകരിച്ചു നിൽക്കുന്ന രാജ്യങ്ങളും ഇന്ത്യയും ചൈനയും പോലുള്ള രാജ്യങ്ങളും തമ്മിലുള്ള വ്യാപാര ബന്ധ ങ്ങളിൽ ഒരു ഇടനിലക്കാരനായും പ്രധാനപ്പെട്ട കേന്ദ്രബിന്ദുവായും അല ക്സാണ്ട്രിയ നഗരം പ്രവർത്തിച്ചു. ഈജിപ്തിൽ ഇസ്ലാമിക ഭരണം നില വിൽ വന്നതോടെ ഇന്ത്യൻ തുണികളുടെ ഈജിപ്തിലേക്കുള്ള ഇറക്കു മതി പിന്നെയും വർദ്ധിച്ചു. ഇസ്ലാമിക ഭരണകാലത്തെ ഈജിപ്തിന്റെ തലസ്ഥാനമായ ഫുസ്റ്റാറ്റിൽനിന്ന് ഈ ഇന്ത്യൻ തുണികൾ കണ്ടെത്തി യിട്ടുണ്ട്. എ ഡി പത്താം നൂറ്റാണ്ടിൽ, ഈജിപ്ത് ഫാത്തിമിഡ് ഭരണ ത്തിലായിരുന്നപ്പോൾ, ചില മസാലക്കൂട്ടുകൾ(ആസ്വാദ്യകരമായ മസാ ല അച്ചാറുണ്ടാക്കാൻ പറ്റിയവ) കരസ്ഥമാക്കാൻ വേണ്ടിയുള്ള കൊള്ള ക്കൊടുക്കലുകൾക്കായി ചില ഈജിപ്ഷ്യൻ കച്ചവടക്കാർ എത്തിച്ചേരു ന്നതിന് ഇന്ത്യ സാക്ഷ്യംവഹിച്ചു. അത്തരം ചില കച്ചവടക്കാർ ദീർഘ കാലം സ്വകുടുംബങ്ങളിൽ നിന്നകന്ന് ഇന്ത്യയിൽ താമസിക്കുകയും ഇന്ത്യയിൽ ഇസ്ലാം മതം പ്രചരിപ്പിക്കുകയും ചെയ്തു. മസാലക്കൂട്ടുക ളുടെ കച്ചവടക്കാരായ ഇവർ 'ബുഹാർ' എന്നു വിളിക്കപ്പെട്ടു. ആ വാക്ക് മസാല എന്ന അർഥത്തിലുള്ള ഇന്ത്യൻ വാക്കാണ്. അത്തരം കച്ചവട ക്കാരിൽനിന്ന് ഇസ്ലാംമതം സ്വീകരിച്ചവരിലൊരു വിഭാഗവുമായി ഇന്നും ആ പേര് ബന്ധപ്പെട്ടു നിൽക്കുന്നു.

അതിപ്രാചീനകാലത്ത് ഈജിപ്ത് അതിന്റെ നാഗരികത സ്വീക രിച്ചത് ഇന്ത്യയിൽനിന്നാണെന്നതിന് ശക്തമായ സൂചനകളുണ്ട്. ഹെറ ഡോട്ടസ്, പ്ലേറ്റോ, സാലോൺ, പൈതഗോറസ്, ഫിലോസ്ട്രാറ്റസ് എന്നി വർ ഈജിപ്തിന്റെ മതം ഇന്ത്യയിൽനിന്ന് കടന്നുവന്നതാണെന്ന് സാക്ഷ്യ പ്പെടുത്തിയിട്ടുണ്ട്. അബിഡോസ്, സായിസ് (പുരാതന നഗരങ്ങൾ) എന്നി വിടങ്ങളിലെ ക്ഷേത്രങ്ങളിൽനിന്നു കണ്ടെടുക്കപ്പെട്ടതും മൂന്നാം നൂറ്റാ ണ്ടിലെ ചരിത്രകാരന്മാരായ ജോസെഫസ്, ജൂലിയസ് ആഫ്രിക്കാനസ്, യൗസേബിയൂസ് എന്നിവരെല്ലാം പ്രചരിപ്പിച്ചതുമായ ക്രോണിക്കിളുകൾ (കാലഗണനപ്പട്ടിക) സാക്ഷ്യപ്പെടുത്തുന്നത് ഈജ്പ്യഷ്യൻ മതവ്യവസ്ഥ ഇന്ത്യയിൽനിന്നു വന്നതാണെന്നാണ്. സിസേറയിലെ ബിഷപ്പായിരുന്ന യൗസേബിയൂസും (എ ഡി 263-339) ഫിലോസ്ട്രാറ്റസും (ഇരുവരും ഗ്രീക്ക് സോഫിസ്റ്റുകൾ) വിശ്വസിച്ചിരുന്നത് ഇന്ത്യക്കാർ ആദ്യം അബി സീനിയയിൽ കോളനികളുണ്ടാക്കുകയും പിന്നീട് ക്രമേണ ഈജിപ്തി ലേക്ക് കടന്നുചെന്നുകൊണ്ട് അതിന്റെ നാഗരികതയിൽ വെള്ളം ചേർത്തു വെന്നുമാണ്. ഈജിപ്തുകാരും മറ്റ് ഹാമിറ്റിക് ജനതകളും (നോഹയുടെ മക്കളിൽ ഒരാളായ ഹാമിന്റെ പിന്തുടർച്ചക്കാർ) ഏഷ്യയിൽ നിന്നുവന്ന വരാണെന്ന ചില ചരിത്രറിപ്പോർട്ടുകളുമുണ്ട്. ചരിത്രത്തിന്റെ ആരംഭത്തിൽ ചില ഏഷ്യക്കാർ, പ്രത്യേകിച്ചും തെക്കുനിന്ന്, ഈജിപ്തി ലെത്തിച്ചേർന്നുവെന്നും ക്രമേണ അവർ ഓട് (ബ്രോൺസ്) കൊണ്ടുവ

ന്നുവെന്നും (ഒരു പക്ഷേ കലപ്പയും ഗോതമ്പും കൂടി) കരുതപ്പെടുന്നു.

ഗണ്യമായ പുരാവസ്തു/നരവംശശാസ്ത്രത്തെളിവുകൾ കാണിക്കുന്നത് പ്രാചീന ഇന്ത്യയാകാം പ്രാചീന ഈജിപ്ഷ്യൻ സംസ്കാരത്തിന്റെ ഉറവിടമെന്നാണ്. വേദകാല പാരമ്പര്യങ്ങളിലാണ് ഈജിപ്ഷ്യൻ മിത്തോളജി പൂർണമായും അടിസ്ഥാനപ്പെടുത്തിയിട്ടുള്ളതെന്ന് മാക്സ്മുള്ളർ കൂടി നിരീക്ഷിച്ചിട്ടുണ്ട്. പ്രകൃതിശക്തികളുടെ ദൈവവൽക്കരണം, മന്ത്രോച്ചാരണങ്ങളിലുള്ള വിശ്വാസം, ആഴത്തിൽ വേരിറക്കിയ മിസ്റ്റിസിസം, പ്രതീകാത്മക ആശയപ്രകാശനത്തിലുള്ള ഊന്നൽ എന്നിവയെല്ലാം രണ്ട് പ്രാചീന സംസ്കാരങ്ങളും തമ്മിലുള്ള സമാനതകളാണ്. ഹിന്ദു മിത്തോളജിയും ഈജിപ്ഷ്യൻ മിത്തോളജിയും ആചാരങ്ങളും തമ്മിൽ വളരെ അടുത്ത സാമീപ്യമുണ്ട്. അവരുടെ ദേവന്മാരും ദേവിമാരും ഒരേപോലുള്ളവരാണ്.

ദ്രാവിഡരെന്നറിയപ്പെടുന്ന പ്രാചീന കറുത്ത ഇന്ത്യക്കാർ, അവരെ പ്രാചീനകാലത്ത് ഗ്രീക്കുകാരും ഈജിപ്തുകാരും അറിഞ്ഞിരുന്നത് കിഴക്കൻ എത്യോപ്യൻ രൂപഭാവങ്ങളുള്ളവരെന്നാണ്, പ്രാചീന ഈജിപ്ഷ്യൻ നാഗരികത രൂപപ്പെടുത്തുകയും, ആ പ്രക്രിയക്കിടയിൽ നിസ്സംശയമായും, അവരുടെ കറുത്ത സഹോദരന്മാരുമായി (ആഫ്രിക്കയിലെ പടിഞ്ഞാറൻ എത്യോപ്യക്കാരുമായി) മിശ്രണത്തിനു വിധേയമാകുകയും ചെയ്തു. ഹാമിന്റെ മക്കളിലൊരാളായ *ബൈബിളി*ലെ കുഷിന്റെ പിന്മുറക്കാരാണ് കിഴക്കൻ-പടിഞ്ഞാറൻ എത്യോപ്യക്കാർ. ഗ്രീക്ക് എഴുത്തുകാരനായ യൗസേബിയൂസ് രേഖപ്പെടുത്തിയിരിക്കുന്നത് ആദ്യകാല എത്യോപ്യക്കാർ സിന്ധു നദീതടത്തിൽനിന്ന് കുടിയേറി ഈജിപ്തിന്റെ സമീപപ്രദേശങ്ങളിൽ ആദ്യമായി സ്ഥിരവാസമുറപ്പിച്ചവരാണെന്നാണ്. പ്രാചീന ഈജിപ്തുകാർ സ്വയം തന്നെ അവരുടെ എഴുത്തുകളിൽ സമ്മതിച്ചിട്ടുള്ളത് അവർക്കവരുടെ നാഗരികതയും സംസ്കാരവും ലഭിച്ചിട്ടുള്ളത് മറ്റൊരു കറുത്ത വംശമായ എത്യോപ്യക്കാരിൽനിന്നാണെന്നും തങ്ങൾ തെക്കുനിന്നു വന്നവരാണെന്നുമാണ്, വൻകടലിന് എതിരെയുള്ള ഒരു ഭൂമിയിൽ നിന്ന്. ആ ഭൂമിയെ അവർ പുൺട് (Land of Pund)എന്നു വിളിച്ചു. ഇന്ത്യൻ മഹാസമുദ്രത്തിന്റെ കരയിലുള്ള ഒരു അജ്ഞാത ഭൂമിയാണത്. അവിടെയാണ് തങ്ങളുടെ ദൈവങ്ങളുടെ ആദിമവീട് നിലകൊള്ളുന്നത്. അവിടെനിന്ന് അവർ തങ്ങളുടെ ജനതയെ പിന്തുടരുകയും ജനങ്ങളവരെ നൈൽനദിയുടെ തീരങ്ങളിൽ ഉപേക്ഷിക്കുകയും ചെയ്തു; ഈജിപ്ഷ്യൻ ദേവതകളായ അമോൻ,ഹോർ, ഹാത്തോർ എന്നിവരുടെ നേതൃത്വത്തിൽ. അഡോൾഫ് എർമാൻ (Adolf Erman 1854-1937, ronowned Egyptologist and Lexicographer, born in Berlin) *പ്രാചീന ഈജിപ്തിലെ ജീവിതവും ഈജിപ്ഷ്യൻ മതത്തിന്റെ ഒരു ഹാൻഡ്ബുക്കും* എന്ന പുസ്തകത്തിൽ, പറയുന്നത്, “പുൺട് വൻകടലുകൾ കഴുകി ശുദ്ധിയാക്കുന്നതും, താഴ്വാരങ്ങൾ നിറഞ്ഞതും; പുകയ്ക്കാനുള്ള സുഗന്ധസാമഗ്രികളും(incense) ബാൾസവും വിലപിടിപ്പുള്ള ലോഹങ്ങളും

കല്ലുകളും നിറഞ്ഞതും; ചീറ്റപ്പുലി, പുള്ളിപ്പുലി, നായയുടേതുപോലുള്ള തലയുള്ള മനുഷ്യക്കുരങ്ങ്, നീളൻ വാലുള്ള കുരങ്ങ്, വിചിത്രമായ തൂവലുകളുള്ളതും വലിയ വിചിത്രമരങ്ങളുടെ കൊമ്പുകളിൽ പറന്നുകയറാൻ കഴിവുള്ളതുമായ ചിറകുള്ള ജീവികൾ (പ്രത്യേകിച്ചും പുകയ്ക്കാനുള്ള സുഗന്ധപ്പശ നൽകുന്നമരത്തിന്റെ കൊമ്പിലും തെങ്ങിന്മേലും) എന്നിങ്ങനെയുള്ള മൃഗങ്ങളാൽ സമൃദ്ധവുമായ ഒരു നാടാണ്" എന്നൊണ്. ദെർ-എൽ-ബാബ്രി (നൈൽ നദിയുടെ പടിഞ്ഞാറെക്കരയിൽ നിലനിൽക്കുന്ന മരിച്ചവരുടെ ക്ഷേത്രങ്ങളുടെയും കുടീരങ്ങളുടെയും ഒരു സമുച്ചയം) യിലെ ഹത്ഷേ പുസ്ത് (അഥവാ Haslitop- പതിനെട്ടാം രാജവംശത്തിലെ വനിതാ ഫറോവ-1508-1458 ബി സി) രാജ്ഞിയുടെ ക്ഷേത്രത്തിന്റെ ചുവരുകളിൽ കണ്ടെത്തിയ ചിത്രരൂപത്തിലുള്ള ഹീറോഗ്ലിഫിക് ആലേഖനത്തിൽ ഇപ്പറഞ്ഞ പുൺട് ഇന്ത്യയല്ലാതെ മറ്റൊരിടമാകില്ലെന്ന് നമുക്കു കാണാം. പ്രാചീന ഈജിപ്തുകാർ പുൺട് എന്ന ദേശത്തെ മൃഗങ്ങളെയും വൃക്ഷങ്ങളെയും കുറിച്ചു നൽകുന്ന വിവരണം ഇന്ത്യയുടെ തെക്കു പടിഞ്ഞാറൻ തീരപ്രദേശവുമായി (അതായത് മലബാറുമായി) വളരെ നന്നായി യോജിക്കുന്നുണ്ട്. ഫ്രഞ്ച് എഴുത്തുകാരനായ ഫ്രീഡിച്ച് വിൽഹോം ഫ്രയ്ഹർ വോൺ ബിസ്സിംഗ് (1873-1951) തന്റെ *പ്രീഹിസ്റ്റോറിച്ചെ ടോപ്ഫെൻ ഔസ് ഇൻഡിയെൻ ആന്റ് ഏജിപ്തെൻ* എന്ന പുസ്തകത്തിലെഴുതിയത് ഈജിപ്ഷ്യൻ നരവംശ പാരമ്പര്യങ്ങളിൽക്കാണുന്ന പുൺട് എന്ന നാട് ഡക്കാന്റെ മലബാർ തീരമാണെന്ന് പണ്ഡിതന്മാർ തിരിച്ചറിഞ്ഞിട്ടുണ്ട് എന്നാണ്. "ഈ നാട്ടിൽനിന്ന് കരിമരവും (കരിവീട്ടി) മറ്റ് മികച്ച തടികളും, പുകയ്ക്കാനുള്ള സുഗന്ധപ്പശ, ബാൾസം, വിലയേറിയ ലോഹങ്ങൾ തുടങ്ങിയവ ഈജിപ്തിലേക്കിറക്കുമതി ചെയ്തിരുന്നു." നീണ്ട യുഗങ്ങളോളം ഈജിപ്തുകാർ തങ്ങളുടെ പഴയ വീടുമായി കച്ചവടത്തിലേർപ്പെട്ടിരുന്നു. പുൺടിലെ രാജകുമാരന്മാരുടെ പേരുകളും, അതിന്റെ ജന്തുസസ്യജാലങ്ങളുടെ പേരുകളും, പ്രത്യേകിച്ചും വിലയേറിയ മരത്തടികൾക്കവർ നൽകിയിരുന്ന പേരുകൾ, പഴയ കാല ഇന്ത്യയുടെ നേരിട്ടുള്ള അനന്തരഫലമാണ് പഴയ ഈജിപ്ഷ്യൻ സംസ്കാരമെന്നതിൽ നമുക്കിടയിൽ ഒരു നേരിയ സംശയം പോലുമവശേഷിപ്പിക്കുന്നില്ല. പഴയകാല മുസിരിസ് ആയി കണ്ടെത്തിയിരിക്കുന്ന കേരളത്തിലെ കൊടുങ്ങല്ലൂരിന് ഹപ്ത്ഷെപുസ്ത് രാജ്ഞിയുടെ കാലത്തുള്ള പ്രാചീന ഈജിപ്തുമായി കച്ചവടബന്ധങ്ങളുണ്ടായിരുന്നുവെന്ന് അവകാശപ്പെടുന്നുണ്ട്. അക്കാലത്ത് രാജ്ഞി സുഗന്ധദ്രവ്യങ്ങൾ ലഭ്യമാക്കാൻ അഞ്ചു കപ്പലുകളയച്ചു. അതുപോലെ സോളമൻ രാജാവിന്റെ കാലത്ത് പ്രാചീന ഇസ്രയേലുമായും കച്ചവടബന്ധമുണ്ടായിരുന്നു. ഇംഗ്ലീഷ് ഓറിയന്റലിസ്റ്റായ എഡ്വേർഡ് പോകോക്ക് (1604-1691)എഴുതുന്നു:

> സിന്ധുവിന്റെ നദീമുഖത്ത് സമുദ്രസഞ്ചാരികളായ ഒരു ജനം-സജീവതയും കഴിവും സാഹസിക സംരഭങ്ങളിൽ താൽപ്പര്യമുള്ള

ഒരു വിഭാഗം-താമസിക്കുന്നു. അവർ മെക്രാന്റെ (Mekran- അറേബ്യൻ തീരത്തെ മരുഭൂമി) തീരത്തുകൂടി സഞ്ചരിച്ച് പേർഷ്യൻ ഗൾഫിന്റെ മുഖം മുറിച്ചുകടന്ന് ഒമാൻ, ഹംഡ്രമന്റ്, യെമൻ (കിഴക്കൻ അറേബ്യ) എന്നിവയുടെ കടൽത്തീരത്തുകൂടി ചെങ്കടലിൽ തുഴഞ്ഞെത്തുന്നു; വീണ്ടും അത്ഭുതങ്ങളുടെ നാടിന് വളം നൽകുന്ന ഒരു ശക്തമായ ഒഴുക്കിൽക്കൂടി മുകളിലേക്ക് തുഴഞ്ഞ് ഈജിപ്ത് രാജ്യവും നൂബിയയും അബിസീനിയയും കണ്ടെത്തുന്നു. ഇതേ ജനവിഭാഗമാണ്, നൂറ്റാണ്ടുകൾ നീണ്ടുനിന്ന കോളനി സ്ഥാപനങ്ങളുടെ അനന്തരഫലമെന്നോണം, നാഗരികതയുടെ അനുഗ്രഹങ്ങൾ ഹെല്ലാസിനും (ഗ്രീസ്) അവളുടെ ദ്വീപുകൾക്കും മേൽ വർഷിച്ചത്.

ഇന്ത്യൻ കച്ചവടം നൈൽപ്രദേശത്തിന് ആനക്കൊമ്പും സ്വർണ്ണവും സുഗന്ധവ്യഞ്ജനങ്ങളും പുളിമരത്തടിയും ചന്ദനവും കുരങ്ങുകളും ഇന്ത്യൻ സവിശേഷതകളുള്ള മറ്റ് ചെടികളും മൃഗങ്ങളുമെല്ലാം ലഭ്യമാക്കി. ഈജിപ്തിലെ തുണിത്തരകൈവേലക്കാർ അവരുടെ തുണി ഹിന്ദുനീലംകൊണ്ട് ചായം മുക്കിയിരുന്നെന്നും വിശ്വസിക്കപ്പെടുന്നു. ഹിന്ദുകപ്പലുകൾ ഇന്ത്യൻ ചരക്കുകൾ അറേബ്യൻ തുറമുഖങ്ങളിലേക്കെത്തിച്ചു; അതല്ലെങ്കിൽ പുൺട് ദേശങ്ങളിലേക്ക്. അവിടെ നിന്നവ ലുക്സോർ, കർണക്, മെംഫിസ് എന്നിവിടങ്ങളിലേക്ക് കയറ്റിക്കൊണ്ടുപോയി. ഏറെക്കുറെ ബി സി 3000 കാലഘട്ടത്തിൽത്തന്നെ ഹിന്ദുക്കൾ യൂഫ്രട്ടീസിന്റെ കരയിലുള്ള ഉർ എന്ന കാൽദിയിൻ പട്ടണത്തിന് തേക്കുതടികൾ നൽകിയിരുന്നു. ഈജിപ്തുകാരെപ്പോലെ, അസീറിയന്മാരും ഇന്ത്യയിൽനിന്നും തങ്ങൾക്ക് മസ്ലിൻ ലഭ്യമാക്കിയിരുന്നു. യഥാർഥത്തിൽ, പച്ചക്കറി നൂല്, അഥവാ പരുത്തി, ഹിന്ദു കച്ചവടക്കാർ ലോകത്തിനു നൽകിയ ഏറ്റവുമാദ്യത്തെ സമ്മാനങ്ങളിലൊന്നായിരുന്നു. ബി സി പത്തു മുതൽ ആറുവരെ നൂറ്റാണ്ടുകളിൽ ഹിന്ദുക്കളുടെ അസീറോ-ബാബിലോണിയൻ കച്ചവടം വളരെ തിരക്കേറിയതായിരുന്നുവെന്ന് തോന്നുന്നു. ഹിന്ദുക്കൾ അവയ്ക്കൊപ്പം മനുഷ്യക്കുരങ്ങുകൾ, ആനകൾ, തേക്ക്, ദേവതാരു, മയിലുകൾ, കടുവകൾ, അരി, ആനക്കൊമ്പ് എന്നിവയൊക്കെ പശ്ചിമേഷ്യയിലെ റോമായിരുന്ന ബാബിലോണിന് കൊണ്ടു ചെന്നു കൊടുത്തിരുന്നു. ഈ ഇന്തോ-മെസപ്പൊട്ടേമിയൻ കച്ചവടത്തിലൂടെയാണ് ബി സി ആറാം നൂറ്റാണ്ടിലെ ഏഥൻസുകാർക്ക് അരിയെയും മയിലുകളെയും കുറിച്ച് അറിയാൻ കഴിഞ്ഞത്.

യെഹൂദരുമായി ഹിന്ദുക്കൾക്കുള്ള കച്ചവടവും ഗണ്യമായ തോതിലുണ്ടായിരുന്നു. ജൂദെയയിലെ രാജാവായ സോളമൻ (ബി സി 1015) തന്റെ നാടും സിന്ധുനദീതടവുമായുള്ള കച്ചവടം പ്രോത്സാഹിപ്പിച്ചു. സോളമന്റെ കീഴിൽ ജൂദെയയുമായുള്ള സ്വർണക്കച്ചവടത്തിന്റെ പേരിൽ ഹീബ്രുസാഹിത്യത്തിൽ ഓഫിർ തുറമുഖം (ദക്ഷിണേന്ത്യയിൽ) പ്രസിദ്ധമായി

രുന്നു. *ഉൽപ്പത്തി, രാജാക്കന്മാർ, എസക്കിയേൽ* എന്നീ പുസ്തകങ്ങൾ (*ബൈബിൾ*) ഏഷ്യാമൈനറും ഹിന്ദുക്കളും തമ്മിലുള്ള ബന്ധത്തിന്റെ സ്വഭാവവും അളവും ചൂണ്ടിക്കാണിച്ചിട്ടുണ്ട്. *ബൈബിൾ* പണ്ഡിതന്മാർ സൂചിപ്പിക്കുന്നത്, ഉന്നതപുരോഹിതന്റെ നെഞ്ചിലണിഞ്ഞിരുന്ന കവചത്തിലെ കല്ലുകൾ ഇന്ത്യയിൽനിന്നു കൊണ്ടുവന്നതായിരിക്കാമെന്നാണ്. സിറിയക്കാർക്ക് ആനക്കൊമ്പും കരിമരവും ആവശ്യത്തിനെത്തിച്ചിരുന്നതും ഹിന്ദുക്കൾ തന്നെ. ഹീബ്രുപദമായ ടുക്കി (മയിൽ) തമിഴിലെ ടോക്കെയ് എന്ന വാക്കിൽനിന്നു വന്നതാണെന്നു കരുതപ്പെടുന്നു. അതുപോലെ അഹാലിൻ (Aloe- ഒരു മരുന്നുചെടി) അകിലിൽനിന്നു വന്നതാണെന്നും.

റോമൻ ഘട്ടത്തിൽ ഇന്ത്യയും ഈജിപ്തും തമ്മിൽ കരയിലൂടെയും കടലിലൂടെയും കച്ചവടം നടത്തിയിരുന്നുവെന്ന് ചരിത്രകാരന്മാർ പറയുന്നു. ആഡംബര ഉൽപ്പന്നങ്ങളായ തുണിത്തരങ്ങൾ, സുഗന്ധ വ്യഞ്ജനങ്ങൾ, വീഞ്ഞ് എന്നിവയുടെ കച്ചവടം വിവരിക്കുന്ന ഒട്ടേറെ കൃതികളിൽ നിന്നാണ് ഭാഗികമായി അവരാ നിഗമനത്തിലെത്തിയിരിക്കുന്നത്. ഈജിപ്തിന്റെ സുഡാനതിർത്തിയിലെ ഒരു സൈറ്റിൽനിന്നും കണ്ടെത്തിയവയിൽ 16 പൗണ്ടിലധികം (7കിലോ) കറുത്ത കുരുമുളകു തിരികളുണ്ടായിരുന്നു. ഒരു റോമൻ പുരാവസ്തു കേന്ദ്രത്തിൽനിന്ന് ഏതുകാലത്തും ലഭ്യമായിട്ടുള്ള കുരുമുളകുശേഖരത്തിലെ ഏറ്റവും വലുതാണിത്. പ്രാചീന ഈജിപ്ഷ്യൻ കേന്ദ്രമായ ബെരെണികെയിൽനിന്ന് ഒട്ടകസാർഥവാഹകസംഘങ്ങൾ നൈലിന്റെ 240 മൈൽ പടിഞ്ഞാറേക്ക് ചരക്കുകൾ കൊണ്ടുപോയി. അവിടെനിന്ന് അവ കപ്പലിൽക്കയറ്റി മധ്യധരണ്യാഴിത്തുറമുഖമായ അലക്സാണ്ഡ്രിയയിലെത്തിച്ചിരുന്നു. അവിടെനിന്ന്, അവ റോമൻ ലോകത്തിന്റെ മറ്റു ഭാഗങ്ങളിലേക്കെല്ലാം എത്തിച്ചിരുന്നു. മധ്യധരണ്യാഴിച്ചരക്കുകൾ (ഗ്രീക്കു ദ്വീപായ കോസിൽനിന്നുമുള്ള വീഞ്ഞും ഒന്നാന്തരം മേശപ്പാത്രങ്ങളുമതിലുണ്ടായിരുന്നു) എതിർദിശയിലേക്കും നീങ്ങി. പ്രാചീന ഈജിപ്ഷ്യൻ നഗരമായ ബെരെണികെയിൽനിന്നും കുഴിച്ചെടുത്ത റോമൻ ഉൽപ്പന്നക്കൂമ്പാരത്തിൽനിന്ന് ഇന്ത്യൻ പരുത്തിത്തുണിത്തരങ്ങളും കിട്ടിയിരുന്നു. ബെരെണികെയിലെ ഒരു തെരുവിൽ നാടൻ അബാദ നാടോടികൾ കുഴിച്ചപ്പോൾ ഒരുപറ്റം ചരിത്രവസ്തുക്കൾ കണ്ടെത്തി. അത് റോമും ഇന്ത്യയും തമ്മിൽ വൻതോതിലുള്ള സമുദ്രവ്യാപാരം നടന്നിരുന്നതിന്റെ തെളിവായി ശാസ്ത്രജ്ഞന്മാർ ചൂണ്ടിക്കാട്ടുന്നു. ടോളമിയുടെ ഒരു പായ്ക്കപ്പലിന്റെ ഭക്ഷണശാല ഇന്ത്യൻ മെംഫിസ് കൊണ്ട് ലൈൻ ചെയ്തിരുന്നുവെന്നത് ഒരു ഇന്ത്യൻ സെറ്റിൽമെന്റിന്റെ തെളിവായി ചൂണ്ടിക്കാണിക്കപ്പെടുന്നു; ടോളമിയുടെ ശവക്കല്ലറയിലെ ഒരു കല്ലിൽ ശൂലവും ചക്രവും കൊത്തിവച്ചതും കണ്ടെടുക്കപ്പെട്ടിട്ടുണ്ട്.

എം ഇ പോകോക്ക് (Edward Pocock- ഇംഗ്ലീഷ് ഓറിയന്റലിസ്റ്റും ബിബ്ലിക്കൽ റീഡറും-1604-1691) അദ്ദേഹത്തിന്റെ *ഇന്ത്യ ഗ്രീസിൽ* എന്ന

കൃതിയിൽ പ്രാചീന ഗ്രീക്ക് ചിന്തയിൽ ഇന്ത്യ വലിയ സ്വാധീനം ചെലുത്തിയിരുന്നുവെന്ന് ചൂണ്ടിക്കാട്ടുന്നുണ്ട്. ഒരു വമ്പിച്ച ബൗദ്ധിക പ്രവർത്തനത്തിന്റെ യുഗമായി ഇന്ത്യയിലും ഗ്രീസിലും ഉയർന്നുവന്ന കാലഘട്ടം ബി സി ആറിനും നാലിനും ഇടക്കുള്ള നൂറ്റാണ്ടുകളാണ്. ഉപനിഷത്തുകളിലും പ്ലേറ്റോയിലും ഒട്ടേറെ സമാന്തരങ്ങളായ ആശയങ്ങൾ നമുക്കു കാണാം. ആ സമാനതകൾ യാദൃച്ഛികമല്ല; അവയുയർന്നുവരുന്നത് ആഴമേറിയ ഒരു പൊതുവായ ജീവിത വീക്ഷണത്തിൽനിന്നും ജീവിത തത്വചിന്തയിലും നിന്നാണ്. "ടൈനയിലെ ബുദ്ധിമാൻ" അപ്പോളോണിയസ് (ഒരുപക്ഷേ ഹെല്ലനിസ്റ്റിക് കാലഘട്ടത്തിലെ ഏറ്റവും വലിയ പുണ്യവാൻ അദ്ദേഹമായിരുന്നു), അദ്ദേഹം യേശുവിന്റെ സമകാലീനനായിരുന്നു, ഇന്ത്യയിലെ പണ്ഡിതന്മാരെ സന്ദർശിക്കുകയും അവരിൽ വളരെ സംതൃപ്തനാകുകയും ചെയ്തിരുന്നു. പിൽക്കാലത്ത്, അദ്ദേഹം നഗ്ന സന്യാസിമാരെ സന്ദർശിക്കാനായി എത്യോപ്യയിലേക്കും പോയി. അവർ അവരുടെ ആത്മീയത കടമെടുത്തത് ഇന്ത്യയിൽനിന്നാണെന്നാണ് അദ്ദേഹം വിശ്വസിച്ചിരുന്നത്. ഗ്രീസിലെ അറിവിന്റെ കേന്ദ്രങ്ങളായ സ്കൂളുകളിൽ അസ്തിവാരമിടപ്പെട്ട പടിഞ്ഞാറൻ തത്വചിന്തയും ശാസ്ത്രവും ജന്മംകൊണ്ടത് മുമ്പത്തെ നൂറ്റാണ്ടുകളിൽ ഇന്ത്യയിൽ ഘനീഭൂതമായിത്തീർന്ന സങ്കൽപ്പനങ്ങളിൽ നിന്നാണ്. അവയ്ക്ക് ഗ്രീക്ക് ചിന്തയിന്മേൽ ഒരു വ്യക്തമായ സ്വാധീനമുണ്ടായിരുന്നു.

ഗ്രീക്കുകാർ അവരുടെ "മെറ്റീരിയ മെഡിക്കാ"യിൽ ഉപയോഗപ്രദവും പരീക്ഷിക്കപ്പെട്ടതുമായ മരുന്നുകൾ ഉൾപ്പെടുത്തുകയുണ്ടായി. ഗ്രീക്കോറോമൻ കാലത്ത് ജീവിച്ചിരുന്നയാളും മെറ്റീരിയ മെഡിക്കയുടെ തുടക്കക്കാരനുമായ ഡിയോസ്കോറിഡെസ് (54-68 എ ഡി) ഇന്ത്യയിൽ നിന്നും ചികിത്സാവശ്യങ്ങൾക്കായി കൊണ്ടുവന്ന നാർഡോസ്, കോസ്തോസ്, കലാമൂസ് തുടങ്ങിയ ചെടികളെക്കുറിച്ച് പ്രതിപാദിക്കുന്നുണ്ട്. അവർ പുതിയ രോഗശമന രീതികളും ഇന്ത്യയിൽനിന്ന് സ്വായത്തമാക്കി. അട്ടകളെ കടിപ്പിക്കുന്നതും പാമ്പുവിഷത്തിനുള്ള പ്രതിവിധിയും പോലെ ഇന്ത്യയിൽ നിന്നുടലെടുത്ത രോഗശമന രീതികൾ അവരും പ്രയോഗത്തിൽ വരുത്തി. ആയുർവേദ ചികിത്സ, അഥവാ 'ജീവന്റെ ശാസ്ത്ര"ത്തിന്റെ വേദം പ്ലേറ്റോയുടെ രചനകളിൽ ദൃശ്യമാകുമ്പോൾ വിവിധ യോഗാ സമ്പ്രദായങ്ങളിൽക്കാണുന്ന ശരിയായി ശ്വസിക്കുന്നതിന്റെ പ്രാധാന്യം ആയുർവേദത്തിലെ അതേ രീതിയിൽ ഹിപ്പോക്രാറ്റസും ഊന്നിപ്പറയുന്നു. ഗ്രീസിലുടനീളമുണ്ടായിരുന്ന അസ്കുലാപ്പിയസ് (Asclepius) രോഗശമന കേന്ദ്രങ്ങൾ തിരിച്ചറിയപ്പെട്ടിരുന്നത് ഒരു വടിയിൽ രണ്ടു സർപ്പങ്ങൾ ചുറ്റിപ്പിണഞ്ഞു കിടക്കുന്ന അതിന്റെ ചിഹ്നം കൊണ്ടാണ്. കഡുസിയസ് (Caduceus)എന്നു വിളിക്കപ്പെടുന്ന അത് ഇക്കാലം വരെയും വൈദ്യചികിത്സയുടെ പ്രതീകമായി ഉപയോഗിക്കപ്പെടുന്നു. അത് ഇന്ത്യയുടെ ആരംഭകാല നാഗ(മൂർഖൻ)ചിഹ്നത്തിൽ നിന്നുമുടലെടുത്തിട്ടുള്ളതാണ്.

പൈതഗോറസ് കുറച്ചുകൂടി മുമ്പ് നടത്തിയതുപോലൊരു ദീർഘമായ യാത്രനടത്തി ഇന്ത്യയിലെത്തി. ഗ്രീസിന്റെ ഉയർന്ന നിലവാരത്തിലുള്ള ജ്യാമിതി, ത്രികോണമിതി, ഗണിതശാസ്ത്രത്തിന്റെ മറ്റു ശാഖകൾ എന്നിവയുടെ അടിസ്ഥാനമായി അംഗീകരിക്കപ്പെടുന്ന പൈതഗോറസ് സിദ്ധാന്തം ഗ്രീക്ക് പൈത്തഗോറിയൻ സ്കൂളിന്റെ പേരിൽ കണക്കാക്കപ്പെടുന്നുവെങ്കിലും അതിൽ അപ്പോളോണിയസ് സിദ്ധാന്ത*ത്തിലെന്നപോലെ വേദത്തിന്റെ സ്വാധീനമുണ്ട്. അറബി സംഖ്യാശാസ്ത്രത്തിനും കാർട്ടീഷ്യൻ കോഓർഡിനേറ്റുകൾക്കും വേദീയമായ അറിവുകളുമായി ബന്ധമുണ്ട്, പൂജ്യമെന്നതുപോലെ. പൈതഗോറസും ഓർഫിക് മിസ്റ്ററികളും ഗ്രീക്ക് മതത്തിൽ ഉന്നതസ്ഥാനമുള്ളതാണ്. മൃഗങ്ങളെ ഭക്ഷിക്കുന്നതിനെതിരായ പൈതഗോറസിന്റെ തത്വവും, അതിൻപ്രകാരം ഇറച്ചി ഭക്ഷിക്കാതിരുന്നതും, സ്വന്തം വസ്ത്രങ്ങളിൽ ലിനൻ ഉൾപ്പെടുത്തിയതുമെല്ലാം ഇന്ത്യയിൽനിന്ന് വന്ന കാര്യങ്ങളാണ്.

പൈതഗോറസ് നേരിട്ടുതന്നെ ഇന്ത്യയിൽ വരികയും ആദ്യകാല ഇന്ത്യൻ തത്വചിന്തകരായ ജിംനോ സോഫിസ്റ്റുകളിൽ നിന്ന് തത്വചിന്ത പഠിക്കുകയും ചെയ്തു. ഹിന്ദു മിത്തോളജിയിലെ പുനർജന്മത്തിൽ അദ്ദേഹം വിശ്വസിച്ചു. എല്ലാ ഭൗതികമായ കെട്ടുപാടുകളിൽ നിന്നുമുള്ള മോചനത്തെക്കുറിച്ചു പഠിപ്പിച്ച ഓർഫിക് മിസ്റ്ററികൾ ഹിന്ദുക്കളുടെ 'മോക്ഷ'വുമായി അടുത്തു നിൽക്കുന്നതാണ്. ഗ്രീക്ക് തത്വചിന്തകരായ ഡെമോക്രിറ്റസ്, അനക്സാർക്കസ്, പിറോ എന്നിവരും ഇന്ത്യയിൽ വന്നിട്ടുള്ളവരാണ്. രണ്ടാം നൂറ്റാണ്ടിലെ അസീറിയൻ തർക്കശാസ്ത്രജ്ഞനായ ലുഷിയാനുസിന്റെ അഭിപ്രായത്തിൽ ലോകത്തെ ഏറ്റവും ശക്തമായ രാജ്യമായ ഇന്ത്യയിലാണ് തത്വചിന്തയുടെ ദേവത ആദ്യമായി ഇറങ്ങിവന്നത്. ടൈനയിലെ അപ്പോളോണിയുസ് (പ്രാചീന ഗ്രീക്ക് ലോകത്തെ ഉന്നതനായ പുണ്യാത്മാവ്) ഒരു പൈതഗോറിയൻ അധ്യാപകനും ഒരു വലിയ സന്യാസിയും സസ്യഭക്ഷണം മാത്രം കഴിച്ചിരുന്നവനും, പേഗൻലോകത്തുടനീളം വലിയ പേരുള്ളയാളുമായിരുന്നു. ഇന്ത്യയിലെ പണ്ഡിതരെ കണ്ടെത്താൻ അദ്ദേഹം ഇന്ത്യ സന്ദർശിച്ചു. അദ്ദേഹം പ്രാചീനകാലത്തെ ഒരു ബ്രാഹ്മണ സന്യാസിയായ ലാർച്ചസിനെ കണ്ടുമുട്ടുകയും അദ്ദേഹത്തിന്റെ (ലാർച്ചസിന്റെ) ആദ്യം സ്വയം അറിയാതെയും ആ അറിവ് സ്വന്തം വിശ്വാസപ്രമാണമായി സ്വീകരിക്കാതെയും "നാമാരും നമ്മുടേതുപോലുള്ള തത്വചിന്തയെ സമീപിക്കുകയില്ല" എന്ന തത്വചിന്തയിൽ നിന്നാവേശമുൾക്കൊള്ളുകയും ചെയ്തവനാണ്. അദ്ദേഹത്തിന്റെ അഭിപ്രായത്തിൽ രണ്ട് ഇന്ത്യക്കാരായ ജിംനോസോഫിസ്റ്റ് ലാർച്ചസും ഫ്രാവോട്ടെസും (തക്ഷശിലയിലെ ഇന്തോ-പാർഥിയൻ രാജാവാണദ്ദേഹം) മാത്രമാണ് ദൈവങ്ങളായി അദ്ദേഹം കരുതിയ മനുഷ്യരും അതു

* Appollonius Theorem: Theorem relating the length of median of a triangle to the length of its sides.

കൊണ്ടുതന്നെ ദൈവങ്ങളെന്നു വിളിക്കപ്പെടാൻ അർഹതയുള്ളവരും. അപ്പോളോണിയസ് വിശ്വസിച്ചത് ഈജിപ്തിനും എത്യോപ്യക്കും അവരുടെ വിജ്ഞാനം ലഭിച്ചത് ഇന്ത്യയിൽനിന്നാണെന്നും, എത്യോപ്യയിലെ നഗ്ന തത്വചിന്തകർ ഇന്ത്യയിൽനിന്നു കുടിയേറിയവരാണെന്നുമാണ്.

വൈദ്യം, ജ്യോതിശ്ശാസ്ത്രം, ഗണിതം എന്നിവയ്ക്ക് വേദകാലഘട്ടത്തിൽ (ബി സി 1500-400) വലിയ ശ്രദ്ധ നൽകപ്പെട്ടിരുന്നതായിക്കാണാം. ആ വേദസംസ്കാരമാണ് 5-ാം നൂറ്റാണ്ടിലെ ഹിന്ദുപണ്ഡിതൻ പാണിനിയിലൂടെ ഭാഷാശാസ്ത്രത്തിന്റെ മണ്ഡലത്തിൽ ആദ്യ അന്വേഷണങ്ങൾ നടത്തിയത്. വേദകാലഘട്ടത്തിലെ മതപരമായ പാഠങ്ങൾ സംഖ്യകളുടെ ഉപയോഗത്തിനും തെളിവു നൽകുന്നുണ്ട്. അവസാന വേദമായ യജുർവേദസംഹിതയുടെ കാലമാകുമ്പോഴേക്കും (ബി സി 1200-900) 10^{12} എന്ന നിലവാരം വരെയുള്ള ഉയർന്ന സംഖ്യകൾ പാഠങ്ങളിലുൾക്കൊള്ളിച്ചിരുന്നു. ശാതപദബ്രാഹ്മണത്തിൽ (ബി സി 9 ാം നൂറ്റാണ്ട്) സുൽബസൂത്രത്തിലേതിനു സമാനമായ ആചാരപരമായ ജ്യാമിതീയ നിർമിതികൾക്കുവേണ്ട നിയമങ്ങൾ ഉൾപ്പെടുന്നുണ്ട്. വേദകാല അൾത്താര (ബലിവേദി)കളുടെ ആദ്യത്തെ മഹാനായ ജ്യാമിതീയകാരൻ ബൗദായന (ബി സി 800) നാണ്. വേദകാല ബലികൾക്കുവേണ്ട ബലിവേദികളുടെ നിർമാണവുമായി ബന്ധപ്പെട്ട് ജ്യാമിതീയമെന്ന ശാസ്ത്രം തന്നെ രൂപമെടുത്തത് ഇന്ത്യയിലാണ്. ഈ ബലികൾ നടത്തപ്പെട്ടിരുന്നത് മുൻകൂട്ടി നിശ്ചയിക്കപ്പെട്ട ചില സമയങ്ങളിലും പ്രത്യേക വലുപ്പങ്ങളിലും ആകൃതികളിലുമാണ്. ബലികർമങ്ങളിൽ വിദഗ്ധരായിട്ടുള്ളവർക്ക് ബലിവേദികളുണ്ടാക്കാൻ സമയം കണക്കാക്കാൻ ജ്യോതിശ്ശാസ്ത്രവും; ദൂരം, അളവ്, ഏരിയയുടെ വിസ്തൃതി എന്നിവ മനസിലാക്കാൻ ജ്യാമിതിയും അറിഞ്ഞിരിക്കേണ്ടതുണ്ട്. അത്തരം ബലികർമങ്ങളനുഷ്ഠിച്ചിരുന്നത് സുൽബസൂത്രങ്ങളെന്ന പേരിലുള്ള കർക്കശമായ ചിട്ടകളുടെയും തത്വങ്ങളുടെയും പ്രമാണഗ്രന്ഥങ്ങൾ അനുസരിച്ചാണ്. പ്രാചീന കാലങ്ങളിൽ അനുവർത്തിച്ചുപോന്ന ഒട്ടേറെ സുൽബകളിൽ ഏറ്റവും വലുതും പഴക്കം ചെന്നതും ബൗദായനന്റെ സുൽബസൂത്രമാണ്. അത് പൈതഗോറസിന്റെ സിദ്ധാന്തമടക്കം ഒട്ടേറെ ജ്യാമിതീയ സൂത്രവാക്യങ്ങളെക്കുറിച്ച് തെളിവ് നൽകുന്നുണ്ട്.

ഈജിപ്തിലെ കഹൂൻ പാപ്പിറസും (ബി സി 1825) ഇന്ത്യയിലെ വേദകാലസാഹിത്യവുമാണ് മൃഗവൈദ്യത്തിന്റെ ആദ്യത്തെ എഴുതപ്പെട്ട രേഖകൾ. കുഷ്ഠരോഗത്തെക്കുറിച്ചുള്ള ആദ്യപരാമർശം ഇന്ത്യൻ വൈദ്യശാസ്ത്രഗ്രന്ഥമായ *സുശ്രുതസംഹിത* (ബി സി ആറാം നൂറ്റാണ്ട്)യിലാണാദ്യം കാണുന്നത്. വൈദ്യനായ അശ്വിൻ കുമാറിന്റെ ഇരട്ടപെറ്റ പുത്രന്മാരായ വിവശ്വതും ശരണ്യുവും വേദകാലത്തെ ദേവവൈദ്യന്മാരായി ആദരിക്കപ്പെടുന്നു. *ഋഗ്വേദ*ത്തിലെ 50ലേറെ ശ്ലോകങ്ങൾ അവർക്ക് രോഗശമനകലയിലും ശസ്ത്രക്രിയയിലുമുള്ള വൈദഗ്ധ്യത്തെ പുകഴ്ത്തുന്നതാണ്. അവർ മിക്കവാറും മനുഷ്യരായ വൈദ്യന്മാരായിരിക്കാനാണ്

സാധ്യത. അവർ പ്രദർശിപ്പിച്ച അസാധാരണമായ നൈപുണ്യവും നിരന്തരമായ സഹതാപവും കരുണയും കാരണം അവർ ദേവപദത്തിൽ പ്രതിഷ്ഠിക്കപ്പെട്ടിരിക്കാനാണ് സാധ്യത. പ്രായം ചെന്നവർക്ക് യൗവനം തിരിച്ചു നൽകുക, അന്ധരെയും രോഗികളെയും ക്ഷീണിതരെയും കുഷ്ഠരോഗികളെയും ചികിത്സിച്ച് അവരുടെ പ്രശ്നങ്ങൾ പരിഹരിക്കുക, എന്നിവയൊക്കെ അവർ ചെയ്തിരുന്നു. ആയുർവേദത്തിനു പുറമെ ദാദിച്ചി എന്ന മുനിയിൽനിന്നും മരിച്ചവരെ ജീവിപ്പിക്കുന്ന മധുവിദ്യ എന്ന ശാസ്ത്രവും അവർ പഠിച്ചിരുന്നു. തിമിര ശസ്ത്രക്രിയ ബി സി ആറാം നൂറ്റാണ്ടിൽ ജീവിച്ചിരുന്ന ഇന്ത്യൻ വൈദ്യൻ സുശ്രുതനറിയാമായിരുന്നു. ഇന്ത്യൻ പാരമ്പര്യപ്രകാരമുള്ള തിമിര ശസ്ത്രക്രിയ ചെയ്തിരുന്നത് ജബമുഖി ശാലക (Jabamukhi salaka) എന്ന പേരിലറിയപ്പെട്ടിരുന്ന ഒരു പ്രത്യേക ഉപകരണം കൊണ്ടാണ്. ലെൻസിനെ ഇളക്കാനുപയോഗിക്കുന്ന ഒരു വളഞ്ഞ സൂചിയാണത്. അതുകൊണ്ട് ലെൻസിനെ ഇളക്കിയശേഷം തിമിരത്തെ കാഴ്ചയുടെ ദിശയിൽനിന്ന് തള്ളിമാറ്റുന്നു. അതിനുശേഷം കണ്ണ് ചൂടുവെണ്ണകൊണ്ട് പൊതിഞ്ഞശേഷം കെട്ടിവയ്ക്കുന്നു. ഇത്തരം ശസ്ത്രക്രിയകൾ വൈദ്യന്മാർ നിർവഹിച്ചിരുന്ന ഇന്ത്യയിലേക്ക് ഗ്രീക്ക് ശാസ്ത്രജ്ഞരും തത്വചിന്തകരും യാത്ര ചെയ്തിരുന്നു. തിമിരം നീക്കംചെയ്യുന്ന ശസ്ത്രക്രിയ ഇന്ത്യയിൽനിന്ന് ചൈനയിലും പ്രചാരത്തിൽ വന്നു. ഏറക്കുറെ ബി സി 500 ൽ പ്ലാസ്റ്റിക് സർജറിയുടെ പിതാവെന്നറിയപ്പെടുന്ന സുശ്രുതൻ റൈനോപ്ലാസ്റ്റി (മൂക്ക് ശസ്ത്രക്രിയ) യുടെ ഓപ്പറേഷൻ വിദ്യകൾ വികസിപ്പിച്ചെടുത്തു. സുശ്രുതൻ രചിച്ച *സുശ്രുതസംഹിത*യിൽ നൂറ്റൊന്നുതരം ശസ്ത്രക്രിയോപകരണങ്ങളെക്കുറിച്ചും അവയെങ്ങനെ കൈകാര്യം ചെയ്യണമെന്നും വിവരിച്ചിട്ടുണ്ട്. സ്പർശമറിയുന്ന തൊലിയുടെ ആവരണം ട്രാൻസ്പ്ലാന്റ് ചെയ്യുന്ന വിദ്യ തികച്ചും ഇന്ത്യനാണ്. അത് *സുശ്രുതസംഹിത*യിൽ നിന്ന് വ്യക്തമാണ്. രോഗികളുടെ ഇന്ദ്രിയ സംവേദന ശേഷിയെ മയക്കിക്കിടത്താനായി മരുന്നുകൾ ചേർത്ത വീഞ്ഞ് നൽകുന്ന സുശ്രുതന്റെ സമ്പ്രദായം അദ്ദേഹത്തെ ഒരു വിദഗ്ധ അനസ്തീഷ്യപ്രയോഗക്കാരനാക്കുന്നു. ഓപ്പറേഷനുശേഷം മുറിവ് തുന്നിക്കെട്ടാൻ തുന്നിച്ചേർക്കാനുള്ള സാധനമായി ഉറുമ്പിൻ കൊമ്പുകളെ ഉപയോഗിച്ചുകൊണ്ട് നൂതനമായൊരു വിദ്യ സുശ്രുതൻ കണ്ടുപിടിച്ചു. *സുശ്രുതസംഹിത* കിത്താബ്- ഷാഷൂൺ-അ-ഹിന്ദി എന്നും കിത്താബ്-ഇ-സുശ്രുത് എന്ന പേരിലും അറബിയിലേക്ക് തർജമ ചെയ്യപ്പെട്ടിട്ടുണ്ട്. ചരകന്റെ കാലം ബി സി മൂന്നാം നൂറ്റാണ്ടിനും രണ്ടാം നൂറ്റാണ്ടിനും ഇടയിലായിരിക്കാം. അദ്ദേഹം ഏറെ പ്രസിദ്ധിനേടിയിരിക്കുന്നത്. "കായകൽപ്പചികിത്സ"യുടെ പേരിലാണ്. ഇന്ത്യയിൽ അംഗീകരിക്കപ്പെട്ട ഏറ്റവും പഴയ വൈദ്യശാസ്ത്രഗ്രന്ഥമായ *ചരകസംഹിത*യുടെ കർത്താവാണദ്ദേഹം. രോഗങ്ങൾ ചികിത്സിക്കാൻ സസ്യ-ലവണ-മൃഗ സ്രോതസുകളിൽനിന്നുള്ള വിവിധ മരുന്നുകളുപയോഗിക്കുന്നതിൽ അതിന്റെ രചയിതാവിന് വിശാലമായ അറിവുണ്ടെന്ന് ആ കൃതി കാണി

ക്കുന്നു. ഹിന്ദു പുരാണങ്ങൾ പ്രകാരം ധന്വന്തരി (വൈദ്യൻ) ഭാസ്കരന്റെ ശിഷ്യനായ വീരഭദ്രന്റെയും ഗുൽവാണയുടെയും മകനാണ്, അദ്ദേഹം. വിഷ്ണുവിന്റെ അവതാരമായി കരുതപ്പെടുകയും ഇന്നും ആരാധിക്കപ്പെടുകയും ചെയ്യുന്നു. ധന്വന്തരിയാണ് സുശ്രുതന് സർജറി പഠിപ്പിച്ചുകൊടുത്തത്. അദ്ദേഹമാണ് ക്ലാസിക്കൽ ഇന്ത്യൻവൈദ്യത്തിന്റെ പിതാവ്. അതിനനുസൃതമായ വിധം അദ്ദേഹം ഉയർന്ന നിലയിൽ പ്രതിഷ്ഠിക്കപ്പെട്ടിട്ടുമുണ്ട്. *ഓക്സഫോർഡ് ഇല്ലസ്ട്രേറ്റഡ് കമ്പാനിയൻ ടു മെഡിസിൻ* പറയുന്നത് കുഷ്ഠരോഗത്തെക്കുറിച്ചുള്ള സൂചനകളും അതിനുള്ള അനുഷ്ഠാനപരമായ ചികിത്സാവിധികളും ഹിന്ദുമതഗ്രന്ഥങ്ങളിലുണ്ടെന്നാണ്. ഇന്നത്തെ ശ്രീലങ്കയിൽ വളരെമുമ്പേ, ബി സി 431 ൽ ത്തന്നെ, ബ്രാഹ്മണ ആശുപത്രികൾ സ്ഥാപിക്കപ്പെട്ടിരുന്നു. ഇന്ത്യൻ ചക്രവർത്തിയായ അശോകൻ (ബി സി 273 മുതൽ 232 വരെയാണദ്ദേഹത്തിന്റെ ഭരണകാലം) മൗര്യസാമ്രാജ്യത്തിലുടനീളം (ബി സി 322 മുതൽ 185 വരെയാണാസാമ്രാജ്യം നിലനിന്നത്)ആശുപത്രികൾ സ്ഥാപിച്ചിരുന്നു. അവയുടെ സ്ഥാപനം ബി സി 230ലാണ് പൂർത്തിയായത്.

മഹാജനപദ കാലത്തിന് (ബി സി 400–200) ശേഷമുള്ള കാലത്ത് ഇന്ത്യ ഒട്ടേറെ കണ്ടുപിടിത്തങ്ങൾ ദർശിച്ചു. ഈ കാലഘട്ടത്തിൽ ഇന്ത്യയിൽ നീലം (Indigo)ഒരു ചായമായി ഉപയോഗിച്ചു. അതിന്റെ പ്രധാന ഉൽപ്പാദന സംസ്കരണകേന്ദ്രവും ഇന്ത്യയായിരുന്നു. നീലത്തിന്റെ ഇൻഡിഗോ ഫെറാ ടിൻക്ടോറിയ വകഭേദമാണ് ഇന്ത്യയിൽ സർവസാധാരണമായത്. ഒരു ചായമായി ഉപയോഗിച്ച നീലം വിവിധ കച്ചവടമാർഗങ്ങളിലൂടെ ഗ്രീസിലും റോമിലുമെത്തി. അതവിടങ്ങളിൽ ഒരാഡംബര ഉൽപ്പന്നമായിരുന്നു. ഇന്ത്യയിലെ കാശ്മീരിൽ കൈത്തറി ഷാളുകളിലുപയോഗിച്ച കാശ്മീർ കമ്പിളിനൂൽ 'പഷ്മം' അഥവാ പഷ്മിന എന്നറിയപ്പെട്ടു. ഇന്ത്യയിലെ കാശ്മീർ ഭാഗങ്ങളിൽ ഉണ്ടാക്കിയിരുന്ന കമ്പിളിഷാളുകളെക്കുറിച്ചുള്ള പരാമർശം ബി സി മൂന്നാം നൂറ്റാണ്ടുമുതൽ എ ഡി 11 ാം നൂറ്റാണ്ടു വരെ കാണാം. ചണം ഇന്ത്യയിൽ കൃഷി ചെയ്യപ്പെട്ടിരുന്നു. പരൽ രൂപത്തിലാക്കിയ പഞ്ചസാര ഗുപ്തസാമ്രാജ്യക്കാലത്തു തന്നെ കണ്ടുപിടിക്കപ്പെട്ടിരുന്നു. കട്ടരൂപത്തിലാക്കിയ (കൽക്കണ്ടം) പഞ്ചസാരയെക്കുറിച്ചുള്ള ആദ്യപരാമർശവും വരുന്നതിന്ത്യയിൽനിന്നാണ്. മസ്ലിൻ എന്ന പേരു വരുന്നത് ആ തുണിത്തരവുമായി ആദ്യമായി ബ്രിട്ടീഷുകാർ പരിചയപ്പെട്ട സ്ഥലമായ മൊസൂളിൽ (ഇറാക്ക്) നിന്നാണ്. പക്ഷേ ആ തുണി ആദ്യമായി ഉണ്ടാക്കപ്പെട്ടത് ഇന്ത്യയിലെ ഡാക്കയിലാണ്. 9 ാം നൂറ്റാണ്ടിൽത്തന്നെ അറബ് സഞ്ചാരിയായ സുലൈമാൻ ആ വസ്തു ഉണ്ടായത് ബംഗാളിലാണെന്ന് രേഖപ്പെടുത്തലുകൾ നടത്തിയിരുന്നു.(അറബിഭാഷയിൽ ബംഗാളിന്റെ പേര് 'മുഹ്മ്ൽ') ഇന്ത്യയിൽനിന്നിറക്കുമതി ചെയ്ത മസ്ലിൻ ഈജിപ്തുകാർ പ്രാചീന കാലത്ത് മമ്മികളാക്കിയ ശരീരങ്ങളെ പൊതിയാനായി ഉപയോഗിച്ചിരുന്നു.

മധ്യകാല ഇന്തോ-അറബ് പാരസ്പര്യം

ഭാഷാശാസ്ത്രപരമായ തെളിവുകളും മറ്റു തെളിവുകളും വച്ചു നോക്കിയാൽ വളരെ വളരെ പ്രാചീനകാലത്തുതന്നെ ആരംഭിച്ച ഇന്ത്യയും അറേബ്യയും തമ്മിലുള്ള സാംസ്കാരിക ബന്ധവും പാരസ്പര്യവും മധ്യകാലഘട്ടങ്ങളിൽ വളർന്നു പുഷ്പിച്ചതോടെ ആയുർവേദമടക്കമുള്ള ഇന്ത്യൻ വൈദ്യത്തിന്റെ മഹത്വം ലോകവ്യാപകമായി അറിയപ്പെട്ടു. ഒട്ടേറെ ഇന്ത്യൻ ഉപകരണങ്ങളുടെ പേരുകൾ [സ്വോർഡ് (വാൾ), കാംഫർ (കറുപ്പ്), സാൻഡൽ (ചന്ദനം), ആലോസ് തുടങ്ങിയവ ഇസ്ലാമിക പൂർവകാലത്തെ കവിതകളിൽ സ്ഥാനംപിടിച്ചു. ഇന്ത്യൻ മരുന്നുകളുടെ പേരുകൾ (കാഫൂർ(കർപ്പൂരം), മിസ്ക് (മുസ്ക), സഞ്ചാബിൽ സുഹ്ഗവേര), ഊദ് (അഗുരു) തുടങ്ങിയ *വിശുദ്ധഖുറാനി*ലും പ്രവാചകചര്യകളിലുംവരെ ഇടംപിടിച്ചു. ഒരുപക്ഷേ അറബിവാക്കുകളായ ഫാനീസ്, തൂഷ്യ, നർജിൽ, ബിയ്, സാൻഡൽ എന്നിവ സംസ്കൃതത്തിൽനിന്നു വന്നതാകാം. വർമ്മ അദ്ദേഹത്തിന്റെ *ഇന്തോ-അറബ് റിലേഷൻസ് ഇൻ മെഡിക്കൽ സയൻസസ്* എന്ന വിശദമായ ലേഖനത്തിൽ അത്തരം ബന്ധങ്ങളുടെ നിരവധി രേഖാപരമായ തെളിവുകൾ നൽകുന്നുണ്ട്. ഹിന്ദു നാഗരികതയുടെ മേന്മയും മഹത്വവും അറബികളെ അമ്പരപ്പിച്ചു. ഹിന്ദു പുരാണങ്ങളിലെ സമ്പന്നത അവർക്കൊരു അപരിചിതമായ വെളിപാടായിത്തീർന്നു. ഇന്ത്യൻ പണ്ഡിതന്മാരുടെയും വസ്തുക്കളുടെയും ശാസ്ത്രകയ്യെഴുത്തുപ്രതികളുടെയും വലിയൊരൊഴുക്ക് തന്നെ അറേബ്യയിലേക്കുണ്ടായി. ഹിന്ദു പണ്ഡിതന്മാർക്ക് അറബ് നാഗരികതയെക്കുറിച്ചറിയാൻ ആകാംക്ഷയുണ്ടായി. കാശിയിലെ ഒരു ബ്രാഹ്മണനായ ഭോജർ ഒരു ദൈവശാസ്ത്രജ്ഞനായ ഖാസി റുക്ൻ ഉൽ ദീനിൽ നിന്നും അറബ് കലയും സാഹിത്യവും പഠിക്കുകയും പകരം അദ്ദേഹത്തെ സംസ്കൃതം പഠിപ്പിക്കുകയും ചെയ്തു. വടക്കുപടിഞ്ഞാറൻ ഇന്ത്യയിൽ ബുദ്ധമതം പ്രചരിപ്പിച്ചകാലഘട്ടത്തിൽ ഇന്ത്യൻ പണ്ഡിതന്മാർ പേർഷ്യയിലൂടെയും അറബ് രാജ്യങ്ങളിലൂടെയും സഞ്ചരിച്ചിരുന്നു. അതവരെ ഇന്ത്യൻ പാരമ്പര്യവുമായി അടുപ്പിച്ചു. മദീനയിലെ ഒരു ഇന്ത്യൻ ജാട്ട് വൈദ്യനാണ് പ്രവാചകന്റെ പ്രിയപ്പെട്ട ഭാര്യയുടെ അസുഖം ഭേദമാക്കിയതെന്നു പറയപ്പെടുന്നു. ഇന്ത്യൻ വൈദ്യന്മാരെയും തത്വചിന്തകരെയും വൈദ്യമടക്കമുള്ള ശാസ്ത്രം 'ജുൺഡിഷാപ്പൂരി'ലെ സ്കൂളിൽ പഠിപ്പിച്ചിരുന്നതായി മുമ്പ് സൂചിപ്പിച്ചിരുന്നല്ലോ. പ്രവാചകന്റെ സമകാലീനനായ അൽ ഹരിന്ത് ഇബ്ൻ കലാഡ-അറബ് വൈദ്യൻ-ഇന്ത്യൻ വൈദ്യത്തിന്റെ വിവിധ ശാഖകളെത്തേടി ഇന്ത്യയിലൂടെ യാത്രചെയ്തിരുന്നു. അബാസിഡ് ഖലീഫമാരുടെ ഭരണകാലത്ത് ആയുർവേദവൈദ്യം പുതിയൊരു ആവേശത്തോടെ പ്രയോഗത്തിൽക്കൊണ്ടുവരികയും ഇന്ത്യൻ പണ്ഡിതന്മാർക്ക് വലിയ അന്തസ്സും പദവിയും ലഭിക്കുകയും ചെയ്തു. അനുഷെർവാന്റെ ഭരണകാലത്ത് (എ ഡി 530-580) പഴയ കാല ഇന്ത്യൻ വൈദ്യനായ ബിർസന്തിൻ ഹിന്ദി (അദ്ദേഹം യമനിലേക്ക് കുടി

യേറിയിരുന്നു) വ്യത്യസ്ത രോഗങ്ങൾ ഇന്ത്യൻ പച്ചമരുന്നുകളുപയോഗിച്ച് (പ്രത്യേകിച്ചും ഹെംപ് കന്നാബിസ് ഇൻഡിക്ക) ചികിത്സിക്കുന്നതിൽ സവിശേഷ വൈദഗ്ധ്യം പ്രദർശിപ്പിക്കുകയുണ്ടായി. രണ്ടാം ഖലീഫയായ അൽ മൻസൂറിന്റെ ഭരണകാലത്ത് രണ്ട് ഇന്ത്യൻ ജ്യോതിശ്ശാസ്ത്രഗ്രന്ഥങ്ങൾ- *ബ്രഹ്മസിദ്ധാന്ത, ഖാണ്ഡഖാദ്ധ്യക്ക* എന്നിവ- അറബിയിലേക്ക് ശാസ്ത്രജ്ഞനായ ഇബ്രാഹിം അൽ ഫസരി തർജമ ചെയ്യുകയുണ്ടായി. അതുപോലെ ജ്യോതിശ്ശാസ്ത്രത്തിലെ മറ്റു സംസ്കൃത കൃതികളായ *ആര്യഭടീയം* (എ ഡി 499), ആര്യഭടന്റെ *ആര്യസിദ്ധാന്തം* എന്നിവയും അർഖണ്ട് അഥവാ സിജ് -ഇ-അർജബ്ബാർ എന്ന പേരിൽ അറബിയിലേക്ക് കൊണ്ടുവരികയുണ്ടായി. ഇത്തരം കൃതികളിലൂടെ സിദ്ധാന്തരൂപത്തിലുള്ള ജ്യോതിശ്ശാസ്ത്രം മധ്യേഷ്യയിലെത്തി. ഒട്ടേറെ ഇന്ത്യൻ ജ്യോതിശ്ശാസ്ത്ര ഗണിതശാസ്ത്ര പരികൽപ്പനകൾക്ക് അവിടെ പ്രചാരം ലഭിച്ചു. ഒരുദാഹരണം ഇന്ത്യൻ ഗണനാസമ്പ്രദായം അഥവാ ഇന്ത്യൻ അങ്കഗണിത (Arithmetic) ത്തെപ്പറ്റി *സിന്ധ്ഹിന്ദ്* എന്ന പേരിൽ അൽക്വവാരിസ്മി രചിച്ച പുസ്തകമാണ്.

ബാൽഖിലെ ബുദ്ധമത ക്ഷേത്രത്തിലെ ഉന്നത പുരോഹിതരുടെ പിന്മുറക്കാരായ ബാർമിസിഡുകൾ (പ്രമുഖ്മാർ) ഹാറൂൺ അൽ റഷീദിന്റെ (എ ഡി 786-814) ഭരണകാലത്ത് ഏറ്റവും സ്വാധീനമുള്ളവരിലായി മാറിയതോടെ അവരുടെ പേരിൽ ഒരു ഗുളികപോലും (ഹബ്ബി ബർമാക്) നാമകരണം ചെയ്യപ്പെട്ടു. മരുന്നിന്റെ ഗുണമുള്ള ഏറ്റവും വിലയേറിയ സുഗന്ധദ്രവ്യമായ അത് ശുപാർശ ചെയ്തത് ഇബ്ൻ സിനയാണ്. മനക (മൻഖാവോർ മാണിക്യ)യെന്ന ഇന്ത്യൻ വൈദ്യനെ തനിക്കൊരു ഗുരുതരമായ രോഗം പിടിപെട്ടപ്പോൾ ഹാറൂൺ അൽ റഷീദ് വിളിപ്പിച്ചു. ഖലീഫയെ അദ്ദേഹം ചികിത്സിച്ചു ഭേദമാക്കി. പിന്നീടദ്ദേഹത്തെ ബാഗ്ദാദിലെ രാജകീയ ആശുപത്രിയുടെ മേധാവിയായി നിയമിച്ചു. അദ്ദേഹം നിരവധി സംസ്കൃത ഗ്രന്ഥങ്ങൾ അറബിയിലേക്കും പേർഷ്യനിലേക്കും തർജമ ചെയ്തു. ഖലീഫമാരുടെ വിസിയർ (വസീർ-പ്രധാനമന്ത്രി) ആയിരുന്ന യഹ്വാ-ബിൻ ഖാലിദ് ബാഗ്ദാദ് ആശുപത്രിയുടെ ഡയറക്ടറാക്കിയ മറ്റൊരു കഴിവുറ്റ ഭിഷഗ്വരൻ ധന്വന്തരി (ഇബ്ൻ-ദാൻ) ആയിരുന്നു. ഇബ്രാഹിം ബിൻ സാലെയുടെ സന്നിപാതം (തലച്ചോറിൽ രക്തം കട്ടപിടിച്ചുണ്ടാകുന്ന തളർച്ച) ചികിത്സിച്ചു ഭേദമാക്കിയ ഭേല മറ്റൊരു ആയുർവേദ വൈദ്യനായിരുന്നു. അദ്ദേഹം മരിച്ചുവെന്നു വിധിയെഴുതപ്പെട്ടപ്പോൾ കുൻഡുഷ് കൊണ്ടുണ്ടാക്കിയ ഒരു പൊടി അദ്ദേഹത്തിന്റെ മൂക്കിലേക്കൂതി ഭേല അദ്ദേഹത്തെ ചലിപ്പിക്കുകയായിരുന്നു. അൽ മൈമൂണിന്റെ രാജസദസിലേക്ക് ഒരിന്ത്യൻ രാജാവ് ദുബാൻ എന്ന അറിവും കഴിവുമുള്ള ഒരു വൈദ്യനെ അയച്ചുകൊടുത്തിരുന്നു. ഇന്ത്യൻ ജ്യോതിശ്ശാസ്ത്രത്തിലെ ഏറ്റവും വലിയ ആധികാരികനായിരുന്ന കങ്കൻ, പ്രാദേശികതയെക്കുറിച്ചെഴുതിയ സഞ്ചാൽ, അർഥശാസ്ത്രവും രചിച്ച ഷനക്ക് (ചാണക്യൻ) എന്നിവരും അറേബ്യൻ യുഗത്തിൽ ഉന്നതസ്ഥാനത്ത് പ്രതി

ഷ്ഠിക്കപ്പെട്ടിരുന്നവരാണ്. *ചരകസംഹിത, സുശ്രുതസംഹിത, അഷ്ടാംഗഹൃദയം, സിദ്ധകോശം* തുടങ്ങിയ നിരവധി പ്രാമാണിക ആയുർവേദ കൃതികൾ അറബിയിലേക്ക് തർജമ ചെയ്യപ്പെട്ടു. ഫിർദൗസ് ഉൽ ഹിക്മത്ത് (വിജ്ഞാനത്തിന്റെ സ്വർഗം) എന്ന പ്രസിദ്ധമായ കൃതിയുടെ രചയിതാവായ അൽ തിബരി തന്റെ ആദ്യ അധ്യായം തുടങ്ങുന്നതുതന്നെ ആയുർവേദ വൈദ്യത്തിന്റെ ഉൽപ്പത്തി പ്രതിപാദിച്ചുകൊണ്ടാണ്. അൽതിബരി തന്റെ കൃതിയിൽ ചില ആയുർവേദ മരുന്നുകളെക്കുറിച്ചും തേങ്ങ (ജൗസ് ഹിന്ദി), പുളി (ടാമറിൻഡ് തമാർ ഹിന്ദി), ഇന്തുപ്പ് (മിലെ ഹിന്ദി), ഇന്ത്യൻ കുമിൻ (കമ്മുൻ ഹിന്ദി) എന്നിവപോലുള്ളവ വിവരിക്കുന്നുണ്ട്. ആയുർവേദമരുന്നുകളെക്കുറിച്ച് വിവരണങ്ങളുള്ള ആദ്യകൃതിയാണ് അൽ തിബരിയുടെ ഫിർദൗസ് ഉൽ ഹിക്മത് എന്നു കരുതപ്പെടുന്നു. ഇതുകൂടാതെ, 9 ാം നൂറ്റാണ്ടിലെ ഇബ്ൻ വഹാഷിയ വിഷത്തെക്കുറിച്ചുള്ള മറ്റിന്ത്യൻ കൃതികളിൽനിന്നുള്ള ഭാഗങ്ങൾ തന്റെ വിഷങ്ങളെക്കുറിച്ചും പ്രതിവിധികളെക്കുറിച്ചുമുള്ള പുസ്തകത്തിൽ (*കിത്താബ് ഉൽ സുമും വൽ തിര്യാഖാത്ത്*) ഉൾപ്പെടുത്തുകയുണ്ടായി. അൽ റാസിയും തന്റെ പ്രസിദ്ധഗ്രന്ഥമായ *അൽഹാവി*യിൽ ആയുർവേദത്തെക്കുറിച്ച് സൂചിപ്പിക്കുകയുണ്ടായിട്ടുണ്ട്. *കാനൂൻ ഓഫ് മെഡിസിൻ* എന്ന കൃതിയുടെ പേരിൽ വിശ്വപ്രസിദ്ധനായ ഇബ്ൻ സിനയും തനിക്കിന്ത്യൻ വൈദ്യന്മാരോടുള്ള കടപ്പാടിനെക്കുറിച്ചെഴുതുകയും ആയുർവേദ ഗ്രന്ഥങ്ങളിൽ നിന്നുള്ള അട്ടകളെക്കുറിച്ചും വിവിധ ഭക്ഷണയോഗങ്ങളെക്കുറിച്ചുമുള്ള വിവരങ്ങൾ ഉദ്ധരിക്കുകയും ചെയ്തിട്ടുണ്ട്. അദ്ദേഹത്തിന്റെ *കാനോനി*ലുള്ള 792 സാധാരണ മരുന്നുകളിൽ 49 എണ്ണം ഇന്ത്യയിൽ ഉറവിടമുള്ളവയാണെന്നു പറയപ്പെടുന്നു. ഫാർമക്കോളജി സംബന്ധമായ അൽബറൂണിയുടെ ഉജ്വലരചനയിൽ (*കിത്താബ് ഉൽ സൈദാന*) ഇന്ത്യൻ വൈദ്യന്റെ വിജ്ഞാനത്തെക്കുറിച്ചും വൈദഗ്ധ്യത്തെക്കുറിച്ചും രക്തവാർച്ചയുണ്ടാകുമ്പോൾ അക്കോണൈറ്റ് (ഒരു തരം ചെടി) ഉപയോഗിച്ചാൽ രോഗം ശമിപ്പിക്കുന്നതിനെക്കുറിച്ചുമൊക്കെ പരാമർശിക്കുന്നുണ്ട്. അങ്ങനെ, പ്രാചീന പണ്ഡിതന്മാരും അറബികളും ഇന്ത്യൻ വൈദ്യപണ്ഡിതന്മാരെക്കുറിച്ചും ആയുർവേദമടക്കമുള്ള വൈദ്യത്തെക്കുറിച്ചും ഏറ്റവുമുയർന്ന സ്നേഹവും ബഹുമാനവും വച്ചുപുലർത്തി.

അതിന്റെയെല്ലാം അനന്തരഫലമായി രോഗചികിത്സക്കും ശമനത്തിനുമുള്ള ഏറ്റവും ബഹുമാന്യവും പ്രചാരത്തിലുള്ളതുമായ സമ്പ്രദായമായി ആയുർവേദം വളർന്നു. ആയുർവേദത്തിന്റെ രണ്ട് ശാഖകൾ, ആത്രേയവും (വൈദ്യന്മാരുടെ ശാഖ) ധന്വന്തരിയും (ശസ്ത്രക്രിയ നടത്തുന്ന സർജന്മാരുടെ ശാഖ), ആയുർവേദത്തെ ലോകത്തിലെ തന്നെ കൂടുതൽ ശാസ്ത്രീയവും കൂടുതൽ തെളിയിക്കപ്പെട്ടതുമായ ചികിത്സാസമ്പ്രദായമാക്കി വളർത്തി. ചൈന, തിബത്ത്, ഗ്രീക്ക് നാടുകൾ, റോം, ഈജിപ്ത്, അഫ്ഗാനിസ്ഥാൻ, പേർഷ്യ എന്നിവിടങ്ങളിൽ നിന്നുള്ള പണ്ഡിതന്മാർ ഈ വൈദ്യസമ്പ്രദായത്തെക്കുറിച്ചറിയാനും അത് തങ്ങളുടെ നാട്ടിലേക്ക്

കൊണ്ടുപോകാനുമായി ഇന്ത്യയിലേക്ക് യാത്ര ചെയ്തു. വസൂരിക്ക് പ്രതിരോധകുത്തിവെപ്പും വേരിയൊളേഷനും (variolation)നടത്തുന്നതിന്റെ ആദ്യത്തെ രേഖ കണ്ടെടുക്കാനാകുന്നത് 8 ാം നൂറ്റാണ്ടിലെ ഇന്ത്യയിൽ നിന്നാണ്. 8 ാം നൂറ്റാണ്ടിലെ ഇന്ത്യൻ വൈദ്യനായ മാധവൻ എഴുതിയ നിദാനയിൽ (അതിന് 79 അധ്യായങ്ങളുണ്ട്) ഓരോ രോഗങ്ങളെയും അവയുടെ കാരണങ്ങൾ, ലക്ഷണങ്ങൾ, സങ്കീർണതകൾ എന്നിവയടക്കം വിവരിക്കുന്നു. അതിലദ്ദേഹം മസൂരിക(വസൂരി) യെക്കുറിച്ചൊരു പ്രത്യേക അധ്യായം ഉൾപ്പെടുത്തിയിട്ടുണ്ട്. അതിൽ വസൂരിയിൽനിന്ന് സംരക്ഷണത്തിനായി പ്രതിരോധകുത്തിവെപ്പ് നടത്തുന്ന രീതി അദ്ദേഹം വിവരിക്കുന്നു.

ചുക്ക് (സഞ്ചാബിൽ) അടങ്ങിയ ഒരു മൺകുടം ഒരിന്ത്യൻ രാജാവ് പ്രവാചകനയച്ചുകൊടുത്തതായും, അദ്ദേഹമത് തന്റെ എല്ലാ സഹചരന്മാർക്കുമായി ഭക്ഷിക്കാനായി വീതിച്ചുകൊടുത്തുവെന്നും താനുമൊരു കഷണമെടുത്തുവെന്നും പ്രവാചകന്റെ അനുയായിയായ അബുസെയ്ദ് പറഞ്ഞിട്ടുണ്ട്. അൽ തിബരി പറയുന്നു: "ഒരു വ്യക്തി ഒരു മാസത്തിൽ ഏഴുതവണ ഏഴു കഷണം ചുക്ക് തേനുമായി യോജിപ്പിച്ച് കുഴമ്പുരൂപത്തിലാക്കിക്കഴിച്ചാൽ അയാൾക്ക് കഫസംബന്ധമായ അസുഖങ്ങളിൽനിന്ന് സംരക്ഷണം ലഭിക്കും. അതിന്റെ ഔഷധഗുണം നിമിത്തം വിവിധ ഭക്ഷണ പാചകങ്ങളിൽ മാത്രമല്ല, മറിച്ച് യുനാനി വൈദ്യത്തിലും ആയുർവേദത്തിലും അതിന് സമുന്നതമായ സ്ഥാനമുണ്ട്. പ്രവാചകൻ ഊദും (ആലോസ് വുഡ്-ഊദ്-ഹിന്ദി) കർപ്പൂരവും ചേർത്ത് കത്തിച്ച് പുക ശ്വസിക്കാറുണ്ടായിരുന്നു. പ്രവാചകൻ പറഞ്ഞു: "ഊദിൽ ഏഴു പ്രതിവിധികളുണ്ട്." അത് പൊടിയായി വലിച്ചാൽ അൽ-ഗുദ്റാ എന്ന രോഗത്തിന് നല്ലതാണ്. ഒരു ശ്വാസകോശാവരണ രോഗമായ പ്ലൂറിസിക്കും അത് പ്രയോജനകരമാണ്.

ആദ്യത്തെ ഉമൈയ്യാദ് ഖലീഫക്ക് (എ ഡി 660-680) ഒരു ചൈനീസ് രാജാവ് പുസ്തകത്തിന്റെ രൂപത്തിൽ ഒരു സമ്മാനം കൊടുത്തയച്ചുവെന്ന് ചരിത്രം പറയുന്നു. ആ പുസ്തകത്തിൽ ഇന്ത്യൻ വൈദ്യത്തെയും ആൽക്കെമിയെയും ജ്യോതിശ്ശാസ്ത്രത്തെയും സംബന്ധിച്ച ചില രഹസ്യങ്ങളും വിജ്ഞാനവുമാണുണ്ടായിരുന്നത്; ആ പുസ്തകം അദ്ദേഹത്തിന്റെ പൗത്രൻ അബുഹാഷിം ഖാലിദ് ബിൻ യാസിദിന് കിട്ടി. ഇന്ത്യയിൽനിന്നുള്ള ശാസ്ത്രീയവിജ്ഞാനം കൈക്കലാക്കാൻ വളരെയധികം താൽപ്പര്യമുണ്ടായിരുന്ന ഒരാളാണദ്ദേഹം. അതുകൊണ്ടുതന്നെ ഇന്ത്യൻ ഉറവിടങ്ങളിൽനിന്നുള്ള വൈദ്യശാസ്ത്രത്തെയും മറ്റു വിഷയങ്ങളെയും സംബന്ധിച്ച ഒട്ടറെ സാമഗ്രികൾ അദ്ദേഹം സ്വായത്തമാക്കിയിരുന്നിരിക്കണമെന്ന് കരുതപ്പെടുന്നു. സിന്ധ് കീഴടക്കിയശേഷം സിന്ധിലെ ഗവർണറായിരുന്ന അബ്ദുള്ള ബിൻ സവ്വാർ അബ്ദി (എ ഡി 667) രാജാവായ ഗിഗന്റെ (ഖിഖൻ) പേരിൽ ഒട്ടേറെ അമൂല്യമായ സമ്മാനങ്ങൾ ഖലീഫക്കയച്ചുകൊടുത്തുവെന്ന് പ്രസ്താവിക്കപ്പെട്ടിട്ടുണ്ട്. ഒരുതവണ

ഉപയോഗിച്ചാൽ ഏറ്റവും കുറഞ്ഞത് ഒരുവർഷം വരെയെങ്കിലും മുടിയുടെ തിളക്കവും കറുപ്പുനിറവും കാത്തു സൂക്ഷിക്കുമായിരുന്ന, മുടി കറുപ്പിക്കുന്ന ഒരു പ്രത്യേകതരം ഇന്ത്യൻ ഡൈയും അറബികൾക്കിടയിൽ വളരെയേറെ പ്രചാരം നേടിയിരുന്നുവെന്നും, അതും അറേബ്യയിലേക്കിറക്കുമതി ചെയ്യപ്പെട്ടിരുന്നുവെന്നും അൽ തബരി സൂചിപ്പിച്ചിട്ടുണ്ട്. ഹാഷിം ബിൻ അബ്ദുൾ മാലിക്കി (എ ഡി 742) നെപ്പോലുള്ള അറബ് ഉമൈയ്യാദ് ഖലീഫമാരും അതുപയോഗിച്ചിരുന്നു. ഇതിന്റെ പശ്ചാത്തലത്തിൽ, ഒരുതവണ ഉപയോഗിച്ചാൽ എന്നേക്കുമായി മുടിയുടെ തിളങ്ങുന്ന കറുപ്പുനിറം നിലനിർത്തുന്ന ഒരത്ഭുത മരുന്നുണ്ടായിരുന്നതായും, തന്റെ ചില പൂർവസൂരികളെ ഉദ്ധരിച്ച്, അൽ തബരി പറഞ്ഞിട്ടുണ്ടെന്നത് ശ്രദ്ധേയമാണ്.

16 ാം നൂറ്റാണ്ടിലെ പോർച്ചുഗീസുകാരുടെ വരവിനെത്തുടർന്ന് ഇന്ത്യൻ വൈദ്യശാസ്ത്രമായ ആയുർവേദത്തിന്റെ മഹത്വം ക്ഷയിക്കാൻ തുടങ്ങി. 1914 ൽ വില്യം ബന്റിക് നിയമിച്ച വിദ്യാഭ്യാസക്കമ്മറ്റിയായ ക്രോഫോർഡ് കമ്മറ്റി നൽകിയ ശുപാർശകളുടെ അടിസ്ഥാനത്തിൽ 1914 ൽ ആധുനിക വിദ്യാഭ്യാസം ആരംഭിച്ചതോടെ ആഗോളതലത്തിലംഗീകാരം നേടിയിരുന്ന ആയുർവേദത്തിന്റെ ഒരു പ്രധാന തകർച്ച സംഭവിച്ചു. യൂറോപ്പിൽ സംഭവിച്ചിട്ടുള്ള രീതികളും തത്വങ്ങളും കർശനമായി പാലിച്ചുകൊണ്ടുമാത്രമേ ഇന്ത്യയിൽ വൈദ്യശാസ്ത്രം പഠിപ്പിക്കാൻ പാടുള്ളുവെന്ന് കമ്മറ്റി ശുപാർശ ചെയ്തു. അവർ പ്രാദേശികമായ ഇന്ത്യൻ വൈദ്യശാസ്ത്രത്തെയും അതിന്റെ ആഗോള സ്വാധീനത്തെയും പൂർണമായി അവഗണിച്ചുകൊണ്ട് ഒരു ഉദ്ഗ്രഥിത വൈദ്യസമ്പ്രദായത്തിനു രൂപം കൊടുത്തുകൊണ്ട് മനുഷ്യരാശിയുടെ ജീവിതം കുറെക്കൂടി മെച്ചപ്പെടുത്താനുണ്ടായിരുന്ന സാധ്യതകളെ തല്ലിക്കെടുത്തി. 1944 ൽ ഇന്ത്യയിലെ വൈദ്യത്തെപ്പറ്റി നിർദേശങ്ങൾ സമർപ്പിച്ച ജെ എം ബോറെ കമ്മറ്റി ഇന്ത്യൻ വൈദ്യവ്യവസ്ഥയുടെ കോളനീകരണം പൂർത്തിയാക്കി. അത് ലൈസൻസുകൾ നൽകുന്ന എല്ലാ മെഡിക്കൽ കോഴ്സുകളും നിർത്തലാക്കിക്കൊണ്ട് ഇന്ത്യയുടെ തനതായ വൈദ്യസമ്പ്രദായത്തെ പ്രാന്തവൽക്കരിച്ചു. അതാകട്ടെ, ഇന്ത്യൻ ഗ്രാമീണ ആരോഗ്യചികിത്സാ സമ്പ്രദായത്തിന് വിനാശകരമായ രീതിയിൽ അന്ത്യം കുറിക്കുകയും ചെയ്തു.

ഇന്ത്യൻ ഗണിതത്തിന്റെയും ഇന്ത്യൻ ജ്യോതിശ്ശാസ്ത്രത്തിന്റെയും ക്ലാസിക്കൽ കാലഘട്ടത്തിൽനിന്നുള്ള ഏറ്റവും വലിയ ഗണിതശാസ്ത്രജ്ഞനും ജ്യോതിശാസ്ത്രജ്ഞനുമാണ് ആര്യഭട്ടൻ. അദ്ദേഹത്തിന്റെ ഏറ്റവും പ്രസിദ്ധമായ കൃതികൾ *ആര്യഭടീയ*വും *ആര്യസിദ്ധാന്ത*വുമാണ്. അവ ഗണിതവും ജ്യോതിശ്ശാസ്ത്രവും കോർത്തിണക്കിയ ഗംഭീര സംഗ്രഹങ്ങളാണ്. ഗണിതത്തിന്റെയും ജ്യോതിശ്ശാസ്ത്രത്തിന്റെയും സംഗ്രഹമായ *ആര്യഭടീയം* ഇന്ത്യൻ ഗണിതശാസ്ത്രസാഹിത്യത്തിൽ നിരന്തരം പരാമർശിക്കപ്പെടുന്നതാണ്. അത് അതിജീവിച്ച് വർത്തമാന കാലത്തിന് ലഭ്യമായിട്ടുണ്ട്. ജ്യോതിശ്ശാസ്ത്ര കണക്കുകൂട്ടലുകളുടെ ഒരു

ആര്യഭട്ടൻ

കൃതിയായ *ആര്യസിദ്ധാന്തം* നഷ്ടപ്പെട്ടുപോയി. ആര്യഭടന്റെ സമകാലികനായിരുന്ന വരാഹമിഹിരന്റെയും പിൽക്കാല ഗണിതാചാര്യന്മാരായിരുന്ന ബ്രഹ്മഗുപ്തനും ഭാസ്കരൻ ഒന്നാമനുമടക്കമുള്ളവരുടെയും കൃതികളിൽനിന്നാണ് നാമിന്നതിനെക്കുറിച്ചറിയുന്നത്. അതിൽ ഒട്ടേറെ ജ്യോതിശ്ശാസ്ത്ര ഉപകരണങ്ങളെക്കുറിച്ചുള്ള വിവരണങ്ങളുണ്ട്. ഗ്നോമോൻ (ശംഖു-യന്ത്രം), ഒരു നിഴൽ ഉപകരണം (ഛായ-യന്ത്രം), ഒരുപക്ഷേ കോണുകളും ഡിഗ്രികളുമളക്കുന്നതിനുള്ള ഉപകരണങ്ങളായ വൃത്തരൂപത്തിലും അർദ്ധവൃത്തരൂപത്തിലുമുള്ള ധനുർയന്ത്രവും ചക്രയന്ത്രവും, ഒരു സിലിണ്ടർ രൂപത്തിലുള്ള വടിയായ യസ്തിയന്ത്രം, ഒരു കുട രൂപത്തിലുള്ള ഛത്രയന്ത്രം, രണ്ടു തരത്തിലുള്ള ജലഘടികാരങ്ങൾ (വില്ലിന്റെ രൂപത്തിലും സിലിണ്ടർ രൂപത്തിലുമുള്ളത്) എന്നിവ. അത് ഏറെക്കുറെ എ.ഡി. 800നോടടുത്ത് അറബിയിലേക്ക് *സിൽ-അൽ-അർജദർ* എന്ന പേരിൽ തർജമ ചെയ്തു. ആര്യഭട്ടന്റെ പഠനങ്ങൾ ഇന്ത്യൻ ജ്യോതിശ്ശാസ്ത്രപാരമ്പര്യത്തിൽ വലിയ സ്വാധീനം ചെലുത്തിയിട്ടുള്ളവയാണ്. അതുപോലെ തർജമകളിലൂടെ അത് അയൽനാടുകളിലും സ്വാധീനം ചെലുത്തി. ഇസ്ലാമിക സുവർണകാലത്തെ അറബി തർജമ പ്രത്യേകിച്ചും വളരെയേറെ സ്വാധീനം ചെലുത്തിയതായിരുന്നു. അദ്ദേഹത്തിന്റെ ചില ഫലങ്ങൾ അൽ ഖ്വാരിസ്മി ഉദ്ധരിച്ചിട്ടുണ്ട്. 10 ാം നൂറ്റാണ്ടിൽ അൽ ബിറൂണി പ്രസ്താവിച്ചത് ആര്യഭട്ടന്റെ അനുയായികൾ ഭൂമി അതിന്റെ അച്ചുതണ്ടിൽ കറങ്ങുകയാണെന്ന് വിശ്വസിച്ചിരുന്നുവെന്നാണ്. ആര്യഭടന്റെ ജ്യോതിശ്ശാസ്ത്രപരമായ കണക്കുകൂട്ടൽ രീതികളും വളരെ സ്വാധീനം ചെലുത്തിയവയാണ്. ത്രികോണമിതിയുടെ (ട്രിഗോണോമെട്രി) പട്ടികകൾക്കൊപ്പം അതും ഇസ്ലാമിക ലോകത്ത് വിപുലമായി ഉപയോഗിക്കപ്പെട്ടു. ഒട്ടേറെ അറബി ജ്യോതിശ്ശാസ്ത്ര പട്ടികകളിൽ (സിജ്കൾ) കണക്കുകൂട്ടാനതുപയോഗിക്കപ്പെട്ടു. പ്രത്യേകിച്ചും അറബ് സ്പാനിഷ് ശാസ്ത്രജ്ഞനായ അൽ സർക്കാലി (11 ാം നൂറ്റാണ്ട്)യുടെ കൃതികളിലുണ്ടായിരുന്ന ജ്യോതിശ്ശാസ്ത്രപട്ടികകൾ ലത്തീനിലേക്ക് ടോളെഡോയിലെ പട്ടികകൾ (12 ാം നൂറ്റാണ്ട്) എന്ന പേരിൽ തർജമ ചെയ്യപ്പെട്ടു. അത് നൂറ്റാണ്ടുകളോളം യൂറോപ്പിലെ ഏറ്റവും കൃത്യമായ പഞ്ചാംഗമായി ഉപയോഗിക്കപ്പെട്ടു. ആര്യഭട്ടനും അദ്ദേഹത്തിന്റെ അനുയായികളും രൂപപ്പെടുത്തിയ കലണ്ടർ കണക്കുകൂട്ടലുകൾ പഞ്ചാംഗം നിർമിക്കാനായി ഇന്ത്യ

യിൽ എക്കാലവും ഉപയോഗത്തിലിരുന്നിരുന്നു. ഇസ്ലാമിക ലോകത്ത്, ആ കണക്കുകളാണ് എ ഡി 1073 ൽ ഒമർഖയ്യാമടക്കമുള്ള ഒരുകൂട്ടം ജ്യോതിശാസ്ത്രജ്ഞർ രൂപപ്പെടുത്തിയ ജലാലി കലണ്ടറിന്റെ അടിത്തറയായിത്തീർന്നത്. അതിന്റെ വകഭേദം (1925ൽ പുതുക്കിയനിലയിൽ)അഫ്ഗാനിസ്ഥാനിലും ഇറാനിലും ഇന്നും ദേശീയ കലണ്ടറായി ഉപയോഗത്തിലുണ്ട്. ജലാലി കലണ്ടറിന്റെ തീയതികൾ ശരിയായ സൂര്യഭ്രമണപഥത്തെ അടിസ്ഥാനപ്പെടുത്തിയിട്ടുള്ളതാണ്; മുൻകാല ആര്യഭട്ടസിദ്ധാന്ത കലണ്ടറുകളിലേതുപോലെ തന്നെ. തിയതികൾ കണക്കുകൂട്ടിയെടുക്കൽ വളരെ ബുദ്ധിമുട്ടാണെങ്കിലും, ജലാലി കലണ്ടറിൽ ഗ്രിഗോറിയൻ കലണ്ടറിലേതുപോലുള്ള സീസണുകളുടെ തെറ്റുകളില്ല. ഇന്ത്യയുടെ ആദ്യ ഉപഗ്രഹമായ ആര്യഭട്ടയും ചാന്ദ്രഗർത്തമായ ആര്യഭട്ടയും അദ്ദഹത്തിന്റെ സ്മരണാർഥം നൽകിയ പേരുകളാണ്. അൽ-ബിറൂണിയുടെ അഭിപ്രായത്തിൽ പൂജ്യത്തിന് ഇന്നത്തെ അതിന്റെ പദവി നൽകിയ ബ്രഹ്മഗുപ്തനാണ് (598-668)ഇന്ത്യ കണ്ട ഏറ്റവും പ്രസിദ്ധനായ ഗണിതശാസ്ത്രജ്ഞൻ. അദ്ദേഹം *ബ്രഹ്മസ്ഫുടസിദ്ധാന്തം* രചിച്ചു. കുടകാധ്യായം എന്ന അധ്യായത്തിൽ അദ്ദേഹം ആദ്യമായി പൂജ്യവും അതിന്റെ പ്രവർത്തനവും കൈകാര്യം ചെയ്തു. ഈ വിഷയങ്ങളിൽ അദ്ദേഹം തന്റെ വീക്ഷണങ്ങൾ പ്രകടിപ്പിച്ചതിനൊപ്പം, അവയെ മുൻകാല ഗണിത ശാസ്ത്രജ്ഞന്മാരുടെ പഠനങ്ങളുമായി താരതമ്യം ചെയ്യുകയും ചെയ്തു. അതുകൊണ്ട് ഈ മണ്ഡലങ്ങളിൽ അദ്ദേഹത്തിന്റെ പഠനത്തിന് വമ്പിച്ച പ്രാധാന്യമുണ്ട്. *ബ്രഹ്മസ്ഫുട സിദ്ധാന്ത*ത്തിലൂടെയാണ് അറബികൾ ഇന്ത്യൻ ജ്യോതിശ്ശാസ്ത്രം പഠിച്ചത്. വരാഹൻ എന്നും മിഹിരൻ എന്നും വിളിക്കപ്പെട്ടിരുന്ന വരാഹമിഹിരൻ (505-587) ഉജ്ജയിനിൽ ജീവിച്ചിരുന്ന ജ്യോതിശ്ശാസ്ത്രജ്ഞനും, ഗണിതശാസ്ത്രജ്ഞനും, ജ്യോതിഷിയുമാണ്. അദ്ദേഹം വിക്രമാദിത്യന്റെ പ്രസിദ്ധമായ രാജസദസ്സിലെ നവരത്നങ്ങളിലൊന്നായിരുന്നു. (വിക്രമാദിത്യൻ ഗുപ്ത ചക്രവർത്തിയായ ചന്ദ്രഗുപ്തൻ രണ്ടാമനായിരുന്നുവെന്നു കണക്കാക്കപ്പെടുന്നു.) വരാഹമിരിഹന്റെ പ്രധാന കൃതികൾ *പഞ്ചസിദ്ധാന്തിക*യും *ബൃഹദ്സംഹിത*യും *സാമസംഹിത*യുമാണ്. ഈ പ്രബന്ധങ്ങളിൽ *പഞ്ചസിദ്ധാന്തിക*യാണ് ഏറ്റവും പ്രസിദ്ധമായത്. *ബൃഹത് സംഹിത*യിൽ നാലുതരം ഭൂമികുലുക്കങ്ങളെ 'വായുമണ്ഡൽ', അഗ്നിമണ്ഡൽ, ഇന്ദ്രമണ്ഡൽ, വരുണ

ബ്രഹ്മഗുപ്തൻ

മണ്ഡൽ എന്നിങ്ങനെ തരംതിരിക്കുകയും ഈ നാലുതരം ഭൂകമ്പങ്ങളുടെയും 'ഭൂകമ്പലക്ഷണങ്ങൾ നൽകുകയും ചെയ്തു. ഭാസ്കര (600-680) ഏഴാം നൂറ്റാണ്ടിൽ ജീവിച്ചിരുന്ന ഇന്ത്യൻ ഗണിത ശാസ്ത്രജ്ഞനാണ്. അദ്ദേഹമാണ് ആദ്യമായി പൂജ്യത്തിന് പകരമായി ഒരു വൃത്തമുപയോഗിക്കുകയും സംഖ്യകൾ ഹിന്ദു-അറബി ദശാംശസമ്പ്രദായത്തിൽ എഴുതുകയും ചെയ്തത്. ആര്യഭട്ടന്റെ കൃതിയെക്കുറിച്ച് തന്റെ ഭാഷ്യങ്ങളെഴുതുന്നതിനിടയിൽ സമാനതകളില്ലാത്തതും ശ്രദ്ധേയവുമായ യുക്തിപരമായ ഏകദേശക്കണക്ക് (approximation) സൈൻ ഫങ്ഷന് അദ്ദേഹം നൽകി. ഈ ഭാഷ്യം (*ആര്യഭട്ടീയഭാഷ്യം*) എ ഡി 629ലാണ് എഴുതപ്പെട്ടത്. ഗണിതത്തിലും ജ്യോതിശ്ശാസ്ത്രത്തിലും സംസ്കൃതത്തിലെ അറിയപ്പെടുന്ന പുസ്തകങ്ങളിൽ ഏറ്റവും പഴക്കം ചെന്ന കൃതിയാണത്. ആര്യഭട്ടന്റെ സ്കൂളിനു ചേർന്ന തരം രണ്ട് ജ്യോതിശ്ശാസ്ത്രഗ്രന്ഥങ്ങൾ അദ്ദേഹം എഴുതിയിട്ടുണ്ട്: *മഹാഭാസ്കരീയവും ലഘുഭാസ്കരീയവും*. ഭാസ്കര രണ്ടാമൻ (1114-1185) ഉജ്ജയിനിയിലെ ജ്യോതിശ്ശാസ്ത്ര നിരീക്ഷണാലയ (ഒബ്സർവേറ്ററി)ത്തിന്റെ തലവനായിരുന്നു. ഉജ്ജയിൻ പഴയകാല ഇന്ത്യയിലെ ഗണിതശാസ്ത്രത്തിന്റെ കേന്ദ്രമായിരുന്നു. 12 ാം നൂറ്റാണ്ടിലെ ഗണിതശാസ്ത്രപരവും ജ്യോതിശ്ശാസ്ത്രപരവുമായ അറിവിന് ഭാസ്കരയും അദ്ദേഹത്തിന്റെ കൃതികളും കാതലായ സംഭാവനകൾ ചെയ്തു. അദ്ദേഹത്തിന്റെ പ്രധാന കൃതികൾ *ലീലാവതി* (Arithmetic കൈകാര്യം ചെയ്യുന്നത്) ബീജഗണിതം (അൾജിബ്ര) സിദ്ധാന്ത ശിരോമണി (1150 ൽ എഴുതിയത്) എന്നിവയാണ്. *സിദ്ധാന്ത ശിരോമണി*ക്ക് രണ്ടു ഭാഗങ്ങളുണ്ട്: ഗോളാധ്യായ (ഗോളം)വും ഗ്രഹഗണിതവും (ഗ്രഹങ്ങളുടെ ഗണിതം)

8 ാം നൂറ്റാണ്ടിലെ മുത്താസലൈറ്റ് തത്വചിന്ത ഇന്ത്യൻ സന്യാസിമാരുടെയും ഋഷിമാരുടെയും വിവരണങ്ങളുൾക്കൊള്ളുന്നവയാണ്. ഇന്ത്യൻ മതങ്ങളെക്കുറിച്ച് മധ്യേഷ്യക്കുണ്ടായിരുന്ന അറിവ് ദൈവശാസ്ത്രപണ്ഡിതനും ചരിത്രകാരനുമായ ഷാഹ്രിസ്താനി (1076-1153) അദ്ദേഹത്തിന്റെ *കിത്താബ്-അൽ-മിലാൽ വ അൽ-നിഹാൽ* എന്ന കൃതിയിൽ ഇന്ത്യയെക്കുറിച്ച് വിവരിച്ചിരിക്കുന്ന ഭാഗത്തുനിന്ന് മനസിലാകും. തീർച്ചയായും, ഇന്ത്യൻ ചിന്തയിൽ അൽ-ബിറൂണി നടത്തിയ തത്വചിന്താപരമായ അന്വേഷണങ്ങൾ ആഴത്തിന്റെയും മാനത്തിന്റെയും കാര്യത്തിൽ അഭൂതപൂർവമായിരുന്നു. മുസ്ലീം മതശാസ്ത്രങ്ങൾ അടിസ്ഥാനപ്പെടുത്തിയിട്ടുള്ള പാരമ്പര്യങ്ങളെ സംബന്ധിച്ച് നാല് മഹത്തായ പുസ്തകങ്ങൾ മധ്യേഷ്യയിൽനിന്നു വന്നവയാണ്. ഇമാം മുഹമ്മദ് ബിൻ ഇസ്മയിലിന്റെ *ഷാഹി* (എ ഡി 870), അബുൽ കാസിം മഹ്മൂദ് ബിൻ ഉമർ അൽ സമക്ഷരിയുടെ *കഷ്റഫ്* (എ ഡി 1144), അലി ബിൻ മുഹമ്മദ് ബസ്ദാവി (എ ഡി 1089)യുടെ *ഉസൂൾ*, അലി ബിൻ അബുബക്കർ മാർഗിനാനിയുടെ *ഹിദ്യ* എന്നിവ. മധ്യകാലത്തുടനീളം ഇന്ത്യൻ മദ്രസകളിൽ പാഠ്യക്രമമായി ഈ പുസ്തകങ്ങൾ ഉപയോഗിക്കുകയും, ബൗദ്ധികപ്ര

വർത്തനത്തിന്റെ അടിത്തറയെ അത് രൂപപ്പെടുത്തുകയും ചെയ്തു. ഇന്ത്യൻ ഉലമ (മതപുരോഹിതർ) ഇവയെ ആസ്പദമാക്കി കമന്ററികളും ടിപ്പണികളും സംഗ്രഹങ്ങളും രചിച്ചു. *ചരകസംഹിത* പേർഷ്യനി (പഹ്‌ലവി) ലേക്ക് തർജമ ചെയ്യപ്പെട്ടു. അതു ചെയ്തത് മിക്കവാറും മനക ഹിന്ദിയാകാം. തുടർന്നത് അറബിയിലേക്ക് അബ്ദുഹാബിൻ തർജമ ചെയ്തു. അതുപോലെ *സുശ്രുതസംഹിത*യും (സുസുദ്) *അഷ്ടാംഗഹൃദയ*വും, *നിദാന*യും, *സിദ്ധയോഗ*വും, വിഷങ്ങളെക്കുറിച്ചുള്ള പുസ്തകവും, ഗർഭിണികളെ ചികിത്സിക്കാനുള്ള പുസ്തകവും, സ്ത്രീരോഗങ്ങളെക്കുറിച്ചുള്ള പുസ്തകവും, പാമ്പുകടിയെക്കുറിച്ചുള്ള പുസ്തകവും, മന്ത്രോച്ചാരണത്തെക്കുറിച്ചുള്ള പുസ്തകവും, ലഹരി സാമഗ്രികളെക്കുറിച്ചും, രോഗങ്ങളെക്കുറിച്ചും, മരുന്നുകളെക്കുറിച്ചുമുള്ള പുസ്തകവുമെല്ലാം തർജമ ചെയ്യപ്പെട്ടവയിൽപ്പെടുന്നു.

ഒരു മതേതര പരിസരത്തിന്റെ സൃഷ്ടിക്കും ഇന്ത്യയിലെ ഹിന്ദുക്കളും മുസ്ലീങ്ങളും തമ്മിലുള്ള പരസ്പരധാരണയുടെ രൂപമെടുക്കലിനും ഉറവിടമായിത്തീർന്നത് അൽ ഫസരി, യാക്കുബ് ബിൻ താരിക് (എ ഡി 8 ാം നൂറ്റാണ്ട്) മസൂദി, ഇദ്രിസി, ബുസുർഗ് ബിൻ ഷഹാരിയാർ, അൽബിറൂണി തുടങ്ങിയവരാണ്. ആരംഭത്തിൽത്തന്നെ നടന്ന പുതിയൊരു വഴി വെട്ടിത്തെളിക്കുന്ന അവരുടെ പ്രവർത്തനങ്ങളിലൂടെ മുസ്ലീം ലോകത്തിന് ഇന്ത്യൻ സംസ്കാരം പരിചയപ്പെടുത്തിക്കൊടുക്കാനുള്ള ഗൗരവതരമായ ശ്രമങ്ങളാണുണ്ടായത്. മുസ്ലീങ്ങൾ ഇന്ത്യയിൽ സ്ഥിരവാസമുറപ്പിച്ചപ്പോൾ സാംസ്കാരികവും മതപരവുമായ കൊള്ളക്കൊടുക്കലുകൾ കൂടുതൽ ക്രമബദ്ധമാകുകയും അത് ഹിന്ദുക്കളിൽ സ്വാധീനം ചെലുത്തുകയും ചെയ്തു. ഒട്ടേറെ ലൈബ്രറികളിലും മ്യൂസിയങ്ങളിലുമായി ചിതറിക്കിടക്കുന്ന നൂറുക്കണക്കിന് കയ്യെഴുത്തുപ്രതികൾ അക്കാര്യം തെളിയിക്കും. മസൂദി, ഇദ്രിസി, ഒമ്പതും പത്തും നൂറ്റാണ്ടുകളിലെ മറ്റ് അറബ് ചരിത്രകാരന്മാർ എന്നിവർ സൂചിപ്പിക്കുന്നത് വലിയൊരു മുസ്ലീം ജനസഞ്ചയം ബെജസ്രസ, സൈരഫ്, അമ്മാൻ, ബസ്രസ, ബാഗ്ദാദ് എന്നിവിടങ്ങളിൽ നിന്നും മറ്റു പ്രദേശങ്ങളിൽനിന്നും ഇന്ത്യയിലേക്ക് കുടിയേറുകയും ഇന്ത്യൻ സ്ത്രീകളെ വിവാഹം കഴിക്കുകയും ഇവിടെ താമസമുറപ്പിക്കുകയും ചെയ്തുവെന്നാണ്.

ഇസ്ലാമും അറബിയും ഹിന്ദുയിസത്തിൽ വമ്പിച്ച മാറ്റങ്ങൾക്ക് വഴിയൊരുക്കി. വ്യക്തിപരമായ ബന്ധങ്ങളും, മതപരമായ വാദപ്രതിവാദങ്ങളും, ചർച്ചകളും ആശയവിനിമയങ്ങളുമെല്ലാംവഴി. അത് വലിയൊരളവുവരെ ഹിന്ദുചിന്തയുടെ നിറം മാറ്റുകയും അതിന് പുതിയൊരു ദിശാബോധവും പാതയും വെട്ടിത്തുറക്കുകയും ചെയ്തു. ഏകദൈവ ആശയങ്ങളും മനുഷ്യരെല്ലാം ഒരൊറ്റ സാർവത്രിക സാഹോദര്യത്തിൽപ്പെട്ടവരാണെന്ന ചിന്തയും ഒട്ടേറെ ഹിന്ദുപരിഷ്കർത്താക്കൾ സ്വീകരിച്ചു. മുസ്ലീം സഞ്ചാരികളുടെയും ചരിത്രകാരന്മാരുടെയും വിവരണങ്ങൾ കാണിക്കുന്നത്, കച്ചവടക്കാരായിട്ടെത്തിയ മുസ്ലിങ്ങൾ പലപ്പോഴും തങ്ങളുടെ വിശ്വാസം

ഗുരുനാനാക്ക്

പ്രചരിപ്പിക്കുകയും തെക്കേ ഇന്ത്യയുടെ മലബാർ തീരങ്ങളിൽ ആദ്യമായി സ്ഥിരതാവളം സൃഷ്ടിക്കുകയും ചെയ്തുവെന്നാണ്. ഉമൈയ്യാദ് ജനറലായ മുഹമ്മദ് ബിൻ ഖാസിം 712 ൽ ത്തന്നെ സിന്ധ് ആക്രമിക്കുകയും അതിന്റെ ഫലമായി ഇന്ത്യൻമതത്തിലും സംസ്കാരത്തിലും ശക്തമായൊരു സ്വാധീനം ഇസ്ലാമിനുണ്ടാകുകയും ചെയ്തു. മതത്തിന്റെ ലാളിത്യവും, അത് പ്രഖ്യാപിക്കുന്ന സാഹോദര്യവും, ശൂദ്രന്മാർക്കും ശൂദ്രരല്ലാത്തവർക്കുമൊരുപോലെ അതു നൽകിയതും, അതിന്റെ ജനാധിപത്യപരമായ സ്പിരിറ്റും ഇന്ത്യയിലൊരു മതപര-തത്വചിന്താപരമായ സംസ്കാരം വളരുന്നതിനും കാരണമായി. കർക്കശമായ ഏകദൈവതത്വങ്ങളിലടിയുറച്ച ഗുരു നാനാക്കിന്റെ സിദ്ധാന്തങ്ങളിൽക്കാണാവുന്നതും അതേ ഇസ്ലാം സ്വാധീനം തന്നെ. 9 ാം നൂറ്റാണ്ടിലെ പേഴ്സ്യൻ ചരിത്രകാരനായ ബലാദുരി തന്റെ *ഫുത്തഹ് അൽ ബുൽ ദാനിൽ* എഴുതുന്നത് ഹാറൂൺ അൽ റഷീദിന്റെ കാലത്ത് ഒരു ഹിന്ദു രാജാവ് ഇസ്ലാമിന്റെ അടിസ്ഥാനതത്വങ്ങൾ ചർച്ചചെയ്യാനും വിശദീകരിക്കാനുമായി ഒരു പണ്ഡിതനെ അയച്ചുതരാൻ ഖലീഫയോടാവശ്യപ്പെട്ടു എന്നാണ്. തന്റെ ഭരണകാലത്ത് ഖലീഫാ മൈമൂൺ ചർച്ചകളിലൂടെയും തർജമകളിലൂടെയും ഹിന്ദു ചിന്തകളും സംസ്കാരവും മനസിലാക്കാൻ ശ്രമങ്ങൾ നടത്തിയിരുന്നു. തത്വചിന്താപരവും ദൈവശാസ്ത്രപരവുമായ ചർച്ചകളിൽ വ്യത്യസ്ത വീക്ഷണങ്ങളുടെ വക്താക്കളായവർക്ക് തങ്ങളുടെ ആശയങ്ങൾ വിശദമാക്കാൻ സമ്പൂർണ സ്വാതന്ത്ര്യമുണ്ടായിരുന്നു. ഹിന്ദുപങ്കാളികൾക്ക് സ്വതന്ത്രമായി ആശയങ്ങൾ കൈമാറാൻ കഴിഞ്ഞതിന്റെ തുടക്കം മുത്താസിലൈറ്റ് ചിന്താരീതിയിലായിരുന്നു. അതിനൊപ്പം ആഷ്രൈറ്റുകളും ഗസാലിയും ദൈവശാസ്ത്രവുമായി ബന്ധപ്പെട്ട ഏറെക്കുറെ എല്ലാപ്രശ്നങ്ങളും സ്പർശിക്കുകയും അവരുടെ സിദ്ധാന്തങ്ങൾ വിവിധ ചാനലുകളിലൂടെ ഇന്ത്യയിലേക്കും കടന്നെത്തുകയും ചെയ്തു.

സൂഫിസവും മതേതര ഇന്ത്യയുടെ പൈതൃകത്തിൽ വളരെ പ്രധാനപ്പെട്ട ഒരു പങ്ക് വഹിച്ചിട്ടുണ്ട്. അതതിന്റെ വികാസത്തിനും വളർച്ചക്കും ഏറ്റവും പറ്റിയ മണ്ണാണിന്ത്യയിലുള്ളതെന്ന് കണ്ടു. ഇന്ത്യക്കാർക്ക് മിസ്റ്റിസിസത്തിലേക്കുള്ള സ്വാഭാവികമായ ഒരു ചായ്‌വിനൊപ്പം, മറ്റു മതങ്ങളിലും തത്വചിന്താധാരകളിലും വികസിച്ചുവന്ന എല്ലാത്തരം മിസ്റ്റിക്കൽ

പാഠങ്ങളും ഏറ്റവും വ്യക്തമായ രീതിയിൽ മുമ്പേ കണ്ടെത്താനാവുന്നത് വേദ-ഉപനിഷത് സാഹിത്യങ്ങളിലാണ്. *ഋഗ്വേദം* പറയുന്നു, "സർവശക്തൻ ഒന്നാണ്, അതിന് കവികൾ വ്യത്യസ്ത പേരുകൾ നൽകുന്നു." *ഛാന്ദോക്യഉപനിഷത്* വളരെ ശക്തമായും വ്യക്തമായും വാദിക്കുന്നത്, "എല്ലാ വ്യത്യാസങ്ങളും വെറും വാക്കുകളുടെയും പേരുകളുടെയും മാത്രം പ്രശ്നമാണ്" യഥാർഥത്തിൽ, അദ്വൈതവേദാന്തത്തിന്റെ "അഹം ബ്രഹ്മാസ്മി" (ഞാനാണ് ബ്രഹ്മം) എന്നതിലെ മിസ്റ്റിക്കൽ ആശയവും സൂഫിസത്തിലെ "വഹാദത്തുൾ വുജ്ജുദും (ഉണ്മയുടെ ഏകത്വം) തമ്മിൽ പ്രകടമായ സമാനതയുണ്ട്. അദ്വൈതസിദ്ധാന്തത്തിന്റെ ഏറ്റവും ശ്രദ്ധേയമായ ആശയം എല്ലാ ഉണ്മകളുടെയും അനിവാര്യമായ ഏകത്വമാണ്. അതുതന്നെയാണ് അറബ് തത്വചിന്തകനായ ഇബ്ൻ-ഉൽ-അറബി (1165-1240) യുടെ അടിസ്ഥാന തത്വചിന്തയും. ആ തത്വചിന്ത പിൽക്കാലത്ത് പേർഷ്യൻ പദമായ "ഹമൗസ്റ്റ്" എന്ന പേരിൽ പ്രചരിക്കപ്പെട്ടു. അങ്ങനെ മധ്യകാല ഇന്ത്യയിൽ വികസിച്ചുവന്ന സൂഫിസവും ഭക്തി മിസ്റ്റിസിസവും ഒരു പോലെ പ്രചരിപ്പിച്ചത് മനുഷ്യരുടെ ഏകത്വവും, എല്ലാ മനുഷ്യരുടെയും സമത്വവും, ജാതീയമായ ഉച്ചനീചത്വങ്ങളുടെയും വർഗീയമായ വിവേചനങ്ങളുടെയും നിഷേധവും അപലപനവുമാണ്.

ഈ രണ്ടു പ്രസ്ഥാനങ്ങളും പരസ്പരവിശ്വാസവും ധാരണയും വളർത്തുന്നതിൽ സുപ്രധാനമായ പങ്കു വഹിക്കുകയും സാമാന്യജനങ്ങളുമായി ആഴത്തിൽ സംവദിക്കുകയും ചെയ്തു. അങ്ങനെ ധാർമികവും മനുഷ്യത്വപരവുമായ ആശയങ്ങൾ ഹിന്ദുക്കളുടെയും മുസ്ലീങ്ങളുടെയും സാമൂഹ്യ മനോഭാവങ്ങളെയും ചിന്തകളെയും സ്വാധീനിച്ചുകൊണ്ട് ഒരു മതേതര ഇന്ത്യയുടെ സൃഷ്ടിയിൽ കാതലായ പങ്കു വഹിച്ചു. 1016 ൽ രാമാനുജൻ ജനിക്കുമ്പോഴേക്കും ഇസ്ലാം ഏക്കാലത്തും സൃഷ്ടിച്ചിട്ടുള്ളവരായ ഏറ്റവും മികച്ച തത്വചിന്തകരിൽ ചിലരടങ്ങുന്ന സൂഫികളും മുസ്ലീം ചിന്തകരും അവരുടെ ചിന്താ സമ്പ്രദായങ്ങൾ വ്യക്തമാക്കുകയും വിശദീകരിക്കുകയും ചെയ്തുകഴിഞ്ഞിരുന്നു. അവരവരുടെ ജീവിതവിശുദ്ധിയും ഉദാത്തമായ മനുഷിക ഗുണങ്ങളുംകൊണ്ട് ജനതയുടെ മനസിനെ വശീകരിച്ചിരുന്നു. രാമാനുജൻ വിശ്വാസത്തോടെയുള്ള ഭക്തിയിലൂടെ ദൈവത്തെ ഉപാസിക്കണമെന്നുദ്ഘോഷിച്ചു. അദ്ദേഹത്തിന്റെ ഗുരുഭക്തിയും സമ്പൂർണ സമർപ്പണവും ബുദ്ധിസത്തിലും ഉപനിഷത്തിലുംനിന്ന് വന്നതാണെന്ന് നമുക്കു കാണാം. പക്ഷേ അദ്ദേഹത്തിന്റെ ഏകേശ്വര വാദത്തിന്റെ അംഗീകരണം കടന്നുവരുന്നത് നത്താദ് വാലിയെപ്പോലുള്ള മുസ്ലീം ചിന്തകർ പ്രചരിപ്പിച്ച ആശയങ്ങളിൽനിന്നാണ്. നത്താദ് വാലിയുടെ മുസ്ലീം പള്ളി നിർമിക്കാനുള്ള സ്ഥലം ഹിന്ദുരാജാവായ കുൻ പാണ്ഡ്യൻ സംഭാവന നൽകിയതാണ്. ശൂദ്രർക്ക് അവരുടെ ഹീന ജന്മത്തിന്റെ പേരിൽ യാതൊരപമാനവും നേരിടേണ്ടിവരാത്ത ഒരു ജാതിരഹിത സമൂഹം സൃഷ്ടിക്കണമെന്ന രാമാനുജന്റെ ആഹ്വാനവും

അവർക്കായി ക്ഷേത്രങ്ങളുടെ വാതിൽ തുറന്നിട്ട അദ്ദേഹത്തിന്റെ പ്രവൃത്തിയും മുസ്ലീം മതവും അതിന്റെ ചിന്തകളും സൃഷ്ടിച്ച ഗുണഫലങ്ങൾക്കുദാഹരണമാണ്. കിണ്ടി മുതൽ ഇബ്ൻസിന വരെയുള്ളവർ വളർത്തിയെടുത്ത തത്വചിന്ത ആദ്യകാല മുസ്ലീങ്ങൾ രാമാനുജന്റെ കാലത്തിനും മുമ്പേ ഇന്ത്യയിൽ നട്ടുവളർത്തിയിരുന്നു. താരാചന്ദിന്റെ അഭിപ്രായത്തിൽ ഉന്നതനിലവാരമുള്ളവരായിരുന്നു, ആ ആദ്യകാല മുസ്ലീങ്ങൾ; അവരുടെ സ്വാധീനവും ബന്ധങ്ങളും വഴി ഇസ്ലാമിക തത്വചിന്തയുടെയും മിസ്റ്റിസിസത്തിന്റെയും ആശയങ്ങൾ ഇന്ത്യയിലുടനീളം പ്രചരിപ്പിക്കപ്പെടുകയും ചെയ്തു. അതിന്റെ ഭാഗമായി ഇന്ത്യൻ തത്വചിന്തയിൽ ഈശ്വരവാദം പ്രാമുഖ്യം നേടി. 10 ാം നൂറ്റാണ്ടിൽ രചിക്കപ്പെട്ട ഉദയനന്റെ *കുസുമാഞ്ജലി*യിലാണ് ആദ്യമായി ദൈവത്തിന്റെ അസ്തിത്വത്തിന് ഒരാൾ തെളിവുകൾ നൽകുന്നതു കാണുന്നത്. ഇന്ത്യൻ തത്വചിന്തയിലെ ന്യായവും വൈശേഷികവും നിരീശ്വരവാദവും കാര്യങ്ങളെ ഭാഗങ്ങളായി വേർതിരിച്ച് പരിശോധിക്കുന്ന സ്വഭാവമുള്ളതുമായിരുന്നെങ്കിൽ, പിന്നീടവ ഇന്ത്യൻ ഉപഭൂഖണ്ഡത്തിലേക്കുള്ള ഇസ്ലാമികാശയങ്ങളുടെ കടന്നുവരവിന്റെ ഭാഗമായി ഏകേശ്വരവാദത്തിലേക്ക് പരിവർത്തിതമായി.

13 ാം നൂറ്റാണ്ടിന്റെ ഒടുവിൽ വടക്കേ ഇന്ത്യയെ മുസ്ലീങ്ങൾ കീഴടക്കിയത് പരമ്പരാഗത ഹിന്ദു ചിന്തയിൽ അഭൂതപൂർവമായൊരു വിപ്ലവയുഗത്തിന്റെ സൃഷ്ടിക്ക് കാരണമായി. ഇന്ത്യൻ വാസ്തുശിൽപ്പകലയിൽ അറബ് പേർഷ്യൻ ശൈലികളുടെ സ്വാധീനം ദൃശ്യമായി. ഇന്ത്യൻ ചിത്രകലയിൽ മധ്യേഷ്യൻ, പേർഷ്യൻ രീതികളുടെ സ്വാധീനം കടന്നുവന്നു. ഒരു പൊതുഭാഷയിലുള്ള ഇന്ത്യൻസാഹിത്യം ഉർദുവിലൂടെ കടന്നുവന്നു. തന്റെ വീക്ഷണങ്ങളുടെയും തത്വചിന്തയുടെയും കാര്യത്തിൽ കബീർദാസ് സൂഫികളോട് കടപ്പെട്ടിരിക്കുന്നു. ദൈവത്തിന്റെ അന്തസ്സാരം വെളിച്ചം തന്നെയാണെന്നും ദൈവത്തെ ബുദ്ധികൊണ്ടറിയാനാവില്ലെന്നും, ഭക്തിയും അതിന്റെ ആനന്ദലഹരിയും കൊണ്ടുമാത്രമേ അവനെ അനുഭവിക്കാനാകൂ എന്നും പറഞ്ഞപ്പോൾ കബീർ സൂഫികളുടെ അടിസ്ഥാന നിലപാടിനോടടുത്തുനിന്നു. സിക്കുമതസ്ഥാപകനായ ഗുരുനാനാക്കിന്റെ ആശയങ്ങൾ ഇസ്ലാമിക പ്രത്യയശാസ്ത്രവും വിശ്വാസങ്ങളും ആചാരങ്ങളുമായി വ്യക്തവും അടുത്തതുമായ ബന്ധവും സ്വാധീനവുമാണ് കാണിക്കുന്നത്. അദ്ദേഹം ബഹുദൈവവിശ്വാസത്തെ ശക്തിയായി എതിർക്കുകയും, ഈശ്വരൻ തന്നെ അയച്ചിരിക്കുന്നത് ഏകദൈവവിശ്വാസത്തിനും പുണ്യജീവിതത്തിനും വേണ്ടി ശക്തമായ പ്രചാരവേല നടത്താനാണെന്ന് വിശ്വസിക്കുകയും ചെയ്തു. അദ്ദേഹം പ്രചരിപ്പിച്ച പുണ്യജീവിതം, വിഭാഗീയതയുടെ നിഷേധം, ദൈവഭയം, ഗുരുവിലുള്ള അചഞ്ചലമായ ഭക്തി എന്നിവയെല്ലാം ഇസ്ലാമിക തത്വങ്ങളിൽനിന്നു വന്നതാണ്. സൂഫികളെപ്പോലെ അദ്ദേഹവും മനസിലാക്കിയത് എളിമയിലൂടെയും, തന്റെ കുറവുകളും വിലയില്ലായ്മയും കഴിവുകേടുകളും അംഗീ

കരിക്കുന്നതിലൂടെയുമാണ് ഒരാൾക്കീശ്വരനെ പ്രസാദിപ്പിക്കുവാൻ കഴിയുന്നതെന്നാണ്. മതപ്രമാണത്തിൽ നരകത്തിന്റെ ഉപമയിൽപ്പറഞ്ഞിരിക്കുന്ന ശിക്ഷാവിധികളെല്ലാം പാപികൾക്ക് ലഭിക്കുമെന്നദ്ദേഹം വിശ്വസിച്ചു. ഇസ്ലാമിക പ്രബോധനങ്ങളോട് ശക്തമായ എതിർപ്പ് പ്രകടിപ്പിക്കുമ്പോൾത്തന്നെ ആര്യസമാജത്തിലും ഇസ്ലാമിന്റെ അന്തസ്സത്തയുടെ സ്വാധീനം കാണാം. ആര്യസമാജസ്ഥാപകനായ സ്വാമി ദയാനന്ദൻ ശുദ്ധമായ ഹിന്ദുമതത്തിൽ വന്നുചേർന്ന മാലിന്യങ്ങളാണ് വിഗ്രഹാരാധനയും ആചാരബദ്ധതയുമെന്ന് പ്രഖ്യാപിച്ച് അവയെ തള്ളിപ്പറഞ്ഞു. ബ്രഹ്മസമാജക്കാർ പുനർജന്മത്തിൽ വിശ്വസിച്ചു. വിഗ്രഹാരാധനയെയും ജാതിവ്യവസ്ഥയെയും ചടങ്ങുകളെയും എതിർത്തു. അതെല്ലാം വ്യക്തമാക്കുന്നത്, ഹിന്ദുമതത്തിലുയർന്ന പരിഷ്കരണ നേതാക്കളും ചിന്തകരും ഇസ്ലാമിൽനിന്നും വൻതോതിൽ പ്രചോദനമുൾക്കൊണ്ടിട്ടുണ്ടെന്നും, തത്വചിന്തയുടെയും പ്രത്യയശാസ്ത്രത്തിന്റെയും തലത്തിൽ കൊടുക്കൽ വാങ്ങലുകളുടെയും സമന്വയത്തിന്റേതുമായ ഒരു ബന്ധമാണ് നിലനിന്നിരുന്നതെന്നുമാണ്.

11-ഉം 13-ഉം നൂറ്റാണ്ടുകളിൽ ഗസ്സ്, മംഗോൾ അധിനിവേശങ്ങൾ ഇന്ത്യയിലേക്ക് വിപുലമായ ജനവിഭാഗങ്ങളെ കൊണ്ടുവന്നു. പുതുതായി രൂപമെടുത്ത ഡൽഹി സുൽത്താനേറ്റുകൾക്ക് വേണ്ട മനുഷ്യവിഭവശേഷിയെ അവ സംഭാവന ചെയ്തു; ഒപ്പം മുസ്ലീം പാണ്ഡിത്യത്തിന്റെ പാരമ്പര്യങ്ങൾ ഇന്ത്യയിൽ നട്ടുപിടിപ്പിക്കുകയും ചെയ്തു. ഇന്ത്യയുടെ സാംസ്കാരിക ചരിത്രത്തിൽ സുപ്രധാന പങ്കു വഹിച്ച എത്രയോ പ്രസിദ്ധമായ കുടുംബങ്ങൾ മധ്യകാലഘട്ടത്തിൽ മധ്യേഷ്യൻ നഗരങ്ങളായ ബുക്കാറ, സമർഖണ്ഡ്, നക്ഷബ്, മഹ്മേറ തുടങ്ങിയയിടങ്ങളിൽ നിന്ന് ഇന്ത്യയിലേക്കുവന്നു. ഗ്വാൻ ഉദ് ദിൻ ബാൽബൻ (ഭരണകാലം 1266–1286) മധ്യേഷ്യൻ രാജകുമാരന്മാരെയും, പ്രഭുക്കളെയും പണ്ഡിതന്മാരെയും പല പ്രദേശങ്ങളിലും താമസിപ്പിക്കുകയും ആ പ്രദേശങ്ങൾക്ക് അവരുടെ പേരിലുള്ള മുഹല്ലകളായി പേരിടുകയും ചെയ്തു. മുഹല്ല-ഇ ഖാവരിസം ഷാഹി, മുഹല്ല-ഇ അട്ടാബക്കി, മുഹല്ല-ഇ സമർഖണ്ഡി, മുഹല്ല-ഇ ഖിത്തായി എന്നിവയൊക്കെ അവയ്ക്കുദാഹരണങ്ങളാണ്. കാശ്മീരിലെ സുൽത്താൻ സിക്കന്തറിന്റെ ഭരണകാലത്ത് (1389–1413) സയ്യിദ് മുഹമ്മദ്, സയ്യിദ് ജലാൽ അൽ-ദിൻ, ബാബാഹാജി അദ്ദാം തുടങ്ങിയ പല മധ്യേഷ്യൻ പണ്ഡിതന്മാരും കാശ്മീരിലേക്ക് വരികയും അവിടെ സ്ഥിരതാമസമാക്കുകയും ചെയ്തു. എ ഡി 14 ാം നൂറ്റാണ്ടിൽ ഇന്ത്യൻ പണ്ഡിതന്മാർ മധ്യേഷ്യൻ പണ്ഡിതരെയപേക്ഷിച്ച് ഇസ്ലാമിക വിജ്ഞാനത്തിന്റെ സമസ്ത മേഖലകളിലും വമ്പിച്ച നൈപുണ്യം നേടിയെടുത്തതിനെത്തുടർന്ന് ബുഖാറിലെയും സമർഖണ്ഡിലെയും മുഫ്ത്തിമാർ തങ്ങളുടെ പ്രശ്നങ്ങൾക്ക് പരിഹാരമായി ഫത്വകൾ പുറപ്പെടുവിക്കാൻ ഡൽഹിയെ നിരന്തരം സമീപിച്ചിരുന്നതായി 13 ാം നൂറ്റാണ്ടിലെ ഹൻബാലി ഇസ്ലാമിക പണ്ഡിതൻ ദിയാ-അൽ-ദിൻ ബാമി സ്ഥിരീകരിച്ചിട്ടുണ്ട്. ഇന്ത്യൻ

ഉലമയുടെ കാൽക്കീഴിൽനിന്നു പഠിക്കാൻ മധ്യേഷ്യൻ പണ്ഡിതന്മാർ ഇന്ത്യ സന്ദർശിച്ചിരുന്നതിനെക്കുറിച്ചും അദ്ദേഹം പരാമർശിക്കുന്നു. സൂഫികളോടും അവരുടെ സവിശേഷ സമ്പ്രദായങ്ങളോടുമുള്ള ഭക്തി മധ്യകാലഘട്ടത്തിന്റെ സുപ്രധാനമായൊരു സ്വഭാവവിശേഷത്തെ രൂപപ്പെടുത്തി. ഈ മേഖലകളിലെ പ്രധാന നഗരങ്ങൾ അക്കാലത്ത് അവൂഷ്, ജാം, സുഹ്രവർദ്, ഗിലാൻ, യാസി, ബുഖാറ, സമർഖണ്ഡ് തുടങ്ങിയവയായിരുന്നു. അവയെല്ലാം ഇത്തരം പുതിയ മിസ്റ്റിക് പ്രസ്ഥാനങ്ങളുടെ കളിത്തൊട്ടിലുകളായിരുന്നു. അവരിലൊട്ടേറെ പുണ്യാത്മാക്കൾ ഇന്ത്യയിലും അവരുടെ പ്രസ്ഥാനങ്ങൾ അഫ്ഗാനിസ്ഥാൻ, മധ്യേഷ്യ, പേർഷ്യ എന്നിവിടങ്ങളിൽ നിന്ന് കൊണ്ടുവന്ന് നട്ടുപിടിപ്പിച്ചിരുന്നു. പക്ഷേ എടുത്തുപറയേണ്ട ഒരു വസ്തുത ഇത്തരം മിസ്റ്റിക് സമ്പ്രദായങ്ങൾക്ക് അവയുടെ ജന്മനാട്ടിൽ ലഭിച്ചതിലേറെ വളർച്ചയും വികാസവും ലഭ്യമായത് ഇന്ത്യയിലാണെന്നതാണ്. താഷ്കെന്റിലേയും സമർഖണ്ഡിലെയും ലൈബ്രറികളിൽ 16ഉം 17ഉം നൂറ്റാണ്ടുകളിലെ പുണ്യാത്മാക്കളുടെ മിസ്റ്റിക് കൃതികളുടെയും, ഒപ്പം ശാസ്ത്ര-വൈദ്യകൃതികളുടെയും ഒട്ടനവധി കയ്യെഴുത്തുപ്രതികൾ ശേഖരിക്കപ്പെട്ടിരിക്കുന്നു.

ആദ്യകാല മുസ്ലീം കാലഘട്ടത്തിൽ ഇന്ത്യക്കാരെ സിവിൽ-സൈനിക ഉദ്യോഗങ്ങളിൽ നിയമിച്ചിരുന്നു. നാണയങ്ങളച്ചടിച്ചിരുന്നത് ഒരു പുറത്ത് അറബിയും മറുപുറത്ത് സംസ്കൃതവും രേഖപ്പെടുത്തിക്കൊണ്ടാണ്. ഗസ്നിയിലെ ഉൻസൂരി (അദ്ദേഹം സുൽത്താൻ മഹമൂദിന്റെ രാജസദസിലെ കവിയായിരുന്നു) ബാമിയാനിലെ (അഫ്ഗാനിസ്ഥാൻ) രണ്ട് ബുദ്ധപ്രതിമകളെക്കുറിച്ച് പേർഷ്യൻ ശ്ലോകങ്ങളിൽ ഒരു കഥ രചിച്ചിരുന്നു. ഷിഹാബുദ്ദീൻ മുഹമ്മദ് ഗോറിക്ക് ഹിന്ദുക്കളുമായി വിവാഹബന്ധങ്ങളുണ്ടായിരുന്നു. ഇബ്ൻ ബത്തൂത്തയുടെ അഭിപ്രായമനുസരിച്ച്, മൊഹമ്മദ്ബിൻ തുഗ്ലക്കിന്റെ സഹോദരിയുടെ വിവാഹച്ചടങ്ങിൽ ചില ഹിന്ദു ചടങ്ങുകൾ സ്വീകരിച്ചിരുന്നു. സുൽത്താനേറ്റുകളുടെ കാലഘട്ടത്തിൽ മുസ്ലീം പണ്ഡിതന്മാർ ഹിന്ദുപണ്ഡിതന്മാരിൽനിന്നും സംസ്കൃതവും ഇന്ത്യൻ തത്ത്വചിന്തയും പഠിച്ചിരുന്നു; നേരെതിരിച്ച് ഹിന്ദുപണ്ഡിതന്മാർ അവരിൽനിന്ന് ഇസ്ലാമിക തത്വചിന്തയും പഠിച്ചിരുന്നു. ഇന്തോ-പേർഷ്യൻ ചരിത്രകാരനായ ബദൂണി (1540-1615) യുടെ അഭിപ്രായത്തിൽ, സിക്കന്ദർ ലോധിയുടെ ഭരണകാലത്ത് ഒരു മുസ്ലീം വിദ്യാർഥിക്ക് ഇസ്ലാമിക നീതിന്യായ സമ്പ്രദായം പഠിപ്പിച്ചുകൊടുത്തത് ഒരു ബ്രാഹ്മണ പണ്ഡിതനാണ്. കാശ്മീരിനെ സുൽത്താൻ സൈനുൽ അബ്ദീൻ സംസ്കൃതത്തെ പ്രോത്സാഹിപ്പിക്കുകയും സംസ്കൃതകൃതികൾ തർജമ ചെയ്യുന്നതിനായി ഒരു ബ്യൂറോ സ്ഥാപിക്കുകയും ചെയ്തു. ഖാസി റുക്നുദ്ദീൻ സമർഖണ്ഡി (പന്ത്രണ്ടാം നൂറ്റാണ്ടിലെ സുൽത്താൻ അലി മർദാൻ ഖൽജിയുടെ ക്വാസിയായിരുന്നു അദ്ദേഹം) *അമൃതകുന്ദ* (Amritkunda-യോഗയെകുറിച്ചുള്ള ഒരു സംസ്കൃത ഗ്രന്ഥം) പേർഷ്യൻ - അറബി ഭാഷകളിലേക്ക് വിവർത്തനം ചെയ്തു.

പക്ഷേ, മുഗൾ ചക്രവർത്തിയായ അക്ബറാണ് ഈ കൊള്ളക്കൊടുക്കലുകൾക്ക് ഒരു നിർണായകരൂപവും ദിശാബോധവും പകർന്നുനൽകി അതിനെ ഒരു സാമൂഹ്യബൗദ്ധിക പ്രസ്ഥാനമാക്കി വികസിപ്പിച്ചത്. അങ്ങനെ, *രാമായണം, മഹാഭാരതം, ഭഗവദ്ഗീത* എന്നിവയും മറ്റു കൃതികളും പേർഷ്യനിലേക്കും *ഖലീഫാ-വാ ദിമ്ന, ഇൽമുൾ ഹിസാബ്, ഇൽമുൾ ഹയ്യാത്, താരിഖ്-ഇ- കാശ്മീർ, റസ്മ്നാന* എന്നിവ സംസ്കൃതത്തിലേക്കും വിവർത്തനം ചെയ്യപ്പെട്ടു. അക്ബറിന്റെ കൊട്ടാരത്തിൽ (ഭരണകാലം 1556-1605) മധ്യേഷ്യയിൽ നിന്നുള്ളയാളുകൾ വിവിധതരം ഉത്തരവാദിത്വങ്ങൾ നിർവഹിച്ചിരുന്നതായി നമുക്കുകാണാം. ബുഖാറയിൽ നിന്നുവന്നവരായ ഖാദി അബ്ദുൾ മാലി പ്രമുഖ നിയമജ്ഞനായും ഖുലി ഖാൻ മുഗൾ രാജസദസിലെ അംഗമായും സേവനമനുഷ്ഠിച്ചിരുന്നു. സഖ്യങ്ങൾ രൂപീകരിക്കുന്നതിനും ഉറപ്പിക്കുന്നതിനും, മറ്റ് രാഷ്ട്രീയ ഉദ്ദേശ്യങ്ങൾക്കായുള്ള വിവരശേഖരണത്തിനുമായി ഇന്ത്യയും തുറാനും (തുർക്കി) തമ്മിൽ ഇടക്കിടെ നയതന്ത്ര എംബസികളെ കൈമാറിയിരുന്നു. ബാബറുടെ (ഭരണകാലം 1526-1530) രാജസദസിലെത്തിയ ഒരാദ്യകാല വൈദ്യൻ 'ഹക്കിം അമിർ അബുൽബക്ക'യായിരുന്നു. അദ്ദേഹം ചക്രവർത്തിയുടെ ഒരടുത്ത വിശ്വസ്തനായിരുന്നു. അദ്ദേഹം വൈദ്യശാസ്ത്രത്തിലെന്നപോലെ തത്വചിന്തയിലും ഒന്നാന്തരമറിവുള്ളവനും തന്റെ വിജ്ഞാനത്തിന്റെ ആഴത്തിന്റെ പേരിൽ പ്രസിദ്ധി നേടിയവനുമായിരുന്നു. അദ്ദേഹം ഹുമയൂണിന്റെ കാലത്തും വലിയ അന്തസ്സിലും പ്രൗഢിയിലും ജീവിച്ചു. ഹക്കിം മുഹമ്മദിന്റെ പുത്രനായ യൂസഫ് അൽ-ഹറാവി (പതിനഞ്ചാം നൂറ്റാണ്ടിലെ അഫ്ഗാൻ വൈദ്യൻ 1492-1578) ചക്രവർത്തിയുടെ സ്വകാര്യ വൈദ്യനായി നിയമിതനായി. അദ്ദേഹവും ഹുമയൂണിന്റെ കാലത്ത് ജീവിച്ചിരിക്കുകയും ചക്രവർത്തിയുടെ സെക്രട്ടറിയായി സേവനമനുഷ്ഠിക്കുകയും ചെയ്തു. അദ്ദേഹമൊരു മികച്ച കവി കൂടിയായിരുന്നു. മുഗൾ ചക്രവർത്തിമാരുടെ ഫിർമാനുകൾ (രാജകീയ കൽപ്പനകൾ) വെളിവാക്കുന്നത് മുസ്ലീം പള്ളികൾക്കും ക്ഷേത്രങ്ങൾക്കും ജാഗീർ (ഭൂമി പതിച്ചു കൊടുക്കൽ) നൽകുന്നതിൽ യാതൊരു തരം വിവേചനവും ഉണ്ടായിരുന്നില്ലെന്നാണ്. വിവിധ മുഗൾ ചക്രവർത്തിമാർ ക്ഷേത്രങ്ങൾക്ക് ഭൂമി പതിച്ചു നൽകിയതിന്റെ വ്യക്തമായ വിവരങ്ങൾ നൽകുന്ന ഇത്തരം ഒട്ടേറെ ഫിർമാനുകൾ വൃന്ദാവൻ റിസർച്ച് ഇൻസ്റ്റിട്ട്യൂട്ടിന്റെ കയ്യിലുണ്ടെന്നത്, ഈ പശ്ചാത്തലത്തിൽ, എടുത്തുപറയണ്ടതാണ്.

ജ്യോതിശ്ശാസ്ത്രത്തിന്റെയും ഗണിതശാസ്ത്രത്തിന്റെയും മണ്ഡലത്തിൽ വമ്പിച്ച സംഭാവനകൾ നൽകിയ കേരള സ്കൂൾ ഓഫ് മാത്തമറ്റിക്സ് ആന്റ് ആസ്ട്രോണമി 14ഉം 16ഉം നൂറ്റാണ്ടുകൾക്കിടയിലാണ് തഴച്ചുവളർന്നതെന്ന് രേഖകൾ കാണിക്കുന്നു. കേരളത്തിലെ മലബാറിലെ സംഗമഗ്രാമത്തിലെ മാധവനാണ് അത് സ്ഥാപിച്ചത്. അതിലെ അംഗങ്ങളിൽ പരമേശ്വരൻ, നീലകണ്ഠസോമയാജി, ജ്യേസ്തദേവൻ, അച്യുതപ്പിഷാരടി, മേൽപ്പത്തൂർ നാരായണഭട്ടതിരി, അച്യുതപ്പണിക്കർ

എന്നിവരുണ്ടായിരുന്നു. ജ്യോതിശ്ശാസ്ത്രപ്രശ്നങ്ങൾക്ക് പരിഹാരം കാണാൻ ശ്രമിക്കുന്നതിനിടയിൽ, കേരള സ്കൂൾ സ്വതന്ത്രമായി ഒരു പറ്റം അതിപ്രധാനമായ ഗണിതശാസ്ത്രസങ്കൽപ്പനങ്ങൾ ആവിഷ്കരിച്ചു. അവരുടെ ഏറ്റവും പ്രധാനപ്പെട്ട സംഭാവന-ത്രികോണമിതി ഫങ്ഷനുകളുടെ സീരിസ് എക്സ്പാൻഷനുകൾ-നീലകണ്ഠന്റെ കൃതിയായ *തന്ത്രസംഗ്രഹ*ത്തിൽ സംസ്കൃത ശ്ലോകങ്ങളിൽ വിവരിച്ചിരിക്കുന്നു. സംഗമഗ്രാമത്തിലെ മാധവനാണ് (പൈ) യുടെ ഇൻഫിനിറ്റ് സീരീസ് ആദ്യമായി പ്രസ്താവിച്ചത്. അദ്ദേഹം അർക്ടാൻക്സിന്റെ (arctanx) ന്റെ സീരീസ് എക്സ്പാൻഷൻ ഒരു ഇൻഫിനിറ്റ് സീരീസ് എക്സ്പ്രഷൻ ലഭിക്കാനായി ആദ്യമായി ഉപയോഗപ്പെടുത്തി. അതിന്നറിയപ്പെടുന്നത് പൈ യെ സംബന്ധിച്ച് മാധവ - ഗ്രിഗറി സീരീസ് എന്നാണ്. സംഗമഗ്രാമത്തിലെ മാധവന്റെ കണ്ടുപിടിത്തങ്ങളിൽ സൈൻ, കൊസൈൻ, ടാൻജെന്റ്, അർക്ടാൻജെന്റ് ഫങ്ഷനുകളുടെ ടെയ്‌ലർ സീരീസ് ഉൾപ്പെടുന്നു. പൈയുടെ പവർ സീരീസ് - സാധാരണ ഗതിയിൽ അതിന്റെ ബഹുമതി നൽകപ്പെട്ടിരിക്കുന്നത് ലിബ്നിസിനാണ്*- ഇന്നറിയപ്പെടുന്നത് മാധവ -ലിബ്നിസ് സീരീസ് എന്നാണ്. പരമേശ്വരൻ (1370-1460), ജ്യോതിശ്ശാസ്ത്രത്തിലെ ദൃഗ്ഗന്തിക സമ്പ്രദായത്തിന്റെ സ്ഥാപകനാണദ്ദേഹം, ഒട്ടേറെ സുപ്രധാന കൃതികളെഴുതിയ നിരന്തര എഴുത്തുകാരായിരുന്നു. പരമേശ്വരന്റെ *സിദ്ധാന്തദീപിക* ഭാസ്കര ഒന്നാമന്റെ *മഹാഭാസ്കരീയ*ത്തിന് ഗോവിന്ദസ്വാമി രചിച്ച ഭാഷ്യത്തെക്കുറിച്ചുള്ള ഒരു ഭാഷ്യമാണ്. ഈ കൃതിയിൽ അദ്ദേഹത്തിന്റെ ചില ഗ്രഹണ നിരീക്ഷണങ്ങൾ ഉൾപ്പെടുത്തിയിരിക്കുന്നു, 1422 ൽ നവക്ഷേത്രത്തിൽ അദ്ദേഹം ദർശിച്ച ഒരു ഗ്രഹണത്തിന്റെയും 1425 ലും 1430 ലും ഗോകർണ്ണത്ത് അദ്ദേഹം ദർശിച്ച രണ്ട് ഗ്രഹണങ്ങളുടെയും നിരീക്ഷണങ്ങൾ. ഒരു വൃത്തത്തിന്റെ ആരം ഒരു വൃത്തത്തിനുള്ളിൽ വരച്ച ദീർഘചതുരത്തിന്റെ (cyclic anedrilateral) രൂപത്തിൽ രേഖപ്പെടുത്തിയ ആദ്യത്തെ ഗണിതശാസ്ത്രജ്ഞനും അദ്ദേഹമാണ്. ഇത്തരം രേഖപ്പെടുത്തൽ എൽ ഹ്യുയിലറുടെ (L.Huillier-1850-1840, സ്വിസ് ഗണിതപണ്ഡിതൻ) പേരിലാണ് സാധാരണഗതിയിൽ അറിയപ്പെടുന്നത്. കേരളസ്കൂളിലെ മറ്റൊരംഗമായിരുന്നു ജ്യേസ്തദേവൻ (Jyesthadeva, 1500-1600). അദ്ദേഹത്തിന്റെ മുഖ്യകൃതി 1530 ൽ രചിച്ച മലയാള കൃതിയായ *യുക്തിഭാസ*മാണ്. അതാണ് ലോകത്തിലെ ആദ്യത്തെ കാൽക്കുലസ് പാഠം. കേരള സ്കൂളിലെ ജ്യേസ്തദേവന്റെ ഈ കൃതി കാൽക്കുലസിനെ സംബന്ധിച്ച ആദ്യ ആധികാരിക പുസ്തകമായി ഇന്ന് പരിഗണിക്കപ്പെടുന്നു. മീൻ വാല്യു(mean value) തിയറത്തിന്റെ ഒരാദ്യകാല വകഭേദം പരമേശ്വരൻ ആദ്യമായി വിവരിച്ചിട്ടുണ്ട്. ഭാസ്കര രണ്ടാമനും ഗോവിന്ദസ്വാമിക്കുമെഴുതിയ തന്റെ ഭാഷ്യത്തിലാണതദ്ദേഹം വിവരിക്കുന്നത്. ഇന്ത്യൻ ഗണിതത്തിന്റെ ഏറ്റവും പ്രധാന

* ലിബിനിസ്- 1646-1716, ജർമൻ ഗണിതശാസ്ത്രജ്ഞനും തത്വചിന്തകനുമായിരുന്നു.

നേട്ടങ്ങളിലൊന്ന് ത്രികോണമിതി ഫങ്ങ്ഷനുകളുടെ സീരീസ് എക്സ്പാൻഷനുകളാണ് (സൈൻ, കൊസൈൻ, അർക്ടാൻജെന്റ്) എ ഡി 15-ാംനൂറ്റാണ്ടിലെ കേരളാ സ്കൂൾ ഗണിതശാസ്ത്രജ്ഞന്മാരാണ് അത് സ്ഥാപിച്ചത്. യൂറോപ്പിൽ കാൽക്കുലസ് കണ്ടുപിടിക്കുന്നതിനും രണ്ടു നൂറ്റാണ്ടുകൾക്കു മുമ്പേ അതു കണ്ടുപിടിച്ച അവരാണ് ഇന്ന് പവർസീരിസിന്റെ (power series) ഉദാഹരണമായി പരിഗണിക്കപ്പെടുന്നവ ആദ്യം നൽകിയത്. ജ്യോതിശ്ശാസ്ത്രത്തിൽ ഓരോ 36 മിനിട്ടിലും ചന്ദ്രന്റെ സ്ഥാനം കണക്കാക്കാനുള്ള ഒരു സമ്പ്രദായം മാധവൻ കണ്ടുപിടിച്ചു. ഗ്രഹങ്ങളുടെ ചലനങ്ങൾ കണക്കാക്കാനുള്ള രീതികളുമാവിഷ്കരിച്ചു. 1500ൽ, കേരള സ്കൂൾ ഓഫ് മാത്തമാറ്റിക്സ് ആന്റ് ആസ്ട്രോണമിയിലെ നീലകണ്ഠൻ സോമയാജി (1444-1544) തന്റെ *തന്ത്രസംഗ്രഹ*ത്തിൽ ഗ്രഹങ്ങളായ ചൊവ്വയുടെയും ബുധന്റെയും ആര്യഭട്ടന്റെ മാതൃകകൾ പുതുക്കലിന് വിധേയമാക്കി. അദ്ദേഹത്തിന്റെ ഈ ഗ്രഹങ്ങളുടെ കേന്ദ്രത്തിന്റെ സൂത്രവാക്യം 17 ാം നൂറ്റാണ്ടിൽ ജോഹന്നാസ് കെപ്ലറുടെ കാലം വരെയുള്ള കാലത്തെ ഏറ്റവും കൃത്യമായ ഒന്നായിരുന്നു. നീലകണ്ഠസോമയാജി, തന്റെ *ആര്യഭട്ടീയഭാഷ്യ*ത്തിൽ (ആര്യഭട്ടന് അദ്ദേഹം രചിച്ച ഭാഷ്യം) ഭാഗികമായി സൂര്യകേന്ദ്രിതമായ ഗ്രഹങ്ങളുടെ ഒരു മാതൃകക്കു വേണ്ടിയുള്ള തന്റെ തന്നെ കണക്കുകൂട്ടൽ രീതി വികസിപ്പിച്ചു. അതിൻപ്രകാരം ബുധൻ, ശുക്രൻ, ചൊവ്വ, വ്യാഴം, ശനി എന്നിവ സൂര്യനെ ഭ്രമണം ചെയ്യുന്നു. പിൽക്കാലത്ത് 16 ാം നൂറ്റാണ്ടിന്റെ അവസാനത്തിൽ, ടൈക്കോ ബ്രാക്കോ (Tycho bracho) നിർദേശിച്ച ടൈക്കോണിക് സമ്പ്രദായത്തിന് സമാനമാണത്. പക്ഷേ, നീലകണ്ഠന്റെ സമ്പ്രദായം ഗണിതശാസ്ത്രപരമായി ടൈക്കോണിക് സമ്പ്രദായത്തെക്കാൾ കൂടുതൽ ഫലപ്രദമാണ്. കാരണം അത് ബുധന്റെയും ശുക്രന്റെയും കേന്ദ്രത്തിന്റെയും അക്ഷാംശ ചലനത്തിന്റെയും സമവാക്യം കൃത്യമായി കണക്കിലെടുത്തുകൊണ്ടുള്ളതാണ്.

ലോഹമുരുക്കൽ വിദ്യയിലെ ഏറ്റവും ഗണനീയമായ നേട്ടങ്ങളിലൊന്നായി കണക്കാക്കപ്പെടുന്ന തുന്നലില്ലാത്ത വിശിഷ്ട ഭൂഗോളം (seamless celestial globe) കാശ്മീരിൽ വച്ച് 1589-90 കാലത്ത് അലി കാശ്മീരി ഇബ്ൻ ലുക്മാൻ കണ്ടുപിടിച്ചു. മുഗൾ സാമ്രാജ്യകാലഘട്ടത്തിൽ ലാഹോറിലും കാശ്മീരിലും അത്തരം ഇരുപത് മറ്റ് ഗോളങ്ങൾ നിർമിക്കപ്പെട്ടു. 1980കളിൽ അവ വീണ്ടും കണ്ടെത്തപ്പെടുന്നതുവരെ ആധുനിക മെറ്റലർജിസ്റ്റുകൾ വിശ്വസിച്ചിരുന്നത് ഒരു തുന്നലുകളുമില്ലാതെ ലോഹ ഗോളങ്ങൾ ഉണ്ടാക്കുകയെന്നത്, ആധുനിക സാങ്കേതികവിദ്യ ഉപയോഗിച്ചാൽ പോലും, അസാധ്യമാണെന്നാണ്. അത്തരം ഗോളങ്ങളുണ്ടാക്കാൻ ഈ മുഗൾ ലോഹമുരുക്കൽ വിദഗ്ധർ ഉപയോഗിച്ചത് ലോസ്റ്റ്-വാക്സ് കാസ്റ്റിംഗ്(lost wax casting) രീതിയാണ്. എ ഡി 1258ൽ മംഗോൾ ഭരണാധികാരിയുടെ പ്രതിനിധിയായ ഹുലേഗു ഖാൻ ഡൽഹിയിലെത്തിയപ്പോൾ, അദ്ദേഹത്തെ സന്തോഷിപ്പിക്കാനായി ഉജ്വലമായ

വെടിക്കെട്ട് നടത്തിയതായി *താരിഖ് -ഇ ഫിരിഷ്ത*യിൽ (പതിനാറാം നൂറ്റാണ്ടിൽ പേർഷ്യൻ ചരിത്രകാരനായ മുഹമ്മദ് ഖാസിം ഹിന്ദുഷ രചിച്ചത്) എഴുതപ്പെട്ടിട്ടുണ്ട്. ഇന്ത്യയിലേക്ക് തിമൂറിഡുകളുടെ നേതാവായ ഷാഹ് റൂക്കിന്റെ (1405-1447) പ്രതിനിധി സംഘത്തിലംഗമായി എത്തിയപ്പോൾ പലതരത്തിലുള്ള കരിമരുന്നുപ്രയോഗങ്ങൾ കണ്ടതായും ആനപ്പുറത്തുനിന്ന് തീപിടിക്കുന്ന ശിലാതൈല(naphtha)മെറിയുന്ന ഒരുതരം അഭ്യാസപ്രകടനങ്ങൾ വീക്ഷിച്ചതായും അബ്ദ്-അൽ-റസാക്ക് സൂചിപ്പിച്ചിട്ടുണ്ട്. എ ഡി 1336 ൽത്തന്നെ വിജയനഗര സാമ്രാജ്യത്തിൽ ടോപ് - ഓ- തുഫാക്ക് എന്നറിയപ്പെടുന്ന വെടിവയ്ക്കാനുള്ള ഉപകരണം നിലനിന്നിരുന്നു. അക്കാലം മുതൽ യുദ്ധത്തിൽ വെടിമരുന്നുപയോഗിക്കുന്ന സംവിധാനം ഇന്ത്യയിൽ സാധാരണമായിക്കഴിഞ്ഞിരുന്നു. സുൽത്താൻ മുഹമ്മദ്ഷാ ബാഹ്മനി 1473 ൽ ബെൽഗാം ഉപരോധിച്ചപ്പോൾ നടന്ന സംഭവങ്ങളടക്കം അതാണ് സൂചിപ്പിക്കുന്നത്. ഒരു പേഴ്സ്യൻ-ഇന്ത്യ ബഹുശാസ്ത്രപണ്ഡിതൻ ആയ ഫത്തുല്ലുള്ളാഷിറാസി (1582), അദ്ദേഹം മെക്കാനിക്കൽ എഞ്ചിനീയർ കൂടിയായിരുന്നു, മുഗൾ കാലഘട്ടത്തിൽ അക്ബറിനുവേണ്ടി പണിയെടുക്കുകയും ഒരു auto cannon (സ്വയം വെടിയുതിർക്കുന്ന ആദ്യകാല പീരങ്കി) നിർമിക്കുകയും ചെയ്തു. വെടിമരുന്നിനെയും വെടിയെയും കുറിച്ചുള്ള ഒരു ഗ്രീക്ക്, ചരിത്രപുസ്തകത്തിൽ ജെയിംസ് റിഡ്ഡിക്ക് പാർട്ടിംഗ്ടൺ ഇന്ത്യൻ റോക്കറ്റുകളെക്കുറിച്ചും കുഴിബോംബുകളെക്കുറിച്ചും മറ്റ് വെടിമരുന്നുപയോഗിക്കുന്ന യുദ്ധതന്ത്രങ്ങളെക്കുറിച്ചും വിവരിക്കുന്നുണ്ട്. മധ്യകാലഘട്ടത്തിൽ ഇന്ത്യൻ, പേർഷ്യൻ ജലസേചന വിദ്യകൾ ഒന്നുചേരുകയും അത് വലിയ സാമ്പത്തിക വളർച്ചക്കിടയാക്കുകയും ഭൗതിക സംസ്കാരത്തിന്റെ വളർച്ചക്കിടയാക്കുകയും ചെയ്തു. നെയ്ത്തുകാരെ ജോലിക്കിരുത്തിയ കാശ്മീരിലെ ഭരണാധികാരിയായ സൈൻ -ഉൽ-അബിദീനാണ് (1423-1474) കാശ്മീർ കമ്പിളി വ്യവസായത്തിന്റെ പിതാവായി അറിയപ്പെടുന്നത്.

യൂറോപ്പും കിഴക്കും തമ്മിലുള്ള ജലഗതാഗത പാത കണ്ടെത്തുകയും 16 ാംനൂറ്റാണ്ടു മുതൽ കടൽ വാണിജ്യം ക്രമാനുഗതമായി വളരുകയും ചെയ്തത് കച്ചവടത്തിന്റെ കാര്യത്തിൽ മാത്രമല്ല ഒരു സുപ്രധാന വഴിത്തിരിവ് സൃഷ്ടിച്ചത്; മറിച്ച് എല്ലാത്തരം പുതിയ ആഗോളവൽകൃത വിജ്ഞാനത്തിന്റെയും വളർച്ചയ്ക്ക് - ഇന്ത്യൻ മരുന്നുകളുടെയും സുഗന്ധവ്യഞ്ജനങ്ങളുടെയുമടക്കം-അത് വലിയ ഉത്തേജനം നല്കി. അന്തിമഫലമെന്നോണം, കിഴക്കുനിന്നു ലഭ്യമായ ചില അറിവുകൾ യൂറോപ്യൻ വിജ്ഞാനത്തിലേക്കാഗിരണം ചെയ്യപ്പെട്ടു. പ്രമുഖ യൂറോപ്യൻ വ്യക്തിത്വങ്ങളായ കരോളസ് ലിന്നേയൂസി(സ്വീഡിഷ് ബോട്ടനിസ്റ്റും ജന്തുശാസ്ത്ര/വൈദ്യശാസ്ത്രവിദഗ്ധനും) നെപ്പോലുള്ളവരിലൂടെ പ്രക്ഷേപിക്കപ്പെട്ടതോടെ, ഇന്ത്യയിൽനിന്ന് ലഭ്യമായ ഈ പ്രാദേശിക വിജ്ഞാനം ആധുനിക ലോകവിജ്ഞാനത്തിന്റെ ഘടകമായിത്തീർന്നു. ഇത്തരമൊരു വിജ്ഞാനക്കൈമാറ്റത്തിൽ പ്രത്യേകിച്ചും സുപ്രധാന

സ്ഥാനമാണ് ഇന്ത്യയിൽനിന്നുള്ള സസ്യശാസ്ത്രപരവും ഫാർമക്കോളജിക്കലുമായ വിജ്ഞാനത്തിനുള്ളത്. 1492 ൽ പോർച്ചുഗലിലേക്ക് നാടുകടത്തപ്പെട്ട സ്പാനിഷ് ജൂതവൈദ്യൻ 1534 ൽ ഇന്ത്യയിലേക്ക് കപ്പൽ കയറിയെത്തുകയും ഏഷ്യൻ വൈദ്യത്തെക്കുറിച്ചുള്ള യൂറോപ്യൻ ആദരത്തിന് പുതിയൊരു മാനം നൽകുകയും ചെയ്തു. പോർച്ചുഗീസ് സെഫ്രാഡി ജൂതവൈദ്യനായ ഗാർഷ്യ ഡ ഓർട്ട (1501–1568) അഹമദ്നഗറിലെ സുൽത്താൻ ബുർഹ് അൻ നിസാം ഷാഹ്ന്റെ വൈദ്യനായി. ഡ ഓർട്ടയുടെ കൃതി പോർച്ചുഗീസ് ഭാഷയിലാണ് രചിച്ചത്. ക്ലൂസിയസിന്റെ (Carolus Clusius, പതിനാറാം നൂറ്റാണ്ടിലെ നെതർലെന്റിലെ ഹ്യൂമനിസ്റ്റും ബോട്ടനിസ്റ്റുമാണദ്ദേഹം–1526–1609) ലത്തീൻ ഭാഷാന്തരത്തിലൂടെയാണതധികവും വായിക്കപ്പെട്ടത്. ഫ്ളമിഷ് ഡോക്ടറായ അദ്ദേഹം രചിച്ച *കൊളോക്കിയസ്* ഈ ഭാഷാന്തരമുൾക്കൊള്ളുന്നതാണ്. *കൊളോക്കിയസ്* പ്രസിദ്ധീകരിക്കപ്പെട്ടതോടെ കിഴക്കിന്റെ പ്രകൃതിലോകത്തെക്കുറിച്ചുള്ള യൂറോപ്യന്മാരുടെ ധാരണയിൽ വമ്പിച്ചൊരു വഴിത്തിരിവുണ്ടായി. അവർക്ക് തികച്ചും അപരിചിതമായ വൈദ്യവിദ്യകളെക്കുറിച്ചും പ്രകൃതിദത്തമായ ഔഷധോൽപ്പന്നങ്ങളെക്കുറിച്ചും 16 ാം നൂറ്റാണ്ടിലെ യൂറോപ്യൻ വായനക്കാർ അറിയാനിടയായി എന്നതാണ് ഏറ്റവും പ്രധാനം. ഡ ഓർട്ടയുടെ എഴുത്തിൽ പ്രദർശിപ്പിക്കപ്പെട്ട സ്വതന്ത്രചിന്തയിലും വർണവൈവിധ്യത്തിലും യൂറോപ്യൻ വായനക്കാർ ഏറെ ആകൃഷ്ടരായി. ഉദാഹരണത്തിന് അദ്ദേഹത്തിന്റെ കൃതി വളരെ സ്വാധീനമുള്ള ഒന്നാകുകയും ആധുനിക കാലത്തെ ഇതിഹാസതുല്യരായ ലുക്കോബുസ് ബൊൻടിയുസ്, കാൾ ലിന്നേയൂസ് എന്നിവരെപ്പോലുള്ളവർക്ക് വലിയൊരു ഉറവിടമായി മാറുകയും ചെയ്തു.

ഡച്ച് ഈസ്റ്റിന്ത്യക്കമ്പനിയിലെ ഒരു പട്ടാളക്കാരനായി ഇന്ത്യയിലെത്തിയ ഡച്ച് സസ്യശാസ്ത്രജ്ഞനായിരുന്ന ഹെൻഡ്രിക് അഡ്രിയാൻ വാൻറീഡ് (1636–91) തദ്ദേശീയ ഇന്ത്യൻ വൈദ്യ പാരമ്പര്യത്തോട് കൂടുതൽ മമത കാട്ടിയവനായിരുന്നു. 1669 ൽ അദ്ദേഹം മലബാറിന്റെ കമാൻഡറായി. അദ്ദേഹത്തിന് തന്റെ തൊഴിലിൽ വിജയം നേടാനായ പ്രദേശമായ കേരളം ഇന്നും അതിന്റെ സസ്യസമൃദ്ധിയുടെ കാര്യത്തിൽ വിലോഭനീയമാണ്. മലബാറിന്റെ സസ്യശ്യാമളതയിൽ വാൻറീഡ് ആകൃഷ്ടനായി. തേക്കും ചന്ദനവും തെങ്ങും വാഴകളും കുരുമുളകും ഏലവും ഇഞ്ചിയും എല്ലാമടങ്ങുന്ന ആ സസ്യസമൃദ്ധി അദ്ദേഹം രേഖപ്പെടുത്താൻ തുടങ്ങി. ഒപ്പം പ്രാദേശിക വിദഗ്ധരോട് ഓരോന്നിന്റെയും പേരും ഉപയോഗവുമൊക്കെ ചോദിച്ചറിയാനും തുടങ്ങി. അദ്ദേഹം കൊച്ചിയിലെ തന്റെ കമാണ്ടറുടെ കൊട്ടാരത്തിൽ ഒരു ലൈബ്രറി സ്ഥാപിക്കുകയും താൻ കണ്ടെത്തിയ സസ്യങ്ങളുടെ വൈദ്യഗുണങ്ങൾ പരീക്ഷിച്ചറിയുകയും ചെയ്തു. ഒടുവിൽ ഇതെല്ലാം മലബാറിലെ ഔഷധസസ്യങ്ങളെക്കുറിച്ച് ഒന്നാന്തരമൊരു കൃതി രചിക്കുന്നതിലെത്തി . അദ്ദേഹം ചൂണ്ടിക്കാട്ടിയ വിവിധ ചെടികളുടെയും മരങ്ങളുടെയും പേരും ഗുണങ്ങളും

വിശദീകരിച്ച പ്രാദേശിക വൈദ്യന്മാരുടെ സഹായത്തോടെ തയാറാക്കിയ ആ കൃതിയാണ് *ഹോർട്ടിസ് മലബാറിക്കസ്.* (*Hortis Malabaricus*) അത് 12 ഫോളിയോ വാല്യങ്ങളായാണ് പ്രസിദ്ധീകരിക്കപ്പെട്ടത്. ഓരോ ചെടിയെക്കുറിച്ചും ഒരു ലത്തീൻ വിവരണവും വിവിധ ഭാഷകളിലെ അതിന്റെ പേരുകളും രേഖപ്പെടുത്തി. മിക്കപ്പോഴും പോർച്ചുഗീസ്, അറബി, മലയാളം, തമിഴ്, കൊങ്ങിണി ഭാഷയിലെ പേരുകൾ. ഇന്ത്യൻ ഉപഭൂഖണ്ഡത്തിൽ നടന്ന ആദ്യത്തെ പ്രാദേശിക ഫ്ളോറിസ്റ്റിക് സർവേയാണത്. ഒരു നൂറ്റാണ്ടുകാലം അതുമാത്രമായിരുന്നു അത്തരത്തിലുള്ള ഏക ഗ്രന്ഥം. ഏഷ്യൻ സസ്യജാലങ്ങളിൽ തൽപ്പരരായ 18 ാം നൂറ്റാണ്ടിലെ സസ്യശാസ്ത്രജ്ഞർക്ക് ഒഴിച്ചുകൂടാനാവാത്ത, അറിവിന്റെ ഒരക്ഷയഖനിയായിരുന്നു അത്. 18 ാം നൂറ്റാണ്ടായതോടെ, മുഖ്യമായും ആധുനിക രീതികളുപയോഗിച്ച്, യൂറോപ്യന്മാർ ഇന്ത്യയിൽ ബോട്ടാണിക്കൽ സർവേയും പഠനവും നടത്തുന്ന രീതിയിൽ വമ്പിച്ച മുന്നേറ്റങ്ങളുണ്ടായി. ആ മുന്നേറ്റങ്ങൾ നല്ല രീതിയിൽ ഡെസ്മണ്ട് വിവരിച്ചിട്ടുണ്ട്. ജോഹാൻ ഗെർഹാർഡ് കോനിഗ് (1728-85), റോബർട്ട് കിഡ് (1746-93), വില്യം റോക്സ് ബർഗ് (1751-1815) എന്നിവരുടെയും അവരുടെ പിൻഗാമികളുടെയും പ്രവർത്തനങ്ങളൊക്കെ അതിലുൾപ്പെടുത്തപ്പെട്ടു. പലതരത്തിൽ നോക്കിയാലും ഇന്ത്യയിലെ ശാസ്ത്രീയബോട്ടണിയുടെ സ്ഥാപകനായ ജോഹാൻകോനിഗ് ആണ് ഇതിലാദ്യത്തെയാൾ, അദ്ദേഹം കരോളസ് ലിന്നേയുസിന്റെ നേരിട്ടുള്ള ശിഷ്യനായിരുന്നുവെന്നതും വളരെ പ്രധാനപ്പെട്ടതാണ്. 17 ാം നൂറ്റാണ്ടിലെ പോർച്ചുഗീസ്, ഡച്ച് ബോട്ടണിസ്റ്റുകൾ ഇന്ത്യ, ശ്രീലങ്ക, ഇന്തോനേഷ്യ തുടങ്ങിയ സ്ഥലങ്ങളിൽ നടത്തിയ സസ്യശാസ്ത്രപര്യവേഷണങ്ങളെ അടിസ്ഥാനമാക്കി തന്റെ പ്രവർത്തനം മുന്നോട്ടുകൊണ്ടുപോയ ലിന്നേയുസിന്റെ പ്രത്യേകിച്ചുള്ള ശ്രമഫലമായാണ് മുഖ്യധാരാ യൂറോപ്യൻ വിജ്ഞാനത്തിലേക്ക് ഏഷ്യൻ ഭൂമിയെയും മണ്ണിനെയും കുറിച്ചുള്ള വിവരങ്ങളിൽ സിംഹഭാഗവും കടന്നെത്തിയത്.

4

കണ്ടുപിടുത്തങ്ങളുടെ മധ്യകാല കിഴക്കൻ യുഗം (അഥവാ) ആധുനിക ലോകത്തിന്റെ സ്ഥാപകർ

തന്റെ *ഔട്ട്ലൈൻ ഓഫ് ഹിസ്റ്ററി*യിൽ എച്ച് ജി വെൽസ് പറഞ്ഞു:

> നമ്മുടെ ആധുനിക ലോകത്തിന് വെളിച്ചത്തിന്റെയും ശക്തിയുടെയും സമ്മാനം ലഭിച്ചതറബികളിൽ നിന്നാണ്. ഒരു പുതിയ വീക്ഷണകോണിൽനിന്നും പുതിയൊരു കരുത്തോടെയും ഗ്രീക്കുകാരവേശേഷിപ്പിച്ചുപോയ ക്രിയാത്മകമായ അറിവിന്റെ ക്രമബദ്ധമായ വികാസത്തിന്റെ ചുമതല അവരേറ്റെടുത്തു. ഗ്രീക്കുകാരെ "പിതാവ്" എന്നു വിളിക്കണമെങ്കിൽ, യാഥാർഥ്യത്തെ കൈകാര്യം ചെയ്യുന്ന ശാസ്ത്രീയ രീതിയുടെ പോറ്റമ്മ അറബികളാണ്. തികഞ്ഞ നിഷ്പക്ഷതയോടെ അങ്ങനെ പറയുമ്പോൾ, അത് ഏറ്റവും ലളിതമായ ഒരു പ്രസ്താവനയും, അതിന്റെ വിശദീകരണവും ആയിത്തീരുന്നു. ഒപ്പം അത് കൃത്യമായ രേഖയും ശക്തമായ ഒരു വിമർശനവും കൂടിയായിത്തീരുന്നു. അറബികളിലൂടെയാണ്, അല്ലാതെ ഗ്രീക്കോ ലത്തീനോ ആ വേരുകളിലൂടെയല്ല, ആധുനിക ലോകത്തിന് ആ വെളിച്ചത്തിന്റെയും ശക്തിയുടെയും സമ്മാനം ലഭിച്ചത്.

"അന്ധകാരത്തിന്റെ യുഗം" എന്ന വിശേഷണം

കിഴക്കിന്റെ യുഗത്തെ തെറ്റായി "അന്ധകാരയുഗം" എന്ന് നാമകരണം ചെയ്തിരിക്കുന്നു. ശാസ്ത്രത്തിന്റെയും നാഗരികതയുടെയും ചരിത്രമെഴുതുമ്പോൾ, ആ യുഗം ശാസ്ത്രത്തിന്റെ ചരിത്രത്തിൽ വെറുമൊരു ഐതിഹ്യം മാത്രമായിത്തീരുന്നു. റോമിന്റെ പതനത്തിനും നവോത്ഥാനത്തിന്റെ കടന്നുവരവിനുമിടയിലുള്ള ആയിരം വർഷക്കാലമാണ് ഇത്ത

രത്തിൽ ചരിത്രത്തിൽ മറഞ്ഞുപോകുന്നത്, അഥവാ മറച്ചുവയ്ക്കപ്പെടുന്നത്. ആ ആയിരം വർഷക്കാലം ശാസ്ത്രത്തെ സംബന്ധിച്ച് നിർണായക വർഷങ്ങളായിരുന്നു. പ്രത്യേകിച്ചും വൈദ്യശാസ്ത്രത്തെ സംബന്ധിച്ചിടത്തോളം. ചരിത്രപുസ്തകങ്ങളിൽനിന്നും വിദ്യാഭ്യാസ പാഠ്യപദ്ധതികളിൽ നിന്നും അത്തരമൊരു നിർണായകമായ നൂറ്റാണ്ടുകളെ മറച്ചുപിടിക്കാനുള്ള ശ്രമങ്ങൾ വളരെ വ്യക്തമാണ്. എ ഡി 450 മുതൽ 1452 വരെയുള്ള കാലഘട്ടം, മധ്യകാലഘട്ടം, യൂറോപ്പിൽ അന്ധകാരത്തിന്റെ യുഗമായിരുന്നെന്നും, അതുകൊണ്ടുതന്നെ ശാസ്ത്രത്തെയും നാഗരികതയെയും സംബന്ധിച്ചും അങ്ങനെതന്നെയായിരുന്നെന്നും എഴുതിത്തള്ളപ്പെടുന്നു. വൈദ്യശാസ്ത്രം ഒരു മുഖ്യശാസ്ത്രമായിപ്പഠിക്കുന്ന വിദ്യാർഥിയോടു പോലും ആത്മാർഥതയോടെയും സത്യസന്ധതയോടെയുമല്ല വൈദ്യത്തിന്റെ ചരിത്രം പഠിപ്പിക്കപ്പെടുന്നത്. വൈദ്യവുമായി ബന്ധപ്പെട്ട റഫറൻസ് ഗ്രന്ഥങ്ങൾ, അത് ജനറൽ അനാട്ടമിയുമായോ സർജറിയുമായോ ഇന്റേണൽ മെഡിസിനുമായോ ബന്ധപ്പെട്ടതാകട്ടെ, പഴയകാല ഗ്രീക്കോ റോമൻ കാലഘട്ടത്തെ വൈദ്യശാസ്ത്രത്തിന്റെ തുടക്കകാലഘട്ടമായി അവതരിപ്പിച്ചശേഷം 15 ാം നൂറ്റാണ്ടുമുതലുള്ള ആധുനിക ശാസ്ത്രത്തിലെ വികാസങ്ങളെ ഉയർത്തിക്കാട്ടുന്നു. പക്ഷേ അതിനിടയിലുള്ള കാലഘട്ടത്തെ സംബന്ധിച്ച്, മധ്യകാലത്തുണ്ടായ ശാസ്ത്രത്തിന്റെ മുന്നേറ്റത്തെ മറച്ചുപിടിക്കുകയെന്ന ബോധപൂർവമായ ഉദ്ദേശത്തോടെ, ഒരു നിഗൂഢമായ മൗനം പുലർത്തുന്നു. തീർച്ചയായും, ഭൂരിപക്ഷം പടിഞ്ഞാറൻ ചരിത്രകാരന്മാരും രചയിതാവിന്റെ സന്തോഷത്തിനും ആഗ്രഹത്തിനുമനുസരിച്ച് മൊത്തം ചരിത്രത്തെയും കെട്ടിച്ചമക്കാനും വളച്ചൊടിക്കാനുമുള്ള ഒന്നാന്തരം കഴിവും വൈദഗ്ധ്യവും സ്വായത്തമാക്കിയവരാണ്. പല പല അക്കാദമിക് കാര്യങ്ങൾ കൂട്ടിച്ചേർത്തും, പല സ്രോതസുകളെയും പരാമർശിച്ചും, ഉദ്ധരിച്ചും, അതേമട്ടിലുള്ള പ്രസ്താവനകൾ നടത്തിയിട്ടുള്ള സമാനമനസ്കരായ ചരിത്രകാരന്മാരുടെ പ്രസ്താവനകളെ ഉപോദ്ബലകമായി ഉദ്ധരിച്ചുമെല്ലാം അവരത് സമർഥമായി നിർവഹിക്കും. എങ്ങനെയെങ്കിലുമൊക്കെ, യൂറോപ്പ് പ്രാചീനകാലത്തെ ഉജ്വലമായ നേട്ടങ്ങളിൽനിന്ന് നേരെ പത്തുനൂറ്റാണ്ടുകാലത്തെ അന്ധകാരത്തിലേക്ക് നിപതിച്ചുവെന്നും, പിന്നീട് എവിടെനിന്നെന്നില്ലാതെ പൊടുന്നനെ തട്ടിപ്പിടഞ്ഞെഴുന്നേറ്റ് നവോത്ഥാനത്തിലേക്ക്, അഥവാ പുനരുജ്ജീവനത്തിലേക്ക്, പ്രവേശിച്ചുവെന്നും നമ്മെ വിശ്വസിപ്പിക്കുന്നതിൽ അവർ വിജയിച്ചിരിക്കുന്നു. അതു നൽകുന്ന ചിത്രം ഗ്രീക്കുകാർ ഉപേക്ഷിച്ചുപോയ ശാസ്ത്രയുഗം അതേ മട്ടിൽ, അതേ രീതിയിൽ, പത്തു നൂറ്റാണ്ടു കാലം സ്പർശനമേൽക്കാതെ കിടന്നുവെന്നും, പിന്നീട് 15 ാം നൂറ്റാണ്ടോടെ യൂറോപ്പിൽ ആധുനികശാസ്ത്രമായി പുനർജന്മം നേടിയെന്നുമാണ്.

"അന്ധകാരയുഗം" എന്നതിലെ പ്രധാന തെറ്റിതാണ്. പ്രാചീന ഗ്രീക്കോ-റോമൻ വൈദ്യത്തിലേക്ക് നമുക്കൊരെത്തിനോട്ടം നടത്താം.

ഹെല്ലെനിക്ക് (ഗ്രീക്ക്) യുഗത്തിലെ ഏറ്റവും വലിയ വൈദ്യശാസ്ത്രജ്ഞനായിരുന്ന ഹിപ്പോക്രാറ്റസിന്റെ പ്രവർത്തനം നടക്കുന്നതിനു മുമ്പ്, ഗ്രീക്കുകാരുടെ വൈദ്യചികിത്സ ഒരു മതസംഘടനയുടെ (ഏസ്കുലാപ്പിയൂസിലെ പുരോഹിതർ) കയ്യിലായിരുന്നു. രോഗവുമായി ക്ഷേത്രത്തിൽ ചികിത്സക്ക് അനുമതി തേടിവരുന്നവരുടെ കാര്യത്തിലോ അവരുടെ രോഗശമനത്തിന്റെ കാര്യത്തിലോ പുരോഹിതർക്ക് യാതൊരുത്തരവാദിത്വവുമുണ്ടായിരുന്നില്ല. ദൈവങ്ങളാണ് രോഗം ഉണ്ടാക്കിയതെന്നും അവർക്കു മാത്രമേ ആശ്വാസം നൽകാനും കഴിയൂ എന്നും പുരോഹിതന്മാർ പറഞ്ഞു. ദൈവിക സഹായത്തിനായി ഇടയിൽ നിൽക്കാൻ പുരോഹിതർക്ക് കഴിയും. പക്ഷേ രോഗകാരണമെന്തെന്നന്വേഷിക്കാനോ രോഗശമനത്തിനും രോഗം തടയുന്നതിനുമുള്ള ഉപാധികളന്വേഷിക്കുന്നതിനോ അവർക്കധികാരാവകാശങ്ങളില്ല. അത്തരമൊരു വൈദ്യചികിത്സാസമ്പ്രദായത്തിനുള്ളിൽ പുരോഗതി കൈവരിക്കാൻ യാതൊരു സാധ്യതയുമില്ല. പ്രാകൃതജനങ്ങളെക്കാൾ ഒട്ടും മെച്ചപ്പെട്ടതായിരുന്നില്ല അത്. ഹിപ്പോക്രാറ്റസിനു കീഴിൽ ഗ്രീക്കു വൈദ്യം രോഗങ്ങൾ രേഖപ്പെടുത്തിവയ്ക്കുന്ന നിരീക്ഷണസിദ്ധാന്തം സ്വീകരിച്ചു. ഗ്രീക്കുകാരിൽ നിന്നുറവെടുത്ത ഒരു പുതിയ സങ്കൽപ്പനമായി അതവതരിപ്പിക്കപ്പെട്ടു. പ്രാചീനകാലത്തെ നിരീക്ഷണ കാലഘട്ടം റോമൻയുഗത്തിലെ ഒരു പ്രതിഭയായിരുന്ന ഗാലനോടുകൂടി (എ ഡി 129-199) അവസാനിച്ചു. റോമാസാമ്രാജ്യത്തിന്റെ പതനത്തോടെ ശാസ്ത്രത്തിന്റെ നാശം യൂറോപ്പിൽ പൂർത്തിയായി. പക്ഷേ 15 ാം നൂറ്റാണ്ടിൽ അതിന് യൂറോപ്പിൽ പുനർജന്മമുണ്ടായപ്പോൾ, അതിനകം അത് നിരീക്ഷണപരവും പരീക്ഷണപരവുമായ വൻതോതിലുള്ള ഉപാദാനങ്ങളോടെ തികച്ചും ഉന്നതനിലവാരത്തിലുള്ള ഒരു ശാസ്ത്രമായിക്കഴിഞ്ഞിരുന്നു. എല്ലാ ചരിത്രകാരന്മാരും ഒറ്റക്കെട്ടായി അംഗീകരിക്കുന്ന ഒരു വസ്തുതയാണ് 7 ാം നൂറ്റാണ്ടിനുശേഷം യൂറോപ്പിൽ പിന്നത്തെ ആയിരം കൊല്ലക്കാലം ശാസ്ത്രം ഒരു നിശ്ചലാവസ്ഥയിലായിരുന്നുവെന്നത്. ലോകനാഗരികതകളുടെ ചരിത്രത്തിലെ ഏറ്റവും വലിയ വിനാശമാണ് അതിന് വന്നുപെട്ടത്. യൂറോപ്പ് അജ്ഞതയുടെയും യുദ്ധങ്ങളുടേതുമായ ഒരു യുഗത്തിലേക്ക് സ്വയം പിൻവാങ്ങി. അക്കാലം ഫ്യൂഡലിസത്തിന്റേയും സഭാമേധാവിത്വത്തിന്റേതുമായിരുന്നു. അതിന്റെ കൂടെ കടുത്ത മതാന്ധതയുടെയും ക്രൂരതയുടെയും സർവജ്ഞ നാട്യങ്ങളുടെയും തിന്മകളും അതിനെ പിടികൂടി. ബൗദ്ധികമായ സമ്പത്തിലുമേറെ അന്ധവിശ്വാസങ്ങളായിത്തീർന്ന വിശ്വാസങ്ങളും ബഹുദൈവാരാധനയിൽ വിശ്വസിക്കുന്ന പേഗനിസവുമൊക്കെയാണ് അതിന് കൂടുതൽ സ്വീകാര്യമായിത്തീർന്നത്. വൈദ്യം പ്രധാനമായും കൊണ്ടുനടന്നിരുന്നത് മുറിവൈദ്യന്മാരും ബാർബർമാരും കുളിപ്പുരകളുടെ ഉടമസ്ഥന്മാരുമൊക്കെയായിരുന്നു. അക്കാലത്ത് ഔപചാരികവിദ്യാഭ്യാസമേ ഉണ്ടായിരുന്നില്ല. വൈദ്യശാസ്ത്രഗവേഷണത്തിനും അത് പ്രയോഗിക്കുന്നതിനുമെതിരെ ക്രൈസ്തവസഭ ഒരുപറ്റം കർക്കശമായ കൽപ്പനകൾ പുറപ്പെടു

വിച്ചു. വൈദ്യചികിത്സ നടത്തുന്നവർക്ക് കടുത്ത ശിക്ഷകളും പിഴകളുമൊക്കെ വിധിക്കുകയും അവരെ നിയന്ത്രിക്കുകയും ചെയ്യുന്ന കൽപ്പനയായിരുന്നു അതിലേറ്റവും ഭയങ്കരമായിരുന്നത്. അന്ധകാരയുഗത്തിന്റെ മാന്ദ്യത്തിനകത്ത് യൂറോപ്പിലെ ശാസ്ത്രീയപഠനാന്വേഷണങ്ങളുടെ തിരിനാളം കെട്ടുപോയി. അങ്ങനെ അഞ്ചാം നൂറ്റാണ്ടിൽ പടിഞ്ഞാറൻ റോമാസാമ്രാജ്യം തകർന്നു പോയതോടെ യൂറോപ്പിന് അതിന്റെ ബൗദ്ധിക പൈതൃകവുമായുള്ള ബന്ധം വിട്ടുപോയി. കിഴക്കൻ സാമ്രാജ്യം അഥവാ ബൈസാന്റിയൻ കാലഘട്ടം ശാസ്ത്രീയ വൈദ്യത്തിന്റെ വളർച്ചയ്ക്കായി യാതൊന്നും ചെയ്തില്ല. അത് ധാർമികവും രാഷ്ട്രീയവുമായ അപചയത്തിന് വിധേയമായിക്കഴിഞ്ഞിരുന്നു. ഗ്രീക്കു ശാസ്ത്രത്തിൽ ആകെ ബാക്കിയായത് പ്ലിനിയുടെ *എൻസൈക്ലോപീഡിയയും* ബോവേത്തിയൂസിന്റെ ലോജിക്കിനെയും ഗണിതശാസ്ത്രത്തെയും സംബന്ധിച്ചുള്ള പ്രബന്ധങ്ങളുമാണ്. ലത്തീൻ ലൈബ്രറി അത്രയേറെ പരിമിതമായിരുന്നതിനാൽ യൂറോപ്യൻ ദൈവശാസ്ത്രജ്ഞന്മാർക്ക് സ്വന്തം വേദപ്രമാണങ്ങളിൽ അറിവ് വികസിപ്പിക്കുന്നത് പോലും അസാധ്യമായിത്തീർന്നു. സന്യാസിസഭകൾ ആശുപത്രികൾ നടത്തി. പക്ഷേ അവ ഇന്നത്തെ ആശുപത്രികളെപ്പോലെയല്ല പ്രവർത്തിച്ചിരുന്നത്. രോഗികളെ നോക്കാനവിടെ അറിവുള്ള വൈദ്യചികിത്സകരാരുമുണ്ടായിരുന്നില്ല. ദയാവായ്പുള്ള സന്യാസികൾ അവരെ ആശ്വസിപ്പിക്കുകയും കൂദാശകൾ നല്കുകയും ചെയ്തു. പക്ഷേ മരുന്നുമാത്രം നൽകിയില്ല. ശരീരത്തിന്റെ ചികിത്സയെക്കാൾ പ്രധാനം ആത്മാവിന്റെ ചികിത്സക്കാണെന്ന് സഭ കരുതിയിരുന്നതിനാൽ വൈദ്യചികിത്സയ്ക്കെന്നതു പോകട്ടെ, വ്യക്തിശുചിത്വം പാലിക്കുന്നതിനുപോലും യാതൊരു വിലയും കൽപ്പിച്ചില്ല. ശരീരത്തിന്റെ (മാംസത്തിന്റെ) ആശകളെയടക്കുന്നതാണ് വിശുദ്ധപദം പ്രാപിക്കാൻ ഏറ്റവും നല്ലതെന്നവർ വിശ്വസിച്ചു. ക്രമേണ, രോഗങ്ങളെല്ലാം അതീതശക്തികൾ കാരണമുണ്ടാകുന്ന ഒരു സ്ഥിതിവിശേഷമാണെന്ന് യൂറോപ്യന്മാർ വിശ്വസിക്കാൻ തുടങ്ങി. ഒരുതരം പിശാചുബാധയാണതെന്നുമവർ വിശ്വസിച്ചു. അങ്ങനെവരുമ്പോൾ, മതപരമായ മാർഗങ്ങളിലൂടെയുള്ള ചികിത്സയ്ക്കുമാത്രമേ ഫലമുണ്ടാക്കാനാവൂ. 7 ാം നൂറ്റാണ്ടിന്റെ മധ്യത്തിൽ സന്യാസികൾ ശസ്ത്രക്രിയ ചെയ്യുന്നത് കത്തോലിക്കാസഭ വിലക്കി. കാരണമത് അവരുടെ ആത്മാവിന് നാശമുണ്ടാക്കാനിടയുണ്ട്. എ ഡി 1163 ൽ ടൂർസിൽ വച്ചു നടന്ന സൂനഹദോസ് (Council) എല്ലാത്തരം വൈദ്യശാസ്ത്രശാഖകളും നല്ലവൈദ്യന്മാരും ശസ്ത്രക്രിയ ഉപേക്ഷിക്കണമെന്ന് പ്രഖ്യാപനം നടത്തി. ഹസ്സ്, ബ്രൂണോ, സെർവാത്തുസ് തുടങ്ങിയ വിയോജിച്ചിരുന്ന ബുദ്ധിജീവികളെ ചുട്ടുകൊന്നിരുന്ന ഒരു കാലഘട്ടമാണത്. ദൈവശാസ്ത്രപരമായ പ്രശ്നങ്ങളിൽ വഴിതെറ്റി നടന്നവർക്കെല്ലാം അതായിരുന്നു വിധി. തീയിൽ ചുട്ടെരിക്കപ്പെടുന്നതൊഴിവാക്കണമെങ്കിൽ ക്രിസ്ത്യൻ യൂറോപ്പിലെ ശാസ്ത്രജ്ഞന്മാർ ശാസ്ത്രീയ സത്യം ഉപേക്ഷിക്കുകയും, തങ്ങളുടെ വീക്ഷണങ്ങൾ

മാറ്റിപ്പറയുകയും ചെയ്യേണ്ടിയിരുന്നു. അതിനേറ്റവും നല്ല ഉദാഹരണമായിരുന്നു ഗലീലിയോ. സഭാവിശ്വാസത്തിനനുസരിച്ച് സത്യം മാറ്റിപ്പറയാൻ അദ്ദേഹം നിർബന്ധിതനായി.

15 ാം നൂറ്റാണ്ടിൽ, അത്തരമൊരു അന്ധകാരയുഗത്തിന്റേതായ ആയിരമാണ്ടുകൾക്കുശേഷം ഗ്രീക്കോ റോമൻ പണ്ഡിതന്മാരായ ഹിപ്പോക്രാറ്റസും ഗാലെനും പോലുള്ളവരുടെ കൃതികൾ ഒരു കേടുപാടുകളും കൂടാതെ കണ്ടെടുക്കപ്പെട്ടുവെന്ന് കരുതുന്നത് ഒട്ടുംതന്നെ യുക്തിക്ക് നിരക്കുന്നതല്ല. ഉദാഹരണത്തിന്, പ്രാചീന ഗ്രീക്കുവൈദ്യത്തിന്റെ ആയിരം വർഷം നീണ്ട ഒരു ദീർഘമായ ഉറക്കത്തിനു ശേഷമുണ്ടായ ഒരു പുനർജന്മത്തിലൂടെയാണ് ആധുനിക വൈദ്യശാസ്ത്രം ഉയർന്നുവന്നതെന്നൊരാൾ വാദിക്കുകയാണെങ്കിൽ ഒരു ചോദ്യമുയരുന്നു. നിരീക്ഷണപരമായ ഗ്രീക്ക് വൈദ്യസമ്പ്രദായത്തിലേക്ക് ആരാണ് പരീക്ഷണവൈദ്യത്തിന്റേതായ സങ്കൽപ്പനം കൊണ്ടുവന്നത്; പ്രത്യേകിച്ചും യൂറോപ്പ് ആയിരം കൊല്ലം ഉറങ്ങിക്കിടന്ന സാഹചര്യത്തിൽ? അന്ധകാരയുഗമെന്നുപറയപ്പെട്ട കാലഘട്ടത്തിലുടനീളം ഗ്രീക്കു വൈദ്യം ബൈസാന്റിയത്തിൽ (കിഴക്കൻ റോമാസാമ്രാജ്യം)ലഭ്യമായിരുന്നുവെന്ന ധാരണ വിഴുങ്ങാൻ പ്രയാസമുള്ള ഒന്നാണ്. എക്കാലത്തേയും അത്തരം വിജ്ഞാനം ലഭ്യമായിരുന്നുവെങ്കിൽ പടിഞ്ഞാറൻ പണ്ഡിതന്മാർക്ക് സിസിലിയിലെയും (11 ാം നൂറ്റാണ്ട്), ടോളെഡോയിലെയും (11 ാം നൂറ്റാണ്ട്) അറബ് നാടുകളും കുരിശുയുദ്ധ (1095-1251)കാലത്ത് കിഴക്കൻ അറബ് പ്രദേശങ്ങളും കീഴടക്കുന്നതുവരെ ഗ്രീക്ക് വിജ്ഞാനം ലഭ്യമാകാൻ തുടങ്ങാതിരുന്നതെന്തുകൊണ്ടാണ്? എന്തിനവർ അതുവരെ കാത്തിരുന്നു? അതിലുമുപരിയായി, അവരെന്തുകൊണ്ടാണത്തരം വിജ്ഞാനം അറബിയിൽ നിന്നും ലത്തീനിലേക്ക് വിവർത്തനം ചെയ്തത്? ഗ്രീക്കു ഭാഷയിലും ലത്തീനിലും ആ അറിവ് റെഡിമെയ്ഡായിക്കിട്ടാനുണ്ടായിരുന്നുവെങ്കിൽ? വളരെ നിസ്സാരമോ ശകലീകൃതമോ ആയ എന്തെങ്കിലും ചൂണ്ടിക്കാട്ടി ഇത്തരം കഥകൾ പടച്ചുണ്ടാക്കുന്ന ചരിത്രകാരന്മാർ ഇത്തരം വിഷമിപ്പിക്കുന്ന ചോദ്യങ്ങൾക്കുത്തരം പറയാറില്ല. അവർ മിക്കപ്പോഴും കെട്ടുകഥകൾ ചമച്ചുണ്ടാക്കുകയും, പിരെൻ സിദ്ധാന്തം (ഹെൻറി പിരെൻ 1862-1935) പോലുള്ള വിപുലമായ സിദ്ധാന്തങ്ങൾ കെട്ടിച്ചമയ്ക്കുകയും ചെയ്തു. (അറബികൾ 640 എ.ഡിയിൽ അലക്സാണ്ട്രിയൻ ലൈബ്രറി തീവച്ചു നശിപ്പിച്ചുവെന്നാണ് അദ്ദേഹത്തിന്റെ ആരോപണം)

> യഥാർഥത്തിൽ, അന്ധകാരയുഗം, ശാസ്ത്രത്തെസംബന്ധിച്ച് യൂറോപ്പിൽ ശരിയായിരുന്നു. പക്ഷേ മൊത്തം ലോകത്തും ശാസ്ത്രത്തിന് "അന്ധകാരയുഗ"മുണ്ടായിരുന്നില്ല. യൂറോപ്യൻ നാഗരികത അന്ധകാരത്തിൽ ഉഴറിനടന്ന കാലത്ത് ശാസ്ത്രത്തിന്റെ ദീപശിഖയുയർത്തിപ്പിടിച്ചത് പടിഞ്ഞാറായിരുന്നില്ല, മറിച്ച് മഹത്തായ സംസ്കാരവും ഉന്നതമായ കഴിവുമാർജിച്ചിരുന്ന മറ്റൊരു ജനതയായിരുന്നു. അവർ വിളിക്കപ്പെട്ടത് "കിഴക്കൻ ജന

തകൾ, അഥവാ, അറബ് ജനതകൾ" എന്നായിരുന്നു. പടിഞ്ഞാറൻ ചരിത്രകാരന്മാർ അന്ധകാരയുഗത്തെ ഈ ലോകത്തിന്റെ തന്നെ ചരിത്രത്തിലെ ഒരന്ധകാരയുഗമായി ചിത്രീകരിക്കുമ്പോൾ കിഴക്കൻ ലോകത്ത്, പ്രത്യേകിച്ച് അറബ് ലോകത്ത് ഒരു സുവർണയുഗമുദിക്കുകയായിരുന്നു. അത് സമർഖണ്ഡ് മുതൽ ഏഥൻസ് വരെയും ചൈനമുതൽ കോർഡോബ വരെയും വിശാലമായി പരന്നുകിടന്നു. അക്കാലത്ത് കലകളിലും ശാസ്ത്രങ്ങളിലുമുണ്ടായ ഉണർവ്വ് വൈദ്യവുമായി ബന്ധപ്പെട്ട ശാസ്ത്രശാഖകളിലുണ്ടായ വികാസത്തിൽനിന്നു തന്നെ വ്യക്തമായി ദർശിക്കാം. ശാസ്ത്രത്തിനത് അന്ധകാരയുഗമെന്നതിലേറെ സുവർണകാലമായിരുന്നു. അക്കാലത്ത് ബഹുവംശീയവും ബഹുഗോത്രപരവുമായ അറബ് സംസ്കാരം - അതിൽ ജൂതന്മാർ, പേർഷ്യക്കാർ, ക്രിസ്ത്യാനികൾ, കുടിയേറിയ ഹിന്ദുക്കൾ, ഗ്രീക്കുകാർ, ചൈനക്കാർ എന്നിവരും മുഹമ്മദീയരും-ഇന്തോ-ചൈനീസ് ആഗോള സംസ്കാരവുമായി കൈകൾ കോർത്തു; ഗ്രീക്ക് വൈദ്യത്തിന്റെ മരിച്ചുകൊണ്ടിരിക്കുന്ന സംസ്കാരത്തിന് ജീവവായു ഊതികൊടുക്കുകയും അതിനെ സൂക്ഷ്മമായ നിരീക്ഷണങ്ങളും, പരീക്ഷണങ്ങളും ഉജ്വലമായ പാണ്ഡിത്യവും വിപ്ലവകരമായ കണ്ടുപിടിത്തങ്ങളും കൊണ്ട് സമ്പന്നമാക്കുകയും ചെയ്തു. അതിന്മേലാണ് 15 ാം നൂറ്റാണ്ടിന്റെ അവസാനത്തോടടുപ്പിച്ചുള്ള നവോത്ഥാന കാലം മുതൽ ആധുനിക വൈദ്യം വളർന്നു വന്നത്. അതായിരുന്നു ലോകത്തിലെ ഏറ്റവും വലിയ സംസ്കാരം.

അതിന്റെ അധികാര സീമകൾക്കുള്ളിൽ ലോകത്തെ ദശകോടിക്കണക്കായ ജനങ്ങൾ ജീവിച്ചിരുന്നു: വ്യത്യസ്ത മതവിശ്വാസങ്ങളിലും ഗോത്രപരമായ ഉറവിടങ്ങളിലും നിന്നുവന്നവർ. അതിലെ ഒരു ഭാഷ (അറബി) ഒരു ലോകഭാഷയായി വളർന്നുവന്നു. അതിന്റെ നാഗരികതക്കൂർജം പകർന്നുകിട്ടിയത് മറ്റെന്തിൽനിന്നെന്നതിലുമേറെ കണ്ടുപിടിത്തങ്ങളിൽ നിന്നാണ്. അതിന്റെ ഡോക്ടർമാർ ശരീരം പരിശോധനക്കു വിധേയമാക്കുകയും രോഗങ്ങൾക്ക് പുതിയ ചികിത്സാമാർഗങ്ങൾ കണ്ടെത്തുകയും ചെയ്തു. അതിന്റെ വാസ്തു ശില്പികൾ ഗുരുത്വാകർഷണത്തെ വെല്ലുന്ന നിർമിതികൾ കെട്ടിപ്പൊക്കി. അതിന്റെ ഗണിത ശാസ്ത്രജ്ഞന്മാർ പിൽക്കാലത്ത് കമ്പ്യൂട്ടറുണ്ടാക്കാൻ കഴിവ് സൃഷ്ടിച്ച അൽഗോരിതങ്ങളും അൽജീബ്രയും (ബീജഗണിതവും) കണ്ടുപിടിച്ചു. അതിന്റെ ജ്യോതിശ്ശാസ്ത്രജ്ഞന്മാർ ആകാശത്തേക്കു നോക്കി നക്ഷത്രങ്ങൾക്ക് പേരിട്ടു. മുൻകാലനാഗരികതകളിൽ അറിവിനെ തുടച്ചുമാറ്റുമെന്ന് സെൻസർമാർ ഭീഷണിമുഴക്കിയിരുന്നതിൽനിന്ന് നേരെ വിപരീതമായി, ഈ സംസ്കാരം അറിവിനെ ജീവത്താക്കി നിലനിർത്തുകയും, അത് മറ്റുള്ളവർക്ക് കൈമാറുകയും ചെയ്തു. വളരെ വൈവിധ്യമുണ്ടായിരുന്ന ഒരു ജനതയുടെ, മുഴുവൻ കഴിവുകളെയും കോർത്തിണക്കി മുന്നോട്ടു

നയിച്ചത് അതിന്റെ നേതൃത്വം തന്നെയായിരുന്നു. അത് നയിച്ചത് ആയിരം വർഷത്തെ കണ്ടുപിടിത്തങ്ങളിലേക്കും അഭിവൃദ്ധിയിലേക്കുമാണ്. ആ യുഗം, ഒട്ടും നീതീകരണമില്ലാത്തവിധം, സാധാരണമായി അവഗണിക്കപ്പെടുകയും ഒഴിവാക്കപ്പെടുകയും ചെയ്യുന്നു. യാതൊന്നും സംഭവിച്ചില്ലെന്നതുപോലെ അതിനെ ശാസ്ത്രത്തിന്റെ ചരിത്രത്തിലെ നഷ്ടപ്പെട്ടുപോയ നൂറ്റാണ്ടുകൾ എന്നു നാമകരണം ചെയ്യുന്നു.

യഥാർഥത്തിൽ, ഇക്കാലത്ത്-അതായത് അഞ്ചും പതിനഞ്ചും നൂറ്റാണ്ടുകൾക്കിടയിലുള്ള മധ്യകാലത്താണ്, ആധുനികശാസ്ത്രത്തിന്റെ അടിത്തറ സ്ഥാപിക്കപ്പെട്ടത്. അത് കഴിവിന്റെയും ശേഷിയുടെയും അടിസ്ഥാനത്തിൽ നിലനിന്ന ഒരു നേതൃത്വമായിരുന്നു, അല്ലാതെ വെറും പിന്തുടർച്ചാവകാശത്തിന്റെ പേരിൽ നിലനിന്നതല്ല. അത് ജൂത, ഇസ്ലാമിക, ക്രിസ്ത്യൻ പാരമ്പര്യങ്ങളിൽനിന്നു വന്ന വളരെ വൈവിധ്യമേറിയ ജനതകളെ സഹിഷ്ണുതയോടെ ഉൾക്കൊണ്ട ഒന്നായിരുന്നു. വ്യത്യസ്ത വംശീയ ഉറവിടങ്ങളിൽ നിന്നുവന്ന ആയിരക്കണക്കിന് കണ്ടുപിടിത്തക്കാരും ശാസ്ത്രജ്ഞന്മാരും-ഇബ്ൻസിന, അൽ-റാസി, അൽ-ബിറൂനി, അൽ-ക്വവാരിസ്മി, അൽ-കിണ്ടി, അൽ-ജസരി, അവെറോസ് തുടങ്ങിയവരെപ്പോലുള്ളവർ ചേർന്ന് ആധുനിക ശാസ്ത്രങ്ങളെ ഉജ്വലമായൊരു രീതിയിൽ വളർത്തിക്കൊണ്ടുവന്നു. അതിനെ അത്ഭുതസ്തിമിതനായി വീക്ഷിച്ചുകൊണ്ടാണ് സർജനും സാമൂഹ്യ നരവംശശാസ്ത്രജ്ഞനുമായ ബ്രിഫോൾട്ട് (1876-1948) ഇങ്ങനെ പറഞ്ഞത്: "ശാസ്ത്രം വളരെയധികം കാര്യങ്ങൾക്കുകൂടി അറബ് സംസ്കാരത്തോട് കടപ്പെട്ടിരിക്കുന്നു; അതിന്റെ നിലനിൽപ്പിനു തന്നെ". ഈ കാലഘട്ടത്തിലാണ് ബാഗ്ദാദ്, ഡമാസ്കസ്, കെയ്റോ, കോർഡോബ തുടങ്ങിയ നഗരങ്ങൾ നാഗരികതയുടെ തഴച്ചുവളരുന്ന കേന്ദ്രങ്ങളായിരുന്നതും പണ്ഡിതന്മാർ ശാസ്ത്രത്തിന്റെയും സാങ്കേതികവിദ്യയുടെയും സൈദ്ധാന്തികവശങ്ങളിലെന്നപോലെ പ്രായോഗികവശങ്ങളിലും വമ്പിച്ച മുന്നേറ്റം കൊണ്ടുവന്നതും. ഈ കാലഘഘട്ടത്തിലാണ് ഗണിതശാസ്ത്രം അമ്പരപ്പിക്കുന്ന വളർച്ചനേടിയത്. ഈ കാലഘട്ടത്തിലാണ് ആധുനിക രീതിയിലുള്ള വാനനിരീക്ഷണകേന്ദ്രം ഉടലെടുത്തതും ഭൂരിപക്ഷം നക്ഷത്രങ്ങൾക്കും അറബി രൂപത്തിലുള്ള പേരുകൾ നൽകപ്പെട്ടതും ഗ്രഹങ്ങളെക്കുറിച്ചുള്ള ആദ്യത്തെ ശരിയായ രൂപത്തിലുള്ള അറിവ് സൃഷ്ടിക്കപ്പെട്ടതും. ഈ കാലഘട്ടത്തിലാണ് രസതന്ത്രം അതിന്റെ ആദ്യത്തെ ആധുനിക ലൈബ്രറിയെ ഉപയോഗപ്പെടുത്തിയതും അടിസ്ഥാന രസതന്ത്രപ്രക്രിയകൾ കൊണ്ടുവന്നതും. ഈ കാലഘട്ടത്തിലാണ് ആദ്യമായി സംഗീതചികിത്സ ഉപയോഗപ്പെടുത്തപ്പെട്ടതും, ഗോഥിക് വാസ്തുശിൽപ്പകല രൂപമെടുത്തതും. ഈ കാലഘട്ടത്തിലാണ് അറബ് ചികിത്സകരും തത്വചിന്തകരുമായ മഹാന്മാർ യുക്തിയുപയോഗിച്ച് അനുമാനങ്ങളിലെത്തുന്ന ഗ്രീക്ക് വൈദ്യത്തിന്റെ രീതിയിലേക്ക് പരീക്ഷണ ശാസ്ത്രത്തെക്കൂടി സന്നിവേശിപ്പിച്ച് വൈദ്യശാസ്ത്രത്തെ ആധുനികവൽക്കരണത്തിലൂടെ ആധുനിക വൈദ്യ

ശാസ്ത്രമാക്കി മാറ്റിയെടുത്തത്. ഹിപ്പോക്രാറ്റസ്, ഗാലെൻ, അരിസ്റ്റോട്ടിൽ തുടങ്ങിയവരെ യൂറോപ്പിനറിയാറാക്കിയതവരാണ്. ഇതിലെല്ലാമുപരിയായി, ഈ കാലഘട്ടത്തിലാണ് കിഴക്കും പടിഞ്ഞാറും തമ്മിലുള്ള അതിവിപുലമായ തോതിലുള്ള മഹത്തായ സാംസ്കാരിക വിനിമയം സാധ്യമായത്. മുൻധാരണകൾ വെച്ചുപുലർത്തുന്നവരായ ചില പടിഞ്ഞാറൻ ചരിത്രകാരന്മാർ പറയുന്നതുപോലെ അവർ ഗ്രീക്ക് വൈദ്യത്തിന്റെ വെറും പകർപ്പെടുപ്പുകാരോ തർജമക്കാരോ മാത്രമായിരുന്നില്ല. അവർ വളരെ സൂക്ഷ്മദൃഷ്ടിയോടെ ഗ്രീക്ക്-റോമൻ കൃതികൾ പഠിക്കുകമാത്രമല്ല ചെയ്തത്, മറിച്ച് തങ്ങളുടെ മുൻഗാമികളുടെ ചില തെറ്റുകളും മണ്ടത്തരങ്ങളും തിരുത്തുകയും കൂടി ചെയ്തു. ഒപ്പം ചരിത്രപ്രാധാന്യമുള്ള ഒട്ടേറെ ചികിത്സാസംബന്ധമായ കേസുകൾ വിവരിക്കുകയും പരീക്ഷണങ്ങൾ നടത്തുകയും ശാസ്ത്രീയ പ്രശ്നങ്ങളെ സംബന്ധിച്ച് ദശലക്ഷക്കണക്കായ പ്രബന്ധങ്ങൾ രചിക്കുകയും നിരവധി വോള്യങ്ങളുള്ള പാഠപുസ്തകങ്ങൾ നിർമിക്കുകയും ചെയ്തു. അവയിൽ പലതും ചരിത്രത്തിലെ ആദ്യ സൃഷ്ടികളായിരുന്നു. അങ്ങനെയവർ ശാസ്ത്രത്തിന്റെ വളർച്ചയ്ക്ക് വമ്പിച്ച തോതിൽ സംഭാവനകൾ ചെയ്യുകയും ചെയ്തു.

ചികിത്സകരും കണ്ടുപിടുത്തക്കാരും

അറേബ്യൻ കാലഘട്ടം വൈദ്യശാസ്ത്രത്തിന്റെ ചരിത്രത്തിലെ ഏറ്റവും കാൽപ്പനികമായ കാലഘട്ടമാണ്; അതുപോലെ വളരെയേറെ ചരിത്രപരമായ താൽപ്പര്യമുണർത്തുന്നതും. സാഹിത്യത്തെയും വൈദ്യശാസ്ത്രത്തെയും സംബന്ധിച്ചിടത്തോളം അറേബ്യൻ കാലഘട്ടമാരംഭിക്കുന്നത് എ ഡി 732 മുതലാണ്. ആ വർഷമാണ് പടിഞ്ഞാറോട്ടുള്ള മുസ്ലീം പടയോട്ടത്തെ യൂറോപ്പിന്റെ പടിഞ്ഞാറൻ ഭാഗങ്ങളിലുള്ള നൈറ്റുകൾ (knights- യുദ്ധപ്രഭുക്കൾ) തടഞ്ഞു നിർത്തിയത്. അബാസിഡുകൾ പഠനത്തിൽ വലിയ താൽപ്പര്യമെടുക്കുകയുണ്ടായി. അവരുടെ സംസ്കാരം തേടിയുള്ള തീവ്രാഭിനിവേശത്തോടെയുള്ള അന്വേഷണം പ്രസിദ്ധിയിലും പ്രൗഢിയിലും ബാഗ്ദാദ് കുതിച്ചു മുന്നേറുന്നതിന് കാരണമായി. അത് അതിവേഗം ലോകത്തിലെ ഏറ്റവും സമ്പന്നവും ഏറ്റവും സഹിഷ്ണുത പുലർത്തുന്നതുമായ നഗരമായി മാറി. ബാഗ്ദാദിലെ ഖലീഫമാർ ശാസ്ത്രത്തിന്റെയും സാഹിത്യകലകളുടെയും രക്ഷാധികാരികളെന്ന പ്രസിദ്ധിനേടി. തുടർന്നുള്ള ആയിരം വർഷക്കാലത്ത് ബുദ്ധിജീവികൾ, ശാസ്ത്രജ്ഞർ, കണ്ടുപിടുത്തക്കാർ തുടങ്ങിയവർ ഉയർന്നുവരുന്നതും വൈദ്യത്തിന്റെയും ശാസ്ത്രത്തിന്റെയും ശസ്ത്രക്രിയയുടെയും തുടർന്നുള്ള വളർച്ചയ്ക്കുവേണ്ടതായ അടിസ്ഥാനമിടുന്നതും ലോകം ദർശിച്ചു. അവയെല്ലാം യൂറോപ്പിന്റെ വൈദ്യശാസ്ത്രത്തിൽ പാണ്ഡിത്യപരമായ വമ്പിച്ച സ്വാധീനം ചെലുത്തുകയും ചെയ്തു.

അറേബ്യൻ കാലഘട്ടത്തിലെ ഏറ്റവും പരിചയസമ്പന്നനും ഏറ്റവും പ്രസിദ്ധനുമായ അൽ-റാസിയോടൊപ്പമാണ് അറേബ്യൻ വൈദ്യത്തിന്റെ

ക്ലാസിക്കൽ കാലഘട്ടം അതിന്റെ പക്വതയിലെത്തിയത്. പടിഞ്ഞാറൻ ലോകത്ത് റാസെസ് എന്നറിയപ്പെട്ട പേർഷ്യക്കാരനായ അൽക്കെമിസ്റ്റും രസതന്ത്രജ്ഞനും വൈദ്യനും തത്വചിന്തകനുമായ അദ്ദേഹത്തിന്റെ പേര് അബുബക്കർ മുഹമ്മദ് ഇബ്ൻ സക്കറിയാ റാസി എന്നായിരുന്നു. അദ്ദേഹം ബാഗ്ദാദ് ആശുപത്രിയിലെ മുഖ്യവൈദ്യനും ബാഗ്ദാദിലെ ഖലീഫയായ അൽ മുക്താഫിസിന്റെ ഭരണകാലത്ത് (901-907) കൊട്ടാരം വൈദ്യനുമായിരുന്നു. അറേബ്യയുടെ മധ്യകാലഘട്ടത്തിൽ ഏറ്റവും ബഹുമാന്യനും പരിചയ സമ്പന്നനുമായ ഒരു വ്യക്തിയായിരുന്നു അദ്ദേഹം. ശാസ്ത്രത്തിന്റെ ചരിത്രരചനയുടെ പിതാവെന്നറിയപ്പെടുന്ന ജോർജ് സാർട്ടൻ എഴുതി, "അദ്ദേഹമാണ് മധ്യകാലഘട്ടത്തിലെയും ഇസ്ലാമിലെയും ഏറ്റവും ഉന്നതനായ വൈദ്യൻ". ഇറാനിലെ റായ്യിൽ 865 എ.ഡിയിൽ ജനിച്ച അദ്ദേഹം എ ഡി 925 ൽ മരിച്ചു. റാസി അടിസ്ഥാനപരവും നിലനിൽക്കുന്നതുമായ സംഭാവനകൾ വൈദ്യം, ആൽക്കെമി, തത്വചിന്ത എന്നീ മണ്ഡലങ്ങളിൽ നൽകിയിട്ടുണ്ട്. അവയെല്ലാം 184 പുസ്തകങ്ങളിലും പ്രബന്ധങ്ങളിലുമായി രേഖപ്പെടുത്തപ്പെട്ടിരിക്കുന്നു.

അദ്ദേഹത്തിന് പേർഷ്യൻ, ഗ്രീക്ക്, ഇന്ത്യൻ വൈദ്യവിജ്ഞാനങ്ങളിൽ ആഴമേറിയ ഗ്രാഹ്യമുണ്ടായിരുന്നു. നിരീക്ഷണങ്ങളിലൂടെയും കണ്ടുപിടിത്തങ്ങളിലൂടെയും അദ്ദേഹം എണ്ണമറ്റ മുന്നേറ്റങ്ങൾ സൃഷ്ടിച്ചു. പരീക്ഷണ വൈദ്യത്തിന്റെ ഒരാദ്യകാലവക്താവായിരുന്ന അദ്ദേഹം, ന്യൂറോ സർജറിയിലും ഓഫ്ത്താൽമോളജിയിലും പുതിയ പാതവെട്ടിത്തെളിച്ചയാളുമാണ്. ബാഗ്ദാദ് ആശുപത്രിയിലെ വൈദ്യമേധാവി എന്ന നിലയിൽ അദ്ദേഹമാണ് വസൂരി (സ്മോൾപോക്സ്) രോഗത്തിന്റെ ആദ്യത്തെ വിവരണം ആവിഷ്കരിച്ചത്. *എൻസൈക്ലോപീഡിയ ബ്രിട്ടാനിക്ക* (1911) രോഗം തിരിച്ചറിയാനുള്ള ആ വിവരണം അംഗീകരിച്ചു. അതു പറയുന്നു: രോഗത്തിന്റെ മുമ്പുതന്നെയുള്ള നിലനിൽപ്പിനെക്കുറിച്ചുള്ള ഏറ്റവും വിശ്വാസ്യമായ വിവരണം നാം കാണുന്ന് 9 ാം നൂറ്റാണ്ടിലെ പേർഷ്യൻ വൈദ്യനായ റാസ്സെസിൽ നിന്നാണ്. അദ്ദേഹം അതിന്റെ ലക്ഷണങ്ങളെ കൃത്യമായി വിവരിച്ചു. അതിന്റെ പാത്തോളജി ഹ്യൂമോറൽ അഥവാ പുളിപ്പിക്കൽ (humoral or fermentation) സിദ്ധാന്തത്തിലൂടെ വിശദീകരിച്ചു, അതിന്റെ ചികിത്സക്കുവേണ്ട നിർദേശങ്ങൾ നൽകുകയും ചെയ്തു. റാസിയുടെ പുസ്തകമായ *അൽജുദാരി വാ അൽഹസ്ബാ* ആണ് വസൂരിയും അഞ്ചാം പനിയും വിവരിക്കുന്ന ആദ്യപുസ്തകം. അലർജിയെക്കുറിച്ചും രോഗപ്രതിരോധശേഷിയുടെ പ്രശ്നത്തെക്കുറിച്ചും (ഇമ്യൂണോളജി) ആദ്യം ലേഖനങ്ങളെഴുതിയതും അദ്ദേഹം തന്നെ. അദ്ദേഹം അലർജിക് ആസ്ത്മ കണ്ടെത്തിയെന്നു കരുതപ്പെടുന്നു. റാസിയാണ് ആദ്യമായി പനി സ്വാഭാവികമായൊരു പ്രതിരോധ സംവിധാനമാണെന്ന് കണ്ടെത്തിയത്. ശരീരത്തിന്റെ രോഗത്തോട് പടവെട്ടുന്ന രീതിയായി അതിനെയദ്ദേഹം തിരിച്ചറിഞ്ഞു. അദ്ദേഹം വൈദ്യത്തെ തത്വചിന്തയുമായി ബന്ധിപ്പിച്ചു. ശരിയായ ചികിത്സ നടത്തണമെങ്കിൽ സ്വതന്ത്രമായ ചിന്തവേണ

മെന്നദ്ദേഹം പറഞ്ഞു. കുട്ടികളുടെ രോഗങ്ങളെക്കുറിച്ചെഴുതിയതിന്റെ പേരിൽ അദ്ദേഹം പീഡിയാട്രിക്സിന്റെ (ശിശുരോഗങ്ങൾ) പിതാവായി കണക്കാക്കപ്പെടുകയും ചെയ്യുന്നു. ഒരു സ്വതന്ത്രവൈദ്യശാസ്ത്രശാഖയായി പീഡിയാട്രിക്സിനെ കൈകാര്യം ചെയ്യുന്ന ആദ്യപുസ്തകം അദ്ദേഹത്തിന്റേതാണ്.

അദ്ദേഹം *അൽമൻസൂരി, അൽഹാവി, അൽമുർഷിദ്,* തുടങ്ങിയ നിരവധി പുസ്തകങ്ങൾ രചിച്ചു. അവയെല്ലാം ലത്തീൻ, ഫ്രഞ്ച്, ഇറ്റാലിയൻ, ഹീബ്രു, ഗ്രീക്ക് ഭാഷകളിലേക്ക് വിവർത്തനം ചെയ്യപ്പെട്ടു. അദ്ദേഹമാണ് ആദ്യമായി വൈദ്യത്തെ "ആരോഗ്യമുള്ള ശരീരങ്ങളെ രോഗത്തെ എതിരിട്ടുകൊണ്ട് സംരക്ഷിക്കുന്നതും രോഗികൾക്ക് ആരോഗ്യം വീണ്ടെടുത്തു കൊടുക്കുന്നതുമായി ബന്ധപ്പെട്ട കല" എന്ന് നിർവചിച്ചത്. ആരോഗ്യത്തെപ്പറ്റിയുള്ള WHO യുടെ ഇന്നത്തെ നിർവചനവുമായി വളരെയേറെ പൊരുത്തപ്പെടുന്നതാണിത്. *അൽഹാവി* എന്ന പുസ്തകം 22 വോള്യങ്ങളിലായി എഴുതപ്പെട്ടിട്ടുള്ളതാണ്. ഓഫ്ത്താൽമോളജിസ്റ്റായ മാക്സ് മെയർഹോഫ് (1874–1945) പറഞ്ഞത്, വൈദ്യശാസ്ത്രവുമായി ബന്ധപ്പെട്ട ഒരു വ്യക്തിയെഴുതിയ ഏറ്റവും വലിയ പുസ്തകം ഇതാണെന്നാണ്. അൽറാസിയാണ് ആദ്യമായി തുന്നൽനൂലായി സിൽക്കിനെ ഉപയോഗിച്ചതും ചാരായത്തെ ആന്റിസെപ്റ്റിക് ആയി ഉപയോഗിച്ചതും കുട്ടികളുടെ വെളിച്ചത്തോടുള്ള പ്രതികരണത്തെ കാഴ്ചയുടെ തെളിവായി അംഗീകരിച്ചതും. അദ്ദേഹത്തിനാണ് ചരിത്രത്തിലാദ്യമായി രോഗശമനകാരിയായ ഒരു മരുന്നായി രസത്തെ (mercury) ഉപയോഗിച്ചതിനുള്ള ബഹുമതി ലഭ്യമായിരിക്കുന്നത്. പിൽക്കാലത്തത് യൂറോപ്പിൽ സ്വീകരിക്കപ്പെട്ടു. വൈദ്യചികിത്സയിൽ ആദ്യമായി രാസമിശ്രിതങ്ങളും കൂട്ടുകളും ഉപയോഗിച്ചു തുടങ്ങിയതും അദ്ദേഹം തന്നെ. ആ മഹാനായ അറബിയാണ് ശസ്ത്രക്രിയകളിൽ കത്തിക്കു പകരമായി പൊള്ളിക്കൽ വിദ്യ പ്രയോഗിക്കാമെന്നുള്ള സിദ്ധാന്തം മുന്നോട്ടുവച്ചതും, മണപ്പിക്കുന്ന അനസ്തീഷ്യയെന്ന സങ്കൽപ്പം മുന്നോട്ടുവച്ചതും. 9 ാം നൂറ്റാണ്ടിൽ ആദ്യമായി ഒരു പരീക്ഷണസ്കൂൾ പടുത്തുയർത്തിക്കൊണ്ട് മനുഷ്യോപയോഗത്തിനു പറ്റിയ മരുന്നാണോയെന്നു പരീക്ഷിക്കാൻ കുരങ്ങുകൾക്ക് രസം (mercury) കൊടുത്തു നോക്കിയതും അദ്ദേഹമാണ്.

അദ്ദേഹത്തിന്റെ ഗംഭീര രചനയായ *പുണ്യജീവിതം* (*അൽഹാവി*) ഒരു ചരിത്രപ്രാധാന്യമുള്ള മെഡിക്കൽ എൻസൈക്ലോപീഡിയയാണ്. അതിൽ ഗ്രീക്ക് തത്വചിന്തകരായ അരിസ്റ്റോട്ടിലിനെയും പ്ലേറ്റോയെയും വിലയിരുത്തുകയും വിമർശിക്കുകയും ചെയ്യുന്നുണ്ട്. ഒട്ടേറെ വിഷയങ്ങളിൽ അത് പുതുമയുള്ള വീക്ഷണങ്ങളും മുന്നോട്ടുവയ്ക്കുന്നു. ഈയൊരൊറ്റ പുസ്തകത്തിന്റെ പേരിൽത്തന്നെ പലരും അൽറാസിയെ മധ്യകാലത്തെ ഏറ്റവുമുന്നതനായ വൈദ്യചികിത്സകനെന്ന് കണക്കാക്കുന്നു. *അൽഹാവി* ഔപചാരികമായ അർഥത്തിൽ ഒരു മെഡിക്കൽ എൻസൈക്ലോപീഡിയയല്ല. പ്രവർത്തനങ്ങൾക്കിടയിലെഴുതിയിരുന്ന അദ്ദേഹ

ത്തിന്റെ നോട്ടുകൾ അദ്ദേഹത്തിന്റെ മരണശേഷം സമാഹരിച്ചതാണത്. അതുകൊണ്ടുതന്നെ മറ്റുപുസ്തകങ്ങളിൽനിന്ന് ലഭ്യമായ വിവരങ്ങളും രോഗങ്ങളെയും ചികിത്സയെയും സംബന്ധിച്ച അദ്ദേഹത്തിന്റെ തനതായ നിരീക്ഷണങ്ങളും ഉള്ളടങ്ങുന്നതാണത്; അദ്ദേഹത്തിന്റെ തന്നെ ക്ലിനിക്കൽ അനുഭവങ്ങളുടെ അടിസ്ഥാനത്തിലുള്ള വസൂരിയെ സംബന്ധിച്ചുള്ളതടക്കമുള്ള നിരീക്ഷണങ്ങൾ. ഫറാജ്ബെൻ സലിം അത് 1279 ൽ ലത്തീനിലേക്ക് വിവർത്തനം ചെയ്തു. അൻജൗവിലെ ചാൾസ് (1226-1285- സിസിലിയിലെ രാജാവ്) നിയമിച്ച സിസിലിയൻ-ജൂത വംശജനായ ഒരു വൈദ്യനായിരുന്നു ഫറാജ്. ലത്തീനിലെത്തിയശേഷം 18 ാം നൂറ്റാണ്ടുവരെ യൂറോപ്പിലതിന് വമ്പിച്ച സ്വാധീനം ചെലുത്താനായിരുന്നു. സാമാന്യ ജനങ്ങൾക്കായി ഒരു ഗൃഹവൈദ്യ മാന്വൽ (രോശമന മാർഗങ്ങൾ വിവരിക്കുന്ന പുസ്തകം) ബോധപൂർവം തയാറാക്കിയ ആദ്യത്തെ പേർഷ്യൻ വൈദ്യനും ഒരുപക്ഷേ, അദ്ദേഹമായിരുന്നു. അദ്ദേഹമത് പാവപ്പെട്ടവർക്കായി സമർപ്പിച്ചു. അത്തരം പുസ്തകങ്ങൾ 20 ാം നൂറ്റാണ്ടുവരെ വളരെ പ്രചാരമുള്ളവയായിരുന്നതിനാൽ ഫാർമസിയുടെ ചരിത്രത്തിലതിന്, തീർച്ചയായും, സവിശേഷമായ സ്ഥാനമുണ്ട്. റാസി 36 അധ്യായങ്ങളിലായി ഒരു മരുന്നുകടക്കാരന്റെയടുത്തോ, ഒരു ചന്തയിലോ അത്യാവശ്യ സാമഗ്രികളെല്ലാമുള്ള ഒരു അടുക്കളയിലോ ഒരു സൈനിക ക്യാമ്പിലോ ലഭ്യമാകാവുന്ന ഭക്ഷണ പദാർഥങ്ങളെയും മരുന്നായി ഉപയോഗിക്കാവുന്ന ഘടകങ്ങളെയും വിവരിച്ചു. ബുദ്ധിയുള്ള ഒരു വ്യക്തിക്ക് അതിന്റെ മാർഗനിർദേശങ്ങളനുസരിച്ചുകൊണ്ട് വേണ്ട രോഗശമനമാർഗങ്ങൾ സ്വീകരിച്ച് നല്ല ഫലങ്ങൾ ആ പുസ്തകത്തിലൂടെ നേടിയെടുക്കാനാവും.

അദ്ദേഹത്തിന്റെ *ഗാലനെക്കുറിച്ചുള്ള സംശയങ്ങൾ* (ഷുക്കുക്-അല അലിനുസോർ) എന്ന കൃതിയിൽ, ഗ്രീക്ക്, ഭിഷഗ്വരന്റെ നിരവധി അവകാശവാദങ്ങളെ പ്രത്യേകിച്ചും ഗ്രീക്ക് ഭാഷയുടെ മേൽക്കോയ്മ സംബന്ധിച്ചതും, അദ്ദേഹത്തിന്റെ പ്രപഞ്ച വീക്ഷണവുമായി ബന്ധപ്പെട്ടതും, വൈദ്യവീക്ഷണങ്ങളുമായി ബന്ധപ്പെട്ടതുമായ കാര്യങ്ങളെ അദ്ദേഹം തള്ളിക്കളയുന്നുണ്ട്. വൈദ്യത്തെ തത്വചിന്തയുമായി ബന്ധിപ്പിച്ചുകൊണ്ട് ശരിയായി ചികിത്സിക്കാനാവണമെങ്കിൽ സ്വതന്ത്ര ചിന്തയാവശ്യമാണെന്ന് പറയുന്നു. അദ്ദേഹം റിപ്പോർട്ട് ചെയ്യുന്നത് ഒരു പനി തുടരുന്നതിനെ സംബന്ധിച്ച് തന്റെ തന്നെ ക്ലിനിക്കൽ നിരീക്ഷണങ്ങളോട് ഗാലന്റെ വിവരണങ്ങൾ യോജിക്കുന്നില്ലെന്നാണ്. ചില കേസുകളിൽ തന്റെ ക്ലിനിക്കൽ പരിചയം ഗാലന്റേതിനേക്കാൾ മികച്ചതാണെന്ന് അദ്ദേഹം കണ്ടെത്തുന്നു. ശരീരത്തിൽ നാലു വ്യത്യസ്തതരം ഹ്യൂമറുകളുണ്ടെന്നും (ദ്രാവകസാമഗ്രികൾ) അവയുടെ സന്തുലനമാണ് ആരോഗ്യത്തിന്റെയും സ്വാഭാവികമായ ശരീരതാപത്തിന്റേയും താക്കോലെന്നുമുള്ള ഗാലന്റെ സിദ്ധാന്തത്തെ അദ്ദേഹം വിമർശിച്ചു. ഒരു ചൂടുള്ള പാനീയം കുടിച്ചാൽ ശരീരം അതിന്റെ സ്വാഭാവികതാപത്തെക്കാൾ കുറ

ച്ചുകൂടി താപനിലയിലെത്തുമെന്ന് റാസി നിരീക്ഷിച്ചു. അങ്ങനെ പാനീയം ശരീരത്തിൽ നിന്നൊരു പ്രതികരണം ഉണ്ടാക്കുന്നു. അതിന്റെ ചൂടോ തണുപ്പോ ശരീരത്തിനു പകരുന്നതിനെക്കാൾ അപ്പുറമായി. ഈ വിമർശനരീതിക്ക് ഗാലെന്റെ ഹ്യൂമേഴ്സിനെക്കുറിച്ചുള്ള സിദ്ധാന്തത്തെ (അരിസ്റ്റോട്ടിലിന്റെ നാലുഭൂതങ്ങൾ എന്ന സിദ്ധാന്തത്തെയടക്കം) പരിപൂർണമായി തകർത്തുകളയാനുള്ള കഴിവുണ്ടായിരുന്നു. കാരണം അരിസ്റ്റോട്ടിലിന്റെ നാലു ഭൂതങ്ങളെന്നതിലാണ് ഗാലെന്റെ സിദ്ധാന്തം അടിസ്ഥാനപ്പെടുത്തിയിരുന്നത്. റാസിയുടെ ആൽക്കെമി പരീക്ഷണങ്ങൾ വസ്തുക്കൾക്ക് മറ്റു ഗുണങ്ങളുണ്ടെന്ന നിഗമനം മുന്നോട്ടുവച്ചു, "എണ്ണമയവും" "ഗന്ധകമയവും" പോലുള്ള സ്വഭാവങ്ങൾ. അല്ലെങ്കിൽ ആളിക്കത്തലിന്റേയും ലവണപരതയുടെയും പോലുള്ള ഗുണങ്ങൾ. അപ്പോഴത് പരമ്പരാഗതമായ, അഗ്നി, ജലം, ഭൂമി(മണ്ണ്), വായു എന്നീ നാല് മൂലക (ഭൂതം) വിഭജനംകൊണ്ട് ഒറ്റയടിക്ക് വിശദീകരിക്കാൻ കഴിയുന്നതല്ല.

ഒരാൽക്കെമിസ്റ്റ് എന്ന നിലയിൽ റാസി അദ്ദേഹത്തിന്റെ സൾഫ്യൂറിക് ആസിഡ് പഠനങ്ങളുടെ പേരിലാണ് പ്രസിദ്ധനായിരിക്കുന്നത്, ആധുനിക രസതന്ത്രത്തിലും കെമിക്കൽ എഞ്ചിനീയറിംഗിലും സൾഫ്യൂറിക് ആസിഡിന്റെ പേര് "വർക്ക് ഹോഴ്സ്" (പണിയെടുക്കുന്ന കുതിര) എന്നാണ്. അദ്ദേഹം എത്തനോൾ കണ്ടുപിടിക്കുകയും ഒരു മരുന്നായി ഉപയോഗിക്കാൻ തക്കവിധം അതിനെ പരിഷ്കരിക്കുകയും ചെയ്തു. ആൽക്കെമിയിൽ താൽപ്പര്യവും താഴ്ന്നതരം ലോഹങ്ങളെ സ്വർണവും വെള്ളിയുമായി മാറ്റിയെടുക്കാനാവുമെന്ന ശക്തമായ വിശ്വാസവും അദ്ദേഹത്തിനുണ്ടായിരുന്നുവെന്ന കാര്യം വ്യക്തമായി ഉറപ്പിച്ചുപറയപ്പെട്ടിരിക്കുന്നത് അദ്ദേഹത്തിന്റെ മരണത്തിന് അരനൂറ്റാണ്ടിനുശേഷം ഇബ്ൻ അൽ നാദിം (ഒരു ഷിയാപണ്ഡിതൻ) എഴുതിയ *തത്വചിന്തകന്റെ കല്ല്* എന്ന കൃതിയിലാണ്. അദ്ദേഹം തിളപ്പിക്കുകയും വാറ്റിയെടുക്കുകയും ചെയ്യുന്ന വിദ്യ പൂർണതയിലെത്തിച്ചുവെന്നും, അത് സൾഫ്യൂറിക് ആസിഡ് കണ്ടുപിടിക്കുന്നതിലേക്ക് നയിച്ചുവെന്നും കരുതപ്പെടുന്നു. നനവില്ലാത്ത വിട്രിയോളും (vitriol-അൽ-സജാത്) ചാരായവും ചേർത്ത് വാറ്റിയാണതുണ്ടാക്കിയത്. ഇത്തരം കണ്ടുപിടിത്തങ്ങളാണ് ജാബിർ ഇബ്ൻ ഹയ്യാനെപ്പോലുള്ള പിൽക്കാല ആൽക്കെമിസ്റ്റുകൾക്ക് വിവിധ തരം മിനറൽ ആസിഡുകൾ കണ്ടുപിടിക്കാൻ വഴിയൊരുക്കിയത്. അദ്ദേഹത്തിന്റെ രാസവസ്തു ശേഖരിക്കുന്ന മുറിയിൽ പേഴ്സ്യയിൽ ഖനനം ചെയ്തും നിർമിച്ചുമുണ്ടാക്കുന്ന വസ്തുക്കൾ നിറഞ്ഞിരുന്നു; അതിനകത്ത് ഒരു ചൈനീസ് കണ്ടുപിടുത്തമായ 'സാൽ അമോണിയാക്കും' ഉൾപ്പെട്ടിരുന്നു. അന്തസ്സാരങ്ങളുടെ (essences) "പ്രമുഖമായ" രൂപങ്ങളെക്കുറിച്ചുള്ള സങ്കൽപ്പനത്തിലാണ് മുഖ്യമായും അദ്ദേഹം ആശ്രയിച്ചത്. ആകസ്മികതയെക്കുറിച്ചുള്ള ഒരു നവപ്ലേറ്റോവാദ സങ്കൽപ്പനമാണത്; അല്ലാതെ ഒരു യാന്ത്രികമായതോ ബുദ്ധിപരമായതോ ആയ സമീപനമല്ല. രസതന്ത്രത്തിന്റെ ചരിത്രത്തിൽ അതുല്യപ്രാധാന്യമുള്ളതാണദ്ദേഹത്തിന്റെ നേട്ട

ങ്ങൾ. കാരണം അദ്ദേഹത്തിന്റെ പുസ്തകങ്ങളിലാണ് രാസവസ്തുക്കളെയും, അവയുടെ പ്രതിപ്രവർത്തനങ്ങളെയും ഉപകരണങ്ങളെയും കുറിച്ചെല്ലാം വളരെ ക്രമീകൃതമായ ഒരു വർഗീകരണം, അതും നിഗൂഢദൈവികതയും സംശയവും ആശയക്കുഴപ്പവും ഏറക്കുറെ പൂർണമായും ഒഴിവാക്കിയ ഒരു ഭാഷയിൽ, നമുക്ക് കണ്ടെത്താനാവുന്നത്. രസതന്ത്രത്തിൽ ഉപയോഗിക്കുന്ന വസ്തുക്കളെ വർഗീകരിക്കുന്ന റാസിയുടെ പദ്ധതി വെളിവാക്കുന്നത് അദ്ദേഹത്തിന്റെ ഭാഗത്തുനിന്ന് ഒന്നാന്തരം ഗവേഷണം നടന്നിട്ടുണ്ടെന്നാണ്. ഒരു വെള്ളിവസ്തുവിന്മേൽ സ്വർണത്തിന്റെ നിറം പൂശാനുള്ള വിദ്യയും (ഗോൾഡ് ലീഫിങ്ങ്) ആ നിറം മാറ്റി പൂർവ വെള്ളിരൂപത്തിലേക്ക് തിരികെക്കൊണ്ടുവരാനുള്ള മാർഗവും, മറ്റു ലോഹങ്ങൾ (ആലം, കാത്സ്യം, ലവണങ്ങൾ, ഇരുമ്പ്, ചെമ്പ് തുടങ്ങിയവ) വെള്ളി പൂശാനും വെള്ളിനിറത്തിലാക്കാനുമുള്ള വിദ്യകളും മാറ്റം വരാതെയും ചെളിയാകാതെയും നിറങ്ങൾ സംരക്ഷിക്കാനുള്ള വിദ്യകളുമെല്ലാം അദ്ദേഹം നൽകുന്നു. ശാസ്ത്രത്തിന്റെ ചരിത്രത്തിലെ വമ്പിച്ച കണ്ടുപിടിത്തങ്ങളാണവ.

തത്വചിന്തയുടെ കാര്യത്തിൽ, ഒരു കഴിവുറ്റ ചികിത്സകൻ അസ്തിത്വത്തെ സംബന്ധിച്ച അടിസ്ഥാന പ്രശ്നങ്ങളിൽകൂടി നല്ല അറിവുള്ളവനാകണമെന്ന് റാസി വിശ്വസിച്ചു. മനുഷ്യർ ജീവിക്കുന്ന ലോകത്തിന്റെ സ്വാഭാവിക അടിസ്ഥാനമായി യൂക്ലിഡിന്റെ സ്ഥലത്തെയും യാന്ത്രികമായ കാലത്തെയും സംബന്ധിച്ച കേവലവാദം അദ്ദേഹം ഉയർത്തിപ്പിടിച്ചു; പക്ഷേ അതിനകത്ത് നിലനിൽക്കുന്ന അനന്തതകളെ സംബന്ധിച്ച വൈരുധ്യങ്ങൾ ഈ വീക്ഷണവുമായി ഡെമോക്രിറ്റസിന്റെ പരമാണു സിദ്ധാന്തത്തെ (അതായത് ദ്രവ്യം നിലനിൽക്കുന്നത് അവിഭാജ്യവും അളക്കാനാവാത്തതുമായ ക്വാണ്ടങ്ങളായാണ് എന്ന സിദ്ധാന്തം) ഉദ്ഗ്രഥിച്ചു ചേർത്തുകൊണ്ട് പരിഹരിച്ചു. വൈദ്യത്തിന്റെ ഒരധ്യാപകനെന്ന നിലയിൽ അദ്ദേഹം എല്ലാ വിജ്ഞാന ശാഖകളിൽ നിന്നുമുള്ള വിദ്യാർഥികളെ ആകർഷിച്ചു. അതുപോലെ അദ്ദേഹം സ്വന്തം രോഗികളോട് വളരെ കാരുണ്യമുള്ളവനും അവരുടെ സേവനത്തിനായി സ്വയം സമർപ്പിച്ചവനുമായിരുന്നു; അവർ പണക്കാരോ പാവപ്പെട്ടവരോ എന്ന പരിഗണനയില്ലാതെ തന്നെ. ആധുനികകാലത്തെ റാസി ഇൻസ്റ്റിറ്റ്യൂട്ടും (ടെഹ്റാൻ) കെർമാൻഷായിലെ റാസി യൂണിവേഴ്സിറ്റിയും അദ്ദേഹത്തിന്റെ പേരിൽ നാമകരണം ചെയ്യപ്പെട്ടവയാണ്. എല്ലാ ആഗസ്റ്റ് 27 ഉം ഇറാനിൽ 'റാസി ദിന' (ഫാർമസി-ഡേ) ആയി ആചരിക്കപ്പെടുന്നു. തന്റെ കാലത്തെ ശാസ്ത്രജ്ഞരും പണ്ഡിതരും പ്രാചീനകാലത്തുള്ളവരെക്കാൾ കൂടുതൽ കഴിവുള്ളവരും അറിവുള്ളവരുമാണെന്നും തങ്ങളുടെ പക്കലുള്ള അറിവിന്റെ ശേഖരമാണ് അതിനു കാരണമെന്നും വിശ്വസിച്ചിരുന്നയാളാണദ്ദേഹം. പ്രാചീന ഋഷിമാരെ ചോദ്യം ചെയ്യാതെ അന്ധമായി പിന്തുടരുന്ന രീതിയെ തകർത്തെറിയാനുള്ള റാസിയുടെ ശ്രമം കല, സാങ്കേതികവിദ്യ, മറ്റു ശാസ്ത്രശാഖകൾ എന്നിവയിൽ ഗവേഷണത്തിനും മുന്നേറ്റത്തിനും പ്രോത്സാഹനവും ഉത്തേജനവും നൽകി.

മധ്യകാലത്തെ ഇതിഹാസതുല്യനായ ശസ്ത്രക്രിയാ വിദഗ്ധനായിരുന്നു അൽസഹ്റാവി (അൽബുക്കാസിസ് 936–1013 എ ഡി) കോർഡോബയിൽ നിന്ന് ആറു മൈൽ വടക്കുപടിഞ്ഞാറുള്ള എൽ-സഹ്ര നഗരത്തിൽ 936 ൽ അദ്ദേഹം ജനിച്ചു. അദ്ദേഹത്തിന്റെ ജീവിതചരിത്രത്തിൽ നിന്നും അദ്ദേഹത്തിന്റെ രചനകളിൽനിന്നും വ്യക്തമാകുന്ന കാര്യം അദ്ദേഹം തന്റെ ജീവിതം മുഴുവനായും വൈദ്യശാസ്ത്രത്തിന്റെ പൊതുവായ വളർച്ചയ്ക്കു വേണ്ടിയും, പ്രത്യേകിച്ചും ശസ്ത്രക്രിയക്കു വേണ്ടിയും, സമർപ്പിച്ചു എന്നതാണ്. സഹ്റാവി *അൽ-തസ്രിഫ്* എന്നൊരു വൈദ്യശാസ്ത്ര എൻസൈക്ലോപീഡിയ രചിച്ചു. 30 വാല്യങ്ങളുള്ള അത് സർജറി, മെഡിസിൻ, ഓർത്തോപീഡിക്സ്, ഓഫ്താൽമോളജി, ഫാർമക്കോളജി, ന്യൂട്രീഷ്യൻ എന്നീ വിഭാഗങ്ങളുൾക്കൊള്ളുന്നതാണ്. ഏറെക്കുറെ അമ്പതു വർഷം നീണ്ട തന്റെ പരിശീലന-അധ്യാപന-ചികിത്സാ ജീവിതത്തിൽ താൻ സമാഹരിച്ച മുഴുവൻ വിവരങ്ങളും ഉൾക്കൊള്ളുന്നതാണ് *അൽ-തസ്രിഫ്*. അപകടത്തിനിരകളാകുന്നവരെയും യുദ്ധത്തിൽ പരിക്കേറ്റവരെയും ചികിത്സിക്കുന്നതിൽ അദ്ദേഹത്തിന് വിപുലമായ പരിചയമുണ്ടായിരുന്നു. ചരിത്രപരമായ താൽപ്പര്യമുണർത്തുന്ന ഒട്ടേറെ തനതായ നിരീക്ഷണങ്ങളുള്ള ഒന്നാണ് *തസ്രിഫ്*. അതിനകത്ത് സഹ്രാവി രോഗങ്ങളുടെ കാരണങ്ങളും ലക്ഷണങ്ങളും വിവരിക്കുകയും, കുട്ടികളെയും യുവജനങ്ങളെയും വളർത്തിയെടുക്കുന്നതിന്റെ കാര്യങ്ങളിൽ സിദ്ധാന്തവൽക്കരണം നടത്തുകയും, പ്രായം ചെന്നവരെയും രോഗവിമുക്തിനേടിക്കൊണ്ടിരിക്കുന്നവരെയും പരിചരിക്കേണ്ട കാര്യങ്ങളിൽ പ്രത്യേകം ഊന്നൽ നൽകുകയും ചെയ്തു. ഫാർമക്കോളജിയും തെറാപ്യൂട്ടിക്സും (മരുന്നുകളുടെ മാത്രകളും പ്രയോഗങ്ങളും ചേരുവകളും സംബന്ധിച്ചതും രോഗശമനത്തെ സംബന്ധിച്ചതും) കൈകാര്യം ചെയ്യുന്ന ഭാഗത്ത് അദ്ദേഹം കാർഡിയാക് ഡ്രഗ്സ്, എമെറ്റിക്സ് (emetics), ലക്സേറ്റീവ്സ് (laxatives), കോസ്മെറ്റോളജി, ഡയറ്ററ്റിക്സ്, മെറ്റീരിയ മെഡിക്ക, അളവുതൂക്കങ്ങൾ, മരുന്നുകൾ മാറ്റുന്നത് തുടങ്ങിയ വിഷയങ്ങളെല്ലാം പ്രതിപാദിക്കുന്നു. ഈ ഗംഭീര കൃതി ലോകത്താദ്യമായി ശസ്ത്രക്രിയയെ സ്വതന്ത്രമായും വിശദമായും കൈകാര്യം ചെയ്യുന്ന കൃതിയാണ്.

അൽ സഹ്റാവി

സഹ്റാവി കൈകാര്യം ചെയ്യുന്ന ഓപ്പറേഷനുകൾ വൈവിധ്യമേറിയവയാണ്. വിവിധ പ്രബന്ധങ്ങളിൽ സഹ്റാവി പൊള്ളിക്കൽവിദ്യ, രക്തം വാർത്തുകളയൽ, മിഡ്വൈഫറി, പ്രസവശുശ്രൂഷ, മുറിവുകളുടെ ചികിത്സ തുടങ്ങിയവ കൈകാര്യം ചെയ്യുന്നു. ചിലതരം തലവേദനകൾ മാറ്റാൻ

തലയിലേക്കുള്ള രക്തധമനി തുറക്കുകയും വിഭജിക്കുകയും ചെയ്യുന്നത് വിവരിച്ചിട്ടുണ്ട്, മൂത്രം മലദ്വാരത്തിലേക്ക് തിരിച്ചുവിടുന്നതും തിമിരങ്ങൾ പുറത്തെടുക്കുന്നതും അളവിലധികം വലിപ്പമുള്ള മാറിടങ്ങൾ ചെറുതാക്കാൻ മാമ്മോപ്ലാസ്റ്റി നടത്തുന്നതും അദ്ദേഹം വിവരിക്കുന്നു. എല്ലുകൾക്കും സന്ധികൾക്കും വരുന്ന ക്ഷതങ്ങളെക്കുറിച്ചുമദ്ദേഹം വിപുലമായി എഴുതിയിട്ടുണ്ട്. മൂക്കിലെ എല്ലുകളുടെയും നട്ടെല്ലിലെ കശേരുക്കളുടെയും ഒടിവുകളും സൂചിപ്പിച്ചിരിക്കുന്നു. യഥാർഥത്തിൽ കോച്ചർ* ജനിക്കുന്നതിനുമെത്രയോ മുമ്പ് തോൾക്കുഴയിൽനിന്ന് പുറത്തു ചാടുന്ന എല്ല് പൂർവ്വസ്ഥിതിയിലാക്കാൻ ഉപയോഗിക്കുന്ന 'കോച്ചറുടെ രീതി' (ഒരു ശസ്ത്രക്രിയാ പദ്ധതി) അദ്ദേഹം വിവരിച്ചിരുന്നു! സർജറിയിൽ കോസ്റ്റിക്സിന്റെ ഉപയോഗം അദ്ദേഹം രേഖപ്പെടുത്തിയിരുന്നു. ടോൺസിലെക്ടമി, ട്രക്കിയോട്ടമി, ക്രേനിയോട്ടമി ഓപ്പറേഷനുകൾ ഒരു മരിച്ച ഭ്രൂണത്തിന്മേൽ താൻ ചെയ്തുനോക്കിയതിനെ ആസ്പദമാക്കി അദ്ദേഹം പൂർണമായും വിവരിച്ചിരുന്നു. മൂക്കിനകത്തുനിന്നും ഒരു പോളിപ് (polyp) പുറത്തെടുക്കാൻ എങ്ങനെയൊരു ചൂണ്ട ഉപയോഗിക്കണമെന്നും ഒരു ബൾബ് (താൻ തന്നെ കണ്ടുപിടിച്ചത്) ഉപയോഗിച്ച് കുട്ടികൾക്ക് എനീമ കൊടുക്കാമെന്നും, ഒരു ലോഹബ്ലാഡ്ഡർ സിറിഞ്ചും സ്പെക്കുലവും (speculum) ഉപയോഗിച്ച് എങ്ങനെ ബ്ലാഡ്ഡറിലെ (മൂത്രാശയം) കല്ല് നീക്കം ചെയ്യാമെന്നുമെല്ലാം അദ്ദേഹം വിശദീകരിച്ചു. അദ്ദേഹമാണാദ്യമായി ഡെന്റൽ ആർച്ചുകൾ, ടങ്ങ് ഡിപ്രസേഴ്സ്, ലെഡ് കത്തീറ്റേഴ്സ് എന്നിവയെ ചിത്രീകരിച്ചത്. ഫ്രഞ്ച് സർജനായ ആംബ്രോസ് പാരേക്കും എത്രയോ മുമ്പ് അദ്ദേഹം രക്തക്കുഴലുകൾ മുറുക്കിക്കെട്ടുന്ന വിദ്യയും വിവരിച്ചിരുന്നു.

12 ാംനൂറ്റാണ്ടിൽ *അൽ-തസ്രിഫ്* ലത്തീനിലേക്ക് തർജമ ചെയ്യപ്പെട്ടതോടെ ശസ്ത്രക്രിയയുടെ കാര്യത്തിൽ അദ്ദേഹത്തിന് പടിഞ്ഞാറ് വമ്പിച്ച സ്വാധീനം ചെലുത്താനായി. ഫ്രഞ്ച് സർജനായ ഗൈ ഡി ചൗലിയാക് 1363 ൽ പൂർത്തിയാക്കിയ തന്റെ *ഗ്രേറ്റ് സർജറി* എന്ന ഗ്രന്ഥത്തിൽ 200ലേറെത്തവണ *അൽ - തസ്രിഫിൽ* നിന്നുദ്ധരിച്ചിട്ടുണ്ട്. യാക്വസ് ഡെലിചോപ്സ് (Jaques delechamps-513-1588) എന്ന മറ്റൊരു ഫ്രഞ്ച് സർജൻ തന്റെ വിശദമായ ആഖ്യാനത്തിൽ *അൽ-തസ്രിഫ്* വിപുലമായി ഉപയോഗപ്പെടുത്തിയത് തെളിയിക്കുന്നത് നവോത്ഥാനം വരെയുള്ള മധ്യകാലത്തുടനീളം എൽ സഹ്റാവിക്ക് വലിയ പേരും പ്രസിദ്ധിയുമുണ്ടായിരുന്നുവെന്നാണ്. അതിന്റെ സങ്കീർണതയും സൂക്ഷ്മവിഷയവൈദഗ്ധ്യവും കാരണം യൂറോപ്യൻ വിവർത്തകർക്ക് അതിനെ ലത്തീനിലേക്കും മറ്റിതര യൂറോപ്യൻ ഭാഷകളിലേക്കുമെത്തിക്കാൻ 300 വർഷങ്ങൾ എടുക്കേണ്ടിവന്നു.

---

* Theodor E Kocher (18411917). സ്വിസ് വൈദ്യശാസ്ത്രജ്ഞൻ, ഫിസിയോളജിയിലും പത്തോളജിയിലും തൈറോയിഡിന്റെ സർജറിയിലുമുള്ള പ്രവർത്തനങ്ങളുടെ പേരിൽ നോബൽ സമ്മാനാർഹനായി.

അദ്ദേഹം താൻ തന്നെ കണ്ടുപിടിച്ചവയടക്കം ഒട്ടേറെ ശസ്ത്രക്രിയോപകരണങ്ങളുടെ ചിത്രങ്ങളും ഉൾപ്പെടുത്തിയിരുന്നു. അവയുപയോഗിക്കുന്നതിന്റെ വിവരണങ്ങളുമുൾപ്പെടുത്തി. സർജറിയിൽ ഉപയോഗിക്കുന്ന ഉപകരണങ്ങളുടെ ചിത്രങ്ങൾ ആദ്യമായി നൽകിയ ഗ്രന്ഥകാരൻ എന്ന ബഹുമതിയും, അതിന്റെ ഫലമായി, അദ്ദേഹത്തിൽ നിക്ഷിപ്തമാകുന്നു. പല്ലു പറിക്കുന്ന ഉപകരണവും വിശദമായ ഒരു പ്രസവ ഉപകരണവും നാവ് ചെറുതാക്കുന്ന ഉപകരണവുമടക്കം ഏറക്കുറെ 200 ചിത്രങ്ങൾ അതിലുണ്ട്. എല്ലറുക്കുന്ന ഉപകരണം, പേനാക്കത്തി, കൊടിൽ, കണ്ണിൽ ശസ്ത്രക്രിയ നടത്താനുള്ള നേരിയ കത്രിക എന്നിവയടക്കം അദ്ദേഹം ആവിഷ്കരിച്ച 200ഓളം ഉപകരണങ്ങൾ ഇന്നൊരു ആധുനിക സർജന് തിരിച്ചറിയാനാകും. അതിനകത്ത് ഉപകരണങ്ങളുടെയും സർജിക്കൽ ഉപകരണങ്ങളുടെയും സിറിഞ്ചുകളുടെയും ഡ്രോപ്പറുകളുടെയും 150 ഓളം ചിത്രങ്ങളും വിവരണങ്ങളും, മെഡിക്കോ-ഫാർമസ്യൂട്ടിക്കൽ സാങ്കേതിക വിദ്യയുടെ വിവരണങ്ങൾ, ലിത്തോട്ടമി (lithotomy) ഓപ്പറേഷന്റെ വിശദവിവരങ്ങൾ എന്നിവയെല്ലാമുണ്ട്. വായുടെ ശുചിത്വം, പല്ലുവൈദ്യത്തിനുള്ള ഉപകരണങ്ങൾ എന്നിവ ആദ്യമായി എഴുത്തിലേക്ക് (സാഹിത്യത്തിലേക്ക്) കൊണ്ടുവന്നയാളും അദ്ദേഹം തന്നെ. ആന്തരിക തുന്നലിനുപയോഗിക്കുന്നതും സ്വാഭാവികമായി കൊഴിഞ്ഞുപോകുന്നതുമായ തുന്നൽ നൂലുകൾ കണ്ടുപിടിച്ചതും അദ്ദേഹമാണ്.

അദ്ദേഹമാണാദ്യമായി മുലകളിലെ ക്യാൻസർ നീക്കം ചെയ്യുന്ന ശസ്ത്രക്രിയയും, മൂത്രാശയക്കല്ലുകൾക്കുള്ള lithotritiesഉം യോനിയിലെ ഓപ്പറേഷനുകൾക്കുള്ള lithotomy position ഉം തൈറോയിഡ് മുഴകൾ നീക്കം ചെയ്യുന്ന സങ്കേതങ്ങളും വിവരിച്ചത്. പല്ലുകളുറപ്പിക്കാൻ അൽസഹ്റാവി സ്വർണനൂലുകളുപയോഗിച്ചു; ഡെന്റൽ എക്സ്ട്രാക്ഷനുകൾ, ഫിക്സേഷൻ, റി-ഇംപ്ലാന്റേഷൻ, കൃത്രിമപ്പല്ല് തുടങ്ങിയ നിരവധി പല്ല് ശസ്ത്രക്രിയകളും വിവരിച്ചു. വൈദ്യശാസ്ത്രത്തിൽ, ആദ്യമായി അപൂർവ രോഗമായ ഹീമോഫീലിയയേയും അതു വന്നുഭവിക്കുന്നതിനു പിന്നിലെ പാരമ്പര്യ ഘടകങ്ങളും ആദ്യമായി വിവരിച്ചയാളും അദ്ദേഹം തന്നെ. അദ്ദേഹത്തിന്റെ വെരിക്കോസ് വെയിൻ എടുത്തുകളയുന്ന വിവരണങ്ങളാണ് ഇന്നും അതേ രോഗത്തിന് അതേ മട്ടിൽത്തന്നെ ഏറ്റവും സർവസാധാരണമായി നൽകുന്ന ചികിത്സ. പുസ്തകത്തിൽ വെനസെക്ഷൻ (venesection) കപ്പിങ് (അശുദ്ധരക്തം വലിച്ചെടുക്കൽ) മുറിവേറ്റ ശരീരത്തിൽ നിന്ന് അമ്പുകൾ നീക്കം ചെയ്യൽ, മുറിവു തുന്നിക്കെട്ടാനുള്ള വിവിധ തരത്തിലുള്ള സൂചികളും നൂലുകളും, ലുക്സേഷൻ (luxation), മുട്ടിനു മുകളിൽ വച്ച് കാൽ മുറിച്ചു കളയുമ്പോഴും മണിബന്ധത്തിനു മുകളിൽ വച്ച് കൈമുറിച്ചുകളയുമ്പോഴും എല്ല് സെറ്റ് ചെയ്യുന്ന ഇന്റർഡിക്ഷൻ (interdiction), തലച്ചോറിനോ സുഷുമ്നാ നാഡിക്കോ പരിക്കേറ്റുണ്ടാകുന്ന തളർവാതം എന്നിവയൊക്കെ കൈകാര്യം ചെയ്യുന്നു. "വാൽച്ചർ പൊസിഷൻ"ന്റെ (പ്രസവചികിത്സയിൽ) വ്യക്തവും കൃത്യ

വുമായ വിവരണവും ഉപകരണങ്ങളുപയോഗിച്ചുള്ള പ്രസവിപ്പിക്കലും ഒക്കെ അദ്ദേഹത്തിന്റെ സ്വന്തമായ സംഭാവനകളാണ്.

ജനറൽ മെഡിസിന്റെ സ്വഭാവ സവിശേഷതകളും; ശരീരത്തിന്റെ ഘടന, സ്ഥിതി എന്നിവയുമായി ബന്ധപ്പെട്ട സ്വാഭാവിക കാര്യങ്ങളും, അനാട്ടമിയും ഫിസിയോളജിയും, രോഗങ്ങളുടെയും മരുന്നുകളുടെയും വർഗീകരണം, ക്ലിനിക്കൽ മെഡിസിൻ, പത്തോളജി, രോഗലക്ഷണ ങ്ങളുടെ നിർണയവും അവയുടെ ചികിത്സയും; ആരോഗ്യപരിരക്ഷണം, (പ്രത്യേകിച്ചും കുട്ടികളുടെയും വൃദ്ധരുടെയും പ്രശ്നങ്ങൾ) എന്നിവ അദ്ദേഹം തുടർന്ന് ചർച്ച ചെയ്യുന്നു. ഒടുവിലായി, അദ്ദേഹം രോഗലക്ഷ ണമെന്ന നിലയിലും രോഗങ്ങളെന്ന നിലയിലും പനികളുടെ പ്രശ്നം വിശദീകരിക്കുന്നു. അദ്ദേഹം പഴക്കം ചെന്നതും പുളിച്ചതും പശപോലു ള്ളതുമായ മധുരപലഹാരങ്ങളെക്കുറിച്ചും, വിഷസംഹാര ലേഹ്യ (theriacs) ത്തിനെക്കുറിച്ചും, കയ്പുള്ളതും മധുരമുള്ളതുമായ സുഗന്ധ മുള്ള വിരേചന പദാർഥങ്ങളെക്കുറിച്ചും, ഗുളികകളെക്കുറിച്ചും, മലദ്വാര ത്തിൽ വക്കുന്ന ഔഷധങ്ങളെക്കുറിച്ചും, അവയുടെയൊക്കെ ഫാർമക്കോ ളജിക്കലായ ഗുണങ്ങളെക്കുറിച്ചും, വിശപ്പുണ്ടാക്കുന്ന ഔഷധയോഗങ്ങ ളിലൂടെയുള്ള ചികിത്സയെക്കുറിച്ചും, വിരേചനമുണ്ടാക്കുന്ന അണ്ടിപ്പരി പ്പുകളെക്കുറിച്ചും, ലൈംഗികോത്തേജന ഔഷധങ്ങളെക്കുറിച്ചും, ഗുളി കകളെക്കുറിച്ചും, മനം പുരട്ടലും ഛർദിയുമുണ്ടാക്കുന്ന ഔഷധങ്ങളെ ക്കുറിച്ചും, എനീമയുടെ ഉപയോഗത്തെക്കുറിച്ചും, രസായനത്തെ (electuarics)ക്കുറിച്ചും, വാർധക്യരോഗ ചികിത്സകളെക്കുറിച്ചും, ശരീരം തടിപ്പിക്കാനും മെലിയിക്കാനുമുള്ള ചികിത്സയെക്കുറിച്ചും, പാൽചുര ത്താൻ സഹായിക്കുന്ന (galactagogue) മരുന്നുകളെക്കുറിച്ചും, ശക്ത മായി വയറിളക്കുന്ന സുഗന്ധ പാനീയങ്ങളെക്കുറിച്ചും, ഡിക്കോക്ഷനു (decoction) കളെക്കുറിച്ചും ഇൻഫ്യൂഷനു(infusion)കളെക്കുറിച്ചും മൂക്കിൽ വലിക്കാനും കവിൾകൊള്ളാനുമുള്ള മരുന്നുകളെക്കുറിച്ചും, മുറി വിൽ പൊടിയായി വിതറുന്നതിനുള്ള ഔഷധങ്ങളെക്കുറിച്ചുമെല്ലാം എഴു തി. മരുന്നുകളെയും ഭക്ഷണങ്ങളെയും കുറിച്ചും, അവയുടെ കേടുകൾ ഒഴിവാക്കാനുള്ള രീതികളെക്കുറിച്ചും, മരുന്നിന് പഴക്കം ചെന്നാലുള്ള വ്യത്യാസങ്ങളെക്കുറിച്ചും, മെഡിക്കോ-ഫാർമസ്യൂട്ടിക്കൽ നാമകരണങ്ങ ളെക്കുറിച്ചുമെല്ലാമദ്ദേഹം എഴുതിയിട്ടുണ്ട്. സാങ്കേതികവിദ്യകളും അള വുതൂക്കങ്ങളും അദ്ദേഹം കൈകാര്യം ചെയ്ത വിഷയങ്ങളിലുണ്ട്. പിലറൊ അർഗല്ലാത്ത (1423ൽ മരിച്ച യൂറോപ്യൻ പണ്ഡിതൻ) പറഞ്ഞത് "അൽ സഹ്റാവിയാണ് എല്ലാ സർജന്മാരുടെയും തലവനെന്ന കാര്യ ത്തിൽ സംശയമില്ല" എന്നാണ്. ശസ്ത്രക്രിയ പരിഹസിക്കപ്പെടുകയും, ബാർബർമാരും, കശാപ്പുകാരും മാത്രം അത് ചെയ്യുകയും ചെയ്തിരുന്ന ഒരുകാലത്ത്, അക്കാലത്തെ കത്തോലിക്കാസഭ അത് യൂറോപ്പിൽ നിരോ ധിച്ചിരുന്ന കാലത്ത്, അൽ സഹ്റാവി അതിനെ ഒരു ബഹുമാന്യമായ സ്പെഷ്യലിറ്റിയാക്കി മാറ്റി.

ബുക്കാറയിൽ 980 എ ഡിയിൽ ജനിച്ച ഇബ്ൻ സിന (980–1037) എ ഡി, അവിസെന്നയെന്ന് യൂറോപ്യന്മാർ പരാമർശിക്കുന്നു) വൈദ്യത്തിന്റെ ചരിത്രത്തിൽ എക്കാലവും നിലനിൽക്കുന്ന ഒരു പേരാണ്. മധ്യകാലത്തദ്ദേഹം 'വൈദ്യചികിത്സകരുടെ രാജകുമാരൻ' എന്നറിയപ്പെട്ടു. 12 വയസായപ്പോഴേക്കുമദ്ദേഹം തന്റെ അധ്യാപകരെക്കാളും അറിവുള്ളവനായി. തുടർന്നദ്ദേഹം സ്വയം പഠിച്ചു. അഭൂതപൂർവമായ ഓർമശക്തികൊണ്ട് അനുഗൃഹീതനായിരുന്ന അദ്ദേഹം 18 വയസിനു മുമ്പേ അരിസ്റ്റോട്ടിലിന്റെ മെറ്റാഫിസിക്സും തിയോളജിയും ഹൃദിസ്ഥമാക്കി. ഏറക്കുറെ പതിനേഴ് വയസിനകം അദ്ദേഹം തന്റെ കാലത്തെ തത്വചിന്തയിലെയും വൈദ്യത്തിലെയും മതത്തിലെയും നിയമത്തിലെയും മുഴുവനറിവുകളും സ്വായത്തമാക്കി. തുടർന്നദ്ദേഹം ആ അറിവുകളാഴത്തിലാക്കാനായി ശിഷ്ടജീവിതകാലം മാറ്റിവച്ചു. 20 വയസെത്തുന്നതിനു മുമ്പുതന്നെ അദ്ദേഹമൊരു പ്രസിദ്ധ വൈദ്യനായിത്തീർന്നു. അർപ്പണ മനസ്കനായ ഒരു വൈദ്യശാസ്ത്ര ഇതിഹാസമായി മാറിയ അദ്ദേഹം 21-ാം വയസിൽത്തന്നെ ആദ്യകൃതി രചിച്ചു. ശാസ്ത്രത്തിന്റെ ചരിത്രരചനയുടെ പിതാവായ ജോർജ് സാർട്ടൻ തന്റെ ഹിസ്റ്ററി ഓഫ് സയൻസിന്റെ ആമുഖത്തിൽ എഴുതി: "ഇസ്ലാമിക സാർവത്രികവാദത്തിന്റെ ഏറ്റവും പ്രസിദ്ധനായ വക്താവും അറിവിന്റെ ലോകത്തിലെ ഒരുന്നത വ്യക്തിത്വവും ഇബ്ൻ സിനയായിരുന്നു. ആയിരം വർഷക്കാലത്തോളം മഹാന്മാരായ ചിന്തകരിലൊരാളും ചരിത്രത്തിലെ ഏറ്റവുമുന്നതരായ വൈദ്യശാസ്ത്ര പണ്ഡിതരിലൊരാളും എന്ന തന്റെ സ്വന്തമായ പ്രശസ്തി അദ്ദേഹം നിലനിർത്തി. ഹിപ്പോക്രാറ്റസിന്റെയും ഗാലെന്റെയും കൃതികൾ ലത്തീൻ യൂറോപ്പിന് അനുഭവവേദ്യമാക്കിയ ഏറ്റവും വലിയ ചാനൽ അദ്ദേഹമായിരുന്നു."

ഇബ്ൻ സിന

അദ്ദേഹത്തിന്റെ പേരിൽ ഒട്ടേറെ കണ്ടുപിടിത്തങ്ങളും ഒട്ടേറെ പ്രബന്ധങ്ങളുമുണ്ടെങ്കിലും അദ്ദേഹം വൈദ്യശാസ്ത്രരംഗത്ത് ഏറെ പ്രശസ്തനായിരിക്കുന്നത് അദ്ദേഹത്തിന്റെ 'കാനോൻ ഓഫ് മെഡിസിൻ'-ന്റെ (അൽ-ഖാനൂൻ ഫിൽ-ടിബ്ബ്) പേരിലാണ്. അതിൽ 10-ാംനൂറ്റാണ്ടു വരെയുള്ള സകല അറിവും ഉൾക്കൊള്ളുന്നു. അഞ്ച് വാല്യങ്ങളും 1.5 ദശലക്ഷം വാക്കുകളുമുള്ള *കാനോനി*ന്റെ രചന പൂർത്തിയായത് 1025ലാണ്. വൈദ്യശാസ്ത്രത്തിലെ ഇന്നത്തെ മുൻനിരയിൽ നിൽക്കുന്ന

ഒരു പാഠപുസ്തകവുമായി — 280 രചയിതാക്കളുടെ സംഭാവനകളേയും ആറ് എഡിറ്റർമാരുടെ സംഭാവനകളെയും എടുത്തുപറയുന്നതും 2.8 ദശലക്ഷം വാക്കുകളുള്ളതും ഇന്നത്തെ വൈദ്യവിജ്ഞാനത്തെ സമാഹരിക്കുന്നതുമായ ഹാരിസന്റെ പ്രിൻസിപ്പിൾസ് ഓഫ് ഇന്റേണൽ മെഡിസിനുമായി—താരതമ്യപ്പെടുത്തുമ്പോഴാണ് കാനോനിന്റെ ഗാംഭീര്യം ശരിക്കും വ്യക്തമാകുക. തന്റെ തന്നെ വ്യക്തിപരമായ അനുഭവങ്ങൾ, മധ്യകാല ഇസ്ലാമിക വൈദ്യം, റോമൻ വൈദ്യനായ ഗാലെന്റെ രചനകൾ, ഇന്ത്യൻ വൈദ്യശ്രേഷ്ഠന്മാരായ ചരകനും സുശ്രുതനും, പേർഷ്യൻ വൈദ്യം, ചൈനീസ് മെറ്റീരിയ മെഡിക്കയുടെ ചിലവശങ്ങൾ എന്നിവയെ അടിസ്ഥാനപ്പെടുത്തിയാണദ്ദേഹം കാനോൻ രചിച്ചിരിക്കുന്നത്. അറബി ഭാഷയിൽ രചിക്കപ്പെട്ട അത് പിൽക്കാലത്ത് പേർഷ്യൻ, ലത്തീൻ, ചൈനീസ്, ഹീബ്രൂ, ജർമൻ, ഫ്രഞ്ച്, ഇംഗ്ലീഷ് എന്നിവയടക്കം എണ്ണമറ്റ ഭാഷകളിലേക്ക് പരിഭാഷ ചെയ്യപ്പെട്ടു.

വൈദ്യശാസ്ത്രത്തിന്റെ മണ്ഡലത്തിലെ ഏറ്റവും പ്രസിദ്ധമായ റഫറൻസ് ഗ്രന്ഥങ്ങളിലൊന്നായ *കാനോൻ* 18-ാം നൂറ്റാണ്ടുവരെയും 19-ാം നൂറ്റാണ്ടുവരെയും ഒരാധികാരിക വൈദ്യശാസ്ത്രകൃതിയായിത്തുടർന്നു. പേർഷ്യൻ കാനൂനിന്റെ ഒരറബി പാഠം ക്രിമോണയിലെ ജെർഹാർഡ് *കാനോൻ മെഡിസിനേ* എന്നപേരിൽ 12-ാം നൂറ്റാണ്ടിൽ ലത്തീനിലേക്ക് പരിഭാഷപ്പെടുത്തി. 1279ൽ അത് ഹീബ്രുഭാഷയിലേക്കും പരിഭാഷ ചെയ്യപ്പെട്ടു. അവിടം മുതൽ പടിഞ്ഞാറിന്റെ പ്രധാന വൈദ്യശാസ്ത്ര ഗൈഡായി മാറിത്തീർന്ന ആ പുസ്തകം ലിയനാർഡോ ഡാവിഞ്ചിയെയും സ്വാധീനിച്ചുവെന്നു കരുതപ്പെടുന്നു. അതിന്റെ എൻസൈക്ലോപീഡിയ രൂപത്തിലുള്ള ഉള്ളടക്കവും ക്രമബദ്ധമായ അറേഞ്ച്മെന്റും തത്വചിന്താപദ്ധതിയും ഗാലെന്റെ കൃതികളെ നിഷ്പ്രഭമാക്കുകയും യൂറോപ്യൻ സ്കൂളുകളിലെ വൈദ്യവിദ്യാഭ്യാസത്തിന്റെ പാഠപുസ്തകമാക്കി അതിനെ മാറ്റുകയും ചെയ്തു. ആ പാഠപുസ്തകം മോൺട് പെല്ലിയറിലെയും ലൂവെനിലേയും മെഡിക്കൽ സ്കൂളുകളിൽ 1650 കാലം വരെ വായിക്കപ്പെട്ടിരുന്നു. യുവാൻ ചൈനയിലെ ഹുയിജനത (ചൈനയിലെ ഇസ്ലാം മതവിശ്വാസികളായ ഒരു പ്രത്യേക വംശീയ വിഭാഗം) ഹൂയിഹൂയിയാവോഫെംഗ് (ഹുയി ദേശീയതയുടെ വൈദ്യശാസ്ത്രക്കുറിപ്പടികൾ) എന്ന പേരിൽ ചൈനീസ് ഭാഷയിലേക്കും അത് ഭാഷാന്തരം ചെയ്തു. ഇന്ത്യയിൽ പ്രയോഗത്തിലിരിക്കുന്ന യുനാനി വൈദ്യത്തിന്റെ അടിസ്ഥാനവും ഈ പുസ്തകമാണ്. പത്തു നൂറ്റാണ്ടു മുമ്പ് *കാനോൻ* മുന്നോട്ടുവച്ച തരത്തിലുള്ള വൈദ്യശാസ്ത്രതത്വങ്ങളാണ് UCLA യിലും യേൽസർവകലാശാലയിലും (മറ്റു പല യൂണിവേഴ്സിറ്റികളിലുമെന്നപോലെ) ഇന്നും വൈദ്യശാസ്ത്രത്തിന്റെ ചരിത്രത്തിന്റെ ഭാഗമായി പഠിപ്പിക്കുന്നത്. 1491ൽ പുറത്തുവന്ന ഇതിന്റെ ഹീബ്രു പരിഭാഷയാണ് ആ ഭാഷയിലെ ആദ്യ വൈദ്യശാസ്ത്രഗ്രന്ഥം. 15-ാം നൂറ്റാണ്ടിന്റെ അവസാന മുപ്പതുവർഷങ്ങളിൽ ലത്തീനിൽ ഇതിന്റെ 30 പതിപ്പുകൾ അച്ചടിക്കപ്പെട്ടു.

ആ ഗ്രന്ഥത്തിന്റെ അറിയപ്പെടുന്ന ഏറ്റവും പഴയ പതിപ്പ് (1052ൽ രചിക്കപ്പെട്ടത്) ആഗാഖാന്റെ കൈയിലാണുണ്ടായിരുന്നത്. കാനഡയിലെ ഒന്റാറിയോ (Ontario) സംസ്ഥാനത്തെ ടൊറന്റോയിൽ പദ്ധതിയിടുന്ന ആഗാഖാൻ (ഇസ്മായീലി മുസ്ലീം വിഭാഗത്തിന്റെ ഇമാമുകളുടെ സ്ഥാനപ്പേര്) മ്യൂസിയത്തിലാണ് ഇനിയത് സൂക്ഷിക്കപ്പെടാൻ പോകുന്നത്.

കാനോൻ നാല് ഹ്യൂമറുകൾ (നാല് ഭൂതങ്ങൾ) എന്ന പഴയതത്വമാണ് പിന്തുടരുന്നതെങ്കിലും, അതിനെ പലവിധത്തിൽ പരിഷ്കരിക്കുന്നു. ഉദാഹരണത്തിന്, പാത്തോജെനിസിസ് അഥവാ രോഗം രൂപപ്പെടുന്നത് എങ്ങനെ എന്ന വിഷയത്തിൽ വ്യത്യസ്തതരത്തിലുള്ള ആത്മാവുകളെയും ഭൂതങ്ങളെയും (ജീവദായകമായ അന്തസ്സത്തകൾ) സംബന്ധിച്ച തന്റെ വീക്ഷണം കൂട്ടിച്ചേർക്കുകയും, അവയിലുണ്ടാകുന്ന കുഴപ്പങ്ങൾ ശാരീരിക രോഗങ്ങൾക്കിടയാക്കുമെന്നും (ഹൃദയം, തലച്ചോറ് തുടങ്ങിയ മർമപ്രധാന അവയവങ്ങളും അവയും തമ്മിൽ അത്രയും അടുത്ത ബന്ധമുണ്ട് എന്നതുകൊണ്ട്) അവിസെന്ന പറയുന്നു. നാലു ഭൂതസിദ്ധാന്തത്തിനൊപ്പം തന്റെ തന്നെ കാഴ്ചപ്പാടുകളും കൂട്ടിച്ചേർത്ത് ഒരു പുതിയ സിദ്ധാന്തം രൂപീകരിച്ചാണദ്ദേഹം വിവിധ രോഗങ്ങളുടെ മെക്കാനിസങ്ങളെ വിശദീകരിക്കുന്നത്. യഥാർഥ ഭൂതത്തിന്റെ ഉത്ഭവവും പോഷണവും നടക്കുന്നത് ഹൃദയത്തിലാണ്; അത് ഹൃദയത്തിലും ധമനികളിലുമായി നിലനിൽക്കുന്നു; അത് ധമനികളിലൂടെ മറ്റവയവങ്ങളിലേക്ക് പ്രസരണം ചെയ്യപ്പെടുകയും ചെയ്യുന്നു. അദ്യമായി, അത് (ശരിയായഭൂതം) തലച്ചോറ്, കരൾ, പ്രത്യുൽപ്പാദനാവയവങ്ങൾ എന്നിവ പോലുള്ള മർമപ്രധാന അവയവങ്ങളിൽ പ്രവേശിക്കുകയും അവിടെനിന്ന് മറ്റവയവങ്ങളിലേക്ക് പോകുകയും ചെയ്യുന്നു. ഈ ഓരോ അവയവങ്ങളിലും ഭൂതങ്ങളിലും ഭൂതത്തിന്റെ സ്വഭാവം പുതുക്കപ്പെടുന്നു. ആത്മാവ് അഥവാ ഭൂതം ഹൃദയത്തിലായിരിക്കുന്നിടത്തോളം കാലം, അത് ചൂടുള്ളതാണ്, അഥവാ, അഗ്നിയുടെ പ്രകൃതിയുള്ളതാണ്; അതേസമയം പിത്തരസത്തിന്റെ മൃദുത്വമാണ് മുഖ്യസ്വഭാവം. അതേസമയം തലച്ചോറിനെ പ്രവർത്തിപ്പിക്കുന്നതും ജീവത്തുമാക്കി നിർത്താൻ അതിലേക്കു പോകുന്ന ഭാഗം തണുക്കുകയും നനവുള്ളതാവുകയും ചെയ്യുന്നു; അതിന്റെ പ്രകൃതിയിൽ കഫത്തിന്റെ വാതകരൂപത്തിന്റെ സ്വഭാവവും രക്തനീരിന്റെ മൃദുത്വവും മേധാവിത്വം പുലർത്തുന്നു. കരളിൽ പ്രവേശിച്ച് അതിന്റെ സജീവതയും പ്രവർത്തനങ്ങളും നിലനിർത്തുന്ന അതിന്റെ ഭാഗം ചൂടുള്ളതും നനവുള്ളതുമായിരിക്കുകയും അതിന്റെ ഘടനയിൽ വായുവിന്റെ മൃദുത്വവും രക്തത്തിന്റെ വാതകരൂപവും മേധാവിത്വം വഹിക്കുകയും ചെയ്യുന്നു. പൊതുവിൽ യഥാർഥ ഭൂതത്തിന് നാലു മാതൃകകളുണ്ട്. ഒന്നാമത്തേത് ഹൃദയത്തിൽ വസിക്കുന്ന പ്രാകൃത ഭൂതം, അതിൽ നിന്നാണ് മറ്റെല്ലാ ഭൂതങ്ങളും ഉറവെടുക്കുന്നത്. മറ്റൊരു ഇന്ദ്രിയ സംവേദനക്ഷമമായ ഭൂതം തലച്ചോറിൽ വസിക്കുന്നു. മൂന്നാമത്തേത്, കരളിൽ വസിക്കുന്ന സ്വാഭാവിക ഭൂതമാണ്. നാലാമത്തേത് പ്രത്യുൽപ്പാ

ദനപരമായ — അതായത് സന്തത്യുൽപ്പാദനപരമായ — ഒന്നാണ് വൃഷണങ്ങളിൽ വസിക്കുന്ന ഭൂതം. *കാനോൻ* നാല് ടെംപറമെന്റുകൾ (നാല് വ്യത്യസ്ത സ്വഭാവപ്രകൃതികൾ) എന്ന പ്രാചീന സിദ്ധാന്തവും അംഗീകരിക്കുകയും, 'വൈകാരിക വശങ്ങളെയും, മാനസികകഴിവിനേയും, ധാർമിക മനോഭാവങ്ങളേയും, സ്വയംബോധത്തെയും, ചലനങ്ങളെയും സ്വപ്നങ്ങളെയുമെല്ലാം' ഉൾക്കൊള്ളുന്നത് എന്ന നിലയിലേക്കതിനെ വിപുലീകരിക്കുകയും ചെയ്തു.

തെളിവടിസ്ഥാനമാക്കിയ വൈദ്യം, പരീക്ഷണ വൈദ്യം, ക്ലിനിക്കൽ പരീക്ഷണങ്ങൾ, റാൻഡമൈസ്ഡ് കൺട്രോൾഡ് ട്രയൽസ്(randomised controlled trials), പ്രയോജനക്ഷമതാ പരീക്ഷണങ്ങൾ, റിസ്ക്ഫാക്റ്റർ അനാലിസിസ് (അപകടസാധ്യതാ വിലയിരുത്തൽ) എന്നിവയും പ്രത്യേകരോഗങ്ങളെ തിരിച്ചറിയാൻ 'സിൻഡ്രോം' എന്ന ആശയവും ആദ്യമായി കൈകാര്യം ചെയ്ത പുസ്തകം കാനോനാണ്. എ സി ക്രോംബീ (ശാസ്ത്രത്തിന്റെ ചരിത്രകാരനായ ആസ്ട്രേലിയക്കാരൻ, 1915–1996) യുടെ അഭിപ്രായത്തിൽ പരീക്ഷണാടിസ്ഥാനത്തിലും പരിശോധനക്കായും മരുന്നുകൾ ഉപയോഗിക്കുന്നതിന്റെ കാര്യത്തിൽ ഒരു പറ്റം നിയമങ്ങളും വ്യവസ്ഥകളും *കാനോനി*ലുണ്ട്; മരുന്നായി ഉപയോഗിക്കാവുന്ന വസ്തുവകകളുടെ പ്രയോജനക്ഷമത കണ്ടെത്തുന്നതിനും തെളിയിക്കുന്നതിനും വേണ്ടിയുള്ള പ്രായോഗിക പരീക്ഷണങ്ങളുടെ പ്രക്രിയകളെ സംബന്ധിച്ച് കൃത്യമായ ഒരു ഗൈഡാണത്. പരീക്ഷിച്ച് ഫലക്ഷമത നിർണയിക്കപ്പെട്ട മരുന്നുകളിൽ *കാനോൻ* നൽകിയ ഊന്നൽ ഫാർമക്കോളജിയിൽ ഒരു പരീക്ഷണാത്മക സമീപനത്തിന്റെ അസ്തിവാരമിട്ടു. ഒരു മരുന്ന് എന്തെങ്കിലും യാദൃശ്ചികമായ അധിക ഗുണങ്ങളില്ലാത്തതായിരിക്കണമെന്നും അത് ലളിതമായ ഒരു രോഗത്തിലാണ്, അല്ലാതെ സങ്കീർണമായ ഒരു രോഗത്തിനല്ല, പ്രയോഗിച്ചു നോക്കേണ്ടതെന്നും കാനോൻ പറയുന്നു; അതുപോലെ രണ്ടു വിരുദ്ധതരം രോഗങ്ങളിൽ പരീക്ഷിക്കണമെന്നും, കാരണം ചിലപ്പോൾ ഒരു മരുന്ന് അതിന്റെ അന്തസ്സത്തയായ ഗുണങ്ങൾകൊണ്ട് ഒരു രോഗം സുഖപ്പെടുത്തുകയും അതിന്റെ യാദൃശ്ചികമായ ഗുണങ്ങൾകൊണ്ട് മറ്റൊരു രോഗം സുഖപ്പെടുത്തുകയും ചെയ്തേക്കാം. മരുന്നിന്റെ ഗുണം രോഗത്തിന്റെ ശക്തിക്കനുസൃതമായിട്ടായിരിക്കണം; അതുപോലെ അത് ഫലം ചെയ്യാനെടുക്കുന്ന സമയവും നിരീക്ഷിക്കണം. അതിലൂടെ സാരാംശവും യാദൃശ്ചികതയും ഉണ്ടാക്കുന്ന ഫലങ്ങൾ തമ്മിൽ കൂടിക്കുഴഞ്ഞുപോകുന്നതൊഴിവാക്കാം. മരുന്ന് ഒട്ടേറെ കേസുകളുടെ കാര്യത്തിൽ നിരന്തരമായി ഫലം ചെയ്യുന്നുണ്ടോ എന്നു നോക്കണം. അങ്ങനെ എല്ലാ കേസിലും ഗുണമുണ്ടാകുന്നില്ലെങ്കിൽ, അതിനർഥം, അതുണ്ടാക്കിയ ഫലം യാദൃശ്ചികമായ ഫലമാണ് എന്നാണ്. പരീക്ഷണം നടത്തണ്ടത് മനുഷ്യ ശരീരത്തിൽത്തന്നെയാണ്. അല്ലാതെ ഒരു സിംഹത്തിലോ കുതിരയിലോ മരുന്ന് പരീക്ഷിച്ചുനോക്കിയശേഷം അതിന്റെ ഫലം മനുഷ്യ ശരീരത്തിലെങ്ങനെയായിരിക്കു

മെന്ന് തെളിയിക്കാനാവില്ല. അതായത് ആധുനിക ഫാർമക്കോപ്പിയകളുടെ മണ്ഡലത്തിൽ അത് വ്യക്തമായൊരു ശാസ്ത്രീയ തത്വം മുന്നോട്ടുവക്കുന്നു.

*കാനോനാ*ണ് തൊലിക്കുണ്ടാകുന്ന രോഗങ്ങളുടെ വിവരണങ്ങൾ, ലൈംഗികബന്ധത്തിലൂടെ പകരുന്ന രോഗങ്ങൾ, ലൈംഗിക വൈകൃതങ്ങൾ, നാഡീസംബന്ധമായ രോഗങ്ങൾ എന്നിവ ആദ്യമായി ശ്രദ്ധാപൂർവം വിവരിച്ചത്. വാതകരൂപത്തിലുള്ള രസത്തിന്റെ രോഗശമനകാരിയെന്ന നിലക്കുള്ള ഉപയോഗവും അതിന്റെ വിഷസ്വഭാവവും ആദ്യമായി വിവരിച്ചതും അതുതന്നെ. പനികൾ ചികിത്സിക്കാൻ ഐസിന്റെ ഉപയോഗവും അതാണാദ്യം മുന്നോട്ടുവച്ചത്. അതാണാദ്യമായി വൈദ്യത്തിൽ നിന്ന് ഫാർമക്കോളജിയെ വേർപെടുത്തിയത്. ഫാർമസ്യൂട്ടിക്കൽ ശാസ്ത്രങ്ങളുടെ വളർച്ചക്കും വികസനത്തിനും അത്യാവശ്യമായിരുന്നു. 700 തരം ഔഷധക്കൂട്ടുകളേയും അവയുടെ ഗുണങ്ങളെയും പ്രവർത്തനരീതികളെയും അതിന്റെ സൂചനകളെയും *കാനോൻ* വിവരിക്കുന്നു. ലളിതമായ മരുന്നുകൾക്കും വിവിധ ചേരുവകളായ മരുന്നുകൾക്കുമായി അദ്ദേഹം *കാനോനി*ന്റെ ഒരു മുഴുവൻ അധ്യായം തന്നെ നീക്കിവച്ചു. അവയിൽ പലതും ഇന്ത്യൻ-അറബി-ഗ്രീക്ക് ഗ്രന്ഥകർത്താക്കളിൽ നിന്നാണ് തനിക്ക് ലഭ്യമായതെന്നു ചൂണ്ടിക്കാട്ടുന്ന അദ്ദേഹം ചൈനയിൽ നിന്നിറക്കുമതി ചെയ്ത ചില മരുന്നുകളെയും *കാനോനി*ലുൾപ്പെടുത്തിയിട്ടുണ്ട്. തന്റെ തന്നെ വൈദഗ്ധ്യം പ്രയോഗിച്ചുകൊണ്ട്, മുൻകാല ഗ്രന്ഥകർത്താക്കൾ നൽകുന്ന വിവരണങ്ങളോട് അദ്ദേഹം വിമർശനാത്മകമായൊരു സമീപനം സ്വീകരിക്കുകയും, അവരുടെ പല കുറിപ്പടികളെയും നിർദേശങ്ങളെയും തിരുത്തലിനും പുതുക്കലിനും വിധേയമാക്കുകയും ചെയ്യുന്നു.

ഗാലെന്റെ നാഡീസ്പന്ദത്തെ സംബന്ധിച്ച സിദ്ധാന്തം പരിഷ്കരിച്ചതോടെ അവിസെന്ന നാഡീസ്പന്ദന ശാസ്ത്രത്തിന്റെ (sphygmology) പാത തെളിച്ചവനായി. പ്രാചീന കാലത്ത് ഗാലെനും ചൈനീസ് വൈദ്യന്മാരും തെറ്റായി വിശ്വസിച്ചിരുന്നത് ശരീരത്തിലെ ഓരോ അവയവത്തിനും ഓരോ രോഗത്തിനും പ്രത്യേകം പ്രത്യേകമായ സ്പന്ദനങ്ങളാണുള്ളതെന്നാണ്. ധമനികളുടെ എല്ലാ ഭാഗങ്ങളും ഒന്നിച്ചാണ് സ്പന്ദിക്കുന്നതെന്നും സ്വാഭാവിക ചലനത്തിന്റെ ഭാഗമാണ് സ്പന്ദനങ്ങളെന്നും (അതായത് ധമനികൾ സ്വയം വികസിക്കുകയും സങ്കോചിക്കുകയുമാണ് ചെയ്യുന്നതെന്ന്) അല്ലാതെ സ്പന്ദനം പുറത്തുനിന്നുള്ള ബലപ്രയോഗത്തിന്റെ (ഹൃദയമാണ് ധമനികളെ വികസിപ്പിക്കുകയും സങ്കോചിപ്പിക്കുകയും ചെയ്യുന്നത്) ഭാഗമല്ലെന്നും ഗാലൻ തെറ്റായി വിശ്വസിച്ചു. നാഡീസ്പന്ദനത്തിന്റെ ആദ്യത്തെ ശരിയായ വിശദീകരണം നൽകിയത് അവിസെന്നയാണ്. ഗാലെന്റെ നാഡീസ്പന്ദന സിദ്ധാന്തം നവീകരിച്ചുകൊണ്ട് അദ്ദേഹം കാനോൻ ഓഫ് മെഡിസിനിൽ പറഞ്ഞു: “നാഡിയുടെ ഓരോ മിടിപ്പിനും രണ്ടു ചലനങ്ങളും രണ്ട് വിരാമങ്ങളുമുണ്ട്. അത് ഹൃദയ

ത്തിലും ധമനികളിലുമുള്ള ചലനമാണ്. അത് ഇടവിട്ടിടവിട്ട് വികസിക്കുകയും സങ്കോചിക്കുകയും ചെയ്യുന്നു." മണിബന്ധം പരിശോധിച്ച് നാഡിമിടിപ്പ് പരിശോധിക്കുന്ന രീതിയും കാനോൻ മുന്നോട്ടുവച്ചു. അത് ആധുനികകാലത്തും പ്രയോഗത്തിലിരിക്കുന്നുണ്ട്. കാനോൻ ലത്തീനിൽ പരിഭാഷപ്പെടുത്തപ്പെട്ടതിൽ നിന്നാണ് പിൽക്കാല സ്ഫിഗ്മോഗ്രാഫിന്റെ (നാഡീസ്പന്ദനമാപിനി) കണ്ടുപിടിത്തത്തിനടിത്തറയിടപ്പെട്ടത്. നാഡീസ്പന്ദനം നോക്കിയും ശ്വാസോച്ഛ്വാസം നോക്കിയും രോഗം തിരിച്ചറിയുന്നതിന്റെ രീതികളെക്കുറിച്ചുള്ള ഒരു പ്രബന്ധവും അവിസെന്ന എഴുതിയിട്ടുണ്ട്. രോഗികളുടെ നാഡി പിടിച്ചുനോക്കി മാത്രം ചില രോഗങ്ങളുടെ ലക്ഷണങ്ങൾ കണ്ടെത്താനദ്ദേഹത്തിന് കഴിഞ്ഞിരുന്നു. നാഡീസ്പന്ദനശാസ്ത്രത്തെക്കുറിച്ചുള്ള അധ്യായത്തിൽ, അദ്ദേഹം നാഡീസ്പന്ദനത്തിന്റെ പത്തു സവിശേഷതകളെക്കുറിച്ചും 22 തരം അസാധാരണ നാഡീസ്പന്ദനങ്ങളെക്കുറിച്ചും വിവരിച്ചു.

ചില ശാരീരികാവയവങ്ങളുടെ രോഗങ്ങളുമായി ബന്ധപ്പെട്ട ഭാഗങ്ങളിലുടനീളം കാനോനിലെ അനാട്ടമിയും ഫിസിയോളജിയുമായി ബന്ധപ്പെട്ട കാര്യങ്ങൾ ചിതറിക്കിടക്കുന്നു. അനാട്ടമിയെക്കുറിച്ചുള്ള എണ്ണമറ്റ ചർച്ചകളും ചില ശാരീരികാവയവങ്ങളെക്കുറിച്ചുള്ള ഡയഗ്രങ്ങളും (ചിത്രങ്ങളും) കാനോനിലുൾപ്പെടുത്തിയിട്ടുണ്ട്. അതിൽ തലയോട്ടിയിലെ വിവിധ എല്ലുകൾ തമ്മിലുള്ള ചേർച്ചകൾ സംബന്ധിച്ച ഏറ്റവുമാദ്യത്തെ ഡയഗ്രവുമുൾപ്പെടും. അവിസെന്ന കാനോനിന്റെ ഒരധ്യായം രക്തസമ്മർദത്തിനായി മാറ്റിവച്ചു. രക്തമൊഴുക്കിന്റെയും ഞരമ്പ് പൊട്ടലിന്റെയും കാരണങ്ങളദ്ദേഹത്തിനറിയാമായിരുന്നു. ഉയർന്ന രക്തസമ്മർദത്തിന്റെ ഫലമായി ഞരമ്പുകൾ പൊട്ടാമെന്ന് അദ്ദേഹം കണ്ടുപിടിച്ചു. രക്തത്തിൽ ഉയർന്ന അളവിൽ കൊളസ്ട്രോൾ ഉണ്ടായാൽ രക്തസമ്മർദം കൂടാമെന്നും അദ്ദേഹം മനസിലാക്കി. അതിൽ നിന്നദ്ദേഹം രക്തസമ്മർദം കുറക്കാനുള്ള വഴികളന്വേഷിച്ചു.

തലച്ചോറിലെ ദ്രവ്യത്തിലെ സുപ്രധാന ഘടകങ്ങളായ സെറിബ്രെല്ലാർ വെർമിസും (cerebellar vermis) കൗഡേറ്റ് ന്യൂക്ലിയസും (caudate nucleus) കണ്ടെത്തിയത് അവിസെന്നയാണ്. ആധുനിക ന്യൂറോഫിസിയോളജിയിലും ന്യൂറോ അനാട്ടമിയിലും ഇതേ പദങ്ങൾ തന്നെയാണിന്നും ഉപയോഗിക്കുന്നത്. തലച്ചോറിന്റെ മധ്യ അറ (ventricle) യിലുണ്ടാകുന്ന കുഴപ്പങ്ങളാണ് ബുദ്ധിപരമായ തകരാറുകൾക്ക് പ്രധാനമായും കാരണമാകുന്നതെന്ന് ചൂണ്ടിക്കാട്ടിയ ഏറ്റവുമാദ്യത്തെ കൃതിയും *കാനോനാ*യിരുന്നു. അതുപോലെ സാമാന്യ ബുദ്ധിയും തിരിച്ചറിവുകളുമായി ബന്ധപ്പെട്ട തലച്ചോറിന്റെ ഭാഗം മുന്നിലെ ഭാഗ(frontal lobe) മാണെന്നും അദ്ദേഹം മനസിലാക്കിയിരുന്നു. മധ്യകാലത്തെ കണ്ണുചികിത്സക്ക് (ഓഫ്ത്താൽമോളജി) *കാനോൻ* നൽകിയ സംഭാവനകളിൽ കണ്ണിന്റെ ചലനങ്ങളുടെ ഫിസിയോളജിയെ സംബന്ധിച്ച വിവരണങ്ങളും വിശദീകരണങ്ങളുമുൾപ്പെടുന്നു. ആധുനിക ഓഫ്ത്താൽമോളജിക്കും വിവരങ്ങളുടെ

ഒരടിസ്ഥാനമായി അതിന്നും നിലകൊള്ളുന്നു. അദ്ദേഹം ഒപ്ടിക് നെർവുകളെയും മിഴിപടലത്തെയും കുറിച്ചും ഉപയോഗപ്രദമായ അറിവുകൾ നൽകി. രക്തചംക്രമണത്തെക്കുറിച്ചുള്ള അദ്ദേഹത്തിന്റെ ചില സിദ്ധാന്തങ്ങൾ വിമർശിക്കപ്പെടാമെങ്കിലും, അവിസെന്നക്ക് രക്തചംക്രമണത്തെക്കുറിച്ച് ഒരു കാഴ്ചപ്പാടുണ്ടായിരുന്നു. കാർഡിയാക് സൈക്കിളുകളെക്കുറിച്ചും വാൽവുകളുടെ ധർമങ്ങളെക്കുറിച്ചും അദ്ദേഹം ശരിയായിത്തന്നെ എഴുതി.

പത്തോളജിയിൽ ഫ്ത്തിസിസ് (phthisis) പോലുള്ള സാംക്രമിക രോഗങ്ങളുടെ പകരുന്ന സ്വഭാവത്തെക്കുറിച്ചും, വെള്ളത്തിലൂടെയും മണ്ണിലൂടെയും രോഗങ്ങൾ പടരാമെന്നതിനെക്കുറിച്ചും *കാനോൻ* വിവരിച്ചു. മെനിഞ്ചൈറ്റിസ് (ബ്രെയിൻഫിവർ) ആദ്യമായി വിവരിക്കപ്പെട്ടത് *കാനോനി*ലാണ്. പാരസൈറ്റുകളുണ്ടാക്കുന്ന (പരോപജീവികൾ) രോഗങ്ങളായ അസ്കാരിസ്, എന്ററോ ബിയസ്, നാടവിരകൾ, ഗിനിവിരകൾ, ആങ്കിലോസ്റ്റോമ എന്നിവയും അദ്ദേഹം തിരിച്ചറിഞ്ഞു. അങ്ങനെ അദ്ദേഹം പാരസൈറ്റോളജിക്ക് അടിസ്ഥാനമിട്ടു. *കാനോന്റെ* രചനക്കുശേഷം ബീമാരിസ്ഥാനുകളിൽ (ആശുപത്രികൾ) പ്രത്യേകം പ്രത്യേകം രോഗങ്ങൾക്ക് പ്രത്യേകം പ്രത്യേകം വാർഡുകൾ ഉണ്ടാക്കി. അങ്ങനെ പകർച്ചവ്യാധി പിടിപെട്ട രോഗികളെ അതില്ലാത്ത രോഗികളിൽ നിന്ന് വേറെ മാറ്റിനിർത്തിയതിലൂടെ ആധുനിക ക്വാറന്റൈൻ (isolation) സങ്കൽപ്പം ആദ്യമായി പ്രയോഗ പഥത്തിലെത്തിച്ചു. അതിലൂടെ പകർച്ചവ്യാധികളുടെ വ്യാപനം തടയാനുമായി. അദ്ദേഹം പതിനഞ്ചു തരം വേദനകളെക്കുറിച്ചു പറഞ്ഞു. അദ്ദേഹമാണാദ്യമായി ആന്ത്രാക്സിനെ പേർഷ്യൻ തീയെന്നു വിവരിച്ചത്. അദ്ദേഹമാണാദ്യമായി ഒബ്സ്ട്രക്ടീവ് മഞ്ഞപ്പിത്തത്തെയും ഹെർമോലിറ്റിക് മഞ്ഞപ്പിത്തത്തെയും തമ്മിൽ വേർതിരിക്കാൻ ശ്രമിച്ചതും. അദ്ദേഹം ക്ഷയരോഗമൊരു പകർച്ചവ്യാധിയാണെന്നു തെളിയിച്ചു. 400 വർഷക്കാലം നിഷേധിച്ചതിനുശേഷമാണ് ഒടുവിൽ അക്കാര്യത്തെ യൂറോപ്പംഗീകരിച്ചത്.

കാൻസർ ചികിത്സയിൽ *കാനോൻ* കാൻസറിനെ ഒരു മുഴ(ട്യൂമർ) ആയി തിരിച്ചറിയുകയും അതിന്റെ വലുപ്പം ക്രമേണ കൂടിവരുമെന്നും, പേശീഘടകങ്ങൾക്കിടയിലേക്ക് അതതിന്റെ വേരുകളാഴ്ത്തുമെന്നും, അത് നശീകരണസ്വഭാവിയാണെന്നും രേഖപ്പെടുത്തുകയും ചെയ്തു. കാൻസറിന് ചികിത്സനടത്താൻ ശ്രമിച്ചവരിൽ ഏറ്റവുമാദ്യത്തെയാളാണദ്ദേഹം. അദ്ദേഹം 'ഹിൻഡിബ' (Hindiba) കണ്ടുപിടിച്ചു. ചെടിയിൽ നിന്നുമുണ്ടാക്കുന്ന ഒരു ചേരുവയായ അത് 'കാൻസർ വിരുദ്ധ' സ്വഭാവമുള്ള ഒരു മരുന്നാണെന്ന് പിൽക്കാലത്ത് ഇബ്ൻ അൽ-ബൈത്താർ തിരിച്ചറിഞ്ഞു. അതുപയോഗിച്ച് മറ്റുതരം മുഴകളെയും നിയോപ്ലാസ്റ്റിക് (neo-plastic) തകരാറുകളെയും കൂടി ചികിത്സിച്ചിരുന്നു. നിയോപ്ലാസ്റ്റിക് തകരാറുകൾ ചികിത്സിക്കുന്നതിൽ അതിന്റെ പ്രയോജനക്ഷമത തിരിച്ചറിഞ്ഞതോടെ, 1997ൽ, നിൽസാരിയും (തുർക്കി കേന്ദ്രമാക്കി പ്രവർത്തി

ക്കുന്ന ബിസിനസുകാരി) ഹൻസാഡേ ഡോഗനും (ഇസ്താംബുൾ യൂണിവേഴ്സിറ്റിയിലെ എത്തിക്കൽ മെഡിസിൻ വിഭാഗത്തിലെ സ്കോളർ) ചേർന്ന് ഹിൻഡിബയുടെ പേറ്റന്റ് സ്വന്തമാക്കി. ചർമരോഗങ്ങൾക്ക് ഇന്ന് വ്യാപകമായി ഉപയോഗിച്ചുവരുന്ന മരുന്നുകളിലെ സാധാരണഘടകമായ സിങ്ക് ഓക്സൈഡ് ആദ്യമായി സ്കിൻക്യാൻസറിനും സ്കിൻ കണ്ടീഷനുകൾക്കും ശുപാർശ ചെയ്തത് ഇബ്ൻ സിനയാണ്. ചികിത്സിക്കപ്പെടുന്ന ഭാഗത്ത് വേണമെങ്കിൽ പൊള്ളിക്കൽ വിദ്യ പ്രയോഗിക്കാമെന്നും അദ്ദേഹം ശുപാർശ ചെയ്തു. എങ്കിലും, കാനോൻ പറയുന്നത് കാൻസറിന് ഒരവസാന പ്രതിവിധിയായി മാത്രമേ ശസ്ത്രക്രിയ ഉപയോഗിക്കാൻ പാടുള്ളുവെന്നും, അക്കാര്യത്തിൽ വളരെ ജാഗ്രത പുലർത്തണമെന്നുമാണ്. മിക്കപ്പോഴും മുറിച്ചു മാറ്റൽ കാൻസറിന്റെ വളർച്ചക്കുമാത്രമാണ് കാരണമാകുന്നതെന്ന് ചൂണ്ടിക്കാട്ടുന്നുമുണ്ട്, അദ്ദേഹം.

ന്യൂറോളജിയിലും ന്യൂറോപത്തോളജിയിലും പുസ്തകം നൽകുന്ന സംഭാവനകളിൽ മുഖ്യ ഞരമ്പുകളുടെ തളർച്ച (facial nerve paralysis) യുടെ തിരിച്ചറിയൽ, ബ്രെയിൻ പാരാലിസിസും (brain paralysis) രക്തപതർച്ച (Hyperamia)യും തമ്മിൽ വേർതിരിച്ചറിയൽ എന്നിവയുൾക്കൊള്ളുന്നു. *കാനോനാണ്* ആദ്യമായി ന്യൂറോ സൈക്കോട്ടിക് അവസ്ഥകളായ ഹാലൂസിനേഷൻ (മതിഭ്രമം) ഇൻസോമ്നിയ(ഉറക്കമില്ലായ്മ), മാനിയ, പേടിസ്വപ്നങ്ങൾ (nightmare), വിഷാദം അഥവാ വിഷാദരോഗം (Melancholia), ഡിമെൻഷ്യ(dementia-മറവിരോഗം), അപസ്മാരം, തളർവാതം, പക്ഷാഘാതം, വെർട്ടിഗോയും ട്രെമറും (vertigo and tremor) എന്നിവയെയൊക്കെ വിവരിച്ചത്. *കാനോനിന്റെ* മൂന്നധ്യായങ്ങൾ ന്യൂറോസൈക്യാട്രിക്കായി സമർപ്പിക്കപ്പെട്ടു. അദ്ദേഹം ഭ്രാന്തിനെ (ജൂനുൺ-Junun) യാഥാർഥ്യബോധത്തെ ഫാന്റസികൾ പകരം വെക്കുന്നതായ ഒരു മാനസികമായ അവസ്ഥയെന്ന് നിർവചിച്ചു. അത് യുക്തിക്ക് വന്നു ചേരുന്ന ഒരു തകരാറാണെന്നും അതുത്ഭവിക്കുന്നത് തലച്ചോറിന്റെ മധ്യഭാഗത്തുനിന്നാണെന്നും അദ്ദേഹം കണ്ടുപിടിച്ചു. ആ പുസ്തകം സ്കിസോഫ്രീനിയക്കു (Schizophrenia) സമാനമായ അവസ്ഥയെയും നിർവചിച്ചു (അതിനെ ജൂനുൺ മുഫ്രിത്-കടുത്ത ഭ്രാന്ത് എന്നു വിളിച്ചു). അതിനെ മറ്റുതരം ഭ്രാന്തുകളായ മാനിയ, പേയിളകൽ, മാനിക് ഡിപ്രസ്സീവ് സൈക്കോസിസ് (manic depressive phsychosis) എന്നിവയിൽ നിന്ന് വേർതിരിച്ചു കാണുകയും ചെയ്തു. സ്കിസോഫ്രീനിയ പോലുള്ള കടുത്ത ഭ്രാന്ത് ബാധിച്ച രോഗികൾ അക്രമാസക്തരാകുമെന്നും, പെരുമാറ്റത്തിലും ഉറക്കത്തിലും വമ്പിച്ച വ്യതിയാനങ്ങൾ കാണിക്കുമെന്നും, ചോദ്യങ്ങൾക്ക് പരസ്പര ബന്ധമില്ലാത്ത ഉത്തരങ്ങൾ നൽകുമെന്നും, ചില കേസുകളിൽ രോഗികൾ സംസാരിക്കാൻ കഴിയാത്തവരാകുമെന്നും അദ്ദേഹം നിരീക്ഷിച്ചു. അത്തരം രോഗികൾ അവർക്കും മറ്റുള്ളവർക്കും അപകടങ്ങൾ വരുത്തിവക്കുന്നതൊഴിവാക്കാൻ അവരെ നിയന്ത്രിക്കണമെന്നും പുസ്തകം പറയുന്നു. *കാനോനിന്റെ* ഒരധ്യായം പേവി

ഷബാധയ്ക്കും മാനിയക്കുമായി മാറ്റി വച്ചിരിക്കുന്നു. പെട്ടെന്ന് ബാധിക്കുകയും അതുപോലെ രൂക്ഷത കുറയുകയും ചെയ്യുന്ന മൃഗീയമായ ഒരു ഭ്രാന്ത് എന്ന് മാനിയയെ *കാനോൻ* വിവരിക്കുന്നു. അതു ബാധിച്ചാൽ കോപവും അസഹിഷ്ണുതയും കാട്ടും. പേയിളകലും ഒരുതരം മാനിയയാണെന്ന് *കാനോൻ* പറയുന്നു. കാനോൻ ഓഫ് മെഡിസിൻ ടെംപറമെന്റുകളുടെ (സ്വഭാവപ്രകൃതികളുടെ) സിദ്ധാന്തത്തെ വൈകാരികവശങ്ങളെയും, മാനസിക ശേഷിയെയും ധാർമിക മനോഭാവങ്ങളെയും, സ്വയം ബോധത്തെയും ചലനങ്ങളെയും സ്വപ്നങ്ങളെയുമെല്ലാം ഉൾക്കൊള്ളുന്ന ഒന്നായി വിപുലീകരിച്ചു. 20-ാം നൂറ്റാണ്ടിന്റെ സൈക്കോ അനാലിസിസിന്റെ ഒരു മുൻഗാമിയായി നമുക്കീ പുസ്തകത്തെ വേണമെങ്കിൽ പരിഗണിക്കാവുന്നതാണ്. വികാരങ്ങൾ ഉൾപ്പെടുന്ന രോഗങ്ങളുടെ ചികിത്സക്കായി 'ഫിസിയോളജിക്കൽ സൈക്കോളജി'യെ ആദ്യമായി അംഗീകരിച്ചയാൾ ഇബ്ൻസിനയാണ്. ആന്തരിക വികാരങ്ങളിലെ മാറ്റങ്ങൾക്കനുസരിച്ച് നാഡിമിഡിപ്പിൽ വരുന്ന മാറ്റങ്ങളെ ബന്ധിപ്പിക്കുന്ന ഒരു സമ്പ്രദായം അദ്ദേഹം വികസിപ്പിച്ചെടുത്തു. കാൾ ജുംഗിന്റെ (സ്വിസ് സൈക്യാട്രിസ്റ്റ്, 1875-1961) പേരിലറിയപ്പെടുന്ന വേഡ് അസോസിയേഷൻ ടെസ്റ്റ് (word association test) ആദ്യമായി മുൻകൂട്ടിക്കണ്ടെതദ്ദേഹമാണെന്ന് ഇതിൽനിന്നുകാണാം. മെലങ്കൊളിയയെ (ഡിപ്രഷൻ) ഒരു തരം മൂഡ് ഡിസോർഡർ (മൂഡ് മാറുന്ന ക്രമക്കേടുകൾ) ആയി അദ്ദേഹം വിവരിച്ചു. അതു ബാധിച്ചാൽ വ്യക്തി സംശയക്കാരനാവുകയും ചിലതരം ഫോബിയകൾ (പേടികൾ) അയാളെ പിടികൂടുകയും ചെയ്യുമെന്ന് അദ്ദേഹം പറഞ്ഞു. വിഷാദരോഗം മാനിയയിലേക്ക് പരിണമിക്കുന്നതിന്റെ മുന്നോടിയാണ് കോപമെന്നും, തലയ്ക്കകത്തെ ആർദ്രതക്ക് മൂഡ് തകരാറുകളുണ്ടാക്കുന്നതിൽ പങ്കുണ്ടെന്നും കാനോൻ പ്രസ്താവിച്ചു. അങ്ങനെ സംഭവിക്കുന്നത് ശ്വാസത്തിന്റെ അളവിൽ മാറ്റമുണ്ടാകുമ്പോഴാണ്. സന്തോഷം ശ്വാസത്തെ വർധിപ്പിക്കുന്നു, അതിന്റെ ഫലമായി തലക്കകത്തെ ആർദ്രതകൂടുന്നു. പക്ഷേ നീരാവി അതിന്റെ പരിധിക്കപ്പുറമായാൽ തലച്ചോറിന് അതിന്റെ യുക്തിപരതയുടെ മേലുള്ള നിയന്ത്രണം നഷ്ടമാകുകയും, അത് മാനസിക തകരാറുകളിലേക്ക് നയിക്കുകയും ചെയ്യുന്നു. പേടിസ്വപ്നങ്ങൾ, അപസ്മാരം, ഓർമശക്തികുറവ് എന്നിവയുടെ ലക്ഷണങ്ങളും അത് വിവരിക്കുകയും ചികിത്സകൾ നിർദേശിക്കുകയും ചെയ്തു. കിടക്കയിൽ മൂത്രമൊഴിക്കുന്നതിനെക്കുറിച്ചുള്ള ഒരാദ്യകാലകാഴ്ചപ്പാടും *കാനോൻ* ഓഫ് മെഡിസിൻ നൽകുന്നുണ്ട്. അതിന്റെ അഭിപ്രായത്തിൽ, കിടക്കയിൽ മൂത്രമൊഴിക്കൽ ആഴമേറിയ ഉറക്കത്തിന്റെയും മറഞ്ഞുപോകുന്ന ഇച്ഛാശക്തിയുടെയും ഒരു പ്രതിഫലനമാണ്. കുട്ടികൾ കൂടുതൽ ശക്തരും മുതിർന്നവരുമാകുന്നതോടെ അവരുടെ ഉറക്കത്തിന്റെ കട്ടികുറയുകയും അവർ കിടക്കയിൽ മൂത്രമൊഴിക്കൽ നിർത്തുകയും ചെയ്യും. അദ്ദേഹത്തിന്റെ നിരവധി മനശ്ശാസ്ത്ര സിദ്ധാന്തങ്ങൾ പിൽക്കാലത്ത് തെളിയിക്കപ്പെടുകയും ഫ്രോയിഡിന്റെയും

നോർമൻ കസിൻസിന്റെയും കാൾയുംഗിന്റെയും (എല്ലാവരും പടിഞ്ഞാറൻ മനശ്ശാസ്ത്രത്തിലെ ഇതിഹാസ വ്യക്തിത്വങ്ങൾ) പേരിലറിയപ്പെടുകയും ചെയ്തു.

സർജറിയിൽ, ശ്വാസോച്ഛ്വാസം എളുപ്പത്തിലാക്കാൻ മൂക്കിൽക്കൂടി കുഴലിടുന്ന ശസ്ത്രക്രിയാരീതി ആദ്യമായി വിവരിക്കപ്പെടുന്നത് *കാനോനി*ലാണ്. ശസ്ത്രക്രിയകൾ നടത്തുമ്പോൾ രോഗിയുടെ മൂക്കിനടിയിൽ സുഗന്ധദ്രവ്യങ്ങളും മയക്കുമരുന്നുകളും കുടിച്ചുവീർത്ത ഒരു 'സോപ്പോറിഫിക് (soporific) സ്പോഞ്ച്' വച്ച് രോഗിയെ മയക്കുന്ന ഒരു വിദ്യ *കാനോനിൽ* വിവരിച്ചിരിക്കുന്നു. ഹിരുഡോതെറാപ്പി (Hirudo therapy) അതായത്, അട്ടകളെ ഉപയോഗിച്ച് നടത്തുന്ന രക്തശുദ്ധീകരണ ചികിത്സാ രീതി, *കാനോൻ ഓഫ് മെഡിസിൻ* പരിചയപ്പെടുത്തി. ശരീരത്തിന്റെ ആഴമേറിയ ഭാഗങ്ങളിൽ നിന്നും രക്തം വാർത്തുകളയാൻ കപ്പിങ്ങിനെക്കാൾ (cupping) മികച്ച രീതി അട്ടകളെ കടിപ്പിക്കലാണെന്ന് അവിസെന്ന കണക്കാക്കി. ചർമരോഗങ്ങൾക്ക് അട്ടയെ കടിപ്പിക്കുന്ന രീതിയും അദ്ദേഹം കൊണ്ടുവന്നു. മധ്യകാലയൂറോപ്പിൽ *കാനോനി*ന്റെ സ്വാധീനഫലമായി അട്ടചികിത്സ ഒരു സർവസാധാരണ രീതിയായി ത്തീർന്നു. രോഗനിർണയത്തിലും ചികിത്സയിലും നിറം നിർണായകപ്രാധാന്യമുള്ളതാണെന്ന് വിവരിച്ച കാനോൻ ക്രോമറ്റോതെറാപ്പിക്കും നിർണായക സംഭാവനകൾ നൽകി. അത് 'നിറം രോഗത്തിന്റെ ഒരു കാണാവുന്ന ലക്ഷണമാണെ'ന്ന് പറയുകയും നിറത്തെ ചൂടും രോഗിയുടെ ശാരീരിക നിലയുമായി ബന്ധിപ്പിക്കുന്ന ഒരു ചാർട്ട് തയാറാക്കുകയും ചെയ്തു. തുടർന്ന് ഗ്രന്ഥകർത്താവ് രോഗശമനത്തിൽ നിറത്തിനുള്ള ഗുണങ്ങൾ വിവരിക്കുകയും തെറാപ്പിക്ക് സ്വീകരിക്കുന്ന ഒരു തെറ്റായ നിറം ചില പ്രത്യേക രോഗങ്ങളിൽ യാതൊരു പ്രതികരണവുമുണ്ടാക്കാതിരിക്കുമെന്ന കാര്യം ആദ്യമായി സ്ഥാപിക്കുകയും ചെയ്തു. എൻഡോക്രിനോളജിയുമായി ബന്ധപ്പെട്ട് *കാനോൻ* പ്രമേഹത്തിന്റെ ഒരു വിശദമായ വിവരണം നൽകി. പ്രമേഹത്തിൽ അസാധാരണമായ വിശപ്പും ലൈംഗികപ്രക്രിയകളുടെ തകർച്ചയും രോഗിയുടെ മൂത്രത്തിന് മധുരരുചിയുമുണ്ടാകുമെന്നദ്ദേഹം ചൂണ്ടിക്കാട്ടി. പ്രമേഹം മൂലമുണ്ടാകുന്ന ഗാൻഗ്രീൻ (Gangrene) വിവരിച്ച *കാനോൻ* അതിനെ ചികിത്സക്കാൻ ലൂപൈൻ (lupine), ട്രിഗോണെല്ല (trigonella) (ഫെനുഗ്രീക്ക്സെഡോവറി വിത്ത് (zedoary seed) എന്നിവ ചേർന്ന ഒരു മിശ്രിതമുപയോഗിക്കുകയും ചെയ്തു. അത് മൂത്രത്തിലൂടെ പഞ്ചസാരപോകുന്നതിന് ഗണ്യമായ അളവിൽ കുറവുണ്ടാക്കി. ഇന്നത്തെക്കാലത്തും അത് ശുപാർശ ചെയ്യപ്പെടുന്നുണ്ട്. ഇബ്ൻസീന ഇൻസിപ്പിഡസ് (insipidus) പ്രമേഹത്തെ ആദ്യമായി വളരെ കൃത്യമായി വിവരിക്കുകയും (അത് പിൽക്കാലത്ത് ജോഹാൻ പീറ്റർ ഫ്രാങ്കിന്റെ - 1745-1821- പേരിലാണറിയപ്പെട്ടതെങ്കിലും) ഈ രണ്ടു തരം പ്രമേഹങ്ങളെയും ആദ്യമായി വേർതിരിക്കുകയും ചെയ്തു. ഫൈറ്റോതെറാപ്പിയിൽ (സസ്യങ്ങളുപയോ

ഗിച്ചുള്ള ചികിത്സ) *കാനോൻ* ആദ്യമായി ടാക്സൂസ് ബക്കാറ്റ (taxux baccata) മരുന്നായി ഉപയോഗിച്ചു. അദ്ദേഹം ഈ ചെടിയിൽ നിന്നുള്ള മരുന്നിനെ സർണാബ്' (zarnab) എന്നു വിളിക്കുകയും ഹൃദയരോഗത്തിന് മരുന്നായി ഉപയോഗിക്കുകയും ചെയ്തു. ഇതാണ് കാൽസ്യം ചാനൽ ബ്ലോക്കു ചെയ്യുന്ന മരുന്നിന്റെ അറിയപ്പെടുന്ന ആദ്യത്തെ ഉപയോഗം. അത് പടിഞ്ഞാറൻ ലോകത്ത് 1960കൾ വരെ ഉപയോഗിച്ചിരുന്നില്ല.

അദ്ദേഹത്തിന്റെ വിപുലമായ കൃതികൾ പ്രത്യേകം വ്യക്തമാക്കുന്നതുപോലെ അവിസെന്ന തിയോസഫിക്കൽ അർഥത്തിൽ ഒരു പണ്ഡിതനായിരുന്നു; അതായത്, അടിസ്ഥാന തത്വങ്ങളുടെ പഠനം അദ്ദേഹത്തെ അറിവിന്റെ പ്രമുഖ മേഖലകളിലെല്ലാമുള്ള തന്റെ അന്വേഷണങ്ങളെ തന്റെ സത്യാന്വേഷണവുമായി ബന്ധപ്പെടുത്തുന്നതിന് പ്രാപ്തനാക്കി. അദ്ദേഹത്തിന് വിജ്ഞാനത്തിന്റെ എല്ലാ മേഖലകളും ഒരുപോലെ പ്രിയങ്കരമായിരുന്നു. മനുഷ്യനെയും പ്രകൃതിയെയും ഒന്നിച്ചുമാത്രമെ മനസിലാക്കാനാവൂ എന്ന് അദ്ദേഹത്തിനറിയാമായിരുന്നു.

*കാനോനി*ന്റെ തുടക്കത്തിലും, അതിനുശേഷം പലയിടങ്ങളിലും, അദ്ദേഹം പറയുന്നത് ഒരു വൈദ്യന് ഭൗതികശാസ്ത്രം മാത്രം പോരെന്നാണ്. ലോജിക്കിന്റെയും അനുമാനത്തിന്റെയും രീതികൾ മനസിലാക്കുകയും, കാര്യങ്ങളെ മറ്റു ശാസ്ത്രങ്ങളുമായി നിരന്തരം ബന്ധപ്പെടുത്തിക്കൊണ്ട് മനസിലാക്കുകയും വേണം. ആ രീതിയിൽ, അവിസെന്ന പറയുന്നു, "ഒരാൾ പടിപടിയായി മുന്നോട്ടുപോകുകയും ഒടുവിൽ എല്ലാ അറിവുകളുടെയും തുടക്കത്തിലെത്തുകയും ചെയ്യുന്നു, അതായത് ശുദ്ധമായ തത്വചിന്തയുടെ തലത്തിൽ; അവൻ കൂടുതൽ ആഴമുള്ള ഈ വിഷയത്തിലെ പ്രശ്നങ്ങൾക്ക് വിശദീകരണം തേടേണ്ടത് തത്വചിന്ത (നിഗൂഢ)യിലാണ്" മനുഷ്യശരീരത്തിന്റെയും, അതിന്റെ പ്രശ്നങ്ങളുടെയും, അദ്ദേഹത്തിന്റെ തത്വചിന്തയുടെയും പരിപൂർണ്ണ സമന്വയത്തോടെയുള്ള ഒരു സമാഹാരമാണ് കാനോൻ ഓഫ് മെഡിസിൻ. അദ്ദേഹം കൈകാര്യം ചെയ്യുന്ന ഓരോ രോഗത്തിനും അതിലദ്ദേഹം ഒരു logical philosaphical deduction(തത്വചിന്താപരമായ സംവർഗങ്ങളിലൂടെ ഉരുത്തിരിച്ചെടുക്കുന്ന അനുമാനം) മുന്നോട്ടുവക്കുന്നു.

മനുഷ്യൻ ദ്രവ്യത്തിന്റെയും ജീവ തത്വത്തിന്റെയും ഒരുൽപ്പന്നമാണെന്നും അതിൽ മൂന്നാത്മാക്കളുള്ളടങ്ങിയിരിക്കുന്നുവെന്നും, അവ അവയവങ്ങളിലൂടെ പ്രതിനിധീകരിക്കപ്പെടുന്ന ഒരു ജൈവ ആത്മാവ്, ഇന്ദ്രിയങ്ങളിലൂടെ പ്രതിനിധീകരിക്കപ്പെടുന്ന ഒരു വൈകാരിക ആത്മാവ്, കൂടെ ഒരു യുക്തിപരമായ ആത്മാവ്, അഥവാ ബുദ്ധി എന്നിവയാണെന്നും അദ്ദേഹം കരുതി. സ്ഥൂലവും സൂക്ഷ്മവുമായ അതിർത്തികളിൽ നിന്നുവേറിട്ട് ഈ ഘടകങ്ങൾ വളരെ അടുത്ത് ഒന്നിച്ചുനിൽക്കുന്നു. മനുഷ്യസ്വഭാവത്തെക്കുറിച്ചുള്ള ഒരു വ്യക്തമായ തത്വചിന്തയിൽ നിന്നുമാത്രം എങ്ങനെ ഒരു സ്പെക്കുലേറ്റീവ് മെഡിസിൻ ഉണ്ടാക്കാമെന്ന് അദ്ദേഹം ആധുനികലോകത്തിന് കാട്ടിക്കൊടുത്തു. ആധുനികപൂർവ വൈദ്യസ

ങ്കൽപ്പങ്ങളൊക്കെ വിലയില്ലാത്തതാണെന്ന് അനുമാനിക്കുന്നവർക്ക് ഒരു വ്യക്തമായ മറുപടി നൽകുന്നതിൽ ഇക്കാലത്തതിന് അതീവപ്രാധാന്യമുണ്ട്. ആധുനിക ശാസ്ത്രത്തിൽ സങ്കീർണതകൾ വളർന്നുവരുന്ന ഇന്നത്തെക്കാലത്ത് അവിസെന്നയുടെ സങ്കൽപ്പനങ്ങൾക്കും അദ്ദേഹത്തിന്റെ വൈദ്യത്തിനും ഒരു കേന്ദ്രപങ്ക് വഹിക്കാനുണ്ട്. അത് നമുക്ക് യുക്തിപരവും തുറന്നതും നിഗൂഢതയില്ലാത്തതും ഭൗതികവാദമില്ലാത്തതും പ്രകൃതിയെക്കുറിച്ചുള്ള അറിവിനൊപ്പം ചേർത്തുവച്ച് വ്യക്തിയായ രോഗിയുടെ ഘടനയെ അതിന്റെ കേന്ദ്ര/പ്രധാനവിഷയമായി ചേർത്ത് അറിയുന്നതുമായ ഒരു കാഴ്ചപ്പാട് നമുക്ക് നൽകി. അവിസെന്ന വ്യക്തിയെ നിരവധി ഘടകങ്ങൾകൂട്ടിച്ചേർത്ത ഒന്നായിക്കാണുന്നില്ല; നേരെതിരിച്ച്, ഒരു സങ്കീർണമായ സംവിധാനമായും കാണുന്നില്ല. ഓരോ മനുഷ്യവ്യക്തിയെയും ഒരാകത്തുകയായി അവിസെന്ന കണ്ടതുകൊണ്ട്, അദ്ദേഹം ഇന്നു പലപ്പോഴും ചെയ്യുന്നതുപോലെ മനസിനെയും ശരീരത്തെയും കൃത്യമായി വേർതിരിച്ചുകണ്ടില്ല. ഈ ബിന്ദുവിൽ ഇന്നത്തെ ആധുനിക വൈദ്യത്തിന്റെ അടിസ്ഥാനസമീപനവുമായി അദ്ദേഹം വൈരുധ്യത്തിലാവുന്നു. ഇന്നത്തെ സമീപനം അടിസ്ഥാനപ്പെടുത്തിയിരിക്കുന്നത് പ്രപഞ്ചത്തെ മൃതമായ ദ്രവ്യത്തിന്റെ ഒരു കൂട്ടമെന്ന നിലയിൽക്കാണുന്ന സങ്കൽപ്പത്തിന്മേലാണ്; ആ മൃതദ്രവ്യങ്ങളുടെ കൂട്ടത്തിൽനിന്ന് ചില വിശദീകരിക്കാനാവാത്ത പ്രക്രിയകളിലൂടെ ജീവൻ രൂപങ്ങളായി ഉരുത്തിരിഞ്ഞുവരുന്നു. അവിസെന്നയെ സംബന്ധിച്ച് മൊത്തം പ്രപഞ്ചവും ജീവന്റെ ഒരു സാർവത്രികതത്വത്തിന്റെ പ്രകടിതരൂപമാണ്; ആ തത്വം രൂപങ്ങളുടെ ഉപകരണപരതയിലൂടെ പ്രവർത്തിക്കുന്നു. അതിനർഥം, വൈദ്യത്തിന്റെ ഒരു അവിഭാജ്യഘടകമാണ് ധാർമികതയെന്ന തത്വചിന്തയുമായി വളരെ ദൃഢമായി വിളക്കിച്ചേർത്ത നിലയിലാണ് അവിസെന്നയുടെ വൈദ്യം നിലനിൽക്കുന്നതെന്നാണ്. നേരെമറിച്ച്, ആധുനിക വൈദ്യം വളരെ ശക്തമായി അതിനെ നിരാകരിക്കുന്നു. രോഗത്തിന്റെ മെക്കാനിസങ്ങളിൽ മാത്രം ദൃഷ്ടിയൂന്നിക്കൊണ്ട് അപ്പോളത് വ്യക്തിയെ ചികിത്സിക്കുന്നതിനുപകരം രോഗത്തെ ചികിത്സിക്കുന്നതിലേക്ക് സ്വാഭാവികമായും പാഞ്ഞുപോകും. അപ്പോളത് കലയുടെ ശാസ്ത്രമെന്നതിനപ്പുറം സാങ്കേതികവിദ്യയുടെ ഒരു ശാസ്ത്രമായിത്തീരും. യഥാർഥത്തിൽ കാര്യത്തിന്റെയും കാരണത്തിന്റെയും ശരിയായ കാഴ്ചപ്പാടും ധാരണയും തത്വചിന്തയാണ്; ഒരു സാർവത്രിക ക്രമത്തെക്കുറിച്ചും ആ ക്രമം മനുഷ്യജീവിക്കുമേൽ ഭരമേൽപ്പിച്ചിരിക്കുന്ന കടമകളെക്കുറിച്ചുമുള്ള വ്യക്തമായ അറിവാണ് തത്വചിന്ത; അല്ലാതെ, ആധുനിക വൈദ്യശാസ്ത്രം എത്തിച്ചേരുന്ന നിഗമനം പോലെ തത്വചിന്ത സത്യത്തിന്റെ എതിർവശവും അതുകൊണ്ടുതന്നെ വൈദ്യത്തിൽ അനുവദനീയമല്ലാത്തതുമായ ഒന്നല്ല. ശാസ്ത്രത്തെ സ്കോളാസ്റ്റിക് (scholastic)തത്വചിന്തയുമായി ബന്ധപ്പെടുത്തുന്നതിലൂടെ പോസിറ്റീവിസത്തിന്റെയും അതിന്റെ വിവിധ സഹകാരികളുടെയും അബദ്ധം കണ്ടെത്താനും; ഏറ്റവും സന്ദേഹിയും അതി

സൂക്ഷ്മാലുവുമായവനെപ്പോലും തൃപ്തിപ്പെടുത്താനാവുന്നത്ര ലോജിക്കിന്റെ ശക്തിയോടുകൂടെ, പ്രകടിതമാകുന്ന തെറ്റിനെയും ശരിയെയും തമ്മിൽ വേർതിരിച്ചറിയാനും; അത് വിദ്യാർഥികളെ പ്രാപ്തരാക്കും. ഇത്തരത്തിൽ വൈദ്യം ഒരുന്നത പദവിയിലേക്കുയർത്തപ്പെടുമ്പോൾ അത് ഏറ്റവുമുയർന്ന തോതിലുള്ള പൂർണത പ്രാപിക്കുകയും യാഥാർഥ്യത്തിന്റെ ശരിയായ ആഴങ്ങളിലേക്ക് തുളച്ചിറങ്ങുകയും ചെയ്യും. ഇവിടെ അവിസെന്ന കിഴക്കിനും പടിഞ്ഞാറിനുമിടയിലുള്ള ഒരു പാലമായി ഉയർന്നു നിൽക്കുന്നു; പ്രാചീനതക്കും ആധുനികതക്കും ഇടയിലുള്ള ഒരു പാലം കൂടിയായും. ആധുനികശാസ്ത്രത്തിന്റെ ഒട്ടേറെ വശങ്ങളുടെ മുൻനിരക്കാരനാകുമ്പോഴും, അദ്ദേഹം അറിവിന്റെ വിവിധ തുറകൾക്കിടയിൽ ഒരു വിടവും കാണുന്നില്ല; ശാസ്ത്രത്തിനും ധാർമികതകൾക്കുമിടയിലോ, ശാസ്ത്രത്തിനും പരിസ്ഥിതിക്കുമിടയിലോ. ആധുനികയൂറോപ്യൻ ചിന്തകരാണ് ഈ വിടവ് സൃഷ്ടിച്ചത്; അതിലൂടെ, ഒരുപക്ഷേ, ധാർമികതയെ സംബന്ധിച്ച ഇന്നത്തെ പ്രശ്നങ്ങളുടെ അടിവേരുകളും. എന്നാൽ ആധുനികകാലത്തും ഈ സങ്കൽപ്പനത്തെ ശാസ്ത്രത്തിലും സാങ്കേതികവിദ്യയിലും ജനങ്ങളുടെ ജീവിതനിലവാരത്തിലുമുള്ള പുരോഗതിയുമായി ചില രാജ്യങ്ങളിൽ ബന്ധിപ്പിക്കാനായിട്ടുണ്ടെന്ന കാര്യം ഒരാൾക്കും അവഗണിക്കാനാവില്ല. അവിസെന്ന അദ്ദേഹത്തിന്റെ കാലത്തു തന്നെ നാമിന്ന് ധാർമികതയിലും ശാസ്ത്രത്തിലും സാങ്കേതികവിദ്യയിലും നേരിടുന്ന പ്രശ്നങ്ങൾ പരിഹരിച്ചു കഴിഞ്ഞിട്ടുണ്ടെന്ന് വിശ്വസിക്കുന്നത് തെറ്റായിരിക്കും. പക്ഷേ നാമിന്ന് വീണ്ടും കൈയെത്തിപ്പിടിക്കേണ്ടതും പുനഃസൃഷ്ടിക്കേണ്ടതുമായ ഒരു സ്പിരിറ്റ് അദ്ദേഹത്തിനുണ്ടായിരുന്നു. ഈ ആധുനിക യുഗത്തിലെ മൊത്തം മെഡിക്കൽ പരിശീലനവും അദ്ദേഹത്തിന്റെ വീക്ഷണങ്ങൾ സ്വീകരിക്കുമ്പോൾ, രോഗിയുടെ വ്യക്തിപരതയാണ് (individuality) ആദ്യം വരുന്നതെന്നും, അവൻ ഏതിന്റെ അസ്തികതയനുഭവിക്കുന്നോ, ആ രോഗം, ഒരൊറ്റ മൊത്തം കഥയുടെ ഭാഗം മാത്രമാണെന്നും, അതല്ലാതെ യാദൃശ്ചികമായ ഒരു സംഭവിക്കലല്ലെന്നുമുള്ള വ്യക്തമായ അറിവോടെ ഒരു വിദ്യാർഥിക്കവന്റെ മെഡിക്കൽ പഠനങ്ങളെ സമീപിക്കാനാവും. നവോത്ഥാനത്തിനു മുമ്പോ പിമ്പോ, അറിവ് നേടുന്ന മനുഷ്യരുടെയും അവരുടെ പുസ്തകങ്ങളുടെയും, ചരിത്രത്തിൽ മറ്റാരും തന്നെ വൈദ്യശാസ്ത്രത്തിന്റെ മണ്ഡലത്തിൽ വിജയകരമായി അത്തരമൊരു ശ്രമം നടത്തിയിട്ടില്ല. അതുകൊണ്ട് അദ്ദേഹത്തിന്റെ സംഭാവനകളെ അട്ടിമറിക്കുന്നതിനുപകരം ഇന്ന് പഠിക്കുകയാണ് വേണ്ടത്. ഇബ്ൻ സിന വൈദ്യത്തിന്റെയും ശസ്ത്രക്രിയയുടെയും ഒരുദ്ഗ്രഥിത വീക്ഷണം നൽകുകയും, അക്ഷരാർഥത്തിൽത്തന്നെ അവ ഉദ്ഗ്രഥിതമാണ് എന്ന് തെളിയിച്ചുകൊണ്ട് പുതിയ പുതിയ സങ്കൽപ്പനങ്ങളായ ഇന്റർവെൻഷണൽ കാർഡിയോളജി, ഗാസ്ട്രോ എന്ററോളജി, റേഡിയോളജി തുടങ്ങിയവ കടന്നുവരുന്നതിനും ഒട്ടേറെ നൂറ്റാണ്ടുകൾക്കു മുമ്പു തന്നെ ഒരാധുനികവീക്ഷണം മുന്നോട്ടുവയ്ക്കുകയും ചെയ്തു. ഈ മഹാ

നായ മനുഷ്യന്റെ ജീവിതത്തിനും പ്രവർത്തനങ്ങൾക്കും ചേർന്ന ആകർഷകമായ ഒരു ചരിത്രസ്മാരകം ഇന്നും ബുഖാറ മ്യൂസിയത്തിനു പുറത്ത് നിലകൊള്ളുകയും അദ്ദേഹത്തിന്റെ ഛായാചിത്രം പാരീസ് യൂണിവേഴ്സിറ്റിയിലെ ഫാക്കൽറ്റി ഓഫ് മെഡിസിന്റെ ഹാളിൽ തൂങ്ങിക്കിടക്കുകയും ചെയ്യുന്നു.

ഇബ്ൻ അൽ-നഫീസ് (1208-1288എ ഡി) അറബ് ബഹുശാസ്ത്ര പണ്ഡിതനായിരുന്നു — ഒരു വൈദ്യനും അനാട്ടമിസ്റ്റും ഫിസിയോളജിസ്റ്റും സർജനും ഓഫ്ത്താൽമോളജിസ്റ്റും. അതിശയകരമായ പരീക്ഷണശേഷി പ്രകടമാക്കിയ അദ്ദേഹം ഏറ്റവും വിപുലമായ തോതിൽ ആദരിക്കപ്പെട്ട വൈദ്യനാണ്. ചരിത്രത്തിൽ ഇബ്ൻ അൽ-നഫീസ് ഏറ്റവുമധികം അറിയപ്പെടുന്നത് ശ്വാസകോശങ്ങളുടെയും ബ്രോങ്കൈസു(ശ്വാസനാളങ്ങൾ) കളുടെയും ഘടന കൃത്യമായ വിവരിച്ച ആദ്യത്തെ ജീനിയസ് എന്ന നിലയ്ക്കാണ്. അദ്ദേഹം പൾമൊണറി (ശ്വാസകോശ)രക്തചംക്രമണത്തിന്റെ സിദ്ധാന്തം മുന്നോട്ടുവച്ചു—ഫിസിയോളജിക്കൽ വൈദ്യത്തിൽ അതൊരു കുതിച്ചുചാട്ടം സൃഷ്ടിച്ചു. 1924ൽ ഒരു ഈജിപ്ഷ്യൻ ഫിസിഷ്യനായ ഡോ. മുഹ്‌യോ അൽ-ദീൻ അൽത്താവി അൽ-നഫീസ് 1242ൽ രചിച്ച ഒരു കൈയെഴുത്തുപ്രതി കണ്ടെത്തി. അതിന്റെ പേര് *ഷർറ് തഷ്‌രിഫ് അൽ കാനൂൻ ഇബ്ൻ സിന* (*അവിസെന്നയുടെ കാനോനിനെക്കുറിച്ചുള്ള ഒരഭിപ്രായം*) എന്നായിരുന്നു. ജർമനിയിലെ ആൽബർട്ട് ലുഡ്‌വിഗ്സ് യൂണിവേഴ്സിറ്റിയിൽ അറബ് വൈദ്യത്തിന്റെ ചരിത്രം പഠിക്കുമ്പോൾ ബർലിനിലെ പ്രഷ്യൻ സ്റ്റേറ്റ് ലൈബ്രറിയിൽ നിന്നാണ് അദ്ദേഹമത് കണ്ടെത്തിയത്. ഇബ്ൻ അൽ നഫീസ് അനാട്ടമി, പത്തോളജി, ഫിസിയോളജി എന്നിവയെല്ലാം വിശദമായി കൈകാര്യം ചെയ്യുന്ന ഈ കൃതി ഏറ്റവും മികച്ച ശാസ്ത്രീയ കൃതികളിലൊന്നായി കണക്കാക്കപ്പെടുന്നു. ഇബ്ൻ അൽ-നഫീസിനുമുമ്പ് അംഗീകരിക്കപ്പെട്ടിരുന്ന സിദ്ധാന്തം ഗാലെൻ 2-ാം നൂറ്റാണ്ടിൽ മുന്നോട്ടുവച്ചതും പിൽക്കാലത്ത് അവിസെന്ന 11-ാം നൂറ്റാണ്ടിൽ മെച്ചപ്പെടുത്തിയതുമായിരുന്നു. ആ സിദ്ധാന്തപ്രകാരം ഹൃദയത്തിന്റെ വലത്തെ വശത്ത് എത്തിച്ചേരുന്ന രക്തം കാർഡിയാക് സെപ്റ്റത്തിലെ (ഹൃദയത്തിലെ അറയുടെ ഭിത്തി) കാണാനാവാത്ത സുഷിരങ്ങളിലൂടെ ഇടതുവശത്തെത്തുകയും അവിടെ അത് വായുവുമായി കൂട്ടിച്ചേർന്ന് സ്പിരിറ്റിനെ സൃഷ്ടിക്കുകയും തുടർന്ന് ശരീരത്താകമാനം വിതരണം ചെയ്യപ്പെടുകയും ചെയ്യുന്നു (ഗാലെന്റെ വീക്ഷണപ്രകാരം സിരാവ്യവസ്ഥ ധമനിവ്യവസ്ഥയിൽ നിന്നും തികച്ചും വേറിട്ടതാണ്, കാണാനാവാത്ത സുഷിരങ്ങളിലൂടെ പരസ്പരം ബന്ധത്തിൽ വരാത്തപ്പോഴെല്ലാം). ഗാലെന്റെയും അവിസെന്നയുടെയും സിദ്ധാന്തം തെറ്റാണെന്ന് ഇബ്ൻ അൽ-നഫീസ് ഈ കൃതിയിലൂടെ തെളിയിക്കുകയും പൾമൊണറി സർക്കുലേഷന്റെ ആദ്യത്തെ വിവരണങ്ങൾ നൽകുകയും ചെയ്തു. ഒരു ചെറിയ ചംക്രമണ വ്യവസ്ഥയുടെ അടിസ്ഥാനത്തെ അത് രൂപപ്പെടുത്തുന്നു. അറകൾക്കിടയിലെ ഭിത്തിയിൽ

എന്തെങ്കിലും സുഷിരങ്ങൾ നിലനിൽക്കുന്നില്ല എന്നു പറഞ്ഞ അദ്ദേഹം രക്തം അഥവാ രക്തവും വായുവും കൂടിക്കലർന്ന സ്പിരിറ്റ്, ശ്വാസകോശത്തിൽ നിന്ന് ഇടത്തെ അറയിലേക്കാണ് പോകുന്നതെന്നും, നേരെ മറിച്ചല്ല എന്നും ചൂണ്ടിക്കാട്ടി. അദ്ദേഹം ഉറപ്പിച്ചുപറഞ്ഞത്, അവിസെന്ന പറഞ്ഞതു പോലെ മൂന്നറകളില്ല, മറിച്ച് രണ്ടറകളേയുള്ളുവെന്നും, ആ അറ അതിന്റെ പോഷണം സ്വീകരിക്കുന്നത് അതിന്റെയകത്തു കൂടിപ്പോകുന്ന രക്തക്കുഴലുകളിൽ നിന്നാണ് എന്നും (അതായത് കൊറോണറി വെസ്സൽസ്) അല്ലാതെ വലത്തിൽ അറയിൽ നിക്ഷേപിക്കപ്പെട്ടിരിക്കുന്ന രക്തത്തിൽ നിന്നല്ലെന്നുമാണ്. അങ്ങനെ കൊറോണറി സർക്കുലേഷന്റെ സിദ്ധാന്തം മുന്നോട്ടുവച്ചു. പൾമൊണറി ആർട്ടറി (ധമനി) യിൽനിന്ന് ലഭിക്കുന്നതാണ് പൾമൊണറി വെയ്ൻ (സിര) സ്വീകരിക്കുന്നതെന്നു പറയുന്നതിലൂടെ അദ്ദേഹം കാപ്പില്ലറി സർക്കുലേഷനും (capillary circulation) വിശദീകരിച്ചു; രണ്ടിനുമിടയിൽ കാണാവുന്ന ഒരിടനാഴി നിലനിൽക്കുന്നതിനുള്ള കാരണമിതാണ്. വൈദ്യശാസ്ത്രത്തിന്റെ മണ്ഡലത്തിൽ വമ്പിച്ചൊരു കുതിച്ചുചാട്ടമായിരുന്ന ഇത്തരം നിരീക്ഷണങ്ങൾ സർക്കുലേറ്ററി ഫിസിയോളജിയിൽ വമ്പിച്ച മാറ്റങ്ങൾ കൊണ്ടുവന്നു. പൾമൊനറി സർക്കുലേഷനെക്കുറിച്ചുള്ള ആദ്യത്തെ യൂറോപ്യൻ വിവരണങ്ങൾ വന്നത് എത്രയോ നൂറ്റാണ്ടുകൾക്കുശേഷമാണ്; 1553ൽ മൈക്കൽ സെർവത്തൂസിൽ നിന്നും, 1628ൽ വില്യം ഹാർവിയിൽ നിന്നും 1559ൽ കൊളംബോയിൽ നിന്നും. പൾമൊണറി വെയിൻ (pulmonary vein) സ്വീകരിക്കുന്നത് പൾമൊണറി ആർട്ടറിയിൽ നിന്നുവരുന്നവയാണെന്നും അവയ്ക്കിടയിൽ കാണാവുന്ന ഇടനാഴികൾ നിലനിൽക്കുന്നതിനു കാരണമിതാണെന്നും പറയുക വഴി അദ്ദേഹം കാപ്പില്ലറി സർക്കുലേഷന്റെ (സൂക്ഷ്മകുഴൽ രക്തചംക്രമണം) മുന്നോടിയെക്കൂടി കണ്ടുപിടിച്ചു. 1661ൽ ഇറ്റാലിയൻ ഫിസിയോളജിസ്റ്റായ മാർസെല്ലോ മാൽപ്പീഗി കണ്ടുപിടിക്കുന്നതു വരെ യൂറോപ്പിനതേക്കുറിച്ചറിയില്ലായിരുന്നു.

നാഡീസ്പന്ദനത്തിന്റെ ഉദ്ദേശ്യം ഹൃദയത്തിൽ നിന്നും രക്തത്തെ ശരീരത്തിന്റെ ബാക്കിഭാഗങ്ങളിലേക്കെത്തിക്കലാണെന്ന് ഇബ്ൻസിനയെപ്പോലെ അദ്ദേഹത്തിനുമറിയാമായിരുന്നു. തലച്ചോറിനെ പൊതിയുന്ന ഡൂറമേറ്ററിലൂടെ (duramator) ഫോർബ്രെയിൻ (മുൻഭാഗതലച്ചോറ്) എന്നറിയപ്പെടുന്നിടത്തോക്കാണ് രക്തം ആദ്യമെത്തിച്ചേരുന്നതെന്ന ഗാലന്റെ ധാരണ തെറ്റാണെന്നും മറിച്ച് രക്തം തലച്ചോറിന്റെ പിന്നിലെ അറ (hind brain) യിലെത്തിയ ശേഷമാണത് മുന്നിലെ രണ്ടറകളിലേക്കുമെത്തുന്നതെന്നും ഇബ്ൻ അൽ-നഫീസ് തെളിയിച്ചു. ഗാലെനും അവിസെന്നയും മുന്നോട്ടുവച്ച ബൈൽ കനാലിനെ (bilous canal) സംബന്ധിച്ച അനാട്ടമിയിലെ മറ്റൊരു തെറ്റായ സിദ്ധാന്തവും അദ്ദേഹം തെറ്റെന്നു തെളിയിച്ചു. ഗാലെന്റെയും അവിസെന്നയുടെയും സിദ്ധാന്തത്തെപിൽക്കാലത്ത് ലിയനാർഡോ ഡാവിഞ്ചിയും, ആധുനികകാലത്തിന്റെ തുടക്കത്തിൽപ്പോലും വെസാലിയുസും ഉയർത്തിപ്പിടിച്ചിരുന്നു.

ഈ സിദ്ധാന്തം ആധുനികപൂർവ കാലഘട്ടത്തിൽ തെറ്റെന്നു തെളിയിച്ച ഏകവൈദ്യശാസ്ത്രജ്ഞനാണ് ഇബ്ൻ അൽ നഫീസ്. തലയോട്ടിയിലെ നാഡികളുടെ ചില നാഡിസംബന്ധമായ ക്രമീകരണങ്ങൾ (neuronal arrangements) അവിസെന്ന വിശദീകരിച്ചതു പോലെയല്ലെന്ന് ആദ്യമായി മനുഷ്യന്റെ തലച്ചോറ് ഡിസ്സെക്ട് ചെയ്തു (ഛേദിച്ച്) പഠിച്ചുകൊണ്ട് അദ്ദേഹം തിരുത്തി. അതുപോലെ ഒപ്ടിക് നെർവിനെ (കാഴ്ച സാധ്യമാക്കുന്ന നാഡി) സംബന്ധിച്ച ഗാലെന്റെ ധാരണയും തെറ്റാണെന്ന് അദ്ദേഹം കണ്ടെത്തി തിരുത്തി. ഗാലെൻ പറഞ്ഞത് വലതുവശത്തുനിന്നുവരുന്ന ഒപ്ടിക് നെർവ് വലത്തെ കണ്ണിലും ഇടതുവശത്തേത് ഇടത്തെ കണ്ണിലുമാണെത്തിച്ചേരുന്നതെന്നാണ്. അക്കാര്യത്തിൽ ഗാലെനെ തിരുത്തിക്കൊണ്ട് വലത്തെ നെർവ് ഇടത്തെക്കണ്ണിലും ഇടത്തെ നെർവ് വലത്തെ കണ്ണിലുമാണെത്തിച്ചേരുന്നതെന്ന് അൽനഫീസ് പറഞ്ഞത് പിൽക്കാലത്ത് ആധുനിക കാലഘട്ടം ശരിവച്ചു. അരിസ്റ്റോട്ടിലിന്റെയും ഗാലെന്റെയും അവിസെന്നയുടെയും എംബ്രിയോളജി (ഭ്രൂണശാസ്ത്രം) സംബന്ധമായ വിശദീകരണങ്ങളെ വിമർശിച്ച ഇബ്ൻ അൽ-നഫീസ് എംബ്രിയോളജിയെയും ജീവന്റെ വളർച്ചയെയും സംബന്ധിച്ച് തന്റെ സ്വന്തം സിദ്ധാന്തങ്ങൾ മുന്നോട്ടുവച്ചു. പുരുഷ-സ്ത്രീ ശുക്ലങ്ങൾ ഒന്നുചേരുമ്പോൾ അവചേർന്നൊരു മിശ്രിതദ്രവ്യം സൃഷ്ടിക്കപ്പെടുമെന്നും അതിന് ഒരു മൃഗആത്മാവിനെയോ മനുഷ്യാത്മാവിനെയോ സ്വീകരിക്കാൻ പറ്റിയ ടെംപറമെന്റുണ്ടെങ്കിൽ, ദൈവം ഈ ദ്രവ്യത്തിലേക്ക് ഒരാത്മാവിനെ അയക്കുമെന്നും, അത് പിന്നീട് ഒരു ഭ്രൂണമായി വികസിക്കുകയും അവയവങ്ങളെ വളർത്തുകയും ചെയ്യുമെന്നും അദ്ദേഹം വിശ്വസിച്ചു. അദ്ദേഹത്തിന്റെ ഇത്തരം സിദ്ധാന്തങ്ങൾ 17-ാം നൂറ്റാണ്ടിൽ ശാസ്ത്രീയമായി തെളിയിക്കപ്പെടുകയും യൂറോപ്യൻ ശാസ്ത്രജ്ഞർക്ക് കിട്ടുകയും ചെയ്തു. അവിസെന്നയുടെയും ഗാലെന്റെയും സിദ്ധാന്തങ്ങൾക്ക് പകരമായി അദ്ദേഹം അനാട്ടമിയിലും ഫിസിയോളജിയിലും മനശ്ശാസ്ത്രത്തിലും നഫീസിയൻ വ്യവസ്ഥകൾ (systems) മുന്നോട്ടുവച്ചു. നാലു ഭൂതങ്ങൾ, നാഡീസ്പന്ദനം, എല്ലുകൾ, മസിലുകൾ, കുടലുകൾ, ഇന്ദ്രിയാവയവങ്ങൾ, ബൈൽ കനാലുകൾ, ഈസോഫാഗസ് (അന്നനാളം), ഉദരം, എന്നിവയുടെയും ശരീരത്തിന്റെ മറ്റെല്ലാ ഭാഗങ്ങളുടെയും അനാട്ടമിയിലും അവർ മുന്നോട്ടുവച്ച ധാരണകളെ തള്ളിക്കളഞ്ഞുകൊണ്ടാണദ്ദേഹം തന്റെ സ്വന്തം വ്യവസ്ഥകൾ (systems) മുന്നോട്ടുവച്ചത്.

1236ൽ അൽനഫീസ്, ഈജിപ്തിലെ കെയ്റോയിലേക്ക് നീങ്ങി. അദ്ദേഹം അൽനസ്സരി ആശുപത്രിയിലും തുടർന്ന് അൽ-മൻസൂരി ആശുപത്രിയിലും ജോലി ചെയ്യുകയും അവിടെ വൈദ്യന്മാരുടെ മേധാവിയായി ഉയരുകയും ചെയ്തു. 1242ൽ അദ്ദേഹത്തിന്റെ പ്രസിദ്ധ കൃതി- അവിസെന്നയുടെ കാനോനിന് അദ്ദേഹം തയാറാക്കിയ കമന്ററി- പ്രസിദ്ധീകരിച്ചു. അതിൽ പുതിയ അനാട്ടമി സംബന്ധമായ അദ്ദേഹത്തിന്റെ ഒട്ടേറെ കണ്ടുപിടിത്തങ്ങളുണ്ടായിരുന്നു; ഏറ്റവും പ്രധാനമായി മേൽപ്പ

റഞ്ഞ പൾമോണറി - കൊറോണറി ചംക്രമണത്തെ സംബന്ധിക്കുന്നവ. അധികം വൈകാതെ, അദ്ദേഹം 'അൽ-ഷമീൽ ഫി അൽ-തിബ്ബിന്റെ' (വൈദ്യത്തെ സംബന്ധിച്ച സമഗ്രകൃതി)യുടെ ജോലിയാരംഭിച്ചു. അതിന്റെ 43 വാല്യങ്ങൾ 1243-1244 കാലഘട്ടത്തിൽ അദ്ദേഹം പ്രസിദ്ധീകരിച്ചു കഴിഞ്ഞിരുന്നു. അടുത്ത നിരവധി ദശകങ്ങളിൽ ഏറക്കുറെ മുന്നൂറ് വോള്യങ്ങൾക്കു വേണ്ട കുറിപ്പുകൾ അദ്ദേഹം തയാറാക്കിയിരുന്നു. എന്നാലദ്ദേഹത്തിന് മരണംവരെ 80 വാല്യങ്ങൾ പ്രസിദ്ധീകരിക്കാനേ കഴിഞ്ഞുള്ളു. അതെന്തായാലും, പൂർത്തീകരിക്കപ്പെടാത്ത അവസ്ഥയിലും വൈദ്യത്തെ സംബന്ധിച്ച സമഗ്രഗ്രന്ഥം അക്കാലം വരെയുള്ളതിലെ ഏറ്റവും വലിയ എൻസൈക്ലോപീഡിയയായിരുന്നു. ഇന്നുമത് ഏറ്റവും വലിയ മെഡിക്കൽ എൻസൈക്ലോപീഡിയകളിലൊന്നായിത്തന്നെ തുടരുന്നു. അവിസെന്നയുടെ കാനോനിന്റെ ഫാർമക്കോപ്പിയയെ സംബന്ധിച്ച അവസാന ഭാഗത്തിന് തയാറാക്കിയ കമന്ററിയായ *ഷാർഹ് അൽ-അദ്ഹിയ അൽ-മുബാറക്ക [കോമ്പൗണ്ട് (സംയുക്തം) മരുന്നുകളെക്കുറിച്ചുള്ള കമന്ററി]* അൽനഫീസ് എഴുതിയത് 1242ൽ അവിസെന്നയുടെ കാനോനിലെ അനാട്ടമിക്ക് കമന്ററിയെഴുതുന്നതിനും മുമ്പാണ്. ബെല്ലൂണോയിലെ ആൻഡ്രിയ അൽപ്പാഗോ (1520) ഈ കൃതി ലത്തീനിലേക്ക് പിൽക്കാലത്ത് ഭാഷാന്തരം ചെയ്തു. അൽപ്പാഗോ സിറിയയിൽ മുപ്പതു കൊല്ലം താമസിച്ചശേഷം അറബി വൈദ്യശാസ്ത്രഗ്രന്ഥങ്ങളുടെ ഒരു ശേഖരവുമായി ഇറ്റലിയിലേക്ക് മടങ്ങുകയായിരുന്നു. അദ്ദേഹത്തിന്റെ പരിഭാഷയുടെ അച്ചടിച്ച ഒരു വകഭേദം 1547 മുതൽ വെനീസിൽ ലഭ്യമായിരുന്നു. അദ്ദേഹത്തിന്റെ കാലത്തും അതിനുശേഷവും അൽ-നഫീസിന്റെ 80 വാല്യമുള്ള *മെഡിക്കൽ എൻസൈക്ലോപീഡിയ, വൈദ്യത്തെക്കുറിച്ചുള്ള സമഗ്രകൃതി,* അവിസെന്നയുടെ (ഇബ്ൻസിന) *കാനോൻ ഓഫ് മെഡിസിനെ* മധ്യകാല ലോകത്തെ ആധികാരിക വൈദ്യശാസ്ത്രഗ്രന്ഥമെന്ന നിലയിൽ പകരം വച്ചു. മുസ്ലിം ജീവചരിത്രകാരന്മാരും ചരിത്രകാരന്മാരും നിരീക്ഷകരും 13-ാം നൂറ്റാണ്ടുമുതൽ ഇബ്ൻ അൽ നഫീസിനെ ചരിത്രത്തിലെ ഏറ്റവും വലിയ ഫിസിഷ്യനായി കരുതാൻ തുടങ്ങി. ചിലരദ്ദേഹത്തെ 'രണ്ടാം ഇബ്ൻസിന' എന്നു വിളിച്ചു. മറ്റു ചിലരാകട്ടെ, തന്റെ മറ്റെല്ലാ മുൻഗാമികളെക്കാളും മഹാനാണദ്ദേഹമെന്നു കരുതി. *അൽ റിസാല അൽ-കാമിലിയ്യാ ഫിൽ സിയേറാ അൽ-നബാവിയ്യ (പ്രവാചകന്റെ ജീവചരിത്രത്തിന്മേൽ കമീലിന്റെ പ്രബന്ധം)* എന്നത് ആദ്യത്തെ ദൈവശാസ്ത്രനോവലാണ്. ഇബ്ൻ അൽ-നഫീസ് രചിച്ച അത് പടിഞ്ഞാറ് തിയോളോഗുസ് ഓട്ടോഡിഡക്ടുസ് (Theologus autodidactus)എന്ന പേരിൽ പരിഭാഷ ചെയ്യപ്പെട്ടു. അത് ഏറ്റവുമാദ്യത്തെ അറബി നോവലുകളിലൊന്നാണ്, ആദ്യത്തെ സയൻസ് ഫിക്ഷൻ നോവലുമാണ്, മരുഭൂമിദ്വീപിന്റെ കഥയുടെ ഏറ്റവുമാദ്യത്തെ ഉദാഹരണമാണ്. ഈ നോവൽ രചിക്കപ്പെട്ടത് 1268നും 1277നുമിടയിലെപ്പോഴോ ആണ്. ബയോളജി, കോസ്മോളജി, എംപിരിസിസം, എപ്പിസ്റ്റമോമോളജി,

എക്സ്പിരിമെന്റേഷൻ, ഫ്യൂച്ചെറോളജി, ജിയോളജി, ഇസ്ലാമിക് എസ്ക്കറ്റോളജി, നാച്ചുറൽ ഫിലോസഫി, ചരിത്രത്തിന്റെയും ഫിസിയോളജിയുടെയും ഫിലോസഫി, മതത്തിന്റെ തത്വചിന്ത, ഫിസിയോളജി, മനശ്ശാസ്ത്രം, ടെലിയോളജി എന്നിങ്ങനെ വളരെ വൈവിധ്യമേറിയ വിഷയങ്ങളിൽ ശാസ്ത്രീയവും തത്വചിന്താപരവും മതപരവുമായ തന്റെ കാഴ്ചപ്പാടുകൾ പ്രകടിപ്പിക്കാൻ ഇബ്ൻ അൽ നഫീസ് കഥാപരിസരത്തെ ഉപയോഗപ്പെടുത്തി. അങ്ങനെ തത്വചിന്താപരമായ നോവലിന്റെ രംഗത്തെ ആദ്യ പഥികനുമായിത്തീർന്നു, അൽനഫീസ് കമീലിന്റെ കഥയിലൂടെ അൽ നഫീസ് ശ്രമിച്ചത്, യുക്തിപരമായ ചിന്തയിലൂടെയും (logical thinking) യുക്തിപരമായ അനുമാനങ്ങളിലൂടെയും (reasoning) മനുഷ്യമനസിന് പ്രപഞ്ചത്തിന്റെ തത്വചിന്താപരവും മതപരവും സ്വാഭാവികവുമായ സത്യങ്ങൾ ഉരുത്തിരിച്ചെടുക്കാൻ കഴിയുമെന്ന് സ്ഥാപിക്കാനാണ്. തിയോളോഗുസ് ഓട്ടോഡിഡേക്ട്സ് ഒരു നോവലിന്റെ ആഖ്യാന സങ്കേതമുപയോഗിച്ചുകൊണ്ട് മതപരമായ അനുശാസനങ്ങളെ ശാസ്ത്രത്തിന്റെയും തത്വചിന്തയുടെയും രീതികളിൽ വിശദീകരിക്കാനുള്ള ഒരു ശ്രമമായിരുന്നു. അങ്ങനെ, യുക്തിചിന്തയെ വെളിപാടുമായി അനുരഞ്ജിപ്പിക്കാനും അവക്കിടയിലുള്ള രേഖയെ മായ്ച്ചുകളയാനുമുള്ള ഒരു ശ്രമം. ഇസ്ലാമിന്റെ വ്യവസ്ഥയെയും പ്രവാചകദൗത്യങ്ങളെക്കുറിച്ചുള്ള മുസ്ലിമിന്റെ പ്രമാണങ്ങളെയും ശരീരത്തിന്റെ ഉയിർത്തെഴുന്നേൽപ്പിനെയും പ്രതിരോധിക്കാനുള്ള ഒരു ശ്രമമായി ആ പുസ്തകത്തെ ഇബ്ൻ അൽ നഫീസ് വിവരിച്ചു. ഇബ്ൻ അൻ നഫീസിന്റെ *അൽ-മുജാസ്ഫി അൽ-ടിബ്ബ്* (*വൈദ്യശാസ്ത്രത്തിന്റെ സംഗ്രഹം*) തനതായ ഒട്ടനവധി സംഭാവനകൾ ഉൾക്കൊള്ളുന്നതും 500 പേജുകളുള്ളതുമായ വൈദ്യശാസ്ത്രത്തെക്കുറിച്ചുള്ള പ്രസിദ്ധമായ പുസ്തകമാണ്. ഭക്ഷണക്രമത്തിന് ആരോഗ്യത്തിലുള്ള പങ്കിനെക്കുറിച്ച് അദ്ദേഹം *കിത്താബ് അൽ-മുക്തർ ഫി അൽ-അഗ്ദിയ* (*ഭക്ഷ്യപദാർത്ഥങ്ങളുടെ തെരഞ്ഞെടുപ്പ്*) എന്ന പേരിൽ മറ്റൊരു ഗ്രന്ഥവും രചിച്ചു. *ഇബ്ൻ അൽ-നഫീസ് ഓഫ്ത്താൽമോളജി* എന്ന പേരിൽ ഒരു വലിയ പുസ്തകവും രചിച്ചു. ആ പുസ്തകത്തിലൂടെ ആ വൈദ്യശാസ്ത്രശാഖക്ക് അദ്ദേഹം സ്വന്തമായ നിരവധി സംഭാവനകളും നൽകി. ഗ്ലൂക്കോമക്കും ഒരു കണ്ണിനെന്തെങ്കിലും രോഗം പിടിപെട്ടാൽ മറ്റേ കണ്ണിന്റെ കാഴ്ച മങ്ങുന്നതിനും ഒട്ടേറെ പുതിയ ചികിത്സകൾ അദ്ദേഹം കണ്ടുപിടിച്ചു.

ഇബ്ൻ അൽ-നഫീസ് ഒരു യാഥാസ്ഥിതിക സുന്നി മുസ്ലിമായിരുന്നു. എന്നാൽ തന്റെ മുൻഗാമികളിൽ നിന്നും സമകാലികരിൽ നിന്നും വ്യത്യസ്തമായി അദ്ദേഹം ദൈവശാസ്ത്രത്തിനും തത്വചിന്തക്കുമിടയിൽ ഒരു വേർതിരിവ് സൃഷ്ടിച്ചില്ല. സ്വയം ഒരു പാരമ്പര്യവാദിയായ അൽ-നഫീസ് തന്റെ പുസ്തകങ്ങളിലൂടെ യുക്തിചിന്തയെ വെളിപാടുമായി കൂട്ടിയിണക്കാനും മതവും തത്വചിന്തയും തമ്മിൽ സ്വരച്ചേർച്ചയുണ്ടെന്ന് കാണിക്കാനും ശ്രമിച്ചു. സ്വയചികിത്സയുടെ ഭാഗമായി വീഞ്ഞിനെ ദുരു

പയോഗിക്കുന്നതിനെ അദ്ദേഹം വെറുത്തു. ദൈവഭയമുള്ളവനും സുന്ന അനുസരിക്കുന്നവനുമായ ഒരു മതപണ്ഡിതനായി സ്വയം പ്രതിഷ്ഠിച്ചു കൊണ്ടദ്ദേഹം അതിനെതിരായ വൈദ്യശാസ്ത്രപരവും മതപരവുമായ കാരണങ്ങൾ നിരത്തി. യുക്തിചിന്തയുള്ള ബുദ്ധിമാനായ ഒരു തത്വചിന്തകനെന്ന നിലയിലും ഒരു കേൾവിപ്പെട്ട വൈദ്യചികിത്സകനെന്ന നിലയിലും അദ്ദേഹം പാരമ്പര്യവാദികളിലും യുക്തിവാദികളിലും ഒരുപോലെ സ്വാധീനം ചെലുത്തി. പ്രത്യേകിച്ച്, ആത്മാവിനെപ്പറ്റി അദ്ദേഹം തന്റേതായ ഒരു സിദ്ധാന്തം ചമച്ചു. ആത്മാവ് ഹൃദയത്തിൽനിന്നുത്ഭവിക്കുന്നുവെന്ന അവിസെന്നയുടെയും അരിസ്റ്റോട്ടിലിന്റെയും ആശയങ്ങളെ അദ്ദേഹം വിമർശിച്ചു. ഓരോ സവിശേഷമായ ആത്മാവിനും നിലനിൽക്കാനായി ഒരു സവിശേഷ ഉറവിടമാവശ്യമുണ്ടെന്നും, ഇക്കാര്യത്തിൽ ഹൃദയമാണ് അതിന്റെ ഉറവിടമെന്നുമുള്ള അരിസ്റ്റോട്ടിലിന്റെ കാഴ്ചപ്പാടിനെ വിമർശിച്ചുകൊണ്ടദ്ദേഹം ആത്മാവ് ഏതെങ്കിലും ഭൂതവുമായോ ഏതെങ്കിലും അവയവവുമായോ ബന്ധപ്പെട്ടല്ല നിൽക്കുന്നതെന്നും, മറിച്ച് ഒരാത്മാവിനെ സ്വീകരിക്കാൻ തക്കവിധം സ്വഭാവഗുണം രൂപീകരിക്കപ്പെട്ട മൊത്തം ദ്രവ്യത്തിലുമായാണത് നിലനിൽക്കുന്നതെന്നും വ്യക്തമാക്കി. അദ്ദേഹം 'മാനസിക കഴിവുകളെ' അന്തർജ്ഞാനം, ഇന്ദ്രിയജ്ഞാനം, ഭാവന, മൃഗസഹജമായ സ്വയം ചലനം, വാസന എന്നിങ്ങനെ കണ്ടെത്തുകയും ഇതെല്ലാം തലച്ചോറിൽ നിന്നല്ല, ഹൃദയത്തിൽ നിന്നാണുവരുന്നതെന്ന അരിസ്റ്റോട്ടിലിന്റെ ധാരണയെ വിമർശിക്കുകയും ചെയ്തു. ഹൃദയത്തെയും ധമനികളെയുംകാൾ തണുത്തിരിക്കുന്നത് തലച്ചോറും നെർവുകളുമാണെന്ന് അൽ-നഫീസ് കണ്ടെത്തിയതോടെ, അതിന്റെയടിസ്ഥാനത്തിൽ തലച്ചോറിൽ നിന്നാണ് 'മാനസിക കഴിവുകൾ' വരുന്നതെന്നദ്ദേഹം വാദിച്ചു. സംവേദനത്തെയും, ചലനത്തെയും അറിയലിനെയും നിയന്ത്രിക്കുന്നത് തലച്ചോറാണെന്നും അദ്ദേഹം എഴുതി.

ഇബ്ൻ അൽ-നഫീസ് 1288 ഡിസംബർ 17ന് നിര്യാതനായി. അദ്ദേഹം മരണാനന്തരം തന്റെ വീടും ലൈബ്രേറിയും ക്ലിനിക്കും മൻസൂരിയ ആശുപത്രിക്ക് സംഭാവന ചെയ്തു. രക്തചംക്രമണത്തിന്മേൽ അദ്ദേഹം നടത്തിയ ഗംഭീര പഠനത്തിന്റെ പേരിൽ അദ്ദേഹം സർക്കുലേറ്ററി ഫിസിയോളജിയുടെ പിതാവായി അറിയപ്പെടുന്നു.

ഹുനായ്ൻ ഇബ്ൻ ഇഷാക് (ജൊഹാന്നിറ്റസ് 809-873) പ്രസിദ്ധനും സ്വാധീനശക്തിയുള്ളവനുമായ ഒരു മധ്യപൂർവദേശ നെസ്തോറിയൻ ക്രിസ്ത്യൻ പണ്ഡിതനും ആ കാലഘട്ടത്തിലെ ഏറ്റവും വലിയ ഗ്രീക്ക്-സിറിയക് വിവർത്തകനുമായിരുന്നു എന്ന് നേരത്തേ സൂചിപ്പിച്ചുവല്ലോ? അദ്ദേഹം *ഓഫ്ത്താൽമോളജിയെക്കുറിച്ച് പത്തു പ്രബന്ധങ്ങൾ* എന്നൊരു ചരിത്രപ്രധാനമായ കൃതി രചിച്ചു. കണ്ണിനെക്കുറിച്ചും അതിന്റെ രോഗങ്ങളെക്കുറിച്ചും, അവയുടെ ലക്ഷണങ്ങളെക്കുറിച്ചും ചികിത്സകളെക്കുറിച്ചുമുള്ള സൂക്ഷ്മമായ വിശദാംശങ്ങളും, തന്റെ വിപുലമായ ഗവേഷണങ്ങളും നിരീക്ഷണങ്ങളും വഴി അതിന്റെ അനാട്ടമിയും വിശദീകരിച്ച

പുസ്തകം ഈ മേഖലയിൽ ജനങ്ങൾക്കിടയിലറിയപ്പെട്ട ആദ്യത്തെ ക്രമബന്ധമായ പുസ്തകമായിരുന്നു. അബു മെർവാൻ അബ്ദുൽ-മാലിക്ക് ഇബ്ൻ സുഹ്ർ (ഇബൻ സുഹ്ർ എന്നും അവെൻസോർ എന്നും അദ്ദേഹം വിളിക്കപ്പെട്ടു, കാലം 1091-1161) പരീക്ഷണശസ്ത്രക്രിയയുടെ (experimental surgery) പിതാവായി അറിയപ്പെടുന്നു. അദ്ദേഹം ശസ്ത്രക്രിയയിലേക്ക് പരീക്ഷണാത്മകരീതി കൊണ്ടുവന്നു. മൃതദേഹം വെട്ടിക്കീറുന്നതും മനുഷ്യശരീരത്തെ ഡിസെക്ട് ചെയ്യുന്നതുമടക്കമുള്ള രീതികളുപയോഗിച്ച് അദ്ദേഹം പഠിച്ചു; അദ്ദേഹം ഒരു സൂചികൊണ്ട് മനുഷ്യരിലെ ആദ്യത്തെ പേരന്റൽ ന്യൂട്രീഷ്യൻ (രക്തത്തിലൂടെ പോഷകാഹാരം കൊടുക്കുന്ന പദ്ധതി) നിർവഹിച്ചു; ചൊറിയുടെയും നീരിന്റെയും കാരണം കണ്ടുപിടിച്ചു. ഇബ്ൻ സുഹ്ർന്റെ ഏറ്റവും പ്രസിദ്ധമായ കൃതി അദ്ദേഹത്തിന്റെ 'അൽ തൈസീർ' ആണ്. അതിലദ്ദേഹം ശസ്ത്രക്രിയയിലേക്ക് പരീക്ഷണ രീതിയെ കൊണ്ടുവന്നു. ശസ്ത്രക്രിയ രീതികൾ ആദ്യം മൃഗങ്ങളിൽ പരീക്ഷിച്ചു നോക്കിയശേഷം അത് മനുഷ്യരായ രോഗികളിൽ പ്രയോഗിച്ച ആദ്യത്തെയാളാണദ്ദേഹം. അദ്ദേഹം അത്തരം ശസ്ത്രക്രിയാ രീതികൾക്ക് പൂർണത വരുത്തിയത് ഒരു ആടിൽ പരീക്ഷണം നടത്തിയതിലൂടെയാണ്. മൃഗങ്ങളെ കീറിമുറിച്ച് പഠിച്ചതിലൂടെ ട്രാക്കിയോട്ടമി ഓപ്പറേഷൻ പ്രചാരത്തിൽ വരുത്തിയതിന്റെ ബഹുമതിയും അദ്ദേഹത്തിനാണ്. 12-ാം നൂറ്റാണ്ടിൽ സലാദ്ദീന്റെ വൈദ്യന്മാരായിരുന്ന അൽഷയ്സാരി, അബ്ൻ ജുമായ് എന്നിവരും ഏറ്റവുമാദ്യമായി മനുഷ്യശരീരത്തിന്റെ ഡിസ്സെക്ഷൻ നടത്തിയവരിൽപ്പെടുന്നു. മറ്റു വൈദ്യന്മാരോടും അങ്ങനെ ചെയ്യാൻ അവർ വ്യക്തമായ അഭ്യർഥനകൾ നടത്തി. അൽബാഗ്ദാദി (1162-1231) എഴുതിയത് എ ഡി 1200 ലെ ഈജിപ്തിലെ ക്ഷാമത്തിൽ തനിക്ക് ഒട്ടനവധി അസ്ഥികൂടങ്ങൾ നിരീക്ഷിക്കാനും പരിശോധിക്കാനും അവസരം ലഭിച്ചുവെന്നാണ്. ഇതാണ് മൃതദേഹ പോസ്റ്റ്മോർട്ടത്തിന്റെ ഏറ്റവുമാദ്യകാല ഉദാഹരണങ്ങളിലൊന്ന്. അതിലൂടെ അദ്ദേഹം കീഴ്ത്താടിയുടെയും ഇടുപ്പെല്ലിന്റെയും രൂപീകരണം സംബന്ധിച്ച ഗാലെന്റെ അഭിപ്രായങ്ങൾ തെറ്റാണെന്ന് കണ്ടെത്തുകയും ചെയ്തു. അൽ-ബാഗ്ദാദിയുടെ മുഖ്ത്താറത്ത് ഫി അൽ -ടിബ്ബ് ഹിരുഡോത്തെറാപ്പിയിൽ (അട്ടചികിത്സ) ആദ്യത്തെ കൃതികളിലൊന്നാണ്. അറബിഭാഷയിലെ ആദ്യത്തെ വൈദ്യശാസ്ത്ര എൻസൈക്ലോപീഡിയ അലി ഇബ്ൻ സാഹ്ൽ റബ്ബാൻ അൽ-തബരിയുടെ *ഫിർദൗസ് അൽ ഹിക്മ (വിജ്ഞാനത്തിന്റെ സ്വർഗം)* ആയിരുന്നു. എ ഡി 860ൽ ഏഴു ഭാഗങ്ങളായാണത് രചിച്ചത്. പീഡിയാട്രിക്സിന്റെയും ശിശുവളർച്ചയുടെയും കാര്യങ്ങൾ ആദ്യമായി കൈകാര്യം ചെയ്തതതാണ്. അതുപോലെ മനശ്ശാസ്ത്രവും സൈക്കോതെറാപ്പിയും ആദ്യമായി കൈകാര്യം ചെയ്തതും. പ്രാചീനകാലത്ത് ഗ്രീക്ക് -ഹെല്ലനിസ്റ്റിക് എഴുത്തുകാരായ ഹിപ്പോക്രാറ്റസ്, ഗാലെൻ, ടോളമി, എജിനയിലെ പോൾ എന്നിവർ തെറ്റായി വിശ്വസിച്ചത് ഗർഭപാത്ര സങ്കോചങ്ങൾ പ്രസവത്തിന്റെ മുന്നോ

ടിയായ ഒരു സൂചനമാത്രമാണെന്നും അതിനെത്തുടർന്ന് ഭ്രൂണം ഗർഭപാത്രത്തിൽ നിന്നും ബർത്ത് കനാലിലൂടെ (ജനന കനാലിലൂടെ) നീന്തി പുറത്തുവരുമെന്നുമാണ്. 10-ാം നൂറ്റാണ്ടിൽ അലി ഇബ്ൻ അബ്ബാസ് അൽ മജ്ജുസിയാണ് ഈ സിദ്ധാന്തം തെറ്റാണെന്നും ഭ്രൂണത്തെ പ്രസവിപ്പിക്കാനുള്ള കാരണമാണ് ഗർഭപാത്രസങ്കോചങ്ങളെന്നും കണ്ടുപിടിച്ചത്.

രോഗികളെ പരിചരിക്കാനും ശുശ്രൂഷിക്കാനുമുള്ള ഒരു സ്ഥാപനപരമായ സ്ഥലമാണ് ആശുപത്രിയെന്ന ആശയം പ്രാചീന കാലത്തുണ്ടായിരുന്നില്ല. ക്ഷേത്രങ്ങളുമായി ബന്ധപ്പെട്ട് സാനട്ടോറിയങ്ങളും സഞ്ചാരികൾക്കുള്ള ലോഡ്ജുകളുമുണ്ടായിരുന്നു. ചികിത്സയെന്നത് പ്രാർഥനകളും രോഗം സുഖപ്പെടുത്തുന്നതിന് ദൈവങ്ങൾക്കുള്ള ബലികളുമായിരുന്നു—പ്രത്യേകിച്ചും വൈദ്യത്തിന്റെ ദേവതകൾക്ക് — അക്കാലത്ത്. നേരെതിരിച്ച്, അറബ് യുഗത്തിന്റെ ആരംഭത്തിൽ 'ബീമാരിസ്ഥാൻ' എന്ന പേരിൽ ഒട്ടേറെ ഹോസ്പിറ്റലുകൾ രൂപമെടുത്തു. രോഗികളെ പരിചരിക്കാനുള്ള സ്ഥാപനങ്ങളാണാശുപത്രികൾ എന്ന ആശയം മുഴുവനായി ത്തന്നെ അറബികളും അവരുടെ ഖലീഫമാരും ഏറ്റെടുത്തു. ഒരു മൊബൈൽ സൈനിക യൂണിറ്റെന്ന നിലയിൽ ആദ്യത്തെ ബീമാരിസ്ഥാൻ സ്ഥാപിച്ചതിന്റെ ഖ്യാതി പ്രവാചകനായ മുഹമ്മദിനും മധ്യകാലത്തെ ആദ്യ ബീമാരിസ്ഥാൻ (ഡമാസ്കസിൽ) രൂപീകരിച്ചയാൾ എന്ന ബഹുമതി ഉമൈയ്യാദ് ഖലീഫയായ അൽ വയീദ് അബ്ദെൽ മാലിക്കി(668–715) നുമാണെങ്കിലും, എല്ലാ അർഥത്തിലും ആധുനിക രൂപത്തിലുള്ള ആദ്യത്തെ യഥാർഥ അറേബ്യൻ ആശുപത്രി പടുത്തുയർത്തപ്പെട്ടത് ഖലീഫ ഹാറൂൺ അൽ-റഷീദിന്റെ ഭരണത്തിനു കീഴിൽ ബാഗ്ദാദിലാണ്. അതിനെത്തുടർന്ന് മധ്യപൂർവദേശത്തിന്റെ മണ്ണിലുടനീളം ഒരു നിര ആശുപത്രികൾ പടുത്തുയർത്തപ്പെട്ടു. ബാഗ്ദാദിലെ ആശുപത്രികളിലൊന്നായ 'അൽ ഔദൂദി ബീമാരിസ്ഥാൻ' സ്ഥാപിക്കപ്പെട്ടത് മഹാനായ വൈദ്യൻ അൽ-റാസിയുടെ നിർദേശാനുസരണമാണ്. സിറിയയിലെ എൽ ഷാം ബീമാരിസ്ഥാൻ, ഡമാസ്കസിലെ അൽനൂറി ബീമാരിസ്ഥാൻ, ജറൂസലേമിലെ അൽ സൽഹാനി ബീമാരിസ്ഥാൻ, ബാഗ്ദാദ് ബീമാരിസ്ഥാൻ, ഈജിപ്തിലെ അൽ ഫുസ്ത ബീമാരിസ്ഥാൻ, സ്പെയിനിലെ ഗ്രാനഡ ബീമാരിസ്ഥാൻ എന്നിവ പേരെടുത്തുപറയാവുന്ന ഏതാനും ആശുപത്രികളാണ്. എക്കാലത്തും നിർമിക്കപ്പെട്ട ഏറ്റവും വലിയ ആശുപത്രികളിലൊന്ന് കെയ്റോയിൽ 1248ൽ പൂർത്തിയായ അൽ-മൻസൂരി ആശുപത്രിയാണ്. ഈജിപ്തിലെ മാംലൂക്ക് ഭരണാധികാരി മൻസൂർ ഖലൗനിന്റെ കൽപ്പന പ്രകാരമാണത് നിർമിക്കപ്പെട്ടത്. ഏറ്റവും വിപുലമായിരുന്ന ആ ആശുപത്രിയിൽ 8000 പേരെ ചികിത്സിക്കാൻ സൗകര്യമുണ്ടായിരുന്നു. ബീമാരിസ്ഥാനുകൾ ഭരണപരവും സാങ്കേതികവും അധ്യാപനപരവുമായ സംഘടനകളുടെ കേന്ദ്രങ്ങളായിരുന്നു. അതുപോലെയവ സഹിഷ്ണുതയുടെയും മതേതരത്വത്തിന്റെയും കൂടി കേന്ദ്രങ്ങ

ളായിരുന്നു. നിറം, മതം, കുടുംബ പശ്ചാത്തലം എന്നിവ നോക്കാതെ അവിടെ ആളുകളെ ചികിത്സിച്ചു. വ്യത്യസ്ത ഉദ്ദേശ്യലക്ഷ്യങ്ങൾക്കനുസൃതമായി വ്യത്യസ്ത തരം ബീമാരിസ്ഥാനുകളുണ്ടായിരുന്നു. മാനസികരോഗബീമാരിസ്ഥാനുകൾ, കുഷ്ഠരോഗികൾക്കുള്ള ബീമാരിസ്ഥാനുകൾ, റോഡ് ബീമാരിസ്ഥാനുകൾ (യാത്രക്കാർക്കായി), തടവറ ബീമാരിസ്ഥാനുകൾ, മൊബൈൽ ബീമാരിസ്ഥാനുകൾ എന്നിങ്ങനെ. സ്ത്രീകൾക്കും, പുരുഷന്മാർക്കുമുള്ള പ്രത്യേകവാർഡുകൾ, ഐസോലേഷൻ വാർഡുകൾ, സൈക്ക്യാട്രി വാർഡുകൾ എന്നിങ്ങനെ പ്രത്യേകം പ്രത്യേകം തരം തിരിച്ച വാർഡുകളുള്ള ആധുനിക ആശുപത്രികളുടെ പഴയ കാല റോൾമോഡലുകളായി അവ ഉയർന്നുനിന്നു. കുളിക്കാനുള്ള സൗകര്യവും വാട്ടർ സപ്ലൈയും, നഴ്സിങ് സമ്പ്രദായം, വിവിധ നിലവാരത്തിലുള്ള ചികിത്സിക്കുന്ന സർജൻമാർ, കൃത്യമായ ഇടവേളകളിലെ വാർഡ് സന്ദർശനം, ആശുപത്രിയോടനുബന്ധിച്ച് എല്ലാവിധസൗകര്യങ്ങളുമൊരുക്കിയ ഫാർമസി സമ്പ്രദായം, വിദ്യാഭ്യാസത്തിനുള്ള മെഡിക്കൽ സ്കൂൾ എന്നിവയൊക്കെ അവയ്ക്കുണ്ടായിരുന്നു. ചരിത്രത്തിലാദ്യമായി, ഈ ആശുപത്രികൾ കേസ് റിക്കാർഡുകളും നൽകിയ ചികിത്സകളുടെ വിവരങ്ങളും കൃത്യമായി സൂക്ഷിച്ചു. രോഗികൾക്ക് സൗജന്യമായി ചികിത്സ നൽകുകയും ആശുപത്രിവാസക്കാലത്ത് തൊഴിൽ ചെയ്യാതിരിക്കുന്നതിന് നഷ്ടപരിഹാരമെന്നോണം ഭക്ഷണവും പണവും നൽകുകയും ചെയ്തു. ഓരോ രോഗിയെയും പറഞ്ഞുവിടുമ്പോൾ ജോലിയെടുക്കാനാവുന്നതുവരെയുള്ള ആവശ്യങ്ങൾക്കായി അഞ്ചു സ്വർണനാണയങ്ങൾ വീതം നൽകി. ആശുപത്രികളിൽ കോൺഫറൻസ് റൂമുകളും ഏറ്റവും ആധുനികമായ വൈദ്യഗ്രന്ഥങ്ങൾ വരെയുൾക്കൊള്ളുന്ന വിലയേറിയ ലൈബ്രറികളുമുണ്ടായിരുന്നു. ഭരണാധികാരികളുടെ പൊതുജനസേവനത്തിലും നിത്യലോകജീവിതത്തിലും രാഷ്ട്രീയവ്യവസ്ഥയിലുമുള്ള താൽപ്പര്യത്തിനും അവരുടെ സഹിഷ്ണുതക്കും ധനസഹായത്തിനുമനുസരിച്ചും; വൈദ്യന്മാരുടെ ഉന്നതമായ അന്തസ്സിനു ചേർന്നവിധത്തിലും, അക്കാലത്തെ നാഗരികതയുടെ അവിഭാജ്യഭാഗമെന്ന നിലയിലും ആശുപത്രികൾ ഉന്നതമായൊരു നിലവാരം പുലർത്തി. നഗരങ്ങളും സർവകലാശാലകളും വലിയ ലൈബ്രറികൾ സൃഷ്ടിക്കുകയും അവ അറിവിന്റെയും പഠനത്തിന്റെയും ഉന്നത റഫറൻസ് കേന്ദ്രങ്ങളാവുകയും ചെയ്തു. ആദ്യമായി ഡിപ്ലോമകൾ നൽകിയ ലോകത്തിലെ സർവകലാശാലകൾ മധ്യകാല ഇസ്ലാമിക ലോകത്തിലെ ബീമാരിസ്ഥാൻ-മെഡിക്കൽ യൂണിവേഴ്സിറ്റികളും ഹോസ്പിറ്റലുകളുമായിരുന്നു. 9-ാം നൂറ്റാണ്ട് മുതൽ വൈദ്യചികിത്സ നടത്താൻ പ്രാപ്തി നേടിയവരായ ഇസ്ലാമിക മെഡിസിൻ വിദ്യാർഥിക്ക് മെഡിക്കൽ ഡിപ്ലോമകൾ നൽകി. ഗിന്നസ് ബുക്ക് ഓഫ് വേൾഡ് റിക്കാർഡ്സ് ലോകത്തിലെ ഏറ്റവും പഴക്കം ചെന്ന സർവകലാശാലയായി അംഗീകരിക്കുന്നത് എ ഡി 859ൽ മൊറോക്കൊയിലെ ഫെസിൽ സ്ഥാപിതമായ അൽകാരോയിൻ (Al Karaouine)

സർവകലാശാലയെയാണ്. ഈജിപ്തിലെ കെയ്റോയിൽ 10-ാം നൂറ്റാണ്ടിൽ സ്ഥാപിതമായ അൽ-അഷർ യൂണിവേഴ്സിറ്റി വിവിധതരം അക്കാദമിക് ഡിഗ്രികൾ നൽകി; ബിരുദാനന്തരബിരുദ ഡിഗ്രികളടക്കം അതിനെയാണ് പലപ്പോഴും പൂർണ വികാസം നേടിയ ആദ്യ സർവകലാശാലയായി കണക്കാക്കുന്നത്.

872 എ ഡിയിൽ കെയ്റോയിൽ സ്ഥാപിക്കപ്പെട്ട ടുലും ആശുപത്രിയുടെ ലൈബ്രറിയിൽ ഒരു ലക്ഷം പുസ്തകങ്ങളുണ്ടായിരുന്നു. ബാഗ്ദാദിലെ മുസ്താൻ സിറിയ യൂണിവേഴ്സിറ്റിയിൽ 80,000 പുസ്തകങ്ങളും, കോർഡോബയിലെ ലൈബ്രറിയിൽ ആറു ലക്ഷം വാല്യങ്ങളും കെയ്റോയിലെ ലൈബ്രറിയിൽ 20 ലക്ഷം വാല്യങ്ങളും ട്രിപ്പൊളിയിലെ ലൈബ്രറിയിൽ 30 ലക്ഷം വാല്യങ്ങളുമുണ്ടായിരുന്നു. വൈദ്യശാസ്ത്രത്തിന്റെ ചരിത്രത്തിലാദ്യമായി വാർഡുകളിൽ വേദന ശമിപ്പിക്കാനായി സംഗീത ചികിത്സയെന്ന സങ്കൽപ്പനം പരിചയപ്പെടുത്തിയതിക്കാലത്താണ്. പൗരന്മാരെ അധാർമിക പ്രവർത്തനങ്ങളിൽ നിന്നും സംരക്ഷിക്കാനായി ഇന്നത്തെ ഓംബുഡ്സ്മാന്മാരെപ്പോലെ മുഹ്താസിബുകളെ നിയമിച്ചതും ഇക്കാലത്താണ്. വൈദ്യന്മാർ തെറ്റായ രീതിയിൽ പ്രവർത്തിച്ചതായി ബോധ്യപ്പെട്ടാൽ, അവരെ തുടർന്ന് ചികിത്സ നടത്തുന്നതിൽ നിന്ന് തടയാൻ, വേണമെങ്കിൽ വധശിക്ഷ നൽകാൻ വരെ, അവർക്കധികാരമുണ്ടായിരുന്നു. ബാഗ്ദാദിൽ 931 എ ഡിയിൽ ഖലീഫ അൽ മുഖ്താസിർ ഫിസിഷ്യന്മാർക്കും ഫാർമസിസ്റ്റുകൾക്കും ലൈസൻസ് നൽകാനുള്ള പരീക്ഷ കൊണ്ടുവന്നു. വൈദ്യത്തിന്റെ നിലവാരം നിലനിർത്താനായി മുഹ്ത്താസിബുമാരെ ഇൻസ്പെക്ടർമാരായി നിയമിച്ചു. ഇന്നമേരിക്കയിലെ ഫുഡ് ആന്റ് ഡ്രഗ് അഡ്മിനിസ്ട്രേഷൻ ചെയ്യുന്ന കാര്യം ആയിരം വർഷങ്ങൾക്കുമുമ്പ് അറേബ്യൻ വൈദ്യത്തിൽ നിലവിൽവന്നു. അറേബ്യൻ വൈദ്യത്തിൽ വലിയ പ്രചോദനം കിട്ടി വളർന്ന രണ്ട് മഹത്തായ ശാസ്ത്രശാഖകൾ ഫാർമസിയും ഫാർമക്കോഗ്നസിയു(pharmacognosy)മാണ്. അറേബ്യൻ ഫിസിഷ്യൻമാരും പണ്ഡിതന്മാരും മരുന്നുകളെയും ഔഷധക്കൂട്ടുകളെയും പരിഷ്കരിക്കാനും, വാറ്റൽ, സ്ഫുടം ചെയ്യൽ, പരലുകളാക്കൽ തുടങ്ങിയ പ്രക്രിയകളിലൂടെ ഔഷധസാമഗ്രികളുടെ സത്തുണ്ടാക്കിയെടുക്കാനുമുള്ള സാങ്കേതികവിദ്യകൾ വികസിപ്പിച്ചെടുത്തു. ഫാർമക്കോളജിക്കൽ മരുന്നുകളെ 'സിംപിൾ', കോമ്പൗണ്ട് എന്നിങ്ങനെ അവർ ആദ്യമായി വർഗീകരിച്ചു. അബ്ബാസിഡ് തലസ്ഥാനത്ത് ചരിത്രത്തിലാദ്യമായി തെറാപ്പ്യൂട്ടിക്സ് ശാസ്ത്രീയമായും ക്രമീകൃതമായും ആരംഭിച്ചതിന്റെ ബഹുമതി യൂഹന്നാ ബിൻ മസാവാഹി (775-857) നാണ്. അദ്ദേഹത്തിന്റെ ശിഷ്യനായ ഹുനയിൻ തന്റെ പ്രസിദ്ധമായ പുസ്തകത്തിൽ മരുന്നുകളുടെ ഫാർമക്കോളജിക്കലായ ഫലങ്ങൾ മനുഷ്യരിൽ പരീക്ഷിച്ചുനോക്കി ഉറപ്പിക്കുന്ന സമ്പ്രദായത്തിന്റെ രൂപരേഖ മുന്നോട്ടുവയ്ക്കുന്നുണ്ട്. വൈദ്യത്തിൽനിന്നും ആൽക്കെമിയിൽ നിന്നും സ്വതന്ത്രമായ ഒരു പ്രത്യേക ശാഖയായി ഫാർമസി ഉയർന്നുവന്നതും ഇക്കാല

ത്താണ്. കർപ്പൂരം, സെന്ന, മുസ്ക്, വാളൻപുളി, ജാതിക്ക, ആലം (പടിക്കാരം), രസം, ഗ്രാമ്പൂ എന്നിവ പുതിയ മരുന്നുകളായി അവതരിപ്പിച്ചതും അറബികളാണ്. ആധുനിക ഫാർമസിയും കെമിസ്ട്രിയും വികസിപ്പിക്കുന്നതിൽ അറബികൾ വഹിച്ച സുപ്രധാനമായ റോൾ ഇന്ന് അറബി പദങ്ങളിൽ നിന്നുയർന്നുവന്ന നിരവധി വാക്കുകളിലൂടെയും പേരുകളിലൂടെയും ഓർമിക്കപ്പെടുന്നു: ആൽക്കഹോൾ, ആൽക്കലി, ആൽഡിഹൈഡ്സ്, എലിക്സിൻ, സിറപ്പ്, ജ്യൂസ് തുടങ്ങിയ ഇന്നത്തെ ഇംഗ്ലീഷ് വാക്കുകളിങ്ങനെ വന്നവയാണ്. കോർഡോബയിലെ അബുബക്കർ ഇബ്ൻ സംഘുൻ രചിച്ച *ലളിത മരുന്നുകളെ സംബന്ധിച്ച് പ്രാചീനരുടെയും ആധുനികരുടെയും വീക്ഷണങ്ങളെ സംബന്ധിച്ച സമഗ്രമായ പുസ്തകം* എന്ന കൃതി വൈദ്യശാസ്ത്രം ഉരുത്തിരിഞ്ഞുവന്നതിനു ശേഷം രചിക്കപ്പെട്ട ആദ്യത്തെ മെറ്റീരിയ മെഡിക്ക പുസ്തകമാണ്. ഇബ്ൻ സിനയുടെ *കാനോൻ ഓഫ് മെഡിസിന്റെ* രണ്ടാം വാള്യം പൂർണമായും മാറ്റി വച്ചിരിക്കുന്നത് ലളിത (simple) മായ മരുന്നുകളെക്കുറിച്ചുള്ള ചർച്ചക്കുമാത്രമായാണ്; അതിന്റെ ശക്തിയും ഗുണങ്ങളുമെല്ലാം ചർച്ചചെയ്യാനായി. മരുന്നുകളെക്കുറിച്ചുള്ള ഏറ്റവും ആധികാരികമായ ഗ്രന്ഥങ്ങളിലൊന്ന് രചിച്ചത് അൽബറൂണിയാണ്. അതിന്റെ പേര് *കിത്താബ് അസ്സയ്ദാന* (*മരുന്നുകളെക്കുറിച്ചുള്ള പുസ്തകം*). അത് മരുന്നുകളെയും അവയുടെ പ്രവർത്തനങ്ങളെയും സംക്ഷിപ്തരൂപത്തിൽ വിവരിച്ചിരിക്കുന്നു. അതിനൊപ്പം, അവയുടെ നിരവധി ഭാഷകളിലെ പേരും കൊടുത്തിട്ടുണ്ട്. ഇന്നുപോലും ഏറ്റവും വിപുലമായ ഫാർമക്കോതെറാപ്പി, പ്രത്യേകിച്ചും സസ്യങ്ങളിൽ നിന്നുള്ള മരുന്നുകളും ചെടികളിൽ നിന്ന് തയാറാക്കപ്പെടുന്നവയും, ആധുനികകാല ടിബ്ബായുടെ പേരിലാണ്, അഥവാ അറേബ്യൻ വൈദ്യത്തിന്റെ പേരിലാണ്, അറിയപ്പെടുന്നത്.

ആദ്യത്തെ മാനസികരോഗാശുപത്രികളും സമനില തെറ്റിയവർക്കുള്ള ഭ്രാന്താശുപത്രികളും, വളരെമുമ്പ് 8-ാം നൂറ്റാണ്ടിൽത്തന്നെ ഇസ്ലാമിക ലോകത്താരംഭിച്ചു. ആദ്യത്തെ മാനസികരോഗാശുപത്രി അറബ് മുസ്ലിങ്ങൾ ബാഗ്ദാദിൽ 705ൽ പണിതുയർത്തി. ഫെസിലത് (മൊറോക്കോയിലെ നഗരം) 8-ാം നൂറ്റാണ്ടിലും, കെയ്റോയിൽ 800ലും സ്ഥാപിക്കപ്പെട്ടു. മറ്റു പ്രസിദ്ധമായ മാനസികരോഗാശുപത്രികൾ ഡമാസ്കസിലും ആലെപ്പോ (1270) യിലുമാണ് പണി കഴിപ്പിക്കപ്പെട്ടത്. മധ്യകാല ക്രിസ്ത്യൻ ഭിഷഗ്വരന്മാർ മാനസികരോഗങ്ങൾക്ക് പിശാചുബാധയെന്ന തരത്തിലുള്ള വിശദീകരണങ്ങൾ നൽകിയ സ്ഥാനത്ത്, മധ്യകാല മുസ്ലിം വൈദ്യന്മാർ മുഖ്യമായും ക്ലിനിക്കൽ സൈക്യാട്രിയെയും ക്ലിനിക്കൽ നിരീക്ഷണങ്ങളെയും ആശ്രയിച്ചാണ് മാനസിക രോഗം പിടിപെട്ടവരെ ചികിത്സിച്ചത്. അവർ സൈക്യാട്രിയിൽ കാര്യമായ മുന്നേറ്റങ്ങളുണ്ടാക്കുകയും ആദ്യമായി സൈക്കോതെറാപ്പിയും ധാർമികചികിത്സയും മാനസിക രോഗികൾക്ക് ലഭ്യമാക്കുകയും ചെയ്തു. അത് നൽകപ്പെട്ടത് പുതിയ തരത്തിലുള്ള ചികിത്സകളായ കുളികൾ, മരുന്നുകൂട്ടുകൾ, സംഗീത ചികിത്സ,

ഒക്യുപേഷണൽ തെറാപ്പി എന്നിവക്കൊപ്പമായിരുന്നു.

മാനസികാരോഗ്യം, മാനസികശുചിത്വം തുടങ്ങിയ സങ്കൽപ്പനങ്ങൾ ആദ്യമായി പരിചയപ്പെടുത്തിയത് മുസ്ലിം ഫിസിഷ്യനായ അഹമ്മദ് ഇബ്ൻ സാഹ്ൽ അൽ-ബാൽകി (850-934)യാണ്. അദ്ദേഹത്തിന്റെ *മസാലിഹ് അൽ-അബ്ദാൻ വാ അൽ-അൻഫുസ് (ശരീരത്തെയും മനസ്സിനെയും നിലനിർത്തൽ)* എന്ന കൃതിയിൽ ശരീരത്തെയും മനസിനെയും സംബന്ധിച്ച രോഗങ്ങളെ ആദ്യമായി വിജയകരമായി ചർച്ചചെയ്യാനദ്ദേഹത്തിനായി 'നാഫ്സ് (മനസ്സ് -സൈക്ക്) രോഗബാധിതമായാൽ, ശരീരത്തിനും ജീവിതത്തിലൊരു സന്തോഷവും കണ്ടെത്താനാവുകയില്ലെന്നും അന്തിമമായി ശാരീരിക രോഗങ്ങളും വളർന്നുവരുമെന്നും' അദ്ദേഹം വാദിച്ചു. സൈക്കോതെറാപ്പി, സൈക്കോഫിസിയോളജി, സൈക്കോ സോമാറ്റിക് മെഡിസിൻ എന്നിവയിൽ ആദ്യപഥികനുമാണ് അൽ-ബാൽകി. ശരീരവും മനസും ആരോഗ്യമുള്ളതോ രോഗമുള്ളതോ ആകാം, 'സന്തുലിതമായതോ അസന്തുലിതമായതോ' ആകാം, മാനസികരോഗത്തിന് മനശ്ശാസ്ത്രപരമോ ശരീരശാസ്ത്രപരമോ (ഫിസിയോളജിക്കൽ), അഥവാ രണ്ടും ചേർന്നതോ ആയ കാരണങ്ങളുണ്ടാകാം എന്നൊക്കെയദ്ദേഹം തിരിച്ചറിഞ്ഞു. ശരീരത്തിന്റെ അസന്തുലിതത്വം പനിക്കും തലവേദനയ്ക്കും മറ്റ് ശാരീരിക രോഗങ്ങൾക്കും കാരണമാകാമെന്നും, അതേസമയം മനസിന്റെ അസന്തുലിതത്വം കോപം, ഉൽക്കണ്ഠ, വിഷാദം, അതുപോലുള്ള മറ്റു മാനസിക രോഗലക്ഷണങ്ങൾ എന്നിവക്ക് കാരണമാകാമെന്നും അദ്ദേഹം പറഞ്ഞു. അദ്ദേഹം രണ്ടുതരം ഡിപ്രഷനുകളെ (വിഷാദരോഗം) തിരിച്ചറിഞ്ഞു. ഒന്ന് അറിയാവുന്ന കാരണങ്ങൾ കൊണ്ട് (പരാജയം, നഷ്ടം മുതലായ കാരണങ്ങളാൽ) ഉണ്ടാകുന്നതാണ്. മറ്റേത് അറിയാത്ത കാരണങ്ങൾകൊണ്ടാണുണ്ടാകുന്നത്. അതായത് ശാരീരികപ്രവർത്തന സംബന്ധമായ (ഫിസിയോളജിക്കൽ) കാരണങ്ങളാലാകാം അതുണ്ടാകുന്നത്. അത്തരം രോഗങ്ങളെ (രണ്ടാമത്തെ തരം) ഭൗതികമായ മരുന്നുകൾകൊണ്ട് ചികിത്സിക്കാം. നജാബ് ഉൽ-ദിൻ മുഹമ്മദ് (പത്താംനൂറ്റാണ്ട്) ഒട്ടേറെ മാനസികരോഗങ്ങളെ വിശദമായി വിവരിച്ചു. മാനസികമായി രോഗബാധിതരായ ഒട്ടേറെ രോഗികളെ അദ്ദേഹം ശ്രദ്ധാപൂർവം നിരീക്ഷിക്കുകയും അവയെല്ലാം ഒരു പുസ്തകത്തിൽ സമാഹരിക്കുകയും ചെയ്തു. അന്നേവരെ അറിയപ്പെട്ടതിൽ വച്ചേറ്റവും പൂർണമായ ഒരു മാനസികരോഗവർഗീകരണമാണതിലുണ്ടായിരുന്നത്. നജാബ് ആദ്യമായി വിവരിച്ച മാനസികരോഗങ്ങളിൽ അക്രമാസക്തിയുള്ള ഡിപ്രഷൻ, ന്യൂറോസിസ്, പ്രിയാപ്പിസവും ലൈംഗികബലഹീനതയും (നഫ്കെ മാലിഖോളിയ), സൈക്കോസിസ്(കുത്രിബ്), മാനി(ദുവാൽ-കുൽബ്) എന്നിവയുൾപ്പെടുന്നു. പിൽക്കാല അറബ് രചനകളിൽ സ്കിസോഫ്രീനിയ പോലുള്ള ലക്ഷണങ്ങളും റിപ്പോർട്ട് ചെയ്യപ്പെട്ടിട്ടുണ്ട്. മുഹമ്മദ് ഇബ്ൻ സക്കറിയ റാസി (റാസ്സെസ്)യും അൽ ബാൽകിയുമാണ് ആദ്യമായി സൈക്കോതെറാപ്പി പഠിച്ച അറിയപ്പെടുന്ന

ചികിത്സകർ. 10-ാം നൂറ്റാണ്ടിലെ നാഴികക്കല്ലുകളായിത്തീർന്ന തന്റെ പുസ്തകങ്ങളായ അൽ-മൻസൂരിയിലും അൽ -ഹാവിയിലും റാസി, പ്രത്യേകിച്ചും സൈക്യാട്രിയിൽ, സുപ്രധാനമായ മുന്നേറ്റങ്ങളുണ്ടാക്കി. അവയിൽ മാനസികരോഗങ്ങളുമായും മാനസിക ആരോഗ്യവുമായും ബന്ധപ്പെട്ട ലക്ഷണങ്ങൾ, നിർവചനങ്ങൾ, ചികിത്സകൾ എന്നിവയെല്ലാം ചർച്ച ചെയ്തു. ബാഗ്ദാദ് ആശുപത്രിയിലെ സൈക്യാട്രിക് വാർഡിന്റെ ചുമതലയും അദ്ദേഹമാണ് വഹിച്ചത്. അത്തരം സ്ഥാപനങ്ങൾക്ക് അക്കാലത്ത് യൂറോപ്പിൽ നിലനിൽക്കാൻ സാധ്യമല്ലായിരുന്നു; കാരണമവ പിശാചുക്കളുടെ കേന്ദ്രമായിക്കണ്ട് അവയെ ഭയത്തോടെ നോക്കിക്കണ്ടേനെ. ഇബ്ൻ സുഹ്ർ (അവെൻസോർ) ന്യൂറോളജിക്കലായ തകരാറുകളെക്കുറിച്ചുള്ള ആദ്യത്തെ കൃത്യമായ വിവരണങ്ങൾ നൽകി; മെനിഞ്ജെറ്റിസ്, ഇൻട്രോക്രോനിയൽ ത്രോംബോഫ്ളെബിറ്റിസ് (തലച്ചോറിൽ രക്തം കട്ടിയാകൽ), നെഞ്ചിനുള്ളിലെ ഒരുതരം മുഴ (mediastinal gem cell tumors) എന്നിവയെ സംബന്ധിച്ചെല്ലാം. ആധുനിക ന്യൂറോഫാർമക്കളോജിക്കദ്ദേഹം സംഭാവനകൾ നൽകുകയും ചെയ്തു. അവെറോസ് പാർക്കിൻ സൺസ് രോഗത്തിന്റെ നിലനിൽപ്പിനെക്കുറിച്ചുള്ള സൂചനകൾ നൽകി. അതുപോലെ റെറ്റിന (നേത്രപടലം)യുടെ പ്രകാശസ്വീകരണ (photoreceptic) ഗുണങ്ങളെക്കുറിച്ചുമദ്ദേഹം സൂചനകൾ നൽകി. മൈമോണയിഡ്സ് (Maimonides) ന്യൂറോസൈക്യാട്രിക് തകരാറുകളെക്കുറിച്ചും പേവിഷബാധയെക്കുറിച്ചും ബെല്ലാഡോണ (ഒരു വിഷച്ചെടി) യുടെ ലഹരിയെക്കുറിച്ചുമെഴുതി. പരീക്ഷണാത്മക മനശ്ശാസ്ത്രത്തിന്റെയും സൈക്കോഫിസിക്സിന്റെയും സ്ഥാപകനായി കിത്താബ് അൽ -മൻസൂറിൽ (ബുക്ക് ഓഫ് ഒപ്റ്റിക്സ്) സൈക്കോളജിയിലും വിഷൽ പെർസെപ്ഷനിലും നടത്തിയ പുതിയ വഴിവെട്ടിത്തെളിക്കുന്ന പ്രവർത്തനത്തിന്റെ പേരിൽ ചിലരൊക്കെ ഇബ്ൻ അൽ-ഹായ്താമിനെ പരിഗണിക്കുന്നു. ആളുകൾ എന്തുകാണുന്നുവെന്നതിലും, എങ്ങനെയവർ കാണുന്നുവെന്നതിലും വ്യക്തിപരമായ അനുഭവങ്ങൾക്ക് വലിയ സ്വാധീനമുണ്ടെന്ന്, കാഴ്ചയും കാഴ്ചപ്പാടും ആത്മനിഷ്ഠമാണെന്ന്, അദ്ദേഹം ചൂണ്ടിക്കാട്ടി. അൽ-കിണ്ടി, ഇബ്ൻ അൽ-ഹായ്താം, അൽ-ബിറൂണി എന്നിവർ പരീക്ഷണാത്മക മനശ്ശാസ്ത്രത്തിലെ ആദ്യപഥികരാണ്. ഇബ്ൻ സിനയുടെ സൈക്കോ ഫിസിയോളജിയിലും സൈക്കോ സോമാറ്റിക് ചികിത്സയിലെയും സംഭാവനകൾ സൈക്യാട്രിയെ ഒരു സവിശേഷ ശാഖയെന്ന നിലയിൽ പിൽക്കാല ലോകത്ത് വിപ്ലവവൽക്കരിച്ചു.

ഗണിതശാസ്ത്രവിപ്ലവവും ജ്യോതിശ്ശാസ്ത്രത്തിലെ കലാപവും

ആധുനിക യുഗത്തിലെ ഗണിതശാസ്ത്രത്തിന്റെയും ജ്യോതിശ്ശാസ്ത്രത്തിന്റെയും ലോകങ്ങൾ മധ്യകാല അറബ് ലോകത്തോട് നിസ്സംശയമായും കടപ്പെട്ടിട്ടുണ്ട്. കാരണം, ഈ മണ്ഡലത്തിൽ ഒട്ടേറെ ശാസ്ത്രീയ കണ്ടുപിടിത്തങ്ങൾ നടന്നത് മധ്യപൂർവദേശത്ത് 5നും 15നുമി

ടയിലുള്ള നൂറ്റാണ്ടുകളിലാണ്. പടിഞ്ഞാറ് അൽഖ്വവാരിസ്മി (780-850 എഡി) എന്നറിയപ്പെടുന്ന 9-ാം നൂറ്റാണ്ടിലെ ഏറ്റവും വലിയ ബുദ്ധിരാക്ഷസനോട് ഗണിതാസ്ത്രം ഏറെ കടപ്പെട്ടിട്ടുണ്ട്. അദ്ദേഹവും അദ്ദേഹത്തെ തുടർന്നുവന്ന ഗണിതശാസ്ത്രജ്ഞന്മാരും ജ്യോതിശ്ശാസ്ത്രജ്ഞന്മാരും നൽകിയ സംഭാവനകൾ മധ്യകാല ശാസ്ത്രീയ മുന്നേറ്റങ്ങളിലെ സുവർണാധ്യായങ്ങളാവുകയും ആധുനിക ലോകത്ത് വിപ്ലവങ്ങൾ സൃഷ്ടിക്കുകയും ചെയ്തു.

മുസ്ലിം പേർഷ്യൻ ഗണിതശാസ്ത്രജ്ഞൻ മുഹമ്മദ് ഇബ്ൻ മൂസ അൽ-ഖ്വവാരിസ്മി ബാഗ്ദാദിലെ ബയ്ത് അൽ-ഹിക്മ (വിജ്ഞാനത്തിന്റെ വീട്) യിലെ ഒരു ഫാക്കൽറ്റി മെംബറായിരുന്നു. സംഖ്യകളും സമവാക്യങ്ങളും കംപ്യൂട്ടേഷനുകളും അവയുടെ സീരിസുകളായി കറങ്ങിത്തിരിയുമ്പോൾ, അദ്ദേഹം പ്രപഞ്ചത്തിന്റെ അദൃശ്യമായ കോഡുകളായി അതിനെക്കണ്ടു, ദൈവത്തിന്റെ സൃഷ്ടിയുടെ സങ്കീർണതയുടെ ഒരു സംഖ്യാപരമായ പ്രതിനിധാനമായി. ടോളമിക്കും പൈത്തഗോറസിനും വമ്പിച്ച സ്വാധീനമുണ്ടായിരുന്നതും യൂക്ലിഡിന്റെ ജ്യോമട്രി അരങ്ങുവാണിരുന്നതുമായ ആ കാലഘട്ടത്തിൽ കനകനും ബ്രഹ്മഗുപ്തനും പോലുള്ള പൂർവകാല ഹിന്ദുക്കളുടെ ഗണിതശാസ്ത്രവിജ്ഞാനം അദ്ദേഹത്തിൽ വമ്പിച്ച സ്വാധീനം ചെലുത്തി. അദ്ദേഹം ബ്രഹ്മഗുപ്തസിദ്ധാന്തം വിശദമായി പഠിക്കുകയും ചെയ്തു. അതദ്ദേഹം അറബിയിലേക്ക് *സിന്ധ്ഹിന്ദ്* എന്ന പേരിൽ പരിഭാഷപ്പെടുത്തുകയും ചെയ്തു. ഹിന്ദുക്കളുടെ കണ്ടുപിടിത്തങ്ങളായ കുത്തിൽ നിന്നും പൂജ്യത്തിൽ നിന്നും എല്ലാ വശങ്ങളിലേക്കും പുറത്തേക്ക് വരുന്ന അസംഖ്യം സാധ്യതകളും പാതകളും അദ്ദേഹം കണ്ടു. പൂജ്യം കണ്ടുപിടിച്ച ബ്രഹ്മഗുപ്തൻ അതിനെ ഒന്നുമില്ലായ്മയുടെ ഒരു ചിഹ്നമായാണ് കണ്ടതെങ്കിൽ, അതിനെ പൂർണ വിശ്വാസത്തോടെ ഏറ്റുവാങ്ങി ഭൗതിക പ്രപഞ്ചത്തിനു പിന്നിലുള്ള സോഴ്സ് കോഡിന്റെ കേന്ദ്രമാക്കിയത് അൽ-ഖ്വവാരിസ്മിയായിരുന്നു.

അൽ-ഖ്വവാരിസ്മി

ബ്രഹ്മഗുപ്തന്റെ പഠനത്തിൽ നിന്നാവേശമുൾക്കൊണ്ട് ഖ്വവാരിസ്മി തന്റെ സ്വന്തം ഡെറിവേഷനുകളിൽ (derivation) പഠനം നടത്തുകയും എക്കാലത്തും പ്രസിദ്ധമായ ഗണിതശാസ്ത്രനിധിയായ അൽജബ്ർ വാൽ മുകാബലാ അഥവാ കോപെൻഡിയസ് ബുക്ക് ഓൺ കാൽക്കുലേഷൻ ആന്റ് ബാലൻസിംഗിന് ജന്മം നൽകുകയും, ലോകത്തിന് ഗണിതശാസ്ത്ര മന്ത്രമായ 'ദ അൽജീബ്ര' (ബീജഗണിതം)

സംഭാവന ചെയ്യുകയും ചെയ്തു. അൽ ഖ്വാരിസ്മിയുടെ അൽ-ജബ്ർ വ അൽ മുക്കാബലയുടെ തലക്കെട്ടിലെ അൽജബ്ർ എന്ന പദത്തിൽ നിന്നാണ് അൾജീബ്രാ എന്ന പദം ഉരുത്തിരിഞ്ഞുവന്നത്. അദ്ദേഹം തുടക്കത്തിൽ അൽജബ്ർ എന്ന പദമുപയോഗിച്ചത് കുറക്കലിന്റെയും ബാലൻസിങ്ങിന്റെയും (reduction and balancing) രീതിയെ വിവരിക്കാനായിട്ടായിരുന്നു; കുറക്കപ്പെട്ട പദങ്ങൾ സമവാക്യത്തിന്റെ അപ്പുറത്ത് വരുന്ന രീതിയെ സൂചിപ്പിക്കാനും, അതായത്, എതിർവശങ്ങളിലുള്ള സമാനപദങ്ങൾ വെട്ടിപ്പോകുന്നതിനെ സൂചിപ്പിക്കാനും. അത് രണ്ടാമത്തെ ഡിഗ്രിവരെയുള്ള പോളിനോമിയലുകളെ സോൾവ് ചെയ്യുന്നതിന്റെ ഒരു സവിസ്തരമായ വിവരണം നൽകുകയും ചെയ്യുന്നു.

ജെ ജെ ഒക്കോണറും, ഇ എഫ് റോബർട്സണും (School of Mathmatics and Statitics, University of St. Andrews, Scotland) 'മക്ട്യൂട്ടർ ഹിസ്റ്ററി ഓഫ് മാത്തമറ്റിക്സ് ആർക്കൈവി'ൽ എഴുതി:

> ഒരു പക്ഷേ അറബി ഗണിതശാസ്ത്രം ഉണ്ടാക്കിയ ഏറ്റവും പ്രധാനപ്പെട്ട മുന്നേറ്റങ്ങളിലൊന്നാണ് ഇക്കാലത്ത് അൽഖ്വാരിസ്മിയുടെ പ്രവർത്തനത്തോടെയാണുണ്ടായത്, അതായത് അൾജീബ്രായുടെ തുടക്കങ്ങൾ. ഈ പുതിയ ആശയം എത്രമാത്രം പ്രധാനപ്പെട്ടതായിരുന്നുവെന്ന് മനസിലാക്കണ്ടതുണ്ട്. മുഖ്യമായും ജ്യോമട്രി ആയിരുന്ന ഗ്രീക്ക് ഗണിതശ്ശാസ്ത്ര സങ്കൽപ്പനങ്ങളിൽ നിന്ന് ഒരു വിപ്ലവകരമായ മുന്നേറ്റമായിരുന്നു അത്. അൾജീബ്ര (ബീജഗണിതം) ഏകീകരിക്കുന്ന ഒരു സിദ്ധാന്തമാണ്. അത് (rational) സംഖ്യകളെയും, അഭിന്നക (irrational) സംഖ്യകളെയും ജ്യോമട്രിക്കൽ മാഗ്നിറ്റ്യൂഡുകളെയും (ജ്യാമിതീയമായ അളവുകളെയും) മറ്റെല്ലാത്തിനെയും 'അൾജീബ്രായിക വസ്തുക്കളായി' കൈകാര്യം ചെയ്യാൻ അനുവദിച്ചു. അത് ഗണിതശാസ്ത്രത്തിന് മൊത്തം ഒരു പുതിയ വികസന പാത നൽകി, മുൻകാലത്തുണ്ടായിരുന്നതുമായി തട്ടിച്ചുനോക്കുമ്പോൾ വളരെ വിസ്തൃതമായ ഒരു പാത. അതുപോലെ വിഷയത്തിന്റെ ഭാവിവികാസത്തിന് അതൊരു വാഹനത്തെയും നൽകി. ബീജഗണിതപരമായ (അൾജിബ്രായിക്) ആശയങ്ങൾ കൊണ്ടുവന്നതിന്റെ മറ്റൊരു പ്രധാന വശം അത് മുമ്പൊരിക്കലും സംഭവിക്കാത്തവിധം ഗണിതശാസ്ത്രത്തിന് അതിനെ അതിൽത്തന്നെ പ്രയോഗിക്കാനും അനുവദിച്ചുവെന്നതാണ്.

ഈജിപ്ഷ്യൻ ഗണിതശാസ്ത്രജ്ഞനായ അബുകാമിൽ ഷുജാ ഇബ്ൻ അസ്ല (എ ഡി 850-930) മാണ് ആദ്യമായി ക്വാഡ്രാറ്റിക് സമവാക്യങ്ങളുടെ സൊലൂഷനുകളായി അഭിന്നക സംഖ്യകളെ അംഗീകരിച്ചത്. അഥവാ, ഒരു സമവാക്യത്തിലെ കോയെഫിഷ്യന്റു(coefficient)കളായി, മിക്കപ്പോഴും, സ്ക്വയർറൂട്ടുകളുടെ രൂപത്തിലും ക്യൂബ് റൂട്ടുകളുടെ രൂപ

ത്തിലും ഫോർത്ത് റൂട്ടുകളുടെ രൂപത്തിലും. മൂന്ന് അറിയാത്ത വേരിയ ബിളുകളുള്ള രേഖീയമല്ലാത്ത (non-linear) മൂന്ന് സൈമൾട്ടേനിയസ് ഇക്വേഷനുകളെ ആദ്യമായി സോൾവ് ചെയ്തതും അദ്ദേഹമാണ്. അൽ -കർക്കി (953-1029)(അൽ-കരാജിയെന്നും അറിയപ്പെടുന്നു) യാണ് $ax^{2n}+bx^{n}= c$ എന്നരൂപത്തിലുള്ള സമവാക്യങ്ങളുടെ സൊലൂഷൻ ആദ്യ മായി കണ്ടുപിടിച്ചത്. അൾജീബ്രയെ ജ്യാമിതീയ ഓപ്പറേഷനുകളിൽ നിന്ന് സ്വതന്ത്രമാക്കുകയും അതിനെ ഇന്നത്തെ അൾജീബ്രയുടെ കേന്ദ്ര ത്തിൽ നിൽക്കുന്നതായ അരിത്ത്മാറ്റിക് ഓപ്പറേഷനുകളുടെ തരത്തി ലുള്ളവകൊണ്ട് പകരം വയ്ക്കുകയും ചെയ്തു. അൾജീബ്രയിലും പോളി നോമിയലുകളിലുള്ള അദ്ദേഹത്തിന്റെ പഠനം പോളിനോമിയലുകളെ കൈകാര്യം (manipulate) ചെയ്യാനുള്ള അരിത്തമാറ്റിക് ഓപ്പറേഷനുക ളുടെ നിയമങ്ങൾ നൽകി. ഗണിതശാസ്ത്രത്തിന്റെ ചരിത്രകാരനായ എഫ് വോപ്പ്കെ, അദ്ദേഹത്തിന്റെ പുസ്തകത്തിൽ (പാരീസ്, 1853) അൽ-ക രാജിയെ അൾജീബ്രായിക് കാൽക്കുലസിന്റെ സിദ്ധാന്തം ആദ്യമായി പരിചയപ്പെടുത്തിയവനെന്നതിന്റെ പേരിൽ പ്രശംസിച്ചു. ഇതിൽ നിന്നും ധീരമായി മുന്നോട്ടുപോയ അൽ-കരാജി ബൈനോമിയൽ കോയെഫി ഷ്യന്റുകളും പാസ്കലിന്റെ ട്രയാംഗിളും പരിശോധിച്ചു.

രേഖീയ (linear) അൾജീബ്രയിലും വിനോദപരമായ ഗണിതത്തിലും അറബ് ഗണിതശാസ്ത്രകാരന്മാർക്ക് മാന്ത്രികചതുരങ്ങളെക്കുറിച്ചറിയാ മായിരുന്നു; മിക്കവാറും 7 ാം നൂറ്റാണ്ടിൽത്തന്നെ. ആ ഘട്ടത്തിലാണ് അറബികൾക്ക് ഇന്ത്യൻ സംസ്കാരവുമായി ബന്ധമുണ്ടായത്. അവർ ഇന്ത്യൻ ഗണിതവും ജ്യോതിശ്ശാസ്ത്രവും—കോമ്പിനറ്റോറിയൽ (combinatorial) ഗണിതത്തിന്റെ മറ്റു വശങ്ങളടക്കം—പഠിച്ചു. ഒരു മഹാനായ കവിയെന്നു തെറ്റായി വിളിക്കപ്പെട്ട ജീനിയസ്സായ ഗണിതശാസ്ത്രജ്ഞ നായ ഒമർഖയ്യാം (1048-1131, Nishapur-Iran) അൾജീബ്രായിൽ ഒരു പ്രസി ദ്ധമായ പുസ്തകം രചിച്ചു. അത് അൽ-ജബ്റിനുമപ്പുറത്തേക്കു പോകുകയും മൂന്നാമത്തെ ഡിഗ്രിവരെയുള്ള സമവാക്യങ്ങൾ ഉൾപ്പെടുത്തുകയും ചെയ്തു. ക്വാഡ്രാറ്റിക് (quadratic) ഇക്വേഷനുകൾക്ക് (ദ്വിമാനസമവാക്യം) ഒമർഖയ്യാം അരിത്തമാറ്റിക്കും ജ്യോമട്രിക്കുമായ സൊലൂഷനുകൾ നൽകുകയും യൂക്ലിഡിന്റെ സമാന്തരങ്ങളുടെ സിദ്ധാന്തത്തെ തുറന്നു വിമർശിക്കുകയും ചെയ്തു. അദ്ദേഹത്തിന്റെ രചനകൾ യൂറോപ്പിൽ യുക്ലിഡേതര ജ്യാമിതിക്ക് യൂറോപ്പിൽ ക്രമാനുഗതമായ വികാ

ഒമർഖയ്യാം

സമുണ്ടാക്കുകയും ചെയ്തു. പരസ്പരം ഖണ്ഡിക്കുന്ന കോണിക്കുകളു പയോഗിച്ച് (intersecting conics) ക്യൂബിക് സമവാക്യങ്ങൾ സോൾവ് ചെയ്യുന്ന അദ്ദേഹത്തിന്റെ രീതി മെനേക് മൂസ്, ആർക്കിമെഡീസ്, അൽഹാസൻ എന്നീ ഗണിതശാസ്ത്രപണ്ഡിതർ ഉപയോഗിച്ചിട്ടുണ്ട്. ഒമർഖയ്യാം ത്രികോണമിതിയുടെയും അപ്രോക്സിമേഷൻ സിദ്ധാന്തത്തി ന്റെയും ഉപയോഗങ്ങളെ ഒന്നിച്ചുചേർത്തുകൊണ്ട് അൾജിബ്രായിക് സമ വാക്യങ്ങൾ ജ്യാമിതീയ ഉപാധികളിലൂടെ സോൾവ് ചെയ്യാനുള്ള രീതി കൾ നൽകി. അദ്ദേഹത്തിന്റെ വാക്ക് അൾജിബ്രായിക് ജ്യോമട്രിയുടെയും അനാലിറ്റിക്കൻ ജ്യോമട്രിയുടെയും തുടക്കം കുറിച്ചു. യഥാർഥത്തിൽ ഒമർഖയ്യാം ഒരു രസകരമായ ചരിത്രവിവരണം നൽകുന്നുണ്ട്. അതില ദ്ദേഹം പറയുന്നത് ഗ്രീക്കുകാർ ക്യൂബിക് ഓപ്പറേഷനുകളുടെ സിദ്ധാ ന്തത്തിൽ ഒന്നും ബാക്കിവച്ചില്ലെന്നാണ്. തീർച്ചയായും, ഖയ്യാം പറയു ന്നതുപോലെ, മുൻകാല രചയിതാക്കളായ അൽ-മഹാനിയുടെയും അൽ -ഖാസിന്റെയും സംഭാവനകൾ ജ്യാമിതീയ സമവാക്യങ്ങൾ അൾജീബ്രാ യിക് സമവാക്യങ്ങളായി പരിഭാഷപ്പെടുത്തുന്നതിലായിരുന്നു (മുഹമ്മദ് ഇബ്ൻ മൂസ അൽ-ഖ്വാരിസ്മിയുടെ പ്രവർത്തനത്തിന് മുമ്പ് അക്കാര്യം ഏറക്കുറെ അസാധ്യമായിരുന്നു). എന്തായാലും, ക്യൂബിക് ഓപ്പറേഷ നുകൾക്ക് ഒരു പൊതു സിദ്ധാന്തം മനസിൽക്കണ്ട ആദ്യത്തെയാൾ ഖയ്യാം തന്നെയാണെന്നു തോന്നുന്നു. ജ്യാമിതിയും ബീജഗണിതവും തമ്മിൽ ശക്തമായ ഒരു ബന്ധമുണ്ടെന്നു കണ്ട് ക്യൂബിക് സമവാക്യ ങ്ങൾക്ക് തന്റെ ജ്യാമിതീയ സൊലൂഷനുകൾ നൽകിക്കൊണ്ട് ന്യൂമെറി ക്കൽ അൾജീബ്രയും ജ്യോമട്രിക്കൽ അൾജീബ്രയും തമ്മിലുള്ള വിടവ് നികത്താൻ സഹായിച്ചപ്പോൾ ഒമർഖയ്യാം ശരിയായ ദിശയിൽ സഞ്ചരി ക്കുകയായിരുന്നു. പേർഷ്യൻ ഗണിതശാസ്ത്രജ്ഞനായ ഷറഫെദ്ദീൻ തൂസി (1135ൽ ജനിച്ചു) അൽ-കരാജിയുടെ സ്കൂളിലൂടെ വന്ന പൊതു വായ വികാസത്തെ പിന്തുടർന്നില്ല; മറിച്ച്, ഏറക്കുറെ അൾജീബ്രയെ ജ്യാമിതിയിൽ പ്രയോഗിച്ച ഖയ്യാമിന്റെ രീതിയെ പിന്തുടരുകയാണ് ചെയ്ത ത്. ക്യൂബിക് സമവാക്യങ്ങളെക്കുറിച്ചുള്ള പ്രബന്ധം എന്നു പേരിട്ടിട്ടുള്ള ഒരു പ്രബന്ധം അദ്ദേഹം രചിച്ചു. കേർവുകളെ (curves) സമവാക്യരൂപ ത്തിൽ പഠിക്കാൻ ലക്ഷ്യമിട്ട മറ്റൊരു ബീജഗണിതത്തിന് നൽകപ്പെട്ട കാതലായ സംഭാവനകളെയാണ് ആ പ്രബന്ധം പ്രതിനിധാനം ചെയ്യു ന്നത് അങ്ങനെ അൾജിബ്രായിക് ജ്യോമട്രി (ബീജഗണിതപരമായ ജ്യാമി തി) ഉൽഘാടനം ചെയ്യപ്പെട്ടു. ഖയ്യാം-സക്കേരി ക്വാഡിലാറ്ററൽ ആദ്യ മായി പരിഗണിക്കപ്പെട്ടത് 11-ാം നൂറ്റാണ്ടിന്റെ അവസാനത്തിൽ ഒമർഖയ്യാമിന്റെ *യൂക്ലിഡിന്റെ അനുമാനങ്ങളിലുള്ള (postulates) ബുദ്ധി മുട്ടുകളുടെ വിശദീകരണങ്ങൾ*" എന്ന ഒന്നാം പുസ്തകത്തിലൂടെയാണ്. പിന്നീട് 600 വർഷങ്ങൾ കഴിഞ്ഞ ശേഷമാണ് ഗിയോർഡാനോവിറ്റാലേ (പതിനേഴാം നൂറ്റാണ്ടിലെ ഇറ്റാലിയൻ ഗണിതശാസ്ത്രജ്ഞൻ) തന്റെ *യൂക്ലിഡേ റെസ്റ്റിറ്റുവോ* (1680)എന്ന കൃതിയിൽ ഈ ക്വാഡ്രിലാറ്ററലിനെ

ക്കുറിച്ചുള്ള (ചതുർഭുജം)ഒരു ധാരണയുണ്ടാക്കിയത്. ഷറഫ് അൽദിൻ അൽ-തൂസി ക്യൂബിക് സമവാക്യങ്ങൾക്ക് അൾജീബ്രായിക്കും ന്യൂമെറിക്കലുമായ(ബീജഗണിതപരവും സംഖ്യാപരവുമായ) സൊലൂഷനുകൾ കണ്ടെത്തി. ആദ്യമായി ക്യൂബിക് പോളിനോമിയലുകളുടെ ഡെറിവേറ്റീവ് കണ്ടുപിടിച്ചതും അദ്ദേഹമായിരുന്നു. അദ്ദേഹത്തിന്റെ സമവാക്യങ്ങളെക്കുറിച്ചുള്ള പ്രബന്ധം മൂന്നാം ഡിഗ്രിവരെയുള്ള സമവാക്യങ്ങളെ കൈകാര്യം ചെയ്തു. ക്യൂബിക് സമവാക്യത്തിന്റെ വിവേചകത്തിന്റെ (discriminant) പ്രാധാന്യം അദ്ദേഹം മനസിലാക്കുകയും ചിലതരം ക്യൂബിക് സമവാക്യങ്ങൾക്ക് അൾജീബ്രായിക് (ബീജഗണിത) സമവാക്യങ്ങൾകണ്ടെത്താനായി കാർഡാനോയുടെ ഫോർമുലയുടെ ഒരു പഴയകാല വകഭേദം ഉപയോഗിക്കുകയും ചെയ്തു. ന്യൂമെറിക്കൽ അനാലിസിസിൽ വിയെറ്റേയുടെ രീതിയുടെ (Viete's method) അന്തസ്സത്ത 12-ാം നൂറ്റാണ്ടിൽത്തന്നെ ഷറഫ് അൽ-ദിൻ അൽ-തൂസിക്കറിയാമായിരുന്നു. ഷറഫ് അൽ-ദിന്റെയും, അദ്ദേഹത്തിന്റെ മുൻഗാമി ഒമർഖയ്യാമിന്റെയും, അദ്ദേഹത്തിന്റെ പിൻഗാമി ജാംഷിഡ് അൽ-കാഷി (1380-1449)യുടെയും ബീജഗണിത പാരമ്പര്യം 16-ാം നൂറ്റാണ്ടിലെ ബീജഗണിതക്കാർക്ക് - അവരിലെ ഏറ്റവും പ്രധാനി ഫ്രാങ്കോയിസ് വിയറ്റേയാണ് (പതിനാറാം നൂറ്റാണ്ടിലെ ഫ്രഞ്ച് മാത്തമാറ്റിഷ്യനാണദ്ദേഹം)-അറിയാമായിരുന്നിരിക്കാൻ സാധ്യതയുണ്ട്. ബീജഗണിതപരമായി ന്യൂട്ടന്റെ രീതിക്ക് സമാനമായ ഒരു രീതി ഷറഫ് അൽ-ദിന് അറിയാമായിരുന്നു. 15-ാം നൂറ്റാണ്ടിൽ അദ്ദേഹത്തിന്റെ പിൻഗാമി അൽ-കാഷി പിന്നീട് ന്യൂട്ടന്റെ രീതിയുടെ (method) ഒരു രൂപം സംഖ്യാപരമായി (numerically) X^p-N=O നിർധാരണം ചെയ്ത് N ന്റെ റൂട്ടുകൾ കണ്ടെത്താനായി ഉപയോഗിച്ചു. കിഴക്കൻ യൂറോപ്പിൽ ഹെൻറി ബിഗ്സ് തന്റെ ട്രിഗൊണൊമെട്രിക്കാ ബ്രിട്ടാനിക്കയിൽ സമാനമായൊരു രീതി 1633ൽ പ്രസിദ്ധീകരിച്ചു. 11-ാം നൂറ്റാണ്ടിന്റെ ആരംഭത്തിൽ ഇബ്ൻ അൽ-ഹായ്താം (അൽഹാസൻ-965-1040) യൂക്ലിഡിയൻ പാരലൽ പോസ്റ്റുലേറ്റ് തെളിയിക്കാനുള്ള ആദ്യശ്രമം നടത്തി; യൂക്ലിഡിന്റെ എലമെന്റ്സിലെ അഞ്ചാമത്തെ പോസ്റ്റുലേറ്റ് ഒരു കോൺട്രഡിക്ഷൻ വഴിയുള്ള പ്രൂഫ് ഉപയോഗിച്ചുകൊണ്ട് തെളിയിക്കാൻ. അവിടെയദ്ദേഹം മോഷൻ-ട്രാൻസ്ഫൊർമേഷൻ കൺസെപ്റ്റുകൾ (ചലനം-പരിവർത്തനം സങ്കൽപ്പനങ്ങൾ) ജ്യാമിതിയിൽ പരിചയപ്പെടുത്തി. ഇബ്ൻ അൽ ഹായ്താമിന്റെയും, ഒമർഖയ്യാമിന്റെയും, അൽതൂസിയുടെയും ചതുർഭുജത്തെ സംബന്ധിച്ച തിയറങ്ങൾ (ലാംബർട്ട് ക്വാഡ്രിലാറ്ററലും സാക്കേരി ക്വാഡിലാറ്ററലുമതിലുമുൾപ്പെടും) എല്ലിപ്റ്റിക്കൽ (elliptical) ജ്യാമിതിയിലും ഹൈപ്പർബോളിക് ജ്യാമിതിയിലും ആദ്യത്തെ തിയറങ്ങളായിരുന്നു. പ്ലേഫെയറുടെ ആക്സിയോം (axiom) പോലുള്ള ആൾട്ടർനേറ്റീവ് പോസ്റ്റുലേറ്റുകൾക്കൊപ്പം ഈ വർക്കുകളും ചേർന്ന് യൂക്ലിഡേതര ജ്യാമിതിക്ക് (non Euclidean) തുടക്കം കുറിക്കുകയും വിറ്റെലോ, ലെവി ബെൻ ഗെർസൻ, അൽഫോൺസോ, ജോൺ വാലീസ്,

ഗിയോവാന്നി, ഗിരോലാമോ സാക്കേരി എന്നിവരുൾപ്പെടുന്ന പിൽക്കാല യൂറോപ്യൻ ജിയോമീറ്റർ (geometer-ജ്യോതിശാസ്ത്ര-ഗണിതശാസ്ത്ര സൈദ്ധന്തികർ) മാർക്കിടയിൽ അത് വികസിക്കുന്നതിൽ ഗണ്യമായ സ്വാധീനം ചെലുത്തുകയും ചെയ്തു.

12-ാം നൂറ്റാണ്ടിൽ മാഗ്‌രെബിൽ (വടക്കേ ആഫ്രിക്ക) മുഖ്യമായും ഇസ്ലാമിക പിന്തുടർച്ചാവകാശനിയമത്തിൽ അവഗാഹം നേടിപ്രവർത്തിച്ചിരുന്ന ഗണിതശാസ്ത്രജ്ഞൻ കൂടിയായ അൽ-ഹസ്സറാണ് ഭിന്നസംഖ്യകൾക്ക് ആധുനിക കാലത്തെ പ്രതീകാത്മക ഗണിതശാസ്ത്ര ചിഹ്ന സമ്പ്രദായം (modern symbolic mathmatical notions) നൽകിയത്; അതു പ്രകാരം അംശവും ഛേദവും ഒരു തിരശ്ചീനമായ വരയിൽ വേർതിരിക്കപ്പെടുന്നു. അധികം വൈകാതെ ഇതേ ഭിന്നസംഖ്യാസമ്പ്രദായം 13-ാം നൂറ്റാണ്ടിൽ ഫൈബോനാക്കിയുടെ കൃതികളിൽ പ്രത്യക്ഷപ്പെടുന്നുണ്ട്. അബു അൽ-ഹസ്സൻ ഇബ്ൻ അലി അൽ - ഖലാസാദി (1412-1482) ആയിരുന്നു മധ്യകാലത്തെ ഏറ്റവുമൊടുവിലെ പ്രധാന ബീജഗണിതശാസ്ത്രജ്ഞൻ. 13-ാം നൂറ്റാണ്ടിൽ ഇബ്ൻ അൽ-ബന്നായും, 12-ാം നൂറ്റാണ്ടിൽ ഇബ്ൻ-അൽയാസമിനും മാഗ്രെബിൽ ഉപയോഗിച്ചിരുന്ന ബീജഗണിത ചിഹ്നസമ്പ്രദായങ്ങളെ അദ്ദേഹം മെച്ചപ്പെടുത്തി. തന്റെ മുൻഗാമികളായ ദിയോഫാന്റ്സിന്റെയും (അലക്സാണ്ട്രിയയിലെ ഗ്രീക്ക് മാത്തമാറ്റിഷ്യനായിരുന്നു അദ്ദേഹം, 200-284 എ ഡി) ബ്രഹ്മഗുപ്തന്റെയും syncopated notations(സിങ്കൊപ്പേറ്റഡ് ചിഹ്നസമ്പ്രദായം)നു പകരമായി (ഗണിതശാസ്ത്ര ക്രിയകൾക്കുള്ള ചിഹ്നങ്ങൾ അവക്കില്ലായിരുന്നു) അൽ-ഖലാസാദിയുടെ ബീജഗണിത ചിഹ്ന സമ്പ്രദായ (rotations)ങ്ങളിലാണ് ഓരോ ഫങ്ഷനുകൾ (Function)ക്കുമുള്ള ചിഹ്നങ്ങൾ കൊണ്ടുവന്നതും അങ്ങനെ ബീജഗണിത പ്രതീകവൽക്കരണ(symbolism)ത്തിന്റെ പ്രയോഗത്തിലേക്കുള്ള ആദ്യചുവടുവപ്പുകൾ നടത്തിയതും. അറബി അക്ഷരമാലയിലെ രൂപങ്ങൾ ഉപയോഗിച്ചദ്ദേഹം ഗണിതശാസ്ത്രചിഹ്നങ്ങൾക്ക് പ്രതിനിധാനം നൽകി. ഇന്ന് 'X' എന്ന ചിഹ്നം അറിയപ്പെടാത്ത ഒരു ചര(വേരിയബിൾ-variable)ത്തെയാണ് സൂചിപ്പിക്കുന്നത്. ഈ പ്രയോഗത്തിന്റെ മൂലത്തിലേക്ക് പരിശോധിച്ചെത്തുമ്പോൾ നാം അറബ് വാക്കായ 'say' = 'വസ്തു' എന്നതിലെത്തുന്നു. അർ-ജബ്ർ പോലുള്ള അറബ് പാഠപുസ്തകങ്ങളിൽ അതുപയോഗിക്കപ്പെട്ടത്, പിന്നീട് പഴയ സ്പാനിഷ് ഭാഷയിലേക്ക് വന്നപ്പോൾ 'യെസ്' എന്ന ഉച്ചാരണത്തോടെ 'xei' ആയിത്തീർന്നു. അതുക്രമേണ X എന്നായിത്തീരുകയും ചെയ്തു (പിൽക്കാലത്ത് സ്പാനിഷ് ഭാഷയിലെ 'x' ന്റെ ഉച്ചാരണം മാറിത്തീർന്നു). ബീജഗണിതത്തിൽ അളവുകളെ അക്ഷരങ്ങളുപയോഗിച്ച് കാണിക്കുന്ന സമ്പ്രദായത്തിന് തുടക്കം കുറിക്കപ്പെട്ടതങ്ങനെയാണ്.

10-ാം നൂറ്റാണ്ടിൽ ദശാംശചിഹ്നങ്ങൾ ഉപയോഗിച്ചുകൊണ്ട് ഭിന്നസംഖ്യകളെ ദശാംശസംഖ്യാവ്യവസ്ഥയിലേക്ക് വിപുലീകരിച്ചത് മധ്യകാല ഗണിതശാസ്ത്രജ്ഞന്മാരാണ്. 920-980 ൽ ജീവിച്ചിരുന്ന സിറിയൻ

ഗണിതശാസ്ത്രജ്ഞനായ അബുൽ-ഹസ്സൻ - അൽ ഉക്കുലുദിസിയുടെ (Al uqlidisi) പ്രബന്ധത്തിൽ (952-953 കാലത്ത് രചിക്കപ്പെട്ടു) കാണാവുന്ന ആ രീതിയാണ് പിൽക്കാലത്ത് ആധുനികകാല ഡിജിറ്റൽ - കംപ്യൂട്ടർ പ്രോസസിങ്ങിന് വഴിതെളിച്ചത്. അറബ് ലോകത്ത് -- ആധുനിക കാലത്തിന്റെ തുടക്കം വരെ - ഗണിതശാസ്ത്രജ്ഞന്മാർ മിക്കപ്പോഴും ഉപയോഗിച്ചിരുന്നത് അറബി സംഖ്യാ സമ്പ്രദായമാണ്. അൽ-അൻഡാലൂസിലും മാഗ്‌രെബിലും 10-ാം നൂറ്റാണ്ടിന്റെ ആരംഭത്തോടെ വ്യതിരിക്തമായ 'പടിഞ്ഞാറൻ അറബി' ചിഹ്നങ്ങളുടെ ഒരു വകഭേദം ഉരുത്തിരിഞ്ഞുവന്നുതുടങ്ങി, ഗുബാർ ('മണൽപ്പട്ടിക' അഥവാ 'പൊടി-പട്ടിക') അക്കങ്ങൾ എന്നപേരിൽ ഇന്നു ലോകം മുഴുവനും ഉപയോഗത്തിലിരിക്കുന്ന ആധുനിക അറബി അക്കങ്ങളുടെ മുൻഗാമി അതാണ്. ഹിന്ദു അക്കങ്ങളുടെ കണക്കുകൂട്ടലുകളെക്കുറിച്ച് 825 ൽ അൽ-ക്വവാരിസ്മി ഒരു പ്രബന്ധം രചിച്ചു. 12-ാം നൂറ്റാണ്ടിൽ *അൽഗോരിത്മി ഡി ന്യൂമെറോ ഇൻഡോറും* എന്ന പേരിലത് ലത്തീനിലേക്ക് പരിഭാഷപ്പെടുത്തി. 1585ൽ ഫ്ളമിഷ് ഭാഷയിൽ *ഡെ തിയൻഡെ* എന്ന പേരിൽ ലെയ്ഡനിൽ 1585ൽ പ്രസിദ്ധീകരിക്കപ്പെട്ട ഒരു ലഘുകൃതിയിലും അതിന്റെ ഫ്രഞ്ച് തർജ്ജമയിലുമാണ് (1548-1620 കാലത്ത് ജീവിച്ചിരുന്ന ഫ്ളെമിഷ് ഗണിതശാസ്ത്രജ്ഞനായ സൈമൻ സ്റ്റെവിനാണത് രചിച്ചതും *ലാ ഡിസ്മെ* എന്ന പേരിൽ പരിഭാഷ ചെയ്തതും). ഒരു സാധാരണ കണക്കുകൂട്ടൽ രീതിയായി ദംശാംശ ഭിന്നങ്ങൾ ആദ്യമായി പരിചയപ്പെടുത്തപ്പെട്ടത്. സ്റ്റെവിന് എത്രയോ നൂറ്റാണ്ടുകൾക്ക് മുമ്പുതന്നെ ദശാംശ ഭിന്നങ്ങൾ ചൈനക്കാരുപയോഗിച്ചുതുടങ്ങിയെന്നതും പേർഷ്യൻ ജ്യോതിശ്ശാസ്ത്രജ്ഞനായിരുന്ന ജാംഷിദ് അൽ-കാഷി (15-ാം നൂറ്റാണ്ടിന്റെ ആരംഭത്തിൽ സമർഖണ്ഡിൽ) ദശാംശവും സെക്സാജെസിമലുമായ (ആറുഭാഗത്തിലൊന്നാക്കുന്ന സമ്പ്രദായം) ഭിന്നങ്ങൾ അദ്ദേഹത്തിന്റെ കീ റ്റു അരിത്തമെറ്റിക്കിൽ (Key to Arithmetic)ഗണിതത്തിലേക്കുള്ള താക്കോൽ) അനായാസമായി ഉപയോഗിച്ചിരുന്നുവെന്നതും വസ്തുതയാണ്. 15-ാം നൂറ്റാണ്ടിൽ താനാണാദ്യമായി ദശാംശഭിന്നങ്ങൾ കണ്ടുപിടിച്ചതെന്ന് പേർഷ്യൻ ഗണിതശാസ്ത്രജ്ഞനായ അൽ-കാഷി അവകാശപ്പെടുന്നുണ്ടെങ്കിലും, ഗണിതശാസ്ത്രജ്ഞനായ ജെലെന്നാർട്ട് ബെർഗ്രെൻ പറയുന്നത് അൽ-കാഷിക്ക് തെറ്റുപറ്റിയെന്നും അദ്ദേഹത്തിനും അഞ്ചു നൂറ്റാണ്ടുമുമ്പേ ബാഗ്ദാദിലെ ഗണിതശാസ്ത്രജ്ഞനായിരുന്ന അബുൽ-ഹസ്സൻ അൽ-ഉകുലുദിസി അത് കണ്ടുപിടിച്ചിരുന്നുവെന്നുമാണ്.

നമ്പർ തിയറിയിൽ (സംഖ്യാസിദ്ധാന്തം) ഇന്ന് വിൽസൻസ് തിയറം എന്നറിയപ്പെടുന്ന സമ്പ്രദായമുപയോഗിച്ച് ഇബ്ൻ അൽ ഹയ്താം സർവസമങ്ങൾ (congruenes) ഉൾപ്പെടുന്ന പ്രശ്നങ്ങൾ പരിഹരിച്ചു. അദ്ദേഹത്തിന്റെ ആദ്യസമ്പ്രദായം വിൽസൻസ് തിയറം ഉൾക്കൊള്ളുന്ന കാനോനിക്കൽ (canonical) രീതിയാണ്. അതേസമയം രണ്ടാമത്തേതിൽ ഉൾക്കൊള്ളുന്നത് ചൈനീസ് റിമെയ്ൻഡർ (remainder) തിയറത്തിന്റെ

ഒരു വകഭേദമാണ്. അൽ മഹാനി (820ൽ ജനിച്ചു) ജ്യാമിതീയ പ്രശ്ന ങ്ങളെ (duplicating the cube പോലുള്ള പ്രശ്നങ്ങളെ) ബീജഗണിത പ്രശ്നങ്ങളായി ചുരുക്കുകയെന്ന ആശയം രൂപപ്പെടുത്തി. അൽ-കരാജി (953ൽ ജനിച്ചു) ബീജഗണിതത്തെ ജ്യാമിതീയ പ്രവർത്തനങ്ങളിൽ (operations) നിന്ന് പൂർണമായി സ്വതന്ത്രമാക്കുകയും അവയെ ഇന്ന് ബീജ ഗണിതത്തിന്റെ കേന്ദ്രമായിരിക്കുന്ന അങ്കഗണിതരൂപത്തിലുള്ള (arithmetical type) പ്രശ്നങ്ങളായി പകരം വക്കുകയും ചെയ്തു. താബിത്-ഇബ്ൻ ഖുറാ (836-901) ഗണിതത്തിലെ ഒട്ടേറെ മണ്ഡലങ്ങളിൽ സംഭാ വന ചെയ്തിട്ടുള്ളയാളാണ്. എണ്ണമെന്ന സങ്കൽപ്പനങ്ങളെ യഥാർത്ഥ അക്കങ്ങളിലേക്കും (positive), ഇന്റഗ്രൽ കാൽക്കുലസിലേക്കും (intergral calculus), സ്ഫെറിക്കൽ ത്രികോണമിതിയിലെ സിദ്ധാന്തങ്ങളിലേക്കും, അപഗ്രഥനാത്മക ജ്യാമിതി (analytics geometry) യിലേക്കും, യൂക്ലിഡേ തര ജ്യാമിതിയിലേക്കും വ്യാപിപ്പിക്കുന്നതുപോലുള്ള സുപ്രധാന ഗണി തശാസ്ത്രകണ്ടുപിടിത്തങ്ങൾക്ക് അദ്ദേഹം വഴിയൊരുക്കി. താബിത്തിന്റെ പഠനങ്ങളുടെ പ്രധാനപ്പെട്ട ജ്യാമിതീയ വശം അനുപാത (ratios) ങ്ങളുടെ ഘടനയെപ്പറ്റിയുള്ള അദ്ദേഹത്തിന്റെ പുസ്തകമാണ്. ഗ്രീക്കുകാർ ജ്യാമി തീയമായ അളവുകളെ കൈകാര്യം ചെയ്തുവെങ്കിലും അങ്കഗണിത ത്തിന്റെ (arithmetics) സാധാരണ നിയമങ്ങൾ പ്രായോഗികമാക്കാവുന്ന എണ്ണങ്ങളായി അവയെക്കുറിച്ച് ചിന്തിച്ചതേയില്ല. ജ്യാമിതീയവും എണ്ണ ങ്ങളല്ലാത്തതായി മുമ്പ് പരിഗണിക്കപ്പെട്ടവയുമായ അളവുകളിലേക്ക് അങ്ക ഗണിതപരമായ ഓപ്പറേഷനുകൾ കൊണ്ടുവരികവഴി, താബിത് പുതി യൊരു പ്രവണതയ്ക്ക് തുടക്കം കുറിച്ചു. അത് അന്തിമമായി എണ്ണങ്ങ ളുടെ സങ്കൽപ്പനങ്ങളെത്തന്നെ സാമാന്യവൽക്കരിക്കുന്നതിലേക്ക് നയി ച്ചു. ജ്യാമിതിയിലെ അദ്ദേഹത്തിന്റെ മറ്റൊരു സുപ്രധാന സംഭാവന പൈതഗോറസ് സിദ്ധാന്തത്തിന്റെ സാമാന്യവൽക്കരണമാണ്; അതദ്ദേഹം പ്രത്യേക മട്ടത്രികോണങ്ങളിൽ നിന്ന് എല്ലാ മട്ടത്രികോണങ്ങൾക്കും ബാധകമാക്കുകയും, അവക്കൊരു പൊതുവായ തെളിവ് മുന്നോട്ടുവക്കു കയും ചെയ്തു. ചില കാര്യങ്ങളിൽ, പ്രത്യേകിച്ചും ചലനത്തെ സംബ ന്ധിച്ച കാര്യങ്ങളിൽ, താബിത് പ്ലേറ്റോയുടെയും അരിസ്റ്റോട്ടിലിന്റെയും വിമർശകനാണ്. തന്റെ ജ്യാമിതീയ വാദമുഖങ്ങളിൽ ചലനത്തെ സംബ ന്ധിച്ച വാദമുഖങ്ങൾ അംഗീകരിക്കുന്നതിന്മേലടിസ്ഥാനപ്പെടുത്തിയതാണ് ഇവിടെ അദ്ദേഹത്തിന്റെ ആശയങ്ങളെന്ന് തോന്നിക്കുന്നു. ആർക്കിമെ ഡീസിന്റേതിനേക്കാൾ കൂടുതൽ സാമാന്യമായ ഒരു ഇന്റഗ്രേഷൻ മെത്തേഡ് (integration method) കൊണ്ടുവന്ന ഇബ്രാഹിം ഇബ്ൻ സിനാൻ ഇബ്ൻ താബിത്തും (ജനനം: 908) അൽബുഹിയും (ജനനം: 940) ഇസ്ലാമിക ലോകത്ത് ഉന്നത ഗ്രീക്ക് ജ്യാമിതി തുടർന്നപോകുന്ന തിലും അതിനെ പുനരുജ്ജീവിപ്പിക്കുന്നതിലും മുഖ്യപങ്കുവഹിച്ചവരായ നായകന്മാരാണ്. ഈ ഗണിതശാസ്ത്രജ്ഞന്മാരിൽ മിക്കവരും പ്രത്യേ കിച്ചും, അൽ-ഹായ്താം (അൽഹാസൻ), ഒപ്ടിക്സ് പഠിക്കുകയും ആ

മണ്ഡലത്തിൽ യുഗനിർണായകമായ കണ്ടുപിടിത്തങ്ങൾ നടത്തുകയും ചെയ്തു.

ജ്യോതിശ്ശാസ്ത്രം, സമയസൂക്ഷിപ്പ്, ഭൂമിശാസ്ത്രം എന്നിവയാണ് ജ്യാമിതീയവും ത്രികോണസംബന്ധവുമായ ഗവേഷണങ്ങൾ നടത്താൻ മറ്റു ജനവിഭാഗങ്ങൾക്ക് പ്രചോദനം നൽകിയത്. ഉദാഹരണത്തിന് ഇബ്രാഹിം ഇബ്ൻ സിനനും, അദ്ദേഹത്തിന്റെ മുത്തച്ഛൻ താബിത് ഇബ്ൻ ഖുറായും സൂര്യഘടികാരങ്ങൾ (sundials) നിർമിക്കാൻ വേണ്ട കർവു (curve)കളെക്കുറിച്ച് പഠിച്ചു. അബുൽ വാഫയും (940-988) അബു നാസർ മൻസൂറും (960-1036) ചന്ദ്രന്റെ ആദ്യകാഴ്ചയെ (first visibility) പ്രവചിക്കാനും അതിന്റെ ചക്രവാളവുമായി ബന്ധപ്പെടുത്തിയുള്ള ചലനത്തെ വിവരിക്കാനും സ്ഫെറിക്കൽ ത്രികോണമിതിയിൽ പാത വെട്ടിത്തുറന്നു. ചില പ്രത്യേക ക്യൂബിക് സമവാക്യങ്ങളെ തികച്ചും ബീജഗണിതപരമായ മാർഗങ്ങളിലൂടെ പരിഹരിക്കാനും തുടർന്നതിന്റെ ഫലങ്ങളെ ജ്യാമിതീയമായി വ്യാഖ്യാനിക്കാനും ഇബ്ൻ അൽ-ഹയ്താമിന് 11-ാം നൂറ്റാണ്ടിന്റെ ആരംഭത്തിൽത്തന്നെ കഴിഞ്ഞു.

മുഹമ്മദ് ഇബ്ൻ മൂസ അൽ-ഖ്വാരിസ്മിയുടെ പിൻഗാമിയായ അബുൽ വാഫ ബീജഗണിതത്തെ അങ്കഗണിതത്തിലും, യൂക്ലിഡിന്റെ സംഖ്യാസിദ്ധാന്തത്തിന്മേലും, ജ്യാമിതിയിലും ക്രമീകൃതമായി പ്രയോഗിക്കുന്ന ഒരു പ്രവർത്തനമേറ്റെടുത്തു. ഇതിലൂടെയാണ് പോളിനോമിയൽ ബീജഗണിതവും, കോമ്പിനറ്റോറിയൽ അനാലിസിസും (combinatorial analysis), ന്യൂമെറിക്കൽ അനാലിസിസും (numerial analysis) സമവാക്യങ്ങളുടെ ന്യൂമെറിക്കൽ സൊലൂഷനുകളും സംഖ്യാസിദ്ധാന്തത്തിന്റെ പുതിയ പ്രാഥമിക സിദ്ധാന്തവും (the new elementary theory of nembers), സമവാക്യങ്ങളുടെ ജ്യാമിതീയ നിർമാണവും (geometrical construction of equations) ഉയർന്നുവന്നത്. തുടർന്നദ്ദേഹം ആധുനിക ത്രികോണമിതിയുടെ അസ്തിവാരമിട്ടു. 9-ാം നൂറ്റാണ്ടിന്റെ ആരംഭത്തിൽ മുഹമ്മദ് ഇബ്ൻ മൂസാ അൽ-ഖ്വാരിസ്മി ത്രികോണമിതി ഫങ്ഷനുകളായ സൈനുകൾക്കും കൊസൈനുകൾക്കും വേണ്ട പട്ടികകൾ നിർമിച്ചു; ടാൻജെന്റുകളുടെ ആദ്യപട്ടികകളും. സ്ഫെറിക്കൽ ത്രികോണമിതിയിലും അദ്ദേഹം ഒരാദ്യകാല മുൻനിരക്കാരനായിരുന്നു. മുഹമ്മദ് ഇബ്ൻ ജാബിർ അൽ-ബത്തനി (853-929) സീക്കന്റ്, കൊസീക്കന്റ് എന്നിവയുടെ പരസ്പരപൂരകമായ ഉപയോഗങ്ങൾ കണ്ടുപിടിക്കുകയും കോസീക്കന്റുകളുടെ ആദ്യപട്ടിക തയാറാക്കുകയും ചെയ്തു. അതിനദ്ദേഹം നിഴലുകളുടെ പട്ടികയെന്നു വിളിച്ചു. അൽ-അൻഡാലുസിലെ അൽ-ജയ്യാനി ഗോളത്തിന്റെ അറിയപ്പെടാത്ത ആർക്കി (arc)നെ സംബന്ധിച്ച പുസ്തകമെഴുതി. ആധുനികരൂപത്തിലുള്ള സ്ഫെറിക്കൽ ത്രികോണമിതിയിലെ ആദ്യപ്രബന്ധമായി അത് പരിഗണിക്കപ്പെടുന്നു. സ്ഫെറിക്കൽ ത്രികോണമിതിയിലെ അൽ -ജയ്യാനിയുടെ പഠനത്തിൽ മട്ടത്രികോണങ്ങളുടെ സൂത്രവാക്യങ്ങളും, സൈനുകളുടെ (sines) സാമാ

ന്യനിയമവും, പോളാർ ത്രികോണത്തിന്റെ മാർഗത്തിലൂടെ ഒരു സ്ഫറിക്കൽ ത്രികോണത്തിന്റെ പരിഹരിക്കലും (solution of a spherical triangle) ഉൾപ്പെടുന്നു. ഈ പ്രബന്ധത്തിന് പിൽക്കാലത്ത് യൂറോപ്യൻ ഗണിതത്തിൽ ശക്തമായ സ്വാധീനമുണ്ടായി. സംഖ്യകളായി അനുപാത(ratios) ങ്ങൾക്കദ്ദേഹം നൽകിയ നിർവചനങ്ങളും എല്ലാ വശങ്ങളും അജ്ഞാതമായിരിക്കുമ്പോൾ ഒരു സ്ഫെറിക്കൽ ത്രികോണത്തിന്റെ പ്രശ്നം പരിഹരിക്കുന്ന രീതിയും പതിനഞ്ചാം നൂറ്റാണ്ടിലെ ഗണിതശാസ്ത്രജ്ഞനായ റെജിയോ മൊൺടാനസിനെ സ്വാധീനിച്ചിരുന്നിരിക്കാൻ സാധ്യതയുണ്ട്.

ട്രയാംഗുലേഷന്റെ (triangulation) രീതി ആദ്യമായി വികസിപ്പിച്ചത് അറബ് ഗണിത ശാസ്ത്രജ്ഞന്മാരാണ്. 11-ാം നൂറ്റാണ്ടിന്റെ ആരംഭത്തിൽ അബു റയ്ഹാൻ അൽ-ബിറൂണി(973-1048) വിവരിക്കുന്നതു പോലെ, അവരത് ഭൂമിശാസ്ത്രത്തിലും സർവേപ്രവർത്തനത്തിലുമുപയോഗിച്ചു. ത്രികോണമിതിയിലെ എല്ലാ ആദ്യകാല പഠനങ്ങളും അതിനെ ജ്യോതിശ്ശാസ്ത്രത്തിന്റെ ഒരനുബന്ധമായിക്കണ്ടപ്പോൾ, അതിന്റെ സ്വന്തം കരുത്തിന്മേൽ നിലനിൽക്കുന്ന ഒരു വിഷയമായി കൈകാര്യം ചെയ്തത് 13-ാം നൂറ്റാണ്ടിലെ നസീർ അൽ-ദിൻ അൽതൂസി(1201-1274)യാണ്. ജാംഷിഡ് അൽ-കാഷി (1380-1449) ട്രയാംഗുലേഷന് പറ്റിയ ഒരു രൂപത്തിലുള്ള കൊസൈനുകളുടെ നിയമത്തെസംബന്ധിച്ച ആദ്യത്തെ വ്യക്തമായ പ്രസ്താവന മുന്നോട്ടുവച്ചു. ഫ്രാൻസിൽ, കൊസൈനുകളുടെ നിയമം ഇപ്പോഴും പരിഗണിക്കപ്പെടുന്നത് അൽ-കാഷിയുടെ സിദ്ധാന്തമെന്നാണ്. താഖി അൽ-ദിൻ (1526-1585) തന്റെ 'സിദ്രാത്ത് അൽ-മുൻടഹ'യിൽ ത്രികോണമിതിക്ക് സംഭാവന നൽകി; അതിലദ്ദേഹം sin 1° യുടെ സംഖ്യാപരമായ മൂല്യം ഏറ്റവുമധികം കൃത്യമായി കണക്കുകൂട്ടിയെടുത്ത ആദ്യത്തെ ഗണിതശാസ്ത്രജ്ഞനായി. അദ്ദേഹം തന്റെ മുൻഗാമികൾ നൽകിയ മൂല്യങ്ങൾ ചർച്ച ചെയ്യുന്നു. എങ്ങനെയാണ് ടോളമി (എ ഡി 150) സൈൻ ഒരു ഡിഗ്രിയുടെ(Sin 1°) തന്റെ മൂല്യം കണ്ടെത്താൻ ഒരു ഏകദേശ രീതി ഉപയോഗിച്ചതെന്നും അബു അൽ-വാഫ, ഇബ്ൻ യൂനുസ് (1000), അൽ-കാഷി, ക്വാസി സാദ അൽ -റൂമി (1337-1413), ഉലൂഗ്ബേഗ് (തിമൂർ ഭരണ കാലഘട്ടത്തിലെ ഗോളഗണിത ശാസ്ത്രജ്ഞൻ), മിറിം ചെലെബി(ഓട്ടോമാൻ ഗണിതപണ്ഡിതൻ) എന്നിവരൊക്കെ ആ മൂല്യത്തെ മെച്ചപ്പെടുത്തിയതെന്നും വിവരിക്കുന്നു.

മാത്തമാറ്റിക്കൽ ഇൻഡക്ഷന്റെ (mathematical induction) ഒരു ആദ്യ തെളിവുപയോഗിച്ചുകൊണ്ട് ഫോർത്ത് പവറുകളുടെ തുക കണ്ടെത്താനുള്ള ഒരു സൂത്രവാക്യം ഉരുത്തിരിച്ചെടുത്തത് ഇബ്ൻ അൽ-ഹായ്താ (അൽ ഹാസൻ) മാണ്. ഏത് ഇന്റെഗ്രൽ പവറുകളുടെ (integral powers) യും തുക നിർണയിക്കാനുള്ള ഒരു പൊതു സൂത്രവാക്യവുമദ്ദേഹം വികസിപ്പിച്ചു. ഇത് ഇന്റഗ്രൽ കാൽക്കുലസിന്റെയും ഇൻഫിനെറ്റിസിമൽ കാൽക്കുലസിന്റെയും (infinitesimal calculus) വികാസ

ത്തിന് അടിസ്ഥാനപരമായ ഒന്നായിരുന്നു. അദ്ദേഹത്തിന്റെ ഫലങ്ങൾ മൊറോക്കൻ ഗണിതശാസ്ത്രജ്ഞരായിരുന്ന അബു-ഇ-ഹസ്സൻ ഇബ്ൻ ഹായ്ദുറും (1413), അബു അബ്ദുള്ള ഇബ്ൻ ഘാസി (1437-1514) യും, ജാംഷിഡ് അൽ-കാഷിയും കേരള സ്കൂൾ ഓഫ് മാത്തമാറ്റിഷ്യന്മാരും (15ഉം 16ഉം നൂറ്റാണ്ടുകളിൽ) ആവർത്തിച്ചു. 12-ാം നൂറ്റാണ്ടിൽ ഷറഫ് അൽ-ദിൻ അൽ-തൂസിയാണ് ആദ്യമായി ക്യൂബിക് പോളിനോമിയലുകളുടെ ഡെറിവേറ്റീവ് കണ്ടെത്തിയത്; അത് ഡിഫറൻഷ്യൽ (diferential) കാൽക്കുലസിൽ ഒരു സുപ്രധാന ഫലമാണ്. സമവാക്യങ്ങളെ (equations) സംബന്ധിച്ച അദ്ദേഹത്തിന്റെ പ്രബന്ധം ഡിഫറൻഷ്യൽ കാൽക്കുലസുമായി ബന്ധപ്പെട്ട പരികൽപ്പനകൾ-ഡെറിവേറ്റീവ് ഫങ്ഷൻ, കർവുകളുടെ (curves) മാക്സിമയും മിനിമയും (maxima and minima) പോലുള്ളവ-വികസിപ്പിച്ചു. പോസിറ്റീവ് (positive) സൊലൂഷനുകൾ (solutions) ഉണ്ടായേക്കില്ലാത്ത ക്യൂബിക് സമവാക്യങ്ങൾ പരിഹരിക്കുന്നതിനുവേണ്ടിയായിരുന്നു അവയെ വികസിപ്പിച്ചത്.

ജ്യാമിതീയ കലാരൂപമായ അറബെസ്ക്* ഇസ്ലാമിന്റെ സുവർണയുഗം പൂർണമായി പൂത്തുലയുന്നതിനുമുമ്പ് മധ്യപൂർവദേശത്തോ മധ്യധരണ്യാഴി പ്രദേശങ്ങളിലോ വ്യാപകമായി ഉപയോഗിച്ചിരുന്നില്ല. അക്കാലമായതോടെ ഇസ്ലാമിക കലയുടെ ഒരു പൊതു സവിശേഷതയായി ത്തീർന്നു അത്. യൂക്ലിഡിന്റെ 'എലമെന്റ്സി'നെഴുതിയ തന്റെ ഭാഷ്യത്തിൽ അൽഅബ്ബാസ് ഇബ്ൻ സയ്ദ് അൽ-ജവാഹിരി (800-860) വിശദീകരിച്ച വിധത്തിലുള്ള യൂക്ലിഡിന്റെ ജ്യാമിതി, മുഹമ്മദ് ഇബ്ൻ മൂസാ അൽ-ഖ്വവാരിസ്മി (780-850) വിപുലീകരിച്ച വിധത്തിലുള്ള ആര്യഭടന്റെയും ബ്രഹ്മഗുപ്തന്റെയും ത്രികോണമിതി, അബു അൽ-വാഫ അൽ-ബുസ്ജാനി (940-988) വികസിപ്പിച്ച സ്ഫെറിക്കൽ ജ്യാമിതി, ഖിബ്ലയും സാലയുടെ സമയങ്ങളും നിർണയിക്കാനായി അൽ-ജയ്യാനി (989-1079) വികസിപ്പിച്ച സ്ഫെറിക്കൽ ത്രികോണമിതി എന്നിവയെല്ലാം അറബെസ്കായിത്തീർന്ന കലാരൂപത്തിന്റെ കാര്യത്തിൽ ഉത്തേജനമായി പ്രവർത്തിച്ചിട്ടുണ്ട്.

മുഹമ്മദ് ഇബ്ൻ മൂസാ അൽ-ഖ്വവാരിസ്മിയുടെ സിജ് (പഞ്ചാംഗ) പ്രബന്ധങ്ങൾ സൂര്യൻ, ചന്ദ്രൻ, നക്ഷത്രങ്ങൾ, ഗ്രഹങ്ങൾ എന്നിവയുടെ സ്ഥാനങ്ങൾ നിർണയിക്കാനുള്ള ജ്യോതിശ്ശാസ്ത്ര കണക്കുകൂട്ടലുകൾക്ക് ഉപയോഗിക്കുന്ന അളവുകോലുകൾ കണക്കു കൂട്ടിയെടുക്കുന്ന ജ്യോതിശ്ശാസ്ത്ര ഗ്രന്ഥങ്ങളായിരുന്നു. ഗണിതശാസ്ത്ര ജ്യോതിശ്ശാസ്ത്രത്തിന് അതു നൽകിയ മുഖ്യമായ സംഭാവനകളിൽ പ്രതിഫലിക്കപ്പെട്ടത് മെച്ചപ്പെട്ട ട്രിഗണോമെട്രിക്കൽ, കംപ്യൂട്ടേഷൻ, ഒബ്സർവേഷണൽ ടെക്നിക്കുകളായിരുന്നു. സിജ് ഗ്രന്ഥങ്ങൾ വൈപുല്യമുള്ളവയായിരുന്നു. അവ

* Arabesque: It is an artistic motif, applying geometric forms to decorate the wall of mosque.

യിലുൾപ്പെട്ടത് കാലഗണനാശാസ്ത്രം, ഭൂമിശാസ്ത്രപരമായ രേഖാംശ - അക്ഷാംശ രേഖകൾ, നക്ഷത്രപ്പട്ടികകൾ, ത്രികോണമിതി ഫങ്ഷനുകൾ, സ്ഫെറിക്കൽ ജ്യോതിശ്ശാസ്ത്രത്തിലെ ഫങ്ഷനുകൾ, ചന്ദ്രക്കലയെ ആദ്യമായി ദർശിക്കാനുള്ള പട്ടികകൾ, സമയ സമവാക്യങ്ങൾ, ഗ്രഹചലനങ്ങൾ, ഗ്രഹണത്തിന്റെ കണക്കുകൂട്ടിയെടുക്കലുകൾ, ഭൂകേന്ദ്രിത അർധവൃത്ത മാതൃകകളുപയോഗിച്ച് ജ്യോതിശ്ശാസ്ത്ര കണക്കുകൂട്ടലുകൾ നടത്താനുള്ള നിർദേശങ്ങൾ എന്നിവയൊക്കെയായിരുന്നു. ഈ പഠനം ജ്യോതിശ്ശാസ്ത്രത്തിൽ ഒരു വഴിത്തിരിവാകുകയും പഠനത്തിന്റേയും കണക്കുകൂട്ടലുകളുടെയും പരമ്പരാഗതമല്ലാത്ത രീതികളുടെ തുടക്കം കുറിക്കൽ നടത്തുകയും ചെയ്തു. നിരീക്ഷണ ജ്യോതിശ്ശാസ്ത്രത്തിൽ (observational astronomy) മുഹമ്മദ് ഇബ്ൻ മൂസ അൽ-ഖ്വാരിസ്മി സൂര്യൻ, ചന്ദ്രൻ, അക്കാലത്തറിയപ്പെട്ടിരുന്ന അഞ്ച് ഗ്രഹങ്ങൾ എന്നിവയുടെ ത്രികോണമിതി പട്ടികകൾ വികസിപ്പിച്ചെടുത്തു. 9-ാം നൂറ്റാണ്ടിലെ ജ്യോതിശ്ശാസ്ത്രജ്ഞനായിരുന്ന അൽ-ഫർഗാനിയുടെ 'എ കോംപെൻഡിയം ഓഫ് ദ സയൻസ് ഓഫ് സ്റ്റാർസ്' ടോളമിയുടെ അൽമജെസ്റ്റിനെ തിരുത്തുകയും, അയനത്തിന്റെ (ecliptic) ചരിവിന് പുതുക്കിയ മൂല്യങ്ങൾ നൽകുകയും സൂര്യന്റെയും ചന്ദ്രന്റെയും ഭ്രമണപഥത്തിൽ അതേറ്റവുമധികം ഭൂമിയിൽ നിന്നകലത്തായിരിക്കുന്ന ബിന്ദുവിന്റെ അയനചലനപഥവും ഭൂമിയുടെ ചുറ്റളവുമെല്ലാം പുതുക്കുകയും ചെയ്തു. മുഹമ്മദ് ഇബ്ൻ അൽ-ബത്തനി (853-929) സൂര്യന്റെ eccentric (എക്സൻട്രിക്-കേന്ദ്രത്തിൽ നിന്നു തെറ്റിയ നില)-ന്റെ ദിശ മാറിക്കൊണ്ടിരിക്കുമെന്ന് കണ്ടുപിടിക്കുകയും, പുതിയ ചന്ദ്രന്റെ സമയങ്ങൾ കണക്കാക്കുകയും, സൗരവർഷത്തിന്റെ നീളം കണക്കാക്കുകയും, ഗ്രഹണങ്ങളുടെ പ്രവചനം നടത്തുകയും, പാരലാക്സ് (parallax) പ്രതിഭാസം (ദൃഗ്ഭ്രംശം) പഠിക്കുകയുമെല്ലാം ചെയ്തു. പത്താം നൂറ്റാണ്ടിൽ അബ്ദ് അൽ-റഹ്മാൻ അൽ സൂഫി(അസോഫി-903-986) നക്ഷത്രങ്ങളെക്കുറിച്ച് നിരീക്ഷണം നടത്തുകയും, അവയുടെ സ്ഥാനങ്ങൾ, വലുപ്പം, തിളക്കം, നിറം എന്നിവയെക്കുറിച്ചെല്ലാം പ്രവചനം നടത്തുകയും, 964ൽ രചിച്ച തന്റെ ഗ്രന്ഥമായ *ബുക്ക് ഓൺ ഫിക്സഡ് സ്റ്റാർസ്*ൽ ഓരോ നക്ഷത്രക്കൂട്ടങ്ങളുടെയും ചിത്രങ്ങൾ നൽകുകയും ചെയ്തു. ഏറക്കുറെ 1.4 മീറ്റർ വ്യാസമുള്ള ഒരു ആസ്ട്രോലാബു*പയോഗിച്ച് ഇബ്ൻ യൂനുസ് നിരവധി വർഷങ്ങളിലേക്കുള്ള സൂര്യന്റെ പതിനായിരത്തോളം നിലകൾ നിരീക്ഷിക്കുകയുണ്ടായി. ചന്ദ്രന്റെ ചലനത്തിന്റെ കാര്യത്തിൽ കനേഡിയൻ/അമേരിക്കൻ ജ്യോതിശ്ശാസ്ത്രജ്ഞനായ സൈമൻ ന്യൂകോംബ് (1835-1909) നൂറ്റാണ്ടുകൾക്കുശേഷം ഗ്രഹണത്തെ സംബന്ധിച്ച ആ നിരീക്ഷണങ്ങൾ ഉപയോഗപ്പെടുത്തി. അതേസമയം അദ്ദേഹത്തിന്റെ മറ്റു നിരീ

* Ashtrolabe: A historical astronomical instrument to locate and predict the position of stars, sun, planets and moon

ക്ഷണങ്ങൾ അയനത്തിന്റെ ചെരിവിനെസംബന്ധിച്ചും വ്യാഴത്തിന്റെയും ശനിയുടെയും അയനങ്ങളിലെ അസമാനതകളെ സംബന്ധിച്ചുമുള്ള പഠനത്തിന് പ്രചോദനം നൽകി. 10-ാം നൂറ്റാണ്ടിന്റെ അവസാനത്തിൽ, അബു മുഹമ്മദ് അൽ ഖുജാണ്ടി ഭൂമിയുടെ അച്ചുതണ്ടിന്റെ ചരിവ് ശരിക്കും $23^0 32'$ 19" (23.53^0) യാണെന്നു കണക്കാക്കി. ഗ്രീക്കുകാരും ഇന്ത്യക്കാരും കണക്കുകൂട്ടിയ $23^0 51'$ 20" (23.86^0) ഡിഗ്രിയേക്കാൾ ഇന്നത്തെ കണക്കായ $23^0 26'$ നോട് (23.44^0) വളരെ അടുത്തു വരുന്നുണ്ടത്. 1006ൽ ഈജിപ്ഷ്യൻ ജ്യോതിശ്ശാസ്ത്രജ്ഞനായ അലി ഇബ്ൻ റിദ്‌വാൻ SN 1006 എന്ന ചരിത്രത്തിലെ ഏറ്റവും തിളക്കമേറിയ സൂപ്പർ നോവ കണ്ടെത്തി. ആ താൽക്കാലിക നക്ഷത്രത്തിന്റെ ഒരു വിശദവിവരണവും നൽകി. 1079ൽ ഒമർഖയാം അമ്പരിപ്പിക്കുന്നൊരു കണക്കുകൂട്ടലിലൂടെ വർഷത്തിന്റെ നീളം 365.242198581856 ദിവസങ്ങളാണെന്ന് കണക്കാക്കി. 21-ാം നൂറ്റാണ്ടിന്റെ കൃത്യമായ കണക്കായ 365.242190 ദിവസങ്ങളെന്നതുമായി അതിന് അത്ഭുതകരമായ സാദൃശ്യമാണുള്ളത്. ഈ മഹാപ്രതിഭയാണ് ഭൂമി അതിന്റെ അച്ചുതണ്ടിലെങ്ങനെയാണ് കറങ്ങുന്നതെന്ന് കൃത്യമായി കാട്ടിത്തന്നതും.

ഇബ്ൻ അൽ-ഹയ്താം പ്രകാശ രശ്മിയുടെ പതന (incidence)ത്തിന്റെയും ഒരു മാധ്യമത്തിൽ നിന്ന് മറ്റൊരു മാധ്യമത്തിലേക്കത് കടക്കുമ്പോഴുണ്ടാകുന്ന അപഭംഗത്തിന്റെയും (refraction) പട്ടികകൾക്ക് രൂപം നൽകി. അതു കാണിക്കുന്നത്, പിൽക്കാലത്ത് സ്റ്റെല്ലിന്റെ പേരിലാരോപിക്കപ്പെട്ട സൈനുകളുടെ (sines) കോൺസ്റ്റൻസിയുടെ റേഷ്യോകളുടെ നിയമം കണ്ടെത്തുന്നതിനെത്രവരെ അദ്ദേഹമടുത്തെത്തിയെന്നാണ്. അതുപോലെ അസ്തമയത്തിനു ശേഷവും ഉദയത്തിനു മുമ്പും ദൃശ്യമാകുന്ന അരുണരശ്മികളുടെ കാരണം അപഭംഗ (refraction) മാണെന്നും സൂര്യൻ ചക്രവാളത്തിനും 19^0 താഴെയായിരിക്കുമ്പോഴാണാ പ്രതിഭാസം ഉദയ സമയത്താരംഭിക്കുന്നതെന്നും സന്ധ്യാസമയത്ത് ഇല്ലാതാകുന്നതെന്നും കണ്ടെത്തി. അബുറയ്ഹാൻ അൽ-ബിറൂനി (973-1048)യും പിൽക്കാലത്ത് അൽ-ഖാസിനിയും മെക്കാനിക്സിലെ സ്റ്റാറ്റിക്സിന്റെയും ഡൈനാമിക്സിന്റെയും മണ്ഡലങ്ങളിൽ പരീക്ഷണാത്മകമായ ശാസ്ത്രീയരീതികൾ പ്രയോഗ പഥത്തിലെത്തിച്ചവരാണ്; വിശേഷിച്ചും കൃത്യമായ തൂക്കം (weight) തൂക്കങ്ങളുടെയും ത്രാസിന്റെയും തത്വങ്ങളെ അടിസ്ഥാനപ്പെടുത്തി നിർണയിക്കുന്നതിന്റെ കാര്യത്തിൽ.

9-ാം നൂറ്റാണ്ടിൽ അൽ-കിണ്ടി ക്രിപ്റ്റനാലിസിസി(ഗോപ്യാക്ഷരവിദ്യ അപഗ്രഥനം)ന്റെയും ക്രിപ്റ്റോളജി(ഗോപ്യഭാഷാശാസ്ത്രം) യുടെയും ആദ്യപഥികനായി. ക്രിപ്റ്റനാലിസിസിന്റെ (നിഗൂഢാക്ഷരങ്ങൾ അപഗ്രഥിച്ചർഥം കണ്ടെത്തുന്ന വിദ്യ) ആദ്യത്തെ അറിയപ്പെടുന്ന വിശദീകരണം *എ മാനുസ്ക്രിപ്റ്റ് ഓൺ ഡെസിഫറിങ് ക്രിപ്റ്റോഗ്രാഫിക് മെസ്സേജസ്* എന്ന തന്റെ കൃതിയിൽ അദ്ദേഹം മുന്നോട്ടുവച്ചു. പ്രത്യേകിച്ചും ഫ്രീക്വൻസി അനാലിസിസ് (ലിഖിതാക്ഷരങ്ങളുടെ ഫ്രീക്വൻസിയിൽ

വരുന്ന വ്യതിയാനങ്ങൾ അപഗ്രഥിച്ചുനോക്കി ഗൂഢഭാഷാപ്രതീകങ്ങളും സൂചനകളും വായിച്ചെടുക്കുന്ന വിദ്യ-ഫ്രീക്വൻസി അനാലിസിസിലൂടെയുള്ള ക്രിപ്റ്റനാലിസ്) രൂപപ്പെടുത്തിയതിന്റെ ഖ്യാതി അദ്ദേഹത്തിനാണ്. ഇസ്താംബൂളിലെ ഓട്ടോമാൻ ആർക്കൈവിൽനിന്ന് അടുത്തിടെ വീണ്ടെടുക്കപ്പെട്ട ഒരു വിശദമായ കൃതിയിൽ ഇത് വിവരിക്കപ്പെട്ടിരിക്കുന്നു. ലിയോൺ ബാറ്റിസ്റ്റ അൽബെർട്ടിക്ക് (ഇറ്റാലിയൻ കവിയും കലാകാരനും വാസ്തുശിൽപ്പിയും, 1404-1472) നൂറ്റാണ്ടുകൾക്ക് മുമ്പേ അൽ-കിണ്ടിക്ക് പോളി ആൽഫബെറ്റിക് ഗുപ്തലിപിക(polyalphabetic ciphers) ളെക്കുറിച്ചറിയാമായിരുന്നു. സൈഫറുകളെ വർഗീകരിക്കാനുള്ള രീതിയും അറബി ഫൊണറ്റിക്സും സിൻടാക്സും (ഉച്ചാരണശാസ്ത്രവും പദവിന്യാസവും) അദ്ദേഹം വികസിപ്പിച്ചു; അതുപോലെ ക്രിപ്റ്റനാലിസിസിനുവേണ്ടി നിരവധി സ്റ്റാറ്റിസ്റ്റിക്കൽ ടെക്നിക്കുകളും ആ പുസ്തകം മുന്നോട്ടുവച്ചു. എത്രയോ നൂറ്റാണ്ടുകൾക്കു മുമ്പേ ഈ പുസ്തകം ക്രിപ്റ്റോളജി പരാമർശങ്ങളുടെ കാര്യത്തിൽ ആദ്യ പഥികനായി. പ്രോബബിലിറ്റിയെയും സ്റ്റാറ്റിസ്റ്റിക്സിനെയും സംബന്ധിച്ച രചനകളുടെ കാര്യത്തിൽ ആ കൃതി പാസ്കലിനും ഫെർമാറ്റിനും എട്ട് നൂറ്റാണ്ടുകൾക്ക് മുന്നിൽ സ്ഥാനം പിടിക്കുകയും ചെയ്തു.

അറേബ്യൻ ജ്യോതിശ്ശാസ്ത്രജ്ഞന്മാരുടെയും തത്വചിന്തകരുടെയുമിടയിൽ ഭൂമിയുടെ ചലനത്തെപ്പറ്റി ചർച്ച ചെയ്യുന്ന നീണ്ടകാല പാരമ്പര്യമുണ്ട്. 9-ാം നൂറ്റാണ്ടിൽ ബാനുമൂസ്സ സഹോദരന്മാരിലെ മൂത്തവനായ മുഹമ്മദ് ഇബ്ൻ മൂസ ആസ്ട്രോഫിസിക്സിലും സെലസ്റ്റിയൽ മെക്കാനിക്സിലും (celestial mechanics) ഗണനീയമായ സംഭാവനകൾ നൽകി. പ്രാചീന കാലത്ത് ആളുകൾ വിശ്വസിച്ചിരുന്നത് ആകാശഗോളങ്ങൾക്ക് ഭൂമിയുടേതിൽ നിന്നു വ്യത്യസ്തമായതും അവയുടേതുമാത്രവുമായ ഭൗതികചലനനിയമങ്ങളുണ്ടെന്നാണ്. അദ്ദേഹമാണാദ്യമായി ആകാശഗോളങ്ങളും ബഹിരാകാശ വസ്തുക്കളും ഭൂമിയുടേതിനു സമാനമായ ഭൗതികനിയമങ്ങൾക്ക് വിധേയമാണെന്ന അനുമാനം മുന്നോട്ടുവച്ചത്. *ആകാശചലനങ്ങളും ആകർഷണശക്തിയും* എന്ന തന്റെ പുസ്തകത്തിൽ ജാഫർ മുഹമ്മദ് ബാനുമൂസ ആകാശ വസ്തുക്കൾക്കു തമ്മിൽ ആകർഷണ ബലം നിലവിലുണ്ടെന്നുപറഞ്ഞുകൊണ്ട് ന്യൂട്ടന്റെ പ്രാപഞ്ചിക (സാർവത്രിക) ആകർഷണ സിദ്ധാന്തത്തിന് മുന്നിൽ നടന്നു. ആകാശഗോളങ്ങളും ബഹിരാകാശ വസ്തുക്കളും തമ്മിൽ ആകർഷണം നിലവിലുണ്ടെന്ന് അൽ-ബിറൂണിയും കണ്ടുപിടിക്കുകയും, അവക്ക് തമ്മിൽ ആകർഷണമോ അവയ്ക്ക് ഗുരുത്വമോ ഇല്ലെന്നും, അവയുടെ വൃത്തരൂപത്തിലുള്ള ചലനം അവയുടെ ആന്തരികമായ ഒരു ഗുണമാണെന്നും പറഞ്ഞ അരിസ്റ്റോട്ടിലിന്റെ അവയെ സംബന്ധിച്ച വീക്ഷണങ്ങളെ വിമർശിക്കുകയും ചെയ്തു. അൽ- ഖാസിനി (പന്ത്രണ്ടാം നൂറ്റാണ്ടിൽ ജീവിച്ചിരുന്ന ഗ്രീക്ക് വംശജനായ ഫിസിക്കൽ ഗണിതശാസ്ത്രജ്ഞൻ) യാണ് ഭൂകേന്ദ്രത്തിൽ നിന്നുള്ള ദൂരത്തിനനുസൃതമായി വസ്തു

ക്കളുടെ ആകർഷണം വ്യത്യാസപ്പെടുമെന്ന സിദ്ധാന്തം ആദ്യമായി നിർദേശിച്ചത്. 18-ാം നൂറ്റാണ്ടിൽ ന്യൂട്ടന്റെ സാർവത്രിക ഗുരുത്വാകർഷണനിയമം വരുന്നതുവരെ ഈ പ്രതിഭാസത്തെ ആരും തെളിയിച്ചില്ല. പത്താം നൂറ്റാണ്ടിൽ മുഹമ്മദ് ഇബ്ൻ ജാബിർ അൽ ഹറാനി അൽ-ബത്തനിയാണ് പഴയകാല നിരീക്ഷണങ്ങളെ പുതിയവകൊണ്ട് പരിശോധിച്ചുനോക്കാമെന്ന ആശയം മുന്നോട്ടുവച്ചത്. മുസ്ലിം ജ്യോതിശ്ശാസ്ത്രജ്ഞന്മാർ 11-ാം നൂറ്റാണ്ടുമുതൽക്ക് പരീക്ഷണസങ്കേതങ്ങളും അനുഭവപരമായ നിരീക്ഷണങ്ങളും ഉപയോഗത്തിൽ കൊണ്ടുവരുന്നതിലേക്ക് ഇത് നയിച്ചു. കോപ്പർനിക്കസ് തന്റെ ആകാശഗോളങ്ങളുടെ ഭ്രമണത്തിൽ അൽ-ബത്തനിയുടെ സിജയെ (പ്രബന്ധങ്ങൾ) മൊത്തം 23 തവണ ഉദ്ധരിക്കുന്നുണ്ട്. 11-ാം നൂറ്റാണ്ടിന്റെ തുടക്കത്തിൽ ഇബ്ൻ അൽ-ഹയ്താം (അൽ ഹാസൻ) *മഖാല ഫി ഡോ അൽ-ഖമർ* (*ചന്ദ്രന്റെ പ്രകാശത്തെപ്പറ്റി*) എഴുതി. അതെഴുതിയത് 1021നോടടുത്തായിരിക്കണം. അതാണ് ഭൗതികത്തെ ഗണിതശാസ്ത്ര ജ്യോതിശ്ശാസ്ത്രവുമായി ഒന്നിച്ചുചേർക്കാൻ വിജയകരമായി ആദ്യം നടന്ന ശ്രമവും ജ്യോതിശ്ശാസ്ത്രത്തിലും ആസ്ട്രോഫിസിക്സിലും പരീക്ഷണാത്മക രീതി പ്രയോഗത്തിൽ വരുത്താനുള്ള ഏറ്റവുമാദ്യത്തെ ശ്രമവും. ചന്ദ്രൻ സൂര്യപ്രകാശത്തെ ഒരു കണ്ണാടിപോലെ പ്രതിഫലിപ്പിക്കുന്നുവെന്ന പൊതുവായ അഭിപ്രായം അദ്ദേഹം തെറ്റാണെന്നു തെളിയിക്കുകയും സൂര്യപ്രകാശം വന്നു മുട്ടുന്ന അതിന്റെ ഉപരിതലഭാഗങ്ങളിൽ നിന്ന് പ്രകാശം ഉത്സർജിക്കുകയാണെന്ന് ശരിയായി സിദ്ധാന്തിക്കുകയും ചെയ്തു. ചന്ദ്രന്റെ പ്രകാശമാനമായ ഉപരിതലത്തിന്റെ എല്ലാ പോയിന്റുകളിൽ നിന്നും പ്രകാശം ഉത്സർജിക്കുന്നുവെന്നു തെളിയിക്കാനദ്ദേഹം ഒരു പുതിയ പരീക്ഷണോപകരണമുണ്ടാക്കി. ഒരു ആശയപരമായ ഗണിതശാസ്ത്രമാതൃകയും നിരീക്ഷിക്കാവുന്ന സങ്കീർണമായ പ്രതിഭാസവും തമ്മിലുള്ള ബന്ധത്തിൽ ഒരു വ്യക്തമായ സങ്കൽപ്പനം ഇബ്ൻ അൽ-ഹയ്താം ആവിഷ്കരിച്ചു; പ്രത്യേകിച്ചും, അദ്ദേഹമായിരുന്നു പരീക്ഷണസാഹചര്യങ്ങളിൽ സ്ഥിരവും ഏകതാന (യൂണിഫോം) വുമായ രീതിയിൽ മാറ്റങ്ങൾ വരുത്തിക്കൊണ്ടിരിക്കുന്ന ഒരു സമ്പ്രദായം വ്യവസ്ഥാപിതമായി ഉപയോഗപ്പെടുത്തിയത്. രണ്ട് ഇടുങ്ങിയ ദ്വാരങ്ങളിലൂടെയുള്ള ചാന്ദ്രപ്രകാശത്തിന്റെ ഒരു തിരശ്ശീലയിലേക്കുള്ള പ്രക്ഷേപണത്തിലൂടെ ഉണ്ടാകുന്ന പ്രകാശവലയത്തിന്റെ തീവ്രത അതിലൊരു ദ്വാരം ക്രമാനുഗതമായി തടയപ്പെടുമ്പോൾ സ്ഥിരമായി കുറഞ്ഞുവരുമെന്ന് അദ്ദേഹമൊരു പരീക്ഷണത്തിലൂടെ കാണിച്ചത് ഇതിനൊരുദാഹരണമാണ്. ഇബ്ൻ അൽ-ഹായ്താമാണ് തന്റെ *ബുക്ക് ഓഫ് ഒപ്ടിക്സ്* എന്ന കൃതിയിലൂടെ ആദ്യമായി ആകാശഗോളങ്ങൾ ഖരവസ്തുക്കൾ ഉൾക്കൊള്ളുന്നതല്ലെന്ന് ആദ്യമായി കണ്ടെത്തിയതും അതുപോലെ ആകാശം വായുവിന്റെയത്ര സാന്ദ്രതയുള്ളതല്ലെന്നു കണ്ടെത്തിയതും. തത്വചിന്തയിൽ പോളണ്ടിലെ പ്രധാന വ്യക്തിത്വമായ വിറ്റെലോ (1230-1280 എ ഡി) ഈ പരീക്ഷണങ്ങൾ

പിൽക്കാലത്ത് ആവർത്തിക്കുകയും കോപ്പർനിക്കസിന്റെ ജ്യോതിശ്ശാസ്ത്രവ്യവസ്ഥയിലും ടൈക്കോണിക് ജ്യോതിശ്ശാസ്ത്രവ്യവസ്ഥയിലും കാര്യമായ സ്വാധീനം ചെലുത്തുകയും ചെയ്തു. ക്ഷീരപഥ ആകാശഗംഗ(Milky way galaxy)യെ സംബന്ധിച്ച അരിസ്റ്റോട്ടിലിന്റെ ആശയങ്ങളും തെറ്റെന്നദ്ദേഹം തെളിയിച്ചു. വലിയ ചില നക്ഷത്രങ്ങൾ കടുത്ത രീതിയിൽ നടത്തുന്ന സ്ഫുരണത്തിന്റെ ഭാഗമാണ് ക്ഷീരപഥമെന്നും, ആ വലിയ നക്ഷത്രങ്ങൾ അടുത്തും എണ്ണമറ്റതുമാകുമ്പോൾ അന്തരീക്ഷത്തിന്റെ ഉന്നതമണ്ഡലത്തിലാണ് സ്ഫുരണം നടക്കുന്നതെന്നും ആകാശചലനങ്ങളുമായി തുടർച്ച നിലനിർത്തുന്ന ലോകത്തിന്റെ ഭാഗത്താണത് നടക്കുന്നതെന്നുമാണ് അരിസ്റ്റോട്ടിൽ സിദ്ധാന്തിച്ചത്. വ്യത്യസ്ത പ്രദേശങ്ങളിൽ നിന്നു നോക്കുമ്പോൾ ക്ഷീരപഥത്തിന് വരുന്ന പാരലാക്സ് (ദർശനസ്ഥിതിയിൽ വരുന്ന മാറ്റം) നിരീക്ഷിച്ചുകൊണ്ട് അദ്ദേഹമത് ആദ്യമായി നിരാകരിച്ചു. പലയിടത്തു നിന്നും നോക്കുമ്പോൾ യാതൊരു ദർശനസ്ഥിതിഭേദവും (പാരലക്സ്) ഉണ്ടാകാത്തതുകൊണ്ട് അത് ഭൂമിയിൽ നിന്നും വളരെയേറെ അകലത്തിലാണെന്നും അത് അന്തരീക്ഷത്തിലല്ല സ്ഥിതിചെയ്യുന്നതെന്നും അദ്ദേഹം മനസിലാക്കി. അതുപോലെ തന്നെ പതിനൊന്നാം നൂറ്റാണ്ടിൽത്തന്നെ അബു റായ്ഹാൻ അൽ-ബിറൂണി ക്ഷീരപഥ ആകാശഗംഗ അതിവിദൂരത്തുള്ള എണ്ണമറ്റ നക്ഷത്രങ്ങളുടെ ഒരു കൂട്ടമാണെന്ന് കണ്ടെത്തി. അഫ്ഗാനിസ്ഥാനിൽ വച്ച് 1019 ഏപ്രിലിൽ അദ്ദേഹം സൂര്യഗ്രഹണവും, 1019 സെപ്റ്റംബർ 17ന് ചന്ദ്രഗ്രഹണവും വിശദമായി നിരീക്ഷിക്കുകയും ചന്ദ്രഗ്രഹണസമയത്തെ നക്ഷത്രങ്ങളുടെ കൃത്യമായ അക്ഷാംശം നൽകയും ചെയ്തു. ഇക്കാലത്ത് വ്യതിരിക്തമായ ഒരു ജ്യോതിശ്ശാസ്ത്രവ്യവസ്ഥ തഴച്ചുവളർന്നു.

ഗ്രീക്ക് പാരമ്പര്യത്തിലും അതിന്റെ പിൻഗാമികൾക്കിടയിലും ഗണിതജ്യോതിശ്ശാസ്ത്രത്തെ (ടോളമിയുടെ മാതൃകയിലുള്ള) ദാർശനിക (തത്വചിന്താപരമായ) പ്രാപഞ്ചികശാസ്ത്രത്തിൽ (അരിസ്റ്റോട്ടിലിയൻ മാതൃകയിലുള്ള) നിന്ന് വേർതിരിക്കുന്നതായിരുന്നു സാധാരണ രീതി. മുസ്ലിം പണ്ഡിതന്മാർ പ്രപഞ്ചത്തിന്റെ ഒരു ഭൗതികമായ യഥാർഥ ആകാരത്തെ (ഹായയെ-Hay'a), ഗണിതശാസ്ത്രതത്വങ്ങൾക്കും ഭൗതികതത്വങ്ങൾക്കും ഒരുപോലെ ഒത്തുപോകുന്ന ഒരു പരിപാടിയായി വികസിപ്പിച്ചെടുത്തു. ഈ ഹായ പാരമ്പര്യത്തിൽ മുസ്ലിം ജ്യോതിശ്ശാസ്ത്രജ്ഞന്മാർ ടോളമിയുടെ ജ്യോതിശ്ശാസ്ത്രവ്യവസ്ഥയുടെ സാങ്കേതികവിശദാംശങ്ങളെ ചോദ്യം ചെയ്യാൻ തുടങ്ങി. ജ്യോതിശ്ശാസ്ത്രത്തിന്റെ ചരിത്രകാരനായ എ ഐ സാബ്ര (ഹാർവാർഡ് സർവകലാശാല, 1996) ചൂണ്ടിക്കാട്ടിയപോലെ: 9-ാം നൂറ്റാണ്ടിലെ താബിത് ഇബ്ൻ ഖുറാ മുതൽ 14-ാം നൂറ്റാണ്ടിലെ ഇബ്ൻ അൽ-ഷാത്തിർ വരെയുള്ള എല്ലാ ഇസ്ലാമിക ജ്യോതിശ്ശാസ്ത്രജ്ഞന്മാരും, ഒപ്പം അൽ-കിണ്ടി മുതൽ അവെറോസ് വരെയുള്ള സ്വാഭാവിക തത്വചിന്തകരും, തോമസ് സാമുവൽ കുഹ്ൻ (1996ൽ മരിച്ച ശാസ്ത്രചരിത്രകാരൻ) *രണ്ടു മണ്ഡലപ്രപഞ്ച*" മെന്നു വിശേഷിപ്പിച്ച

ധാരണ സ്വീകരിച്ചു. അതിൻപ്രകാരം പ്രത്യേകമായൊരു മൂലകമായ ഈഥർ, പ്രപഞ്ചത്തെ രണ്ടു മണ്ഡലങ്ങളായി പൊതിഞ്ഞിരിക്കുന്നു. ആ തൊണ്ടിനകത്ത് നാലു ഭൂതങ്ങളായ ഭൂമി, (മണ്ണ്), വെള്ളം, വായു, അഗ്നി എന്നിവ നിവസിക്കുന്നു. ചില ജ്യോതിശ്ശാസ്ത്രജ്ഞന്മാർ, പ്രത്യേകിച്ച് അബു റായ്ഹാൻ അൽ-ബിറൂണിയും നാസിർ അൽ-ദിൻ അൽ-തൂസിയും, ഭൂമി ചലിക്കുന്നുണ്ടോയെന്നും അത് ജ്യോതിശ്ശാസ്ത്ര കണക്കുകൂട്ടലുകളും ഭൗതികവ്യവസ്ഥകളും തമ്മിൽ എങ്ങനെ ഒത്തുവരുമെന്നുമുള്ള കാര്യങ്ങൾ ചർച്ച ചെയ്തു. മറ്റു പല ജ്യോതിശ്ശാസ്ത്രജ്ഞന്മാരും, പ്രത്യേകിച്ചും മരഗ സ്കൂൾ ഓഫ് തോട്ട് (ചിന്താരീതി) പിന്തുടരുന്നവർ, ഒരു ഭൗമകേന്ദ്രിത പശ്ചാത്തലത്തിനകത്ത് ടോളമിയേതര ഗ്രഹമാതൃകകൾ അവതരിപ്പിച്ചു. പിൽക്കാലത്തവയെ കോപ്പർ നിക്കസിന്റെ സൗരകേന്ദ്രിത മാതൃകയിലേക്ക് പൊരുത്തപ്പെടുത്തിയെടുക്കുകയും ചെയ്തു.

ജ്യോതിശ്ശാസ്ത്രവും ജ്യോതിഷവും തമ്മിലുള്ള വാക്കിന്റെ അർഥത്തെ സംബന്ധിച്ച വേർതിരിവ് ആദ്യം നൽകിയത് 11-ാം നൂറ്റാണ്ടിൽ ജ്യോതിശ്ശാസ്ത്രജ്ഞനായ അബു റായ്ഹാൻ അൽ-ബിറൂണിയാണ്. അൽഫറാബി, ഇബ്ൻ അൽഹയ്താം, അവിസെന്ന, അവെറോസ് എന്നിവരടക്കമുള്ള അക്കാലത്തെ മുസ്ലിം ജ്യോതിശ്ശാസ്ത്രജ്ഞന്മാർ ജ്യോതിഷപഠനത്തെ നിഷേധിച്ചു. ജ്യോതിഷത്തെ നിരാകരിക്കുന്നതിൽ അവർക്ക് ശാസ്ത്രീയമായ കാരണങ്ങളുണ്ടായിരുന്നു(ജ്യോതിഷക്കാർ ഉപയോഗിക്കുന്ന രീതി അനുഭവപരമെന്നതിനേക്കാൾ ഊഹത്തെയും അനുമാനത്തെയുംമാത്രമാശ്രയിക്കുന്നതാണ്). ഇബ്ൻ അൽ-ജവ്സിയ്യാ (പ്രമുഖ സുന്നി ഇസ്ലാമിക് നിയമജ്ഞനും ഖുറാൻ പണ്ഡിതനും, 1292-1350) അദ്ദേഹത്തിന്റെ *മിഫ്ളാ-ദാർ അൽ-സക്കദാഹ്* (*Mifla dar al sacadah*) എന്ന കൃതിയിൽ അനുഭവപരമായ വാദങ്ങളുപയോഗിച്ച് ജ്യോതിഷത്തെയും ദൈവികവൽക്കരണത്തെയും എതിർത്തു. ഗ്രഹങ്ങളെക്കാൾ എത്രയോ വലുതാണ് നക്ഷത്രങ്ങളെന്ന് അദ്ദേഹം തിരിച്ചറിഞ്ഞു. ക്ഷീരപഥ ആകാശഗംഗ എണ്ണമറ്റ ചെറുഗ്രഹങ്ങളുടെ സംഘാതമാണെന്നും സ്ഥിര നക്ഷത്രങ്ങളുടെ മണ്ഡലത്തിലാണ് അവ അടുക്കിവക്കപ്പെട്ടിരിക്കുന്നത് എന്നും അതുകൊണ്ട് “അവയുടെയെല്ലാം സ്വാധീനങ്ങൾ അറിയുകയെന്നത് തികച്ചും അസാധ്യമാണെന്നും” വാദിച്ചു.

ഇബ്ൻ അൽ-ഹയ്താം (അൽഹാസൻ) ജ്യോതിശ്ശാസ്ത്രത്തിലെ ഹായ മുസ്ലിം പാരമ്പര്യത്തിന്റെ മുൻനിരക്കാരനായിരുന്നു. അദ്ദേഹം ടോളമിയുടെ മാതൃകയുടെ ആദ്യവിമർശനം മുന്നോട്ടുവക്കുകയും, അസ്ട്രോഫിസിക്സിൽ പരീക്ഷണാത്മകതയെക്കൊണ്ടുവരികയും ആധുനിക ടെലസ്കോപ്പിക് ജ്യോതിശ്ശാസ്ത്രത്തിന്റെ സൈദ്ധാന്തിക അസ്തിവാരമിടുകയും ചെയ്തു. 1025നും 1028നുമിടയിൽ ഇബ്ൻ അൽ ഹായ്താം തന്റെ *അൽഷുക്കു അലാ ബാത്‌ലാമിയൂസ്* (*ടോളമിയെക്കുറിച്ചുള്ള സംശയങ്ങൾ*) എന്ന കൃതിയിലൂടെ ജ്യോതിശ്ശാസ്ത്രത്തിലെ ഹായ പാരമ്പര്യത്തിന് തുടക്കം കുറിച്ചു. ഭൗമകേന്ദ്രിതമാതൃകയുടെ ഭൗതികയാഥാർഥ്യം

നിലനിർത്തുമ്പോൾത്തന്നെ, അദ്ദേഹമാണാദ്യമായി ടോളമിയുടെ ജ്യോതിശ്ശാസ്ത്രമാതൃകയെ ചോദ്യം ചെയ്തത്. അതിനെ അദ്ദേഹം വിമർശനവിധേയമാക്കിയത് അനുഭവപരവും നിരീക്ഷണപരവും പരീക്ഷണാത്മകവുമായ അടിത്തറകളിൽ നിന്ന് കൊണ്ടാണ്; അതുപോലെ യഥാർഥ ഭൗതിക ചലനങ്ങളെ ഭാവനാപരമായ ഗണിതശാസ്ത്രപോയിന്റുകളും രേഖകളും വൃത്തങ്ങളുമെല്ലാമായി ബന്ധിപ്പിച്ചതിന്റെ പേരിലും. തന്റെ ജ്യോതിശ്ശാസ്ത്രത്തിന്റെ ഉത്തുംഗശൃംഗത്തിലെത്തിയപ്പോൾ അദ്ദേഹം ആകാശവസ്തുക്കൾ ഭൗതികത്തിന്റെ നിയമങ്ങളോടുത്തരവാദപ്പെട്ടവയാണെന്ന് ഉറപ്പിച്ചു പറഞ്ഞു. 1038ൽ ഇബ്ൻ അൽ-ഹായ്താം ആദ്യത്തെ ടോളമിയേതര ഘടനാരൂപരേഖ ചലനങ്ങളുടെ മാതൃകയിൽ വിശദീകരിച്ചു. ഈ പുതുക്കിയ മാതൃകയായിരുന്നു ഇക്വാന്റിനെയും (equant) എക്സൻട്രിക്സിനെയും (എക്സൻട്രിക്സ്) തള്ളിക്കളയുന്നതും, ജ്യോതിശ്ശാസ്ത്രത്തിൽ നിന്ന് സ്വാഭാവിക തത്വചിന്തയെ വേർപെടുത്തുന്നതും, പ്രാപഞ്ചികശാസ്ത്രത്തിൽ നിന്ന് സെലസ്റ്റിയൻ (ആകാശ) കൈനെമാറ്റിക്സിനെ (celestial Kinematics) സ്വതന്ത്രമാക്കുന്നതും, ഭൗതികാസ്തിത്വങ്ങളെ ജ്യാമിതീയ അസ്തിത്വങ്ങളിലേക്ക് ചുരുക്കുന്നതുമായ ആദ്യത്തെ മാതൃക. ഭൂമി അതിന്റെ അച്ചുതണ്ടിൽ ചുറ്റിത്തിരിയുന്നതിനെയും ഈ മാതൃക വിശദീകരിച്ചു. ചലനത്തിന്റെ കേന്ദ്രങ്ങൾ എന്തെങ്കിലും ഭൗതികപ്രാധാന്യമില്ലാത്ത ജ്യാമിതീയ ബിന്ദുക്കൾ മാത്രമാണെന്നും അത് വിശദീകരിച്ചു. നൂറ്റാണ്ടുകൾക്കപ്പുറം വന്നു ചേർന്ന കെപ്ലറുടെ മാതൃകയിലെന്നപോലെ.

ഇന്ത്യൻ സൗരകേന്ദ്രിത (heliocentric) സിദ്ധാന്തങ്ങളിൽ നിന്ന് പ്രചോദനമുൾക്കൊണ്ടുകൊണ്ട് 1030ൽ അബു അൽ-റായ്ഹാൻ അൽ-ബിറൂണി ആര്യഭടന്റെയും ബ്രഹ്മഗുപ്തന്റെയും വരാഹമിഹിരന്റെയുമെല്ലാം ഇന്ത്യൻ ഗ്രഹസിദ്ധാന്തങ്ങൾ തന്റെ *താരിഖ് അൽ-ഹിന്ദിൽ* (ലത്തീനിൽ ഇൻഡിക്ക എന്ന് പേര്) ചർച്ച ചെയ്യുകയും ഗണിതശാസ്ത്ര കണക്കുകൂട്ടലുകളെ അടിസ്ഥാനമാക്കി അതിന്റെ യുക്തിപരമായ കാരണം തെളിയിക്കുകയും ചെയ്തു. 1031ൽ അൽബിറൂണി തന്റെ വിപുലമായ ജ്യോതിശ്ശാസ്ത്ര എൻസൈക്ലോപീഡിയയായ *കിത്താബ് അൽ-കാനൂൻ അൽ-മസൂദി* (*ലത്തീനിൽ കാനോൻ മസൂദിക്കസ്*)യിൽ തന്റെ എല്ലാ ജ്യോതിശാസ്ത്ര കണ്ടെത്തലുകളും രേഖപ്പെടുത്തുകയും ഒരു ഭൗമകേന്ദ്രിത മാതൃക മുന്നോട്ടുവക്കുകയും ചെയ്തു. ടോളമിയുടെ അൽമാജെസ്റ്റിന്റെ തത്വങ്ങൾക്കനുസരിച്ച് ഭൂമിയുടെ കേന്ദ്രത്തിൽ നിന്ന് എല്ലാ ആകാശഗോളങ്ങളിലേക്കുമുള്ള ദൂരം കണക്കു കൂട്ടുകയും ചെയ്തു. ഗ്രഹങ്ങളുടെ ആക്സിലറേഷൻ(acceleration) അപഗ്രഥിക്കാനുള്ള ഗണിതശാസ്ത്രസങ്കേതം ആ പുസ്തകം മുന്നോട്ടുവക്കുന്നു. സൂര്യന്റെ ഉച്ചസ്ഥായിയും (apogee) ചലനവും അയനചലനവും (precession)സമാനമല്ല എന്നും അതാദ്യമായി പ്രസ്താവിച്ചു. ടോളമിയുടെ എസ്റ്റിമേറ്റിനേക്കാൾ (estimate) ഭൂമിയിൽ നിന്ന് സൂര്യനിലേക്കുള്ള ദൂരം വലുതാ

ണെന്നും അൽ ബിറൂണി കണ്ടെത്തി.

മുമ്പ് അൽ-ഹായ്താം മുന്നോട്ടുവച്ച വെല്ലുവിളി ഏറ്റെടുത്തുകൊണ്ട്, 11ഉം 12ഉം നൂറ്റാണ്ടുകളിൽ അൽ-അൽഡാലുസ് ജ്യോതിശ്ശാസ്ത്രജ്ഞന്മാർ ടോളമിയുടെ മാതൃകയിലുള്ള തെറ്റുകൾ തിരുത്തി ഒരു ടോളമിയേതര ബദൽ രൂപരേഖ വികസിപ്പിക്കാൻ ശ്രമമാരംഭിച്ചു. ഇബ്ൻ ഹയ്താമിന്റെ വിമർശനത്തിലെന്നപോലെ കർത്താവാരെന്നറിയാത്ത ഒരു ആൻഡലൂഷ്യൻ കൃതിയായ അൽ ഇസ്തിദക് അലാ ബത്‌ലാമിയൂസിലും (ടോളമിയെ സംബന്ധിച്ച പുനർചിന്തനം) ടോളമിയുടെ ജ്യോതിശ്ശാസ്ത്രത്തിന് ഒട്ടേറെ വിമർശനങ്ങൾ മുന്നോട്ടുവക്കുന്നു. ടോളമിയുടെ ജ്യോതിശ്ശാസ്ത്രത്തിനെതിരായ ആൻഡലൂഷ്യൻ സ്കൂളിന്റെ കലാപത്തിന്റെ തുടക്കം കുറിച്ച കൃതിയാണിത് (*ആൻഡലൂഷ്യൻ കലാപം* എന്ന് വിളിക്കപ്പെടുന്നതിതാണ്). 11-ാം നൂറ്റാണ്ടിന്റെ അവസാനത്തിൽ അൽ-സർക്കാലി (ലത്തീനിൽ അർസാക്കെൻ) ഗ്രഹങ്ങളുടെ ഭ്രമണപഥങ്ങൾ വൃത്താകൃതിയിലല്ലെന്നും അണ്ഡാകൃതി (elliptic) യിലുള്ള ഭ്രമണപഥങ്ങളാണവയ്ക്കുള്ളതെന്നും കണ്ടെത്തി. 12-ാം നൂറ്റാണ്ടിൽ അവെറോസ് ടോളമി മുന്നോട്ടുവച്ച എക്സൻട്രിക് ഡെഫറന്റുകളെ (eccentric deferants) തള്ളിക്കളയുകയും, പകരം, പ്രപഞ്ചത്തിന്റെ കൃത്യമായ ഒരു കേന്ദ്രീകൃത രൂപഘടനയ്ക്കായി വാദിക്കുകയും ചെയ്തു. പിന്നീട്, 12-ാം നൂറ്റാണ്ടിൽ, അറേബ്യൻ ബഹുശാസ്ത്രപണ്ഡിതനായ ഇബ്ൻ-തുഫെയ്ൽ (1105-1185), 13-ാം നൂറ്റാണ്ടിലെ ജ്യോതിശ്ശാസ്ത്രജ്ഞനായ നൂർ എദ്-ദിൻ അൽ ബെത്രുഗി (അൽപ്പെട്രാഗിയൂസ്) എന്നിവർ ഇക്വന്റുകളും (equants) എപ്പിസൈക്കിളുകളും (epicycles), എക്സൻട്രിക്കുകളുമില്ലാത്ത (eccentrics) ആദ്യത്തെ ഗ്രഹസംബന്ധമായ മാതൃക മുന്നോട്ടുവക്കുകയും ചെയ്തു. ഗ്രഹങ്ങൾ സ്വയം പ്രകാശിക്കുന്നവയാണെന്ന് ആദ്യമായികണ്ടുപിടിച്ചയാളും അൽ-ബെത്രുഗിയാണ്.

മധ്യകാലഘട്ടത്തിലെ ജ്യോതിശ്ശാസ്ത്രമുന്നേറ്റത്തിലെ ഒരു സുവർണാധ്യായമാണ്. 'മരഗവിപ്ലവം' (Maragha revolution). മരഗ (മരഗ: കിഴക്കൻ അസർബൈജാനിലെ ഒരു പ്രദേശം) പ്രവിശ്യയിലെ ഒരു പുരാതന വാനനിരീക്ഷണകേന്ദ്ര (observatory) ത്തിൽ നിന്നാരംഭിച്ച മരഗ സ്കൂളിന്റെ വിപ്ലവത്തേയും പിന്നീട് ഡമാസ്കസിലെയും സമർഖണ്ഡിലെയും ജ്യോതിശ്ശാസ്ത്രജ്ഞന്മാരിലൂടെയുള്ള അതിന്റെ തുടർച്ചയെയുമാണതുകൊണ്ട് പരാമർശിക്കുന്നത്. ഇക്വന്റുകളും (equants) എക്സൻട്രിക്കുകളും ഒഴിവാക്കിയ ടോളമിയേതരരൂപരേഖകൾ രൂപപ്പെടുത്തിയെടുക്കുന്നതിൽ അവർ അവരുടെ ആൻഡലൂഷ്യൻ മുൻഗാമികളെക്കാൾ കൂടുതൽ വിജയം നേടിയവരായി. ഗ്രഹനിലകൾ സംഖ്യാപരമായി പ്രവചിക്കുന്നതിൽ അവർ ടോളമിയുടെ മോഡലിനേക്കാൾ കൃത്യത കൈവരിക്കുകയും, അവ അനുഭവപരമായ നിരീക്ഷണങ്ങളുമായി കൂടുതലൊത്തുപോകുകയും ചെയ്തു. ഏറ്റവും പ്രമുഖരായ മരഗ ജ്യോതിശ്ശാസ്ത്രജ്ഞരിൽ മൊയ്യാദുദ്ദീൻ ഉർദി (മരണം 1266), നസീർ അൽ-

ദിൻ അൽ--തൂസി (1201-1274), ഉമർ അൽ കത്തീബി അൽ-ക്വാസ്വിനി (മരണം 1277), ഖത്ത്ബ് അൽ-ദിൻ അൽ-ഷിറാസി (1236-1311), സദർ അൽ-ഷറിയ അൽ ബുഖാരി (ജനനം 1347), ഇബ്ൻ അൽ-ഷാത്തിർ (1304-1375), അലി അൽ-ഖുഷ്ജി (മരണം 1474), അൽ-ബിർജാണ്ടി (മരണം 1525), ഷംസ്-അൽ-ഖഫ്രി (മരണം 1550) എന്നിവരുൾപ്പെടുന്നു. പതിമൂന്നും പതിനാലും പതിനഞ്ചും നൂറ്റാണ്ടുകളിലെ മരഗ വിപ്ലവത്തിന്റെ കാലത്ത് ഭൗതിക വസ്തുക്കളുടെ (Physical bodies) പെരുമാറ്റത്തെ ഗണിതശാസ്ത്രത്തിന്റെ ഭാഷയിൽ വിശദീകരിക്കാൻ ജ്യോതിശ്ശാസ്ത്രം ലക്ഷ്യം വക്കണമെന്നും അത് വെറും ഗണിതശാസ്ത്രപരമായ അനുമാനങ്ങളുടെ മാത്രം മണ്ഡലത്തിൽ നിന്നാൽപ്പോരെന്നും മുസ്ലിം ജ്യോതിശ്ശാസ്ത്രജ്ഞന്മാർ കണ്ടെത്തി. പ്രപഞ്ചത്തിലെ ചലനം വൃത്താകൃതിയിലോ, നേർരേഖാരൂപത്തിലോ മാത്രമാണെന്ന അരിസ്റ്റോട്ടിലിന്റെ കാഴ്ചപ്പാട് തെറ്റാണെന്നുമവർ മനസിലാക്കി. തൂസി കപ്പിൾ (tusi-couple*) വൃത്താകൃതിയിലുള്ള ചലനം ഉണ്ടാക്കാനാവുമെന്ന് കാട്ടിത്തന്നതുപോലെ. അരിസ്റ്റോട്ടിലിയൻ പ്രാപഞ്ചികശാസ്ത്രത്തിന്റെയും ടോളമിയുടെ ജ്യോതിശ്ശാസ്ത്രത്തിന്റെയും തത്വചിന്താപരമായ അടിസ്ഥാനങ്ങളിൽ നിന്നുള്ള ഒരു മാറ്റവും, അനുഭവപരമായ നിരീക്ഷണങ്ങൾക്കും ജ്യോതിശ്ശാസ്ത്രത്തിന്റെയും, പൊതുവിൽ പ്രകൃതിയുടെതന്നെയും, ഗണിതശാസ്ത്രവൽക്കരണത്തിനും കൂടുതൽ ഊന്നൽ നൽകുന്നതുമായ ഒന്നായിരുന്നു മരഗവിപ്ലവം. അക്കാര്യം മരഗ ജ്യോതിശ്ശാസ്ത്രജ്ഞരായ ഇബ്ൻ അൽ-ഷത്തീർ, അൽ-ഖുഷ്ജി, അൽ-ബിർജാണ്ടി, അൽ-ഖാഷി എന്നിവരുടെ പഠനങ്ങളിൽ തെളിഞ്ഞുകാണാമായിരുന്നു. ഇബ്ൻ അൽ-ഷത്തീറിന്റെ ഭൗമകേന്ദ്രിതമാതൃക പ്രത്യേകിച്ചും ടോളമിയുടെ സ്ഥിരമായി നിൽക്കുന്ന ഭൂമിയെക്കുറിച്ചുള്ള തെളിവുകളെ ഖണ്ഡിക്കാൻ അതേ വാദമുഖങ്ങൾ തന്നെ മുന്നോട്ടുവച്ച കോപ്പർനിക്കസിന്റെ സൗരകേന്ദ്രിതമാതൃകയുടെ തരത്തിലുള്ളതായിരുന്നു. ഇക്കാലഘട്ടത്തിൽ അൽ-തൂസി എക്കാലത്തും നിർമിക്കപ്പെട്ടിട്ടുള്ളതിലെ ഏറ്റവും വലിയ വാനനിരീക്ഷണകേന്ദ്രം മരഗെ നഗരത്തിലെ കുന്നിൻപുറത്ത് 1262ൽ പണിതുയർത്തി. അതിന് ആയിരമടി നീളവും 400 അടി വീതിയുമുണ്ടായിരുന്നു. മരഗെ വാനനിരീക്ഷണകേന്ദ്രത്തിൽ, മഴവില്ലിന്റെ രൂപീകരണത്തിന് ആദ്യമായി ശരിയായ വിശദീകരണം നൽകിയ അൽ-ഷിറാസിയടക്കമുള്ളവരാൽ ശാക്തീകരിക്കപ്പെട്ട മംഗോളുകൾ, നൂറ്റാണ്ടുകളിലെ ഗ്രീക്കോ-അറേബ്യൻ-പേർഷ്യൻ ജ്യോതിശ്ശാസ്ത്ര അറിവുകളെ കേന്ദ്രീകരിച്ചു. സിറിയൻ ജ്യോതിശ്ശാസ്ത്രജ്ഞനായ അൽ-ഉർദി-അദ്ദേഹമാണ് ഗ്രഹമാതൃകകൾ (Planetary models) രൂപീകരിച്ചത്-നാല് ലക്ഷം പുസ്തകങ്ങളുടെ ഉത്തരവാദിത്വം വഹിച്ചിരുന്ന മരഗെ ലൈബ്രേറിയനായ അൽ-ഫുത്തിയും ഇക്കാര്യത്തിൽ അൽ-ഷിറാസിക്കൊപ്പം പങ്കുവഹിച്ചി

* Thusi-cupple: A mathamatical theorem which is an alternative to the problem of equant, introuduced over 1000 years ahead in Ptolemy's Almajest.

രുന്നവരാണ്. ഡമാസ്കസ്, ആന്റിയോക്ക്, ബാഗ്ദാദ്, റേയ്, കെയ്റോ, ഫെസ്, കോർഡോവ, സെവില്ലെ,ടോളെഡോ എന്നിവിടങ്ങളിലെ വാന നിരീക്ഷണകേന്ദ്രങ്ങളിൽ നടത്തപ്പെട്ട കർക്കശങ്ങളായ നിരീക്ഷണങ്ങൾ മരഗെയിൽ ഒന്നിച്ചുചേർക്കപ്പെടുകയും അത് ചൈനക്ക് കൈമാറ്റം ചെയ്യാൻ പാകത്തിലാക്കുകയും ചെയ്തു. ബെയ്ജിങ്ങിൽ പുതിയ വാന നിരീക്ഷണകേന്ദ്രങ്ങളും പുതിയ സാങ്കേതികവിദ്യകളും വികസിപ്പിച്ചെ ടുക്കുന്നതിനുത്തേജനം പകർന്നയാളായ കുബ്ലൈഖാന്റെ രാജസദസ്സി ലേക്ക് പണ്ഡിതനായ ജമാൽ അൽ-ദിൻ 1267-ൽ 10,000 വർഷത്തിന്റെ കണക്കുകളുള്ള ഒരു പേർഷ്യൻ കലണ്ടർ കൊണ്ടുവന്നു. കുബ്ലൈഖാന് കീഴിൽത്തന്നെയാണ് കുറേക്കൂടി സങ്കീർണവും കഴിവുറ്റതുമായ ഒരു ഭൂപടനിർമാണവിദ്യ-വികസിപ്പിച്ചെടുത്തതും-അതാണ് പിൽകാലത്ത് മുസ്ലിം അഡ്മിറലായ ഷെംഗ്-ഹിയുടെ കീഴിൽ ചൈനയ്ക്ക് 15-ാം നൂറ്റാ ണ്ടിൽ കപ്പലോട്ടത്തിലെ മേധാവിത്വം കരഗതമാകുന്നതിലേക്ക് നയിച്ച ത്. മെയ്യാദുദ്ദീൻ ഉർദി (മരണം 1266) യാണ് ടോളമിയേതരമാതൃക വിക സിപ്പിച്ചെടുത്ത മരഗെ ജ്യോതിശ്ശാസ്ത്രജ്ഞൻ. അദ്ദേഹമൊരു പുതിയ സിദ്ധാന്തം മുന്നോട്ടുവച്ചു, ഉർദി-ലെമ്മ എന്നപേരിൽ. ഡമ്സ്കസിലെ ഇബ്ൻ അൽ-ഷത്തീർ (1304-1375) തന്റെ "ഗ്രഹസിദ്ധാന്തം ശരിയാക്കു ന്നതുമായി ബന്ധപ്പെട്ട ഒരന്തിമ അന്വേഷണം- (A final inquiry concerning the rectification of planetary theory) എന്ന പുസ്തകത്തിൽ ഉർദി-ലെമ്മയെ ഉൾച്ചേർക്കുകയും, ഒരു അധിക എപ്പിസൈക്കിൾ (epicycle) കൊണ്ടുവന്നുകൊണ്ട് ഈകന്റിന്റെ (equant) ആവശ്യകതയെ ഇല്ലാതാക്കുകയും 16-ാം നൂറ്റാണ്ടിൽ നിക്കോളാസ് കോപ്പർ നിക്കസ് ചെയ്തതിന് ഗണിതശാസ്ത്രപരമായി സമാനമായ വിധത്തിൽ ടോളമി യുടെ സമ്പ്രദായത്തിൽനിന്ന് വ്യതിചലിക്കുകയും ചെയ്തു. തനിക്കു മുമ്പുണ്ടായിരുന്ന ജ്യോതിശ്ശാസ്ത്രജ്ഞന്മാരിൽ നിന്ന് ഭിന്നമായി, അരി സ്റ്റോട്ടിലിന്റെ പ്രപഞ്ചവീക്ഷണത്തിന്റേയോ അഥവാ പ്രകൃതിതതത്വചി ന്തയുടേയോ സൈദ്ധാന്തികതതത്വങ്ങൾ പാലിക്കണമെന്ന കാര്യത്തിന് ഇബ്ൻ അൽ-ഷത്തീർ പരിഗണന നൽകിയിരുന്നില്ല. അതിനപ്പുറം അനു ഭവപരമായ നിരീക്ഷണങ്ങളോട് കൂടുതൽ ഒത്തുപോകുന്ന ഒരു മാതൃ ക സൃഷ്ടിക്കുകയെന്നതായിരുന്നു അദ്ദേഹത്തിന്റെ പരിഗണന. നിരീ ക്ഷണപരമായ കൃത്യതയുടെ കാര്യത്തിൽ അൽ-ഷത്തീർ കാട്ടിയ പരി ഗണനയാണ് അദ്ദേഹത്തെ ടോളമിയുടെ സൗരമാതൃകയിലെ എപ്പിസൈ ക്കിളി (epicycle) നെ ഇല്ലായ്മ ചെയ്യുന്നതിലേക്കും, ടോളമിയുടെ ചാന്ദ്ര മാതൃകയിലെ എക്സൻട്രിക്കുകളും (eccentrics), എപ്പിസൈക്കിളുകളും ഈകന്റും (equant) ഇല്ലായ്മ ചെയ്യുന്നതിലേക്കും നയിച്ചത്. അങ്ങനെ അദ്ദേഹത്തിന്റെ മോഡൽ മറ്റെല്ലാ മുൻകാല മാതൃകകളേക്കാളും അനു ഭവപരമായ നിരീക്ഷണങ്ങളോട് കൂടുതൽ ഒത്തുപോകുന്നതാകുകയും, അനുഭവപരമായ പരീക്ഷിച്ചുനോക്കൽ അനുവദിക്കുന്ന ആദ്യത്തെ മാതൃ കയാവുകയും ചെയ്തു. അങ്ങനെയദ്ദേഹത്തിന്റെ പഠനം ജ്യോതിശ്ശാസ്ത്ര

ത്തിൽ ഒരു വഴിത്തിരിവായിത്തീർന്നു, അതിനെ നമുക്ക് 'നവോത്ഥാനത്തിനു മുൻപത്തെ ശാസ്ത്രീയവിപ്ലവ'മെന്ന് വേണമെങ്കിൽ കരുതാം. അദ്ദേഹത്തിന്റെ തിരുത്തപ്പെട്ട മാതൃകയെ പിൽക്കാലത്ത് കോപ്പർനിക്കസ് ഒരു സൗരകേന്ദ്രിത മാതൃകയിലേക്ക് പൊരുത്തപ്പെടുത്തി, ഭൂമിയെയും സൂര്യനെയും ബന്ധിപ്പിക്കുന്ന ഒടുവിലത്തെ ദത്തരാശിയുടെ (Vector) ദിശ തിരിച്ചിട്ടുകൊണ്ടാണ് ഗണിതശാസ്ത്രപരമായി അത് സാധിച്ചെടുത്തത്. തന്റെ മാസ്റ്റർ പഠനമായ "ഡെ റവലൂഷണിബുസ് ഓർബിയും സെലെസ്റ്റിയു" (De revolutionibus orbium celestium) മിന്റെ പ്രസിദ്ധീകരിച്ച വകഭേദത്തിൽ കോപ്പർനിക്കസ്, തന്നെ സ്വാധീനിച്ച സിദ്ധാന്തങ്ങളായി അൽ-ബട്ടാനിയുടെയും, അവെറോസിന്റെയും, ഇബ്ൻ അൽ-ഹയ്താമിന്റെയും അൽ-ബിറൂനിയുടെയും സിദ്ധാന്തങ്ങളും എടുത്തുപറയുന്നു. ഭൂമിക്ക് ബാധകമായ വാൽ നക്ഷത്രങ്ങളുടെ സ്ഥാനത്തെ ഭൂമി സ്ഥിരമാണ് എന്ന ടോളമിയുടെ അവകാശവാദത്തെ ഖണ്ഡിക്കാനുപയോഗിച്ചുകൊണ്ട് അൽ-തൂസിയാണ് ആദ്യമായി ഭൂമി കറങ്ങുന്നുവെന്നതിന്റെ അനുഭവപരമായ നിരീക്ഷണത്തിന്റെ തെളിവ് മുന്നോട്ടുവച്ചത്. അൽഖുഷ്ജി തന്റെ "ജ്യോതിശാസ്ത്രത്തിന് തത്വചിന്തയിന്മേലുണ്ടെന്നു കരുതപ്പെടുന്ന ആശ്രിതത്വത്തെ സംബന്ധിച്ച് - concerning the supposed Dependence of Astronomy upon Philosophy - എന്ന കൃതിയിലൂടെ സ്ഥിരമായ ഭൂമിയെന്ന അരിസ്റ്റോട്ടിലിന്റെ ധാരണയെയും അദ്ദേഹത്തിന്റെ ഭൗതികത്തെയും തള്ളിക്കളയുകയും, പ്രകൃതിതത്വചിന്തയെ ജ്യോതിശ്ശാസ്ത്രത്തിൽ നിന്ന് മോചിപ്പിക്കുകയും ജ്യോതിശ്ശാസ്ത്രത്തെ തികച്ചും അനുഭവപരവും ഗണിതശാസ്ത്രപരവുമായ ഒരു ശാസ്ത്രശാഖയായിത്തീരാനനുവദിക്കുകയും ചെയ്തു. അവർ രണ്ടുപേരുടെയും വാദങ്ങൾ നിക്കോളാസ് കോപ്പർനിക്കസ് പിൽക്കാലത്ത് (1543)ൽ ഉന്നയിച്ച വാദങ്ങൾക്ക് സമാനമായിരുന്നു. 16-ാം നൂറ്റാണ്ടിൽ ഭൂമിയുടെ ചലനത്തെ സംബന്ധിച്ച സംവാദം അൽ-ബിർജാണ്ടി തുടർന്നുകൊണ്ടുപോകുകയും, ഭൂമിയാണ് കറങ്ങുന്നതെങ്കിൽ എന്താണു സംഭവിക്കുകയെന്ന തന്റെ വിശകലനത്തിൽ ഗലീലിയോ ഗലീലിയുടെ 'സർക്കുലർ ഇനേർഷ്യ' യെന്ന ധാരണയ്ക്കു സമാനമായ ഒരനുമാനം (hypothesis) വികസിപ്പിക്കുകയും ചെയ്തു. അതദ്ദേഹം വികസിപ്പിച്ചത് ഖത്ത്ബ് അൽ-ദിൻ അൽ-ഷിറാസിയുടെ വാദങ്ങളോടുള്ള പ്രതികരണമായാണ്. 16-ാം നൂറ്റാണ്ടിലെ മറ്റൊരു ശ്രദ്ധേയനായ മുസ്ലിം ജ്യോതിശ്ശാസ്ത്രജ്ഞൻ ഓട്ടോമാൻ ജ്യോതിശ്ശാസ്ത്രജ്ഞനായ താക്കി അൽ-ദിനാണ്(പതിനാറാം നൂറ്റാണ്ടിലെ പേർഷ്യൻ ഗോളപണ്ഡിതൻ). അൽ-ദിനിന്റെ ഇസ്താംബൂൾ വാനനിരീക്ഷണകേന്ദ്രം കെട്ടിപ്പടുത്ത അദ്ദേഹം 1557ൽ 'തുളക്കാത്ത മുത്ത്' എന്നപേരിൽ ഒരു പഞ്ചാംഗവും ജ്യോതിശ്ശാസ്ത്രകാറ്റലോഗുകളും മുന്നോട്ടുവച്ചു. അത് തന്റെ സമകാലീനരായിരുന്ന ടൈക്കോ ബ്രാക്കോയുടെയും നിക്കോളാസ് കോപ്പർനിക്കസിന്റെയും ഇത്തരം കൃതികളെക്കാൾ കൂടുതൽ കൃത്യമായിരുന്നു. അദ്ദേഹത്തിന്റെ സമകാലീനരും മുൻഗാമികളും

ആറായി ഭാഗിക്കുന്നതരം ഭിന്നസംഖ്യകളുപയോഗിച്ച സ്ഥാനത്ത് തന്റെ നിരീക്ഷണങ്ങൾക്ക് ദശാംശസ്ഥാനങ്ങളുപയോഗിച്ച ആദ്യത്തെ ജ്യോതിശ്ശാസ്ത്രജ്ഞനും അദ്ദേഹമാണ്. ഒട്ടേറെതരം ജ്യോതിശ്ശാസ്ത്ര ഉപകരണങ്ങൾ അദ്ദേഹം കണ്ടുപിടിക്കുകയുണ്ടായി. 1550 മുതൽ 1580വരെ ഉണ്ടാക്കിയ കൃത്യമായ മെക്കാനിക്കൽ ക്ലോക്കുകൾ അവയിൽപ്പെടുന്നു. 1574 നു മുമ്പെപ്പോഴോ അദ്ദേഹം ഒരു പ്രാഥമികരൂപത്തിലുള്ള ടെലസ്കോപ്പുണ്ടാക്കിയിരുന്നു. അൽ-ദിൻ-ന്റെ ഇസ്താംബുൾ വാനനിരീക്ഷണ കേന്ദ്രം 1580ൽ തകർക്കപ്പെട്ടതോടെ, 1660ൽ കോപ്പർനിക്കസിന്റെ സൗര കേന്ദ്രിതസിദ്ധാന്തം വരുന്നതുവരെ, ഓട്ടോമാൻ സാമ്രാജ്യത്തിൽ ജ്യോതിശ്ശാസ്ത്രപ്രവർത്തനങ്ങൾ മുരടിച്ചു. അക്കാലത്ത് ഓട്ടോമാൻ പണ്ഡിതനായ ഇബ്രാഹിം എഫെൻഡി അൽ-സിഗെത്വാരി ടെസ്കിരെ സിനോയൽ ഡ്യൂറെറ്റിന്റെ (ഫ്രഞ്ച് ജ്യോതിശ്ശാസ്ത്രജ്ഞൻ) ഫ്രഞ്ച് ജ്യോതിശ്ശാസ്ത്ര പഠനം (1637 ൽ രചിച്ചത്) അറബിയിലേക്ക് ഭാഷാന്തരം ചെയ്തു. മരഗവിപ്ലവം അറബ്നാടുകളും മംഗോൾ സാമ്രാജ്യങ്ങളുടെ കീഴിലായിരുന്ന ചൈനയും തമ്മിൽ ഒരു സമ്പന്നമായ അന്തർസംസ്കാര കൊള്ളക്കൊടുക്കലുകൾക്ക് സാക്ഷ്യം വഹിച്ചു.

മുഗൾ സാമ്രാജ്യത്തിൽ, 16ഉം 17ഉം നൂറ്റാണ്ടുകളിൽ ഇസ്ലാമിക് ഇന്ത്യൻ ജ്യോതിശ്ശാസ്ത്രങ്ങളുടെ ഒരു സമന്വയം നടന്നു. ഇസ്ലാമിക നിരീക്ഷണ സാങ്കേതികവിദ്യകളും ഉപകരണങ്ങളും ഹിന്ദു കംപ്യൂട്ടേഷനൽ (കണക്കുകൂട്ടൽ) സാങ്കേതികവിദ്യകളുമായി ഒന്നിച്ചുചേർന്നു. സൈദ്ധാന്തിക ജ്യോതിശ്ശാസ്ത്രത്തിൽ കാര്യമായ താൽപ്പര്യമൊന്നുമുണ്ടായിരുന്നില്ലെന്ന് തോന്നിപ്പിച്ചപ്പോൾത്തന്നെ, ഇന്ത്യയിലെ മുസ്ലിം-ഹിന്ദു ജ്യോതിശ്ശാസ്ത്രജ്ഞർ, നിരീക്ഷണ ജ്യോതിശ്ശാസ്ത്രത്തിലെ മുന്നേറ്റങ്ങൾ തുടരുകയും നൂറിലേറെ പഞ്ചാംഗപ്രബന്ധങ്ങൾ രചിക്കുകയും ചെയ്തു. ഡൽഹിക്കടുത്ത് ഹുമയൂൺ ഒരു സ്വന്തമായ വാനനിരീക്ഷണ കേന്ദ്രമുണ്ടാക്കി. മുഗൾ സാമ്രാജ്യത്തിന്റെ പതനത്തിനുശേഷം ഹിന്ദു രാജാവായ അംബറിലെ ജയ്സിംഗാണ് (ജയപ്പൂർ രാജാവ് -1688-1743) ഇന്ത്യയിലെ ഇസ്ലാമിക ജ്യോതിശ്ശാസ്ത്ര പാരമ്പര്യം പുനരുജ്ജീവിപ്പിക്കാൻ നോക്കിയത്. 18-ാം നൂറ്റാണ്ടിന്റെ ആരംഭത്തിൽ അദ്ദേഹം സമർഖണ്ഡ് വാനനിരീക്ഷണകേന്ദ്രത്തോട് കിടപിടിക്കാനായി യന്ത്രമന്തിർ എന്നുപേരായ ഒട്ടേറെ വൻകിട വാനനിരീക്ഷണ കേന്ദ്രങ്ങളുണ്ടാക്കി. ഉലുഗ് ബെഗിന്റെ (പേർഷ്യൻ ജ്യോതിശ്ശാസ്ത്രജ്ഞൻ 1394-1449) 'സിജ് -ഇ-സുൽത്താനി' (നക്ഷത്രങ്ങളുടെ കാറ്റലോഗ്) കൂടുതൽ കൃത്യമായ നിരീക്ഷണങ്ങളോടെ കാലോചിതമാക്കലും അദ്ദേഹത്തിന്റെ ലക്ഷ്യമായിരുന്നു. ഉപകരണങ്ങളും നിരീക്ഷണ സാങ്കേതികവിദ്യകളും പ്രധാനമായും ഇസ്ലാമിക പാരമ്പര്യത്തിൽ നിന്നുള്ളതായിരുന്നപ്പോൾ, കണക്കുകൂട്ടൽരീതികളേറെയും ഹിന്ദുപാരമ്പര്യത്തിൽ നിന്നുള്ളതായിരുന്നു. പ്രത്യേകിച്ച്, മുഗൾ ഇന്ത്യയിലെ മുസ്ലിങ്ങൾ കണ്ടുപിടിച്ച ഏറ്റവും ഗംഭീരമായ ജ്യോതിശ്ശാസ്ത്ര ഉപകരണം തുന്നലില്ലാത്ത ആകാശഗോള

(seamless celestial globe) മായിരുന്നു. ജയ്സിങ് യൂറോപ്യൻ ജസ്യൂട്ട് ജ്യോതിശ്ശാസ്ത്രജ്ഞന്മാരെയും തന്റെ വാനനിരീക്ഷണ കേന്ദ്രത്തിലേക്ക് ക്ഷണിക്കുകയും, അവർ ഫ്രഞ്ച് ഗണിതശാസ്ത്രജ്ഞനായ ഫിലിപ്പെ ഡി ലാഹിറെ 1702 ൽ സമാഹരിച്ച ജ്യോതിശ്ശാസ്ത്ര പട്ടികകൾ വാങ്ങിക്കൊണ്ടുവരികയും ചെയ്തു. ലാഹിറെയുടെ പഠനം പരിശോധിച്ചു നോക്കിയശേഷം ജയ്സിങ് യൂറോപ്യൻ പാരമ്പര്യത്തിലുപയോഗിക്കുന്നവ ഇന്തോ-ഇസ്ലാമിക് പാരമ്പര്യവിദ്യകളേക്കാൾ നിലവാരം കുറഞ്ഞതാണെന്ന നിഗമനത്തിലെത്തി. ജെസ്യൂട്ടുകാരിലൂടെ ഇന്ത്യയിലെ ഇസ്ലാമിക ജ്യോതിശ്ശാസ്ത്രജ്ഞന്മാർ കോപ്പർനിക്കസിന്റെ വിപ്ലവത്തെക്കുറിച്ചറിഞ്ഞിരുന്നോ എന്ന കാര്യത്തിൽ തീർച്ചയില്ല, പക്ഷേ അവർക്ക് സൈദ്ധാന്തിക ജ്യോതിശ്ശാസ്ത്രത്തിൽ വലിയ താൽപ്പര്യമൊന്നുമുണ്ടായിരുന്നില്ല എന്നാണ് പ്രത്യക്ഷത്തിൽ കാണുന്നത്. അപ്പോൾപ്പിന്നെ, യൂറോപ്പിലെ സൈദ്ധാന്തിക മുന്നേറ്റങ്ങൾ അവരെ ആകർഷിക്കുകയില്ലല്ലോ.

ഒരു ഗോളസിദ്ധാന്തത്തിന്റെ ഭൗതികതത്വങ്ങളും ഗണിതശ്ശാസ്ത്ര തത്വങ്ങളും തമ്മിൽ പൊരുത്തപ്പെടുന്നുണ്ടോ എന്നതിനെക്കുറിച്ചൊന്നും പരിഗണിക്കാത്ത പ്രാചീന ഗ്രീക്ക് ജ്യോതിശ്ശാസ്ത്രജ്ഞന്മാരിൽനിന്ന് ഭിന്നമായി, അറേബ്യൻ ജ്യോതിശ്ശാസ്ത്രജ്ഞർ ഗണിതശാസ്ത്രവും തങ്ങൾക്കു ചുറ്റുമുള്ള യഥാർഥലോകവും തമ്മിൽ പൊരുത്തപ്പെട്ടിരിക്കണമെന്ന കാര്യത്തിൽ നിർബന്ധംപിടിച്ചു. അങ്ങനെയത് അരിസ്റ്റോട്ടിലിന്റെ ഗണിതശാസ്ത്രഭൗതികത്തിന്മേലും അനുഭവപരമായ ഭൗതികത്തിന്മേലും അടിസ്ഥാനമുറപ്പിച്ച ഒന്നായിമാറിത്തീർന്നു. അങ്ങനെ ആധുനിക ജ്യോതിശ്ശാസ്ത്രത്തിന് അത്ഭുതകരമായ സംഭാവനകൾ നൽകി.

965ൽ ബസ്രയിൽ ജനിച്ച ഇബ്ൻ അൽ-ഹയ്താം(965 ?-1021) ഗണിതശാസ്ത്ര, ജ്യോതിശ്ശാസ്ത്ര, ഭൂമിശാസ്ത്ര മണ്ഡലങ്ങൾക്കു പുറമേ ഒപ്ടിക്സിലും കാതലായ സംഭാവനകൾ നൽകി. അദ്ദേഹത്തിന്റെ പ്രസിദ്ധഗ്രന്ഥമായ കിത്താബ് അൽ-മനാസിർ (Book of optics) എല്ലാ അനുമാനങ്ങളെയും ഭൗതികമായ പരീക്ഷണത്തിനോ ഗണിതശാസ്ത്രപരമായ തെളിവിനോ വിധേയമാക്കുകയും, 'പ്രകാശങ്ങളും നിറങ്ങളും വായുവിൽവച്ച് കൂടിക്കലരുന്നില്ല' എന്ന അനുമാനം (Hypothesis) ശരിയാണോയെന്ന് പരീക്ഷിച്ചുനോക്കുകയും ചെയ്തു. കിത്താബ് അൽ-മനാസിർ ലത്തീനിലേക്ക് ഡി ആസ്പെക്ടിബുസ് എന്ന പേരിൽ പരിഭാഷ ചെയ്യപ്പെട്ടു. അത് 13-ാം നൂറ്റാണ്ടിൽ ജീവിച്ചിരുന്ന അൽഹാ

ഇബ്ൻ അൽ ഹയ്താം

സൻ രചിച്ചതാണെന്ന് അവർ കണക്കാക്കി. അതിന്റെ കോപ്പികൾ യൂറോപ്പിലുടനീളം പ്രചരിച്ചു. ആദ്യത്തെ ശാസ്ത്രജ്ഞനായി പലപ്പോഴും ബഹുമതി ചാർത്തപ്പെടുന്ന റോജർ ബേക്കൻ (ഇംഗ്ലീഷ് തത്വചിന്തകനും ഫ്രാൻസിസ്കൻ സന്യാസിയും, 1214-1294) കിത്താബ് അൽ-മനാസിറിന്റെ ഒരു സംഗ്രഹം പേർസ്പെക്ടീവ (ഒപ്ടിക്സ്) എന്നപേരിൽ തയാറാക്കി, അൽഹാസൻ മരിച്ച് 200 വർഷങ്ങൾക്കുശേഷം. മിഡ്വെസ്റ്റ് റിവ്യൂ(യൂറോപ്യൻ പുസ്തകപ്രസാധകർ) ഇബ്ൻ അൽ-ഹയ്താമിനെ ആദ്യത്തെ ശാസ്ത്രജ്ഞനെന്നു വിളിച്ചു. തികഞ്ഞ ഭക്തനും ഗംഭീരകഴിവുള്ളവനുമായ ഒരു ബഹുശാസ്ത്രപണ്ഡിതന്റെ പ്രകാശം പരത്തുന്ന വിവരണമായി അദ്ദേഹത്തിന്റെ ജീവചരിത്രത്തെയും പഠനങ്ങളെയും വിവരിച്ചുകൊണ്ടത് ചരിത്രവും ശാസ്ത്രീയ ചരിത്രവും ഒന്നാന്തരമായി അതിൽ ഒന്നുചേരുന്നുവെന്ന് നിരീക്ഷിച്ചു.

അൽ-ഹായ്താം കണ്ണാടികളും ലെൻസുകളുംകൊണ്ടും പരീക്ഷണങ്ങൾ നടത്തുകയും രശ്മികളുടെ പ്രതിഫലനങ്ങളെയും അവഭംഗങ്ങളെയും (refraction) ഗണിതശാസ്ത്രപരമായി പരിശോധിക്കുകയും ചെയ്തു. വ്യത്യസ്ത മാധ്യമങ്ങളിലൂടെ പ്രകാശം കടന്നുപോകുന്നതിനെ പഠിച്ച അദ്ദേഹം അപഭംഗത്തിന്റെ (refraction) നിയമങ്ങൾ കണ്ടുപിടിച്ചു. പ്രതിഫലിക്കപ്പെടുന്നവയും അവഭംഗത്തിനു വിധേയമാകുന്നതുമായ പ്രകാശരശ്മികളെ ലംബ-തിരശ്ചീനഘടകങ്ങളായി ചുരുക്കിയ (അത് ജ്യാമിതീയ ഒപ്ടിക്സിൽ ഒരടിസ്ഥാനപരമായ വികാസമായിരുന്നു) ആദ്യശാസ്ത്രജ്ഞനായ അദ്ദേഹം വെളുത്ത പ്രകാശം വിവിധഘടകനിറങ്ങളായി ചിതറുന്നതിനെസംബന്ധിച്ച ആദ്യകാല പരീക്ഷണങ്ങൾ നടത്തിയയാളുമാണ്. തന്റെ 200ലേറെ വരുന്ന ഗ്രന്ഥങ്ങളിലെ മറ്റൊന്നായ 'മക്വാല ഫിഡോ അൽ-കമറ്'-ൽ(അദ്ദേഹമതെഴുതിയത് കിത്താബ് അൽ-മനാസിറിനും കുറച്ചു മുമ്പാണ്) അദ്ദേഹം തന്റെ ഗണിതശാസ്ത്ര ജ്യോതിശ്ശാസ്ത്രത്തിലെയും ഭൗതികത്തിലെയും അറിവുകളെ ജ്യോതിശാസ്ത്രത്തിലും ആസ്ട്രോഫിസിക്സിലും (ഭൗതികശാസ്ത്രം) പരീക്ഷണസാങ്കേതികവിദ്യകൾ പ്രയോഗിച്ചുകൊണ്ട്, വിജയകരമായി ഒന്നിച്ചുചേർത്തു സംയോജിപ്പിച്ചു. സൂര്യകിരണങ്ങൾ പതിക്കുന്ന അതിന്റെ പ്രതലത്തിലെ ഭാഗങ്ങളിൽനിന്നാണ് ചന്ദ്രൻ പ്രകാശം ഉത്സർജിക്കുന്നതെന്ന് അദ്ദേഹം ശരിയായി അനുമാനിച്ചു; സൂര്യപ്രകാശത്തെ വെറുതെ പ്രതിഫലിപ്പിക്കുന്ന ഒരു കണ്ണാടിപോലെയാണ് ചന്ദ്രൻ എന്ന സാർവത്രികമായി നിലനിന്ന ധാരണയെ തെറ്റെന്ന് തെളിയിച്ചുകൊണ്ട്.

തന്റെ സ്വാധീനം സൃഷ്ടിച്ച കൃതിയായ ബുക്ക് ഓഫ് ഒപ്ടികിസിന്റെ പേരിൽ ഇബ്ൻ അൽ-ഹയ്താം 'ആധുനിക ഒപ്ടിക്സിന്റെ പിതാവ്' എന്നുകരുതപ്പെടുന്നു. അദ്ദേഹം ദൂരദർശനിയിലെ കാഴ്ചയെക്കുറിച്ചും ചന്ദ്രന്റെ മിഥ്യയെക്കുറിച്ചും (moon illusion) പഠിക്കുകയും, പ്രകാശത്തിന്റെ നിർണിതമായ വേഗത്തെ വിവരിക്കുകയും (finite speed) പ്രകാശമെന്നത് നേർരേഖയിൽ സഞ്ചരിക്കുന്ന കണികകളെക്കൊണ്ടുണ്ടാകു

ന്നതാണെന്ന് വാദിക്കുകയും ചെയ്തു. യൂക്ലിഡിന്റെയും ടോളമിയുടെയും നിലവിലിരുന്ന ഉത്സർജനസിദ്ധാന്തത്തെ; — കണ്ണ് പ്രകാശം ഉത്സർജി ക്കുന്നതിലൂടെയാണ് കാഴ്ചയുണ്ടാകുന്നതെന്നവർ വിശ്വസിച്ചു — എ തിർത്തുകൊണ്ടും, കണ്ണിലേക്ക് ഭൗതികവസ്തുക്കൾ പ്രവേശിക്കുന്നതി ലൂടെയാണ് കാഴ്ച സംജാതമാകുന്നതെന്ന അരിസ്റ്റോട്ടിലിന്റെയും അനു യായികളുടെയും ധാരണയെ എതിർത്തുകൊണ്ട് ഒരു വസ്തുവിന്റെ വിവിധ ഭാഗങ്ങളിൽ നിന്നുള്ള പ്രകാശരശ്മികൾ കണ്ണിൽപ്പതിക്കുന്നതി ലൂടെയാണ് കാഴ്ചയുണ്ടാകുന്നതെന്ന വളരെ വിജയകരമായൊരു സിദ്ധാന്തം അദ്ദേഹമവതരിപ്പിച്ചു. അതദ്ദേഹം പരീക്ഷണങ്ങളിലൂടെ തെളി യിച്ചുകാട്ടുകയും ചെയ്തു. ജ്യാമിതീയ ഒപ്ടിക്സിനെയും തത്വചിന്താ പരമായ ഭൗതികത്തെയും അദ്ദേഹം ഏകീകരിച്ചതാണ് ആധുനിക ഫിസിക്കൽ ഒപ്ടിക്സിന്റെ (Physical optics) അടിസ്ഥാനത്തെ രൂപപ്പെ ടുത്തുന്നത്.

അദ്ദേഹം ഫെർമാറ്റിന്റെ(Pierre de Fermat) ഏറ്റവും കുറച്ചുസമയ ത്തെക്കുറിച്ചുള്ള തത്വവും (principle of least time) ഇനേർഷ്യയുടെ (inertia) സങ്കൽപ്പനവും (ന്യൂട്ടന്റെ ആദ്യത്തെ ചലനനിയമം) പ്രമാണിക മായി വിശദീകരിക്കുകയും, ആക്കം (momentum) എന്ന സങ്കൽപ്പനം വികസിപ്പിക്കുകയും ചെയ്തു. ഒരൊറ്റ പ്രകാശം ഒരു നേരിയ സുഷിര ത്തിലൂടെ (pinhole) കടന്നുപോകുമ്പോഴുണ്ടാകുന്ന ഫലങ്ങൾ അരിസ്റ്റോ ട്ടിലും അലക്സാണ്ട്രിയയിലെ തിയോണും അൽക്കിണ്ടിയും ചൈനീസ് തത്വചിന്തകനായ മോസിയും നേരത്തെ വിവരിച്ചിരുന്നെങ്കിലും അവരാരും തന്നെ സുഷിരത്തിന്റെ മറ്റേ അറ്റത്തുള്ള എല്ലാറ്റിന്റെയും പ്രതിച്ഛായയാണ് (image) സ്ക്രീനിൽ പ്രൊജക്ട് ചെയ്യപ്പെടുന്നതെന്ന് സൂചിപ്പിച്ചില്ല. ഒരു വലിയ ഏരിയക്കു കുറുകെ നിരവധി പ്രകാശസ്രോതസ്സുകൾ ക്രമീകരി ച്ചുകൊണ്ടദ്ദേഹം നടത്തിയ വിളക്കുപരീക്ഷണത്തിലൂടെ അക്കാര്യം പ്രദർശിപ്പിച്ചുകാട്ടിയ ആദ്യത്തയാൾ ഇബ്ൻ അൽ-ഹയ്താമാണ്. ഇത്തരം നിരീക്ഷണങ്ങളിലൂടെ ലോകത്തിലെ ആദ്യത്തെ ഇരുൾ ക്യാമറ (Camura obscura) അദ്ദേഹം രൂപപ്പെടുത്തുകയും, അതിന് വ്യക്തമായ വിവരണവും വിശകലനവും രേഖപ്പെടുത്തുകയും ചെയ്തു. ക്യാമറ ഒബ്സ്ക്യൂറ ഉപയോഗിച്ചുകൊണ്ട് പുറത്തുള്ള ഒരു മൊത്തം പ്രതിച്ഛാ യയെ അകത്തുള്ള സ്ക്രീനിൽ (indoor screen) വിജയകരമായി പ്രൊജക്ട് ചെയ്ത ആദ്യത്തെയാളും അദ്ദേഹമാണ്. പിന്നീട് ആധു നിക ഫോട്ടോഗ്രാഫിയിൽ വൻ മാറ്റങ്ങൾക്ക് അത് വഴിവെക്കുകയും ചെയ്തു. അതുപോലെ, അദ്ദേഹം കാഴ്ചയുടെ പ്രക്രിയ, കണ്ണിന്റെ ഘട ന, കണ്ണിലെ പ്രതിച്ഛായ രൂപീകരണം, കാഴ്ചവ്യവസ്ഥ എന്നിവയെല്ലാം വിവരിച്ചു. അതുപോലെ ഹെറിങ്ങിന്റെ (ജർമൻ ഫിസിയോളജിസ്റ്റ്, 1834-1918)ലോ ഓഫ് ഈക്വൽ ഇന്നർവേഷൻ (law of equal innervation), വെർട്ടിക്കൽ ഹോറോപ്റ്റേഴ്സ് (vertical horopters) ബൈനോക്കു ലർ ഡിസ്പാരിറ്റി എന്നിവയുമദ്ദേഹം വിവരിച്ചു. അരിസ്റ്റോട്ടിലും ടോള

മിയും യൂക്ലിഡും മുൻകാലത്ത് ചർച്ചചെയ്ത ബൈനോക്കുലർ വിഷന്റെയും(binocular vission), മോഷൻ പെർസെപ്ഷന്റേയും (motion perception), സമയമാപിനികളുടെയും (Horopters) സിദ്ധാന്തങ്ങളെ അദ്ദേഹം മെച്ചപ്പെടുത്തുകയും ചെയ്തു.

അനാട്ടമിയിലെ അദ്ദേഹത്തിന്റെ സ്വന്തമായ സംഭാവന കണ്ണിന്റെ പ്രവർത്തനപരമായ അനാട്ടമിയെ (functional anatomy) ഒരു ഒപ്ടിക്കൽ സിസ്റ്റമായി (optical system) അഥവാ, ഒപ്ടിക്കൽ ഉപകരണമായി വിവരിച്ചതാണ്. ക്യാമറ ഒബ്സ്ക്യുറ പരീക്ഷണങ്ങളിലൂടെ ഒരു വസ്തുവിന്റെ പ്രതലത്തിൽ നിന്ന് അതിനനുസൃതമായ പോയിന്റ് പ്രകാശത്തിന്റെ പ്രൊജക്ഷനിലൂടെ ഒരു സ്ക്രീനിൽ ഒരു പ്രതിച്ഛായ രൂപപ്പെടുത്തുന്നുവെന്ന സിദ്ധാന്തം വികസിപ്പിക്കാനാവശ്യമായ അനുഭവപരമായ അടിസ്ഥാനങ്ങളും കാരണങ്ങളുമദ്ദേഹത്തിനു കിട്ടി. കണ്ണിനെയും ക്യാമറ ഒബ്സക്യുറയെയും താരതമ്യപ്പെടുത്തിയതിൽ നിന്നാണദ്ദേഹത്തിന് അനാട്ടമിയെയും ഒപ്ടിക്സിനെയും സമന്വയിപ്പിക്കാനായത്. അതാണ് ഫിസിയോളജിക്കൽ ഒപ്ടിക്സിന്റെ അടിത്തറ രൂപപ്പെടുത്തുന്നത്. പിൻഹോൾ ക്യാമറകൊണ്ടുള്ള പരീക്ഷണങ്ങളിൽനിന്ന് പിൻഹോൾ പ്രൊജക്ടിന്റെ കാതലായ തത്വങ്ങൾ അദ്ദേഹത്തിന് വിഭാവനം ചെയ്യാനായതിനനുസരിച്ച് കണ്ണിലും പ്രതിച്ഛായയുടെ തലതിരിച്ചിടൽ (inversion) സംഭവിക്കുന്നുണ്ടെന്നദ്ദേഹം കരുതി. പ്രതിച്ഛായ രൂപീകരണത്തിന്റെ (image formation) പ്രക്രിയയെ സംബന്ധിച്ച് ലെൻസാണ് കാഴ്ചയുടെ സ്വീകരിക്കുന്ന അവയവമെന്ന അവിസെന്നയുടെ ധാരണയെ അദ്ദേഹം തെറ്റായി വിമർശിക്കുകയും, എന്നാൽ ആ പ്രക്രിയ റെറ്റിന ഉൾക്കൊള്ളുന്നുണ്ടെന്ന് ശരിയായി കരുതുകയും ചെയ്തു. ചില ഗ്രന്ഥകർത്താക്കളദ്ദേഹത്തെ പരീക്ഷണാത്മക മനശ്ശാസ്ത്രത്തിന്റെ സ്ഥാപകനായി കണക്കാക്കുന്നു; ദൃശ്യ ഉൾക്കാഴ്ചകളുടെയും മായക്കാഴ്ചകളുടെയും (ഒപ്ടിക്കൽ ഇല്യൂഷൻ) മനഃശാസ്ത്രത്തിൽ അദ്ദേഹം നടത്തിയ പുതിയ പാത വെട്ടിത്തുറക്കുന്ന പ്രവർത്തനത്തിന്റെ പേരിൽ. ബുക്ക് ഓഫ് ഒപ്ടിക്സിൽ കാഴ്ച സംഭവിക്കുന്നത് തലച്ചോറിലാണ് അല്ലാതെ കണ്ണിലല്ല എന്നുപറഞ്ഞ അദ്ദേഹം അങ്ങനെ അഭിപ്രായപ്പെട്ട ആദ്യത്തെ ശാസ്ത്രജ്ഞനുമാണ്.

മൂൺ ഇല്യൂഷൻ (moon illusion) വിശദീകരിക്കുന്ന ഒരു സിദ്ധാന്തം അദ്ദേഹം മുന്നോട്ടുകൊണ്ടുവന്നു. അത് മധ്യകാലയൂറോപ്പിന്റെ ശാസ്ത്രീയ പാരമ്പര്യത്തിൽ ഒരു സുപ്രധാന പങ്കുവഹിച്ചു. ചന്ദ്രൻ ആകാശത്തിലുയർന്നു നിൽക്കുമ്പോൾ നമുക്കു തോന്നിക്കുന്നതിനേക്കാളും വലുപ്പം അത് ചക്രവാളത്തിലായിരിക്കുമ്പോൾ നമുക്കു തോന്നുന്നതെന്തുകൊണ്ടാണെന്ന പ്രശ്നം പരിഹരിക്കാനുള്ള ഒരു ശ്രമമായിരുന്നു അത്. ടോളമിയുടെ അപഭംഗസിദ്ധാന്തത്തെ (refraction theory) എതിർത്തുകൊണ്ട് റോജർ ബേക്കനും ജോൺ പെർച്ചാമും(കാന്റർബറിയില ആർച്ച് ബിഷപ്പും ദൈവശാസ്ത്രജ്ഞനും, 1230-1292), വിറ്റെലോയും

(ഗണിതശാസ്ത്രജ്ഞനും തത്വശാസ്ത്രജ്ഞനും, മരണം: 1280) ഇബ്ൻ അൽ-ഹയ്താമിന്റെ വിശദീകരണത്തിന്മേൽ നടത്തിയ പഠനങ്ങളിലൂടെ അതൊരു മനഃശാസ്ത്രപരമായ പ്രതിഭാസമാണെന്നത് ക്രമേണ അംഗീകരിക്കപ്പെടുകയും 17-ാം നൂറ്റാണ്ടോടെ ടോളമിയുടെ സിദ്ധാന്തം നിരാകരിക്കപ്പെടുകയും ചെയ്തു.

സംഗീതത്തിന് ജീവികളിൽ ഉണ്ടാക്കാൻ കഴിയുന്ന ഫലങ്ങളെക്കുറിച്ചുള്ള ഏറ്റവുമാദ്യത്തെ പ്രബന്ധമായിരുന്നു ഹയ്താമിന്റെ മൃഗങ്ങളുടെ ആത്മാവുകളിൽ ഭാവഗാനങ്ങൾക്കുള്ള സ്വാധീനത്തെപ്പറ്റിയുള്ള പ്രബന്ധം. പ്രബന്ധത്തിലൂടെ സംഗീതമുപയോഗിച്ചുകൊണ്ട് എങ്ങനെ ഒരൊട്ടകത്തിന്റെ വേഗം കൂട്ടാമെന്നും കുറയ്ക്കാമെന്നും അദ്ദേഹം കാട്ടിത്തരുകയും, കുതിരകളെയും പക്ഷികളെയും ഉരഗങ്ങളെയും വച്ച് നിരവധി പരീക്ഷണങ്ങൾ നടത്തിക്കൊണ്ട് മൃഗങ്ങളുടെ പെരുമാറ്റത്തെയും മനഃശാസ്ത്രത്തെയും എങ്ങനെയാണ് സംഗീതം സ്വാധീനിക്കുന്നതെന്നതിന്റെ നിരവധി ഉദാഹരണങ്ങൾ വിശദീകരിക്കുകയും ചെയ്യുന്നു. 19-ാം നൂറ്റാണ്ടിന്റെ നല്ലൊരുഭാഗം വരെ പടിഞ്ഞാറൻ ലോകത്തെ പണ്ഡിതർ സംഗീതം മനുഷ്യർക്കുമാത്രം സവിശേഷമായ ഒന്നാണെന്ന് വിശ്വസിച്ചുപോന്നിരുന്നു. എന്നാൽ പിൽക്കാലത്ത്, സംഗീതത്തിന് മൃഗങ്ങളിൽ സ്വാധീനമുണ്ടാക്കാനാകുമെന്ന അൽ-ഹയ്തമിന്റെ കാഴ്ചപ്പാടിനെ പരീക്ഷണങ്ങൾ ശരിവച്ചു.

മധ്യകാലഘട്ടത്തിലെ ജീവചരിത്രകാരന്മാരുടെ അഭിപ്രായത്തിൽ, വിവിധ വിഷയങ്ങളെ അധികരിച്ച് ഇബ്ൻ അൽ-ഹയ്താം 200ലേറെ കൃതികൾ രചിച്ചു. ശാസ്ത്രത്തോടും ഭൗതികത്തോടും അദ്ദേഹം സ്വീകരിച്ച ആധുനിക അളവുപരവും അനുഭവപരവുമായ സമീപനത്തിന്റെ പേരിൽ, ആധുനികശാസ്ത്രീയ രീതിയുടെ ആദ്യപഥികനായും ശാസ്ത്രത്തിന്റെയും ഭൗതികത്തിന്റെയും പരീക്ഷണ സ്വഭാവത്തിന്റെ പ്രോദ്ഘാടകനായും അദ്ദേഹം കരുതപ്പെടുന്നു. ഭൗതികത്തിന്റെ ചരിത്രത്തിൽ അദ്ദേഹത്തിന്റെ ബുക്ക് ഓഫ് ഒപ്ടിക്സിന്റെ സ്ഥാനം, ഒപ്ടിക്സിലും ദൃശ്യകാഴ്ചയിലും ഒരു വിപ്ലവം തുടങ്ങിവച്ചതിന്റെ പേരിൽ, ഐസക്ന്യൂട്ടന്റെ 'ഫിലോസഫീ നാച്ചുറാലിസ് പ്രിൻസിപ്പിയ മാത്തമാറ്റിക്ക'ക്കൊപ്പമാണ്.

ജാബിറും രാസലോകവും

ആധുനിക ഇറാനിലെ ഖൊറാസാൻ പ്രവിശ്യയിലെ ടുസ് നഗരത്തിൽ എ ഡി 722ൽ ജനിച്ച ജാബിർ ഇബ്ൻഹയ്യാൻ (പടിഞ്ഞാറ് അദ്ദേഹം ജെബെർ എന്നറിയപ്പെടുന്നു) കെമിസ്ട്രിയിലും ആൽക്കെമിയിലും ഇതിഹാസമാനം കൈവരിച്ച ഒരു പേരാണ്.

ജാബിറിന്റെ പ്രധാനസംഭാവന രസതന്ത്രത്തിന്റെ മണ്ഡലത്തിലാണ്. അദ്ദേഹം ആൽക്കെമിയിൽ പരീക്ഷണാത്മക അന്വേഷണം കൊണ്ടുവരികയും അത് ആധുനിക രസതന്ത്രത്തിന്റെ പ്രതിച്ഛായ അതിവേഗം മാറ്റുകയും ചെയ്തു. അദ്ദേഹത്തിന്റെ പ്രശസ്തി അടിസ്ഥാനപ്പെടുത്തി

യിരിക്കുന്നത് അദ്ദേഹത്തിന്റെ നൂറിലധികം പ്രബന്ധങ്ങളിന്മേലും നൂറ്റാണ്ടുകൾക്കുശേഷവും വളരെയേറെ അറിയപ്പെട്ടിരുന്ന അദ്ദേഹത്തിന്റെ ലാബറട്ടറിയുടെ അവശിഷ്ടങ്ങളിന്മേലുമാണ്. രസതന്ത്രത്തിനദ്ദേഹം നൽകിയ അടിസ്ഥാന സ്വഭാവമുള്ള സംഭാവനകളിൽ പരലുകളാക്കൽ (ക്രിസ്റ്റലൈസേഷൻ), ഡിസ്റ്റിലേഷൻ (വാറ്റൽ), കാൽസിനേഷനുകൾ, സബ്ലിമേഷൻ, ഇവാപ്പൊറേഷൻ (ആവിയാക്കൽ) എന്നീ ശാസ്ത്രീയ രീതികൾ പൂർണതയിലെത്തിച്ചതും അതിനൊക്കെവേണ്ട വിവിധ ഉപകരണങ്ങൾ വികസിപ്പിച്ചതുമാണ് പ്രധാനമായി ഉൾപ്പെടുന്നത്. അറബികൾ ആരംഭകാലത്തുതന്നെ ഒരു സവിശേഷ ശാസ്ത്രശാഖയായി രസതന്ത്രത്തെ വികസിപ്പിച്ചെടുത്തുവെന്നത് (പഴയകാലത്തുണ്ടായിരുന്ന അവ്യക്തമായ ധാരണകളിൽനിന്ന് വ്യത്യസ്തമായ) വ്യക്തമായി സ്ഥാപിക്കപ്പെട്ട ഒരു വസ്തുതയാണ്; കെമിസ്ട്രിയെന്ന വാക്കുതന്നെ വന്നത് അൽ-കിമിയ ('Al kimiya') എന്ന അറബിവാക്കിൽ നിന്നാണ്. അത് മുസ്ലിം ശാസ്ത്രജ്ഞന്മാരാണ് പഠിച്ചതും വൻതോതിൽ വികസിപ്പിച്ചെടുത്തതും.

ഒരുപക്ഷേ ജാബിറിന്റെ പ്രധാന പ്രായോഗികനേട്ടം അദ്ദേഹം മിനറൽ ആസിഡുകളും അല്ലാത്ത ആസിഡുകളും തന്റെ അലെംബിക്കി*ൽ നിന്നും (ആൻബിക്) ആദ്യമായി തയാറാക്കിയെടുത്തുവന്നതാകാം. ആൽക്കെമി ശാസ്ത്രശാഖക്ക് അടിസ്ഥാന സ്വഭാവമുള്ള ഒട്ടേറെ സംഭാവനകൾ നൽകിയതിനൊപ്പം (അതിൽ പുതിയ സംയുക്തങ്ങൾ തയാറാക്കലും രാസരീതികൾ (chemical methods) വികസിപ്പിച്ചെടുക്കലുമാണ് ഏറെയും ഉൾപ്പെടുന്നത്), അദ്ദേഹമൊട്ടേറെ പ്രായോഗിക രാസപ്രക്രിയകളും കണ്ടുപിടിച്ചു (applied chemical processes); അങ്ങനെയദ്ദേഹം അപ്ലൈഡ് സയൻസിന്റെ മണ്ഡലത്തിലെ ഒരാദ്യപഥികനായി. തന്റെ ശാസ്ത്രമണ്ഡലത്തിലെ നേട്ടങ്ങളിൽ വിവിധ ലോഹങ്ങൾ തയാറാക്കൽ, ഉരുക്ക് വികസിപ്പിച്ചെടുക്കൽ, തുണി ചായംമുക്കൽ, തോൽ ഊറക്കിടൽ, വാട്ടർ-പ്രൂഫ് തുണിയിൽ വാർണീഷ് ചെയ്യൽ, ഗ്ലാസ്സ് നിർമാണത്തിൽ മാംഗനീസ് ഡയോക്സൈഡ് ഉപയോഗിക്കൽ, തുരുമ്പെടുക്കൽ തടയൽ, സ്വർണംകൊണ്ട് അക്ഷരമുണ്ടാക്കൽ, പെയ്ന്റുകളുടെയും ഗ്രീസുകളുടെയും മറ്റും കണ്ടെത്തൽ എന്നിവയൊക്കെയുണ്ട്. ഈ പ്രായോഗിക പരിശ്രമങ്ങൾക്കിടയിൽ സ്വർണം അലിയിപ്പിക്കാനുള്ള അക്വാ റീജിയയും അദ്ദേഹം കണ്ടുപിടിച്ചു. അലെംബിക് ഒരു വലിയ കണ്ടുപിടിത്തമായിരുന്നു. അത് വാറ്റൽ എളുപ്പമുള്ളതും ഒരു ക്രമീകൃതവുമായ പ്രക്രിയയാക്കി. വസ്തുക്കളുടെ ഗുണങ്ങളുടെ അടിസ്ഥാനത്തിൽ അവയെ അദ്ദേഹം മൂന്നുവ്യത്യസ്ത തരങ്ങളാക്കിത്തിരിച്ചു. ആദ്യത്തേത്, സ്പിരിറ്റുകൾ, അതായത്, ചൂടാക്കിയാൽ ആവിയാകുന്നവ (ആർസെനിക്, കർപ്പൂരം,

* Alembic: Distilation process which contain an alcamic steel, consist of two vessels connected by a tube which is placed on the top of a flask.

അമോണിയം ക്ലോറൈഡ് എന്നിവയൊക്കെപ്പോലെ), രണ്ടാമത്തേത് ലോഹങ്ങൾ; ഉദാഹരണത്തിന് സ്വർണം, വെള്ളി, കറുത്തീയം, ചെമ്പ്, ഇരുമ്പ് തുടങ്ങിയവ. മൂന്നാമതായി, പൗഡറുകളാക്കിമാറ്റാവുന്ന സംയുക്തങ്ങൾ. അങ്ങനെയദ്ദേഹം ലോഹങ്ങൾ, ലോഹങ്ങളല്ലാത്തവ, അസ്ഥിരപ്രകൃതി വസ്തുക്കൾ (volatile substances) എന്നീ പിൽക്കാല വർഗീകരണത്തിന് വഴിയൊരുക്കി.

ഒരു ആൽക്കെമിസ്റ്റായി അറിയപ്പെടുന്നുവെങ്കിലും, ഒരാൽക്കെമിസ്റ്റെന്ന നിലയിൽ അദ്ദേഹം വിലയേറിയ ലോഹങ്ങൾ തയാറാക്കുന്നതിനു പിന്നാലെ ഗൗരവപൂർവം സഞ്ചരിച്ചിരുന്നതായിത്തോന്നുന്നില്ല. അതിനു പകരം അടിസ്ഥാന രാസരീതികൾ വികസിപ്പിച്ചെടുക്കാനുള്ള പരിശ്രമങ്ങളിലും രാസപ്രക്രിയകളെന്ന് കാര്യങ്ങളെ അവയെന്നനിലയിൽത്തന്നെ പഠിക്കാനുമായി അദ്ദേഹം സ്വയം സമർപ്പിക്കുകയും അതിലൂടെ ആൽക്കെമിയുടെ ഐതിഹ്യങ്ങളിൽനിന്ന് ഒരു ശാസ്ത്രമെന്ന നിലയിൽ രസതന്ത്രത്തെ ഉരുത്തിരിഞ്ഞുവരാൻ സഹായിക്കുകയും ചെയ്തു. രാസപ്രക്രിയകളിൽ വിവിധ വസ്തുക്കളുടെ ഒരു നിശ്ചിത അളവാണ് ഉൾപ്പെടുന്നത് എന്നദ്ദേഹം ഊന്നിപ്പറഞ്ഞു. അതുകൊണ്ടുതന്നെ സ്ഥിരം അനുപാതങ്ങളുടെ നിയമത്തിനദ്ദേഹം വഴിയൊരുക്കിയെന്നു പറയാവുന്നതാണ്. അദ്ദേഹത്തിന്റെ കെമിസ്ട്രിയിലുള്ള പുസ്തകങ്ങളായ കിത്താബ് അൽ-കിമ്യയും, കിത്താബ് അൽ-സാബീനും ലത്തീനിലേക്കും മറ്റു നിരവധി യൂറോപ്യൻ ഭാഷകളിലേക്കും പരിഭാഷ ചെയ്യപ്പെട്ടു. ഈ പരിഭാഷകൾ അവിടെ നിരവധി നൂറ്റാണ്ടുകളിൽ വളരെ പ്രസിദ്ധമായിരുന്നു. അത് ആധുനിക രസതന്ത്രത്തിന്റെ പരിണാമത്തിന് വഴിതെളിക്കുകയും ചെയ്തു. ജാബിർ രൂപീകരിച്ച നിരവധി സാങ്കേതിക പദങ്ങൾ (ആൽക്കലി എന്നതുപോലെ) ഇന്ന് വിവിധ യൂറോപ്യൻ ഭാഷകളിൽ നമുക്കുകാണാം; അവയൊക്കെയും ശാസ്ത്രീയപദസമ്പത്തിന്റെ ഭാഗമാകുകയും ചെയ്തു. അദ്ദേഹത്തിന്റെ രചനകളിൽ ചിലതുമാത്രമേ എഡിറ്റ് ചെയ്യപ്പെടുകയും പ്രസിദ്ധീകരിക്കപ്പെടുകയും ചെയ്തിട്ടുള്ളൂ. അതേസമയം മറ്റുള്ളവ അറബിഭാഷയിൽ സംരക്ഷിക്കപ്പെടുകയും അവയുടെ ഭാഗങ്ങൾ പരാവർത്തനം ചെയ്ത് പ്രസിദ്ധീകരിക്കപ്പെടുകയും ചെയ്യുന്നു.

അദ്ദേഹം പരീക്ഷണം നടത്തുന്നതിന്റെ പ്രാധാന്യം തിരിച്ചറിയുകയും പ്രഖ്യാപിക്കുകയും ചെയ്തു. "രസതന്ത്രത്തിൽ ഏറ്റവുമാവശ്യകാര്യം" അദ്ദേഹം പ്രഖ്യാപിച്ചു, "നിങ്ങൾ പ്രായോഗിക പ്രവർത്തനങ്ങൾ നടത്തുകയും പരീക്ഷണങ്ങൾ നടത്തുകയും ചെയ്യണമെന്നുള്ളതാണ്; കാരണം അതുരണ്ടും ചെയ്യാത്തവരൊരിക്കലും പ്രാഗത്ഭ്യത്തിന്റെ താഴ്ന്ന പടിയിൽപ്പോലുമെത്തില്ല." അദ്ദേഹം സൾഫ്യൂരിക്കാസിഡ് കണ്ടുപിടിക്കുകയും അതിനെ വിവിധ ലവണങ്ങളുമായിച്ചേർത്ത് തിളപ്പിച്ചുകൊണ്ട് ഹൈഡ്രോക്ലോറിക്കാസിഡും (ഉപ്പിൽ നിന്ന്) നൈട്രിക്കാസിഡും (സാൾട്ട് പെറ്ററിൽനിന്ന് -salt peter) കണ്ടുപിടിക്കുകയും ചെയ്തു. അവരണ്ടും ചേർത്ത് അദ്ദേഹം അക്വാ റീജീയ കണ്ടുപിടിച്ചു. സ്വർണത്തെ അലിയി

പ്പിക്കാൻ കഴിയുന്ന അപൂർവ പദാർഥങ്ങളിലൊന്നാണിത്. സ്വർണം കുഴിച്ചെടുക്കലിലും അതിന്റെ ശുദ്ധീകരണത്തിലും അതിനുള്ള വ്യക്തമായ പ്രയോഗങ്ങൾക്കൊപ്പം, ഈ കണ്ടുപിടിത്തം തുടർന്നുള്ള ആയിരം വർഷക്കാലത്തേക്ക് ആൽക്കെമിസ്റ്റുകളിൽ സ്വപ്നങ്ങൾക്കും നിരാശകൾക്കും ഇന്ധനമായിത്തീർന്നു. സിട്രിക് ആസിഡിന്റെയും (നാരങ്ങകളുടെയും മറ്റ് പാകമാകാത്ത ഫലങ്ങളുടെയും ഒരു ഘടകം) അസറ്റിക് ആസിഡിന്റെയും (വിനാഗിരിയിൽ നിന്ന്), ടാർട്ടാറിക് ആസിഡിന്റെയും (വീഞ്ഞുണ്ടാക്കുമ്പോഴുണ്ടാകുന്ന അവശിഷ്ടങ്ങൾ) കണ്ടുപിടിത്തങ്ങളുടെ ബഹുമതിയും അദ്ദേഹത്തിനാണ്. ജാബിർ ഒട്ടേറെ രാസമൂലകങ്ങളും കണ്ടുപിടിക്കുകയും വേർതിരിച്ചെടുക്കുകയും ചെയ്തു (ആർസെനിക്, ആന്റിമണി, ബിസ്മുത്ത് തുടങ്ങിയ). അദ്ദേഹമാണാദ്യമായി ഗന്ധകത്തെയും (കത്തിയെരിയലിന്റെ തത്വത്തെ (principle of combulstibility) സ്വഭാവവൽക്കരിച്ച കത്തുന്ന കല്ല്), രസത്തെയും (ലോഹങ്ങളുടെ ആശയപരമായ തത്വങ്ങൾ ഉൾക്കൊള്ളുന്നതാണത്) മൂലപദാർഥങ്ങളായി വർഗീകരിച്ചതും; ഗന്ധകത്തെയും (sulphur) രസത്തെയും (mercury) ശുദ്ധമൂലകങ്ങളായി വേർതിരിച്ച് ശുദ്ധീകരിച്ചെടുത്തതും.

അദ്ദേഹം ഗ്ലാസ് നിർമാണത്തിൽ മാംഗനീസ് ഡയോക്സൈഡിന്റെ ഉപയോഗം വികസിപ്പിച്ചെടുത്തു (ഇരുമ്പുണ്ടാക്കുന്ന ഒരു മങ്ങിയ പച്ച നിറത്തെ ഇല്ലാതാക്കാനായി). ആ പ്രക്രിയ ഇന്നും ഉപയോഗത്തിലുണ്ട്. തിളക്കുന്ന വീഞ്ഞ് ഒരു കത്തുന്നതരം വാതകം (ആവി) പുറത്തുവിടുമെന്നദ്ദേഹം ശ്രദ്ധിച്ചു. അങ്ങനെ അൽ-കിണ്ടിയും അൽ-റാസിയും ചാരായം കണ്ടുപിടിക്കുന്നതിനദ്ദേഹം (ethanol) വഴിയൊരുക്കി. ജാബിർ ഇബ്ൻ-ഹയ്യാൻ തീയിനെ പ്രതിരോധിക്കുന്ന ഒരു കടലാസും, രാത്രിയിൽ വായിക്കാവുന്ന ഒരു മഷിയും കണ്ടുപിടിച്ചു. അദ്ദേഹമൊരു ചേരുവ കണ്ടുപിടിച്ചു. അത് ഒരു ഇരുമ്പു പ്രതലത്തിൽ പ്രയോഗിച്ചാൽ തുരുമ്പിനെ പ്രതിരോധിക്കുകയും തുണിയിൽ പ്രയോഗിച്ചാൽ അത് വെള്ളം പിടിക്കാത്തതായിത്തീരുകയും ചെയ്തു. ജാബിറിന്റെ അൽക്കെമിക്കൽ അന്വേഷണങ്ങൾ പ്രധാനമായും ചുറ്റിത്തിരിഞ്ഞത് ഒരന്തിമ ലക്ഷ്യത്തെ കേന്ദ്രീകരിച്ചാണ്; ജീവൻ കൃത്രിമമായി സൃഷ്ടിക്കുക. കല്ലുകളുടെ പുസ്തകം (ബുക്ക് ഓഫ് സ്റ്റോൺസ്) തേളുകൾ, പാമ്പുകൾ തുടങ്ങിയ ജീവികൾ മുതൽ മനുഷ്യരെവരെ പരീക്ഷണശാലയിലെ സാഹചര്യത്തിൽ സൃഷ്ടിക്കാനുള്ള വിവിധ രാസചേരുവകളുൾക്കൊള്ളുന്നവയാണ്; അവയെല്ലാം അവയുടെ സ്രഷ്ടാവിന്റെ നിയന്ത്രണത്തിനു വിധേയവുമാണ്. ഈ ചേരുവകളിലൂടെ ജെബർ ഉദ്ദേശിച്ചതെന്തെന്ന് ഇന്നും അജ്ഞാതമായിരിക്കുന്നു.

അരിസ്റ്റോട്ടിലിയൻ ഫിസിക്സിൽ ജെബെർ ചൂട്, തണുപ്പ്, ഉണക്കം, നനവ് എന്നീ നാലു ഗുണങ്ങൾകൂടി കൂട്ടിച്ചേർത്തു. ഓരോ അരിസ്റ്റോട്ടിലിയൻ മൂലകവും ഈ നാലു ഗുണങ്ങൾകൊണ്ട് സവിശേഷവൽക്കരിക്കപ്പെട്ടതാണ്: അഗ്നി ചൂടുള്ളതും ഉണങ്ങിയതുമാണ്. ഭൂമി ത

ണുത്തതും ഉണക്കമുള്ളതുമാണ്. വെള്ളം തണുത്തതും നനവുള്ളതുമാണ്. വായു ചൂടും നനവുമുള്ളതാണ്. സ്വഭാവത്തിലും സത്തയിലും സൈദ്ധാന്തികമായ പ്രാഥമിക ഗുണങ്ങളിൽ നിന്നുവരുന്നതാണിത്. ലോഹങ്ങളിൽ ഇതിൽ രണ്ടുഗുണങ്ങൾ ആന്തരികവും രണ്ടുഗുണങ്ങൾ ബാഹ്യവുമാണ്. ഉദാഹരണത്തിന് കറുത്തീയം തണുത്തതും ഉണങ്ങിയതുമാണ്. അതേസമയം സ്വർണം ചൂടുള്ളതും നനവുള്ളതുമാണ്. അങ്ങനെ, ജെബർ സിദ്ധാന്തവൽക്കരിച്ചു, ഒരു ലോഹത്തിന്റെ ഗുണങ്ങൾ പുനഃക്രമീകരിക്കുന്നതിലൂടെ, അവയുടെ ഗന്ധ/രസ ഉള്ളടക്കത്തിന്റെ അടിസ്ഥാനത്തിൽ, ഒരു വ്യത്യസ്ത ലോഹം ഉണ്ടായിവരും. ഈ സിദ്ധാന്തമാണ് അൽ-ഇക്സിറിനുവേണ്ടിയുള്ള അന്വേഷണത്തിന് തുടക്കംകുറിച്ചതെന്ന് തോന്നുന്നു, അത് ലഭ്യമായാൽ അത് ആ പരിവർത്തനം സാധ്യമാക്കും. യൂറോപ്യൻ ആൽക്കെമിയിൽ അത് തത്വചിന്തകന്റെ കല്ല് എന്നറിയപ്പെട്ടു.

മധ്യകാല ആൽക്കെമിയിൽ ഉപയോഗിച്ചിരുന്ന മൂലകവ്യവസ്ഥയെ വികസിപ്പിച്ചത് ജെബെറാണ്. അദ്ദേഹത്തിന്റെ സ്വന്തമായ വ്യവസ്ഥയിൽ ഏഴ് പദാർഥ മൂലകങ്ങളാണുള്ളത്. അവയിലഞ്ചെണ്ണം പ്രാചീന ഗ്രീക്ക് -ഇന്ത്യൻ പാരമ്പര്യങ്ങളിലെ അഞ്ച് ക്ലാസിക്കൽ മൂല പദാർഥങ്ങളാണ് (ഈതർ, വായു, ഭൂമി, അഗ്നി, വെള്ളം) അവക്കൊപ്പം രണ്ടുലോഹങ്ങളെ പ്രതിനിധീകരിക്കുന്ന രണ്ട് രാസപദാർഥങ്ങൾകൂടിയുണ്ട്. 'കത്തുന്ന കല്ലായ' സൾഫർ, രസം (അതിൽ ഉൾക്കൊള്ളുന്നത് ലോഹഗുണങ്ങളുടെ ആശയപരമായ തത്വമാണ്) എന്നിവ കൂടി. അത് കഴിഞ്ഞപ്പോൾ അത് എട്ട് മൂലപദാർഥങ്ങളായി, മൂന്ന് ലോഹതത്വങ്ങളുടെ അറബിസങ്കൽപ്പനങ്ങളോടെ ഗന്ധകം കത്തിയെരിയൽ അഥവാ ദഹനം നൽകുന്നു, രസം സ്ഥിരതയും അസ്ഥിരതയും നൽകുന്നു, ഉപ്പ് ദൃഢത നൽകുന്നു.

ഭൂമിശാസ്ത്രവും കാലഘട്ടത്തിന്റെ മുന്നേറ്റവും

ഏഴാം നൂറ്റാണ്ടിലും എട്ടാം നൂറ്റാണ്ടിന്റെ ആരംഭത്തിലും നടന്ന മുസ്ലിം വിജയങ്ങളുടെ കാലത്ത് ഇസ്ലാമിക സുവർണയുഗത്തിൽ ആഗോളവൽക്കരണം ഉയർന്നുവന്നുതുടങ്ങി. മുൻകാലത്ത് ഒറ്റപ്പെട്ടുക്കിടന്നിരുന്ന എത്രയോ നാടുകളുടെയും സംസ്കാരങ്ങളുടെയും അറിവും കച്ചവടവും സമ്പദ്ഘടനകളും മുസ്ലിം പര്യവേഷണക്കാരും നാവികരും പണ്ഡിതരും കച്ചവടക്കാരും യാത്രക്കാരുമായി ബന്ധപ്പെട്ട് ഉദ്ഗ്രഥിക്കപ്പെട്ടുതുടങ്ങി. ഓറിയന്റൽ സാമ്പത്തികശാസ്ത്രജ്ഞനായ സുബി വൈ ലബീബ് (1969) ഈ കാലഘട്ടത്തെ പാക്സ് ഇസ്ലാമിക്ക എന്നുവിളിച്ചു. ഇംഗ്ലീഷ് സാമ്പത്തികശാസ്തജ്ഞനും സാമ്രാജ്യനയങ്ങളുടെ വിമർശകനുമായ ജോൺ എം ഹോബ്സൻ (1858-1940) അതിനെ കണ്ടുപിടിത്തങ്ങളുടെ ആഫ്രോ -ഏഷ്യൻ യുഗം എന്നുവിളിച്ചു. മുസ്ലിം തെക്കുപടിഞ്ഞാറനേഷ്യൻ വടക്കനാഫ്രിക്കൻ കച്ചവടക്കാരും പര്യവേക്ഷകരും പഴയലോകത്താകെ സഞ്ചരിക്കുകയും ഒരാദ്യകാല ആഗോളസമ്പദ്ഘടന ഏഷ്യക്കും

യൂറോപ്പിനും ആഫ്രിക്കയ്ക്കും കുറുകെ (അതായതവയുടെ മിക്കഭാഗങ്ങളിലും) സ്ഥാപിക്കുകയും, അവരുടെ കച്ചവട നെറ്റ്‌വർക്കുകൾ പടിഞ്ഞാറ് അറ്റ്ലാന്റിക് കടലും മധ്യധരണ്യാഴിയും വരെയും കിഴക്ക് ജപ്പാനും കൊറിയയും ബെറിങ് കടലിടുക്കുംവരെയും വ്യാപിപ്പിക്കുകയും ചെയ്തതിനെ മനസിൽ വച്ചുകൊണ്ടാണ് അദ്ദേഹമത്തരമൊരു അഭിപ്രായപ്രകടനം നടത്തിയത്. കടൽ യാത്രകളുടേതായ ഈ കാലഘട്ടത്തിൽ ഭൂമിശാസ്ത്രപരവും കടൽയാത്രയുമായി ബന്ധപ്പെട്ടതുമായ ശാസ്ത്രങ്ങൾ വളരെ വികാസം പ്രാപിച്ചു. ഒരു കാന്തിക വടക്കുനോക്കിയന്ത്രവും കമാൽ എന്നു പേരുള്ള ഒരു പ്രാഥമിക ഉപകരണവും (നക്ഷത്രങ്ങളുടെ അക്ഷാംശങ്ങളും രേഖാംശങ്ങളും കണക്കാക്കാനും ആകാശ പാതകൾ കണ്ടുപിടിക്കാനുമായാണതുപയോഗിച്ചത്) ഉപയോഗിച്ചാണത് സാധിച്ചത്.

8-ാം നൂറ്റാണ്ടിൽ അതിന്റെ തുടക്കകാലം മുതൽ ബാഗ്ദാദിലെ അബ്ബാസിഡ് ഖലീഫമാർ ഭൂമിശാസ്ത്രത്തിന്റെ രക്ഷാധികാരിത്വമേറ്റെടുത്തു. കാർട്ടോഗ്രാഫി (ചാർട്ടുകളും ഭൂപടങ്ങളും വരയ്ക്കുന്ന വിദ്യ)യുടെ വികാസത്തിൽ ഒരു പ്രധാന സ്വാധീനം 812 മുതൽ 833 വരെ ഭരണം നടത്തിയ അബ്ബാസിഡ് ഖലീഫ അൽ-മാമൂണിന്റെ രക്ഷാധികാരിത്വമായിരുന്നു. പ്രാചീനകാലത്തെ ആദ്യ ഭൗമഭൂഗോളം ഉണ്ടാക്കിയത് മധ്യകാലഘട്ടത്തിൽ മുസ്ലിം ലോകമായിരുന്നു. 9-ാം നൂറ്റാണ്ടിൽ മുസ്ലിം ജ്യോതിശ്ശാസ്ത്രജ്ഞരും ഭൂമിശാസ്ത്ര വിദഗ്ധരും ഖലീഫാ അൽ-മാമൂന്റെ കീഴിൽ പ്രവർത്തിച്ചുകൊണ്ടായിരുന്നു അത് സൃഷ്ടിച്ചത്. അദ്ദേഹത്തിന്റെ പ്രസിദ്ധ ഭൂമിശാസ്ത്ര വിദഗ്ധനായ മുഹമ്മദ് ഇബ്ൻ മൂസാ അൽ-ക്വാരിസ്മിയാണ് പഴയകാലത്തെ പ്രധാന ധ്രുവരേഖ (prime meridian) മധ്യധരണ്യാഴിയുടെ കിഴക്കേ തീരത്തുള്ള അലക്സാണ്ട്രിയക്ക് 10-13 ഡിഗ്രി കിഴക്കായും ബാഗ്ദാദിന് 70 ഡിഗ്രി കിഴക്കായും സ്ഥാപിച്ചത് (അതിനുമുമ്പ് prime meridian സ്ഥാപിച്ചത് ടോളമിയായിരുന്നു). മറ്റ് പ്രൈം മെറിഡിയനുകൾ അബു മുബമ്മദ് അൽ-ഹസൻ അൽ-ഹംദാനിയും ഹബാഷ് അൽ-മർവാഡിയും ഉജ്ജയിനിലും (ഇന്ത്യൻ ജ്യോതിശ്ശാസ്ത്രത്തിന്റെ കേന്ദ്രം) മറ്റൊരു അജ്ഞാത എഴുത്തുകാരൻ ബസ്രയിലും സ്ഥാപിച്ചു.

9-ാം നൂറ്റാണ്ടിന്റെ മധ്യത്തിൽ എസ്റ്റാകിരി(Estakri-പേർഷ്യൻ ഭൂമിശാസ്ത്രവിദഗ്ധൻ) റോഡുകളുടെയും രാജ്യങ്ങളുടെയും ഒരു പൊതു സർവേ രചിച്ചു. അതാണ് കൊറിയയെക്കുറിച്ച് പരാമർശം നടത്തിയ കിഴക്കനേഷ്യയിൽ നിന്നല്ലാത്ത ആദ്യത്തെ ഭൂമിശാസ്ത്രപുസ്തകം. 9-ാം നൂറ്റാണ്ടിൽത്തന്നെ പേർഷ്യൻ ഗണിതശാസ്ത്രജ്ഞനും ഭൂമിശാസ്ത്ര പണ്ഡിതനുമായ ഹബാഷ് അൽ-ഹാസിബ് അൽ-മർവാസി പോളാർ (ധ്രുവ) കോ ഓർഡിനേറ്റുകളെ (co-ordinate) ഗോളത്തിലെ പ്രത്യേക പോയിന്റിൽ (ഇവിടെ മക്കയിലേക്കുള്ള ദിശയായ കിബ്‌ല) കേന്ദ്രീകരിക്കുന്ന ഒരു വ്യത്യസ്ത കോ ഓർഡിനേറ്റ് സിസ്റ്റ (co-ordinate system) ത്തിലേക്ക് മാറ്റുന്നതിനായി സ്ഫെറിക്കൻ ത്രികോണമിതിയും മേപ്പ്

പ്രൊജക്ഷൻ രീതികളും (map projection methods) ഉപയോഗിച്ചുതുടങ്ങി. അബു റായ്ഹാൻ ബിറൂണി പിൽക്കാലത്ത് പോളാർ കോ ഓർഡിനേറ്റ് സിസ്റ്റത്തിന്റെ മുന്നോടിയായി കണക്കാക്കപ്പെടുന്ന ആശയങ്ങൾ വികസിപ്പിച്ചു.

10-ാം നൂറ്റാണ്ടിന്റെ ആരംഭത്തിൽ അൽ കിണ്ടിയുടെ ശിഷ്യനും പേർഷ്യൻ ഗണിതശാസ്ത്രജ്ഞനുമായ അബു സയ്ദ് അൽ-ബാൽഖി (850-934, അദ്ദേഹം ബാൽഖിൽ നിന്നുള്ളവനായിരുന്നു) ബാഗ്ദാദിൽ ഭൗമ ഭൂപട നിർമാണത്തിനും അളവുകൾക്കുമായി 'ബാൽഖി സ്കൂൾ' സ്ഥാപിച്ചു. മധ്യകാല ലോകത്തിലെ ജനതകളെക്കുറിച്ചും, ഉൽപന്നങ്ങളെക്കുറിച്ചും, വിവിധ പ്രദേശങ്ങളിലെ ആചാര സമ്പ്രദായങ്ങളെക്കുറിച്ചും ഈ സ്കൂളിലെ ഭൗമശാസ്ത്രജ്ഞർ വിപുലമായി എഴുതി. എസ്റ്റാകിരിയെപ്പോലുള്ള ഭൗമശാസ്ത്രജ്ഞരുണ്ടായിരുന്ന 'ബാൽഖിസ്കൂൾ' (അൽ മുഖാദസ്സിയും ഇബ്ൻ ഹാവ്ക്കലും അതിലെ പ്രഗത്ഭരായിരുന്നു) ലോക ഭൂപടങ്ങൾ ഉണ്ടാക്കി; അവയിൽ ഒരു ലോക ഭൂപടവും 20 പ്രാദേശിക ഭൂപടങ്ങളുമാണുണ്ടായിരുന്നത്. പത്താം നൂറ്റാണ്ടിന്റെ അന്ത്യത്തിൽ ജീവിച്ചിരുന്ന ഭൗമശാസ്ത്രജ്ഞനായിരുന്ന സുഹ്റാബ് ഭൂമിശാസ്ത്ര കോ-ഓർഡിനേറ്ററുകളുടെ ഒരു പുസ്തകത്തിനൊപ്പം ഒരു ചതുരാകൃതിയിലുള്ള ലോകഭൂപടം നിർമിക്കാൻ വേണ്ട മാർഗനിർദേശങ്ങളും നൽകി. സമചതുര പ്രൊജക്ഷൻ (equirectangular projection) അഥവാ സിലിണ്ടറിക്കൽ ഇക്വിഡിസ്റ്റന്റ് പ്രൊജക്ഷനോട് (equidistant projection)കൂടി. അതിജീവിച്ച് നിലനിന്ന ഏറ്റവുമാദ്യത്തെ റെക്റ്റാംഗുലാർ കോ-ഓർഡിനേറ്റ് മേപ് (rectangular co-ordinate map) ഹമ്ദള്ളാ അൽ-മുസ്താഖ്ഫിയുടെ പേരിലാണറിയപ്പെടുന്നത്. അദ്ദേഹമത് തയാറാക്കിയത് സുഹ്റാബിന്റെ പ്രവർത്തനത്തെ അടിസ്ഥാനമാക്കിയാണ്. റെക്ടാംഗുലർ കോ-ഓർഡിനേറ്റ് ഗ്രിഡി (grid)നെ അടിസ്ഥാനമാക്കിയ അതിജീവിച്ച ആരംഭകാല ഭൂപടങ്ങൾ പതിനാലോ പതിനഞ്ചോ നൂറ്റാണ്ടിൽ ജീവിച്ചിരുന്ന അൽ-മുസ്താഖ്ഫിയുടെയും (രേഖകൾക്കദ്ദേഹം പത്തു ഡിഗ്രികളുടെ ഇടവേളകൾ നൽകി) ഹാഫിസ്-ഐ-അബ്രു (മരണം 1430)വിന്റേയും പേരിൽ കണക്കാക്കപ്പെടുന്നു.

ഗോള ഭൗമസിദ്ധാന്തമുയർത്തിപ്പിടിച്ച മുസ്ലിം പണ്ഡിതന്മാർ അതുപയോഗിച്ചതൊരു സവിശേഷരീതിയിലാണ്. കേന്ദ്രബിന്ദുവിന്റെ സ്ഥാനമായ മെക്കയിലേക്ക് ഭൂമിയിലെ ഏതു പോയിന്റിൽ നിന്നും, ഏത് ദിശയിൽ നിന്നുമുള്ള ദൂരം കണക്കുകൂട്ടാനാവും വിധത്തിൽ. ഏറക്കുറെ 830-നടുപ്പിച്ച് ഖലീഫാ അൽ മാമൂൻ തദ്മൂറിൽ (പാൽമിറാ) നിന്ന് അൽ -റഖ്ഖാ (ആധുനിക സിറിയയിൽ) യിലേക്കുള്ള ദൂരം കണ്ടുപിടിക്കാൻ ഒരുപറ്റം ജ്യോതിശ്ശാസ്ത്രജ്ഞരെ ചുമതലപ്പെടുത്തി. ആ നഗരങ്ങൾ തമ്മിൽ രേഖാംശം ഒരു ഡിഗ്രിയുടെ വ്യത്യാസമാണുള്ളതെന്നും അവക്കിടയിലെ ദൂരം 66 2/3 മൈലുകളാണെന്നും അതിന്റെയടിസ്ഥാനത്തിൽ ഭൂമിയുടെ ചുറ്റളവ് 24,000 മൈലുകളാണെന്നും (39000 കി മി) അവർ

കണ്ടെത്തി. മറ്റൊരനുമാനപ്രകാരം ഒരു ഡിഗ്രിയെന്നത് 56 2/3 അറബി മൈലുകളാണെന്നും (111.8 കി മീ) ഭൂമിയുടെ ചുറ്റളവ് 40, 248 കി മീ ആണെന്നും അവർ കണ്ടെത്തി. ഇന്നത്തെ ആധുനിക കണക്കുകളായ ഒരു ഡിഗ്രി= 111.3 കി മീ, ചുറ്റളവ് = 40,068 കി മീ എന്നിവയോട് വളരെ അടുത്തുവരുന്ന ഒന്നാണത്.

അബു റായ്ഹാൻ അൽ-ബിറൂണി ജിയോഡെസി (geodesy-ഒരു ഉരുണ്ട പ്രതലത്തിലെ രണ്ടു ബിന്ദുക്കൾക്കിടയിൽ ഏറ്റവും കുറഞ്ഞ അകലമുള്ള രേഖ വരയ്ക്കുന്നതടക്കമുള്ള സമ്പ്രദായം)യുടെ പിതാവായി കരുതപ്പെടുന്നു, ആ മണ്ഡലത്തിനദ്ദേഹം നൽകിയ സംഭാവനകളുടെ പേരിൽ. അതിനൊപ്പം ഭൂമിശാസ്ത്രത്തിലും ജിയോളജിയിലും അദ്ദേഹം കാതലായ സംഭാവനകൾ നൽകിയിട്ടുണ്ട്. ഭൂമിയുടെ ചുറ്റളവ് കണക്കുകൂട്ടിയെടുക്കാനായി അൽ-ബിറൂണി ഒരു സങ്കീർണമായ ജിയോഡെസിക് (geodesic) സമവാക്യം നിർധാരണം ചെയ്തു. അത് ഭൂമിയുടെ ചുറ്റളവിന്റെ ആധുനിക മൂല്യവുമായി അടുത്തുവരുന്നതുമാണ്. അദ്ദേഹം ഭൂമിയുടെ ആരമായി കണ്ടെത്തിയ അളവ് ഇന്നത്തെ കൃത്യമായ കണക്കായി 6356.7 കി മീ എന്നതിൽ നിന്ന് വെറും 16.8 കി മീ മാത്രം കുറവാണ്. സൂര്യനെ ഒരേസമയത്ത് രണ്ട് സ്ഥലങ്ങളിൽ നിന്ന് വീക്ഷിച്ച് അതിൽ നിന്ന് ഭൂമിയുടെ ചുറ്റളവ് കണക്കാക്കുന്ന തന്റെ മുൻഗാമികളുടെ രീതിയിൽ നിന്നു വ്യത്യസ്തമായി അൽ-ബിറൂണി ഭൂമിയുടെ ചുറ്റളവ് കണക്കാക്കാൻ മറ്റൊരു രീതി വികസിപ്പിച്ചു. ഒരു സമതലത്തിനും മലമുകളിനും ഇടയ്ക്കുള്ള ആംഗിൾ കണക്കാക്കി അതുപയോഗിച്ച് ത്രികോണമിതിയുടെ കണക്കുകൂട്ടലുകളിലൂടെ ഭൂമിയുടെ ചുറ്റളവ് കൃത്യമായി കണക്കാക്കാനുള്ള ആ രീതി കുറേക്കൂടി കൃത്യമായ അളവുകൾ നൽകി. അതിലൂടെ ഒരൊറ്റ സ്ഥലത്തുനിന്ന് ഒരൊറ്റ വ്യക്തിക്ക് അതളക്കാൻ കഴിയുകയും ചെയ്യും.

22 വയസായപ്പോഴേക്കും അൽ-ബിറൂണി നിരവധി കൃതികൾ രചിച്ചു. അവയിൽ മേപ്പ് പ്രൊജക്ഷനുകൾ, കാർട്ടോഗ്രാഫി എന്നിവയുടെ പഠനങ്ങളുണ്ടായിരുന്നു. ഒരു സമതലത്തിൽ ഒരു അർധഗോളം പ്രൊജക്ട് ചെയ്യുന്നതിന്റെ ഒരു രീതിയും അതിൽപ്പെടും. ബിറൂണിയുടെ കിത്താബ് അൽ-ജവാഹിർ (വിലയേറിയ കല്ലുകളുടെ പുസ്തകം) ആഴങ്ങളിലുള്ള കല്ലുകളും ലോഹങ്ങളും പോലുള്ള മിനറലുകളെ വിവരിച്ചു. തന്റെ കാലത്തെ മിനെറലോളജിയിലെ (mineralogy-ധാതുക്കളെകുറിച്ചുള്ള പഠനം) ഏറ്റവും സമ്പൂർണമായ പുസ്തകമായി അത് കണക്കാക്കപ്പെടുന്നു. താൻ കാറ്റലോഗ് ചെയ്ത ഇനങ്ങളുടെ കൃത്യമായ അളവുകൾ കണ്ടുപിടിക്കാനദ്ദേഹം നൂറുകണക്കായ പരീക്ഷണങ്ങൾ നടത്തി. മിക്കപ്പോഴുമദ്ദേഹം ഒട്ടനവധി ഭാഷകളിൽ — അറബിക്, പേർഷ്യൻ, ഗ്രീക്ക്, സിറിയക്, ഹിന്ദി, ലത്തീൻ, മറ്റു ഭാഷകൾ — അവയുടെ പേര് ലിസ്റ്റുകളിലെഴുതി. വിലയേറിയ കല്ലുകളുടെ കാറ്റലോഗിൽ അദ്ദേഹം ഓരോ മിനറലുകളെയും അവയുടെ നിറം, മണം, കടുപ്പം, സാന്ദ്രത, ഘനം എന്നി

വയുടെ അടിസ്ഥാനത്തിൽ കാറ്റലോഗ് ചെയ്തു. ഇവയിലൊട്ടേറെ മിനറലുകളുടെയും തൂക്കങ്ങൾ മൂന്ന് ദശാംശസ്ഥാനങ്ങൾ വരെ അദ്ദേഹം കൃത്യമായി കണക്കാക്കി. അവയുടെ അളവുകളും തൂക്കങ്ങളുമായി അത് കൃത്യമായി ഒത്തുപോകുന്നതുമാണ്. മുസ്ലിം ജ്യോതിശ്ശാസ്ത്രജ്ഞൻമാർക്കും ഭൂമിശാസ്ത്രവിദഗ്ധന്മാർക്കും 15-ാം നൂറ്റാണ്ടിൽത്തന്നെ കാന്തിക ചെരിവിനെ (declination) ക്കുറിച്ചറിയാമായിരുന്നു. ഈജിപ്ഷ്യൻ മുസ്ലിം ജ്യോതിശ്ശാസ്ത്രജ്ഞനായ ഇസ്-അൽ-ദിൻ അൽ-വഫായി അതിനെ കെയ്റോയിൽ നിന്ന് 7 ഡിഗ്രിയെന്ന് അളന്നു കണക്കാക്കി.

1025ൽ അബു റായ്ഹാൻ അൽ-ബിറൂണി ഗണിതശാസ്ത്ര ഭൂമിശാസ്ത്രത്തിൽ ആകാശഗോളത്തിന്റെ (celestial sphere) പോളാർ ഇക്വി-അസിമുത്തൽ ഇക്വി ഡിസ്റ്റന്റ് പ്രൊജക്ഷൻ (polar equi-azimuthal eqidistant projection) ആദ്യമായി വിവരിച്ചു. നഗരങ്ങളുടെ ഭൂപടനിർമാണത്തിലും (mapping)അവയ്ക്കിടയിലെ ദൂരം അളക്കുന്നതിലും ഏറ്റവും വലിയ വിദഗ്ധനായും അദ്ദേഹം കണക്കാക്കപ്പെടുന്നു; മധ്യപൂർവദേശത്തെയും പശ്ചിമേന്ത്യയിലെയും ഒട്ടേറെ നഗരങ്ങളുടെ കാര്യത്തിൽ അദ്ദേഹമത് നിർവഹിക്കുകയും ചെയ്തു. അക്ഷാംശ, രേഖാംശ ഡിഗ്രികൾ രേഖപ്പെടുത്തിക്കൊണ്ട് സ്ഥലങ്ങളെ കൃത്യമായി കണ്ടെത്താനുള്ള രീതികൾ വികസിപ്പിക്കാനായി അദ്ദേഹം മിക്കപ്പോഴും ജ്യോതിശ്ശാസ്ത്രവായനകളെയും ഗണിതശാസ്ത്ര സമവാക്യങ്ങളെയും ഒന്നിച്ചു ചേർത്തു. തന്റെ *ക്രോണോളജി ഓഫ് ഏൻഷ്യന്റ് നേഷൻസ്* എന്ന കൃതിയിൽ പർവതങ്ങളുടെ ഉയരമളക്കാനും താഴ്വരകളുടെ ആഴമളക്കാനും ചക്രവാളത്തിന്റെ പരപ്പളക്കാനുമൊക്കെയായി അദ്ദേഹം സമാനമായ മറ്റു സാങ്കേതികവിദ്യകളും വികസിപ്പിച്ചെടുത്തു. അതുപോലെയദ്ദേഹം മാനുഷിക ഭൂമിശാസ്ത്രവും ഭൂമിയെന്ന ഗ്രഹത്തിലെ അധിവാസ സാധ്യതയും ചർച്ച ചെയ്യുകയുണ്ടായി. ഭൂമിയിലെ ഏതാണ്ടൊരു കാൽഭാഗം മനുഷ്യവാസയോഗ്യമാണെന്ന് അനുമാനിച്ച അദ്ദേഹം ഏഷ്യയുടെയും യൂറോപ്പിന്റെയും കരകൾക്കിടയിൽ ഒരു വലിയ സമുദ്രമുണ്ടെന്നും വാദിച്ചു. ആ സമുദ്രം വളരെയേറെ ഇരുണ്ടതും സാന്ദ്രത കൂടിയതുമാണെന്നും അതിലൂടെ കപ്പലോടിക്കുന്നത് വളരെയേറെ അപകടകരമാണെന്നും (അറ്റ്ലാന്റിക് സമുദ്രത്തെയും പസഫിക്കിനെയും സൂചിപ്പിച്ചുകൊണ്ട്) അദ്ദേഹം പറഞ്ഞു.

ഭൂമിശാസ്ത്ര രചനകൾക്കിടയിൽ, ഇന്ത്യൻ ഉപഭൂഖണ്ഡം ഒരിക്കൽ കടലിനടിയിലായിരുന്നുവെന്ന് അബുറായ്ഹാൻ ബിറൂണി (മണൽത്തിട്ട മാറിയാണത് കരയായിത്തീർന്നതെന്ന് സങ്കൽപിച്ചുകൊണ്ട്) ഇന്ത്യയുടെ ഭൂമിശാസ്ത്രം നിരീക്ഷിച്ചുകൊണ്ട് കണ്ടെത്തി. തന്റെ *ബുക്ക് ഓഫ് കോ-ഓർഡിനേറ്റ്സിൽ* ബിറൂണി ഒരിക്കൽ കടലായിരുന്നതും പിന്നീട് കരയായിത്തീർന്നതുമായ പ്രദേശങ്ങളിൽ ഷെല്ലുകളും (കക്കത്തോടുകൾ) ഫോസിലുകളും നിലനിൽക്കുന്നതിനെ വിവരിച്ചു. ഭൂമി നിരന്തര

മായി ഉരുത്തിരിഞ്ഞുകൊണ്ടിരിക്കുകയാണെന്നദ്ദേഹം മനസിലാക്കി. അതിലൂടെയദ്ദേഹം ഭൂമി ഒരു ജീവനുള്ള സംഗതിയാണെന്ന് കണ്ടു. ഒന്നും നിത്യമല്ലെന്നുള്ള അദ്ദേഹത്തിന്റെ ദൈവശാസ്ത്ര വീക്ഷണവുമായി ഒത്തുപോകുന്നതുമായിരുന്നു അത്. അതുപോലെ പ്രപഞ്ചം നിത്യമാണ് എന്ന പ്രാചീന ഗ്രീക്ക് കാഴ്ചപ്പാടിനെ നിരാകരിക്കുന്നതുമായി അത്. ഭൂമിയുടെ ഉപരിതലത്തിലെ ദ്രവ്യത്തിനു വരുന്ന സ്ഥാനമാറ്റത്തിനനുസൃതമായി ഭൂമിയുടെ ഗുരുത്വാകർഷണകേന്ദ്രവും മാറുന്നുവെന്നും, മധ്യഭാഗം ഉയരുമ്പോൾ അതിന്റെ ചുറ്റുപാടുകളെ ചുരുങ്ങാനത് പ്രേരിപ്പിക്കുന്നുവെന്നും, അതോടെ ജലലഭ്യത വളരെയേറെ കുറയുന്നുവെന്നുമദ്ദേഹം പ്രവചിച്ചു.

ഇബ്ൻ സിനയും ഭൂമിശാസ്ത്രത്തിനും പ്രകൃതി ശാസ്ത്രങ്ങൾക്കും വളരെയേറെ സംഭാവനകൾ നൽകിയിട്ടുണ്ട്. ഭൂമിശാസ്ത്ര നിരീക്ഷണങ്ങളിൽ ഒരു ചരിത്രസ്മാരകമായി ഉയർന്നുനിൽക്കുന്ന കൃതിയാണദ്ദേഹത്തിന്റെ *കിത്താബ് അൽ-ഷിഫാ (Book of healing-ചികിത്സിച്ച് ഭേദമാക്കലിന്റെ പുസ്തകം*-1027) മൂന്നു ലോകങ്ങളെ (മിനറൽ-വെജറ്റബിൾ-മൃഗലോകങ്ങൾ) ക്രമീകൃതമായി കൈകാര്യം ചെയ്ത ആദ്യ പുസ്തകമാണ് '*ബുക്ക് ഓഫ് ഹീലിങ്.* മധ്യകാല ലോകത്തിലെ ജിയോളജിയെയും മിനറൽ ലോകത്തെയും ഏറ്റവും വിപുലമായി ഉൾക്കൊള്ളുന്ന ഒന്നാണത്. മെറ്റീരിയോളജി (കാലാവസ്ഥാ ശാസ്ത്രം) മലകളുടെ രൂപീകരണം, മേഘങ്ങൾ രൂപപ്പെടുന്നതിൽ മലകൾ കൊണ്ടുള്ള മെച്ചം, ഭൂകമ്പങ്ങളുടെ ഉത്ഭവം, മിനറലുകളുടെ രൂപീകരണം, ഭൂപ്രദേശങ്ങളുടെ വൈവിധ്യം എന്നിവയൊക്കെ സംബന്ധിച്ച വിശദമായ ചർച്ചകളുള്ള പ്രബന്ധവും ആ പുസ്തകത്തിലുണ്ട്. ഈ തത്വങ്ങൾ പിൽക്കാല നവോത്ഥാന യൂറോപ്പിൽ ലോ ഓഫ് സൂപ്പർവിഷൻ ഓഫ് സ്ട്രാറ്റ (പാളികൾ മീതേക്കുമീതെ വയ്ക്കുന്നതിന്റെ സിദ്ധാന്തം), ദുരന്തമുണ്ടാകുന്നതിനെ സംബന്ധിച്ച സങ്കൽപ്പനം(concept of catastrophism), ഏകതാനതയുടേതായ സിദ്ധാന്തം (doctrine of uniformitarianism) എന്നൊക്കെ അറിയപ്പെടുകയും പിൽക്കാലത്തവ 18-ാം നൂറ്റാണ്ടിൽ ജെയിംസ് ഹട്ടൻ അവതരിപ്പിച്ച ഭൗമസിദ്ധാന്തത്തിൽ ഉൾപ്പെടുത്തുപ്പെടുകയും ചെയ്തു. ഭൗമശാസ്ത്രങ്ങളിൽ ഇബ്ൻസിനയുടെ പ്രദേശ നിരീക്ഷണത്തിന്റെ (field observation) ശാസ്ത്രീയ രീതിശാസ്ത്രം തികച്ചും പുതുമയേറിയ ഒന്നായിരുന്നു, ആധുനിക ഭൗമശാസ്ത്ര അന്വേഷണങ്ങളിൽ അതൊരു അനിവാര്യഭാഗമായിത്തുടരുകയും ചെയ്യുന്നു. ഭൂമിയുടെ പുറന്തോടി (crust) ലുണ്ടാകുന്ന ഉയർച്ചകളുടെ ഫലമാകാം മലകളെന്നും അദ്ദേഹം അനുമാനിച്ചു. ഒരു ഭീകരമായ ഭൂകമ്പത്തിന്റെ ഫലമായോ, വെള്ളത്തിന്റെ ഫലമായോ (അതായത് അതൊരു പുതിയ പാത കണ്ടുപിടിക്കുന്നതിന്റെയും താഴ്വരകളെ അനാവൃതമാക്കുന്നതിന്റെയും ഭാഗമായി) ആകാം അവയുണ്ടാകുന്നത്. അത്തരം മാറ്റങ്ങൾ സംഭവിക്കാൻ വളരെ ദീർഘമായൊരു കാലവും വേണ്ടിവന്നേക്കാം. ആ പുസ്തകം ഒരു ഉൽക്കയുടെ ഘടനയെ

വിശദീകരിക്കുകയും, ഊറൽപ്പാറകൾ രൂപപ്പെടുന്നതിന്റെ പ്രശ്നം കൈകാര്യം ചെയ്യുകയും, മലകളുടെ രൂപീകരണത്തിൽ ഭൂകമ്പങ്ങൾക്കുള്ള പങ്ക് വിശദീകരിക്കുകയും ചെയ്തു. കടലുകൾ ജലരഹിതമായ ഊഷര ഭൂമികളായും, നേരെതിരിച്ചും, മാറാനുള്ള സാധ്യതയെക്കുറിച്ചും ഒരു വ്യക്തമായ അവബോധം ഇബ്ൻ സിനക്കുണ്ടായിരുന്നു. അതിലൂടെ മലമുകളിൽ ഫോസിലുകൾ കണ്ടെത്തപ്പെടുന്നതിന്റെ ശരിയായ വിശദീകരണം നൽകുകയും ചെയ്തു. ലോഹങ്ങൾ രൂപപ്പെടുന്നതിനെക്കുറിച്ചുള്ള ഇബ്ൻസിനയുടെ സിദ്ധാന്തവും ജെബെറുടെ ആൽക്കെമിയിലെ സൾഫർ-മെർക്കുറി സിദ്ധാന്തവുമായി ഒന്നുചേരുകയും അരിസ്റ്റോട്ടിലിന്റെയും തിയോഫ്രാസ്റ്റസിന്റെയും മിനെറെലോളജിക്കൽ സിദ്ധാന്തങ്ങളെവരെ മറികടക്കുകയും ചെയ്തു.

എങ്ങനെയാണ് ഫോസിലുകൾക്ക് 'കല്ലിന്റെയവസ്ഥ' യുണ്ടാകുന്നതിനു കാരണമെന്നതിന്റെ വിശദീകരണത്തിലൂടെ ഇബ്ൻസിന പാലയെന്റോളജി (paleontology-ഫോസിൽ വിജ്ഞാനീയം)ക്കും സംഭാവനകൾ നൽകി. അരിസ്റ്റോട്ടിൽ മുൻകാലത്തതിനെ വാതക രൂപത്തിലുള്ള നിർഗമനത്തിന്റെ രീതികളിലൂടെ വിശദീകരിച്ചു. 16-ാം നൂറ്റാണ്ടിലെ പ്രകൃതിവാദികളിലേറെപ്പേരും ഏതെങ്കിലുമൊക്കെ രൂപത്തിലംഗീകരിച്ച അത് 19-ാം നൂറ്റാണ്ടിൽ സാക്സണിയിലെ ആൽബർട്ട് ഒന്നുകൂടി വിശദമാക്കി. ജിയോളജിയുടെ വികാസത്തിന് നൽകിയ മൗലിക സംഭാവനകളുടെ പേരിൽ, പ്രത്യേകിച്ചും മലകളുടെ ഉത്ഭവത്തെ സംബന്ധിച്ച സംഭാവനകളുടെ പേരിൽ, 'ജിയോളജിയുടെ പിതാവ്' എന്നറിയപ്പെടാൻ അവിസെന്നക്ക് ശരിക്കും അർഹതയുണ്ട്.

മനുഷ്യ വംശത്തെ അവരധിവസിക്കുന്ന കാലാവസ്ഥാപരമായ പ്രദേശങ്ങൾ, നിമ്നോന്ന സ്ഥിതി, ജലലഭ്യത, സ്വാഭാവിക സസ്യജാലം, പ്രദേശത്തിന്റെ ഉയരം, കടലുകളുടെയും മലകളുടെയും സാമീപ്യം എന്നിവയുടെ അടിസ്ഥാനത്തിൽ പഠിക്കാനുള്ള ആദ്യശ്രമങ്ങൾ നടത്തിയത് അറബ് ജിയോളജിസ്റ്റുകളായിരുന്നു. അവയൊക്കെയുപയോഗിച്ചുകൊണ്ട് ഭൂമിശാസ്ത്രവിദഗ്ധർ ഭൂമിയിലെ അധിവാസ യോഗ്യമായ പ്രദേശങ്ങൾ കണക്കാക്കി. മനുഷ്യജീവിതത്തിൽ നാഗരിക സാഹചര്യങ്ങൾക്കുള്ള പ്രത്യാഘാതത്തെ അവർ പ്രാകൃതസാഹചര്യങ്ങളിലെ ജീവിതത്തിനെതിരെ നിർത്തി പരിശോധിക്കുകയും നഗര അധിവാസകേന്ദ്രങ്ങൾ പകർച്ചവ്യാധികളുടെ പടർന്നുപിടിക്കലിന് കൂടുതൽ സാധ്യതയുള്ളതാണെന്ന നിഗമനത്തിലെത്തുകയും ചെയ്തു.

9-ാം നൂറ്റാണ്ടിൽ അൽ-കിണ്ടി, രിസാല ഫിൽ-ഇല്ലാ അൽ-ഫൈലാലി ഐ-മാഡ് വ ഐ -ഫസ്ർ (Risala fil illa al failali madd wa i fazr-വേലിയേറ്റത്തിന്റെയും വേലിയിറക്കത്തിന്റെയും ഫലപ്രദമായ കാരണങ്ങളെക്കുറിച്ചുള്ള പ്രബന്ധം) എന്ന പേരിൽ കാലാവസ്ഥാ ശാസ്ത്രത്തിൽ ഒരു പ്രബന്ധം രചിച്ചു. വസ്തുക്കളിൽ ഊഷ്മാവിന്റെ ഉയർച്ചയും താഴ്ചയുമായും ബന്ധപ്പെട്ട് ഉണ്ടാകുന്ന മാറ്റങ്ങളിന്മേലാശ്രയിച്ച് അദ്ദേഹം വേലി

യേറ്റങ്ങളെ സംബന്ധിച്ച ഒരുവാദം മുന്നോട്ടുവക്കുന്നു. കാലാവസ്ഥ മുൻകൂട്ടി പ്രവചിക്കുന്നരീതിയും സീസണുകൾ വരുന്നതിന്റെ കണക്കുകൂട്ടലുകളും കൂടുതൽ കൃത്യവും ആശ്രയിക്കാവുന്നതുമായതോടെ കൃഷിക്കാരെ ഈ മുന്നേറ്റങ്ങളെക്കുറിച്ചറിയിക്കുകയും അവ കൃഷിയിൽ പ്രയോഗവൽക്കരിക്കുകയും ചെയ്തു. അതോടെ വർഷത്തിലെ കൃത്യമായ സമയങ്ങളിലായി കൃഷിക്കാരവരുടെ വിളകളുടെ കൃഷിയെ ക്രമീകരിക്കുന്നതിന് ഈ അറിവിനെ ഉപയോഗപ്പെടുത്തുകയും ചെയ്തു. ഇബ്ൻ അൽ-ഹയ്താം തന്റെ *രിസാല ഫി-ഐ-ഡോ (വെളിച്ചത്തെക്കുറിച്ചുള്ള പ്രബന്ധം)* എന്ന കൃതിയിൽ മഴവില്ലിന്റെയും അന്തരീക്ഷ സാന്ദ്രതയുടെയും, വിവിധ ആകാശ പ്രതിഭാസങ്ങളുടെയും (ഗ്രഹണവും ചാന്ദ്രപ്രകാശവും ഉദയാസ്തമയ സമയത്തെ അന്തരീക്ഷ വെളിച്ചവുമടക്കം) കാലാവസ്ഥാശാസ്ത്രം ചർച്ച ചെയ്തു. 11-ാം നൂറ്റാണ്ടിൽ ഇബ്ൻസിന വായു തെർമോമീറ്റർ കണ്ടുപിടിച്ചു. 11-ാം നൂറ്റാണ്ടിൽ അബു അബ്ദ് അല്ലാ മുഹമ്മദ് ഇബ്ൻ മൗദ് (അദ്ദേഹം ജീവിച്ചത് അൽ-അൻഡാലൂസിലായിരുന്നു)ഒപ്ടിക്സിൽ ഒരു കൃതി രചിച്ചു. പിൽക്കാലത്ത് ലത്തീനിലേക്ക് *ലിബർ ഡെ ക്രെപിസ്കലിസ്* എന്ന പേരിൽ പരിഭാഷപ്പെടുത്തി. പ്രഭാതത്തിൽ കിഴക്ക് വെള്ളകീറുന്ന സമയത്തും അസ്തമയത്തിൽ പടിഞ്ഞാറ് അന്തരീക്ഷത്തിൽ പ്രകാശം തങ്ങിനിൽക്കുന്നതവസാനിക്കുന്ന സമയത്തും സൂര്യന്റെ ചെരിവിന്റെ ആംഗിൾ കണക്കാക്കുന്ന ഒന്നായിരുന്നു ആ ചെറുകൃതി. ഇതിന്റെയും മറ്റു ഡാറ്റകളുടെയും അടിസ്ഥാനത്തിൽ അന്തരീക്ഷത്തിൽ സൂര്യകിരണങ്ങളെ റിഫ്രാക്ട് ചെയ്യാൻ തക്കവിധം ഏതുയരത്തിൽവരെ നീരാവിയുണ്ടാകുമെന്ന് കണക്കാക്കാൻ ശ്രമിക്കുകയും ചെയ്തു. ഈ പരീക്ഷണങ്ങളിലൂടെ അദ്ദേഹത്തിന് 18ഡിഗ്രി എന്ന മൂല്യം കിട്ടി. അത് ആധുനിക മൂല്യത്തോടടുത്തുനിൽക്കുന്നു. 1120 ൽ ബൈസാന്റിയൻ ഗ്രീക്ക് പിന്മുറക്കാരനായ ഒരു മുസ്ലിം ശാസ്ത്രജ്ഞനായ അൽ-ഖാസിനി *ജ്ഞാനത്തിന്റെ ത്രാസിന്റെ പുസ്തകം (ദ ബുക് ഓഫ് ബാലൻസ് ഓഫ് വിസ്ഡം)* എന്ന കൃതി പ്രസിദ്ധീകരിച്ചു. ഹൈഡ്രോസ്റ്റാറ്റിക് ത്രാസിനെക്കുറിച്ചുള്ള ആദ്യത്തെ പഠനമായിരുന്നു അത്. 13-ാം നൂറ്റാണ്ടിന്റെ അന്ത്യത്തിലും 14-ാം നൂറ്റാണ്ടിന്റെ ആരംഭത്തിലുമായി ഖുത്ത്ബ് അൽ-ദിൻ അൽ-ഷിറാസിയും അദ്ദേഹത്തിന്റെ ശിഷ്യൻ കമാൽ അൽ-ദിൻ അൽ-ഫരീസിയും ചേർന്ന് ഇബ്ൻ അൽ-ഹയ്താമിന്റെ പ്രവർത്തനം തുടർന്നുകൊണ്ടുപോകുകയും, അവർ ആദ്യമായി മഴവില്ലിന്റെ പ്രതിഭാസത്തിന് കൃത്യമായ വിശദീകരണങ്ങൾ നൽകിയവരാകുകയും ചെയ്തു.

ചൈനയിൽ കാന്തിക വടക്കുനോക്കിയന്ത്രം കണ്ടുപിടിച്ചത് കപ്പലോട്ടചരിത്രത്തിൽ വലിയൊരു കുതിച്ചുചാട്ടം സൃഷ്ടിക്കുകയും അതോടെ കപ്പലോട്ട ശാസ്ത്രങ്ങൾ തഴച്ചുവളരുകയും ചെയ്തു. യമൻകാരനായ സുൽത്താൻ അൽ-അഷ്റഫ് (മരണം-1296) ജ്യോതിശ്ശാസ്ത്ര ഉപകരണങ്ങളെക്കുറിച്ചെഴുതിയ ഒരു പ്രബന്ധത്തിലാണ് കാന്തികവട

ക്കുനോക്കിയന്ത്രത്തിന്റെ ആദ്യത്തെ ജ്യോതിശ്ശാസ്ത്ര ഉപയോഗങ്ങൾ നാം കാണുന്നത്. ജ്യോതിശ്ശാസ്ത്ര സാഹിത്യത്തിൽ വടക്കുനോക്കിയന്ത്രത്തെക്കുറിച്ചുള്ള ആദ്യസൂചനയും അതാണ്. 13-ാം നൂറ്റാണ്ടിൽ ഇബ്ൻ അൽ-ഷത്തീർ കോംപസ് (Compass) ഡയൽ കണ്ടുപിടിച്ചു. ഒരു സാമാന്യമായ സൺ ഡയലും (sundial) കാന്തിക സൂചിയും ഒന്നിച്ചുചേർത്ത സമയം കാണിക്കുന്ന ഒരു ഉപകരണമായിരുന്നു അത്. ഒരു സാമാന്യ ജ്യോതിഷ (horoscopic) ഡയൽ 9-ാം നൂറ്റാണ്ടിൽ കണ്ടുപിടിക്കുകയും സൂര്യനെയും നക്ഷത്രങ്ങളെയും നോക്കി കൃത്യമായി സമയം കണക്കാക്കാനതുപയോഗിക്കുകയും ചെയ്തു. ഏത് അക്ഷാംശത്തിൽ നിന്നും അത് നിരീക്ഷിക്കാനും കഴിഞ്ഞു. പിൽക്കാലത്തത് യൂറോപ്പിൽ 'നവിക്കുല ഡി വൈനെറ്റിസ്' എന്നറിയപ്പെടുകയും നവോത്ഥാന കാലത്തിന്റെ സമയം കാണിക്കുന്ന ഏറ്റവും പരിഷ്കൃതമായ ഉപകരണമായി അത് കരുതപ്പെടുകയും ചെയ്തു.

മധ്യകാലഘട്ടത്തിൽ ഇസ്ലാമിക ലോകത്താണ് ആദ്യത്തെ നാവിക ആസ്ട്രോലാബ് കണ്ടുപിടിച്ചത്. അതിൽ പോളാർ പ്രൊജക്ഷൻ സിസ്റ്റം ഉപയോഗിച്ചു. ആദ്യത്തെ വാട്ടർമീറ്റർ (നൈലോമീറ്റർ) ഉണ്ടാക്കിയത് 861-ൽ ഈജിപ്തിലാണ്; ഖലീഫ അൽ-മുത്തവാക്കിലിന്റെ ഭരണകാലത്ത്. 11-ാം നൂറ്റാണ്ടിന്റെ ആരംഭത്തിൽ അബുറായ്ഹാൻ അൽ-ബിറൂണിയാണ് പ്ലാനിസ്ഫിയറി (planisphere)നെക്കുറിച്ചുള്ള ആദ്യപ്രബന്ധം രചിച്ചത്. അത് ആദ്യത്തെ നക്ഷത്രചാർട്ടും ആദ്യത്തെ അനലോഗ് കംപ്യൂട്ടറുമായിരുന്നു. ടോർക്വെറ്റം (Torquetum-ഒരു ജ്യോതിശ്ശാസ്ത്ര ഉപകരണം) കണ്ടുപിടിച്ചത് ജാബിർ ഇബ്ൻ അഫ്ളായാണ് (1100-1160 കാലത്ത് ജീവിച്ചിരുന്ന സ്പാനിഷ് ഇസ്ലാമിക ഗണിതശാസ്ത്രജ്ഞൻ). ചക്രവാളത്തിന്റെയും ഭൂമധ്യരേഖയുടെയും അയനത്തിന്റെയുമായ മൂന്നുസെറ്റ് കോ-ഓഡിനേറ്റുകളിൽ അളവുകളെടുക്കാനും അതിനെ പരിവർത്തിപ്പിക്കാനുമായാണ് അത് ഡിസൈൻ ചെയ്തുണ്ടാക്കിയത്. പഴയ ലോകത്തിലെ ആദ്യത്തെ ഭൗമഗോളം മധ്യകാലത്ത് മുസ്ലിം ലോകത്താണുണ്ടാക്കിയത്, 9-ാം നൂറ്റാണ്ടിൽ അബ്ബാസിഡ് ഖലീഫ അൽ-മാമൂന്റെ കീഴിൽ ജോലിയെടുത്തിരുന്ന മുസ്ലിം ഭൂമിശാസ്ത്ര വിദഗ്ധരും ജ്യോതിശ്ശാസ്ത്രജ്ഞരും ചേർന്ന്. 15-ാം നൂറ്റാണ്ടിനുശേഷം പോർച്ചുഗീസുകാരും സ്പെയിൻകാരും ദീർഘദൂരയാത്രകൾക്കുപയോഗിച്ചിരുന്ന കച്ചവടക്കപ്പലുകൾ ഇസ്ലാമിക് ഐബീരിയയിൽ നിന്നുള്ള പര്യവേക്ഷകർ ഉപയോഗിച്ചവയാണ്. അമരത്തുള്ള പോസ്റ്റിൽ ഉയർത്തിവച്ചനിലയിലുള്ള ചുക്കാനാണ് അറബ്കപ്പലുകളിൽ ഉപയോഗിച്ചിരുന്നത്. യൂറോപ്പിലും ചൈനയിലുമുള്ള കപ്പലുകളിൽ നിന്ന് അത് സാങ്കേതികമായി വ്യത്യാസപ്പെട്ടിരുന്നു. ചരിത്രവിമർശകനായ ജോൺ എം ഹോബ്സന്റെ അഭിപ്രായത്തിൽ മുസ്ലിം നാവികർ മധ്യധരണ്യാഴിയിൽ മൂന്ന് പായ്മരങ്ങളുള്ള കച്ചവടക്കപ്പലുകൾ കൊണ്ടുവന്നു. അത് ചൈനയിൽ നിന്ന് അവർ കടം കൊണ്ടതാവാമെങ്കിലും യൂറോപ്പിലത് 15-ാം നൂറ്റാണ്ടിനു മുമ്പ് വികസിപ്പിച്ചെടു

ത്തിരുന്നില്ല. 16 മുതൽ 19 വരെ നൂറ്റാണ്ടുകളിൽ മധ്യധരണ്യാഴിയിൽ ഉപയോഗിക്കപ്പെട്ടിരുന്ന കച്ചവടക്കപ്പലുകളാണ് ക്സെബെക്കും പോളാക്കയും (xebec and polacca). അവയുടെ ഉറവിടം കടൽക്കള്ളന്മാരുടെ കപ്പലുകളിൽ നിന്നാണ്. അക്കാലത്തവർ യൂറോപ്യൻ കപ്പലുകൾക്കെതിരായ നാവികയുദ്ധത്തിൽ അത്തരം കപ്പലുകൾ വിജയകരമായി ഉപയോഗിച്ചിരുന്നു. 9-ാം നൂറ്റാണ്ടിലെ ഇസ്ലാമിക സ്പെയിനിൽ അബ്ബാസ് ഇബ്ൻ ഫിർനാസ് (അർമെൻ ഫിർനാസ്, 810-887) പാരച്യൂട്ടിന്റെ പ്രാകൃതരൂപം കണ്ടുപിടിച്ചു. അദ്ദേഹമാണാദ്യമായി നിയന്ത്രിത പറക്കലിനുള്ള ശ്രമം നടത്തിയത്. പുരാതനചൈനയിലെ ഗ്ലൈഡിങ്ങിനുള്ള ശ്രമങ്ങൾ നിയന്ത്രിക്കാൻ കഴിയുന്നവയായിരുന്നില്ല. തന്റെ ഹാങ്ഗ്ലൈഡറിൽ രണ്ട് സെറ്റ് കൃത്രിമച്ചിറകുകളുപയോഗിച്ചുകൊണ്ടദ്ദേഹം ഉയരം ക്രമീകരിക്കാനും ദിശമാറ്റാനും ശ്രമിച്ചുകൊണ്ട് ഫ്ളൈറ്റ് കൺട്രോൾ സമ്പ്രദായം കൊണ്ടുവരാൻ ശ്രമിച്ചു. അദ്ദേഹം പറയുന്നയർന്നയിടക്കുതന്നെ തിരിച്ചിറങ്ങി. പറക്കുന്ന കാര്യത്തിൽ ഒരു ശാസ്ത്രീയ പരിശ്രമം നടത്തിയ ആദ്യത്തെയാളും ഗ്ലൈഡിങ് സാങ്കേതികവിദ്യയുടെയും പാരച്യൂട്ടിന്റെയും അടിത്തറയിട്ടയാളുമാണദ്ദേഹം. ഓട്ടോമാൻ കാർട്ടോഗ്രാഫറായ പിറി റെയിസ് (Piri Reis) 1513 ൽ വരച്ച ഭൂപടമാണ് അമേരിക്കകളെ കാണിക്കുന്ന ഏറ്റവും പഴയ അതിജീവിക്കുന്ന ഭൂപടം. ഒരുപക്ഷേ അന്റാർട്ടിക്കയെ ഉൾപ്പെടുത്തിയ പഴയ ഭൂപടവുമതാകാം. മുസ്ലിം ഭൂമിശാസ്ത്രവിദഗ്ധരും യാത്രികരും ഒട്ടേറെ പുസ്തകങ്ങൾ രചിച്ചു. അവ ഒട്ടേറെ യൂറോപ്യൻ ഭാഷകളിലേക്ക് ഭാഷാന്തരം ചെയ്യപ്പെടുകയും നൂറ്റാണ്ടുകളോളം യൂറോപ്യൻമാർ ഈ പുസ്തകങ്ങളിലൂടെ ലോകത്തെക്കുറിച്ചുള്ള തങ്ങളുടെ അറിവ് രൂപീകരിക്കുകയും ചെയ്തു.

ക്രിസ്ത്യൻ ദൈവശാസ്ത്രജ്ഞർ നിഷേധിക്കുകയും എതിർക്കുകയും ചെയ്ത ഭൂമിയുടെ ഗോളപരത മുസ്ലിം ജ്യോതിശ്ശാസ്ത്രജ്ഞരുടെയും ഭൂമിശാസ്ത്രകാരന്മാരുടെയും പഠനങ്ങളിലൂടെ ക്രിസ്റ്റഫർ കൊളംബസിനുമെത്രയോ മുമ്പ് പ്രചരിച്ചിരുന്നു. കൊളംബസ്സിന്റെ യാത്ര സാധ്യമാക്കിയ എഫിമെറൈഡെസ് (ആകാശത്തിലെ ജ്യോതിശ്ശാസ്ത്ര ബോഡികളുടെ സ്ഥാനങ്ങൾ നൽകുന്ന മൂല്യങ്ങളുടെ പട്ടിക) അൽ-ബത്തനിയുടെ പട്ടികകളിൽ നിന്ന് റെജിയോമൊൺടാനസ് (ഗണിതശാസ്ത്രജ്ഞൻ) നിർമിച്ചതാണ്. വാസ്കോ ഡ ഗാമയുടെ ഇന്ത്യൻയാത്ര തരപ്പെടുത്തിയത് പതിനഞ്ചാം നൂറ്റാണ്ടിൽ ജീവിച്ചിരുന്ന മുസ്ലിം അറബ് കപ്പിത്താനായ ഷിഹാബ് അൽ- ദിൻ അഹ്മദ് ഇബ്ൻ മജീദാണ് . അദ്ദേഹം *കടലിലെ സിംഹം* എന്നറിയപ്പെട്ടു. അദ്ദേഹം ഗാമക്ക് ഇന്ത്യയിലേക്കുള്ള വഴി പറഞ്ഞുകൊടുക്കുകയും ആഫ്രിക്കയുടെ കിഴക്കൻ തീരത്തുനിന്ന് അദ്ദേഹത്തെ നയിച്ചുകൊണ്ടുവരികയും ചെയ്തു. കപ്പലോട്ടത്തിലും ഓഷ്യാനോഗ്രാഫിയിലും ഒട്ടേറെ മാന്വലുകൾ രചിച്ചയാളുമാണ് ഇബ്ൻ മജീദ്. പോർച്ചുഗലിലെ രാജകുമാരനായ ഹെൻറി മുസ്ലിം നാടുകളിൽ പഠനം നടത്തിയ മുസ്ലിം-ജൂത അധ്യാപകരുടെ കീഴിൽ സെന്റ്

വിൻസെന്റ് മുനമ്പിൽ തന്റെ മഹത്തായ നോട്ടിക്കൽ അക്കാദമി (സമുദ്രപഠന അക്കാദമി) സ്ഥാപിച്ചു. അതാണ് വാസ്കോ ഡ ഗാമയ്ക്ക് വഴിയൊരുക്കിയതും യൂറോപ്പിനെ ഭൂമിയുടെ ഏറ്റവുമറ്റങ്ങളിലേക്കുവരെ എത്തിച്ചതും.

ഇന്ത്യ, ചൈന, മലാക്ക, തിംബിക്തു, മധ്യ ആഫ്രിക്കൻ വാണിജ്യത്തിന്റെ കേന്ദ്രം എന്നിവിടങ്ങളിലേക്കുള്ള കരമാർഗങ്ങൾ അറബികൾ കണ്ടുപിടിക്കുകയും അവരുടെ സാർഥവാഹകസംഘങ്ങളെ സഹാറയ്ക്കുമപ്പുറത്തുള്ള സമ്പന്ന നാടുകളിലേക്ക് പറഞ്ഞയയ്ക്കുകയും ചെയ്തു (പോർച്ചുഗീസുകാർ കേപ്വെർദെ ചുറ്റുന്നതിനുമെത്രയോ മുമ്പ്). ഇന്ത്യയിലേക്കുള്ള കടൽപ്പാതകൾ അവർ കുത്തകയാക്കി വയ്ക്കുകയും ആഫ്രിക്കയുടെ കിഴക്കൻ തീരങ്ങളിൽ ഒരു നിര കച്ചവടക്കോളനികൾ സ്ഥാപിക്കുകയും ചെയ്തു. സുഡാൻ തീരത്തുനിന്നും സൊക്രോത്രയിൽ നിന്നും തുടങ്ങുന്ന അത്തരം കോളനികൾ മെംബാസ്സ, മൊസാംബിക്, സാൻസിബാർ, മഡഗാസ്കർ എന്നിവിടങ്ങളിലൊക്കെയുണ്ടായിരുന്നു. ചൈനയിലേക്കും ഇന്ത്യൻ മഹാസമുദ്രത്തിലെ മറ്റു നിരവധി തീരപ്രദേശങ്ങളിലേക്കും യാത്രകൾ നടത്തിയ സുലൈമാൻ എന്നുപേരായ ഒരു മുസ്ലിം കച്ചവടക്കാരന്റെ യാത്രാ വിവരണം 851ൽ പ്രത്യക്ഷപ്പെടുന്നുണ്ട്. അറബിഭാഷയിൽ ഈ നാടുകളുടെ ആദ്യ വിവരണം അതാണ്. പത്താം നൂറ്റാണ്ടിന്റെ ആദ്യത്തിൽ ചൈനക്കാരും അറബികളും തമ്മിൽ ഉണ്ടായിരുന്ന വാണിജ്യ ബന്ധങ്ങളിലേക്കത് വെളിച്ചം വീശുന്നു. മറ്റൊരറിയപ്പെടുന്ന ഭൂമിശാസ്ത്ര വിദഗ്ധനും യാത്രികനും അബുബക്കർ അൽ-മക്ദിസിയായിരുന്നു. അദ്ദേഹമാദ്യം വിപുലമായി യാത്ര നടത്തുകയും, അതദ്ദേഹത്തെ നേരിട്ടും വളരെ അടുത്തും നിരീക്ഷണങ്ങൾ നടത്താൻ കഴിവുറ്റവനാക്കുകയും അദ്ദേഹത്തിന് വിവിധ നാടുകളെക്കുറിച്ച് വളരെ വിശദമായ വിവരമുണ്ടാകുന്നതിനിടയാക്കുകയും ചെയ്തു. അൽ-മക്ദിസി *അഹസാൻ അൽ-തക്കാസിം ഫി മരിഫത് അൽ-അക്കാലിം* (*ബെസ്റ്റ് ഡിവിഷൻ ഫോർ നോളജ് ഓഫ് ക്ലൈമറ്റ്സ്*) എന്ന പേരിൽ തന്റെ യാത്രാ വിവരണ ഗ്രന്ഥമെഴുതി. ഒട്ടേറെ പുതിയ അറിവുകൾ നിരത്തുന്ന അത് ഇംഗ്ലീഷിലേക്ക് പരിഭാഷ ചെയ്യപ്പെട്ടു. സിന്ധുനദീതടം ആദ്യം ഒരു കടൽത്തട്ടായിരുന്നുവെന്നും പിന്നീടതിൽ അലൂവിയൽ മണ്ണ് നിറഞ്ഞതാണെന്നും അദ്ദേഹം കണക്കാക്കി. 11-ാം നൂറ്റാണ്ടിലെ മറ്റൊരു പ്രമുഖ ഭൂമിശാസ്ത്രജ്ഞൻ അബ്ദ് അല്ലാ ഇബ്ൻ അബ്ദ് അൽ-അസീസ് അൽ-ബിക്രിയാണ്. സ്പാനിഷ് പ്രദേശങ്ങളിലെ രാജാക്കന്മാർ അദ്ദേഹത്തിന്റെ പുസ്തകങ്ങൾ സമ്മാനങ്ങളായി പരസ്പരം കൈമാറിയിരുന്നു. അതിലൊന്ന് ഒരു ഭൂമിശാസ്ത്ര രചനയായ 'കിത്താബ് അൽ മസാലിക് വ അൽ മമാലിക്' ആണ്. അതൊരു പര്യടന പരിപാടിയുടെ രൂപത്തിൽ രചിക്കപ്പെട്ടതാണ്; അതിൽ ചരിത്രപരവും ആദിമനിവാസികളുമായി ബന്ധപ്പെട്ടതുമായ (historical and ethnographical) വിവരങ്ങളുണ്ട്. യാത്രികരിലൊരാളും അക്കാലത്തെ തന്നെ കാർട്ടോഗ്രാഫർമാരിലും ഭൂമിശാ

സ്ത്രകാരന്മാരിലുമൊരാളും അൽ റഹിം അൽ-ഘർണാത്തിയാണ്. 1080-ൽ ജനിച്ച അദ്ദേഹത്തിന്റെ വിദേശ രാജ്യങ്ങളെക്കുറിച്ചുള്ള വിവരണങ്ങൾ ഏറെയും സംഭവകഥാഖ്യാന രൂപത്തിലാണ്. അദ്ദേഹത്തിന്റെ കൃതികളിലൊന്നായ *തുഹ്ഫത്ത് അൽ-അൽബാബ് വാ ജനുഖ്ബാത്ത് അൽ-അജൈബ്* ഫോസിൽ എല്ലുകളെക്കുറിച്ച് വിവരം നൽകുന്നു.

ഇക്കാലഘട്ടത്തിലെ ഒരു പ്രസിദ്ധ പണ്ഡിതനും മധ്യകാലഘട്ടത്തിലെ ഏറ്റവുമുന്നതനായ ഭൂമിശാസ്ത്ര വിദഗ്ധനും ആൻഡലൂഷ്യൻ ഭൂമിശാസ്ത്രവിദഗ്ധനായ അൽ-ഇദ്രിസിയാണ് (1100 -1165 അല്ലെങ്കിൽ 1166) കാർട്ടോഗ്രാഫറും ഈജിപ്തോളജിസ്റ്റും യാത്രികനും കൂടിയായിരുന്ന അദ്ദേഹം സിസിലിയിലെ റോജർ രണ്ടാമൻ രാജാവിന്റെ രാജസദസ്സിലാണ് ജീവിച്ചിരുന്നത്. ആഫ്രിക്കയെയും ഇന്ത്യയെയും വിദൂരപൂർവദേശത്തെയും കുറിച്ച് ഇസ്ലാമിക കച്ചവടക്കാരും പര്യവേക്ഷകരും ശേഖരിച്ച അറിവുകളദ്ദേഹം ഭൂപടത്തിലുൾപ്പെടുത്തുകയും നോർമൻ കടൽയാത്രികരുടെ വിവരങ്ങളും കൂട്ടിച്ചേർത്ത് ആധുനിക പൂർവകാലഘട്ടത്തിലെ ഏറ്റവും കൃത്യമായ ഭൂപടം നിർമിക്കുകയും ചെയ്തു. അതദ്ദേഹത്തിന്റെ *കിത്താബ് നുസ്ഹത്ത് അൽ-മുഷ്ത്താഖ്* (വിദൂര പൂർവദേശത്തേക്ക് യാത്ര ചെയ്യാനാഗ്രഹിക്കുന്ന മനുഷ്യന്റെ ഒരു വഴി തിരിഞ്ഞുപോക്ക്) എന്ന കൃതി

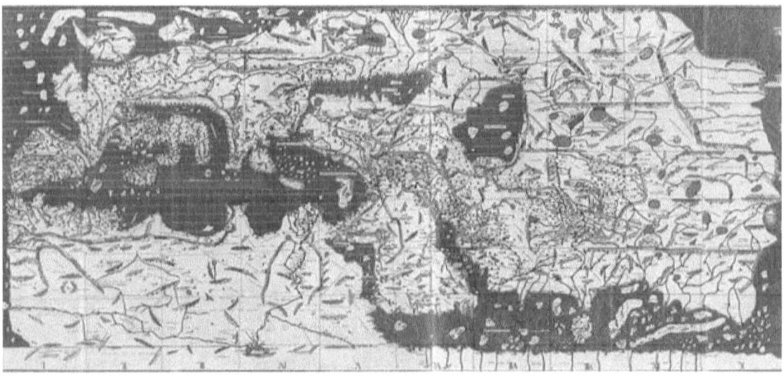

അൽ ഇദ്രിസിയുടെ ലോകഭൂപടം

യുടെ ഒന്നാന്തരമൊരു സചിത്ര വിവരണമായിത്തീരുകയും ചെയ്തു. അൽ-ഇദ്രിസിയുടെ സമാഹാരം കപ്പലോട്ട ശാസ്ത്രത്തിന്റെ ചരിത്രത്തിൽ ഒരു കാലഘട്ടത്തെക്കുറിക്കുന്നു. അദ്ദേഹത്തിന്റെ ചരിത്രപരമായ അറിവുകൾ ഏറ്റവും രസകരവും വിലയേറിയതുമാണെന്നു മാത്രമല്ല, ഭൂമിയുടെ പലഭാഗങ്ങളെയും സംബന്ധിച്ചും ഇപ്പോഴും ആധികാരികവുമാണ്. മൂന്നു നൂറ്റാണ്ടുകാലത്തോളം ഭൂമിശാസ്ത്ര വിദഗ്ധർ അദ്ദേഹത്തിന്റെ ഭൂപടങ്ങൾ എന്തെങ്കിലും മാറ്റങ്ങൾ വരുത്താതെ പകർത്തുകയായിരുന്നു. നൈൽ നദിയിൽ രൂപംകൊണ്ടിരിക്കുന്ന തടാകങ്ങളുടെ ആപേക്ഷിക സ്ഥാനങ്ങൾ അദ്ദേഹത്തിന്റെ ഭൂപടത്തിൽ പ്രത്യേകമായി വേർതിരിച്ച്

കാണിച്ചിരിക്കുന്നു. ഏതാണ്ടെഴുന്നൂറു കൊല്ലത്തിനുശേഷം കൃത്യമായി കണക്കാക്കപ്പെട്ടവയുമായി അധികമൊന്നും ഭിന്നമല്ല അവ. അവയുടെ എണ്ണവും അദ്ദേഹം കാണിച്ചതു തന്നെ. അൽ-ഇദ്രിസിയുടെ ഭൂമിശാസ്ത്രകൃതി *നുസ്സത്തുൽ മുഷ്ത്താഖ്* കൊളംബസിനു മുമ്പുതന്നെ ആൻഡലൂഷ്യയും അമേരിക്കകളും തമ്മിൽ ബന്ധമുണ്ടായിരുന്നുവെന്ന് വാദിക്കുന്നവർ ഉദ്ധരിക്കാറുണ്ട്. ആ പുസ്തകത്തിൽ അറ്റ്ലാന്റിക് സമുദ്രത്തിന്റെ വ്യക്തമായ വിവരണമുണ്ട്. പടിഞ്ഞാറ് അൽ-ഇദ്രിസി അറിയപ്പെടുന്നത് ഒരു ഭൂമിശാസ്ത്ര വിദഗ്ധനായാണ്. അദ്ദേഹം സിസിലിയിലെ റോജർ രണ്ടാമൻ രാജാവിനുവേണ്ടി 400 കിലോ വരുന്ന വെള്ളി കൊണ്ടുള്ള ഒരു ഭൂഗോളമുണ്ടാക്കി. തന്റെ രാജകീയ രക്ഷാധികാരിക്കായി അദ്ദേഹമുണ്ടാക്കിയ വെള്ളിയുടെ ആകാശ-ഭൗമ (cetestial and terrestial) ഭൂഗോളങ്ങൾക്ക് ഏറക്കുറെ ആറുമീറ്റർ വ്യാസമുണ്ടായിരുന്നു. അതിന് 450 റാത്തൽ തൂക്കമുണ്ടായിരുന്നു. അതിന്റെ ഒരു വശത്ത് രാശിചക്രവും നക്ഷത്ര-ഗ്രഹക്കൂട്ടവും മറുവശത്ത്-അതിനെ സൗകര്യത്തിനായി വിവിധ ഭാഗങ്ങളായിത്തിരിച്ചിരിക്കുന്നു-ഭൂമിയുടെയും വെള്ളത്തിന്റെയും ഭാഗങ്ങളും (വിവിധ രാജ്യങ്ങളൊക്കെ അതാതിന്റെ സ്ഥാനത്തും) കൊത്തിവച്ചിരുന്നു. തിംബിക്തുവിന് മുകളിലുള്ള നൈജറിനെക്കുറിച്ചും സുഡാനെക്കുറിച്ചും നൈൽനദിയുടെ മുകളിലെ ജലാശയങ്ങളെക്കുറിച്ചുമുള്ള അൽ ഇദ്രിസിയുടെ അറിവ് അവയുടെ കൃത്യതകൊണ്ട് ശ്രദ്ധേയമായിരുന്നു. അദ്ദേഹത്തിന്റെ ഒട്ടേറെ കൃതികൾ ലത്തീനിലേക്ക് പരിഭാഷപ്പെടുത്തി. അദ്ദേഹത്തിന്റെ ഭൂമിശാസ്ത്ര കൃതികൾ ഒട്ടേറെ രാജ്യങ്ങളിൽ പ്രചാരവും നേടി. അദ്ദേഹത്തിന്റെ കൃതികളിലൊന്നിന്റെ പരഭാഷ 1619 ൽ റോമിൽ പ്രസിദ്ധീകരിക്കപ്പെട്ടു. അതൊരു സംഗ്രഹിച്ച കൃതിയായിരുന്നു, എന്നാലതിന്റെ പരിഭാഷകൻ പുസ്തകത്തിന്റെ ബഹുമതി അദ്ദേഹത്തിനു നൽകിയതുമില്ല . അദ്ദേഹത്തിന്റെ ഭൂഗോളവും ലോകഭൂപടവും ഉപയോഗപ്പെടുത്താൻ യൂറോപ്പ് വളരെക്കാലമെടുത്തുവെന്നത് രസകരമാണ്. അൽ-ഇദ്രിസിയുടെ കൃതിയിൽ നിന്നും ശരിക്കും എടുത്ത ഒരു ഭൂപടമാണ് ക്രിസ്റ്റഫർ കൊളംബസ് ഉപയോഗിച്ചത്. അൽ-ഇദ്രിസിയുടെ അറബി രചനകളുടെ ഒരു നല്ലഭാഗം ഇന്നും വിമർശനാത്മക പഠനത്തിന് വിധേയമാക്കപ്പെട്ടിട്ടില്ല. അവ പൂർണമായി പ്രസിദ്ധീകരിക്കപ്പെട്ടിട്ടുമില്ല. അവയെ എഡിറ്റ് ചെയ്യുകയെന്ന ജോലി നിരവധി പണ്ഡിതന്മാർ ഏറ്റെടുത്തുവെങ്കിലും അതിലെ ബുദ്ധിമുട്ട് കാരണം അവരൊന്നുകിൽ ശ്രമമുപേക്ഷിച്ചുപോകുകയോ, അല്ലെങ്കിൽ, ഒന്നോ രണ്ടോ ഭാഗം എഡിറ്റ് ചെയ്ത് തൃപ്തിപ്പെടുകയോ ചെയ്തു. ഇന്ത്യയെയും അയൽപ്രദേശങ്ങളെയും കൈകാര്യം ചെയ്യുന്ന ഭാഗം 1954 ൽ പ്രസിദ്ധീകരിക്കപ്പെട്ടു. ആ പുസ്തകം ലത്തീൻ, ഇംഗ്ലീഷ്, ഫ്രഞ്ച്, ജർമൻ ഭാഷകളിൽ പ്രസിദ്ധീകരിക്കപ്പെട്ടു. 13-ാം നൂറ്റാണ്ടിന്റെ ആരംഭത്തിലെ ഒരു പ്രസിദ്ധനായ മുസ്ലീം യാത്രികനും ഭൂമിശാസ്ത്രജ്ഞനുമാണ് ഷിഹാബ് അൽ-ദിൻ റൂമി. അദ്ദേഹം ആശ്രയിക്കാവുന്ന ഒരു ചരിത്രകാരനും നിഘണ്ടുകാരനും

ഭാഷാ ശാസ്ത്രജ്ഞനുമായിരുന്നു. 1179 ൽ ഒരു ഗ്രീക്കു കുടുംബത്തിൽ ജനിച്ച റൂമി *മുജാം അൽ-ബുൽദാൻ* എന്ന പേരിൽ ഒരു ഭൂമിശാസ്ത്രനിഘണ്ടു രചിച്ചു. അതാണ് അദ്ദേഹത്തിന്റെ പ്രധാനകൃതിയും അറബി സാഹിത്യത്തിലെ പ്രധാനപ്പെട്ട കൃതികളിലൊന്നും. ഭൂമിശാസ്ത്രത്തിലും പ്രകൃതിചരിത്രവും നരവംശ, സംസ്കാര പഠനവും പോലുള്ള മറ്റു പഠനശാഖകളിലും അദ്ദേഹത്തിനുണ്ടായിരുന്ന വിജ്ഞാനത്തിന്റെ ഒരു സമാഹാരമാണത്. ആ നിഘണ്ടു, അതിൽ നൽകിയിരിക്കുന്ന വിവിധ സ്ഥലപ്പേരുകളുടെ ശരിയായ ഉച്ചാരണത്തെക്കുറിച്ചും ഘടനയെക്കുറിച്ചും വിവരങ്ങൾ നൽകുന്നു. വലിയയളവ് ചരിത്രക്കുറിപ്പുകളും പണ്ഡിതന്മാരുടെ ജീവചരിത്ര വിവരണങ്ങളും വ്യാകരണത്തെക്കുറിച്ചുള്ള ചർച്ചകളെല്ലാം അതിലുണ്ട്. 13-ാം നൂറ്റാണ്ടിലെ ഒരു മുസ്ലിം ഭൂമിശാസ്ത്ര പണ്ഡിതനായ അബുൽഹാസൻ അൽ-മഗ്രിബ് 1251 ൽ യൂറോപ്പിന്റെ വടക്കു ഭാഗത്തുള്ള രാജ്യങ്ങളെക്കുറിച്ചുള്ള (വെള്ളക്കരടികൾ കാണപ്പെടുന്ന നാടുകളെക്കുറിച്ചും)വിവരണം നൽകി. ഐസ്‌ലണ്ടിനെ വെള്ള ഫാൽക്കൻ പക്ഷികളുടെ ദ്വീപെന്നാണ് വിളിക്കുന്നതെന്നും ശരിയായ ഫൽക്കണുകൾ കാണപ്പെടുന്നത് ഡന്മാർക്കിലാണെന്നും അദ്ദേഹമെഴുതിയിരിക്കുന്നു.

ഇബ്ൻബത്തൂത്ത (1304-1369) ഒരു മൊറോക്കൻ മുസ്ലിം ബെർബർ പണ്ഡിതനായിരുന്നു, അദ്ദേഹം എക്കാലത്തെയും ഏറ്റവും വലിയ സഞ്ചാരികളിലൊരാളുമായിരുന്നു. അദ്ദേഹത്തിന്റെ യാത്രകൾ നീണ്ട 30 വർഷക്കാലം നീണ്ടുനിന്നു. അന്നറിയപ്പെടുന്ന എല്ലാ മുസ്ലിം നാടുകളിലും അതിനപ്പുറത്തുള്ള നാടുകളിലുമദ്ദേഹം യാത്രചെയ്തു. വടക്കനാഫ്രിക്ക, കിഴക്കൻയൂറോപ്പ്, തെക്കൻ യൂറോപ്പ്, മധ്യപൂർവദേശം, ഇന്ത്യൻ ഉപഭൂഖണ്ഡം, മധ്യേഷ്യ, തെക്കുകിഴക്കനേഷ്യ, കിഴക്കുള്ള ചൈന എന്നിവിടങ്ങളിലെല്ലാം അദ്ദേഹം സഞ്ചരിച്ചു. തന്റെ എല്ലാ മുൻഗാമികളും തന്റെ സമകാലീനനായ മാർക്കോപോളോയും സഞ്ചരിച്ചതിനപ്പുറം. ഇബ്ൻ ബത്തൂത്തയുടെ കടൽയാത്രകളും കടൽവാണിജ്യത്തെക്കുറിച്ചുള്ള പരാമർശങ്ങളും വെളിവാക്കുന്നത് ചെങ്കടൽ, അറബിക്കടൽ, ഇന്ത്യൻ മഹാസമുദ്രം, ചൈനീസ് സമുദ്രങ്ങൾ എന്നിവിടങ്ങളിലെല്ലാമുള്ള സമുദ്രയാത്രകളിലും അതുമായി ബന്ധപ്പെട്ട കാര്യങ്ങളിലും മുസ്ലിങ്ങളാണ് പരിപൂർണമായ ആധിപത്യം സ്ഥാപിച്ചിരുന്നതെന്നാണ്. ക്രിസ്ത്യൻ കച്ചവടക്കാർക്ക് ചില നിയന്ത്രണങ്ങളൊക്കെയുണ്ടായിരുന്നെങ്കിലും സാമ്പത്തികചർച്ചകളിലേറെയും തുല്യതയുടെയും പരസ്പര ബഹുമാനത്തിന്റെയും അടിസ്ഥാനത്തിലാണ് നടന്നിരുന്നതെന്നും അതിൽനിന്ന് നമുക്ക് കാണാം.

'ഹരിത'വിപ്ലവം, സാങ്കേതികവിദ്യ, സാമ്പത്തികപുരോഗതി

കാർഷികശാസ്ത്രങ്ങൾക്കടിത്തറയിട്ടത്, അറബ് ശാസ്ത്രജ്ഞരാണ്. അവയിൽ അഗ്രോണമി(സസ്യങ്ങളുടെ സാങ്കേതിക ഗുണങ്ങളെക്കുറിച്ചുള്ള പഠനം), ജ്യോതിശ്ശാസ്ത്രം, ബോട്ടണി, മണ്ണുശാസ്ത്രം, പാരിസ്ഥിതികതത്വചിന്ത, പാരിസ്ഥിതിക ശാസ്ത്രം എന്നിവയുൾപ്പെടുന്നു.

കാർഷിക പഠനത്തിനായി സമർപ്പിച്ച ആദ്യകൃതി ഇബ്ൻ വഹ്ഷിയായുടെ നബാത്തിയൻ അഗ്രികൾച്ചറാണ്. അത് സസ്യശാസ്ത്രത്തെയും കൈകാര്യം ചെയ്തു; ഒപ്പം അതൊരാദ്യകാല പാചക ഗ്രന്ഥവുമായിരുന്നു. കൃഷിയെയും ബോട്ടണിയെയും ശാസ്ത്ര ശാഖകളെന്ന നിലയിൽ ആദ്യമായി വേർതിരിച്ച നിഘണ്ടുക്കൾ അറബ് നിഘണ്ടുകളാണ്. കാർഷിക ശാസ്ത്രങ്ങൾ അറബ് പദമായ 'ഫിലാഹ'യെന്ന പേരിലറിയപ്പെട്ടു. അതിന് ദ്വയാർഥമുണ്ടായിരുന്നു. മണ്ണിനെയും സസ്യങ്ങളുടെ പരിചരണത്തെയും കൈകാര്യം ചെയ്യുന്നവയായിരുന്നു രണ്ടർഥങ്ങളും. പ്രാചീനശാസ്ത്രഗ്രന്ഥങ്ങൾ പരിഭാഷ ചെയ്യുന്നതിലവർക്കുണ്ടായിരുന്ന പങ്കുനിമിത്തം ആദ്യകാല അറബി ബോട്ടണി ഗ്രന്ഥങ്ങളുടെ രചയിതാക്കൾ ഭാഷാശാസ്ത്രജ്ഞർ കൂടിയായിരുന്നു. അൽ-അസ്മായി (740-825) യായിരുന്നു ആദ്യമായി അറിയപ്പെട്ട അറബ് ബയോളജിസ്റ്റ് (ജീവശാസ്ത്രജ്ഞൻ). ഒരു സുവോളജിസ്റ്റും ബോട്ടണിസ്റ്റുമായിരുന്ന അദ്ദേഹം രചിച്ച ഗ്രന്ഥങ്ങളിൽ *ബുക് ഓഫ് ഡസ്റ്റിങ്ഷൻ* (വേർത്തിരിക്കലിന്റെ പുസ്തകം), *ബുക് ഓഫ് വൈൽഡ് അനിമൽസ്, ബുക് ഓഫ് ഹോഴ്സ്* (കുതിര) *ബുക് ഓഫ് ഷീപ്പ്* എന്നിവയുൾക്കൊള്ളുന്നു. 10-ാം നൂറ്റാണ്ടിലെ പണ്ഡിതനായ ഇബ്ൻ വഹ്ഷിയയുടെ പുസ്തകമായ 'കിത്താബ് അൽ -ഫലാഹ അൽ-നബാത്തിയ' (നബാത്തേയൻ കൃഷി) അഗ്രോണമിയിലും കൃഷിയിലുമുള്ള ഒരാദ്യകാല സിറിയക് കൃതിയായിരുന്നു, അത് അറബിയിലേക്ക് വാഷിയ്യ (എവിടെയാണ് ജനനമെന്നറിയാത്ത ഒരു പേഗനായിരുന്നു—ബഹുദൈവാരാധകൻ— അദ്ദേഹം) പരിഭാഷ ചെയ്തു. പുസ്തകത്തിന്റെ എട്ടദ്ധ്യായങ്ങൾ കൃഷിയുടെ പശ്ചാത്തലത്തിലുള്ള വെള്ളത്തിന് സമർപ്പിക്കപ്പെട്ടിരുന്നു. തുടർന്ന് 'നബാത്തേയൻ കൃഷി', കൃഷിയെ സംബന്ധിച്ച ഒട്ടേറെ സങ്കീർണ പ്രശ്നങ്ങൾ ചർച്ചചെയ്യുന്നു; കാർഷികസംരംഭങ്ങളുടെ മാനേജ്മെന്റും തന്റെ കാർഷിക സംരംഭത്തെയും തൊഴിലാളികളെയും സംബന്ധിച്ച് ഉടമക്കുള്ള കടമകളും; സംരംഭത്തിന്റെ ചുമതലക്കാരന്റെ (വക്കീൽ) കാര്യങ്ങൾ, കൃഷിക്കാരോടയാൾക്കുള്ള കടമകൾ, തന്റെ യജമാനനിൽ നിന്നു കിട്ടുന്ന നിർദേശങ്ങളയാളെങ്ങനെ പാലിക്കണം; അന്തരീക്ഷ മാറ്റങ്ങളുമായി ബന്ധപ്പെട്ട കാലാവസ്ഥാ പ്രവചനവും ഗ്രഹങ്ങളുമായി ബന്ധപ്പെട്ട ജ്യോതിശ്ശാസ്ത്ര മാറ്റങ്ങളുടെ സൂചനകളും, ചാന്ദ്രഘട്ടങ്ങളുടെ നിരീക്ഷണത്തെയടിസ്ഥാനമാക്കി മഴക്കുള്ള സൂചനകൾ, കാറ്റുകളുടെ ഗതിയെ അടിസ്ഥാനമാക്കിയ കാലാവസ്ഥാ പ്രവചനങ്ങൾ, ചില വർഷങ്ങളിൽ വിജയകരമാകാവുന്ന പ്ലാന്റ് ടിഷ്യുകൾച്ചറുകളുടെ തിരിച്ചറിവ്, ഓരോ മാസക്കാലവും ചെയ്തിരിക്കേണ്ട കാർഷിക പ്രവർത്തനങ്ങളുടെ പട്ടിക, ഭൂമിയെ അപേക്ഷിച്ച് ചന്ദ്രന്റെ നില, ഒരു കാർഷിക സംരംഭത്തിന്റെ ഉടമക്കും കൃഷിക്കാരനും ആപേക്ഷികമായി ഉണ്ടായിരിക്കേണ്ട അറിവ്, പോളനൈസ്ഡ് (pollenized) വായുവും കാറ്റുകളും, കാറ്റുകളുടെയും നീരാവിയുടെയും രൂപീകരണം എന്നിവയെല്ലാം തുടർന്ന് ചർച്ചചെയ്യുന്നു. 12-ാം നൂറ്റാണ്ടിൽ

അൽ-അൻഡാലുസിൽ ഇബ്ൻ അൽ-അവ്വാം അൽ-ഇഷ്ബിലി രചിച്ച *കിത്താബ് അൽ-ഫിലാഹ* തന്റെ തന്നെ കാർഷിക വിജ്ഞാനത്തെ നബാത്തേയൻ കൃഷിയുമായും തന്റെ മറ്റു മുൻഗാമികളുടെ കാർഷികധാരണകളുമായും സമന്വയിപ്പിച്ചു. ഈ കൃതി 585 മൈക്രോബയോളജിക്കൽ കൾച്ചറുകൾ വിവരിക്കുന്നു; അതിൽ 55 എണ്ണം ഫലവൃക്ഷങ്ങളെ സംബന്ധിക്കുന്നതാണ്. മാഡ്രിഡിൽ 1801-ൽ ക്ലമന്റ് മുളെറ്റ് അത് ഫ്രഞ്ചിലേക്ക് പരിഭാഷ ചെയ്തതിനു ശേഷം യൂറോപ്പിലത് സ്വാധീനം ചെലുത്തി. കൃഷിയിലും സസ്യശാസ്ത്രത്തിലും ജ്യോതിശാസ്ത്രം പ്രയോഗത്തിൽ വരുത്തുന്ന ഒന്നെന്ന നിലയിലാണതിന് പ്രചാരം കിട്ടിയത്. കാലാവസ്ഥ മുൻകൂട്ടിക്കണ്ടുകൊണ്ട് നടത്തുന്ന പ്രവചനങ്ങളും കാലത്തിന്റെ കണക്കുകൂട്ടലുകളും സീസണുകളുടെ വരവുകളും മുൻകാലത്തേക്കാൾ കൃത്യവും ആശ്രയിക്കാവുന്നതുമാകുകയും, അത്തരം കാര്യങ്ങൾ മിക്കപ്പോഴും കർഷകർ അറിയുകയും തങ്ങളുടെ കൃഷിയിൽ പ്രയോഗിക്കുകയും ചെയ്തു. എപ്പോഴൊക്കെ ഏതൊക്കെത്തരം വിളകൾ നടണം, എപ്പോഴൊക്കെ ചെടികൾ ഗ്രാഫ്റ്റ് ചെയ്യണം, എപ്പോഴൊക്കെ എങ്ങനെ വളംചേർക്കണം, എപ്പോൾ വിളവെടുക്കണം, എന്തൊക്കെ ഭക്ഷിക്കണം, വർഷത്തിലെ ഓരോ കാലത്തും എന്തൊക്കെ ഒഴിവാക്കണം എന്നതൊക്കെ വിശദീകരിക്കുന്ന കലണ്ടറുകൾ സമാഹരിച്ചതിൽനിന്നും അവർ ഗുണമുണ്ടാക്കി. കർഷകർക്ക് ഓരോ വിളകളുടെയും വളർത്തൽ ഓരോ മാർക്കറ്റുകൾക്കുവേണ്ടി പ്ലാൻചെയ്യാനും, വർഷത്തിന്റെ പ്രത്യേക കാലങ്ങൾക്കനുസരിച്ച് പ്ലാൻ ചെയ്യാനും ഈ മുന്നേറ്റങ്ങൾ സാധ്യമാക്കി.

9-ാം നൂറ്റാണ്ടിലെ സസ്യശാസ്ത്രജ്ഞനായിരുന്ന അബു ഹാനിഫ അൽ-ദിനാവരി (828-986 എഡി) അറബി ബോട്ടണിയുടെ പിതാവായി കണക്കാക്കപ്പെടുന്നു. കിത്താബ് അൽ-നബാത്ത് (ചെടികളുടെ പുസ്തകം) എന്നു പേരായ അദ്ദേഹത്തിന്റെ എൻസൈക്ലോപീഡിയ ആറു വാല്യങ്ങളുള്ളതാണ്. അതിൽ മൂന്നാമത്തെയും അഞ്ചാമത്തെയും വാല്യങ്ങൾ മാത്രമേ അതിജീവിച്ചിട്ടുള്ളൂ; മറ്റുപല കൃതികളിലുമുള്ള ഉദ്ധരണങ്ങളിൽ നിന്ന് ഭാഗികമായി ആറാമത്തെ വാല്യം കുറെയൊക്കെ പുനഃസൃഷ്ടിച്ചുവെങ്കിലും. അദ്ദേഹത്തിന്റെ കൃതികളുടെ അതിജീവിച്ച ഭാഗങ്ങളിൽ 637 ചെടികളെക്കുറിച്ച് വിവരിച്ചിട്ടുണ്ട്. ജനനം മുതൽ അന്ത്യം വരെ ചെടികളിൽ വരുന്ന മാറ്റങ്ങളെയും ചെടികളുടെ വളർച്ചാഘട്ടങ്ങളെയും ചെടികളുടെ പൂവിടലിനെയും ഫലമുണ്ടാക്കലിനെയുമെല്ലാം 13-ാം നൂറ്റാണ്ടിന്റെ ആരംഭകാലത്തദ്ദേഹം ചർച്ചചെയ്തു. അൽ-ദിനാവരിയുടെ 'ചെടികളുടെ പുസ്തക'ത്തിന്റെ ജ്യോതിശ്ശാസ്ത്രവും കാലാവസ്ഥാ ശാസ്ത്രവും കൃഷിയിൽ പ്രയോഗിക്കുന്നതിനെ സംബന്ധിച്ച ഭാഗങ്ങൾ പുനഃസൃഷ്ടിക്കപ്പെട്ടിട്ടുണ്ട്. ആകാശത്തിന്റെ ജ്യോതിശ്ശാസ്ത്രപരവും കാലാവസ്ഥാപരവുമായ സ്വഭാവം, ഗ്രഹങ്ങൾ, അൻവ (Anwa-മഴയുടെ ആകാശബോഡികൾ -heavnly bodies of rain), കാറ്റുകൾ, ഇടി, മിന്നൽ, മഞ്ഞ്, വെള്ളപ്പൊക്കം, താഴ്വരകൾ, പുഴകൾ, തടാകങ്ങൾ, കിണറുകൾ, മറ്റ് ജലസ്രോതസ്സുകൾ എന്നിവയൊക്കെ അത് വിവരിക്കുന്നു.

അബു മുഹമ്മദ് ഇബ്ൻ അൽ-ബൈത്താർ (1188-1248) മുസ്ലിം സ്പെയിനിലെ ഒരു മഹാനായ ശാസ്ത്രജ്ഞനും മധ്യകാലത്തെ ഒരു വലിയ ബോട്ടണിസ്റ്റും ഫാർമസിസ്റ്റുമായിരുന്നു. ബോട്ടോണിക്കൽ സമാഹാരത്തിലെയും, ഫാർമസ്യൂട്ടിക്കൽ എൻസൈക്ലോപീഡിയയിലെയും എക്കാലത്തെയും ഏറ്റവും മികച്ച രചനകളിലൊന്നായി പരിഗണിക്കപ്പെടുന്ന *കിത്താബ് അൽ-ജാമി ഫി അൽ-അദ്‌വിയ അൽ-മുഫ്രാദ* അദ്ദേഹത്തിന്റെ കൃതിയാണ്. നൂറ്റാണ്ടുകളോളം ബോട്ടണിയിലെ ഒരാധികാരികഗ്രന്ഥമായ അതിൽ ഏറ്റവും കുറഞ്ഞത് 1400 വ്യത്യസ്ത സസ്യങ്ങളെക്കുറിച്ചും, മരുന്നുകളെക്കുറിച്ചും വിവരിക്കുന്നുണ്ട്. അതിൽ 300 എണ്ണം അദ്ദേഹത്തിന്റെ സ്വന്തമാണ്. അവയിൽ 200 ചെടികൾ അതിനുമുമ്പ് കേട്ടിട്ടുള്ളതല്ല. 1758 ൽ ലത്തീനിലേക്ക് പരിഭാഷ ചെയ്തിനു ശേഷം *കിത്താബ് അൽ ജാമി ഫി അൽ അദ്‌വിയ അൽ മുഫ്രാദ* യൂറോപ്പിൽ സ്വാധീനം നേടി. 19-ാം നൂറ്റാണ്ടിന്റെ ആരംഭംവരെ അതുപയോഗത്തിലിരുന്നു. ബോട്ടണിസ്റ്റുകൾക്കിടയിൽ 16-ാം നൂറ്റാണ്ടുവരെ അതുന്നതപദവി കരസ്ഥമാക്കിയിരുന്നു. അതേവരെയുള്ള എല്ലാ മുൻകാല രചനകളെയും വേണ്ട വിമർശനങ്ങളോടെതന്നെ ഉൾക്കൊണ്ടതും, എന്നാലതേസമയം തന്നെ അദ്ദേഹത്തിന്റെ ഒരുവലിയയളവ് സംഭാവനകളുൾക്കൊള്ളുന്നതുമായിരുന്നു. മിക്കവാറും അറബികളായ 150 ഗ്രന്ഥകർത്താക്കളുടെ രചനകളെ പരാമർശിക്കുന്ന അത് ഇരുപത് ആദ്യകാല ഗ്രീക്കു ശാസ്ത്രജ്ഞരെയും ഉദ്ധരിക്കുന്നുണ്ട്.അദ്ദേഹത്തിന്റെ രണ്ടാമത്തെ ചരിത്രപ്രധാനമായ പ്രബന്ധമായ *കിത്താബ് അൽ-മുഗിനി ഫി-അദ്‌വിയ അൽ-മുഫ്രാദ* ഒരു വൈദ്യത്തിന്റെ എൻസൈക്ലോപീഡിയയായിരുന്നു. മരുന്നുകളെ അവയുടെ രോഗശമനപരമായ മൂല്യത്തിന്റെ അടിസ്ഥാനത്തിൽ ലിസ്റ്റ് ചെയ്തു. അതിന്റെ 20 അധ്യായങ്ങൾ തല, ചെവി, കണ്ണ് തുടങ്ങിയവയുടെ രോഗങ്ങളുടെ കാര്യത്തിൽ പ്രാധാന്യമുള്ള ചെടികളെ പരാമർശിക്കുന്നു. അറബിയിലെന്നപോലെ ചെടികളുടെ ഗ്രീക്ക്, ലത്തീൻ പേരുകളും കൊടുത്തുകൊണ്ടദ്ദേഹം വിജ്ഞാനകൈമാറ്റം എളുപ്പമാക്കുന്നു. ചെടികളും സസ്യങ്ങളും ശേഖരിക്കാനായി 1219 ൽ ആഫ്രിക്കയുടെ വടക്കൻ കരകളിലൂടെ ഏഷ്യാ മൈനർ വരെ യാത്രചെയ്ത അദ്ദേഹം ബൂഗിയ, ഖുസ്താന്തുനിയ (കോൺസ്റ്റാന്റിനോപ്പിൾ), ടൂണീസ്, ട്രിപ്പൊളി, ബർഖ, അദാനിയ എന്നിവിടങ്ങളെല്ലാം സന്ദർശിക്കുകയും അറേബ്യയും പാലസ്തീനും വരെയുള്ള ഒരു വിശാലമായ ഭൂപ്രദേശത്തുകാണപ്പെടുന്ന സസ്യങ്ങളിൽ ഗവേഷണം നടത്തുകയും ചെയ്തു. ഇബ്ൻ ബൈത്താറിന്റെ സംഭാവനകളുടെ സവിശേഷതയായിരിക്കുന്നത് നിരീക്ഷണം, അപഗ്രഥനം, വർഗീകരണം, എന്നിവയാണ്. അദ്ദേഹം കിഴക്കനെന്നപോലെ പടിഞ്ഞാറൻ ബോട്ടണിയിലും വൈദ്യത്തിലും വ്യക്തമായ സ്വാധീനം ചെലുത്തി.

വളരെമുമ്പ്, 9-ാം നൂറ്റാണ്ടോടെ തന്നെ, അറബ് ഖലീഫ ഭരണങ്ങൾക്കുകീഴിൽ ആധുനിക കാർഷികവ്യവസ്ഥ സാമ്പത്തിക ജീവിത

ത്തിന്റെയും സാമ്പത്തിക സംഘടനയുടെയും കേന്ദ്രസ്ഥാനത്തുവന്നു; പ്രധാനമായും കയറ്റുമതിക്കൂന്നൽ കൊടുത്തിരുന്ന റോമൻ മാതൃകയെ പകരം വച്ചുകൊണ്ട് സമീപ പൂർവദേശം, വടക്കനാഫ്രിക്ക, മൂറിഷ് സ്പെയിൻ (മൂറുകളുടെ സ്പെയിൻ) എന്നിവിടങ്ങളിലെ നഗരങ്ങൾ ഹൈഡ്രോളിക്-ഹൈഡ്രോസ്റ്റിക്തത്വങ്ങളുടെ അടിസ്ഥാനത്തിലുള്ള വിശദമായ ജലസേചന വ്യവസ്ഥകളുടെ പിന്തുണയുള്ളവയായിരുന്നു. അതിൽ ചിലതൊക്കെ റോമൻകാലത്തുനിന്നുതന്നെയുള്ള തുടർച്ചകളായിരുന്നു. പിന്നാലെ വന്ന നൂറ്റാണ്ടുകളിൽ, ടർക്കിഷ് നാടുകളിലേക്കും പശ്ചിമേന്ത്യയിലേക്കും ഉന്നത കാർഷിക സാങ്കേതിക വിദ്യകളടക്കം കൈമാറുന്നതിലും – അതുപോലെ സാംസ്കാരിക കൈമാറ്റത്തിലും – പേർഷ്യക്കാർ ഇടനിലക്കാരായി പ്രവർത്തിച്ചു. നോറിയകൾ (norias), വാട്ടർമില്ലുകൾ, വിൻഡ്മില്ലുകൾ, വെള്ളം ഉയർത്തുന്ന മെഷീനുകൾ, ഡാമുകൾ, ജലസംഭരണികൾ എന്നിവയുടെയെല്ലാം സഹായത്തോടെ ഒരു പരിഷ്കൃതവും സങ്കീർണവുമായ ജലസേചനവിദ്യ വികസിപ്പിച്ചതോടെ ചൂഷണം ചെയ്യപ്പെടാവുന്ന ഏരിയയുടെ വിസ്തൃതി കാര്യമായി വർധിപ്പിക്കുന്നതിന് അറബികളുടെ സാങ്കേതിക വിദ്യ വഴിവച്ചു. അവരു പയോഗിച്ച വാട്ടർ മാനേജ്മെന്റ് സാങ്കേതിക വിദ്യകൾ ഒന്നിച്ചുചേർക്കുകയും, ഒരേ നിലവാരത്തിലാക്കുകയും, പിൽക്കാലത്തവ ബാക്കി ലോകത്തിലേക്കു മുഴുവൻ വ്യാപിപ്പിക്കുന്നതിന് സജ്ജമാക്കുകയും ചെയ്തു. കൃഷിയോട് ഒരു ശാസ്ത്രീയ സമീപനം സ്വീകരിച്ചതിലൂടെ അറിയപ്പെടുന്ന മുഴുവൻ ലോകത്തുനിന്നും കിട്ടിയ പ്രസക്തമായ വിവരശേഖരവും അവയുടെ ക്രമാനുഗതമായ കോർത്തിണക്കലും വഴി നേടിയെടുക്കാനായ കാർഷിക സാങ്കേതിക വിദ്യകൾ മെച്ചപ്പെടുത്താൻ അവർ കഴിവുറ്റവരായി. എവിടെ, എപ്പോൾ, എങ്ങനെയാണ് വിവിധ വിളകൾ കൃഷിചെയ്യേണ്ടത് എന്നതിനെ സംബന്ധിച്ച കാർഷിക മാന്വലുകൾ മുസ്ലിം ലോകത്തിന്റെ എല്ലാ ഭാഗങ്ങളിലും ഉണ്ടാക്കപ്പെട്ടു. മുൻകാലത്തവയൊന്നും അറിയപ്പെടാതിരുന്ന നാടുകളിൽ പുതിയ വിളകളും വിത്തുകളും മൃഗജനുസ്സുകളും പരിചയപ്പെടുത്താൻ, ഇബ്ൻ അൽ-ബൈത്താറിനെപ്പോലുള്ളവരെ, മുന്നേറിയ ശാസ്ത്രീയ രീതികൾ പ്രാപ്തരാക്കി. ഭൂവുടമാവകാശത്തിനും തൊഴിലാളിയുടെ അവകാശത്തിനും പ്രചോദനമാകുന്ന വിധത്തിലുള്ള പുതിയൊരു സമീപനം അവരുയർത്തിക്കൊണ്ടുവന്നു. സ്വകാര്യ ഉടമാവകാശം അംഗീകരിച്ചപ്പോൾത്തന്നെ, വിളയിറക്കിയവർക്ക് അവർ ചെലുത്തിയ പരിശ്രമങ്ങൾക്ക് പ്രതിഫലം കിട്ടുന്നരീതിയിൽ വിളവിന്റെ പങ്ക് നൽകുന്ന ഒരു രീതികൂടി അതിൽ ഒന്നിച്ചുചേർത്തു. അതേസമയം യൂറോപ്പിലെ അവരുടെ സഹോദരന്മാർ (ഭൂവുടമകൾക്കു കീഴിൽ പണിയെടുക്കുന്ന കർഷകർ) ഏറക്കുറെ അടിമസമാനമായ രീതിയിൽ ഫ്യൂഡൽ സമ്പ്രദായത്തിനു കീഴിൽ, കഠിനാധ്വാനംകൊണ്ട് തങ്ങളുടെ വിധിമെച്ചപ്പെടുത്താനാവുമെന്ന യാതൊരു പ്രതീക്ഷയുമില്ലാതെ, പാടുപെടുകയായിരുന്നു. പുതിയവിളകൾ കൊണ്ടുവന്നതോടെ സ്വകാര്യകൃ

ഷിരീതി എല്ലായിടത്തേക്കും കയറ്റുമതിചെയ്യുന്ന ഒരു പുതിയ ആഗോള വ്യവസായമായി മാറി. യൂറോപ്പിലേക്കടക്കം കയറ്റുമതി ഊർജിതമായി. വളരെമുമ്പ് മധ്യേഷ്യയിൽ നിന്നു ലഭിച്ച ഗോതമ്പു വിത്തുകൾ മാത്രം കൃഷിചെയ്യുന്ന ഒരവസ്ഥയിൽ യൂറോപ്പ് അക്കാലത്ത് പരിമിതപ്പെട്ടു നിൽക്കുകയായിരുന്നു. സ്പെയിന് കിട്ടിയത് പിൽക്കാലത്തവർ യൂറോപ്പിനു മുഴുവൻ കൈമാറിക്കൊടുത്തു—ഒട്ടേറെ കാർഷികരീതികളും പഴവർഗ ഉൽപ്പാദന രീതികളും പുതിയ ചെടികളും, പച്ചക്കറികളും, പഴങ്ങളുമെല്ലാം ഈ പുതിയ വിളകളിൽ കരിമ്പ്, നെല്ല്, നാരങ്ങ, ആപ്രിക്കോട്ടുകൾ, പരുത്തി, ആർട്ടിച്ചോക്ക്സ്, ഓബർഗൈൻസ്, കുങ്കുമം എന്നിവയുൾപ്പെടുന്നു. അവയിൽ മിക്കവയും പിൽക്കാലത്ത് സ്പാനിഷ് തീരപ്രദേശങ്ങളിൽ നിന്ന് സ്പാനിഷ് കോളനികളിലേക്ക് കയറ്റുമതി ചെയ്യപ്പെട്ടു. മുസ്ലിങ്ങൾ ആ രാജ്യത്തേക്ക് കൊണ്ടുചെന്ന കാർഷിക വസ്തുക്കളിൽ നാരങ്ങകൾ, ഓറഞ്ചുകൾ, പരുത്തി, ആൽമോണ്ടുകൾ, അത്തിപ്പഴങ്ങൾ എന്നിവയും ഭൂമധ്യരേഖാവിളകളായ വാഴപ്പഴവും കരിമ്പും വരെ ഉൾപ്പെടുന്നു. മുസ്ലിം സ്വാധീനത്തിലൂടെ പ്രചരിച്ചാണ് സിൽക്ക് വ്യവസായം തഴച്ചുവളർന്നത്. ചണച്ചെടി കൃഷിചെയ്യപ്പെടുകയും ലിനൻ കയറ്റുമതി ചെയ്യപ്പെടുകയും ചെയ്തു. അതുപോലെ ഊഷര ഭൂമികളിൽ കാട്ടുചെടിയായി വളർന്നിരുന്ന എസ്പെരാറ്റോ പുല്ല് (Esparto grass) ശേഖരിക്കുകയും അതുപയോഗിച്ച് വിവിധ സാധന സാമഗ്രികൾ നിർമിക്കുകയും ചെയ്തു.

ജീവശാസ്ത്രത്തിന്റെ ജന്തുശാസ്ത്ര ശാഖയിൽ, ജീവശാസ്ത്രജ്ഞർ പരിണാമത്തിന്റെയും പ്രകൃതിനിർധാരണത്തിന്റെയും സിദ്ധാന്തങ്ങൾ വികസിപ്പിക്കുകയും അവ വിപുലമായി മധ്യകാല സ്കൂളുകളിൽ പഠിപ്പിക്കപ്പെടുകയും ചെയ്തു. അമേരിക്കൻ ശാസ്ത്രജ്ഞനായ ജോൺ വില്യം ഡ്രാപ്പർ (അദ്ദേഹം ചാൾസ് ഡാർവിന്റെ സമകാലീനനാണ്) 'പരിണാമത്തിന്റെ മൊഹമ്മദൻ സിദ്ധാന്തത്തെ' നാം ചെയ്യാനുദ്യമിക്കുന്നതിനേക്കാളുമപ്പുറത്തേക്ക്- 'അവയെ അജൈവ വസ്തുക്കളിലേക്കും മിനറൽ വസ്തുക്കളിലേക്കും വരെ വിപുലീകരിക്കുന്നിടത്തേക്ക്'-വികസിപ്പിക്കപ്പെടേണ്ടതുണ്ടെന്ന് കരുതി. അൽ-ഖാസിനിയുടെ അഭിപ്രായത്തിൽ പരിണാമത്തെക്കുറിച്ചുള്ള ആശയങ്ങൾ മധ്യകാലലോകത്ത് 12-ാം നൂറ്റാണ്ടോടെ സാമാന്യ ജനങ്ങൾക്കിടയിൽ വളരെ വിപുലമായി പ്രചരിച്ചിരുന്നു. പരിണാമത്തെക്കുറിച്ച് ആദ്യമായി ഒരു സിദ്ധാന്തം വികസിപ്പിച്ചെടുത്ത അറബ് ജീവശാസ്ത്രജ്ഞൻ അൽ-ജാഹിസ് (781-869) ആയിരുന്നു. ഒരു ജീവിയുടെ അതിജീവനസാധ്യതയിൽ പരിസ്ഥിതിക്കുള്ള ഫലങ്ങളെക്കുറിച്ചെഴുതിയ അദ്ദേഹം നിലനിൽപ്പിനുവേണ്ടിയുള്ള സമരത്തെ ആദ്യമായി വിശദീകരിക്കുകയും പ്രകൃതിനിർധാരണത്തിന്റെ ഒരാദ്യകാല രൂപം വിവരിക്കുകയും ചെയ്തു. ഭക്ഷ്യ ശൃംഖലയെക്കുറിച്ചാദ്യം ചർച്ച ചെയ്തയാൾ അൽ-ജാഹിസായിരുന്നു; പാരിസ്ഥിതിക നിർണയവാദത്തിന്റെ ഒരാദ്യകാലവക്താവുമായിരുന്നു അദ്ദേഹം. ഒരു പ്രത്യേക സമു

ദായത്തിലെ താമസക്കാരുടെ ശാരീരിക സ്വഭാവസവിശേഷതകളെ നിർണയിക്കാൻ പരിസ്ഥിതിക്കു കഴിയുമെന്നു വാദിച്ച അദ്ദേഹം മനുഷ്യരുടെ തൊലിനിറം വ്യത്യാസപ്പെട്ടിരിക്കുന്നതിനു കാരണവും അതു തന്നെയാണെന്ന് കണ്ടെത്തി. ഇബ്ൻ അൽ-ഹായ്താമും തന്റെ ഒരു പുസ്തകത്തിൽ പരിണാമ വാദത്തിനുവേണ്ടി വാദിച്ചു. ഇബ്ൻ മിസ്ക്കാവയ്ഹ്, പ്യൂരിറ്റിയുടെ സഹോദരന്മാർ(Brethren of purity-ഒരു ഇസ്ലാമിക തത്വചിന്താകൂട്ടായ്മ), അൽ-ഖാസിനി, അബുറായ്ഹാൻ അൽ-ബിറൂണി, നാസിർ അൽ-ദിൻ തൂസി, ഇബ്ൻ ഖാൽദുൻ എന്നിങ്ങനെയുള്ള പണ്ഡിതന്മാരും ശാസ്ത്രജ്ഞന്മാരും ഈ ആശയങ്ങൾ ചർച്ചചെയ്യുകയും വികസിപ്പിക്കുകയും ചെയ്തു. ഇബ്ൻ മിസ്ക വയ്ഹിന്റെ (940-1030 എഡി) *അൽ-ഫവ്സ് അൽ-അസ്ഗർ* എന്ന കൃതിയും *ബ്രത്റൻ ഓഫ് പ്യൂരിറ്റി* (*ശുദ്ധതയുടെ സഹോദരന്മാർ*- 10-ാം നൂറ്റാണ്ടിൽ നിലനിന്നിരുന്ന അറബ് തത്വചിന്തകരുടെ ഒരു അജ്ഞാത സംഘടന) യുടെ *എൻസൈക്ലോപീഡിയ ഓഫ് ദ ബ്രത്റൻ ഓഫ് പ്യൂരിറ്റി* (The epistles of Ikhwan al-safa)യും വിപ്ലവകരമായ ആശയങ്ങൾ മുന്നോട്ടുവക്കുകയും ജീവജാതികൾ ദ്രവത്തിൽ നിന്ന് വാതകത്തിലേക്കും പിന്നെ ജലത്തിലേക്കും പിന്നെ ലവണങ്ങളിലേക്കും പിന്നെ സസ്യങ്ങൾ മൃഗങ്ങൾ, മനുഷ്യക്കുരങ്ങുകൾ, മനുഷ്യർ എന്നീ ക്രമങ്ങളിലും പരിണമിക്കുമെന്ന് പറയുകയും ചെയ്തു. ഇത്തരം കൃതികൾ യൂറോപ്പിലും അറിയപ്പെട്ടിരുന്നു. അതിനാലതിന് ഡാർവിനിസത്തിനുമേൽ സ്വാധീനമുണ്ടായിരുന്നിരിക്കാനിടയുണ്ട്.

പരിസ്ഥിതിവാദവും പാരിസ്ഥിതിക ശാസ്ത്രവും, വിശേഷിച്ചും മലിനീകരണം, കൈകാര്യം ചെയ്യുന്ന അറിയപ്പെടുന്ന ഏറ്റവുമാദ്യകാല രചനകൾ അൽ-കിണ്ടി, അൽ-റാസി, ഖുസ്ത ഇബ്ൻലൂക്ക, ഇബ്ൻ അൽ-ജസ്സാർ, അൽ-താമിമി, അൽ-മാസിഹി, അവിസെന്ന, അലി ഇബ്ൻ റിദ്‌വാൻ, ഇബ്ൻ ജുമായ്, ഇസാക്ക് ഇസ്രായേലി ബെൻ സോളമൻ, അബ്ദ്-എൽ-ലത്തീഫ്, ഇബ്ൻ അൽ-ഖുഫ്, ഇബ്ൻ അൽ-നഫീസ് എന്നിവരുടേതാണ്. അവരുടെ കൃതികൾ മലിനീകരണവുമായി ബന്ധപ്പെട്ട ഒട്ടേറെ വിഷയങ്ങൾ, അതായത്, വായുമലിനീകരണം, ജലമലിനീകരണം, മണ്ണുമലിനീകരണം, നഗരഖരമാലിന്യങ്ങളുടെ തെറ്റായ കൈകാര്യം ചെയ്യൽ, ചില പ്രത്യേക പ്രദേശങ്ങളുടെ പരിസ്ഥിതി ആഘാത കണക്കെടുപ്പുകൾ എന്നിവയെല്ലാം, കൈകാര്യം ചെയ്തു. അൽ-അൻഡാലുസിലെ കോർഡോബക്ക് ചപ്പുചവറുശേഖരണത്തിന് ഒന്നാന്തരം പാഴ്‌വസ്തു സംഭരണികളിലും ഒപ്പം പാഴ്‌വസ്തു സംസ്കരണ സംവിധാനങ്ങളുമുണ്ടായിരുന്നു.

നിയോലിത്തിക് 'ഉപകരണപ്പെട്ടി' അഥവാ 'സാങ്കേതിക വിദ്യാസമുച്ചയം' നിയോലിത്തിക് വിപ്ലവത്തിൽ കേന്ദ്ര പങ്ക് വഹിച്ചിരുന്ന അതേ രീതിയിൽ അറേബ്യൻ ഹരിതവിപ്ലവത്തിൽ ഒരു 'ജല മാനേജ്മെന്റ് സാങ്കേതിക വിദ്യാസമുച്ചയം, കേന്ദ്ര പങ്ക് വഹിച്ചു. ഈ ഉപകരണപ്പെട്ടിയിലെ വിവിധ ഘടകങ്ങൾ ആഫ്രോ-യൂറേഷ്യ ഭൂവിഭാഗത്തിൽ അതാ

യത്, അറബിനാടുകൾക്കുള്ളിലും അതിനുപുറത്തും വികസിപ്പിച്ചെടുക്കപ്പെട്ടു. പക്ഷേ മധ്യകാല ഇസ്ലാമികഭൂമികളിലാണ് സാങ്കേതികവിദ്യാസമുച്ചയങ്ങൾ ഒന്നിച്ചുചേർക്കപ്പെടുകയും സാമാന്യരൂപത്തിൽ ക്രമീകരിക്കപ്പെടുകയും പിൽക്കാലത്ത് പഴയലോകത്തിന്റെ ബാക്കിഭാഗത്തേക്ക് പ്രസരിപ്പിക്കുകയും ചെയ്തത്. ഒരൊറ്റ ഖലീഫാ ഭരണത്തിനുകീഴിൽ വ്യത്യസ്ത പ്രാദേശിക ജലസംബന്ധമായ സാങ്കേതിക വിദ്യകൾ വ്യക്തമായി തിരിച്ചറിയാവുന്ന ഒരു ജല മാനേജ്മെന്റ് സാങ്കേതിക വിദ്യാസമുച്ചയമായി ഒന്നിച്ചു ചേർക്കപ്പെടുകയും (assembleded) അതിനൊരു ആഗോള പ്രത്യാഘാതമുണ്ടാകുകയും ചെയ്തു. ഈ സമുച്ചയത്തിലെ വിവിധഘടകങ്ങളിൽ കനാലുകൾ, അണക്കെട്ടുകൾ, പേർഷ്യയിലെ ഖാനറ്റ്സമ്പ്രദായം, ഈജിപ്തിൽ നിന്നുള്ള വെള്ളമുയർത്തുന്ന സംവിധാനങ്ങളായ നോറിയ, ഷാഡിഫ്, സ്ക്രൂ പമ്പ് എന്നിവയും അഫ്ഗാനിസ്ഥാനിലെ വിൻഡ്മില്ലും ഉൾപ്പെട്ടിരുന്നു. മറ്റു പുതിയ വികസിപ്പിക്കലുകളിൽ ഫ്ളൈ വീൽ എഫക്ടുള്ള ഇസ്ലാമിക സ്പെയിനിലെ സാഖിയ, ഇറാക്കിൽ നിന്നുള്ള റെസിപ്രോക്കേറ്റിങ് സക്ഷൻ പമ്പും ക്രാങ്ക്ഷാഫ്റ്റ്-കണക്ടിങ് റോഡ് മെക്കാനിസവും (reciprocating suction pump and crankshaft-connecting rod mechanism) സിറിയയിൽ നിന്നുള്ള ഗിയറുള്ളതും ജലശക്തിയുപയോഗിക്കുന്നതുമായ വാട്ടർ സപ്ലൈ സിസ്റ്റം (geared and hydro powerd watter supply), രസതന്ത്രജ്ഞരുടെ ഡിസ്റ്റിൽഡ് വാട്ടറും ജലശുദ്ധീകരണ രീതികളും എന്നിവയെല്ലാമുൾപ്പെട്ടിരുന്നു. ഈ പ്രാദേശിക ഹൈഡ്രോളിക് സാങ്കേതിക വിദ്യകളിലെ അറിവുകൾ വിവിധ പ്രദേശങ്ങളിലെ എഞ്ചിനീയർമാർ ഖലീഫയുടെ സാമ്രാജ്യത്തിന്റെ വ്യത്യസ്ത പ്രദേശങ്ങളിൽ പ്രയോഗിക്കുകയും, അവയുടെ പ്രദേശിക പശ്ചാത്തലങ്ങൾക്ക് സവിശേഷമായവിധം പ്രവർത്തനക്ഷമമാക്കുകയും ചെയ്തു. ഉദാഹരണത്തിന്, മൊറോക്കയിൽ ഖനറ്റ് സമ്പ്രദായം പ്രയോഗിക്കാനായി എഞ്ചിനീയർമാർ സഹാറയിലെ ഭൂഗർഭ ഉറവുകളിലേക്ക് തുരന്നു ചെന്നു. അത് സിജിൽമാസ (sijilmasa-മഗ്രബിന്റെ പടിഞ്ഞാറെ അറ്റത്തുള്ള ഒരു മധ്യകാല കച്ചവടകേന്ദ്രം, ഇപ്പോൾ മൊറോക്കോയിൽ)യുടെ വിപുലീകരണം സാധ്യമാക്കി, "അതു സഹാറയ്ക്കു കുറുകെയുള്ള സ്വർണക്കച്ചവടത്തിന്റെ വടക്കൻ കയറ്റിറക്കുമതി കേന്ദ്രമാകുകയും ചെയ്തു." അവരതുപോലെ സാങ്കേതികവിദ്യാസമുച്ചയം ഇസ്ലാമിക സ്പെയിനിലേക്കു കൊണ്ടുവരികയും ആ പ്രദേശത്തിനു തനതായ പ്രാദേശിക പശ്ചാത്തലങ്ങളിൽ പ്രയോഗിക്കുകയും ചെയ്തു. ജല മാനേജ്മെന്റ് സാങ്കേതിക വിദ്യകളുടെ ഇസ്ലാമിക ലോകത്ത് സമാഹരിച്ച പാക്കേജ് തുടർന്ന് കിഴക്കനേഷ്യയിലേക്കും തെക്കനേഷ്യയിലേക്കും തെക്കുകിഴക്കനേഷ്യയിലേക്കും ആഫ്രിക്കയുടെ ഭാഗങ്ങളിലേക്കും ആദ്യകാല ആധുനിക യൂറോപ്പിലേക്കും പ്രസരിച്ചു. യൂറോപ്പിലെ ആ ഭാഗത്തിന്റെ പരിസ്ഥിതിയെ രൂപപ്പെടുത്തുന്നതിൽ അത് സുപ്രധാന പങ്ക് വഹിക്കുകയും ചെയ്തു. ഉദാഹരണത്തിന്, വെനീസിന്റെയും താഴ്ന്ന

രാജ്യങ്ങളുടെയും ഹൈഡ്രോളിക് അറിവുകൾ മധ്യകാലലോകത്ത് അസംബിൾ ചെയ്യപ്പെട്ട വാട്ടർ മാനേജ്മെന്റ് ടെക്നോളജിക്കൽ പാക്കേജിൽ നിന്ന് കാര്യമായി കടം കൊണ്ടിട്ടുണ്ട്. അറബി ജലസേചനസമ്പ്രദായവും ജലവിതരണ സമ്പ്രദായവും പിൽക്കാലത്ത് കാനറി ദ്വീപുകളിലും അമേരിക്കകളിലും സ്വീകരിക്കപ്പെട്ടു—സ്പെയിനിൽ നിന്നെത്തിച്ചേർന്ന നിലയിൽ. ഇന്നുമവ ടെക്സാസ്, മെക്സിക്കോ, പെറു, ചിലി തുടങ്ങിയിടങ്ങളിൽ പ്രയോഗത്തിലുണ്ട്. മുസ്ലിം നഗരങ്ങൾക്ക് വികസിച്ച തദ്ദേശീയ ജലവ്യവസ്ഥകളുണ്ടായിരുന്നു—ഓവുചാലുകൾ, പൊതുകുളിമുറികൾ, കുടിവെള്ള ജലധാരകൾ, പൈപ്പുകളിലൂടെയുള്ള കുടിവെള്ള വിതരണം, വിപുലമായ തോതിലുള്ള സ്വകാര്യവും പൊതുവുമായ ടോയ്‌ലറ്റുകളും കുളിപ്പുരകളും എന്നിവയടക്കം. പത്താം നൂറ്റാണ്ടിൽ ജറുസലേമിൽ നിന്നുള്ള ഇസ്ലാമിക് പണ്ഡിതനും ജിയോഗ്രാഫറുമായ അൽ-മുക്കാദസ്സി പേർഷ്യയിലെ നിരവധി ഡാമുകളെക്കുറിച്ച് വിവരിച്ചു. അദ്ദേഹം റിപ്പോർട്ട് ചെയ്തത് അഹ്‌വാസിലുള്ള (ഇറാനിലെ ഒരു നഗരം) ഒരു ഡാം 3000 അടിയിലേറെ നീളമുള്ളതാണെന്നാണ്. ജലസേചന മാർഗങ്ങളിലേക്ക് വെള്ളത്തെ ഉയർത്താൻ നിരവധി ജലചക്രങ്ങളുണ്ടായിരുന്നു. അവയിൽ നിന്ന് ജലം നഗരത്തിലെ ജലസംഭരണികളിൽ ഒഴുകിയെത്തി. ബന്ദ്-ഐ-അമിറിലെ (അഫ്ഗാനിസ്ഥാൻ) മറ്റൊരു ഡാം 300 ഗ്രാമങ്ങൾക്ക് ജലസേചനമുറപ്പാക്കി.

കാർഷിക മെക്കാനിക്കൽ മണ്ഡലങ്ങളിൽ പ്രത്യേകം എടുത്തുപറയേണ്ട രണ്ടുവ്യക്തിത്വങ്ങളാണ് താക്കി അൽദിൻ, അൽജെസരി എന്നിവർ. അവർ മധ്യകാലഘട്ടത്തിൽ ഒരു യാന്ത്രിക (mechanical) വിപ്ലവത്തിന് തിരികൊളുത്തി. താക്കി അൽദിൻ സിറിയയിലെ ഡമാസ്കസിൽ 1521 ൽ ജനിച്ചു. ആവിശക്തികൊണ്ട് സ്വയം ചലിക്കുന്ന ഇരുമ്പ്കോലിനെ (spit) പ്രധാനമായും ചലിപ്പിക്കുന്ന പ്രായോഗികമായ ആദ്യകാല സ്റ്റീം ടർബൈൻ (steam turbine) കണ്ടുപിടിച്ചതദ്ദേഹമാണ്. അതുപോലെ 1559 ൽ അദ്ദേഹം ആറ് സിലിണ്ടറുള്ള മോണോ ബ്ലോക്ക് പമ്പും കണ്ടുപിടിച്ചു. അതിന്റെ ആദ്യത്തെ വിവരണം നമുക്ക് ലഭിക്കുന്നത് *അൽ-തുറുക്ക് അൽ-സമിയ്യ ഹി അൽ-ആലത് അൽ-റുഹാനിയ്യ* (*ആത്മീയ യന്ത്രങ്ങളുടെ ഉദാത്തരീതികൾ*)യിലാണ്. ജലശക്തികൊണ്ട് വെള്ളമുയർത്തുന്ന യന്ത്രമായ അതിൽ വാൽവുകൾ, സക്ഷൻ-ഡെലിവറി പൈപ്പുകൾ, കറുത്തീയ വെയ്റ്റുകളുള്ള പിസ്റ്റൻ റോഡുകൾ (piston rods with lead weights) പിൻജോയിന്റുകളുള്ള ട്രിപ്‌ലിവറുകൾ (trip levers with pin-joints), ഒരു വാട്ടർ ഡ്രിവൻ സ്കൂപ്പ് വീലിന്റെ ആക്സിലിന്റെ കാമുകൾ (cams on the axle of a water-driven scoop-wheel) എന്നിവയെല്ലാം ഘടിപ്പിച്ചിരിക്കുന്നു. അതിലതുപോലെ ഒരു ക്രാങ്ക്ഷാഫ്റ്റ് -കണക്ടിങ് റോഡ് മെക്കാനിസവും ഘടിപ്പിച്ചിരിക്കുന്നു. മുൻകാലത്ത്, 1206ൽ, അൽജസരി, കണ്ടുപിടിച്ച ഇരട്ട സിലിണ്ടർ റെസിപ്രൊക്കേറ്റിങ് സക്ഷൻ പിസ്റ്റർ പമ്പിലെന്ന (reciprocating suction piston pump) പോലെ. താക്കി അൽ

-ദിൻ വെർജ് ആന്റ് ഫോളിയോറ്റ് എസ്കേപ്പ്മെന്റുള്ള (verge and foliot escapement) വയ്റ്റ് കൊണ്ട് ഒരു ചലിക്കുന്ന ജ്യോതിശ്ശാസ്ത്ര ക്ലോക്ക് (weight-driven, astronomical clock) വിവരിച്ചു. ഒരു ഗിയറുകളുടെ സ്ട്രൈക്കിങ് ട്രെയിൻ (striking train of gears), ഒരു അലാറം, ചന്ദ്രന്റെ വിവിധ ഘട്ടങ്ങൾ എന്നിവയുമദ്ദേഹം തന്റെ *ദ ബ്രൈറ്റസ്റ്റ് സ്റ്റാർസ് ഫോർ ദ കൺസ്ട്രക്ഷൻ ഓഫ് മെക്കാനിക്കൽ ക്ലോക്സ് (അൽ-കവാക്കിബ് അൽ-ദുരിയ ഫി വാദ് അൽ-ബങ്കാമത് അൽ-ദാവ്രിയ്യ)* എന്ന കൃതിയിൽ വിവരിച്ചു. അദ്ദേഹം- *ദ ലൈറ്റ് ഓഫ് ദ പ്യൂപ്പിൾ ഓഫ് വിഷൻ ആന്റ് ദ ലൈറ്റ് ഓഫ് ദ ട്രൂത്ത് ഓഫ് സൈറ്റ്സ് (കിത്താബ് നൂർ ഹദാഖത്ത് അൽ-ഇബ്സർ വാനൂർ ഹക്കികത് അൽ-അൻസാർ)* എന്നൊരു കൃതിയും രചിച്ചു. പ്രകാശത്തിന്റെ പ്രതിഫലനം, പ്രകാശത്തിന്റെ അപഭംഗം-എന്നിവയെക്കുറിച്ചുള്ള പരീക്ഷണപരമായ അന്വേഷണങ്ങളുള്ള മൂന്നുവാല്യങ്ങളുള്ള ഒപ്ടിക്സിലെ ഒരു പുസ്തകവും അദ്ദേഹം രചിച്ചിട്ടുണ്ട്. ഈ പുസ്തകങ്ങൾ പ്രകാശത്തിന്റെ പ്രതിഫലനം, അതിന്റെ പ്രസരണം, പ്രകാശത്തിന്റെ ആഗോള അപഭംഗം, പ്രകാശവും നിറവും തമ്മിലുള്ള ബന്ധം എന്നിവയെല്ലാം കൈകാര്യം ചെയ്യുന്നു. ഒപ്ടിക്സിലെ തന്റെ പൂർവസൂരികങ്ങളായ ഇബ്ൻ അൽ-ഹായ്താമിനെയും കമാൽ അൽ-ദിൻ അൽ-ഫരീസി (1267-1320) യെയും പോലെ, താക്കി അൽ-ദിനും തന്റെ അന്വേഷണങ്ങളിൽ ശാസ്ത്രീയ രീതികളിലാണ് വലിയതോതിൽ ആശ്രയിച്ചത്. നിറത്തിന്റെ രൂപീകരണത്തിന് ആദ്യത്തെ തൃപ്തികരമായ വിശദീകരണം അദ്ദേഹമാണ് നൽകിയത്. പ്രകാശത്തിന്റെ പ്രതിഫലനവും അപഭംഗവും മൂലമാണ് നിറം രൂപപ്പെടുന്നതെന്നദ്ദേഹം വ്യക്തമായി പ്രസ്താവിച്ചു. ഐസക് ന്യൂട്ടൻ നിറങ്ങളുടെ രൂപീകരണം ചർച്ചചെയ്യുന്നതിനും രണ്ടു നൂറ്റാണ്ടുകൾക്കുമുമ്പേ 1577ൽ അദ്ദേഹം ഒരു വാനനിരീക്ഷണകേന്ദ്രം സ്ഥാപിച്ചു. അതിൽ ഇസ്താംബൂളിന്റെ യൂറോപ്യൻഭാഗത്തെ വീക്ഷിക്കുന്ന രണ്ടു വലിയ സംവിധാനങ്ങൾ ഒരു മലയിൽ ഇരിക്കുന്ന രീതിയിൽ സ്ഥാപിച്ചിരുന്നു. അതിലൂടെ രാത്രിയിലെ ആകാശത്തിന്റെ ഒരു വിശാലമായ ദൃശ്യം ലഭ്യമായിരുന്നു. ഒരാധുനിക സ്ഥാപനത്തിലെന്നപോലെ പ്രധാനകെട്ടിടം ലൈബ്രറിക്കും സ്റ്റാഫിന്റെ താമസത്തിനുമായി മാറ്റിവച്ചിരുന്നു, അതേസമയം ചെറിയ കെട്ടിടത്തിൽ താക്കി അൽ-ദിൻ ഉണ്ടാക്കിയ ജ്യോതിശ്ശാസ്ത്ര ഉപകരണങ്ങളുടെ ഒരു ശേഖരമായിരുന്നു ഉണ്ടായിരുന്നത്. അതിലൊരു കൂറ്റൻ ആർമില്ലറി (armillary) ഗോളവും ഗ്രഹങ്ങളുടെ സ്ഥാനവും വേഗതയും അളക്കാനുള്ള ഒരു ജ്യോതിശ്ശാസ്ത്രക്ലോക്കും ഉൾപ്പെട്ടിരുന്നു. ഈ ഉപകരണങ്ങളുപയോഗിച്ച് സൂര്യന്റെയും ചന്ദ്രന്റെയും ഗ്രഹങ്ങളുടെയും ചലനത്തെ വിവരിക്കുന്ന പഞ്ചാംഗജ്യോതിശ്ശാസ്ത്ര പട്ടികകൾ (Zij astronomical tables) കാലോചിതമാക്കാനാവുമെന്നദ്ദേഹം പ്രതീക്ഷിച്ചു.

ഒബ്സർവേഷണൽ ഇൻസ്ട്രമെന്റ്സ് ഓഫ് ദ എംപറേഴ്സ് കാറ്റലോഗ് (ചക്രവർത്തിയുടെ കാറ്റലോഗിന്റെ നിരീക്ഷണപരമായ ഉപ

കരണങ്ങൾ) എന്നപേരിൽ അദ്ദേഹം ജ്യോതിശ്ശാസ്ത്ര ഉപകരണങ്ങളെക്കുറിച്ചുള്ള ഒരു സുപ്രധാന പ്രബന്ധം രചിച്ചു. അതിൽ വിവരിക്കുന്നത് ഇസ്താംബൂൾ വാനനിരീക്ഷണ കേന്ദ്രത്തിൽ താൻ ഉപയോഗിച്ച ജ്യോതിശ്ശാസ്ത്ര ഉപകരണങ്ങളെക്കുറിച്ചാണ്. പ്രാചീനകാല ഉപകരണങ്ങളായ ആർമില്ലറി ഗോളം (armillary sphere), പാരാക്ലിറ്റിക് റൂളർ (paraclitic ruler), ആസ്ട്രോലാബ് (astrolabe)എന്നിവയും; മധ്യകാല മുസ്ലിം ഉപകരണങ്ങളായ യൂണിവേഴ്സൽ ആസ്ട്രോലാബ് (universal astrolabe)അസിമുത്തലും മ്യൂറെലുമായ ക്വാഡ്രന്റുകൾ (azimuthal and mural quandrants), സെക്സന്റുകൾ (sexants) എന്നിവയും; അസിമുത്തുകളും എലിവേഷനുകളും (azimuths and elevations) അളക്കാനുള്ള ഒരു മര ക്വാഡ്രന്റ് എന്നിവപോലുള്ള താൻതന്നെ കണ്ടുപിടിച്ച നിരവധി ഉപകരണങ്ങളും ഇത്തരത്തിൽ വിവരിക്കപ്പെട്ടിരുന്നു. പക്ഷേ, അദ്ദേഹത്തിന്റെ ഏറ്റവും പ്രധാനപ്പെട്ട ജ്യോതിശ്ശാസ്ത്ര ഉപകരണം ജ്യോതിശ്ശാസ്ത്ര ഉദ്ദേശങ്ങൾക്കായി ഉപയോഗിച്ചിരുന്ന നിരീക്ഷണ ക്ലോക്കായിരുന്നു. നക്ഷത്രങ്ങളുടെ ശരിയായ ആരോഹണം (ascension) അളക്കാനായാണത് പ്രത്യേകമായി ഉപയോഗിച്ചിരുന്നത്. 16-ാം നൂറ്റാണ്ടിലെ പ്രായോഗിക ജ്യോതിശ്ശാസ്ത്രത്തിലെ ഏറ്റവും പ്രധാനപ്പെട്ട ഒരു പുതുമയായി (innovation) ഇതിനെ കണക്കാക്കുന്നു. കാരണം, ആ നൂറ്റാണ്ടിന്റെ തുടക്കത്തിലെ ക്ലോക്കുകൾ ജ്യോതിശ്ശാസ്ത്ര ഉദ്ദേശ്യങ്ങൾക്കായി ഉപയോഗിക്കാൻ തക്കവിധം കൃത്യതയുള്ളതായിരുന്നില്ല. സമയം കിറുകൃത്യമായി അളക്കാൻ കഴിയുന്ന ഒന്നായി അദ്ദേഹത്തിന്റെ ആ കണ്ടുപിടിത്തം വിവരിക്കപ്പെടുന്നു. അക്കാര്യത്തിൽ ടോളമി പരാജയപ്പെടുകയായിരുന്നു എന്നും കൂടി നാമറിയണം.

യന്ത്രപ്പാവ (automata), ഓട്ടോമാറ്റിക് കൺട്രോൾ, യന്ത്രമനുഷ്യൻ(റോബോട്ടിക്സ്), ഓട്ടോമേറ്റഡ് മ്യൂസിക്കൽ തിയേറ്ററുകൾ എന്നിവയുടെ ചരിത്രത്തിൽ അൽ-ജസരിക്ക് (1136-1206) ഒരു സുപ്രധാന ഇടമുണ്ട്. പുതിയ പാത വെട്ടിത്തെളിച്ച അദ്ദേഹത്തിന്റെ പ്രവർത്തനത്തെ ഒട്ടുമിക്ക ചരിത്രപുസ്തകങ്ങളുമംഗീകരിക്കുന്നു. സിംബലുകളിൽ മണിക്കൂറുകളുടെ ശബ്ദം കേൾപ്പിക്കുന്നതും ഓട്ടോമാറ്റ ഓപ്പറേറ്റ് ചെയ്യുന്നതും റോളിങ് ബോളുകളുടെ ഉപയോഗം പോലുള്ളതുമായ അദ്ദേഹത്തിന്റെ കണ്ടുപിടിത്തങ്ങൾ ആധുനിക ഡിസൈനർമാർക്കുപോലും ഒരു പ്രചോദന സ്രോതസ്സായിത്തുടരുന്നു. ഈ സങ്കൽപ്പനമിന്ന് കളിപ്പാട്ടങ്ങളിലും മറ്റു സംവിധാനങ്ങളിലുപയോഗിക്കപ്പെടുന്നുണ്ട്; അവയുടെ നിർമാതാക്കൾ സ്വന്തം പേരിൽ അവക്കെല്ലാം പേറ്റന്റുകൾ രജിസ്റ്റർ ചെയ്തിരിക്കുന്നു. അൽ-ജസരിയുടെ കൃതിയുടെ പേര് *അൽ-ജാമി ബായ്ൻ അൽ-ജില്മ് വാ അമാൽ, അൽ-നാഫ് ഫിസിനാത് അൽ-ഹിയാൽ* (*യാന്ത്രിക കലകളുടെ സിദ്ധാന്തത്തെയും പ്രയോഗത്തെയും സംബന്ധിച്ച ഒരു സംഗ്രഹം*) എന്നാണ്. അതിന്റെ ഇംഗ്ലീഷ് പരിഭാഷയായ *ബുക്ക് ഓഫ് നോളജ് ഓഫ് മെക്കാനിക്കൽ ഡിവൈസസ്* അമ്പത് സംവിധാനങ്ങൾ

(അഷ്ക്കൽ) വിശദമായി വിവരിക്കുന്നു. അവയെ ആറു ഗണങ്ങളാക്കി ത്തിരിച്ചിരിക്കുന്നു. 1) പത്ത് വാട്ടർ ആന്റ് കാൻഡിൽ ക്ലോക്കുകൾ, 2) പാനോപചാരങ്ങൾക്കായുള്ള പത്തു പാത്രങ്ങളും രൂപങ്ങളും, 3) പ്രാർഥ നക്കുമുമ്പ് കഴുകാനും ശരീരത്തിൽ നിന്നും രക്തം ശേഖരിക്കുവാ (phle-botomy) നുമായുള്ള പത്ത് കുടങ്ങളും ബേസിനുകളും 4) ഇടവിട്ടിടവിട്ട് രൂപം മാറുന്ന പത്തു ജലധാരകൾ, തുടർച്ചയായ ഓടക്കുഴൽ വാദനത്തി നുള്ള യന്ത്രങ്ങൾ 5) വെള്ളമുയർത്താനുള്ള അഞ്ച് യന്ത്രങ്ങൾ 6) അഞ്ച് പലവക ഉപകരണങ്ങളും ഒപ്പം ഒരു പൊതുവായ ഡ്രോയിങ്ങും. വളരെ സങ്കീർണമായ സംവിധാനങ്ങളുടെ കാര്യത്തിൽ അൽ-ജെസരി ആ സംവിധാനത്തിന്റെ ഘടകങ്ങളുടെയും സബ്ബ് അസംബ്ലികളുടെയും വിശ ദമായ ഡ്രോയിങ്ങുകളും മറ്റും നൽകിയിരുന്നു. അതിന്റെ പ്രവർത്ത നത്തെ എളുപ്പത്തിൽ മനസിലാക്കാനായി മൊത്തത്തിൽ 174 ഡ്രോയിങ്ങു കളുണ്ട്. അതിന്റെ പാഠത്തിൽ നൽകുന്ന നിർദേശം എഴുതിയത് വായി ച്ചുനോക്കി അതിന്റെ സഹായത്തോടെ ആ സംവിധാനത്തെ നിർമിക്കാ നാണ്. അതിലൂടെ പാഠം വായിച്ചും വരകൾ ഒത്തുനോക്കിയും വായനക്കാ രന് സംവിധാനത്തെ മനസിലാക്കാനാവും. ശാസ്ത്രത്തിന്റെ ചരിത്ര ത്തിന്റെ പിതാവെന്നറിയപ്പെടുന്ന ജോർജ് സാർട്ടൻ (1884–1956) അൽ-ജ സരിയുടെ പുസ്തകത്തെപ്പറ്റി പറയുന്നത് "ഈ പ്രബന്ധം ഇത്തരത്തി ലുള്ളവകളിൽ ഏറ്റവും വിശദമായി വിവരിക്കുന്നതും, ഈ ലൈനി ലൂടെയുള്ള മുസ്ലിം വികാസത്തിന്റെ ഒരു ക്ലൈമാക്സു"മാണെന്നാണ്. എഞ്ചിനീയറും ശാസ്ത്രസാങ്കേതികകാരനുമായ ഡോണാൾഡ് റൂട്ടിലേജ് ഹിൽ (1922–1994) എത്തിച്ചേരുന്ന നിഗമനം "ആധുനിക കാലംവരെ, ഏതെ ങ്കിലും സാംസ്കാരിക പ്രദേശത്തുനിന്നുള്ള ഏതെങ്കിലുമൊരു രേഖ യന്ത്രങ്ങളുടെ രൂപകൽപ്പനയ്ക്കും നിർമാണത്തിനും കൂട്ടിച്ചേർക്കലിനും

അൽ-ജസരിയുടെ റോബോട്ടുകളുടെ മാതൃക

താരതമ്യേന, ഇത്ര സമൃദ്ധമായ നിർദേശങ്ങൾ നൽകിയിട്ടില്ല" എന്നാണ്. ആ പുസ്തകത്തിന്റെ ഗുണവശം ഇത്രമാത്രം വൈവിധ്യമേറിയ ഉപക

രണ സംവിധാനങ്ങൾ പാഠവും വരകളും മാനങ്ങളുമായി മുന്നോട്ടുവക്കുന്ന ഏക പുസ്തകമാണതെന്നതാണ്. അതുകൊണ്ടുതന്നെ വിദഗ്ദ്ധനായ ഒരു കൈവേലക്കാരന് അൽ-ജസരിയുടെ വിവരണത്തെ അടിസ്ഥാനമാക്കി ആ യന്ത്രസംവിധാനമുണ്ടാക്കാനാവും. അൽ-ജസരിയുടെ ഒട്ടേറെ ഘടകങ്ങളും (components) സാങ്കേതിക വിദ്യകളും ആധുനിക മെക്കാനിക്കൽ എഞ്ചിനീയറിങ്ങിന്റെ വികാസത്തിന് ഉപയോഗപ്രദമായിട്ടുണ്ട്. അവയിൽ വലിയ കപ്പിച്ചക്രങ്ങളുടെ (pulley wheels)സ്റ്റാറ്റിക് ബാലൻസിങ് (static balancing), ഓറിഫൈസസിന്റെ കാലിബ്രേഷൻ (calibration of orifices), മര ടെംപ്ലേറ്റുകളുടെ ഉപയോഗം (use of wooden templates), രൂപകൽപ്പനയിൽ കടലാസിന്റെ ഉപയോഗം, പാടുകൾ വീഴുന്നതു തടയാൻ മരത്തിന്മേൽ ലാമിനേഷൻ നടത്തൽ, വെള്ളം ചോരാത്തവിധം ഉറപ്പിക്കാനായി വാൽവുകളുടെ സീറ്റുകളും പ്ലഗുകളും എമറി പൗഡറുപയോഗിച്ച് ഉരക്കൽ, അടഞ്ഞ മോൾഡ് പെട്ടികളിൽ പച്ചമണലുപയോഗിച്ച് പിച്ചളയും ചെമ്പും വാർക്കൽ, അതിനകത്തുള്ള സാമഗ്രികൾ ഓട്ടോമാറ്റിക്കായി പുറത്തുകളയാൻ ടിപ്പിങ് ബക്കറ്റുകളുടെ ഉപയോഗം, സെഗ്മെന്റൽ ഗിയറുകളുടെ ഉപയോഗം എന്നിവ അവയിൽപ്പെടുന്നു.

അൽ-ജസരിയുടെ 1206 ലെ മെഴുകുതിരി ക്ലോക്കിൽ, ഒരു ബയനറ്റ് ഫിറ്റിങ്ങും, ആധുനികകാലത്തും ഉപയോഗിക്കുന്ന ഒരു ഫാസ്റ്റനർ മെക്കാനിസവും ആദ്യമായി ഉപയോഗിച്ചു. കാംഷാഫ്റ്റിന്റെ (camshaft)അറിയപ്പെടുന്ന ആദ്യത്തെ ഉപയോഗം അൽ-ജസരിയിൽ നിന്നാണ്. കാംഷാഫ്റ്റ് ഒരു ജലചക്രത്തിൽ ഘടിപ്പിച്ചുകൊണ്ട് അദ്ദേഹത്തിന്റെ കൊട്ടാരം ക്ലോക്കിലെ (castle clock)യന്ത്ര സംഗീതജ്ഞരെ (robitic musicians)ചലിപ്പിക്കുന്ന ലിവറുകൾ ഓപ്പറേറ്റുചെയ്യാനുപയോഗിച്ചിരുന്നു. ഡൊണാൾഡ് റൂട്ടിലേജ് ഹിൽ പറയുന്നത് അൽ-ജസരിയാണാദ്യമായി ഒട്ടേറെ ആദ്യകാല മെക്കാനിക്കൽ കൺട്രോളുകൾ വിവരിച്ചതെന്നും അവയിൽ ഒരു വലിയ ലോഹവാതിലും അതിന്റെ നാല് ബോൾട്ടുകളുമുള്ള പൂട്ടും ഉൾപ്പെടുമെന്നുമാണ്. അൽ-ജസരിയിലാണ് സെഗ്മെന്റൽ ഗിയറുകൾ ആദ്യമായി പ്രത്യക്ഷപ്പെടുന്നത്. പടിഞ്ഞാറതാദ്യം നാം കാണുന്നത് 1364 ൽ ജിയോവാന്നി ഡി ഡോണ്ടി പൂർത്തിയാക്കിയ ജ്യോതിശ്ശാസ്ത്ര ക്ലോക്കി (astomical clock)ലാണ്. യൂറോപ്യൻ യന്ത്രരൂപകൽപ്പനയുടെ പൊതുവായ പദസമുച്ചയത്തിലേക്കത് പ്രവേശിക്കുന്നത് മഹാനായ സിയെനീസ് എഞ്ചിനീയറായ ഫ്രാൻസെസ്കോ ഡി ഗിയോർഗിയോ (1501) ക്കൊപ്പവുമാണ്. ക്രാങ്ക് മെക്കാനിസം മുമ്പ് ഹാൻചൈനയിലും ബാനുമൂസ സഹോദരന്മാർക്കും അറിയാമായിരുന്നു. അതേസമയം ക്രാങ്ക് -കണക്ടിങ് റോഡ് മെക്കാനിസം (crank connecting mechanism) റോമൻ ഏഷ്യയിൽ അറിയപ്പെട്ടിരുന്നു. നൂറ്റാണ്ടുകൾ കഴിഞ്ഞ് 1206 ൽ അൽ-ജസരി ക്രാങ്ക് ഷാഫ്റ്റ് കണ്ടുപിടിച്ചു. തന്റെ രണ്ട് സിലിണ്ടർ പമ്പിൽ ക്രാങ്ക്-കണക്ടിങ് റോഡ് മെക്കാനിസം കൂടി അദ്ദേഹം

ഉൾച്ചേർക്കുകയും ചെയ്തു. ഒരാധുനിക ക്രാങ്ക് ഷാഫ്റ്റിലെന്നപോലെ, അൽ-ജസരിയുടെ സംവിധാനത്തിലും ഒരു ചക്രം ഒട്ടേറെ ക്രാങ്ക് പിന്നുകളെ ചലനത്തിലേക്ക് കൊണ്ടുവരുന്നു. ചക്രത്തിന്റെ ചലനം വൃത്താകൃതിയിലാണെങ്കിലും പിന്നുകൾ മുന്നോട്ടും പിന്നോട്ടും നേർരേഖയിലും ചലിക്കുന്ന ഒരു രീതിയിൽ. അൽ-ജസരിയുടെ ക്രാങ്ക് ഷാഫ്റ്റിന്റെ കണ്ടുപിടിത്തം ഒരു സുപ്രധാന മെക്കാനിക്കൽ കണ്ടുപിടിത്തമായി കരുതപ്പെടുന്നു; കാരണമത് തുടർച്ചയായ ചുറ്റലിന്റെ ചലനത്തെ (rotatory motion) രേഖീയമായ മുന്നോട്ടും പിന്നോട്ടുമുള്ള ചലനമാക്കി പരിവർത്തിപ്പിക്കുന്നു. അത് ആധുനിക ലോകത്തിലെ ഭൂരിഭാഗം യന്ത്രങ്ങൾക്കും കേന്ദ്രസ്ഥാനം വഹിക്കുന്ന ഒന്നാണ്. ഇന്റേണൽ കമ്പസ്റ്റിൻ എൻജിനിലും ആവി എഞ്ചിനിലുമടക്കം 1206-ൽ ഒരു എസ്കേപ്പ്മെന്റ് മെക്കാനിസമുപയോഗിച്ച് ഒരു ചക്രത്തിന്റെ കറക്കവും സ്പീഡും നിയന്ത്രിക്കാനുള്ള ഒരു രീതി അദ്ദേഹം കണ്ടുപിടിച്ചു. 1206-ൽ വിവരിക്കപ്പെട്ട അൽ-ജസരിയുടെ സാഖിയ (വെള്ളം ഉയരത്തിലേക്ക് എത്തിക്കുവാനുള്ള ഒരു ഉപകരണം) യന്ത്രങ്ങളിലാണാദ്യമായി ഒരു ചെയിൻ പമ്പിൽ ഒരു ക്രാങ്ക് ഷാഫ്റ്റിന്റെ അറിയപ്പെടുന്ന ആദ്യത്തെ ഉപയോഗം. കായികാധ്വാനമെന്നതിലേറെ, ജലശക്തികൊണ്ട് പ്രവർത്തിക്കുന്ന ഒരു വെള്ളമുയർത്തുന്ന സാക്കിയ ചെയിൻപമ്പ് അൽ-ജസരി നിർമിച്ചു. അദ്ദേഹം വിവരിച്ചതുപോലുള്ള സാഖിയ (saqiya) യന്ത്രങ്ങൾ 13-ാം നൂറ്റാണ്ടുമുതൽ ആധുനിക കാലം വരെ സിറിയയിൽ വെള്ളം സപ്ലൈ ചെയ്തുകൊണ്ടിരുന്നു. അതു മധ്യകാല ഇസ്ലാമികലോകത്തുടനീളം ഉപയോഗത്തിലിരുന്നിരുന്നു. ആദ്യത്തെ സക്ഷൻ പൈപ്പുകളും സക്ഷൻ പിസ്റ്റൻ പമ്പും അൽ-ജസരിയാണ് പ്രവർത്തിപ്പിച്ചു കാണിച്ചത്, ഡബിൾ-ആക്ഷന്റെ ആദ്യത്തെ ഉപയോഗവും, വാൽവുകളുടെ പ്രവർത്തനത്തിന്റെ ആദ്യകാലരീതിയും അദ്ദേഹം തന്റെ രണ്ട് സിലിണ്ടർ ഡബിൾ ആക്ഷൻ റെസിപ്രൊക്കേറ്റിങ് സക്ഷൻ പിസ്റ്റൻ പമ്പുകൾ (reciprocating suction piston pump)കണ്ടുപിടിച്ചതോടെയാണ് ആദ്യമായി രംഗത്തുവന്നതും. ആധുനിക കാല എഞ്ചിനീയറിങ്ങിന്റെ വികാസത്തിൽ അതിന് നേരിട്ടുള്ള പ്രാധാന്യവുമുണ്ടെന്ന് തോന്നിക്കുന്നു. ഒരു പമ്പിൽ ഒരു യഥാർഥ സക്ഷൻ പൈപ്പിന്റെ ഏറ്റവുമാദ്യത്തെ ഉപയോഗം എന്ന നിലയിൽ ഈ പമ്പ് ശ്രദ്ധേയമാണ്. വെയ്റ്റ് കൊണ്ട് ചലിപ്പിക്കുന്ന പമ്പിനെ ജലമുയർത്തൽ യന്ത്രത്തിന്റെ ശാശ്വതചലനത്തിന്റെ ഭാഗമായി വിവരിച്ചിട്ടുള്ളത് അൽ-ജസരിക്ക് കുറച്ചുകാലം ശേഷമുള്ള ഒരറബി കൈയെഴുത്തുപ്രതിയിലാണ്. അതിന്റെ സവിശേഷത മെർക്കുറികൊണ്ട് ശക്തിയാർജിക്കുന്ന ക്ലോക്ക് വർക്ക് എസ്കേപ്പ്മെന്റ് മെക്കാനിസവും (mercury-powerd clock work escapement mechanism)ഒരു വലിയ സെൻട്രൽ ഗിയർ ചക്രത്തിന്റെ ചക്രപ്പല്ലിനൊപ്പം കറുത്തീയ വെയ്റ്റുകൾകൊണ്ട് ചലിക്കുന്ന രണ്ട് ഔട്ട്ഗിയർ-ചക്രങ്ങളുമായിരുന്നു.

അബ്ബാസ്- ഇബ്ൻ ഫിർനാസ് (810-887) ഒരു കൃത്രിമ കാലാവസ്ഥാ

അനുകരണ (simulation) മുറി കണ്ടുപിടിച്ചു. അതിനകത്ത് കാണികൾക്ക് നക്ഷത്രങ്ങളെയും മേഘങ്ങളെയുമെല്ലാം കാണാമായിരുന്നു,കൃത്രിമമായ ഇടിയും മിന്നലുംകണ്ട് അവർ അത്ഭുതപരതന്ത്രരാകുകയും ചെയ്തു. അവയൊക്കെയുണ്ടാക്കിയത് അതിന്റെ അടിത്തട്ടിലുണ്ടാക്കിയ ലാബറട്ടറിയിലെ മെക്കാനിസങ്ങൾക്കൊണ്ടാണ്. കോംപ്ലക്സ് സെഗ്മെന്റൽ ആന്റ് എപ്പിസൈക്ലിക് ഗിയറിങ്(Complex segmental epicyclic gearing): രണ്ടും ആദ്യമായി കണ്ടുപിടിച്ചത് 11-ാം നൂറ്റാണ്ടിലെ ഇസ്ലാമിക സ്പെയിനിൽ നിന്നുള്ള അറബ് എഞ്ചിനീയറായ ഇബ്ൻ ഖലാഫ് അൽ -മുറാദിയാണ്. തന്റെ മെക്കാനിക്കൽ ക്ലോക്കിലെ ഗിയർ ട്രെയിനുകളിൽ ഈ രണ്ടുതരംഗിയറുകളും അദ്ദേഹമുപയോഗിച്ചു. നെയ്ത്തിലുപയോഗിക്കാനായി ഒരു തറിയുടെ പ്രവർത്തനത്തിനായാണ് ആദ്യമായി ഒരു ഫുട്പെഡൽ കണ്ടുപിടിച്ചത്. അത്തരം സംവിധാനങ്ങൾ ആദ്യമായി സിറിയയിലും ഇറാനിലും കിഴക്കനാഫ്രിക്കയുടെ ഇസ്ലാമിക ഭാഗങ്ങളിലുമാണ് പ്രത്യക്ഷപ്പെട്ടത്. അവിടെ ഏതാണ്ട് നല്ല രീതിയിൽ താണിരുന്ന തറിയുടെ താഴെ ഒരു കുഴിയിൽ കാൽ വച്ചാണ് ഓപ്പറേറ്റർ ഇരുന്നിരുന്നത്. 1177-ഓടെ അതിന് ഇസ്ലാമിക സ്പെയിനിൽ ഒരു വികാസമുണ്ടായി. 'കുറച്ചുകൂടി കാതലായ ഒരു ചട്ടക്കൂടിൽ തറയിൽ നിന്ന് ഉയരത്തിലാണിപ്പോൾ' ആ മെക്കാനിസം ഇരുന്നിരുന്നത്. ഇത്തരം തറികൾ സ്പെയിനിന്റെ ക്രിസ്ത്യൻ ഭാഗങ്ങളിൽ വ്യാപിക്കുകയും പിൽക്കാലത്തവ മധ്യകാലയൂറോപ്പിലുടനീളം പ്രചാരത്തിൽ വരികയും ചെയ്തു. മഷിനിറക്കുന്ന ഒരു ഫൗണ്ടൻ പേനയുടെ ഏറ്റവുമാദ്യകാല ചരിത്രരേഖ 10-ാം നൂറ്റാണ്ടിലേതാണ്. എ ഡി 953ൽ ഈജിപ്തിലെ ഖലീഫയായ അൽ-മുയിസ്സ്ലിദിൻ-അല്ലാ (ഫാത്തിമിഡ് രാജവംശം 946-953) തന്റെ കൈകളിലും വസ്ത്രങ്ങളിലും മഷി പകരാത്ത ഒരു പേന വേണമെന്നാവശ്യപ്പെട്ടു. ഒരു റിസർവോയറിൽ മഷി നിറച്ചിരിക്കുകയും അത് നിബ്ബിലേക്ക് ഗുരുത്വാകർഷണബലവും കാപില്ലറി ആക്ഷനും വഴി എത്തിച്ചേരുകയും ചെയ്യുന്ന ഒരു പേന അദ്ദേഹത്തിന് സമ്മാനിക്കപ്പെട്ടു. ഖാദി-അൽ ഇമാൻ അൽ-താമിമി (മരണം 974) തന്റെ കിത്ത്ദ്ബ് അൽ-മജാലിസ് വാ ൽ മുസായാർദ്-ത്തിൽ രേഖപ്പെടുത്തിയതനുസരിച്ച് അൽ-മുയിസ്സ് ഒരു ഫൗണ്ടൻ റിസർവോയർ പേന നിർമിക്കാൻ നിർദേശിക്കുകയും ചുമതലപ്പെടുത്തുകയും ചെയ്തു. ഓൺ/ഓഫ് സ്വിച്ച് -ഒരു പ്രധാന ഫീഡ്ബാക്ക് കൺട്രോൾതത്വം-കണ്ടുപിടിച്ചത് ഒമ്പതും പന്ത്രണ്ടും നൂറ്റാണ്ടുകൾക്കിടയിലെ മുസ്ലിം എഞ്ചിനീയർമാരാണ്. അത് ഒരുപറ്റം ഓട്ടോമാറ്റകളിലും വാട്ടർക്ലോക്കുകളിലും ഉപയോഗിച്ചു. ആ മെക്കാനിസത്തിന് പിൽക്കാലത്ത് 1950 കളിൽ വൈദ്യുത ഓൺ/ഓഫ് സ്വിച്ചുകൾ വികസിപ്പിക്കുന്നതിൽ കാര്യമായ സ്വാധീനമുണ്ടായി. സ്പിന്നിങ് വീലിന്റെ (നൂൽനൂൽപ്പ്യന്ത്രം) ആദ്യകാല വ്യക്തമായ ചിത്രീകരണങ്ങൾ വരുന്നത് ബാഗ്ദാദിൽ നിന്നും (1237ൽ വരച്ചത്), പിന്നീട് ചൈനയിൽ നിന്നുമാണ് (1270 ൽ). 9-ാം നൂറ്റാണ്ടിൽ ബാനുമൂസ സഹോദരന്മാർ ഒട്ടേറെ ഓട്ടോ

മാറ്റ (ഓട്ടോമാറ്റിക് യന്ത്രങ്ങൾ)കളും യാന്ത്രിക സംവിധാനങ്ങളും കണ്ടുപിടിച്ചു. ഫെയ്ൽ-സേഫ് സിസ്റ്റം, ഹറിക്കെയ്ൻ ലാംപ് (കാറ്റാടിവിളക്ക്), ഗ്യാസ് മാസ്ക്, ക്യാംഷെൽ ഗ്രാബ് സെൽഫ്-ഫീഡിങ് ലാംപ്, സെൽഫ്-ട്രിമ്മിങ് ലാംപ്, ട്രിക്ക് ഡ്രിങ്കിങ് വെസ്സലുകളുടെ പ്ലഗ് വാൽവ് എന്നിവയെല്ലാം. കാറ്റുകൊണ്ട് പ്രവർത്തിക്കുന്ന ചരിത്രത്തിലെ ആദ്യത്തെ ഓട്ടോമാറ്റകൾ 8-ാം നൂറ്റാണ്ടിന്റെ മധ്യത്തിൽ അബ്ബാസിഡുകൾ കണ്ടുപിടിച്ച കാറ്റുകൊണ്ട് പ്രവർത്തിക്കുന്ന പ്രതിമകളാണ്. പുത്തൻ നഗരമായ ബാഗ്ദാദിലെ കൊട്ടാര സമുച്ചയത്തിന്റെ നാല് ഗേറ്റുകളുടെ കുംഭ ഗോപുരങ്ങൾക്കു മുകളിൽ കാറ്റുകൊണ്ട് പ്രതിമകൾ തിരിഞ്ഞു. കൊട്ടാരത്തിന്റെ പച്ചഗോപുരത്തിനുമുകളിൽ ഒരു കുതിരപ്പടയാളി ഒരു കുന്തവും കയ്യിലേന്തിക്കൊണ്ട് (ശത്രുവിനുനേരെ കുന്തം ചൂണ്ടിക്കൊണ്ട് എന്ന് വിശ്വസിക്കപ്പെടുന്നു) നിൽക്കുന്നു. കാറ്റിന്റെ ശക്തികൊണ്ടു പ്രവർത്തിക്കുന്ന ഇത്തരം പ്രതിമകളുടെ പൊതുദൃശ്യങ്ങൾക്ക് അതിന്റെ സ്വകാര്യ വകഭേദങ്ങളുമുണ്ടായിരുന്നു. അബ്ബാസിഡ് കൊട്ടാരങ്ങളിൽ വിവിധതരത്തിലുള്ള ഓട്ടോമാറ്റകൾ പ്രധാനമായും പ്രദർശനത്തിനു വച്ചിരുന്നു.

പ്രായോഗിക ഉദ്ദേശങ്ങൾക്കായി മനുഷ്യനെപ്പോലുള്ള യന്ത്രങ്ങൾ സൃഷ്ടിക്കുന്നതിൽ അറബികൾ രസം കണ്ടെത്തിയിരുന്നു. റോബോട്ട് വിദഗ്ധനായ മാർക്ക് ഇറോഷിം വിലയിരുത്തുന്നത് റോബോട്ടിക്സിൽ അറബികൾ നൽകിയ ഏറ്റവും വലിയ സംഭാവന ഗ്രീക്കുകാർ നടത്തിയ പ്രവർത്തനങ്ങൾ സംരക്ഷിക്കുകയും പ്രചരിപ്പിക്കുകയും അതിന്മേൽ പ്രവർത്തനം നടത്തുകയും ചെയ്തുവെന്നതിനപ്പുറം, അവയുടെ പ്രായോഗികമായ നടപ്പാക്കലാണെന്നാണ്. ആ ഒരു വശമായിരുന്നു ഗ്രീക്കുകാരുടെ റോബോട്ടിക് സയൻസിൽ ഇല്ലാതിരുന്നത്. ബാനു മൂസ സഹോദരന്മാർ ഓട്ടോമാറ്റിക് ആയി ഓടക്കുഴൽ വായിക്കുന്നയാളെ ഉണ്ടാക്കി, അതായിരുന്നു ആദ്യത്തെ പ്രോഗ്രാം ചെയ്യാവുന്ന യന്ത്രമെന്നാണ് തോന്നുന്നത്. പുതുമയേറിയ യന്ത്രസംവിധാനങ്ങളെക്കുറിച്ചുള്ള അവരുടെ പുസ്തകത്തിൽ അതിനെക്കുറിച്ചവർ വിവരിച്ചു. അൽ ജസരി പ്രോഗ്രാം ചെയ്യാവുന്ന മനുഷ്യരൂപത്തിലുള്ള ഒരു റോബോട്ടിന്റെ രൂപരേഖ 1206ൽ വരച്ചുണ്ടാക്കി. പ്രാചീനകാലത്തെ പ്രോഗ്രാം ചെയ്യാൻപറ്റാത്ത ഓട്ടോമാറ്റകളിൽ നിന്ന് വ്യത്യസ്തമായി രാജകീയ പാനോപചാര സദസ്സുകളിൽ അതിഥികളെ സൽക്കരിക്കാനായി ഒരു തടാകത്തിൽ പൊങ്ങിക്കിടന്ന ഒരു ബോട്ടും അതിലെ നാല് ഓട്ടോമാറ്റിക് സംഗീതജ്ഞരുമായിരുന്നു അൽ-ജസരിയുടെ സ്വന്തമായ റോബോട്ട് സംവിധാനം. അദ്ദേഹത്തിന്റെ മെക്കാനിസത്തിൽ പ്രോഗ്രാം ചെയ്യാവുന്ന ഒരു ചെണ്ടയന്ത്രമുണ്ടായിരുന്നു. അതിന്റെ പെഗ്ഗുകൾ (cams)ചെറിയ ചെറിയ ലിവറുകളിലേക്ക് മുഴച്ചുനിൽക്കുകയും അത് കൊട്ടൽ നടത്തുകയും ചെയ്തിരുന്നു. കൊട്ടുകാരൻ വ്യത്യസ്ത താളത്തിൽ വ്യത്യസ്ത ചെണ്ടവാദ്യ രീതികൾക്കനുസരിച്ച് കൊട്ടുന്നതിലേക്ക് മാറാൻ പെഗ്ഗുകൾ മാറ്റിയാൽ മതിയായിരുന്നു. ചാൾസ് ബി ഫൗളറുടെ (അമേരിക്കൻ എഴുത്തുകാരൻ 1931

-1995) അഭിപ്രായത്തിൽ ഓട്ടോമാറ്റയെന്നത് ഒരു യന്ത്രമനുഷ്യരുടെ കച്ചേരിയായിരുന്നു. അത് അമ്പതിലേറെ മുഖ, ശരീര പ്രവർത്തനങ്ങൾ ഓരോ സംഗീത പരിപാടിക്കിടയിലും നടത്തുമായിരുന്നു. ആധുനിക ഫ്ളഷ് ടോയ്‌ലറ്റുകളിലുപയോഗിക്കുന്ന ഫ്ളഷ് മെക്കാനിസം ആദ്യമുപയോഗിക്കുന്ന ഒരു കൈകഴുകൽ യന്ത്രം എന്നിവ അൽ-ജസരി കണ്ടുപിടിച്ചിരുന്നു. വെള്ളം നിറച്ച ഒരു ബേസിന്റെ അരികിൽ ഒരു യന്ത്രവനിത നിൽക്കുന്ന രൂപത്തിലായിരുന്നു അത് സംവിധാനം ചെയ്തിരുന്നത്. ഉപയോഗിക്കുന്നയാൾ ലിവർ വലിക്കുന്നതോടെ വെള്ളം ഒഴുകിപ്പോവുകയും യന്ത്രവനിത ബേസിൻ നിറക്കുകയും ചെയ്യുന്നു. അൽ-ജസരിയുടെ 'പീകോക്ക് ജലധാര' യന്ത്രമനുഷ്യർ സോപ്പുകളും തൂവാലകളും നൽകുന്നതായി രൂപപ്പെടുത്തിയിരുന്ന കൈകഴുകൽ സംവിധാനമായിരുന്നു. അതിനെ മാർക്ക് ഇ റോഷിം ഇങ്ങനെ വിവരിക്കുന്നു. "മയിലിന്റെ വാലിലുള്ള ഒരു പ്ലഗ്ഗ് വലിച്ചാൽ കൊക്കിലൂടെ വെള്ളം ഒഴുകുന്നു; ബേസിനിൽ നിന്നുള്ള അഴുക്കുവെള്ളം അടിയിലെ ഒഴിഞ്ഞ പാത്രത്തിൽ നിറയുന്നതോടെ ഒരു പൊന്തിക്കിടക്കുന്ന സാധനമുയരുകയും അതോടെ മയിലിന്റെ അടിയിലെ പിന്നിലുള്ള വാതിൽ തുറന്ന് ഒരു വേലക്കാരന്റെ രൂപം സോപ്പ് നൽകാനായി കടന്നുവരികയും ചെയ്യുന്നു. കൂടുതൽ വെള്ളമുപയോഗിക്കുന്നതോടെ കുറച്ചുകൂടി ഉയരത്തിൽ പൊന്തിക്കിടക്കുന്ന ഒരു സാധനം ചലിക്കുകയും അതോടെ രണ്ടാമതൊരു രൂപം ഒരു തൂവാലയുമായി രംഗത്തുവരികയും ചെയ്യുന്നു.

വാട്ടർമില്ലുകളുടെ വ്യാവസായിക ഉപയോഗം ഇസ്ലാമിക ലോകത്ത് 7-ാം നൂറ്റാണ്ടിൽത്തന്നെ ഉണ്ടായിരുന്നു. തിരശ്ചീന ചക്രങ്ങളുള്ളതും, ലംബമാന ചക്രങ്ങളുള്ളതുമായ വാട്ടർമില്ലുകൾ 9-ാം നൂറ്റാണ്ടുമുതലെങ്കിലും വിപുലമായി ഉപയോഗത്തിൽ വന്നു. 11-ാം നൂറ്റാണ്ടായതോടെ ഇസ്ലാമികലോകത്തെ എല്ലാ പ്രവിശ്യകളിലും ഈ വ്യവസായിക മില്ലുകൾ പ്രവർത്തനത്തിൽ വന്നു, അൽ-അൻഡാലുസ് മുതൽ മധ്യപൂർവദേശവും മധ്യേഷ്യയും വരെ. മധ്യകാലത്തെ ചില കംപാർട്ടുമെന്റുകളുള്ള വാട്ടർ വീലുകൾക്ക് (ജലചക്രങ്ങൾക്ക്) ഏതാണ്ട് മുപ്പതുമീറ്റർ ഉയരത്തിൽ വരെ വെള്ളത്തെ ഉയർത്താൻ കഴിഞ്ഞിരുന്നു. മുസ്ലിം എഞ്ചിനീയർമാർ വാട്ടർ ടർബൈനുകളും കണ്ടുപിടിച്ചു; മില്ലുകളിലും വെള്ളമുയർത്തുന്ന യന്ത്രങ്ങളിലും ആദ്യമായി ഗിയറുകളുപയോഗിച്ചതും അവരാണ്. അതുപോലെതന്നെ, ജലശക്തിയുടെ ഒരു ഉറവിടമായി ആദ്യമായി അണക്കെട്ടുകളുടെ ഉപയോഗത്തിൽ പുതിയ പാതവെട്ടിത്തെളിച്ചതും അവർതന്നെ. ചൈനയും ക്രിസ്ത്യൻ യൂറോപ്പും പോലുള്ള മറ്റു നാഗരികതകളിൽ വാർട്ടർമില്ലുകൾ ഏറെയും ഭരണകൂടത്തിന്റെയോ അഭിജാതവർഗങ്ങളുടെയോ ഉടമസ്ഥതയിലായിരുന്നുവെങ്കിൽ, അൽ-അൻഡാലുസ് പോലുള്ള ഇസ്ലാമികനാടുകളിൽ ചെറുകിട കൃഷിക്കാരുടെ സമൂഹങ്ങളുടെ ഉടമസ്ഥതയിലായിരുന്നു അവ നിലനിന്നത്. താഴ്‌വരകളുടെ താഴ്ന്ന പ്രദേശങ്ങളിൽ ജലസേചനം നടത്തുന്ന സമ്പ്രദായങ്ങളിൽ പ്രധാന കനാ

ലുകളിലും ഖാനറ്റിന്റെ (qanat)ഭൂഗർഭ ജലസേചനത്തുരങ്കങ്ങളിലും വാട്ടർമില്ലുകൾ ഉണ്ടായിരുന്നുവെന്നതാണ് ഇസ്ലാമിക ലോകത്തുമാത്രം ദൃശ്യമായിരുന്ന ഒരു സവിശേഷമായ പുതിയ കണ്ടുപിടിത്തം (innovation). 11ഉം 13ഉം നൂറ്റാണ്ടുകൾക്കിടയിൽ അൽ-അൻഡാലുസിൽ നിർമിച്ച ആദ്യത്തെ വൻകിട ഫാക്ടറി സമുച്ചയങ്ങൾക്കകത്ത് വ്യവസായിക വാട്ടർമില്ലുകൾ നടപ്പാക്കിയിരുന്നു. കാറ്റിനെ ആധാരമാക്കി പ്രവർത്തിക്കുന്ന വിൻഡ്മില്ലുകൾ ആദ്യമായി നിർമിച്ചത് 7-ാം നൂറ്റാണ്ടിൽ അഫ്ഗാനിസ്ഥാനിലെ സിസ്റ്റാനിലായിരുന്നു. അവ കുത്തനെ ആക്സിലുള്ള വിൻഡ്മില്ലുകളായിരുന്നു. അവക്ക് നീളമുള്ളതും കുത്തനെയുള്ളതുമായ ഡ്രൈവ് ഷാഫ്റ്റുകളും (drive shafts) ദീർഘചതുരാകൃതിയിലുള്ള ബ്ലേഡുകളുമുണ്ടായിരുന്നു. ആ വിൻഡ്മില്ലുകൾ ചോളം അരക്കാനും വെള്ളം കോരാനും ഉപയോഗിച്ചതിനൊപ്പം കരിമ്പു വ്യവസായത്തിലും ധാന്യം പൊടിക്കലിനും ഉപയോഗിച്ചിരുന്നു.

ഇസ്ലാമിക ലോകത്തിലെ മുസ്ലിം എഞ്ചിനീയർമാരാണ് ആദ്യത്തെ പൊടിമില്ലുകൾ കണ്ടുപിടിച്ചത്. അവയെ ചോളവും മറ്റ് വിത്തുകളും പൊടിച്ച് ഭക്ഷണമാക്കുന്നതിനുപയോഗിച്ചു. അതുപോലെ മറ്റു നിരവധി വ്യവസായിക ഉപയോഗങ്ങൾക്കും-നെല്ലുകുത്തൽ, കടലാസ് നിർമാണം, കരിമ്പ്-പൾപ്പാക്കൽ, ലോഹ അയിരുകളെ പൊടിക്കൽ, വസ്ത്രങ്ങൾ ഫുൾചെയ്യൽ (fulling)-അതുപയോഗിച്ചു. ആദ്യത്തെ വാട്ടർ ടർബൈൻ (അതിന് വളഞ്ഞ ബ്ലേഡുകളോടുകൂടിയ വാട്ടർവീലാണുണ്ടായിരുന്നത് -അതിലേക്കുള്ള വെള്ളത്തിന്റെ ഒഴുക്ക് axially direct ചെയ്തു)ഇസ്ലാമികലോകത്താണ് കണ്ടുപിടിച്ചത്. ഒരുവാട്ടർ മില്ലിൽ ഉപയോഗിക്കാനായി. അത് 9-ാം നൂറ്റാണ്ടിലെ ഒരറബികൃതിയിൽ വിവരിക്കപ്പെട്ടിരുന്നു. ഫ്ളൈവീൽ മെക്കാനിസം — തള്ളുന്ന ഒരു സംവിധാനത്തിൽ നിന്നും തള്ളപ്പെടുന്ന ഒരു യന്ത്രത്തിലേക്ക് ശക്തി പകർന്നുനൽകുന്നത് എളുപ്പമാക്കാനുപയോഗിക്കുന്ന മെക്കാനിസം—ആദ്യം കണ്ടുപിടിച്ചത് ഇബ്ൻ ബാസ്സലാണ് (1038-75). അൽ-അൻഡാലുസുകാരനായ അദ്ദേഹം സാഖിയയിലും നോറിയയിലും(വെള്ളം മുകളിലേക്ക് ഉയർത്തിയെടുക്കാനുള്ള വിവിധ യന്ത്രശൃംഖലകൾ) ഉപയോഗിക്കാനായാണ് ഫ്ളൈവീലിന്റെ ഉപയോഗം ആദ്യമായി കൊണ്ടുവന്നത്.

ആദ്യത്തെ മാർക്കറ്റ് സമ്പദ്ഘടനയും മർച്ചന്റ് കാപ്പിറ്റലിസത്തിന്റെ ആദ്യകാലരൂപവും വേരുപിടിച്ചത് 8ഉം 12ഉം നൂറ്റാണ്ടുകൾക്കിടയിലാണ്. ഉദാഹരണത്തിന് ഇമാം ഷാഫി (മരണം 820) പാർട്ട്ണർഷിപ്പിന്റെ ധർമം 'മൂലധനത്തിന്റെ വിപുലീകരണ'(നമാ അൽ-മാൽ) മാണെന്ന് നിർവചിക്കുന്നു. അൽ-മാൽ പണമല്ല, മറിച്ച്, പ്രാഥമിക മൂലധനമാണ്. അതിന് പണം എന്ന് പരിഭാഷ ചെയ്യുമ്പോഴൊക്കെ അതിനർഥം പണരൂപത്തിലുള്ള മൂലധനം അഥവാ, പണ മൂലധനം എന്നാണ്. കമെൻഡാ (commenda)എഗ്രിമെന്റുകൾക്കു കീഴിൽ ഏജന്റുമാർക്കനുവദിച്ചിരിക്കുന്ന വിവേചനാധികാരം ചർച്ചചെയ്തുകൊണ്ട് ഹനഫി നിയമജ്ഞനായ

സറാക്ഷി (Sarakhsi-മരണം 1090) എഴുതുന്നു, അയാൾക്ക് (ഏജന്റിന്) മൂലധനം കൈമാറുന്ന നിക്ഷേപകന്റെ ലക്ഷ്യം ലാഭം നേടുകയെന്നതാണ്. അത്തരം കോൺട്രാക്ടുകളുടെ ഉപയോഗക്ഷമതയെ ന്യായീകരിച്ചുകൊണ്ട് മറ്റൊരിടത്ത് സർഖാസി പറയുന്നത് അത്തരം കോൺട്രാക്ടുകൾ അനുവദിക്കപ്പെടുന്നത് ആളുകൾക്കത്തരം കോൺട്രാക്റ്റുകളുടെ ആവശ്യമുണ്ടെന്നതുകൊണ്ടാണ് എന്നാണ്. കാരണം മൂലധനത്തിന്റെ ഉടമക്ക് ലാഭകരമായ ഒരു കച്ചവട പ്രവർത്തനം കണ്ടെത്താൻ കഴിഞ്ഞെന്നു വരില്ല, അതേസമയം അത്തരം പ്രവർത്തനത്തിന്റെ വഴി കണ്ടെത്താൻ കഴിയുന്നവന് മൂലധനം ഉണ്ടായെന്നും വരില്ല. അതുരണ്ടും ഒന്നിച്ചാലല്ലാതെ—അതായത് മൂലധനവും കച്ചവടപ്രവർത്തനവും ഒന്നിച്ചാലല്ലാതെ—ലാഭം നേടാനുമാവില്ല. ഹനഫി നിയമജ്ഞനായ കസാനി (മരണം 1191) മൂലധനസൃഷ്ടിയെയും തുടർന്നതിനുണ്ടാകുന്ന വിപുലീകരണത്തെയും വേർതിരിച്ചുകാണുകയും മൂലധനത്തിന്റെ സൃഷ്ടിയെന്ന ആവശ്യത്തിന് മൂലധനത്തിന്റെ തുടർ വിപുലീകരണത്തേക്കാൾ പ്രാധാന്യമുണ്ടെന്ന് ചൂണ്ടിക്കാട്ടുകയും മൂലധനത്തെ ഒന്നിച്ചുചേർത്ത് ബലവത്താക്കാനുള്ള ഒരു മാർഗമെന്ന നിലയിൽ പാർട്നർഷിപ്പുകളെ (താരിഖ്നാമ അൽ-മാൽ അവ് തഹ്സിലിഹി) നിർവചിക്കുകയും ചെയ്യുന്നു. ഈ പദസമുച്ചയം ഇസ്ലാമിന്റെ കൂടുതൽ വിപുലമായ സംസ്കാരത്തിന്റെ ഭാഗമായിരുന്നു, നിയമത്തിന്റെ മണ്ഡലത്തിൽ മാത്രം ഒതുങ്ങിനിന്നതായിരുന്നില്ല, എന്നത് മറ്റു കൃതികളിൽ നിന്നും വ്യക്തമാകുന്നുണ്ട്. 10-ാം നൂറ്റാണ്ടിലെ ഭൂമിശാസ്ത്ര വിദഗ്ധനായിരുന്ന അൽ-ഇസ്താക്രി തെക്കനിറാനിലെ ഫാർസിലെ കച്ചവടക്കാർക്ക് മൂലധനം കുന്നുകൂട്ടാനുള്ള (മഹബ്ബത്ത് ജമാ അൽ-മാൽ) തീവ്രാഭിനിവേശമുണ്ടെന്ന് വിവരിക്കുന്നു. *കിത്താബ് അൽ-ഇഷാര ഇല മഹസിൻ അൽ-ടിജാര* (*വാണിജ്യത്തിന്റെ സൗന്ദര്യങ്ങളെക്കുറിച്ചുള്ള ഒരു ഹാൻഡ്ബുക്ക്*) എന്ന മാന്വലിൽ, 11-ാം നൂറ്റാണ്ടിലോ മറ്റോ എഴുതപ്പെട്ട ആ കൃതിയുടെ രചയിതാവ് മുതലാളിയെക്കുറിച്ച് തുടർച്ചയായി 'സാഹിബ് അൽ-മാൽ' എന്നു വിവരിക്കുന്നു. അതിനർഥം (മൂലധന ഉടമ) എന്നാണ്. ഈ മാന്വലിൽ നിന്നു വ്യക്തമാകുന്നത് അന്താരാഷ്ട്ര വ്യാപാരം ഏറെയും കമെൻഡാ എഗ്രിമെന്റുകളെ ആശ്രയിച്ചിരിക്കുന്നുവെന്നും മുഖാറാദ് അഥവാ ഘടകം സാധാരണഗതിയിൽ ലാഭ (റിഭ്) ത്തിന്റെ പങ്കുപറ്റിയിരുന്നുവെന്നുമാണ്. ഒടുവിലായി ഇബ്ൻ ഖാൽദുൻ (1332-1406) മൂല്യത്തിന്റെ അധ്വാന നിയമത്തെ കൃത്യമായി സൂചിപ്പിക്കുന്ന ഒരു നിലപാട് വിശദീകരിക്കുന്നു (അഥവാ ഒരുതരം അധ്വാനത്തിന്റെ മൂല്യനിയമം). മുഖാദിമയുടെ ഒന്നാം വാല്യത്തിലദ്ദേഹം വ്യക്തമായി പ്രസ്താവിക്കുന്നത് ലാഭത്തിനു കാരണം അധ്വാനമാണ് (സാഹബ് അൽ കസ്ബ്) എന്നാണ്. എല്ലാ ലാഭത്തിനും മൂലധന സമാഹരണത്തിനും (അധ്വാനം ആവശ്യമാണ്; എല്ലാത്തരം മൂലധന സമാഹരണങ്ങൾക്കും സാമൂഹ്യമായി അംഗീകൃതമായ അളവുകൾ സ്വർണമോ വെള്ളിയോ മാത്രമാണ്. അദ്ദേഹം ലാഭ(റിഭ്) ത്തെയും വിശ

ദീകരിക്കുന്നു. മൂലധനം എത്രകണ്ടു വർധിച്ചുവോ, ആ പരിധി" (അഥവാ വർധിച്ചതെത്രയോ) എന്ന നിലയിൽ വാണിജ്യത്തെ അദ്ദേഹം 'മൂലധനത്തിന്റെ വിപുലീകരണം വഴി ലാഭം നേടാനുള്ള ശ്രമം?' (മുഹാവലാ ഇലാ അൽ-കസ്ബ് ബൈ-തന്മിയത്ത് അൽ-മാൽ) എന്ന് വിവരിച്ചു. അറബികൾക്ക് പിന്തുടർച്ചയായി കിട്ടിയത് തീവ്രമായി നഗരവൽക്കരിക്കപ്പെട്ടതും—ഏഴാം നൂറ്റാണ്ടായപ്പോഴേക്കും— പൊയ്പ്പോയ പ്രാചീന കാലത്ത് വൻതോതിൽ പണമിടപാടുകൾ നടന്നിരുന്നതുമായ പ്രദേശങ്ങളുമാണ്. അതായത്, റോമൻ, സസാനിയൻ നാഗരികതകളുടെ പ്രദേശങ്ങൾ. അവയെയെല്ലാം ശക്തമായ ഒരു ബഹു വംശീയ/ബഹുദേശീയ/ബഹുഭാഷാ പ്രദേശങ്ങളായി ഉദ്ഗ്രഥിച്ചു ചേർത്തു. അവയുടെ സാമ്പത്തിക വിഭവങ്ങളും സ്ഥിരതയും ചൈനയെ ഒഴിച്ചാൽ എതിരറ്റതായിരുന്നു. ആദ്യകാല പടയോട്ടങ്ങളുടെ പിന്നിലുള്ള പ്രചോദനമെന്തായാലും ശരി, തുടർന്നങ്ങോട്ടുള്ള വിപുലീകരണത്തിന്റെ പിന്നിലുണ്ടായിരുന്നത് ധനകാര്യ- വാണിജ്യ പരിഗണനകളായിരുന്നുവെന്നത് വ്യക്തമാണ്. 711-ൽ സിന്ധ് കീഴടക്കിയതിൽ ഉമൈയ്യാദ് ഗവർണറായ അൽ-ഹജ്ജിന്റെ കണക്കുകൂട്ടലനുസരിച്ച്, 60 ദശലക്ഷം ദിർഹം ലാഭം കിട്ടിയതായി അൽ ബലാദുരി റിപ്പോർട്ട് ചെയ്യുന്നു. സിന്ധ് തന്ത്രപരമായും പ്രാധാന്യമുള്ളതായിരുന്നു. വിദൂരപൂർവദേശ വാണിജ്യത്തിന്റെയും കയറ്റിറക്കുമതിയുടെയും ഒരു കേന്ദ്രമെന്ന നിലയിൽ പരമ്പരാഗതമായി അവിടെ സസ്സാനിയന്മാരായിരുന്നു ആധിപത്യം ചെലുത്തിപ്പോന്നത്. എട്ടാം നൂറ്റാണ്ടിന്റെ ആരംഭത്തിൽ കിഴക്കോട്ട് നടത്തിയ തള്ളിക്കയറ്റം ഒരു ദ്വിമുഖാക്രമണത്തിന്റെ രൂപത്തിലായിരുന്നു. ഖുറാസാന് വടക്കുള്ള സമ്പന്നമായ മരുപ്പച്ചകളിലേക്കും അതേസമയം ഇന്ത്യൻ മഹാസമുദ്രത്തിൽ നിയന്ത്രണം ചെലുത്താനായി തെക്കോട്ടും. നിലവിലുള്ള കച്ചവട നെറ്റ്‌വർക്കുകൾ നിയന്ത്രണത്തിലാക്കലായിരുന്നു അറബികളുടെ ലക്ഷ്യമെന്നകാര്യം, 633 ൽ അൽ-ഉബുള്ള തുറമുഖത്ത് ചൈനീസ് കപ്പലുകൾ ഇടയ്ക്കിടെ വന്നുപൊയ്ക്കൊണ്ടിരുന്നു എന്ന് തെക്കൻ ഇറാക്കാക്രമണവുമായി ബന്ധപ്പെട്ട് അൽ-തബരി നടത്തുന്ന രസകരമായ പരാമർശങ്ങളിൽ നിന്നുതന്നെ വ്യക്തമാണ്. വിദൂരപൂർവദേശവുമായുള്ള കച്ചവടമായിരുന്നു എട്ടു മുതൽ പത്തുവരെയുള്ള നൂറ്റാണ്ടുകളിലെ സമാഹരണത്തിന്റെ ഏറ്റവും ലാഭകരമായ വിഭാഗമെന്നത് വ്യക്തമായിരുന്നു. ഗൾഫിലെ ബസ്ര, സിറാഫ് തുടങ്ങിയ തുറമുഖങ്ങളുമായി ബന്ധപ്പെട്ട് വൻതോതിൽ ആ വ്യാപാരം സമ്പത്തുണ്ടാക്കിയിരുന്നു. അതിനനുസൃതമായി പടിഞ്ഞാറ് ഇസ്ലാം നടത്തിയ വാണിജ്യപരമായ വികസനം സഹാറയ്ക്കു കുറുകെയായിരുന്നു; പടിഞ്ഞാറൻ സുഡാനിലെ സ്വർണത്തിന്റെ ഉറവിടങ്ങളിലേക്ക്. അത് സംഭവിച്ചത് 8-ാം നൂറ്റാണ്ടിലാണ്. അക്കാലത്ത് അറബികൾ സഹാറയ്ക്കു കുറുകെയുള്ള വ്യാപാരപാതകളുടെ കാര്യത്തിൽ ബെർബർ മാർക്കുണ്ടായിരുന്ന കുത്തക തകർത്തു. അതോടെ ദീർഘകാലത്തേക്ക് മൊറോക്കൻ നഗരങ്ങൾക്കത് അഭിവൃദ്ധിയും നൽകി.

891ൽ പൂർത്തിയാക്കിയ യാക്കൂബിയുടെ ഭൂമിശാസ്ത്രം ഫെസ് നഗരത്തെ 'ഒരു ഗംഭീര നഗരവും വമ്പിച്ച തോതിൽ സമൃദ്ധി വിളയാടിയിരുന്ന കേന്ദ്രവും' എന്ന് വിവരിച്ചു. 951 ൽ സിഡ്ജിൽ മാസ സന്ദർശിച്ച ഇബ്ൻ-ഹക്കലിന്റെ അഭിപ്രായത്തിൽ ആ നഗരം സുഡാനുമായി ഇടമുറിയാതെ വ്യാപാരം നടത്തിക്കൊണ്ടിരിക്കുകയും അത് വമ്പിച്ച ലാഭം (അർബാമൂത്താവാഫിറാത്തൂൻ) കൊണ്ടുവരികയും ചെയ്തു. ഓഡോഗാസ്റ്റിൽ (ആഫ്രിക്കയിലെ ഒരു നഗരം) അദ്ദേഹം കാണാനിടയായ ഒരു ലറ്റർ ഓഫ് ക്രഡിറ്റ് (Sakk), 42000 ദിനാറിന്റെ ഒരു സ്വകാര്യ ഇടപാടിന്റേതായിരുന്നു. അത്തരമൊന്നദ്ദേഹമൊരിക്കലും കിഴക്കൻ പ്രദേശങ്ങളിൽ കണ്ടിരുന്നില്ല. 11 മുതൽ 13 വരെ നൂറ്റാണ്ടുകളിൽ വടക്കനാഫ്രിക്കയുടെ ഈ പ്രദേശങ്ങളിൽ ഭരണം നടത്തിയിരുന്ന പ്രധാന രാജവംശങ്ങളെല്ലാം തെക്കൻ മൊറോക്കോയിലെ ഇസ്ലാം മതം സ്വീകരിച്ച ബെർബർ ജനതകളിൽ നിന്നാണു വന്നതെന്നത് ഒട്ടും തന്നെ യാദൃശ്ചികമല്ല. മഗ്‌രെബിലെ ഏറ്റവും സമ്പന്നമായ നഗരങ്ങളായി ട്‌ളെംസൻ, ഫെസ്, അഗ്‌മത് എന്നിവയെ സ്പാനിഷ് ഭൂമിശാസ്ത്ര വിദഗ്ധനായ അൽ-ഇദ്രിസി വിവരിച്ചു. പതിനാലും പതിനഞ്ചും നൂറ്റാണ്ടുകളിൽ, തീർച്ചയായും, ഈ ബൃഹത്തായ സ്വർണത്തിന്റെ സപ്ലൈയുമായി വടക്കനാഫ്രിക്ക മൊത്തം മധ്യധരണ്യാഴി പ്രദേശത്തിന്റെയും പിന്നിലുള്ള ചാലകശക്തിയായി മാറി; ഈയൊരു ശക്തമായ വാണിജ്യപരമായ പശ്ചാത്തലം മുതലാളിത്തത്തിന്റെ ഉരുത്തിരിഞ്ഞുവരലിനുവേണ്ട പശ്ചാത്തലമൊരുക്കിയതേതെല്ലാം സുപ്രധാനമായ വഴികളിലൂടെയാണ് എന്നതിനെ ഒഴിവാക്കിക്കൊണ്ട് യൂറോപ്പിലെ മുതലാളിത്ത വളർച്ചയെ നോക്കിക്കാണുന്നതെത്രമാത്രം അപൂർണമായിരിക്കുമെന്നും അത് നമുക്ക് ബോധ്യപ്പെടുത്തിത്തരുന്നു.

ഒരുപക്ഷേ സാമ്പത്തിക ശാസ്ത്ര രചനകൾ നടത്തിയവരിലെ ഏറ്റവും ഉന്നതനായ മുസ്ലിം പണ്ഡിതൻ ടുണീഷ്യയിലെ ഇബ്ൻ ഖാൽദുൻ ആയിരുന്നു. അദ്ദേഹം തന്റെ പ്രസിദ്ധമായ *അൽ-മുഖാദിമ* (*prologomena*)എന്ന കൃതിയിൽ സാമ്പത്തിക രാഷ്ട്രീയ സിദ്ധാന്തങ്ങളെക്കുറിച്ചെഴുതി. ആ പുസ്തകത്തിൽ അദ്ദേഹം സാമൂഹ്യകെട്ടുറപ്പ് (അസബ്ബിയ) എന്നദ്ദേഹം വിളിച്ചതിനെക്കുറിച്ച് ചർച്ചചെയ്യുന്നു. ചില നാഗരികതകൾ തഴച്ചുവളരുന്നതിന്റെയും മറ്റു ചിലത് അങ്ങനെയായിത്തീരാത്തതിന്റെയും കാരണമവിടെയാണദ്ദേഹം കണ്ടെത്തുന്നത്. ഒട്ടുമിക്ക സാമൂഹ്യശക്തികളും ചാക്രിക രൂപത്തിലാണ് ചലിക്കുന്നതെന്ന് (അതിനൊരു പൊതുവായ പാറ്റേണിനെ തകർക്കുന്ന പൊടുന്നനെയുള്ള ചിലവഴിത്തിരിവുകളുണ്ടാകാമെങ്കിലും) അദ്ദേഹം കരുതി. തൊഴിൽ വിഭജനത്തിന്റെ നേട്ടങ്ങളെക്കുറിച്ചുള്ള അദ്ദേഹത്തിന്റെ ആശയവും 'അസബ്ബിയ്യ'യുമായി ബന്ധപ്പെട്ടതാണ്. സാമൂഹ്യകെട്ടുറപ്പ് ഉയർന്നതാണെങ്കിൽ തൊഴിൽ വിഭജനം കൂടുതൽ സങ്കീർണവും കൂടുതൽ വിജയകരവുമായിത്തീരുകയും, ആനുപാതികമായി സാമ്പത്തിക വളർച്ച വലുതാവുകയും ചെയ്യും. വളർച്ചയും വികാസവും ഡിമാന്റി

നെയും സപ്ലൈയേയും ഗുണാത്മകമായി ഉത്തേജിപ്പിക്കുന്നുവെന്നും, അതാണ് ചരക്കുകളുടെ വിലകളെ നിർണയിക്കുന്ന ശക്തികളെന്നും അദ്ദേഹം അഭിപ്രായപ്പെട്ടു. ജനസംഖ്യാവർധന, മാനുഷിക മൂലധന വികാസം, സാങ്കേതിക മുന്നേറ്റങ്ങൾ തുടങ്ങിയ സാമ്പത്തിക ഘടകങ്ങളും വികാസത്തിന്റെ കാര്യത്തിൽ ഫലമുണ്ടാക്കുമെന്നദ്ദേഹം എഴുതി. യഥാർഥത്തിൽ, സമ്പത്തിന്റെ നേരിട്ടുതന്നെയുള്ള ഒരു പ്രവർത്തനധർമ മാണ് ജനസംഖ്യാവളർച്ചയെന്ന് ഇബ്ൻ ഖാൽദൂൻ കരുതി.

പണം മൂല്യത്തിന്റെ ഒരു നിലവാരമായി (സൂചകമായി) പ്രവർത്തിക്കുകയും, ഒപ്പം മൂല്യത്തിന്റെ ഒരു സൂക്ഷിച്ചുവയ്ക്കലായി നിലനിൽക്കുകയും ചെയ്യുമെന്നദ്ദേഹം മനസിലാക്കിയെങ്കിലും സ്വർണത്തിന്റെയും വെള്ളിയുടെയും മൂല്യം ഡിമാൻഡിന്റെയും സപ്ലൈയുടെയും ശക്തികളെ ആധാരമാക്കി മാറുമെന്നകാര്യം അദ്ദേഹം മനസിലാക്കിയില്ല. ഖാൽദൂൻ -ലാഫർ കർവ് (curve) എന്നറിയപ്പെടുന്ന ഒരു സങ്കൽപ്പനവും അദ്ദേഹം മുമ്പോട്ടുകൊണ്ടുവന്നു. അതനുസരിച്ച് നികുതി നിരക്കുകളും നികുതി വരുമാനവും തമ്മിലുള്ള ബന്ധം നികുതിനിരക്ക് വർധിക്കുന്നതിനനുസരിച്ച് ഒരു പരിധിവരെ വരുമാനം വളരുമെന്നും അവിടന്നങ്ങോട്ട് നികുതി നിരക്കിലെ വർധന നികുതി വരുമാനത്തിൽ ഇടിവിനു കാരണമാകുമെന്നും (സമ്പദ്ഘടനയിലെ ഉൽപ്പാദകർക്ക് മുകളിൽ അത് താങ്ങാനാവാത്ത ഭാരം കെട്ടിവക്കുന്നതിനാൽ) അത് സിദ്ധാന്തിക്കുന്നു. നികുതി തീരുമാനങ്ങളുടെ തെരഞ്ഞെടുപ്പിന്റെ കാര്യത്തിൽ ഉണ്ടാകാനിടയുള്ള സാമൂഹ്യശാസ്ത്ര ഫലങ്ങളെ വിവരിക്കുമ്പോൾ ഖാൽദൂൻ ഒരു വൈരുധ്യാത്മക സമീപനം സ്വീകരിച്ചു. അതിന്ന് സാമ്പത്തിക ശാസ്ത്രത്തിന്റെ ഒരു ഭാഗമാണ്. രാഷ്ട്രത്തിന്റെ ആദ്യകാലങ്ങളിൽ നികുതികൾ താരതമ്യേന ലഘുവാണ്, എങ്കിലുമത് വലിയ വരുമാനം കൊണ്ടുവരുന്നു. കാലം കടന്നുപോകുകയും, ഒരു രാജാവിനെ പിന്തുടർന്ന് മറ്റു രാജാക്കന്മാർ എന്നതോതിൽ അധികാരത്തിൽക്കയറുകയും ചെയ്തതോടെ, അവർക്കവരുടെ ഗോത്രസ്വഭാവങ്ങൾ നഷ്ടപ്പെടുകയും കൂടുതൽ നാഗരിക ജീവിതരീതികൾ സ്വായത്തമാക്കുകയും ചെയ്യുന്നു. അവർ ആഢംബരത്തിലും സമൃദ്ധിയിലും വളർത്തപ്പെടുന്നതുകൊണ്ട് അവരുടെ ആവശ്യങ്ങളും ധാരാളിത്തങ്ങളും പെരുകുന്നു. അതോടെ അവരവരുടെ പ്രജകളുടെമേൽ പുതിയ പുതിയ നികുതികൾ ചുമത്തുകയും പഴയനികുതികളുടെ നിരക്കുകളുയർത്തുകയും ചെയ്യുന്നു. അതോടെ ഈ വർധിച്ച നികുതികളുടെ പ്രത്യാഘാതം ബിസിനസ്സുകളിൽ പ്രകടമായിത്തുടങ്ങുന്നു. തങ്ങളുടെമേൽ കെട്ടിവക്കപ്പെടുന്ന നികുതിഭാരവുമായി താരതമ്യപ്പെടുത്തുമ്പോൾ ലാഭം മികച്ചതല്ലെന്നു കാണുന്ന ബിസിനസ്സുകാരുടെ ഉത്സാഹം നശിക്കുന്നു. അതോടെ ഉൽപ്പാദനം കീഴോട്ടുപോകുകയും, നികുതിവരുമാനം ഇടിയുകയും ചെയ്യുന്നു. ലാഫർ കേർവ് എന്നറിയപ്പെടുന്ന ആധുനിക സാമ്പത്തിക ശാസ്ത്രസങ്കൽപ്പനത്തിന്റെ മുന്നോടിയാണിത്.

അറബികൾ ഉയർന്ന മൂല്യവും സ്ഥിരതയുമുള്ള ഒരു നാണയ (ദിനാർ) ത്തിന്റെ ചംക്രമണത്തിന്റെ നിലവാരം വർധിപ്പിച്ചുകൊണ്ട് പരസ്പരം വേറിട്ടുനിന്ന നാണയ പ്രദേശങ്ങളെ ഉദ്ഗ്രഥനം ത്വരിതഗതിയിലാക്കുകയും അതിനെ അടിസ്ഥാനപ്പെടുത്തി ഒരു കരുത്തുറ്റ നാണയ സമ്പദ് വ്യവസ്ഥ സൃഷ്ടിക്കുകയും ചെയ്തു. അത് സാധ്യമാക്കിയ സമ്പദ്ഘടന ഏതുതരത്തിലുള്ളതാണെന്നതിന്റെ (ആ സമ്പദ്ഘടനയിലെ നാണയമേഖലയുടെ ശരിക്കുമുള്ള വലുപ്പവും വൈപുല്യവും കൊണ്ടു തന്നെ), അത് യൂറോപ്പിനെ സ്വർണത്തിലേക്ക് തന്നെ തിരിച്ചുവരാൻ പ്രാപ്തമാക്കിയെന്നതിനാലും, അത് ഒരു വമ്പിച്ച നേട്ടമായിരുന്നു. ആ സമ്പദ്ഘടനയെ നാമേതുതരത്തിൽ സ്വഭാവനിർണയം നടത്തിയാലും, അത് ഫ്യൂഡൽ ഭരണങ്ങളുടെ ഒരു അയഞ്ഞ 'കൂട്ടം' മാത്രമായിരുന്നില്ലെന്നു കാണാനാവും. അതിന്റെ ഘടനയെ സംബന്ധിച്ച് അടിസ്ഥാനപരമായിരുന്നത് കച്ചവടമായിരുന്നു. നഗരങ്ങളുടെ വളർച്ചയും വിപുലമാകുന്ന നാഗരിക വിപണികളും, പുതിയ വിളകളുടെ വ്യാപനവും, നാണ്യവിളകൃഷിയുടെ വിസ്ഫോടനവും (നെല്ല്, കരിമ്പ്, അസംസ്കൃത പട്ടുനൂൽ, നീലം, പരുത്തി, ചണം എന്നിവയുടെയെല്ലാം ഉൽപ്പാദനവും വിപണനവും കുതിച്ചുയർന്നു) എല്ലാംതന്നെ എട്ടും പതിനൊന്നും നൂറ്റാണ്ടുകൾക്കിടയിലെ ഗണനീയമായ വാണിജ്യപരമായ പ്രവർത്തനങ്ങളുടെ പൊതുവായ സൂചകങ്ങളാണ്. ഈ വമ്പിച്ച വിപുലനത്തെ നിലനിർത്തിയ കമ്പോള വ്യവസ്ഥകളെക്കുറിച്ച് നമുക്ക് വളരെക്കുറച്ചുമാത്രം അറിവേയുള്ളൂ. എങ്കിലും പത്താം നൂറ്റാണ്ടിലെ ഭൂമിശാസ്ത്രകാരന്മാർ തുറമുഖ നഗരങ്ങളിലെയും കയറ്റിറക്കുമതി കേന്ദ്രങ്ങളായി പ്രവർത്തിച്ച ഉൾനാടൻ നഗരങ്ങളിലെയും കാര്യമായ മൂലധന കേന്ദ്രീകരണത്തെക്കുറിച്ച് വീണ്ടും വീണ്ടും നമ്മോട് പറയുന്നുണ്ട്. വിവിധ പാതകൾ ഒന്നുചേരുന്ന കേന്ദ്രങ്ങളിലാണ് ഇത്തരം ഉൾനാടൻ കയറ്റിറക്കുമതി കേന്ദ്രങ്ങൾ, അഥവാ മൊത്തവ്യാപാരത്തിന്റെ ചന്തകൾ ഉയർന്നുവന്നത്. ഇത്തരത്തിൽ ഭൂമിശാസ്ത്രകാരന്മാർ തുടർച്ചയായി വിവരിച്ചിട്ടുള്ള കേന്ദ്രങ്ങളാണ് ഇറാനിലെ സിറാഫ്, നിഷാപൂർ, നമാസിർ എന്നിവയും, ബുഖാറയിലെ ബൈഖണ്ഡും സിന്ധിലെ ഡേയ്ബുളും, സാഹെലിലെ മഹ്ദിയ (അൽ-മഹ്ദിയ്യ)യും പടിഞ്ഞാറൻ മധ്യധരണ്യാഴിയിലെ കേർഡോബ, അൽമെറിയ, ക്യൂട്ട എന്നിവയും. ഉദാഹരണത്തിന്, ഇബ്ൻ ഹൗഖലിന്റെ (പത്താം നൂറ്റാണ്ടിലെ ഭൂമിശാസ്ത്രകാരൻ) നിഷാപ്പൂരിനെക്കുറിച്ചുള്ള വിവരണത്തിൽ ഒരൊറ്റ കച്ചവടത്തിൽ മാത്രം കേന്ദ്രീകരിക്കുകയും ചരക്കുകളുടെ വലിയ ശേഖരവും അതിവിപുലമായ മൂലധനവും സ്വന്തമായുള്ളവരുമായ ധനികരായ കച്ചവടക്കാരുടെ 'ഫോൺഡുക്കു'കൾ (ഫുൻഡുഖ്, ഇറ്റാലിയനിൽ ഫോൺ ഡോക്കോ) എന്നുപേരായ വലിയ മാർക്കറ്റ് ക്ലോംപ്ലക്സുകളെക്കുറിച്ച് വിവരിച്ചിട്ടുണ്ട്. വളരെയകലെ യൂറോപ്പിൽ വരെ പരുത്തിത്തുണിത്തരങ്ങളും സിൽക്കും കയറ്റിയയച്ചിരുന്ന ഒരു നിർമാണകേന്ദ്രമെന്ന നിലയിൽ നിഷാപ്പൂരിൽ പ്രത്യേകിച്ചും, തുണി

ക്കച്ചവടക്കാർ (ബസ്സാസിൻ) സജീവരായിരുന്നു. വളരെ അടുത്തടുത്ത് തേക്കുമരംകൊണ്ട് നിർമിച്ച ബഹുനിലക്കെട്ടിടങ്ങൾ നിലനിന്നിരുന്ന സിറാഫ് തികച്ചുമൊരു വാണിജ്യകേന്ദ്രമായിരുന്നു. ചൈനയിലേക്ക് എത്തിപ്പെടാൻ പറ്റുന്ന ഒരു കേന്ദ്രം. അൽ-ഇസ്താഖ്‌റിയുടെ അഭിപ്രായത്തിൽ സിറാഫിലെ കച്ചവടക്കാർ അവരുടെ വീടുകൾക്കുവേണ്ടി വൻതുകകൾ ചെലവഴിച്ചിരുന്നു; ചില വീടുകൾക്ക് 30,000 ദിനാറുകൾ വരെ. സിന്ധുനദിക്ക് അൽപ്പം പടിഞ്ഞാറുമാറി സിന്ധിന്റെ വിജനതീരത്ത് സ്ഥിതിചെയ്തിരുന്ന ഡേയ്ബുളും ഒരു'കച്ചവടക്കാരുടെ കൊട്ടാര'മെന്ന് വിശേഷിപ്പിക്കപ്പെട്ടിരുന്നു. മധ്യധരണ്യാഴിയിലെ കെയ്റോയെ ഹുദദ് അൽ ആലമിലെ പത്താം നൂറ്റാണ്ടിലെ പേർഷ്യൻ ഭൂമിശാസ്ത്രകാരൻ വിവരിച്ചത് 'ലോകത്തിലെ ഏറ്റവും സമ്പന്നമായ നഗരം, തികച്ചും അഭിവൃദ്ധി നേടിയ നഗരം' എന്നാണ്. കെയ്റോജെനിസയിലെ (geniza)രേഖകൾ കാണിക്കുന്നത് ആ നൂറ്റാണ്ടിലും അടുത്ത നൂറ്റാണ്ടിലും കെയ്റോയിലെ വാണിജ്യജീവതത്തെ നിയന്ത്രിച്ചിരുന്നത് ഇബ്ൻ ഹക്വാലിനെപ്പോലുള്ള വ്യാപാര കുടുംബങ്ങളാണെന്നാണ്. മധ്യധരണ്യാഴിയിലുട നീളം പരന്നുകിടന്ന ഒരു നെറ്റ്‌വർക്കിലൂടെ ഇബ്ൻ ഹക്വാലിന്റെ(പത്താം നൂറ്റാണ്ടിലെ അറബ് ചിന്തകനും വ്യാപാരിയും) കമ്പനി വലിയൊരളവ് ചണച്ചരക്കുകൾ സാഹെലിലെ മഹ്ദിയ (ടുണീഷ്യയുടെ തലസ്ഥാന നഗരം) യിലേക്ക് കയറ്റിയയച്ചിരുന്നു. അതൊരു അഭിവൃദ്ധിപ്പെടുന്ന അന്താരാഷ്ട്ര തുറമുഖവും വസ്ത്ര കേന്ദ്രവുമായിരുന്നു. 12-ാം നൂറ്റാണ്ടിൽ അൽ-ഇദ്രിസി ആ നഗരത്തിലെ സമ്പന്നരും മഹാമനസ്കരുമായ കച്ചവടക്കാരെക്കുറിച്ച് പരാമർശിച്ചിരുന്നു. കുറച്ചുകൂടി പടിഞ്ഞാറേക്ക് പോയാൽ, അൽമെരിയ അതിന്റെ തിരക്കേറിയ തുറമുഖവും കച്ചവടകപ്പലുകളും സിൽക്കുതറികളെല്ലാമായി, സ്പെയിനിലെങ്കിലും, വെല്ലാനാരുമില്ലാതെ സമ്പത്തിലും ജനങ്ങളുടെ ഉത്സാഹശീലത്തിലും വാണിജ്യ താൽപ്പര്യങ്ങളിലുമെല്ലാം ഉത്തുംഗതയിൽ വിരാജിക്കുകയായിരുന്നു. ലോകത്തിന്റെ എല്ലാ ഭാഗങ്ങളിൽ നിന്നുമുള്ള കച്ചവടക്കാർക്കായി അവിടെ 970 ഹോസ്റ്റലുകളുണ്ടായിരുന്നുവെന്ന് പറയപ്പെടുന്നു. ഗൾഫ് തുറമുഖങ്ങളിൽ ചൈനയിൽ നിന്നുള്ള ചരക്കുകളും നിറച്ചെത്തുന്ന കപ്പലുകളിൽ അഞ്ചുലക്ഷം ദിനാർ വരെ വിലയ്ക്കുള്ള ചരക്കുകളുണ്ടാകുമായിരുന്നു. പതിനൊന്നാം നൂറ്റാണ്ടിന്റെ രണ്ടാം പകുതിയിൽ അലക്സാണ്ട്രിയ 5000-6000 ടൺ അസംസ്കൃത ചണം മധ്യധരണ്യാഴിയിലെ ചന്തകളിലേക്ക് കയറ്റിയയച്ചിരുന്നു.

അങ്ങനെ, മധ്യധരണ്യാഴിയിലെ മുതലാളിത്തത്തിന്റെ വളർച്ചക്ക് ശക്തമായൊരു സംഭാവന ഇസ്ലാമും മധ്യകാല അറബികളും നൽകിയിട്ടുണ്ട്, അതിനുകാരണം പ്രാചീനകാലത്തിന്റെ ഒടുവിലെ നാണയ സമ്പദ്ഘടനയെ അത് സംരക്ഷിക്കുകയും വികസിപ്പിക്കുകയും ചെയ്തുവെന്നതോ മധ്യപൂർവദേശത്തെ വാണിജ്യത്തിന്റെ ദൈനംദിന രീതികളായി മാറിയ ബിസിനസ് സാങ്കേതിക വിദ്യകൾ (പ്രത്യേകിച്ചും പാർട്ണർഷി

പ്പുകളും കമെൻഡാ എഗ്രിമെന്റുകളും) അവർ പുതുതായുണ്ടാക്കി എന്നതോ മാത്രമല്ല, മറിച്ച് യൂറോപ്പിലെ നാവിക മുതലാളിത്തത്തിന്റെ വളർച്ചക്ക് വേണ്ട ധനം കവർന്നെടുക്കാൻ പാകത്തിൽ പണമൂലധനത്തിന്റെ സമ്പന്നമായ ഉറവിടങ്ങളായി മുസ്ലിം ലോകത്തെ കടൽത്തീര തുറമുഖങ്ങൾ മാറിയെന്നതുകൊണ്ടുകൂടിയാണ്. സാമ്പത്തിക പത്രപ്രവർത്തകനായ മൈക്കൽ ജെ മാൻഡൽ തനിക്ക് സഹജമായ തുറന്നടിച്ച രീതിയിൽ ഇങ്ങനെയെഴുതി, "പതിനൊന്നുമുതൽ പതിനഞ്ചുവരെ നൂറ്റാണ്ടുകളിൽ യൂറോപ്യൻ സാമ്പത്തിക ജീവിതത്തിൽ ആധിപത്യം ചെലുത്തിയ ഇറ്റാലിയൻ കച്ചവടക്കാർക്കാവശ്യമായിരുന്ന പണമൂലധനം സമാഹരിക്കപ്പെട്ടത് കുരിശുയുദ്ധങ്ങളിലൂടെയാണ്." ഇസ്ലാം "വെറുമൊരു ആത്മീയ സൂത്രവാക്യം മാത്രമല്ല, ജീവിതത്തിന്റെ എല്ലാത്തുറകളിലും പൂർണമായ ഒരു ജീവിത വ്യവസ്ഥ കൂടിയാണ്" അതിൽ നിന്ന് യുക്തിപരമായി സിദ്ധമാകുന്നത് എല്ലാ ഇസ്ലാമേതര വ്യവസ്ഥകളിൽനിന്നും മികച്ചതും സവിശേഷ രൂപത്തിലുള്ളതുമായ ഒരു സ്വന്തം സാമ്പത്തിക വ്യവസ്ഥ കൂടി അതിനുണ്ടായിരുന്നു എന്നതാണ്. പക്ഷേ, ഇന്നുവരെ, ഇസ്ലാമിക സാമ്പത്തിക ശാസ്ത്രത്തിന്റെ സ്കോപ്പ് എന്താണെന്നും അതിന്റെ രീതിശാസ്ത്രപരമായ നിർവചനമെന്തെന്നുമുള്ള കാര്യത്തിൽ ഒരു യോജിപ്പുമുണ്ടായിട്ടില്ല.

ശരിയായ സ്ഥാപകർ: അല്ലാതെ വെറും 'ദീപശിഖാവാഹകരല്ല'

ഇന്നത്തെ യൂറോപ്പിലെന്നപോലെ മുന്നേറിയ സാങ്കേതികവിദ്യകളും ആന്തരഘടനകളുമില്ലാതിരുന്ന ഒരു കാലഘട്ടത്തിൽ ആയിരം വർഷത്തിന്റെ അറേബ്യൻ യുഗം തികച്ചും മുന്നേറിയതും അതിശയകരമാംവിധം ആധുനികവുമായ ഒന്നായിരുന്നു. അതുകൊണ്ടുതന്നെ അറേബ്യക്കാർ ഭാവിവികാസത്തിനുവേണ്ട ശാസ്ത്രത്തിന്റെ മണ്ഡലത്തെ കൈകാര്യം ചെയ്ത രീതിയെ ആദരവോടെയല്ലാതെ നോക്കിക്കാണാൻ ഒരാൾക്കാവില്ല. സാംസ്കാരത്തിന്റെ ദീപനാളത്തെ അവർ കാത്തുരക്ഷിച്ചു. അതിനെ അവർ ഒന്നുകൂടി ദീപ്തമാക്കി, എന്നിട്ടതിനെ ഏറ്റവും മികച്ചൊരു നിലയിൽ യൂറോപ്പിനു കൈമാറി. ആധുനിക ശാസ്ത്രത്തിന് അസ്തിവാരമിട്ടതും ഊർജം പകർന്നതും മഹാന്മാരായ അറബികളാണ്; അതിന്മേലാണ് നവോത്ഥാനം തഴച്ചുവളർന്നത്. തീർച്ചയായും, അറബ് ലോകത്തിനുനേരെ നടന്ന കടന്നാക്രമണങ്ങളിൽ സമ്പന്നവും അളവിൽ വളരെയേറെയുണ്ടായിരുന്നതുമായ അറേബ്യൻ പണ്ഡിതരുടെ കൃതികൾ നശിക്കുകയോ കാര്യമായ കേടുപാടുപറ്റുകയോ ചെയ്തിരുന്നില്ലെങ്കിൽ ഇതിലുമൊട്ടേറെക്കാര്യങ്ങൾ അവരിൽനിന്നു പഠിക്കാമായിരുന്നു. 1258 ൽ ബാഗ്ദാദിലെ ടൈഗ്രീസ് നദിയിൽ തങ്ങൾക്കൊരു പാലമായുപയോഗിച്ച് അത് കടക്കാൻ കഴിയുന്നത്രയും പുസ്തകങ്ങൾ മംഗോളുകൾ കൊണ്ടുപോയിച്ചൊരിഞ്ഞു. അത്തരം പുസ്തകങ്ങളിൽ നിന്നൊ

ഴുകിപ്പരന്ന മഷി ഒട്ടേറെക്കാലത്തേക്ക് നദിയുടെ നിറം കറുത്തതാക്കി. സിറിയയിൽ നടന്ന കുരിശുയുദ്ധങ്ങളിൽ, ഏറക്കുറെ 30 ലക്ഷം പുസ്തകങ്ങൾ നശിപ്പിക്കപ്പെട്ടു. ഗ്രെനഡയിൽ അറബികൾ തോൽപ്പിക്കപ്പെട്ടപ്പോൾ ഒരൊറ്റദിവസംകൊണ്ട് മതഭ്രാന്തന്മാർ പത്തുലക്ഷം പുസ്തകങ്ങൾ ചുട്ടെരിച്ചു. സിസിലിയിലെ കർദിനാൾ സിമോണെസ് (15-ാം നൂറ്റാണ്ട്) തന്റെ ഫ്രാണ്ട നഗരത്തിന്റെ പ്രധാന ചത്വരത്തിൽ 80,000 അറബി പുസ്തകങ്ങൾ കത്തിച്ചു.

അൽക്വവാരിസ്മി, അൽ ബിറൂണി എന്നിവരുടെ കൃതികൾ എന്നെങ്കിലും വായിക്കുന്ന വായനക്കാർ അറേബ്യൻ പണ്ഡിതന്മാർ തങ്ങളുടെ കൃതികളിൽ ടോളമിയുടെയോ, ഹിപ്പോക്രാറ്റസിന്റെയോ, ഗാലെന്റേയോ, അരിസ്റ്റോട്ടിലിന്റെയോ അതല്ലെങ്കിൽ ചൈനീസ്-ഇന്ത്യൻ സമശീർഷരുടെയോ കൃതികളോട് സ്വീകരിച്ച പൊതുവായ മനോഭാവം കണ്ട് അതിശയിക്കും. അവരിൽ നിന്നെല്ലാം കടംകൊണ്ട ആശയങ്ങൾ അവർ രേഖപ്പെടുത്തിയിരുന്നു. അതേസ്ഥാനത്ത്, അവരുടെ പിൻഗാമികളിലൊരാളെങ്കിലും (ചോസറോ, ഹാർവിയോ, കോപ്പർനിക്കസോ, പടിഞ്ഞാറൻ ശാസ്ത്രത്തിലെ മറ്റേതെങ്കിലും മഹാരഥന്മാരോ) തങ്ങളുടെ ശാസ്ത്രത്തിന്റെ കാര്യത്തിൽ അറബി ഉറവിടങ്ങളോട് കടപ്പാട് രേഖപ്പെടുത്തിയ ഒരൊറ്റ ഉദാഹരണംപോലുമില്ല. ഇന്നത്തെ ഇറാക്കിൽപ്പെടുന്ന മൊസൂളിനുചുറ്റിലുമെവിടെയോ വച്ച് രചിക്കപ്പെട്ട (1220 നും 1250 നുമിടയിൽ) ഒരു അറബി വൈദ്യശാസ്ത്ര കൈയെഴുത്തുപ്രതിയുടെ തുടക്കപേജിൽ 9 ഗ്രീക്ക് വൈദ്യശാസ്ത്രജ്ഞരുടെ പേരുകളും ചിത്രങ്ങളും നൽകിയിരുന്നു. മറുമരുന്നു (Antidote)കളെക്കുറിച്ചുള്ള ആ പുസ്തകം (*antidotarium*) പാമ്പുവിഷത്തിന് പ്രതിവിഷത്തെക്കുറിച്ച് ചിന്തിച്ച ഗാലെന്റെ (രണ്ടാം നൂറ്റാണ്ടിലെ ഗ്രീക്ക് വൈദ്യൻ) ചിന്തകളുടെ രൂപരേഖ നൽകിക്കൊണ്ടാണ് തുടങ്ങുന്നത്. തുടർന്നത് ഒട്ടേറെ മറുമരുന്നുകളെക്കുറിച്ച് സ്വന്തമായി ചർച്ചചെയ്യുന്നു; അവയെങ്ങനെ തയാറാക്കാം, അവയുടെ ഡോസ് എത്ര, എങ്ങനെ ഉപയോഗിക്കണം എന്നിവയെല്ലാം. ഗാലന്റെ ചിത്രമാണ് അടിയിൽ. അറബികളുടെ സംഭാവനകളെ മനഃപൂർവം മറച്ചുവക്കാൻ ശ്രമിക്കുകയും, ചില കേസുകളിൽ അവരുടെ സംഭാവനകൾ നിരവധി നൂറ്റാണ്ടുകൾക്കുശേഷം ജീവിച്ച യൂറോപ്യൻ ശാസ്ത്രജ്ഞന്മാർക്ക് ചാർത്തിക്കൊടുക്കുകയും ചെയ്ത ചില ചരിത്രകാരന്മാരുടെയും എഴുത്തുകാരുടെയും രീതി, അവർ മാപ്പർഹിക്കുന്നതല്ല. അത്തരം കണ്ടുപിടിത്തങ്ങൾ സ്വന്തമാക്കുകയോ, അതല്ലെങ്കിൽ സ്വന്തം കൃതികളിൽ ഉൾച്ചേർക്കുകയോ ചെയ്ത യൂറോപ്യന്മാർ യഥാർഥ കണ്ടുപിടിത്തക്കാർക്കോ അല്ലെങ്കിൽ തങ്ങൾക്ക് പ്രചോദനമായ അറബികൃതികൾക്കോ കടപ്പാട് രേഖപ്പെടുത്താനുള്ള മര്യാദപോലും കാണിച്ചില്ല.

മധ്യകാലത്തെ നിർണായക നൂറ്റാണ്ടുകളെ ഒഴിവാക്കിക്കൊണ്ട് ആയിരം കൊല്ലത്തിന്റെ “ശാസ്ത്രത്തിന്റെ സുവർണ്ണകാലത്തെ” മറച്ചുവയ്ക്കുകയും, യൂറോപ്യൻ വൈകാരിക മുൻവിധികൾക്കും ദേശീയ ദുര

ഭിമാനത്തിനും ചേർന്നരീതിയിൽ ശാസ്ത്രത്തിന്റെ ചരിത്രം കഷ്ണങ്ങളും തുണ്ടുകളുമായി വിവരിക്കുകയും ചെയ്യുന്നതെന്തുകൊണ്ട്? ആ മഹത്തായ ചരിത്രകാലഘട്ടത്തെ യൂറോപ്യൻ അന്ധകാരത്തിനു കീഴിൽ വൃത്തികെട്ടതും മങ്ങിമറഞ്ഞതുമായ ഒന്നായി മറച്ചുവയ്ക്കുന്നതെന്തിനാണ്? ശാസ്ത്രവും സംസ്കാരവും പടിഞ്ഞാറ് ഉടലെടുത്തതാണെന്നും യൂറോപ്പാണ് ശാസ്ത്രത്തെ ആധുനികവൽക്കരിച്ചതെന്നും ലോകത്തെ പഠിപ്പിക്കാൻ വേണ്ടി മുൻവിധിക്കാരായ യൂറോപ്യൻ ചരിത്രകാരന്മാർ നടത്തുന്ന ഏറ്റവും തന്ത്രപരമായ ശ്രമമാണതിന്റെ കാരണം. മധ്യകാല അറബികൾ, യാദൃച്ഛികമായി ഗ്രീക്കുവൈദ്യത്തെ സംരക്ഷിച്ച്, ഒരിക്കൽക്കൂടി 'പടിഞ്ഞാറൻ പ്രതിഭകൾക്കുയർന്നുവരാൻ' അവസരമൊരുക്കി, അത്രമാത്രം! ആ മഹത്തായ പൈതൃകത്തെ വീണ്ടും സ്വന്തമാക്കി വികസിപ്പിച്ച പ്രതിഭകൾ യൂറോപ്പുകാരാണ്!! അവരിൽപ്പെട്ടവരും 'അറേബ്യൻ ശാസ്ത്രത്തെ' ജനങ്ങൾക്കിടയിൽ പ്രചരിപ്പിക്കാൻ ശ്രമിച്ചവരുമായവർ മൊഹമ്മദന്മാരാണെന്നുവരെയുള്ള ആരോപണത്തിനു വിധേയരായി. റോജർബേക്കൺ (1214-1294) ഇത്തരമൊരാരോപണത്തിനു വിധേയമായി 14 വർഷക്കാലം തടവിലാക്കപ്പെട്ടവനാണ്.

യൂറോപ്പിന്റെ 'ഇരുണ്ടകാലഘട്ടം' ബഹുവംശീയമായ അറബ് മുന്നേറ്റത്തിന്റെ ഉച്ചസ്ഥായിയുമായി ശരിക്കും ഒത്തുപോകുന്നുണ്ട്. ആ ഒരൊറ്റക്കാര്യം തന്നെ അതിനോടുള്ള ശത്രുതയെ വിശദീകരിക്കുന്നുണ്ട്. അക്കാലത്തത് വെളിവാക്കപ്പെട്ടിരുന്നുവെങ്കിൽ, ആധുനികശാസ്ത്രീയ കണ്ടുപിടുത്തങ്ങളിൽ വലിയൊരു പങ്കിന്റെയും ബഹുമതികൾ മധ്യപൂർവദേശത്തിനു കിട്ടുമായിരുന്നു. പടിഞ്ഞാറ് പ്രത്യേകമായും, മനുഷ്യരാശി പൊതുവിലും, ബഹുവംശീയരും വൈവിധ്യമാർന്നവരുമായ അറേബ്യക്കാർ ലോകത്തിനു നൽകിയ സംഭാവനകളിൽനിന്ന് നേട്ടം കൊയ്തിട്ടുണ്ട്. അവരുടെ സംസ്കാരമായിരുന്നു ലോകത്തെ പ്രമുഖമായ സംസ്കാരം. യൂറോപ്പിനെ മാത്രം കണക്കിലെടുക്കുന്ന 'ഇരുണ്ടകാലഘട്ടം' എന്ന പദപ്രയോഗം തന്നെ, യൂറോപ്പിന്റെ ചരിത്രമാണ് ലോകത്തിന്റെ ചരിത്രമെന്ന ധാരണയിൽ നിന്നുടലെടുത്തിട്ടുള്ളതാണ്; അതിന്റെ ഫലമെന്തു തന്നെയായാലും. എങ്കിലും ഈ "ഇരുണ്ട കാലഘട്ടം" അറേബ്യൻ സംസ്കാരത്തിന്റെ കടന്നുവരവോടെയാണ് തുടങ്ങുന്നതെന്ന് നമുക്കറിയാം. അറേബ്യൻ പണ്ഡിതന്മാർ ഗ്രീക്കുക്ലാസിക്കുകൾ വെറുതെ പുനഃസ്ഥാപിക്കുകമാത്രമാണ് ചെയ്തതെന്ന ധാരണ മധ്യപൂർവദേശം നൽകിയ ഉജ്വലമായ സംഭാവനകളെ ചുരുക്കിക്കാട്ടാനായി പടിഞ്ഞാറ് നടത്തുന്ന ശ്രമങ്ങളെമാത്രമാണ് വെളിവാക്കുന്നത്. പരീക്ഷണാത്മകതയിലടിസ്ഥാനപ്പെടുത്തിയ ആധുനിക ശാസ്ത്രീയാന്വേഷണത്തിനുവേണ്ട മുന്നുപാധികൾ രൂപീകരിച്ചത് അറബികളാണ്. പത്തുനൂറ്റാണ്ടുകാലം ശാസ്ത്രീയ ഗവേഷണത്തിന്റെയും മുന്നേറ്റത്തിന്റെയും അന്താരാഷ്ട്ര വാഹനം അറബിഭാഷയായിരുന്നു; ഇന്ന് ഇംഗ്ലീഷെന്നതുപോലെ. അതിന്റെ ശക്തി ശക്തമായി ദൈവികമായ മാർഗനിർദേശത്തിലാണ് അടിയുറപ്പി

ച്ചിരുന്നത്; അതാണതിന് പ്രചോദനവും ചട്ടക്കൂടും ദിശാബോധവും ധാർമികബോധവും നൽകിയത്. അവരുടെ സംഭാവനകളുടെ സവിശേഷമുദ്രയായ ശാസ്ത്രീയ ഗവേഷണത്തിന്റെ ശരിയായ രീതിശാസ്ത്രം കൊത്തിവച്ചുകൊണ്ട് അറിവിനെ ക്രമീകൃതമായി പിന്തുടരുകയെന്ന ശരിയായ സമീപനം അവരാണ് നൽകിയതെന്നത് നിസ്സംശയമാണ്. ശാസ്ത്രത്തിന്റെ വിവിധ മണ്ഡലങ്ങൾക്ക് അവർ നൽകിയ മഹത്തും തനതുമായ സംഭാവനകൾക്ക് പുറമെയാണിത്. മറ്റുവാക്കുകളിൽപ്പറഞ്ഞാൽ, അവർ അറിവ് നമുക്ക് നൽകിയതിനൊപ്പം, കൂടുതലറിവിനെ പിന്തുടരാനുള്ള താക്കോൽ കൂടി നമുക്ക് നൽകി.

മധ്യകാല സംസ്കാരത്തോട് യൂറോപ്പിൽ ദീർഘകാലമായി നിലനിൽക്കുന്ന അവജ്ഞയുടെയും വെറുപ്പിന്റെയും കാരണം യൂറോപ്പ് അടിച്ചേൽപ്പിച്ച യൂറോകേന്ദ്രിതവും സാർവത്രികവുമായ കൊളോണിയൽ വിദ്യാഭ്യാസ വ്യവസ്ഥയാണ്. മനുഷ്യവംശപരിണാമത്തിന്റെ പൊതുനിയമങ്ങൾ അന്വേഷിക്കുന്നതിലോ, പൊതുവേ ഓറിയന്റലിസം എന്നുവിളിക്കപ്പെട്ട പ്രതിഭാസത്തിന്റെ കാര്യത്തിലോ അതിനൊരു താൽപ്പര്യവുമുണ്ടായിരുന്നില്ല. ഒറിയന്റലിസം കിഴക്കിനും പടിഞ്ഞാറിനുമിടയിൽ ഭൂമിശാസ്ത്രപരമായും സാംസ്കാരികമായും ബൗദ്ധികമായും ധാർമികമായും ഒരു സാങ്കൽപ്പിക അതിർവരമ്പ് സൃഷ്ടിച്ചു. അക്കാദമിക് ഓറിയന്റലിസം അഹന്ത നിറഞ്ഞ, പ്രത്യക്ഷത്തിൽ മാനുഷികമെന്നു തോന്നുന്ന, ആദർശങ്ങളെ സൃഷ്ടിച്ചു. ആ ആദർശങ്ങൾ സാമ്രാജ്യത്വത്തെ ഡ്രൈവ് ചെയ്തുകൊണ്ടുവന്നു. അതിന്റെ പ്രത്യാഘാതങ്ങൾ അറബ് നാടുകളിൽ-മറ്റെല്ലാ മൂന്നാം ലോകരാജ്യങ്ങളിലുമെന്നപോലെ- വളരെ വേദനാജനകമായി അനുഭവപ്പെട്ടു. കിഴക്കിന്റെ ശാസ്ത്രത്തെപ്പറ്റി അത്തരം അക്കാദമിക് ഓറിയന്റലിസ്റ്റുകൾ ഒരുതരം പടിഞ്ഞാറൻ സാഹിത്യം സൃഷ്ടിക്കുകയും അവരെ വെറും ഗ്രീക്കുശാസ്ത്രത്തിന്റെയും വൈദ്യത്തിന്റെയും ദീപശിഖാവാഹകരായി അവതരിപ്പിക്കുകയും ചെയ്യുന്നു. അതുപോലെ കിഴക്കിനെയും കിഴക്കുള്ളവരെയും അന്യർ എന്ന് വ്യവച്ഛേദിച്ച് മനസിലാക്കി അവരെ പഠനത്തിന്റെ ലക്ഷ്യമോ പഠനവസ്തുവോ ആക്കി മാറ്റുകയും ചെയ്യുന്നു. ചരിത്രത്തിന്റെ യൂറോപ്യൻ കോളനിവൽക്കരണം ചരിത്രത്തെ കോളനിവൽക്കരിക്കുക മാത്രമല്ല ചെയ്തത്, മറിച്ച് (ഏറ്റവും പ്രധാനപ്പെട്ടകാര്യമതാണ്) ചരിത്രത്തെക്കുറിച്ചുള്ള വിവരങ്ങളെയും അവർ കോളനിവൽക്കരിച്ചു. അതിന്റെ ഫലമായി, ലോകചരിത്രത്തിന്റെ യൂറോകേന്ദ്രിത വ്യാഖ്യാനത്തിന്റെ സ്വാധീനത്തിൽ ലോകമമർന്നുപോയി. വൈദ്യത്തിലും ശസ്ത്രക്രിയയിലും പ്രഗത്ഭരായ എഴുത്തുകാരായ ഹാമിൽട്ടൻ ബെയ്‌ലിയും എസ് ജെ ബിഷപ്പും അവരുടെ കൃതികളിലെങ്ങും അറേബ്യൻ പണ്ഡിതരെപ്പറ്റി സൂചിപ്പിക്കുന്നുപോലുമില്ല. *എൻസൈക്ലോപീഡിയ ബ്രിട്ടാനിക്ക* അറേബ്യൻ വൈദ്യത്തെ പരിഗണിക്കുന്നത് ഗ്രീക്കുവൈദ്യത്തിന്റെ അറേബ്യൻ വകഭേദമായിട്ടാണ്. സ്കോട്ടിഷ് ജേർണലിസ്റ്റായ റിച്ചികാൽഡർ സി ബി ഇ(1906–1982)തന്റെ

വൈദ്യവും മനുഷ്യനും എന്ന കൃതിയിൽ പറയുന്നത് ഇബ്ൻ-സിനയുടെ കൃതികൾ പുരോഗതിയെ കുഴപ്പത്തിലാക്കിയെന്നാണ്. ഈ മുൻവിധി 16 ാം നൂറ്റാണ്ടിൽപോലും തുടർന്നു. അക്കാലത്ത് 1527 ൽ പാരാസെൽസുസ് (1493-1541-നവോത്ഥാന കാലഘട്ടത്തിലെ വൈദ്യശാസ്ത്രജ്ഞനും ബോട്ടാണിസ്റ്റും) പരസ്യമായി ഇബ്ൻസിനയുടെ കൃതികൾ കത്തിക്കുകയും അൽറാസിയെയും ഇബ്ൻ സിനയേയുമെല്ലാം ബാഗ്ദാദിലെ അന്ത:പുരങ്ങളിലെ വീരനായക ബിംബങ്ങൾ മാത്രമെന്ന് അപലപിക്കുകയും ചെയ്തു.

എന്നാൽ സമീപകാലപണ്ഡിതന്മാർ; അറേബ്യൻ ശാസ്ത്രജ്ഞന്മാർ ഗ്രീക്കുശാസ്ത്രത്തിന്റെ വെറും ദീപശിഖാവാഹകർ മാത്രമായിരുന്നില്ലെന്നും യഥാർഥത്തിൽ അവർ നവോത്ഥാനത്തിനു മുമ്പത്തെ ശാസ്ത്രത്തെ ആധുനികവൽക്കരിച്ചവരാണെന്നും ഉറപ്പിച്ചുപറയുന്നുണ്ട്. ഉദാഹരണത്തിന് തന്റെ *മിഡിൽ ഈസ്റ്റ്* (മധ്യപൂർവദേശം) എന്ന കൃതിയിൽ ബെർണാർഡ് ലെവിസ് വിശദീകരിക്കുന്നത്

> 'മൊത്തത്തിൽ ഗ്രീക്ക് ശാസ്ത്രം ഏറെക്കുറെ സൈദ്ധാന്തിക സ്വഭാവമാണ് പ്രദർശിപ്പിച്ചത്. മധ്യകാല മധ്യപൂർവദേശം ഏറെ കൂടുതൽ പ്രായോഗിക സ്വഭാവം പ്രദർശിപ്പിച്ചു. വൈദ്യം, രസതന്ത്രം, ജ്യോതിശ്ശാസ്ത്രം, അഗ്രോണമി എന്നീ മണ്ഡലങ്ങളിൽ ക്ലാസിക്കൽ പൈതൃകത്തെ വ്യക്തമായി വിശദീകരിക്കാനും അതിന് പരീക്ഷണ നിരീക്ഷണങ്ങളിലൂടെ ശക്തിപകരാനും മധ്യകാല മധ്യപൂർവദേശത്തിനു കഴിഞ്ഞു.

ഇവിടെ കൈകാര്യം ചെയ്യപ്പെടുന്ന പ്രശ്നത്തെക്കുറിച്ച് പ്രസിദ്ധ ചരിത്രകാരനായ വിക്കൻസ് പറയുന്നു: "വിശാലമായ ഒരർഥത്തിൽ മധ്യപൂർവദേശത്തുനിന്ന് പടിഞ്ഞാറ് കടംകൊണ്ടവ, പ്രായോഗികമായി, സംസ്കാരത്തിന്റെ എല്ലാ അടിസ്ഥാനഘടകങ്ങളെയും രൂപപ്പെടുത്തുന്നതവയാണ്". *മേക്കിംഗ് ഓഫ് ഹ്യൂമാനിറ്റി* എന്ന തന്റെ കൃതിയിൽ ബ്രിഫോൾട്ട് തന്റെ ഉദാരവാദം പ്രകടമാക്കിക്കൊണ്ടെഴുതുന്നു:

> അറബ് സംസ്കാരത്തോട് ശാസ്ത്രം വളരെയേറെ കടപ്പെട്ടിട്ടുണ്ട്, അതതിന്റെ നിലനിൽപ്പിനുതന്നെ അവരോട് കടപ്പെട്ടിരിക്കുന്നു. ഗ്രീക്കുകാർ സമാന്യവൽക്കരിക്കുകയും സൈദ്ധാന്തികവൽക്കരിക്കുകയും ചെയ്തു, എന്നാൽ അന്വേഷണത്തിന്റെ ക്ഷമാപൂർവമായ വഴികളും ധനാത്മകമായ അറിവിന്റെ സമാഹരണവും, ശാസ്ത്രത്തിന്റെ സൂക്ഷ്മമായ രീതികളും, വിശദവും നീണ്ടുനിൽക്കുന്നതുമായ നിരീക്ഷണവും, പരീക്ഷണാത്മകമായ അന്വേഷണവും, (ഗ്രീക്കുവൈദ്യത്തിന് അവയൊക്കെ അന്യമായിരുന്നു) യൂറോപ്യൻ ലോകത്തിന് പരിചയപ്പെടുത്തിയത് അറബികളാണ്.

അതൊരു സുവർണയുഗമായിരുന്നു. ഓരോ പന്ത്രണ്ടുവയസുകാരനും പന്ത്രണ്ടുവയസുകാരിക്കും വായിക്കാനും എഴുതാനും കഴിവുണ്ടായിരുന്ന കാലം. ക്രിസ്ത്യൻ ലോകത്തെ പ്രഭുക്കന്മാർക്കും പ്രഭ്വികൾക്കുപോലും വളരെ അപൂർവമായി മാത്രം അവരുടെ പേരെഴുതാനറിയാവുന്ന ഒരു കാലത്തായിരുന്നു അത്.

എല്ലാ ആധുനികപൂർവ ശാസ്ത്രപൈതൃകങ്ങളെ സംബന്ധിച്ചും, അവയിൽ പ്രത്യേകമായൊന്നിനെ വർഗീകരിക്കുന്ന തത്വം ഏറെയും ഭാഷാസ്വഭാവത്തിലുള്ളതാണ്. അതാകട്ടെ ആധുനികശാസ്ത്രം അതിന്റെ സ്വന്തം കാര്യത്തിൽ ചെയ്യുന്നതിന് വിരുദ്ധമാണുതാനും. ശാസ്ത്രത്തിന്റെ ചരിത്രകാരന്മാർ വിവിധ ശാസ്ത്രപൈതൃകങ്ങളെ വീക്ഷിക്കുമ്പോൾ, തങ്ങൾ അഭിമുഖീകരിക്കുന്ന ശാസ്ത്രീയ പ്രവർത്തനങ്ങളെ വർഗീകരിക്കുമ്പോൾ, അവർ സ്വീകരിക്കാറുള്ള മാനദണ്ഡങ്ങൾ ആവശ്യാനുസരണം മാറ്റാൻ അവരെപ്പോഴും തയാറെടുത്തിരിക്കുകയാണെന്നുതോന്നും. ചൈനീസ് ഭാഷയിലോ ജാപ്പനീസ് ഭാഷയിലോ ഗ്രീക്കുഭാഷയിലോ എഴുതപ്പെട്ട ഒരു ശാസ്ത്രകൃതി അതാതു ജനതകളുടെ സാംസ്കാരിക മണ്ഡലങ്ങളിൽ വരുന്നതാണെന്നു വിശദീകരിച്ചാൽ ആരുമതിൽ തർക്കമുന്നയിക്കില്ല. ആധുനിക ശാസ്ത്രത്തിന്റെ കാര്യത്തിലേക്കു വരുമ്പോൾ ഭാഷാപരമായ സൂചനകൾ ഒഴിവാക്കുന്നു. ഫ്രഞ്ച്, ഇംഗ്ലീഷ്, ഇറ്റാലിയൻ, ജർമൻ ശാസ്ത്രീയകൃതികളെല്ലാം ആധുനികമെന്നാണ് വിവരിക്കപ്പെടാറ്. അപ്പോൾ അതിനിടയിൽ വരുന്ന കാഴ്ചപ്പാട് കൃതികൾക്കു പിന്നിൽ ഭാഷാപരമോ സാംസ്കാരികമോ മതപരമോ അല്ലാത്ത പടിഞ്ഞാറൻ എന്നൊക്കെയുള്ള വളരെ അവ്യക്തമായ പൊതുഘടകമുണ്ട് എന്നതാണ്. പടിഞ്ഞാറൻ ശാസ്ത്രം എന്നൊക്കെപ്പറയുമ്പോൾ നാമതാണ് കാണുന്നത്. അതേസമയം അറബിഭാഷയിലെഴുതപ്പെട്ട ശാസ്ത്രകൃതികളിലേക്ക് വരുമ്പോൾ ഉദാഹരണത്തിന് പ്രശ്നം കുറേകൂടി സങ്കീർണമാകുന്നു. അതേ ശാസ്ത്രചരിത്രകാരന്മാർ ഭാഷാപരവും ആധുനികവുമായ വർഗീകരണ പദസമുച്ചയങ്ങളുപേക്ഷിച്ച് ഒരു മതപരമായ പദാവലികൊണ്ടുവരികയും, ആ കൃതികളെ 'ഇസ്ലാമിക്' എന്നുവിളിക്കുകയും ചെയ്യുന്നു. പക്ഷേ അവരാരും ഈജിപ്ഷ്യൻ വൈദ്യത്തെ ജൂതവൈദ്യമെന്നോ പടിഞ്ഞാറൻ വൈദ്യത്തെ ക്രിസ്ത്യൻ വൈദ്യമെന്നോ വിളിക്കുകയില്ല. മറുവശത്ത്, മതമൗലികവാദ (ഇസ്ലാമിക) പഠനങ്ങളും ശാസ്ത്രത്തിനുപകരം മതത്തിന് പ്രാധാന്യം നൽകുകയും ശാസ്ത്രജ്ഞന്മാരെയും പണ്ഡിതന്മാരെയും തങ്ങളുടെ മതത്തിന്റെ പ്രതീകങ്ങളാക്കി കാത്തുസൂക്ഷിക്കുകയും ചെയ്യുന്നു. അങ്ങനെ മതമൗലികവാദ സ്കൂളുകൾ ഏർപ്പെട്ടിരിക്കുന്ന ദൗത്യം, അറേബ്യൻയുഗത്തിലെ എല്ലാ പ്രമുഖ ശാസ്ത്രജ്ഞരും മുസ്ലീങ്ങളായിരുന്നുവെന്നു തെളിയിക്കലാണ്. അറേബ്യൻ വൈദ്യവും ശാസ്ത്രവും ഇസ്ലാമിനോട് വളരെയേറെ കടപ്പെട്ടിരിക്കുന്നുവെന്നും

മറ്റൊരു മതത്തോടും അതിന് കടപ്പാടില്ലെന്നുമുള്ള ധാരണയാണ് അത് സൃഷ്ടിക്കുന്നത്. ആ അവസരം സമർഥമായി ഉപയോഗപ്പെടുത്തിക്കൊണ്ട് പടിഞ്ഞാറ് അതിനെ മതമൗലികവാദമെന്നു വിളിക്കുകയും ഇസ്ലാമിന്റെ അസഹിഷ്ണുതയെന്ന് ഉയർത്തിക്കാട്ടുകയും ചെയ്യുന്നു.

ചരിത്രത്തിന്റെ കാഴ്ചപ്പാടിൽനിന്നു നോക്കുമ്പോൾ അവർക്ക് പൂർണമായും തെറ്റുപറ്റിയിരിക്കുകയാണ്. അവർ യാഥാർഥ്യത്തെ ഒട്ടുംതന്നെ ഉൾക്കൊള്ളുന്നില്ല. അറേബ്യൻ ശാസ്ത്രത്തിന്റെ പ്രമുഖവ്യക്തികൾ ഒന്നുകിൽ മുസ്ലീങ്ങളല്ലാത്തവരോ, അല്ലെങ്കിൽ അറബികളല്ലാത്തവരോ ആണ്. അറബിശാസ്ത്രം എന്നതിന്റെ പര്യായമായി അറേബ്യൻ ശാസ്ത്രമെന്ന പദത്തെ കാണണമെന്നത് അത്യാവശ്യമാണ്. കാരണം ആ ശാസ്ത്രത്തിന്റെ ഭാഷ അറബിയായിരുന്നു. പടിഞ്ഞാറെ യൂറോപ്പിന്റെ ഭാഷാമാധ്യമം ലത്തീനായിരുന്നുവെന്നതുപോലെതന്നെ. അതിനപ്പുറം അറേബ്യൻ എന്നതിനർഥം അറബ് വംശജനെന്നോ മുസ്ലീമെന്നോ അല്ല. പേർഷ്യക്കാരും കിഴക്കിന്റെ നെസ്തോറിയന്മാരും, പടിഞ്ഞാറുള്ള സ്പാനിയാർഡുകളും ജൂതന്മാരും ഇസ്ലാമിന്റെ സാമ്രാജ്യത്തിന്റെ ആധിപത്യകാലത്ത് അറബിഭാഷയിൽ ശാസ്ത്രത്തെ വികസിപ്പിച്ചവരാണ്. സാഹിത്യത്തിൽ പലപ്പോഴും ഉപയോഗിക്കുന്ന അറേബ്യൻ വൈദ്യമെന്ന പദംകൊണ്ട് വ്യക്തമാക്കാനുദ്ദേശിക്കുന്നത് ശാസ്ത്രസത്യങ്ങളും കണ്ടുപിടിത്തങ്ങളും അറബിഭാഷയിലാണെഴുതപ്പെട്ടതെന്നും മധ്യകാലത്ത് അതായിരുന്നു ശാസ്ത്രത്തിന്റെ ആഗോള, അഥവാ, ലോകഭാഷയെന്നുമാണ്. ഇസ്ലാമിന്റെ സഹിഷ്ണുതയാണ് അതിന്റെ എല്ലാ പ്രജകളെയും (മൊഹമ്മദീയരെയും 'അവിശ്വാസികളെയും') ഒന്നിച്ചു നിൽക്കാനും അവരുടെ മുഴുവൻ കഴിവും ശേഷിയുമുപയോഗിച്ച് ശാസ്ത്രപുരോഗതിയുടെ മണ്ഡലത്തിൽ പ്രവർത്തിക്കാനും പ്രാപ്തരാക്കിയത്. അറബ് വൈദ്യന്മാരിൽ ആദ്യമായി രേഖപ്പെടുത്തപ്പെട്ടയാളായ അൽ ഹരിന്ത് ബിൻ കലാഡ പ്രവാചകൻ മൊഹമ്മദിന്റെ സമകാലീനനാണ്. അദ്ദേഹം ജന്മംകൊണ്ട് ഒരു ജൂതനാണ്. ഉമൈയ്യാദ് ഖാലിഫേറ്റിലെ മഹാനായ ചികിത്സകനായിരുന്ന മസർജാവൈഹ് ഒരു പേർഷ്യക്കാരനായിരുന്നു. എട്ടും ഒമ്പതും നൂറ്റാണ്ടുകളിലെ പ്രമുഖ അറബി തർജ്ജമക്കാരനായിരുന്ന യുഹാന്ന-ഇബ്ൻ മസാവയ്ഹ് (മെസ്യൂസീനിയർ) ഒരു ക്രിസ്ത്യാനിയായിരുന്നു. അദ്ദേഹം ബാഗ്ദാദ് ഹോസ്പിറ്റലിന്റെ ഡയറക്ടറും, ഹാറൂൺ അൽ റഷീദിന്റെ ചികിത്സകനുമായി. ഹു നായ് ൻ-ബ്ൻ ഇഷാക് (ജൊഹാന്നിറ്റസ്- പ്രസിദ്ധനും ഒട്ടനവധി ഗ്രന്ഥങ്ങൾ തർജമ ചെയ്തയാളും)ഒരു നെസ്തോറിയൻ ക്രിസ്ത്യനായിരുന്നു. 'അറബി നവോത്ഥാനത്തിന്റെ എറാസ്മസ്' എന്നാണദ്ദേഹം അറിയപ്പെട്ടത്. പ്രമുഖ ജ്യോതിശ്ശാസ്ത്രജ്ഞനായ താബിത് ഇബ്ൻ ഖുറാ ഒരു സാബിയനായിരുന്നു. 9 ാം നൂറ്റാണ്ടിൽ രാജസദസിൽ പ്രമുഖ പങ്ക് വഹിച്ചിരുന്ന ബക്കിഷ്തു കുടുംബവും ക്രിസ്ത്യാനികളായിരുന്നു. അറബി ഭൂമി

ശാസ്ത്ര-ചരിത്രകാരന്മാരിലെ ഏറ്റവും പ്രമുഖനായ യാക്കൂത് അൽ ഹമാവി ഗ്രീക്ക് പശ്ചാത്തലത്തിൽനിന്നു വന്നവനായിരുന്നു. അതുപോലെതന്നെ *വിജ്ഞാനത്തിന്റെ ത്രാസ്* രചിച്ച ചാമ്പ്യൻ രചയിതാവായ അൽ ഖാസിനും. അറബി ഭരണത്തിനുകീഴിലും ജൂതർക്ക് സാംസ്കാരത്തിന്റെ മഹത്തായ താളുകൾ സ്വന്തമായുണ്ടായിരുന്നു. അവരിൽ ചിലരെമാത്രം പരാമർശിച്ചാൽ, മൈമോണയിഡ്സ് (തത്വചിന്തകൻ, വൈദ്യൻ) സലാഹുദ്ദീൻ അയ്യൂബിയുടെ (പന്ത്രണ്ടാം നൂറ്റാണ്ടിലെ ഈജിപ്തിലെ കുർദിഷ് ഭരണാധികാരിയും ജറുസലേം വിമോചകനും) വൈദ്യനായിരുന്നു. ഹസ്ദായ് ഇബ്ൻ ഷാപ്രുത് സ്പെയിനിൽ അറിവിന്റെയും അധികാരത്തിന്റെയും കാര്യത്തിൽ ഏറ്റവുമുന്നത പദവികളിലെത്തി. അദ്ദേഹത്തിന്റെ പുത്രന്മാരും അദ്ദേഹത്തെ പിന്തുടർന്നു. ക്രിസ്ത്യൻ രാജാക്കന്മാരുടെ അടുത്തേക്കയക്കപ്പെട്ട എല്ലാ അറബ് പ്രതിനിധി സംഘങ്ങളിലെയും അംഗങ്ങൾ ജൂതന്മാരായിരുന്നു. അബാസിഡ് രാജവംശത്തിനു കീഴിൽ വൈദ്യചികിത്സയുടെ ഉത്തരവാദിത്വം രണ്ട് ക്രിസ്ത്യൻ കുടുംബങ്ങൾക്കു കീഴിലായിരുന്നു. ബക്തിഷു, മസാവയ്ഹ് കുടുംബങ്ങൾക്കു കീഴിൽ, അവരായിരുന്നു അക്കാലത്ത് മധ്യപൂർവദേശത്തെ പ്രമുഖ തർജമക്കാരും വൈദ്യന്മാരും. കിഴക്കൻ ഖലീഫാ ഭരണത്തിനു കീഴിലെ മഹാന്മാരായ വൈദ്യന്മാരും തത്ത്വചിന്തകരുമായ ബാലി അബ്ബാസ്, അൽറാസ, അവിസെന്ന എന്നിവർ പേർഷ്യക്കാരായിരുന്നു. തന്റെ കാലത്തെ ഏറ്റവും വലിയ സ്വതന്ത്ര ചിന്തകനും ദാർശനികനുമായ അവെറോസ് സ്പാനിഷ് വംശജനായിരുന്നു. മുസ്ലിങ്ങൾക്കിടയിൽത്തന്നെ അത്തരം ശാസ്ത്രജ്ഞരിൽ കുറേപ്പേർ മാത്രമായിരുന്നു അറബികൾ. കൂടുതൽപേരും തുർക്കികൾ, ഇറാൻകാർ, സ്പെയിൻകാർ, ബെർബർമാർ, കുർദുകൾ എന്നിവരായിരുന്നു. അതായത്, ഖലീഫാ ഭരണങ്ങൾക്കുകീഴിൽ ഒട്ടനവധി വംശ, മതവിഭാഗങ്ങളിൽപ്പെട്ട ജനതകൾ ഒന്നിച്ചുചേർന്ന് ഒരൊറ്റ കുടക്കീഴിൽ അണിനിരന്നു. അറിവിന്റെ വാതിലുകളിൽ മുട്ടിവിളിച്ചവർക്കൊക്കെയുമായി മലർക്കെ തുറന്നിട്ട സാമ്രാജ്യങ്ങളായിരുന്നു അവ. എക്കാലത്തും നിലനിന്നിട്ടുള്ളവയിൽ ഏറ്റവുമാദ്യത്തേതും ഏറ്റവും ബഹുവംശീയവുമായ സംസ്കാരങ്ങളും നാഗരികതകളുമായിരുന്നു അത്. ഇന്നുപോലും പലവശങ്ങളിലും അത്രമേൽ വൈവിധ്യമാർന്ന സംസ്കാരങ്ങളും നാഗരികതകളും നിലവിലില്ല. അറബി സംസ്കാരത്തിന്റെ ബഹുവിശ്വാസ-സമത്വാധിഷ്ഠിത സ്വഭാവം ഇന്നേറെ കൊട്ടിഘോഷിക്കപ്പെടുന്ന ബഹുവംശീയ സമൂഹങ്ങൾക്കു പോലുമില്ല.

"ആധുനിക ശാസ്ത്രം" എന്നു വിളിക്കപ്പെടുന്നത് ദശലക്ഷക്കണക്കായ മനുഷ്യരുടെ ജീവനും ചോരയും സംഭാവനചെയ്ത്, അവരുടെയെല്ലാം ചരിത്രങ്ങളിലൂടെ തിടംവച്ചുവളർന്നതാണ്. അവരിൽ ചിലരെ നമുക്കറിയാം. ചിലരെ നമുക്കറിയുകയുമില്ല. ജീവിതത്തിന്റെ നിഗൂഢതകളുമായി നീണ്ടതും ബുദ്ധിമുട്ടേറിയതുമായ പോരാട്ടത്തിന്റെ കഥയാ

ണതിന്റെ കഥ-വ്യത്യസ്ത സംസ്കാരങ്ങളിലും വിവിധ മതവിഭാഗങ്ങളിൽപ്പെട്ടവരുമായ മനുഷ്യർ നടത്തിയ ഉജ്ജ്വലമായ പോരാട്ടത്തിന്റെ കഥ. അതിലൂടെ ഗംഭീരമായ നേട്ടങ്ങൾ, മനുഷ്യസഹനത്തിന്റെ വൻതോതിലുള്ള ദുരീകരണം, ജീവിതത്തിന്റെ ദൈർഘ്യം, എല്ലാം സാധ്യമായി. അതുകൊണ്ട് തന്നെ ഈ ബഹുസ്വര സാംസ്കാരിക സംഭാവനകളെ കേവലം യൂറോകേന്ദ്രിതമായി ചുരുക്കി കാണുന്നത് മുഴുവൻ മനുഷ്യവർഗചരിത്രത്തോടും ചെയ്യുന്ന നീതികേടാണ്. മനുഷ്യവർഗത്തിന്റെ മുഴുവൻ സംഭാവനകളുടെ, കഠിനപ്രയത്നത്തിന്റെ, ഫലശ്രുതിയായി ഇതിനെ കാണുമ്പോൾ മാത്രമേ "സംസ്കാരം" എന്ന വാക്കിന് തന്നെയും അതിന്റെ തനതായ അർഥം കൈവരികയുള്ളൂ.

5

ദൈവശാസ്ത്രയുക്തിവാദത്തിന്റെ ഗ്രഹണവും പടിഞ്ഞാറൻ തത്വചിന്തയിന്മേൽ അതിന്റെ പ്രത്യാഘാതവും

ഇസ്ലാമിക തത്വചിന്തയുടെ ഒരുവശം മാത്രമാണ് മതമൗലികവാദമെന്നും, എങ്കിലുമതാണിന്ന് ഏറ്റവും ശക്തിയും സ്വാധീനവുമുള്ളതായ പ്രവണതയെന്നും പല നിരീക്ഷകരും ചൂണ്ടിക്കാട്ടിയിട്ടുണ്ട്. പക്ഷേ, അത്തരം വിശദീകരണങ്ങളൊക്കെയുണ്ടായിട്ടും, ഇസ്ലാമിനകത്ത് ഒരു യുക്തിവാദപാരമ്പര്യത്തിന്റെ സാന്നിധ്യമുണ്ടായിരുന്നു എന്ന അവകാശവാദത്തിന്റെ ചരിത്രപരമായ നിജസ്ഥിതിയെന്തെന്ന അന്വേഷണത്തിന് അൽപ്പംപോലും ശ്രദ്ധ ലഭിക്കുകയുണ്ടായില്ല. 21 ാം നൂറ്റാണ്ടിലെ ബഹുസംസ്കാരയൂറോപ്പിന് ഇന്നും മുസ്ലീങ്ങളുടെ ഉദ്ഗ്രഥനം അഥവാ ഇഴുകിച്ചേരൽ ഒരു ആഗോളവെല്ലുവിളിയായാണനുഭവപ്പെടുന്നത്. യൂറോപ്പിനുണ്ടെന്നു സങ്കൽപ്പിക്കപ്പെടുന്ന മതേതരത്വവുമായി ഏറ്റുമുട്ടുന്ന മതമൗലികവാദത്തിന്റെ പ്രശ്നമുയർന്നുവരുമ്പോൾ പ്രത്യേകിച്ചും. യഥാർഥത്തിൽ പരസ്പരം എതിർനിൽക്കുന്ന സാംസ്കാരിക മണ്ഡലങ്ങളെന്ന നിലയിൽ കിഴക്കൻ ലോകത്തിൽനിന്നും പടിഞ്ഞാറൻ ലോകത്തെ വേർതിരിക്കുന്ന ഗുണഗണങ്ങളായി മിക്കപ്പോഴും കണക്കാക്കപ്പെടുന്നത് മതേതരത്വവും യുക്തിചിന്തയുമാണ്. എന്നാൽ, അതിലെ വിരോധാഭാസം മധ്യകാലഘട്ടത്തിലെ തത്വചിന്തകരാണ് യൂറോപ്പിനെ മതേതരത്വത്തിലേക്ക് നീങ്ങാൻ സഹായിച്ചതെന്ന യാഥാർഥ്യമാണ്; പ്രാചീന ചിന്തയിലും വേദപ്രമാണ വചനങ്ങളിലും അടിസ്ഥാനമാക്കി ഒരു 'ദൈവശാസ്ത്രപരമായ യുക്തിവാദം' വളർത്തിക്കൊണ്ടുവന്നുകൊണ്ട്.

ഇസ്ലാമിനും പൊതുവിൽ അറബികൾക്കും ഇന്ന് വന്നുപെട്ടിരിക്കുന്ന വികൃതവൽക്കരിക്കപ്പെട്ട പ്രതിച്ഛായയുടെയും, കിഴക്കൻ മേഖലയ്ക്കെതിരെ ശത്രുത വളർത്തലിന്റെയുമായ ഇന്നത്തെ പശ്ചാത്തലത്തിൽ മധ്യകാല തത്വചിന്തയുടെ ഒരു വിശദീകരണം അത്യാവശ്യമാണ്. ഈ

മൊത്തം കാലഘട്ടത്തിലും തത്വചിന്തയും ദൈവശാസ്ത്രവും തമ്മിൽ നിലനിന്നിരുന്ന അസാധാരണമായ പരസ്പരബന്ധത്തെ കണക്കിലെടുത്തുകൊണ്ട് നടത്തുന്ന ഏതൊരു ന്യായയുക്തമായ പരിശോധനയും വിരൽചൂണ്ടുക, അക്കാലത്ത് ഇസ്ലാമിക, ജൂത, ക്രിസ്ത്യൻ പാരമ്പര്യങ്ങളിൽ നിലനിന്ന ദൈവശാസ്ത്രപാരമ്പര്യങ്ങൾ തമ്മിലുള്ള പാരസ്പരാശ്രിതത്വത്തിലേക്കും അവ തമ്മിലുള്ള നിരന്തരമായ പരസ്പരബന്ധത്തിലേക്കുമാണ്. അതിനുമപ്പുറം പല വിമർശകരും പറയുന്നതുപോലെ ഈ ശക്തമായ സ്വാധീനം ദൈവശാസ്ത്രത്തിന്റെ ഒരു 'കൈയാൾ' മാത്രമായി തത്ത്വശാസ്ത്രം മാറുന്നതിലേക്കല്ല നയിച്ചത്. പലപ്പോഴും സംഭവിച്ചത് നേരെ മറിച്ചായിരുന്നു. മധ്യകാല തത്വചിന്തകരിൽ പലരുടെയും തത്വചിന്താപരമായ പ്രവണതകൾ അവരെ തങ്ങളുടെ ദൈവശാസ്ത്ര വിശ്വാസങ്ങളെ സവിശേഷമായ രീതിയിൽ വ്യാഖ്യാനിക്കുന്നതിലേക്ക് നയിച്ചു.

ഗ്രീക്കു തത്വചിന്തയെ ബാധിച്ച ഗ്രഹണം ആരംഭിച്ചത് ബൈസാന്റിയൻ ചക്രവർത്തിയായ ജസ്റ്റീനിയൻ (525-565) സ്കൂൾ ഓഫ് ഏഥൻസ് അടച്ചുപൂട്ടുന്നതോടെയാണ്. അതോടെ ഗ്രീക്ക് ചിന്ത പേർഷ്യയിലേക്ക് കുടിയേറുന്ന കാലഘട്ടത്തിന് തുടക്കം കുറിക്കപ്പെട്ടു. പേർഷ്യ അക്കാലത്ത് തത്വചിന്തകരോട് വളരെയേറെ സഹിഷ്ണുതാപൂർണമായ സമീപനമാണ് സ്വീകരിച്ചത്. മുമ്പുതന്നെ സൂചിപ്പിച്ചതുപോലെ, ഗ്രീക്കുതത്വചിന്ത പടിഞ്ഞാറിനന്യമാകുന്ന അജ്ഞതയുടെ ഒരു വമ്പിച്ചയുഗത്തിന് അതോടെ തുടക്കമായി. യഥാർഥ ഗ്രീക്കുകൃതികൾ ഈ വിധം നഷ്ടപ്പെട്ടുപോയതിൽനിന്നാണ് 'അന്ധകാരയുഗം' എന്ന പദംതന്നെ ഉറവെടുക്കുന്നത്. തത്വചിന്തയുടെ അടുത്ത കാലഘട്ടം അറബ്-ഇസ്ലാമിക കാലഘട്ടം എന്നു വിളിക്കപ്പെടുന്നതാണ്. അതാരംഭിക്കുന്നത് എ ഡി 750ലാണ്. (അത് ഏകദേശം നിരവധി നൂറ്റാണ്ടുകൾ നീണ്ടുനിന്നു). അക്കാലമായതോടെ അലക്സാണ്ട്രിയ, ഏഥൻസ്, ജൂൺഡി-ഷാപൂർ എന്നീ നഗരങ്ങളിൽനിന്നും ലോകത്തിന്റെ സാംസ്കാരിക തലസ്ഥാനം എന്ന പദവി ബാഗ്ദാദിന് കരഗതമായി. കിഴക്കുള്ള ബാഗ്ദാദിലൂടെയും സാമ്രാജ്യത്തിന്റെ പടിഞ്ഞാറെ അറ്റത്തുള്ള തലസ്ഥാനമായ കോർഡോബ (തെക്കൻ സ്പെയിനിലാണത്)യിലൂടെയും തത്വചിന്താപരമായ സംസ്കാരത്തിന്റെ ചരിത്രത്തിന്മേൽ പാണ്ഡിത്യപരമായ ചിന്ത വമ്പിച്ചതും നിർണായകവുമായ സ്വാധീനം ചെലുത്തി.

ബൗദ്ധികമായി ഉർവ്വരവും വൈജാത്യമുള്ളതും ബഹുവിശ്വാസപരവും, ബഹുവംശീയവുമായ ക്ലാസിക്കൽ-മധ്യകാല കിഴക്കൻ നാഗരികതയുടെ ഉത്തേജനം നൽകുന്ന ചുറ്റുപാടുകൾക്കകത്ത് പരസ്പരം മത്സരിക്കുന്ന ബുദ്ധിപരമായ വിവിധ ശാഖകൾക്കിടയിൽ തീവ്രമായൊരു സംവാദം ഉയർന്നുവന്നു. ഒരാൾ ആർജിക്കേണ്ടതും പ്രവർത്തനത്തിന്റെ അടിസ്ഥാനമാക്കേണ്ടതുമായ 'യഥാർഥ' അറിവിന്റെ അടിസ്ഥാനങ്ങളു

ടെയും സ്വത്വങ്ങളുടെയും പ്രശ്നങ്ങളിന്മേൽ കേന്ദ്രീകരിച്ചുകൊണ്ട് നടന്ന ഈ ചർച്ച ഈ ഓരോ വിജ്ഞാനശാഖകളുടെയും ഉരുത്തിരിഞ്ഞുവരലിനും വളർച്ചയ്ക്കുമൊപ്പം നൂറ്റാണ്ടുകളോളം വിവിധ ഭൂഖണ്ഡങ്ങളിൽ ജ്വലിച്ചുനിന്നു. ഒട്ടേറെപ്പേരെ സംബന്ധിച്ച്, അത്തരം അറിവിനെ കണ്ടെത്തേണ്ടത് മതപരമായ നിയമങ്ങളിലും വേദപ്രമാണങ്ങളിലെ വാക്യങ്ങളിലും പ്രവാചകപാരമ്പര്യത്തിലുമായിരുന്നു. മറ്റുള്ളവരെ സംബന്ധിച്ച് യഥാർഥ അറിവ് അതീതവും നിഗൂഢവുമായ ഒന്നായിരുന്നു. അതുകൊണ്ട് രക്ഷയുടെ മാർഗം നിലനിന്നത് യഥാർഥ ഗുരുവിനെയും യഥാർഥ ഭക്തിമാർഗങ്ങളെയും അന്വേഷിച്ചു കണ്ടെത്തിക്കൊണ്ട് ക്രമേണ ദൈവത്തിൽ വിലയം പ്രാപിക്കുന്നതിലേക്കെത്തിച്ചേരുന്നതിലാണ്. ഇനിയും മറ്റുചിലർ ചിന്തിച്ചത്, യഥാർഥ ജ്ഞാനം ദൈവത്തിന്റെ പ്രകൃതിയും ഗുണങ്ങളും യുക്തിപരമായി മനസിലാക്കുന്നതിലും, അവന്റെ ലോകസൃഷ്ടിയെയും അതിനവന്റെമേലുള്ള ആശ്രിതത്വത്തെയും പ്രവാചക വചനങ്ങളിൽ പ്രകടീകൃതമാകുന്നപോലുള്ള ഈ ലോകത്തിൽ തന്റെ സൃഷ്ടികളോടവനുള്ള കരുണയെയും അനുഗ്രഹങ്ങളെയും മനസിലാക്കുന്നതിലുമാണ് എന്നാണ്. അവരെ സംബന്ധിച്ച് പ്രവാചകന്മാർ നടപ്പിലാക്കിയ കർമങ്ങളിലാണ് രക്ഷ അന്തർഭവിച്ചിരിക്കുന്നത്. പക്ഷേ, ഈ കർമങ്ങളുടെ അനുഷ്ഠാനം യുക്തിപരമായ അറിവിന്റെ അടിത്തറയിലാകണം നിലനിൽക്കേണ്ടത്. ഇനിയും വേറെ ചിലരെ സംബന്ധിച്ച്, നവപ്ലേറ്റോവാദപരമായ അരിസ്റ്റോട്ടിലിയൻ ലോക വീക്ഷണത്തിൽ കാണാനാകുന്നതുപോലുള്ള മുൻഗാമികളുടെ തത്വചിന്താപരമായ വിവേകബുദ്ധിയിലാണ് യഥാർഥ ജ്ഞാനം നിലകൊള്ളുന്നത്. അവരുടെ അഭിപ്രായത്തിൽ, രക്ഷ ലഭ്യമാകുക, ഈ സമ്പ്രദായത്തിന്റെ ധാർമിക തത്വങ്ങൾക്കനുസൃതമായി ജീവിക്കുന്നതിലൂടെയാണ്. അതായത്, ബുദ്ധിപരമായ സ്വയംനവീകരണത്തിലും പുണ്യജീവിതത്തിലും കൂടിയാണ്; അത് സജീവബുദ്ധിയിലൂടെ അനശ്വരത്വം കൈവരിക്കാൻ ആത്മാവിനെ പ്രാപ്തമാക്കുകയും ചെയ്യും.

യുക്തിയും മതവും തമ്മിൽ ഏറ്റവും മതേതരവും ദൈവശാസ്ത്രപരവും തത്വചിന്താപരവും ബുദ്ധിപരവുമായ ഒരു സങ്കരത്തിന്റേതായിരുന്നു അത്തരമൊരു വേദി. എന്നാൽ പലപ്പോഴും അവ ഒന്നിച്ച് നിലനിൽക്കുകയും ചെയ്തു. മതേതരവും മതപരവുമായ ശാസ്ത്രങ്ങൾ തമ്മിലുള്ള പരസ്പര പ്രതിപ്രവർത്തനത്തിന് വ്യക്തമായ അനന്തരഫലങ്ങളുണ്ടായിരുന്നു. ദൈവശാസ്ത്രപരമല്ലാത്ത ഉറവിടങ്ങളിൽനിന്നുവന്ന അറിവിനെ സ്വാംശീകരിക്കുകയും തുടർന്ന് വ്യത്യസ്തമായ ധാർമികാവബോധമുള്ള ഒരു സംസ്കാരത്തിലേക്ക് സ്വാഭാവികവൽക്കരിക്കുകയും ചെയ്തതിന്റെ പ്രക്രിയ ഈ പരസ്പര പ്രതിപ്രവർത്തനമായിരുന്നു. ഈ പ്രതിപ്രവർത്തനത്തിലൂടെ മതേതരവും മതപരവുമായ ശാസ്ത്രങ്ങൾ തമ്മിൽത്തമ്മിൽ താന്താങ്ങളുടെ രീതികളും തത്വങ്ങളും നൂറ്റാണ്ടുകളിലൂടെ കൊള്ളുകയും കൊടുക്കുകയും ചെയ്തു: പലപ്പോഴും വിമർശനാത്മകവും വിവാദമുയർത്തിയതുമായ ചർച്ചകളിലൂടെ. അത് വിവിധ ദൈവ

ശാസ്ത്രപരവും തത്വചിന്താപരവുമായ പ്രസ്ഥാനങ്ങൾക്ക്—ഹാൻബെലിസം, മുത്താസിലാ സ്കൂൾ ആഷ്രെറ്റ് സ്കൂൾ നിഗൂഢതത്വചിന്ത (സൂഫിസം), വിശുദ്ധിയുടെ സഹോദരന്മാർ, ഹെല്ലനിസ്റ്റിക് തത്വചിന്ത (ഫലാസഫി) തുടങ്ങിയവക്ക് ജന്മം നൽകി.

അറ്റ്ലാന്റിക് സമുദ്രം മുതൽ ഇന്ത്യയുടെ അതിർത്തികൾവരെയുള്ള വിശാലമായ ഭൂപ്രദേശത്ത് അറബ്സേനകൾക്ക് നിയന്ത്രണം ലഭ്യമായതോടെ, പ്രാചീന ഗ്രീക്ക്-ഹെല്ലനിസ്റ്റിക് അറിവുകളുടെ കേന്ദ്രമായിരുന്ന അലക്സാണ്ട്രിയയിലും അന്ത്യോഖ്യായിലും നൂറ്റാണ്ടുകളോളം അരിസ്റ്റോട്ടിലിനിയൻ നവ പ്ലേറ്റോവാദ കൃതികളും മറ്റു കൃതികളും പഠിപ്പിക്കപ്പെട്ടു. അതുപോലെ മനിക്കേയൻ*, ബർദായിസനൈറ്റ് (എ ഡി 154 മുതൽ 222 വരെ ജീവിച്ചിരുന്ന ഒരു സിറിയൻ ജ്ഞാനവാദിയും തത്വചിന്തകനുമായ ബർദായിസാന്റെ അനുയായികൾ), ബുദ്ധിസ്റ്റ്, ജൂത, ക്രിസ്ത്യൻ അറിവുകളുടെ കേന്ദ്രങ്ങളും ഫലത്തിൽ ഒരൊറ്റ സാമ്രാജ്യത്തിനകത്തായി. അവിടെ, കാലം മുന്നോട്ടുപോയതോടെ, ബൗദ്ധിക സംവാദത്തിനുള്ള പൊതുഭാഷയായി അറബിഭാഷ ഉയർന്നുവന്നു. ഈ അതിവിശാലവും വൈജാത്യമേറിയതുമായ സാമ്രാജ്യത്തെ ഒന്നിപ്പിക്കുന്ന പല ഘടകങ്ങളിൽ ഒന്നുമാത്രമായിരുന്നു ഭാഷ. മറ്റു ഘടകങ്ങൾ ഒരു പരിധിവരെയുള്ള സാംസ്കാരിക ഏകതാനത, സൗന്ദര്യശാസ്ത്ര ഭാവുകത്വം, രക്ഷാകർതൃത്വം, മതപരമായ ശാസ്ത്രങ്ങളിൽ അർഥം കണ്ടെത്താനും പെരുമാറ്റത്തിലും പ്രയോഗത്തിലും പൊതുമാനദണ്ഡങ്ങൾ കണ്ടെത്താനുമുള്ള ശ്രമം, അതിനെല്ലാമപ്പുറം (ഏറ്റവും പ്രധാനമായി) വേദപ്രമാണങ്ങളിൽ നിന്നു സിദ്ധമാകുന്ന അറിവിനോട് ബഹുമാനത്തിന്റേതായ ഒരു മനോഭാവം എന്നിവയായിരുന്നു.

അതേ കാലത്തുള്ള ക്രിസ്ത്യൻ ബൈസാന്റയിൻ കാലഘട്ടത്തിൽനിന്നു നേരെ ഭിന്നമായി, കിഴക്കിന്റെ മതപരമായ, അഥവാ ദൈവശാസ്ത്രപരമായ, മനോഭാവം തത്വചിന്താപരമായ ഒന്നായിരുന്നു. കാരണം അതിൽ ജ്ഞാനസിദ്ധാന്തം, അപഗ്രഥനം, പ്രപഞ്ചശാസ്ത്രം, അതിഭൗതികത എന്നിവയെല്ലാമടങ്ങിയിരുന്നു. അതിനുമപ്പുറം, അതിന്റെ സമീപനം യുക്തിചിന്താപരവും, അതേമട്ടിൽത്തന്നെ, അതിന്റെ രീതി തത്വചിന്താപരവുമായിരുന്നു. ക്ലാസിക്കലും മധ്യകാലികവുമായ ഇസ്ലാമിക സംസ്കാരത്തിലെ മതപരമായ തത്വചിന്തയുടെ ജ്ഞാനസിദ്ധാന്തപരമായ അടിത്തറയും പങ്കും (റോൾ) മധ്യകാല ക്രിസ്ത്യൻ ദൈവശാസ്ത്രത്തിൽനിന്നും വ്യത്യസ്തമായിരുന്നു; പലപ്പോഴും നേർവിപരീതവും. വൈജാത്യവുമുള്ളതും അനുദിനം വളരുന്നതുമായ അറേബ്യൻ സമുദായത്തിൽ സ്വതന്ത്രമായ ഇച്ഛയുടെയും മുൻകൂട്ടി നിശ്ചയിക്കപ്പെട്ട വിധി

* Manichaeism: One of the major Iranian Gnostic Religion originated in Sasanid Persia-a dualistic religion influnced by hellennic phylosophy

യുടെയും പ്രശ്നങ്ങൾ, ദൈവത്തിന്റെ സ്വഭാവവും ഗുണങ്ങളും, പ്രവാചകത്വം, വെളിപാട്, സൃഷ്ടിക്കപ്പെട്ട ലോകവുമായി ദൈവത്തിനുള്ള ബന്ധം, വസ്തുക്കളുടെ ഗുണങ്ങളും സ്വഭാവങ്ങളും, മനുഷ്യരുടെ സ്വഭാവം, യാദൃച്ഛികത എന്നിങ്ങനെയുള്ള ഒട്ടേറെ പ്രശ്നങ്ങൾ മതപരമായ തത്വചിന്തയുടെ മണ്ഡലങ്ങളിൽപ്പെടുകയും അവയെല്ലാം ചർച്ചചെയ്യപ്പെടുകയും വികസിപ്പിക്കപ്പെടുകയുമുണ്ടായി. അവയെല്ലാം ക്രമേണ വളർന്നുവരുന്ന ബൗദ്ധിക ശാഖകളിലുൾച്ചേർക്കപ്പെടുകയും ചെയ്തു. വിവിധ വിശ്വാസക്കാരുടേതായ പൊതുസാഹചര്യങ്ങളിൽ ഈ പ്രശ്നങ്ങളുടെ ചർച്ചയിൽ പങ്കുപറ്റിയവരിൽ മറ്റു മതവിശ്വാസക്കാരുമുണ്ടായിരുന്നു. പ്രധാനമായും ക്രിസ്ത്യാനികളും മാനിക്കേയന്മാരും, അവർക്കൊപ്പം പ്രപഞ്ചശാസ്ത്രപരവും (cosmological)ജ്ഞാനസിദ്ധാന്തപരവുമായ (epistemological) നിലപാടുകളുടെ വക്താക്കളും. ഉദാഹരണത്തിന്, സന്ദേഹവാദം, താരതമ്യവാദം(relativism), സ്വാഭാവിക കാരണവാദം(natural causation), ലോകത്തിന്റെ നിത്യതാവാദം എന്നിവയുടെയെല്ലാം വക്താക്കൾ. ഒരുവിശാലമായ പരിധിക്കുള്ളിലെ പ്രശ്നങ്ങളിൽ വ്യക്തിപരവും പരസ്പരം എതിർക്കുന്നതുമായ വീക്ഷണങ്ങളുടെ ഈ പെരുപ്പം പ്രതിഫലിപ്പിക്കുന്നത് അക്കാലത്തെ സമകാലീന പ്രശ്നങ്ങളിൽ മതപരമായ തത്വചിന്തകരുടെ ഉൾപ്പെടലാണ്. ഇവയിലെ ചില പ്രശ്നങ്ങളാകട്ടെ അനതിവിദൂര ഭൂതകാലത്തെ ജ്ഞാനസിദ്ധാന്തപരവും പ്രപഞ്ചശാസ്ത്രപരവുമായ അന്വേഷണങ്ങളിൽ നിന്നുയർന്നുവരുന്നവയുമാണ്.

അങ്ങനെ, മധ്യകാല ഇസ്ലാമികലോകം വെളിപാടും യുക്തിയും തമ്മിൽ നിരന്തരമായി നടന്ന ബുദ്ധിപരമായ ഏറ്റുമുട്ടലിന്റെ ഒരു കാലമായിരുന്നു. അത് ദൈവശാസ്ത്രത്തിന്റെയും തത്വചിന്തയുടെയും മണ്ഡലങ്ങളിൽ അതിവിപുലമായ ഒരു സാഹിത്യത്തെ (അളവിൽ) സൃഷ്ടിക്കുകയും, ലോകം കണ്ടതിലേറ്റവും മികച്ച ചില പണ്ഡിത ഉന്നതശീർഷന്മാരെ (scholatic giants)സൃഷ്ടിക്കുകയും ചെയ്തു. ആഴമേറിയ ഏകേശ്വരവാദത്തിന്റെ സാംസ്കാരിക വേരുകളുടെതായ അത്തരമൊരു വ്യവസ്ഥക്കുള്ളിൽ എങ്ങനെയാണത്തരമൊരു യുക്തിപരമായ തത്വചിന്തക്ക് വളരാനായതെന്നതും, കലാപത്തിന്റേതായ ഉറവിടങ്ങളിൽ നിന്നല്ലാതെ അതിന് ദൈവശാസ്ത്രപരമായ മനോഭാവങ്ങളെ വിശദീകരിക്കാനുള്ള ഇടം കണ്ടെത്താനായതെന്നതും രസകരമായ കാര്യമാണ്. അത്തരം വീക്ഷണങ്ങളെ അശുഭദർശന സ്വഭാവമുള്ള വീക്ഷണങ്ങളായിക്കാണാതെ മധ്യകാലചരിത്രകാരന്മാർ അതിനെ വിലയിരുത്തുന്നത് സ്വതന്ത്രചിന്തയുടേതായ വ്യക്തമായ തത്വചിന്താധാരകളോട് വിമർശനം നിലനിർത്തുന്ന യാഥാസ്ഥിതിക വിശ്വാസികൾ കാട്ടിയ ഒന്നാന്തരം സഹിഷ്ണുതയായാണ്. പിൽക്കാലത്ത് ആ സങ്കൽപ്പനങ്ങൾ ലത്തീൻ പടിഞ്ഞാറേക്കും പടരുകയും, പടിഞ്ഞാറ് ശക്തമായൊരു തത്വചിന്താപരമായ അടിത്തറക്കുവേണ്ട അസ്തിവാരമിടുകയും ചെയ്തു. വിശ്വാസത്തെയും

യുക്തിയെയും കേന്ദ്രമാക്കിയ പ്രശ്നങ്ങളിൽ തങ്ങളുടെ അഭിപ്രായങ്ങൾ തുറന്നു പ്രകടിപ്പിച്ച മധ്യകാലതത്വചിന്തകരുടെ കൃതികളും ജീവിതവും പഠിക്കേണ്ടത് ഒട്ടേറെത്തരത്തിൽ പ്രധാനമാണ്: വിവിധ ചിന്താഘടനകൾ സ്വീകരിച്ച പാതകളെ അത് ദീപ്തമാക്കുന്നു, അത്തരം ചിന്തകളുടെ വികാസത്തെയും യുക്തിപരമായ ന്യായീകരണങ്ങളെയും അത് വരച്ചുകാട്ടുന്നു; ഏറ്റവും പ്രധാനമായി, മധ്യകാലത്തെടുത്ത വിധിനിർണായകമായ തീരുമാനങ്ങളുടെ അനന്തരഫലങ്ങൾ 21-ാം നൂറ്റാണ്ടിന്റെ യാഥാർഥ്യങ്ങളിൽ ഉണ്ടാക്കുന്ന പ്രത്യാഘാതങ്ങളെ തുറന്നുകാട്ടുകയും ചെയ്യുന്നു. മധ്യകാലഘട്ടങ്ങളിലെ മുസ്ലിം പണ്ഡിതന്മാരും, പിൽക്കാലത്ത്, ക്രിസ്ത്യൻ പണ്ഡിതന്മാരും താന്താങ്ങളുടേതായ സമുദായങ്ങളിൽ യുക്തിയും വിശ്വാസവും തമ്മിൽ നടത്തിയ ഈ സഹവസിക്കലിലും ഏറ്റുമുട്ടലിലും ഉള്ളടങ്ങിയ വിവിധ പ്രശ്നങ്ങളുമായി മൽപ്പിടിത്തത്തിലേർപ്പെട്ടു. യുക്തിയുടെ പാത തെരഞ്ഞെടുത്ത സമുദായം പരിഷ്ക്കാരം നടപ്പാക്കാനാഗ്രഹിക്കുകയും (നവീകരണം-reformation), കണ്ടുപിടിത്തങ്ങൾ നടത്തുകയും (ജ്ഞാനോദയം -enlightment)പാണ്ഡിത്യഡംഭിന്റേതായ കാലഹരണപ്പെട്ട മുഖംമൂടിയെ പൊളിച്ചെറിയുകയും ചെയ്തു. മറ്റേ സമുദായം തെരഞ്ഞെടുത്തത് മതപരമായ ശാസ്ത്രങ്ങളും, ധാർമികചിന്തകളും കലകളും വളർത്തി മുന്നോട്ടുകൊണ്ടുപോകലാണ്. അത്, അതിനുതന്നെ അപകടം വരുത്തിവച്ചുകൊണ്ട്, തത്വചിന്താപരമായ ശാസ്ത്രങ്ങളുടെ പഠനങ്ങൾ എന്നരീതിയിൽ പ്രാചീനർക്കറിയാമായിരുന്ന കാര്യങ്ങളെ അവഗണിച്ചു. 21-ാം നൂറ്റാണ്ടിൽ ആ പാതകൾ രണ്ടും ഒന്നിച്ചുചേരുന്നതാണ് പഠിക്കപ്പെടാതെപോയതും എന്നാൽ പഠിച്ചിരിക്കേണ്ടതുമായ കാര്യം. പടിഞ്ഞാറ്, കിഴക്കൻ ലോകത്തെയപേക്ഷിച്ച്, കൂടുതൽ ശക്തമായ ഒരുപറ്റം സാമ്പത്തിക-രാഷ്ട്രീയ-സാമൂഹിക-തന്ത്രപര ചലനാത്മകതകൾ സൃഷ്ടിച്ചു. ഈയൊരു പൊരുത്തക്കേട് രണ്ടുലോകങ്ങളും തമ്മിലുള്ള ബന്ധത്തിനിടയിൽ എളുപ്പത്തിൽ ഒരു പാലമിട്ടൊന്നിപ്പിക്കാനാവാത്തതായ ഒരസന്തുലിതത്വം സൃഷ്ടിക്കുകയും ചെയ്തു.

ദൈവശാസ്ത്രപരവും ദാർശനികവുമായ ചിന്തകളുടെ ഉപശാഖകൾ

ഒരാൾക്ക് പ്രതീക്ഷിക്കാനാവുന്നതുപോലെ, ആദ്യകാലത്തെ ഏറ്റവും വലിയ പണ്ഡിതർ പ്രധാനമായും ഭാഷാശാസ്ത്രകാരന്മാരോ, വേദപ്രമാണവ്യാഖ്യാതാക്കളോ ആയിരുന്നു. വിശുദ്ധവേദഗ്രന്ഥത്തിന്റെയും പാരമ്പര്യങ്ങളുടെയും പാഠങ്ങൾ സസൂക്ഷ്മം പഠിക്കുന്നതിന്, ഒരു വശത്ത് ശ്രമിച്ച അവർ, മറുവശത്ത്, വേദപുസ്തകത്തിലെ നിയമപരമായ വശങ്ങൾ വ്യാഖ്യാനിക്കാനും മൂർത്തമായ പ്രശ്നങ്ങളിൽ അവ പ്രയോഗിക്കാനും മുതിർന്നു. നിയമപരമോ വേദപ്രമാണപരമോ ആയ പ്രശ്നങ്ങൾ പരിഹരിക്കാനുള്ള ആദ്യകാല നിയമോപദേഷ്ടാക്കളുടെ മാനദണ്ഡങ്ങൾ

മിക്കപ്പോഴും തികച്ചും ഭാഷാപരമോ പാഠപരമോ ആയിരുന്നു. അധികം വൈകാതെ ദൃഷ്ടാന്തം അഥവാ സ്വതന്ത്ര തീരുമാനങ്ങളുപയോഗിച്ച് സംശയാസ്പദമായ കാര്യങ്ങളിൽ അഭിപ്രായത്തിലെത്തുന്ന ഒരുപറ്റം പണ്ഡിതന്മാരുയർന്നുവന്നു; പ്രത്യേകിച്ചും വേദപ്രമാണത്തിൽ നിന്നുള്ള പരിശോധനകളിലൂടെ ഒരു സവിശേഷമായ പ്രശ്നത്തിൽ തീരുമാനമെടുക്കാൻ പറ്റാത്തവിധം അവയിൽ കാണാനാവാത്ത പ്രശ്നങ്ങളിൽ തീരുമാനമെടുക്കേണ്ടിവരുമ്പോൾ അന്തിമമായി, മുസ്ലിം നിയമവ്യാഖ്യാനം നാല് പ്രധാനതരം നിയമശാഖകളിലായി സാന്ദ്രീകരിക്കപ്പെട്ടു. അവയിൽ, അബു ഹനീഫ് (മരണം 767) സ്കൂൾ, അൽ-ഷാഫി (മരണം 820) സ്കൂൾ എന്നിവ മറ്റേ രണ്ടെണ്ണത്തെയപേക്ഷിച്ച് കൂടുതൽ ഉദാരമായിരുന്നു. മറ്റേ രണ്ടെണ്ണം മാലിക് ഇബ്ൻ അനസ് (മരണം 795) അഹ്മ്മദ് ഇബ്ൻ ഹൻബാൽ (മരണം 855) എന്നിവരുടേതായിരുന്നു. മാലിക്കൈറ്റുകളെയും ഹൻബാലൈറ്റുകളെയും യാഥാസ്ഥിതികരായ 'പാരമ്പര്യവാദികളായ ആളുകൾ' എന്നാണ് പൊതുവായി വിളിച്ചത്. അവരിരുകൂട്ടരും നിഗമനങ്ങൾ ഉരുത്തിരിച്ചെടുക്കുന്ന (deductive method)ഏതൊരു രീതിയും തെറ്റാണെന്ന് അവയെ തള്ളിപ്പറയുകയും, വിശ്വാസം ഒരു കടമയാണെന്നും അതിനെ സംബന്ധിച്ച് ചോദ്യങ്ങളുന്നയിക്കുന്നത് heresyയാണെന്ന് (heresy-പാഷാണ്ഡത-വഴിതെറ്റൽ) പ്രഖ്യാപിക്കുകയും ചെയ്തു. അതേസമയം ജീവിതത്തെക്കുറിച്ചുള്ള വീക്ഷണങ്ങളിൽ യോജിപ്പ് എന്ന് വിളിക്കാവുന്ന ഒന്നിനെ പരിരക്ഷിക്കേണ്ടതായ ആവശ്യകതയുയർന്നുവരുന്നുണ്ട്. പരസ്പരം ഏറ്റുമുട്ടുന്ന ധാരകളെ ഒരു തരം ആന്തരിക സമന്വയത്തിൽകൊണ്ടുവരാനുള്ള ക്രമീകൃതമായ ശ്രമങ്ങളിലൂടെയല്ലാതെ അത് നേടിയെടുക്കുക സാധ്യമല്ല. ഇത്തരം സങ്കീർണമായ പ്രശ്നങ്ങളുമായി മല്ലിടാനുള്ള ശ്രമമാണ് ഇസ്ലാമിക പാണ്ഡിത്യപരമായ ദൈവശാസ്ത്രത്തിന്റെ ഉദയത്തിനും വികാസത്തിനും അടിത്തറയായിത്തീർന്നത്. ആദ്യകാല ദൈവശാസ്ത്രജ്ഞരുടെ പ്രവർത്തനങ്ങളിലേറെയും ഇസ്ലാമിനെതിരെ പേഗന്മാരും (ബഹുദൈവാരാധനക്കാർ) ക്രിസ്ത്യാനികളും ജൂതന്മാരുമുന്നയിച്ച വാദമുഖങ്ങളെ ഖണ്ഡിക്കുന്നതിനായിട്ടായിരുന്നു. മതപരമായ വിശ്വാസങ്ങളെ യുക്തിപരമായ വാദങ്ങളിലൂടെ സമർഥിക്കാനും അവയെ ആക്രമണങ്ങൾക്കെതിരെ പ്രതിരോധിക്കാനുമുള്ള ഒരുപാധിയായിട്ടാണ് പാണ്ഡിത്യപരമായ ദൈവശാസ്ത്രമുയർന്നുവന്നത്. ഒരു വൈദേശിക (അന്യമായ) ചിന്താഗതി (cult) 'മധ്യപൂർവദേശവൽകൃതവും' 'ഇസ്ലാമികവൽക്കരിക്കപ്പെട്ടതു'മായിത്തീരുന്നതോടെ, പലയവസരങ്ങളിലുമത് ഒരു ദൈവശാസ്ത്ര പ്രചോദനമോ, ശല്യകാരിയോ, അടിസ്ഥാനമോ, ഒക്കെയായി പ്രവർത്തിക്കുകയും; അതിലൂടെ അന്തിമമായി അത് ഒട്ടനവധി വൈജാത്യപൂർണമായ കാഴ്ചപ്പാടുകളിൽനിന്ന് സ്വയം ഉരുത്തിരിഞ്ഞ്, മതത്തിന്റെ ഒരു വിശാലവും ബഹുതലസ്പർശിയുമായ ഒരു രൂപഘടനയായി സ്വയം സ്ഥാപിക്കുകയും

ചെയ്യും. മതത്തിന്റെ ചട്ടക്കൂടുകളുടെ പരിധികൾക്കകത്തുതന്നെ, 7-ാം നൂറ്റാണ്ടോടുകൂടിത്തന്നെ ചർച്ച ദൈവികനീതിയേയും മനുഷ്യന്റ ഉത്തരവാദിത്വത്തെയും കേന്ദ്രീകരിച്ചുള്ളതായിത്തീരാൻ തുടങ്ങി.

ഉമൈയ്യാദ് കാലഘട്ടത്തിൽ (661-750) ആ ദിശയിൽ അധികമൊന്നും പുരോഗതിയുണ്ടായില്ല. കാരണം, അവരുടെ ഭരണത്തിന്റെ ആദ്യദശകങ്ങളിൽ അവർ പ്രധാനമായും ശ്രദ്ധകേന്ദ്രീകരിച്ചിരുന്നത് തങ്ങളുടെ രാഷ്ട്രീയാധികാരത്തെ സുദൃഢീകരിക്കുന്നതിലും ഒരു വമ്പിച്ച സാമ്രാജ്യം ഭരിക്കുന്നതുയർത്തിവിട്ട എണ്ണമറ്റ സാമ്പത്തികവും ഭരണപരവുമായ പ്രശ്നങ്ങൾ പരിഹരിക്കുന്നതിലുമാണ്. അതെന്തായാലും ശരി, 8-ാം നൂറ്റാണ്ടിന്റെ മധ്യത്തോടെ അബ്ബാസിഡ് രാജവംശം ഉയർന്നുവന്നതോടെ കിഴക്കിന്റെ തത്വചിന്തയും ദൈവശാസ്ത്രവും വികസിച്ചുവരേണ്ടത് കാലത്തിന്റെ ആവശ്യമായിത്തീർന്നു. ഇക്കാലത്ത് ശാസ്ത്രത്തിലും തത്വചിന്തയിലുമുള്ള താൽപ്പര്യം അത്രയേറെ വളർന്നതിനാൽ ശാസ്ത്രീയവും തത്വചിന്താപരവുമായ ഉൽപ്പന്നങ്ങൾ വ്യക്തിപരമായ ശ്രമത്തിന്റെയോ മുൻകൈയുടെയോ ഒരു പ്രശ്നമല്ലാതായിത്തീർന്നു. അധികം വൈകാതെ, രാഷ്ട്രവും അതിന്റെ പ്രോത്സാഹനത്തിൽ സജീവമായ പങ്കുവഹിക്കുകയും, ഈ പ്രവർത്തനങ്ങളുടെ ബുദ്ധിപരമായ വിവക്ഷകൾ കൂടുതൽ വിശാലമായൊരു പരിധിയിലേക്ക് മുന്നേറുകയും ചെയ്തു.

ദാർശനികമായ വിവാദങ്ങളിൽനിന്ന്, അഥവാ അന്വേഷണങ്ങളിൽനിന്ന്, ഉയർന്നുവരുന്ന ദൈവശാസ്ത്രപരമായ വിഭജനങ്ങൾ മൊത്തം സമുദായത്തെയും ഇളക്കിമറിച്ചു. ദൈവശാസ്ത്രപരമായ തർക്കങ്ങൾ, വിചിന്തനശാസ്ത്രപരമായ പാണ്ഡിത്യയുദ്ധങ്ങൾ (logical scholastic warfare), തുറന്ന സെമിനാറുകളും ചർച്ചകളും, മതകുറ്റവിചാരണ, പുസ്തകങ്ങളുടെയും കൈയെഴുത്തുപ്രതികളുടെയും സൃഷ്ടി എന്നിവയൊക്കെ ദൈനംദിന കൃത്യങ്ങളാവുകയും സാമൂഹിക ജീവിതത്തിന്റെയും ആചാരത്തിന്റെയും ഭാഗമാകുകയും ചെയ്തു. ശാസ്ത്രീയ ഗ്രന്ഥങ്ങളുടെ മോഷണം ഒരു സ്ഥിരം ദുഷ്പ്രവൃത്തിയായി മാറിയതായി ചരിത്രകാരന്മാർ രേഖപ്പെടുത്തി. വിലപിടിച്ചതും അമൂല്യങ്ങളുമായ നിധിഭണ്ഡാഗാരങ്ങളിൽനിന്ന് പുസ്തകങ്ങൾ മോഷ്ടിക്കുന്നത് പണമുണ്ടാക്കാനുള്ള ഒന്നാന്തരമൊരു മാർഗമായി. ഖലീഫമാർ ഒരു ദൈവശാസ്ത്ര വീക്ഷണത്തിനെതിരെ മറ്റൊന്നിനെ ഉയർത്തിപ്പിടിക്കുന്നതും, രാഷ്ട്രീയകാരണങ്ങളാൽ അതിനെ പിന്തുടർന്നുകൊള്ളണമെന്ന കൽപ്പന പുറപ്പെടുവിക്കുന്നതിനുമാരംഭിച്ചതോടെ, അധികം വൈകാതെ രാഷ്ട്രീയത്തിന്റെ ഒരു കൈയാളായി ദൈവശാസ്ത്രം മാറിത്തീർന്നു. ഇത്തരമൊരു സംഭവവികാസത്തിന്റെ അടിസ്ഥാനകാരണം തീർച്ചയായും മതത്തിൽ തത്വവും നിയമവും തമ്മിലുള്ള അടുത്ത പരസ്പരബന്ധമാണ്. ലൗകികമായ സാമ്രാജ്യവും ആത്മീയമായ സാമ്രാജ്യവും തമ്മിലുള്ള വളരെയടുത്ത പരസ്പര ബന്ധം. പക്ഷേ, അത്തരമൊരു വികാസത്തിന് വൈദേശികാ

ശയങ്ങളുടെ വെല്ലുവിളികളും മതത്തിന്റെ മാറ്റമില്ലാത്ത തത്വങ്ങളുടെ (dogma)ചങ്ങലക്കെട്ടുകളിൽ നിന്നുള്ള വിടുതലും ആവശ്യമായി. കൃത്യമായും ഈയൊരു പങ്കാണ് ഗ്രീക്ക് ആശയങ്ങളും ബൗദ്ധിക ജിജ്ഞാസയുടെ സ്പിരിറ്റും വഹിച്ചത്. ഇസ്ലാമിന്റെ ധാരണയിന്മേൽ അത് അതീവ പ്രാധാന്യമുള്ള ഒരു ഇരുധ്രുവ പ്രതികരണം സൃഷ്ടിച്ചു. ഗ്രീക്ക് ചിന്തയുടെ പരിചയപ്പെടുത്തലോടെ കടന്നുവന്ന ഏറ്റവും പുരോഗാമിയായ വിഭജനം പുരോഗമനഘടകവും യാഥാസ്ഥിതിക ഘടകവും തമ്മിലായിരുന്നു. പുരോഗമന ഘടകം വെളിപാടിന്റെ വസ്തുതകളെ ദാർശനികചിന്തകളുടെ സൂക്ഷ്മ പരിശോധനയ്ക്ക് വിധേയമാക്കാൻ അതീവ താൽപര്യത്തോടെ ശ്രമിച്ചപ്പോൾ; അതൊന്നുകിൽ ഭക്തിരഹിതമാണ്, അല്ലെങ്കിൽ സംശയാസ്പദമാംവണ്ണം വൈദേശികമാണ്, എന്ന കാരണത്താൽ തത്വചിന്തയിൽ നിന്നുതന്നെ പൂർണമായും സ്വയം ഒഴിഞ്ഞുനിൽക്കാനാണ് യാഥാസ്ഥിതിക ഘടകം ഇഷ്ടപ്പെട്ടത്. മധ്യകാല ചരിത്രത്തിലുടനീളം ഈ വിഭിന്നത വീണ്ടുംവീണ്ടും പ്രത്യക്ഷപ്പെട്ടുകൊണ്ടിരുന്നു. അത് സാമൂഹ്യസംഘടന, ദൈവശാസ്ത്രചർച്ച, അഥവാ, നിയമപരമായ ചിന്ത എന്നിവയുടെ മണ്ഡലങ്ങളിൽ മൗലികമായ മുൻധാരണകളുടെ പുനഃപരിശോധനയോ പുനർവ്യാഖ്യാനമോ സാധ്യമാക്കുക എന്ന ലക്ഷ്യത്തോടെയുള്ള ചില പരിഷ്കരണ പ്രസ്ഥാനങ്ങളെ സൃഷ്ടിക്കുകയും ചെയ്തു. വസീൽ ബ്ൻ അത്താ സ്ഥാപിച്ച മുത്താസില തത്വചിന്താ സ്കൂൾ, പത്താം നൂറ്റാണ്ടിലെ അബുൽഹസ്സൻ അൽ അഷരിയുടെ ദൈവശാസ്ത്ര പരിഷ്കാരങ്ങൾ (ആഷറിസം അഥവാ അഷറി സ്കൂൾ), 14-ാം നൂറ്റാണ്ടിലെ ഇബ്ൻ തയ്മിയയുടെ (മരണം 1327) സ്കൂൾ, മുഹമ്മദ് അബ്ദുവിന്റെ (മരണം 1905) 19-ാം നൂറ്റാണ്ടിലെ സ്കൂൾ എന്നിവയൊക്കെ പഴയ, മതപരമായ മാറ്റമില്ലാത്ത തത്വങ്ങളുടെ ആദിമകാല പ്രചാരകരുടെ ധാരണകളെയും പാരമ്പര്യവാദ സങ്കൽപ്പനങ്ങളെയും സൈദ്ധാന്തികമായി സംശുദ്ധീകരിക്കുവാനുള്ള ബോധപൂർവമായ ശ്രമങ്ങളായിരുന്നു.

ഇസ്ലാമിന്റെ ഉദയത്തിന്റെയും വ്യാപനത്തിന്റെയും കാലത്ത് മധ്യപൂർവദേശത്ത് മൂന്ന് ദൈവശാസ്ത്രങ്ങൾ സ്വന്തം ഇടങ്ങൾ സ്ഥാപിക്കാൻ മത്സരിച്ചുകൊണ്ടിരിക്കുകയായിരുന്നു. താന്താങ്ങളുടെ 'ദൈവത'ങ്ങളുടെ വ്യത്യസ്ത ഗുണങ്ങളിൽ ഊന്നിക്കൊണ്ട്. ശൂന്യതയിൽ സൃഷ്ടി നടത്തിയ സ്രഷ്ടാവായ ദൈവം, ആദ്യചലനക്കാരനായ അരിസ്റ്റോട്ടിലിന്റെ ദൈവം, നിത്യമായ ഉത്ഭവക്കാരനായ നവപ്ലേറ്റോവാദ ദൈവം എന്നിവയായിരുന്നു അവ. നിരീക്ഷിക്കാവുന്നതും ദൃശ്യവുമായ ബാക്കി യാഥാർഥ്യങ്ങളും പ്രതിഭാസങ്ങളും ദൈവവും തമ്മിലുള്ള ബന്ധത്തെപ്പറ്റി ഉയർന്നുവന്ന ചർച്ചകളായിരുന്നു ഈ വ്യത്യസ്ത വർഗ്ഗങ്ങളിൽപ്പെട്ട തത്വചിന്തകന്മാരുടെ രചനകളുടെ അടിസ്ഥാന സവിശേഷത.

പ്ലോത്തിനുസിന്റെ (Plotinus -പ്രാചീന ഗ്രീക്ക് തത്വചിന്തകനും, നിയോപ്ലേറ്റോണിയനിസത്തിന്റെ സ്ഥാപകനും, എ ഡി 204-270) സിദ്ധാന്തങ്ങളും പഠിപ്പിക്കലുകളും പരിചിതമായിരുന്ന ഒരു സാമൂഹ്യാന്തരീക്ഷ

ത്തിലാണ് നവപ്ലേറ്റോവാദ ദർശനം വികസിച്ചുവന്നത്. അദ്ദേഹമായിരുന്നു നവപ്ലേറ്റോവാദത്തിന്റെ സ്ഥാപകപിതാവ്. മൂന്നാം നൂറ്റാണ്ടിലെ ഗ്രീക്ക് തത്വചിന്തകനായ അമ്മോണിയ ഹീറോക്ലിസിന്റെ കീഴിൽ പതിനൊന്നുകൊല്ലം അദ്ദേഹം അലക്സാണ്ട്രിയയിൽ പഠനം നടത്തിയിരുന്നു. പോർഫിറി (എ ഡി 234-305)യും പ്രൊക്ലൂസും (എ ഡി 412-485) പോലുള്ള പ്രമുഖ നവപ്ലേറ്റോവാദികളുടെ കൃതികൾ അവിടെ പഠിപ്പിച്ചിരുന്നു. അരിസ്റ്റോട്ടിലിന്റെ പ്രസിദ്ധമായ ദൈവശാസ്ത്രവും പിൽക്കാലത്ത് ലത്തീനിൽ ലിബർ ഡികോസിസ് (liber de causis) എന്നപേരിൽ പ്രസിദ്ധീകൃതമായ കൃതിയും പോലെതന്നെ. അവയുടെ യഥാർഥ കർത്താവാരെന്നതിനപ്പുറം അവ ഇസ്ലാമിക നവപ്ലേറ്റോവാദത്തിന്റെ പ്രധാനചാനലുകളായിരുന്നു. നവപ്ലേറ്റോവാദികളെ സംബന്ധിച്ച് എല്ലാക്കാര്യങ്ങളും ഉത്ഭവിക്കുന്നത് ദൈവത(diety)ത്തിൽ നിന്നാണ്. ഇസ്ലാമിക തത്വചിന്തയിലെ ഒന്നാമനും അതിന്റെ പിതാവുമായ അൽ-കിണ്ടിക്ക് നവപ്ലേറ്റോവാദപരമായ വശമുണ്ടായിരുന്നു. പക്ഷേ ആ പ്രമാണം അതിന്റെ ബുദ്ധിപരമായ ഫലശ്രുതിയിലെത്തുന്നത് അൽ-ഫറാബിയും ഇബ്ൻ സിനയും വികസിപ്പിച്ചെടുത്ത സങ്കീർണമായ ഉത്ഭവവാദ ശ്രേണീഘടനയിലാണ്. പിൽക്കാലചിന്തകർ പ്രകാശത്തിന്റെ ഉത്ഭവപരമായ ശ്രേണീഘടനയായി അവരുടെ വീക്ഷണങ്ങളെ പിൽക്കാലത്ത് വികസിപ്പിച്ചു (അഥവാ രൂപപരിണാമം വരുത്തി); ഷിഹാബ് അൽ-ദിൻ അൽ-സുഹ്രവർദി (ഇലുമിനേഷനിസ്റ്റ് -illuminationist -സ്കൂളിന്റെ സ്ഥാപകൻ)യും അല്ലെങ്കിൽ ഉണ്മയുടെ ഏകത്വത്തിന്റെ തത്വം മുന്നോട്ടുവച്ച ഇബ്ൻ അൽ-അറബി (1165-1240) യും പോലുള്ളവർ. അതേസമയം ഇബ്ൻ ഹൻബാൽ, അൽ-ഗസാലി, ഇബ്ൻ-റുഷ്ദ് എന്നിവർ നവ പ്ലേറ്റോവാദവീക്ഷണങ്ങളെ ശക്തമായി എതിർത്തു.

ഇസ്ലാമിന്റെ ഉദയത്തിനുമുമ്പ് മധ്യപൂർവദേശത്ത് നവപ്ലേറ്റോവാദത്തിന്റെ ഉയർച്ചയെ പോറ്റിവളർത്തിയ ഏകനഗരം അലക്സാണ്ട്രിയയും ജുൺണ്ടിഷാപ്പൂരുമായിരുന്നു. ഗ്രീക്ക് ബൈസാന്റിയൻ പഠനത്തിന്റെ വലിയ കേന്ദ്രം. അവിടെ പ്രധാനഭാഷ പേർഷ്യൻ എന്നതിലേറെ അരമായാക് ആയിരുന്നുവെന്നാണ് കാണപ്പെടുന്നത്. ആ പണ്ഡിതർക്ക് അരിസ്റ്റോട്ടിലിന്റെ കൃതികളെക്കുറിച്ചറിയാമായിരുന്നു. പക്ഷേ അവർ പോർഫിറിയെക്കുറിച്ചും പഠിച്ചിരുന്നു. മറ്റു നവപ്ലേറ്റോവാദ പഠനങ്ങളുമായും അവർ പരിചിതരായിരുന്നു. ജൂൺഡിഷാപ്പൂരും ബാഗ്ദാദും തമ്മിലുള്ള സാമീപ്യം കൊണ്ടർഥമാക്കിയത് ബാഗ്ദാദ് ഒരു ഇസ്ലാമിക കേന്ദ്രമായപ്പോൾ ജൂൺഡിഷാപ്പൂർ ഒട്ടേറെ വ്യത്യസ്തമായ ഗ്രീക്കു ഘടകങ്ങളുമായി അവിടേക്ക് നുഴഞ്ഞുകയറിയെന്നാണ്.

ആദ്യകാല ദൈവശാസ്ത്രജ്ഞർ തല പുണ്ണാക്കിയ ആദ്യത്തെ പ്രധാന പ്രശ്നമായി പൊതുവിൽ അംഗീകരിക്കപ്പെടുന്നത് സ്വതന്ത്രചിന്തയുടെയും മുൻകൂട്ടി തീരുമാനിക്കപ്പെടുന്ന വിധിയുടെയും പ്രശ്നമാണ്. അതിന്മേലുള്ള ചർച്ചയിൽ ഒരു കൂട്ടം ആദ്യകാല ദൈവശാസ്ത്രജ്ഞർ

ഏർപ്പെട്ടിരുന്നതായി അധികാരികൾ റിപ്പോർട്ട് ചെയ്യുന്നു. മതത്തിനകത്തെ ആദ്യത്തെ സ്പെക്കുലേറ്റീവ് റാഷണൽ തോട്ട് (speculative rational thought- അനുമാന യുക്തിവാദ ചിന്ത) ആയ മുത്താസില സ്കൂൾ ഓഫ് തോട്ട് (ചിന്താധാര) ഒരുവശത്ത് വ്യക്തിയുടെ സ്വാതന്ത്ര്യത്തെ ഉറപ്പിച്ചു പ്രഖ്യാപിക്കുകയും മറുവശത്ത് ദൈവിക നീതിയെക്കുറിച്ചു പറയുകയും ചെയ്തു. അവർ സ്വാഭാവികമായും വേദ പ്രമാണത്തിൽ നിന്നുള്ള ഉദ്ധരണികളിലൂടെ തങ്ങളുടെ നിലപാടുകളെ സ്ഥാപിച്ചുവെങ്കിലും, അവരുടെ പൊതുവായ പ്രവണത, ആ നിലപാടുകളെ സാധൂകരിക്കാനായി കൃത്യമായും ധാർമികമോ യുക്തിവാദപരമോ ആയ സ്വഭാവമുള്ള വാദമുഖങ്ങൾ മുന്നോട്ടുവയ്ക്കലായിരുന്നു. വേദപ്രമാണത്തിൽ ഏറെയുള്ള നരവംശ പരിണാമപരമായ ഭാഗങ്ങൾ ദൈവത്തിന്റെ കാലാതീതത്വവും രൂപരാഹിത്യവും സംരക്ഷിക്കാനായി ചില ദൃഷ്ടാന്തപരമായ വ്യാഖ്യാനങ്ങളിലേക്ക് നീങ്ങേണ്ടത് അത്യാവശ്യമാക്കിത്തീർത്തു. ഇവിടെയും നിസ്സംശയമായും മുത്താസിലകൾ പുതിയ പാതവെട്ടിത്തുറന്നവരായിരുന്നു. ദൈവം 'സിംഹാസനത്തിന്മേലിരിക്കുന്നതിനെക്കുറിച്ചും' 'അന്തിമവിധിനാളിൽ അദ്ദേഹത്തെ കാണാനുള്ള' സാധ്യതയെക്കുറിച്ചും പരാമർശിക്കുന്ന വാക്യങ്ങൾ ഒരുവശത്തദ്ദേഹത്തിന്റെ രാജത്വത്തിന്റെ, അഥവാ, ദൈവികമായ ഗുണങ്ങളായ പ്രതാപത്തിന്റെയും മഹിമയുടെയും ദൃഷ്ടാന്തങ്ങളായി വ്യാഖ്യാനിക്കുമ്പോൾത്തന്നെ; മറുവശത്ത് അദ്ദേഹത്തെ നിഗൂഢമായ ഒന്നായി ആഴത്തിൽ ധ്യാനിക്കുകയും അഥവാ അതിന്റെ സാധ്യത മുന്നോട്ടുവയ്ക്കുകയും ചെയ്യുന്നു. ഇത്തരത്തിലുള്ള ചർച്ചകളുടെ ശരിയായ തരത്തിലുള്ള അവതരണം സ്വാഭാവികമായും ഉന്നതമായ ചിന്താപരമായ സൂക്ഷ്മതല ഗ്രഹണം ആവശ്യമാക്കുകയും ഗ്രീക്കുപൈതൃകത്തിന്റെയും പാണ്ഡിത്യപരമായ ദൈവശാസ്ത്രത്തിന്റെയും, ലോജിക്കിന്റെയും ഘടകങ്ങളെ മിക്കപ്പോഴും കൂട്ടിച്ചേർക്കുകയും ചെയ്യുന്നു. അതിലൂടെ ചിന്തകർക്ക് തത്വചിന്തയെ പിന്തുടരാൻ വേണ്ട പ്രചോദനം ലഭിക്കുകയും ചെയ്യുന്നു.

തന്റെ അധ്യാപകനായ ഹസൻ അൽ ബസ്രിയുടെ (642-737) 'മാരകമായ പാപത്തിന്റെ' പ്രശ്നത്തിലുള്ള വീക്ഷണങ്ങളെ എതിർത്തുകൊണ്ട് 8-ാം നൂറ്റാണ്ടിൽ വസീൽ ഇബ്ൻ അത്ത (700-748) യാണ് മുത്താസിലൈറ്റ്സ് സ്കൂൾ ഓഫ് തിയോളജി (ദൈവശാസ്ത്രചിന്താധാര) സ്ഥാപിച്ചത്. അവരായിരുന്നു ഇസ്ലാമിക നവപ്ലേറ്റോവാദത്തിന്റെ ശക്തരായ പ്രചാരകർ. നൂറ്റാണ്ടിന്റെ അവസാന ഭാഗത്ത് അബ്ബു അൽ-ജുബ്ബായി (മരണം 915) യുടെയും അദ്ദേഹത്തിന്റെ പുത്രനായ അബു ഹാഷിമി (മരണം 933)ന്റെയും അവരുടെ അനുയായികളുടെയും പരിശ്രമഫലമായി അവരുടെ പ്രസ്ഥാനം വളരെവേഗം വ്യാപിക്കുകയും സംസ്കാരസമ്പന്നരായ ഉപരിവർഗങ്ങളിൽ ഭൂരിപക്ഷത്തെയും സൂചിപ്പിക്കാൻ ആ പദം ഉപയോഗിക്കുന്ന സ്ഥിതി സംജാതമാകുകയും ചെയ്തു. അബ്ബാസിഡ് സാമ്രാജ്യത്തിന്റെ തലസ്ഥാനമായ ബാഗ്ദാദ്, നിരവധി ഖലീഫ

മാരുടെ കാലത്ത് ഈ ചിന്താധാരയുടെ കേന്ദ്രമായിരുന്നു. കുറച്ചുകാലത്തേക്ക് അവരുടെ സിദ്ധാന്തം ഇസ്ലാമിന്റെ ഔദ്യോഗിക സിദ്ധാന്തമായി സ്വീകരിക്കപ്പെടുക വരെയുണ്ടായി. "ഓരോ ആത്മാവും അതാർജിക്കുന്ന കാര്യങ്ങൾക്ക് ഉത്തരവാദിത്വപ്പെട്ടിരിക്കുന്നു. അതായത്, ശരിയും നീതിയുമായത് ചെയ്യുന്ന ആരും അതുചെയ്യുന്നത് തന്റെ തന്നെ നന്മക്കുവേണ്ടിയാണ്. തിന്മചെയ്യുന്ന ആരും അതു ചെയ്യുന്നത് തന്റെതന്നെ ദോഷത്തിനായാണ്" എന്ന് തുറന്നുപ്രഖ്യാപിക്കുമ്പോൾ മുത്താസിലൈറ്റുകൾ ദൈവിക നീതിയെക്കുറിച്ചുള്ള തങ്ങളുടെ പരിഗണനയിൽ വേദപ്രമാണവുമായി പൂർണമായി യോജിച്ചുകൊണ്ട് മനുഷ്യന്റെ സ്വാതന്ത്ര്യത്തെയും മനുഷ്യന്റെ ഉത്തരവാദിത്വത്തെയും കണക്കിലെടുക്കുന്നു. ദൈവികനീതി വ്യവസ്ഥചെയ്യുന്നത് അവിശ്വാസത്തിന്റെ കാര്യത്തിൽ കുറ്റവാളിയായ വ്യക്തിക്കും വിശ്വസ്തനായിത്തന്നെ തുടരുന്ന വ്യക്തിക്കും ഒരേതരം പരിഗണന ലഭിച്ചുകൂടെന്നുള്ളതാണ്. മനുഷ്യൻ സ്വതന്ത്രനാണെന്നു വരുമ്പോൾ അതിൽനിന്നു സിദ്ധമാകുന്നത് തന്റെ പ്രവൃത്തികൾക്കവൻ ഉത്തരവാദിയുമാണെന്നാണ്. മുത്താസിലൈറ്റ് പഠിപ്പിക്കലുകളിൽ ദൈവാനുഗ്രഹത്തെക്കുറിച്ചുള്ള ആശയം പ്രകടമാകാത്ത ഒരു പങ്കാണ് വഹിക്കുന്നത്. അങ്ങനെ പാപി ഒരു ഇടക്കുള്ള സ്ഥിതിയിൽപ്പെടുന്നു. അയാൾ ഒരു വിശ്വാസിയോ ഒരവിശ്വാസിയോ ആകുന്നില്ല. മുത്താസിലൈറ്റുകളെ സംബന്ധിച്ച് നീതി വ്യക്തിപരമായി തിന്മയും അനീതിയും ഒഴിവാക്കുന്നതിൽ മാത്രമായി നിലനിൽക്കുന്നില്ല. സമത്വത്തിന്റെയും സാമൂഹ്യ സന്തുലനത്തിന്റെയും ഒരന്തരീക്ഷം സൃഷ്ടിക്കാനും അതിന്റെ ഭാഗമായി ഓരോ വ്യക്തിക്കും അവന്റെ കഴിവുകൾ സാക്ഷാൽക്കരിക്കാനും കഴിയുന്ന ഒരു സ്ഥിതിക്കുവേണ്ടി നടത്തുന്ന ഒരു പരിശ്രമമാണത്; അതിൽ മൊത്തം സമുദായവും സഹകരിക്കുകയും വേണം. അതുപോലെ, സ്വാതന്ത്ര്യവും, വ്യക്തിപരമായ ഒരു ഉത്തരവാദിത്വമെന്ന നിലയിൽ ഒരു വ്യക്തി അവന്റെ വിവിധ കഴിവുകൾ പ്രയോഗിക്കുന്നതിൽ മാത്രമായി ഒതുങ്ങി നിൽക്കുന്നില്ല. മറിച്ചത്, മൊത്തം സമൂഹത്തിലേക്കും വ്യാപിക്കണം അഥവാ വ്യാപിപ്പിച്ചിരിക്കണം. മുത്താസിലാ ദൈവശാസ്ത്രത്തിന്റെ സ്വാധീനത്തിൽപ്പെട്ടാണ് മുത്താസില ദൈവശാസ്ത്ര ചിന്താധാരയുടെ രക്ഷാധികാരിയായ മാമൂൻ വേദപ്രമാണത്തിന്റെ സൃഷ്ടിയെക്കുറിച്ചുള്ള (മിൻഹ) വളരെയേറെ വിവാദപരമായിത്തീർന്ന രാജകീയ മതശാസനം പുറപ്പെടുവിച്ചത്. അത് അഹമ്മദ് ഇബ്ൻ ഹൻബാലിന്റെ (780–855) നേതൃത്വത്തിലുള്ള ആചാരവാദികൾക്കും യാഥാസ്ഥിതിക ദൈവശാസ്ത്രജ്ഞർക്കുമിടയിൽ വളരെ വലിയ വിമർശനം ക്ഷണിച്ചുവരുത്തി. ആ മതശാസനവും മുത്താസിലികളുടെ രാഷ്ട്രീയ മേൽക്കോയ്മയും ഖലീഫ അൽ മുത്താവക്കീലിന്റെ (ഭരണകാലം 847–861) ഭരണകാലത്ത് അവസാനിച്ചു.

ഇസ്ലാമിലെ നവപ്ലേറ്റോവാദം അതിന്റെ അങ്ങേയറ്റത്തെ പരിധികളിലെത്തിയത് ഒരു വശത്ത്, ഇസ്മയിലി ദൈവശാസ്ത്രജ്ഞരായ ഹമീദ്

അൽ-ദിൻ അൽ-കിർമാനിയുടെയും (996-1021), മറുവശത്ത്, ഷിഹാബ് അൽ-ദിൻ യഹ്യാ അൻ- സുഹ്രവർദി (1154-1191) യുടെയും ഇബ്ൻ അൽ -അറബി (1165-1240)യുടെയും ചിന്തകളിലാണ്. അൽ-കിർമാനി ദൈവത്തിന്റെ ഫറാബിയൻ വിശദീകരണവും തന്റെ നവപ്ലേറ്റോവാദ ഉത്ഭവവാദ ശ്രേണീഘടനയിലെ പത്ത് ബുദ്ധികളെയും (intellects)അനാവരണം ചെയ്യുന്നു. “മാസ്റ്റർ ഓഫ് ഇല്യുമിനേഷൻ (പ്രകാശ ഉത്സർജനത്തിന്റെ ചാമ്പ്യൻ- അങ്ങനെയാണദ്ദേഹം അറിയപ്പെട്ടത്) ആയ അൽ-സുഹ്രവർദി അസാധാരണമാംവിധം സങ്കീർണമായ നവപ്ലേറ്റോവാദ പ്രകാശ ശ്രേണീഘടന സ്ഥാപിച്ചു. അതിൽ ദൈവികവും അർധദൈവികവുമായവയെല്ലാം കാണപ്പെടുന്നത് പ്രകാശത്തിന്റെ അളവിനനുസരിച്ചാണ്. ദൈവമാണ് പ്രകാശത്തിന്റെ പ്രകാശം, അദ്ദേഹത്തിൽനിന്ന് ആദ്യ പ്രകാശമുണ്ടാകുന്നു. അതിൽനിന്ന് രണ്ടാമത്തെ പ്രകാശമുമുണ്ടാകുന്നു. അങ്ങനെയങ്ങനെ...ആ മൊത്തം വ്യവസ്ഥയ്ക്കകത്ത് ഒരു സങ്കീർണമായ മാലാഖമാരുടെ ത്രിതല പ്രകാശത്തിന്റെ (അഥവാ ബുദ്ധികളുടെ) വ്യവസ്ഥ ബന്ധിക്കപ്പെട്ടിരിക്കുന്നു. ഉത്ഭവത്തിന്റെ തത്വം കാരണത്താൽ, പ്രകാശങ്ങൾക്ക് അഥവാ ബുദ്ധികൾക്ക് സത്താശാസ്ത്രപരമായ ഒരു മുൻഗണനാക്രമമുണ്ട്. ഒന്നിനു മേലെ മറ്റൊന്ന് എന്ന നിലയിൽ. അതിന് വിരുദ്ധമായി ഇബ്ൻ അൽ-അറബി തന്റെ ഉണ്മയുടെ ഏകത്വത്തെ സംബന്ധിച്ച തത്വത്തെ ബലപ്പെടുത്താൻ പ്രയോഗിക്കുന്നത് നവപ്ലേറ്റോവാദ പദാവലികളാണ്. അദ്ദേഹത്തിന്റെ ചിന്തയുടെ വർത്തുളത, പക്ഷേ, പ്ലോത്തീനിയൻ അഥവാ ഫറാബിയൻപോലുമായ ലൈനുകളിലൂടെയുള്ള ഉത്ഭവത്തെക്കുറിച്ചുള്ള ക്ലാസ്സിക്കൽ വ്യവസ്ഥയുടെ വിശദീകരണത്തെ ഒഴിവാക്കുന്നു.

പത്താം നൂറ്റാണ്ടിന്റെ മധ്യത്തിൽ, അബു-അൽ-ഹസ്സൻ അലി ഇബ്ൻ ഇസ്മായിൽ അൽ അഷരി (874-936) യുടെ നേരിട്ടുള്ള ശിഷ്യന്മാർ സ്ഥാപിച്ചതാണ് അഷറൈറ്റ് ദൈവശാസ്ത്ര സ്കൂൾ. അതിന്റെ അധ്യാപകനിൽ നിന്നാണ് ആ പേര് വന്നത്. മതകാര്യങ്ങളിൽ എല്ലാ യുക്തിപ്രയോഗങ്ങളെയും നിഷേധിക്കുന്ന പാരമ്പര്യവാദികൾക്കും വെളിപാടിന്റെ സഹായമില്ലാത്ത യുക്തിചിന്തക്ക് മതപരമായ സത്യങ്ങളെത്തിപ്പിടിക്കാനാവുമെന്ന് ഉറപ്പിച്ചുപറയുന്ന മുത്താസിലൈറ്റുകൾക്കുമിടയിൽ ഒരു മധ്യമാർഗം അത് മുന്നോട്ടുവക്കുന്നു. അദ്ദേഹത്തിന്റെ അനുയായികൾ ഹദീസ്സിന്റെ ആളുകളുടെ കാര്യങ്ങളെ അക്ഷരാർഥത്തിൽ മാത്രം എടുക്കുന്ന സമീപനത്തിനും മുത്താസിലൈറ്റുകളുടെ അമിതമായ യുക്തിവാദത്തിനുമെതിരെ ഒരഭയകേന്ദ്രമായി അദ്ദേഹത്തെ കണ്ടെത്തുന്നു. ഇത്തരത്തിൽ അതതിന്റെ അധ്യാപകന്റെ ജീവിതകാലത്തുതന്നെ രൂപപ്പെട്ടുതുടങ്ങി. തങ്ങളുടെ മുൻ അനുയായിയായ അൽ-അഷറിയുടെ കരണംമറിച്ചിൽ കടുത്തതും ഏറ്റവും മുൻപന്തിയിലുള്ള ഒന്നുമായി മുത്താസിലൈറ്റുകൾ തങ്ങളുടെ ഹൃദയത്തിൽ പ്രതിഷ്ഠിച്ചു. അതിന്റെ അവസരവാദത്തിലൂടെ അഷറൈറ്റ് സ്കൂൾ ജനങ്ങളുടെ ദുരാഗ്രഹങ്ങൾക്ക്

വളംവച്ചുകൊടുക്കുന്നുവെന്നാരോപിച്ച അവർ അതിനെതിരായി സമ്മിശ്രവാദമെന്ന എപ്പോഴും എടുത്തു പ്രയോഗിക്കാവുന്ന ശകാരവർഷമഴിച്ചുവിട്ടു. അതേപോലെ അക്ഷരാർഥവാദികളും; അവരുടെ മുമ്പിൽനിന്നത് ഹൻബാലൈറ്റുകളായിരുന്നു. ഈ പുതുതായി കടന്നുവന്നവന്റെ വരവിൽ അതിശയം പ്രകടിപ്പിച്ചു. അവർ അഷറൈറ്റുകളെ ഉറവിടങ്ങളിലേക്ക് അതായത്, വെളിവാക്കപ്പെട്ട അക്ഷരാർഥത്തിലുള്ള പാഠങ്ങളിലേക്കും പ്രാകൃതപാരമ്പര്യങ്ങളിലേക്കും (അവയെയാണ് യാഥാസ്ഥിതിക ഇസ്ലാം ഉയർത്തിപ്പിടിക്കുന്നത്) മടങ്ങാനുള്ള ധൈര്യമില്ലാത്ത പുത്തനാശയക്കാരായികണ്ടു. അതിന്റെ ശൈശവത്തിൽ അതിനെതിരെ ഉന്നയിക്കപ്പെട്ട എന്തെല്ലാം വിമർശനങ്ങളുണ്ടായിട്ടും, അഷറൈറ്റ് ചിന്താധാര വളരുകയും വികസിക്കുകയും ചെയ്തു. പിന്നീടത് ക്രമേണ ഇസ്ലാമിക ലോകത്തിന്റെ വലിയൊരു ഭാഗത്ത് യാഥാസ്ഥിതിക ഇസ്ലാമിന്റെ പ്രഘോഷകനായിമാറി. അഷറിസത്തിന് സമൂഹത്തിലെ അതിന്റെ വിശേഷപ്പെട്ട സ്ഥാനം തിരിച്ചുകിട്ടിയെന്നു മാത്രമല്ല, നിഷാപ്പൂരിലും ബാഗ്ദാദിലും രണ്ടു ഗംഭീര യൂണിവേഴ്സിറ്റികൾ സ്ഥാപിച്ച പ്രസിദ്ധനായ സെൽജുക് വസിർ നിസാം മുൽകിന്റെ (1018-1092) ഭരണത്തിൽ പ്രത്യേകിച്ചുമതിന് ഔദ്യോഗിക ഭരണകർത്താക്കളുടെ പിന്തുണ കൂടി ലഭ്യമായി. അവിടെ പഠിപ്പിച്ചിരുന്നത് അഷറിസമായിരുന്നു; അബ്ബാസിഡ് രാജവംശത്തിന്റെ ഔദ്യോഗിക മതസിദ്ധാന്തം.

മുത്തസിലൈറ്റുകൾ പറയുമ്പോലെ യുക്തിക്ക് (reason-യുക്തിപരമായ ബുദ്ധി) കേവലമായ മൂല്യമെന്ന ഗുണമുണ്ടെന്നുപറയുന്നത് മതത്തെ ഉയർത്തിപ്പിടിക്കാതിരിക്കലാണെന്നും ശുദ്ധവും ലളിതവുമായ യുക്തിയെ വിശ്വാസത്തിനു പകരംവച്ചുകൊണ്ട് മതത്തെ അടിച്ചമർത്തുകയാണെന്നും വാദിച്ചുകൊണ്ട് അൽ-അഷറി, ഗുണങ്ങളെ(attributes) സംബന്ധിച്ച പ്രശ്നത്തിൽ മുത്താസിലൈറ്റുകളുടെ നിലപാടിന് നേരെ എതിരായ നിലപാടെടുക്കുന്നു. ഗായ്ബിലുള്ള (ghayb-കാണാത്തത്-അറിയപ്പെടാത്തതിനെ അറിയുന്ന ഒരവസ്ഥ) വിശ്വാസം മതപരമായ ജീവിതത്തിന്റെ ഒരു അത്യാവശ്യമായ തത്വമാണെന്നും, അതില്ലെങ്കിൽ വിശ്വാസത്തിന് യാതൊരടിസ്ഥാനവുമുണ്ടാകില്ലെന്നും ഗായ്ബാണ് യുക്തിപരമായ പ്രകടിതരൂപങ്ങളെ മറികടക്കുന്ന ഒന്നെന്നും വേദപ്രമാണം ഒന്നിലേറെത്തവണ പറഞ്ഞിട്ടുണ്ടെന്ന് അഷറൈറ്റുകൾ വിശ്വസിക്കുന്നു. അതുകൊണ്ട് മാറ്റമില്ലാത്ത മതതത്വങ്ങളുടെ മണ്ഡലത്തിൽ യുക്തിയെ കേവലമാനദണ്ഡമായി സ്വീകരിക്കുന്നത് ഗായ്ബിലുള്ള വിശ്വാസമെന്ന തത്വവുമായി ഒത്തുപോകില്ല. മുത്താസിലൈറ്റുകൾ വിശ്വസിക്കുന്നത് ദൈവത്തിന് ധനാത്മകമായ (positive) യാതൊരു ഗുണങ്ങളുമില്ലെന്നാണ്-ദൈവത്തിന്റെ വിശേഷണങ്ങളെയെല്ലാം ദൈവിക സത്തയുടെ ഭാഗം തന്നെയായിക്കാണണമെന്ന അർഥത്തിൽ. അഷർഅർഥവാദികൾ, മറുവശത്ത്, ദൈവിക ഗുണങ്ങളെക്കുറിച്ചുള്ള നിഷ്ക്കളങ്കമായ സങ്കൽപ്പന കാരണത്താൽ, ദൈവികസത്തക്കൊപ്പം ഒട്ടേറെപ്പേരുകളും വിശേഷണ

ങ്ങളുമെല്ലാമുള്ള ഒരു സങ്കീർണതയായി ദൈവികതയെ പ്രതിനിധീകരിക്കാൻ തുടങ്ങുകയും ആ ഗുണങ്ങൾക്ക് ഒരു ധനാത്മകമായ യാഥാർത്ഥ്യമുണ്ടെന്നും, എങ്കിൽത്തന്നെയും, അവക്കതിൽനിന്ന് വേറിട്ട് ഒരു നിലനിൽപ്പോ യാഥാർഥ്യമോ ഇല്ലെന്നും കരുതുകയും ചെയ്തു. അതായത് മതതത്വങ്ങളുടെ ചരിത്രത്തിൽ മുത്താസിലൈറ്റുകളുടെ മനോഭാവം 'തർത്തിൽ' എന്ന പേരിലറിയപ്പെട്ടു. ദൈവത്തിന് ഒരുതരം പ്രവൃത്തിയും പ്രവൃത്യുന്മുഖതയുമില്ലെന്ന് നിഷേധിച്ചുകൊണ്ടത് ഒടുവിൽ അജ്ഞേയവാദത്തിൽ ചെന്നെത്തി. അതിന് നേരെ വിരുദ്ധമായി തീവ്ര അക്ഷരാർഥവാദികളുടെ മനോഭാവം തഷ്ബിഹ് (ഈശ്വരനെ മനുഷ്യരൂപത്തിൽ കാണൽ- anhropomorphism) എന്നറിയപ്പെട്ടു. ഇക്കാര്യത്തിൽ അൽ-അഷറിക്കുള്ള സന്തുഷ്ടികരമായ പ്രചോദനം ഒരുവശത്ത് സത്തയെയും ഗുണത്തെയും സങ്കൽപ്പനങ്ങളായി വേർതിരിച്ചറിയുകയും, മറുവശത്ത്, സത്തയും ഗുണവും തമ്മിലുള്ള ദ്വന്ദപരത നിലകൊള്ളുന്നത് അളവുപരമായ നിലവാരത്തിലല്ല, മറിച്ച്, ഗുണപരമായ നിലവാരത്തിലാണ് എന്ന് കാണുകയുമാണ്. മുത്താസിലൈറ്റുകൾ ഗ്രഹിക്കുന്നതിൽ പരാജയപ്പെട്ട ചിലകാര്യങ്ങളാണത്. വിശുദ്ധ ഗ്രന്ഥമായ ഖുറാൻ സൃഷ്ടിക്കപ്പെട്ടതാണോ എന്നതിൽ ഒരു ശക്തമായ വൈരുധ്യം നിലനിൽക്കുകയും അത് ചൂടേറിയ വാഗ്വാദങ്ങൾക്ക് വിധേയമാക്കപ്പെടുകയും ചെയ്തു. മുത്താസിലൈറ്റുകൾ വിശ്വസിക്കുന്നത് ഖുറാൻ സൃഷ്ടിക്കപ്പെട്ട ദൈവിക വചനമാണെന്നാണ്. ഒരു നിത്യമായ ദൈവിക ഗുണമെന്ന നിലയിലുള്ള വചനത്തെയും വിശുദ്ധഗ്രന്ഥത്തിൽ അതിനെ പ്രതിനിധാനം ചെയ്യുന്ന അറബി വിളംബരത്തെയും തമ്മിൽ വേർതിരിച്ചറിയാതെ കാര്യങ്ങളെ ഇത്തരത്തിൽ നോക്കിക്കാണുന്ന രീതിയോട് അക്ഷരാർഥവാദികൾ പ്രതികരിക്കുന്നത് അതിന്റെ സമ്പൂർണമായ തള്ളിക്കളയലിലൂടെയാണ്. ഖുറാൻ അതിന്റെ ഉള്ളടക്കത്തിന്റെ കാര്യത്തിൽ മാത്രമല്ല, അത് രചിക്കപ്പെട്ടിരിക്കുന്ന വാക്കുകളുടെ കാര്യത്തിലും നിത്യമായ വെളിപാടാണെന്നവർ കരുതുന്നു. എന്നുമാത്രമല്ല അതിന്റെ ഭൗതികമായ ഘടനയിലുൾപ്പെട്ട എല്ലാംതന്നെ(അതിന്റെ താളുകൾ, മഷി, ബൈന്റിങ്, അങ്ങനെയെല്ലാം)യും അത്തരത്തിലാണെന്നവർ കണക്കാക്കുന്നു. ഈ രണ്ട് അങ്ങേയറ്റങ്ങൾക്കിടയിലാണ് അൽ-അഷറിയുടെ പരിഹാരം. വചനത്തിന്റെ സ്വഭാവം-അത് മാനുഷികമായാലും ദൈവികമായാലും-മുത്താസിലൈറ്റുകൾ വിശ്വസിക്കുന്നതുപോലെ ശബ്ദങ്ങൾക്കൊണ്ട് രചിക്കപ്പെട്ടവയും ഉച്ചരിക്കപ്പെട്ടതും അർഥമാക്കപ്പെട്ടതുമായ വാക്കുകളിൽ പരിമിതമായിരിക്കുന്നില്ലെന്നും, അതാത്മാവിന്റെ വ്യവഹാരവും ആ രീതിയിൽ വാചികമായ പ്രകടിത രൂപത്തിൽ നിന്നും സ്വതന്ത്രവുമാണെന്നും അവർ കരുതുന്നു. ഖുറാൻ നിത്യമാണെന്ന് ഉറപ്പിച്ചുപറയുമ്പോൾ, അഷറൈറ്റുകൾ അർഥമാക്കുന്നത്, നിത്യമായി ദൈവത്തിൽ നിലനിൽക്കുന്ന ദൈവികഗുണമായ കലാം (kalam) അത്തരത്തിൽ എല്ലാത്തരം വാചികവും ഉച്ചാരണപരവുമായ സ്പഷ്ടീകരണത്തിൽ നിന്നും ഒഴിവാക്കപ്പെട്ടിരിക്കുന്നു

വെന്നാണ്. പക്ഷേ, ഖുറാനും രചിക്കപ്പെട്ടിരിക്കുന്നത് വാക്കുകൾ കൊണ്ടാണ്, അതും എഴുതപ്പെട്ടതാണ്. ഈ രൂപത്തിൽ അതൊരു സൃഷ്ടിക്കപ്പെട്ടതും ലൗകികവുമായ വസ്തുതയാണ്. അക്ഷരാർഥ വാദികൾ വിശ്വസിക്കുന്നതിൽനിന്ന് വിരുദ്ധമായി മുത്താസിലൈറ്റുകളുടെ അഭിപ്രായത്തിൽ മനുഷ്യൻ സ്വതന്ത്രനും ഉത്തരവാദിത്വമുള്ളവനുമാണെന്നു മാത്രമല്ല, അതിനൊപ്പം സൃഷ്ടിപരമായ ശക്തിയുള്ളവനും കൂടിയാണ്. സ്വന്തം പ്രവൃത്തികൾ, സൃഷ്ടികൾ, രചിക്കാനുള്ള കഴിവുള്ളവൻ. ദൈവിക ശക്തിക്കൊപ്പം മറ്റൊരു സൃഷ്ടിപരമായ ശക്തിയെക്കൂടി മുന്നോട്ടുവക്കുകയെന്ന അപകടമൊഴിവാക്കാൻവേണ്ടി, ഒരുവശത്ത് മനുഷ്യനിൽ അവനെ തന്റെ പ്രവർത്തനങ്ങൾക്കുത്തരവാദിയാക്കുന്ന സ്വാതന്ത്ര്യം ഏൽപ്പിച്ചുകൊടുക്കുമ്പോൾത്തന്നെ, അൽ-അഷറി തന്റെതന്നെ പ്രവൃത്തികളുടെ സൃഷ്ടി അവനിൽ ആരോപിക്കുന്നതിനുപകരം അവന്റെ തന്നെ പ്രവൃത്തിയുടെ ഏറ്റെടുക്കൽ ആണവന്റെ ഗുണമായി കൽപ്പിച്ചു നൽകുന്നത്. മുത്താസിലികൾ ദൈവത്തിന്റെ നീതിയിൽ ഊന്നുകയും ദൈവത്തിന് അനീതിപരമായ പ്രവർത്തനങ്ങൾ നടത്തുകയെന്നത് കേവലമായിത്തന്നെ അസാധ്യമാണെന്ന് വിശ്വസിക്കുകയും ചെയ്തിടത്ത് (കാരണം ദൈവവും ഒരേ വസ്തുനിഷ്ഠമായ ധാർമികതത്വങ്ങളാൽ കെട്ടപ്പെട്ടിരിക്കുകയാണ്) അഷറൈറ്റുകൾ ദൈവത്തിന്റെ കേവലമായ ശക്തിയിലും സ്വാതന്ത്ര്യത്തിലും ഊന്നൽ നൽകി. അവരുടെ വീക്ഷണത്തിൽ ധാർമികതത്വങ്ങൾ ദൈവത്തിന്റെ നിർണയങ്ങൾക്കകത്താണ്, അവയെ മനുഷ്യജീവികൾക്ക് വെളിപാടുകളിലൂടെയല്ലാതെ അറിയുക സാധ്യമല്ല. അങ്ങനെ ബുദ്ധിക്ക് (യുക്തിക്ക്) മേൽ വെളിപാടിനുള്ള പ്രാഥമ്യം (മേധാവിത്വം) ഉയർത്തിപ്പിടിക്കപ്പെടുന്നു. മുത്താസിലാ ഉന്നയിച്ച ദൈവശാസ്ത്ര പ്രശ്നങ്ങൾക്കുള്ള പരിഹാരങ്ങളിലുള്ള വിശദമാക്കലിലല്ല അൽ-അഷറിയുടെ 'പരിഷ്കാര'ത്തിന്റെ ചരിത്രപരമായ പ്രാധാന്യം കിടക്കുന്നത്. മറിച്ച്, അതിലേറെ അവയുടെ വൈരുദ്ധ്യാത്മകരീതി ചൂഷണം ചെയ്യാനുള്ള തയ്യാറിലും യുക്തിവാദവിരോധികളുടെയും പാരമ്പര്യവാദികളുടെയും അവകാശവാദങ്ങളെ മിതസ്വഭാവത്തിലാക്കുന്നതിലുമാണ്. പാരമ്പര്യവാദികളുടെയും യുക്തിവാദവിരോധികളുടെയും അടുത്തേക്ക് അദ്ദേഹം പ്രകൃത്യാൽതന്നെ വലിച്ചടുപ്പിക്കപ്പെടുകയും, ഒരു തൽപ്പരനായ അന്വേഷകന്റെ വിശേഷസ്വഭാവമുള്ള അജ്ഞേയവാദം മുന്നോട്ടുവയ്ക്കുകയും ദൈവവുമായി ബന്ധപ്പെട്ട മനുഷ്യന്റെ രഹസ്യമോ, മനുഷ്യനുമായി ബന്ധപ്പെട്ട് ദൈവത്തിന്റെ രഹസ്യമോ കൈകാര്യംചെയ്യാനും കണ്ടെത്താനും യുക്തിക്കു(ബുദ്ധിക്ക്)ള്ള കഴിവില്ലായ്മയെ ശരിയായോ, തെറ്റായോ, ഊന്നിപ്പറയുന്നതിൽ ചെന്നവസാനിക്കുകയും ചെയ്യുന്നു.

അഷറൈറ്റ് സ്കൂളിന്റെ ചരിത്രത്തിലെ ആദ്യത്തെ പ്രമുഖവ്യക്തി അബൂബക്കർ അൽ-ബക്കലാനിയാണ് (മരണം 1013) ആഷറൈറ്റ് ഡോക്ടർമാരുടെ രണ്ടാം തലമുറയിൽപ്പെടുന്ന അദ്ദേഹത്തിനാണ് kalamന്റെ രീതികൾ പരിഷ്കരിക്കുന്നതിന്റെ ബഹുമതി. അദ്ദേഹം തന്റെ

'അൽ-തംഹിദി'ൽ അഷറൈറ്റ് സിദ്ധാന്തത്തിന്റെ ആദ്യത്തെ വ്യവസ്ഥാപിതമായ പ്രഖ്യാപനം നടത്തുകയും അതിന്റെ അതിഭൗതികമായ ചട്ടക്കൂട് മുന്നോട്ടുവയ്ക്കുകയും ചെയ്യുന്നു. അൽ ബാഗ്ദാദിയുടെ ഉസുൾ അൽ-ദിൻ, അൽ-ജ്യുമൈയ്നിയുടെ അൽ ഇർഷാദ് എന്നിവയെപ്പോലുള്ള സമാനമായ അഷറൈറ്റ് പ്രബന്ധങ്ങൾക്ക് ഒരു രൂപരേഖ മുന്നോട്ടുവയ്ക്കുന്ന തരത്തിൽ അറിവിന്റെ, അഥവാ, ശാസ്ത്രത്തിന്റെ പ്രകൃതി (ilm-ഇൽമി)യെക്കുറിച്ച് ഒരു ചർച്ചയോടെയാണ് പുസ്തകം തുടങ്ങുന്നതെങ്കിലും, അതിന് വ്യതിരിക്തമായ ഒരാധുനിക സ്വഭാവമുണ്ട്. അങ്ങനെ ഗ്രന്ഥകർത്താവ് ilmനെ നിർവചിക്കുന്നു: വസ്തുവിനെക്കുറിച്ചുള്ള അറിവ് യഥാർഥത്തിൽ എങ്ങനെ ആയിരിക്കുന്നുവോ അത്തരത്തിൽ രണ്ടു പ്രധാന ഗണങ്ങളിലായി തിരിയുന്നു. ദൈവത്തിന്റെ നിത്യമായ ജ്ഞാനവും, ചിന്തിക്കാൻ ശേഷിയുള്ള സൃഷ്ടികളായ മനുഷ്യർ, മാലാഖമാർ, ജിന്നുകൾ എന്നിവയുടെയെല്ലാം ലൗകികമായ അഥവാ സൃഷ്ടിക്കപ്പെട്ട ജ്ഞാനവുമായി. രണ്ടാമതു പറഞ്ഞ ജ്ഞാനം വീണ്ടും രണ്ടു തരം ജ്ഞാനങ്ങളായിത്തിരിയുന്നു. അവശ്യമായ ജ്ഞാനം അഥവാ അന്തർജ്ഞാനമായും (അവയെ സംശയിക്കാൻ പാടില്ല) ആർജിത ജ്ഞാനമായും (അത് നീണ്ടുനിൽക്കുന്ന ചിന്തയുടെ ഫലമാണ്, അല്ലെങ്കിൽ, മറ്റുതരത്തിൽ പ്രസ്താവിച്ചാൽ, അനിവാര്യമായതിൽ നിലനിൽക്കുന്ന അറിവ് അഥവാ അനുഭവപരമായ ജ്ഞാനം). അഷറൈറ്റ് ഡോക്ടർമാർ അൽ-ബക്കലാനിയിടെ കാര്യത്തിലെന്നപോലെ യുക്തിപരമായ ജ്ഞാനത്തിന്റെ സാധുതയെ അംഗീകരിക്കുകയും അതേസമയംതന്നെ വിശ്വാസത്തിന്റെ മണ്ഡലത്തിൽ കടന്നുകയറുന്ന മുത്താസിലൈറ്റുകളുടെ നടപടിക്കെതിരെ ജന്മവാസനയെന്ന നിലയിൽ പ്രതികരിക്കുകയുമാണ് ചെയ്തത്. സ്വാഭാവിക ദൈവത്തെ വെളിപാടിൽനിന്ന് സ്വതന്ത്രമായി, യുക്തിപരമായി അറിയാനാകുമോ, വെളിപാടിനു മുമ്പേ തന്നെ നന്മതിന്മകളെക്കുറിച്ചുള്ള അറിവ് സാധ്യമാണോ എന്നീ പ്രശ്നങ്ങളിൽ അഷറൈറ്റ് ദൈവശാസ്ത്രജ്ഞന്മാർ ഒരു വിശേഷമായ മുത്താസിലൈറ്റ് വിരുദ്ധ നിലപാടെടുത്തു. ദൈവത്തിന്റെ അസ്തിത്വവും അദ്ദേഹത്തിന്റെ ഐക്യവും ലോകത്തിന്റെ സൃഷ്ടിക്കപ്പെട്ട അവസ്ഥ (ഹുദുത്ത്) യിൽനിന്നും ഒരു സ്രഷ്ടാവിന്റെ (മുഹ്ദിത്ത്) യുക്തിപരമായ ആവശ്യകതയിൽനിന്നും യുക്തിപരമായി അറിയാവുന്നതാണ്. അങ്ങനെ രണ്ട് മൗലികമായ പ്രശ്നങ്ങളിന്മേൽ– (1) മതപരമായ സത്യവുമായി ബന്ധപ്പെട്ട് യുക്തിപരമായ ജ്ഞാനത്തിന്റെ സ്വഭാവവും പരിമിതിയും, (2)ഏത് അതിഭൗതിക ചട്ടക്കൂടിലാണ് ദൈവത്തിന്റെ പരമാധികാരത്തിന്റെയും സർവശക്തത്വത്തിന്റെയും സങ്കൽപ്പനങ്ങൾ പ്രകടിപ്പിക്കപ്പെടേണ്ടത്–കേന്ദ്രീകരിക്കപ്പെട്ട് മൂന്നു നൂറ്റാണ്ടു കാലയളവിലൂടെ അഷറി മതതത്വചിന്ത ക്രമേണ പ്രാമുഖ്യംനേടുകയും യാഥാസ്ഥിതിക കലാം (kalam)സ്കൂളായിത്തീരുകയും ചെയ്തു. എങ്കിലും ഒരു വലിയപരിധി വരെ മുത്താസിലികളുടെ വിഷയവസ്തു, അപഗ്രഥനഘടന, ജ്ഞാന

സിദ്ധാന്തം, പ്രപഞ്ചശാസ്ത്രം എന്നിവയൊക്കെ നിലനിർത്തപ്പെട്ടു. അഷറിയുടെ നിലപാട് വിശദമാക്കപ്പെടുകയും പ്രതിരോധിക്കപ്പെടുകയും ചെയ്തത് അൽ-അഷറിയുടെ അനുയായികൾ മുത്താസിലികളുടെയും, ഇസ്ലാമിക ഹെല്ലനിസ്റ്റിക് തത്വചിന്തകരുടെയും, പാരമ്പര്യവാദികളുടെയും നിലപാടുകളെ വിമർശന വിധേയമാക്കിയതിൽ നിന്നാണ്. ആ അനുയായികളിൽ പ്രമുഖർ അൽ-ബിക്കലാനി (950-1013), ഇബ്ൻ ഫുറാക്ക് (മരണം 1015) അൽ-ജുവൈയ്നി (മരണം 1085), അബു അൽ-ഹമീദ് അൽ-ഗസാലി (1058-111) എന്നിവരാണ്.

നവ പ്ലേറ്റോവാദ തത്വചിന്തകർ

കൂഫയിൽ 801ൽ ഒരു പ്രഭുകുടുംബത്തിൽ ജനിച്ച അബു യൂസഫ് ഇബ്ൻ അൽ-കിണ്ടി അറബികളിലെ ആദ്യ തത്വചിന്തകനെന്ന ബഹുമതിക്കർഹനാണ്. അദ്ദേഹം തത്വചിന്തയെ പിന്തുടരുന്നത് യാഥാസ്ഥിതിക ഇസ്ലാമുമായി ഒത്തുപോകുന്നതാണ് എന്ന് കരുതി. മുത്താസിലൈറ്റുകളുമായി വളരെ അടുത്തബന്ധമുണ്ടായിരുന്നെങ്കിലും തത്വചിന്താപരമായ ഗവേഷണവും പ്രവാചക വെളിപാടുമായിട്ടുള്ള അടിസ്ഥാനപരമായ സ്വരച്ചേർച്ചയാലാണ് അൽ-കിണ്ടി നയിക്കപ്പെട്ടത്. അൽ-കിണ്ടിയുടെ അഭിപ്രായത്തിൽ, അതി ഭൗതികത്തിന്റെ ലക്ഷ്യം ദൈവത്തെക്കുറിച്ചുള്ള അറിവാണ്. അവ രണ്ടിന്റെയും പരിഗണനാവിഷയങ്ങൾ ഒന്നുതന്നെയാണെന്നദ്ദേഹം വിശ്വസിച്ചു. പിൽക്കാല തത്വചിന്തകർ, പ്രത്യേകിച്ചും അൽ-ഫറാബിയും അവിസെന്നയും ഇക്കാര്യത്തിൽ അദ്ദേഹവുമായി ശക്തമായി വിയോജിച്ചുകൊണ്ട് പറയുക, 'അതിഭൗതികം ശരിക്കും ബീയിംഗ് ഖ്വാ ബിയിംഗു'മായി (being qua being-ഉൺമ എന്ന നിലയിൽ ഉണ്മയെ) ബന്ധപ്പെട്ടതാകുമ്പോൾ, ദൈവത്തിന്റെ പ്രകൃതി ശരിക്കും ആകസ്മികമാണ്' എന്നാണ്. അതിഭൗതികത്തെക്കുറിച്ചുള്ള അൽ-കിണ്ടിയുടെ ധാരണയെ സംബന്ധിച്ച് കേന്ദ്രസ്ഥാനത്തുള്ളത് ദൈവത്തിന്റെ ഏകത്വമാണ്. ആ ഗുണവിശേഷം ദൈവത്തിനുമാത്രം സവിശേഷമായ ഒന്നാണെന്ന് (അതുകൊണ്ടത് മറ്റൊന്നുമുണ്ടായിട്ടും പങ്കുവക്കപ്പെടുന്നില്ല) അദ്ദേഹം കരുതി. അത് യഥാർഥത്തിൽ ഒന്നും അനേകവുമാണ്. ഉദാഹരണത്തിന് അദ്ദേഹം പറയുന്നത് ശരീരം ഏകമായിരിക്കുമ്പോൾ അത് നിരവധി ഭാഗങ്ങളെക്കൊണ്ടുണ്ടാക്കിയതുകൂടിയാണെന്നാണ്. അതു

അൽ-കിണ്ടി

കൊണ്ട്, ദൈവം മാത്രമാണ് കേവലമായ ഒന്ന്. ഉണ്മയിലും സങ്കൽപ്പനത്തിലും ഒരുപോലെ, ഒരു തരത്തിലുള്ള വിവിധത്വവും ഇല്ലാതെ കേവലമായ ഏകത്വമായിരിക്കുന്നതിനൊപ്പം ദൈവത്തെ സ്രഷ്ടാവ് കൂടിയായി അൽ-കിണ്ടി വിവരിച്ചു. അതിനർഥം അദ്ദേഹം അന്തിമവും ഫലപ്രദവുമായ കാരണമായി പ്രവർത്തിക്കുന്നുവെന്നതാണ്. പിൽക്കാല നവപ്ലേറ്റോവാദ തത്വചിന്തകരിൽ (ദൈവത്തിന്റെ അസ്തിത്വം കവിഞ്ഞൊഴുകിയതിന്റെ ഫലമായാണ് പ്രപഞ്ചം നിലനിൽക്കുന്നതെന്നും അതൊരു നിഷ്ക്രിയമായ പ്രവർത്തനമായിരുന്നെന്നും അവർ ഉറപ്പിച്ചു പറഞ്ഞു) നിന്ന് വ്യത്യസ്തമായി അൽ-കിണ്ടി ദൈവത്തെ ഒരു സക്രിയ ഏജന്റായി കണ്ടു. മറ്റെല്ലാ ഇടയിൽ നിൽക്കുന്ന ഏജൻസികളും അവനെ ആശ്രയിച്ചാണ് നിൽക്കുന്നത്. യഥാർഥത്തിൽ ഈ ഇടയിൽ നിൽക്കുന്ന ഏജന്റുമാർ ഒരിക്കലും 'പ്രവർത്തിക്കുന്ന'തേയില്ല. ദൈവത്തിന്റെ തന്നെ പ്രവർത്തനത്തിന്റെ വെറും കരുക്കൾ മാത്രമാണവർ. ഇസ്ലാമിക തത്വചിന്തയുടെ വികാസത്തിൽ ഇത് പ്രത്യേകിച്ചും പ്രധാനമാണ്. കാരണം അരിസ്റ്റോട്ടിലിന്റെ തത്വചിന്തയിലെ, ആദി (തുടക്കം)യുമില്ലാത്ത അനന്തമായ ഭൂതകാലമാണ് പ്രപഞ്ചത്തിനുള്ളതെന്നു വിശ്വസിച്ച പ്രാചീന ഗ്രീക്ക് തത്വചിന്തകന്മാരിൽ നിന്ന് വ്യത്യസ്തമായി അൽ-കിണ്ടി വിശ്വസിച്ചത്, പ്രപഞ്ചത്തിന് ഒരു ആദിയോടുകൂടിയ നിർണിതമായ ഭൂതകാലമാണുള്ളതെന്നാണ്. മൂന്ന് അബ്രാഹമീയ മതങ്ങളായ ജൂതമതം (ജൂദായിസം), ക്രിസ്തുമതം, ഇസ്ലാംമതം എന്നിവ പങ്കുവക്കുന്ന സൃഷ്ടി സിദ്ധാന്തത്തിൽ നിന്ന് പ്രചോദനമുൾക്കൊള്ളുന്നതാണീ വീക്ഷണം. ആത്മാവ് ലളിതവും ദ്രവ്യനിരപേക്ഷവുമായ ഒന്നാണെന്നാണ് അൽ-കിണ്ടി വിശ്വസിച്ചിരുന്നത്. ഒരു ഭൗതികശരീരത്തിലൂടെ പ്രവർത്തിക്കുന്ന അതിന്റെ കഴിവുകളിലൂടെ മാത്രമാണത് ഭൗതികലോകവുമായി ബന്ധപ്പെടുന്നത്. നമ്മുടെ ആത്മാവിനെ ആഗ്രഹങ്ങളെ പിന്തുടരുന്നതിലേക്കോ ബുദ്ധിയെ പിന്തുടരുന്നതിലേക്കോ തിരിച്ചു വിടാം. ആദ്യത്തെ മാർഗം സ്വീകരിക്കുന്നതിലൂടെ അതിനെ ശരീരത്തിൽ കെട്ടിയിടാം. അപ്പോൾ ശരീരം മരിക്കുമ്പോൾ അതും മരിക്കുന്നു. രണ്ടാമത്തെ വഴി സ്വീകരിച്ചാൽ, ആത്മാവിനെ ശരീരത്തിന്റെ കെട്ടുപാടുകളിൽനിന്ന് സ്വതന്ത്രമാക്കുകയും ശരീരത്തിന്റെ മരണത്തോടെ അതിജീവിച്ച് ശുദ്ധമായ ബുദ്ധിയുടെ ലോകത്തിൽ, സ്രഷ്ടാവിന്റെ വെളിച്ചത്തിൽ, എത്തിച്ചേരാനതിനെ പ്രാപ്തമാക്കുകയും ചെയ്യും. അൽ-കിണ്ടിയുടെ വീക്ഷണത്തിൽ സത്യത്തിലെത്തിച്ചേരാനുള്ള രണ്ടു വ്യത്യസ്ത മാർഗങ്ങളാണ് പ്രവാചകത്വവും തത്വചിന്തയും. ഈ രണ്ടു നിലപാടുകളെയുമദ്ദേഹം നാലുവിധത്തിൽ പരസ്പരം തട്ടിച്ചുനോക്കുന്നു. ഒന്നാമതായി ഒരു തത്വചിന്തകനാകാൻ ഒരു നീണ്ടകാലം പരിശീലനം നേടുകയും പഠിക്കുകയും വേണം. പ്രവാചകത്വം ചിലരിൽ ദൈവം ഭരമേൽപ്പിക്കുന്നതാണ്. രണ്ടാമതായി ഒരു തത്വചിന്തകൻ തന്റെ സത്യത്തിൽ തന്റേതായ സംവിധാനങ്ങളിലൂടെ (വളരെയേറെ ബുദ്ധിമുട്ട് സഹിച്ചും) എത്തിച്ചേരണം. അതേസമയം പ്രവാ

ചകന് സത്യം വെളിപാടിലൂടെ ദൈവം എത്തിച്ചുകൊടുക്കുന്നു. മൂന്നാമതായി പ്രവാചകന്റെ ധാരണ-ദൈവികമായി ലഭ്യമായതുകൊണ്ട് -കൂടുതൽ വ്യക്തമാണ്, അത് തത്വചിന്തകന്റേതിനേക്കാൾ കൂടുതൽ സമഗ്രമവുമാണ്. നാലാമതായി, ഈ ധാരണ സാധാരണജനങ്ങൾക്ക് വിശദീകരിച്ചുകൊടുക്കുന്ന കാര്യത്തിൽ പ്രവാചകന്റെ രീതി കൂടുതൽ മികച്ചതാണ്. അതുകൊണ്ട്, രണ്ടു മണ്ഡലങ്ങളിൽ പ്രവാചകൻ മികച്ചവനാണെന്ന് അൽ-കിണ്ടി പറയുന്നു. അയാൾക്ക് സത്യം ലഭ്യമാകുന്നതിലെ എളുപ്പത്തിലും തീർച്ചയിലുമാണൊന്ന്. മറ്റൊന്ന്, അയാൾ അതവതരിപ്പിക്കുന്ന രീതിയിലും. പക്ഷേ സുപ്രധാനമായ അതിന്റെ പ്രയോഗികഫലം പ്രവാചകന്റെയും തത്വചിന്തകന്റെയും സത്യത്തിന്റെ ഉള്ളടക്കം ഒന്നുതന്നെയാണെന്നതാണ്. അതിന്റെകൂടെ പ്രവാചക ദർശനങ്ങളെക്കുറിച്ച് ഒരു പ്രകൃതിവാദപരമായ വീക്ഷണവും അൽ-കിണ്ടി സ്വീകരിച്ചു. അദ്ദേഹം വാദിച്ചത് 'ഭാവന' ചെയ്യാനുള്ള (അരിസ്റ്റോട്ടിലിന്റെ തത്വചിന്തയിലുള്ളതുപോലെ)കഴിവിലൂടെ ചില ശുദ്ധവും തയ്യാറെടുപ്പുള്ളതുമായ ആത്മാക്കൾക്ക് ഭാവികാര്യങ്ങളെക്കുറിച്ചുള്ള വിവരങ്ങൾ സ്വീകരിക്കാൻ കഴിയുമെന്നാണ്. പ്രധാനപ്പെട്ട ഒരു കാര്യം, അത്തരം ദർശനങ്ങൾ, അഥവാ സ്വപ്നങ്ങൾ, ദൈവത്തിൽ നിന്നുള്ള വെളിപാടുകളായി അദ്ദേഹം കാണുന്നില്ലെന്നുള്ളതാണ്. മറിച്ച്, അതുമായിബന്ധപ്പെട്ട ഭൗതികാസ്തിത്വത്തെ കാണേണ്ട ആവശ്യമില്ലാത്തതരം രൂപം സ്വീകരിക്കാൻ ഭാവന മനുഷ്യരെ കഴിവുറ്റവരാക്കും. അതുകൊണ്ട്, അതിൽനിന്ന് സിദ്ധമാകുന്നതായിത്തോന്നുന്നത് സ്വയം ശുദ്ധീകരിക്കുന്ന ആർക്കും അത്തരം ദർശനങ്ങൾ സ്വീകരിക്കാൻ കഴിവുണ്ടാകുമെന്നാണ്. പ്രവാചകപരമായ അത് അത്ഭുതങ്ങളുടെ പ്രകൃതിവാദപരമായ മറ്റ് വ്യാഖ്യാനങ്ങളിൽ നിന്ന് വ്യത്യസ്തമാണ് കൃത്യമായി ഈയൊരു ആശയത്തെയാണ്, അൽ-ഗസാലി തന്റെ തുഹാഫത്ത് ഉൽ ഫലാസിഫയിൽ (തത്വചിന്തകരിലെ പൊരുത്തക്കേട്) കടന്നാക്രമിച്ചത്.

മതപരമായ സ്വഭാവമുള്ള പ്രശ്നങ്ങൾക്ക് ഉത്തരം നൽകുന്നതിൽ തത്വചിന്തയുടെ ഉപയോഗക്ഷമതയെ അൽ-കിണ്ടി അംഗീകരിച്ചപ്പോൾത്തന്നെ തത്വചിന്തയുടെ ഉപയോഗത്തിൽ അത്രതന്നെ ആവേശമില്ലാതിരുന്ന ഒട്ടേറെ ഇസ്ലാമികചിന്തകരുണ്ടായിരുന്നു. പക്ഷേ പ്രമുഖ ദൈവശാസ്ത്രജ്ഞരുടെ എതിർപ്പുകൾ തത്വചിന്തക്ക് അതിൽത്തന്നെ എതിരായിട്ടായിരുന്നില്ല മറിച്ച് തത്വചിന്തകന്മാർ എത്തിച്ചേർന്ന നിഗമനങ്ങൾക്കെതിരെയായിരുന്നു. തന്റെ ജീവിതകാലത്ത്, മുത്താസിലൈറ്റുകളോടാഭിമുഖ്യം പുലർത്തിയ ഖലീഫമാരായിരുന്ന അൽ-മാമൂൻ, അൽ മുത്താസിം എന്നവരുടെ രക്ഷാധികാരിത്വം അനുഭവിക്കാൻ അൽ-കിണ്ടിക്ക് ഭാഗ്യമുണ്ടായിരുന്നു. എന്നാൽ ഖലീഫ അൽ-മുത്തവക്കീൽ പാരമ്പര്യവാദികളെ പിന്തുണച്ചപ്പോൾ അദ്ദേഹത്തിന്റെ ജീവിതാവസാനകാലത്ത് അദ്ദേഹത്തിന് കാര്യമായി മാറേണ്ടിവന്നു. ഖലീഫ മുത്താവക്കീൽ തത്വചിന്തകരെയടക്കം യഥാസ്ഥിതികമല്ലാത്ത വിവിധ ചിന്താധാ

രക്കാരെ വേട്ടയാടുന്നതിന് തുടക്കം കുറിച്ചിരുന്നു. തന്റെതന്നെ കാലത്ത്, ദൈവവുമായി അടുത്ത സാമീപ്യത്തിലുള്ള ഏറ്റവും സർവന്തര്യാമിയായ സൃഷ്ടിയായി 'ബുദ്ധി' (intellect) യെ പ്രതിഷ്ഠിച്ചതിന്-സാധാരണഗതിയിൽ മാലാഖമാർക്കുമാത്രം ലഭ്യമായ ഒരു സ്ഥാനത്ത് പ്രതിഷ്ഠിച്ചതിന്-അദ്ദേഹം വിമർശന വിധേയനാകുകയായിരുന്നു.

ആദ്യകാല ഇസ്ലാമികതത്വചിന്ത വികസിപ്പിക്കുന്നതിൽ അദ്ദേഹത്തിന്റെ ഏറ്റവും വലിയ സംഭാവന ഗ്രീക്കും ഹെല്ലനിസ്റ്റിക്കുമായ ചിന്ത ഒരു മതപരമായ അനുവാചകവൃന്ദത്തിന് ലഭ്യവും സ്വീകാര്യവുമാക്കിയെന്നതാണ്. അൽ-കിണ്ടി തന്റെ ഈ ജീവിതദൗത്യം നിർവ്വഹിച്ചത് ബാഗ്ദാദിലെ അബ്ബാസിഡ് ഖലീഫമാർ രക്ഷാധികാരികളായിരുന്ന 'വിജ്ഞാനത്തിന്റെ വീട്ടി'ൽ അഥവാ 'ബൈത്തുൽ ഹിക്മാ'യിൽ നിന്നാണ്. അദ്ദേഹം ഒട്ടനവധി സുപ്രധാനകൃതികൾ തർജമചെയ്തു. അവയിലേറെയും പിൽക്കാലത്ത് അൽ-കിണ്ടിയിൽ നിന്നാരംഭിക്കുന്ന ആധികാരിക അറബിതത്വചിന്താപദസമ്പത്തായിത്തീർന്നു. തീർച്ചയായും, അദ്ദേഹമതു ചെയ്തിരുന്നില്ലെങ്കിൽ, പിൽക്കാല തത്വചിന്തകരായ അൽ-ഫറാബി, അവിസെന്ന, അൽ-ഗസാലി എന്നിവരുടെ കൃതികൾ സാധ്യമാകുമായിരുന്നില്ല. അദ്ദേഹത്തിന്റെ തത്വചിന്താപരമായ പ്രവർത്തനങ്ങൾ എല്ലായ്പ്പോഴുമൊന്നും അംഗീകരിക്കപ്പെട്ടിട്ടില്ലെങ്കിലും അദ്ദേഹം അരിസ്റ്റോട്ടിലിയൻ നവപ്ലേറ്റോവാദ ചിന്തകളെ ഇസ്ലാമിക തത്വചിന്താചട്ടക്കൂടിലേക്ക് വിജയകരമായി സന്നിവേശിപ്പിച്ചു. മുസ്ലിം ബൗദ്ധികലോകത്ത് ഗ്രീക്ക്തത്വചിന്ത പരിചയപ്പെടുത്തുന്നതിലും പ്രചരിപ്പിക്കുന്നതിലും അതൊരു പ്രധാന ഘടകമായിരുന്നു.യുക്തിവാദത്തോട് ശക്തമായ ആഭിമുഖ്യമുണ്ടായിരുന്നുവെങ്കിലും അദ്ദേഹമൊരിക്കലും തന്റെ വിശ്വാസം കൈവെടിഞ്ഞില്ല. മറിച്ച് പ്രവാചക വെളിപാടിന്റെ ഏറ്റവും നല്ല തെളിവ് ലോജിക്കാണെന്നദ്ദേഹം കരുതി.

9-ാം നൂറ്റാണ്ടിലെ ഇസ്ലാമിക തത്വചിന്തയുടെ കൊടുങ്കാട്ടിൽ ഒരുവഴി കണ്ടുപിടിച്ചവനായ അൽ-കിണ്ടി പ്രാചീനഗ്രീക്കുകാരുടെ സങ്കൽപ്പനങ്ങളിന്മേലടിസ്ഥാനമാക്കി തന്റെ സ്വന്തം സ്കൂൾ സ്ഥാപിച്ചു. അദ്ദേഹത്തെ പിന്തുടർന്ന ചിലർ പ്രാചീനരുടെ കൃതികളെപ്പറ്റി അദ്ദേഹത്തിനുണ്ടായിരുന്ന വിലയിരുത്തലുമായി യോജിക്കുകയും അദ്ദേഹത്തിന്റെ സംഭാവനകളെ പ്രോജ്ജ്വലിപ്പിക്കാൻ പരിശ്രമിക്കുകയും ചെയ്തു. ഇഖ്വാൻ അൽ-സഫാ (Brothren of purity അല്ലെങ്കിൽ വിശ്വസ്തരായ സഖാക്കൾ, പ്രശംസയർഹിക്കുന്നവർ, മഹത്വത്തിന്റെ പുത്രന്മാർ) ഈ ഗണത്തിൽപ്പെടുന്ന ഒന്നാണ്. 10-ാം നൂറ്റാണ്ടിൽ ഗ്രീക്ക് തത്വചിന്തയെ ഇസ്ലാമികചിന്തയുമായി അനുരഞ്ജിപ്പിക്കാൻ ശ്രമിച്ച ഒരു കൂട്ടം മുസ്ലിം പണ്ഡിതന്മാരാണിവർ. ഈഗ്രൂപ്പ് ഏതെങ്കിലും പ്രത്യേക മതവിഭാഗവുമായി, അതായത് ഉദാഹണത്തിന്, ഷിയായിസവുമായോ, വിശേഷിച്ച്, ഇസ്മായിലിസവുമായോ ബന്ധപ്പെട്ടാണോ നിന്നിരുന്നതെന്നകാര്യം അജ്ഞാതമാണ്. എന്നാൽ അറിയാവുന്ന ഒരു കാര്യം ഇസ്ലാമിക തത്വങ്ങളുമായി ഗ്രീക്ക്

തത്വചിന്തയെ അനുരഞ്ജിപ്പിക്കാൻ, (ഗ്രീക്ക് ചിന്തക്കകത്ത് ഇസ്ലാമിക തത്വങ്ങളെ ഉൾപ്പെടുത്താനെന്നതിനെക്കാൾ) ശ്രമിച്ചതിലൂടെ അവർ മുത്താസിലൈറ്റുകളുമായി വിയോജിച്ചിരുന്നു എന്നതാണ്. ഇഖ്വാന്റെ നിലനിൽപ്പിനെക്കുറിച്ച് വളരെക്കുറച്ചുമാത്രം വിവരങ്ങളേ ലഭ്യമായിട്ടുള്ളൂ. പക്ഷേ അവരുടെ സ്ഥലങ്ങളും പേരുകളും ഊഹിക്കുന്നതിന് അതൊരു തടസ്സമായിത്തീരുന്നില്ല. ചിലരവകാശപ്പെടുന്നത് അബു-സുലൈമാൻ മുഹമ്മദ് ബി മഷർ അൽ-ബുസ്തി (അൽ-മുഖാദസ്സി 946 -1000) -മധ്യകാല അറബ് ഭൂമിശാസ്ത്രവിദഗ്ദ്ധൻ-യാണ് അവരുടെ നേതാവും പ്രധാന പത്രാധിപരുമെന്നാണ്. ഒരു സാങ്കൽപ്പിക സ്വർഗത്തെ (ഉട്ടോപ്യയെ) പിന്തുടരുന്നതിനിടയിൽ 'സഹോദരസഖ്യം' ഇസ്ലാമിന്റെ ശരീരത്തിൽനിന്നും ഗ്രീക്കുകാരുടെ തത്വചിന്താപരമായ അനുമാനങ്ങളിൽനിന്നും വളവും വെള്ളവും വലിച്ചെടുക്കുന്ന ഒരു സാർവത്രികമതത്തെ സൃഷ്ടിക്കാനുദ്ദേശിച്ചു. രണ്ടിന്റെയും അഭിമുഖീകരണം എല്ലാവർക്കും സ്വീകാര്യമായ ആത്മീയതത്വങ്ങളുള്ള ഒരു മതത്തിൽ കലാശിക്കുമെന്നവർ കരുതി. ആ മതത്തിന്റെ അതിർവരമ്പുകൾക്കകത്ത് ലോകത്തിന് ശാന്തിയും സമാധാനവുമനുഭവിക്കാൻ കഴിയുമെന്നും അവർ കരുതി.

ഒരു തുർക്കിവംശജനായ അൽ-ഫറാബിയാണ് (870-950) അറബ് നവപ്ലേറ്റോവാദ ദർശനത്തിന്റെ യഥാർഥ സ്ഥാപകൻ. പ്രൊക്ലൂസിനു ശേഷം ആ തത്വചിന്താ പ്രസ്ഥാനത്തിന്റെ ചരിത്രത്തിലെ പ്രമുഖ വ്യക്തിത്വവും അദ്ദേഹമാണ്. അൽ-ഫറാബി നവപ്ലേറ്റോവാദിയെന്നതിനൊപ്പം ഒരു അരിസ്റ്റോട്ടിലിയൻ കൂടിയായിരുന്നുവെന്നത് എടുത്തുപറയേണ്ടതുണ്ട്. ലോകത്തിന്റെ സൃഷ്ടി, ആത്മാവിന്റെ അതിജീവനം, അനന്തരജീവിതത്തിലെ പ്രതിഫലം അഥവാ ശിക്ഷ എന്നീകാര്യങ്ങളിലെല്ലാം പ്ലേറ്റോയും അരിസ്റ്റോട്ടിലും തമ്മിൽ അടിസ്ഥാനയോജിപ്പുണ്ടെന്ന് തെളിയിച്ചുകാട്ടാനദ്ദേഹം ശ്രമിച്ചു. അൽ-ഫറബിയുടെ ദൈവസങ്കൽപ്പനത്തിനകത്ത്, തമ്മിൽതമ്മിൽ യാതൊരു വേർതിരിവുമില്ലാതെ സത്തയും അസ്തിത്വവും കേവലമായിത്തന്നെ ഒന്നുചേരുന്നു. അദ്ദേഹം ഉണ്മയുടെ ശ്രേണീബദ്ധമായ ഉത്ഭവത്തെക്കുറിച്ചുള്ള സങ്കൽപ്പനം മുന്നോട്ടുവച്ചു. ഈ ശ്രേണീഘടനയുടെ മുകളിലുള്ളത് ദൈവികമായ ഉണ്മയാണ്. ആ ദൈവത്തെ അൽ-ഫറാബി ഒന്നാമതായി സ്വഭാവനിർണയം നടത്തുന്നു. അതിൽനിന്ന് രണ്ടാമത്തെ ഉണ്മ ഉത്ഭവിക്കുന്നു. അതാണ് ഒന്നാമത്തെ ബുദ്ധി(First intellect), ദൈവത്തെപ്പോലെ ഇതും ഭൗതികമല്ലാത്ത ഒരു വസ്തുവാണ്. ഒന്നാമത്തെ ഉണ്മയിൽനിന്ന് മൊത്തം പത്ത് ബുദ്ധികൾ ഉത്ഭവിക്കുന്നു. ഒന്നാമത്തെ ബുദ്ധി അതിന്റെ തന്നെ സത്തയെ സംഗ്രഹിക്കുന്നു. ആ സംഗ്രഹത്തിന്റെ ഫലം ശരീരത്തിന്റെയും ആത്മാവിന്റെയും ഉൽപ്പാദനമാണ്. തുടർന്നുള്ള ഓരോ ഉത്ഭവിച്ച ബുദ്ധികളും സമാനമായ ആകാശ പ്രതിഭാസങ്ങളുടെ ഉൽപ്പാദനവുമായി ബന്ധപ്പെട്ടിരിക്കുന്നു. സ്ഥിര നക്ഷത്രങ്ങൾ ശനി, വ്യാഴം, ചൊവ്വ, സൂര്യൻ, ബുധൻ,

ശുക്രൻ, ചന്ദ്രൻ എന്നിവയുൾപ്പെടെ. പത്താമത്തെ ബുദ്ധിയാണ് (tenth intellect) ഇഹപര ലോകങ്ങൾക്കിടയിലെ യഥാർഥ പാലമായിത്തീരുന്നത്. അതിനെയദ്ദേഹം സക്രിയമായ, അഥവാ, ഏജന്റ് ആയ 'ഇന്റലെക്ട്' (ബുദ്ധി) എന്നു വിളിക്കുന്നു. മാനുഷിക ചിന്തക്ക് പ്രേരകമാകുന്നതിനും, മനുഷ്യനും ഐഹിക ലോകത്തിനും രൂപം ഉത്ഭവിപ്പിച്ചു നൽകുന്നതിനും ഉത്തരവാദി അതാണ്. രണ്ടാമതുപറഞ്ഞ പ്രവർത്തനത്തെ സംബന്ധിച്ചിടത്തോളം, ഇവിടെ ആക്ടീവ് ഇൻറ്റലെക്ട് (സക്രിയബുദ്ധി) ഒരു പ്രാപഞ്ചികാത്മാവിന്റെ പങ്കു വഹിക്കുന്നതായി ചൂണ്ടിക്കാണിക്കപ്പെടുന്നു. മനുഷ്യബുദ്ധി അറിയാൻ കഴിവുള്ളത് എന്ന നിലയിൽ നിന്ന് ശരിക്കും അറിയുന്നത് എന്നതിലേക്ക് രൂപാന്തരപ്പെടുന്നതിന്റെ കാരണമായി ഭവിക്കുന്നത് സക്രിയബുദ്ധിയാണ്. പ്രവാചകപ്രതിഭ ഉത്ഭൂതമാകുന്നത് പ്രവാചകാത്മാവും ഈ സക്രിയ ബുദ്ധിയും തമ്മിൽ ഫലത്തിലുള്ള ഐക്യത്തിലൂടെയാണ്. അൽ-ഫറാബിയുടെ ദൈവം നേരിട്ട് ഐഹികലോകത്തിൽ പ്രവർത്തിക്കുന്നില്ല. ഒട്ടേറെക്കാര്യങ്ങൾ സക്രിയ ബുദ്ധിക്ക് ഏൽപിച്ചുകൊടുത്തിരിക്കുന്നു. പക്ഷേ, അൽ-ഫറാബിയുടെ ദൈവം പരോക്ഷമായി എല്ലാത്തിനും ഉത്തരവാദിയാണ്, കാരണം എല്ലാക്കാര്യങ്ങളും അവനിൽനിന്നുത്ഭൂതമാകുന്നതാണ്.

മനുഷ്യാത്മാവിനെ കൈകാര്യം ചെയ്യുന്നിടത്ത് അൽ-ഫറാബി അരിസ്റ്റോട്ടിലിന്റെ രൂപരേഖയാണ് സ്വീകരിക്കുന്നത്, പിൽക്കാല ഗ്രീക്ക് ചിന്തകരുടെ വ്യാഖ്യാനങ്ങളിലൂടെയാണ് അതേക്കുറിച്ചറിവ് ലഭിക്കുന്നത്. അത് നാല് കഴിവുകളെ (faculties) കൊണ്ടാണുണ്ടാക്കപ്പെട്ടിരിക്കുന്നതെന്ന് അദ്ദേഹം പറയുന്നു: വിശപ്പിന്റെ കഴിവ് (ഏതെങ്കിലും വസ്തുവിനോടോ അർഥത്തോടോ ഉള്ള അഭിലാഷമോ വെറുപ്പോ), സംവേദന കഴിവ് (ഭൗതികവസ്തുക്കളെ ഇന്ദ്രിയങ്ങളിലൂടെ അറിയൽ); ഭാവനാത്മക കഴിവ് (പ്രതിഛായകൾ സൂക്ഷിക്കാനും, തുടർന്നവയെ വേർതിരിച്ചും ഒന്നിച്ചുമെല്ലാം ഒട്ടനവധി ലക്ഷ്യങ്ങൾക്കായി ഉപയോഗിക്കാനുമുള്ള കഴിവ്), യുക്തിപരമായ കഴിവ് (അത് ബുദ്ധിപരമായി അറിയാനുള്ള കഴിവാണ്). ഇതിൽ അവസാനത്തേതാണ് മനുഷ്യജീവികൾക്ക് സവിശേഷമായിട്ടുള്ളതും അവയെ മൃഗങ്ങളിൽനിന്നും സസ്യങ്ങളിൽനിന്നും വേർതിരിക്കുന്നതും. ശരീരത്തിന്റെ മരണത്തെ അതിജീവിക്കുന്ന ആത്മാവിന്റെ ഏകഭാഗവും അതാണ്. ഈ പദ്ധതിയിൽ പ്രകടമായും ഇല്ലാതിരിക്കുന്നത് ആന്തരിക ഇന്ദ്രിയങ്ങളാണ്, കോമൺസെൻസ് പോലുള്ളവ. അവിസെന്നയും അവെറോസും പോലുള്ള പിൽക്കാലചിന്തകർ അതേക്കുറിച്ചും ചർച്ചചെയ്യും. ആത്മാവിന്റെ ഭാവനചെയ്യാനുള്ള കഴിവിനെ (imaginative faculty) സംബന്ധിച്ച അൽ ഫറാബിയുടെ നിലപാടുകളും വ്യാഖ്യാനങ്ങളും പ്രവാചക തത്വത്തെയും പ്രവാചക ജ്ഞാനത്തെയും വ്യാഖ്യാനിക്കുന്നതിന്റെ അന്തസ്സത്തയായിത്തീരുന്നു. വസ്തുക്കളുടെ ഇന്ദ്രിയ സംവേദനപരമായി ലഭ്യമായ പ്രതിച്ഛായകളെ നിലനിർത്താനും പലവിധത്തിൽ മാറ്റിമറിക്കാനുള്ള കഴിവിന്റെ കൂടെ ഭാവനക്ക് അൽ-ഫ

റാബി അനുകരണത്തിന്റെ ഒരു ധർമംകൂടി നൽകുന്നു. അതിലൂടെ അദ്ദേഹം അർഥമാക്കുന്നത് അതിന്റെ സ്വന്തം പ്രതിച്ഛായയിൽനിന്നു വിഭിന്നമായ പ്രതിച്ഛായയുള്ള ഒന്നായി ഒരു വസ്തുവിനെ പ്രതിനിധീകരിക്കാനുള്ള ശേഷിയെയാണ്. ഇത് ഇന്ദ്രിയസംവേദനപരമായ രൂപങ്ങൾക്കപ്പുറം ഭാവനയെ പ്രതിനിധീകരിക്കാനുള്ള കഴിവിനെ വിപുലീകരിക്കുകയും അതിൽ ടെംപറമെന്റുകൾ (സ്വഭാവപ്രകൃതികൾ) വികാരങ്ങൾ, അഭിലാഷങ്ങൾ, എന്നിങ്ങനെ ഭൗതികമല്ലാത്ത ഗ്രഹിക്കാവുന്ന കാര്യങ്ങൾ (intelligibles), അഥവാ, അമൂർത്തമായ പൊതുപ്രകൃതികൾവരെ (ഉദാഹരണത്തിന് ഒരാൾ തിന്മയെ അന്ധകാരവുമായി ബന്ധപ്പെടുത്തുമ്പോൾ ഇതാണ് സംഭവിക്കുന്നത്) ഉൾപ്പെടുകയും ചെയ്യുന്നു. പ്രവാചകന് തന്റെ ബുദ്ധിപരമായ ശേഷിയുടെയൊപ്പം വളരെ ശക്തമായ ഭാവനാത്മക കഴിവ് കൂടിയുണ്ടായിരുന്നു, അതദ്ദേഹത്തെ ഏജന്റ് ഇന്റലെക്ടിൽനിന്നും (ഏജന്റ് ബുദ്ധി-ഉത്ഭവപരമായ പ്രാപഞ്ചികശാസ്ത്രത്തിലെ പത്താമത്തെ ബുദ്ധി) കവിഞ്ഞൊഴുകുന്ന ഇൻടെലിജിബിൾസ് (ഗ്രഹിക്കാവുന്ന അതിഭൗതിക കാര്യങ്ങൾ) സ്വീകരിക്കാൻ പ്രാപ്തനാക്കുന്നു. ഈ ഇൻടെല്ലിജിബിൾസ് തുടർന്ന് പ്രതീകങ്ങളും പ്രതിച്ഛായകളുമായി കൂട്ടുചേരുകയും, അതദ്ദേഹത്തെ സാധാരണക്കാർക്ക് മനസിലാക്കാനാകുന്ന ഒരു രീതിയിൽ അമൂർത്തസത്യങ്ങൾ ആശയവിനിമയം ചെയ്യാൻ കഴിവുള്ളവനാക്കുകയും ചെയ്യുന്നു. അതുകൊണ്ട് പ്രവാചകസത്യത്തെ സവിശേഷമാക്കുന്നത് അതിന്റെ ഉള്ളടക്കമല്ല, അത് തത്വചിന്തകർക്കും ബൗദ്ധിക പ്രവർത്തനത്തിലൂടെയും മറ്റും ലഭ്യമാകുന്നതാണ്; മറിച്ച്, പ്രവാചകന്റെ ഭാവന അതിനു നൽകുന്ന രൂപമാണ്.

സത്തയെയും അസ്തിത്വത്തെയും (essence and existence) സംബന്ധിച്ച ഫറാബിയുടെ സങ്കൽപ്പനങ്ങൾ പിൽക്കാലത്ത് ഇബ്ൻസിനയുടെ വിശദമായ അതിഭൗതികത്തിനും അവിടെനിന്നും അക്വിനാസിനും* വേണ്ട അടിത്തറ പ്രദാനം ചെയ്തു. അൽ-ഫറാബി മറ്റൊട്ടേറെ ചിന്തകരെയും സ്വാധീനിച്ചു. 870 നും 1023 നും ഇടയിലുള്ള കാലഘട്ടത്തിലേക്കുള്ള ഒരെത്തിനോട്ടവും, അക്കാലത്ത് തഴച്ചുവളർന്ന നാല് പ്രമുഖചിന്തകരിലേക്കുള്ള ഒരു വിഹഗവീക്ഷണവും, ഇക്കാര്യം തെളിയിക്കും. യഹ്യാ ഇബ്ൻ ആദി, യൂസഫ് അൽ-അമിറി, അബു ഹയ്യാൻ അൽ-തൗഹിദി എന്നിവർ ഒരു രൂപത്തിലല്ലെങ്കിൽ മറ്റൊരുരൂപത്തിൽ ഒരു ഫറാബിയൻ സ്കൂൾ ആയിത്തീരുന്നു.

അൽ-ഫറാബിയുടെ നേട്ടം കിടക്കുന്നത് തത്വചിന്തയെ ശ്വാസംമുട്ടിച്ചിരുന്ന നെസ്റ്റോറിയനും മറ്റുമായ പരിമിതികളെ തള്ളിക്കളഞ്ഞുകൊണ്ട് തത്വചിന്തയെ ഊർജസ്വലമാക്കിയതിലും, തത്വചിന്തയെക്കുറിച്ചദ്ദേഹം

---

* സെന്റ് തോമസ് അക്വിനാസ് (1225-1274): കത്തോലിക്കാ സഭയിലെ ഡൊമിനിക്കൻ സന്യാസ സഭാംഗമായിരുന്ന അദ്ദേഹം അറിയപ്പെടുന്ന നവോത്ഥാന ദൈവശാസ്ത്രജ്ഞനാണ്.

വച്ചുപുലർത്തിയ ഒരു പ്രവർത്തകന്റെ കാഴ്ചപ്പാടിലുമാണ്. അതിനകത്തദ്ദേഹം അതിന്റെ നിർണായക പ്രശ്നങ്ങൾ കൈകാര്യം ചെയ്യുകയും, പ്രവാചകമതത്തെ അപഗ്രഥിക്കുകയും, മതപരമായ രാഷ്ട്രങ്ങളെക്കൂടി ഉൾക്കൊള്ളുന്ന രീതിയിൽ രാഷ്ട്രീയതത്വചിന്തയെ വിപുലീകരിക്കുകയും, ലോജിക്കുമായി ഭാഷക്കുള്ള ബന്ധത്തെ വികസിപ്പിക്കുകയും ചെയ്തു. മറ്റെല്ലാ ഇസ്ലാമിക ഹെല്ലനിസ്റ്റിക് തത്വചിന്തകരെയും പോലെ അൽ-ഫറാബിയും മുന്നോട്ടുവച്ച അഭിപ്രായം, ജ്ഞാനമെന്നത് യുക്ത്യാനുസാരം തെളിയിച്ചുകാട്ടേണ്ട അറിവാണെന്നും അതുകൊണ്ടത് സ്വാഭാവികമായ താൽപ്പര്യവും തത്വചിന്തയെ പിന്തുടരാനുള്ള ഒഴിവുസമയവുമുള്ള ആളുകൾക്കുമാത്രമേ ലഭ്യമാകുകയുള്ളൂവെന്നുമാണ്. അൽ-ഫറാബിയെ സംബന്ധിച്ചിടത്തോളം മതസ്ഥാപകർ, അഥവാ, പ്രവാചകർ, അവരുടെ അറിവ് യുക്ത്യാനുസാരം തെളിയിക്കാനാവുന്നതായിരിക്കുന്നിടത്തോളം കാലം, തത്വചിന്തകരാണ്; അവരുടെ നേട്ടം കിടക്കുന്നത് ബഹുജനസാമാന്യത്തിന് ചേർന്നതരം പ്രതീകങ്ങൾ രൂപപ്പെടുത്തുന്നതിലും, അതിലൂടെ ബഹുജനസാമാന്യം എല്ലാവരുടെയും സന്തുഷ്ടിക്കുതകുന്ന പ്രവർത്തനങ്ങൾ പിന്തുടരാൻ തയ്യാറെടുക്കുന്നതിലുമാണ്. മതം, അപ്പോൾ, തത്വചിന്തയുടെ ഒരനുകരണവും, ഏറ്റവും നല്ല ഭരണകർത്താവ് തത്വചിന്തകനായ രാജാവുമാണ്. അൽ-ഫറാബി വിശുദ്ധാത്മാവിന്റെ മാധ്യമത്തിലൂടെയുള്ള വെളിപാടിന്റെ കൈമാറ്റത്തെ നിഷേധിക്കുന്നില്ല. എന്നാലദ്ദേഹം സൈദ്ധാന്തികമായ ബുദ്ധിയെ മറികടക്കുന്ന ഒരു വെളിപാടിനുള്ള സാധ്യതയെ നിരാകരിക്കുന്നു. ആ സൈദ്ധാന്തിക ബുദ്ധി അഥവാ സക്രിയബുദ്ധി വിശുദ്ധാത്മാവിങ്കൽനിന്നുള്ള മനുഷ്യന്റെ യുക്തിപരമായ കഴിവുകളിലേക്കുള്ള ഒരു കവിഞ്ഞൊഴുകലും, അവിടെനിന്ന് അതുമായി അടുത്തുബന്ധപ്പെട്ട മാനുഷികപ്രാതിനിധ്യ കഴിവുകളിലേക്കുള്ള കവിഞ്ഞൊഴുകലുമായി വ്യക്തമായി സ്വഭാവനിർണയം ചെയ്യപ്പെടുന്നു. സൈദ്ധാന്തികപുണ്യം അഥവാ തത്വചിന്തയില്ലാത്ത ഒരു 'വെളിപാടിന്റെ സ്വീകർത്താവിന്' എന്തെങ്കിലും ജ്ഞാനമുണ്ടായിരിക്കുമെന്ന കാര്യത്തെ അൽ-ഫറാബി നിഷേധിക്കുകയും, അതിനെത്തുടർന്ന്, വെളിവാക്കപ്പെടുന്നവയുടെ കാര്യത്തിൽ വേണ്ടത്ര അറിവില്ലാത്തവരായിട്ടുള്ളവരുടെ വെളിപാടിനെക്കുറിച്ചുള്ള അവകാശവാദങ്ങളെ നിഷേധിക്കുകയും ചെയ്യുന്നു. യുക്തിപരമായ കഴിവുകൊണ്ടാണ്, പ്രതിനിധിയെന്ന നിലയിലുള്ള കഴിവുകൊണ്ടല്ല, മനുഷ്യന് ഇന്റലിജിബിൾസിനെ (intelligibles)അറിയാനാവുന്നതും, വൃത്തികെട്ടതിനെയും മനോഹരമായതിനെയും വേർതിരിച്ചറിയാനാവുന്നതും, ശാസ്ത്രത്തെയും കലകളെയും ഗ്രഹിക്കാനാവുന്നതും. യഥാർഥ ബുദ്ധിയുടെ അഥവാ വിശുദ്ധാത്മാവിന്റെ ഒരേജൻസിയിലൂടെ മാത്രമാണ് അവനതൊക്കെ കഴിയുന്നത്. ജ്ഞാനം സമാർജിക്കുന്നതിൽ യഥാർഥബുദ്ധിയുടെ സഹായത്തോടെ മനുഷ്യന്റെ ബുദ്ധിയിലേക്ക് എത്തിച്ചേരുകയും അവിടെ വെച്ചവസാനിക്കുകയും ചെയ്യുന്ന വെളിപാടിനെ നമുക്ക് ദുർബലമായ വെളിപാടെന്നും,

അതേ വെളിപാടുതന്നെ പ്രതിനിധീകരിക്കാനുള്ള കഴിവിലൂടെ തുടരുന്നതിനെ ശക്തമായ രൂപത്തിലുള്ള വെളിപാടെന്നും വിളിക്കാം. പ്രതിനിധീകരിക്കാനുള്ള കഴിവ് ഇന്റിജിബിൾസിനെ കൂടിയോ കുറഞ്ഞോ അനുയോജ്യമായ ഇന്ദ്രിയ സംവേദനങ്ങളിലൂടെ അനുകരിക്കുക മാത്രമാണ് ചെയ്യുന്നത്. അൽ-ഫറാബി തുറന്നരീതിയിൽത്തന്നെ വെളിപാടിനെ ശരിവക്കുന്നു. പക്ഷേ അദ്ദേഹത്തിന്റെ പ്രവചനശാസ്ത്രവും ധാർമിക മന:ശാസ്ത്രവും തത്വചിന്തയില്ലാത്ത വിശ്വാസിയുടെ അറിവിനെക്കുറിച്ചുള്ള വീമ്പടിയെയും നാട്യത്തെയും അനുവദിച്ചുകൊടുക്കില്ല.

അൽ-ഫറാബിയുടെയും പിൽക്കാലത്ത് അദ്ദേഹത്തിന്റ ശിഷ്യനായ ഇബ്ൻസിനയുടെയും ദൈവശാസ്ത്ര അന്വേഷണങ്ങൾ ദൈവവും സൃഷ്ടിയിൽ അദ്ദേഹത്തിനുള്ള പങ്കുമായി ബന്ധപ്പെട്ട് യാഥാസ്ഥിതികരുടെയും പാരമ്പര്യവാദികളുടെയും കടുത്ത കോപത്തിന് പാത്രമായി. ഇബ്ൻ ഹൻബാലും അൽ-അഷറിയുംപോലുള്ള പാരമ്പര്യവാദികളുടെ പഠിപ്പിക്കലുകൾക്ക് വിരുദ്ധമായിരുന്നു അവരുടെ ആശയങ്ങൾ.

അൽ-ഫറാബിയുടെ വീക്ഷണങ്ങൾ അബൂബക്കർ അൽ-റാസി (865 -925)യുടെ വീക്ഷണങ്ങളുമായി കടുത്ത രീതിയിൽ എതിരാണ്. അൽ-റാസിയുടെ വൈദ്യത്തിലെ നേട്ടങ്ങളാണ് കൂടുതൽ പ്രധാനമെങ്കിലും, അദ്ദേഹം വളരെ ഉയർന്ന യുക്തിപരതയുള്ള ഇസ്ലാമിക ഹെല്ലനിസ്റ്റിക് തത്വചിന്തകനായി കണക്കാക്കപ്പെടുന്നു. അദ്ദേഹത്തിന്റെ തത്വചിന്ത സമത്വാധിഷ്ഠിതവും അരിസ്റ്റോട്ടിലിനെതിരുമാണ്. അദ്ദേഹത്തിന്റെ സമത്വചിന്ത അൽ-ഫറാബി തത്വചിന്തകർക്ക് കൊടുത്ത സവിശേഷ പങ്ക് നിഷേധിക്കുന്നതിൽവരെ ചെന്നെത്തി. മതം സംഘർഷത്തിന്റെ കാരണമാണെന്നും, പ്രവാചകന്മാർ കപടനാട്യക്കാരാണെന്നും, വെളിപാടെന്നത് വെറും ഐതിഹ്യമാണെന്നും അദ്ദേഹം കരുതി. ഹെല്ലനിസ്റ്റിക് തത്വചിന്തകരുടെ ശ്രേണീബദ്ധമായ പ്രപഞ്ചശാസ്ത്രത്തെ എതിർത്ത അദ്ദേഹം ഡമോക്രറ്റസിന്റെ പരമാണുവാദ (അറ്റോമിസം)ത്തിന്റെ ഒരു വകഭേദമവതരിപ്പിച്ചു. അത് മതതത്വചിന്തകരുടെ പരമാണുവാദത്തിൽനിന്ന് വിഭിന്നമാണ്. അദ്ദേഹത്തിന്റെ രസതന്ത്രത്തോടുള്ള സമീപനം ഏറക്കുറെ പ്രകൃതിവാദപരമാണെങ്കിലും അദ്ദേഹം പ്രാചീനഗ്രീക്കുശാസ്ത്രത്തിലും തത്വചിന്തയിലും നല്ല പരിശീലനം സിദ്ധിച്ചയാളാകയാൽ അദ്ദേഹം ഒരു സ്വതന്ത്രചിന്തകനായ തത്വചിന്തകനാണായറിയപ്പെടുന്നത്. റാസിയുടെ അതിഭൗതിക സിദ്ധാന്തം-അതിനെ പുനർക്രമീകരിക്കാൻ കഴിയുന്നിടത്തോളം-അദ്ദേഹത്തിന്റെ അഞ്ച് നിത്യമായ തത്വങ്ങളായ ദൈവം, ആത്മാവ്, ദ്രവ്യം, കാലം, സ്ഥലം എന്ന സങ്കൽപ്പനങ്ങളിൽനിന്നുൽഭൂതമാകുന്നതാണ്. അദ്ദേഹത്തിന്റെ അഭിപ്രായത്തിൽ, ദൈവം ഇല്ലായ്മയിൽനിന്ന് ഒന്നും സൃഷ്ടിക്കുന്നില്ല. മറിച്ച്, മുൻകൂട്ടിനിലനിൽക്കുന്ന തത്വങ്ങളിൽനിന്ന്, അതായത്, ആത്മാവ്, ദ്രവ്യം, കാലം, സ്ഥലം എന്നീ പരികൽപ്പനകളിൽനിന്ന് ഒരു പ്രപഞ്ചത്തെ ക്രമീകരിക്കുകമാത്രമാണ് ചെയ്യുന്നത്. അദ്ദേഹത്തിന്റെ ആത്മാവിനെക്കുറിച്ചുള്ള വിവരണത്തിൽ ലോക

ത്തിന് ഒരു മിത്തിക് (mythic) ഉത്ഭവമാണുള്ളത്. അതിനകത്ത് ആത്മാവിന്റെതന്നെ അഭിലാഷങ്ങൾക്കനുസരിച്ച്, ദൈവം ഒരു ശാരീരിക കളിക്കളമൊരുക്കുന്നു. ദൈവം തനിക്കായി സൃഷ്ടിച്ച ഈ പുതിയ ലോകത്തിലേക്ക് ഒരിക്കൽ നിപതിക്കുന്ന ആത്മാവിന് ഒരിക്കൽക്കൂടി രക്ഷയിലേക്കും സ്വാതന്ത്ര്യത്തിലേക്കും മുന്നേറണമെന്നുണ്ടെങ്കിൽ അതിനുള്ള വഴികണ്ടെത്താൻ, ദൈവത്തിന്റെ തുടർന്നുള്ള ഒരു വരദാനമായി, ബുദ്ധി ആവശ്യമാണ്. ഈ പദ്ധതിയിൽ, ബുദ്ധി ഒരു പ്രത്യേകതത്വമായി പ്രത്യക്ഷപ്പെടുന്നില്ല. മറിച്ചത്, ദൈവം പിന്നീട് ആത്മാവിന് നൽകുന്ന അനുഗ്രഹമാണ്; അതോടെ ആത്മാവ് ബുദ്ധിയുള്ളതാകുകയും, അതിന് യുക്തി കരഗതമാവുകയും ചെയ്യുന്നു. യുക്തിയിലൂടെ ആത്മാവ് ദ്രവ്യത്തിനപ്പുറത്തേക്ക് വളരുകയും ബുദ്ധിയുടെ മണ്ഡലത്തിലെത്തിച്ചേരുകയും ചെയ്യുന്നു. ഒരിക്കൽ അവിടെ എത്തിച്ചേർന്നാൽ, പക്ഷേ, അതിന് ദ്രവ്യം അനുവദിക്കുന്ന ആനന്ദത്തിന്റെ ആവശ്യകത അനുഭവപ്പെടുകയും വീണ്ടും ദ്രവ്യത്തിലേക്ക് തിരികെ വരികയും ചെയ്യുന്നു; പുനർജന്മത്തിന്റേതായ ഒരു സൈക്കിളിനെ (ചക്രത്തെ) സൃഷ്ടിച്ചുകൊണ്ട്. ബുദ്ധിയെക്കുറിച്ചുള്ള അത്തരമൊരു സിദ്ധാന്തം റാസിയുടെ കാഴ്ചപ്പാടിനെ തത്വചിന്താപരമായ സമകാലീനരായവരുടെ കാഴ്ചപ്പാടുകളുമായി കടുത്ത വൈരുധ്യത്തിലാക്കുന്നു. അവരെല്ലാമൊന്നുകിൽ ഏതെങ്കിലും രൂപത്തിലുള്ള നവപ്ലേറ്റോവാദത്തിന്റെയോ അരിസ്റ്റോട്ടിലിയനിസത്തിന്റെയോ വക്താക്കളായിരുന്നു. ബാക്കിയുള്ള മൂന്നു തത്വങ്ങളായ സ്ഥലം, ദ്രവ്യം, കാലം എന്നിവ റാസിയുടെ കാഴ്ചപ്പാടിൽ പ്രകൃതിലോകത്തിന്റെ അചേതനമായ ഘടകങ്ങളായി പ്രവർത്തിക്കുന്നവയാണ്.

ആത്മീയമായ ആർജവവും ശാരീരികാരോഗ്യവും തമ്മിൽ അടുത്ത ഒരു ബന്ധമുണ്ടെന്ന് അൽ-റാസി കരുതി. മരണത്തിനുശേഷം ആത്മാവ് കുറച്ചുകൂടി മെച്ചപ്പെട്ട ഒരു ജീവിതം നയിക്കുമെന്ന ബോധ്യം ഒരു വ്യക്തിക്കില്ലെങ്കിൽ അയാളുടെ ഈയൊരു മാനസികാവസ്ഥയെ ഒഴിവാക്കാനാകില്ലെന്ന് അൽ-റാസി പറയുന്നു. അതിന് നിഗൂഢതത്വങ്ങൾ അഥവാ മതങ്ങൾ നിഷ്കൃഷ്ടമായി പഠിക്കേണ്ടതാവശ്യമാകുന്നു. ശരീരം മരിക്കുന്നതോടെ ആത്മാവും നശിക്കുന്നുവെന്നു വിശ്വസിക്കുന്ന ചിലരുടെ അഭിപ്രായങ്ങളിൽ അദ്ദേഹം ശ്രദ്ധയൂന്നുന്നു. മരണം അനിവാര്യമാണ്. അതുകൊണ്ടൊരുവൻ അതുമായി മനസിനെ കെട്ടിയിടരുത്. കാരണം നിരന്തരമായി മരണത്തെക്കുറിച്ചു ചിന്തിക്കുന്ന ഏതൊരുവനും നിരാശനാകുകയും അതേക്കുറിച്ചേറെ ചിന്തിക്കുന്നതോടെ താൻ മരിച്ചുകൊണ്ടിരിക്കുകയാണെന്നവന് തോന്നുകയും ചെയ്യും. അതുകൊണ്ടവൻ സ്വയം നിരാശനാകാതിരിക്കാൻ അക്കാര്യം മറന്നു കളയണം. മരണത്തിനപ്പുറത്തുള്ള തന്റെ വിധിയെക്കുറിച്ച് ചിന്തിക്കുമ്പോൾ ഇസ്ലാമിക ശരീഅത്തിന്റെ കൽപ്പനകൾക്കനുസരിച്ചു പ്രവർത്തിക്കുന്ന നല്ലവനും പരോപകാരിയുമായ ഒരു മനുഷ്യന് ഒന്നും ഭയപ്പെടാനില്ല. കാരണം, അതിനർഥം അവന് അവിടന്നങ്ങോട്ട് സുഖസന്തോഷങ്ങളും നിത്യമായ അനു

ഗ്രഹവുമുണ്ടാകുമെന്നാണ്. ശരീരത്തിനെക്കുറിച്ച് സംശയിക്കുന്ന ഒരുവൻ, അതേക്കുറിച്ച് ആഴത്തിൽ ചിന്തിക്കുമ്പോൾ അവനത് ചെയ്യുന്നത് വിവേകത്തോടും ജാഗ്രതയോടും കൂടിയാണെങ്കിൽ, അവനൊരിക്കലും ശരിയായ പാതയിൽനിന്ന് വ്യതിചലിക്കില്ല. അവനതിൽ ലക്ഷ്യത്തിലെത്തിയില്ലെങ്കിലും ദൈവമവനോട് ക്ഷമിക്കുകയും അവന്റെ പാപങ്ങൾ പൊറുക്കുകയും ചെയ്യും. കാരണം ഒരുവന് നേടാനാവാത്ത എന്തെങ്കിലും ചെയ്യാനവനോട് ആവശ്യപ്പെടുകയില്ല.

മതവും അക്രമവും തമ്മിലുള്ള ബന്ധത്തെ സംബന്ധിച്ച് റാസി പറഞ്ഞത്, വ്യത്യസ്തമതങ്ങൾ തമ്മിലുള്ള നിരവധി അഭിപ്രായ ഭിന്നതകൾ കണക്കിലെടുക്കുമ്പോൾ 'ഒരു സാർവത്രികമായ ദുരന്തമുണ്ടാകുമെന്നും അവരെല്ലാംതന്നെ പരസ്പര ശത്രുതകളിലും ഏറ്റുമുട്ടലുകളിലുംപെട്ട് മരിക്കുമെന്നും' ദൈവത്തിനറിയാമായിരുന്നിരിക്കണം എന്നാണ്. കാരണം, നമുക്കു കാണാനാവുന്നതുപോലെ, ഒട്ടേറെപ്പേർ ഇത്തരത്തിൽ നശിച്ചുകഴിഞ്ഞു എന്നാണ്. തങ്ങളുടെ വിശ്വാസങ്ങളെ യുക്തിപരമായി അപഗ്രഥിക്കുന്നതിൽ മതത്തിന്റെ അനുയായികൾക്കിടയിൽ നിലനിൽക്കുന്ന താൽപ്പര്യരാഹിത്യത്തിന്റെ കാര്യത്തിൽ അദ്ദേഹം വിമർശനമുന്നയിക്കുന്നു. അതുപോലെ അതിന്റെ സ്ഥാനത്ത് കടന്നുവരുന്ന അക്രാമകമായ പ്രതികരണങ്ങളെയും അദ്ദേഹം അപലപിക്കുന്നു. മതത്തിലെ ഈ ആളുകളോട് തങ്ങളുടെ മതത്തിന്റെ ശരികളുടെ തെളിവ് തരാനാവശ്യപ്പെട്ടാൽ അവരുടനെ കലിതുള്ളുകയും കോപാന്ധരാകുകയും അത്തരത്തിൽ ചോദ്യംകൊണ്ട് തങ്ങളെ നേരിട്ടവന്റെ രക്തം ചിന്തുകയും ചെയ്യുന്നു. അവർ യുക്തിപരമായ അനുമാനങ്ങളെ നിരോധിക്കുകയും തങ്ങളുടെ എതിരാളികളെ കൊല്ലാനുദ്യമിക്കുകയും ചെയ്യുന്നു. അൽ-റാസിയുടെ യുക്തിപരമായ തത്വചിന്താവീക്ഷണങ്ങളും മതങ്ങളെക്കുറിച്ചുള്ള വീക്ഷണങ്ങളും പിൽക്കാല പേർഷ്യൻ തത്വചിന്തകരായ അവിസെന്നയും അബു റായ്ഹാൻ അൽ-ബിറൂണിയും 11-ാം നൂറ്റാണ്ടിൽ വിമർശനവിധേയമാക്കി.

അടിസ്ഥാനപരമായ ഒരു യുക്തിവാദിയായിരുന്ന അൽ റാസിക്ക് യുക്തിയുടെ ശക്തിയിൽ വളരെ ആത്മവിശ്വാസമുണ്ടായിരുന്നു. അദ്ദേഹം വളരെ ഉദാരചിന്താഗതിക്കാരനും എല്ലാത്തരം മുൻവിധികളിൽനിന്നും സ്വതന്ത്രനുമായിരുന്നുവെന്നും, തന്റെ ആശയങ്ങൾ ഒരു മനസ്സാക്ഷിക്കുത്തുമില്ലാതെ പ്രകടിപ്പിക്കുന്നതിൽ അദ്ദേഹം ധീരനും ചങ്കുറപ്പുള്ളവനുമായിരുന്നുവെന്നും അദ്ദേഹത്തിന്റെ സമകാലീനരും ജീവചരിത്രകാരന്മാരും പറയുന്നു. അദ്ദേഹത്തിന്റെ പുനർജന്മത്തെക്കുറിച്ചുള്ള ആശയങ്ങൾ മതപരമായ വിശ്വാസങ്ങൾക്കെതിരായിരുന്നു. അതുകൊണ്ടുതന്നെ അദ്ദേഹത്തെ യാഥാസ്ഥിതികർ തള്ളിക്കളഞ്ഞു. അദ്ദേഹത്തിന് അനുയായികളൊന്നുമുണ്ടായതുമില്ല.

ഹെല്ലെനിസ്റ്റിക് ചിന്തയുടെ സ്വാഭാവികവൽക്കരണം അതിന്റെ ഉത്തുംഗ ശൃംഗത്തിലെത്തിയത് ഇബ്ൻസിനയിലാണ്. ഗ്രീക്കുചിന്തയെ

പരിഷ്കരിച്ച മധ്യകാല തത്വചിന്തകരിൽ അവസാനത്തെയാളും 11-ാം നൂറ്റാണ്ടിലെ തത്വചിന്തയുടെ അവസ്ഥയുടെ വിശദവും പരസ്പരബന്ധിതവുമായ വിവരണം അവതരിപ്പിച്ചയാളുമാണദ്ദേഹം. അദ്ദേഹത്തിന്റെ നേട്ടം കിടക്കുന്നത് അദ്ദേഹത്തിന്റെ തത്വചിന്താപരമായ രചനകൾ തന്റെ മുൻഗാമികളെ മറികടന്നുവെന്ന വസ്തുതയിലും ഇസ്ലാമിക ലോകത്തെ പിൽക്കാല തത്വചിന്തക്കൊരു റഫറൻസിനുള്ള ബിന്ദുവായിത്തിർന്നുവെന്നതിലുമാണ്. പ്രത്യേകിച്ചും പ്രധാനമാണദ്ദേഹത്തിന്റെ 'ദ ക്യുവർ' (the cure-തത്വചിന്താപരമായ ശാസ്ത്രങ്ങളെക്കുറിച്ചുള്ള നിരവധി വാല്യങ്ങളുള്ള ഒരു എൻസൈക്ലോപീഡിയ) 'ദ സാൽവേഷൻ' (വിമോചനം -രക്ഷ) 'പോയിന്റേഴ്സ് ആന്റ് റിമൈൻഡേഴ്സ്' (സൂചനകളും ഓർമപ്പെടുത്തലുകളും) എന്നീ രചനകൾ. ഇബ്ൻസിനയുടെ സവിശേഷ സംഭാവനകൾ എണ്ണമറ്റവയാണ്. എങ്കിലും അദ്ദേഹത്തിന്റെ ഇസ്ലാമിക പശ്ചാത്തലത്തിനകത്ത് ദൈവത്തിന്റെ അസ്തിത്വത്തെക്കുറിച്ചുള്ള അദ്ദേഹത്തിന്റെ വാദമുഖങ്ങളും, അനശ്വരമായ മനുഷ്യാത്മാവിന്റെ അസ്തിത്വത്തെക്കുറിച്ചുള്ള അഭിപ്രായവും, നിഗൂഢവാദത്തിന്റെ അപഗ്രഥനവും പ്രത്യേകിച്ചും പ്രാധാന്യമുള്ളവയാണ്.

ഇബ്ൻസിന മഷായി(ഉത്ഭവവാദം) തത്വചിന്തയുടെ മഹാനായ പ്രതിനിധിയായിരുന്നു. ദൈവത്തിന്റെ അസ്തിത്വം ശരിക്കും അധ്യാത്മശാസ്ത്ര (അത് ഉണ്മയെ-being- പൊതുവിൽ അന്വേഷണവിഷയമാക്കുന്നു) പരമായ ഒരു വിഷയമാണെന്നും അതല്ലാതെ അതിഭൗതീകമായ (അത് ശരീരത്തെ അന്വേഷണവിഷയമാക്കുന്നു) ഒരു വിഷയമല്ലെന്നും അദ്ദേഹം സ്ഥാപിക്കുന്നു. സത്തയും അസ്തിത്വവും തമ്മിൽ അദ്ദേഹം സൃഷ്ടിക്കുന്ന വേർതിരിവിൽനിന്നാണ് അദ്ദേഹത്തിന്റെ വാദമുഖങ്ങൾ ഉൽഭൂതമാകുന്നത്. ഒരു വസ്തുവിന്റെ സത്ത, അതായത് ആ വസ്തുവിനെ അതാക്കിത്തീർക്കുന്ന കാര്യം, ആ വസ്തുവിന്റെ അസ്തിത്വം അനിവാര്യമാക്കിത്തീർക്കുന്നില്ല. മറിച്ച്, അതിന്റെ അസ്തിത്വം ഒരു കാരണത്തിന്റെ പ്രവർത്തനത്തിന്റെ ഫലമാണ്. നേരെമറിച്ച്, ആ കാരണത്തിനുതന്നെയും അതിന്റെ സ്വന്തം നിലനിൽപ്പിന് ഒരു കാരണമാവശ്യമുണ്ട്. അതുകൊണ്ടാണത് പ്രവർത്തിക്കുന്നത്. അത്തരമൊരു പ്രതിഭാസം അനന്തമായ ഒരു റിഗ്രഷനിലേക്ക് (regression)നയിക്കുന്നു; അസ്തിത്വം അതിന്റെ സത്തയുടെതന്നെ ഭാഗമാകുന്ന ഒരു ഉണ്മയായിത്തീരുമ്പോൾ മാത്രമേ അതവസാനിക്കൂ. അതാണ് അനിവാര്യമായും നിലനിൽക്കുന്ന ഉണ്മ (neccessarily existent being). അവിസെന്ന തെളിയിക്കുന്നത് അത്തരമൊരു അനിവാര്യമായും നിലനിൽക്കുന്ന ഉണ്മ ദൈവവും അതിന്റെ അസ്തിത്വവുമാണെന്നാണ്. ദൈവത്തെ ഇത്തരത്തിൽ അനിവാര്യമായും നിലനിൽക്കുന്ന ഉണ്മയുമായിക്കാണുന്ന ഈ വീക്ഷണം, ഇസ്ലാമിക വെളിപാടിനോട് പൊരുത്തപ്പെടുന്നതാകുമ്പോൾത്തന്നെ, മതതത്വചിന്തകരുടെയും പാരമ്പര്യവാദികളുടെയും ദൈവത്തെക്കുറിച്ചുള്ള വീക്ഷണത്തോടൊത്തുപോകുന്നതല്ലതാനും.

ഇബ്ൻസിന പ്രസിദ്ധമായ 'സസ്പെൻഡഡ് മെൻ ആർഗുമെന്റ്' (Suspended men Argument) മുന്നോട്ടുവച്ചു. മനുഷ്യാത്മാവിന്റെ അസ്തിത്വത്തെയും അനശ്വരതയെയും വിശദീകരിക്കുന്ന ഒരു വാദമുഖമാണത്. അതിൻപ്രകാരം പൂർണമായി രൂപപ്പെട്ട മനുഷ്യൻ സൃഷ്ടിക്കപ്പെടുന്നത് വായുവിൽ തൂങ്ങിക്കിടക്കുന്ന അവസ്ഥയിലാണ്. അവന് ഇന്ദ്രിയസംവേദനമോ, ഉൾക്കാഴ്ചയോ ഒട്ടുംതന്നെയില്ലാത്ത ഒരു രീതിയിലാണത്. ഇത്തരമൊരു ഇന്ദ്രിയസംവേദനമില്ലാത്ത അവസ്ഥയിൽ, അവനവന്റെ ശരീരത്തെക്കുറിച്ചുള്ള ബോധമില്ലാതിരിക്കുകയും; എന്തെങ്കിലും മുൻകൂട്ടി സമാർജിച്ച അറിവ് പൂർണമായിത്തന്നെ ഇല്ലാതിരിക്കുകയും ചെയ്യുന്നു. അതങ്ങനെയാണെങ്കിലും അവൻ അവന്റെതന്നെ അസ്തിത്വം ഉറപ്പിക്കണം. ഇത്, അവിസെന്നയുടെ വീക്ഷണത്തിൽ, അവന്റെ ആത്മാവിന്റെ അസ്തിത്വത്തിന് സമാനമാണ്. ഈ വാദം ശരീരത്തിൽനിന്നും വ്യതിരിക്തമായ ഒരു സംഗതിയായി മനുഷ്യാത്മാവിന്റെ അസ്തിത്വത്തെ അനിവാര്യമാക്കിതീർക്കുന്നു. ഒന്നിച്ചു സൃഷ്ടിക്കപ്പെട്ടതും ദേഹമില്ലാത്തതുമാണെങ്കിൽത്തന്നെയും, ഈ ആത്മാവ് ശരീരത്തിന്റെ ഭരണകർത്താവായിരിക്കുകയും അതിന്റെ ലക്ഷ്യങ്ങൾ നേടാനുള്ള ഒരുപകരണമായി ശരീരത്തെ ഉപയോഗിക്കുകയും ചെയ്യുന്നു. അത് ശരീരത്തിനൊപ്പം നശിക്കുന്നില്ല. മറിച്ചത് അനശ്വരമാണ്. അത് ഭൂമിയിൽ ചെയ്ത കൃത്യങ്ങളുടെ പേരിൽ പ്രതിഫലത്തിനോ ശിക്ഷക്കോ അർഹവുമാണ്. ശരീരത്തിന്റെ നാശം ആത്മാവിന്റെ നാശം അനിവാര്യമാക്കിത്തീർക്കുന്നില്ല, അഥവാ, അതിനുകാരണമാകുന്നില്ല എന്ന വിശദീകരണത്തിനൊപ്പം ഇബ്ൻസിന മറ്റൊരു വാദംകൂടി കൂട്ടിച്ചേർക്കുന്നു. അതായത്, ആത്മാവിന്റെ നാശം ഒന്നിനെക്കൊണ്ടും സംഭവിക്കുന്നില്ലെന്ന വാദം. ഒന്നിച്ചുചേർന്ന നിലനിൽക്കുന്ന വസ്തുക്കൾ നാശത്തിനു വിധേയമാണ്. എന്നാൽ നേരെ എതിരായി, ആത്മാവെന്നത് ലളിതമായ ഒരു ദേഹരഹിതമായ ഉണ്മയെന്ന നിലയിൽ നാശത്തിന് വിധേയമല്ല. അങ്ങനെയത് അതിന്റെ അസ്തിത്വത്തിൽ നിത്യമാണ്. അതിനുമപ്പുറം, ആത്മാവ് രൂപത്തിന്റെയും ദ്രവ്യത്തിന്റെയും ഒരു സംയുക്തമല്ലാത്തതിനാൽ അത് ഉൽപ്പന്നമാക്കപ്പെടാമെങ്കിലും രൂപവും ദ്രവ്യവും കൊണ്ട് ഉണ്ടാക്കപ്പെട്ടിരിക്കുന്ന എല്ലാ ഉൽപ്പന്നമാകുന്ന വസ്തുക്കളെയും ബാധിക്കുന്ന നാശം അതിന് സംഭവിക്കുന്നില്ല. അതുപോലെ നമുക്ക് ആത്മാവിനെ ഒരു സംയുക്തമായി കണ്ടെത്താൻ കഴിയുമെങ്കിൽത്തന്നെ അതിന് ഏകത്വമുണ്ടാകണമെങ്കിൽ സംയുക്തം സ്വയംതന്നെ ഒരു ഏകത്വമായി ഉദ്ഗ്രഥിക്കപ്പെടണം. ആത്മാവിന്റെ ആ ഏകത്വത്തിന്റെ തത്വം ലളിതമായിരിക്കണം. ആ തത്വത്തിൽ അസ്തിത്വത്തോടുള്ള ഒരു സത്താശാസ്ത്രപരമായ പ്രതിബദ്ധത ഉള്ളടങ്ങിയിരിക്കുന്നിടത്തോളം, ലളിതവും ശരീരരഹിതവുമായിരിക്കുന്നതിനാൽ അത് നശിപ്പിക്കപ്പെടാൻ കഴിയാത്തതായിരിക്കണം. അവിസെന്നയെ സംബന്ധിച്ച് ഉയിർത്തെഴുന്നേൽപ്പിനർത്ഥം ഓരോ മനുഷ്യന്റെയും മരണം ശരീരത്തിൽനിന്ന് ആത്മാവിന്റെ വേർപെടൽ മാത്രമാണ്

എന്നതും, മരണാനന്തര പ്രതിഫലത്തിന്റെയും ശിക്ഷകളുടെയും അർഥം, മരണത്തിനുശേഷം ആത്മാവനുഭവിക്കുന്ന സന്തോഷസന്താപങ്ങളുമാണ്. ജീവിതകാലത്ത് ബുദ്ധിപരവും ധാർമികവുമായ പരിശീലനത്തിലൂടെ സക്രിയ ബുദ്ധിയുമായി പരസ്പരബന്ധത്തിൽ വരുന്ന ആത്മാവ് മരണത്തോടെ ശരീരത്തിൽനിന്ന് സ്വതന്ത്രമാകുകയും സക്രിയ ബുദ്ധിയുമായി പൂർണമായ ഐക്യത്തിൽ എത്തിച്ചേരുന്നതിന്റെ പരമാനന്ദം അനുഭവിച്ചുതുടങ്ങുകയും ചെയ്യുന്നു. മറുവശത്ത്, ജീവിച്ചിരിക്കുമ്പോൾ ഇന്ദ്രിയ സുഖങ്ങളുമായി പരിചയപ്പെട്ട ആത്മാവ്, നിറവേറാത്ത അഭിലാഷങ്ങളുടെ പേരിൽ വേദനയനുഭവിക്കുന്നു. കാരണം അത്തരമഭിലാഷപൂർത്തീകരണത്തിന് ഉപകരണമായിട്ടുള്ള അവയവങ്ങളിപ്പോൾ നഷ്ടപ്പെട്ടുപോയിരിക്കുന്നു. അങ്ങനെ, അവിസെന്നയുടെ വീക്ഷണത്തിൽ ശരീരത്തിന്റെ ഉയിർത്തെഴുന്നേൽപ്പോ, അതല്ലെങ്കിൽ, ശാരീരികാസ്തിത്വത്തിന്റെ പുനരുത്ഥാനമോ, ഒരു ശാരീരികമായ സ്വർഗത്തിലോ നിത്യാഗ്നിയിലോ നടപ്പിൽ വരുകയെന്നത് തികച്ചും അസംഭവ്യമായ കാര്യങ്ങളാണ്. ജീവിതത്തിൽ ആത്മാവിന് ശരീരത്തിന്റെ തൃഷ്ണകൾക്കുനേരെ ഉണ്ടാകുന്ന വാസന മരണസമയത്ത് ഒരു പിളർപ്പിനിടയാക്കുകയും, ആ തൃഷ്ണകളെ ശമിപ്പിക്കാനുള്ള മാധ്യമത്തിന്റെ (അതായത് ശരീരത്തിന്റെയും സന്തോഷിക്കാനുള്ള വസ്തുതകളുടെയും) അഭാവത്തിൽ ആ വാസനയുടെ തുടർന്നുമുള്ള നിലനിൽപ്പു കാരണം ആത്മാവ് പ്രകടമായ വേദനയനുഭവിക്കുകയും ചെയ്യുമെന്ന് തത്വചിന്തകന്മാർ ഉറപ്പിച്ചു പറയുന്നു. അതേമട്ടിൽത്തന്നെ, നിത്യതയിൽ യുക്തിപരമായി ഗ്രഹിക്കാനാകുന്നതെന്ന് പറയപ്പെടുന്ന ആ വസ്തുതകളോട് (intelligibles) ജീവിതത്തിനുണ്ടാകുന്ന ആഭിമുഖ്യം അനന്തരജീവിതത്തിലെ നിത്യാനന്ദത്തിന്റെയും രക്ഷയുടെയും ഫലങ്ങളെ തെളിയിക്കുന്നതായും പറയപ്പെടുന്നു. ഈ ഉറപ്പിച്ചുപറയലുകളെ പിന്താങ്ങാനായി നിരവധി ദൃഷ്ടാന്തങ്ങൾ മുന്നോട്ടുവക്കപ്പെടുന്നുണ്ട്. പക്ഷേ ഒരു പൊതുവായ ഉയിർത്തെഴുന്നേൽപ്പ് സമയത്ത് ആത്മാവ് എങ്ങനെയെങ്കിലും ശരീരമാംസത്തിൽ സന്നിവേശിപ്പിക്കപ്പെടുമെന്ന ആശയത്തെ തത്വചിന്തകർ അടിസ്ഥാനപരമായി തള്ളിക്കളയുന്നു. അതിലൂടെ ലൗകികശരീരത്തിന് അനുഭവപ്പെട്ട അതേ തരത്തിലുള്ള വേദനകളും സന്തോഷങ്ങളും അതേ ഡിഗ്രിയിലും, തീവ്രതയിലും കാലയളവിലുമല്ലെങ്കിൽപ്പോലും അനുഭവിക്കാനുള്ള സാധ്യതകളെയും നിരാകരിക്കുന്നു.

ഇബ്ൻസിന ഇസ്ലാമിക ഹെല്ലനിസ്റ്റിക് തത്വചിന്തക്കു നൽകിയ സംഭാവനകളിലൊന്ന്, സൂഫി സന്യാസിമാരെയും അവരുടെ രീതികളെയും അവരുടെ മാനസികാവസ്ഥകളെയും തത്വചിന്താപരമായ വ്യവഹാരത്തിന്റെ വിഷയങ്ങളായി കൈകാര്യംചെയ്തുവെന്നതാണ്. ഇങ്ങനെ കൈകാര്യംചെയ്യുന്നതിനിടയിൽ ഇബ്ൻസിന തന്റെ ഉപമകളുടെ രൂപത്തിലുള്ള രചനകളെ പരാമർശിക്കുന്നു. അവയൊക്കെ വളരെയേറെ സ്വാധീനം നേടിയവയും വിപുലമായി വ്യാഖ്യാനിക്കപ്പെട്ടവയുമാണ്. നിഗൂ

ഢതാതത്വചിന്തയുടെ (മിസ്റ്റിക്കൽ ഫിലോസഫി) രൂപീകരണത്തിൽ അത് സുപ്രധാനമായൊരു പങ്ക് വഹിച്ചിട്ടുണ്ട്. ഇബ്ൻ സിനയുടെ വീക്ഷണങ്ങളെ പിൽക്കാലത്ത് ഇമാം മുഹമ്മദ് അൽ-ഗസാലിയും ഫക്ർ അൽ-ദിൻ റാസി(1149-1209) യും (അവരക്കാലത്ത് പ്രാബല്യത്തിലിരുന്ന ദൈവശാസ്ത്ര വീക്ഷണങ്ങളെ ഉയർത്തിപ്പിടിച്ചു) എതിർത്തിട്ടുണ്ട്. സൃഷ്ടിയുടെ ഉത്തുംഗതയിലാണ് മനുഷ്യനെന്ന ഇബ്ൻ സിനയുടെ വീക്ഷണം ചൂടേറിയ തത്വശാസ്ത്ര ചർച്ചകൾക്കും ദൈവശാസ്ത്ര ചർച്ചകൾക്കും പ്രകോപനമായിത്തീർന്നു. അദ്ദേഹം പ്രശ്നത്തെ പൊതുജന മധ്യത്തിലേക്ക് കൂട്ടിക്കൊണ്ടുവന്നു. എന്നാലദ്ദേഹത്തിന്റെ തത്വശാസ്ത്രപരവും ശാസ്ത്രീയവുമായ ചർച്ചകൾ, അദ്ദേഹം സർവശക്തനെക്കുറിച്ചുള്ള മധ്യകാല ഇസ്ലാമികധാരണയിൽ വിശ്വസിക്കുന്നുണ്ടെന്നു വാദിക്കാനുള്ള കാര്യമായ യാതൊരടിസ്ഥാനവും മുന്നോട്ടുവച്ചില്ല. മറിച്ച്, അദ്ദേഹം വസ്തു (മാറ്റർ, ദ്രവ്യം)വിനെയും രൂപത്തെയും വസ്തുനിഷ്ഠ യാഥാർഥ്യങ്ങളായി അംഗീകരിച്ചു. സൃഷ്ടിയുടെ സ്വഭാവവും തരവും ഭൗതികാസ്തിത്വത്തിന് പുറത്ത് നിലകൊള്ളുന്നുവെന്നും കണക്കാക്കി. ഇബ്ൻസിനയുടെ അഭിപ്രായത്തിൽ ദൈവത്തിൽ നിന്നാരംഭിച്ച് ഒരുത്ഭവപ്രക്രിയയിലൂടെയാണ് ലോകം ഉണ്മയിലേക്ക് വന്നത്. ദൈവത്തിന്റെ ഇച്ഛ കാരണമായല്ല മറിച്ച് മാറ്റാനാവാത്ത ഒരനിവാര്യത കാരണമാണ് അത് സംഭവിച്ചത്. ഇബ്ൻസിനയുടെ ദൈവം നിർവ്യക്തീകരിക്കപ്പെട്ട ഒന്നാണ്; അദ്ദേഹത്തിന്റെ ലോകം നിത്യവും. ദൈവത്തിന്റെ പ്രവർത്തനങ്ങളെന്നതിനപ്പുറം, സ്വാഭാവിക പ്രതിഭാസങ്ങൾ നിയന്ത്രിക്കപ്പെടുന്നത് യാദൃച്ഛികതയുടേതായ നിയമങ്ങൾ കൊണ്ടാണെന്ന്, കാലത്തിന്റെ പ്രവർത്തനങ്ങൾക്ക് സമാനമായ രീതിയിലാണെന്ന്, അദ്ദേഹം കണ്ടു.

ഇബ്ൻസിനയുടെ പടിഞ്ഞാറുള്ള സ്വാധീനം വളരെ നിർണായകമായിരുന്നു. ലത്തീനിലേക്ക് തർജമചെയ്യപ്പെടുന്നതിന്റേതായ കാലഘട്ടത്തിൽ അദ്ദേഹത്തിന്റ പല ഗ്രന്ഥങ്ങളും പടിഞ്ഞാററിയപ്പെട്ടു. അദ്ദേഹത്തിന്റെ ഏറ്റവും മഹത്തായ കൃതിയായ അൽ-ഷിഫാ ജൂത തത്വചിന്തകനായ സോളമൻ ബി ഗബ്രിയേൽ 11-ാം നൂറ്റാണ്ടിൽ പടിഞ്ഞാറിന് പരിചയപ്പെടുത്തി. ഇബ്ൻസിനയുടെയും ഫറാബിയുടെയും തർജമകൾ പടിഞ്ഞാറ് അഗസ്റ്റീനിയൻ തത്വചിന്ത സ്ഥാപിതമാകുന്നതിന് സാഹായകമായി. മധ്യകാല ക്രിസ്ത്യൻ ചിന്തകരുടെ ചരിത്രത്തിലെ ഒരു നിർണായക വഴിത്തിരിവായിരുന്നു അത്. 13-ാം നൂറ്റാണ്ടിൽ സെന്റ് അഗസ്റ്റിന്റെ ചിന്തകളെ അരിസ്റ്റോട്ടിലുമായി പൊരുത്തപ്പെടുത്താനൊരു ശ്രമം നടന്നു. ആ പ്രസ്ഥാനത്തിന് ഒരു പര്യാപ്തമായ അടിത്തറയായി ഇബ്ൻസിനയുടെ വ്യവസ്ഥ മാറിത്തീർന്നു. ഇത് അഗസ്റ്റീനിയൻ-അവിസെന്നിസം എന്നൊരു പ്രസ്ഥാനമായിത്തീർന്നു. അദ്ദേഹത്തിന്റെ നിർവചനങ്ങൾ, ശാസ്ത്രത്തിന്റെ വർഗീകരണം, ദൈവശാസ്ത്രകാഴ്ചപ്പാടുകൾ എന്നിവ ലാറ്റിൻ അവിസെന്നിസത്തിന്റെ നെടുന്തൂണുകളായി. ഇബ്ൻസിനയിൽനിന്നും പ്രചോദനമുൾക്കൊണ്ടുകൊണ്ട് പാരീസിലെ ബിഷപ്പായ

അവേർഗ്നനിലെ വില്യം (1228-1249) ആത്മാവിന്റെ അനശ്വരത്വത്തിന്റെ തത്വം വികസിപ്പിച്ചു. പക്ഷേ ലോകത്തിന്റെ നിത്യത, സൃഷ്ടിയുടെ അനിവാര്യത, എല്ലാ ആത്മാക്കളുടെയും ഫലപ്രദവും അന്തിമവുമായ (efficient and final) കാരണമായെടുക്കുന്ന വേർതിരിക്കുന്ന സക്രിയ ബുദ്ധി (active intellect) എന്നുതുടങ്ങിയ അദ്ദേഹത്തിന്റെ ആശയങ്ങൾ ക്രിസ്ത്യൻ പ്രത്യയശാസ്ത്രത്തിന്റെ അടിത്തറകളെ പിടിച്ചുകുലുക്കി. അദ്ദേഹത്തിന് പടിഞ്ഞാറ് സ്വാധീനമേറിയതോടെ ക്രിസ്ത്യൻസഭ അവിസെന്നയുടെ കൃതികളെയും അരിസ്റ്റോട്ടിലിന്റെ ആശയങ്ങളെയും 1210 ലും 1215 ലുമുള്ള ഡിക്രികളിലൂടെ നിരോധിക്കാൻ നിർബന്ധിതരായി. 13-ാം നൂറ്റാണ്ടിലെ പ്രസിദ്ധരായ പണ്ഡിതരിൽ റോജർ ബേക്കനായിരുന്നു അവിസെന്നയുടെ ജീവിതത്തെയും കൃതികളെയുംപറ്റി ഏറ്റവും കൂടുതൽ അറിവുണ്ടായിരുന്നത്. അവിസെന്നയുടെ 'വേറിട്ട സക്രിയബുദ്ധി'യെക്കുറിച്ചുള്ള ആശയവുമായി ബന്ധപ്പെട്ടതാണ് ബേക്കന്റെ പ്രസിദ്ധമായ ഇല്യുമിനേഷൻ തിയറി (പ്രകാശിക്കൽ സിദ്ധാന്തം)

ദൈവശാസ്ത്ര പോരാളികൾ, ഹൻബാലും ഗസാലിയും

നാം കണ്ടതുപോലെ, ഒമ്പതും പത്തും നൂറ്റാണ്ടുകളിൽ മതപരമായ മാറ്റമില്ലാത്ത തത്വങ്ങളും യുക്തിയും തമ്മിൽ ഒരു വലിയ ഏറ്റുമുട്ടൽ നടന്നു. 8-ാം നൂറ്റാണ്ടിൽ യുക്തിക്കെതിരെ വിശ്വാസത്തിന്റെ ശക്തമായ വേലിക്കെട്ടായി നിലനിന്ന ദൈവശാസ്ത്ര പോരാളിയാണ് അഹമ്മദ് ഇബ്ൻ ഹൻബാൽ. ഒടുവിൽ ദൈവശാസ്ത്രത്തിലെ അതികായനായ അൽ-ഗസാലി തത്വചിന്തക്കു മുന്നിൽ വാതിൽ കൊട്ടിയടയ്ക്കുകയും, തത്വചിന്തയെ മൊത്തത്തിൽത്തന്നെ നാടുകടത്തിക്കൊണ്ട് അഷറൈറ്റ് യാഥാസ്ഥിതികത്വത്തെ ഇസ്ലാമിലെ തുടർന്നുള്ള വികാസങ്ങളുടെ കേന്ദ്രബിന്ദുവാക്കിത്തീർക്കുകയും ചെയ്തു.

ഇമാം അഹമ്മദ് ഹൻബാൽ (780-855) ഏറ്റവും കൊട്ടിഘോഷിക്കപ്പെട്ട ദൈവശാസ്ത്രജ്ഞനായി ഉരുത്തിരിഞ്ഞുവരികയും 'ഇമാം അഹ്ൽ അൽ-സുന്ന' (യാഥാസ്ഥിതിക മതപ്രമാണങ്ങളിലെ അവസാനവാക്ക്) എന്നറിയപ്പെടുകയും ചെയ്തു. ഇബ്ൻ ഹൻബാൽ ഹാദിത്തിൽ ചോദ്യം ചെയ്യപ്പെടാത്ത ആധികാരികതയുള്ള ആളാകുകയും ആറോ ഏഴോ ഇസ്ലാമിക വിജ്ഞാനശാഖകളിൽ പ്രവീണനാകുകയും ഒരു വമ്പൻ ഹാദിത്ത് എൻസൈക്ലോപീഡിയ ബാക്കിവച്ചുപോകുകയും ചെയ്തു. 'അൽ-മുസ്നാദ്' എന്നറിയപ്പെട്ട അത് ആ ശാസ്ത്രത്തിൽ അദ്ദേഹത്തിനുള്ള നൈപുണ്യത്തിനും അതിനോടദ്ദേഹത്തിനുള്ള അർപ്പണബോധത്തിനും ജീവിക്കുന്ന തെളിവായിരുന്നു. ഇമാം അഹ്മദ് നിയമത്തിലും പരാതിതീർപ്പിലും ഒരു സ്പെഷ്യലിസ്റ്റായി മാറുകയുണ്ടായി. ആദ്യകാല നിയമജ്ഞരായ അബു ഹനീഫ്, മാലിക്ക്, അൽ-ഷാഫി എന്നിവരിൽ നിന്നും അവർ ബാക്കിവച്ചുപോയ പൈതൃകത്തിൽനിന്നും അക്കാര്യ

ത്തിൽ അദ്ദേഹത്തിന് വളരെയേറെ സഹായം ലഭിച്ചു. ഇമാം അഹ്മദ് മുൻകാല ചിന്താധാരകളെ കാര്യമായി പുതുക്കുകയും വികസിപ്പിക്കുകയും ചെയ്തു. അതിലൂടെ നാലാമതൊരു ചിന്താധാരക്കുതന്നെ അദ്ദേഹം രൂപംകൊടുക്കുകയും അത് ഹൻബാലി സ്കൂൾ എന്നറിയപ്പെടുകയും ചെയ്തു. അതിന് ചരിത്രപരമായി വലിയ പ്രാധാന്യമുണ്ടായിരുന്നു. കാരണം, മതനിയമങ്ങളുമായി ബന്ധപ്പെട്ട മറ്റ് മൂന്ന് സ്കൂളുകളുടെയും വീക്ഷണങ്ങളെ പ്രതിനിധീകരിക്കുന്ന ഏക സ്കൂളായി അതാണ് ബാക്കിയായത്. പിൽക്കാലത്തതിൽ അഷറൈറ്റുകൾ അഥവാ മത്തുറിഡികൾ (അബു മൻസൂർ അൽ മത്തുറിഡിയുടെ ദൈവശാസ്ത്രം പിന്തുടരുന്നവർ) ആധിപത്യം നേടുകയും ചെയ്തു. നാല് പരമ്പരാഗത സ്കൂളുകളിൽ ഹൻബാലി സ്കൂളിനു മാത്രമാണ് അതിന്റെതന്നെ ദൈവശാസ്ത്ര വീക്ഷണങ്ങൾ നിലനിർത്താനായതെന്ന വസ്തുതയിൽനിന്നുതന്നെ അഹ്മദിന്റെ വേദപ്രമാണപരമായ സ്വാധീനം വ്യക്തമാണ്. അതേസമയം, ഹനഫിസ്കൂൾ മത്തുറിഡിയുടെ സിദ്ധാന്തം സ്വീകരിക്കുകയും, ഷാഫി, മാലിക്കി സ്കൂളുകൾ അഷറിസിദ്ധാന്തം അംഗീകരിക്കുകയുമാണ് ചെയ്തത്. അതിന്റെ കാരണം ദൈവശാസ്ത്രത്തിന്റെ കാര്യങ്ങളിൽ അഹ്മദ് സംസാരിച്ചതിന്റെ ആഴവും ദൈർഘ്യവുമാണ്. തന്റെ കാലത്ത് മുത്താസിലൈറ്റുകളുടെ നേതൃത്വത്തിൽ നിലനിന്നിരുന്ന യാഥാസ്ഥിതിക വിരുദ്ധമായ അന്തരീക്ഷമായിരുന്നു ആ ആഴത്തിനും ദൈർഘ്യത്തിനും കാരണം. അക്കാര്യത്താൽ മറ്റുസ്കൂളുകളുമായി താരതമ്യപ്പെടുത്തുമ്പോൾ വളരെകുറച്ച് ഹൻബാലികൾ മാത്രമേ യാഥാസ്ഥിതിക വിരുദ്ധമായ നിലപാടുകളിലേക്ക് ക്രമേണ മാറിപ്പോയിട്ടുള്ളൂ എന്നു ചൂണ്ടിക്കാണിക്കപ്പെടുന്നു.ഒട്ടനവധി പ്രത്യേകം പ്രത്യേക പ്രശ്നങ്ങളിൽ അവയെ കൈകാര്യംചെയ്തുകൊണ്ട് ഇമാം അഹ്മദ് വിവരണങ്ങൾ നൽകിയിട്ടുള്ള എണ്ണമറ്റ വാല്യങ്ങൾ നിലനിൽക്കുന്നതിനാൽ, അദ്ദേഹത്തിന്റെ ചിന്താധാരക്കാർക്ക് മറ്റെന്തെങ്കിലും നിലപാടുകളെ പിൻചെല്ലുകയും, അതേസമയംതന്നെ ഹൻബാലിസ്കൂളിന്റെ വിശ്വസ്ത അനുയായികളായി തുടരുകയും ചെയ്യുകയെന്നത് അസാധ്യമായി.

ഇമാം അഹമ്മദ് ഇസ്ലാമികചരിത്രത്തിൽ ഒരു ഐതിഹാസികമാനമുള്ള വ്യക്തിത്വമായാണ് കരുതപ്പെടുന്നത്. അതിനുകാരണം അദ്ദേഹത്തിന്റെ യാതൊരു വിട്ടുവീഴ്ചയുമില്ലാത്ത ഉറച്ചനിലപാടും ഖലീഫാ മാമൂന്റെ കാലത്ത് ഖുറാൻ സൃഷ്ടിയാണോ എന്ന പ്രശ്നത്തിൽ ഉയർന്നുവന്ന ശക്തമായ സമ്മർദങ്ങളുടേതായ പരീക്ഷണങ്ങളെ അതിജീവിച്ചതുമാണ്. അക്കാലത്ത് മുത്താസിലൈറ്റ് ദൈവശാസ്ത്രജ്ഞരുടെ സമ്മർദത്തിൻകീഴിൽ മാമൂൻ പണ്ഡിതന്മാരെ കടുത്തരീതിയിൽ വേട്ടയാടിയിരുന്നു. മുത്താസിലൈറ്റുകൾ നിയമ വ്യവഹാരത്തിൽ ഇമാം അബു ഹനീഫയെ പിന്തുടരുന്നതായാണ് സ്വയം അവകാശപ്പെട്ടിരുന്നത്. മുത്താസിലൈറ്റ് മതദ്രോഹ വിചാരണകൾക്കുപിന്നിൽ പ്രവർത്തിച്ചിരുന്ന പ്രമുഖ

വ്യക്തിത്വങ്ങൾ കടുത്ത മുത്താസിലാവാദികളായ ബിഷർ അൽ മാറിസ്സിയും അഹ്മദ് ബി അബിദുവാദുമാണ്. ആ മതദ്രോഹ വിചാരണക്കു കീഴിൽ ഖുറാൻ സൃഷ്ടിയാണെന്നംഗീകരിക്കുന്നതുവരെ ഒട്ടേറെ പാരമ്പര്യവാദികളെയും നിയമജ്ഞരെയും വിചാരണചെയ്യുകയും, അവരങ്ങനെ സമ്മതിക്കുന്നതോടെ അക്കാര്യം പ്രധാന നഗരങ്ങളിലെല്ലാം വിളംബരം ചെയ്യുകയും ചെയ്തിരുന്നു. പാരമ്പര്യവാദികളിലെയും നിയമജ്ഞരിലെയും ബാഗ്ദാദിലെ പണ്ഡിതന്മാരിൽ രണ്ടുപേരൊഴികെ മറ്റെല്ലാവരും ഖുറാൻ സൃഷ്ടിയാണെന്നു സമ്മതിച്ചു. ആ രണ്ടുപേർ അഹമ്മദ് ഇബ്ൻ ഹൻബാൽ, മുഹമ്മദ് ഇബ്ൻ നൂഹ് എന്നിവരായിരുന്നു. ഒരു മതപരമായ തർക്കത്തിന്റെ രൂപത്തിൽ പ്രകടിതമായ ഈ രാഷ്ട്രീയ വേട്ടയുടെ ഇരകളിൽ പിടകൂടപ്പെടുകയും പരസ്യമായി ചാട്ടയടിക്ക് വിധേയമാക്കപ്പെടുകയും തുടർന്ന് തടവിലാക്കപ്പെടുകയും ചെയ്ത ഒരാൾ ഹൻബലായിരുന്നു; അൽ മുത്താസിം ഭരണാധികാരത്തിലേറിയപ്പോൾ. അദ്ദേഹത്തിന്റെ കർക്കശമായ നിലപാട് വിജയിക്കുകയും അൽമുത്താവക്കീൽ മതപീഡനം നിർത്തലാക്കിക്കൊണ്ട് സുന്നിതത്വങ്ങൾക്ക് അങ്ങേയറ്റത്തെ ബഹുമാനം നൽകിത്തുടങ്ങുകയും ചെയ്തു. തന്റെ ജീവിതകാലത്ത് ഇബ്ൻ ഹൻബാൽ അത്രയേറെ പ്രസിദ്ധനായിരുന്നതിനാൽ അദ്ദേഹത്തിന്റെ മരണാനന്തര ചടങ്ങിൽ ഏതാണ്ട് പതിമൂന്നുലക്ഷംപേർ പങ്കെടുത്തതായി കണക്കാക്കപ്പെടുന്നു. ഇതേക്കുറിച്ച് പരാമർശിച്ചുകൊണ്ട് ഒരറബി പണ്ഡിതൻ പറഞ്ഞത് അത്ര വലിയൊരു ജനപങ്കാളിത്തം അറബ് ചരിത്രത്തിൽ ഇസ്ലാമിന്റെ കാലത്തോ അതിനുമുമ്പത്തെ ജാഹിലിയ്യാ കാലത്തോ ഉണ്ടായിട്ടില്ലെന്നാണ്. ചരിത്രത്തിൽ അഹമദിന്റെ നിര്യാണ ദിവസം മുത്താസിലൈറ്റ് തത്വങ്ങൾ നിർണായകവും അപമാനകരവുമായ അന്ത്യത്തിനു വിധിക്കപ്പെട്ട ദിവസമായി കണക്കാക്കപ്പെടുന്നു. അദ്ദേഹത്തിന്റെ തത്വം 13-14നൂറ്റാണ്ടുകളിലെ ദൈവശാസ്ത്രജ്ഞനായ ഇബ്ൻ തയ്മിയായെയും, 18-ാം നൂറ്റാണ്ടിലെ പരിഷ്കരണവാദ പ്രസ്ഥാനമായ വഹാബിയാ പ്രസ്ഥാനത്തെയും, ഡലാഫിയാ പ്രസ്ഥാനത്തെയും (പാരമ്പര്യത്തിലൂന്നിയ 19-ാം നൂറ്റാണ്ടിലെ ഈജിപ്ഷ്യൻ പ്രസ്ഥാനം) സ്വാധീനിച്ചു.

ഇസ്ലാമിക നിയമജ്ഞരിലെയും ദൈവശാസ്ത്രജ്ഞരിലെയും മിസ്റ്റിക്കൽ ചിന്തകരിലെയും ഏറ്റവുമുന്നതരിലൊരാളാണ് അൽ-ഗസാലി. അറിവിന്റെ ശ്രേണീക്രമത്തിലും അതിഭൗതികവാദപരമായ ഒന്നിലും വിശ്വസിച്ച ഇസ്മായിലികൾക്കും, യുക്തിയെ തള്ളിക്കളയുകയും ആന്തരിക ജ്ഞാനത്തിലൂടെയും ബുദ്ധിപരമായ കാര്യഗ്രഹണത്തിലൂടെയുള്ള അറിവിന്റെ ആർജിക്കലിനെ പ്രോത്സാഹിപ്പിക്കുകയും ചെയ്ത സൂഫികൾക്കും ഒരുപോലെ സ്ഥാനങ്ങളംഗീകരിച്ചുനൽകിക്കൊണ്ടദ്ദേഹം യാഥാസ്ഥിതിക സുന്നി ഇസ്ലാമിനെ ഐക്യപ്പെടുത്തി. രാഷ്ട്രീയത്തിലെ അദ്ദേഹത്തിന്റെ ഉജ്വലമായ വൈദഗ്ദ്യവും യാഥാസ്ഥിതിക പഠനങ്ങളിലദ്ദേഹത്തിനുണ്ടാ

യിരുന്ന തെളിഞ്ഞ പാണ്ഡിത്യവുംമൂലം പ്രവാചകനുശേഷം ഇസ്ലാമിന്റെ ഗതിതിരിച്ചുവിട്ട ഏറ്റവും പ്രമുഖനായ ഒരൊറ്റ വ്യക്തി അദ്ദേഹമാണ്. പ്രയോഗത്തിൽ, അദ്ദേഹം ഏറ്റവും വാശിയോടെ യുക്തിയുടെ ഉപയോഗത്തെ എതിർത്തു. അദ്ദേഹത്തിന്റെ സൂഫിസത്തിന്റെ പ്രോത്സാഹനം ഇസ്ലാമികനാടുകളിൽ വരാനിരുന്ന നിരവധി നൂറ്റാണ്ടുകളിലേക്ക് യുക്തിചിന്തയുടെ വികാസത്തിനുലഭിച്ച അവസാന പ്രഹരമായി. അൽ-ഗസാലിയുടെ വീക്ഷണത്തിൽ യഥാർഥ ജ്ഞാനത്തിലേക്കുള്ള ഏക മാർഗം സൂഫിസത്തിന്റെ മിസ്റ്റിക്കൽ തത്വചിന്തയിലൂടെ മാത്രമാണ്.

അദ്ദേഹത്തിന്റെ പക്ഷത്തുനിന്ന് യാഥാസ്ഥിതികത്വത്തെ മിസ്റ്റിക്കൽ സ്വഭാവത്തിലാക്കാനും മിസ്റ്റിസിസത്തെ യാഥാസ്ഥിതികമാക്കാനും നടന്ന ശ്രമങ്ങൾ സ്വാഭാവികമായും എല്ലാത്തരം സ്കൂളുകളിൽനിന്നും സംശയവും വിമർശനവും ക്ഷണിച്ചുവരുത്തി. എല്ലാ അഭിപ്രായ നിറഭേദങ്ങളും അദ്ദേഹത്തെ വിമർശിക്കുന്നത് അദ്ദേഹത്തിന്റെ മരണശേഷവും തുടർന്നു. ഉദാരവാദികൾ അദ്ദേഹത്തെ അദ്ദേഹത്തിന്റെ യാഥാസ്ഥിതികത്വത്തിന്റെ പേരിൽ വിമർശിച്ചു. യാഥാസ്ഥിതികർ അദ്ദേഹത്തെ അദ്ദേഹത്തിന്റെ ഉദാരവാദത്തിന്റെ പേരിലും വിമർശിച്ചു. പക്ഷേ ഇസ്ലാമിൽ മാത്രമല്ല അൽ-ഗസാലിയുടെ സ്വാധീനം ശക്തമായി അനുഭവപ്പെട്ടത്. അതിന് പടിഞ്ഞാറൻ ചിന്തയിലും, പ്രത്യേകിച്ചും ജൂത-ക്രിസ്ത്യൻ ചിന്തകളിലും, സ്വാധീനമുണ്ടാക്കാനായി. എന്നുമാത്രമല്ല, നമ്മുടെ ഏറ്റവും ആധുനിക തത്വചിന്താപാരമ്പര്യങ്ങളിലേക്കുവരെ ആ സ്വാധീനം ഒഴുകിയെത്തുകയും ചെയ്തു.

തത്വചിന്തകന്മാരുടെ സിദ്ധാന്തങ്ങൾ വിമർശനാത്മക പരിശോധനക്ക് വിധേയമാക്കിയതാണ് അൽ-ഗസാലിയുടെ സൈദ്ധാന്തികാന്വേഷണങ്ങളിലെ ഏറ്റവും താൽപ്പര്യമുണർത്തുന്നതും പ്രധാനപ്പെട്ടതുമായ ഘട്ടം. മക്കാസിഡ് അൽ-ഫലാസിഫ (തത്വചിന്തകന്മാരുടെ ഉദ്ദേശ്യങ്ങൾ) എന്ന കൃതിയിൽ അദ്ദേഹത്തിന്റെ തത്വചിന്തയിലെ ആരംഭകാല താൽപ്പര്യം പ്രകടമാണ്. തുടർന്നദ്ദേഹം അദ്ദേഹത്തിന്റെ തഹാഫുത് അൽ-ഫലാസിഫ (തത്വചിന്തകന്മാരിലെ പൊരുത്തക്കേടുകൾ) എന്ന കൃതിയിൽ അവരെ വിമർശനവിധേയരാക്കുന്നു. അരിസ്റ്റോട്ടിലിന്റെ ലോജിക്കിന്മേൽ അൽ-ഗസാലി മൂന്നു കൃതികൾ രചിച്ചു. മിയാർ അൽ- ഇല്മ് (അറിവിന്റെ മാനക അളവ്-standard mea-

അൽ-ഗസാലി

sure of knowledge)-മിഹാക്ക് അൽ-നസർ ഫിൽ-മാന്റിക് (ലോജിക്കിലെ തെളിവിന്റെ ഉരകല്ല്), അൽ-കിസ്റ്റാസ് അൽ മുസ്താകിം (നീതിയുക്ത മായ ത്രാസ്) എന്നിവയാണവ. തന്റെ നിയമപരമായ സിദ്ധാന്തമായ അൽ -മുസ്തഫാ മിൻ ഇല്മ് അൽ-യൂസുൾ (The essentials of istamic legal theory)ന് എഴുതിയ മുഖവുരയിലും അദ്ദേഹം ലോജിക്കിന് (യുക്തിയി ലൂന്നിയ വിചിന്തന ശാസ്ത്രം) ഒരു വിശദമായ വിവരണം നൽകി. മുസ്ലിം ചിന്തയുടെ ചരിത്രത്തിൽ തത്വചിന്തകരുടെ രീതികളിൽ സമ്പൂർണമായ പഠനം നടത്തിയ ആദ്യത്തെ ദൈവശാസ്ത്രജ്ഞൻ അദ്ദേഹമാണ്. ശരിക്കും അക്ഷരാർഥത്തിൽത്തന്നെ, അതിനകത്ത് കയറി താമസമുറ പ്പിക്കാതെ, ഒരു ചിന്താവ്യവസ്ഥയെ നിഷേധിക്കുന്നത് കണ്ണുകെട്ടി പ്രവർത്തിക്കുന്നതിന് സമാനമായിരിക്കുമെന്ന് വളരെ വ്യക്തമായി അദ്ദേ ഹം മനസിലാക്കി. അദ്ദേഹത്തിനു മുമ്പുള്ള ഇസ്ലാമിക പണ്ഡിതന്മാർ ഒന്നുകിൽ ഒരപകടകരമായ പഠനശാസ്ത്ര ശാഖയെന്നനിലയിൽ തത്വ ചിന്തയെ ഭയപ്പെട്ടു. അല്ലെങ്കിൽ തത്വചിന്തകന്മാരെ എതിർക്കാനായി മാത്രമായി അതിനകത്തൊന്ന് കയറി ഒരു വിഹഗവീക്ഷണം നടത്തി. തന്റെ കാലത്ത് നിലനിന്നിരുന്ന ഗ്രീക്ക് തത്വചിന്തയിലദ്ദേഹം, മൊത്ത ത്തിൽ അതിനെ കൈയിലൊതുക്കാനായി, ദൃഢപരിശ്രമിയായി ആണ്ടു മുഴുകി. അതിന്റെ രീതികളെയും പ്രശ്നങ്ങളെയും സംബന്ധിച്ചദ്ദേഹ ത്തിന് അത്രയേറെ ആഴത്തിൽ ഗ്രഹിക്കാനായതിലൂടെ അതേക്കുറിച്ചുള്ള ഏറ്റവും മികച്ച സംഗ്രഹങ്ങളിലൊന്ന് അറബിഭാഷയിൽ അദ്ദേഹത്തിന് രചിക്കാനായി. അതാണ് മക്കാസിഡ് അൽ ഫലാസിഫ (തത്വചിന്തക ന്മാരുടെ ഉദ്ദേശ്യങ്ങൾ). ആ സംഗ്രഹം അത്രയേറെ ആത്മാർഥതയോടെ അരിസ്റ്റോട്ടിലിനിസത്തെ വിവരിച്ചതിനാൽ വളരെ മുമ്പേതന്നെ അതിന്റെ സ്പാനിഷ് പരിഭാഷ ഡൊമിനിക്കസ് ഗുൻഡിസാൽവൂസിലൂടെ (സ്പാ നിഷ് തത്വചിന്തകൻ) രംഗത്തുവന്നു. അതുകൊണ്ട് അറബ് അരിസ്റ്റോട്ടി ലിനിസത്തിന്റെ യഥാർഥ പ്രതിനിധികളായി ആൽബർട്ട്, തോമസ് അക്വി നാസ്, റോജർ ബേക്കൻ എന്നിവർ തുടർച്ചയായി ആ കൃതിയുടെ കർത്താ വിനെ (അൽഗസാലിയെ) ഇബ്ൻസിനക്കും ഇബ്ൻ-റൂഷ്ദിനുമൊപ്പം പരാ മർശിച്ചു.

യഥാർഥത്തിൽ അദ്ദേഹത്തിന്റെ തത്വചിന്താഖണ്ഡനം ഏതെങ്കിലു മൊരു യാഥാസ്ഥിതിക ദൈവശാസ്ത്ര വീക്ഷണകോണിൽനിന്ന് വെറുതെ വിമർശനമുന്നയിക്കലല്ല. അതൊരുവശത്ത് വിമർശനത്തിന്റെ ലക്ഷ്യവും, മറുവശത്ത് പഠനത്തിന്റെ ലക്ഷ്യവുമാണ്. അദ്ദേഹത്തിന്റെ വിമർശനത്തിന്റെ പ്രാധാന്യം കിടക്കുന്നത് തത്വചിന്തകരുടെ അതിഭൗ തികമായ വാദമുഖങ്ങൾക്ക് യുക്തിയുടെ പരീക്ഷണങ്ങളെ നേരിട്ട് നില നിൽക്കാൻ കഴിയില്ലെന്ന് തത്വചിന്താപരമായിത്തന്നെ തെളിയിക്കുന്നതി ലാണ്. തന്റെതന്നെ മതപരമായ അനുഭവങ്ങളിൽ നിന്നദ്ദേഹം സൂഫി സത്തിന്റെ അടിത്തറയിന്മേൽ മതപരമായ ശാസ്ത്രങ്ങളെ പുനരുജ്ജീ

വിപ്പിക്കാൻ പ്രവർത്തിക്കുകയും, തത്വചിന്തയുടെ സ്വാധീനത്തിനു കീഴിൽ മതപരമായ ശാസ്ത്രങ്ങൾക്ക് സൈദ്ധാന്തികമായൊരടിത്തറ നൽകാൻ ശ്രമിക്കുകയും ചെയ്തു. തങ്ങളുടെ ശാസ്ത്രങ്ങളായി ഗണിതം, ലോജിക്, ഭൗതികം, രാഷ്ട്രീയം, സദാചാരശാസ്ത്രം എന്നിവയുമായി ബന്ധപ്പെട്ട് തത്വചിന്തകർ പഠിപ്പിച്ചതിൽ ഏറെക്കാര്യങ്ങളെയും സത്യമാണെന്നംഗീകരിക്കാൻ അദ്ദേഹത്തിന് തെല്ലുപോലും സംശയമുണ്ടായില്ല. തത്വചിന്തകരുടെ ഏറ്റവും ഗുരുതരമായ തെറ്റുകൾ ഗണിതശാസ്ത്ര-പ്രകൃതിശാസ്ത്ര, ശാസ്ത്രങ്ങളിൽനിന്നു ഭിന്നമായി-അവയൊന്നും ശക്തമായ യുക്തിയുടെയോ (reason-റീസൻ-കാര്യകാരണവിവേചന ബുദ്ധി) ക്രിയാത്മകമായ അന്വേഷണത്തിന്റെയോ അടിത്തറയിലല്ല, മറിച്ച്, അഭ്യൂഹങ്ങളുടെയും ഭ്രമാത്മകഅനുമാനങ്ങളുടെയും അടിത്തറയിലാണ് പടുത്തുയർത്തപ്പെട്ടിരിക്കുന്നത് എന്നതിലാണെന്നദ്ദേഹം കണ്ടെത്തി. അതിനെതിരെ അദ്ദേഹത്തിന്റെ അനുഭവപരവും (empirical) ദൈവശാസ്ത്രപരവുമായ അന്വേഷണത്വര ശക്തമായ കലാപമുയർത്തി. മതത്തിന്റെ അനുഭവസത്താപരമായ സത്യങ്ങൾ (positive truths) വെറും തത്വശാസ്ത്ര അഭ്യൂഹങ്ങളുടെ പേരിൽ ബലികഴിക്കപ്പെട്ടുകൂടാ. അതുപോലെതന്നെ, അതിനെ പുറത്തുനിന്ന് മുൻകൂട്ടി ധാരണയിലെത്തിയ ഒരു തത്വചിന്താവ്യവസ്ഥയുടെ വീക്ഷണകോണിലൂടെ വ്യാഖ്യാനിച്ചുംകൂടാ. ഈ മതവും തത്വചിന്തയും തമ്മിൽ ഒരനുരഞ്ജനം സാധ്യമാക്കാനുള്ള ആവേശത്തിമിർപ്പിനിടയിൽ അൽ-ഫറാബിയും ഇബ്ൻ സിനയും-ഗസാലിയുടെ അഭിപ്രായത്തിൽ-അരിസ്റ്റോട്ടിലിനിയൻ ഡോഗ്മകളെ (മാറ്റമില്ലാത്ത തത്വങ്ങളെ)അത്രമാത്രം ചുരുക്കിയമർത്തിയതുകൊണ്ട് അവരൊന്നുകിൽ പൊരുത്തക്കേടുകളുടേതായ ഒരു ജഡത്വത്തിലേക്ക് വഴുതിവീഴുകയോ അല്ലെങ്കിൽ പാഷാണ്ഡതാപരമായ (മതപ്രമാണങ്ങൾക്കുവിരുദ്ധമായ) നിലപാടുകൾക്കകത്ത് കുടുങ്ങിപ്പോകുകയോ ചെയ്യുകയായിരുന്നു.

പരമ്പരാഗതമായ അഷറൈറ്റ് തെളിവിനനുസരിച്ച് ദൈവത്തിന്റെ അസ്തിത്വത്തെ അൽ-ഗസാലി തെളിയിക്കുന്നത് ലോകത്തിന്റെ സൃഷ്ടിക്കപ്പെട്ട അവസ്ഥയെ (createdness) ചൂണ്ടിക്കാട്ടിക്കൊണ്ടാണ്. ഇവിടെ ഒരു അറ്റോമിസ്റ്റിക് (atomistic ഘടകങ്ങളായി പിരിക്കുന്ന) സത്താശാസ്ത്രം മുൻകൂട്ടിക്കാണുന്നു. അതോടൊപ്പംതന്നെ തത്വചിന്തകരുടെ വാദമുഖങ്ങളെ നേരിടാൻ തത്വചിന്താപരമായ വാദങ്ങളുമുണ്ട്. ദൈവത്തിന്റെ ഗുണങ്ങളെ സംബന്ധിച്ചിടത്തോളം, അൽ-ഗസാലി, അതിനെ ദൈവത്തിന്റെ സത്തയിൽനിന്നു വ്യത്യസ്തമായി കരുതുന്നു. അതേസമയം മുത്താസിലൈറ്റുകൾ ഗുണങ്ങളുടെ നിലനിൽപ്പിനെ നിഷേധിക്കുകയും അവയെയെല്ലാം ദൈവത്തിന്റെ സത്തയായും പ്രവർത്തനങ്ങളായും ചുരുക്കുകയും ചെയ്യുന്നു. അൽ-ഗസാലിയുടെ അഭിപ്രായത്തിൽ ദൈവത്തിന് ജ്ഞാനം, ജീവൻ, ഇച്ഛ, കേൾവി, കാഴ്ചശക്തി, സംസാര

ശേഷി എന്നിങ്ങനെയുള്ള ഗുണങ്ങളുണ്ട്. ദൈവത്തിന്റെ സത്തയെയും അദ്ദേഹത്തിന്റെ ഗുണവിശേഷങ്ങളെയും സംബന്ധിച്ചിടത്തോളം രണ്ടും സമാനവുമല്ല. പക്ഷേ, രണ്ടും വ്യത്യസ്തവുമല്ല. ലോകത്തിന്റെ സൃഷ്ടിയും തുടർന്നതിനുവന്ന മാറ്റങ്ങളും ദൈവത്തിന്റെ നിത്യമായ ജ്ഞാനവും ജീവനും ഇച്ഛയും കാഴ്ചശക്തിയും കേൾവിശക്തിയും സംസാരശക്തിയും കാരണമുൽപ്പാദിപ്പിക്കപ്പെടുന്നതാണ്. പക്ഷേ ഇതിന്, അനുഭവപരമായ ലോകത്തിനുണ്ടാകുന്ന ഈ മാറ്റങ്ങൾക്കനുസരണമായി ദൈവത്തിന്റെ ഗുണങ്ങളിൽ എന്തെങ്കിലും മാറ്റങ്ങൾ എന്ന അനിവാര്യമായ അർഥമൊട്ടില്ലതാനും.

ദൈവശാസ്ത്രചർച്ചയിലെ പ്രധാനപ്രശ്നങ്ങളിലൊന്ന് ദൈവത്തിന്റെ ശക്തിയും മനുഷ്യന്റെ പ്രവൃത്തികളും തമ്മിലുള്ള ബന്ധത്തെ സംബന്ധിച്ചതാണ്. മനുഷ്യശക്തിയുടെ ഒരാകസ്മികതയുടെ തുടർച്ചയെ അംഗീകരിച്ചുകൊണ്ട് മുത്താസിലൈറ്റുകൾ ആളുകളുടെ പ്രവർത്തനങ്ങൾ നിർണയിക്കപ്പെടുന്നതും ഉൽപ്പാദിപ്പിക്കപ്പെടുന്നതും അവരാൽ സ്വയം തന്നെയാണെന്ന് വാദിച്ചു. അങ്ങനെ, പ്രവൃത്തികൾക്ക് മനുഷ്യനുള്ള ഉത്തരവാദിത്വത്തെ ന്യായീകരിക്കുകയും ദൈവികനീതിയെന്ന സങ്കൽപ്പം നിലനിർത്തുകയും ചെയ്തു. അതിന് നേർവിപരീതമായി, ലോകത്തിലെ എല്ലാ സംഭവങ്ങളും മനുഷ്യപ്രവൃത്തികളും ദൈവത്തിന്റെ അറിവോടെയാണ് സംഭവിക്കുന്നതെന്നും അദ്ദേഹത്തിന്റെ ഇച്ഛക്കും ശക്തിക്കുമനുസരിച്ചാണ് സംഭവിക്കുന്നതെന്നും വാദിച്ചുകൊണ്ട് അൽ-ഗസാലി മനുഷ്യപ്രവൃത്തികളിൽ രണ്ടു ശക്തികളെക്കാണുന്നു: ദൈവിക ശക്തിയെയും, മാനുഷിക ശക്തിയെയും. മാനുഷിക ശക്തിയെയും പ്രവർത്തനത്തെയും രണ്ടും സൃഷ്ടിക്കുന്നത് ദൈവമാണ്. അതുകൊണ്ട് മനുഷ്യപ്രവർത്തി ദൈവത്തിന്റെ സൃഷ്ടിയാണ്. അതൊടൊപ്പംതന്നെ, ദൈവികപ്രവർത്തിയെ മനുഷ്യന്റെ കൈയടക്കലുമാണ്. അത് മനുഷ്യന്റെ ഇച്ഛാശക്തിയിലും പ്രതിഫലിക്കുന്നു. അങ്ങനെ, നമ്മുടെ പ്രവർത്തനങ്ങളിൽ നമുക്കുതന്നെയുള്ള ഉത്തരവാദിത്വത്തെയും ദൈവത്തിന്റെ സർവശക്തിയെയും സമന്വയിക്കാൻ അൽ- ഗസാലി ശ്രമിക്കുന്നു. ദൈവത്തിന്റെ പ്രവർത്തനങ്ങളെ സംബന്ധിച്ചിടത്തോളം ദൈവിക നീതിയിലൂന്നുന്ന മുത്താസിലൈറ്റുകൾ ഊന്നിപ്പറയുന്നത് ദൈവത്തിന് മനുഷ്യരുടെ കഴിവിനുപരിയായ ഒരു കടമയും മുന്നോട്ടുവയ്ക്കാനാവില്ലെന്നാണ്. മനുഷ്യർക്ക് ഏറ്റവും നന്മവരുന്നകാര്യം ദൈവം പ്രവർത്തിക്കുകയും അവരുടെ അനുസരണത്തിനും അനുസരണക്കേടിനുമനുസരിച്ച് പ്രതിഫലവും ശിക്ഷയും നൽകുകയും ചെയ്യുന്നു. ഇത്തരം വീക്ഷണങ്ങളെ അൽ-ഗസാലി നിഷേധിക്കുന്നു. ദൈവത്തിന് അദ്ദേഹമാഗ്രഹിക്കുന്ന ഏതു കടമയും നമ്മുടെ മുകളിൽ ഏൽപ്പിക്കാനാവുമെന്നദ്ദേഹം കരുതുന്നു. നമുക്ക് ഏറ്റവും നന്മവരുന്ന കാര്യം ചെയ്യണമെന്ന നിർബന്ധമൊന്നും അദ്ദേഹത്തിനില്ല. ദൈവത്തിന്റെ കാര്യത്തിൽ ഇത്തരം കാര്യങ്ങളെല്ലാം സങ്കൽപി

ക്കാനാവാത്തതാണ്. കാരണം അവൻ നിരുപാധികം സ്വതന്ത്രനാണ്. അദ്ദേഹത്തിന് യാതൊരു കടമയും നിർവഹിക്കണ്ട ബാധ്യതയില്ല. അതിനുമപ്പുറം, നന്മയുടെയും തിന്മയുടെയുമർഥം ഒരു ഉദ്ദേശ്യവുമായി ചേർച്ചയുണ്ടായിരിക്കുക, അതില്ലാതിരിക്കുക എന്നതാണ്. എന്നാൽ ദൈവത്തിന് യാതൊരുദ്ദേശ്യവുമില്ല. അതുകൊണ്ട് ദൈവത്തിന്റെ പ്രവർത്തനങ്ങൾ മനുഷ്യന്റെ ധാർമിക വിധിതീർപ്പിനപ്പുറമാണ്. കൂടാതെ, അൽ ഗസാലിപറയുന്നു, അനീതിയെന്നതിനർഥം മറ്റുള്ളവരുടെ അവകാശങ്ങളിൽ കൈകടത്തലാണ്. പക്ഷേ എല്ലാ ജീവികളും ദൈവത്തിന്റേതായിരിക്കുമ്പോൾ, അദ്ദേഹമവരോട് എന്തെല്ലാം ചെയ്താലും അദ്ദേഹത്തെ അനീതി പ്രവർത്തിച്ചവനെന്നു കരുതിക്കൂടാ.

മുത്താസിലൈറ്റുകൾ, ഇവിടെനിന്നങ്ങോട്ട് ലോകത്തിന്റെ സ്വഭാവം കണക്കിലെടുത്തുകൊണ്ട്, അവിശ്വാസികളെ അവരുടെ മരണംമുതൽ ഉയർത്തെഴുന്നേൽപ്പുവരെ പട്ടടയിൽവച്ച് ശിക്ഷിക്കുമെന്നതിനെ നിഷേധിക്കുന്നു. അതുപോലെ മരണവും വിധിന്യായവുമായി ബന്ധപ്പെട്ട നൂൽപ്പാലത്തിലൂടെ കടക്കൽ, മനുഷ്യന്റെ സൽപ്രവൃത്തികളും ദുഷ്പ്രവൃത്തികളും ത്രാസിന്റെ രണ്ടുതട്ടിൽവച്ച് തൂക്കിനോക്കൽ തുടങ്ങിയവയെയും നിഷേധിക്കുന്നു. അൽ-ഗസാലി, മറുവശത്ത്, രണ്ടുലോകങ്ങളും തമ്മിലുള്ള സാധർമ്യത്തിന്റെ തത്വത്തെ നിഷേധിച്ചുകൊണ്ട്, ഇത്തരമെല്ലാകാര്യങ്ങളുടെയും പരമ്പരാഗതമായി കൈമാറിപ്പോരുന്ന ധാരണകളെ യാഥാർഥ്യമെന്ന് ശരിവക്കുന്നു. കാരണം അവയൊക്കെ അസാധ്യമാണെന്ന് യുക്തിപരമായോ ലോജിക്കലായോ തെളിയിക്കുക അസാധ്യമാണ്. മരണവും അന്ത്യവിധിയുമായി ബന്ധപ്പെട്ട പ്രധാനപ്പെട്ട മറ്റൊരു കാര്യം ദൈവത്തെക്കാണലാണ്. അതിന്റെ യാഥാർഥ്യത്തെ മുത്തിസിലൈറ്റുകൾ നിഷേധിക്കുമ്പോൾ (അതിനുകാരണമായി മനുഷ്യദൃഷ്ടിയുടെ ഒരുന്നമാകാൻ ദൈവത്തിനു കഴിയില്ലെന്നു പറഞ്ഞുകൊണ്ട്) അൽ -ഗസാലി അതിനെ ശരീരപരതക്കപ്പുറമുള്ള ഒരു തരം അറിവായി അംഗീകരിക്കുന്നു. യഥാർഥത്തിൽ, അദ്ദേഹം പിന്നീട് ദൈവദർശനത്തിന് ആഴമേറിയ മിസ്റ്റിക്കലും തത്വചിന്താപരവുമായ അർഥം നൽകുന്നു. ചുരുക്കത്തിൽ മുത്താസിലൈറ്റുകൾ ദൈവത്തിന്റെ ഏകത്വത്തെയും അദ്ദേഹത്തിന്റെ പ്രവർത്തനങ്ങളെയും മനുഷ്യബുദ്ധിയുടെ വീക്ഷണകോണിലൂടെയാണ് ചർച്ചചെയ്യുന്നത്. മറിച്ച്, അൽ-ഗസാലി മനുഷ്യബുദ്ധിക്കപ്പുറമുള്ള വ്യക്തിപരവും കേവലവുമായ യാഥാർഥ്യമാണ് ദൈവമെന്ന മുൻധാരണയിലാണതു ചെയ്യുന്നത്.

അൽ-ഗസാലിയുടെ ഏറ്റവും പ്രധാനകൃതിയായ 'തത്വചിന്തകരുടെ പൊരുത്തക്കേടുകൾ'(തുഹാഫത്തുൾ തുഹാഫത്ത്) മധ്യകാല ഇസ്ലാമിന്റെ ബൗദ്ധിക ചരിത്രത്തിലെ ഒരു വഴിത്തിരിവിനെ കുറിക്കുന്നു. ഇസ്ലാമിക നവ പ്ലേറ്റോവാദത്തിന്റെ നിർണായക സവിശേഷതകളായി പരിഗണിക്കപ്പെടുന്ന തത്വചിന്തകരുടേതായ ഇരുപത് തത്വചിന്താസിദ്ധാന്ത

ങ്ങളെ അൽ-ഗസാലി വിമർശിക്കുന്നു. വളരെയേറെ സ്ഥിരപരിശ്രമങ്ങളിലൂടെ അൽ-ഫറാബിയും ഇബ്ൻസിനയും പൂർണതയിലെത്തിച്ചവയായ ആ സിദ്ധാന്തങ്ങളെ തകർത്തുകൊണ്ട് നിത്യതയെയും ലോകത്തിന്റെ എക്കാലത്തെയും നിലനിൽപ്പിനെയും സംബന്ധിച്ച അവരുടെ ഡോഗ്മകൾ തെറ്റാണെന്നും; ദൈവമാണ് ലോകത്തിന്റെ സ്രഷ്ടാവെന്ന അവരുടെ തത്വം തികച്ചും കപടമാണ്, കാരണം, ലോകത്തിന്റെ നിത്യതയെ സംബന്ധിച്ച അവരുടെ തത്വവുമായി ഒരു തരത്തിലും യോജിപ്പുള്ളതല്ല അതെന്നും, അദ്ദേഹം വാദിച്ചു. അതുപോലെ ദൈവത്തിന്റെ അസ്തിത്വവും ഏകത്വവും ലാളിത്യവും ശരീരരാഹിത്യവും, അഥവാ, പൊതുവായ കാര്യങ്ങളിലെ ദൈവത്തിന്റെ അറിവോ പ്രത്യേക കാര്യങ്ങളിലെ ദൈവത്തിന്റെ അറിവോ തെളിയിക്കുന്നതിൽ അവർ പരാജയപ്പെടുന്നുവെന്നും, അതുപോലെ ആകാശഗോളങ്ങളുടെ ആത്മാവുകളെക്കുറിച്ചുള്ള അവരുടെ കാഴ്ചപ്പാടുകളും, അതുപോലെ തങ്ങളുടെ ചലനത്തിന്റെ ഉദ്ദേശ്യങ്ങളെയും വിശദാംശങ്ങളെയും കുറിച്ച് ഗോളങ്ങൾക്കുള്ള അറിവിനെക്കുറിച്ചുള്ള അവരുടെ നിലപാടും തെളിയിക്കപ്പെട്ടിട്ടില്ലെന്നും, ഫലങ്ങളെ കാരണങ്ങളുടെ സ്വഭാവത്തിൽത്തന്നെ ആരോപിക്കുന്ന അവരുടെ കാര്യകാരണസിദ്ധാന്തം തെറ്റാണെന്നും, അവർക്ക് ആത്മാവിന്റെ ആത്മീയത (സ്പിരിച്ചാലിറ്റി) സ്ഥാപിക്കാനോ അതിന്റെ അനശ്വരത്വം സ്ഥാപിക്കാനോ കഴിഞ്ഞിട്ടില്ലെന്നും, ഒടുവിലായി ഇഹലോകാനന്തര ജീവിതത്തിൽ ശരീരം ഉയിർത്തെഴുന്നേൽക്കുമെന്നതിന്റെ അവരുടെ നിഷേധം തത്വചിന്താപരമായി അനാവശ്യമാണെന്നും ഗസാലി പറഞ്ഞു.

ഗസാലി ഇവിടെ എടുത്തുപറയുന്നത് പ്രശ്നം വ്യക്തികളായ തത്വചിന്തകന്മാരുടെ വിശ്വാസത്തിന്റേതല്ലെന്നാണ്. യഥാർഥത്തിൽ, അദ്ദേഹം പൊതുവായി സമ്മതിക്കുന്നത്, മൊത്തം തത്വചിന്താപരമായ വ്യവസ്ഥകളും ദൈവത്തിന്റെ നിലനിൽപ്പിനെ ശരിവക്കാനാണ് ശ്രമിക്കുന്നതെന്നാണ്; ചില ഗ്രീക്ക് ചിന്തകരിൽ നിന്ന് വ്യത്യസ്തമായി. അതിനപ്പുറം, ഏകവും ഒരേയൊന്നുമായ ദൈവത്തിന്റെ ഏകത്വത്തെ ഊന്നിപ്പറയാൻപറ്റിയ ഒരു രീതിയിലാണ് അവരുടെ ചിന്താപദ്ധതികൾ സ്ഥാപിച്ചതും. ഗസാലി കണ്ടത്, പ്രശ്നം ദൈവം ഒരനിവാര്യതയെന്ന നിലയിൽ ഒരു തരം പ്രസരണത്തിന്റേതായ (ഉത്ഭവത്തിന്റേതായ) ഒരു രൂപത്തിൽ ലോകത്തെ സൃഷ്ടിക്കാൻ നിർബന്ധിതമായിയെന്ന് പറയുന്നതിലാണ് എന്നാണ്. അതായത് ഒരു ജീവവസ്തുവല്ലാത്ത സൂര്യൻ അതിന്റെ പ്രകാശം അതിന്റെ സ്വഭാവത്തിന്റെതന്നെ ഭാഗമായി പ്രസരിപ്പിക്കുന്നതുപോലെ; അതായത് സാരാംശത്തിൽ, അനിവാര്യമായി. അങ്ങനെയദ്ദേഹം മൂന്നു തത്വങ്ങൾ- ലോകത്തിന്റെ നിത്യത്വം, വിശദാംശങ്ങളെക്കുറിച്ച് ദൈവത്തിനുള്ള അറിവിന്റെ നിഷേധം, ശരീരത്തിന്റെ ഉയിർത്തെഴുന്നേൽപ്പിന്റെ നിഷേധം-പ്രത്യേകിച്ചും പ്രകോപനപരമാണെന്ന് അദ്ദേഹം കണ്ടു. കാരണം അവ ദൈവത്തിന്റെ സർവശക്തിത്വത്തെ ചുരുക്കുകയും

ദൈവികഗുണങ്ങളായ ശക്തി, അറിവ് എന്നിവയെ നിഷേധിക്കുകയും ചെയ്യുന്നു.

ഏറ്റവും പ്രധാനപ്പെട്ടതായി അൽ-ഗസാലി കരുതുന്ന പ്രശ്നം ലോകത്തിന്റെ നിത്യത്വത്തിന്റേതാണ്. മതവും തത്വചിന്തയും തമ്മിലുള്ള സംഘർഷത്തിലെ ഏറ്റവും വെല്ലുവിളിയുയർത്തുന്നതും, ഒട്ടുംതന്നെ ഒത്തുതീർപ്പ് സാധ്യമല്ലാത്തതുമായ, പ്രശ്നമാണത്. ഒരു യഥാസ്ഥിതികന് ലോകത്തിന്റെ നിത്യത്വത്തെക്കുറിച്ചുള്ള തത്വചിന്തകന്റെ അവകാശവാദം അംഗീകരിച്ചുകൊടുക്കുക മിക്കവാറും അസാധ്യമായിരിക്കും. അതായത്, ആദ്യ ബുദ്ധി (first intellect) യുടെ ഉത്ഭവം (emanation-പ്രസരണം) മറ്റ് ഉണ്മകൾ എന്നതൊക്കെ ദൈവത്തിന്റെ സത്തയുടെ അനിവാര്യമായ കാരണത്തിന്റെ ഫലമാണ്. അതുകൊണ്ട്, ഒരു ആകത്തുക എന്ന നിലയിൽ ലോകം അദ്ദേഹത്തിന്റെ അസ്തിത്വത്തിനൊപ്പം അനുബന്ധമായും ഒന്നിച്ചുതന്നെ നിത്യമായും നിലനിൽക്കുന്നു എന്ന നിലപാടിനെ അംഗീകരിക്കുക സാധ്യമല്ല. ഒരു യാഥാസ്ഥിതികനായ ഗസാലിക്ക് ദൈവമല്ലാതെ മറ്റൊന്നും നിത്യമായിട്ടില്ല. മറ്റെല്ലാം സൃഷ്ടിക്കപ്പെട്ടതാണ്. പ്രപഞ്ചത്തിന്റെ നിത്യനായ സ്രഷ്ടാവ് ദൈവമാണെന്ന കാര്യത്തെ അൽ ഫറാബിയോ ഇബ്ൻ സിനയോ നിഷേധിച്ചില്ല. ദൈവത്തോടൊപ്പം നിത്യമായി കരുതപ്പെടുന്ന പ്രാഥമികദ്രവ്യത്തിൽ ഉള്ളടങ്ങിയ സാധ്യതകളെ വെറുതെ യാഥാർഥ്യാവസ്ഥയിലേക്ക് കൊണ്ടുവരുന്നതിൽ മാത്രമാണ് ദൈവത്തിന്റെ പ്രവർത്തനമെന്നവർ വിശ്വസിച്ചു. ഭൂതകാലത്തൊരു നിശ്ചിതസമയത്ത് ശുദ്ധമായ ശൂന്യതയിൽനിന്ന് ദൈവം പ്രപഞ്ചത്തെ സൃഷ്ടിച്ചില്ല എന്നവർ കരുതി. അതിന്റെ അനുബന്ധമെന്നോണം അവർ കാലത്തിന്റെ അനന്തതയിലും വിശ്വസിച്ചു. അൽ-ഗസാലി, മറുവശത്ത്, ലോകം ഭൂതകാലത്തെ ഒരു നിശ്ചിതസമയത്ത് ശുദ്ധമായ ശൂന്യതയിൽനിന്ന് ദൈവത്താൽ സൃഷ്ടിക്കപ്പെട്ടതാണെന്നും, ഇന്നത്തെ കാലവും അക്കാലവും തമ്മിൽ ഒരു നിശ്ചിതമായ ഇടവേളയാണുള്ളതെന്നും ശക്തമായ നിലപാടെടുത്തു. കാരണത്തോടൊപ്പം അവൻ രൂപങ്ങളെ മാത്രമല്ല, ദ്രവ്യത്തെയും കാലത്തെയും സൃഷ്ടിച്ചു. അവക്കെല്ലാം ഒരു കൃത്യമായ ആരംഭമുണ്ട്. അതുകൊണ്ടുതന്നെ നിശ്ചിതവും ഒരു യഥാർഥ കാരണത്തിന്മേൽ അടിസ്ഥാനപ്പെടുത്തിയതുമാണവ. ഏതെങ്കിലുമൊരു കൃത്യമായസമയത്ത് ദൈവത്തിന്റെ ഇച്ഛയിൽനിന്നാണ് ഈ കാരണം ഉത്ഭൂതമായതെങ്കിൽ, ദൈവികമായ ഇച്ഛതന്നെയും മറ്റെന്തെങ്കിലുമൊരു കാരണത്താൽ നിർണയിക്കപ്പെട്ടതാകണം. അതുകൊണ്ട് അവന്റെ മനസ്സ് അവന്റെ തന്നെ മനസിന് പുറത്തായിരിക്കണം. അത് പക്ഷേ, സാധ്യവുമല്ല. കാരണം ഇതുവരെയും അവനുപുറത്ത് യാതൊന്നുമില്ല. ദൈവംതന്നെ തെരഞ്ഞെടുത്തതായ ഒരു നിശ്ചിതസമയത്ത് ദൈവത്തിന്റെ നിത്യമായ ഇച്ഛയിൽനിന്നാണ് ലോകം ഉത്ഭവിച്ചതെന്ന നിലപാടിൽ അൽ-ഗസാലിയെ സംബന്ധിച്ച് ലോജിക്കിന്റെ

അടിസ്ഥാനതത്വങ്ങളുടെ ഒരു ലംഘനവുമില്ല. തത്വചിന്തകരുടെ അനുമാനങ്ങൾ, അതായത് എല്ലാ ഫലങ്ങൾക്കും ഒരു കാരണമുണ്ടാകണമെന്നും ഒരു കാരണമെന്നത് അതിന്റെ ഫലത്തിനുപുറത്തുള്ള ഒരു ശക്തിയാണെന്നുമുള്ള അനുമാനങ്ങൾക്ക്, അവയെ സംബന്ധിച്ച ഒരു ലോജിക്കലായ (യുക്തിപരമായ) നിർബന്ധിതത്വമില്ല. അൽ-ഗസാലി തിരിച്ചടിക്കുന്നത് നിത്യമായ ഭൂതകാലത്ത് തീരുമാനിക്കപ്പെടേണ്ടതാണ് ദൈവത്തിന്റെ സൃഷ്ടിയെന്നും അതുകൊണ്ടതിനർഥം ദൈവത്തിലെന്തെങ്കിലും മാറ്റമുണ്ടായി എന്നല്ലെന്നുമാണ്. അൽ-ഗസാലിയുടെ യഥാർഥ നിലപാട് പക്ഷേ ലോകത്തിന്റെ നിലവിൽവരലിന് ദൈവം ഏകപക്ഷീയമായി ഒരു പ്രത്യേക നിമിഷം തെരഞ്ഞെടുത്തുവെന്നാണ്. ബാഹ്യലോകത്തുള്ള വ്യതിരിക്തതകളിൽ ആശ്രയിച്ചല്ല അവന്റെ ഇച്ഛനിലനിൽക്കുന്നത്, കാരണമത്, അതിൽത്തന്നെ എല്ലാത്തരം വ്യതിരിക്തതകളുടെയും ഉൽപ്പാദകനാണ്. കാലം അനന്തവും സ്ഥലം നിശ്ചിതവുമാണെന്നും സ്ഥലത്തിലെ ചലനത്തിൽ കാലവും ഒപ്പം പങ്കാളിയാണെന്നുമുള്ള തത്വചിന്തകരുടെ ധാരണകളെ സംബന്ധിച്ച്, അൽ-ഗസാലി ശരിയായിപ്പറയുന്നത്, സ്ഥലത്തിന്റെ നിശ്ചിതത്വത്തിൽ വിശ്വസിക്കുന്ന ഒരാൾ കാലത്തിന്റെയും നിശ്ചിതത്വത്തിൽ വിശ്വസിക്കണമെന്നാണ്. പ്രത്യേകിച്ചും സ്ഥലം, കാലം, സ്ഥലത്തിലെ ചലനം എന്നിവയൊക്കെ പരസ്പരം ബന്ധപ്പെട്ടതാണെന്ന അരിസ്റ്റോട്ടിലിന്റെ നിലപാടൊരാൾ ഉയർത്തിപ്പിടിക്കുമ്പോൾ. ഒരു ശൂന്യമായ സ്ഥലത്തെപ്പറ്റി ചിന്തിക്കലസാധ്യമണെന്നവർ ചിന്തിക്കുമ്പോൾ അതേപോലെതന്നെ അസാധ്യമാണ് ഒരു ശൂന്യമായ കാലത്തെക്കുറിച്ച് ചിന്തിക്കുന്നതെന്നും അവർ മനസിലാക്കണം.

തത്വചിന്തകർ, വിശദാംശങ്ങൾ മാറിക്കൊണ്ടിരിക്കുന്നതിനെക്കുറിച്ച് ദൈവത്തിനറിയാമെന്നതിനെ നിഷേധിക്കുകയോ, അതല്ലെങ്കിൽ കാലത്തിനനുസരിച്ച് മാറാത്തതും സ്ഥിരവുമായ ദൈവത്തിന്റെ സ്വയം ജ്ഞാനത്തിൽ അതിനെ ഒതുക്കിനിർത്തുകയോ ചെയ്യുന്നു. കാരണം, അവർ സങ്കൽപ്പിക്കുന്നത്, വിശദാംശങ്ങളുമായി ദൈവത്തിന്റെ അറിവിനെ ബന്ധപ്പെടുത്തുന്നതിനർഥം ദൈവത്തിന്റെ സത്തയിൽ മാറ്റവും ബഹുത്വവുമാണെന്നാണ്. അവരുടെ വാദം അറിവിന്റെയും അറിയപ്പെട്ടതിന്റെയും സ്വഭാവത്തെ ആസ്പദമാക്കിയാണ്. അറിയപ്പെട്ടത് മാറുമ്പോൾ, അതിന്റെ അനന്തരഫലമെന്നോണം അറിവും (ജ്ഞാനവും) മാറുന്നു. അറിവിലെ മാറ്റം അറിയുന്നയാളിലും (ദൈവത്തിലും) മാറ്റത്തിന് കാരണമാകും. എന്നാൽ ദൈവത്തിന് മാറ്റം വരികയെന്നത് തികച്ചും അസാധ്യവുമാണ്. അതുകൊണ്ട് അറിയപ്പെട്ടതിലെ ഈ മാറ്റത്തെക്കുറിച്ചറിയുക ദൈവത്തിന് ചേർന്നതല്ല. കാരണം അത് അവന്റെ മാറ്റത്തിലേക്ക് കൂടിയാണ് നയിക്കുക. അൽ-ഗസാലി അതിനെ നിഷേധിക്കുന്നു. ദൈവത്തിന് ഒരു മനുഷ്യന്റെ ജനനംമുതൽ മരണംവരെ അവനെക്കുറിച്ച് പൂർണമായി അറിയാമെങ്കിൽത്തന്നെ ദൈവത്തിന്റെ നിത്യമായ അറിവി

ലൊരു മാറ്റം വരില്ല. മനുഷ്യന്റെ ജീവിതം ഒരു നിമിഷത്തിൽനിന്ന് അടുത്ത നിമിഷത്തിൽ മാറിക്കൊണ്ടിരിക്കുകയാണെങ്കിലും.

ശരീരങ്ങൾ ഉയിർത്തെഴുന്നേൽക്കുമെന്നതിന്റെ തത്വചിന്തകരുടെ നിഷേധവും, യഥാർഥത്തിൽ ഉയിർത്തെഴുന്നേൽപ്പെന്നത് മരണാനന്തരം ശരീരത്തിൽ നിന്ന് ആത്മാവിന്റെ വേർപിരിയലണെന്നുമുള്ള നിലപാടും അൽ-ഗസാലിയുടെ നിഷേധത്തിന് വിധേയമായി. തത്വചിന്തകരുടെ ധാരണ, മരണത്തിനുശേഷം ഒരിക്കൽ ശരീരം വെടിയുന്നതോടെ ആത്മാവ് നിത്യസന്തോഷത്തിലോ നിത്യമായ വേദനയിലോ നിപതിക്കുമെന്നും ശരീരത്തിന്റെ മരണംകാരണം ശാരീരിക സന്തോഷമോ ശാരീരികവേദനയോ അനുഭവപ്പെടലതിന് സാധ്യമാണെന്നും അതുകൊണ്ടു തന്നെ ഉയിർത്തെഴുന്നേൽപ്പിനൊരു സാധ്യതയുമില്ലെന്നുമാണ്. ആത്മാവിന്റെ അനശ്വരതത്വത്തെ ഗസാലി നിഷേധിച്ചില്ലെങ്കിലും, ശരീരത്തിന്റെ പുനരുത്ഥാനത്തെ ശരിവക്കുകയോ നിഷേധിക്കുകയോ ചെയ്യുന്ന തത്വചിന്തകരുടെ ധാരണയും ആത്മാവിന്റെ അനന്തസ്വഭാവവും ശരീരത്തിന്റെ നിശ്ചിതസ്വഭാവവും സംബന്ധിച്ച അവരുടെ ധാരണകളും തെറ്റാണെന്നദ്ദേഹം പറഞ്ഞു. അദ്ദേഹത്തെ സംബന്ധിച്ച് ആത്മാവും നിശ്ചിതമാണ്. നവ പ്ലേറ്റോവാദികളുടെ ആശയമനുസരിച്ചുള്ള ലോകം നിത്യമാണ് എന്ന ധാരണതന്നെ തെറ്റായതിനാൽ ആത്മാവിന് അതുമായി പൊരുത്തമുള്ള ഒട്ടനവധി ദ്രവ്യങ്ങളുമായി (വസ്തുക്കളുമായി) ഒത്തുപോകാനാകും.

ആന്തരികമായ ഒരു ഘടനാപ്പൊരുത്തത്തോടെ നിർമിക്കപ്പെട്ടതും ദൈവശാസ്ത്രപരവും മതപരവുമായ ലക്ഷ്യങ്ങൾ പ്രഖ്യാപിച്ചുകൊണ്ട് രചിക്കപ്പെട്ടതുമാണെങ്കിൽത്തന്നെയും, ഇബ്ൻ സിനയുടെ അന്തിമമായി തത്വചിന്താപരമായ ഉത്ഭവവാദഅതിഭൗതികം, കാരണസിദ്ധാന്തം, മനഃശാസ്ത്രം എന്നിവയുടെ ഒരു സമഗ്രവും നന്നായി വാദിക്കപ്പെട്ടതും സ്ഥിരത പുലർത്തുന്നതുമായ വിമർശനകൃതിയാണ് എന്നതാണ്(പാരമ്പര്യത്തിന്റെ ചരിത്രത്തിലെ ആദ്യത്തെ അത്തരം കൃതിയും) തഹാഫുത്ത് നേടിയെടുത്ത ഉന്നതമായ പ്രഭാവത്തിനുകാരണം. അൽ-ഗസാലി തന്റെ തഹാഫുത് അൽ- ഫലാസിഫയിൽ തന്റെ ഏറ്റവും വിശാലമായ ധാരണകളും പ്രശംസനീയമായ വൈദഗ്ധ്യവും പ്രകടിപ്പിച്ചു. തത്വചിന്താചർച്ചകളുടെ കാഴ്ചപ്പാടിൽനിന്നു നോക്കുമ്പോൾ അദ്ദേഹത്തിന്റെ കൃതികളിൽ ഏറ്റവും പ്രധാനപ്പെട്ടതും അതുതന്നെ. അദ്ദേഹത്തിന്റെ വാദം തത്വചിന്തയിൽ ലോജിക്കലായി അനിവാര്യമാകുന്നതുവരെ ഒന്നും സാധ്യമല്ല എന്നും, എന്നാൽ മതത്തിൽ പരസ്പര വിരുദ്ധതയിലെത്തുന്നതുവരെ ഒന്നും 'അസാധ്യമല്ല' എന്നുമാണ്. അങ്ങനെ, തത്വചിന്തക്കെതിരായ അൽ ഗസാലിയുടെ മൊത്തം വാദങ്ങളും അതിന്റെ പ്രചോദനമുൾക്കൊള്ളുന്നത് അഷറൈറ്റ് ദൈവശാസ്ത്രത്തിൽ നിന്നാണെങ്കിലും, അദ്ദേഹത്തിന്റെ രീതി അതിന്റെ അടിസ്ഥാനഘടകങ്ങളിൽ തികച്ചും തത്വചിന്താപരംതന്നെയാണ്. മതത്തിന്റെ തത്വചിന്തയുടെ പ്രശ്നങ്ങളോടുള്ള

ആധുനികവും സമകാലീനവുമായ സമീപനങ്ങളുടെവരെ ഏറ്റവും പ്രധാനപ്പെട്ട ചില ആവശ്യകതകളെ, അതിന്റേതായ രീതിയിൽ പൂർത്തീകരിക്കുന്ന ഒന്ന്. അൽ-ഗസാലിക്കുശേഷം ഇസ്ലാമികലോകത്ത് തത്വചിന്ത ക്ഷയിച്ചു. അദ്ദേഹത്തിന്റെ തത്വചിന്തക്കെതിരായ വിമർശനം ആ ക്ഷയത്തിന്റെ ഗതിവേഗം കൂട്ടുകയുംചെയ്തു. ഏതാണ്ടൊരു നൂറ്റാണ്ടിനുശേഷം ഇബ്ൻ റുഷ്ദ് (അവെറോസ്) ആ പ്രവണതയെ ചെറുക്കാൻ ഉജ്വലമായ പരിശ്രമം നടത്തി. തഹാഫുത് അൽ-തഹാഫുത് (പൊരുത്തക്കേടിലെ പൊരുത്തക്കേടുകൾ) ഫസ്ൽ അൽ-മഖൽ (നിർണായക പ്രബന്ധം) എന്നീ തന്റെ കൃതികളിലൂടെ അൽ-ഗസാലിയുടെ തഹാഫുത്തിനെ ഖണ്ഡിച്ചിട്ടുണ്ട്. മതപരമായ ചിന്തയിൽ അൽ ഗസാലികൊണ്ടുവന്ന 'ഭയത്തിന്റെ തത്വം' പുനസ്ഥാപിക്കപ്പെടുന്നതിനെ തടയാനദ്ദേഹത്തിനു കഴിഞ്ഞില്ല. തത്വചിന്ത ക്രമേണ സൂഫിസത്തിൽ ആഗിരണം ചെയ്യപ്പെടുകയും, നിഗൂഢവാദ (mystical) തത്വചിന്തയായി തുടർന്നത് വികസിക്കുകയുമാണുണ്ടായത്. പ്രത്യേകിച്ചും ഷിയാലോകത്ത്. സുന്നിലോകത്തും അരിസ്റ്റോട്ടിലിയൻ ലോജിക് ദൈവശാസ്ത്രത്തിലുൾപ്പെടുത്തപ്പെടുകയും, സൂഫിസം ഭാഗികമായി തത്വചിന്താപരമായി പ്രതിനിധീകരിക്കപ്പെടുകയും ചെയ്തു. ഇതിലെല്ലാം തന്നെ, അൽ-ഗസാലിയുടെ സ്വാധീനം പ്രധാനമായിരുന്നു.

തന്റെ പിൽക്കാലജീവിതത്തിൽ ഗസാലി ഗൗരവത്തോടെ സൂഫിസത്തിലേക്ക് നീങ്ങി. അക്കാലത്തദ്ദേഹം സൂഫിസത്തെക്കുറിച്ചും ധർമശാസ്ത്രത്തെ(ethics) ക്കുറിച്ചുമുള്ള സമാനതകളില്ലാത്ത ഒരു പറ്റം കൃതികൾ രചിച്ചു. തന്റെ റിട്ടയർമെന്റിന് തൊട്ടുമുമ്പ് രചിച്ച മിസാൻ അൽ-അമൽ (പ്രവൃത്തിയുടെ തുലാസ്) എന്ന കൃതിയും, തന്റെ റിട്ടയർമെന്റിനു ശേഷം രചിച്ച മാസ്റ്റർ പീസായ ഇഹ്യാ ഉലൂം അൽ-ദിൻ, കിത്താബ്-അൽ-അർബായിൻ ഫി ഉസുൾ അൽ-ദിൻ (മതത്തിന്റെ തത്വങ്ങളെപ്പറ്റി നാല്പതദ്ധ്യായങ്ങൾ), കിമ്യാ-ഇ-സാദത്ത് (സന്തോഷത്തിന്റെ രസതന്ത്രം-Alchemy of happiness), മിഷ്ക്കാത്ത് അൽ-അൻവർ (പ്രകാശത്തിന്റെ ഭിത്തിമാടം) എന്നിവയും മറ്റു പലതുമുൾപ്പെടുന്നു. മനുഷ്യരാശിയുടെ അന്തിമലക്ഷ്യം, ഇസ്ലാമിന്റെ അഭിപ്രായമനുസരിച്ച്, സ്വർഗത്തിലെ രക്ഷയാണ്. അതിൽ വിവിധ ഇന്ദ്രിയപരമായ സന്തോഷങ്ങളും ആനന്ദവും ദൈവത്തിന്റെ ദർശനവുമുൾപ്പെടുന്നു. അൽ-ഗസാലിയെ സംബന്ധിച്ച് ഏറ്റവും വലിയ ആനന്ദം ബുദ്ധിപരമായ, അഥവാ, ആത്മീയമായ ഒരിന്ദ്രിയത്തിലൂടെ ദൈവത്തെ ഉജ്വലമായ ഒരു ദർശനത്തിലൂടെ കാണുകയെന്നതാണ്. ഗസാലിയുടെ അഭിപ്രായത്തിൽ, സൂഫികൾ തങ്ങളുടെ മിസ്റ്റിക് അനുഭവങ്ങളിലും, സാധാരണ മനുഷ്യൻ അവരുടെ സ്വപ്നങ്ങളിലും സ്വർഗത്തിൽ സംരക്ഷിക്കപ്പെടുന്ന ശിലാഫലകത്തെ ദർശിക്കാനനുവദിക്കപ്പെടുന്നു; ആത്മാവിനും ആ ലോകത്തിനുമിടയിലുള്ള തിരശീല നൈമിഷികമായി മാറ്റപ്പെടുമ്പോൾ അങ്ങനെ അവർക്ക് മറ്റു

തരത്തിലുള്ള പ്രകൃത്യാതീതമായ ജ്ഞാനത്തെക്കുറിച്ചുള്ള മുന്നറിവ് നൽകപ്പെടുന്നു. മാലാഖമാർ പ്രവാചകർക്ക് നൽകുന്ന വെളിപാടുകൾ സാരാംശത്തിൽ അതേതരത്തിലുള്ളവ തന്നെയാണ്. ഏക വ്യത്യാസം, അതിനായി പ്രത്യേകം തയ്യാറെടുപ്പുകളുടെ ആവശ്യമൊന്നും പ്രവാചകർക്ക് വേണ്ടിവരുന്നില്ലെന്നതാണ്. കാണാനാവാത്ത ആ ലോകത്തെക്കുറിച്ചുള്ള പ്രത്യേകമായ അറിവ് ലഭ്യമായവരുടെ കാഴ്ചപ്പാടിൽ അതാണ് ഏറ്റവും പരിപൂർണവും, സാധ്യമായതിലേറ്റവും മികച്ചതുമായ, ലോകം.

അൽഗസാലിയിലൂടെ കിഴക്കിന്റെ ദൈവശാസ്ത്രപരവും യാഥാസ്ഥിതികവുമായ വിശ്വാസത്തിന് പടിഞ്ഞാറ് വ്യക്തമായൊരു സ്വാധീനം ചെലുത്താനായി. ഇക്കാര്യത്തിൽ ഗസാലിക്ക് സവിശേഷമായ ഒരു സ്ഥാനമുണ്ട്. താഫൂത്തിന്റെ ലത്തീൻ വകഭേദം 12-ാം നൂറ്റാണ്ടിലുണ്ടായി. ഗുണ്ടിസാൽവൂസ് *ലോഗിക എറ്റ് ഫിലോഡോഫിയ അൽഗസെൽസ് അറബിക്* എന്ന പേരിൽ മക്കാവിസ് അൽ ഫലാസിഫ എന്ന ഗ്രന്ഥത്തിന് തയ്യാറാക്കിയ പരിഭാഷ വെനീസിൽ 1506ൽ പ്രസിദ്ധീകരിക്കപ്പെട്ടു. അദ്ദേഹത്തിന്റെ *അൻ നഫ്സ് അൽ ഇൻസാനി*യും *ഡി അനിമാഹ്യൂമാന* (*De Anima Humana*) എന്ന പേരിൽ പരിഭാഷപ്പെടുത്തപ്പെട്ടു. ഒരു കഴിവുറ്റ ലത്തീൻ പണ്ഡിതനായ ഏഷ്യക്കാരനായ പലാസിയോസ് അൽ-ഗസാലിയെപ്പറ്റി *ലാ എസ്പിരിറ്റ്വലിഡാഡ് സി ഗസെൽ സു സെൻറ്റിഡോ ക്രിസ്ത്യാനോ* എന്ന പേരിൽ ഒരു വിശദമായ പുസ്തകമെഴുതി. അദ്ദേഹത്തിന്റെ അഭിപ്രായത്തിൽ ആദ്യകാല ക്രിസ്ത്യൻ പണ്ഡിതരിൽ ഗസാലിയുടെ സ്വാധീനം പ്രകടമാണ്; ഉദാഹരണത്തിന് വിശുദ്ധ അഗസ്റ്റിനിൽ (St.Augustine). അഗസ്റ്റിന്റെ നിലപാടുകൾ മനസിലാക്കാൻ ഗസാലിയെയാണാദ്യം പരിഗണനക്കെടുക്കേണ്ടത്. സ്പാനിഷ് ഡൊമിനിക്കൻ സന്യാസിയായ റായ്മോണ്ട് മാർട്ടിനി ഗസാലിയുടെ തത്വചിന്ത കടമെടുത്തുകൊണ്ട് മതത്തെസംബന്ധിച്ച തന്റെ കൃതിയായ *പ്യൂഗിയോ ഫിദെയി ആന്റ് എക്സപ്ലനേഷ്യോ സിംബോളി* രചിച്ചു. നേപ്പിൾസ് യൂണിവേഴ്സിറ്റിയിൽ ഡൊമിനിക്കൻ ക്രമത്തിൽ വിദ്യാഭ്യാസം ചെയ്തവനായ വിശുദ്ധ തോമസ് 'ശുദ്ധ ശൂന്യതയിൽ നിന്നും സൃഷ്ടി'യെന്നതിനനുകൂലമായ വാദമുഖങ്ങളും, ദൈവത്തിന്റെ അറിവ് വിശദാംശങ്ങളുൾക്കൊള്ളുന്നതാണ് എന്നതിന്റെ തെളിവും, മരിച്ചവരുടെ ഉയിർത്തെഴുന്നേൽപ്പിന് ഗസാലി നൽകിയ ന്യായീകരണവും സ്വായത്തമാക്കി. അദ്ദേഹത്തിന്റെ പ്രസിദ്ധ കൃതിയായ സുമ്മ തിയോളജിക്ക(Summa Theologica)ക്ക് പല ഭാഗത്തും ഗസാലിയുടെ ദൈവശാസ്ത്രവുമായി നിരവധി സമാന്തരങ്ങളുണ്ട്. വിശുദ്ധതോമസ് ഗസാലിയാൽ ആഴത്തിൽ സ്വാധീനിക്കപ്പെട്ടതായി തോന്നിക്കുന്ന ഭാഗങ്ങൾ ദൈവത്തിന്റെ അസ്തിത്വം തെളിയിക്കുന്ന അനിവാര്യതയുടെയും യാദൃച്ഛികതയുടെയും ആശയങ്ങളും, ദൈവികമായ അറിവ്, ദൈവികമായ ലാളിത്യവും പേരുകളും, ദൈവിക ഗുണങ്ങളും,

പ്രവചനങ്ങളുടെ സത്യത്തിന്റെ സാക്ഷ്യങ്ങളായുള്ള അത്ഭുതങ്ങൾ, മരിച്ചവരുടെ ഉയിർത്തെഴുന്നേൽപ്പ് എന്നിവയൊക്കെയാണ്. അൽഗസാലിയെ സാർവത്രികമായി അറിയുന്നത് 'ഇസ്ലാമിന്റെ തെളിവാ'യാണ്. ഈ വിശേഷണം അർഥവത്താകുക യുക്തിപരതയെക്കുറിച്ചുള്ള ഇസ്ലാമിക സങ്കൽപ്പനത്തിന്റെ മൂന്നു പ്രധാന വശങ്ങളെ സൈദ്ധാന്തികവും തത്വചിന്താപരവുമായ അന്വേഷണം, നീതിന്യായപരമായ നിയമനിർമാണം, മിസ്റ്റിക്കൽ പ്രയോഗങ്ങൾ എന്നിവയെ ബോധപൂർവം സമന്വയിപ്പിക്കുന്നതാണ് അദ്ദേഹത്തിന്റെ കൃതികളെന്ന് നാം സമ്മതിക്കുമ്പോൾ മാത്രമാണ്.

അദ്ദേഹത്തിന്റെ കാലഘട്ടത്തിന്റെ ചട്ടക്കൂട്ടിൽനിന്നു നോക്കുമ്പോൾ അൽ ഗസാലിയുടെ മൊത്തം ജീവിതവും സമർപ്പിക്കപ്പെട്ടിരിക്കുന്നത് എല്ലാ വശങ്ങളിലും ഇസ്ലാമിക രാഷ്ട്രീയസാമൂഹ്യവ്യവസ്ഥയെ പുനരുജ്ജീവിപ്പിക്കാനും, അതിലുമേറെ, നിത്യമായതും, എന്നും നിലനിൽക്കുന്നതുമായുള്ള ബന്ധത്തെപ്പറ്റി ആഴത്തിൽ ബോധമുണ്ടായിരുന്നതുമായ ഒരു സംസ്കാരത്തിന് രൂപംകൊടുത്തകാലത്തെ അതേ ഇസ്ലാമിക പ്രാർഥന സ്പിരിറ്റിനെ പുനരുജ്ജീവിപ്പിക്കാനുമായാണ് പ്രഖ്യാപിക്കപ്പെട്ടതും, ഗസാലിയൻ ചിന്തയിലെ പരിഗണനന തന്റെ കാലത്തോടുള്ള നേരിട്ടുള്ള ഒരു പ്രതികരണമായിരുന്നു. വിശ്വാസികളുടെ ഒരു കെട്ടുറപ്പുള്ള സമൂഹമെന്നനിലയിൽ ഇസ്ലാമിക സമുദായത്തെ ഉന്മൂലനം ചെയ്യാൻ പോന്നവിധം ശക്തമായ രാഷ്ട്രീയവും സാമൂഹ്യവും ബൗദ്ധികവുമായ സംഘർഷങ്ങൾ നിറഞ്ഞുനിന്ന ഒരു കാലഘട്ടമായിരുന്നു അത്. ഇസ്ലാമിക സമുദായത്തിന്റെ മൊത്തത്തിലുള്ള നന്മയിലും ക്ഷേമത്തിലും ആഴത്തിൽ തൽപ്പരനായിരുന്ന ഗസാലി, തന്റെ വീക്ഷണത്തിൽ ഒരു വലിയ ദുരന്തത്തിന്റെ വക്കിലായിരുന്ന സമുദായത്തിന്റെ ജീവിതത്തെ ക്രമീകരിക്കുകയെന്ന വ്യക്തമായ ലക്ഷ്യത്തോടെ, സാധ്യമാകാവുന്നത്ര കൃത്യമായ ഒരു രീതിയിൽ ഓരോ ശാസ്ത്രത്തിനും പരിധികൾ വയ്ക്കാനും അവയെയെല്ലാം വർഗീകരിക്കാനും താൻ നിർബന്ധിതനാണെന്ന് കരുതി.

അവെറോസ്: തത്വചിന്താരംഗത്തെ ഒരു അതികായനും ദൈവശാസ്ത്ര യുക്തിചിന്തകനും

അബു-ഇ-വലീദ് മുഹമ്മദ് ഇബ്ൻ അഹമ്മദ് ഇബ്ൻ റുഷ്ദ് (അവെറോസ് 1126-1198): മധ്യകാല അറബ് കാലഘട്ടത്തിലെ ഏറ്റവുമാധികാരികനായ തത്വചിന്തകനും, പാഷാണ്ഡതകളുടെയും അന്ധവിശ്വാസാനാചാരങ്ങളുടെയും വിമർശകനും, മധ്യകാലഇസ്ലാമിലും ലത്തീൻ ക്രിസ്ത്യൻ ലോകത്തും ഒരുപോലെ സമൂഹചിന്തയെ എന്നേക്കുമായി മാറ്റിമറിക്കുന്നതിനിടയാക്കിയ അഭൂതപൂർവമായ ഒരു ബൗദ്ധികമായ കലങ്ങിമറിയൽ രൂപപ്പെടുത്തിയവനുമായിരുന്നു. പടിഞ്ഞാറൻ സംസ്കാരത്തിന്റെ ചരിത്രത്തിലെ ഒരു നാഴികക്കല്ലായി മിക്കപ്പോഴും കണക്കാക്കപ്പെടുന്ന ഒരു തീപ്പൊരി പടിഞ്ഞാറൻ തത്വചിന്താലോകത്ത് കൊളുത്തിയ

അവറോസ്

ആളായി അദ്ദേഹം പ്രസിദ്ധി നേടി. 1126ൽ കോർഡോ ബയിലാണ് ഇബ്ൻ റുഷ്ദ് ജനിച്ചത്; ബഹുമാന്യനായ പരമോന്നത ജഡ്ജി (ഖാദി അൽഖുദാത്ത്) യുടെ കുടുംബത്തിൽ. ഒരു നിയമജ്ഞനും വൈദ്യനുമെന്ന നിലയിൽ പരിശീലനം നേടിയ അദ്ദേഹം ഖലീഫയുടെ ഉപദേശകനെന്ന നിലയിൽ തത്വചിന്തയിലേക്ക് പ്രവേശിച്ചു. ആൻഡലൂഷ്യൻ തത്വചിന്തയുടെ ചരിത്രത്തിലെ ഒരുത്തുംഗഗോപുരമായ അവെറോസ് അറബ് ഇസ്ലാമിക തത്വചിന്തയുടെ വികാസത്തിൽ ഒരു പരകോടിയെ പ്രതിനിധീകരിക്കുകയും ഇസ്ലാമിലെ നാല് നൂറ്റാണ്ടുകൾ നീണ്ടുനിന്ന തത്വചിന്താപരവും ദൈവശാസ്ത്രപരവുമായ യുദ്ധത്തിന്റെ ഒരു പര്യവസാനത്തെ പ്രതിനിധീകരിക്കുകയും ചെയ്യുന്നു.

അവെറോസ് ഒരു തത്വചിന്തകനെന്ന നിലയിൽ സ്വയം സ്ഥാപിച്ചത് അരിസ്റ്റോട്ടിലിനെക്കുറിച്ചുള്ള തന്റെ ഭാഷ്യങ്ങളിലൂടെയാണ്. അദ്ദേഹം ഉന്നത ബൗദ്ധികനിലവാരമുള്ള കൃതികളായ *നിർണായക പ്രബന്ധം (ഫസ്ൽ അൽ മഖൽ), ദ ബുക്ക് ഓഫ് എക്സ്പൊസിഷൻ ഓഫ് ഡമോൺസ്ട്രേറ്റീവ് മെത്തേഡ്സ് റിലേറ്റീവ് ടു ദ ടീച്ചിംഗ് ഓഫ് റിലിജിയൻ* എന്നിവയിലൂടെയും തന്റെ മാസ്റ്റർ പീസായ *തഹാഫുത്ത് അൽ തഹാഫുത്തി* ലൂടെയും (പൊരുത്തക്കേടിന്റെ പൊരുത്തക്കേട്) ദൈവശാസ്ത്രജ്ഞരുടെയിടയിലും ലത്തീൻ പടിഞ്ഞാറും നീണ്ടുനിൽക്കുന്ന ഫലങ്ങൾ സൃഷ്ടിച്ചു. പക്ഷേ, അദ്ദേഹത്തെ കടുത്ത യാഥാസ്ഥിതിക ദൈവശാസ്ത്ര വിശ്വാസികൾ ഒരു അവിശ്വാസിയായാണ് കണ്ടത്. മത മൗലികവാദികളായ പടിഞ്ഞാറൻ ക്രിസ്ത്യൻ പണ്ഡിതന്മാർ അദ്ദേഹത്തെ ഒരു ഇസ്ലാമിക മത തത്വചിന്തകനായും കണക്കാക്കി. പക്ഷേ, യഥാർഥത്തിൽ, ഹാൻബാലൈറ്റുകളും അഷറൈറ്റുകളും പറയുന്നതുപോലെ അദ്ദേഹമൊരിക്കലുമൊരു നിരീശ്വരവാദിയായിരുന്നില്ല; അതേപോലെ പുസ്തകങ്ങളെ മാത്രം കണക്കിലെടുക്കുന്ന ചിലർ ആരോപിക്കുന്നതുപോലെ അദ്ദേഹമൊരു അന്ധനായ മതപ്രചാരകനുമായിരുന്നില്ല. അദ്ദേഹത്തിന്റെ എല്ലാ കൃതികളും കേന്ദ്രീകരിച്ചത് അദ്ദേഹം വിശ്വസിക്കുന്നതുപോലുള്ള ദൈവത്തിന്റെ ഔന്നത്യത്തിലാണ്. അതോടൊപ്പം വിശ്വാസത്തെ ദർശിക്കാൻ തത്വചിന്താപരമെന്നു പറയപ്പെടുന്ന ഒരു ബദൽരീതി അദ്ദേഹം സ്വീകരിക്കുകയും ചെയ്തു. അദ്ദേഹം ഞെട്ടിക്കുന്ന

വിശദീകരണങ്ങൾ നൽകുകയും; മതത്തിലുള്ള തന്റെ വിശ്വാസം അറിവാർജിക്കാൻ വമ്പിച്ച തോതിലുള്ള വിവേകവും ജ്ഞാനവും നൽകിയിട്ടുണ്ടെന്നും, ദൈവിക വേദപ്രമാണത്തിൽ വ്യക്തമായി എഴുതപ്പെട്ടിട്ടുള്ള ദൈവശാസ്ത്രപരമായ ജ്ഞാനത്തിന്റെ അവിഭാജ്യഭാഗമാണ് യുക്തിയിലൂടെ അറിയുകയെന്നതെന്നും വിശ്വസിക്കുകയും ചെയ്തു. അദ്ദേഹം ഒരു അഷറൈറ്റോ മുത്താസിലൈറ്റോ ആയിരുന്നില്ല; ആ രണ്ടുകൂട്ടരുടെയും വീക്ഷണങ്ങളെ അദ്ദേഹം നിഷേധിച്ചു. അദ്ദേഹത്തിന്റെ അഭിപ്രായത്തിൽ, അവരിരുകൂട്ടരും ഒന്നുകിൽ വേദപ്രമാണങ്ങളിലെ വാക്യങ്ങളെയും സ്രഷ്ടാവായ ദൈവത്തിന്റെ സ്വാതന്ത്ര്യങ്ങളെയും തെറ്റിദ്ധരിക്കുകയോ, അല്ലെങ്കിൽ, വ്യാഖ്യാനിക്കുകയോ ആണ് ചെയ്തത്. തങ്ങളുടെ ബുദ്ധിയും യുക്തിയും ഉപയോഗിക്കുന്നവർക്കായി വ്യക്തമായ സൂചനകളുണ്ടെന്ന കാര്യം ദൈവം വേദപ്രമാണങ്ങളിലൂടെ ആവർത്തിച്ചുപറയുന്നുവെന്ന വസ്തുതയാലാണ് അദ്ദേഹം മുന്നോട്ടുനയിക്കപ്പെട്ടത്. എല്ലാ മനുഷ്യജീവികളും ഇതിനെ ശരിവക്കാനോ നിഷേധിക്കാനോ ആയി ക്ഷണിക്കപ്പെടുന്നു. ഇബ്ൻ റുഷ്ദ് വിശ്വസിച്ചത് ദൈവംദ്വിമുഖസത്യത്തിന്റെ സിദ്ധാന്തം അതായത് വ്യത്യസ്ത പാതകളിലൂടെയാണെങ്കിലും, വിശ്വാസവും യുക്തിയും രണ്ടും ദൈവവുമായി ഐക്യത്തിലെത്തിച്ചേരുമെന്ന സിദ്ധാന്തം തുടങ്ങിവച്ചുവെന്നാണ്. യുക്തി സത്യത്തിലെത്തുന്നത് ലോകത്തെ മനസിലാക്കുന്നതിലൂടെയാണ്. അതേസമയം വിശ്വാസം സത്യത്തെ വെളിവാക്കുന്നത് വെളിപാടുകളിലൂടെയാണ്. തത്വചിന്ത ദൈവശാസ്ത്രത്തിന് കീഴടങ്ങിനിൽക്കണമെന്നദ്ദേഹം വിശ്വസിച്ചില്ല. അവ രണ്ടിനെയും ശരിക്കും മനസിലാക്കാനായാൽ, മതവും തത്വചിന്തയും തമ്മിൽ യാതൊരു പൊരുത്തക്കേടുമില്ലെന്ന് മനസിലാക്കാനാവും. വിശ്വാസസംബന്ധമായ കാര്യങ്ങളിൽ യാഥാസ്ഥിതികത്വം അനുഭവിക്കുന്ന അതേ സ്വാതന്ത്ര്യം തത്വചിന്തകർക്കും അനുവദിക്കപ്പെടണമെന്ന് അദ്ദേഹം വാദിച്ചു. കാരണം മതത്തെ മനസിലാക്കാൻ കൂടുതൽ സാധ്യതയുള്ളതവർക്കാണ്. അദ്ദേഹം മതത്തെ ധനാത്മകമായി (positively) നോക്കിക്കാണുകയും അൽ-ഗസാലിയുടെ രൂപരേഖപ്രകാരമുള്ള കലാമിനെ തിരസ്കരിക്കുകയും ചെയ്തു.

മധ്യകാല ലോകത്തിന്റെ ബുദ്ധിപരമായ ലോകത്തെ കീറിമുറിച്ചിരുന്ന തത്വചിന്താപരവും ദൈവശാസ്ത്രപരവുമായ ചർച്ചയിൽ നൽകിയ തന്റെ സംഭാവനകളിൽനിന്ന് വേറിട്ട് അൽ-അൻഡാലുസിൻ അക്കാലത്തു നടന്ന നിയമപരമായ ചർച്ചയിൽ സജീവതാൽപ്പര്യമെടുത്ത ഏക അറബ് ദാർശനികൻ അവെറോസായിരുന്നു. അദ്ദേഹം സെവില്ലെ(Sevlle-സ്പെയിനിന്റെ സാംസ്കാരിക തലസ്ഥാനം)യിലെ മതജഡ്ജിയായും (1169-1172), കോർഡോവയിലെ പ്രധാനജഡ്ജിയായും (1172-1182) സേവനമനുഷ്ഠിച്ചു. തുടർന്നദ്ദേഹം, 1182ൽ, മാറക്കേഷിലെ (മൊറോക്കോ) രാജകീയ സദസിലെ കൊട്ടാരം വൈദ്യനായി നിയമിതനായി. അദ്ദേഹത്തിന്റെ

നിയമപരമായ പ്രബന്ധമായ *പ്രൈമർ ഓഫ് ദ ഡിസ്ക്രീഷനറി*യിൽ അദ്ദേഹത്തിന്റെ നീതിന്യായ വ്യവഹാരമണ്ഡലത്തിലെ വിപുലമായ പാണ്ഡിത്യം പ്രതിഫലിക്കുന്നുണ്ട്. അവെറോസ് വൈദ്യശാസ്ത്രരംഗത്തും വിപുലമായ സംഭാവനകൾ നൽകിയിട്ടുണ്ട്. ആ രംഗത്തെ അദ്ദേഹത്തിന്റെ പ്രസിദ്ധമായ കൃതി *അൽ കുള്ളിയത്ത്* (Al Kulliyath)ലത്തീനിലേക്ക് *കുള്ളിഗറ്റ്* എന്ന പേരിൽ തർജമ ചെയ്യപ്പെട്ടിട്ടുണ്ട്. മംഗോളാക്രമണ ദുരന്തത്തിനുശേഷം, ഇബ്ൻ റുഷ്ദ്, ആൽബർട്ടൂസ് മാഗ്നൂസ്, സെന്റ് അക്വിനാസ്, മോസസ് മൈമോണയിഡ്സ് എന്നീ പണ്ഡിതർ മാത്രമായി പ്രാചീന ഗ്രീക്കുകാരുടെ വിജ്ഞാനം, (മുസ്ലിംപണ്ഡിതന്മാർ പരിഷ്കരിച്ച നിലയിൽ) യൂറോപ്പിലെ പുതുതായി രൂപംകൊണ്ട കോളജുകളിലും അക്കാദമികളിലും അരിച്ചെത്താനുള്ള ഏക ചാനൽ.

11-ാം നൂറ്റാണ്ടിലെ അബുഹമീദ് അൽ-ഗസാലിയും മധ്യകാല തത്വചിന്തയിലെ അതികായനും ഒരു നൂറ്റാണ്ടിനുശേഷമുള്ളവനുമായ അവെറോസും തമ്മിൽ പ്രത്യയശാസ്ത്രങ്ങളുടെ പേരിൽ നടന്ന ബുദ്ധിപരമായ ഏറ്റുമുട്ടൽ മധ്യകാല തത്വചിന്താലോകത്തിന്റെ ചരിത്രത്തിലെ കാൽപ്പനികശോഭയുള്ള സംഭവങ്ങളിലൊന്നായിരുന്നു. അതിന് ഭാവിയിൽ ദൈവശാസ്ത്രപരവും തത്വചിന്താപരവുമായ മണ്ഡലങ്ങളിൽ വലിയ മാനങ്ങൾ കൈവന്നു. അൽ-ഗസാലിയുടെ തഹാഫുത്ത് അൽ ഫലാസിഫക്ക് ഖണ്ഡനമായി അദ്ദേഹം *തഹാഫുത്ത് അൽ തഹാഫുത്* (പൊരുത്തക്കേടിലെ പൊരുത്തക്കേട്) എന്നൊരു കൃതിയെഴുതി. അതിലദ്ദേഹം അൽഗസാലിയുടെ വാദങ്ങളെ ഓരോന്നോരോന്നായി സമ്പൂർണമായും ക്രമീകൃതമായും ഖണ്ഡിക്കുന്നു. അവെറോസ് സ്ഥിരതയുള്ള അരിസ്റ്റോട്ടിലിനിസത്തെ തത്വചിന്താപരമായി പ്രതിരോധിക്കാൻ ശ്രമിക്കുന്നു; അതിനിടയിൽ അതിനെ നവ പ്ലേറ്റോവാദത്തിന്റെ അവശിഷ്ടങ്ങളിൽ നിന്നും ദൈവശാസ്ത്രപരമായ മുൻവിധികളിൽനിന്നും സ്വതന്ത്രമാക്കുകയും ചെയ്യുന്നു. അങ്ങനെ ചെയ്യുന്നതിലൂടെ, അദ്ദേഹം തന്റെ തത്വചിന്തക്കും മതപരമായ പാരമ്പര്യത്തിനുമിടയിൽ ഒരു സങ്കീർണമായ ബന്ധം സൃഷ്ടിക്കുന്നു. തത്വചിന്തയുടെ ഈ പ്രതിരോധത്തിന്റെ ഏറ്റവും വലിയ പ്രാധാന്യം അവെറോസ് വേദപ്രമാണത്തിൽ അഭയംതേടിക്കൊണ്ടാണ് അതിനെ പ്രതിരോധിക്കുന്നതെന്നാണ്. അദ്ദേഹം വേദപ്രമാണത്തിൽ നിന്ന് രണ്ട് ഭാഗങ്ങളുദ്ധരിക്കുന്നു; അത് 'ധാരണകളുള്ള മനുഷ്യരോട് ചിന്തിക്കാനാ'വശ്യപ്പെടുന്ന വാക്യവും, 'ഭൂമിയിലെയും ആകാശത്തിലെയും രാജ്യങ്ങളും ദൈവം സൃഷ്ടിച്ച എല്ലാ വസ്തുക്കളും അവർ പരിഗണിച്ചിട്ടില്ലേ' എന്നു ചോദിക്കുന്ന വാക്യവുമാണ്. വേദപ്രമാണത്തിലെ രണ്ട് വ്യത്യസ്തതരം ഭാഗങ്ങൾ തമ്മിൽ അദ്ദേഹം പ്രാധാന്യത്തോടെ വേർതിരിക്കുന്നു; വേദപ്രമാണം 'സംശയരഹിതമായത്' എന്ന് പരാമർശിക്കുന്നവയെയും (അവയെ അക്ഷരാർഥത്തിൽത്തന്നെ വ്യാഖ്യാനിക്കണം) 'സംശയമുള്ളവ'യായി പരാമർശിക്കുന്നവയെയും

(അവയെക്കുറിച്ച് ചിന്തിക്കുകയും വ്യാഖ്യാനിക്കുകയും വേണം). സംശയമുള്ളവയെ വ്യാഖ്യാനിക്കണ്ടത് 'ആവശ്യകതയുള്ളതാണ്' എന്നാണ് വേദപ്രമാണത്തിലെ വാക്യം പറയുന്നത്. ഒപ്പംതന്നെ, ഈ വിശദീകരണം നൽകേണ്ടത്, 'ദൈവമോ വിജ്ഞാനത്തിൽ നല്ല അടിത്തറയുള്ളവരോ" ആണ്; അദ്ദേഹത്തിന്റെ അഭിപ്രായത്തിൽ തത്വചിന്തകരെയോ അല്ലെങ്കിൽ പ്രദർശിപ്പിച്ചുകാണിക്കുന്നയാളുകളെയോ മാത്രമേ അതു കൊണ്ടുദ്ദേശിച്ചിട്ടുള്ളൂ. ഈ ഭാഷാപ്രയോഗം അവെറോസിനെ സത്യത്തിന്റെയും വ്യാഖ്യാനത്തിന്റെയും വിവിധ വ്യവഹാരങ്ങൾ തമ്മിൽ തന്റെ സുപ്രധാനമായ വേർതിരിവ് മുന്നോട്ടുവയ്ക്കാനനുവദിക്കുന്നു. അത്, അദ്ദേഹം 'പ്രദർശിപ്പിക്കപ്പെടുന്ന സത്യം' എന്ന പദപ്രയോഗത്തിലൂടെ അവതരിപ്പിക്കുന്നതിനെ (അതായത്, തത്വചിന്താപരമായ സത്യത്തെ) അദ്ദേഹം 'വൈരുധ്യാത്മക'വും 'തർക്കശാസ്ത്രപര'വും ആയത് എന്ന് വിളിക്കുന്ന സത്യങ്ങൾക്കുമേൽ (അവ രണ്ടും ദൈവശാസ്ത്രത്തിന്റെ മണ്ഡലത്തിൽ വരുന്നതാണ്) മേൽക്കൈ നേടുന്നതിന് സഹായിക്കുന്നു. ലളിതമായി വിശദീകരിച്ചാൽ, ആദ്യതത്വങ്ങളിൽ നിന്നുയർന്നുവരുന്നത് തത്വചിന്താപരമായ അഥവാ പ്രകടിതമാകുന്നതായ വ്യവഹാരങ്ങളാണ്. ദൈവശാസ്ത്രപരവും വൈരുധ്യാത്മകവുമായ വ്യവഹാരം ദൃഷ്ടാന്തങ്ങൾ, അല്ലെങ്കിൽ വിവരണംവഴി ബുദ്ധിമുട്ടേറിയ സത്യങ്ങളെ പൊതുജനങ്ങൾക്കുകൂടി ദഹിക്കാവുന്നതാക്കുന്നതിനെയാണ് പരാമർശിക്കുന്നത്. ഇവിടെ വീണ്ടും അവെറോസ് ന്യായീകരണത്തിനായി വേദപ്രമാണത്തിലേക്ക് തിരിയുന്നു. അദ്ദേഹം 'നിന്റെ യജമാനന്റെ മാർഗത്തിലേക്ക് വിവേകബുദ്ധിയോടെയും ചെറിയ സമ്മർദത്തിലൂടെയും വിളിക്കുകയും ഏറ്റവും നല്ല രീതിയിൽ അവരുമായി വാദിക്കുകയും ചെയ്യുക' എന്ന വാക്യമുദ്ധരിക്കുന്നു.

ആദ്യകൃതിയിൽ – 1179ൽ എഴുതിയ *നിർണായക പ്രബന്ധ*ത്തിൽ (*ഫസ്ൽ അൽ-മഖൽ*) അവെറോസ് മതവും തത്വചിന്തയും തമ്മിലുള്ള പ്രശ്നത്തിന്റെ പരിഹാരത്തിന് പറ്റിയൊരു രീതിശാസ്ത്രം മുന്നോട്ടുവയ്ക്കുന്നു; മതപരമായ വിവാദങ്ങളിൽ, അഥവാ, വേദപ്രമാണത്തിന്റെ ഭാഗങ്ങളുടെ വ്യാഖ്യാനത്തിൽ ഉപയോഗിക്കാനാവുന്ന തത്വചിന്താപരമായ, അഥവാ, ലോജിക്കലായ യുക്തിവിചാരത്തിന്റേതായ കൂടുതൽ കൃത്യമായ ഒരു രീതി മുന്നോട്ടുവയ്ക്കുന്നു. അവെറോസ് ഊന്നിപ്പറയുന്നത്, വിചിന്തനവും പരിഗണിക്കലും ലോജിക്കലായ യുക്തിവിചാരത്തിന്റെ അഥവാ ഡിഡക്ഷന്റെ (ചില ആദ്യതത്വങ്ങളിൽനിന്ന് പുതിയ തത്വങ്ങളുരുത്തിരിച്ചെടുത്ത് സത്യത്തിലെത്തിച്ചേരുന്ന രീതി) (ഖിയസ്) രൂപങ്ങളാണെന്നാണ്. അഥവാ, അറിയപ്പെടുന്നതിൽ നിന്ന് അറിയപ്പെടാത്തതിനെ പുറത്തെടുക്കുന്നതിന്റെ രൂപം. തുടർന്നദ്ദേഹം ഡിഡക്ഷന്റെ രീതി അവിഹിതമാണെന്ന പരമ്പരാഗത വാദികളുടെയും അക്ഷരാർഥവാദികളുടെയും അവകാശവാദങ്ങളെ ഖണ്ഡിക്കുന്നതിലേക്ക് നീങ്ങുന്നു. വിശുദ്ധവേദ

ഭാഗങ്ങളിൽനിന്ന് വ്യാഖ്യാനത്തിന്റെ രീതി സ്വീകരിച്ചുകൊണ്ട് ന്യായാധിപൻ തന്റെ നിയമപരമായ തീരുമാനങ്ങൾ ഉരുത്തിരിച്ചെടുക്കുകയോ കണ്ടെത്തുകയോ ചെയ്യുന്നതുപോലെ, തത്വചിന്തകൻ യാഥാർഥത്തിന്റെ സ്വഭാവത്തെയും അതിലൂടെ സ്രഷ്ടാവിനെക്കുറിച്ചുള്ള അറിവിലേക്കുള്ള പാതയിലൂടെ അതെങ്ങനെയാണ് നയിക്കുന്നതെന്നുമുള്ള കാര്യങ്ങൾ വെളിവാക്കാൻ യുക്തിപരമായ ഉരുത്തിരിച്ചെടുക്കലിന്റെ (Rational deduction) രീതിയുപയോഗിക്കുന്നതിൽ തികച്ചും ന്യായീകരിക്കപ്പെടുന്നുണ്ടെന്നദ്ദേഹം വാദിക്കുന്നു. തുടർന്നദ്ദേഹം, അറബിഭാഷയുടെ നിയമങ്ങൾ ലംഘിക്കാതെതന്നെ പദങ്ങളുടെ (വേദപ്രമാണത്തിലെ) ആലങ്കാരികമായ ലക്ഷ്യാർഥത്തിൽനിന്ന് യഥാർഥ അർഥം പുറത്തുകൊണ്ടുവരുന്ന പ്രവർത്തനമായി വ്യാഖ്യാനത്തെ നിർവചിക്കുന്നു. വ്യാഖ്യാനങ്ങൾ അത്യാവശ്യമാണെന്ന് വ്യവസ്ഥ ചെയ്തിരിക്കുന്ന വാക്യങ്ങളെ (verses) സംബന്ധിച്ചിടത്തോളം, ദൈവത്തിനും വിജ്ഞാനത്തിൽ അടിത്തറയുറച്ചവനുംമാത്രമേ അവയുടെ വ്യാഖ്യാനത്തിന് യോഗ്യതയുള്ളു എന്നദ്ദേഹം പറഞ്ഞു.

തന്റെ *ഫസ്ൽ അൽ മഖൽ* എന്ന കൃതിയിൽ വിവേകത്തോടുകൂടിയ ബുദ്ധിയും മതപരമായ നിയമവും തമ്മിൽ എന്ത് രക്ഷാധികാരിത്വബന്ധമാണുള്ളതെന്ന കാര്യം അദ്ദേഹം ചർച്ചക്കെടുക്കുന്നു. ചിന്തിക്കാനും അതിലൂടെ തീരുമാനങ്ങളിലെത്താനും സഹായകമാകുന്ന ഒരു പ്രായോഗിക മനസ്സ് ആളുകൾക്കുണ്ടെന്നും, അത്തരം തീരുമാനങ്ങളിലെത്താൻ അവനെ-കാര്യകാരണയുക്തി (reason) പരാജയപ്പെടുന്നിടത്ത്-സഹായിക്കുന്നതിനാണ് മതപരമായ നിയമങ്ങളെന്നുമദ്ദേഹം വിശ്വസിച്ചു. ഉണ്മകളെ നിരീക്ഷിക്കാനും അവയെ പഠിക്കാൻ പ്രോത്സാഹിപ്പിക്കാനുമാണ് നിയമം കൃത്യമായി ശുപാർശ ചെയ്യുന്നതെന്നദ്ദേഹം വിശ്വസിച്ചു. വേദപ്രമാണ വാക്യങ്ങൾ 'നിങ്ങൾ കണ്ണുകളുള്ളവർ കാണൂ, അവ സ്വർഗങ്ങളുടെ രാജകീയതകളിലേക്കും ഭൂമിയിൽ ദൈവം സൃഷ്ടിച്ചവയിലേക്കുമൊക്കെ നോക്കുന്നില്ലേ' എന്നു പറയുന്നിടത്ത്, ഉണ്മകളുടെ ആകത്തുകയെ നിരീക്ഷിക്കാൻ പ്രോത്സാഹിപ്പിക്കുന്നുവെന്ന് അദ്ദേഹം ചൂണ്ടിക്കാട്ടുകയും, അതുകൊണ്ട്, നീതിന്യായ ഗവേഷണത്തിൽ യുക്തിവിചാരത്തെ കൊണ്ടുവരണമെന്ന് ഒരു നിയമജ്ഞനെന്നനിലയിൽ ശുപാർശചെയ്യുകയും ചെയ്തു. മതത്തിനുമുമ്പുടലെടുത്തതോ, മതത്തിനന്യമായതോ ആയ ശാസ്ത്രം, വിശ്വാസത്തെ അപകടപ്പെടുത്തുന്നുവെന്നും അതിനാലതിന്റെ വക്താക്കളെ അവിശ്വാസികളായി കണക്കാക്കണമെന്നുമുള്ള ചില കടുത്ത ദൈവശാസ്ത്രവിശ്വാസികളുടെ അഭിപ്രായങ്ങളെ അദ്ദേഹം തന്റെ കൃതിയിൽ ശക്തമായി കടന്നാക്രമിച്ചു. അക്കാര്യത്തിൽ, അവെറോസിന്റെ അഭിപ്രായമനുസരിച്ച്, ഒരു വശത്ത് മതനിയമം വിശ്വാസികൾക്കു മാത്രമല്ല എല്ലാവർക്കും ബാധകമാണ്. കാരണം, വേദപ്രമാണത്തിലെ വാക്യം ചിന്തകളെയും ധ്യാനത്തെയും ക്ഷണി

ക്കുമ്പോൾ അതഭിസംബോധനചെയ്യുന്നത് വിശ്വാസികളെ മാത്രമല്ല, എല്ലാവരെയുമാണ്. അതുകൊണ്ട് ഒരു സത്യം വരുന്നത് പ്രാചീന വ്യക്തിയിൽനിന്നോ, അവിശ്വാസിയിൽനിന്നോ ആയാൽത്തന്നെയും അതിനെ സ്വീകരിക്കണ്ടതുണ്ട്, അതുപോലെ അവരുടെ അഭിപ്രായങ്ങളിൽ ഒരു തെറ്റു സംഭവിച്ചാൽ അക്കാര്യം ചൂണ്ടിക്കാട്ടേണ്ടതുമുണ്ട്. ദൈവം വിജ്ഞാനസമാർജനത്തെ ശുപാർശചെയ്യുന്നുണ്ടെങ്കിൽ വെളിപാടെന്നു പറയുന്നത് റെഡിമെയ്ഡായ ശാസ്ത്രീയ വിജ്ഞാനമല്ല. ഇത്തരത്തിലുള്ള വിജ്ഞാനത്തിൽ മാത്രമായി ഒരു വിശ്വാസി ഒതുങ്ങിനിൽക്കണമെന്ന് വേദപ്രമാണത്തിലൊരിടത്തും പഠിപ്പിക്കുന്നില്ലെന്നു വാദിച്ച അദ്ദേഹം സ്രഷ്ടാവ് എന്ന നിലയിൽ തന്റെ അസ്തിത്വത്തെക്കുറിച്ചുള്ള അറിവിലെത്തിച്ചേരാനായി നിരീക്ഷിക്കാനും പഠിക്കാനും ദൈവം ജീവികൾക്ക് സ്വാതന്ത്ര്യം നൽകിയിരിക്കുന്നതിനാൽ നാം ശാസ്ത്രം പഠിക്കേണ്ടതുണ്ടെന്ന് വാദിച്ചുറപ്പിച്ചു. എല്ലാ മനുഷ്യരോടുമായി സംസാരിക്കുന്ന മതനിയമത്തെ വ്യത്യസ്തമാർഗങ്ങളിലൂടെ മനസിലാക്കാം. ഇന്ദ്രിയജ്ഞാനത്തിന്റെയും ഭാവനയുടെയും തലത്തെ സ്നേഹിക്കുന്നവരെ സ്റ്റൈലിന്റെ സൗന്ദര്യം സ്പർശിക്കുന്നു; ദൈവദൂതനിലേക്കിറങ്ങിവന്ന വചനത്തിന്റെ ദൈവികമായ ഉറവിടത്തെ തെളിയിക്കുന്ന ഒരത്ഭുതമായി അതിനെ വിശ്വാസികൾ കാണുന്നു; യുക്തിപരമായ ചിന്തക്കു കഴിവുള്ളവർ അതിന്റെ സങ്കൽപ്പനങ്ങൾക്കു കീഴിൽ മറഞ്ഞിരിക്കുന്ന ബന്ധങ്ങളെ കണ്ടെത്തുന്നു. അതെല്ലാം, പക്ഷേ, വിവിധ വഴികളിലൂടെ ഒരേ സത്യത്തെ എല്ലായ്പ്പോഴും കൈയെത്തിപ്പിടിക്കുന്നു.

തന്റെ പ്രമുഖ ദൈവശാസ്ത്ര പ്രബന്ധമായ *തെളിവിന്റെ രീതികളുടെ തുറന്നുകാട്ടൽ (അൽ കഷ്ഫ്)* എന്ന കൃതിയിൽ അവെറോസ് ക്രമീകൃതമായി ദൈവത്തിന്റെ അസ്തിത്വം, അദ്ദേഹത്തിന്റെ ഗുണങ്ങൾ, ലോകത്തിന്റെ സൃഷ്ടി എന്നിക്കാര്യങ്ങളെ കൈകാര്യം ചെയ്യുന്നു. ദൈവശാസ്ത്രപരവും തത്വചിന്താപരവുമായ മത സർക്കിളുകളിൽ കേന്ദ്രസ്ഥാനത്തു വരുന്നതും പടിഞ്ഞാറൻ പണ്ഡിത സർക്കിളുകളിൽ സുപ്രധാന പ്രശ്നവുമായ, ദൈവത്തിന്റെ അസ്തിത്വം, എന്ന പ്രശ്നത്തെപ്പറ്റിയുള്ള ഒരു ചൂടേറിയ ചർച്ചയോടെയാണ് പുസ്തകം തുടങ്ങുന്നത്. യുക്തിയുടെ പശ്ചാത്തലത്തിൽ വിശ്വാസത്തെക്കാണുന്ന അവെറോസ് ഉറപ്പിച്ചുപറയുന്നത്, ദൈവികാസ്തിത്വത്തെ പ്രാഥമികമായി അറിയാനാവുന്നത് യുക്തിയിലൂടെയാണെന്നാണ്. അക്ഷരാർഥവാദികളും അഷറൈറ്റുകളും വാദിക്കുന്നത് ദൈവത്തിന്റെ അസ്തിത്വത്തെക്കുറിച്ച് വേദപ്രമാണത്തിൽ നിന്നുമാത്രമോ, അതല്ലെങ്കിൽ, അംഗീകൃതമായ സ്രോതസുകളിൽ നിന്നോ മാത്രമേ അറിയാൻ കഴിയൂയെന്നും വിശ്വാസത്തിന്റെ അടിസ്ഥാനത്തിലാണതിന് അംഗീകാരം, നൽകുന്നതെന്നുമാണ്. ലോകം അനിത്യമാണ്, അഥവാ അത് കാലത്തിൽ സൃഷ്ടിക്കപ്പെട്ടതാണ് എന്നും സ്രഷ്ടാവിന്റെ ഭാഗത്തുനിന്നുള്ള നിത്യമായ ഒരു ഇച്ഛയുടെ പ്രവർത്തനം

മൂലമാണ് ഉണ്മയിലേക്ക് വന്നതെന്നുമുള്ള ധാരണ, ദൈവശാസ്ത്രവീക്ഷണത്തിലെ, അവെറോസിന്റെ അഭിപ്രായത്തിൽ, ഇച്ഛിക്കലും പ്രവർത്തനവും(അഥവാ ഉണ്ടാക്കലും) ദൈവത്തിന് കൽപ്പിച്ചു നൽകപ്പെട്ട നിലയിൽ തികച്ചും വ്യതിരിക്തമാണെന്നും, അതുകൊണ്ട് ലോകം കാലത്തിൽ സൃഷ്ടിക്കപ്പെട്ടതാണെന്നു സങ്കൽപ്പിച്ചാൽ ലോകത്തിന് ഉത്ഭവം നല്കുന്ന പ്രവർത്തനവും കാലത്തിൽത്തന്നെയായിരിക്കണമെന്നതും, ലോകത്തെ സൃഷ്ടിക്കുന്നതിൽ ദൈവത്തിന്റെ ഇച്ഛ അദ്ദേഹത്തിന്റെ പ്രവർത്തനത്തിന്റെ മുന്നുപാധിയായാണെന്നും, അല്ലാതെ (ആ പ്രവർത്തനത്തിന് ആവർത്തനത്തിന്റെ ഉടനടിയുള്ള ഉൽപ്പന്നമാണ് ലോകം) സമാനമല്ല എന്നതും തിരിച്ചറിയുന്നതിൽ പരാജയപ്പെടുന്നു. അങ്ങനെ വരുമ്പോൾ, ദൈവത്തിന്റെ ലോകത്തെ സൃഷ്ടിക്കലിനും അതിന്റെ രൂപം കൊള്ളലിനുമിടയിൽ ഒരിടവേളയുണ്ടാകില്ല. അല്ലെങ്കിൽ അദ്ദേഹം അതിന് ശേഷിയില്ലാത്തവനോ, എന്തെങ്കിലും പരാധീനതനിമിത്തം അതിൽ നിന്നു തടസ്സപ്പെടുത്തപ്പെട്ടിരിക്കുകയോ ആവണം; ആതാകട്ടെ തികച്ചും അസംബന്ധവുമാണ്. അവെറോസ് വിശ്വസിക്കുന്നത് അനിത്യതയിൽ നിന്നും യാദൃച്ഛികതയിൽനിന്നുള്ള വാദങ്ങൾ ദൈവത്തിന്റെ അസ്തിത്വത്തിനു തെളിവായി നിലനിൽക്കുന്നില്ലെന്നും, അതുപോലെ, മതപരമായ നിയമവും വേദപ്രമാണവും പറയുന്ന രീതിയിലും ശുപാർശ ചെയ്യുന്ന മട്ടിലും അതിന്റെ തെളിവ് നിലനിൽക്കില്ലെന്നുമാണ്. പക്ഷേ, അദ്ദേഹം, പകരമായി സ്രഷ്ടാവിന്റെ അസ്തിത്വത്തിന്റെ തെളിവിനായി രണ്ടു വാദങ്ങൾ മുന്നോട്ടുവക്കുന്നു. ദൈവകാരുണ്യത്തിൽനിന്നും കണ്ടുപിടിത്തത്തിൽനിന്നും. ദൈവകാരുണ്യത്തിൽനിന്നുള്ള വാദം ഉറപ്പിക്കപ്പെട്ടിരിക്കുന്നത് ലോകത്തിൽ നിലനിൽക്കുന്ന എല്ലാക്കാര്യങ്ങളും മനുഷ്യവർഗത്തിന്റെ നന്മക്കനുസരിച്ചും ഒരു ഇച്ഛാശക്തിയുള്ള ഏജന്റിന്റെ പ്രവർത്തനത്തിന്റെ ഉൽപ്പന്നമെന്നതിനനുസരിച്ചുമാണ് എന്ന പ്രമേയത്തിന്മേലാണ്. ദിനവും രാത്രിയും മാറിമാറി വരുന്നതും, നാലു സീസണുകളും നദികളും, കടലുകളും, ഭൂമിയിലെ മനുഷ്യന്റെ സ്ഥാനവും എല്ലാം മനുഷ്യനെ സേവിക്കുന്ന തരത്തിലാണെന്ന് നാം കാണുന്നു. അവയെ നിരീക്ഷിച്ചുകൊണ്ട്, സംശയലേശമെന്യേ, ഈ ലോകം ഒരു യാദൃച്ഛികതയുടെ ഉൽപ്പന്നമായല്ല പ്രത്യക്ഷപ്പെടുന്നതെന്ന് തെളിയിക്കാനാവും. കണ്ടുപിടിത്തത്തിന്റെ വാദം രണ്ടു പ്രമേയങ്ങളിന്മേലാണ് (പൂർവ പക്ഷത്തിന്മേൽ) നിലനിൽക്കുന്നത്. അതിലെ സ്വയം വ്യക്തമാവുന്ന ആദ്യത്തേത് പറയുന്നത് എല്ലാ നിലനില്ക്കുന്ന വസ്തുക്കളും (quantities) ദൈവം കണ്ടുപിടിച്ചതാണെന്നാണ്; വേദപ്രമാണം 'ദൈവത്തെക്കൂടാതെ നിങ്ങൾ വിളിച്ചപേക്ഷിക്കുന്ന മറ്റെല്ലാവരും കൂടി ഒത്തുചേർന്നാലും അവർക്കൊരീച്ചയെപ്പോലും സൃഷ്ടിക്കാനാവില്ല' എന്നു പറയുന്നതുപോലെ. രണ്ടാമത്തേത്, കണ്ടുപിടിക്കപ്പെട്ടിരിക്കുന്ന എല്ലാ വസ്തുക്കൾക്കും ഒരു കണ്ടുപിടിത്തക്കാരൻ വേണമെന്നതും അദ്ദേഹത്തിന്റെ കണ്ടുപിടിത്തത്തിന്റെ

ഒട്ടേറെ അടയാളങ്ങൾ നമുക്ക് നിരീക്ഷിക്കാൻ കഴിയുമെന്നതുമാണ്. ഒരു പ്രത്യേക വസ്തുവിന്റെ യാഥാർഥ്യം അറിയാത്ത ഒരാൾക്കും വേദപ്രമാണം ശരിവക്കുന്നരീതിയിലുള്ള അതിന്റെ കണ്ടുപിടിത്തത്തിന്റെ യാഥാർഥ്യം മനസിലാക്കാനാവില്ല.

ദൈവത്തിന്റെ ഗുണങ്ങളെ സംബന്ധിച്ചിടത്തോളം, തത്വചിന്തകർ ദൈവിക ഗുണങ്ങളുടെ നിഷേധകരാണെന്നും അവർ ദൈവത്തെ അദ്ദേഹത്തിന്റെ ഗുണങ്ങളിൽനിന്ന് വേർതിരിച്ചുനിർത്തുന്നുവെന്നുമുള്ള ഗസാലിയുടെ കുറ്റാരോപണത്തെ അവെറോസ് തള്ളിക്കളയുന്നു. തത്വചിന്തകർ യഥാർഥത്തിൽ ദൈവത്തിന്റെ ഗുണങ്ങളെ നിഷേധിക്കുന്നില്ലെന്നു വാദിക്കുന്ന അവെറോസ് നിർബന്ധപൂർവം പറയുന്നത്, അവർ മുത്തക്കലിമുനിന് (Muthakka limun) തികച്ചും വ്യത്യസ്തമായ ഒരു രീതിയിൽ അവരദ്ദേഹത്തെക്കുറിച്ച് പ്രവചിക്കുക മാത്രമാണ് ചെയ്യുന്നതെന്നാണ്. തത്വചിന്തകർ നിഷേധിക്കുന്നത് 'ജീവൻ', 'അറിവ്', 'ശക്തി' എന്നീ ഗുണങ്ങളെ ദൈവത്തിന്റേതായി ഉറപ്പിച്ചു പ്രഖ്യാപിക്കുന്നതിനെയും, ആകത്തുകയായി അവയെ മനുഷ്യന്റെ പേരിലും ഉറപ്പിച്ചു പ്രഖ്യാപിക്കുന്നതിനെയുമാണ് എന്നാണ് അവെറോസ് പറയുന്നത്. മറിച്ച്, തത്വചിന്തകർ അവയെ ദൈവത്തിൽ അനുഭവജ്ഞാനാതീതമായ വിധത്തിൽ ഉറപ്പിച്ചു പ്രഖ്യാപിക്കുന്നുണ്ടെന്ന് അദ്ദേഹം പറയുന്നു. 'അറിവെ'ന്ന ഗുണത്തെ അദ്ദേഹത്തിൽ ഉറപ്പിച്ചു പ്രഖ്യാപിക്കുന്നത് സൃഷ്ടിയിൽ നാം കാണുന്ന അതിശയകരമായ ക്രമത്തിൽനിന്നും ചില ജീവികൾ മറ്റു ചിലതിന് കീഴ്പ്പെടുത്തപ്പെട്ടിരിക്കുന്നതിൽ നിന്നുമാണ്. മറ്റ് ഗുണങ്ങളായ 'ജീവൻ', 'ഇച്ഛ', 'ശക്തി' എന്നിവയൊക്കെ ദൈവത്തിൽ വിശേഷണമാക്കാവുന്നതാകുന്നത് മനുഷ്യനിൽനിന്നു വ്യത്യസ്തമായ രീതിയിലാണ്; 'ജീവൻ' അറിവിന്റെ ഒരു മുന്നുപാധിയെന്ന രീതിയിലും, ഒരു വസ്തുവിനെയോ അതിന്റെ വിപരീതത്തിനെയോ ഇച്ഛിക്കുക എന്ന അദ്ദേഹത്തിന്റെ മുൻഗണനയുടെ രീതിയിൽ ഇച്ഛയെയും, ഒടുവിൽ, 'ശക്തിയെ' അദ്ദേഹമിച്ഛിക്കുന്ന വസ്തുവിനെ ഉണ്മയാക്കാനുള്ള അദ്ദേഹത്തിന്റെ കഴിവെന്ന രീതിയിലും. അഷറൈറ്റുകൾ പറയുന്നത് അറിവും ഇച്ഛയും നിത്യമാണെന്നാണ്; സൃഷ്ടിക്കപ്പെട്ട വസ്തുക്കളെ നിത്യമായ ഒരറിവിന്റെ മാർഗത്തിലൂടെ ദൈവം അറിയുന്നുണ്ടെന്നും ഒരു നിത്യമായ ഒരിച്ഛയിലൂടെ അവയെ ഇച്ഛിക്കുന്നുണ്ടെന്നും കൂട്ടിച്ചേർക്കുകയും ചെയ്യുന്നു. അവെറോസിന്റെ അഭിപ്രായത്തിൽ ആ രണ്ടു ധാരണകളും ലോജിക്കലായി അസംബന്ധമാണ്. കാലത്തിൽ സൃഷ്ടിക്കപ്പെടുന്ന വസ്തുക്കളെ ഒരു നിത്യമായ അറിവിന്റെയും ഇച്ഛയുടെയും രൂപത്തിൽ ദൈവം അറിയുകയും ഇച്ഛിക്കുകയും ചെയ്യുന്നുവെന്നു വാദിക്കുമ്പോൾ ഒരു വസ്തുവിനെ സൃഷ്ടിക്കാൻ ദൈവം ഇച്ഛിക്കുന്നതിനും അത് യഥാർഥത്തിൽ കാലത്തിൽ നിലവിൽ വരുന്നതിനുമിടയിലുള്ള കാലത്തിന്റെ ഒരു കടന്നുപോകലിനെ വിശദീകരിക്കാതെ വിടുകയാണ്. അവെറോസിന്റെ അഭിപ്രായ

ത്തിൽ, വേദപ്രമാണം വ്യക്തമായും വളരെ ലളിതമായും പഠിപ്പിക്കുന്നത് സൃഷ്ടിക്കപ്പെട്ട വസ്തുക്കളെ ഒരേ നിമിഷത്തിൽത്തന്നെ ദൈവത്തിനറിയുകയും അദ്ദേഹത്താലിച്ഛിക്കപ്പെടുകയുമാണ് എന്നതാണ്. അദ്ദേഹമവ നിലവിൽ വരണമെന്നാഗ്രഹിക്കുന്നു; അത്തരമൊരറിയലും ഇച്ഛിക്കലും അനിത്യമാണോ നിത്യമാണോ എന്നത് നിർണയിക്കുന്നില്ല. അത്തരമറിവും ഇച്ഛയും നമ്മുടേതിൽനിന്ന് തികച്ചും വ്യത്യസ്തമാണ്, അവയൊക്കെ ഏതു രീതിയിലാണ് ദൈവത്തിൽ വിശേഷണങ്ങളായി ഭവിക്കുന്നതെന്നത് നമുക്കറിയുകയുമില്ല എന്നദ്ദേഹം *പൊരുത്തക്കേട്* എന്ന ഗ്രന്ഥത്തിൽ പ്രസ്താവിച്ചു. *നിർണായക പ്രബന്ധത്തിലും അനുബന്ധ*ത്തിലും അദ്ദേഹം പറയുന്നത് വസ്തുവിനെക്കുറിച്ചുള്ള ദൈവത്തിന്റെ അറിവാണ് ആ വസ്തുവിന്റെ കാരണമെന്നും, അതേസമയം ആ വസ്തുവിനെക്കുറിച്ചുള്ള നമ്മുടെ അറിവ് ആ വസ്തുവിന്റെ ഫലമാണെന്നുമാണ്.

ദൈവത്തിന്റെ ഒരു ഗുണമെന്ന നിലയിൽ വചനം ഒരു വിവാദപരമായ വിഷയമാണ്. അതാണ് അഷറൈറ്റുകളെയും മുത്താസിലൈറ്റുകളെയും എതിർ ധ്രുവങ്ങളിലാക്കിയത്. ഊരാക്കുടുക്കായിത്തീർന്ന ഈ പ്രശ്നത്തിൽ അവെറോസ് വലിയ വൈരുധ്യാത്മക വൈദഗ്ദ്യം പ്രദർശിപ്പിക്കുന്നു. അഷറൈറ്റുകളും ഹൻബാലൈറ്റുകളും പറയുന്നതുപോലെ വേദപ്രമാണം ദൈവത്തിന്റെ നിത്യമായ വചനമാണ്. എന്നാലാ വചനത്തെ പ്രകടിപ്പിക്കുന്ന വാക്കുകൾ ദൈവത്താൽ സൃഷ്ടിക്കപ്പെട്ടവയാണ്. ഇവിടെ അവെറോസ് നാം നിത്യജീവിതത്തിലുപയോഗിക്കുന്ന വാക്കുകളെയും നാം വേദപ്രമാണം ഏറ്റുചൊല്ലുമ്പോൾ ഉപയോഗിക്കുന്ന വാക്കുകളെയും തമ്മിൽ വേർതിരിക്കുന്നു. ആദ്യത്തേത് നമ്മുടെ പ്രവൃത്തിയാണ്, രണ്ടാമത്തേത് ദൈവത്തിന്റെ സൃഷ്ടിയും. അവയെ മഹത്വീകരിക്കണം, കാരണമവ സൂചിപ്പിക്കുന്നത് ദൈവത്താൽ സൃഷ്ടിക്കപ്പെടുന്ന വാക്കുകളെയും, സൃഷ്ടിക്കപ്പെട്ടതല്ലാത്ത അർഥങ്ങളെയുമാണ്. വിവേചനമില്ലാതെ അർഥങ്ങളിൽ നിന്ന് മാറ്റിനിർത്തി വാക്കുകളെ പരിഗണിക്കുന്ന ആരും പറയുക ഗ്രന്ഥം സൃഷ്ടിക്കപ്പെട്ടതാണെന്നാണ്, അതേസമയം, വാക്കുകൾ സൂചിപ്പിക്കുന്ന അർഥത്തെ പരിഗണിക്കുന്ന ആരും പറയുക അത് സൃഷ്ടിക്കപ്പെട്ടതല്ലെന്നാണ്. അവെറോസ് ഊന്നൽ നൽകി സ്ഥാപിക്കാൻ ശ്രമിക്കുന്നത് ഖുർ-ആനിലെ വാക്യങ്ങളുടെ അർഥം നിത്യമാണ്, അഥവാ സൃഷ്ടമല്ലാത്തതാണ് എന്നും; എന്നാൽ നാമവയെ പ്രകടിപ്പിക്കുന്ന വാക്കുകൾ, അഥവാ അവയെ പ്രകടിതമാക്കുന്ന അക്ഷരങ്ങൾ കാലത്തിൽ സൃഷ്ടിക്കപ്പെട്ടതാണെന്നുമാണ്-ഇതൊരു പൊരുത്തപ്പെടുത്തുന്ന (അനുരഞ്ജിപ്പിക്കുന്ന) നിലപാടായിരുന്നുവെങ്കിലും ഹൻബാലൈറ്റുകൾ അതംഗീകരിക്കാൻ കൂട്ടാക്കിയില്ല.

ഇസ്ലാമിക നവ പ്ലേറ്റോവാദികളായ അൽ-ഫരാബിക്കും അവിസെന്നക്കും നേരെ (അവർക്കുമപ്പുറത്ത് അരിസ്റ്റോട്ടിലിനെതിരെയും) അൽ-

ഗസാലി നടത്തിയ ആക്രമണത്തിന്റെ കേന്ദ്രബിന്ദുവായിരുന്ന ലോകത്തിന്റെ കാലയളവിന്റെ പ്രശ്നം അവെറോസിന്, അൽ ഗസാലിയുടെ വാദങ്ങളെ എതിർക്കാനും ലോകം നിത്യമാണെന്നും നശിപ്പിക്കാനാകാത്തതാണെന്നുമുള്ള അരിസ്റ്റോട്ടിലിന്റെ സിദ്ധാന്തത്തെ വീണ്ടുമുറപ്പിച്ചു പറയാനും അവസരം നൽകി. തന്റെ വാദങ്ങളെ പ്രതിരോധിക്കാനായി അദ്ദേഹം വേദപ്രമാണത്തിലെ ചില വാക്യങ്ങളിലേക്ക് വിരൽചൂണ്ടി. അവനാണ് ആകാശങ്ങളെയും ഭൂമിയെയും സൃഷ്ടിച്ചതെന്നും, അതേ സമയം അവന്റെ സിംഹാസനം വെള്ളത്തിൽ ഉപസ്ഥിതമായിരിക്കുകയായിരുന്നുവെന്നും പറയുന്ന പ്രമാണത്തിലെ വാക്യത്തിൽനിന്ന് സിദ്ധമാകുന്നത് അതിന്റെ ഉപരിതലത്തിൽ, സിംഹാസനവും വെള്ളവും അവയുടെ കാലയളവളക്കുന്ന സമയവും സൃഷ്ടിയുടെ നിമിഷത്തിനുംമുമ്പേ നിലനിന്നിരുന്നുവെന്നാണ്. അതുപോലെ, 'അനന്തരമവൻ സ്വർഗത്തിലേക്കുയർന്നു. സ്വർഗം പുകകൊണ്ടു നിറഞ്ഞിരുന്നു'. എന്ന വാക്യത്തിൽനിന്ന് സിദ്ധമാകുന്നത്, അതിനകംതന്നെ നിലനിന്നിരുന്ന എന്തിലോ നിന്നാണ് ആകാശത്തെ സൃഷ്ടിച്ചതെന്നും, അത് പുകയാണെന്നുമാണ്. ഇങ്ങനെ ചെയ്യുന്നതിലൂടെ, അദ്ദേഹം ഉറപ്പിച്ചുപറയുന്നത് വേദപ്രമാണം സാധാരണ മനുഷ്യരെ പഠിപ്പിക്കുകയും ഉപദേശിക്കുകയുംചെയ്യുകയെന്ന അതിന്റെ ശ്രമത്തിനിടയിൽ അവർക്ക് ഗ്രഹിക്കാനാവുന്ന 'ഇന്ദ്രിയപരമായ പ്രതിനിധാന'ത്തിന്റെ രീതി സ്വീകരിച്ചുവെന്നും; കാരണം, സാധാരണ മനുഷ്യർക്കെന്നല്ല പഠിപ്പുള്ള ആളുകൾക്കുപോലും ഒന്നുമില്ലായ്മയിൽനിന്നും സൃഷ്ടി, അതുപോലെ കാലത്തിന്റെ ഇല്ലായ്മയിൽ സൃഷ്ടിയെന്നതൊക്കെ ഗ്രഹിക്കാനാകില്ലെന്നുമാണ്. ഇത്തരം കേസുകളിൽ അറിവുള്ളവരുടെ കടമയാണ് അത്തരം പ്രതിനിധാനങ്ങളെ വ്യാഖ്യാനിക്കുകയെന്നത്; സാധാരണ മനുഷ്യരുടെ കടമ അവയെ അവയുടെ മുഖവിലക്ക് സ്വീകരിക്കുകയെന്നതാണ്. യഥാർഥത്തിൽ, ഒരിക്കലും നിത്യമായ പ്രപഞ്ചം എന്ന അരിസ്റ്റോട്ടിലിന്റെ സിദ്ധാന്തത്തെ കൈയൊഴിയാതിരിക്കുകയും, അതേ സമയംതന്നെ, ഒരു സൃഷ്ടപ്രപഞ്ചമെന്ന ഇസ്ലാമിക സങ്കൽപ്പത്തെ സ്വീകരിക്കാൻ തയ്യാറാവുകയും ചെയ്ത അവെറോസ് വിശ്വസിച്ചത് തുടർച്ചയുള്ളതും തുടർച്ചയില്ലാത്തവയുമായ സൃഷ്ടികളെ വേർതിരിക്കേണ്ടതനിവാര്യമാണെന്നാണ്. അക്കാര്യമദ്ദേഹം തന്റെ 'ദ ഇൻകൊഹറൻസി'ൽ(The Incoherence)പറഞ്ഞിട്ടുണ്ട്. ആദ്യത്തേതാണ്, അതായത് നിത്യമായ സൃഷ്ടിയെന്നതാണ്, തീർച്ചയായും, സർവശക്തനായ സ്രഷ്ടാവിന്റെ പ്രവർത്തനങ്ങളെ പരിഗണിക്കുമ്പോൾ കൂടുതലനുയോജ്യമാകുക. കാരണമദ്ദേഹത്തിന്റെ ഇച്ഛിക്കലിനും പ്രവർത്തനത്തിനുമിടയിൽ ഒരു ഇടവേള, അഥവാ സമയത്തിന്റെ കടന്നുപോകൽ കാണാനും ഗ്രഹിക്കാനുമാകില്ല; നിർണിതമായ ഏജന്റുകളുടെ കാര്യത്തിലെന്നപോലെ.

ദൈവം നന്മയുടെയും തിന്മയുടെയും സ്രഷ്ടാവാണെന്ന സിദ്ധാന്തത്തെ അവെറോസ് ചോദ്യം ചെയ്തില്ല. അദ്ദേഹം ലളിതമായി വാദിക്കുന്നത് ഈ സിദ്ധാന്തത്തെ ശരിയാംവണ്ണമറിയണമെന്നാണ്. യഥാർഥത്തിൽ ദൈവം നന്മയെ സൃഷ്ടിക്കുന്നത് അതിനുവേണ്ടിത്തന്നെയാണ്, അതേസമയം, അദ്ദേഹം തിന്മയെ സൃഷ്ടിക്കുന്നത് അതിന്മേൽ തുടർന്നു വന്നേക്കാവുന്നതായ നന്മക്കുവേണ്ടിത്തന്നെയാണ്. അതുകൊണ്ടുതന്നെ അദ്ദേഹം അനീതിയെ സൃഷ്ടിച്ചതിനെ അനീതിയായിക്കാണാനാവില്ല. ഒരു പ്രത്യേകവസ്തുവിന്റെ സൃഷ്ടിയെത്തുടർന്ന് വരുന്ന തിന്മയെ, ഉദാഹരണത്തിന് അഗ്നിയെ, അതിന്റെ സമാന്തരമായ നന്മയുമായി നാം താരതമ്യപ്പെടുത്തിയാൽ, തീർച്ചയായും നന്മയാണ് അധികം തൂങ്ങുകയെന്ന കാര്യവും നാമതിന്റെകൂടെ കാണണം. ദൈവം നന്മയെയും തിന്മയെയും സൃഷ്ടിക്കുന്നുവെന്ന കാര്യത്തെ അതിന്റെ മുഖവിലക്കുതന്നെ സ്വീകരിക്കാൻ നാം സാധാരണമനുഷ്യരെ നിർബന്ധിക്കണം, അതല്ലെങ്കിൽ അവർ ദൈവത്തിന്റെ ശക്തിയുടെ അളവിനെ ചോദ്യം ചെയ്തേക്കാം; പ്രത്യേകിച്ചും തിന്മയിൽനിന്നും സ്വതന്ത്രമായ കേവലമായ നന്മയായിട്ടുള്ളതിനെ സൃഷ്ടിക്കാനവന് കഴിവുണ്ടോയെന്നതിനെ. ആ ഒരു സാധ്യത, അവെറോസിനെ സംബന്ധിച്ച്, ലോജിക്കലായി അടഞ്ഞതാണ്; കാരണം കേവലമായ നന്മയുടെ, അതായത്; ദൈവതുല്യമായതിന്റെ-സൃഷ്ടി ലോജിക്കലായി അസാധ്യമാണ്.

അവെറോസിനെ സംബന്ധിച്ച്, അറിവും പാണ്ഡിത്യവുമുള്ള എല്ലാ തെളിയിച്ചുകാട്ടലുകളുമായും എല്ലാ മതപരമായ വേദപ്രമാണങ്ങളുമായും യഥാർഥത്തിൽ ഒത്തുപോകുന്ന ഒന്നാണ് മരണത്തിനുശേഷമുള്ള അതിജീവനം. എന്നാൽ, വിവിധ മതപരമായ വേദപ്രമാണങ്ങൾ അത്തരമതിജീവനത്തിന്റെ രീതിയെ സംബന്ധിച്ച് വിയോജിക്കുന്നു. ചിലരവയെ ആത്മീയമായതായി മാത്രം കാണുന്നു, ആത്മാവിനെമാത്രം സംബന്ധിക്കുന്ന ഒന്നായി. മറ്റുള്ളവർ ശരീരത്തിന്റെയും ആത്മാവിന്റെയും അതിജീവനമായി. പക്ഷേ, വിവിധ മതപ്രമാണങ്ങൾ തമ്മിലുള്ള വിഭിന്നതകൾ മരണാനന്തര ആത്മാവിനെ വിധിയെക്കുറിച്ച് സംസാരിക്കുന്നതിനവർ സ്വീകരിക്കുന്ന വ്യത്യസ്തതരം പ്രതിനിധാനങ്ങളെ സജീവമാക്കുന്നു, അവയൊക്കെ തത്വചിന്തകരുമായി പരിപൂർണ യോജിപ്പിലാണ്. അവരെല്ലാം അതിനെ അനശ്വരമായി പരിഗണിക്കുന്നു. അങ്ങനെ, ചില വേദപ്രമാണങ്ങൾ ആത്മാവിന് ഇഹലോകാനന്തര ജീവിതത്തിൽ കാത്തിരിക്കുന്ന സന്തോഷ-സന്താപങ്ങളെ തികഞ്ഞ ഇന്ദ്രിയപരമായ രൂപത്തിൽ പ്രതിനിധീകരിക്കുന്നു. പൂന്തോട്ടവും നരകാഗ്നിയുംപോലെ. കാരണം, പൊതുജനങ്ങളുടെ അംഗീകാരം നിർബന്ധമായും നേടിയെടുക്കാനത്തരം അവതരണങ്ങൾ കൂടുതൽ ഫലപ്രദമാകും. അദ്ദേഹം വാദിക്കുന്നത്, മരണസമയത്ത് അപചയപ്പെടുകയും പൊടിയായിത്തീരുകയും ചെയ്യുന്ന ശരീരം, മരണത്തിനുശേഷം മാറ്റമില്ലാതെ ഉയിർത്തെഴുന്നേല്ക്കാനാവു

ന്നതാണ് എന്നാണ്. ഉയിർത്തെഴുന്നേൽക്കുന്ന ശരീരം ഭൗതിക ശരീരവുമായി സമാനമായിരിക്കുമെന്നതിലേറെ സദൃശമായിരിക്കും എന്നു സങ്കൽപ്പിക്കുന്നതായിരിക്കും ശരിയെന്നും അദ്ദേഹം വാദിക്കുന്നു. ഒരു നിഗമനമെന്നനിലയിൽ അവെറോസ് സമ്മതിക്കുന്നത്, ഒരു വിശ്വാസിയിൽ നിക്ഷിപ്തമായിരിക്കുന്ന കടമ തന്റെ ധാരണക്കനുയോജ്യമായ ഒരു ഉയിർത്തെഴുന്നേൽപ്പ് രീതിയുമായി സമ്മതിയിലെത്തുന്നതാണ്; അയാൾ ഉയിർത്തെഴുന്നേൽപ്പിലെ വസ്തുതയെ ചോദ്യംചെയ്യാത്തിടത്തോളം കാലം. അതല്ലെങ്കിൽ അദ്ദേഹം സ്ഥിരമായി പറയുന്നതുപോലെ, ഉറക്കത്തിനു സദൃശമായ ഒന്നാണ് ആത്മാവിന്റെ മരണം എന്നു പറയുന്ന വേദപ്രമാണത്തിലെ വാക്യത്തിലൂടെ മരണാനന്തര അതിജീവനം ശരിവയ്ക്കപ്പെടുകയാണ്. രണ്ടു കേസുകളിലും അറിവിനു വിധേയമാകുന്നത് അവയവം, അഥവാ, ഉപകരണമാണ്; അല്ലാതെ ആത്മാവ് സ്വയമല്ല.

ദൈവശാസ്ത്രപരമായ ഡോഗ്മകളുടെ തടവറയിൽനിന്ന് ഇസ്ലാമിക തത്വചിന്തയെ സ്വതന്ത്രമാക്കുന്നതിൽ അവെറോസ് തീർച്ചയായും വിജയിച്ചുവെന്ന കാര്യം അനിഷേധ്യമാണ്. ഈ പശ്ചാത്തലത്തിൽ, ഇസ്ലാമിനകത്തു തന്നെ അത്രയധികം ശിഷ്യന്മാരെയൊന്നും കണ്ടെത്താൻ അവറോസിനു പറ്റിയില്ലെന്ന കാര്യത്തിലതിശയമില്ല. യഥാർഥത്തിൽ, പിൽക്കാലജീവിതത്തിൽ അദ്ദേഹത്തിൽ മതവിരോധം ആരോപിക്കപ്പെടുകയും അദ്ദേഹം താമസിക്കാനായിപ്പോയ മൊറോക്കോയിൽനിന്ന് താൽക്കാലികമായി സ്പെയിനിലേക്ക് തിരിച്ചയക്കപ്പെടുകയും ചെയ്തു. പക്ഷേ അത്, തത്വചിന്തയോടുള്ള ഒരസഹിഷ്ണുതയിലേറെ, ഇസ്ലാമിലെ വിവിധ ഗോത്രവിഭാഗങ്ങൾ തമ്മിൽ നടന്ന ഒരു ആഭ്യന്തര സമരത്തിന്റെ ഫലമായിരുന്നു. അവെറോസിന് ഒടുവിൽ മാപ്പ് കിട്ടി. പൊതുവിൽ, തന്റെ വീക്ഷണങ്ങൾ സ്വാധീനത്തോടെയും സ്വതന്ത്രമായും പ്രകടിപ്പിക്കാനദ്ദേഹം അനുവദിക്കപ്പെട്ടു. അടിയന്തരഭാവിയിൽ, അദ്ദേഹത്തിന്റെ സ്വാധീനം അദ്ദേഹത്തിന്റെ സംസ്കാരത്തിന്റെ അതിരുകൾക്കകത്തെന്നതിലേറെ അതിനുപുറത്തായിരുന്നു, പ്രത്യേകിച്ചും, ക്രിസ്ത്യൻ തത്വചിന്തയുടെ പിൽക്കാല വികാസത്തെ അത് കാര്യമായി സ്വാധീനിച്ചു.

യഥാർഥത്തിൽ, അദ്ദേഹം വെളിപാടിനെ അംഗീകരിക്കുകയും തത്വചിന്തയുമായി മതത്തെ താളത്തിലെത്തിക്കാൻ ശ്രമിക്കുകയും ചെയ്തു; അവയുടെ വ്യത്യാസങ്ങളെ മായ്ച്ചുകളയാതെയും അവയെ സമന്വയിപ്പിക്കാതെയും. വിശുദ്ധഗ്രന്ഥത്തിലാണ് ഏറ്റവുമുയർന്ന സത്യം ഉൾക്കൊള്ളുന്നതെന്ന് അദ്ദേഹം വിശ്വസിക്കുകയും, അതേസമയം അതിലെ വാക്കുകൾ അക്ഷരാർഥത്തിലെടുക്കരുതെന്ന നിലപാടെടുക്കുകയും ചെയ്തു. രാഷ്ട്രത്തിന്റെ ജീവിതത്തിലദ്ദേഹം മതത്തിനൊരു സുപ്രധാന പങ്കു നൽകി. ശുദ്ധമായ യുക്തിയുടെ മതത്തെക്കാളും വളരെയുയരത്തിലാണ് തത്വചിന്താപരമായി മനസിലാക്കപ്പെടുമ്പോൾ വേദപ്രമാണങ്ങൾ നില നിൽക്കുന്നതെന്ന് അദ്ദേഹം പരിഗണിച്ചു. അവ രണ്ടിനെയും ഒന്നിച്ചു

കൊണ്ടുവരാൻ പരിശ്രമിച്ചുകൊണ്ട് അദ്ദേഹം പറഞ്ഞത് അവ തമ്മിൽ ഭിന്നതകളുയർന്നുവന്നാൽ, വേദപ്രമാണത്തിന്റെ ഭാഷ കാര്യകാരണ ബുദ്ധിയുടെ തത്വങ്ങളെ ലംഘിക്കുന്നില്ലെന്നുവരികിൽ, അതായത്, അതൊരു പരസ്പര വൈരുദ്ധ്യമുണ്ടാക്കുന്നില്ലെങ്കിൽ, ശാസ്ത്രം വഴി മാറണമെന്നാണ്.

അറബിയിലോ ഹീബ്രു-ലത്തീൻ പരിഭാഷകളിലോ ആയി അതിജീവിച്ച തത്വചിന്തയെയും നീതിന്യായ നിർവഹണത്തെയും ദൈവശാസ്ത്രത്തെയും വൈദ്യത്തെയും സംബന്ധിച്ച അവെറോസിന്റെ രചനകൾ ഈ വിഷയങ്ങളിലൊക്കെ രചനകൾ നടത്തിയ മധ്യകാല ഇസ്ലാമിക എഴുത്തുകാരുടെയും അവർക്കപ്പുറമുള്ള എഴുത്തുകാരുടെയും മുൻനിരയിലദ്ദേഹത്തിന് സ്ഥാനം നല്കുന്നു. അദ്ദേഹം പതിമൂന്നാം നൂറ്റാണ്ടുമുതൽ പാശ്ചാത്യലോകത്ത് അക്കാലമാണദ്ദേഹത്തിന്റെ അരിസ്റ്റോട്ടിലിനെക്കുറിച്ചുള്ള ഭാഷ്യങ്ങളുടെ തർജമകൾക്ക് സാക്ഷ്യംവഹിച്ചത്-അരിസ്റ്റോട്ടിലിന്റെ ഭാഷ്യക്കാരനായി അംഗീകരിക്കപ്പെട്ടു തുടങ്ങി. അറിവുള്ളവരുടെ വൃത്തങ്ങളിൽ ഒരു ശരിയായ ബൗദ്ധികമായ ഇളക്കമെദ്ദേഹം സൃഷ്ടിക്കുകയും ലത്തീൻ പാണ്ഡിത്യവാദത്തിനുവേണ്ട അരങ്ങൊരുക്കുകയും ചെയ്തു. ലത്തീൻ പാണ്ഡിത്യവാദമായിരുന്നു മധ്യകാലത്തിന്റെ അവസാന ഘട്ടത്തിന്റെ മഹത്വങ്ങളിലൊന്ന്. പക്ഷേ, അരിസ്റ്റോട്ടിലിന്റെ പാണ്ഡിത്യത്തിന്റെ സംഭാവനകളിൽനിന്ന് വേറിട്ട്, അവെറോസ് മറ്റേതു മുസ്ലിം തത്വചിന്തകരെക്കാളും സമഗ്രമായി ദൈവശാസ്ത്രപ്രശ്നങ്ങൾ കൈകാര്യം ചെയ്തു. അത് ആധുനികഘട്ടംവരെ സമാനതകളില്ലാത്തതായിരുന്നു. വിശ്വാസവും യുക്തിചിന്തയും തമ്മിലുള്ള ബന്ധത്തിന്റെ പ്രശ്നമടക്കം അത്തരത്തിൽ അദ്ദേഹം കൈകാര്യംചെയ്തവയിൽപ്പെടുന്നു. പാശ്ചാത്യ യൂറോപ്പിൽ 13-ാം നൂറ്റാണ്ടിലും തുടർന്നും പാണ്ഡിത്യപരമായ സംവാദങ്ങളിൽ നിർണായക പ്രശ്നമായി കത്തിനിന്ന പ്രശ്നമായിരുന്നു അത്.

പാരമ്പര്യമായി, ക്രിസ്ത്യൻ തത്വചിന്തകർ ബുദ്ധിയെ വേറിട്ടതും മനുഷ്യനു പുറത്തുള്ളതുമായ, ഒരു വസ്തുവായും പങ്കുവക്കപ്പെടുന്ന സങ്കൽപ്പനങ്ങൾക്കുള്ള ഉത്തരവാദിയായും കരുതിപ്പോന്നു. ബുദ്ധിയെന്നത് ഒരൊറ്റ പങ്കുവയ്ക്കപ്പെടുന്ന സാർവത്രിക വസ്തുവാണെന്നും മനസിനു പുറത്തുള്ള വസ്തുക്കളുടെ മാനസിക പ്രതിനിധാനങ്ങൾ രൂപീകരിച്ചുകൊണ്ട് വ്യക്തികളായ മനുഷ്യാത്മാക്കൾ അതിലൂടെയാണ് ബന്ധപ്പെടുന്നതെന്നും അവെറോസ് പഠിപ്പിച്ചു. ഈ സിദ്ധാന്തം മോണോസൈക്കിസം എന്നറിയപ്പെട്ടു. മോണോസൈക്കിസ(monopsychism)ത്തിന്റെ തത്വം മരണത്തോടെ മനുഷ്യാത്മാവിന്റെ അയുക്തികമായ ഭാഗം നശിക്കുന്നുവെന്നും, അതേ സമയം സാർവത്രികബുദ്ധി ചുരുങ്ങുന്നില്ലെന്നും സിദ്ധാന്തിച്ചു. എങ്ങനെയാണ് മനുഷ്യർക്ക് അറിവ് പങ്കുവയ്ക്കാൻ കഴിയുന്നതെന്നും അത് വിശദീകരിച്ചു. മോണോസൈക്കിസത്തിന് വ്യക്തി

പരമായ യുക്തിചിന്തയുള്ള ഒരാത്മാവിന് ഒരു മരണാനന്തരജീവിതമനുവദിക്കാൻ കഴിയില്ലെന്ന കാര്യത്തിലും, ഭൂമിയിലെ ജീവിതത്തിൽ ആ വ്യക്തി നടത്തിയ പ്രവർത്തനങ്ങളുടെ ഉത്തരവാദിത്വം വഹിക്കാൻ കഴിയില്ലെന്നുമുള്ള കാര്യത്തിലും, മധ്യകാല ക്രിസ്ത്യൻചിന്തകർ വളരെയേറെ ഉൽക്കണ്ഠാകുലരായിരുന്നു. ദൈവം എല്ലാ ദിവസവും പുതിയ ആത്മാവുകളെ സൃഷ്ടിക്കുന്നുവെന്നും, ദൈവത്തിന് വേണമെങ്കിൽ അതിനെ ഉന്മൂലനം ചെയ്യാനുള്ള ശക്തിയുണ്ടെന്നുമുള്ള ക്രിസ്തീയതത്വത്തിന് വിരുദ്ധമായിരുന്നു അത്. തുടർന്നുള്ള രണ്ടു നൂറ്റാണ്ടുകളിൽ, തത്വചിന്തകർ വിജ്ഞാനമാർജിക്കുന്നതിലും പങ്കുവയ്ക്കുന്നതിലും ബുദ്ധിയുടെ പ്രവർത്തനത്തെ വിശദീകരിക്കാൻ മോണോസൈക്കിസത്തെ ഉപയോഗിക്കുന്നത് തുടർന്നു. അതേസമയം സാധാരണ ക്രിസ്തീയ സഭാസിദ്ധാന്തം ബുദ്ധി ഒരേസമയം ശരീരത്തിന്റെ 'രൂപ'വും ശരീരത്തിന്റെ മരണശേഷം വേറിട്ട, വ്യക്തിപരമായ, ഒരു നിലനിൽപ്പിനു കഴിവുള്ള ഒന്നായും പ്രഘോഷിക്കുന്നത് തുടർന്നുപോന്നു. 1513ൽ അഞ്ചാമത്തെ ലാറ്ററൽ കൗൺസിൽ ബുദ്ധി ശരീരത്തിന്റെ രൂപവും അനശ്വരവുമായതാണെന്ന് വ്യക്തമായി പ്രഖ്യാപിക്കുകയും മോണോസൈക്കിസത്തെ ശപിക്കുകയും ചെയ്തു.

യൂറോപ്യൻ പണ്ഡിതന്മാർ പ്ലേറ്റോവാദത്തോടും നവ പ്ലേറ്റോവാദത്തോടും വൻതോതിൽ ആശ്രിതരായിരുന്നു. അവർ പന്ത്രണ്ടാം നൂറ്റാണ്ടിൽ അവെറോസിന്റെ അറബിഭാഷ്യങ്ങളുടെ ലത്തീൻ തർജമകളിലൂടെ അരിസ്റ്റോട്ടിലുമായി പുതിയൊരു പരിചയത്തിൽവന്നു. അത് തുടർന്ന്, പതിമൂന്നാം നൂറ്റാണ്ടിന്റെ അവസാനകാലത്തോടെ, അവെറോയിസമെന്ന രണ്ട് തത്വചിന്താപരമായ പ്രവണതകൾക്ക് ജന്മംനൽകി. 1230 മുതൽ ഈ ഭാഷ്യങ്ങൾ ലാറ്റിൻ പണ്ഡിതരിൽ ശക്തമായ സ്വാധീനം ചെലുത്തി. അവരിൽ പിൽക്കാല-മധ്യകാല ചിന്തയുടെ പശ്ചാത്തലത്തിൽ അവെറോസിനെ മനസിലാക്കിയ പ്രമുഖവ്യക്തി ബ്രാബന്റിലെ സിഗെർ (Siger of Braband-1240-1284) ആയിരുന്നു. അദ്ദേഹം ക്രിസ്ത്യൻ അവെറോയിസ്റ്റ് എന്നറിയപ്പെട്ടു. ഇസ്ലാമിക ചിന്ത പിൽക്കാല ക്രിസ്ത്യാനികളിൽ ആഗിരണം ചെയ്യപ്പെട്ടതിനെ ശരിക്കും പ്രതിഫലിപ്പിക്കുന്ന ഒരു ഭാഷാപ്രയോഗമായിരുന്നു അത്. അവെറോസിന്റെ വെളിപാടിനു മുകളിൽ യുക്തിയെന്നതും ലോകത്തിന്റെ നിത്യതയെന്നുമുള്ള സിദ്ധാന്തങ്ങളുടെ ഏറ്റവും പുരോഗമനപരമായ സ്വാംശീകരണത്തെ പ്രതിനിധീകരിച്ചവരായിരുന്നു ക്രിസ്ത്യൻ അവെറോയിസ്റ്റുകൾ. അത്തരം വൈവിധ്യപൂർണമായ വീക്ഷണങ്ങൾ സിഗറുടെ നേതൃത്വത്തിലുള്ള അവെറോയിസ്റ്റുകളെ സ്ഥാപിത സഭയുമായി വൈരുധ്യത്തിൽ കൊണ്ടുവന്നു. സഭാപരമായ അധികാരികൾ ലാറ്റിൻ അവറോയിസത്തെ നിരന്തരം വേട്ടയാടി. തുടർന്ന് പ്രത്യക്ഷമായിത്തന്നെ, അരിസ്റ്റോട്ടിലിന്റെ തത്വചിന്തയും അതിന് സ്പാനിഷ്-അറബി ശാസ്ത്രങ്ങളുമായുള്ള ബന്ധവും

ക്രിസ്ത്യൻ സഭയ്ക്കുതന്നെ ഒരു ഭീഷണിയായി കണക്കാക്കപ്പെട്ടുതുടങ്ങി. 1210ൽ അരിസ്റ്റോട്ടിലിനെക്കുറിച്ചുള്ള ലക്ചറുകളും അദ്ദേഹത്തിന്റെ ഭാഷ്യകാരന്മാരെയും പാരീസ് യൂണിവേഴ്സിറ്റിയിൽ നിരോധിച്ചു. ആ നിരോധനം 1255 വരെ പ്രാബല്യത്തിലിരുന്നുവെങ്കിലും അവെറോസിലുള്ള വലിയ താൽപ്പര്യംമൂലം പ്രായോഗികതലത്തിൽ ഒരിക്കലും പാലിക്കപ്പെട്ടില്ല. 1277ൽ പാരീസിലെ ബിഷപ്പ് 219 തീസിസുകൾ നിരോധിച്ചു; പങ്കുവക്കപ്പെടുന്ന ബുദ്ധിയെക്കുറിച്ചുള്ള സങ്കൽപ്പനമടക്കം പാരീസ് യൂണിവേഴ്സിറ്റിയിലെ പ്രൊഫസർമാർ ക്രിസ്ത്യൻ വെളിപാടിനെക്കാൾ വലിയ താൽപ്പര്യം, അവെറോസിന്റെ കൃതികളുടെ സ്വാധീനഫലമായി, അവിശ്വാസികളായ തത്വചിന്തകരോടാണ് കാട്ടുന്നതെന്ന ആരോപണത്തിനുവിധേയരായി. അതിലുമിരട്ടി പ്രധാനപ്പെട്ട കാര്യം, *സുമ്മാ തിയോളജിക്ക* എന്ന കൃതിയുടെ കർത്താവും മധ്യകാലത്തിലെ അരിസ്റ്റോട്ടിലിന്റെ വലിയൊരു വ്യാഖ്യാതാവുമായ തോമസ് അക്വിനാസ് (1225-1274) കൂടി അരിസ്റ്റോട്ടിലിന്റെ തത്വചിന്തയുമായി അനുരഞ്ജനത്തിലെത്തുന്നുവെന്നതിന്റെ പേരിൽ പ്രശ്നങ്ങൾ നേരിട്ടുവെന്നതാണ്. ശപിക്കലിന് വിധേയമായിത്തീർന്ന തോമിസ്റ്റിക് നിലപാടുകൾ പൂർണമായിത്തന്നെ അവെറോസിന്റെ ചിന്തകളിൽനിന്ന് തോമസ് സ്വാംശീകരിച്ചവയാണ്. 1277ലെ ആ ശാപത്തിനർഥം ശുദ്ധമായ ക്രിസ്ത്യൻ ഡോഗ്മകളിൽ അസാധാരണമായവിധം ഇസ്ലാമിക ചിന്തയുടെ സ്വാധീനത്തിനു വിധേയമായ ക്രിസ്തീയ തത്വചിന്തയുടെ 'മലിനീകരണം' നടന്നുവെന്നതിന്റെ അംഗീകരണമാണ്. ഇസ്ലാമിക അരിസ്റ്റോട്ടിലിസമില്ലാതെ യാതൊരു ക്രിസ്ത്യൻ അരിസ്റ്റോട്ടിലിസവുമുണ്ടായിരുന്നില്ല. 1277ലെ ശാപം ആദിമകാല ക്രിസ്തീയതയിലെ അഗസ്റ്റീനിയനിസത്തെ ശക്തിപ്പെടുത്താനുള്ള ഒരു ശ്രമമായിരുന്നു. അവെറോസ് കൊളുത്തിയ ചിന്തയുടെ തീപ്പൊരി പിൽക്കാലത്ത് വിവിധ ദൈവശാസ്ത്രപരവും തത്വചിന്താപരവുമായ (അഗസ്റ്റീനിയനിസം പോലുള്ള) സങ്കൽപ്പനങ്ങൾ ഉയർന്നുവരുന്നതിനു പ്രേരണയായിത്തീർന്നു. ഫ്രൻസിസ്കൻ ചിന്തകരാൽ പ്രതിനിധീകരിക്കപ്പെട്ട ആ ചിന്താധാര ലത്തീൻ പടിഞ്ഞാറ് അരിസ്റ്റോട്ടിലിന്റെ ചിന്തയുടെ സ്വാധീനം വർധിച്ചുവരുന്നതിനെ എതിർക്കുന്നത് തുടർന്നു. അതേസമയം ആൽബെർട്ടുസ് മാഗ്നുസും തോമസ് അക്വിനാസും അരിസ്റ്റോട്ടിലിന്റെ ആശയങ്ങളെ ക്രിസ്തീയ വിശ്വാസവുമായി പൊരുത്തപ്പെടുത്തുന്ന ഒരു സമന്വയം മുന്നോട്ടുകൊണ്ടുവന്നു. സഭയുടെ ശാപത്തിനു വിധേയമായെങ്കിലും ഒട്ടേറെ അവെറോയിസ്റ്റ് ആശയങ്ങൾ 16-ാം നൂറ്റാണ്ടിൽ നവോത്ഥാനകാലതത്വചിന്തകരായ ഗിയോർഡാനോ ബ്രൂണോ, പിക്കോഡെല്ലാ, മിറാൻഡോള, സെസാർ ക്രെമോണിനി എന്നിവരുടെ കൃതികളിലൂടെ അതിജീവിച്ചു. അവയൊക്കെ സാധാരണ മനുഷ്യരെ അപേക്ഷിച്ച് തത്വചിന്തകരുടെ മേൽക്കോയ്മ ചർച്ചചെയ്യുകയും മനുഷ്യാന്തസും ബുദ്ധിയും (intellect) തമ്മിലുള്ള ബന്ധം ചർച്ചചെയ്യുകയും ചെയ്യുന്നു.

13-ാം നൂറ്റാണ്ടിലെ പാരീസ് യൂണിവേഴ്സിറ്റിയെന്ന പോലെ വടക്കൻ ഇറ്റലിയിലെ ബൗദ്ധികജീവിതവും (പ്രത്യേകിച്ചും, ബൊളോഞ്ഞ, ഫെറാറ, പാദുവ എന്നിവിടങ്ങളിലെ യൂണിവേഴ്സിറ്റികൾ) 14-ാം നൂറ്റാണ്ടിന്റെ ആരംഭം മുതൽ 16-ാം നൂറ്റാണ്ടുവരെ അവെറോയിസത്തിന്റെ ശക്തമായ സ്വാധീനത്തിൻ കീഴിലായിരുന്നു. ഏറ്റവുമാദ്യത്തെയും, ഒരുപക്ഷേ ഏറ്റവും പ്രസിദ്ധനുമായ, വടക്കൻ ഇറ്റാലിയൻ അവെറോയിസ്റ്റ് ഡാന്റെ അലി ഗിയേരി (Dante Ali Ghieri-1265-1321) യായിരുന്നു. മനുഷ്യരാശിയെ ഏകീകരിക്കുന്ന ഒന്നെന്ന ബുദ്ധിയെക്കുറിച്ചുള്ള അവെറോസിന്റെ നിർവചനത്തിന്റെ അടിസ്ഥാനത്തിൽ (ബുദ്ധിയാണ് നിരന്തരമായി അറിവാർജിക്കുകയും ചിന്തിക്കാനുള്ള ശേഷി സ്വായത്തമാക്കുകയും ചെയ്യുന്നത്)ഡാന്റെ യൂറോപ്പിന്റെ മതേതരവൽക്കരണത്തിന്റെ ആദ്യസൂചനകൾ പ്രകടമാക്കിയ ഒരു രാഷ്ട്രീയക്രമത്തെ വിഭാവനംചെയ്തു. പിൽക്കാലത്തത് പ്രബുദ്ധതാവാദത്തെ സൂചിപ്പിച്ചു.

അവെറോയിസത്തിന്റെ ശരിയായ വീട് ബോളോഞ്ഞ(ഇറ്റലിയിലെ പ്രസിദ്ധമായ വിജ്ഞാനകേന്ദ്രം) യൂണിവേഴ്സിറ്റിയായിരുന്നു. അതിന്റെ സഹോദര യൂണിവേഴ്സിറ്റിയായ പാദുവയും അതിന്റെ സ്വാധീനത്തിലമർന്നു. ആ രണ്ടു കേന്ദ്രങ്ങളിലുംനിന്ന് ഇറ്റലിയിലുടനീളം അവെറോയിസ്റ്റ് സ്വാധീനം വ്യാപിച്ചു; വെനീസിലും ഫെറാറയിലുമടക്കം ആ സ്വാധീനം 17-ാം നൂറ്റാണ്ടുവരെ തുടർന്നു. യുക്തിവാദത്തിന്റെയും നവോത്ഥാനത്തിലെ സഭാവിരുദ്ധമനോഭാവത്തിന്റെയും ഒരു മുന്നോടിയായിരുന്നു അത്. അതിലൊരുപക്ഷേ, വെനീസിന്റെ കിഴക്കുമായുള്ള ബന്ധവും സഹായകമായിത്തീർന്നിരിക്കാം. 1334 ൽ സെർവായിസ്റ്റ് സന്യാസിയായ ഉർബാനോ ഡി ബെളോഞ്ഞ അവെറോസിനെക്കുറിച്ചുള്ള ഭാഷ്യത്തെപ്പറ്റി തന്റെ ഒരു ഭാഷ്യം തയ്യാറാക്കി. 1492 ൽ സെർവൈറ്റുകളുടെ ജനറലിന്റെ കൽപ്പനപ്രകാരം അതച്ചടിച്ച് പ്രസിദ്ധീകരിച്ചു. ടിയേനയിലെ ഗേറ്റാനോ (മരണം 1465), പാദുവയിലെ കത്തീഡ്രൽപ്പള്ളിയിലെ കാനോനായിരുന്നു അദ്ദേഹം; പാദുവയിലെ അവെറോയിസത്തിന്റെ സ്ഥാപകനായി പരിഗണിക്കപ്പെടുന്നു. വെനീസിലെ അഗസ്റ്റീനിയനായ പോളിനെ അപേക്ഷിച്ച് അദ്ദേഹം അത്രയൊന്നും ധീരനായിരുന്നില്ലെന്നിരിക്കിലും ഏജന്റ് ഇൻറ്റലക്ട് (ഏജന്റായ ബുദ്ധി), ആത്മാക്കളുടെ ഏകത്വം എന്നിവയെക്കുറിച്ചൊക്കെയുള്ള അദ്ദേഹത്തിന്റെ പഠനങ്ങളിൽ അദ്ദേഹം കൃത്യമായും ഒരു അവെറോയിസ്റ്റായിരുന്നു. പാദുവയിലെ ഈ അവറോയിസ്റ്റ് വിഭാഗം 15-ാം നൂറ്റാണ്ടിന്റെ ഏറെക്കാലത്തും സ്വാധീനം നിലനിർത്തി. 1495 ഓടെ പാദുവ യൂണിവേഴ്സിറ്റി രണ്ടു ഭാഗങ്ങളായിപ്പിരിഞ്ഞു; ഒന്ന് അവറോയിസ്റ്റുകൾ, മറ്റേത് അലക്സാണ്ട്രിയന്മാർ. അക്കാലത്തെ തത്വചിന്താപരമായ വിവാദം പ്രധാനമായും ആത്മാവിന്റെ സ്വഭാവവുമായി ബന്ധപ്പെട്ട മനശ്ശാസ്ത്ര പ്രശ്നങ്ങളെ കേന്ദ്രീകരിച്ചായിരുന്നു; പ്രത്യേകിച്ചും ആത്മാവിന്റെ വേറിട്ട അസ്തിത്വത്തെയും

അനശ്വരതയെയും കേന്ദ്രീകരിച്ച്. 16 ാം നൂറ്റാണ്ടിലെ ആദ്യവർഷങ്ങളിൽ ആ വിവാദം കുറെക്കൂടി പ്രമുഖസ്ഥാനം കൈവരിച്ച; 1512ൽ ലാറ്ററൽ കൗൺസിൽ അത്തരം ചർച്ചകളെ തടഞ്ഞുനിർത്താൻ ശ്രമിക്കുകയും ഒരു ഔദ്യോഗികമായ ശാപം പ്രഖ്യാപിക്കുകയും ചെയ്യുന്നതുവരെ അതിന്, പക്ഷേ, അത്തരം ചർച്ചകളെ തടയാനുള്ള ശേഷിയില്ലായിരുന്നു. ഈ ചർച്ചകൾ ഇറ്റലിയിൽ ഉയർന്നുവന്നത് അറബി തത്വചിന്തകരുടെ, പ്രത്യേകിച്ചും അവെറോസിന്റെ, പഠനത്തിനായി നിർദേശിക്കപ്പെട്ട വിഷയങ്ങളെ കേന്ദ്രീകരിച്ചായിരുന്നുവെന്നത് പ്രത്യേകിച്ചും എടുത്തുപറയണ്ടതുണ്ട്. ഔദ്യോഗികമായിത്തന്നെ പാദുവാ സർവകലാശാല ഒരു മിതവാദ അവെറോയിസം നിലനിർത്തുന്നത് തുടർന്നു. 1495-97 ഘട്ടം കുറച്ചുകൂടി പൂർണമായതും കൂടുതൽ സമഗ്രവുമായ അവെറോസ് ഭാഷ്യങ്ങളെ ഉൽപ്പാദിപ്പിച്ചു. അടുത്ത അരനൂറ്റാണ്ടുകാലത്ത് അവെറോസിനെക്കുറിച്ചുള്ള പ്രബന്ധങ്ങൾ, ചർച്ചകൾ, അപഗ്രഥനങ്ങൾ എന്നിവയെല്ലാം നിരന്തരമായി പുറത്തുവന്നു. 1552-53ൽ അവെറോസ് ഭാഷ്യങ്ങളുടെ മഹത്തായ ഒരെഡിഷൻ പുറത്തുവന്നു, അതിന്റെ മാർജിനിലെ കുറിപ്പുകളെഴുതിയത് നവോത്ഥാനകാല തത്വചിന്തകനായ സിമാറ ആയിരന്നു. 16-ാം നൂറ്റാണ്ടിലും പാദുവ ഹീബ്രുവിൽനിന്നും ഒരു പുതിയ അവെറോസ് തർജമ ഉൽപ്പാദിപ്പിച്ചു. അവെറോയിസ്റ്റ് പരമ്പരയിലെ ഒടുവിലത്തെ പ്രധാനി ക്രെമോണിനി (മരണം 1631) യായിരുന്നു, അദ്ദേഹം, പക്ഷേ അലക്സാണ്ട്രിയനിസത്തിനുനേരെ ശക്തമായ ചായ്‌വ് പ്രകടമാക്കി. അക്കാലമായപ്പോഴേക്കും യൂറോപ്പിൽ അറബ് തത്വചിന്തകരെക്കുറിച്ചുള്ള പഠനം വൈദ്യശാസ്ത്ര എഴുത്തുകാരിലും അവെറോസിന്റെ ഭാഷ്യങ്ങളിലും മാത്രമായി ഒതുങ്ങി.

പാദുവക്കും ബൊളോഞ്ഞക്കും പുറത്ത് അവെറോസ് അരിസ്റ്റോട്ടിലിന്റെ പ്രധാന വ്യാഖ്യാതാവെന്ന നിലയിൽ 15-ാം നൂറ്റാണ്ടിന്റെ അവസാനകാലംവരെ തന്റെ സ്ഥാനം നിലനിർത്തി. 16-ാം നൂറ്റാണ്ടോടെ അരിസ്റ്റോട്ടിലിനെക്കുറിച്ചുള്ള അറബ് ഭാഷ്യകാരന്മാരുടെ പഠനത്തിന് ശോഭകെടുകയും പിന്നീടങ്ങോട്ടവയ്ക്ക് യൂറോപ്യൻ സർവകലാശാലകളിൽ വളരെ താണ പരിധിയിലുള്ള ഒരു സ്വാധീനം മാത്രം ബാക്കിയാവുകയും ചെയ്തു.

കിഴക്കൻ ജൂത പണ്ഡിതന്മാർ മുസ്ലിം ബൗദ്ധിക സംസ്കാരത്തിന്റെ ഈ പരിവർത്തനത്തിൽ ഒരു മർമപ്രധാന പങ്ക് വഹിച്ചു. അവരിൽപ്പലരും അറബിയിലാണെഴുതിയത്, മറ്റുപലരും അറബി കൃതികൾ ഹീബ്രുവിലേക്ക് തർജമ ചെയ്തു. തത്വചിന്തയുടെ ഈ ജൂതപഠനത്തിന്റെ വികാസം ഉച്ചസ്ഥായിയിലെത്തിയത് മൈമോണയിഡ്സ്ലാണ് (ഇബ്ൻ മൈമോൻ 1135-1204). അദ്ദേഹം അൽ-ഫറാബിയുടെയും ഇബ്ൻസിനയുടെയും സ്വാധീനത്തിൽ അരിസ്റ്റോട്ടിലിനെ പഴയനിയമവുമായി പൊരുത്തപ്പെടുത്താൻ ശ്രമിച്ചു. വിവിധ മുസ്ലിംരാഷ്ട്രങ്ങളിൽ, അവ ഏറ്റവുമ

ധികം തഴച്ചുവളർന്നുകൊണ്ടിരുന്ന കാലത്ത്, ജൂതന്മാർ ശാസ്ത്രീയപ്രവർത്തനത്തിൽ താൽപ്പര്യമെടുത്തിരുന്നു; അവരെ സഹിഷ്ണുതയോടെ നോക്കിക്കണ്ടിരുന്നു എന്നതിനപ്പുറം അവർക്ക് ആനുകൂല്യംകൂടി നൽകിയിരുന്നു. ആ രാഷ്ട്രങ്ങളെല്ലാമൊന്നിച്ച് തൂത്തെറിയപ്പെടുകയും ആ സംസ്കാരങ്ങൾ അപചയവിധേയമാകുകയും ചെയ്തതോടെ, അവരുടെ നിലയും വ്യത്യസ്തമായി. മൈമോണയിഡ്സിന്റെ ശിഷ്യന്മാർ അവറോസിന്റെ തത്വചിന്തക്കൊപ്പം അദ്ദേഹത്തിന്റെ മുൻഗാമിയായ ഇബ്ൻ-സിനയുടെ തത്വചിന്തയുടെ ഘടകങ്ങളും ചേർത്ത് മിശ്രമാക്കിക്കൊണ്ട് അവെറോസിന്റെ ചിന്തയെ മുന്നോട്ടുകൊണ്ടുവന്നു. അത് ജൂത അവെറോയിസത്തിന് ജന്മം നൽകി. അത് മൈമോണയിഡ്സ്, അവെറോസ് എന്നീ രണ്ടുപേരെയും 'ജൂതചിന്തയുടെ മഹാന്മാരായ മാസ്റ്റേഴ്സ്' എന്നംഗീകരിച്ചു. പതിനാലും പതിനഞ്ചും നൂറ്റാണ്ടുകളിൽ മോസെഡ് ജോഷ്യാ നർബോനെൻസിസ് (1300-1362), ഇസാക്ക് അൽബാലഗ് (മരണം 1444) എന്നിവരോടെ തഴച്ചുവളർന്ന ഈ പ്രസ്ഥാനം മതത്തെ പഠിപ്പില്ലാത്ത ബഹുജനങ്ങളുടെമേൽ ഭരണം നടത്താനുള്ള വെറുമൊരുപകരണം മാത്രമായിച്ചുരുക്കിക്കൊണ്ട് ജൂതമതത്തിലെ മതേതരവൽക്കരണത്തിന് അടിസ്ഥാനമിട്ടു. നർബോനെൻസിസിന്റെ സ്വാധീനം പ്രബുദ്ധതയുടെ (enlightment ജ്ഞാനോദയം) ഉദയംവരെയും നിലനിൽക്കുകയും സലോമോ മൈമോനെയും (1752/3-1800), മോസസ് മെൻഡൽസോഹ്ന (1729-1786) നെയും പ്രചോദിപ്പിക്കുകയും ചെയ്തു. 18-ാം നൂറ്റാണ്ടിൽ അവറോസിന്റെ തത്വചിന്തക്കുണ്ടായ 'നവോത്ഥാനം' മധ്യകാല ജൂത തത്വചിന്തകനായ ഹായൂൺ 'ജൂത ആധുനികത'യുടെ പിതാക്കന്മാരിലൊരാളായി അവറോസിനെ പ്രഖ്യാപിക്കുന്നിടം വരെയെത്തി. പടിഞ്ഞാറുള്ള ജൂതപണ്ഡിതന്മാർ അറബിക്കിനുപകരം അവരുടെ പഠനഭാഷയായി ഹീബ്രുവിനെ ഉപയോഗിക്കാൻ തുടങ്ങിയതോടെ അവരൊട്ടേറെ അറബികൃതികൾ ഹീബ്രുവിലേക്ക് തർജമ ചെയ്യാൻ തുടങ്ങി. അവിടം മുതൽ 13ഉം 14ഉം നൂറ്റാണ്ടുകളിൽ ഫ്രാൻസിനുതെക്കും, കാറ്റലോണിയയിലും, ഇറ്റലിയിലുമുള്ള നിരവധി പണ്ഡിതന്മാർ-മോസെസ് ഇബ്ൻ ടിബ്ബോൺ, ഷെം ടോവ് ഇബ്ൻ ഫലാഖേര, ലെവിബെൻ ഗെർസൻ (ഗെർസോണിഡെസ് കാണുക), നർബോണിലെമോസസ് എന്നിവരടക്കം-അവെറോസിന്റെ ഭാഷ്യങ്ങളും മറ്റു കൃതികളും തർജുമ ചെയ്യാൻ തുടങ്ങി. അതിന്മേൽ ഭാഷ്യങ്ങൾക്ക് ഭാഷ്യങ്ങൾ രചിക്കുകയും ചെയ്തു. പതിനഞ്ചാം നൂറ്റാണ്ടിന്റെ അവസാനത്തിൽ ഹ്യൂമനിസ്റ്റ് പണ്ഡിതന്മാർ പഠനത്തിനായി ഈ ഹീബ്രു വകഭേദങ്ങളിലേക്കാണ് തിരിഞ്ഞത്.

കിഴക്കൻ തത്വചിന്തകർ, അഥവാ മുസ്ലിം തത്വചിന്തകരെന്നു വിളിക്കപ്പെട്ടവർ പടിഞ്ഞാറൻ ലോകത്തിനു നൽകിയ ഏറ്റവും വലിയ സംഭാവന ഒരു ഹ്യൂമനിസ്റ്റിക് പ്രസ്ഥാനത്തിന്റെ തുടക്കമാണ്. അവർ ചരിത്രശാസ്ത്രങ്ങളും, ശാസ്ത്രീയരീതികളും പരിചയപ്പെടുത്തുകയും വിശ്വാ

സവുമായി തത്വചിന്തയെ സമന്വയിക്കുന്നതിൽ പടിഞ്ഞാറൻ ബൗദ്ധിക ലോകത്തെ സഹായിക്കുകയും, തീർച്ചയായും പാശ്ചാത്യ മിസ്റ്റിസിസത്തിന് പ്രചോദനം നൽകുകയും ചെയ്തു. കത്തോലിക്കാസഭക്കു പുറത്തുള്ള ലോകത്തു മുഴുവൻ അന്ധകാരവും കാടത്തവും മാത്രമല്ല നിലനിൽക്കുന്നത്, മറിച്ചവിടെ അറിവിന്റെ പറയപ്പെടാത്ത വലിയ നിധിശേഖരമുണ്ടെന്ന് ആദ്യമായി പടിഞ്ഞാറിന് വെളിവാക്കിക്കൊടുത്തു എന്ന അർത്ഥത്തിൽ, കിഴക്കൻ തത്വചിന്തകരാണ് ആദ്യത്തെ യഥാർഥ മനുഷ്യത്വവാദികൾ (humanists). ക്രിസ്ത്യൻ പടിഞ്ഞാറിന് പുറത്തുള്ള പ്രാചീനരും സമകാലീനരുമായ ആളുകളും മനുഷ്യരായും, പലപ്പോഴും കുറെക്കൂടി ഉയർന്ന നിലവാരത്തിലുള്ള ഒരു സംസ്കാരമുള്ളവരായും, കരുതപ്പെടാൻ തുടങ്ങിയത് അവരുടെ സ്വാധീനഫലമായാണ്. ബാഗ്ദാദിന്റെ സ്ഥാപനത്തിനുശേഷം എട്ടുവർഷത്തിനുള്ളിൽ അവർക്ക് അരിസ്റ്റോട്ടിലിന്റെ കൃതികളും, പ്ലേറ്റോ, നവ പ്ലേറ്റോവാദികൾ എന്നിവരുടെ ചില കൃതികളും, ഹിപ്പോക്രാറ്റസ്, ഗാലെൻ, യൂക്ലിഡ്, ടോളമി എന്നിവരുടെ കൃതികളും, ഇന്ത്യനും പേഴ്സ്യനുമായ ഒട്ടേറെ ഗണിതശാസ്ത്ര, ജ്യോതിശ്ശാസ്ത്ര, ധർമ്മശാസ്ത്രകൃതികളും സ്വായത്തമാക്കാനായി എന്നതിലും വലിയൊരു തെളിവ് അവരുടെ ഹ്യൂമനിസത്തിനാവശ്യമില്ല. തുടക്കത്തിൽ പാശ്ചാത്യതത്വചിന്തകർക്ക് മതപരവും വംശീയവും സാമ്രാജ്യപരവുമായ മുൻവിധികളിൽനിന്ന് മുക്തരായി ഇസ്ലാമിനെയും കിഴക്കിനെയും, മനസിലാക്കുന്നതിന്റേതായ ഒരു രീതിയിൽ, നോക്കിക്കാണാൻ കഴിഞ്ഞിരുന്നില്ല. കിഴക്കുനിന്നുള്ള നൂറ്റാണ്ടുകളിലൂടെയുള്ള ബൗദ്ധികവും സാംസ്കാരികവുമായ സ്വാധീനമാണ്, തുടർന്ന്, പതിനൊന്നും പതിമൂന്നും നൂറ്റാണ്ടുകൾക്കിടയിൽ ഒരു മാറ്റം ഇക്കാര്യത്തിൽ പടിഞ്ഞാറിനുണ്ടാകുന്നതിന് കാരണമായത്.

ലത്തീൻകാർക്ക് ആദ്യമായി മുസ്ലിങ്ങളുടെ തത്വചിന്തയുമായി ഒരു ബന്ധമുണ്ടാകുന്നത്, പ്രതീക്ഷിക്കാവുന്നതുപോലതന്നെ, സ്പെയിനിലാണ്. അറബി സാമഗ്രികൾ ലത്തീനിലേക്ക് പ്രസരിക്കുന്നതിൽ പ്രത്യേകിച്ചും ബന്ധപ്പെട്ടയാൾ ടോളഡോയിൽ 1130മുതൽ 1150 വരെ ആർച്ച് ബിഷപ്പായിരുന്ന റായ്മണ്ടാണ്. അൽഫോൻസോ ആറാമൻ കീഴടക്കിയതോടെ, 1085ൽ, ടോളഡോ കാസ്റ്റിൽ രാജ്യത്തിന്റെ ഭാഗമായിത്തീർന്നു; അതോടെ ടോളഡോയിലെ ആർച്ച് ബിഷപ്പ് സ്പെയിനിന്റെ പ്രൈമേറ്റ് (ഒന്നാമത്തെ അധികാരി) ആയിത്തീർന്നു. ഏറിയ ഭാഗവും, മുസ്ലിങ്ങൾ ടോളഡോയിൽ ക്രിസ്ത്യാനികളുമായി ഒന്നിച്ചു സഹവസിച്ചു. രാജാവിനും രാജസദസിനും പ്രൈമേറ്റിനുമൊപ്പം അതേ നഗരത്തിൽത്തന്നെ അവരുടെ സാന്നിധ്യമുണ്ടായത് അവരുടെ അയൽക്കാരിൽ ഒരു ഗണ്യമായ സ്വാധീനമുണ്ടാക്കി. തുടർന്നുള്ള വർഷങ്ങളിലവർ ഇസ്ലാമിന്റെ ബൗദ്ധിക ജീവിതത്തിൽ തൽപ്പരരായിത്തുടങ്ങി. റായ്മണ്ട് ടോളെഡോയിൽ തർജമക്കാരുടെ ഒരു കോളേജ് സ്ഥാപിക്കുകയും, അതിനെ ആർച്ച്

ഡീക്കനായ ഡൊമിനിക് ഗോണ്ടിസാൽവിയുടെ ഉത്തരവാദിത്വത്തിനു കീഴിലാക്കുകയും ചെയ്തു. ശാസ്ത്രത്തിലും തത്വചിന്തയിലുമുള്ള ഏറ്റവും പ്രധാനപ്പെട്ട അറബികൃതികളുടെ ലത്തീൻ പരിഭാഷ തയ്യാറാക്കുകയെന്ന ജോലി അവരെയേൽപ്പിച്ചു. അങ്ങനെ, അരിസ്റ്റോട്ടിലിന്റെ കൃതികളുടെ ഒട്ടേറെ അറബി വകഭേദങ്ങളുടെയും ഭാഷ്യങ്ങളുടെയും സംഗ്രഹങ്ങളും, അവക്കൊപ്പം, അൽ ഫറാബി, ഇബ്ൻസിന എന്നിവരുടെ കൃതികളുടെ സംഗ്രഹങ്ങളും തയ്യാറാക്കപ്പെട്ടു. ലോജിക്കൽ ഓർഗനോനിന്റെ (logical organon) പരിപൂർണമായ ഒരു അറിവുണ്ടായിരുന്ന ആദ്യത്തെ ലത്തീൻ പണ്ഡിത എഴുത്തുകാരൻ സാലിസ്ബറിയിലെ ജോണായിരുന്നു(മരണം 1182); പാരീസിൽ ഒരു ലക്ചററായിരുന്നു അദ്ദേഹം. പക്ഷേ, അപ്പോഴും അരിസ്റ്റോട്ടിലിന്റെ അതിഭൗതിക-മനശ്ശാസ്ത്രകൃതികൾ പ്രചാരത്തിൽ വന്നതായിക്കാണുന്നില്ല. അക്കാലമായതോടെ പാരീസ് പാണ്ഡിത്യപരമായ തത്വചിന്തയുടെ കേന്ദ്രമായിത്തീരുകയും ദൈവശാസ്ത്രത്തിനകത്ത് ആ ചിന്താശാഖ പ്രാമുഖ്യം നേടാൻ തുടങ്ങുകയും ചെയ്തിരുന്നു. 1275ൽ ഫ്രെഡറിക് രണ്ടാമൻ ചക്രവർത്തിയായി. അദ്ദേഹം 1231ൽ സിസിലിയെ രാജ്യത്തെ പുന:സംഘടിപ്പിക്കാൻ തുടങ്ങി. സിസിലിയിലും, തന്റെ കിഴക്കോട്ടുള്ള കുരിശുയുദ്ധ സാഹസികയാത്രകളിലും ഫ്രെഡറിക് മുസ്ലിങ്ങളുമായി അടുത്തുബന്ധപ്പെടുകയും വലിയൊരളവിൽ അവരിലേക്കാകൃഷ്ടനാകുകയും ചെയ്തു. അദ്ദേഹം കിഴക്കൻ വസ്ത്രധാരണമടക്കം ഒട്ടേറെ അറബി ആചാരങ്ങളും സ്വീകരിക്കുകയും, അതിലെല്ലാം പ്രധാനമായി, അറബി തത്വചിന്തകരുടെ ആരാധകനായിത്തീരുകയും, അവരുടെ കൃതികളദ്ദേഹത്തിനവയുടെ തനിരൂപത്തിൽ വായിക്കാൻ കഴിയുകയും ചെയ്തു. അദ്ദേഹം ജർമൻ, ഫ്രഞ്ച്, ഇറ്റാലിയൻ, ലത്തീൻ, ഗ്രീക്ക്, അറബി ഭാഷകളിൽ അവഗാഹമുള്ളവനായിരുന്നു. 1224ൽ, ഫ്രഡറിക് നേപ്പിൾസിൽ സർവകലാശാല സ്ഥാപിക്കുകയും അറബി സയൻസ് പടിഞ്ഞാറൻ ലോകത്തിന് പരിചയപ്പെടുത്തുക എന്ന ഉദ്ദേശ്യസാധ്യത്തിനായുള്ള ഒരക്കാദമിയായി അതിനെ മാറ്റുകയും ചെയ്തു. അതോടെ അറബിയിൽനിന്ന് ലത്തീനിലേക്കും ഹീബ്രുവിലേക്കും വിവിധ പരിഭാഷകൾ തയ്യാറാക്കപ്പെടുകയും ചെയ്തു. അദ്ദേഹത്തിന്റെ പ്രോത്സാഹനഫലമായി മൈക്കൽ സ്കോട്ട് 1217നോടടുപ്പിച്ച് ടോളെഡോ സന്ദർശിക്കുകയും അരിസ്റ്റോട്ടിലിനെക്കുറിച്ചുള്ള അവെറോസിന്റെ ഭാഷ്യത്തിന്റെ പരിഭാഷ, 'ഡ കോളയോ എറ്റ് ഡി മുണ്ടോ' തയ്യാറാക്കുകയും ഒപ്പം ഡി അനിമയുടെ ഭാഗവും തയ്യാറാക്കുകയും ചെയ്തു. അക്കാലത്തെ മറ്റൊരു പരിഭാഷകൻ ജർമൻകാരനായ ഹെർമനായിരുന്നു. ഫ്രഡറിക്കിന്റ മരണശേഷം 1256നോടടുപ്പിച്ച് ടോളെഡോയിലുണ്ടായിരുന്ന അദ്ദേഹം അൽ ഫറാബിയുടെ റെട്ടറിക്കി(Rhetoric- തർക്കശാസ്ത്രം)ന്റെ സംഗ്രഹം പരിഭാഷപ്പെടുത്തി. അതുപോലെ ഇബ്ൻറുഷ്ദിന്റെ പൊയറ്റിക്സിന്റെ സംഗ്രഹവും, കാര്യമായി അറിയപ്പെടാതിരുന്ന അരിസ്റ്റോട്ടി

ലിന്റെ മറ്റു കൃതികളും തർജുമ ചെയ്യപ്പെട്ടു. 13-ാം നൂറ്റാണ്ടിന്റെ മധ്യമായതോടെ ഏറക്കുറെ അവെറോസിന്റെ എല്ലാ കൃതികളും ലത്തീനിലേക്ക് പരിഭാഷ ചെയ്യപ്പെട്ടു. തഹാഫുത് ഉൽ തഹാഫുത് ലത്തീനിലേക്ക് മൊഴിമാറ്റം നടത്തിയത് ജൂതനായ കാലോനിമോസ് (1328ൽ) ആണ്. അവെറോസിൽ നിന്നും കിട്ടിയ ആശയങ്ങളുടെ പൊതുവായ വ്യാപനത്തിന്റെ ആദ്യതെളിവ് അവർഗനിലെ വില്യവുമായി ബന്ധപ്പെട്ടതാണ്. അദ്ദേഹം പാരീസിലെ ബിഷപ്പായിരുന്നു. 1240ലദ്ദേഹം ചില അഭിപ്രായങ്ങൾക്കെതിരെ നിരോധനം പ്രഖ്യാപിച്ചു, അദ്ദേഹം പറഞ്ഞത്, അവ അറബിതത്വചിന്തകരിൽ നിന്ന് ഉരുത്തിരിഞ്ഞുവന്നവയാണെന്നാണ്.

6

ആഫ്രോ-ഏഷ്യൻ ആഗോള സമ്പദ്ഘടന, പടിഞ്ഞാറിന്റെ മാർഗദർശന ദീപം

ആയിരത്തി അഞ്ഞൂറിനു മുമ്പത്തെ ലോകത്തിന്റെ മാനവചിത്രം അവതരിപ്പിക്കപ്പെടുന്നത് രണ്ട് മർമപ്രധാന സ്വഭാവവിശേഷങ്ങളെ ചൂണ്ടിക്കാട്ടിക്കൊണ്ടാണ്. ഒന്ന്, നിശ്ചലമായ പാരമ്പര്യത്തിൽ മുങ്ങിക്കുളിച്ചതും യുക്തിഹീനരായ സ്വേച്ഛാധിപതികൾ ഭരിക്കുന്നതുമായ-പ്രധാനമായും കിഴക്കുള്ള-രാഷ്ട്രങ്ങളോടെ. രണ്ട്, 1500ഓടുകൂടി യൂറോപ്പിൽ ഒരു മുന്നേറിയ സംസ്കാരത്തിന്റെ ഉയർന്നുവരവോടെ മാത്രമാണ് കണ്ടുപിടിത്തങ്ങളുടേതായ യൂറോപ്യൻ യുഗം വിക്ഷേപിക്കപ്പെട്ടതെന്നും അത് നേരെ മറിച്ച് പ്രധാന സംസ്കാരങ്ങളെ തമ്മിൽ വേർതിരിച്ചിരുന്ന മതിലുകൾ തകർത്തുകളയലിന് ഇടയാക്കിയെന്നും അതിലൂടെ 19-ാം നൂറ്റാണ്ടിൽ ഉയർന്നുവന്നതും 1945നു ശേഷം പക്വതയെത്തിയതുമായ ഭാവിപാശ്ചാത്യ ആഗോളവൽക്കരണയുഗത്തിന് വഴിതെളിഞ്ഞുവെന്നും ആണ്. ഈ രണ്ട് സ്വഭാവവിശേഷങ്ങളും ഒന്നാമതുതന്നെ, ഈ പരിമിതമായ യൂറോകേന്ദ്രിത ചിത്രം ഒരു മിത്ത് മാത്രമാണ്; കാരണം, സംസ്കാരപരമായ ഒറ്റപ്പെടലിന്റെ അതിർവരമ്പുകളെ തകർത്തുകളഞ്ഞ ഒരാഗോളസമ്പദ്ഘടന വളരെ മുമ്പ് 6-ാം നൂറ്റാണ്ടിൽത്തന്നെ, അതായത് 'ആഫ്രോ-ഏഷ്യൻ കണ്ടുപിടിത്തയുഗ'ത്തിൽത്തന്നെ, ആരംഭിച്ചു. മധ്യപൂർവദേശ, വടക്കനാഫ്രിക്കൻ ദേശങ്ങൾക്ക് വിപുലവും തീവ്രവുമായ അധികാരത്തിന്റെ ഉന്നത നിലവാരങ്ങൾ 15-ാം നൂറ്റാണ്ടുവരെയുണ്ടായിരുന്നു; അപ്പോൾ ചൈന അതേറ്റെടുക്കുകയും തീവ്രവും വിപുലവുമായ അധികാരത്തിന്റെ കാര്യമായ നിലവാരങ്ങൾ അവർ ഏറക്കുറെ 18-ാം നൂറ്റാണ്ടുവരെ അനുഭവിക്കുകയും ചെയ്തു. ഈ ചിത്രത്തെ യൂറോകേന്ദ്രിത ബുദ്ധിജീവികൾ 19-ാം നൂറ്റാണ്ടിൽ നിരന്തരം പുനർവിഭാവനം ചെയ്തുകൊണ്ട് ആദ്യം വെനീസും, പിന്നെ പോർച്ചുഗലും, തുടർന്ന് സ്പെയിൻ,

നെതർലാൻഡ്സ്, ബ്രിട്ടൻ എന്നീ രാജ്യങ്ങളും 1100 നുശേഷമുള്ള കാലഘട്ടത്തിൽ നേതൃത്വമേറ്റെടുത്ത ആഗോളശക്തികളായിരുന്നുവെന്ന് പ്രഖ്യാപിച്ചു.

തീർച്ചയായും ആഗോളവൽക്കരണം ഒരു ചലനാത്മക പ്രതിഭാസമായിരുന്നു. അതുപോലെതന്നെ നിസ്സംശയമായ കാര്യമാണ് അതിന്റെ വൈപുല്യം കാലങ്ങളിലൂടെ മാറിയിട്ടുണ്ടെന്നതും. 1800–2000 കാലഘട്ടത്തിലെ ആധുനിക ആഗോളവൽക്കരണം ചില സുപ്രധാനവശങ്ങളിൽ അതിന്റെ കിഴക്കൻ മുൻഗാമിയിൽനിന്ന് വ്യത്യാസപ്പെട്ടിരിക്കുന്നുവെങ്കിലും, ആഗോളവൽക്കരണം 1500നുമുമ്പും, തീർച്ചയായും 1500 നുശേഷവും, നിലനിന്നിരുന്നുവെന്നു പറയാനാവും; ചരക്കുകൾ, ഖനിജവസ്തുക്കൾ, നാണയങ്ങൾ, മൂലധനം, സ്ഥാപനങ്ങൾ, ആശയങ്ങൾ, സാങ്കേതികവിദ്യകൾ, ആളുകൾ എന്നിവയെല്ലാം പ്രദേശങ്ങളിൽനിന്ന് പ്രദേശങ്ങളിലേക്ക്, ഭൂഗോളത്തിന്റെ ഏറെ ഭാഗത്തുമുള്ള സമൂഹങ്ങളുടെ പരിവർത്തനത്തിലേക്കു നയിക്കുംവിധം ശക്തമായ പ്രത്യാഘാതങ്ങളുണ്ടാക്കുന്ന ഒരു തലത്തിൽ, ഒഴുകികൊണ്ടിരുന്നു. കിഴക്കൻ ആഗോളവൽക്കരണത്തിന്റെ തുടക്കത്തിന്റെ തിയതി 500 എ ഡിയാണ്; 300നും 500നുമിടയിലുണ്ടായിരുന്ന ഒട്ടക ഗതാഗതം അതിന്റെ ഗതിവേഗം വർധിപ്പിക്കുന്നതിൽ പ്രത്യേകിച്ചും പ്രധാനമാണ്. ഇവിടത്തെ പ്രധാന ഘടകം പരസ്പരം കണ്ണിചേർന്ന ഒരു നിര ലോകസാമ്രാജ്യങ്ങൾ ഉയർന്നുവന്നുവെന്നതും അത് കടലിലൂടെയും കരയിലൂടെയുമുള്ള ഗതാഗതത്തിന് വികസിക്കാനാവുംവിധം സുതാര്യമായ രീതിയിൽ സമാധാനപൂർണമായ ഒരന്തരീക്ഷം സാധ്യമാക്കിത്തീർത്തുവെന്നതുമാണ്. ടാങ്ങ് ചൈനയുടെ ഉദയം (618–907), ഇസ്ലാമിക ഉമൈയ്യാദ്/അബ്ബാസിഡ് സാമ്രാജ്യങ്ങളുടെ മധ്യപൂർവദേശത്തെ ഉദയം (661–1258), വടക്കനാഫ്രിക്കയിൽ ഫാത്തിമിഡ് സാമ്രാജ്യത്തിന്റെ ഉദയം എന്നിവ മതിയാംവണ്ണം വിപുലമായ ഒരാഗോള കച്ചവട നെറ്റ്വർക്കിന്റെ ഉയർന്നുവരവിൽ നിർണായകമായിത്തീർന്നു. ടാങ്ങ് രാജവംശം അബ്ബാസിഡുകളോടൊത്തുച്ചേർന്നതോടെ ഏഷ്യക്കും വടക്കനാഫ്രിക്കക്കും മുഴുവൻ കുറുകെയുള്ള ദീർഘദൂരകച്ചവടം സാധ്യമായി. അറബ്-ചൈനീസ് ലോകങ്ങളുടെ വാണിജ്യവൽക്കരണവും അഭിവൃദ്ധിയും ഉയർന്നുവരുന്ന ആഗോളസമ്പദ്ഘടനയുടെ തീനാളങ്ങളെ ആളിപ്പടർത്തുന്ന ഒരു കൂറ്റൻ ഉലയായി പ്രവർത്തിച്ചു. ഫ്രാങ്കിഷ്-അറബ് ലോകങ്ങൾ തമ്മിൽ അടുത്ത ബന്ധമുണ്ടായിത്തീർന്നതും ഇറ്റാലിയൻ നഗരങ്ങളുടെ വിജയവും ഹാൻഡിയാറ്റിക് ലീഗിന്റെ (13ഉം 17ഉം നൂറ്റാണ്ടിലെ കച്ചവടകുത്തക) വളർച്ചയുമെല്ലാം മുസ്ലിം കിഴക്കുമായുള്ള ബന്ധങ്ങളെ തളർത്തുക എന്നതിലേറെ വളർത്തുകയാണു ചെയ്തത്.

കിഴക്കൻ ആഗോളസമ്പദ്ഘടനയുടെ ഉദയം ഇസ്ലാമിക മധ്യപൂർവദേശത്തോടും വടക്കനാഫ്രിക്കയോടും, വടക്കനാഫ്രിക്കയിലെ നീഗ്രോകളോടും ഏറെ കടപ്പെട്ടിരിക്കുന്നു. മധ്യപൂർവദേശത്തെ അറബികൾ

കാര്യമായ തോതിലും പ്രാധാന്യത്തിലുമുള്ള ആഗോള സമ്പദ്ഘടനയെ നെയ്തു ചേർക്കുന്ന യഥാർഥ ആഗോള മുതലാളിത്ത പയനിയർമാരായി (വഴിവെട്ടിത്തെളിക്കുന്നവർ)രുന്നു. പാശ്ചാത്യയൂറോപ്പിലെ കടൽലൈനുകൾ മുതൽ കിഴക്ക് ചൈനയും കൊറിയയും വരെയും, തെക്ക് ആഫ്രിക്കയും പോളിനേഷ്യയും വരെയും, ആഫ്രോ-യൂറേഷ്യൻ ഭൂമിക്കു കുറുകെ നീണ്ടു കിടന്നിരുന്നു അവരുടെ വാണിജ്യം. 610നു ശേഷം പ്രവാചകനായ മുഹമ്മദിന്റെ വെളിപാടോടെ മധ്യപൂർവദേശം അതിന്റെ ആഗോള ശക്തിയായുള്ള വളർച്ചയാരംഭിച്ചു; അതിനുമുമ്പ് ആ പ്രദേശം പേഴ്സ്യ, സിറിയ, ബൈസാന്റിയൻ, ഈജിപ്ത് എന്നിവക്കുകീഴിൽ വളരെയധികം ശിഥിലീകൃതമായ അവസ്ഥയിലായിരുന്നു. മുഹമ്മദിന്റെ ഏറ്റവും വലിയ സംഭാവനകളിലൊന്ന് കച്ചവടത്തിലൂടെയും യുക്തിപരമായ മുതലാളിത്ത പ്രവർത്തനത്തിലൂടെയും ഒരു ഐക്യം രൂപീകരിക്കുക എന്നതായിരുന്നു. വളരെ വ്യക്തമായിത്തന്നെ മുഹമ്മദ് ഒരു കൊമെൻഡാ കച്ചവടക്കാരനായിരുന്നു. ഇസ്ലാമിക മെക്കയുടെ കേന്ദ്രം, നേരെമറിച്ച്, ഒരാഗോള കച്ചവട നെറ്റ്വർക്കായി വളർന്നു. അതിന്റെ തുടർച്ചയായി, യൂറോപ്പുവരെ പടിഞ്ഞാറോട്ടു പരന്നതിനൊപ്പം കിഴക്കോട്ട് ഇന്ത്യയിലൂടെയും ചൈനയും തെക്കുകിഴക്കനേഷ്യവരെയും ഇസ്ലാം വ്യാപിച്ചു . തെക്കോട്ട് ആഫ്രിക്കയിലൂടെയും മതത്തിലൂടെയും വാണിജ്യബന്ധങ്ങളിലൂടെയുമാണ് അതിന്റെ വികസനം നടന്നത്. അതിന്റെ സാമ്പത്തികവിപുലനം കാലഘട്ടത്തെയപേക്ഷിച്ചുനോക്കിയാൽ അസാധരണമായിരുന്നു. വാണിജ്യത്തിന്റെ പയനിയർമാർ എന്ന രീതിയിൽ ചൈനക്കും തെക്കുകിഴക്കനേഷ്യക്കുമിടയിലുള്ള കച്ചവടത്തിന്റെ ഇടനിലക്കാരായി അറബികൾ പ്രവർത്തിച്ചു. തീർച്ചയായും പത്താംനൂറ്റാണ്ടോടെ ഇസ്ലാമിക കച്ചവടക്കാർ വഴിവെട്ടിത്തുറന്ന നിലയിൽ ഒരു നീണ്ട ഭൂഖണ്ഡാന്തര കച്ചവടത്തിന്റെ ലൈൻ രൂപപ്പെടുകയും അത് ചൈനയും മധ്യധരണ്യാഴിയും വരെ എത്തിച്ചേരുകയും ചെയ്തു. അബ്ബാസിഡ് തലസ്ഥാനമായ ബാഗ്ദാദ് പേർഷ്യൻ ഗൾഫ് പാതയുമായി കണ്ണിചേർക്കപ്പെടുകയും, അത് നേരെതിരിച്ച്, ഇന്ത്യൻ മഹാസമുദ്രത്തിലൂടെ വികസിക്കുകയും, അതും കടന്ന് തെക്കൻ ചൈനാസമുദ്രത്തിലും കിഴക്കൻ ചൈനാസമുദ്രത്തിലും വരെ എത്തിച്ചേരുകയും ചെയ്തു. സമകാലീന മുസ്ലിം ഭൂമിശാസ്ത്രകാരനും ചരിത്രകാരനുമായ അൽ-യാക്കൂബി(875) ബാഗ്ദാദിനെ ലോകത്തിന്റെ വാട്ടർഫ്രണ്ടായി (ജലമുഖം) വിവരിക്കുകയും, അതേ സമയംതന്നെ, ഖലീഫാ അൽ മൻസൂർ, "നമുക്കും ചൈനക്കും യാതൊരു തടസങ്ങളുമില്ലെന്നും കടലിലുള്ള എന്തിനും ഞങ്ങളുടെ അടുത്തേക്കു വരാനാകുമെന്നും" പ്രഖ്യാപിക്കുകയും ചെയ്തു. എറിക്ജോൺസ്- ലോകത്തിലെ ഏറ്റവും മുൻനിരയിൽ നിൽക്കുന്ന സാമ്പത്തിക ശാസ്ത്രജ്ഞരിലൊരാളാണദ്ദേഹം- അവകാശപ്പെടുന്നത് ആളോഹരിവരുമാനത്തിൽ വളർച്ച കൈവരിച്ച ആദ്യപ്രദേശം അബ്ബാസിഡ് ഖലീഫാ ഭരണപ്രദേശമാണെന്നാണ്. കടൽപ്പാത

ക്കൊപ്പം ഒരുപക്ഷേ ഏറ്റവും പ്രസിദ്ധമായിരുന്നത് ചൈനയിലേക്ക് കരയിലൂടെയുള്ള പാതയായിരുന്നു. അതിലൂടെ സാർഥവാഹകസംഘങ്ങൾ ഇറാനിയൻ നഗരങ്ങളായ തബ്രിസ്, ഹമാദാൻ നിഷാപൂർ എന്നിവ കടന്ന് സുഖാറയിലേക്കും ട്രാൻസ്ഓക്സിയാനയിലെ സമർഖണ്ഡിലേക്കും കടക്കുകയും തുടർന്ന് ഇന്ത്യയിലേക്കോ അല്ലെങ്കിൽ ചൈനയിലേക്കോ തിരിയുകയും ചെയ്തു. ഈജിപ്ത് വിദൂരപൂർവദേശത്തെ പടിഞ്ഞാറും ആഫ്രിക്കയിലുമുള്ള ചന്തകളുമായി ബന്ധിപ്പിച്ച സുപ്രധാനമായൊരു കച്ചവടപാതക്ക് അദ്ധ്യക്ഷ്യം വഹിച്ചു. ഇസ്ലാമിന്റെ വിദേശവാണിജ്യത്തിൽ ഒരുപക്ഷേ ഏറ്റവും ലാഭകരമായിത്തീർന്നത് ആഫ്രിക്കൻ മാർക്കറ്റുകളാണ്. എത്യോപ്യാ, സിംബാബ്വേ, കിൽവ എന്നിവ പ്രധാന സ്വർണഖനി പ്രദേശങ്ങളായിരുന്നപ്പോൾ, അതിന്റെ പടിഞ്ഞാറൻ തുറമുഖങ്ങളായ സിജിൽമാസ്സ (മൊറോക്കോയിൽ) മുതൽ സുമാത്രയിലെ ശ്രീവിജയരാജ്യംവരെ അതിന് വിശാലമായ കച്ചവട ബന്ധങ്ങളുണ്ടായിരുന്നു. അക്കാലത്ത് ഇന്ത്യ, ചൈന, മധ്യപൂർവദേശം എന്നിവയുടെ ഒരു കൂടിച്ചേരൽ കേന്ദ്രമായിരുന്നു സുമാത്ര. ജൂതകച്ചവടക്കാരും പ്രമുഖരായിരുന്നു, അവരുടെ പങ്കിനെ അക്കാലത്തെ ഗവർണറായ ഇബ്ൻ ഖുറാബ്ദിയും ഒപ്പംതന്നെ അക്കാലത്തെ ജെനീസാ രേഖകളും (Geniza Documents*) വിവരിച്ചിട്ടുണ്ട്.

കിഴക്കൻ ആഗോളവൽക്കരണത്തിന് ഒരു വമ്പിച്ച ഉത്തേജനം നൽകിയത് 13-ാംനൂറ്റാണ്ടിലെ മംഗോൾ സാമ്രാജ്യത്തിന്റെ ഉയർന്നുവരവാണ്. 12-ാം നൂറ്റാണ്ടായപ്പോഴേക്കും പടിഞ്ഞാറോട്ട് വ്യാപിച്ച സെൽജൂക്ക് തുർക്കികൾ ഒരു വിശാലമായ ഭൂപ്രദേശം കൈവശം വച്ചുതുടങ്ങിയിരുന്നു. എന്നാൽ യൂറേഷ്യൻ ഭൂപ്രദേശത്തിന്റെ ഭൂരിഭാഗവും കൈയടക്കുന്നതിൽ വിജയിച്ചത് ചെങ്കിസ്ഖാനും മംഗോളുകളുമായിരുന്നു. പാക്സ് മംഗോളിക്ക ഒരു സമാധാനം നിറഞ്ഞ ഭൂപ്രദേശം നൽകുകയും അതിനകത്ത് മുതലാളിത്തത്തിന് തഴച്ചുവളരാൻ സൗകര്യമൊരുങ്ങുകയും ചെയ്തു. ചൈനക്കും യൂറോപ്പിനുമിടയിൽ 5000 മൈൽ വരുന്ന വളരെ വളരെ നീണ്ട ഒരു വിദൂരലോകവാണിജ്യത്തെ ഒരു വശത്തും, മറുവശത്ത്, കൂടുതൽ മികച്ച കിഴക്കനാശയങ്ങളും സാങ്കേതികവിദ്യകളും പടിഞ്ഞാറ് പ്രസരിപ്പിക്കുന്നതിനെയും, അത് സാധ്യമാക്കുകയും ചെയ്തു. 'താർത്താറുകളായ' മംഗോളുകൾ അടിസ്ഥാനപരമായി നശീകരണക്കാരായിരുന്നുവെന്നും അവർ പുരോഗമന സാമ്പത്തിക പ്രവർത്തനങ്ങൾക്ക്

* Cairo Geniza Documents: ഇപ്പോൾ ഈജിപ്തിലെ പഴയ കെയ്റോയിലുള്ള ഫുസ്റ്റാറ്റ് എന്ന സ്ഥലത്ത് സ്ഥിതിചെയ്യുന്ന ബെൻ എസ്രാ ജൂതപ്പള്ളി(സിനഗോഗ്)യിലെ ജനീസ മുറിയിൽ (അഥവാ, സ്റ്റോർ റൂമിൽ) ശേഖരിക്കപ്പെട്ടതായി കണ്ടെത്തിയ ഏറെക്കുറെ 2,80,000 ജൂത കയ്യെഴുത്തുപ്രതികളുടെ ശേഖരം. 870 എ ഡി കാലം മുതൽ 1880 എ ഡി കാലം വരെ എഴുതപ്പെട്ടവയാണവ. ഈ കയ്യെഴുത്തുപ്രതികൾ രചിച്ച ജൂതന്മാർ അതാത് കാലത്തെ അവർ ജീവിച്ച സമൂഹത്തിന്റെ ഭാഷയും സംസ്കാരവും സ്വാംശീകരിച്ചവരായിരുന്നു.

എതിരായിരുന്നുവെന്നുമുള്ള യൂറോകേന്ദ്രിത കാഴ്ചപ്പാട് ഒരു മിത്ത് മാത്രമാണ്. യഥാർഥത്തിൽ താർത്താറുകൾ മംഗോൾ കോൺഫെഡറേഷനുകളിൽ പിൽക്കാലത്തുചേർന്ന ഒരു ഗോത്രവർഗ വിഭാഗമായിരുന്നു. അതിനെക്കുറിച്ചുള്ള യൂറോപ്യൻ വീക്ഷണം പ്രശ്നസങ്കീർണമാണ്. ഒന്നാമതായി ചെങ്കിസ് ശരിക്കും താർത്താർ ഗോത്രവർഗത്തെ തുടച്ചുനീക്കുകയാണ് ചെയ്തത്. പിന്നോക്ക പടിഞ്ഞാറുനിന്നുള്ള ചുവപ്പൻ മുടിക്കാരായ അവരോട് മംഗോൾ ജനത തികഞ്ഞ ഉപേക്ഷാമനോഭാവമാണ് പുലർത്തിയത്. മധ്യപൂർവദേശ ഇസ്ലാമിക ശക്തിയും ഒരു മധ്യപാത നിലനിർത്തുകയും, അത്, മധ്യധരണ്യാഴി തീരംമുതൽ സിറിയയിലൂടെയും പാലസ്തീനിലൂടെയും പ്രവർത്തനനിരതമാവുകയും ചെയ്തു. പേർഷ്യയിലൂടെ കടന്നുപോയ കരപാത ട്രാൻസ് ഓക്സിയാനയിലേക്കും, അവിടെ നിന്നൊന്നുകിൽ തെക്കുകിഴക്കൻ ദിശയിൽ വടക്കേ ഇന്ത്യയിലേക്കോ, അല്ലെങ്കിൽ കിഴക്കോട്ട് സമർഖണ്ഡിലേക്കും തുടർന്ന് മരുഭൂമി മുറിച്ചുകടന്ന് ചൈനയിലേക്കും എത്തിച്ചേരുകയും ചെയ്തു. തെക്കൻ പാത അലക്സാണ്ട്രിയ-കെയ്റോ-ചെങ്കടൽ പ്രദേശങ്ങളെ ബന്ധിപ്പിച്ചുകൊണ്ട് അറബിക്കടലിലേക്കും അവിടെനിന്ന് ഇന്ത്യൻ മഹാസമുദ്രത്തിലേക്കും അതിനപ്പുറത്തേക്കും നീങ്ങുകയും ചെയ്തു. മൂന്നാം നൂറ്റാണ്ടിനുശേഷം കിഴക്കോട്ടുള്ള പ്രധാന ഗേറ്റ്വേ ഈജിപ്തായിരുന്നു. പക്ഷേ ബാഗ്ദാദ് വീണതോടെ പിൽക്കാലത്ത് അൽ-ക്വാഹിറ കെയ്റോയെ യൂറോപ്പുവൽക്കരിക്കുകയും അത് ഇസ്ലാമിക ലോകത്തിന്റെ തലസ്ഥാനവും ആഗോളവ്യാപാരത്തിന്റെ മുഖ്യകേന്ദ്രമാവുകയും ചെയ്തു. യൂറോകേന്ദ്രിത പണ്ഡിതന്മാർ ഊന്നിപ്പറയുന്നത് പ്രധാന കുരിശുയുദ്ധതുറമുഖമെന്ന നിലയിലുള്ള ആക്രെയുടെ 1291ലെ പതനത്തോടെയും, ഈജിപ്ത് ചെങ്കടലിലെ വ്യാപാരത്തിൽ ക്രിസ്ത്യൻ യൂറോപ്യന്മാരുടെ ചെലവിൽ ആധിപത്യം വഹിച്ചുതുടങ്ങിയതോടെയും യൂറോപ്പിന്റെ കിഴക്കുമായുള്ള അന്താരാഷ്ട്രവ്യാപാരം വറ്റിവരണ്ടുതുടങ്ങിയിരുന്നുവെന്നാണ്. അതാണ് കുറച്ചുകൂടി തെക്കുഭാഗത്തുകൂടി കേപ്പ് ചുറ്റിവളഞ്ഞ് ഒരു മാർഗമന്വേഷിക്കാൻ പോർച്ചുഗീസുകാരെ പ്രേരിപ്പിച്ചതെന്നും അവർ പറയുന്നു. ഈ അവകാശവാദം പക്ഷേ, പ്രശ്നനിർഭരമാണ്. കാരണം, അവിശ്വാസികളുമായി വ്യാപാരം നടത്തിക്കൂടെന്ന പോപ്പ് നിക്കൊളാസ് നാലാമന്റെ വിലക്കിനെ മറികടന്ന് സുൽത്താനുമായി 1355ലും 1361ലും പുതിയ കച്ചവടക്കരാറുകളുറപ്പിക്കാൻ വെനീഷ്യന്മാർക്കു കഴിഞ്ഞിരുന്നു. വെനീസ് അതിജീവിക്കാൻ കാരണം ആഗോള സമ്പദ്ഘടനയിൽ ഈജിപ്ത് അത്രമാത്രം പ്രധാനപ്പെട്ട ഒരു പങ്ക് വഹിച്ചിരുന്നതാണ്. അതിനുമപ്പുറം, വെനീസും ജെനോവയും ആഗോളവ്യാപാരത്തിലെ മുൻനിരക്കാരായിരുന്നില്ല; മറിച്ച്, ആഫ്രോ-ഏഷ്യൻ ആഗോള സമ്പദ്ഘടനയുമായി സമരസപ്പെട്ടു പോയവരായിരുന്നു. ഇസ്ലാമിന്റെ വിപുലമായ ശക്തിയുടെ ബാറ്റൻ ഈജിപ്തിയിൽ നിന്ന് ഓട്ടോമാൻ സാമ്രാജ്യത്തിലേക്ക് കൈമാറപ്പെടുകയും ഇന്ത്യൻ മഹാസമുദ്രത്തിൽ പോർച്ചുഗീസുകാർക്കുമേൽ

അവരവരുടെ പിടി നിലനിർത്തുകയും ചെയ്തു. അതിലുമേറെ മറ്റ് ഇസ്ലാമിക സാമ്പത്തിക ശക്തികേന്ദ്രങ്ങളായ മുഗൾ ഇന്ത്യയും തെക്കുകിഴക്കനേഷ്യയും യൂറോപ്യൻ വ്യാപാരികളെ ചെറുക്കാനും കീഴൊതുക്കാനും കഴിവുള്ളവരായി 1800 കാലംവരെത്തുടരുകയും ചെയ്തു. രണ്ടാം സഹസ്രാബ്ദത്തിലേറെക്കാലത്തും മധ്യപൂർവദേശം ലോകത്തിന്റെ പാലമായിത്തുടർന്നുവെന്നതും ഇസ്ലാമിന്റെ വിപുലമായ ശക്തിയുടെയും അധികാരത്തിന്റെ ഉജ്ജ്വലതയുമെല്ലാമുണ്ടെങ്കിലും, ആഗോള തീവ്രശക്തിയെന്ന നിലക്കുള്ള മേൽക്കൈ 1000ൽ ഇറ്റലിയിലേക്കും 1500ൽ പോർച്ചുഗലിലേക്കും എത്തിച്ചേരുകയല്ല, മറിച്ച് 1100ൽ ചൈനയുടെ കൈയിലേക്കെത്തുകയും അവിടെ 19-ാം നൂറ്റാണ്ടുവരെ നിലനിൽക്കുകയുമാണ് ചെയ്തത്:

ബ്രിട്ടീഷ് വ്യവസായവൽക്കരണം എന്ന മിത്ത്

വ്യവസായവൽക്കരണത്തെക്കുറിച്ചുള്ള ഏത് സാധാരണ സാമ്പത്തിക ചരിത്രമെടുത്തുനോക്കിയാലും അതെല്ലാമാരംഭിക്കുന്നത് 18ഉം 19ഉം നൂറ്റാണ്ടുകിൽ ബ്രിട്ടൻ നേടിയ തുടക്കത്തിലെ കുതിച്ചുചാട്ടത്തിൽ നിന്നായിരിക്കുമെന്നു കാണാം. ഈ വിഷയത്തിലെ പ്രമുഖ കൃതികളുടെയെല്ലാം തലക്കെട്ടിൽത്തന്നെ ഇക്കാര്യം പ്രഘോഷിക്കപ്പെടുന്നതായിക്കാണാം. ഫില്ലിസ് ഡീനിന്റെ 'ആദ്യ വ്യവസായ വിപ്ലവവും' പീറ്റർ മത്തിയാസിന്റെ 'ആദ്യ വ്യവസായരാഷ്ട്രവും' തന്നെ ഇക്കാര്യത്തിലേറ്റവും ശ്രദ്ധേയം. യൂറോപ്യൻ പഠനം വ്യക്തമായി പ്രഖ്യാപിക്കുന്നത് ഒരു വ്യവസായ വിപ്ലവമുണ്ടായിരുന്നുവെന്നും അത് ബ്രിട്ടീഷുകാരുടേതായിരുന്നുവെന്നുമാണ്. അമേരിക്കൻ സാമ്പത്തികശാസ്ത്രജ്ഞനായ വാൾട്ടർ റോസ്റ്റോസ് നടത്തുന്ന ബ്രിട്ടീഷ് വ്യവസായവിപ്ലവത്തെക്കുറിച്ചുള്ള വിവരണത്തിന്റെ കേന്ദ്രസ്ഥാനത്ത് നിൽക്കുന്നത് കെട്ടുപിണഞ്ഞ ഒരു മുൻധാരണയാണ്; അദ്ദേഹം പറയുന്നത് പരിവർത്തനത്തിന്റെ ബ്രിട്ടീഷ് ഉദാഹരണം സമാനതകളില്ലാത്തതായിരുന്നുവെന്നാണ്- അതായത് ബാഹ്യ ഇടപെടലുകളില്ലാതെ ഒരൊറ്റ സമൂഹത്തിന്റെ ആന്തരിക ചലനാത്മകത കൊണ്ടുളവായ മാറ്റമായി അത് പ്രത്യക്ഷപ്പെടുന്നുവെന്ന അർഥത്തിൽ. ശക്തിയുടെ കാര്യത്തിൽ ഉദാഹരണങ്ങളില്ലാത്തതും, കൈയെത്തിപ്പിടിക്കാനുള്ള ശേഷിയുടെ കാര്യത്തിൽ സാർവത്രികമായതുമായ, ഉൽപ്പാദനത്തിന്റെ ശക്തികളുടെ ഒരു സ്വയോത്ഭവവും ഭീമവുമായ ജ്വലനമായി അത് ചിത്രീകരിക്കപ്പെടുന്നു. അടിസ്ഥാനപരമായ ഒരവകാശവാദം ബ്രിട്ടീഷുകാർക്ക് ഒരു നിവേശ (input) മുണ്ടായിരുന്നുവെങ്കിലും അവർ ബോധപൂർവ്വമായി ചൈനീസ് സാങ്കേതികവിദ്യ സ്വായത്തമാക്കുകയും സ്വാംശീകരിക്കുകയും ചെയ്തുവെന്നാണ്; ഒന്നുകിൽ യാഥാർഥ സാങ്കേതികവിദ്യകൾ അല്ലെങ്കിൽ ഒരു പ്രത്യേക സാങ്കേതികവിദ്യയുടെ അറിവ്. പുതുതായി വ്യവസായവൽക്കരിക്കപ്പെടുന്ന ഒരു രാജ്യത്തെ പിൽക്കാല വികസിപ്പിക്കലുകാർ മാത്രമായിരുന്നു യഥാർഥത്തിൽ ബ്രിട്ടീഷുകാർ; ആരോ

പിക്കപ്പെടുന്നതുപോലെ 'പിന്നോക്കാവസ്ഥ'യുടെ നേട്ടങ്ങൾ അതനുഭവിക്കുകയും കിഴക്കൻ വികസിപ്പിക്കലുകാർ (developers) മുൻകാലത്ത് വഴിവെട്ടിത്തുറന്നുകൊണ്ട് സൃഷ്ടിച്ചെടുത്ത് മുന്നേറിയ സാങ്കേതികവിദ്യകളെ അവർ പരിഷ്കരിക്കുകയും ചെയ്യുകയായിരുന്നു.

കുറച്ചുകൂടി വിശാലമായ ഒരാഗോള പശ്ചാത്തലത്തിൽ ഈ ബ്രിട്ടീഷ് കഥയെ നാം പ്രതിഷ്ഠിക്കുമ്പോൾ സാമ്പത്തിക ചരിത്രത്തിലെ ഏറ്റവും ഗണ്യമായ തുടർച്ചാരാഹിത്യമാണ് ബ്രിട്ടീഷുകാരുടെ വമ്പിച്ച പരിവർത്തനമെന്ന് വിശ്വസിക്കാൻ മതിയായ കാരണങ്ങളുണ്ട്. ചരിത്രപരമായ വളരെയകലെ കിടക്കുന്ന സുങ്ങ് ചൈനീസ് പങ്കാളികളുമായി 18-ാം നൂറ്റാണ്ടിലെ ബ്രിട്ടനെ കണ്ണിചേർക്കുന്നതാണ് ബ്രിട്ടീഷ് വ്യവസായവിപ്ലവമെന്ന് വീക്ഷിക്കുന്നതാണ് കൂടുതൽ അർഥമുള്ളതാവുക. യൂറോപ്യൻ വൻകരയിലെയും ബ്രിട്ടനിലെയും ജ്ഞാനോദയത്തെ പ്രചോദിപ്പിക്കുന്നതിൽ ചൈനീസ് ആശയങ്ങൾക്ക് പ്രത്യേകിച്ചും പ്രാധാന്യമുണ്ട്. യൂറോപ്പിന്റെ സർക്കാർ, ധാർമികതത്വചിന്ത, കലാപരമായ സ്റ്റൈലുകൾ, വസ്ത്രങ്ങൾ, ഫർണിച്ചർ, വാൾപേപ്പർ, പൂന്തോട്ടങ്ങൾ, സമ്പദ്ഘടന, ചായകുടി എന്നിവയിലും മറ്റൊട്ടേറെക്കാര്യങ്ങളിലും ചൈനീസ് ആശയങ്ങൾ യൂറോപ്യൻ ആശയങ്ങളെ സ്വാധീനിച്ചിട്ടുണ്ട്. ചൈനീസ് ചിന്തകളും യൂറോപ്യൻ ജ്ഞാനോദയവും തമ്മിലുള്ള കണ്ണിചേരൽ അന്തിമമായി എല്ലാക്കാര്യങ്ങളുടെയും കേന്ദ്രമായി മനുഷ്യന്റെ യുക്തിപരമായ ബുദ്ധിയിലുള്ള വിശ്വാസം (faith in human reason) പങ്കിടുന്നതിലൂടെ ഉറച്ച ഒരു പാലമായിത്തീർന്നു. 1687ൽ കൺഫ്യൂഷ്യസിനെക്കുറിച്ചുള്ള പുസ്തകം (കൺഫ്യൂഷസ് സിനാരും ഫിലോസോഫൂസ്) തർജമ ചെയ്യപ്പെട്ടപ്പോൾ, അത് യൂറോപ്പിൽ വലിയൊരു ചലനം സൃഷ്ടിച്ചു. ആ കൃതി വായിച്ചപ്പോൾ 2000 വർഷങ്ങൾക്കുമുമ്പ് ചൈനയിൽ കൺഫ്യൂഷ്യസ് അതേ ചിന്തകൾ, അതേമട്ടിൽ ചിന്തിക്കുകയും, അതേ യുദ്ധം വെട്ടുകയും ചെയ്തുവെന്നുകണ്ട് ആളുകൾ അത്ഭുതപരതന്ത്രരായി. 18-ാം നൂറ്റാണ്ടിലെ ജ്ഞാനോദയത്തിന്റെ രക്ഷാധികാരിയായ പുണ്യവാളനായി അത് മാറി. ഇക്കാര്യത്തിന്റെ നിർണായകവർഷം 1700 ആണ്. അറിവും പഠനവുമുള്ള (യൂറോപ്പിലെ)വരുടെ ലോകത്തിന്റെ താൽപ്പര്യങ്ങളും ആഭിമുഖ്യങ്ങളും ചൈനക്കുനേരെ തിരിഞ്ഞ പരിവർത്തനത്തിന്റെ വർഷമാണത്. തുടർന്നുള്ള എട്ടുവർഷങ്ങളിൽ ഒട്ടേറെ യൂറോപ്യന്മാർ ചൈനയോട് തീവ്രാഭിമുഖ്യമുള്ളവരായി മാറി. റോക്കോക്കോ (rococo-ഒരു തരം ഡിസൈൻ)യുടെ ലോകത്തോട് ഒരുതരം പ്രണയം തന്നെയുണ്ടായി. നവോത്ഥാന തത്വചിന്തകരും സാമ്പത്തിക ശാസ്ത്രജ്ഞരുമായ മെണ്ടെയ്ൻ, ലിബ്നിസ്, വോൾട്ടയർ, ഖുസ്നായ്, ഹ്യൂം, ആദംസ്മിത്ത് എന്നിവർ ചൈനയും അതിന്റെ ആശയങ്ങളുമായി സക്രിയമായി ബന്ധപ്പെട്ടു. കിഴക്കിനെപ്പറ്റിയുള്ള കാലങ്ങളിലൂടെയുള്ള എല്ലാ നല്ല വികാരങ്ങളുടെയും ഒരു പരിപൂർണ സംക്ഷിപ്തരൂപമാണ് വോൾട്ടയറുടെ *എസ്സായി സുർ ലെസ് മുയെൻസ്* (*Essai Sur les Moeuns*) എന്ന ഗ്രന്ഥമെന്ന്

വിവരിക്കപ്പെട്ടിട്ടുണ്ട്. തന്റെ *എൻ ഓർഫെലിൻ ഡിലാ ചൈനെ* (1755) എന്ന ഗ്രന്ഥത്തിൽ അദ്ദേഹം രാഷ്ട്രീയത്തിലും മതത്തിലും തത്വചിന്തയിലുമുള്ള ചൈനീസ് സങ്കൽപ്പനങ്ങളിൽനിന്ന് ഊർജം വലിച്ചെടുത്തു. യൂറോപ്പിന്റെ പിന്തുടർച്ചാവകാശക്രമത്തിലുള്ള പ്രഭുത്വാധിപത്യത്തെ ആക്രമിക്കാനായുള്ള യുക്തിപരമായ തത്വങ്ങളിന്മേൽ അടിസ്ഥാനപ്പെടുത്തിയവയായിരുന്നു അവയെല്ലാം. ഫ്രഞ്ച് എക്കണോമിസ്റ്റായ ഫ്രാങ്കോയിസ് ഖുസ്നേ(1614-1774), മർക്കന്റലിസത്തിന്റെ (ഒരു എക്കണോമിക് തിയറി) ആശയങ്ങളെ ആദ്യമായി വിമർശിച്ച ഫ്രഞ്ച് സാമ്പത്തികശാസ്ത്രജ്ഞനായിരുന്നു. സമ്പത്തിന്റെ ഒരു നിർണായക പ്രഭവകേന്ദ്രമായി കൃഷിയെക്കാണുകയും സർക്കാരിന്റെ ഏകപക്ഷീയമായ ഇടപെടലുകളിൽനിന്ന് ഉൽപ്പാദകരെ സ്വതന്ത്രമാക്കിയാലേ അതിനെ ചൂഷണം ചെയ്യാൻ കഴിയൂ എന്നു വാദിക്കുകയും ചെയ്ത അദ്ദേഹത്തിന്റെ ആശയങ്ങൾ ചൈനീസ് ധാരണകളിൽ നിന്നുരുത്തിരിച്ചെടുത്തതാണ്. സമ്പദ്ഘടനയിലെ ചൈനീസ് പരികൽപ്പനകളോടദ്ദേഹത്തിനുള്ള കൂടുതൽ കടങ്ങളിൽ ഏറ്റവും പ്രധാനപ്പെട്ടത് താവോയിസ(Taoism)ത്തിന്റെ 'വു വെയ്'(Wu wei) എന്ന പരികല്പനയാണ്, അത് ഫ്രഞ്ചുഭാഷയിൽ ലെയ്സെഫെയർ (laissez faire) എന്ന് തർജ്ജമ ചെയ്യപ്പെട്ടു. ഖുസ്നേയെ ഫ്രഞ്ച് സാമ്പത്തിക ശാസ്ത്രജ്ഞനായ നിക്കോളാസ് ഗബ്രിയേൽ ക്ലെർക്ക് (1726-1798)പിന്തുടർന്നുവെന്നത് രേഖപ്പെടുത്തപ്പെടേണ്ട ഒരു കാര്യമാണ്. അദ്ദേഹം തന്റെ *യുലെ ഗ്രാൻഡ് എറ്റ് കൺഫ്യൂഷ്യസ്* എന്ന കൃതിയിൽ യൂറോപ്യന്മാരോട് കാര്യമായ സാമ്പത്തിക പുരോഗതി നേടണമെന്നുണ്ടെങ്കിൽ ചൈനയെ അനുകരിക്കാൻ ആഹ്വാനം ചെയ്തു. ബേസിൽ ജോൺ ഡഗ്ലസ് ഗൈ (1882-1956) പറഞ്ഞത് നിയമവും നിയമനിർമാതാക്കളും പ്രകൃതിയുടെ ക്രമത്തെ അംഗീകരിക്കണമെന്നും അങ്ങനെ ചെയ്യുമ്പോളത് 'വുവെയ്യു'ടെ (laissez faire) ചൈനീസ് ആദർശവുമായി ഒത്തുപോകുന്നതായിരിക്കണമെന്നും, അതെക്കാലവും അവരുടെ സർക്കാരിന്റെ സിദ്ധാന്തങ്ങളെ പ്രചോദിപ്പിച്ചുണ്ടെന്നുമാണ്. ഇതൊക്കെ പറയുന്നത് യൂറോപ്യൻ ജ്ഞാനോദയം ചൈനീസ് ആശയങ്ങളുടെ വെറും ഉൽപ്പന്നം മാത്രമാണെന്ന് സ്ഥാപിക്കാനല്ല; മറിച്ചതിനെ വൻതോതിൽ സ്വാധീനിച്ചിട്ടുണ്ടെന്ന് ചൂണ്ടിക്കാട്ടാനാണ്. 18-ാം നൂറ്റാണ്ടിലെ ഒരു യൂറോപ്യനും (1780 വരെ) യൂറോപ്പ് സ്വയം സൃഷ്ടിച്ചതാണെന്ന് അവകാശപ്പെടുമായിരുന്നില്ലെന്ന് മാർട്ടിൻ ബെർണാൽ നമ്മെ ഓർമിപ്പിക്കുന്നു. അത്രമാത്രമായിരുന്നു 17-ാം നൂറ്റാണ്ടിന്റെ അവസാനം മുതൽ 1780 വരെ യൂറോപ്യൻ ചിന്തകരിൽ ചൈനയുണ്ടാക്കിയ സ്വാധീനം. ഫ്രഞ്ചു ജ്ഞാനോദയത്തിന്റെ ഒരെഴുത്തുകാരനായ വോൾട്ടയർ (1694-1704) ലോകചരിത്രത്തെക്കുറിച്ചുള്ള പുസ്തകത്തിൽ ചൈനയെക്കുറിച്ച് സൂചിപ്പിക്കാതിരുന്നതിന് ജാക്വെസ്-ബെനൈൽ ബുസ്സോയെ (ഫ്രഞ്ചുബിഷപ്പും ദൈവശാസ്ത്രജ്ഞനും, 1627-1704) കഠിനമായി വിമർശിക്കുകവരെ ചെയ്തു. പക്ഷേ, 1780 മുതൽ സ്വേച്ഛാധിപതികൾ

(despots) കൈകാര്യം ചെയ്യുന്ന പിന്നോക്ക കാടൻ രാജ്യമായി ചൈനയെ ചിത്രീകരിക്കാൻ തുടങ്ങി. ആ പുതിയ വീക്ഷണത്തിന്റെ മാതൃകാപരമായ ഉദാഹരണം ലഭ്യമാകുന്നത് ആഗ്ലോ-ഇംഗ്ലീഷ് എഴുത്തുകാരനായ ഒലിവർ ഗോൾഡ് സ്മിത്തിൽ (1730–1774) നിന്നാണ്. മനുഷ്യരാശിയിലെ മറ്റു വംശങ്ങൾക്കിടയിൽ ഉടലെടുത്ത ആ കലാരൂപങ്ങൾക്കെല്ലാം, ഉദാഹരണത്തിന്, ചൈനയിൽ നിന്നുയർന്നുവന്നവക്ക്, അവയുടെ പരിപൂർണതയില്ലേക്കെത്തിച്ചേരാനാവുക യൂറോപ്പിലാണെന്ന് അദ്ദേഹം പറഞ്ഞു. യൂറോപ്യന്മാർ പരിപൂർണസ്വതന്ത്രരും ഏറ്റവും പ്രതിഭാസമ്പന്നരും ശരിക്കും എല്ലാത്തിന്റെ തുടക്കക്കാരുമാണെന്ന ഒരു മിഥ്യ സൃഷ്ടിക്കപ്പെട്ടു.

കത്തേയ്(മാർക്കോപോളോ പ്രചരിപ്പിച്ച ചൈനയുടെ മധ്യകാലത്തെ പേര്) യിലെ അറിവുകൾ നേരിട്ട് യൂറോപ്പിൽ പ്രചരിപ്പിക്കപ്പെടുന്നതിന് തുടക്കം കുറിക്കപ്പെട്ടത് 1245നു ശേഷം ആദ്യമായി അവിടെ യാത്രചെയ്തെത്തിച്ചേർന്ന നിരവധി ഫ്രാൻസിസ്കൻ സന്യാസികളിലൂടെയാണ്. അവരെക്കാൾ പ്രധാനപ്പെട്ട വാഹകരായിത്തീർന്നത്, തുടർന്ന്, ജെസ്യൂട്ടുകളാണ്. വെടിമരുന്ന്, വടക്കുനോക്കിയന്ത്രം, കടലാസ്, അച്ചടി എന്നിവയൊക്കെ ചൈനയിലാണ് കണ്ടുപിടിച്ചതെന്ന കാര്യം വിശ്വസിക്കാൻ യൂറോപ്പിനെ നിർബന്ധിച്ചത് ജെസ്യൂട്ടുകളാണ്. 1685-ൽ ലൂയി പതിനാലാമൻ ഒട്ടേറെ വിഷയങ്ങളിൽ ലഭ്യമായവയെല്ലാം കണ്ടെത്താനുള്ള ഒരു ലിസ്റ്റുമായി ആറ് ജസ്യൂട്ടുകളെ ചൈനയിലേക്കയച്ചു. അവയിൽ ശാസ്ത്രം മുതൽ ചെടികളും പക്ഷിമൃഗാദികളും മുതൽ കാർഷികോൽപ്പാദനം വരെയുള്ള കാര്യങ്ങളുണ്ടായിരുന്നു. അദ്ദേഹം നേരിട്ടു തന്നെ ചൈനയിലെ ജസ്യൂട്ട് മിഷന് കത്തെഴുതിക്കൊണ്ട് ലോഹങ്ങൾ, ചായ, കടലാസ്, സിൽക്ക്, ശരിയായ കോപ്പപ്പിഞ്ഞാണം, ചായങ്ങൾ, ഗ്ലാസ്, എന്നിവയുടെയെല്ലാം നിർമാണത്തെക്കുറിച്ചും, ചൈനയുടെ കാർഷിക-സൈനിക -നാവിക സാങ്കേതിക വിദ്യകളെക്കുറിച്ചും വിവരങ്ങൾ ശേഖരിച്ചുതരാനാവശ്യപ്പെട്ടു. അതിലേറ്റവും അന്വേഷണത്വരയോടെയുള്ള ചോദ്യങ്ങൾ കത്തിലൂടെ ഉന്നയിച്ചത് ലൂയി പതിനാറാമന്റെ സാമ്പത്തിക മാനേജരായ ടർഗോട്ട് ആയിരുന്നു. 1765ൽ സമഗ്രമായ ഒരു ചോദ്യാവലിയുമായി അദ്ദേഹം രണ്ട് ക്രിസ്ത്യൻ മിഷനറിമാരെ ചൈനയിലേക്കയച്ചു. ഒട്ടനവധിയൂറോപ്യൻ എഴുത്തുകാർ ചൈന സന്ദർശിക്കുകയും തങ്ങളുടെ കണ്ടെത്തലുകളെപ്പറ്റി പുസ്തകങ്ങൾ രചിക്കുകയും ചെയ്തു. ക്യാപ്റ്റൻ എക്ബർഗിന്റെ *ചൈനീസ് ഹസ്ബന്ററിയുടെ ഒരു വിവരണം* ഒരു മികച്ച ഉദാഹരണമെന്ന നിലയിൽ ഫ്രഞ്ച്, ജർമൻ ഭാഷകളിൽ പരിഭാഷ ചെയ്തച്ചടിച്ചു. 1600 മുതൽ ജസ്യൂട്ടുകാരുടെ കത്തുകളിലൂടെ ചൈനയെക്കുറിച്ചുള്ള വിവരങ്ങൾ വളരെ വേഗം കുന്നുകൂടാൻ തുടങ്ങി; എന്നാൽ 1650നു ശേഷം ചൈനയെക്കുറിച്ചുള്ള പുസ്തകങ്ങളാണ് പ്രാമുഖ്യം നേടിയത്. ഒട്ടേറെ യൂറോപ്യൻ ഭാഷകളിൽ പ്രസിദ്ധീകരിക്കപ്പെട്ട അവയിലൂടെ കാത്തേയ്-യുടെ ഒട്ടേറെ ഗാംഭീര്യങ്ങൾ ഒരു

പൊതുവായ തലത്തിലും അതിന്റെ സാങ്കേതിക വിദ്യകളും സാമ്പത്തിക ആശയങ്ങളും കൂടുതൽ കൃത്യമായ രൂപത്തിലും ആശയവിനിമയം ചെയ്യപ്പെട്ടു. ചൈനയുടെ എല്ലാ വശങ്ങളെക്കുറിച്ചും സവിസ്തരം പ്രതിപാദിക്കുന്ന വിശദമായ വിവരണ ഗ്രന്ഥങ്ങൾ ജസ്യൂട്ടുകളായ മാത്തെയോ റിക്കി, നിക്കോളാസ് ട്രിഗോൾട്ട്, അൻവാരെസ് സെഡോ, മാർട്ടിനോ മാർട്ടിനിൻ എന്നിവരും മറ്റുള്ളവരും രചിച്ചു. യൂറോപ്പ് ചൈനീസ് കൃതികൾ കൊണ്ട് നിറയുകമാത്രമല്ല ചെയ്തത്, ഒപ്പം, അതിന് ചൈനയിൽ നിന്ന് എണ്ണമറ്റ സാങ്കേതികവിദ്യകളും മാതൃകകളും കിട്ടുകയും ചെയ്തു. അവയെ നേരിട്ടുതന്നെ പകർത്തിക്കൊണ്ട് കാർഷിക-വ്യാവസായികവിപ്ലവങ്ങൾ സാധ്യമാക്കിത്തീർത്തു. ബ്രിട്ടീഷ് വ്യവസായവൽക്കരണത്തിന്റെ പുരോഗതിക്ക് തുടർന്നുപോകേണ്ട ഒരാവശ്യകതയായി കാർഷികവിപ്ലവത്തെ കാണുമ്പോൾ, പുതിയതും പ്രതിഭാസ്പർശമുള്ളതുമായ ഒരു നിര ബ്രിട്ടീഷ് കണ്ടുപിടിത്തങ്ങളതിൽ സുപ്രധാനമാണെന്നു കരുതപ്പെടുന്നു. അവയിൽ ജെത്രോ ടുള്ളിന്റെ(Jethro Tull-1674 -1741, English Agriculturalist) സീഡ് ഡ്രിൽ (Seed Drill), കുതിരവലിക്കുന്ന കൊഴു, റോതർഹാം (Rotherham)കലപ്പ (1730ൽ പേറ്റന്റ് ചെയ്തു) റോട്ടറി വിന്നോവിങ് മെഷീൻ(അരിയും തവിടും വേർതിരിക്കുന്ന യന്ത്രം)എന്നിവയുൾപ്പെടുന്നു. അവക്കു പുറമേ വിളപരിക്രമണ രീതിയടക്കമുള്ള പുതിയ ഭൂവിനിയോഗരീതികളും വളങ്ങളും പുതിയ വിളകളും സെലക്ടീവ് ബ്രീഡിങും പ്രധാനപ്പെട്ടവയായിരുന്നു. ഒരു ബോർഡിൽ വിളക്കിച്ചേർത്ത ഇരുമ്പുകലപ്പ സാങ്കേതികരംഗത്തെ വളരെ നിർണായകമായ പുതിയ നവീകരണമായിരുന്നു. അതാദ്യം, 17-ാം നൂറ്റാണ്ടിൽ ജർമൻ പോളണ്ടിൽ (ഡച്ച് ബാസ്റ്റാർഡ് കലപ്പയെന്നതറിയപ്പെട്ടു) വികസിപ്പിക്കപ്പെടുകയും ഡച്ച് എഞ്ചിനീയർമാർ ഇംഗ്ലണ്ടിലേക്ക് കൊണ്ടുവരികയും ചെയ്തു. അതിനെ ഇംഗ്ലീഷ് റോതർഹാം കലപ്പ പിന്തുടർന്നു. പക്ഷേ ജർമൻ നരവംശശാസ്ത്രജ്ഞനായ പോൾ ലെസർ (1899-1984) 1931ൽ അവകാശപ്പെട്ടത് ആധുനിക കലപ്പ രൂപമെടുത്തത് ചൈനയിലാണെന്നും അതിന്റെ ഇറക്കുമതിയില്ലായിരുന്നുവെങ്കിൽ യൂറോപ്പിൽ ഒരു കാർഷിക വിപ്ലവം ഉണ്ടാകില്ലായിരുന്നുവെന്നുമാണ്. ഡച്ച് ബാസ്റ്റാർഡ് എല്ലാവശങ്ങളും ചൈനയിൽ ഏറെക്കുറെ രണ്ടു സഹസ്രാബ്ദങ്ങൾക്കു മുന്നേ കണ്ടുപിടിക്കപ്പെട്ടിട്ടുണ്ട്. വളരെ വളരെക്കാലം മുമ്പത്തെ ആ ചൈനീസ് കണ്ടുപിടിത്തവുമായി അടുത്ത സാദൃശ്യമുള്ളവയാണ് പുതിയ യൂറോപ്യൻ കലപ്പകൾ. കലപ്പയുടെ കാര്യത്തിൽ വഴിവെട്ടിത്തുറന്നവനായിക്കണക്കാക്കപ്പെടുന്നയാളായ യൂറോപ്യനായ ജെയിംസ് സ്മോൾ 1784ൽ (വളരെക്കാലത്തിനുശേഷം) വിശദീകരിച്ച മോഡലിനെ ശരിക്കും മുൻകൂട്ടിക്കാണുന്നവയാണ് ചൈനയുടെ ഐയൺ മോൾഡ് ബോർഡ് കലപ്പകൾ (Iron mould board ploughs). യഥാർഥ ചൈനീസ് മോഡൽ ഡച്ചുകാർ കൊണ്ടുവരികയും, ഡച്ച് ബാസ്റ്റാർഡ് കലപ്പയുണ്ടാക്കുകയും, അത് പിന്നീട് ബ്രിട്ടീഷുകാർ റോതൻഹാം കലപ്പയായി രൂപപ്പെടുത്തുക

യുമാണുണ്ടായതെന്നത് വ്യക്തമാണ്. മറ്റൊരു പ്രധാന കുതിച്ചു ചാട്ടമായ റോട്ടറി വിന്നോവിംഗ് മെഷീൻ (Rotary winnowing machines) ആദ്യമായി ഫ്രാൻസിലേക്ക് കൊണ്ടുവന്നത് ജസ്യൂട്ടു(ഈശോ സഭക്കാർ)കളാണ്. അവിടെയത് വലിയ ആകർഷണകേന്ദ്രമായി. സ്വീഡനിലേക്കും വിവിധ മോഡലുകൾ എത്തിക്കപ്പെട്ടു. ഒടുവിൽ യൂറോപ്പിലേക്ക് ഡച്ച് നാവികരത് വൻതോതിൽ ഇറക്കുമതി ചെയ്തു. ജെത്രോടുള്ളിന്റെ സീഡ് ഡ്രില്ലിന്റെ അടിസ്ഥാന തത്വങ്ങൾ (പ്രത്യക്ഷത്തിൽ സീഡ് ഡ്രിൽ കണ്ടുപിടിച്ചത് ജെത്രോ ടുൾ ആണ്), അദ്ദേഹം തന്റെ *ഹോഴ്സ് ഹോവിംഗ് ഹസ്ബന്ററി* (1733) എന്ന പുസ്തകത്തിൽ അതിന്റെ രൂപരേഖ നല്കിയിട്ടുണ്ട്-ബി സി മൂന്നാം നൂറ്റാണ്ടുവരെ പഴക്കമുള്ള പഴയകാല ചൈനീസ് മാന്വലുകളിൽ നൽകുന്ന വിവരണത്തിന്റെ ഒരു പദാനുപദ രചന മാത്രമാണതെന്നു കണ്ടെത്തുന്നത് രസകരമായിരിക്കും. തന്റെ സീഡ് ഡ്രില്ലിന്റെ കിഴക്കൻ ഉറവിടം ഒരു രഹസ്യമായി വക്കുന്നതിൽ ജെത്രോ ടുൾ വിജയം വരിച്ചു, അദ്ദേഹമതിലത്രയേറെ വിജയിച്ചതുകൊണ്ട്, ഇക്കാര്യത്തിൽ 1795ൽ മാത്രമാണ് യഥാർഥത്തിൽ കിഴക്ക് വളരെ വളരെക്കാലമായി അതുപയോഗിച്ചുകൊണ്ടേയിരിക്കുന്നുണ്ടായിരുന്നതിനെക്കുറിച്ച് ബ്രിട്ടീഷ് ബോർഡ് ഓഫ് അഗ്രിക്കൾച്ചറിനറിയാൻ കഴിഞ്ഞത്. ബ്രിട്ടനിൽ ഒരു വലിയ കുതിച്ചുചാട്ടമായിത്തീർന്ന പുതിയ വിള പരിക്രമണ വ്യവസ്ഥ, വളരെ വളരെ മുമ്പ്, 6-ാം നൂറ്റാണ്ടിൽത്തന്നെ ചൈനയിൽ വികസിപ്പിച്ചെടുത്തിരുന്നു. 540 എ.ഡിയിൽ പ്രസിദ്ധീകരിക്കപ്പെട്ട *ചി മിൻ യാവോ ഷു* എന്ന പുസ്തകത്തിലക്കാര്യം റിപ്പോർട്ട് ചെയ്യപ്പെട്ടിട്ടുണ്ട്. ചൈനയുടെ കാർഷികോൽപ്പാദനത്തിന്റെ ശരാശരി ലഭ്യത വളരെ എളുപ്പത്തിൽ സമാനമായ ബ്രിട്ടീഷ് നിരക്കുകളെ ഒട്ടേറെ നൂറ്റാണ്ടുകളിൽ പിന്തള്ളിയിരുന്നുവെന്നതിന്റെ കാരണമതാണ്.

ബ്രിട്ടീഷ് വ്യവസായവൽക്കരണത്തിന്റെ നെടുംതൂണുകളായിത്തീർന്നത് ഇരുമ്പുരുക്ക് വ്യവസായമാണ്. തുടർച്ചയായി വിവരിക്കപ്പെടുന്ന ഒരുനിര സവിശേഷമായ ബ്രിട്ടീഷ് സാങ്കേതികവിദ്യകളിൽ അബ്രഹാം ബാൽബി(1678-1717)യുടെ കോക്ക് മെൽട്ടഡ് കാസ്റ്റ് അയൺ (കൽക്കരി ഉപയോഗിച്ച് ഉണ്ടാക്കുന്ന വാർപ്പിരുമ്പ്-1709), ഹെന്റി കോർട്ടിന്റെ സ്റ്റീൽ നിർമാണ പ്രക്രിയ (1784), ജെയിംസ് വാട്ടിന്റെ ആവി എഞ്ചിൻ (1776) എന്നിവയുൾപ്പെടുന്നു. കാലിഫോർണിയയിലെ ഒരു ചരിത്ര പ്രൊഫസറായ കെന്നത്ത് പോമെറാൻസ് (ജനനം-1958) വാദിക്കുന്നത് ബ്രിട്ടൻ ആഴമേറിയതും വെള്ളം നിറഞ്ഞതുമായ ഖനികളാൽ അനുഗ്രഹീതമായിരുന്നുവെന്നും, അതേസമയം, ചൈനക്കുണ്ടായിരുന്നത് ആഴം കുറഞ്ഞതും വരണ്ടതുമായ ഖനികളായിരുന്നുവെന്നും, അതാണ് വെള്ളം വലിച്ചു പുറത്തു കളയാൻ ആവിയെഞ്ചിൻ ആവശ്യമാക്കിത്തീർത്തതെന്നുമാണ്. പക്ഷേ പരസ്പരം ഏറ്റുമുട്ടുന്ന രാഷ്ട്രങ്ങളുടെ കാലഘട്ടത്തിൽത്തന്നെ (ബി സി 221 മുതൽ 5-ാം നൂറ്റാണ്ടുവരെ) ചൈനക്ക് ആഴമേറിയ ഖനികളുണ്ടായിരുന്നുവെന്നതാണ് യാഥാർഥ്യം. സുങ് കാലഘ

ട്ടത്തിൽ ആഴമേറിയ ഖനികൾക്ക് 300 അടിയിൽ അൽപ്പം താഴെയായിരുന്നു ശരാശരി ആഴം. പക്ഷേ മിങ്, ചിങ് രാജവംശങ്ങളുടെ കാലഘട്ടത്തിൽ അത് 3000 മുതൽ 48000 അടി വരെയെത്തി. മാത്രമല്ല ഖനികളിലേറെയും വെള്ളത്തിനടിയിലുമായിരുന്നു. വാങ് ഷെ(Wang zhen*)ന്റെ കൃഷിയെക്കുറിച്ചുള്ള പ്രബന്ധത്തിലാണ് (1313) ഒരു ആവിയെഞ്ചിന്റെ ആവശ്യഘടകങ്ങൾ ലിഖിതരൂപത്തിൽ ആദ്യമായി പ്രത്യക്ഷപ്പെടുന്നത്. വാട്ടിന്റെ സ്റ്റീം എഞ്ചിന്റെ മോഡലായിരുന്ന വിൽക്കിൻസന്റെ മെഷീൻ ഏറക്കുറെ വാങ് ഷെന്റെ യന്ത്രത്തിന് സമാനമായിരുന്നു. ആകെപ്പാടെ കൂടുതലുണ്ടായിരുന്നത് ക്രാങ്ക്ഷാഫ്റ്റാണ്. ചൈനക്കാരാണ് തോക്കും വെടിമരുന്നും കണ്ടുപിടിച്ചതെന്നിരിക്കെ, തോക്കിന് അതിന്റെ കുഴലിന് കൃത്യമായി പാകമായ ഒരു തെറിച്ചു പോകുന്ന ഉണ്ട ഉണ്ടെന്നതും അതു ശക്തി പ്രയോഗിച്ച് പുറന്തള്ളപ്പെടുന്നുവെന്നതുമായ വസ്തുതയിൽനിന്ന് ഭാഗികമായി രൂപം കൊണ്ടുവരുന്നതാണ് ആവിയെഞ്ചിനും ഇന്റേണൽ കമ്പസ്റ്റിൻ എഞ്ചിനുമെന്നതും അതിൽ ചൈനീസ് പൈതൃകമുണ്ടെന്നതും ഏറക്കുറെ വ്യക്തമാണ്. വാട്ടിന് തന്റെ സ്റ്റീം എഞ്ചിൻ വികസിപ്പിച്ചെടുക്കുമ്പോൾ ഒരു വായു നിബദ്ധമായ കൃത്യമായ സിലിണ്ടർ തുരന്നെടുക്കണ്ട ആവശ്യം വന്നപ്പോൾ, ഒരു ബോർമിൽ സ്വന്തമായുണ്ടായിരുന്ന വിൽക്കിൻസന്റെ സഹായമദ്ദേഹം തേടി. ആ ബോർമിൽ (തുരക്കാനുള്ള മിൽ) പീരങ്കിനിർമാണത്തിനായി വിൽക്കിൻസൻ ഡിസൈൻ ചെയ്തതായിരുന്നു. നിർണായക കാര്യമായി വരുന്നത് ചൈനക്കാരാണ് പീരങ്കിയും തോക്കും കണ്ടുപിടിച്ചതെന്നതും, പിന്നീടവരാണത് യൂറോപ്പിന് കൈമാറിയതെന്നതുമാണ്. ബ്ലാസ്റ്റ് ഫർണസുകൾ ചൈനയിൽ ബി സി രണ്ടാം നൂറ്റാണ്ടിനും, എ ഡി അഞ്ചാം നൂറ്റാണ്ടിനുമിടയിൽ രൂപം കൊണ്ടിരുന്നു. ചൈനക്കാർ കോ-ഫ്യൂഷൻ പ്രക്രിയയും വികസിപ്പിച്ചെടുത്തിരുന്നു. അതിലൂടെ പച്ചിരുമ്പും (wrought Iron), വാർപ്പിരുമ്പും(Cast Iron) ഉരുക്കിച്ചേർത്ത് ഉരുക്കുണ്ടാക്കി. 1863ലെ മാർട്ടിൻ ആന്റ് സീമെൻസിന്റെ (സ്റ്റീൽ വ്യവസായ ഗ്രൂപ്പ്) സ്റ്റീൽ പ്രക്രിയകളുടെ സാരാംശത്തിലെ അടിസ്ഥാനമിതാണ്, അത് നടപ്പാക്കപ്പെട്ടത് 1400 വർഷങ്ങൾ കഴിഞ്ഞാണെങ്കിലും. ഏറെ വൈകി 1788ൽ പോലും ബ്രിട്ടന്റെ ഇരുമ്പുൽപ്പാദനം ചൈന 1078ൽ കൈവരിച്ചതിനേക്കാൾ താഴെയായിരുന്നു. ഏറക്കുറെ 19-ാം നൂറ്റാണ്ടോടടുപ്പിച്ചു മാത്രമാണ് ബ്രിട്ടന് 11-ാം നൂറ്റാണ്ടിലെ ചൈനയുടെ കുറഞ്ഞവിലയുള്ള ഉൽപ്പന്നത്തോട് കിടപിടിക്കാനായത്. അക്കാര്യത്തിൽ ഇന്ത്യയും ബ്രിട്ടന് മുന്നിലായിരുന്നു. ഇന്ത്യയുടെ വൂറ്റ്സ് (wootz) ഉരുക്ക് ഏറക്കുറെ 19-ാം നൂറ്റാണ്ടുവരെ ലോകത്തിലെ ഏറ്റവും മികച്ച ഉരുക്കായിരുന്നു. അതിനു പേർഷ്യയിൽ വലിയ വിലമതിക്കപ്പെട്ടിരുന്നു, അവി

* വാങ് ഷെൻ: യുവാൻ രാജവംശകാലത്തെ ഉദ്യോഗസ്ഥൻ, ജീവിതകാലം 1271-1368. ലോകത്തിലെ ആദ്യത്തെ മരംകൊണ്ടുള്ള മാറ്റാവുന്ന തരം അച്ചുകൾ ഉപയോഗിച്ചുള്ള അച്ചടി കണ്ടുപിടിച്ചതിന്റെ ബഹുമതി അദ്ദേഹത്തിനാണ്.

ടെയതറിയപ്പെട്ടത് ഡമാസ്കസ് സ്റ്റീൽ എന്ന പേരിലാണ് (ഡമാസ്ക് സ്റ്റീൽ). ഏതാണ്ട് 1842ൽപ്പോലും ബ്രിട്ടനിലുണ്ടായിരുന്നതിന്റെ അമ്പതിരട്ടി എണ്ണം ബ്ലാസ്റ്റ്-ഫർണസുകൾ ഇന്ത്യയിലുണ്ടായിരുന്നു. ബ്രിട്ടീഷുകാർ മനസില്ലാമനസോടെ ഉരുക്കുൽപ്പാദനത്തിൽ തൽപ്പരരായപ്പോൾ, അവരതിനുവേണ്ടി ഇന്ത്യയിലെയും ചൈനയിലെയും ഉൽപ്പാദന സാങ്കേതികവിദ്യകളിലേക്കാണുറ്റു നോക്കിയതെന്നത് അതിശയകരമേയല്ല. അതിനുമപ്പുറം, വളരെ പിൽക്കാലത്ത് 18-ാം നൂറ്റാണ്ടുകളിൽ വരെ, ഒട്ടേറെ യൂറോപ്യൻ ശാസ്ത്രജ്ഞന്മാർ ഡമാസ്കസ് ഉരുക്കിന്റെ സ്രോതസ്സുകളെക്കുറിച്ചന്വേഷിച്ചിരുന്നു. അവരിലേറ്റവും പ്രസിദ്ധനായ വ്യക്തി മൈക്കൽ ഫാരഡേ (ഇലക്ട്രിക് മോട്ടോർ കണ്ടുപിടിച്ചയാൾ)യാണ്. ഡമാസ്ക് സ്റ്റീലിന്റെ അഥവാ വൂറ്റ്സ് സ്റ്റീലിന്റെ രഹസ്യങ്ങളാണ് ബ്രിട്ടീഷ് മെറ്റലർജിയുടെ ജന്മത്തെ അടയാളപ്പെടുത്തിയത്.

മറ്റേ നെടുന്തൂണ് പരുത്തി വ്യവസായമായിരുന്നു. 1830ഓടെ പ്രധാനകയറ്റുമതിച്ചരക്കാക്കുകയും, ബ്രിട്ടീഷ് വ്യവസായവൽക്കരണത്തിന്റെ ഗതിവേഗം കൂട്ടുകയും ചെയ്തതാണ്. പക്ഷേ വളരെ മുമ്പ് 13-ാം നൂറ്റാണ്ടിൽത്തന്നെ ചൈനീസ് തുണിത്തരസാങ്കേതികവിദഗ്ധർ ഒരു സ്പിന്നിങ് ഉപകരണത്തിന്റെ അവശ്യഭാഗങ്ങൾ കണ്ടുപിടിച്ചിരുന്നു. അത് പരുത്തിയുൽപ്പാദനത്തിലെന്നതിലേറെ സിൽക്കുനിർമാണത്തിലാണുപയോഗിച്ചിരുന്നത്. അതെന്തായാലും, ചൈനീസ് സാങ്കേതിക വിദ്യയുടെ വ്യാപനമാണ് അന്തിമമായി ബ്രിട്ടീഷ് കോട്ടൻ ടെക്സ്റ്റൈൽ സാങ്കേതികവിദ്യയുടെ അടിത്തറ പ്രദാനം ചെയ്തത്. ചൈനീസ് ടെക്സ്റ്റൈൽ കണ്ടുപിടിത്തങ്ങൾ യൂറോപ്പിൽ ആദ്യമായി പ്രചരിക്കുന്നത് 13-ാം നൂറ്റാണ്ടിലാണ്. അന്നത് ഇറ്റാലിയൻ സിൽക്ക് വ്യവസായത്തിന്റെ ഉദയത്തിന് കാരണമായി. പിന്നീടത് ബ്രിട്ടീഷുകാരിലേക്ക് കൈമാറപ്പെടുകയും ചെയ്തു. ബ്രിട്ടീഷുകാരുടെ വ്യവസായ മികവിന്റെയും അവരുടെ പ്രതിഭാസമ്പന്നതയുടെയും ക്ലാസിക് ഉദാഹരണമായി നമ്മോട് പലപ്പോഴും പറയപ്പെട്ടിട്ടുള്ളത് വളരെ നേരത്തെ 1779-ൽത്തന്നെ ബ്രിട്ടനിലെ കോൾബ്രൂക്ക് ഡേലിൽ പ്രത്യക്ഷപ്പെട്ട ആദ്യത്തെ ഇരുമ്പുപാലമാണ്. ചരിത്രത്തിലത് വിവരിക്കപ്പെടുന്നത് കോൾ ബ്രൂക്ക് ഡേലിലെ ആദ്യ ഇരുമ്പു പാലത്തിന്റെ കോൺട്രാക്റ്റ് ഏറ്റെടുത്ത അബ്രഹാം ഡാർബി വിൽക്കിൻസന്റെ പേരുമായി ബന്ധപ്പെടുത്തിയാണ്. ഒരു സഹസ്രാബ്ദം മുമ്പുതന്നെ ചൈനയിൽ ആയിരക്കണക്കിന് ഇരുമ്പുരുക്കുപാലങ്ങളുണ്ടായിരുന്നുവെന്ന വസ്തുതയെ പിന്നണിയിൽത്തള്ളിക്കൊണ്ടാണ് ഈ അവതരണം നടക്കുന്നത്. പച്ചിരുമ്പുപയോഗിച്ചുള്ള ആദ്യ ഇരുമ്പുപാലം ബി സി 65-ൽത്തന്നെ യഥാർഥത്തിൽ ചൈനയിൽ പ്രത്യക്ഷപ്പെട്ടു. ചൈനയിലെ ഇരുമ്പുരുക്കുപാലങ്ങൾ പിൽക്കാലത്ത് ചിൻഷാ നദിക്കു കുറകെ 580-618 വർഷങ്ങൾക്കിടയിൽ പ്രത്യക്ഷപ്പെട്ടു. ചൈനീസ് തൂക്കുപാലങ്ങളിന്മേൽ നിന്ന ജസ്യൂട്ടുകളെക്കുറിച്ച് വിവിധ ബ്രിട്ടീഷ് വാസ്തുശിൽപ്പികൾ ചർച്ച ചെയ്തതായ റിപ്പോർട്ടുകളുണ്ട്. അവരിൽ പ്രസിദ്ധ സ്കോട്ടിഷ് വാസ്തു

ശിൽപ്പിയായ സർ വില്യം ചേംബേഴ്സും (1723-1796) പെടും. അത് സ്കോട്ടിഷ് സിവിൽ എഞ്ചിനീയറായ തോമസ് ടെൽഫോർഡ്സിന്റെ (1757-1834) വരെ ശ്രദ്ധ പിടിച്ചുപറ്റി. തീർച്ചയായും, മാതൃകാപരമായ നില യിൽ നമ്മോട് പറയപ്പെട്ടിരിക്കുന്നത്, ബ്രിട്ടീഷുകാരനായ ജെയിംസ് ബ്രിൻഡ്‌ലിയാണ് ഏറ്റവും വലിയ കനാൽ എഞ്ചിനീയറെന്നും അദ്ദേഹ ത്തിന്റെ മെക്കാനിക്കൽ പ്രതിഭാസമ്പന്നത ഒരു കനാൽ രൂപ്പെടുത്തുക യെന്ന പ്രശ്നത്തിൽ പ്രയോഗിക്കപ്പെട്ടുവെന്നുമാണ്. സുങ് സാമ്പത്തി കാത്ഭുത കാലത്തിന്റെ ഒരു പ്രധാന സവിശേഷത കനാൽ നിർമാണമാ യിരുന്നു. അത് 984ൽ തന്നെ കണ്ടുപിടിക്കപ്പെട്ടിരുന്നു. ബ്രിട്ടനിൽ 1750നും 1858നുമിടയിൽ 6000 കിലോമീറ്റർ കനാൽ നിർമിക്കപ്പെട്ടുവെന്ന കാര്യം 700 വർഷക്കാലം മുമ്പത്തെ സുങ്ങ് കാലഘട്ടത്തിൽ ഏതാണ്ട് 50,000 കിലോമീറ്റർ കനാലുകൾ നിർമിക്കപ്പെട്ടുവെന്ന വസ്തുതക്കു മുന്നിൽ തീർത്തും ഒന്നുമല്ലാതായിത്തീരും. 11-ാം നൂറ്റാണ്ടിൽ ഗ്രാന്റ് കനാലിൽ സഞ്ചരിച്ചിരുന്ന സ്വകാര്യ ചൈനീസ് ബോട്ടുകൾ 110 ടണ്ണിലുമധികം ഭാരം വഹിച്ചിരുന്നു. 19-ാം നൂറ്റാണ്ടിന്റെ അവസാനത്തിലവ 140 ടണ്ണും വഹി ച്ചിരുന്നു. ബ്രിട്ടീഷ് ചരക്ക് കപ്പലുകൾ വഹിച്ചതിന്റെ മൂന്നിരട്ടിയിലധികം ഭാരം.

ചൈനീസ് ചരിത്രത്തിന്റെ ഏറ്റവുമധികം പ്രധാനപ്പെട്ട ഒരു ഭാഗ മാണ് സിൽക്ക് പാത. അത് ചൈനയുടെയും ചൈനക്കാരുടെയും ജീവി തത്തിൽ കാര്യമായൊരു ചലനം സൃഷ്ടിച്ചുവെന്നതിനൊപ്പം, ലോകത്തു മുഴുവൻ തന്നെ ചലനം സൃഷ്ടിച്ചു. ഒരു വിപുലമായ പരസ്പരബന്ധിത മായ കച്ചവടപാതയാണ് സിൽക്കുപാത. ഏഷ്യക്കു കുറുകെയുള്ള അത് കിഴക്കൻ, തെക്കൻ, പടിഞ്ഞാറൻ ഏഷ്യകളെ മധ്യധരണ്യാഴി ലോകവു മായി ബന്ധിപ്പിച്ചു. ഒപ്പം, വടക്കൻ കിഴക്കൻ ആഫ്രിക്കകളെയും യൂറോ പ്പിനെയും. ആധുനികസമ്പദ്ഘടന രൂപപ്പെടുത്തുന്നതിൽ ഒരു സുപ്രധാന പങ്കാണതിനുള്ളത്, അതുപോലെ ആഫ്രോ-ഏഷ്യൻ കണ്ടുപിടിത്തകാ ലഘട്ടത്തെ സംബന്ധിച്ച് ചരിത്രപരമായ പ്രാധാന്യവുമതിനുണ്ട്. സിൽക്കു പാതക്ക് ആ പേര് ലഭിച്ചത് സമ്പന്നമായ ചൈനീസ് സിൽക്ക് വ്യാപാരത്തിൽനിന്നാണ്. അതാരംഭിച്ചത് ഹാൻ രാജവംശക്കാലത്താണ് (ബി സി 206 മുതൽ എ ഡി 220 വരെ). ഒരു വിപുലമായ ഭൂഖണ്ഡാന്തര നെറ്റ് വർക്കിലേക്ക് കച്ചവടപാതകളെ ബന്ധിപ്പിച്ചതിന്റെ പ്രധാനകാര ണവുമതാണ്. സമീപവർഷങ്ങളിൽ കരയിലൂടെയും കടലിലൂടെയുമുള്ള സിൽക്കു പാതകൾ വീണ്ടും ഉപയോഗിക്കപ്പെട്ടു തുടങ്ങിയിരിക്കുന്നു, മിക്ക പ്പോഴും പ്രാചീന പാതകളെ പിന്തുടർന്നുകൊണ്ട് (അവയെ മൊത്തത്തി ലാണ് സിൽക്കു പാതയെന്നറിയപ്പെടുന്നത്). പ്രാചീന ചൈനയിൽനിന്നും ഇന്ത്യയിൽനിന്നും പേർഷ്യയിൽനിന്നും മധ്യധരണ്യാഴി രാജ്യങ്ങളിൽ നിന്നുമുള്ള കച്ചവടക്കാർ, വ്യാപാരികൾ, തീർഥാടകർ, മിഷനറിമാർ, പട്ടാ ളക്കാർ, നാടോടികൾ, നഗരവാസികൾ എന്നിവരെല്ലാം സാംസ്കാരിക വും, വാണിജ്യപരവും, സാങ്കേതികവുമായ വിനിമയങ്ങൾക്ക് 3000 വർഷ

ക്കാലത്തോളമുപയോഗിച്ച അതിപ്രധാന പാതകളാണ് 7000 മൈലിലേറെ നീണ്ടുകിടക്കുന്ന സിൽക്കു റൂട്ടുകൾ. അത് ചരക്കുകൾ, പ്രത്യേകിച്ചും അടിമകൾ, സിൽക്ക്, സാറ്റിൻ, മറ്റ് വിശേഷ തുണിത്തരങ്ങൾ, കസ്തൂരി, മറ്റ് സുഗന്ധദ്രവ്യങ്ങൾ, സുഗന്ധവ്യഞ്ജനങ്ങൾ, മരുന്നുകൾ, മുത്തുകൾ, ഗ്ലാസ് വസ്തുക്കൾ തുടങ്ങിയ ആഡംബരവസ്തുക്കൾ കൈമാറ്റം ചെയ്യുന്നതിന് ആളുകളെ പ്രാപ്തരാക്കി. ഒപ്പംതന്നെ അത് അറിവിന്റെ വ്യാപനത്തിനും ലോകത്തിന്റെ വിവിധ ഭാഗങ്ങളിലെ ആശയങ്ങളുടെയും സംസ്കാരങ്ങളുടെയും രോഗങ്ങളുടെയും (പ്രാചീനചൈന, ഇന്ത്യ, ഏഷ്യ, മൈനർ, മധ്യധരണ്യാഴി പ്രദേശങ്ങൾക്കിടയിൽ) കൊള്ളക്കൊടുക്കകൾക്കുവേണ്ട ഒരു ചാനലായി പ്രവർത്തിക്കുകയും ചെയ്തു. ചൈന, ഇന്ത്യ, ഈജിപ്ത്, പേർഷ്യ, അറേബ്യ, റോം എന്നീ മഹത്തായ സംസ്കാരങ്ങളുടെ വളർന്നു വികസിക്കലിൽ ഒരു പ്രധാന ഘടകമായി നിലനിന്നു സിൽക്കുപാതയിലൂടെയുള്ള വ്യാപാരം. ഒട്ടേറെ നിലകളിൽ അത് മധ്യേഷ്യൻ രാജ്യങ്ങളെ പരസ്പരം ബന്ധിപ്പിക്കുന്ന നിരവധി പാതകളുടെ കിഴക്ക്-പടിഞ്ഞാറ് നെറ്റ് വർക്കായി പ്രവർത്തിച്ചുകൊണ്ട്, ആധുനിക ലോകത്തിന് അസ്തിവാരമിടുകയും ചെയ്തു.

1100 കാലത്തോടെ ആഗോളതീവ്രശക്തിയുടെ നേതൃപരമായ മേൽക്കൈ ചൈനക്കു കുറകെ കൈമാറപ്പെടുകയും അതവിടെ 19-ാം നൂറ്റാണ്ടുവരെ നിലനിൽക്കുകയും ചെയ്തു. ചൈനയിൽ സംഭവിച്ച വ്യവസായിക അത്ഭുതം ഏതാണ്ടൊരു 1500 വർഷക്കാലയളവോളമെത്തുന്നതാണ്. അത് സുങ് വിപ്ലവത്തിൽക്കലാശിക്കുകയും ചെയ്തു. ചൈനയുടെ ഇരുമ്പുരുക്കു വിപ്ലവം 600 ബി സിയോളം പിന്നിലേക്കുപോകുന്നു, ആദ്യത്തെ വാർപ്പിരുമ്പ് വസ്തുവിന്റെ കാലം 513 ബി സിയായിരിക്കുമ്പോൾ, ബി സി രണ്ടാം നൂറ്റാണ്ടിൽത്തന്നെ ഉരുക്കുൽപ്പാദിപ്പിക്കപ്പെട്ടു. ഒരു പ്രസിദ്ധമായ ലേഖനത്തിൽ എഴുത്തുകാരനായ റോബർട്ട് ഹാർട്ട് വെൽ കണക്കാക്കിയത് ചൈനയുടെ ആളോഹരി ഇരുമ്പുല്പാദനം 806നും 1078നുമിടയിൽ ആറിരട്ടിയായിത്തീർന്നുവെന്നാണ്. വാർഷിക ഉൽപ്പാദനത്തിന്റെ തോതിൽ നോക്കിയാൽ ചൈന 806ൽ 13,500 ടൺ ഇരുമ്പുരുക്കുൽപ്പാദിപ്പിച്ചപ്പോൾ, 1064ഓടെ ഏറെക്കുറെ 90,400 ആയും, 1078ൽ 1,25,000 ടണ്ണായും അത് വർധിച്ചു. അതൊരുതരത്തിലും യൂറോപ്പുമായി താരതമ്യപ്പെടുത്താനർഹമല്ല. കാരണം, യൂറോപ്പ് 1700ൽ മാത്രമാണ് ഇതിനേക്കാൾ കൂടുതൽ ഇരുമ്പുൽപ്പാദിപ്പിച്ചുതുടങ്ങിയത്. 1788ൽപ്പോലും ബ്രിട്ടൻ 76,000 ടൺ ഇരുമ്പ് മാത്രമാണുൽപ്പാദിപ്പിച്ചത്. വിലയുടെ അനുപാതം (അരിയുടെ വിലയുമായി ഇരുമ്പിന്റെ വിലയുടെ അനുപാതം അളന്നുകൊണ്ട്) നോക്കിയാൽ സിച്ചുവാനിൽ അത് 177:100 ആയി 1080ൽ നിലനിന്നപ്പോൾ ഷെൻസിയിൽ 135:100 എന്ന നിലയിൽ നിലനിന്നു. അതു സൂചിപ്പിക്കുന്നത് ഇരുമ്പിന് വില കുറവായിരുന്നുവെന്നാണ്. 977ൽ ചൈനീസ് വിലയനുപാതം 632:100 എന്ന നിലയിൽ വരെ ഉയർന്നുനിന്നു. അതിനർഥം ഒരു നൂറു കൊല്ലം കൊണ്ട് വിലനിലവാര

ത്തിൽ നാലിരട്ടി കുറവുണ്ടായെന്നാണ്. ബ്രിട്ടന് അതിന് 200 വർഷക്കാലമെടുക്കണ്ടിവന്നു; 1600 മുതൽ 1822 വരെ (സമാനമായൊരു വിലക്കുറവ് സാധ്യമാക്കാൻ). ചൈനക്കാർ ഒട്ടേറെത്തരത്തിലുള്ള ഇരുമ്പുണ്ടാക്കി. ഇത് പ്രത്യേകിച്ചും പ്രധാനമാകുന്നത്, മധ്യകാലത്തുടനീളം യൂറോപ്യന്മാരുപയോഗിച്ചത് പച്ചിരുമ്പാണെന്നുള്ളതിലാണ്. ചൈനക്കാർ യൂറോപ്യന്മാരെപ്പോലെ അതിന്റെ ആദ്യഘട്ടങ്ങളിലൂടെ കടന്നുപോകാതെ തന്നെ നേരിട്ട് ഇരുമ്പുരുക്കി വാർക്കുന്ന വിദ്യയിലെത്തിച്ചേർന്നു. വ്യവസായ വിപ്ലവത്തെ രാജ്യത്തുടനീളം വൻതോതിൽ വ്യാപിപ്പിക്കുന്നതിനു കാരണമാക്കിയ വില കുറഞ്ഞ വാർപ്പിരുമ്പ് രൂപപ്പെടുത്തുന്നതിനും ചൈനക്കാർക്കായി. വാർപ്പിരുമ്പിന്റെ ഉൽപ്പാദനത്തിലെ വികാസം അടിസ്ഥാനമാക്കിയിരിക്കുന്നത് ഉരുക്കി ശുദ്ധിയാക്കുന്ന പ്രക്രിയയിലെ കുതിച്ചുചാട്ടങ്ങളിലാണ്, ബ്ലാസ്റ്റ് ഫർണസുകളും പിസ്റ്റൻ ബെല്ലോകളും (piston bellow) ഉപയോഗിച്ചുകൊണ്ട്. അവ ചൈനയിൽ 1400 വർഷക്കാലമായി ലഭ്യമായിരുന്നു. ചൈനക്കാർ ബി സി രണ്ടാം നൂറ്റാണ്ടിൽത്തന്നെ ഉരുക്കുൽപ്പാദിപ്പിക്കാൻ തുടങ്ങിയപ്പോൾ, ആധുനിക കാലഘട്ടത്തിൽ മാത്രമാണ് യൂറോപ്യന്മാർക്കത് കഴിഞ്ഞത്. മറ്റൊരു നിർണായകമായ നവീകരണം കൽക്കരിയെ മരക്കരികൊണ്ട് പകരം വച്ചതാണ്. തുണിത്തരനിർമാണത്തിലെ ഗണനീയമായ നേട്ടങ്ങളാണ്, 18-ാം നൂറ്റാണ്ടിലെ ബ്രിട്ടീഷുകാർക്ക് സാധാരണഗതിയിൽ ചാർത്തിക്കൊടുത്തിരിക്കുന്നതും, എന്നാൽ, സുങ്ങ് അത്ഭുതത്തിന്റെ മറ്റൊരു പ്രധാന സവിശേഷതയുമായ കാര്യം. ചൈനയുടെ സിൽക്ക് വ്യവസായം വളരെമുമ്പ് 14-ാം നൂറ്റാണ്ടിൽത്തന്നെയാരംഭിച്ചു. ബ്ലാസ്റ്റ് ഫർണസുകളിലെ ഉലയെ ചലിപ്പിക്കാനായി ചൈനക്കാരുപയോഗിച്ചിരുന്ന വാട്ടർ മില്ലുകളുടെ കണ്ടുപിടിത്തം ചൈനയുടെ വ്യവസായികാത്ഭുതത്തിൽ ഒരു നിർണായക പങ്കു വഹിച്ചു. അതുപോലെ തന്നെ എടുത്തു പറയണ്ടതാണ് പാചക-വെളിച്ചാവശ്യങ്ങൾക്കുള്ള ഇന്ധനമായി ചൈനക്കാർ ബി സി നാലാം നൂറ്റാണ്ടിൽത്തന്നെ പെട്രോളിയത്തെയും പ്രകൃതിവാതകത്തെയും ഉപയോഗിച്ചിരുന്നുവെന്നതും. ഈ കണ്ടുപിടിത്തത്തിന്റെ വൈപുല്യത്തെ വെളിവാക്കുന്ന വസ്തുതയാണ് ഏതാണ്ട് പത്താം നൂറ്റാണ്ടോടടുപ്പിച്ചുതന്നെ സ്ഥിരമായ ആസ്ബസ്റ്റോസ് വിളക്കുകൾ വീടുകൾക്കായി വൻതോതിലുൽപ്പാദിപ്പിച്ചിരുന്നുവെന്നത്.

പ്രത്യേകിച്ചും പ്രധാനമായ ഒരു സുങ് കണ്ടുപിടിത്തമാണ് പണത്തിന്റെ അടിസ്ഥാനത്തിലുള്ള നികുതി സമ്പ്രദായത്തിന്റെ സൃഷ്ടി. കടം നൽകലിന്റെ ആവശ്യങ്ങൾക്കായി 9-ാം നൂറ്റാണ്ടിൽ കടലാസുപണം കണ്ടുപിടിച്ചപ്പോൾത്തന്നെ, പത്താം നൂറ്റാണ്ടിന്റെ ആരംഭത്തിൽത്തന്നെ കൈമാറ്റത്തിനുള്ള പ്രധാന മാധ്യമമായി യഥാർഥ കടലാസു പണം ഉരുത്തിരിഞ്ഞുവന്നു. 1161 ആയപ്പോഴേക്കും രാഷ്ട്രം ഒരു വർഷം പത്തു ദശലക്ഷം നോട്ടുകൾ പുറത്തിറക്കിത്തുടങ്ങിയിരുന്നു. ഇംഗ്ലീഷുകാർ അവിടെയെത്തിയത് 1791ൽ മാത്രമാണ്. 749ൽ 4 ശതമാനമെന്നിടത്തുനിന്ന്

11-ാം നൂറ്റാണ്ടിൽ 52 ശതമാനത്തോളമെത്തിയ നികുതിയിലെ വർധനവ് പ്രാദേശികവും മേഖലാടിസ്ഥാനത്തിലുള്ളതും മേഖലകൾക്കുപരിയുമായ മാർക്കറ്റിങ് എക്സ്ചേഞ്ചുകളെ അനുവദിക്കുകയും അത് മൊത്തം ഉൽപ്പാദനക്ഷമതയിൽ ഗംഭീരമായ വർധനവുണ്ടാക്കുകയും ചെയ്തു. UCLA ഏഷ്യൻ ഇൻസ്റ്റിറ്റ്യൂട്ടിന്റെ ഡയറക്ടറും ചരിത്ര പ്രൊഫസറു

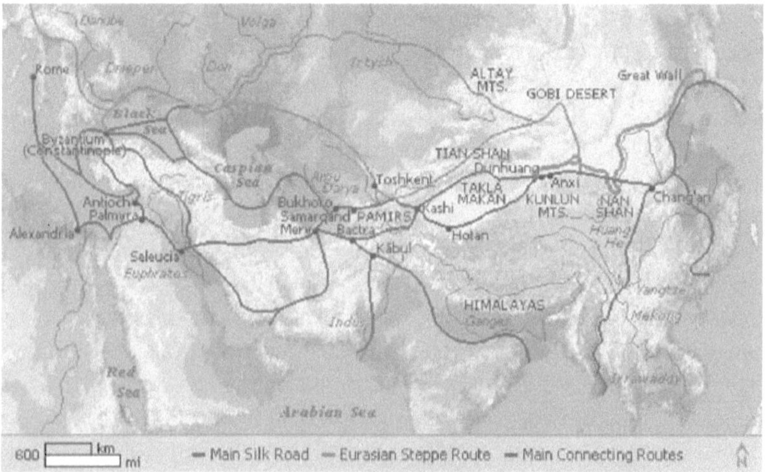

സിൽക്ക് പാത

മായ ആർ ബിൻ വോങ് രേഖപ്പെടുത്തുന്നത്, ഒരു ചെറിയ നികുതി നിരക്കാണ് ജനങ്ങളെ അഭിവൃദ്ധിപ്പെടാനനുവദിക്കുന്നതെന്ന് ചൈനയിലെ സർക്കാരുകൾ വിശ്വസിച്ചിരുന്നുവെന്നും, അഭിവൃദ്ധിയും ഐശ്വര്യവുമുള്ള ഒരു ജനതയാണ് ശക്തമായൊരു രാഷ്ട്രത്തിന്റെ നിലനിൽപ്പിനാവശ്യമെന്നതുകൊണ്ട് സർക്കാരിന്റെ നികുതിനിരക്കുകൾ കുറവായിരുന്നുവെന്നുമാണ്. യൂറോകേന്ദ്രവാദം ചൈനീസ് സമ്പദ്ഘടനയെ നിലനിൽപ്പിനുവേണ്ടിയുള്ള കാർഷികോൽപ്പാദനത്തിലൂന്നിയ ഒരു വ്യവസ്ഥയായി ചിത്രീകരിക്കുമ്പോൾ, സുങ് വാണിജ്യം വൻതോതിൽ വികസിച്ചതായിരുന്നുവെന്നതും, സർക്കാരതിന്റെ നികുതി വരുമാനത്തിൽ സിംഹഭാഗവും വ്യാപാരമേഖലയിൽനിന്നാണ് ലഭ്യമാക്കിയിരുന്നതെന്നതുമാണ് യാഥാർഥ്യം. ചൈനയിലെ ജസ്യൂട്ട് മിഷനറിമാരുടെ റിപ്പോർട്ടുകൾ സൂചിപ്പിക്കുന്നത് കച്ചവടക്കാരെ തങ്ങളുടെ ബിസിനസ്സ് നടത്താനായി സർക്കാർ വെറുതെ വിട്ടിരുന്നുവെന്നാണ്. സുങ് കാലത്തെ വ്യാപാരവാണിജ്യങ്ങളുടെ ആഴത്തിന്റെ ഒന്നാന്തരം സാക്ഷ്യം നഗരങ്ങളുടെയും വൻനഗരങ്ങളുടെയും ഉയർന്നുവരവാണ്. പണസമ്പദ്ഘടനയുടെ വികാസം മറ്റൊരു കണ്ടുപിടിത്തത്തിലേക്കും നയിച്ചു; അച്ചടിയുടെയും കടലാസുനിർമാണത്തിന്റെയും. സുങ് കാലഘട്ടത്തിലെ ചൈനയുടെ

കാർഷികവ്യവസ്ഥയുടെ മേന്മ അത്രയധികമായിരുന്നതുകൊണ്ട്, ഒട്ടു മൊത്തത്തിൽ ചൈന 12-ാം നൂറ്റാണ്ടിൽ എത്തിച്ചേർന്ന സാഹചര്യത്തിലെത്തിച്ചേരാൻ യൂറോപ്പിനു കഴിഞ്ഞത് 15-ാം നൂറ്റാണ്ടിൽ മാത്രമാണെന്ന് ഒരു യൂറോകേന്ദ്രിത സാമ്പത്തിക ശാസ്ത്രജ്ഞന് സമ്മതിക്കേണ്ടിവന്നു. ചൈനീസ് കർഷകർ തങ്ങളുടെ യൂറോപ്യൻ സഹോദരന്മാരെയപേക്ഷിച്ച് കൂടുതൽ ഉയർന്ന വിളനിലവാരം കൈവരിച്ചു. ഇംഗ്ലീഷ് തത്വചിന്തകനായ ഫ്രാൻസിസ് ബേക്കൻ (1561-1626) തന്റെ 'നോവും ഓർഗാനും' (Novum Organum-1620) എന്ന കൃതിയിൽ ലോകത്തിലെ ഏറ്റവും പ്രധാനപ്പെട്ട മൂന്നു കണ്ടുപിടിത്തങ്ങൾ അച്ചടിയും വെടിമരുന്നും വടക്കുനോക്കിയന്ത്രവുമാണെന്നു പറഞ്ഞു. അമ്പരപ്പിക്കുന്ന വസ്തുത ഇവ മൂന്നും കണ്ടുപിടിച്ചത് ചൈനയിലാണെന്നതാണ്. അതുപോലെ കാന്തികവടക്കും യഥാർഥവടക്കും ഒന്നു തന്നെയല്ലെന്ന വസ്തുത ആദ്യമായി (1000-ാമാണ്ടിൽ) കണ്ടുപിടിച്ചതും ചൈനക്കാരാണ്. പിൽക്കാലത്ത് 15-ാം നൂറ്റാണ്ടോടെ ഈ അറിവ് അക്കാലത്തറിയപ്പെട്ടിരുന്നതിലെ ഏറ്റവും കൃത്യമായ ഭൂപടങ്ങൾ നിർമിക്കാനായി ഉപയോഗപ്പെടുത്തപ്പെട്ടു. കപ്പലുകൾ വികസിപ്പിച്ചെടുത്തത് ചൈനയുടെ നാവികവിപ്ലവത്തിലെ ഒരു നാഴികക്കല്ലായിത്തീർന്നു. വളരെ വൈകി 1588ൽപ്പോലും, ഏറ്റവും വലിയ ഇംഗ്ലീഷ് കപ്പലുകൾക്ക് കടത്താനായത് 400 ടൺ ചരക്കായിരുന്നെങ്കിൽ, വളരെ മുമ്പുതന്നെ ചൈനീസ് കപ്പലുകൾ 3000 ടണ്ണിലേറെ ഭാരം കടത്തിയിരുന്നു. 8-ാം നൂറ്റാണ്ടിൽ ഏതാണ്ട് 2000 ബോട്ടുകൾ യാങ്ട്സി നദിയിൽ പ്രവർത്തിച്ചിരുന്നു. അവ കൈകാര്യം ചെയ്തിരുന്നത് ഒരു സഹസ്രാബ്ദത്തിനുശേഷം മൊത്തം ബ്രിട്ടീഷ് കപ്പൽ വ്യൂഹങ്ങളും ചേർന്ന് കടത്തിയിരുന്നതിന്റെ മൂന്നിലൊന്നിനു സമാനമായത്ര ചരക്കുകളായിരുന്നു. യാങ്ട്സി നദിയുടെ താഴെ ഭാഗത്തുമാത്രം 15000 ബോട്ടുകളുണ്ടെന്ന മാർക്കോപ്പോളോയുടെ പ്രസ്താവന പ്രസിദ്ധമാണ്. സുങ് രാജ്യത്തിന്റെ വടക്കൻ ഭാഗത്തുമാത്രം ധാന്യം കടത്തുന്ന 12,000 കപ്പലുകളുണ്ടായിരുന്നു. അവയുടെ എണ്ണം ചിങ് കാലത്ത് 20,000 ആയി ഉയർന്നു. 18-ാം നൂറ്റാണ്ടിൽ ചൈനയിൽ ഏതാണ്ട് 1,30,000 സ്വകാര്യ ഗതാഗതക്കപ്പലുകളുണ്ടായിരുന്നു. ചൈനക്കാരാണ് ലോകത്തിലെ ഏറ്റവും മികച്ച നാവികരെന്നാണ് ധാരണ. ഏതാണ്ട് രണ്ടു സഹസ്രാബ്ദകാലത്ത് അവർക്ക് കപ്പലുകളും നാവിക സാങ്കേതിക വിദ്യകളുമുണ്ടായിരുന്നു. ബാക്കി ലോകഭാഗങ്ങളെക്കാളെല്ലാം വളരെ മുന്നിൽ. അതുകൊണ്ടുതന്നെ താരതമ്യങ്ങൾ നമ്മെ അമ്പരപ്പിക്കും. സൈനികരംഗത്തെ വിപ്ലവങ്ങൾക്ക് തിരികൊളുത്തിയ പ്രധാന സാങ്കേതികവിദ്യാ കുതിച്ചുചാട്ടം വെടിമരുന്ന്, തോക്ക്, പീരങ്കി എന്നിവയുടേതായിരുന്നു. ഇവയെല്ലാം തന്നെ ആദ്യമായി കണ്ടുപിടിക്കപ്പെട്ടത് 850നും 1290നുമിടയിലുള്ള സൈനികവിപ്ലവക്കാലയളവിലാണ്. ഒരേ സമയം 320 റോക്കറ്റുകൾ തൊടുത്തുവിടാവുന്ന റോക്കറ്റ് ലോഞ്ചറുകളും ചൈനക്കാർ കണ്ടുപിടിച്ചിരുന്നു. രണ്ടാം ലോകയുദ്ധത്തിൽ വ്യാപകമായുപയോഗിച്ച ബസൂക്കയുടെ ഒരു

മധ്യകാല സമാനരൂപം. രസകരമെന്നു പറയട്ടെ, 14-ാം നൂറ്റാണ്ടിൽ ചൈനക്കാർ ചിറകുകളും ഫിന്നുകളുമുള്ള ഒരു റോക്കറ്റ് വികസിപ്പിച്ചെടുത്തു. നീദാമിന്റെ അഭിപ്രായത്തിലത് രണ്ടാം ലോകയുദ്ധത്തിലെ കുപ്രസിദ്ധമായ റോക്കറ്റുകളുമായി ശക്തമായ സാദൃശ്യമുള്ളതായിരുന്നു.

അതെന്തൊക്കെയായാലും, ഒട്ടുമിക്ക പണ്ഡിതരും 15-ാം നൂറ്റാണ്ടിനുശേഷമുള്ള ചൈനീസ് വിജയത്തെ ചൈനക്കുമാത്രം സവിശേഷമായത് എന്നൊരു വ്യവസ്ഥയുള്ള രണ്ട് പ്രധാന വാദമുഖങ്ങളിലൂടെ തള്ളിക്കളയുന്നു. ഒന്ന്, സുങ് രാജവംശത്തിന്റെ സാമ്പത്തികാത്ഭുതത്തെ ഒരു പാളിപ്പോയ വിപ്ലവമായി തള്ളിക്കളയുന്നു. രണ്ടാമതായി, 1434ൽ വിദേശവാണിജ്യത്തിന്മേൽ സാമ്രാജ്യത്തിന്റേതായ മിങ് നിരോധനം ഏർപ്പെടുത്തുക വഴി ലോകത്തെ പുതിയ രൂപത്തിലാക്കാൻ ചൈനക്കെന്തെങ്കിലുമൊരു ജനാലപ്പഴുത് ലഭ്യമായിരുന്നെങ്കിൽ അതിനെ വളരെവേഗം തന്നെ അടച്ചുകളഞ്ഞുവെന്ന് പ്രഖ്യാപിക്കുന്നു. അതിനെ ചിത്രീകരിക്കുന്നത്, ചൈനീസ് സമ്പദ്ഘടനയുടെ ഒരു അപചയം അധികാരികളെ അന്താരാഷ്ട്ര വ്യാപാരത്തിൽ നിന്നു പിന്മാറാൻ നിർബന്ധിതരാക്കി എന്ന തരത്തിലാണ്. ഈ രണ്ടുകാരണങ്ങൾ കാട്ടി യൂറോകേന്ദ്രവാദം ചൈന 1280നുശേഷം ലോകവ്യാപാരത്തിന്റെ കേന്ദ്രമായിരുന്നിരിക്കാനിടയുണ്ട് എന്ന സാധ്യതയെ നിഷേധിക്കുന്നു; പ്രത്യേകിച്ചും 1434ൽ അതായിരുന്നു സ്ഥിതിയെന്ന കാര്യത്തെ. പകരം ചൈന ഒറ്റപ്പെടലിലേക്ക് താണുപോയി എന്നാണ് നമ്മോട് പറയുന്നത്. ഇത് വരുന്നത് ഒരു തെറ്റായ അവതരണത്തിൽ നിന്നാണ്. വാണിജ്യാടിസ്ഥാനത്തിലുള്ള വ്യാപാരത്തിനു പകരം നിർബന്ധത്തിലും ഭരണകൂടം നിശ്ചയിക്കുന്ന കപ്പങ്ങളുടെ രൂപങ്ങളിലുമടിസ്ഥാനപ്പെടുത്തിയ ഒരു പിന്തിരിപ്പൻ സാമ്രാജ്യ കപ്പവ്യവസ്ഥ നിലനിന്നിരുന്നുവെന്ന് തെറ്റായി സ്ഥാപിക്കലാണ് ആ അവതരണത്തിന്റെ ലക്ഷ്യം. യഥാർഥത്തിൽ കിഴക്കൻ, തെക്കുകിഴക്കൻ ചൈനയിലെ വ്യാപാരബന്ധങ്ങൾ വിപുലീകരിക്കപ്പെടുകയായിരുന്നു അക്കാലത്ത്. പേരിനുള്ള ഒരു കപ്പം കൊടുത്തുകൊണ്ട് ചൈനീസ് മാർക്കറ്റുകളിൽ പ്രവേശിക്കാനനുമതിവാങ്ങുന്ന ഒന്നായിരുന്നു കപ്പം വ്യവസ്ഥ. ആശ്രിതരെന്ന് (സാമന്തരെന്ന്) കരുതപ്പെടുന്നവർക്ക് സ്വയം ധനികരാകാനുള്ള ഒരു ഉപാധി കൂടിയായിരുന്നു അത്. പോർച്ചുഗീസുകാരും, സ്പെയിൻകാരും, ഡച്ചുകാരും സാമന്തരായോ അല്ലെങ്കിൽ സാമന്തരാഷ്ട്രങ്ങളായോ ആ വ്യവസ്ഥയിൽ പങ്കുചേരാൻ ആവശ്യപ്പെടുകയും സമ്പന്നമായ ചൈനീസ് സമ്പദ്ഘടനയിൽ കടന്നെത്താൻ വീണ്ടും വീണ്ടും കപ്പം കൊടുക്കാനായി മത്സരിക്കുകയും ചെയ്തിരുന്നു. മലക്കയിലെ സുൽത്താൻ, ബ്രൂണെയിലെ ഭരണാധികാരി, കോറമാൻഡലിലെ ചോളരാജാവ്, മലബാറിലെ രാജാക്കന്മാർ എന്നിങ്ങനെ ഒട്ടേറെ തരം ഭരണകർത്താക്കൾ കപ്പം കൊടുത്തയക്കാൻ ആകാംക്ഷ പുലർത്തിയിരുന്നു. അതിലൂടെ അവർക്കെല്ലാം അയൽവക്കത്തെ ചില എതിരാളികൾക്കെതിരെ ചൈനയുടെ സംരക്ഷണം ലഭ്യമായേക്കും.

നിരോധനവും കപ്പം വ്യവസ്ഥയുടെ സ്ഥാപനവുമെന്ന മിത്ത് സാമ്പത്തിക പിന്നോട്ടടിയിൽ നിന്നുണ്ടായതല്ല, മറിച്ച് ചൈനീസ് സർക്കാരിന്റെ ആധികാരികത പുന:സ്ഥാപിക്കാനുള്ള ഒരു ശ്രമമായിരുന്നു. ആരോപിക്കപ്പെടുന്നതുപോലെ, ഒരു വേഷം മാറിയ വാണിജ്യവ്യവസ്ഥയായിരുന്നില്ല കപ്പം സമ്പ്രദായം. സാമ്പത്തിക ബുദ്ധിമുട്ടിൽ നിന്നെന്നതിലേറെ ഒരു രാഷ്ട്രീയ തെരഞ്ഞെടുപ്പെന്ന നിലയിൽ ചൈനീസ് വ്യക്തിത്വം നിലനിർത്താനായിരുന്നു അത് നിലനിർത്തിയിരുന്നത്. ചൈനീസ് ഭരണകൂടത്തിന് അതിന്റെ ആഭ്യന്തര ആധികാരികത നിലനിർത്താനുള്ള ഒരു സുപ്രധാനമാർഗമായിരുന്നു കപ്പം സമ്പ്രദായം. അതിൽ താണുവണങ്ങി നിലത്ത് നെറ്റികൊണ്ട് സ്പർശിക്കുന്ന ഒരനുഷ്ഠാനവുമടങ്ങിയിരുന്നു. സാമന്തരാജ്യങ്ങളുടെ ദൂതന്മാരോ അംബാസഡർമാരോ ആണ് അത് നടത്തിക്കൊണ്ട് ചക്രവർത്തിയോട് വിനീതവിധേയത്വം പ്രഖ്യാപിക്കേണ്ടത്. ദൈവികമായി ചക്രവർത്തിക്കു കിട്ടിയിരിക്കുന്ന അംഗീകാരത്തിന്റെ ഒരു നിർണായക പ്രതീകമാണ് ഈ സാഷ്ടാംഗ പ്രണാമം. അതുകൊണ്ട് കപ്പം വ്യവസ്ഥയുടെ മിത്തിനെ നിലനിർത്തേണ്ടത് ഭരണകൂടത്തിന്റെ ആഭ്യന്തര ആധികാരികതയെ സംരക്ഷിക്കാനാവശ്യമായിരുന്നു. അങ്ങനെ വരുമ്പോൾ, കപ്പം സമ്പ്രദായത്തിന്റെ രാഷ്ട്രീയ പ്രാധാന്യം കിടന്നിരുന്നത്, ചക്രവർത്തിക്ക് തന്റെ തന്നെ ജനതയെ പ്രാകൃതലോകത്തു നിന്നുവരെ തനിക്ക് വിധേയത്വം ലഭിക്കുന്നുണ്ടെന്ന് കാട്ടികൊടുക്കേണ്ടതുണ്ടെന്നതിനാലാണ്. എന്നാൽ, പ്രയോഗത്തിൽ കപ്പം സമ്പ്രദായത്തിനർഥം സാമന്തർക്കും ചൈനീസ് കച്ചവടക്കാർക്കും ലാഭകരമായ കച്ചവടമെന്നുകൂടിയാണ്. അതുകൊണ്ടുതന്നെ സാമ്പത്തിക പിന്നോട്ടടിയല്ല, മറിച്ച്, ചൈനീസ് സ്വത്വവുമായി ബന്ധപ്പെട്ട ആധികാരികത നിലനിർത്തലിന്റെ ആവശ്യമാണ് ഭരണാധികാരികളെ ഒരു നിരോധനം നിലവിലുണ്ടെന്ന് അഭിനയിക്കാൻ പ്രേരിപ്പിച്ചത്. അധികം വൈകാതെ ഐബീരിയൻ രാഷ്ട്രങ്ങളെ ഗ്രസിച്ച ഒരു സാമ്രാജ്യപരമായ അധികാര രാഷ്ട്രീയത്തിൽ നിന്ന് വിട്ടുനിൽക്കുന്നതിനും സഹായിച്ചു. പകുതിയോളം ലോകം ചൈനയുടെ പിടിയിലായിരുന്നു. അത്രമാത്രം എതിരറ്റ ഒരു നാവികസേനയുള്ളപ്പോൾ, ചൈനക്കാവശ്യമുണ്ടായിരുന്നെങ്കിൽ, മറ്റേ പകുതിയും കൈയടക്കാമായിരുന്നു. യൂറോപ്യൻ പര്യവേക്ഷണത്തിനും വിപുലനത്തിനും ഒരു നൂറ്റാണ്ടു മുമ്പുതന്നെ ചൈനക്കൊരു വലിയ കൊളോണിയൽ ശക്തിയാകാൻ കഴിയുമായിരുന്നു. എന്നാൽ ചൈനയത് ചെയ്തില്ല. ലോകത്തിന്റെ സിംഹഭാഗത്തും ഒരു സാമ്രാജ്യവിപുലീകരണ പരിപാടി ചൈനയാരംഭിച്ചില്ല. അവരുടെ പ്രത്യേക അസ്തിത്വത്തിന്റെ ഭാഗമായി മാത്രമാണ് ഏറെയും സാമ്രാജ്യത്വ പ്രതിരൂപമുണ്ടാകുന്നത്. അതുപോലെ തന്നെ ചൈനയുടെ പോറ്റിവളർത്തൽ ലോകചരിത്രത്തിലെതന്നെ കൂട്ടായ മൗനത്തിന്റെ ഏറ്റവും ശ്രദ്ധേയമായ ഉദാഹരണങ്ങളിലൊന്നാണ്. ഈ തെറ്റായ അവതരണം യൂറോകേന്ദ്രിത ലോകചരിത്രത്തിലെ ഏറ്റവും വലിയൊരു അബദ്ധത്തിന് ജന്മം നൽകിയിരിക്കുന്നു. അതായത് ആഗോള

സമ്പദ്ഘടനയിൽനിന്ന് ചൈന പിൻവാങ്ങിയ ശൂന്യതയിലേക്കാണ് ശ്രേഷ്ഠന്മാരായ യൂറോപ്യർ 1500 നുശേഷം കടന്നുകയറിയതെന്ന അവതരണത്തിന്. യഥാർഥത്തിൽ ഒരു ശൂന്യതയേ ഉണ്ടായിരുന്നില്ല. ചൈനയുടെ തീവ്രമായ ശക്തി അതിന്റെ ഉൽപ്പാദനത്തിലും വാണിജ്യത്തിലുമുള്ള ഉജ്ജ്വലതയിൽ പ്രതിഫലിപ്പിക്കപ്പെട്ടു. ഒന്നാമതായി വർധിച്ചുവന്ന വെള്ളി ഇറക്കുമതി ലോകത്തിന്റെ എല്ലാഭാഗത്തുനിന്നും ഒഴുകിയെത്തി. ഒപ്പം സ്വകാര്യ മുതലാളിത്ത ആന്തരഘടനകളുടെ പ്രമുഖമായൊരു നിരയുമുണ്ടായിരുന്നു. പ്രത്യേകിച്ചും സ്വകാര്യബാങ്കിങ് പൊതുബാങ്കിങ്ങിന്റെ മേൽ മേൽക്കൈ നേടി. സ്വകാര്യബാങ്കിങ്ങിന്റെ പ്രധാന ക്ഷേത്രം ഷാൻസിയായിരുന്നു. ഏറ്റവും വലിയ ബാങ്കുകൾക്ക് ചൈനയിലുടനീളം 30 ശാഖകൾ വരെയുണ്ടായിരുന്നു. പരുത്തിത്തുണിയുൽപ്പാദനം വൻതോതിലായിരുന്നതിനാൽ പഞ്ഞിയുടെ വലിയൊരളവ് ആവശ്യമായിരുന്നു. 18-ാം നൂറ്റാണ്ടായപ്പോഴേക്കും ചൈന ബ്രിട്ടനിൽനിന്നെന്നതിനേക്കാൾ കൂടുതൽ പഞ്ഞി ഇന്ത്യയിൽനിന്നിറക്കുമതി ചെയ്തിരുന്നു. 1839 നു മുമ്പ് അതിന്റെ മാർക്കറ്റുകളിൽ ഔദ്യോഗികമായി അനുവദിക്കപ്പെട്ട യൂറോപ്യന്മാരെ നിയന്ത്രിക്കാനും, അനുമതി നൽകാത്ത യൂറോപ്യന്മാരുടെ ആക്രമണഭീഷണികളെ സൈനികമായി നേരിടാനും, ചൈനക്ക് കരുത്തുണ്ടായിരുന്നു. യൂറോപ്പിലെ ഫ്യൂഡൽ രാഷ്ട്രീയ വ്യവസ്ഥകളുടെ ഉദയത്തെ കിഴക്കുനിന്നുള്ള ഒട്ടേറെ മുന്നേറിയ വിഭവസ്രോതസുകളുടെ പ്രസരണത്തിന്റെ അഭാവത്തിൽ വിഭാവനം ചെയ്യാനാവില്ല. ഒപ്പം തന്നെ, കിഴക്കുനിന്നും 370 നും 1000 ത്തോടടുപ്പിച്ചും ഒഴുകിയെത്തിയ വർധിച്ചുവന്ന ആഗോള സൈനിക വെല്ലുവിളികളോടുള്ള ഒരു പ്രതികരണവുമായിരുന്നു അത്. അതെന്തായാലും, യൂറോപ്പ് ആഗോളതലത്തിലുള്ള സാങ്കേതികവിദ്യകളുടെയും ആശയങ്ങളുടെയും വിഭവങ്ങളുടെയും പ്രസരണത്തിന്റെ വെറുമൊരു നിഷ്ക്രിയ സ്വീകർത്താവ് മാത്രമായിരുന്നില്ല. കിഴക്കൻ ആഗോളശക്തികളാണ് യഥാർത്ഥത്തിൽ ഫ്യൂഡലിസത്തിന്റെ രാഷ്ട്രീയവർഗ വ്യവസ്ഥകൾക്ക് രൂപം നൽകിയത്. സഭ ഫ്യൂഡൽ സാമ്പത്തിക രാഷ്ട്രീയ വ്യവസ്ഥയുടെ പുനരുൽപ്പാദനവും സുദൃഢീകരണവും സാധ്യമാക്കി. ഈ പശ്ചാത്തലത്തിൽ ഒട്ടേറെ സാമ്പത്തിക ചരിത്രകാരന്മാർ യൂറോപ്യൻ ഫ്യൂഡലിസത്തിന്റെ ഉയർച്ചയെ സാധ്യമാക്കിയതിൽ, ഒരു നിര പുതിയ കാർഷിക സാങ്കേതികവിദ്യകൾക്കുള്ള പങ്കിനെ ശരിവക്കുന്നുണ്ട്; വാട്ടർമിൽ, വിൻഡ്മിൽ, ഹെവിമോൾഡ് ബോർഡ് കലപ്പ, മൃഗങ്ങളുടെ സേവനമുപയോഗിക്കൽ, ഇരുമ്പിന്റെ കുതിരലാടം എന്നിവയൊക്കെ ഇതു സാധ്യമാക്കിയവയിൽ പ്രധാനമായിരുന്നു. ഭാരം കൂടിയ കലപ്പ, പ്രത്യേകിച്ചും, ഇതിലൊരു സുപ്രധാന പങ്കുവഹിച്ചു. പലപ്പോഴും കണക്കാക്കപ്പെടുന്നത് സ്ലാവിക് വംശജരായ ജനതയാണ്(ഇന്തോ-യൂറോപ്യൻ വംശത്തിന്റെ ഒരു ശാഖ) ആദ്യമായി 568-നോടടുപ്പിച്ച് കലപ്പ വികസിപ്പിച്ചതെന്നാണ്. പക്ഷേ സ്ലാവുകൾ ഭാരം കൂടിയ കലപ്പകൾ ഉപയോഗിച്ചു തുടങ്ങിയത് അവർ കടന്നാക്രമണത്തിന് (6-ാം നൂറ്റാണ്ടിൽ

യൂറോപ്പിനെ ആക്രമിച്ച ഒരു നാടോടി ജനത)ശേഷം മാത്രമാണ്. ഇരുമ്പ് കുതിരലാടം കിഴക്കൻ യൂറോപ്പിൽകടന്നുവരുന്നത് ഒരുപക്ഷേ കിഴക്ക് സൈബീരിയയിൽ നിന്ന് 9-ാം നൂറ്റാണ്ടിന്റെ അവസാനത്തിൽ ബൈസാന്റിയത്തിലേക്കാണ്. ആ നൂറ്റാണ്ടിന്റെ അവസാനത്തിൽ അതവിടെ നിന്ന് യൂറോപ്പിന്റെ ബാക്കി പിന്നോക്ക ഭാഗങ്ങളിലേക്ക് പ്രസരിച്ചു. കഴുത്തിലെ കുതിരക്കോപ്പ് വ്യക്തമായും കൊണ്ടുവന്നത് മൂന്നാം നൂറ്റാണ്ടിൽ ചൈനക്കാരാണ്. ഈ പോയിന്റിനെ നാം വാട്ടർമില്ലും വിൻഡ്മില്ലുമായി കൂട്ടിചേർക്കുമ്പോൾ യൂറോപ്പിലെ മധ്യകാല കാർഷിക വിപ്ലവം പടിഞ്ഞാറു നടന്ന ഒരു കന്യകാപ്രസവമല്ല എന്ന് വ്യക്തമാകും. മറിച്ചതിൽ കാര്യമായതോതിൽ വിവിധ കിഴക്കൻ സാങ്കേതികവിദ്യകളുടെ ആഗോളപ്രസരണത്തിന്റെ സഹായമുണ്ടായിട്ടുണ്ടെന്ന് വ്യക്തമാകുന്നു; പ്രത്യേകിച്ചും ചൈനയുടെ. പക്ഷേ യൂറോപ്പിലെ ഫ്യൂഡൽ സമ്പദ്ഘടനയെ രൂപപ്പെടുത്തിയതിൽ സമാനമായ പങ്കുവഹിച്ച മറ്റുഘടകങ്ങളുമുണ്ട്. യൂറോപ്യൻ ഫ്യൂഡൽസമ്പദ്ഘടന, വർഗപരവും രാഷ്ട്രീയസൈനികപരവുമായ വ്യവസ്ഥകളിൽ ആഴത്തിൽ വേരുറപ്പിച്ചിരുന്നു. 8-ാം നൂറ്റാണ്ടോടെ ഒരു പുതിയ യുദ്ധരീതി ഉയർന്നുവരികയും അത് നേരെതിരിച്ച്, ഫ്യൂഡൽരാഷ്ട്രീയത്തിന്റെയും സമ്പദ്ഘടനയുടെയും സ്ഥാപനപരമായ ഘടനകൾ സൃഷ്ടിക്കുന്നതിൽ പ്രധാനപങ്ക് വഹിക്കുകയും ചെയ്തു. അത് പാതധാരണികൾ (സ്റ്റിറപ്പുകൾ) മുമ്പേ കണ്ടുപിടിക്കപ്പെട്ടതിന്മേലാശ്രയിച്ചായിരുന്നു. സ്റ്റിറപ്പുകൾ ഉണ്ടാകുന്നതിനുമുമ്പ് യുദ്ധത്തിൽ കുതിരകളെക്കൊണ്ടൊരു കാര്യവുമുണ്ടായിരുന്നില്ല. കാരണം കുതിരപ്പടയാളിയെ കുതിരപ്പുറത്ത് ഉറപ്പിച്ചിരുത്തുന്ന ഒന്നും തന്നെയുണ്ടായിരുന്നില്ല. സ്റ്റിറപ്പുണ്ടായതോടെ കുതിരപ്പുറത്തിരിക്കുന്ന റൈഡർക്ക് കുതിരയുടെ ഓട്ടത്തിന്റെ മുഴുവൻ ശക്തിയുമുപയോഗിച്ച് എതിരാളിയെ പ്രഹരിക്കാൻ കഴിയുമെന്നായി. യൂറോ കേന്ദ്രിത പണ്ഡിതന്മാർ സാധാരണഗതിയിൽ സ്റ്റിറപ്പുകളുടെ കണ്ടുപിടിത്തം 733 ൽ ചാൾസ് മാർട്ടെൽ നടത്തിയതാണെന്നു പറയാറുണ്ട്. സ്റ്റിറപ്പിന്റെ അടിസ്ഥാന ആശയം, അതായത് പെരുവിരൽ സ്റ്റിറപ്പിലുറപ്പിച്ചുകൊണ്ട് പിടിച്ചിരിക്കുന്ന രീതി, ബി സി രണ്ടാം നൂറ്റാണ്ടിന്റെ അവസാനത്തിൽ ഇന്ത്യയിലാണ് ആദ്യമായി പ്രത്യക്ഷപ്പെട്ടത്. ചൈനയുടെ വാർപ്പിരുമ്പും ഓടും കൊണ്ടുള്ള സ്റ്റിറപ്പിന്റെ മൂന്നാം നൂറ്റാണ്ടിലെ കണ്ടുപിടിത്തം സിൽക്കു പാതയിലൂടെ പ്രചരിച്ചുകൊണ്ട് മധ്യേഷൻ ജനതകളിലെത്തി. ഏഴാം നൂറ്റാണ്ടോടെ അത് പേർഷ്യയിലെത്തി. 694 ഓടെ അറബികൾ ഇരുമ്പ് സ്റ്റിറപ്പുകളുണ്ടാക്കിത്തുടങ്ങിയിരുന്നു. അത് വൈക്കിങ്ങുകളിലൂടെയും ലൊംബാർഡുകളിലൂടെയും(സ്കാൻഡിനേവിയൻ, ജർമൻ ഗോത്രവംശങ്ങൾ)പടിഞ്ഞാറേക്ക് പ്രചരിച്ചു. അതുകൊണ്ടുതന്നെ, അതിപ്രധാനമായ സ്റ്റിറപ്പ് ചാൾസ് മാർട്ടെൽ 733 നോടടുപ്പിച്ച് കണ്ടുപിടിച്ചുവെന്ന സമാന്യധാരണ നിലനിൽക്കുന്നതല്ല. യൂറോപ്യൻ പശ്ചാത്തലത്തിൽ അത് കണ്ടെത്തിയത് മുഖ്യമായും ചാൾസ്മാർട്ടെലാണെന്ന് പറഞ്ഞാൽ അത് കുറച്ചുകൂടി സത്യസന്ധമായേക്കാം. കുതിരപ്പട

(Mounted Shock Cavalry) തുടങ്ങിയത് പേർഷ്യക്കാരായിരുന്നു. പേർഷ്യക്കാരുമായുള്ള യുദ്ധങ്ങളിൽ നിന്നാണ് അറബികളത് പഠിച്ചത്. 640 ഓടെ അത് ഇസ്ലാമികസേനയുടെ അടിസ്ഥാനപരമായ ഒരു വശമായി മാറി. ഇസ്ലാമികസേനകൾ നിരവധി നൂറ്റാണ്ടുകളോളം കൂടുതൽ മികച്ച യുദ്ധരീതികൾ നിലനിർത്തിയിരുന്നു. അവയിൽ പലതും യൂറോപ്യന്മാർ അനുകരിക്കുകയും സ്വാംശീകരിക്കുകയും ചെയ്തു. പുതിയ കുതിരപ്പടയുടെ അടിസ്ഥാനത്തിലുള്ള യുദ്ധത്തിന്റെ വമ്പിച്ച ചിലവുകൾ കാർഷികമിച്ചങ്ങൾ കർഷകരിൽനിന്നും ഊറ്റിയെടുക്കുന്ന, അഥവാ കവർന്നെടുക്കുന്ന, ഒരു സമ്പദ്ഘടനയെ സൃഷ്ടിക്കേണ്ടതാവശ്യമാക്കി. തുടർന്ന് ഒരു ശക്തമായ ആഢ്യവർഗം ഉയർന്നുവരികയും അവരുടെ അധികാരം കർഷകർക്കും, വിരോധാഭാസമെന്നുപറയട്ടെ, ഭരണാധികാരികൾക്കും മേൽ ഉറപ്പിക്കുകയും ചെയ്തു. അങ്ങനെയാണ് സാമൂഹ്യവും രാഷ്ട്രീയവുമായ ഫ്യൂഡലിസത്തിന്റെ വ്യവസ്ഥ വിജയിച്ചത്.

ഏഷ്യൻ കുടിയേറ്റത്തിന്റെ തീവ്രമായ അലയടികൾ യൂറോപ്പിന് സൈനികവെല്ലുവിളികളുയർത്തി. വിവിധ കിഴക്കൻ ജനതകൾ കടന്നുവന്നതോടെ യൂറോപ്പിനകത്തെ എണ്ണമറ്റ കുടിയേറ്റങ്ങളും സംഭവിച്ചു. ആദ്യം 370 ൽ ഹൂണന്മാരുടെ(ഒരു നാടോടി ഗോത്രവംശം) യൂറോപ്പിലേക്കുള്ള കടന്നുകയറ്റം ജർമാനിക് ജനതകളുടെ ഒരു വ്യാപകമായ സ്ഥലംമാറ്റത്തിന് കാരണമായി. ഓസ്ട്രോഗോത്തുകൾ ഇറ്റലിയും വിസിഗോത്തുകൾ സ്പെയിനും, ഫ്രാങ്കുകൾ ഗോളും ആംഗിളുകളും സാക്സണുകളും ഇംഗ്ലണ്ടും കൈയടക്കി. അവാസുകൾ (ഹംഗേറിയൻ ഗോത്രവംശം) കടന്നാക്രമിക്കുകയും ലൊംബാർഡുകളെ തെക്കോട്ടോടിക്കുകയും ചെയ്തു. 9-ാം നൂറ്റാണ്ടിൽ റോമാ സാമ്രാജ്യവും ശിഥിലീകരിക്കപ്പെട്ടു. മുസ്ലിങ്ങൾ വടക്കനാഫ്രിക്കയിലെ തങ്ങളുടെ താവളങ്ങളിൽ നിന്ന്, തെക്കുനിന്ന്, ആക്രമിച്ചു കടന്നുകയറി. സിസിലിയും സാർഡീനിയയും കൈയ്യടക്കിയ അവർ 846 ൽ റോമും കയ്യടക്കി. ഈയെല്ലാ കുടിയേറ്റങ്ങളുടെയും ഫലമായി-അതിൽ മിക്കതും കിഴക്കുനിന്നായിരുന്നു-യൂറോപ്പിന്റെ വംശീയ ഘടന പുതിയ ലൈനുകളിലൂടെ പുനർവാർത്തെടുക്കലിന് വിധേയമായി. അതിന്റെകൂടെ, സമ്പദ്ഘടനയെ നിയമാനുസൃതമായി തോന്നിപ്പിക്കുന്നതിനെ കേന്ദ്രീകരിച്ച് ഒരു പ്രശ്നം കറങ്ങിത്തിരിയാൻ തുടങ്ങി. ആഴമേറിയ ആന്തരിക സംഘർഷങ്ങൾ ആഢ്യപ്രഭുക്കളും കർഷകരും തമ്മിലും, പ്രഭുക്കളും ഭരണാധികാരികളും തമ്മിലും, ഭരണകർത്താക്കളും പുരോഹിതന്മാരും തമ്മിലും, ഭരണാധികാരികളും മാർപ്പാപ്പയും തമ്മിലും, മാർപ്പാപ്പയും വിശുദ്ധ റോമാസാമ്രാജ്യവും തമ്മിലും ഉടലെടുത്തു. അതോടെ ഒരു തരത്തിലുമുള്ള ആന്തരിക പൊതുസ്വഭാവവുമില്ലാതായി. ഇത്തരം സാഹചര്യത്തിൽ, ഒരൊറ്റ സ്വത്വം രൂപപ്പെടുത്തിയെടുക്കണമെങ്കിൽ പുറത്തുള്ള (അന്യമായ) ഒന്നിനെ കണ്ടെത്തുകയും അതിനെതിരെ ഒരു ഏകതാനമായ 'അഹ'ത്തെ നിർമിച്ചെടുക്കുകയും വേണമെന്നായി. ഇവിടെ, യൂറോപ്യൻ സ്വത്വം നിർമിച്ചെടുക്കു

ന്നതിൽ ക്രിസ്ത്യൻ മതാധികാരികൾ മർമപ്രധാനമായൊരു പങ്കുവഹിച്ചു. അവർ പറ്റിയൊരു സ്ഥാനാർഥിയായി ഇസ്ലാമിനെ കണ്ടെത്തുകയും അതിനെ ഒരു അപകടഭീഷണിയായി നിർമിച്ചെടുത്തുകൊണ്ട് യൂറോപ്യന്മാരെ അതിനെതിരെ ഒന്നിപ്പിക്കാൻ യത്നിക്കുകയും ചെയ്തു. ഫ്രഞ്ച് മാർക്സിസ്റ്റ് ചരിത്രകാരനായ മാക്സിമെറോ ഡിൻസനാണ് (1915–2004) പടിഞ്ഞാറൻ ക്രിസ്ത്യൻലോകത്തിന് അവരൊരു പ്രശ്നമാകുന്നതിനു മുമ്പേ മുസ്ലിങ്ങൾ ഒരപകടഭീഷണിയായി ചിത്രീകരിക്കപ്പെട്ടിരുന്നുവെന്ന് ചൂണ്ടിക്കാട്ടിയത്. ഇസ്ലാം വളരെപ്പെട്ടെന്നുതന്നെ വിഗ്രഹാരാധകരുടെ ഒരു പേഗൻമതമായി ക്രിസ്ത്യൻ ലോകത്ത് അപലപിക്കപ്പെട്ടുതുടങ്ങി. രണ്ടു മതങ്ങളിലും വളരെയേറെ സമാനതകളാണുള്ളതെന്നുള്ളതെങ്കിൽപ്പോലും അതിനെ നോഹയുടെയും മൂന്നു പുത്രന്മാരുടെയും ഉൽപ്പത്തി സിദ്ധാന്തംകൊണ്ട് ന്യായീകരിക്കുകയും ചെയ്തു. അതനുസരിച്ച്, വിപുലനത്തിന് വിധിക്കപ്പെട്ടിരിക്കുന്ന ക്രിസ്ത്യൻ യൂറോപ്പ് ജാഫെത്തിന് നൽകപ്പെട്ടു. പേഗന്മാർ നിവസിക്കുന്ന ഏഷ്യ ഷാമിനു നൽകി. പേഗന്മാരെ ഉൾക്കൊള്ളാൻ വിധിക്കപ്പെട്ടവരാണ് ജാഫെത്തും ഹാമും. കറുത്ത ആഫ്രിക്കക്കാർ അവന്റെ വേലക്കാരായിരിക്കും. ഇസ്ലാം പൊതുവിലും, പ്രത്യേകിച്ച് മുഹമ്മദും പേഗനും തിന്മയെ പ്രതിനിധീകരിക്കുന്നു. വ്യക്തമായ സമാനതകളുടെ കാര്യത്തിൽ തങ്ങളുടെ ഉത്ഭവത്തിനുതന്നെ അബ്രാഹത്തോളം പിന്നിലേക്കെത്തുന്നവരായ രണ്ടു മതങ്ങൾക്കും ഒരു പാലമായി പ്രവർത്തിക്കുകയും ക്രിസ്ത്യൻ ലോകവും മധ്യപൂർവദേശവും തമ്മിൽ ഒരു സ്വരച്ചേർച്ചയുള്ള ബന്ധം സൃഷ്ടിക്കുകയും ചെയ്യാമായിരുന്നു. പക്ഷേ തങ്ങൾക്കൊരു കൃത്രിമമായ ഏകതാനമായ അഹംനിർമിച്ചെടുക്കാനായി മുസ്ലിങ്ങളെ അടിച്ചമർത്തുന്നതിലേക്കെത്തുന്ന ഒരു പാതയിലൂടെ യാത്രചെയ്യാനാണ് യൂറോപ്യൻ അഭിജാതവർഗം ഇഷ്ടപ്പെട്ടത്. പാശ്ചാത്യ യൂറോപ്പിന്റെ വിവിധ പ്രദേശങ്ങൾ മുസ്ലിങ്ങൾ കയ്യിലൊതുക്കി. സിസിലിയും സ്പെയിനും പോലുള്ളിടങ്ങൾ. പക്ഷേ, യഥാർഥത്തിൽ കൂടുതൽ പടിഞ്ഞാറൻ ഭാഗങ്ങളിലേക്ക് പോകാനവർക്ക് താൽപ്പര്യമുണ്ടായിരുന്നില്ല. കാരണം പടിഞ്ഞാറൻ ഭാഗം കൂടുതൽ പിന്നോക്കമായിരുന്നപ്പോൾ ബൈസാന്റിയം കൂടുതൽ ശക്തവും ആകർഷകവുമായിരുന്നു. എല്ലാ ശത്രുക്കൾക്കുമിടയിൽ ഇസ്ലാമാണ് ഏറ്റവും കുറച്ചുമാത്രം അപകടകാരിയായിരുന്നതെങ്കിലും, യൂറോപ്പിലേക്കുള്ള നിരവധി വമ്പിച്ച കുടിയേറ്റങ്ങളാണ് ഇടക്കിടെ വന്നുകൊണ്ടിരുന്ന മുസ്ലിം കടന്നാക്രമണ സേനകളെക്കാളെത്രയോ വിനാശംവിതച്ചതെങ്കിലും, യൂറോപ്യൻ മിത്ത് നിർമാതാക്കൾ ഇസ്ലാമിന്റെ സാർവലൗകിക അപകടത്തെ പർവതീകരിച്ച് കാണിച്ചുകൊണ്ട്, ഒരേയൊരു യഥാർഥ വിശ്വാസമായ ക്രിസ്ത്യൻ വിശ്വാസത്തെ പുതിയൊരു യൂറോപ്യൻ സ്വത്വം കൊണ്ട് അരക്കിട്ടുറപ്പിക്കാനാണിഷ്ടപ്പെട്ടത്. അടക്കിനിർത്തേണ്ട സോവിയറ്റപകടഭീഷണിയുമായി 1947നുശേഷം സ്വയം കെട്ടിയിടാനായി അമേരിക്ക അവതരിപ്പിച്ച മേധാവിത്വസിദ്ധാന്ത (domino theory)ത്തെപ്പോലെതന്നെ ക്രിസ്ത്യൻ

മതാധികാരികൾ ഒരു ഇസ്ലാമിക മേധാവിത്വ സിദ്ധാന്തം പടച്ചെടുക്കാൻ ഉദ്യമിച്ചു. ഒരു സാർവലൗകിക ഇസ്ലാമിക അപകടഭീഷണിയെ തടുത്തു നിർത്താനുള്ള വേലിക്കെട്ടും പ്രതിരോധസംവിധാനവുമായി യൂറോപ്പിനെ ശക്തിപ്പെടുത്തേണ്ടതും സുദൃഢീകരിക്കേണ്ടതും ആവശ്യമാണെന്ന് മധ്യകാല ക്രിസ്ത്യൻ മതാധികാരികൾ കണ്ടു. ആ ഒതുക്കിനിർത്തൽ തന്ത്രം അതിന്റെ വ്യക്തമായ പ്രകടിതരൂപം കൈവരിച്ചത് 1095 മുതൽ 1291 വരെ നീണ്ടുനിന്ന ആദ്യഘട്ട കുരിശുയുദ്ധങ്ങളിലാണ്. വിരോധാഭാസമെന്നു പറയട്ടെ, ക്രിസ്തുവിന്റെ പോരാളികൾ അണിനിരക്കുകയെന്ന ഊർബൻ രണ്ടാമൻ മാർപ്പാപ്പയുടെ ആഹ്വാനത്തോട് അഭിജാതപ്രമാണിമാർ പ്രതികരിക്കുകയും, തങ്ങൾ പൊരുതി മരിച്ചാൽ ക്രിസ്ത്യൻ രക്തസാക്ഷികളായി സ്വർഗത്തിലേക്ക് നേരിട്ട് പാസ്പോർട്ട് കിട്ടുമെന്ന അറിവിൽ ആവേശഭരിതരാകുകയും ചെയ്തു. അങ്ങനെ, ഇസ്ലാമിനെ ഒരു തിന്മയുടെ അപകടഭീഷണിയായി നിർമിച്ചെടുത്തതോടെ, യൂറോപ്പിന്റെ പിന്നോക്കഭാഗത്തിന് ഒരു സ്വത്വം രൂപപ്പെടുത്തിയെടുക്കാനായി അത് നിലനിർത്തപ്പെട്ടു.

വിശുദ്ധനാടുകൾ ക്രിസ്തീയ സഭയുടെ പേരിൽ തിരിച്ചുപിടിക്കുകയും മുസ്ലിങ്ങളെ ജെറുസലേമിൽനിന്ന് തുരത്തുകയുമായിരുന്നു കുരിശുയുദ്ധങ്ങളുടെ ലക്ഷ്യം. അത്തരമൊരുകാര്യം സംഭവിച്ചില്ല. കുരിശുയുദ്ധങ്ങൾ തീർത്തും വിനാശകരമായിരുന്നു. അവ തികഞ്ഞ പരാജയങ്ങളായും നാണംകെട്ട സംരംഭങ്ങളായും കത്തിത്തീർന്നു. പക്ഷേ കുരിശുയുദ്ധത്തിന്റെ അനന്തരഫലം യൂറേഷ്യയിൽ ഒരു ഗുണാത്മകഫലമുണ്ടാക്കുകയും ഏഷ്യക്കു വാഗ്ദാനം ചെയ്യാനുള്ള എല്ലാ നന്മകളിലേക്കും യൂറോപ്പിന്റെ വാതിലുകൾ തുറക്കുകയും ചെയ്തു. മറുവശത്ത്, മുസ്ലിങ്ങൾ അന്തിമമായി വിജയിച്ചു. പക്ഷേ അതിനവർ വമ്പിച്ചൊരു വില നൽകി. 200 വർഷങ്ങൾക്കൊണ്ട് അമ്പതുലക്ഷം ജീവനുകൾ കൊടുത്തുകൊണ്ട്. 1000-ാമാണ്ടിനുശേഷം അറബ് ലോകത്തെ കുരിശു പോരാളികൾ കടന്നാക്രമിച്ചു. ഈ തുടർച്ചയായ ആക്രമണങ്ങൾ അറബികളിൽ സൃഷ്ടിച്ച വികാരം തങ്ങളുടെ സ്വന്തം സംസ്കാരം സംരക്ഷിക്കണമെങ്കിൽ മറ്റു സംസ്കാരങ്ങൾക്കു നേരെ തങ്ങളുടെ മനോഭാവം കടുത്തതാക്കണമെന്നാണ്. തുടർന്നുള്ള നൂറ്റാണ്ടുകളിൽ, ഒരനന്തരഫലമെന്ന നിലയിൽ, പടിഞ്ഞാറൻ യൂറോപ്പതിന്റെ തന്നെ ഉന്നതസംസ്കാരം സൃഷ്ടിച്ചപ്പോൾ, തങ്ങളുടെ മുറിവേറ്റ സ്വത്വത്തെക്കുറിച്ചുള്ള ഭയം മൂലം ആ സംസ്കാരത്തിന്റെ വശങ്ങളെ സ്വാംശീകരിക്കുന്നതിനെ ഒട്ടേറെ അറബികൾ ചെറുക്കുകയും, നിരാശയോടെ തങ്ങളുടെ വിശ്വാസത്തിലേക്ക് തിരിച്ചുപോകുകയും ചെയ്തു. ആ രീതിയിൽ 'വിശുദ്ധയുദ്ധം' മധ്യപൂർവദേശത്തിന് ഏറ്റവും വലിയ സാംസ്കാരികവും ബുദ്ധിപരവുമായ വംശഹത്യയായിത്തീരുകയും, പ്രതിസന്ധിയുടെ വേദനകളെ ദുരീകരിക്കാനാവശ്യമായ ദൈവശാസ്ത്രപരമായ സന്തോഷം അതിനകത്തേക്ക് ഗസാലിയെപ്പോലുള്ളവർ പ്രദാനം ചെയ്തുകൊണ്ട് ഒരു ദൈവശാസ്ത്ര 'ഭയം' സന്നിവേശിപ്പിക്കപ്പെടുകയും ചെയ്തു. ആധുനികവൽക്കരിക്കേണ്ട

തുണ്ടോ ഇല്ലയോ, പടിഞ്ഞാറൻ സംസ്കാരവുമായി ഒത്തുതീർപ്പുകൾ വേണമോ, വേണ്ടയോ, എന്നീ പ്രശ്നങ്ങളെ കേന്ദ്രീകരിച്ചുനടക്കുന്ന സമരം ഇന്നത്തെ അറബ് ലോകത്തെ ഭിന്നിപ്പിച്ചുകൊണ്ടിരിക്കുകയാണ്.

യൂറോപ്പ് എക്കാലത്തും ഒരാശയമായിരുന്നു. അത് നിർവചിക്കപ്പെടുകയും പുനർനിർവചിക്കപ്പെടുകയും ചെയ്തുപോന്നു. ഭൂമിശാസ്ത്രപരമായ അതിർത്തികളും സാഹചര്യങ്ങളും മാറ്റുകയെന്ന വസ്തുനിഷ്ഠമായ, അഥവാ, ശാസ്ത്രീയമായ ഒരു പ്രവർത്തനത്തെ ആസ്പദമാക്കിയല്ല, മറിച്ച് ഒരു ധാർമിക നിർവചനത്തിനനുസരിച്ച്, യൂറോപ്പ് ക്രിസ്തീയ ലോകമെന്നറിയപ്പെട്ടത് ഇസ്ലാമിക മധ്യപൂർവദേശത്തുനിന്നു വിപരീതമായ ഒരു കത്തോലിക് ക്രിസ്ത്യൻ എന്ന നിലയിൽ കണ്ടുപിടിക്കപ്പെട്ടുകൊണ്ടോ വിഭാവനം ചെയ്യപ്പെട്ടുകൊണ്ടോ ആണ്. ഏതാണ്ട് 16-ാം നൂറ്റാണ്ടുവരെ നീണ്ടുനിന്ന യൂറോപ്യൻ സ്വത്വരൂപീകരണത്തിന്റെ ആദ്യഘട്ടത്തെ അടയാളപ്പെടുത്തിയതതാണ്. ക്രിസ്തീയ വിശ്വാസത്തിന്റെ ജന്മഗേഹമോ, അല്ലെങ്കിൽ സംരക്ഷകനോ ആയി യൂറോപ്പിനെ അവതരിപ്പിക്കണമെങ്കിൽ യൂറോപ്പും ക്രിസ്തീയതയും സ്വാഭാവികമായും ഒന്നുചേർന്നതാണെന്ന് തോന്നിപ്പിക്കുംവിധം അവയെ കണ്ണിചേർക്കാൻ ചില പ്രമുഖ ബുദ്ധിപരമായ കസർത്തുകളുടെ ആവശ്യമുണ്ടായിരുന്നു. ഇസ്ലാമിനെ ഒരു പേഗൻ മതമായി അവതരിപ്പിക്കുമ്പോൾ ജാഫെത്തിനെ (യൂറോപ്പ്) ക്രിസ്ത്യനായി അവതരിപ്പിക്കുന്നതുകൊണ്ട്, നോഹയുടെ മൂന്നു മക്കളുടെ ഉൽപ്പത്തി സിദ്ധാന്തം അതിനാവശ്യമായി വന്നു. അങ്ങനെ ക്രിസ്തീയതയുടെ പ്രഭവകേന്ദ്രം യൂറോപ്പാവുകയും അതിന്റെ ജീവിത ദൗത്യം ക്രിസ്തീയതയുടെ സാർവലൗകിക സന്ദേശം, പേഗൻ അവിശ്വാസിയെ കാലടിയിൽ കൊണ്ടുവരുന്നതിനായി, ലോകം മുഴുവൻ പ്രചരിപ്പിക്കലുമാണ്. നേരെതിരിച്ച്, യൂറോപ്പിനെ ക്രിസ്തീയ ലോകമായിനിർമിച്ചെടുക്കേണ്ടത് വൻതോതിൽ സാമ്പത്തികവും രാഷ്ട്രീയവുമായ അസമത്വം നിറഞ്ഞ ഒരു ഫ്യൂഡൽ വ്യവസ്ഥക്കകത്ത് ഒരു ക്രമം കൊണ്ടുവരാനും, അതിനൊരാധികാരികത നൽകാനും, ആവശ്യമായിരുന്നു. ത്രിമുഖ പ്രവർത്തനപരത, അഥവാ മൂന്നു ക്രമങ്ങളുടെ ഡിക്രി (പുരോഹിതൻ, പ്രഭു, കർഷകൻ) എന്ന് ജോർജ് ഡൂബി (1919-1996- ഫ്രഞ്ച് ചരിത്രകാരൻ)വിളിച്ചതെന്തോ അതായിരുന്നു, പുതിയ ക്രിസ്ത്യൻ സദാചാരനിയമാവലി. അവ രൂപപ്പെടുത്തിയത് 11-ാം നൂറ്റാണ്ടിലെ ശക്തരായ മതാധികാരികളായിരുന്നു. അതിലുള്ളടങ്ങിയിരിക്കുന്നത് കർഷകർ പ്രഭുക്കളെയും പുരോഹിതരെയും സേവിക്കണമെന്നും, അവർക്കുവേണ്ടി പ്രാർഥിക്കണമെന്നും, അവരെ സംരക്ഷിക്കാനായി പോരാടണമെന്നുമാണ്. ആകാശത്തിലെയും ഭൂമിയിലെയും സ്രഷ്ടാവിന്റെ ഇച്ഛ താഴ്ന്നവരുടെ മേലെ എപ്പോഴും ഉയർന്നവർ ഭരിക്കണമെന്നതാണെന്ന തത്വത്തെ ആസ്പദമാക്കിയതായിരുന്നു അത്. ഓരോ വ്യക്തികളും ഓരോ വർഗങ്ങളും അവരവരുടെ സ്ഥാനത്തു നിന്നുകൊള്ളണം, അതാതിന്റെ കടമകൾ നിർവഹിക്കുകയും, അതിനനുസൃതമായ സൗഭാഗ്യങ്ങളും അവകാശങ്ങളും

അനുഭവിച്ചുകൊള്ളുകയും വേണം. ഈ ഭരണത്തിനെതിരെ കലാപം ചെയ്യുന്നത് മാരകമായ ഒരു പാപമാണ്. മൂന്നു ക്രമങ്ങളുടെ ഡിഗ്രിയുണ്ടായിരുന്നില്ലെങ്കിൽ ഫ്യൂഡൽ സാമ്പത്തികവ്യവസ്ഥ, ഏറെക്കുറെ തകർന്നടിഞ്ഞേനെ. ഇസ്ലാമെന്നു കരുതപ്പെട്ട മറ്റേതിനെതിരെ ഐക്യം പടുത്തുയർത്തികൊണ്ട് അഹത്തിന്റേതായ ഒരാന്തരികപ്പൊരുത്തമുള്ള അർഥം ഉൽപ്പാദിപ്പിക്കുന്നതിനും, യൂറോപ്പിനകത്ത് അതിന്റെ അടിത്തറയിൽ ഒരു താരതമ്യാത്മകമായ ഐക്യവും സ്വരച്ചേർച്ചയും ഉൽപ്പാദിപ്പിക്കാനും അതിന് കഴിഞ്ഞു. ഈ രീതിയിൽ ആകാശങ്ങളിലെ ശ്രേണീക്രമം ഫ്യൂഡൽ സാമൂഹ്യശ്രേണീക്രമമായി താഴേക്ക് കൊണ്ടുവരപ്പെട്ടു. അത് കർഷകരുടെ മേലെ ഫ്യൂഡൽ അവകാശങ്ങളുടേതായ ഒരു മുൻധാരണ സ്ഥാപിക്കുകയും ചെയ്തു. ഒട്ടേറെ ഏഷ്യൻ കുടിയേറ്റക്കാർ യൂറോപ്പിലൂടെ അലയടിച്ചു നീങ്ങിയപ്പോൾ ഭൂഖണ്ഡത്തിലുടനീളം നിലനിന്ന അവ്യവസ്ഥയിൽ നൂറ്റാണ്ടുകളോളം ഭൂഖണ്ഡത്തിലുടനീളം ഓടിനടന്നവർ ഒരു സാമൂഹ്യക്രമത്തിൽ ഉറപ്പിക്കപ്പെട്ടതങ്ങനെയാണ്. കർഷകരുടെ ഹൃദയങ്ങളിലേക്കും മനസുകളിലേക്കും സഭ കടന്നെത്തിയതിന്റെ പ്രധാന ഉപാധികൾ പുരോഹിതർ കൃത്യമായി നൽകുന്ന കൂദാശകളിലൂടെയായിരുന്നു. മൂന്നു ക്രമങ്ങളുടെ ഡിക്രിയിലൂടെ ക്രിസ്തീയ സഭക്ക് കൃഷിക്കാരും പ്രഭുക്കളും തമ്മിലുള്ള അങ്ങേയറ്റത്തെ ഉച്ചനീചത്വത്തെ തികച്ചും സ്വാഭാവികമായ ഒന്നായി അവതരിപ്പിക്കാനായി. അതത്രമാത്രം വിജയകരമായതുകൊണ്ട്, കർഷകർക്ക് മറ്റൊരു ബദൽ സാമൂഹ്യക്രമത്തെപ്പറ്റി ചിന്തിക്കുകയെന്നതുപോലും തികച്ചും ബുദ്ധിമുട്ടേറിയതായി. ഈ രീതിയിൽ യൂറോപ്യൻ സ്വത്വത്തിന്റെ നിർമാണം, ഒരാഗോള മൂശയിൽ വാർത്തുണ്ടാക്കപ്പെട്ടത്, മധ്യകാല ഫ്യൂഡലിസത്തിന്റെ സുദൃഢീകരണവും പ്രത്യുൽപ്പാദനവും സാധ്യമാകുന്നതിൽ തികച്ചും നിർണായകമായിത്തീർന്നു.

നവോത്ഥാനം ഒരു കെട്ടിച്ചമച്ച യൂറോപ്യൻ കഥ

യൂറോകേന്ദ്രിത പണ്ഡിതന്മാർ, 1000 മാണ്ടിനുശേഷമുണ്ടായ വാണിജ്യ വിപ്ലവത്തിനും, ഒപ്പം, നാവികപരവും ധനപരവുമായ വിപ്ലവങ്ങൾക്കും പ്രത്യേക ഊന്നൽ നൽകിക്കൊണ്ട് നമ്മോട് പറയുന്നത്, ഈ കുതിച്ചു ചാട്ടങ്ങൾക്കെല്ലാം പിന്നിലുള്ളത് പടിഞ്ഞാറൻ നവോത്ഥാനത്തിന്റെ ഇറ്റാലിയൻ മുന്നണിപ്പോരാളികളുടെ പ്രതിഭയാണെന്നാണ്. യൂറോപ്യൻ ചരിത്രരചനാ ശാസ്ത്രത്തിൽ നവോത്ഥാനകാലഘട്ടമാണ് ചരിത്രപരമായി ഏറ്റവും വികൃതവൽക്കരിക്കപ്പെട്ടതും ഏറ്റവും എതിർപ്പുകൾക്കിടയാക്കിയിട്ടുള്ളതും. 1855 ൽ ഫ്രഞ്ചുചരിത്രകാരനായ ജൂൾസ് മിച്ചെലോട്ടിന്റെ *ഫ്രാൻസിന്റെ ചരിത്ര*മെന്ന ഗ്രന്ഥത്തിലാണ്,അതായത് 14-ാം നൂറ്റാണ്ടിലാണ്, ആദ്യമായി ആ പദംപ്രയോഗിക്കപ്പെട്ടത്. മിച്ചെലോട്ടിന്റെ അഭിപ്രായത്തിൽ, 15 -ാം നൂറ്റാണ്ടിലെ കൊളംബസിന്റെ നാവികപര്യടനങ്ങളും, 16-ാം നൂറ്റാണ്ടിലെ ഗലീലിയോയുടെയും കോപ്പർ

നിക്കസിന്റെയും ശാസ്ത്രീയ നേട്ടങ്ങളും മധ്യകാലത്തെ ഇടുങ്ങിയ മത ലോകത്തുനിന്നൊരു നിർണായക മാറ്റത്തെ നിർവചിച്ചു; ഒപ്പം, ശാസ്ത്ര ത്തിന്റെയും സാങ്കേതിക വിദ്യകളുടെയും യുക്തിവാദത്തിന്റേയും സാംസ്കാരിക നേട്ടങ്ങളുടേതുമായ ഒരാധുനിക ലോകത്തെ അതു മുൻകൂട്ടികാണുകയും ക്ലാസിക്കൽ ഗ്രീക്ക്-റോമൻ സംസ്കാരങ്ങളുടെ ഒരു പുനർജന്മം സാധിക്കുകയും ചെയ്തു. ഏറെക്കുറെ 15-ാംനൂറ്റാണ്ടു മുതൽ 17-ാം നൂറ്റാണ്ടുവരെ നിലനിന്ന ഒരുസാംസ്കാരികപ്രസ്ഥാന ത്തിന്റെ ചരിത്രപരമായ നിർമിതിയായി, അങ്ങനെ, നവോത്ഥാനം ലേബൽചെയ്യപ്പെട്ടു. അത് ഇറ്റലിയിൽനിന്ന് മധ്യകാലഘട്ടത്തിന്റെ അവ സാനത്തോടെ തുടങ്ങുകയും പിൽക്കാലത്ത് ബാക്കി യൂറോപ്പിലേക്ക് പടർന്നുപിടിക്കുകയും ചെയ്തു. അന്നുമുതൽ നമ്മുടെ ബോധമണ്ഡല ത്തിൽ ഈ പദം ആധിപത്യം ചെലുത്തിത്തുടങ്ങുകയും പടിഞ്ഞാറിന്റെ വിജയവും നവോത്ഥാനവും കൂടിച്ചേർന്ന് പുതിയൊരാധുനികലോകം സൃഷ്ടിച്ചതിന്റെ പുരോഗമനകഥ, നമ്മളിലേറെപ്പേരേയും സംബന്ധിച്ച്, വ്യക്തവുംതികച്ചും സ്വാഭാവികമായ ഒന്നായിക്കാണപ്പെടുകയും ചെയ്തു.

കുപ്രസിദ്ധമായ കുരിശുയുദ്ധങ്ങൾ (1096-1272), മതനവീകരണപ്ര സ്ഥാനങ്ങൾ, മുസ്ലിം സ്പെയിനിന്റെ സമ്പന്നമായ പൈതൃകം,എന്നിവ പ്രത്യേകിച്ചും, അറബ് യൂറോപ്യൻ സംസ്കാരത്തിന്റെ സങ്കരബീജസം യോഗത്തി (cross fertilization)ൽ സുപ്രധാനപങ്കുവഹിക്കുകയും, 15-ാംനൂറ്റാണ്ടിലെ ആധുനിക യൂറോപ്യന്റെ രൂപപ്പെട്ടു തുടങ്ങലിനിടയാ ക്കുകയും ചെയ്തിട്ടുണ്ട്. മതാന്ധരായ ക്രിസ്ത്യാനികൾ നടത്തിയ കുരി ശുയുദ്ധങ്ങളുടെ എല്ലാരൂപത്തിലുള്ള വിനാശവും ശത്രുതകളുമുണ്ടെ ങ്കിലും, യൂറോപ്പിലെ കുരിശുയുദ്ധക്കാരുടെ, അറബികളുടെ സാംസ്കാ രിക, ശാസ്ത്രീയ, വ്യാവസായിക പുരോഗതിയുമായുള്ള ഇടപഴകൽ വള രെയധികം പ്രാമാണികമായ ഒരുനിരമാറ്റങ്ങൾ അവരുടെ വ്യക്തിപരവും കൂട്ടായതുമായ ചിന്തയിലും പെരുമാറ്റങ്ങളിലും കൊണ്ടുവരികയുണ്ടാ യി. ഇംഗ്ലണ്ട് ആസ്ഥാനമാക്കിയ ഭാഷാശാസ്ത്രജ്ഞനും പണ്ഡിതനുമായ സ്റ്റീവൻ റുൺസിമാൻ പ്രഖ്യാപിക്കുന്നു: “കുരിശുയുദ്ധത്തിന്റെ യുഗം പടിഞ്ഞാറൻ നാഗരികതയുടെ ചരിത്രത്തിൽ ഏറ്റവും പ്രധാനപ്പെട്ട ഒ ന്നാണ്. അത് തുടങ്ങിയ ഘട്ടത്തിൽ അന്ധകാര യുഗമെന്നു നാം വിളി ക്കുന്ന കാലഘട്ടത്തിലെ നീണ്ടകാല പ്രാകൃതരുടെ കടന്നുകയറ്റങ്ങ ളിൽനിന്ന് പാശ്ചാത്യയൂറോപ്പ് ഉയർന്നുവരാൻ തുടങ്ങിയിട്ട് മാത്രമേയുണ്ടാ യിരുന്നുള്ളു. അതവസാനിച്ചപ്പോൾ, നാമെല്ലാം നവോത്ഥാനമെന്നുവിളി ക്കുന്ന ആ മുളച്ചുപൊങ്ങൽ തുടങ്ങിയിട്ടു മാത്രമേയുണ്ടായിരുന്നുള്ളു” നവീകരണത്തിന്റെ സ്ഥാപകനായ മാർട്ടിൻലൂഥർ അറബിസംസ്കാരത്തി ലത്രയധികം സ്വാധീനിക്കപ്പെട്ടിരുന്നതിനാൽ അദ്ദേഹത്തെ യാഥാസ്ഥി തിക ക്രിസ്ത്യാനികൾ മുഹമ്മദീയൻ എന്നാക്ഷേപിച്ചിരുന്നു

ഏറ്റവും വ്യക്തമായ ഫലം അതിന്റെ മാരകമായ ഫ്യൂഡൽഘ

ടനയും,ശാസ്ത്രത്തോടും പണ്ഡിതരോടുമുള്ള മതാന്ധതയിലടിയുറച്ച കാഴ്ച്ചപ്പാടും ഏതാണ്ട് പൂർണമായും തകർന്നടിഞ്ഞുവെന്നതാണ്; സാധാരണ ക്രിസ്ത്യാനിക്കുമേൽ സഭകളുടെ പിടി വളരെയേറെ അയയുകയും ചെയ്തു. കർഷകരുടെ ജീവിതം അഭിവൃദ്ധിപ്പെടുകയും അടിയാന്മാർക്ക് സ്വന്തം സ്വാതന്ത്ര്യം വിലയ്ക്കുവാങ്ങാൻ കഴിയുകയും ചെയ്തു. അതിനൊപ്പം, ഈനടപടി ശക്തവും കേന്ദ്രീകൃതവും സ്ഥിരതയുള്ളതുമായ സർക്കാരുകളുയർന്നുവരുന്നതിൽ ഒരു വലിയ ഉപകരണമായിത്തീരുകയും ചെയ്തു. കുരിശുയുദ്ധചരിത്രകാരന്മാരായ ഡോ. ബി ഡബ്ള്യു സ്റ്റീവൻസനും ഡോ.ഹെന്റി എൽമർ ബാൺസും ചൂണ്ടിക്കാട്ടുന്നതുപോലെ, പഠിക്കാനുള്ള വലിയകഴിവ്, കിഴക്കിന്റെ ശാസ്ത്രം, അതിന്റെ പൊതുസേവനങ്ങളും ഭരണരീതികളും വളരെയേറെ വികസിച്ച വ്യവസായങ്ങൾ, അതിന്റെ ഉപരിവർഗങ്ങളുടെ ഗാർഹിക ജീവിതത്തിന്റെ ഉയർന്ന സുഖസൗകര്യങ്ങളും ആഡംബരങ്ങളും, എന്നിവയെല്ലാം തന്നെ കുരിശുയുദ്ധഘട്ടത്തിൽ യൂറോപ്പിനുമേൽ ദൂരവ്യാപകവും ശക്തവുമായ സ്വാധീനം ചെലുത്തിയിട്ടുണ്ട്. ഇതെല്ലാം തന്നെ കിഴക്കൻ ചരക്കുകൾക്കുവേണ്ടിയുള്ള ഡിമാൻഡ് വർധിപ്പിക്കുകയും വാണിജ്യത്തിന്റെ ഗതിവേഗം വർധിപ്പിക്കുകയും ചെയ്തു. യാത്ര പ്രോത്സാഹിപ്പിക്കപ്പെടുകയും, യൂറോപ്പ് ബിസിനസ്സ് ചെയ്യുന്നതിന്റെ പുതിയരീതികൾ പഠിക്കുകയും ചെയ്തു. മാർക്കോപ്പോളോയുടെയും മറ്റുള്ളവരുടെയും പര്യവേഷണങ്ങൾ കുരിശുയുദ്ധക്കാരുടെ കാലടിപ്പാടുകളെ പിന്തുടർന്നായിരുന്നു. അത് പിന്നെയും യൂറോപ്പും കിഴക്കും തമ്മിലുള്ള കച്ചവടത്തെ പ്രോത്സാഹിപ്പിച്ചു. പുനരുജ്ജീവിപ്പിക്കപ്പെട്ട കച്ചവടം നഗരങ്ങളുടെ ഉയർന്നുവരവിനെ സഹായിക്കുകയും യൂറോപ്യൻ ജീവിതത്തിലെ കൂടുതൽ പുരോഗമനകരമായ ഘടകങ്ങളെ പ്രോത്സാഹിക്കുകയും ചെയ്തു. അറബികളുടെ ശാസ്ത്രവും സംസ്കാരവും യൂറോപ്പിലേക്ക് കൊണ്ടുവരപ്പെടുകയും അത് പന്ത്രണ്ടും പതിമൂന്നും നൂറ്റാണ്ടുകളിലെ ഗണ്യമായ ബൗദ്ധിക പുരോഗതി സൃഷ്ടിക്കാൻ സഹായകമാവുകയും ചെയ്തു. ആ സ്വാധീനം അത്രയേറെ ശക്തമായിരുന്നതിനാൽ, ആദ്യകാല യൂറോപ്യൻ ഭൂപടങ്ങൾ അറിയപ്പെടുന്ന ലോകത്തിന്റെ ഹൃദയഭാഗത്തായി ചിത്രീകരിച്ചത് വടക്കനാഫ്രിക്കയെയും മധ്യപൂർവദേശത്തെയുമാണ്.

മുസ്ലിം സ്പെയിൻ-അൽ-അൽഡാലുസ്, ടോളഡോ, സിസിലി എന്നിവ-പടിഞ്ഞാറുള്ള പണ്ഡിതരുടെയും സാധാരണ മനുഷ്യരുടെയും ജീവിതത്തിൽ ഗണനീയമായ മാറ്റങ്ങളുണ്ടാക്കി; വൻകരയിലുള്ള ഇറ്റലിയുമായുള്ള അതിന്റെ അടുത്ത സാമീപ്യംമൂലം. കുരിശുയുദ്ധക്കാരുടെ ട്രാൻസ്പോർട്ടിങ് ഏജന്റുമാരായി പ്രവർത്തിച്ച ഇറ്റാലിയൻ വൻകരയിലുള്ളവർ തങ്ങൾക്കുകിട്ടിയ അവസരങ്ങളിൽനിന്ന് പൂർണമായും മുതലെടുത്തുകൊണ്ട് കിഴക്കുമായി കച്ചവടബന്ധങ്ങളുറപ്പിച്ചു. പിൽക്കാല മധ്യകാലത്ത്, കിഴക്കിന്റെ ശാസ്ത്രവും സാങ്കേതിക വിദ്യകളും വികസിക്കുന്ന പടിഞ്ഞാറുമായി ശക്തമായ കൈമാറ്റം നടക്കുന്നതിന് സാക്ഷ്യം

വഹിച്ചു. ദ്വീപിനെ 965ൽ ഇസ്ലാം കീഴടക്കിയതുമുതൽ സ്പെയിൻ ഒര സാധാരണമായ സാംസ്ക്കാരിക തിളച്ചുമറിയലിന്റെ കേന്ദ്രമായിത്തീർന്നു. മുസ്ലിങ്ങൾ, ജൂതന്മാർ, ക്രിസ്ത്യാനികൾ, അറബികൾ, ബെർബർമാർ, തദ്ദേശീയ സ്പാനിയാർഡുകൾ എന്നിവരെല്ലാം കവിത, തത്വചിന്ത, ശാസ്ത്രം, സംഗീതം എന്നിവയെല്ലാം വികസിപ്പിക്കുന്നതിൽ പങ്കു വഹിച്ചു. അതിനെ 1091ൽ നോർമനുകൾ വീണ്ടും കീഴടക്കിയതോടെ, ഒരു തീവ്രമായ അറബ്-നോർമൻ സംസ്കാരം വികസിച്ചുവന്നു. റോജർ രണ്ടാമൻ പോലുള്ള ഭരണാധികാരികളിലൂടെ അത് പ്രകടിതമായി. അദ്ദേഹത്തിന് തന്റെ രാജസദസ്സിൽ അറബിസൈനികർ, കവികൾ, ശാസ്ത്രജ്ഞർ എന്നിവരൊക്കെയുണ്ടായിരുന്നു. അറബ് റോമൻ സംസ്കാരം ബൈസാന്റിയൻ ഗ്രീക്ക്, ഇറ്റാലിയൻ, ക്രിസ്ത്യൻ, അറബ് പണ്ഡിതന്മാരുടെ സഹവർത്തിത്വത്തിനരങ്ങൊരുക്കി. അതായിരിക്കാമൊരുപക്ഷേ, യൂറോപ്യൻ ചരിത്രത്തിലെ മാനുഷിക സഹിഷ്ണുതയുടെ അവസാനത്തെ മഹത്തായ അധ്യായം. പടിഞ്ഞാറേക്കുള്ള ഏറ്റവും ഫലദായകമായ വിജ്ഞാനത്തിന്റെ കൈമാറ്റം നടന്നത് ഐബീരിയൻ ഉപദ്വീപിലാണ്. അവിടെ ഉമൈയ്യാദ് ഖലീഫമാരുടെ(756-1031) നിരവധി നൂറ്റാണ്ടുകൾ നീണ്ടുനിന്ന സഹിഷ്ണുത നിറഞ്ഞ ഭരണകാലത്തും അവയുടെ പിൻമുറക്കാരായ നോർമൻ സംസ്കാര കാലത്തും(1091-1194), അറബികളും ക്രിസ്ത്യാനികളും തമ്മിൽ സൗഹാർദപരമായ ബന്ധം നിലനിന്നു. കിഴക്കുനിന്ന് പടിഞ്ഞാറേക്കുള്ള സാങ്കേതികവിദ്യയുടെ കൈമാറ്റവും, അറബ് കൈവേലക്കാരും കരകൗശലവിദ്യാവിദഗ്ധരും വ്യാപകമായി കുടിയേറിയതിനെത്തുടർന്ന്, സുഗമമായി നടന്നു. അവർ കുടിയേറിയത് ഒന്നുകിൽ, ചില സന്ധികളുടേയോ വാണിജ്യബന്ധങ്ങളുടേയോ ഫലമായാണ്. അതല്ലെങ്കിൽ, വേട്ടയാടലുകളും യുദ്ധങ്ങളും കാരണം കൂടുതൽ നല്ല മേച്ചിൽപ്പുറമന്വേഷിച്ച് പടിഞ്ഞാറൻ ഭാഗങ്ങളിലേക്ക് നീങ്ങാൻ നിർബന്ധിതമായതാണ്. 13-ാം നൂറ്റാണ്ടിലെ മംഗോളുകളുടെ കടന്നാക്രമണം ഒട്ടേറെ സിറിയൻ ഗ്ലാസ്സ് പണിക്കാരെ ഗ്ലാസ്സ്പണി നടക്കുന്ന പടിഞ്ഞാറൻ നാടുകളിലേക്ക് തള്ളിവിട്ടു. സ്പെയിനിൽ മുസ്ലിം കരകൗശല വേലക്കാർ ക്രിസ്ത്യൻ സ്പെയിനിലേക്ക് കുടിയേറുന്നത് കുരിശുയുദ്ധ കാലത്തുടനീളം തുടർന്നു; മുസ്ലിം നഗരങ്ങളുടെ പതനത്തിന്റെ ഫലമായി. സാങ്കേതികവിദ്യ കൈകാര്യം ചെയ്തിരുന്ന മുസ്ലിം കരകൗശല വിദഗ്ധർ നഗരങ്ങളുടെ കീഴടക്കലുകളെത്തുടർന്ന് വൻതോതിൽ ചലനക്ഷമരാകുകയും തങ്ങളുടെ സാങ്കേതിക വിദ്യകൾ ക്രിസ്ത്യൻ രാജ്യങ്ങളിലുടനീളം പ്രസരിപ്പിക്കുകയും ചെയ്തു. സിസിലി നോർമൻകാർക്ക് കീഴടങ്ങിയത് ഒരു വലിയ വിഭാഗം മുസ്ലിങ്ങളെ വടക്കൻ ആഫ്രിക്കയിലേക്ക് പോകാൻ പ്രേരിപ്പിച്ചു. എന്നാൽ ബാക്കിയുള്ളവർ അവിടെത്തന്നെ നിലനിന്നു. 1223നോടടുപ്പിച്ച് ഫ്രെഡറിക്ക് രണ്ടാമൻ അറബികളെ ലൂസേറ, അപ്പൂലിയ, നേപ്പിൾസ് തുടങ്ങിയ സ്ഥലങ്ങളിലേക്ക് നാടുകടത്തി. അവർ ആയുധനിർമാർണത്തിൽ നിഷ്ണാതരായിരുന്നു. പ്രത്യേകിച്ചും

വില്ലുകളുടെ നിർമാണത്തിൽ. അതവർ ക്രിസ്ത്യൻ സേനകൾക്കു നൽകി. അതോടൊപ്പം സിറാമിക്സും മറ്റു വ്യവസായിക വസ്തുക്കളും കൈമാറി.

കിഴക്കൻ കലകളുടെ എണ്ണമറ്റ സാങ്കേതങ്ങളാണ് അറബ്-നോർമൻ കലയുടെ അടിസ്ഥാനമായിത്തീർന്നത്. മൈസൈക്കുകളുടെ ലോഹങ്ങളുടെയും വിരിക്കൽ, ചെങ്കല്ലിലും ആനക്കൊമ്പിലും ശിൽപ്പനിർമാണം, കടുത്ത പാറകളിലെ ശിൽപ്പരചന, ഓടുണ്ടാക്കുന്ന മൂശകൾ, സിൽക്കു നിർമാണം എന്നിവക്കെല്ലാം. അതിന്റെ ഫലം 15-ാം നൂറ്റാണ്ടിലുടനീളമുള്ള യൂറോപ്യൻ കലയിൽ നമുക്ക് കാണാനാവും. അതിന്റെ ഏറ്റവും മികച്ച ഉദാഹരണം മഡോണയും കുട്ടിയും നിൽക്കുന്ന ഒരു അൾത്താര രചനയാണ്. 15-ാം നൂറ്റാണ്ടിന്റെ മധ്യത്തിൽ ഇറ്റാലിയൻ കലാകാരനായ ആൻഡ്രിയ മൻടേഗ്ന(Andrea Mantegna)യാണത് പെയ്ന്റ് ചെയ്തത്. അത് ഒരു മാതൃകാപരമായ ഇറ്റാലിയൻ ബിംബമാണ്, പക്ഷേ കൂടുതൽ സൂക്ഷ്മമായി പരിശോധിക്കുമ്പോൾ അത് തികച്ചും വിലയേറിയ വസ്തുക്കളെക്കൊണ്ടാണ് രചിച്ചതെന്ന് വ്യക്തമാകും. അതിനൊപ്പം ചിത്രത്തിൽ ഒട്ടേറെ വിലയേറിയ വസ്തുക്കൾ ചിത്രീകരിച്ചിട്ടുമുണ്ട്. അവയിൽ ഒട്ടുമിക്കതും കിഴക്കുനിന്നുള്ളവയാണ്. മഡോണ ധരിച്ചിരിക്കുന്നത് പകിട്ടേറിയ കിഴക്കൻ സിൽക്കും വെൽവറ്റുമാണ്. മഡോണ നിൽക്കുന്നത് വിലയേറിയ ഒരു ഇറ്റാലിയൻ പരവതാനിയിലും. തൂണുകൾ നിർമിച്ചിരിക്കുന്നത് ഈജിപ്ഷ്യൻ ചെങ്കല്ല്കൊണ്ടാണ്. മാംലൂക്ക് (ഈജിപ്ഷ്യൻ) ബൈന്റിങ്ങുകളുള്ള പുസ്തകങ്ങളാണ് കുട്ടികൾ വായിക്കുന്നത്. മഡോണയുടെ തലക്കു ചുറ്റുമായി 'ടിറാസ്' എന്നറിയപ്പെടുന്ന ഒരു ബാൻഡുണ്ട് (തുണിശ്ശീല), അതിൽ ഖുറാനിൽ നിന്നുള്ള അറബി ലിഖിതങ്ങളുണ്ട്. ഈ ബിംബത്തിന്റെ സമ്പന്നതയും പകിട്ടും ഉണ്ടായത് കടലിനക്കരെയുള്ള മാർക്കറ്റുകളുമായുണ്ടായ വാണിജ്യപരമായ കൈമാറ്റങ്ങളുടെ നേരിട്ടുള്ള ഫലങ്ങളായാണ്. ആ മാർക്കറ്റുകളിലേറെയും യൂറോപ്പിനു കിഴക്കുള്ളവയായിരുന്നു.

അൽ-അൻഡാലുസ് മധ്യകാല അറബ് ഭരണത്തിലെ വാസ്തുശിൽപ്പപരമായ വികാസത്തിന്റെ മഹത്വമാർജിച്ചതായിരുന്നു. അതിനെ ചരിത്രത്തിൽ വിവരിച്ചിരുന്നത് 'വെളിച്ചത്തിന്റെ രാസവിദ്യ' എന്നായിരുന്നു. പ്രത്യേകിച്ചും സിസിലിയിൽ. അറബ് കാലഘട്ടത്തിലും(827-1091) നോർമൻ സംസ്കാരകാലത്തും (1091-1194) സിസിലി ഒരു ക്ലിയറിംഗ് ഹൗസായി മാറി. അവിടെ കിഴക്കും പടിഞ്ഞാറുമുള്ള പണ്ഡിതന്മാർ കണ്ടുമുട്ടുകയും ആശയങ്ങൾ കൈമാറുകയും ചെയ്തു. അതാണ് പിന്നീട് യൂറോപ്പിനെ ആധുനികലോകത്തേക്കുയർത്തിയത്. ഏറെക്കുറെ നോർമൻകാർക്കു കീഴിൽ നിർമിക്കപ്പെട്ട എല്ലാ സ്മാരകങ്ങളും കത്തീഡ്രലുകളും, കൊട്ടാരങ്ങളും, കോട്ടകൊത്തളങ്ങളും അറബ് സ്വഭാവത്തിലുള്ളതായിരുന്നു. കാരണമതെല്ലാം അറബ് കരകൗശലവേലക്കാരും വാസ്തുശിൽപ്പികളുമാണ് പണിതുയർത്തിയത്. അതിന്റെ ഫലമെന്നോണം അറബ് വാസ്തുശിൽപ്പവിദ്യയുടെ സ്വാധീനം ഒട്ടേറെ ഇറ്റാലി

യൻ നഗരങ്ങളിൽ കാണാം. പ്രസിദ്ധമായ ഗോഥിക് വാസ്തുശിൽപ്പകല അറബിവാസ്തുശിൽപ്പകലയാൽ സ്വാധീനിക്കപ്പെട്ടതാണ്. പ്രത്യേകിച്ചും അറ്റം കൂർത്ത കമാനങ്ങൾ യൂറോപ്പിൽ പരിചയപ്പെടുത്തപ്പെട്ടത് 1090-ൽ കുരിശുയുദ്ധത്തിൽ നോർമൻകാർ സിസിലി പിടിച്ചതിനെ തുടർന്നാണ്. അലങ്കാരപ്പണികളുള്ള കൊത്തിയെടുക്കപ്പെട്ട കൽത്തിരശ്ശീലകളും കീറിയെടുത്ത കല്ലുകൾ നിരത്തിയ ജനാലദ്വാരങ്ങളും ഗോഥിക് ട്രേസറിയെ (ജനാലക്കു മുകളിലുള്ള അലങ്കാരങ്ങൾ) സ്വാധീനിച്ചിരിക്കാമെന്ന സാധ്യതയുണ്ട്. പതിനൊന്നും പന്ത്രണ്ടും നൂറ്റാണ്ടുകളിൽ ഫാത്തിമിഡ് ഈജിപ്തും (909-1171) ഇറ്റാലിയൻ നഗരമായ അമാൽഫിയും തമ്മിൽ അടുത്ത വാണിജ്യ ബന്ധങ്ങളാണുണ്ടായിരുന്നത്. ഗോഥിക് വാസ്തുശില്പകലയുടെ ഒരനിവാര്യഘടകമായ അറ്റംകൂർത്ത കമാനം അമാൽഫിയിലൂടെയാണ് യൂറോപ്പിൽ പ്രവേശിച്ചത്. അത്തരം കമാനങ്ങൾ ഉൾപ്പെടുത്തിയ ആദ്യത്തെ ക്രിസ്ത്യൻപള്ളി നിർമിക്കപ്പെട്ടത് 1071-ൽ മോണ്ടെ കാസിനോയിലാണ്.

പ്രിന്റിങ് പ്രസിന്റെ കണ്ടുപിടിത്തവും, അറബികൾ വൻതോതിൽ കടലാസുൽപ്പാദിപ്പിക്കുകയും പിന്നീടതുണ്ടാക്കുന്നവിദ്യ യൂറോപ്പിൽ അവർ പ്രചരിപ്പിക്കുകയും ചെയ്തതിന്റെ, ഒരു പരോക്ഷഫലമായിട്ടുകൂടിയാണ് സംഭവിച്ചത്. കടലാസുണ്ടാക്കുന്നതിന് പുതിയൊരു സാങ്കേതികവിദ്യ അറബ് കരകൗശലവേലക്കാർ എട്ടാം നൂറ്റാണ്ടിൽ ചൈനയിൽ നിന്നും കരസ്ഥമാക്കുകയും, അത് പിന്നീട് സ്പെയിനിലേക്ക് കൊണ്ടുവരികയും ചെയ്തു. അവിടെ നിന്നാണത് ഇറ്റലി വഴി യൂറോപ്പിലെത്തിയത്. പഴയ തോൽക്കടലാസിനു പകരം പരുത്തികൊണ്ടുനെയ്ത കടലാസ് കൊണ്ടുവന്നത് അറബികളായിരുന്നു. യൂറോപ്പിന്റെ പിൽക്കാല കണ്ടുപിടിത്തമായ അച്ചടിക്ക് അടിസ്ഥാനമായിത്തീർന്ന കണ്ടുപിടിത്തമായിരുന്നു അത്. കടലാസ് 'റീമുകൾ' എന്ന വാക്കുതന്നെ ഈ നീണ്ട യാത്രയുടെ മുദ്രകൾ പതിഞ്ഞിട്ടുള്ളതാണ്. പഴയ ഫ്രഞ്ചുഭാഷയിൽ ഉള്ള റേയ്മ എന്ന വാക്കിൽനിന്നാണ് റീം വരുന്നത്. സ്പാനിഷിൽ അത് റേസ്മ ആയിരുന്നു. അറബിയിലെ റിസ്മ (അതിനർഥം കെട്ട് അഥവാ ബണ്ടിൽ) എന്ന വാക്കിൽനിന്ന് നേരിട്ട് കടമെടുത്തതാണ് ആ സ്പാനിഷ് പദം. ഒമ്പതാം നൂറ്റാണ്ടിന്റെ ആരംഭത്തിൽത്തന്നെ അബ്ബാസിഡ് ഖലീഫമാർ (750-1055 എ ഡി)സർക്കാരിന്റെ കൊടുക്കൽ വാങ്ങലുകളിൽ രേഖകൾക്കായി കടലാസുരേഖകളെ ആശ്രയിച്ചുതുടങ്ങിയിരുന്നു. അക്കാലത്ത് ബാഗ്ദാദിലെ സ്റ്റേഷനറി മാർക്കറ്റിൽ നൂറിലേറെ കടലാസു പുസ്തക വിൽപ്പനക്കാരുണ്ടായിരുന്നു.

മറ്റു വ്യവസായങ്ങളിൽ ഗ്ലാസ്, പിഞ്ഞാണപ്പാത്രങ്ങൾ, ആയുധങ്ങൾ, യുദ്ധങ്ങൾക്കുള്ള എഞ്ചിനുകൾ, കപ്പൽ നിർമാണം, സൾഫർ, അമോണിയ, ഈയം, ഇരുമ്പ് തുടങ്ങിയ ധാതുവസ്തുക്കൾ കുഴിച്ചെടുക്കുക, തുടങ്ങിയവ ഉൾപ്പെട്ടിരിക്കുന്നു. 11-ാം നൂറ്റാണ്ടിന്റെ അന്ത്യത്തിലോ 12-ാം നൂറ്റാണ്ടിന്റെ ആരംഭത്തിലോ അറബിസിസിലിയിൽ പട്ടുനൂൽപ്പുഴു

വളർത്തൽ തുടങ്ങിയിരുന്നു. 13-ാം നൂറ്റാണ്ടോടെ ഇറ്റാലിയൻ വൻകരയിൽത്തന്നെ സിൽക്ക് വസ്ത്രങ്ങൾ നെയ്തെടുക്കാൻ തുടങ്ങിയിരുന്നു. പ്രധാനമായും ലൂക്കായിലും ബൊളോഞ്ഞായിലുമാണത് നടന്നിരുന്നത്. യൂറോപ്പിൽ സിൽക്ക് എറിയുന്ന യന്ത്രങ്ങൾ (silk throwing machines) ആദ്യമായി സ്ഥാപിക്കപ്പെട്ട നഗരങ്ങളും അവയായിരുന്നു. സിസിലിയിലെ അറബികളിൽനിന്നും കൈമാറിക്കിട്ടിയ ഒരു സാങ്കേതികവിദ്യയായിരുന്നു അത്. അറബ്നാടുകൾ ഒട്ടനവധി ഏഷ്യൻ സാങ്കേതികവിദ്യകളാൽ സമ്പന്നമായിരുന്നു. പിന്നീടവയെല്ലാം യൂറോപ്യൻ സാങ്കേതികവിദ്യ സ്വീകരിച്ചു. ഇന്ത്യൻ കണ്ടുപിടിത്തമായ ചെസ്സും, വിവിധ വിളകളും, ചൈനീസ് കണ്ടുപിടിത്തങ്ങളായ കടലാസ്, വെടിമരുന്ന്, മരത്തിന്റെ കട്ടയുപയോഗിച്ചുള്ള അച്ചടി തുടങ്ങിയവയെല്ലാം ഇതിലുൾപ്പെട്ടിരുന്നു. അബാസ് ഫിർനാസിന്റെ തൂങ്ങിക്കിടക്കുന്ന ഗ്ലൈഡറിലുള്ള പറക്കലാണ് (hang glider flight) മാൽമെസ്ബറിയിലെ എൽമറുടെ(പതിനൊന്നാം നൂറ്റാണ്ടിലെ ഇംഗ്ലീഷ് ബനഡിക്ടൈൻ സന്യാസിയായ ഇദ്ദേഹം ആദ്യകാലത്ത് ചിറകുകൾ ഉപയോഗിച്ച് പറക്കാൻ ശ്രമം നടത്തിയതിന്റെ പേരിൽ പ്രസിദ്ധനായ ആളാണ്) ഗ്ലൈഡർ പറക്കലിന് പ്രചോദനമായത്. തെരുവുവിളക്കുകൾ, ചപ്പുചവറുകൾ ശേഖരിക്കാനും വേയ്സ്റ്റുകൾ ഒഴിവാക്കാനുമുള്ള സംവിധാനങ്ങൾ, ഭാരം കൊണ്ടു പ്രവർത്തിക്കുന്ന മെക്കാനിക്കൽ ക്ലോക്കുകൾ (അവക്ക് എസ്കേപ്മെന്റ് മെക്കാനിസവുമുണ്ട്), സെഗ്മെന്റൽ ഗിയറുകൾ (segmental gears-ഒരു പൽച്ചക്രത്തിൽനിന്ന് അങ്ങോട്ടുമിങ്ങോട്ടുമുള്ള ചലനം സ്വീകരിക്കുകയും വിനിമയം ചെയ്യുകയും ചെയ്യുന്ന ഒരു കഷണം, അതിൽ ഒരു വൃത്താകൃതിയിലുള്ള ഗിയറും (ഒരു വളയവും) അതിന്റെ അരികുകളിൽ, അഥവാ, ഉപരിതലത്തിൽ പല്ലുകളും ഉള്ള സംവിധാനം), നോട്ടിക്കൽ ആസ്ട്രോണമി (nautical astronomy) ക്കുപയോഗിക്കുന്ന ബാകുലസ് (baculus), കാരവൽ കപ്പൽ (caraval ship), കച്ചവടക്കപ്പൽ (merchant vessel), എന്നിവയും മറ്റൊട്ടനവധി സാങ്കേതിക വിദ്യകളും അറബികളുടേതായിരുന്നു. പാശ്ചാത്യ സംഗീതത്തിലുപയോഗിക്കുന്ന ഒട്ടേറെ ഉപകരണങ്ങൾ അറബി സംഗീതോപകരണങ്ങളിൽനിന്ന് ഉരുത്തിരിച്ചെടുത്തതാണെന്ന് കണക്കാക്കപ്പെടുന്നു. ലൂട്ട് (lute) അലൂദ്-ൽ നിന്നും, റെബെക്ക് (വയലിന്റെ മുൻഗാമി) റെബാബിൽ നിന്നും, ഗിത്താർ കിത്താറയിൽ നിന്നും, നേക്കർ നക്വാറയിൽനിന്നും, അഡൂഫ് അൽ-ദുഫ്ൽ നിന്നും, എക്സാബേബ അൽ ഷബ്ബാബ (ഓടക്കുഴൽ)യിൽ നിന്നും, അടാംബൽ (ബാസ് ഡ്രം) അൽ-ടിൻബാൽ-ൽ നിന്നും, കോണാകൃതിയിൽ തുരന്നെടുത്ത വായു ഉപകരണങ്ങളും ക്സെലാമി സുലാമി അഥവാ ഫിസ്റ്റുലയിൽ നിന്നും (ഓടക്കുഴൽ അഥവാ കുഴൽവാദ്യം) ഷാം (shawm)ഉം ഡുൽസാനിയ (dulzania)യും ഈറ്റ അഥവാ മുളകൊണ്ടുള്ള സ്മർ(zamr), അൽ സുർണ (al--zurna)എന്നിവയിൽനിന്നും, gaita ghaita നിന്നും, കാനോൻ ക്വാനൂൻ-ൽ നിന്നും geige(വയലിൻ) ghichak നിന്നും തിയോർബോ

(theorbo) tarab-ൽ നിന്നുമാണ് രൂപാന്തരപ്പെട്ടുവന്നതെന്നും കരുതപ്പെടുന്നു.

നാവിക വിപ്ലവം അടിസ്ഥാനപ്പെടുത്തിയത് ആസ്ട്രോലാബ്, മറൈനേഴ്സ് കോംപസ് (നാവികന്റെ വടക്കുനോക്കിയന്ത്രം), ലറ്റീൻ സെയ്ൽ എന്നിവയിലും പുതിയ സമുദ്രയാനവിദ്യകളിലുമാണ്. ആസ്ട്രോലാബ് പ്രാചീന ഗ്രീസിലാണുരുത്തിരിഞ്ഞുവന്നിരുന്നതെങ്കിലും അതിന്റെ വിശദാംശങ്ങൾ അറിയുമായിരുന്നില്ല. അതിന്മേലുള്ള എല്ലാ പ്രധാന കണ്ടുപിടിത്തങ്ങളും നടത്തിയത് അറബികളാണ്. 8-ാം നൂറ്റാണ്ടിന്റെ മധ്യത്തിൽ അൽ-ഫസരിയാണതിനു തുടക്കം കുറിച്ചത്. 9-ാം നൂറ്റാണ്ടിന്റെ മധ്യമായതോടെ അത് സർവസാധാരണമായിത്തീരുകയും 10-ാം നൂറ്റാണ്ടിൽ സ്പെയിനിലൂടെ യൂറോപ്പിൽ പ്രചരിക്കുകയും ചെയ്തു. ആസ്ട്രോലാബിനെകുറിച്ചുള്ള ഏറ്റവും പഴയ ലത്തീൻ കൃതിയായ 'സെന്റെന്റീ ആസ്ട്രോലാബ്' വിവിധ ഇസ്ലാമിക പാഠങ്ങളിന്മേൽ വൻതോതിൽ ആശ്രയിക്കുന്നു. ആസ്ട്രോലാബിനെകുറിച്ചുള്ള അൽ-ഖ്വാരിസ്മിയുടെ പ്രബന്ധത്തെയടക്കം. യൂറോപ്യൻ പശ്ചാത്തലത്തിൽ നാവികന്റെ വടക്കുനോക്കിയന്ത്രം ആദ്യമായി ഉപയോഗിക്കപ്പെട്ടത് 1185-ലാണ്. പക്ഷേയത് 1090-ഓടെ ചൈനീസ് കപ്പലുകളിൽ ഉപയോഗിക്കപ്പെട്ടിരുന്നുവെന്നത് വ്യക്തമാണ്. പിന്നോക്കയൂറോപ്പിൽ പ്രചരിപ്പിക്കപ്പെട്ടിരുന്ന വടക്കുനോക്കിയന്ത്രം ഇറ്റലിക്കാർ കടമെടുക്കുകമാത്രമാണ് ചെയ്തത്. വളരെകാലത്തിനുശേഷം 15-ാം നൂറ്റാണ്ടിൽ പോർച്ചുഗീസുകാരാണ് മുസ്ലിങ്ങൾക്ക് ഒടുവിൽ ലറ്റീൻ സെയ്ൽ (ലറ്റീൻ പായകൾ) എത്തിച്ചുകൊടുത്തതെന്ന വെള്ളക്കാരന്റെ അവകാശവാദം ശരിയല്ല. പേർഷ്യക്കാർ ഗൾഫ് വഴി ഇന്ത്യയിലേക്കും അതിനപ്പുറത്തേക്കും മൂന്നോ നാലോ നൂറ്റാണ്ടുമുതൽ കപ്പലോടിച്ചിരുന്നു. ഏഴാം നൂറ്റാണ്ടിന്റെ പകുതിയോടെ ഇന്ത്യൻ മഹാസമുദ്രത്തിലുടനീളം മുസ്ലിങ്ങൾ കപ്പലോടിച്ചിരുന്നു. ലാറ്റീൻ പായകൾ കൂടാതെ ഇന്ത്യൻ മഹാസമുദ്രത്തിൽ ഒരു മധ്യകാല കപ്പലിനും യാത്ര നടത്താനാവുമായിരുന്നില്ലെന്നത് നമുക്ക് ശരിക്കും നിരീക്ഷിക്കാവുന്നതാണ്.

അതുപോലെ, ഒട്ടേറെ ധനകാര്യ സ്ഥാപനങ്ങളും സംവിധാനങ്ങളും ഇറ്റലിക്കാർ കൊണ്ടുവന്നുവെന്നും പൊതുവേ കണക്കാക്കപ്പെടുന്നു. ഏറ്റവും വലിയൊരു പുതുമ (കണ്ടുപിടിത്തം)യായ കൊമെൻഡാ (commenda-ഒരു കോൺട്രാക്ച്വൽ എഗ്രിമെന്റ്- അതിനകത്ത് ഒരു നിക്ഷേപകൻ ഒരു വ്യാപാരിയുടെ യാത്രക്ക് ധനസഹായം ചെയ്യുന്നു) ഇറ്റലിക്കാർ 11-ാം നൂറ്റാണ്ടിൽ കണ്ടുപിടിച്ചുവെന്നു പറയപ്പെടുന്നു. തീർച്ചയായും, ഉഡോവിച്ച് (സമീപപൂർവദേശത്തെ ജൂതസംസ്ക്കാരത്തിന്റെ സിൽഖാ (Zilkha) പ്രൊഫസർ) പറയുന്നത് ഈ കോൺട്രാക്ടിന്റെ ഇസ്ലാമികരൂപമായിരുന്നു ഏറ്റവുമാദ്യം നിലവിൽ വന്നതെന്നാണ്. അത് ക്വിറാദ്-മുറാദാബ എന്നറിയപ്പെട്ടു. പിൽക്കാലത്ത് കൊമെൻട എന്ന പേരിൽ യൂറോപ്പിലറിയപ്പെട്ട സാമ്പത്തിക-നിയമപര സ്ഥാപനത്തിനു

സമാനമായ ഒരു വാണിജ്യപരമായ ക്രമീകരണമായിരുന്നു ക്വിറാദ്. ഇറ്റലി അറബി വാണിജ്യ വ്യവസ്ഥയുമായി നേരിട്ടിടപാട് നടത്തിയിരുന്നതു കൊണ്ട് ഇറ്റലിക്കാരും ഈ സംവിധാനം ഉപയോഗിച്ചുതുടങ്ങി. അതേമട്ടിൽ, മറ്റൊട്ടേറെ ധനകാര്യ സ്ഥാപനങ്ങളുടെ കണ്ടുപിടിത്തവും തെറ്റായി ഇറ്റലിക്കാർക്ക് നൽകപ്പെട്ടിട്ടുണ്ട്. അവയിൽ ബിൽ ഓഫ് എക്സ്ചേഞ്ച്, ക്രെഡിറ്റ് ഇൻസ്റ്റിറ്റ്യൂഷനുകൾ, ഇൻഷുറൻസ്, ബാങ്കിങ് എന്നിവയുൾപ്പെടുന്നു. ഇതെല്ലാം ഉരുത്തിരിഞ്ഞുവന്നത് ഇസ്ലാമിക മധ്യപൂർവദേശത്താണ്. ഇസ്ലാമിന്റെ വരവിനുമുമ്പ് സുമേറിയക്കാരും സസ്സാനിഡുകളും തന്നെ ബാങ്കുകളും ബില്ലുകളും ഉപയോഗിച്ചിരുന്നു. ഒരു വിദൂരസ്ഥലത്തുവച്ച് ബാങ്കുകൾ ഇഷ്യൂചെയ്യുന്ന നോട്ടുകളെ 'ഡിമാൻഡ് നോട്ടുകൾ' (സുഫ്താജ) എന്നും പണം കൊടുക്കാനുള്ള ഉത്തരവിനെ (ഹവാല)യെന്നും വിളിക്കപ്പെട്ടു. അത് ഇന്നത്തെ ചെക്കിനു സമാനമായിരുന്നു.

സിസിലിയിൽ കൃഷിയിലുണ്ടായ വിപ്ലവത്തിൽനിന്നും അതുമായി ബന്ധപ്പെട്ട ഒരുപറ്റം വ്യവസായങ്ങളും ഉയർന്നുവരുകയുണ്ടായി. തുണിത്തരങ്ങൾ, പഞ്ചസാര, കയറുണ്ടാക്കൽ എന്നിങ്ങനെ. അറബ് കാർഷികവിപ്ലവം വലിയൊരുപറ്റം വിളകളും സാങ്കേതിക വിദ്യകളും യൂറോപ്പിനു സംഭാവന നൽകി. മധ്യേഷ്യയിൽ നിന്നുകിട്ടിയ പലതരം ഗോതമ്പുവിത്തുകൾ കൃഷിചെയ്യുന്നതിൽ മാത്രമായി യൂറോപ്പിൽ കാർഷികവൃത്തി ഒതുങ്ങിനിന്നിരുന്നു. പുതിയ വിളകളിൽ കരിമ്പ്, നെല്ല്, നാരങ്ങ, ആപ്രിക്കോട്ട് (ഒരുതരം പഴം) പരുത്തി, കുങ്കുമം, ആർട്ടിച്ചോക്ക് (artichoke-ഒരുതരം പച്ചക്കറി) aubergines-ഒരുതരം പച്ചക്കറി-തുടങ്ങിയവയും ഉൾപ്പെടുന്നു. അവയ്ക്കൊപ്പം ഭൂമധ്യരേഖയുടെ സമീപപ്രദേശങ്ങളിലുണ്ടാകുന്ന വാഴപ്പഴംപോലുള്ള വിളകളും ഉൾപ്പെടുന്നു. ഒട്ടനവധിതരം വ്യാവസായിക മില്ലുകളും (ഹള്ളറുകൾ, പേപ്പർമില്ലുകൾ, അറക്കമില്ലുകൾ, പഞ്ചസാര മില്ലുകൾ, വിൻഡ് മില്ലുകൾ, സ്റ്റാമ്പ് മില്ലുകൾ, ഉരുണ്ട മില്ലുകൾ, ഫുള്ളിങ് മിൽസ്, ഗ്രിസ്റ്റ് മിൽസ്, ഷിപ്പ് മിൽസ്, ടൈഡ് മിൽസ് തുടങ്ങിയവ) ജലസേചനത്തിനുവേണ്ട ചെയിൻപമ്പുകളും മധ്യകാല യൂറോപ്പിലേക്ക് അറബ് പ്രദേശങ്ങളിൽനിന്ന് വ്യാപിച്ചു. നിറം കൊടുക്കാനുള്ള സാമഗ്രികൾ കൂട്ടിക്കലർത്തിയുണ്ടാക്കുക, ഡൈയിങ്, ഉരുക്കുനിർമാണവിദ്യകൾ, തുകൽ ഊറക്കിടൽ വിദ്യകൾ എന്നിവയിലും അറബികളായിരുന്നു ആദ്യകാല വിദഗ്ധർ. അൽ-ജാസരി(1206 AD) ബലതന്ത്രത്തിൽ ഒരു അത്യുന്നത പണ്ഡിതനായിരുന്നു. അദ്ദേഹത്തിന്റെ 'പുതുതായ യാന്ത്രികോപകരണങ്ങളെക്കുറിച്ചുള്ള അറിവിന്റെ പുസ്തകം' (Compendium)ഒട്ടനവധി മെഷീനുകളെക്കുറിച്ചും സ്വയം പ്രേരിതപ്രവർത്തനങ്ങളെക്കുറിച്ചുമുള്ള ചിത്രങ്ങളും വരകളും ഉൾക്കൊള്ളുന്നതാണ്. അത് ആഴമേറിയ ധാരണയെ പ്രതിഫലിപ്പിക്കുന്നുണ്ട്. ഇന്നും ലോകത്തിലെ ഉന്നതന്മാരായ എഞ്ചിനീയർമാർ അതു വിശകലനം ചെയ്തുകൊണ്ടിരിക്കുന്നു. ലിയനാർഡോ ഡാവിഞ്ചിയും ഗിയോർഗിയോ മാർട്ടിനിയും പോലുള്ള എഞ്ചിനീയർമാർ ക്രാങ്ക് ഷാഫ്റ്റിനെക്കുറിച്ച് ധാരണ

യുണ്ടാക്കുന്നതിനും മുന്നൂറ് വർഷങ്ങൾക്കുമുൻപ് അദ്ദേഹം അത് കണ്ടുപിടിച്ചിരുന്നു (അദ്ദേഹത്തിന്റെ പ്രസിദ്ധമായ ക്ലോക്കുകളിലൊന്ന് 1976ൽ ലണ്ടൻ സയൻസ് മ്യൂസിയത്തിൽ വച്ച് വിജയകരമായി പുനർനിർമ്മിക്കുകയുണ്ടായി). കോംബിനേഷൻ ലോക്കുകൾ, കൈകൊണ്ടലക്കാവുന്ന ഉപകരണം, വെള്ളം വലിക്കുന്നതിനുള്ള യന്ത്രങ്ങൾ, സക്ഷൻ പമ്പുകളടക്കമുള്ള ഡബിൾ ആക്ടിങ് പമ്പുകൾ, മരത്തടികൊണ്ട് ലാമിനേഷൻ നടത്തി ചൂടുകൊണ്ടുണ്ടാകുന്ന വളയലും പിരിയലും തടയാനുള്ള വിദ്യ, ഒരു ഡിസൈനുണ്ടാക്കാൻ കടലാസുകൊണ്ട് മാതൃകയുണ്ടാക്കുന്ന വിദ്യ, പച്ചമണൽകൊണ്ടുള്ള വാർപ്പുബോക്സിലിട്ട് ലോഹങ്ങൾ വാർക്കാനുള്ള വിദ്യ തുടങ്ങിയവയും മറ്റു നിരവധി സാങ്കേതികവിദ്യകളും അവർ ഉണ്ടാക്കിയിരുന്നു. പ്രോഗ്രാം ചെയ്യാവുന്നതും മനുഷ്യനെപ്പോലെ പെരുമാറുന്നതുമായ യന്ത്രമനുഷ്യന്റെ (Programmable Humanoid Robot) ഡിസൈനുകൾ ഉണ്ടാക്കിയതിന്റെ ക്രെഡിറ്റും അദ്ദേഹത്തിനാണ്. ഇത്തരം കണ്ടുപിടിത്തങ്ങൾ അതേവരെ മനുഷ്യാധ്വാനം കൊണ്ട് നടത്തിയിരുന്ന പ്രവർത്തനങ്ങൾ യൂറോപ്പിൽ വ്യാവസായികപ്രവർത്തനങ്ങളാക്കി മാറ്റാനും അതിലൂടെ പടിഞ്ഞാറിന്റെ വ്യവസായിക വിപ്ലവത്തിന് അടിത്തറയിടാനും കാരണമായി.

യൂറോപ്പിന്മേൽ അറബ് ലോകത്തിനുണ്ടായ സ്വാധീനത്തിന്റെ ഒരു ഫലം വളരെയധികം സർവകലാശാലകൾ ഉണ്ടായി എന്നതാണ്. കുരിശുയുദ്ധകാലഘട്ടത്തിൽ മധ്യപൂർവദേശത്തെ പണ്ഡിതരും യൂറോപ്യന്മാരുമുണ്ടായ സാംസ്കാരിക ബന്ധത്തിന്റെ ഫലമായിട്ടാണതുണ്ടായത്. സ്പെയിനിൽ കോർഡോവ 1236ൽ കീഴടക്കപ്പെട്ടശേഷം 15-ാം നൂറ്റാണ്ടിന്റെ അവസാനം വരെയുള്ള കാലത്ത് സ്പെയിനിൽമാത്രം 16 യൂണിവേഴ്സിറ്റികളുണ്ടായിരുന്നു. ഉയർന്ന വിദ്യാഭ്യാസവും ഗവേഷണവും നടത്തുകയും എല്ലാതലത്തിലുമുള്ള ഡിഗ്രികളും നൽകുകയും ചെയ്യുന്ന സ്ഥാപനങ്ങൾ (ബാച്ചിലർ, മാസ്റ്റർ,ഡോക്ടറേറ്റ് ഡിഗ്രികൾ) 9-ാം നൂറ്റാണ്ടിൽ സ്ഥാപിക്കപ്പെട്ട ജാമിയ(Jamiah) എന്നു വിളിക്കപ്പെട്ട മധ്യകാല മദ്രസകളായിരുന്നു. ആദ്യത്തെ സർവകലാശാലകൾ 859ൽ ഫാത്തിമ അൽ-ഫിഹ്റി രാജകുമാരി സ്ഥാപിച്ച മൊറോക്കോയിലെ ഫെസ്-ലെ (Fez)- അൽ കരോയിൻ(Al Karaouine) സർവകലാശാലയെ ഗിന്നസ്ബുക്ക് ഓഫ് വേൾഡ് റിക്കോർഡ്സ് ലോകത്തിലെ ഡിഗ്രികൾ നൽകുന്ന ഏറ്റവും പഴക്കംചെന്ന സർവകലാശാലയായി അംഗീകരിക്കുകയുണ്ടായി. യൂറോപ്പിലെ ആദ്യസർവകലാശാലകളെ ഇസ്ലാമിക സ്പെയിനിലേയും സിസിലിയിലെ എമിറേറ്റ്സിലേയും മദ്രസകൾ അക്കാലത്തും, മധ്യപൂർവദേശത്തെ മദ്രസകൾ കുരിശുയുദ്ധകാലത്തും, പലതരത്തിലും സ്വാധീനിക്കുകയുണ്ടായി. ഡോക്ടറേറ്റുകളുടെ തുടക്കം തേടി പിന്നോട്ടുപോയാൽ നാം എത്തിച്ചേരുക മധ്യകാല ഇസ്ലാമികനിയമവിദ്യഭ്യാസവ്യവസ്ഥയിൽ ഉണ്ടായിരുന്ന ഇജാസത് അറ്റാദ്രിസ് വാ-ല് ഇഫ്റ്റ്ഡ് (ijazat altadris wa ' -ifttdþ പഠിപ്പിക്കാനും നിയമപരമായ അഭിപ്രായ

ങ്ങൾ നൽകാനുമുള്ള ലൈസൻസ്-ലാണ്. അത് ഡോക്ടർ ഓഫ് ലോസ് (Doctor of Laws) യോഗ്യതക്ക് തുല്യവും 9-ാം നൂറ്റാണ്ടിൽ മദ്ഹബ് (Madh'hab) നിയമവിദ്യാലയങ്ങൾ രൂപീകരിച്ചതിനുശേഷം വികസിച്ചു വന്നവയുമാണ്. അക്കാദമിക് കോഴ്സുകൾ പൂർത്തീകരിച്ചതിനുശേഷം, അവർക്ക് ഡോക്ടറേറ്റുകൾ നൽകുകയും ഫക്കി (Faqih-മാസ്റ്റർ ഓഫ് ലോ എന്നർഥം), മുഫ്തി(നിയമപരമായ അഭിപ്രായങ്ങളുടെ പ്രൊഫസർ എന്നർഥം), മുദാരിസ്(അർഥം, അധ്യാപകൻ) തുടങ്ങിയ പദവികൾ നൽകുകയും ചെയ്തു. പിന്നീട് അവയാണ് ലാറ്റിനിൽ മജിസ്റ്റർ, പ്രൊഫ സർ, ടീച്ചർ എന്നിങ്ങനെ പരിഭാഷ ചെയ്യപ്പെട്ടത്.

ഫത്വയുടേയും ഇജ്മ(ijma)യുടേയും ഇസ്ലാമിക പാണ്ഡിത്യ വ്യവസ്ഥ- ഫത്വക്ക് അഭിപ്രായം എന്നും ഇജ്മക്ക് പൊതുസമ്മതം എന്നു മാണ് അർഥം- "മധ്യകാലം മുതൽ വർത്തമാനകാലത്തുവരെ പടിഞ്ഞാറ് പ്രയോഗത്തിൽ വരുത്തിയ പാണ്ഡിത്യ വ്യവസ്ഥയുടെ അടിസ്ഥാനം രൂപ പ്പെടുത്തി." ജോർജ് മക്ഡിസി(പെൻസിൽവാനിയയിലെ അറബിക് ഇസ്ലാ മിക് സ്റ്റഡീസിലെ എമറിറ്റസ് പ്രൊഫസർ)യുടേയും ഹഗ് ഗൊഡ്ഡാർഡി ന്റേയും(നോട്ടിംഹാം യൂണിവേഴ്സിറ്റിയിൽ ക്രിസ്ത്യൻ മുസ്ലീം റിലേ ഷൻസിൽ പ്രൊഫസർ)അഭിപ്രായത്തിൽ സർവകലാശാലകളിലെ 'അ ക്കാദമിക് സ്വാതന്ത്ര്യത്തിന്റെ ആശയം' 'അറബിക് ആചാരത്തിൽ മാതൃ കയാക്കി'യിട്ടുള്ളതും 9-ാം നൂറ്റാണ്ടിലെ മധ്യകാല മദ്രസസമ്പ്രദായ ത്തിൽ പ്രയോഗത്തിൽ വരുത്തിയിരുന്നതുമാണ്. യൂറോപ്പിലെ 'ആദ്യ മായി ആസൂത്രിതമായി പദ്ധതിയിട്ട് സ്ഥാപിച്ച സർവകലാശാലയിൽ തീർച്ചയായും അറബിസ്വാധീനം കാണാവുന്നതാണ്.' വിശുദ്ധറോമച ക്രവർത്തിയായ ഫ്രെഡറിക്ക് രണ്ടാമൻ 1224ൽ സ്ഥാപിച്ച നേപ്പിൾസ് ഫെഡറിക്കോ II യൂണിവേഴ്സിറ്റിയിലാണത്. സിവിൽ നിയമത്തിലുള്ള പല നിയമസ്ഥാപനങ്ങളും മധ്യകാലത്തെ ഇസ്ലാമികനിയമത്തിലും നിയ മവ്യവസ്ഥയിലും വിദ്യാഭ്യാസം നൽകുന്ന സ്ഥാപനങ്ങളിൽനിന്നും രൂപ പ്പെടുത്തിയതാണ്. ഉദാഹരണത്തിന്, ഇസ്ലാമിക് ഹവാല(Hawala)സ്ഥാ പനം, ഇറ്റാലിയൻ സിവിൽ നിയമത്തിലുള്ള അവാലോ(Avallo)സ്ഥാപ നത്തിന്റേയും ഫ്രഞ്ചുസിവിൽ നിയമത്തിലുള്ള അവാൽ(Aval)സ്ഥാപന ത്തിന്റേയും വളർച്ചയിൽ സ്വാധീനം ചെലുത്തി. യൂറോപ്യൻ സിവിൽനി യമത്തിൽ ഉപയോഗിക്കുന്ന കൊമെൻഡാ ലിമിറ്റഡ് പാർട്ട്ണർഷിപ്പ് (Commenda limited Partnership) ഇസ്ലാമികനിയമത്തിലെ ഖിറാദിൽ നിന്നും മുറാദാബയിൽനിന്നും സ്വീകരിച്ചിട്ടുള്ളതാണ്. റെസ് ജൂഡി ക്കാറ്റാ(Res judicata)യെക്കുറിച്ചും കടത്തിന്റെ കൈമാറ്റത്തെക്കുറിച്ചു മുള്ള സിവിൽനിയമ സങ്കൽപ്പനം റോമൻ നിയമപ്രകാരം അനുവദനീയ മല്ലെങ്കിലും ആധുനിക സിവിൽനിയമത്തിൽ പ്രയോഗിക്കുന്നുണ്ട്, അതും ഇസ്ലാമികനിയമത്തിന്റെ സ്വാധീനത്തിൽനിന്നും ഉത്ഭവിച്ചതായിരിക്കണം. അറബികൾ പടിഞ്ഞാറിനുള്ള രണ്ട് അടിസ്ഥാന തത്വങ്ങൾ മുന്നോട്ടു കൊണ്ടുവന്നു, അതിന്മേലാണ് പിന്നീട് നിയമത്തിന്റെ ഭാവിഘടന നില

നിൽപ്പുറപ്പിച്ചത് ; അത് ധാർമികനീതി (equity) യും ഉത്തമവിശ്വാസ (good faith)വുമാണ്. സിവിൽ നിയമത്തിലും അന്തർദേശീയ നിയമത്തിലുമുള്ള pacta sunt servanda എന്ന സങ്കൽപ്പത്തിന്റെ മുൻഗാമിയാണത്. സിവിൽ നിയമ പാരമ്പര്യത്തിൽ ഇസ്ലാമിക നിയമത്തിനുള്ള മറ്റൊരു സ്വാധീനം നിരപരാധിത്വത്തെകുറിച്ചുള്ള മുൻധാരണയാണ്(ഒരാൾ, മറിച്ചുതെളിയിക്കപ്പെടുന്നതുവരെ, നിരപരാധിയാണ് എന്ന സങ്കൽപ്പം) അത് കുരിശുയുദ്ധക്കാലത്ത് പാലസ്തീനിൽ നിന്ന് തിരിച്ചുവന്നശേഷം ലൂയി ഒമ്പതാമൻ യൂറോപ്പിൽ പരിചയപ്പെടുത്തിയതാണ്.

അറബി ലോകത്തുനിന്നുള്ള ഏറ്റവും അറിയപ്പെടുന്ന ഫിക്ഷൻ അറേബ്യൻ നൈറ്റുകളിലെ ആയിരത്തൊന്നു രാവുകളാണ്. ഈ ഇതിഹാസമാനമുള്ള കൃതി 18-ാം നൂറ്റാണ്ടിൽ അൻടോയിൻ ഗാല്ലാൻഡ് ആദ്യമായി അത് പരിഭാഷ ചെയ്തതു മുതൽ പടിഞ്ഞാറ് കാര്യമായി സ്വാധീനം ചെലുത്തുന്നു. അതിന് നിരവധി അനുകരണങ്ങൾ ഉണ്ടായി, വിശേഷിച്ചും ഫ്രാൻസിൽ. ഈ എപ്പിക്കിലെ കഥാപാത്രങ്ങൾ തന്നെയും, അലാദ്ദീൻ, സിൻബാദ്, ആലിബാബ തുടങ്ങിയ കഥാപാത്രങ്ങൾ, പടിഞ്ഞാറൻ സംസ്കാരത്തിന്റെ കേന്ദ്ര ഐക്കണുകളായിത്തീർന്നു. ശൃംഗാരരസപ്രധാനമായ അറബ്, പേർഷ്യൻ കവിതയിലെ ഒരു പ്രസിദ്ധ ഉദാഹരണമാണ് ലൈലാമജ്നു. അത് 7-ാം നൂറ്റാണ്ടിലെ ഉമൈയ്യാദ് കാലഘട്ടത്തിൽ നിന്നുള്ളതാണ്. പിൽക്കാലത്തുണ്ടായ റോമിയോ ആന്റ് ജൂലിയറ്റ് പോലെ മരണമില്ലാത്ത സ്നേഹത്തെക്കുറിച്ചുള്ള ഒരു ദുരന്തകഥയാണത്. അറബിയിൽ നിന്ന് ലാറ്റിനിൽ മൊഴിമാറ്റം നടത്തിയ ലൈലയും മജ്നുവും എന്ന കാവ്യത്തിൽ നിന്നും പ്രചോദനമുൾക്കൊണ്ടാണ് റോമിയോ ആന്റ് ജൂലിയറ്റ് എഴുതിയത് എന്നും പറയപ്പെടുന്നു. അറബ് ചിന്തകനായ ഇബ്ൻ തുഫെയ്ൽ (അൻ സലൂസിയൻ, അറബ് ചിന്തകൻ-1105-1185) തത്വചിന്താപരമായ നോവലിൽ വഴിവെട്ടിത്തെളിച്ച ഒരാളാണ്. അദ്ദേഹം ആദ്യ അറബിനോവലായ ഹായ്യ് ഇബ്ൻ യാഖ്ദാൻ (Hayy Ibn Yagdhan) എഴുതി. അത് ഹായ്യ്- യുടെ കഥ പറയുന്നു. ലാറ്റിനിൽ ഈ നോവലിന്റെ പേര് ഫിലോസോഫൂസ് ഓട്ടോ ഡിഡാക്ടൂസ് (Philosophus auto didactus)എന്നാണ്. അത് സ്വയം പഠിക്കുന്ന വന്യസ്വഭാവക്കാരനായ ഒരു കുട്ടിയുടെ മരുഭൂമിയിലെ ഒരു ദ്വീപിലുള്ള ഏകാന്ത ജീവിതത്തിന്റെ കഥയാണ്പറയുന്നത്. അതിന്റെ ലാറ്റിനിലുള്ള ഒരു പരിഭാഷ 1671 ൽ എഡ്വേർഡ് പോകോക്ക് ജൂണിയർ തയാറാക്കി. 1708 ൽ അതിന് സൈമൺ ഓക്ക്ലെ ഇംഗ്ലീഷ് പരഭാഷ തയാറാക്കി. പിന്നീട് അദ്ദേഹം തന്നെ ഡച്ച്, ജർമൻ പരിഭാഷകളും തയാറാക്കി. ഈ പരിഭാഷകളാണ് പിന്നീട് ഡാനിയൽ ഡെഫോക്ക് ഇംഗ്ലീഷിലെ ആദ്യ നോവൽ എന്നു കരുതപ്പെടുന്ന *റോബിൻസൺ ക്രൂസോ* എഴുതുന്നതിന് പ്രചോദനമായത്.

ആരംഭകാല യൂറോകേന്ദ്രിതവാദം യൂറോപ്യൻ നവോത്ഥാന

ത്തിൽത്തന്നെ നമുക്കുകാണാം; മുൻവിധികൾ സ്വീകരിച്ച പടിഞ്ഞാറൻ ചരിത്രകാരൻമാർ നാഗരികതയെന്നത് പടിഞ്ഞാറുത്ഭവിക്കുന്നതാണെന്നും, അവിടെത്തന്നെയാണത് വളരുന്നതും അവസാനിക്കുന്നതുമെന്നും (അതിന് അറബ്, പേർഷ്യൻ, ഈജിപ്റ്റ്, ഏഷ്യൻ സംസ്കാരങ്ങളോടെല്ലാം കടപ്പാടുണ്ടെങ്കിൽത്തന്നെയും) പഠിപ്പിക്കാൻ നടത്തുന്ന നയതന്ത്രപരമായ ശ്രമങ്ങളിൽ. ഈ യൂറോപ്യൻ മേധാവിത്വത്തെക്കുറിച്ചുള്ള സങ്കൽപ്പങ്ങളുടെ പ്രത്യാഘാതങ്ങൾ യൂറോപ്യൻ സാമ്രാജ്യത്വത്തിന്റെ കാലത്ത് വർധമാനമായി. അത് 15-ാം നൂറ്റാണ്ടിൽ പതിയെ ആരംഭിച്ചു. പതിനാറും പതിനേഴും പതിനെട്ടും നൂറ്റാണ്ടുകളിൽ ഗതിവേഗമാർജിച്ചു, 19-ാം നൂറ്റാണ്ടിൽ അതിന്റെ ഉച്ചകോടിയിലെത്തി. മുഖ്യമായും പതിനെട്ടും പത്തൊമ്പതും നൂറ്റാണ്ടുകളിലാണ് ധ്രുവീകരിക്കപ്പെട്ടതും അനിവാര്യതയിലൂന്നിയതുമായ ആ നിർമിതി യൂറോപ്യൻ ഭാവനയിൽ പൂർണമായി പ്രത്യക്ഷീകൃതമായത്. 1978-ൽ എഡ്വേർഡ്സെയ്ദ് പോലുള്ളവർ ഓറിയന്റലിസം എന്ന വീക്ഷണം ഉയർത്തിക്കൊണ്ടുവന്നതോടെ ദൃഷ്ടാന്തീകരിക്കപ്പെടുന്നതുപോലെയും 19-ാം നൂറ്റാണ്ടിന്റെ അവസാനത്തിൽ മാത്രം, പിൽക്കാലത്ത്, ജൂൾസ് മിച്ചെലോട്ട് നവോത്ഥാനം എന്ന പദം ആദ്യം പ്രയോഗിച്ചതിലൂടെയും പടിഞ്ഞാറ് അതിന്റെ അഹത്തെ (self) കിഴക്കിന്റേതിനേക്കാൾ മഹത്തരമെന്ന് വിഭാവനം ചെയ്തുതുടങ്ങിയപ്പോൾ ഏതുതരം കൃത്യമായ സംവർഗങ്ങളിലൂടെയാണ് അവരത് സാധിച്ചത്?

പ്രാചീന ഗ്രീക്ക് നാഗരികത പ്രാചീന ഈജിപ്തിൽ നിന്നും ഉരുത്തിരിഞ്ഞുവന്നതുപോലെ കിഴക്കാണ്, (അതാണ് AD 500 മുതൽ 1400 വരെ പടിഞ്ഞാറിനേക്കാൾ മുന്നേറിയിരുന്നത്) ആധുനികപടിഞ്ഞാറൻ നാഗരികതയുടെ ഉദയം സാധ്യമാക്കിയതിൽ പ്രധാനപങ്ക് വഹിച്ചത്. ഗ്രീക്കോ റോമൻ, നെസ്റ്റോറിയൻ, പേർഷ്യൻ, ഇൻന്തോചൈനീസ്, അറബ് വിഭാഗങ്ങളുടെ സമ്പന്ന പൈതൃകങ്ങളെ അഭിവൃദ്ധിപ്പെടുത്തികൊണ്ടും ഒരു ആഗോളവാർത്താവിനിമയ നെറ്റ്വർക്കും ആഗോളസംഘടനയും സൃഷ്ടിച്ചുകൊണ്ടും കിഴക്കാണ് പടിഞ്ഞാറിന്റെ ഉദയം സാധ്യമാക്കിയത്. ആ വാർത്താവിനിമയ നെറ്റ്വർക്കിലൂടെയാണ് കൂടുതൽ പുരോഗമിച്ച 'വിഭവങ്ങളുടെ വകുപ്പുകൾ' (ഉദാഹരണം: കിഴക്കൻ ആശയങ്ങൾ, സ്ഥാപനങ്ങൾ, ശാസ്ത്രസാങ്കേതികവിദ്യകൾ) പടിഞ്ഞാറേയ്ക്ക് സ്പെയിനിലൂടെയും ബൈസാന്റിയം രാജ്യത്തിലൂടെയും പ്രസരിച്ചത്. അവയെല്ലാം തുടർന്ന് സ്വാംശീകരിക്കപ്പെടുകയും കൂടുതൽ പുരോഗതിയിലേക്ക് നയിക്കപ്പെടുകയും ചെയ്തു. ചുരുക്കത്തിൽ, കിഴക്കനും മറ്റുമായ സംസ്കാരങ്ങളുടെ അഭാവത്തിൽ പടിഞ്ഞാറ് അതിന്റെ സ്വന്തം വികാസം സ്വാശ്രിതമായി വളർത്തി വികസിപ്പിക്കുകയായിരുന്നില്ല. അങ്ങനെ വരുമ്പോൾ, നവോത്ഥാനം അഥവാ, പുനരുജ്ജീവനമെന്നത് ഒരുതെറ്റായ വാക്കാണ്; ആയിരം കൊല്ലം മുമ്പുള്ള ഒരു ഗ്രീക്ക് റോമൻ സംസ്കാരത്തെ ഒരു നീണ്ട ഉറക്കത്തിൽനിന്നുണർത്തി അതിന്റെ നേരിട്ടുള്ള പിന്തു

ടർച്ചാവകാശം നേടിയെടുത്തുവെന്ന ഭാവനക്കപ്പുറം, അത്, കിഴക്കുനിന്ന് പടിഞ്ഞാറേയ്ക്കുള്ള ഒരു സാംസ്കാരിക കൈമാറ്റമാണ്.

19-ാം നൂറ്റാണ്ടുവരെ ഏഷ്യയും കിഴക്കൻലോകവും പടിഞ്ഞാറിനേക്കാൾ മുന്നിലായിരുന്നുവെന്നത് വളരെ വ്യക്തമാണ്. ജോൺ റോബർട്ട്സ് തന്റെ *പടിഞ്ഞാറിന്റെ വിജയം* എന്ന പുസ്തകത്തിൽ അവകാശപ്പെടുന്നതുപോലെ 1498 മുതൽ 1800 വരെയുള്ള ഏഷ്യയെ കണ്ടെത്തലിനെക്കുറിച്ചുള്ള യൂറോകേന്ദ്രിത അവതരണത്തെ നമുക്കെങ്ങനെയാണ് വിഴുങ്ങാനാവുക? റോബർട്ട്സ് പറയുന്നത് കണ്ടെത്തലിനായുള്ള കടൽ യാത്രകൾ ഒരു പുതുയുഗത്തിന്റെയും യൂറോപ്യൻമാരുടെ ലോകവ്യാപക വിപുലനത്തിന്റെയും തുടക്കമായിരുന്നുവെന്നാണ്. പോർച്ചുഗീസ് രാജാവ് വളരെ വേഗം തന്നെ താൻ എത്യോപ്യ, അറേബ്യ, പേർഷ്യ, ഇന്ത്യ എന്നിവിടങ്ങളുടെ അധിപനാണെന്ന് പ്രഖ്യാപിച്ചതും, പ്രകൃതിശക്തികളുടെമേലുള്ള ഒന്നാമത്തേതും ഏറ്റവും മഹത്തായതുമായ വിജയം തങ്ങൾ മഹാസമുദ്രത്തെ കീഴടക്കിയതാണെന്നും (അതാണ് മൊത്തം ഭൂഗോളത്തിന്റെമേലുള്ള ആധിപത്യത്തിലേക്ക് പടിഞ്ഞാറൻ നാഗരികതയെ നയിച്ചത്) പറഞ്ഞത് താരതമ്യേന ചെറിയ ഒരു വീമ്പുപറച്ചിൽ മാത്രമായിരുന്നു. പോർച്ചുഗീസ് യാത്ര യഥാർത്ഥത്തിൽ മധ്യകാല കുരിശുയുദ്ധങ്ങളുടെ ഒരു രണ്ടാം റൗണ്ട് മാത്രമായിരുന്നു. അതിന്റെ ആദ്യറൗണ്ട് 1095 നും 1291 നുമിടയിലാണ് നടന്നത്. ഈ കടൽ യാത്രകളിൽ മുന്നിൽനിന്നത് ഒരു നിര ആധുനികാശയങ്ങളെന്നതിലേറെ, പഴയ കുരിശുയുദ്ധക്കാരുടെ മനോഭാവമായിരുന്നു. ആ യാത്രകളുടെ അടിയന്തര പശ്ചാത്തലം 1453 ൽ കോൺസ്റ്റാന്റിനോപ്പിൾ ഓട്ടോമൻ തുർക്കികൾ കൈയടക്കിയതാണ്. അത് ക്രിസ്ത്യൻലോകത്തിന് ഒരു വലിയ പ്രതിസന്ധി സൃഷ്ടിച്ചു. ഈ ക്രിസ്ത്യൻ സ്വത്വപ്രതിസന്ധി മുസ്ലിങ്ങൾ 1456ൽ ഏതൻസ് കയ്യടക്കിയതോടെ ശക്തിപ്പെട്ടു. അതിനനുസരിച്ച് ഒരു വലിയ കൂട്ടനിലവിളിയുയർന്നു. ഇസ്ലാമികഭീഷണിയും ക്രിസ്ത്യൻ ലോകത്തെ അനൈക്യവും ഒരു നിര പേപ്പൽ ബൂളകൾ (മാർപ്പാപ്പയുടെ ദൈവിക കൽപ്പനകൾ) പുറപ്പെടുവിക്കുന്നതിന് കാരണമായി. പോപ്പ് പയസ് രണ്ടാമൻ പ്രഖ്യാപിച്ചു, 'തുർക്കികളുമായി ഒഴിവാക്കാനാവാത്ത ഒരു യുദ്ധം നമ്മെ തുറിച്ചുനോക്കുന്നു. നാം ആയുധമെടുത്ത് ശത്രുവിനെ നേരിടാനും യുദ്ധത്തിനും പോകുന്നില്ലെങ്കിൽ അത് മതത്തെ സംബന്ധിച്ച് എല്ലാറ്റിന്റെയും അവസാനമാണെന്നാണ് നാം കരുതുന്നത്.' 1452 ൽ മാർപ്പാപ്പ നിക്കോളാസ് അഞ്ചാമൻ പുറപ്പെടുവിച്ച പേപ്പൽ ബൂളയിൽ (ഡും ഡിവേർസാസ്) സാരസൻ (മുസ്ലിം) ശത്രുവിനെ ആക്രമിക്കാനും കീഴടക്കാനും തോൽപ്പിക്കാനും അവരുടെ ചരക്കുകളും ഭൂപ്രദേശങ്ങളുമെല്ലാം പിടിച്ചെടുക്കാനും അവരുടെ ജനതകളെ നിരന്തരം അടിമത്വത്തിലാക്കാനും പോർച്ചുഗൽ രാജാവിനെ ചുമതലപ്പെടുത്തുകയും, അവരുടെ സ്വത്തുക്കളും നാടും പോർച്ചുഗൽ രാജാവിന് കൈമാറുകയും ചെയ്തു. അതിനെത്തുടർന്ന് ഒരു രണ്ടാം ബൂള (Romanus Pontiflexe) അതേ

മാർപ്പാപ്പ തന്നെ പുറപ്പെടുവിച്ചു. അതിന് ശരിയായിത്തന്നെ പേരിട്ടത് പോർച്ചുഗലിന്റെ സാമ്രാജ്യത്വത്തിനുള്ള ചാർട്ടർ എന്നാണ്. നാവികനായ പ്രിൻസ് രാജകുമാരന്റെ മേൽ വിശ്വാസസംരക്ഷകനെന്ന നിലയിൽ പ്രശം സകൾ വാരിച്ചൊരിഞ്ഞു. കേപ്പ് ചുറ്റിസഞ്ചരിച്ച് ഇൻഡീസിലെ നിവാസി കളോട് (പുരോഹിതരാജാവായ പ്രെസ്റ്റർ ജോൺ കത്തോലിക്കരായ അവരെ ഭരിച്ചിരുന്നുവെന്നാണ് കരുതപ്പെട്ടിരുന്നത്) ബന്ധം സ്ഥാപിക്കുക യെന്ന ഉദ്ദേശത്തിന്റെ പേരിലും അദ്ദേഹത്തെ പ്രശംസിച്ചു. ഈ നിവാ സികൾ പോർച്ചുഗീസുകാരുമായി ഒരു സഖ്യത്തിലേർപ്പെട്ടാൽ പോർച്ചു ഗീസുകാർക്ക് സാരസന്മാർക്കും മറ്റ് അവിശ്വാസികൾക്കുമെതിരായ പോരാട്ടം വിജയകരമായി മുന്നോട്ടുകൊണ്ടുപോകാനാകുമെന്നായിരുന്നു വിശ്വാസം.

പോർച്ചുഗീസുകാർ ഏഷ്യയോ കൊടുങ്കാറ്റുകളുടെ മുനമ്പോ (cape of storms) കണ്ടെത്തിയില്ല; 1487 നു ശേഷമുള്ള പര്യവേക്ഷണങ്ങൾ ആദിമ ആഗോളവൽക്കരണത്തിന്റെ ആദ്യസൂചനകളുമായിരുന്നില്ല. 1487-ൽ കേപ്പ് ഓഫ് സ്റ്റോംസ് കണ്ടുപിടിച്ചത് പോർച്ചുഗീസ് നാവികനായ ബർത്തലോമിയോ ഡയസാണെന്ന് സൗകര്യപ്രദമായി ചിന്തിക്കുകയും, തുടർന്നതിന് കേപ്പ് ഓഫ് ഗുഡ് ഹോപ്പ് (ശുഭപ്രതീക്ഷാമുനമ്പ്) എന്നു പേരിടുകയും ചെയ്തു. ഒരു പതിറ്റാണ്ടിനുശേഷം കേപ്പ് കടന്ന്, ഇന്ത്യൻമ ഹാസമുദ്രം മുറിച്ചുകടന്ന്, ഇന്ത്യയിലെത്തിയത് വാസ്കോ ഡ ഗാമയാ യിരുന്നു. പക്ഷേ, യഥാർഥത്തിൽ, നൂറ്റാണ്ടുകൾക്കുമുമ്പേ ഒട്ടേറെ യൂറോ പ്യൻ ജനതകൾ എത്തിച്ചേർന്നിരുന്നു. 15-ാം നൂറ്റാണ്ടിന്റെ മധ്യത്തിൽ പ്രസിദ്ധ അറബ് നാവികനായ ഷിഹാബ് അൽദിൻ അഹമദ് ഇബ്ൻ മജീദ് പടിഞ്ഞാറോട്ട് കപ്പലോടിച്ച് മുനമ്പിലെത്തുകയും തുടർന്ന് പടി ഞ്ഞാറൻ തീരത്തുകൂടി കപ്പലോടിച്ച് ജിബ്രാൾട്ടർ കടലിടുക്ക് വഴി മധ്യ ധരണ്യാഴിയിൽ പ്രവേശിക്കുകയും ചെയ്തു. തീരപ്രദേശങ്ങളെ മാന്വ ലുകളിൽ വളരെ വിശദാംശങ്ങളിൽ വിവരിച്ചിരിക്കുന്നതിനാൽ അറബ്-പേർഷ്യൻ നാവികർ ആഫ്രിക്കയെ ചുറ്റിസഞ്ചരിച്ചിരുന്നുവെന്നത് വ്യക്ത മാണ്. ഏതാണ്ട് 1420നോടടുപ്പിച്ച് ഒരിന്ത്യൻ കപ്പൽ കേപ്പിനെ മറികടന്ന് ഏതാണ്ട് 2000 മൈൽ അറ്റ്ലാന്റിക്കിലൂടെ കപ്പലോടിച്ചു. അതിനുമപ്പുറം, ചൈനീസ് അഡ്മിറൽ ചെംഗ്ഹോ (1371 -1435) ആഫ്രിക്കയുടെ പടി ഞ്ഞാറൻ തീരത്തുകൂടി കപ്പലോടിച്ചു. അതിനു മുമ്പല്ലെങ്കിൽ 8-ാം നൂറ്റാ ണ്ടിലെങ്കിലും ചൈനക്കാർ കേപ്പ് ചുറ്റി സഞ്ചരിച്ചിരിക്കാനിടയുണ്ട്. ജാവ ക്കാരും(Javanese) കേപ്പ് ചുറ്റിസഞ്ചരിച്ചതിന് തെളിവുണ്ട്. 1645-ൽ ഡിയ ഗോ ഡോകൂട്ടോ (1542 -1616 പോർച്ചുഗീസ് ചരിത്രകാരൻ) ജാവ ക്കാരെക്കുറിച്ചെഴുതിയത് നാവികകലയിൽ വളരെയേറെ പരിചയസമ്പ ന്നരായ ആളുകളാണ് ജാവക്കാരെന്നും അവർ കേപ്പ് ഓഫ് ഗുഡ്ഹോപ്പ് മുമ്പ് ചുറ്റിസഞ്ചരിച്ചിട്ടുണ്ടെന്നുറപ്പാണെന്നും അവർ മഡഗാസ്കറുമായി ആശയവിനിമയം നടത്താറുണ്ടെന്നും മഡഗാസ്കറിൽ ഒട്ടേറെ തവിട്ടു നിറക്കാരും ജാവക്കാരായ തദ്ദേശീയരുമുണ്ടെന്നും തങ്ങൾ ജാവക്കാരുടെ

പിൻമുറക്കാരാണെന്നവർ പറഞ്ഞുവെന്നുമാണ്. അതുപോലെ, മറ്റൊരു യൂറോകേന്ദ്രിതമിത്ത് അതേവരെ ഒറ്റപ്പെട്ടുകിടന്ന ഒരു ജനതയുമായുള്ള ആദ്യ സമ്പർക്കത്തെയാണ് വാസ്കോഡഗാമയുടെ ഇന്ത്യാസന്ദർശനം പ്രതിനിധാനം ചെയ്തതെന്നാണ്. വാസ്കോ ഡ ഗാമ പുറപ്പെടുന്നതിനു മെത്രയോ നൂറ്റാണ്ടുകൾക്കു മുമ്പേ ഇന്ത്യയും ഏഷ്യയുടെ ബാക്കി ഭാഗങ്ങളും ആഫ്രോ- ഏഷ്യൻ നേതൃത്വത്തിലുള്ള ആഗോളസമ്പദ്ഘടനയിൽ ഒരു സുപ്രധാനപങ്കുവഹിച്ചിരുന്നുവെന്ന് നമുക്കറിയാം. യാഥാർഥ്യമെന്താണെന്നുവച്ചാൽ, വാസ്കോ ഡ ഗാമക്കും ഒരു സഹസ്രാബ്ദം മുമ്പുതന്നെ ആഫ്രോ - ഏഷ്യൻ കണ്ടുപിടിത്തങ്ങളുടെ യുഗം ഉദ്ഘാടനം ചെയ്യപ്പെട്ടിരുന്നുവെന്നതാണ്. 1498-ൽ വാസ്കോ ഡ ഗാമ കിഴക്കൻ ആഫ്രിക്കൻ കടൽത്തീരം വഴി കപ്പലോടിച്ചുവന്നപ്പോൾ അദ്ദേഹമെത്തിച്ചേർന്നത് ഒരു പരിചിത ലോകത്തേക്കാണ്. അതിനകംതന്നെ യൂറോപ്പും മധ്യധരണ്യാഴിയുമായി കണ്ണിചേർന്നുകിടന്നിരുന്ന ഒരു പ്രദേശത്തേക്ക് അറബ് കച്ചവടക്കാർ തെക്കോട്ട് സോഫാലവരെ കടന്നുചെല്ലുകയും മതം മാറ്റുകയും മിശ്രവിവാഹം ചെയ്യുകയും അധിവാസമുറപ്പിക്കുകയും ചെയ്യുകയും ഇവിടെനിന്ന് വടക്കോട്ടുള്ള കടൽത്തീരത്തുള്ള എല്ലാ കിഴക്കനാഫ്രിക്കയെയും ഇന്ത്യൻ മഹാസമുദ്രത്തിന്റെ മറ്റുഭാഗങ്ങളുമായും ചെങ്കടലുമായും യൂറോപ്പുമായും ബന്ധിപ്പിക്കുകയും ചെയ്തു. ഗാമ പ്രാകൃത ജനങ്ങളുമായാണ് ബന്ധം സ്ഥാപിച്ചതെന്നതും ഒരു മിത്തായിരുന്നു. കാരണം, ഇന്ത്യക്കാർ യൂറോപ്യൻമാരെ അപേക്ഷിച്ച് കൂടുതൽ പുരോഗമിച്ചവരായിരുന്നു. ഗാമ കോഴിക്കോട്ടെ ഇന്ത്യൻ സാമൂതിരിയുമായി കണ്ടതിന്റെ സാഹചര്യത്തെളിവുകളും അതാണ് സൂചിപ്പിക്കുന്നത്. ഗാമക്ക് ആഢ്യോചിതമായ രീതിയിൽ സാമൂതിരി ഒരു കൂടിക്കാഴ്ച അനുവദിച്ചപ്പോൾ അദ്ദേഹം ഏറ്റവും മികച്ച യൂറോപ്യൻ ഉൽപ്പന്നങ്ങൾ (തുണിത്തരങ്ങൾ, ഹാറ്റുകൾ, പഞ്ചസാര, എണ്ണ, തുടങ്ങിയവ) സാമൂതിരിക്കു നൽകി. ആ ചരക്കുകളുടെ ഗുണനിലവാരമില്ലായ്മ കണ്ട് ചിരിച്ച രാജാവ്, അഡ്മിറലിനോട് സ്വർണം പകരം നൽകാനാണ് പറഞ്ഞത്. അതേ സമയത്തുതന്നെ അവിടെ ഹാജരുണ്ടായിരുന്ന മുസ്ലിം കച്ചവടക്കാർ അതേ സ്ഥലത്തുവച്ചുത്തന്നെ പോർച്ചുഗീസുകാർ സാരാംശത്തിൽ കടൽക്കള്ളന്മാരാണെന്നും, ഇന്ത്യക്കാർക്കെന്നെങ്കിലും ആവശ്യം വരുന്ന ഒന്നും തന്നെ അവരുടെ കയ്യിലില്ലെന്നും, രാജാവിനെ ധരിപ്പിച്ചു. പോർച്ചുഗീസുകാരെ കണ്ടപ്പോൾ ഇന്ത്യക്കാർ തികച്ചും ഭയാക്രാന്തരായെന്ന ധാരണയും ഉണ്ട്. കാരണം 1487 ൽ ഇന്ത്യൻ പര്യവേക്ഷണത്തിന് പോർച്ചുഗീസ് രാജാവായ ജോൺ രണ്ടാമൻ പോർച്ചുഗീസ് സമുദ്രസഞ്ചാരിയായ പെഡ്രോ ഡി കോവിൽഹാവോവിനെ അയച്ചപ്പോൾ, കോവിൽഹാവോ റിപ്പോർട്ട് ചെയ്തത്, താൻ കണ്ടത് ഇന്ത്യൻ തുറമുഖങ്ങളിലെ സജീവമായ വാണിജ്യമാണെന്നും അറബ് കച്ചവടക്കാരുടെ പാണ്ടികശാലകളിൽ ഒന്നാന്തരം ഗുണനിലവാരമുള്ള കുരുമുളകുശേഖരം കണ്ടെന്നും, കുരുമുളകുവള്ളികൾ കയറുന്ന മരങ്ങൾ കണ്ടെന്നുമാണ്. ഏഷ്യക്കാർക്ക്

സാധാരണഗതിയില്ലാത്ത ഒരു തീവ്രമായ ജിജ്ഞാസകൊണ്ട് പോർച്ചുഗീസുകാർ പ്രചോദിതരായിയെന്ന് തോന്നിക്കുന്നുവെങ്കിൽ, അതിനുകാരണം ഒരുവശത്ത്, ഏഷ്യക്കാരിൽനിന്നു ഭിന്നമായി ലോകത്തെപ്പറ്റി അവർക്കുവളരെ കുറച്ചേ അറിയാമായിരുന്നുള്ളൂവെന്നതും, മറുവശത്ത്, ഏഷ്യക്കാർക്ക് അവരെക്കാൾ വളരെ കൂടുതൽ കാര്യങ്ങൾ വാഗ്ദാനം ചെയ്യാനുണ്ടായിരുന്നുവെന്നതുമാണ്. യൂറോപ്പിനെ സംബന്ധിച്ച്, കേപ്പ് ചുറ്റി സഞ്ചരിച്ചതും പോർച്ചുഗീസുകാർ ഇന്ത്യയിലെത്തിയതും ഒരു വഴി വെട്ടിത്തുറക്കുന്നതിന്റെ ലേബൽ ഉൾക്കൊള്ളുന്നതായിരുന്നുവെങ്കിൽ ആഫ്രിക്കക്കാർക്കും ഏഷ്യക്കാർക്കും അതൊരു ഇന്നലത്തെ വാർത്ത മാത്രമായിരുന്നു. വളരെ മുമ്പുതന്നെ യൂറോപ്പുമായി ബന്ധമുണ്ടായിരുന്ന ആഫ്രോ -ഏഷ്യൻ ആഗോള സമ്പദ്ഘടനയിൽ, യൂറോപ്പ് നേരിട്ട് പങ്കുചേരുന്ന ഒരു സംഭവം മാത്രമായിരുന്നു അത്. 14 ാം നൂറ്റാണ്ടിന്റെ അവസാനത്തിൽ സ്പെയിനിൽനിന്നോടിപ്പോയ ജൂതശാസ്ത്രജ്ഞന്മാരുടെ കുടിയേറ്റത്തിൽനിന്ന് പോർച്ചുഗീസുകാർ പൊതുവായി നേട്ടമുണ്ടാക്കിയിരുന്നുതാനും. ഇസ്ലാമികശാസ്ത്രം, ജ്യാമിതിയുടെ ഉപയോഗം, ലൂണാർ സൈക്കിൾസ് (ചന്ദ്രവ്യതിയാനം), കാർട്ടോഗ്രാഫി, ജ്യോതിശ്ശാസ്ത്രം, ആസ്ട്രോലാബ്, ഇസ്ലാമികപട്ടികകൾ എന്നിവയിൽ നിന്നെല്ലാം പോർച്ചുഗീസുകാർക്ക് സമുദ്രയാത്രയിൽ സഹായം ലഭ്യമായി. പോർച്ചുഗീസുകാരുടെ കണ്ടുപിടുത്തയാത്രകളുടെ അടിസ്ഥാനത്തെ രൂപപ്പെടുത്തിയതതാണ്. ഗാമ അറബിക്കടലിനു കുറുകെ യാത്രയാരംഭിക്കുന്നതിനുമുമ്പ് മാലിന്ദി നഗരത്തിൽ വച്ച് ഗുജറാത്തി മുസ്ലീമായ മാലെമോ കാന അദ്ദേഹത്തെ ഒരു മികച്ചതും വിശദാംശങ്ങളുള്ളതുമായ ഇന്ത്യയുടെ ഭൂപടം കാണിച്ചിരുന്നു. ആ സമുദ്രയാത്രികൻ പ്രസിദ്ധമായ അഹ്മദ് ഇബ്ൻ മജീദ് ആണെന്ന് ഒരുപറ്റം ചരിത്രകാരൻമാർ പറയുന്നു.

യൂറോപ്യൻ ലോകചരിത്രത്തിന്റെ കാലക്രമത്തിൽ സുപ്രധാനമായ വർഷമാണ് 1492 എന്നത്. ലോകം യൂറോപ്യൻമാരുടെ കാൽക്കീഴിലാകുമെന്നതിന്റെ ഒരു മുൻധാരണയെ സൂചിപ്പിക്കുന്നതാണത്. എന്തെന്നാൽ "ലോകമേധാവിത്വത്തിന്റെ ധാർമികതയും യുക്തിപരമായ അടങ്ങിയിരിക്കാനാകായ്മയും" എന്ന പ്രതിഭാസത്തെ മാക്സ് വെബർ വികസിപ്പിച്ചെടുത്തത് അപ്പോൾ മാത്രമാണ്. അതൊരുവശത്ത്, ആധുനികവികാസം സാധ്യമാക്കുകയും, മറുവശത്ത് ലോകത്തെ കീഴടക്കൽ സാധ്യമാക്കുകയും ചെയ്തു. അതിന്റെ ഏറ്റവും പരിചിതമായ ചിഹ്നം കൊളംബസിന്റെ അമേരിക്കൻകണ്ടുപിടുത്തമാണ്. കൊളംബസ് ഒരു സെറ്റ് ആധുനിക യുക്തിപരശാസ്ത്രീയതയെ പ്രധിനിധീകരിച്ചുവെന്ന ധാരണ ഒരു മിത്ത് മാത്രമാണ്. ഗാമയെപ്പോലെ കൊളംബസും ഇസ്ലാമിനെതിരായ ഒരു കുരിശുയുദ്ധം ആശയത്തിൽക്കിടന്നു കറങ്ങിയവനാണ്. ആദ്ദേഹം സ്വർണം കണ്ടെത്തുകയെന്നതിൽ ദൃഢബദ്ധനായിരുന്നെങ്കിലും അതിനദ്ദേഹം ആഗ്രഹിച്ചതുതന്നെ, വിശുദ്ധനാടുകൾ കയ്യടക്കുകയെന്ന ദൈവിക ദൗത്യത്തിന് ധനസമാഹരണം നടത്താനായാണ്. ഏറ്റവും പ്രധാനപ്പെട്ട

ഒരു കാര്യമാണ് 1503 ലെ തന്റെ *ലറ്റേറ റാറിസ്സിമ* (Lettera Rarissima) യിലദ്ദേഹം മാർക്കോപോളോയുടെ വാക്കുകൾ ഉദ്ധരിച്ചുവെന്നത്. അതായത്, കാത്തേയിലെ ചക്രവർത്തി കുറച്ചുകാലം മുമ്പ് തന്നെ ക്രിസ്തുമതത്തെക്കുറിച്ചു പഠിപ്പിക്കാൻ വിജ്ഞരായ ആളുകളെ ആവശ്യപ്പെട്ടുവെന്ന വാക്കുകൾ ഉദ്ധരിച്ചത്. തീർച്ചയായും തനിക്കൊരു ദൈവികമായ ദൗത്യം നിർവഹിക്കാനുണ്ടെന്ന് കൊളംബസ് കരുതി. 1494 ലെ ടോർഡെസില്ലാസ് ഉടമ്പടിപ്രകാരം അലക്സാണ്ടർ ആറാമൻ മാർപ്പാപ്പ അമേരിക്ക കീഴടക്കാൻ സ്പെയിനിനും ഏഷ്യയെ കീഴടക്കാൻ പോർച്ചുഗലിനും ഔദ്യോഗിക അനുമതിയും അതു വഴി, ആത്മീയന്യായീകരണവും നൽകിയിരുന്നുവെന്നതും എടുത്തുപറയേണ്ടതുണ്ട്. യൂറോപ്യൻമാർ തദ്ദേശീയ ഇന്ത്യക്കാരെ തികച്ചും അധമരായി കരുതിയിരുന്നതുകൊണ്ട് ഒരു ആരംഭതത്വമെന്ന നിലയ്ക്കുതന്നെ അവർ ചൂഷണത്തിനു പാകമായവരും, മതംമാറ്റത്തിന് പക്വമായവരുമാണെന്ന് കരുതപ്പെട്ടുവെന്നത് വളരെ വ്യക്തമാണ്.

ചരിത്രം രചിക്കുന്നത് വിജയികളാണെന്നാണ് പറയപ്പെടുന്നത്. കൊളംബസിന്റെ കാര്യത്തിൽ ഈ പ്രസ്താവന മാതൃകാപരവും വളരെ സത്യവുമാണ്. ചരിത്രകാരൻമാർ കൊളംബസിന്റെ അമേരിക്കൻ കണ്ടുപിടുത്തകഥയിലെ പരാജിതരുടെ വശവും പരിശോധിക്കാൻ തുടങ്ങിയ അടുത്തകാലം വരെ, നമ്മിൽ ഭൂരിഭാഗത്തേയും പഠിപ്പിച്ചിട്ടുള്ളത് കൊളംബസിന്റെ വീരകൃത്യങ്ങളെകുറിച്ചാണ്; അദ്ദേഹത്തിന്റെ ധീരതയെയും സ്ഥിരപരിശ്രമത്തെയും നാവിക വൈദഗ്ധ്യത്തെയും സ്കൂളുകളിൽ പഠിപ്പിക്കുന്നു. എന്നാൽ കൊളംബസിന്റെ ആഗമനം മനുഷ്യചരിത്രത്തിലെ ഏറ്റവും ക്രൂരമായ ഒരധ്യായത്തിന്റെ തുടക്കമായിരുന്നുവെന്ന കാര്യം കാണാതെപോകുകയും ചെയ്യുന്നു. കൊളംബസിന്റെ സമ്പൂർണകഥയിൽ അരാവാക്ക് ഇന്ത്യക്കാർ(Arawaks Indians)ക്കെതിരായ ക്രൂരതകളടങ്ങിയിരിക്കുന്നു. യുദ്ധത്തിലൂടെയും നിർബന്ധിതാധ്വാനത്തിലൂടെയും അതിക്രൂരമായ ശിക്ഷാനടപടികളിലൂടെയും, ഇന്ത്യൻ ജനവിഭാഗങ്ങൾക്ക് യാതൊരു പ്രതിരോധവുമില്ലാതിരുന്ന യൂറോപ്യൻ രോഗങ്ങളിലൂടെയും ലോകമന്നേവരെ കണ്ടതിലേറ്റവും ഭീകരമായ മാനുഷികദുരന്തങ്ങളിലൂടെയും തദ്ദേശീയ ജനതയുടെ വംശഹത്യയെ ലോകം ദർശിച്ചു. പക്ഷേ, അതെല്ലാം കടൽയാത്രയുടെയും കണ്ടുപിടുത്തത്തിന്റെയും വീരവാദങ്ങൾക്കിടയിൽ മൂടിവയ്ക്കപ്പെട്ടു. കൊളംബസിന്റെ ഏറ്റവും ക്രൂരവും ഭീകരവുമായ വശവും അതുപോലെ, സ്പെയിൻകാരുടെ വിശുദ്ധദൗത്യത്തിന്റെ തനിനിറവും ലോകത്തിനുമുന്നിൽ തുറന്നുകാട്ടപ്പെട്ടത് കൊളംബസിന്റെ ക്യൂബ കീഴടക്കലിൽ അദ്ദേഹത്തെ അനുഗമിച്ച സ്പാനിഷ് പുരോഹിതനായ ബർത്തലോമിയോ ഡി ലാകാസാസ് കൊളംബസിന്റെ ജേർണൽ വിശദീകരിച്ച് പുസ്തകരൂപത്തിലാക്കുകയും തന്റെ നിരവധി ചോദ്യങ്ങളുള്ള *ഇൻഡീസിന്റെ ചരിത്രം* എന്ന കൃതി എഴുതുകയും ചെയ്തപ്പോഴാണ്. അദ്ദേഹം ഒരു യഥാർഥ ദൃക്സാക്ഷിയായിരുന്നു. 1492

ലെ കണ്ടുപിടുത്തത്തിൽ നടന്ന സംഭവങ്ങളെപ്പറ്റി അദ്ദേഹം നടത്തിയ വിവരണങ്ങൾ എന്തെങ്കിലും മാനുഷികഭാവമവശേഷിച്ചിട്ടുള്ള ഏതൊരു മനുഷ്യനെയും ഞെട്ടിക്കും.

1492 ഒക്ടോബർ 12ന് കൊളംബസും അദ്ദേഹത്തിന്റെ നാവിക സംഘവും ബഹാമാസിന്റെ തീരമണഞ്ഞപ്പോൾ അരാവാക് ഇന്ത്യക്കാർ എന്നുവിളിക്കപ്പെട്ട ഗോത്രവർഗക്കാർ അവരെ സ്വാഗതം ചെയ്തു. തന്റെ യാത്രാക്കുറിപ്പിൽ കൊളംബസ് തങ്ങളുടെ ഉടനടിയുള്ള മഹാമനസ്കതയുടെ കാര്യത്തിൽ ഇന്ത്യക്കാരെ പ്രശംസിച്ചു. ഒപ്പം, അവരുടെ കരുത്തുറ്റ ശരീരങ്ങളുടെയും സുന്ദരമായ ഭാവപ്രകൃതിയുടെയും പേരിലും. അദ്ദേഹത്തിന്റെ എഴുത്തുകളിൽ വീണ്ടും വീണ്ടും പ്രകടമാകുന്നത്, മറ്റെന്തിലുമേറെ കൊളംബസ് തേടിയിരുന്നത് സ്വർണമായിരുന്നുവെന്നതാണ്. അദ്ദേഹമെഴുതി: 'ഞാൻ കുറച്ചു തദ്ദേശീയരെ ബലമായിത്തന്നെ പിടികൂടി. അതിലൂടെ അവർ കാര്യങ്ങൾ പഠിക്കുകയും എന്തൊക്കെയാണാപ്രദേശങ്ങളിലുള്ളതെന്നതിനെക്കുറിച്ച് എനിക്ക് വിവരം നൽകുകയും ചെയ്തേക്കാം. കൊളംബസും തദ്ദേശീയ ഇന്ത്യക്കാരും തമ്മിലുള്ള അഭിമുഖീകരണം സംസ്കാരങ്ങളുടെ ഒരു പൂർണമായ ഏറ്റുമുട്ടലായിരുന്നു. തദ്ദേശീയ ഇന്ത്യക്കാർ വളരെയേറെ ആതിഥ്യമര്യാദയുള്ളവരും പങ്കുവക്കുന്ന സ്വഭാവത്തിന്റെ കാര്യത്തിൽ, പ്രത്യേകിച്ചും, വളരെ മുന്നിൽ നിന്നവരുമായിരുന്നെന്ന് വിവരിക്കപ്പെട്ടു. ഇത് യൂറോപ്യൻമാരുടെ സ്വഭാവത്തിന് നേരെ വിപരീതമാണ്. അവർ മതത്തിന്റെയും രാജാക്കന്മാരുടെയും മേധാവിത്വത്തിനു കീഴിൽ നിന്നവരും സമ്പത്തിനോട് കടുത്ത ദുരയുള്ളവരുമായിരുന്നു.

തന്റെ നിരവധി വോള്യങ്ങളുള്ള കൃതിയിൽ ലാകാസാസ് തദ്ദേശീയ ജനതയെ വിവരിക്കുന്നത് ഉയർന്ന ആദരവോടെയാണ്. കൊളംബസും സ്പാനിയാർഡുകളും അവരെയെങ്ങനെയാണ് കൈകാര്യം ചെയ്തതെന്നതിന്റെ ഒരു ദൃക്സാക്ഷിവിവരണം അദ്ദേഹം നൽകുകയും ചെയ്യുന്നു. അദ്ദേഹമെഴുതുന്ന ഒട്ടേറെ അനുഭവങ്ങൾ കാണിക്കുന്നത് തദ്ദേശീയരുടെ സമാധാനപൂർണമായ സ്വഭാവപ്രകൃതിയെയാണ്. അദ്ദേഹം എഴുതുന്നു,

> പക്ഷേ, ഞങ്ങളുടെ പ്രവർത്തനം കൊള്ളയടിക്കുക, നശിപ്പിക്കുക, കൊല്ലുക, പ്രകോപിപ്പിക്കുക, നാനാവിധമാക്കുക, എന്നതായിരുന്നു. അഡ്മിറൽ (കൊളംബസ്) രാജാവിനെ പ്രീതിപ്പെടുത്താൻ അത്രയധികം ഉൽക്കണ്ഠാകുലനായിരുന്നതുകൊണ്ട് ഇന്ത്യക്കാർക്കെതിരെ അദ്ദേഹം തിരുത്താനാവാത്ത കുറ്റകൃത്യങ്ങൾ ചെയ്തു.

ചില ചരിത്രകാരന്മാർ ഈ സംഭവത്തെ മനുഷ്യപുരോഗതിക്ക് അനിവാര്യമായ ഒന്നെന്ന നിലയിൽ പരിഗണിക്കുന്നു. ചരിത്രകാരനായ മൈക്കൽ ബർലിനർ എഴുതുന്നതുപോലെ. അദ്ദേഹം പറയുന്നു, അതു കൊണ്ടുവന്ന പ്രശ്നങ്ങളെന്തുതന്നെയായാലും അപലപിക്കപ്പെടുന്ന പടി

ഞ്ഞാറൻ സംസ്കാരം സ്വപ്നത്തിൽപ്പോലും വിഭാവനചെയ്യാനാവാത്ത അളവറ്റ ഉപകാരങ്ങളും ഒപ്പം കൊണ്ടുവന്നിട്ടുണ്ട്. കൊളംബസിനെകുറിച്ചുള്ള പരമ്പരാഗതവീക്ഷണത്തെ ചോദ്യംചെയ്തു തുടങ്ങിയതോടെ സ്കൂളുകളിൽ ചരിത്രം പഠിപ്പിക്കുന്ന രീതിയിലെ മാറ്റങ്ങളെ പ്രോത്സാഹിപ്പിക്കാനായി ഒട്ടേറെ പ്രസ്ഥാനങ്ങൾക്ക് തിരികൊളുത്തപ്പെട്ടു. വില്യം ബിഗെലോയുടെ *ഒരിക്കൽക്കൂടിവംശഹത്യയെപ്പറ്റി* പോലുള്ള ലേഖനങ്ങൾ കൊളംബസിനെ കുറിച്ചുള്ള തിരുത്തപ്പെട്ട പാഠങ്ങൾ സ്കൂളുകളിൽ പഠിപ്പിക്കണമെന്ന കാര്യത്തിൽ ശക്തമായൊരു കേസ് മുന്നോട്ടുവയ്ക്കുന്നു. സത്യത്തെ കുഴിച്ചുമൂടുന്നതും കൊളംബസിനെ മഹത്വീകരിക്കുന്നതും കുട്ടികളിൽ തെറ്റായ ധാരണകളാണ് സൃഷ്ടിക്കുന്നത്. പരാജയപ്പെടുത്തപ്പെട്ടവരുടെയും കീഴടക്കപ്പെട്ടവരുടെയും വീക്ഷണങ്ങൾ ഒഴിവാക്കുന്നതിലൂടെ സംഭവിക്കുന്നത് വിദ്യാർഥികളിൽ അധികാരത്തിലിരിക്കുന്നവർ എപ്പോഴും ശരിയാണെന്ന ധാരണ സൃഷ്ടിക്കപ്പെടലാണ്. അതൊരപകടകരമായ കാര്യമാണ്. കാരണം, മാറ്റങ്ങളാവശ്യമായ കാലഘട്ടത്തിൽ ഭരണാധികാരികളെ ചോദ്യം ചെയ്യാനും അവർക്കെതിരെ കലാപം ചെയ്യാനുമുള്ള കഴിവ് ജനങ്ങൾക്കുണ്ടാകണം. കൊളംബസിന്റെ സ്വർണത്തോടുള്ള ആർത്തിയും അദ്ദേഹവും അദ്ദേഹത്തിന്റെ ആളുകളും ഇന്ത്യക്കാർക്കെതിരെ നടത്തിയ അതിക്രമങ്ങളും ഒരിക്കലും ചരിത്രവിവരങ്ങളിൽ നിന്നൊഴിവാക്കപ്പെട്ടുകൂടാ. തന്റെ രചനകളിൽ ബർത്തലോമിയോ ഡി ലാകാസാസ് പങ്കുവയ്ക്കുന്ന കടുത്ത വിവരണങ്ങളും പുറത്തുകൊണ്ടുവരപ്പെടേണ്ടതാവശ്യമാണ്.

കൊളംബസ് ജീവിച്ചതും പ്രവർത്തിച്ചതുമായ ലോകത്ത് അമേരിക്ക മുൻകൂട്ടിക്കാണാത്തതും മുൻകൂട്ടികാണാൻ കഴിയാത്തതുമായിരുന്നു. അത് പരമാവധി ഒരു സാധ്യതമാത്രമായിരുന്നു. അതിനെക്കുറിച്ച് അയാൾക്കോ മറ്റാർക്കെങ്കിലുമോ എന്തെങ്കിലുമൊരറിവുണ്ടായിരുന്നില്ല. അത്തരമൊരറിവുണ്ടാകാനുള്ള സാധ്യതയുമുണ്ടായിരുന്നില്ല. അതുകൊണ്ടുതന്നെ കൊളംബസ് സ്പെയിനിലെ രാജാവിനു മുന്നിൽവച്ച പദ്ധതിയിൽ അമേരിക്കയെന്ന പരിഗണനയുണ്ടായിരുന്നില്ല. അതുപോലെതന്നെ, അയാളുടെ പ്രസിദ്ധമായ നാലു യാത്രകളിലും അതായിരുന്നില്ല പരിഗണന. കൊളംബസിന്റെ പദ്ധതി ലാളിത്യമുള്ളതായിരുന്നു. സ്പെയിനിൽ നിന്ന് പടിഞ്ഞാറോട്ട് സഞ്ചരിച്ച് മഹാസമുദ്രം മുറിച്ചുകടന്ന് ഭൂമിയിലെ ദ്വീപിന്റെ കിഴക്കൻ തീരങ്ങളിലെത്തിച്ചേരുക, അങ്ങനെ യൂറോപ്പിനെ ഏഷ്യയുമായി ബന്ധിപ്പിക്കുക. അതിൽ പ്രത്യേകിച്ചൊരു പുതുമയുള്ള ആശയമുണ്ടായിരുന്നില്ല. ഭൂമിയിലെ ദ്വീപ് ആരും ധരിച്ചതിനേക്കാൾ വളരെ വലുതാണെന്നും സ്വയം വിശ്വസിപ്പിക്കാനദ്ദേഹത്തിനു കഴിഞ്ഞു. ദ്വീപിന്റെ വീതി കൂടുതലാകുകയും ഭൂമിയുടെ ചുറ്റളവ് ചെറുതാകുകയും ചെയ്യുന്നതിനനുസരിച്ച് തനിക്കു മറികടക്കേണ്ട ദൂരം കുറയുകയും ചെയ്യും. ഈ കണക്കുകൂട്ടലുകളൊന്നും അക്കാലത്ത് അസംബന്ധമായി കണക്കാക്കപ്പെടുമായിരുന്നില്ല. പക്ഷേ കൊളംബസ്, തന്നെത്തന്നെയും മറ്റുള്ളവ

രെയും വിശ്വസിപ്പിക്കാനുള്ള ശ്രമത്തിനിടയിൽ, തന്റെ ഭൂഗോളത്തിന്റെ വലിപ്പം വളരെയധികം കുറച്ചതുകൊണ്ട്, അത് തന്റെ പദ്ധതിയെ സഹായിക്കുന്നതിലേറെ അതിനെ തടസപ്പെടുത്തുകയാണു ചെയ്തത്. അക്കാലത്ത് കാര്യങ്ങളെക്കുറിച്ച് നല്ല ഗ്രാഹ്യമുള്ള ഒരു മനുഷ്യനെ സംബന്ധിച്ചിടത്തോളം ശ്രദ്ധാപൂർവവും ഗൗരവപൂർവവുമായ ശ്രദ്ധയർഹിക്കുന്ന ഏകകാര്യം അറ്റ്ലാന്റിക് തീരങ്ങൾക്ക് യൂറോപ്പിനോടും ഏഷ്യയോടും സാധ്യമായേക്കാവുന്ന സാമീപ്യം മാത്രമാണ്. നേരെമറിച്ച്, കൊളംബസിന്റെ പ്രോജക്ട് സാധ്യമാകണമെങ്കിൽ ഭൂമിയിലെ ദ്വീപിന്റെ വലുപ്പം പ്രത്യക്ഷത്തിൽത്തന്നെ യുക്തിക്കു നിരക്കാത്ത ഒരു തലത്തിലേക്ക് വികസിപ്പിക്കണമായിരുന്നു. ആഫ്രിക്കയുടെ തീരങ്ങൾ ഭൂമധ്യരേഖയ്ക്കും അപ്പുറത്തേക്ക് നീണ്ടുപോകാനിടയുണ്ട് എന്ന അപകടമുണ്ടെങ്കിലും പോർച്ചുഗീസുകാർ കിഴക്കൻ റൂട്ട് തന്നെ തിരഞ്ഞെടുത്തതെന്തുകൊണ്ടെന്ന് അപ്പോൾ വ്യക്തമാണ്. തന്റെ സംരംഭത്തെ സ്പോൺസർ ചെയ്യുന്നതിന് ആരെയെങ്കിലും കണ്ടെത്തുന്നതിൽ കൊളംബസിന് എല്ലായിടത്തും നേരിട്ട ബുദ്ധിമുട്ടുകളെയും അത് വിശദീകരിക്കുന്നുണ്ട്. കത്തോലിക്കാ രാജാക്കന്മാരൊടുവിൽ അദ്ദേഹത്തിനനുകൂലമായി തീരുമാനമെടുത്തതിന്റെ കാരണം കണ്ടെത്താനും വലിയ വിഷമമില്ല. ഫെർഡിനാൻഡും ഇസബെല്ലയും കൊളംബസിന്റെ നിർബന്ധപൂർവമായ അപേക്ഷകൾക്കു മുന്നിൽ ഒടുവിൽ വഴങ്ങിയപ്പോൾ ഒരു ചൂതാട്ടക്കാരന്റെ മനോഭാവത്തിൽ നിന്നേറെ വ്യത്യസ്തമായ ഉദ്ദേശ്യങ്ങളല്ലായിരുന്നു അവരുടേതെന്നതും വ്യക്തമാണ്. ഒരപകടകാരിയായ വേലക്കാരനെ ജോലിക്കുവയ്ക്കുന്നതിലൂടെ ഒരു വമ്പൻ ഭാഗ്യം പ്രതീക്ഷിക്കുക. അവർക്കു നഷ്ടപ്പെടാനുള്ളത് വളരെ ചെറുതായിരുന്നു. നേടാനാണെങ്കിൽ വലിയ, കാര്യങ്ങളുണ്ടുതാനും. രാജഭരണം ഒരിക്കൽ ചൂതാട്ടത്തിന് തീരുമാനിച്ചുകഴിഞ്ഞപ്പോൾ കൊളംബസിന്റെ പ്രതിഫലത്തെ സംബന്ധിച്ച വലിയ ഡിമാന്റുകൾ സമ്മതിച്ചതും അതുകൊണ്ടാണ്.

ഭൂമിശാസ്ത്രപരമായ പര്യവേക്ഷണങ്ങളുടെ പ്രാചീനമായ അതിശയിപ്പിക്കുന്ന ചരിത്രത്തിൽ 1492 ൽ കൊളംബസ് ഏറ്റെടുത്ത സമുദ്രയാത്ര പ്രത്യേക പകിട്ടോടെ തിളങ്ങിനിൽക്കുന്നുണ്ട്. ഒരു നല്ല ദിവസം ഒരിക്കലും വിശദീകരിക്കപ്പെടാത്ത ഏതോ ചില ഭൂതോദയം കാരണത്താൽ, ഏതോ മായാജാലമോ അത്ഭുതമോ കൊണ്ട്, കണ്ടുപിടുത്തക്കാരുടെയും നാവികരുടെയും ഈ രാജകുമാരൻ, യുളിസസിന്റെ ഈ ആധുനിക പ്രതിയോഗി, ഇതേവരെ അറിയപ്പെടാത്തതും വമ്പിച്ചതുമായ അമേരിക്കയെന്ന ഭൂഖണ്ഡത്തെ മറനീക്കികാട്ടി! അത്തരത്തിലാണ് നമ്മോട് കഥ പറയപ്പെട്ടിരിക്കുന്നത്. കൊളംബസിനോ അദ്ദേഹത്തിന്റെ നാവികസംഘത്തിലെ മറ്റാർക്കെങ്കിലുമോ അക്കാലത്ത് എന്താണ് യഥാർഥത്തിൽ സംഭവിച്ചതെന്ന് മനസിലാക്കാൻ കഴിഞ്ഞിരുന്നില്ലെന്ന് സമ്മതിച്ചുകൊണ്ടുതന്നയാണ് ഇക്കഥ ഇത്തരത്തിൽ വർണിക്കപ്പെടുന്നത്. 1492 ഒക്ടോബർ 11നും 12നും ഇടയ്ക്കുള്ള രാത്രിയിൽ കൊളംബ

സ് കരകണ്ടപ്പോൾ അദ്ദേഹത്തിനുറപ്പായിരുന്നു താൻ ഏഷ്യയിലാണെത്തിയതെന്ന്. അതായത്, താനെത്തിച്ചേർന്നത് ദ്വീപിന്റെ ഏറ്റവും അകലെയുള്ള കിഴക്കൻ തീരത്താണെന്ന്. ശരിക്കുപറഞ്ഞാൽ, അതൊരു ചെറിയ ദ്വീപായിരുന്നു. അദ്ദേഹം വിചാരിച്ചത്, മാർക്കോപോളോ വിവരിച്ച ഓർബിസ് ടെറാറുമിന്റെ തീരത്തോട് ചേർന്നുകിടക്കുന്ന ദ്വീപസമൂഹങ്ങളുടെ ഭാഗമാണതെന്നാണ്. കൊളംബസ് പറയുന്നത്, അവിടെയാണ് ചൈനയിലെ ചക്രവർത്തിയായ മഹാനായ ഖാൻ അടിമകളെ ശേഖരിക്കാനെത്തിയിരുന്നതെന്നാണ്. അതുപോലെ ഏറെയകലെയല്ല സ്വർണവും വിലയേറിയ കല്ലുകളുംകൊണ്ട് സമൃദ്ധമായ കീർത്തികേട്ട സിപാംഗുവെന്നും (ജപ്പാൻ) അദ്ദേഹം കരുതി. തന്റെ എത്തിച്ചേരലിന്റെ പിറ്റേന്നു തന്നെ അതിനെത്തേടി അദ്ദേഹം പുറപ്പെട്ടു. ചുരുക്കത്തിൽ, 'തന്റെ കരയിലെ' കപ്പലടുപ്പിക്കൽ നടത്തിയ ദ്വീപിൽ ആൾത്താമസമുണ്ടായിരുന്നുവെന്നതൊഴികെ മറ്റൊരു തെളിവുമില്ലാതെതന്നെ, താൻ ഏഷ്യയിലാണെത്തിയതെന്ന് കൊളംബസിന് സ്വയം ബോധ്യപ്പെട്ടു. (അതൊരു സുപ്രധാന പോയിന്റാണ്). തദ്ദേശീയരുടെ പ്രാകൃത സ്വഭാവവും നഗ്നതയുമുണ്ടായിട്ടും, താൻ കണ്ടെത്താനാഗ്രഹിച്ച മഹാനഗരങ്ങളോ അലങ്കൃതമായ കൊട്ടാരങ്ങളോ കാണാതിരുന്നിട്ടും, ഇന്ത്യക്കാരുടെ മിഥ്യാധാരണകളുണ്ടാക്കുന്ന വാക്കുകളിൽ മാത്രമാണ് സ്വർണമുണ്ടായിരുന്നതെന്നിരിക്കിലും, സിപാംഗു കണ്ടെത്താനുള്ള എല്ലാ നിരന്തര ശ്രമങ്ങളും പരാജയപ്പെട്ടിട്ടും, മഹാനായ ഖാനുമായി ബന്ധം സ്ഥാപിക്കാൻ കഴിയാതിരുന്നിട്ടും, അതൊന്നുംതന്നെ അദ്ദേഹത്തിന്റെ വിശ്വാസത്തിനിളക്കം തട്ടിച്ചില്ല. താനെത്തിയതേഷ്യയിലാണ്, താൻ നിൽക്കുന്നതേഷ്യയിലാണ്, ഏഷ്യയിൽനിന്നാണ് താൻ മടങ്ങിയത്. ആരും, ഒന്നും, അദ്ദേഹത്തിന്റെ മരണംവരെ, അദ്ദേഹത്തിന്റെ ബോധ്യത്തിനിളക്കം തട്ടിക്കാൻ പര്യാപ്തമായില്ല.

ബർത്തലോമിയോ ഡി ലാകാസാസ് എഴുതിയതുപോലെ, തന്റെ പര്യവേക്ഷണത്തിനിടയിൽ താൻ കണ്ടെത്തിയതിനെയും തന്റെ ഈ ഉറപ്പിക്കപ്പെട്ട വിശ്വാസത്തിന്റെ പ്രത്യക്ഷത്തെളിവുകളായി കൊളംബസ് വ്യാഖ്യാനിക്കുകയായിരുന്നു. കുറച്ചുകൂടി തീവ്രാവേശം കുറഞ്ഞ ഒരുവനായിരുന്നു അദ്ദേഹമെങ്കിൽ, തന്റെ വായനയിൽനിന്നും താൻ കണ്ടുമുട്ടുമെന്നു പ്രതീക്ഷിച്ചവയൊന്നും കണ്ടുമുട്ടാതിരുന്നപ്പോൾ, അതദ്ദേഹത്തെ ഏറ്റവും ചുരുങ്ങിയത് ചില സംശയങ്ങളെങ്കിലും തോന്നാൻ നിർബന്ധിതനാക്കുമായിരുന്നു. പക്ഷേ ഒന്നിനുമദ്ദേഹത്തിന്റെ വിശ്വാസത്തെ ഇളക്കാനായില്ല. അദ്ദേഹത്തിന്റെ അഭിലാഷത്തിന്റെ തീവ്രതയിൽ യാഥാർഥ്യം രൂപമാറ്റത്തിനു വിധേയമായി. അഡ്മിറലിന്റെ കണ്ണടച്ചുള്ള വിശ്വാസത്തിൽ അമ്പരന്നുകൊണ്ട് സാഹചര്യത്തെ വളരെ നന്നായി ബർത്തലോമിയോ ഡി ലാകാസാസ് വിവരിക്കുന്നുണ്ട്. അദ്ദേഹം അഭിപ്രായപ്പെടുന്നു:

ഒരാൾ തീവ്രമായി അഭിലഷിക്കുകയും തന്റെ ഭാവനയിൽ ശക്തമായി അതിനെ പ്രതിഷ്ഠിക്കുകയും ചെയ്തുകഴിയുമ്പോൾ ഓരോ കാലടി ശബ്ദത്തിലും അയാൾ കേൾക്കുന്നതും, വിഭാവനം ചെയ്യുന്നതും തനിക്കനുകൂലമായ കാര്യങ്ങളാണെന്ന കാര്യം എത്ര അതിശയകരമാണ്.

കൊളംബസിന്റെ ജീവിതത്തിലെ സ്വപ്നം അത്തരത്തിലായിരുന്നു. തന്റെ എല്ലാ ഭാവിപ്രവർത്തനങ്ങൾക്കും മാർഗദർശനം നൽകിയ ആത്മീയാന്തരീക്ഷം അത്തരത്തിലായിരുന്നു. അതുകൊണ്ടാണ്, ആ ഒക്ടോബർ ദിവസത്തിൽ ഒരു ചെറിയ ദ്വീപ് കണ്ടെത്തുകയും അതിനെ സാൻ സാൽവദോർ (San Salvador) എന്നുവിളിക്കുകയും ചെയ്തശേഷം എക്കാലത്തേക്കുമായി താൻ തന്റെ വിജയത്തിലെത്തിച്ചേർന്നുവെന്ന്-താൻ വിഭാവനം ചെയ്ത സമ്പത്തും പ്രസിദ്ധിയും തനിക്ക് കരഗതമായിയെന്ന്-അദ്ദേഹം സ്വയം ബോധ്യപ്പെടുത്തിയത്. ഭൂമിയിലെ ദ്വീപിന്റെ വിദൂര കിഴക്കൻ അറ്റത്തുകിടക്കുന്ന പ്രദേശങ്ങളിലാണ് താനെത്തിച്ചേർന്നതെന്ന് സ്വയം വിശ്വസിപ്പിച്ചപ്പോൾ, എന്തെങ്കിലും നേരിട്ടുള്ള തെളിവിനപ്പുറം താൻ കണ്ടത് ഒരു മനുഷ്യവാസമുള്ള നാടാണെന്ന ഒരൊറ്റയടിസ്ഥാനത്തിൽ മാത്രം അത്തരമൊരു ബോധ്യത്തിലുറച്ചുനിന്നപ്പോൾ, അതൊരു സങ്കൽപ്പമായിരുന്നു, അഥവാ ഊഹമായിരുന്നു എന്നത് വ്യക്തമാണ്. അത്തരമൊരു അനുമാനത്തിന്റെ അടിസ്ഥാനമെന്താണ്? താൻ മനുഷ്യവാസമുള്ള ഒരു നാട്ടിലെത്തിയെന്നതു കൊണ്ടുമാത്രം താൻ ഏഷ്യൻ പ്രദേശങ്ങളിലെത്തിയെന്ന് കൊളംബസിന് വിഭാവനം ചെയ്യാൻ കഴിഞ്ഞതെന്തുകൊണ്ടാണ്? ഉത്തരം വ്യക്തമാണ്. കൊളംബസിന് മുമ്പേ തന്നെ തന്റെ മനസിൽ ദ്വീപിന്റെ വീതിയെക്കുറിച്ചും അതിന്റെ രണ്ടറ്റങ്ങൾക്കുമിടയിലുള്ള ദൂരത്തെക്കുറിച്ചും ഉണ്ടായിരുന്ന ചിത്രമാണദ്ദേഹത്തെ അതിന് കഴിവുറ്റവനാക്കിയത്. 1492 ലെ ഈ സമുദ്രയാത്രയുടെ ചരിത്രപരമായ അർഥം, സത്താപരമായ ഒരു വീക്ഷണകോണിൽനിന്ന് നോക്കിയാൽ, ഓർബിസ് ടെറാറുമിൽ (ആദ്യത്തെ യഥാർഥ ആധുനിക ഭൂപടം) പ്പെട്ടിരിക്കുന്ന ഒരുണ്മയായി കൊളംബസ് കണ്ടെത്തിയ നാടുകളെ നൽകപ്പെട്ടിരിക്കുന്നുവെന്നാണ്; അതങ്ങനെ മനസിലാക്കപ്പെട്ടു കഴിയുമ്പോൾ, ഒരു ആദ്യസിദ്ധാന്തവും ഉപാധികളൊന്നുമില്ലാത്ത അനുമാനവുമെന്ന നിലയിൽ അവർക്കതവകാശപ്പെട്ടിരിക്കുന്നു. അതാണ് ചരിത്രപരമായ വസ്തുത. മറ്റൊരു പിൽക്കാല ചരിത്രകാലഘട്ടത്തിൽ ഈ നാടുകൾ മറ്റൊരു വ്യത്യസ്ത ഉണ്മയായി നിക്ഷേപിക്കപ്പെടുകയും സംഭാവനയായി നൽകപ്പെടുകയും ചെയ്തു. അമേരിക്കയുടെ കണ്ടുപിടുത്തമെന്ന് നമ്മൾ വിളിക്കുന്ന പ്രക്രിയയതാണ്.

കൊളംബസ് ഒരിക്കലും അമേരിക്കൻ വൻകരയിലെത്തിയില്ല, ഒരിക്കലുമദ്ദേഹം ഏഷ്യയിലെത്തുകയും ചെയ്യുമായിരുന്നില്ല. അദ്ദേഹം കണ്ടെത്തിയ ഏക സ്വർണം ഇന്ത്യക്കാർ ധരിച്ചിരുന്ന സ്വർണക്കമ്മൽ മാത്രമാണ്. മറിച്ചദ്ദേഹമെത്തിയത് അറിയപ്പെടാത്തതും രേഖപ്പെടു

ത്തപ്പെടാത്തതുമായ ഒരു നാട്ടിലാണ്. യൂറോപ്പിനും ഏഷ്യ-അമേരിക്കകൾക്കുമിടയിൽ അധിവസിച്ചിരുന്നത് അരാവാക്ക് ഇന്ത്യക്കാരാണ്. അവരാണ് വിദേശികളെ സ്വാഗതം ചെയ്യാൻ നീന്തിച്ചെന്നത്. പക്ഷേ, കൊളംബസ് തന്നെത്തന്നെയും രാജാവിനെയും താൻ ഏഷ്യ കണ്ടെത്തിയെന്ന് വിശ്വസിപ്പിക്കാനായി എല്ലാത്തരത്തിലുമുള്ള കളവായ ഭൂമിശാസ്ത്രപരമായ ന്യായീകരണങ്ങളും അണിനിരത്തി. രാജാവിന് പകരമായി സ്വർണവും അടിമകളെയും വാഗ്ദാനം ചെയ്യുകയും ചെയ്തു. അന്നുമുതൽ ലോകം കണ്ടത് സ്വർണത്തിനും അടിമകൾക്കും വേണ്ടിയുള്ള വലിയൊരു വേട്ടയും അഭിവൃദ്ധിക്കുവേണ്ടി തദ്ദേശവാസികളായ ഇന്ത്യൻ ജനതകളുടെ ഒരു കൂട്ടക്കൊലയുമാണ്. അവരൊരു സ്വർണഖനിയും കണ്ടുപിടിച്ചില്ല. പക്ഷേ സ്പെയിനിലേക്ക് തിരിച്ചുപോകുന്ന കപ്പലുകളിൽ എന്തെങ്കിലും തരത്തിലുള്ള ലാഭം നിറയ്ക്കണമായിരുന്നു. 1495 വർഷത്തിൽ അവരൊരു വലിയ അടിമവേട്ട നടത്തി. ആയിരത്തഞ്ഞൂറ് സ്ത്രീകളെയും കുട്ടികളെയും പുരുഷന്മാരെയും വളഞ്ഞുപിടിച്ചു. സ്പെയിൻകാരും പട്ടികളും കാവൽനിൽക്കുന്ന കൂട്ടിൽ അവരെയടച്ചു. എന്നിട്ട് ആരോഗ്യമുള്ള 500 ശരീരങ്ങളെ കപ്പലിൽ ലോഡു ചെയ്തു. ആ അഞ്ഞൂറുപേരിൽ 200 പേരും വഴിയിൽ മരിച്ചു. ബാക്കിയുള്ളവർ സ്പെയിനിലെത്തിയപ്പോൾ നഗരത്തിലെ ആർച്ച് ഡീക്കൻ(ഉയർന്ന ക്രൈസ്തവ മതപുരോഹിതൻ) അവരെ വിൽപ്പനയ്ക്കു വച്ചു. അയാൾ റിപ്പോർട്ടു ചെയ്തു, "ജനിച്ച ദിവസത്തിലെന്നപോലെ നഗ്നരാണെങ്കിലും അവർ മൃഗങ്ങളെക്കാൾ പരിഭ്രമമൊന്നും പ്രദർശിപ്പിച്ചില്ല." പക്ഷേ ബന്ധനത്തിൽ കിടന്ന അടിമകളിൽ വളരെയധികം പേർ മരിച്ചൊടുങ്ങി. അതുകൊണ്ട് കൊളംബസിന്, നിക്ഷേപിച്ചവർക്ക് ലാഭവിഹിതം നൽകാനുള്ള വെപ്രാളത്തിനിടയിൽ, തന്റെ കപ്പലുകൾ സ്വർണം കൊണ്ടുനിറയ്ക്കുമെന്ന വാഗ്ദാനം പാലിക്കേണ്ടിയിരുന്നു. ഹെയ്തിയിലെ സിക്കാവോ പ്രവിശ്യയിൽ, വലിയ സ്വർണശേഖരമവിടെയുണ്ടെന്നായിരുന്നു അദ്ദേഹത്തിന്റെയും കൂട്ടാളികളുടെയും ഭാവന. 14 വയസിനു മുകളിലുള്ള ഓരോയാളും മൂന്നുമാസത്തിലൊരിക്കൽ ഒരു നിശ്ചിത അളവ് സ്വർണം ശേഖരിച്ചുകൊണ്ടുവരണമെന്ന് കൽപ്പന പുറപ്പെടുവിച്ചു. അവരതു കൊണ്ടുവന്നപ്പോൾ, കൊണ്ടുവന്നവരുടെ കഴുത്തിൽ ധരിക്കാനായി ചെമ്പുടോക്കണുകൾ നൽകി. ചെമ്പുടോക്കണുകളില്ലാത്തവരായി കാണപ്പെട്ട ഇന്ത്യക്കാരുടെ കൈവെട്ടുകയും അവരെ രക്തംവാർന്നു മരിക്കാനായി വിടുകയും ചെയ്തു. ഇന്ത്യക്കാർക്ക് നൽകപ്പെട്ടത് അസാധ്യമായ ഒരു ചുമതലയായിരുന്നു. അതുകൊണ്ടവർ ഓടി രക്ഷപ്പെടാൻ ശ്രമിച്ചു. അവരെ നായ്ക്കളെ ഉപയോഗിച്ച് വേട്ടയാടിപ്പിച്ചു, കൊലപ്പെടുത്തി. തടവുകാരെ തൂക്കിലേറ്റുകയോ ചുട്ടുകൊല്ലുകയോ ചെയ്തു. അരാവാക്കുകൾക്കിടയിൽ കൂട്ട ആത്മഹത്യകളരങ്ങേറി. കസാവയുടെ വിഷംനൽകി ചെറിയ കുട്ടികളെ സ്പാനിഷുകാരിൽനിന്ന് രക്ഷിക്കാനായി കൊലപ്പെടുത്തി. അമേരിക്കകൾ കണ്ടുപിടിക്കുന്നതിനിടയിൽ മരിച്ചൊടുങ്ങിയ തദ്ദേശീയ

രുടെ ഒരു മതിപ്പുകണക്ക് ഉണ്ടാക്കിയെടുക്കാൻ ശ്രമിച്ചപ്പോൾ വിസ്കോൺസിൻ-മാഡിസൺ യൂണിവേഴ്സിറ്റിയിലെ പ്രൊഫസർ-എമരിറ്റസ് ആയ വില്യം ദേനേവൻ നൽകിയ ശരാശരി സംഖ്യ 5 ദശലക്ഷമെന്നാണ്. പൊതുവായി അംഗീകരിക്കപ്പെടുന്ന കണക്ക് 1492-നു മുമ്പുണ്ടായിരുന്നതിന്റെ 90 ശതമാനവും മരണമടഞ്ഞുവെന്നാണ്. 1492 ലെ മൊത്തം ലോകജനസംഖ്യയുടെ 13 ശതമാനമായിരുന്നു തദ്ദേശീയ ജനസംഖ്യയെങ്കിൽ 1600 ആയതോടെ അത് വെറും ഒരു ശതമാനത്തിനുമുകളിൽ എന്നിടത്തേക്ക് കുത്തനെ നിപതിച്ചു. 1650 ലെ ഒരു റിപ്പോർട്ട് ചൂണ്ടിക്കാണിച്ചത് ആരംഭത്തിലുണ്ടായിരുന്ന അരാവാക്കുകളോ അവരുടെ പിന്മുറക്കാരോ ദ്വീപിലവശേഷിച്ചില്ല എന്നാണ്. ഡി ലാകാസസ് തന്റെ പുസ്തകത്തിൽ വിവരിക്കുന്നതുപോലെ 'സ്പെയിൻകാർ ഇന്ത്യക്കാരെ പത്തുകളും ഇരുപതുകളുമായി കത്തിക്കിരയാക്കിയതിനെക്കുറിച്ച് ഒന്നുംതന്നെ ചിന്തിച്ചില്ല. തങ്ങളുടെ വായ്ത്തലകളുടെ മൂർച്ചപരിശോധിക്കാൻ അവരുടെ ദേഹത്തുനിന്ന് കഷ്ണങ്ങൾ ചെത്തിയെടുത്തപ്പോഴും ഒന്നും ചിന്തിച്ചില്ല. ഡി ലാകാസാസ് റിപ്പോർട്ടു ചെയ്യുന്നു. "അവർ ഖനികളിലും മറ്റു ജോലിസ്ഥലങ്ങളിലും നിരാശാഭരിതമായ ഒരു മൗനത്തോടെ മരിച്ചുവീണു. ഈ ലോകത്ത് തങ്ങൾക്കൊരാശ്വാസത്തിനായി ഏതൊരാത്മാവിനെയാണ് സമീപിക്കേണ്ടതെന്നറിയാതെ." യൂറോപ്പിലെ ജൂതന്മാരെ തുടച്ചുനീക്കാനുള്ള ഹിറ്റ്ലറുടെ ശ്രമം കണക്കുകൂട്ടിയതും ക്രമീകൃതവുമായ ഒരു വംശഹത്യാപദ്ധതിയായിരുന്നുവെങ്കിൽ യൂറോപ്യന്മാർ ക്രിസ്തീയതയുടെയും പുരോഗതിയുടെയും സംസ്കാരത്തിന്റെയും പേരിൽ കണ്ടെത്തിയതിൽ 90 ശതമാനത്തോളം വരുന്ന തദ്ദേശീയ ജനതയെ കൊലപ്പെടുത്തിയത് ക്രൂരമായ കാര്യക്ഷമതയുടെ കാര്യത്തിൽ ഒട്ടും പിന്നിൽ നിൽക്കുന്ന രീതിയിലായിരുന്നില്ല. അങ്ങനെയാണ് 500 വർഷത്തിനുമുമ്പത്തെ അമേരിക്കകളിലെ ഇന്ത്യൻ അധിവാസ കേന്ദ്രങ്ങളുടെ മേലുള്ള യൂറോപ്യൻ കടന്നാക്രമണത്തിന്റെയും യു എസ് എ യുടെ ജനനത്തിന്റെയും ചരിത്രമാരംഭിച്ചത്. യൂറോപ്യന്മാരെ സംബന്ധിച്ച് അത് മഹത്തായൊരു തുടക്കമായിരുന്നു. അതേസമയം കാപട്യമില്ലാത്തവരും സൗഹൃദമനസ്കരുമായ അരാവാക്കൻ ജനതയ്ക്കത് അവസാനത്തിന്റെ ആരംഭമായിരുന്നു. യു എസ് എ യിലും മറ്റുള്ളിടങ്ങളിലും കുട്ടികൾക്കു പഠിക്കാനായി നൽകപ്പെടുന്ന ചരിത്രപുസ്തകങ്ങൾ നാം വായിക്കുമ്പോൾ അതു തുടങ്ങുന്നത് ഒരു വീരോചിത സാഹസിക സംരംഭത്തോടെയാണെന്നതാണ്. ആധുനിക കാലത്തെ വിരോധാഭാസം- അവിടെയൊരു രക്തച്ചൊരിച്ചിലുമില്ല. മഹത്തായ ഒരു കണ്ടുപിടുത്തത്തിന്റെ ആഘോഷമാണ് കൊളംബസ് ദിനം.

പടിഞ്ഞാറിന്റെ ഉദയത്തിൽ സ്വത്വരൂപീകരണവും ശാസ്ത്രീയ വംശീയതയും ഒരു സുപ്രധാന പങ്കുവഹിച്ചിട്ടുണ്ട്. അതാണ്, പിൽക്കാലത്ത് പടിഞ്ഞാറിന്റെ ഉദയത്തിന്റെ അടുത്തഘട്ടമായ സാമ്രാജ്യത്വത്തെ സാധ്യമാക്കിയതും. ലോകത്തിന്റെ വിവിധ സിസ്റ്റമാറ്റൈസേഷനുകളും വർഗീ

കരണങ്ങളും കണ്ടുപിടുത്തങ്ങളും ജന്മംകൊള്ളുകയും ആ വ്യവഹാരങ്ങൾ ഒരുതരം ബൗദ്ധിക അപ്പാർത്തിഡ് (വർണവിവേചനം) ഭരണത്തെ സൃഷ്ടിക്കുകയും, അതിനകത്ത് പടിഞ്ഞാറ് അടിസ്ഥാനപരമായി കിഴക്കിൽനിന്ന് മാറ്റി നിർത്തപ്പെടുകയും ചെയ്തു. കാലത്തിൽ പ്രാചീന ഗ്രീസിനോളം പിന്നോട്ടുപോകുന്ന ഒരു ഭാവനാപരമായ അതിർരേഖയിലൂടെ. കിഴക്ക് എക്കാലവും പടിഞ്ഞാറുമായി ബന്ധത്തിലായിരുന്നുവെന്നും, 18 ാം നൂറ്റാണ്ടിനു മുമ്പുള്ള സാമ്പത്തിക പുരോഗതിയുടെ വഴിവെട്ടിത്തുറന്നത് കിഴക്കാണെന്നുമുള്ള അവകാശവാദങ്ങൾ ഏറെയും അപ്രത്യക്ഷമാവുകയും ലോകത്തെ സംബന്ധിച്ച പുതിയ സിദ്ധാന്തങ്ങൾ പടിഞ്ഞാറിന്റേത് ഒരുതരം ശുദ്ധമായ കന്യകാപ്രസവമായിരുന്നുവെന്ന ധാരണയ്ക്ക് കരുത്തേകുകയും ചെയ്തു. കിഴക്കിന്റെ ഡെഡ്പോട്ടുകളുടെ ഭരണത്തെ (സ്വേച്ഛാധിപതികളുടെ ഭരണം)ക്കുറിച്ചുള്ള കുപ്രസിദ്ധമായ സിദ്ധാന്തം ഉറപ്പിച്ചുപറഞ്ഞത്, യൂറോപ്പാണ്. ജനാധിപത്യത്തിന്റെ ജന്മഗേഹമെന്നും അതുകൊണ്ട്, സാമ്പത്തിക-രാഷ്ട്രീയപുരോഗതിയുടെ വാഹകനെന്നുമാണ്. ഏഷ്യയെ ഡെഡ്പോട്ടിസത്തിന്റെ നാടായി എഴുതിത്തള്ളിയപ്പോൾ അവ സാമ്പത്തിക മാന്ദ്യത്തിന്റെ ഇരകളാണെന്നും വന്നുചേർന്നു. ഈ സിദ്ധാന്തം യൂറോപ്യൻ സ്വത്വരൂപീകരണത്തിന് നിർണായകമായ വിധത്തിൽ പ്രധാനമായിരുന്നു. കാരണം, സ്വേച്ഛാധികാരി (Despot)കളുടെ കിഴക്കല്ലാത്തതുകൊണ്ടുതന്നെ തങ്ങൾ ഉദാരവാദികളും ജനാധിപത്യവാദികളുമാണെന്ന് സ്വയം ഭാവനചെയ്യാൻ വരെ അപ്രാപ്തരാക്കി. 20 ാം നൂറ്റാണ്ടിനുമുമ്പ് ഒരു യൂറോപ്യൻ രാഷ്ട്രവും ജനാധിപത്യപരമോ ലിബറലോ ആയിരുന്നില്ലെന്നതാണ് വസ്തുത. കിഴക്കിനെ ഇത്തരത്തിൽ ഭയാനകമായ വിധം സമഗ്രാധിപതംപരമായ ഒന്നായി ചിത്രീകരിച്ചതോടെ, അത്, യൂറോപ്യൻ രാഷ്ട്രങ്ങൾക്ക് ജനാധിപത്യത്തിന്റെ കമ്മിയുണ്ടെന്ന പ്രശ്നത്തിൽനിന്ന് ശ്രദ്ധതിരിച്ചുവിടുന്നതിനുതകി. ഇവിടെ ആവശ്യമായി വന്ന പ്രധാന ബൗദ്ധിക സർക്കസ് ഗ്രീസിനെ പുനർവിഭാവനം ചെയ്യലാണ്. യൂറോപ്യൻ ചിന്തകർ ഉടനടി തന്നെ പ്രാചീന ഗ്രീസിനെ യൂറോപ്യൻ നാഗരികതയുടെ ജന്മഗേഹമെന്ന പദവിയിലേക്കുയർത്തി. അതിന് ജനാധിപത്യ സ്ഥാപനങ്ങളും ശാസ്ത്രീയ യുക്തിപരതയും കൽപ്പിച്ചുനൽകുകയും ചെയ്തു. ഗ്രീക്കുകാർ തങ്ങളെത്തന്നെ മുഖ്യമായും നോക്കിക്കണ്ട വീക്ഷണമായിരുന്നില്ല ശുദ്ധമായ യൂറോപ്യൻ ഗ്രീസെന്ന വീക്ഷണത്തിന്റേത്. ഹെല്ലെനിക് പടിഞ്ഞാറ് എന്നറിയപ്പെടുന്നതിനകത്ത് ദൃഢമായി ഉറപ്പിക്കപ്പെട്ട ഒന്നായാണവർ ഗ്രീസിനെ വീക്ഷിച്ചത്. ഭൂമിശാസ്ത്രപരമായ യാഥാർഥ്യത്തെ നിഷേധിക്കുന്ന വിധത്തിൽ യൂറോപ്പ്, എക്കാലവും ഗ്രീക്ക് മിത്തോളജിയിൽ ലെബനോന് സമീപത്തുള്ള ടയറിലെ രാജാവായ അഗെനോറിന്റെ മകളായി ഉണ്ടായിരുന്നുവെന്ന ആശയം സ്വീകരിച്ചിരുന്നു. തീർച്ചയായും, ഗ്രീസ് ആത്മീയമായും സാംസ്കാരികമായും കിഴക്കുമായാണ് ബന്ധപ്പെട്ടിരുന്നത്. മാർട്ടിൻ ബർണൽ (കോർണൽ യൂണിവേഴ്സിറ്റിയിൽ നിയർ

ഈസ്റ്റേൺ സ്റ്റഡീസിന്റെ പ്രൊഫസർ എമിറിറ്റസ്-ജനനം 1937) ഇതിന് യൂറോകേന്ദ്രിതവിരുദ്ധമായ പ്രാചീന മോഡലെന്ന ലേബൽ നൽകി. കിഴക്കൻ ഡസ്പോട്ടിസമെന്ന സിദ്ധാന്തത്തിനനുരൂപമായി ഒരു രണ്ടാം ആശയം കൊണ്ടുവരപ്പെട്ടു. കിഴക്കിന്റെ 'പീറ്റർ തിയറി' എന്ന് പേരുവിളിക്കാവുന്ന അതിൻപ്രകാരം കിഴക്ക് ഒരു നിഷ്കളങ്ക ശിശുവാണെന്നും അതൊരിക്കലും സ്വമേധയാ വളരുകയില്ലെന്നും സങ്കൽപ്പിക്കപ്പെട്ടു. കിഴക്കിനെ ഒരു സ്വേച്ഛാധികാര(Despotic) ഭീഷണിയായി പ്രതിനിധീകരിക്കുന്നത് സാമ്രാജ്യത്വത്തെക്കുറിച്ചുള്ള വ്യവഹാരത്തിന് പ്രധാനമായിരിക്കുന്നതുപോലെ, കിഴക്ക് നിഷ്കളങ്കവും വിചിത്രവും, അതിനെല്ലാമുപരിയായി; നിഷ്ക്രിയവും ഒന്നുംചെയ്യാൻ പറ്റാത്തതുമാണെന്ന ആശയവും ആവശ്യമാണ്. രണ്ടാമത്തെ ആശയത്തെ 'ഒരു പടിഞ്ഞാറൻ രാജകുമാരന്റെ ചുമതലയാണ് ഉറങ്ങുന്ന കിഴക്കൻ സൗന്ദര്യധാമത്തെ വിമോചിപ്പിക്കുകയെന്നത്' എന്ന രീതിയിൽ സാമ്രാജ്യത്വത്തെ ഒരു ധാർമികമായ ദൗത്യമായി അവതരിപ്പിക്കുന്നതിനായി വിദഗ്ധമായി ഉപയോഗിച്ചു. ഈ ചിത്രമാണ് റുഡ്യാർഡ് കിപ്ലിങ്ങിന്റെ 1899ലെ പ്രസിദ്ധമായ കവിതയിൽ പ്രകടമാകുന്നത്. "വെള്ളക്കാരനായ മനുഷ്യന്റെ പിശാച്" ബാധ്യതയെന്ന നിലക്ക് അദ്ദേഹം കിഴക്കൻ ജനതകളെ പകുതി പിശാചും പകുതി മരിച്ചതുമായി വിവരിച്ചു. കിഴക്കൻ ധാർമികാധ:പതനത്തിന്റെയും നഷ്ടത്തിന്റെയും രോഗത്തിൽനിന്ന് മോചനം നൽകുകയെന്ന ധാർമിക കടമയാണ് ആ ബാധ്യതയായിത്തീരുന്നത്. വീണ്ടും ജ്ഞാനോദയചിന്തയുടെ ഒരു നിർണായകവശം കാലാവസ്ഥയും സ്വഭാവപ്രകൃതിയും സംസ്കാരവും തമ്മിലുള്ള ബന്ധത്തിന് കൽപ്പിക്കപ്പെടുന്ന പ്രാധാന്യമാണ്. മഞ്ഞ മനുഷ്യർ അഥവാ ചൈനക്കാർ 1780കളിൽത്തന്നെ അവരുടെ മോശമായിക്കൊണ്ടിരിക്കുന്ന കാലാവസ്ഥ നിമിത്തം ഒരു നിലംപതിച്ച ജനതയായി കണക്കാക്കപ്പെട്ടുതുടങ്ങി. അത് തികച്ചും വൃത്തികെട്ട ഒരു പ്രതിനിധാനമായിരുന്നു; കാരണം വടക്കൻ ചൈന യൂറോപ്പ് പോലെ തന്നെ മിതശീതോഷ്ണ കാലാവസ്ഥയുള്ളതാണ്.

ലോകചരിത്രത്തിലാദ്യമായി സമൂഹങ്ങളുടെ വികാസങ്ങൾക്കടിത്തറയാകുന്നത് സ്ഥിരമായ വംശീയ സ്വഭാവവിശേഷങ്ങളാണെന്ന് കണക്കാക്കപ്പെടുകയും അതിൽത്തന്നെ തൊലിനിറത്തിനും ജനിതകഗുണങ്ങൾക്കും നാഗരികതയുടെ ഒരു നിർവചന മാനദണ്ഡമെന്ന നിലയിൽ പ്രത്യേക ഊന്നൽ നൽകപ്പെടുകയും ചെയ്തു. ഉൽപ്പത്തി സിദ്ധാന്തത്തിനുചേർന്ന വിധം കാലാവസ്ഥയും സ്വഭാവപ്രകൃതിയും നാഗരികതയുടെ നിലവാരവുമായി വളരെ അടുത്ത ബന്ധമുള്ളതായി കണക്കാക്കപ്പെട്ടു. കറുത്ത പ്രാകൃതർ പ്രകൃതിയുടെ തനിസ്വഭാവത്തിനകത്തെ ഒരു സ്വാഭാവികമനുഷ്യനായി, മനുഷ്യക്കുരങ്ങിൽനിന്ന് ഒരടിമാത്രം മുന്നിലുള്ളവനായി, കണക്കാക്കപ്പെട്ടു. ആധുനിക ടാക്സോണമിയുടെ പിതാവായ കാൾലിനേയൂസ് തന്റെ *സിസ്റ്റമാനാച്ചുറേ* (1735) എന്ന കൃതിയിൽ മനുഷ്യന്റെ വെള്ള, മഞ്ഞ, കറുപ്പ്, കുരങ്ങ് എന്നീ നാല് വംശങ്ങളെ

ശ്രേണീക്രമത്തിൽ വിവരിച്ചു(ഇതിൻപ്രകാരം കുരങ്ങും ഒരു മനുഷ്യവംശത്തിൽപ്പെടുന്നു). നീഗ്രോയെ സംസ്കാരത്തിന്റെ ഏറ്റവുമടിത്തട്ടിൽ പരിഗണിച്ചു; ഒറാംഗ്ഉട്ടനിൽനിന്ന് അൽപ്പം മാത്രം മുകളിൽ നിൽക്കുന്നവനായി. അങ്ങനെ നരവംശശാസ്ത്രജ്ഞരും ജീവശാസ്ത്രജ്ഞരും ഒരു നീണ്ടനിര സിദ്ധാന്തങ്ങളും വർഗീകരണങ്ങളും വികസിപ്പിച്ചെടുക്കുകയും 1840നു ശേഷം ബ്രിട്ടനിൽ ഒരുതരം ശാസ്ത്രീയ വംശീയ വാദം ഉൽപ്പാദിപ്പിക്കുകയും ചെയ്തു. തലച്ചോറിന്റെ കിഴക്കൻ ലോബ് (അറ) മതവും ആന്തരികജ്ഞാനവും ഉപബോധവും ഉൽപ്പാദിപ്പിക്കുമ്പോൾ പടിഞ്ഞാറൻ അറയാണ് യുക്തിയും ശാസ്ത്രവും ബോധങ്ങളും ഉൽപ്പാദിപ്പിക്കുന്നതെന്നുവരെ സിദ്ധാന്തീകരിക്കപ്പെട്ടു. ബ്രിട്ടീഷ് കൊളോണിയൽ ഭരണാധികാരികൾപോലും തലയോട്ടിയെ അടിസ്ഥാനമാക്കി അന്ധവിശ്വാസങ്ങൾ രചിച്ചു. കട്ടി കുറഞ്ഞ തലയോട്ടി വംശീയ മേന്മയുടെയും പിത്ത് ടോപ്പി (സാമ്രാജ്യത്വത്തിന്റെ എംബ്ലം) യുടെയും ഒരു ചിഹ്നമാണെന്നും പറഞ്ഞു. നോഹയുടെ മൂന്നു പുത്രന്മാരെക്കുറിച്ചുള്ള ഉൽപ്പത്തി സിദ്ധാന്തത്തിന്റെ പുനരുൽപ്പാദനം കുറഞ്ഞ പ്രാധാന്യമുള്ള ഒന്നല്ല, അത് പരിഷ്കരിക്കാൻ ദൗത്യത്തെ ന്യായീകരിച്ചു. ആ റോൾ ഉൽപ്പത്തിസിദ്ധാന്തം നിർവഹിച്ചതെങ്ങനെയെന്നാൽ ജാഫെത്ത് (യൂറോപ്പ്) ഷെമ്മിനെ (ഏഷ്യക്കാരെ) ഉൾക്കൊള്ളണമെന്നും ഹാമിനെ അഥവാ കന്നാനെ/കറുത്ത ആഫ്രിക്കക്കാരെ അടിമയാക്കുകയോ കോളനീകരിക്കുകയോ ചെയ്യണമെന്നും പ്രഘോഷിച്ചുകൊണ്ടാണ്, അഥവാ വ്യാഖ്യാനിച്ചുകൊണ്ടാണ്. ഉൽപ്പത്തിസിദ്ധാന്തം അത് നിർവഹിച്ച ചാൾസ് ഡാർവിന്റെ 'ജീവജാതികളുടെ ഉത്ഭവ'ത്തെക്കുറിച്ചുള്ള സിദ്ധാന്തം, അതിന്റെ പ്രസിദ്ധീകരണത്തിനുശേഷം, സാമൂഹ്യശാസ്ത്രസിദ്ധാന്തങ്ങളിൽ ഉടൻതന്നെ പ്രയോഗിക്കപ്പെട്ടു. പ്രകൃതിയുടെ തെരഞ്ഞെടുപ്പ്, അർഹതയുള്ളതിന്റെ അതിജീവനം എന്നിവയൊക്കെ വെള്ളവംശത്തിന്റെ മേധാവിത്വം പടിഞ്ഞാറുകാർക്ക് ന്യായീകരിക്കാൻ പറ്റിയ പ്രധാനപ്പെട്ട സംഗതികളായിത്തീർന്നു. അത് വംശങ്ങളുടെ മുന്നേറിയതും പിന്നോക്കവുമെന്നുള്ള, അഥവാ, യൂറോപ്യൻ ആര്യനും കിഴക്കൻ ആഫ്രിക്കനുമെന്ന വിഭജനത്തിന്റെ ശാസ്ത്രീയ സാധുത വ്യക്തമായി പ്രസ്താവിക്കുന്നതായി തോന്നിച്ചു. ഈ രീതിയിൽ ചരിത്രത്തിലാദ്യമായി സമൂഹങ്ങളുടെ വികാസങ്ങൾ സ്ഥിരമായ വംശങ്ങളിൽ, അടിസ്ഥാനപ്പെടുത്തിയതാണെന്നും, അതാണ് നാഗരികതകളുടെ വംശീയമാനദണ്ഡങ്ങളെ നിർണയിക്കുന്നതെന്നും കണക്കാക്കപ്പെട്ടു തുടങ്ങി. സാമ്രാജ്യത്വത്തെ ഒരു പരിഷ്കരണദൗത്യമായും അതുവഴി നാഗരികതയുടെ സമ്മാനങ്ങളെ കിഴക്കിന് എത്തിച്ചുകൊടുക്കാനുള്ള പടിഞ്ഞാറൻ മനുഷ്യന്റെ ധാർമിക കടമയായും യൂറോപ്യന്മാർ വീക്ഷിച്ചുതുടങ്ങി. കിഴക്കിനെ പരിഷ്കരിക്കാനും വിമോചിപ്പിക്കാനും പടിഞ്ഞാറ് ബാധ്യതപ്പെട്ടിരിക്കുന്നു. കിഴക്കൻ സംസ്കാരത്തെയും സ്വത്വത്തെയും സമ്മൂലനം ചെയ്യുന്നതും അതിനെ കൂടുതൽ മികച്ച പടിഞ്ഞാറൻ നാഗരിക ഗുണങ്ങൾകൊണ്ട് സമ്പന്നമാക്കുന്നതും തികച്ചും ശരിയാണ്; കടമയുമാണ്.

സാമ്രാജ്യത്വം ലോകത്തിന് അനിവാര്യമായും നല്ലതല്ലെങ്കിലും- അത്തരത്തിൽ ഒന്നല്ലെന്നാണ് തിന്മയായിത്തന്നെയാണ് അത് യഥാർഥത്തിൽ അനുഭവവേദ്യമായതെങ്കിലും- ബ്രിട്ടീഷ് സാമ്രാജ്യത്വവാദികൾ ആത്മാർഥമായി വിശ്വസിച്ചിരുന്നത്. അവർ ശരിക്കും കിഴക്കിനെ പരിഷ്കരിക്കുകയും വീണ്ടെടുക്കുകയോ വിമോചിപ്പിക്കുകയോ ചെയ്യുകയാണെന്നുമാണ്. പക്ഷേ ഈ ബ്രിട്ടീഷ് പരിഷ്കരണദൗത്യം അടിസ്ഥാന വൈരുധ്യത്തോടെ രൂപപ്പെടുത്തപ്പെട്ടതായിരുന്നു. ഒരുവശത്ത് ഒരു സാംസ്കാരിക മതംമാറ്റത്തെ അടിച്ചേൽപ്പിക്കാനുള്ള ഉപാധിയായിരുന്നു അത്. അതിലൂടെ കിഴക്കൻ സ്ഥാപനങ്ങളെയും സാംസ്കാരിക സാമ്പത്തിക നടപടിക്രമങ്ങളെയും ബ്രിട്ടീഷ് രീതിയിൽ രൂപാന്തരപ്പെടുത്തിക്കൊണ്ട് കിഴക്കൻ ജനതകളെ ബ്രിട്ടീഷ് സംസ്കാരത്തിന്റെ നിലവാരത്തിലേക്കുയർത്താനതുദ്യമിച്ചു. പക്ഷേ, മറുവശത്ത് ഈ സാംസ്കാരിക മതംമാറ്റം മുന്നോട്ടുപോയത് കിഴക്കൻ ജനതകളെയും സമ്പദ്ഘടനകളെയും ഒതുക്കിനിർത്തിക്കൊണ്ട് ഒരു സ്വത്വഭീഷണിയെ ഒഴിവാക്കുകയെന്ന തന്ത്രത്തോട് കൈകോർത്തു പിടിച്ചുകൊണ്ടാണ്.

യഥാർഥത്തിൽ ഈ സ്വത്വപ്രതിസന്ധിയാണ് രണ്ടാം റൗണ്ട് കുരിശുയുദ്ധങ്ങളുടെ (കൊളംബസും വാസ്കോ ഡ ഗാമയും തുടങ്ങിവച്ച) മൂലകാരണമായിത്തീർന്നത്. അത്തരമൊരു അമേരിക്കൻ ആഫ്രിക്കൻ അനുഭവം യൂറോപ്യൻ സ്വത്വത്തിന്റെ പുനർനിർമാണം സാധ്യമാക്കാൻ നിർണായക പ്രാധാന്യമുള്ളതായിരുന്നു. യൂറോപ്പേതര വിഭവങ്ങളെ അടിമക്കച്ചവടത്തിലൂടെയും ചരക്കുവൽക്കരണത്തിലൂടെയും അമേരിക്കൻ ആഫ്രിക്കൻ അധ്വാനത്തിന്റെ കയ്യടക്കലിലൂടെയും ഉപയോഗപ്പെടുത്താനായതാണ് പടിഞ്ഞാറൻ, പ്രത്യേകിച്ചും ബ്രിട്ടീഷ്, വ്യവസായവൽക്കരണത്തെ കാര്യമായി സാധ്യമാക്കിയത്. ഒരു ക്രിസ്തീയവൽകൃത യൂറോകേന്ദ്രിത വാദത്തിൽനിന്നുള്ള മൊത്തം ലോകത്തെയുമപേക്ഷിച്ച് മേന്മയേറിയ പടിഞ്ഞാറൻ യൂറോപ്പെന്ന പൂർണമായും വളർന്നുവികസിച്ച ഒരു സങ്കൽപ്പനത്തെയാണ് 1500 – 1750 കാലത്തെ "അമേരിക്കനനുഭവം" പ്രതിനിധാനം ചെയ്തത്. 1700നുശേഷം യൂറോപ്യൻ സ്വത്വം വംശീയതയിലൂടെയാണ്, പുനർനിർമിക്കപ്പെട്ടത്. അതിന്റെ പര്യവസാനം സാമ്രാജ്യത്വത്തെ ഒരു ധാർമിക കടമയായി നിർദേശിക്കുകയെന്നതായിരുന്നു. അതിനെത്തുടർന്ന് ബ്രിട്ടീഷുകാർ കിഴക്കിനെ വ്യവസായിക അസംസ്കൃത വസ്തുക്കളുടെ കേന്ദ്രങ്ങളായി പുന:സംഘടിപ്പിക്കുകയും ബ്രിട്ടീഷുകാരുടെ വ്യാവസായികാവശ്യങ്ങളെ തൃപ്തിപ്പെടുത്താനായി അവയെ ചൂഷണം ചെയ്യുകയും ഉപയോഗിക്കുകയും ചെയ്തു. കിഴക്കൻ സമ്പദ്ഘടനകളെ ഒതുക്കൽ നയങ്ങളിലൂടെ പിടിച്ചുവയ്ക്കുകയും അതുവഴി ബ്രിട്ടന്റെ സാമ്പത്തികനേതൃത്വം നിലനിർത്തുകയും ചെയ്തു. ഒടുവിലായി, കിഴക്കിന്റെ ശ്രമിക്കപ്പെട്ട സാംസ്കാരിക മതംമാറ്റം പിന്തുടർച്ചാവകാശമായി കിട്ടി. "കിഴക്കൻ സാംസ്കാരിക വ്യതിയാനം" എന്നു വിളിക്കപ്പെട്ടതു മൂലം പടിഞ്ഞാറിന് തങ്ങളൊരു ഭീഷണിനേരിടുന്നതായി അനു

ഭവപ്പെട്ടു എന്നതിൽനിന്ന്, കിഴക്ക് മുമ്പവർ നടപ്പാക്കാൻ ശ്രമിച്ച സാംസ്കാരിക മതംമാറ്റം സാമ്രാജ്യത്വം പിന്തുടർച്ചാവകാശമെന്ന നിലയിൽ സ്വീകരിക്കുകയും അതിന്റെ അങ്ങേയറ്റത്ത് വംശഹത്യയും സാമൂഹ്യവർണവിവേചനവും വരെ നടപ്പാക്കുകയും ചെയ്തു. അതായിരുന്നു സുപ്രധാന സംഭാവന. നിരവധി രീതിയിൽ കീറലും മുറിവുകളുമുണ്ടാക്കിക്കൊണ്ടത് ആധുനിക മുതലാളിത്തത്തിലേക്കുള്ള അതിന്റെ കുതിച്ചുചാട്ടം സാധ്യമാക്കി, യുക്തിപരമായ അടങ്ങിയൊതുങ്ങിയിരിക്കാനാകായ്ക(restlessness) എന്നതിലേറെ, വംശീയമായ അടങ്ങിയൊതുങ്ങിയിരിക്കാനാകായ്കയാണ് പടിഞ്ഞാറിന്റെ ഉദയം സാധ്യമായത്. എഡ്വേർഡ് സെയ്ദിന്റെ പുനഃപ്രസിദ്ധീകരിക്കപ്പെട്ട ഓറിയന്റലിസത്തെക്കുറിച്ചുള്ള പുസ്തകത്തിന്റെ അവതാരിക പറയുന്നത് നോക്കുക. കൃത്രിമമായി നിർമിക്കപ്പെട്ട സംസ്കാരങ്ങളുടെ സംഘർഷത്തെക്കാൾ ഇവിടെ പ്രസക്തമാകുന്നത് പരസ്പരം ഒന്നിനുമേലെക്കൊന്നെന്ന നിലയിൽ കയറിക്കിടക്കുന്ന സംസ്കാരങ്ങളുടെ താണസ്ഥായിയിലുള്ള ഒന്നിച്ചുള്ള പ്രവർത്തനത്തിലും പരസ്പരം ഒന്നിച്ചു ജീവിക്കലും അങ്ങോട്ടുമിങ്ങോട്ടും കടമെടുക്കലിലുമാണ് നാം ശ്രദ്ധകേന്ദ്രീകരിക്കേണ്ടത്. പക്ഷേ ഇത്തരമൊരു വിശാലസങ്കൽപ്പനത്തിന്, നമുക്ക്, സമയവും ക്ഷമാപൂർവവും സന്ദേഹത്തോടെയുള്ളതുമായ അന്വേഷണവുമാവശ്യമാണ്; ഒപ്പം നൊടിയിടയിൽ പ്രവർത്തനവും പ്രതിപ്രവർത്തനവുമാവശ്യപ്പെടുന്ന ഒരു ലോകത്ത് നിലനിർത്താൻ ബുദ്ധിമുട്ടുള്ള വ്യാഖ്യാനങ്ങളിന്മേൽ സമുദായങ്ങൾക്കുള്ള വിശ്വാസം കൊണ്ടതിന് പിന്തുണ ലഭ്യമാക്കുകയും വേണം. നമ്മുടെ കൂട്ടായ ആഗോള ഭൂതകാലത്തെ വീണ്ടെടുക്കാനും സഹഭാവ പൂർണമായ അപഗ്രഥനത്തിനും മരിച്ചുപോയ സെയ്ദ് നൽകിയ വ്യക്തമായ ആഹ്വാനം കിഴക്കും പടിഞ്ഞാറുമെന്ന കൃത്രിമമായി നിർമിക്കപ്പെട്ട ഇരുധ്രുവവീക്ഷണത്തെയും അതിനൊപ്പം വരുന്ന വംശീയരാഷ്ട്രീയത്തെയും തിരസ്കരിക്കാനും, കൂടുതൽ മികച്ചൊരു ഭാവിയും ഒരാഗോളമനുഷ്യ സമുദായവും കരുപ്പിടിപ്പിക്കാനും, ഇന്നത്തെ ആധുനിക യുഗത്തിൽ തികച്ചും പ്രസക്തമാണ്.

"സത്യം ഏത് സ്രോതസുകളിൽ നിന്നുവന്നാൽത്തന്നെയും അതിനോടുള്ള കടപ്പാട് അംഗീകരിക്കുന്നതിൽ നാം നാണക്കേട് കാട്ടിക്കൂടാ, അവയെ നമുക്ക് നൽകിയിട്ടുള്ള മുൻതലമുറകളായാലും വിദേശജനതകളായാലും" ബാഗ്ദാദിൽ 9 ാം നൂറ്റാണ്ടിൽ അറബ് തത്വചിന്തകനായ അൽ-കിണ്ടിയാണ് ഈ വാക്കുകളെഴുതിയത്. മനുഷ്യചരിത്രം രൂപപ്പെട്ടത് വ്യത്യസ്ത സംസ്കാരങ്ങളുടെ ഇടകലരുകളിലൂടെയും പ്രതിപ്രവർത്തനത്തിലൂടെയുമാണെന്ന് അദ്ദേഹത്തിന് ഒട്ടുമിക്കവരെയുംകാൾ നന്നായി അറിയാമായിരുന്നു. ഒരുപക്ഷേ കിഴക്കും പടിഞ്ഞാറും തമ്മിലുള്ള ആധുനിക വിവാദങ്ങൾക്കുള്ള ഏറ്റവും മികച്ച പരിഹാരം അന്തിമ ദാർശനിക ചികിത്സകനായ അൽ-കിണ്ടിയുടെ ഈ വാക്കുകളായേക്കാം.

ഗ്രന്ഥസൂചി

Chapter 1

1. **Fielding H Garrison (1917)**: *An introduction to the History of Medicine*, 2nd Edn, W B Saunder company, Philadelphia.
2. **Charles Singer (1928)**: *A Short history of Medicine*, 2nd edn, Oxford University Press, New York
3. **William Osler (2004):** *The Evolution of Modern medicine*, Kessinger publishing.
4. **Dr. Eric Anthony Joseph**: Imhotep: the Father of Medicine, *LU Voices*, issued date 3/1/2006
5. **Jimmy Dunn**: Imhotep, Doctor, Architect, High Priest, Scribe and Vizier to Kung Djoser- feature story
6. **George G M James (1954)**: *Stolen Legacy*, Molefi Kete Asante books.
7. **Martin Bernal (1987)**: *Black Athena- The Afroasiatic Roots of Classic Civilization*, Rutgers Unioversoty Press, America
8. **Dr. Thoephile Obenga (1995)**: *A Lost Tradition: African Philosophy in World History*, Source Editions, Philsdelphia.
9. **Mary Leftkowitz (1996):** *Not out of Africa: How Afrocentrism Became an Excuse to teach Myth as History*, Basic Books, New York.
10. **Dr. Theophile Obenga (1992)**: *Ancient Egypt and Black Africa*, KARNAK House, London.
11. **John Kendrick (1850)**: *Ancient Egypt under Pharaoh*, London
12. **Miriam Lichtheim (2006)**. *Ancient Egyptian Literature: A Book of Readings*, University of California Press, California.

Chapter 2

13. **De Lacy O'Leary (1949)**: *How Greek Science Passed to the Arabs.* Routledge & Kegan Paul Ltd, Great Britain.
14. **Cyril Elgood (1939)**: Jundi Shapur- A Sassanian University, *Proceedings of the Royal Society of Medicine vol.* 32(9), 1033-36.
15. **Edward G. Browne (2008)**: *Arabian Medicine*, Wrangell Rokassowsky Press.
16. **Nicholas Whyte (2000)**: *The Transmission of Knowledge A case study: the Arab Acquisition of Greek science* retrieved on 03/02/2010.
17. **R G A Dolby:** *The Transmission of Science, Hist. Sci., 15* (1977)
18. Michael Cooperson (2005): *Makers of Muslim World Al Mamun*, One World Publication, England.
19. **Jonathan Lyons (2009)**: *The House of Wisdom, How the Arabs Transformed western Civilization,* Bloomsbury publishing, London.
20. **Donald Campbell (2001):** *Arabian Medicine and its Influence on the middle Ages.* Vol I/II, Routledge, Britain.

Chapter 3

21. **Dr. Nasim Akhtar:** *Evolution of Secular India*, retrieved on 12/02/2010.
22. **Babu G Ranganathan**: *Indian Origin of Egyptian civilization* retrieved on 12/02/2010.
23. **Saryu Doshi (1993):** *India and Egypt: Influences and Interactions*, South Asia Books.
24. **Satyavrata R Patel (1974):** *The Soul of India*, Orient Book Distributors
25. **Adolf Erman (1854-1937):** *Life in Ancient Egypt in A Handbook of Egyptian religion*, from the library of the University of Michigan and uploaded to the Internet Archive retrieved on 15/02/1009.
26. **Alain Danielou & Kenneth F. Hurry (2003):** *A Brief History of India*, Inner Traditions International, Rochester, Vermont, U.S.A 2003.
27. **Paul William Roberts (1994):** *Empire of the Soul: Some Journeys in India*, Riverhead Books, Berkley publishing group, New York.
28. **Krishan Lal Jain (1989):** *Hindu Raj in the World*, Akshat Publications.
29. **Edward Pococke (2009):**India in Greece, University of Michigan Library.
30. **Satyavrata R Patel:** *Hindu Superiority*, retrieved 19/02/2010.
31. **Har Bilas Sarda:** *The Soul of India* - retrieved 19/02/2010
32. **Subhash Kak:** *Astronomical Code of the Rig Veda* and Astronomy and Its Role in Vedic Culture in *The Dawn of Indian Civilization* up to 600 BC - edited by G C Pande p. 615 - 620.

33. **William Edward Lecky (2007):** *History of European Morales from Augustus to Charlemagne*, Adamant Media Corporation, London.

34. **DP Agrawal & Pankaj Goyal**: *Science and Technology in Medieval India - A Bibliography of Source Material in Sanskrit, Arabic and Persian*, by A Rahman et al, (Indian National Science Academy), New Delhi, 1982.

35. **N H Keswani (1974)**: *The Science of Medicine and Physiological Concepts in ancient and Medieval India*, New Delhi.

36. **Varma R L (1992)**: *India-Arab Relations in Medical Sciences*, In P V Sharma (Ed): *History of Medicine in India*, New Delhi: Indian National Science Academy Pp 465-484.

37. **D P Agrawal & Lalit Tiwari**: *Ayurveda: the Traditional Indian Medicine System and its Global Dissemination* retrieved on 19/02/2010.

38. **C A Qadir**: *Influence of Muslim Thought on the East, Pg 1395-1405 in A History of Muslim Philosophy* by M M Sharif, chapter 69, pub: Pakistan philosophical congress.

39. **Ian G Pearce (2002)**. *Mathematicians of Kerala. Mac Tutor History of Mathematics archive. University of St Andrews.Astronomy and Mathematics, Mac Tutor History of Mathematics archive*, University of St Andrews.

40. **Almeida, D F, J K John, and A Zadorozhnyy (2001)**: *Keralese Mathematics: Its Possible sTransmission to Europe and the Consequential Educational Implications*, Journal of Natural Geometry, 20:77-104.

41. **Joseph, G G (1994):** *The Crest of the Peacock: Non-European Roots of Maths*. London: Penguin Books. Pp. 286-289.

42. **Keralese mathematics (2002):** Mac Tutor History of Mathematics Archive retrieved on 04/02/2010.

43. *Possible transmission of Keralese mathematics to Europe* (2002): Mac Tutor History of Mathematics archive retrieved on 04/02/2010.

44. **Boxer, C R (1963):** *Two Pioneers of Tropical Medicine: Garcia d'Orta and Nicolás Monardes*. Lecture Series no. 1. London: Welcome Historical Medical Library.

45. **Desmond, Ray (1992):** *The European Discovery of the Indian Flora*. Oxford, Delhi: Oxford University Press.

46. **John M (1984):** *Ayurvedic Medicine in Goa according to the European Sources in the Sixteenth and Seventeenth Cenuries*, Bulletin of the History of Medicine, 58, 225–35.

47. **Grove, Richard (1995):** *Green Imperialism: Colonial Expansion*, Tropical Island Edens and the Origins of Environmentalism, 1600–1860. Cambridge: Cambridge University Press.
48. **Wujastyk, Dominik (2001):** *The Roots of Ayurveda: Selections from Sanskrit Medical Writings*. New Delhi: Penguin, second edn.

Chapter 4

49. **Professor Salim T S Al Hassaani (2003):** *One Thousand Years of Missing History*, Foundation for Science Technology and Civilization, info@fstc.co.uk
50. **Sarwath Sowlath**: *Millathe Islamiya Ki Mukhthasar Thareekh* (urdu) translated to Malayalam by Abdurahman Munnoor (2005), Islamika samooham Charithra Samgraham, Islamic Publishing House, Part 1.
51. **G S A Ranking**: *The Life and Works of Rhazes*, in Proceedings of the Seventeenth International Congress of Medicine, London, 1913, pp. 237-68.
52. **M Meyerhof**: *Legacy of Islam*, pp. 323 et seq.
53. Muhammad ibn Zakarîya Râzi from Wíkipedia. Licensed under the GNU.
54. **Michael H Morgan (2008):** *Lost History: The Enduring Legacy of Muslim Scientists*, Thinkers, and Artists, National Geographic Society, Washington.
55. **Prof. Dr. Sami Khalaf Hamarneh and Mrs. Nazha Tawfiq Hamarneh U S A**: *Abul Qasim Khalaf bin Abbas al-Zahrawi the Physician - Surgeon and the Natural Origins and Manufacture of Drugs*. Retrieved on 4/08/2009.
56. **Mohd Zuhair Al-Baba:** *Al-Zahrawi* (abulcasis) *The Pharmacist Syria*, retrieved on 4/08/2009.
57. **M S Spink and G. L. Lewis (ed. and tr.) (1973):** *Albucasis: On Surgery and Instruments, Publications of the Wellcome Institute of the History of Medicine*, New Series, Vol. xii.) xv, 850 pp. London: Wellcome Institute of the History of Medicine.
58. **Lenn E Goodman (1992):** *Avicenna, Routledge*, New York.
59. *Canon of Medicine by Avicenna*, translation by **Laleh Bakhthiar** (1999), Greta Books of the Islamic World Inc, U S A.
60. **Jules Janssens (2006):** *Ibn Sina And His Influence on the Arabic And Latin World* (Variorum Collected Studies Series), Ashgate Publishing Company, U S A.
61. **Haddad S E, Khairallah A A:** *A Forgotten Chapter in the History of the Circulation of blood: Annals of Surgery*, July 1936; 104: p1- 8.

62. **Ayman O Soubani, M D; Faroque A Khan, MB.** *The Discovery of the Pulmonary Circulation.* A S M. 1995;15:185-186 10. Islamic Medicine online.
63. *Islamic Origins of Medical Science, The Fallacy of Dark age, Misconceptions about Islamic and Greek science;* www.muslimheritage.com/topics/default.cfm?ArticleID=326/258/340.
64. **Dr. Albert Zaki Iskandar:** Comprehensive Book on the Art of Medicine By Ibn Al-Nafis, U K retrieved on 14/02/2009.
65. **S A Al-Dabbagh (1978):** *Ibn Al-Nafis and the Pulmonary Circulation*, The Lancet 1: 1148.
66. **Husain F Nagamia (2003):** *Ibn al-Nafis: A Biographical Sketch of the Discoverer of Pulmonary and Coronary Circulation*, Journal of the International Society for the History of Islamic Medicine 1: 22–28.
67. **George Sarton (cf. Dr. Paul Ghalioungui (1982):** *The West denies Ibn Al Nafis's contribution to the discovery of the circulation*, Symposium on Ibn al-Nafis, Second International Conference on Islamic Medicine: Islamic Medical Organization, Kuwait.
68. **Muhsin Mahdi (1974):** *The Theologus Autodidactus of Ibn at-Nafis* by Max Meyerhof, Joseph Schacht, Journal of the American Oriental Society 94 (2), p. 232-234.
69. **L Gari (2002):** *Arabic Treatises on Environmental Pollution up to the End of the Thirteenth Century*, Environment and History 8 (4), pp. 475-488.
70. **Meyerhof, Max (1993):** *Ibn al-Nafis, in van Donzel*, E., E. J. Brill's First Encyclopaedia of Islam, 1913-1936, Brill Publishers, pp. 94-95 [95].
71. *Medical aspects of Ala al-Din Abu'l-Hasan Ali Ibn Abi'l-Haram al-Qurashi (Ibn al-Nafis)'s contributions to science*, Mohamad S M Takrouri MB. ChB. FFARCS (I) Department of Anesthesia, King Khalid University Hospital Riyadh, takrouri@ksu.edu.sa
72. **Prof. Maher Abd Al Kader M Ali Arab:** *Medical schools during the 12th and 13th century.* Alexandria University, Egypt, http://www.frcu.eun.eg/www/universities/html/shc/index.htm
73. **Donald Campbell (2001):** *Arabian Medicine and its Influence on the Middle Age.* Routledge
74. **Corona Brezina (2006):** *Al-Khwarizmi: The Inventor Of Algebra (Great Muslim Philosophers and Scientists of the Middle Ages), Rosen Central.*
75. **Bill Scheppler (2006):** *Al-biruni: Master Astronomer And Influential Muslim Scholar of Eleventh-century Persia (Great Muslim Philosophers and Scientists of the Middle Ages)*, Rosen Central

76. **Rashed, Roshdi & Armstrong, Angela (1994):** The Development of Arabic Mathematics, Springer, pp. 342-3.
77. **Boyer (1991):** *Revival and Decline of Greek Mathematics.*
78. **Gandz, Solomon (1931):** *The Origin of the Ghubâr Numerals*, or *the Arabian Abacus and the Articuli*, Isis 16 (2): 393-424 .
79. **D.J. Struik (1986):** *A Source Book in Mathematics 1200-1800*, Princeton University Press, New Jersey.
80. **O'Connor, John J & Robertson, Edmund F:** *Arabic Mathematics: Forgotten brilliance?, Mac Tutor History of Mathematics archive.*
81. **Matvievskaya, Galina (1987):** *The Theory of Quadratic Irrationals in Medieval Oriental Mathematics*, *Annals of the New York Academy of Sciences* 500: 253-277 [254] .
82. **Prof. Ahmed Djebbar (2008):** *Mathematics in the Medieval Maghrib: General Survey on Mathematical Activities in North Africa.* Foundation for Science Technology and Civilization Limited. Retrieved on 2008-07-19.
83. **O'Connor, John J. & Robertson, Edmund F**: *Abu Ali al-Hasan ibn al-Haytham, MacTutor History of Mathematics archive.*
84. **Aydin Sayili (1960):** Thabit ibn Qurra's Generalization of the Pythagorean Theorem, Isis 51 (1): 35-37
85. **Kline, M. (1972):** *Mathematical Thought from Ancient to Modern Times*, Volume 1, p. 193, Oxford University Press.
86. **R. Rashed (1994):** *The Development of Arabic Mathematics: Between Arithmetic and Algebra.* London.
87. **O'Connor, John J. & Robertson, Edmund F**: *Arabic Mathematics: Forgotten Brilliance?, Mac Tutor History of Mathematics archive.*
88. **Glen M Cooper (2003):** *Omar Khayyam, the Mathmetician*, The Journal of the American Oriental Society **123**.
89. **Boris A Rosenfeld and Adolf P. Youschkevitch (1996):** Geometry, in Roshdi Rashed, ed., *Encyclopedia of the History of Arabic Science*, Vol. 2, p. 447-494 [469], Routledge, London and New York:
90. **Régis Morelon (1996):** *Encyclopedia of the History of Arabic Science, Routledge.*
91. **Victor J. Katz (1998):** *History of Mathematics: An Introduction*, p. 270-271, Addison-Wesley.
92. **Kennedy, E S (1969):** *The History of Trigonometry*, 31st Yearbook (National Council of Teachers of Mathematics, Washington DC) (cf. Haq, Syed Nomanul, The Indian and Persian background, pp. 60-3 , in Seyyed Hossein Nasr, Oliver Leaman (1996), History of Islamic Philosophy, Routledge, pp. 52-70.

93. **Jacques Sesiano:** *Islamic Mathematics*, p. 157, in Selin, Helaine & D'Ambrosio, Ubiratan (2000), Mathematics Across Cultures: The History of Non-western Mathematics, Springer.
94. ***Trigonometry.*** *Encyclopædia Britannica.*
95. **O'Connor, John J & Robertson, Edmund F**: *Abu Abd Allah Muhammad ibn Muadh Al-Jayyani, Mac Tutor History of Mathematics archive.*
96. **O'Connor, John J. & Robertson, Edmund F:** *Menelaus of Alexandria*, MacTutor History of Mathematics archive
97. **Donald Routledge Hill (1996):** Engineering, in Roshdi Rashed, Encyclopedia of the History of Arabic Science, Vol. 3, pp. 751-795 [769]
98. **O'Connor, John J. & Robertson, Edmund F:** *Abu Arrayhan Muhammad ibn Ahmad al-Biruni", MacTutor History of Mathematics archive.*
99. **O'Connor, John J. & Robertson, Edmund F:** *Ghiyath al-Din Jamshid Mas'ud al-Kashi, Mac Tutor History of Mathematics archive.*
100. **Al-Kashi, author: Adolf P:** *Youschkevitch*, chief editor: Boris A. Rosenfeld, p. 256
101. **Victor J. Katz (1998):** *History of Mathematics: An Introduction*, p. 255-259. Addison-Wesley.
102. **O'Connor, John J. & Robertson, Edmund F:** *Abu Abd Allah Muhammad ibn Muadh Al-Jayyani, Mac Tutor History of Mathematics archive.*
103. **Peter J Lu and Paul J. Steinhardt (2007):** *Decagonal and Quasi-crystalline Tilings in Medieval Islamic Architecture. Science* 315: 1106–1110. doi:10.1126/science.1135491.
104. **Khwarizm:** *Foundation for Science Technology and Civilisation.*
105. **Saliba, George (1980):** *Al-Biruni, in Strayer, Joseph, Dictionary of the Middle Ages*, vol. 2, *Charles Scribner's Sons, New York.*
106. **David A. King (1993):** *Astronomy in the Service of Islam*, Johann-Wolfgang-Goethe University Frankfurt-am-Main, Germany
107. **Edward S Kennedy,** *Mathematical Geography*: pp. 187-8, in Rashed & Morelon 1996, pp. 185-201.
108. **David A King (1996):** *Astronomy and Islamic society: Qibla, gnomics and timekeeping*, in Roshdi Rashed, ed., Encyclopedia of the History of Arabic Science, Vol. 1, p. 128-184 [153]. Routledge, London and New York.
109. **Scheppler, Bill (2006):** *Al-Biruni: Master Astronomer and Muslim Scholar of the Eleventh Century*, the Rosen Publishing Group.
110. **Akbar S Ahmed (1984):** *Al-Beruni: The First Anthropologist*, RAIN 60, p. 9 10.

111. **H Mowlana (2001):** *Information in the Arab World*, Cooperation South Journal1.

112. **Lenn E Goodman (1992):** Avicenna, *Routledge*, New York.

113. **Bradley Steffens (2006):** *Ibn al-Haytham: First Scientist*, Chapter Five, Morgan Reynolds Publishing.

114. *History of Islamic Science based on the book Introduction to the History of Science by George Sarton* edited and prepared by Prof. Hamed A. Ead.

115. **Mariam Rozhanskaya and I S Levinova (1996):** *Statics*, p. 642, in Morelon & Rashed 1996, pp. 614-642.

116. **Sabra (Spring 1967):** *The Authorship of the Liber de Crepusculis, an Eleventh-Century Work on Atmospheric Refraction*, Isis **58**(1): 77-85.

117. **Simon Singh** *The Code Book*. p. 14-20

118. Al-Kindi, Cryptgraphy, Codebreaking and Ciphers" (HTML).

119. **Ibrahim A. Al-Kadi (1992):** *The origins of cryptology: The Arab Contributions*, Cryptologia **16** (2): 97–126.

120. **Victor J Katz (1998):** *History of Mathematics: An Introduction*, p. 255-259, Addison-Wesley.

121. **O'Connor, John J. & Robertson, Edmund F:** *Mac Tutor History of Mathematics archive.*

122. **Victor J Katz (1995):** *Ideas of Calculus in Islam and India*, *Mathematics Magazine* 68 (3), p. 163-174.

123. **Berggren, J Lennart (1986):** *Episodes in the Mathematics of Medieval Islam*. New York: Springer-Verlag.

124. **Gerald J. (1988):** *Episodes in the Mathematics of Medieval Islam*, American Mathematical Monthly 95 (6).

125. **Hogendijk, Jan P (1989):** *Episodes in the Mathematics of Medieval Islam* by J Lennart Berggren, Journal of the American Oriental Society **109**(4): 697-698)

126. **Berggren, J Lennart (2007):** *Mathematics in Medieval Islam*, in Victor J Katz: *The Mathematics of Egypt*, Mesopotamia, China, India, and Islam: A Sourcebook. Princeton University Press. ISBN 9780691114859.

127. **Boyer, Carl B (1991):** *The Arabic Hegemony*, *A History of Mathematics*, Second Edition, John Wiley & Sons, Inc.

128. **Cooke, Roger (1997):** *Islamic Mathematics*, *The History of Mathematics: A Brief Course*. Wiley-Interscience.

129. **Daffa', Ali Abdullah al- (1977):** *The Muslim Contribution to Mathematics*. London: Croom Helm.

130. **Daffa, Ali Abdullah al- (1984):** *Studies in the Exact Sciences in Medieval Islam*. New York: Wiley.

131. **Eder, Michelle (2000):** *Views of Euclid's Parallel Postulate in Ancient Greece and in Medieval Islam*, Rutgers University.
132. **Joseph, George Gheverghese (2000)**: *The Crest of the Peacock: Non-European Roots of Mathematics*, 2nd Edition, Princeton University Press.
133. **Katz, Victor J. (1998):** *History of Mathematics: An Introduction*, Addison-Wesley.
134. **Kennedy, E S (1984):** *Studies in the Islamic Exact Sciences*. Syracuse Univ Press.
135. **O'Connor, John J. & Robertson, Edmund F**: *Arabic mathematics: forgotten brilliance?", Mac Tutor History of Mathematics archive.*
136. **Rashed, Roshdi (2001):** *The Development of Arabic Mathematics: Between Arithmetic and Algebra*, Transl. by A F W Armstrong, Springer.
137. **Smith, John D (1992):** The Remarkable Ibn al-Haytham, The Mathematical Gazette (Mathematical Association) 76(475): 189–198.
138. **Sabra, A I:** *The Andalusian Revolt Against Ptolemaic Astronomy: Averroes and al-Bitrûjî, in Mendelsohn, Everett, Transformation and Tradition in the Sciences*: Essays in honor of I. Bernard Cohen, Cambridge University Press, pp. 233–53
139. **Dallal, Ahmad (1999):** *Science, Medicine and Technology*, in Esposito, John, The Oxford History of Islam, Oxford University Press, New York
140. **Saliba, George (1979):** *The First Non-Ptolemaic Astronomy at the Maraghah School*, Isis **70** (4): 571–576
141. **Huff, Toby (2003):** *The Rise of Early Modern Science: Islam*, China, and the West, Cambridge University Press.
142. **Sharma, Virendra Nath (1995):** *Sawai Jai Singh and His Astronomy, Motilal Banarsidass* Publ., pp. 8–9.
143. **Baber, Zaheer (1996):** *The Science of Empire: Scientific Knowledge, Civilization, and Colonial Rule in India*, State University of New York Press, pp. 82 9.
144. **Wade, Nicholas J; Finger, Stanley (2001)**: *The eye as an optical instrument: from camera obscura to Helmholtz's perspective*, Perception 30 (10): 1157–1177.
145. **Smith, A Mark (2001):** *Alhacen's theory of visual perception: a critical edition, with English translation* and commentary, of the first three books of Alhacen's De aspectibus, *The medieval Latin version of Ibn al-Haytham's Kitab al-Manazir, 1*, Philadelphia: American Philosophical Society & DIANE Publishing.
146. **Lorch, Richard (2008):** *Ibn al-Haytham, Encyclopedia Britannica, http://www.britannica.com/EBchecked/topic/738111/Ibn-al-Haytham.*

147. **Topdemir, Huseyin Gazi (2007):** *Ibn al-Haytham* (965-1039) *His Life and Works*
148. **E J Holmyard (1928):** *The Arabic Works of Jabir ibn Hayyan*, translated by Richard Russell in 1678. New York, E. P. Dutton.
149. **Thomson, Thomas (1830):** *The History of Chemistry*, Colburn and Bentley, pp. 129–30
150. **Haq, Syed Nomanul; Jabir ibn Hayyan (1994):** *Names, Natures and Things: Jabir ibn Hayyan and His Kitab Al-Ahjar* (Book of Stones). Kluwer Academic Publishers.
151. **John M. Hobson (2004):** *The Eastern Origins of Western Civilisation*, pp. 29–30, Cambridge University Press.
152. **Subhi Y Labib (1969):** *Capitalism in Medieval Islam*, The Journal of *Economic History* 29 (1), pp. 79–96.
153. **Edward S Kennedy:** *Mathematical Geography*, p. 188, in Rashed & Morelon 1996, pp. 185–201.
154. **Munim M Al-Rawi and Salim Al-Hassani (2002**): *The Contribution of Ibn Sina (Avicenna) to the development of Earth sciences*, Foundation for Science, Technology and Civilization.
155. **Scheppler, Bill (2006):** *Al-Biruni: Master Astronomer and Muslim Scholar of the Eleventh Century*, The Rosen Publishing Group.
156. **Akbar S Ahmed (1984):** *Al-Beruni: The First Anthropologist*, RAIN 60, p. 9-10.
157. **Plinio Prioreschi (2002):** *Al-Kindi, A Precursor Of The Scientific Revolution*, Journal of the International Society for the History of Islamic Medicine.
158. **Dr. Mahmoud Al Deek (2004):** *Ibn Al-Haitham: Master of Optics*, Mathematics, Physics and Medicine, Al Shindagah.
159. **Robert E. Hall (1973):** *Al-Biruni, Dictionary of Scientific Biography*, Vol. VII, p. 336.
160. **O'Connor, John J; Robertson, Edmund F:** *Al-Farisi", Mac Tutor History of Mathematics archive, University of St Andrews*
161. **Fahd, Toufic:** *Botany and agriculture*, pp. 813 , in Morelon & Rashed 1996, pp. 813-52.
162. **Huff, Toby (2003):** *The Rise of Early Modern Science: Islam, China*, and the West, Cambridge University Press, p. 218.
163. **Zohor Idrisi (2005):** *The Muslim Agricultural Revolution and its influence on Europe*, F S T C
164. **Fahd, Toufic:** *Botany and agriculture*, pp. 815, in Morelon & Rashed 1996, pp. 813-52.
165. **Russell McNeil:** *Ibn al-Baitar*, Malaspina University-College.

166. **S P Scott (1904):** *History of the Moorish Empire in Europe*, 3 vols, J. B. Lippincott Company, Philadelphia and London.
167. **F B Artz (1980);** *The Mind of the Middle Ages*, Third edition revised, University of Chicago Press, pp 148-50.
168. **John William Draper (1878):** *History of the Conflict Between Religion and Science*, p. 154-155, 237.
169. **Conway Zirkle (1941);** *Natural Selection before the "Origin of Species*", Proceedings of the American Philosophical Society **84** (1), p. 71-123.
170. **Mehmet Bayrakdar (1983):** *Al-Jahiz And the Rise of Biological Evolutionism*, The Islamic Quarterly. London.
171. **Edmund Burke (2009):** *Islam at the Center: Technological Complexes and the Roots of Modernity, Journal of World History* .University of Hawaii Press, 20 (2): 165–186
172. **Ahmad Y Hassan:** Flywheel Effect for a Saqiya, *History of Science and Technology in Islam.*
173. **Donald Routledge Hill (1991):** *Mechanical Engineering in the Medieval* Near East, Scientific American, pp. 64–9.
174. **Donald Routledge Hill (1996),** *A History of Engineering in Classical and Medieval Times*, Routledge, pp. 143 & 150-2
175. **Sally Ganchy, Sarah Gancher (2009):** *Islam and Science, Medicine, and Technology*, The Rosen Publishing Group, p. 41.
176. **Ahmad Y Hassan:** *The Crank-Connecting Rod System in a Continuously Rotating Machine*
177. **Howard R Turner (1997):** *Science in Medieval Islam: An Illustrated Introduction*, p. 181, University of Texas Press.
178. **Levey, M (1973):** *Early Arabic Pharmacology*, E J Brill; Leiden
179. **Donald Routledge Hill:** *Engineering*, in Roshdi Rashed, ed., *Encyclopedia of the History of Arabic Science*, Vol. 2, p. 751-795, Routledge, London and New York.
180. **Donald Routledge Hill (1996)**: *A history of engineering in classical and medieval times, Routledge,*
181. **Adam Robert Lucas (2005):** *Industrial Milling in the Ancient and Medieval Worlds: A Survey of the Evidence for an Industrial Revolution in Medieval Europe*, Technology and Culture 46 (1), pp. 1–30 [10].
182. **Ahmad Y Hassan;** *Transfer Of Islamic Technology To The West, Part II: Transmission Of Islamic Engineering*
183. **Lucas, Adam (2006):** *Wind, Water, Work: Ancient and Medieval Milling Technology*, Brill Publishers.

184. **Jawed A Mohammed PhD and Alfred Oehlers (2007):** *Corporate social responsibility in Islam*, School of Business, Auckland University of Technology.
185. **Badr, Gamal Moursi (Spring, 1978):** *Islamic Law: Its Relation to Other Legal Systems*, The American Journal of Comparative Law 26(2 - Proceedings of an International Conference on Comparative Law, Salt Lake City, Utah,).
186. **Crone, Patricia (2005):** *Medieval Islamic Political Thought*, Edinburgh University Press, pp. 308-9 .
187. **Subhi Y Labib (1969):** *Capitalism in Medieval Islam, The Journal of Economic History* 29 (1), p. 79-96.
188. **Jairus Banaji (2007):** *Islam, the Mediterranean and the rise of capitalism, Historical Materialism* 15 (1), pp. 47–74, Brill Publishers.
189. **Robert Sabatino Lopez, Irving Woodworth Raymond, Olivia Remie Constable (2001):** *Medieval Trade in the Mediterranean World: Illustrative Documents*, Columbia University Press.
190. **Amir Arjomand (1999):** *The Law, Agency, and Policy in Medieval Islamic Society: Development of the Institutions of Learning from the Tenth to the Fifteenth Century*, Comparative Studies in Society and History 41, pp. 263–93. Cambridge University Press.
191. **Samir Amin (1978):** *The Arab Nation: Some Conclusions and Problems*, MERIP Reports 68, pp. 3–14 [8, 13].
192. **Judith Tucker (1975):** *Islam and Capitalism by Maxime Rodinson*, MERIP Reports 34, pp. 31–2 [31].
193. **I M Oweiss (1988):** *Ibn Khaldun, the Father of Economics, Arab Civilization: Challenges and Responses*, New York University Press.
194. **Jean David C. Boulakia (1971):** *Ibn Khaldun: A Fourteenth-Century Economist, The Journal of Political Economy* 79 (5): 1105-1118.

Chapter 5

195. **De Lacy O Leary (1922):** *Arabic thought and its place in history*, Kegan Paul, Trench, Trubner & Co Ltd, London.
196. **Dr Muhammad Kamal:** *Mu'tazilah: the rise of Islamic rationalism*, Islam paper three.
197. *History of Muslim Philosophy With short accounts of other Disciplines and the Modern Renaissance in the Muslim Lands* Edited and Introduced by **M M SHARIF** Director of the Institute of Islamic Culture, Lahore Pakistan Published by Pakistan Philosophical Congress.
198. **Henry Corbin:** *History of Islamic Philosophy*, Kegan Paul International, the institute of Ismaili Studies, London.

199. **T J De Boer (2007):** *The history of philosophy in islam*, BiblioBazaar
200. **Peter Adamson (2006):** *Great Medieval Thinkers*, Al Kindi, Oxford University Press, USA
201. **Majid Fakhry (2002):** *Al-Farabi, Founder of Islamic Neoplatonism: His Life, Works, and Influence* (Great Islamic Thinkers) Oneworld Publications.
202. **Lenn E Goodman (1992):** *Avicenna, Routledge*, New York.
203. **Jules Janssens (2006):** *Ibn Sina And His Influence on the Arabic And Latin World* (Variorum Collected Studies Series), Ashgate Publishing Company, USA.
204. **Walter M Patton**: *Ahmed Ibn Hanbal and the m i h n a*, a biography of the imam including an account of the Mohammedans inquisition called the mihna, by professor in the wesleyan theological college, montreal, canads
205. **Christopher Melchert (2006):** *Ahmad Ibn Hanbal* (Makers Muslim World) Oneworld Publications
206. **Sabih Ahmad Kamali (1963):** *Al ghazali's tahafut al falasifah*, Pakistan Philosophical Congress, Lahore.
207. **William Montgomery Watt (1953):** *The Faith and Practice of Al-Ghazali*, George Allen and Unwin Ltd, London.
208. **Al-Ghazâlî's Philosophical Theology:** *An Introduction to the Study of his Life and Thought*, New York: Oxford University Press.
209. **Hourani, G.F., 1958:** *The Dialogue Between al Ghazâlî and the Philosophers on the Origin of the World, Muslim World* 48:183–191, 308–314.
210. **Campanini, M (1996):** Al-Ghazzali, in S.H. Nasr and O Leaman, *History of Islamic Philosophy.*
211. **Watt, W. M (1963):** *Muslim Intellectual: A Study of al-Ghazali*, Edinburgh.
212. **Roger Arnaldez (2000):** *Averroes: A Rationalist in Islam*, University of Notre Dame Press; English Language Ed edition.
213. **Majid Fakhry (2001):** *Averroes: His Life, Works, and Influence* Oneworld Publications.
214. **Ibrahim Najjar (2002):** *Faith and Reason in Islam: Averroes' Exposition of Religious Arguments* (Great Islamic Writings), One world Publications.
215. **Simon Van Den Bergh (1978):** *Averroes Tahafut Al-Tahafut* Vol 1&2, Gibb Memorial Trust REP Edition.
216. **Thèrèse Bonin (2005):** *A Muslim Perspective on Philosophy & Religion: The Decisive Treatise of Averroes*, Duquesne University Pittsburgh.

217. **Mohammad Jamil Ur-Rahman K (1921):** *The philosophy and theology of Averroes*, Baroda.
218. *Maimonides Islamic Influences*. Plato. Stanford. http: plato.stanford.edu/entries/maimonides-islamic/.
219. **Prof. S M Ghazanfar (2004):** The dialogue of civilizations: medieval social thought, Latin European renaissance and Islamic influences, Foundation for Science, Technology and Civilization.

Chapter 6

220. **John M Hobson (2004):** *The Eastern Origins of Western Civilisation*, p. 29-221, Cambridge University Press.
221. **Las Casas, Bartolomé de (1999):** *Short Account of the Destruction of the Indies*, London: Penguin.
222. **Davis, Kenneth C (2004):** *Don't Know Much About History*. New York: Harper Collins
223. **Loewen, James W (1995)**: *Lies My Teacher Told Me*. New York: Touchstone.
224. **Phillips, William D; Carla Rahn Phillips, Jr. Phillips (1992)**: *The Worlds of Christopher Columbus*. Cambridge University Press
225. **Felipe Fernandez Armesto: A millennium (1996):** *A History of Last Thousand Years*, Touchstone, New York.
226. **Janet L Abu-Lughod (1991):** *Before European Hegemony*, Oxford University Press, USA
227. **Jairus Banaji:** *Islam, the Mediterranean and the Rise of Capitalism*, Paper presented to the Conference on 'Theory as history: Ernest Mandel's Historical Analysis of World Capitalism', Amsterdam, 10-11th November, 2003
228. **Edward W Said (1979):** *Orientalism*, Vintage Books Edition.
229. **Slalah Zaimeche (2004):** *Sicily, Foundation for science*, Technology and Civilization.

www.ingramcontent.com/pod-product-compliance
Lightning Source LLC
LaVergne TN
LVHW100427051026
849518LV00004B/1415